ಸಿಯಾಚೆನ್‌ಗೆ ದೂರ ದಾರಿ: ಅದೇಕೆ?

AA000525
B08GKWDZ9Y

ಮೂಲ ಲೇಖಕರು:

ಶಿವ ಕುಣಾಲ ವರ್ಮಾ

ಬ್ರಿಗೆಡಿಯರ್ **ರಾಜೀವ ವಿಲಿಯಮ್ಸ್**

ಭಾಷಾಂತರ:

ಲೆ. ಜನರಲ್ **ಎಸ್.ಸಿ. ಸರದೇಶಪಾಂಡೆ**

ಬ್ರಿಗೆಡಿಯರ್ **ಎಸ್.ಜಿ. ಭಾಗವತ**

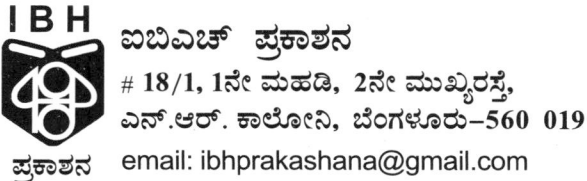

IBH

ಪ್ರಕಾಶನ

ಐಬಿಎಚ್ ಪ್ರಕಾಶನ

 # 18/1, 1ನೇ ಮಹಡಿ, 2ನೇ ಮುಖ್ಯರಸ್ತೆ,

ಎನ್.ಆರ್. ಕಾಲೋನಿ, ಬೆಂಗಳೂರು–560 019

email: ibhprakashana@gmail.com

SIACHENGE DURA DARI: ADEKE?- Original "The Long Road to Siachen The Question Why" Translated by S.C. Sardeshapande and S.G. Bhagwat, Published by H.K.L. Adiga for IBH Prakashana, #18/1, 1st Floor, 2nd Main, N.R. Colony, Bangalore-560019. Phone : 2667 6003 Mobile : 98450 70613 email: ibhprakashana@gmail.com

Pages : xii + 308 (with 8 Page Colour)

Demy 1/8 70 GSM N.S. Maplitho

First Print : 2019

Price : ₹ 350/-

Cover Design : Monappa

D.T.P.   : **Jaikumara**
           Mobile : 98865 33972

Printed at : **Sreeranga Printers Pvt. Ltd**
           BSK 2nd Stage, Bangalore-560070
           Ph : 26715813

ಪ್ರವೇಶ

ನಾನು ಮೊದಲು ಹಿಮ ಮತ್ತು ಹಿಮಾಲಯಗಳನ್ನು ನೋಡಿದ್ದು ಸೇನಾಧಿಕಾರಿಯಾಗಿ ಕಾಶ್ಮೀರಕ್ಕೆ ಕಳಿಸಲ್ಪಟ್ಟಾಗ, ಅವಾಕ್ಕಾಗದೇ ಗತ್ಯಂತರವೇ ಇರಲಿಲ್ಲ! ನನ್ನ ರೆಜಿಮೆಂಟ್ ಕೂಡ ಕುಮಾಂವು–ಕೂರ್ಮಾಂಚಲ–ನೈನಿತಾಲ, ರಾಣಿಖೇತ, ಅಲಮೋಡಾ, ಪಿಥೊರಾಗಡ, ಲಿಪುಲೇಖ, ಪಂಚಚುಲಿ, ನಂದಾದೇವಿ–. ಸೂಚಿಪರ್ಣಿ, ದೇವದಾರ, ಬಾಂಜ, ಭೋಜಪತ್ರಗಳ ಸುವಾಸನೆಯು ಶ್ವಾಸಕೋಶಗಳನ್ನು ತುಂಬಿ ಹೊಸ ಚೈತನ್ಯವನ್ನೇ ಈಯುತ್ತಿದ್ದವು. ಮೇಲೆ ಆರೋಹಿಸಿದಷ್ಟು ದಟ್ಟ ನೀಲಿಯ ಆಕಾಶ, ಶುಭ್ರತೆಯ ವ್ಯಾಖ್ಯೆಯ ಜನನವೇ ಅಲ್ಲಿ. ನದಿಗಳ ರುದ್ರತೆ, ಗಿರಿಗಳ ವಿರಾಟತೆ, ಶಿಖರಗಳ ಔನ್ನತ್ಯಗಳಲ್ಲೇ ಇರುವನ್ನು ಆವರಿಸುವ ಗಂಭೀರ ನೀರವತೆ ಬೇರೆ. ೧೯೮೬ರಲ್ಲಿ ಭಾರತೀಯ ಸೇನಾಕಾರ್ಯದ ಉತ್ತರಧ್ರುವ ಮತ್ತು ದಕ್ಷಿಣಧ್ರುವಗಳಾದ ಸಿಯಾಚೆನ್ ಮತ್ತು ಶ್ರೀಲಂಕಾ ಸೇನಾಶಕ್ತಿಪ್ರಯೋಗದಲ್ಲಿ ನನಗೆ ಒಂದರಲ್ಲಾದರೂ ಅವಕಾಶ ದೊರಕೀತೇ ಎಂದು ನಾನು ಸೇನಾಪ್ರಮುಖ ಜನರಲ್ ಸುಂದರಜಿ ಅವರನ್ನು ಕೇಳಿಕೊಂಡಾಗ ಜಾಫ್ನಾ ಶ್ರೀಲಂಕೆಗೆ ಕಳಿಸಲ್ಪಟ್ಟೆ. ಹಿಮಾಲಯಗಳ ತೀಟೆ ಉಳಿದಿತ್ತು. ನಿವೃತ್ತಿಯ ನಂತರ ೧೯೯೬ರಲ್ಲಿ ನನ್ನ ಕೈಕೆಳಗೆ ಸೇವೆಗೈದ ಅನೇಕ ಸೇನಾಘಟಕಗಳು, ಅಧಿಕಾರಿಗಳು ಜಮ್ಮು ಕಾಶ್ಮೀರದ ಕಷ್ಟಪರಿಸ್ಥಿತಿಯಲ್ಲಿ ವ್ಯಸ್ತರಿದ್ದುದಾಗಿ ಅವರನ್ನು ಕಂಡು ಶಾಭಾಶ್ ಎನ್ನಬೇಕೆಂದು ತಿಂಗಳೊಂದರ ಪ್ರವಾಸ ಕೈಕೊಂಡೆ. ಮೂರು ವರ್ಷಾನಂತರ ಕಾರ್ಗಿಲ್ ಸುರುವಾಯಿತಲ್ಲ? ಯುದ್ಧವಿರಾಮವಾಗುವತನಕ ತಡೆಯಲಾಗಲಿಲ್ಲ. ಮತ್ತೆ ಹೋದೆ. ಈ ಸಲ ಜೊಜಿಲಾ ದಾಟಿ ಮಶ್ಕೊ, ದ್ರಾಸ್, ಕಾರ್ಗಿಲ್, ಬಟಾಲಿಕ್, (ಇಲ್ಲಿ ಬೊಫೋರ್ಸ್ ಮತ್ತು ೧೩೦ ಮಿಮಿ ಗನ್‌ಗಳ ಎರಡು ಬ್ಯಾಟರಿಗಳಿಗೆ ಭೇಟಿಯಿತ್ತಾಗ ಆ ತೋಫ್ಗಿಗಳ ಒತ್ತಾಯದಿಂದಾಗಿ ನಾನೂ ಎರಡು ಗುಂಡು ಎಲ್ಲಿಯೋ ಪಾಕಿಸ್ತಾನದ ಗುಲ್ತಾರಿ ಪ್ರದೇಶದಲ್ಲಿ ಹಾರಿಸಿದೆ!), ದಾರ್ಚಿಕ್, ಬಿಯಾಮಾ, ಹನುಥಾಂಗ, ನಂತರ ಲೇಹ. ಎಂಥ ಪರ್ವತಗಳವು! ಎದೆಯ ಮೇಲೆಯೇ ಬೀಳುತ್ತವೇನೋ ಎಂಬಂತೆ! ಸಿಂಧುನದಿಯ ಕಂದು ಅಬ್ಬರ ವಿಶ್ವರೂಪದರ್ಶನದಂತೆ! ಮೈ ಇನ್ನೂ ನಡುಗುತ್ತದೆ. ಅಂಥ ಇಕ್ಕಟ್ಟು ಕಣಿವೆಯಲ್ಲಿ ಸಿಂಧುದಂಡೆಗೆ ಮೆತ್ತಿಕೊಂಡೇ ಫಿರಂಗಿಗಳ ಬೀಡು. ಅಬ್ಬರಿಸುತ್ತಿದ್ದ ನದಿತೀರಕ್ಕೆ ಮತ್ತು ಫಿರಂಗಿಗಳ ಗನ್ ಕ್ಯಾರೇಜಿಗೆ ಕೆಲವೇ ಫೂಟಿನ ಅಂತರ – ಅದೂ ಇರುಕು ರಸ್ತೆಯದು. ೧೬–೧೯ ಸಾವಿರ ಫೂಟು ಎತ್ತರದ ಶಿಖರ ಶ್ರೇಣಿಗಳ ಮೇಲೆ ಸೈನಿಕರ ಕಾದಾಟ. ಪ್ರಾಣವಾಯುವಿನ ದೇವರಿಗೂ ಅಂಜಿಕೆ, ತನ್ನ ಉಪಸ್ಥಿತಿಯನ್ನೂ ಕ್ಷೀಣಿಸಿದ್ದ.

೨೦೧೨ರಲ್ಲಿ ಶಿವಕುಣಾಲ ವರ್ಮ ಅವರ ಕೆಲವು ಪುಸ್ತಕಗಳು ಪ್ರಕಟಿತವಾದವು. 'The Long Road to Siachen: The Question Why' ಇದು ಒಂದು. ಹಸಿದವನಂತೆ ಓದಿದೆ. ಅಲ್ಲಿ ಹೋಗಲು ನಾನು ೧೯೮೬ರಲ್ಲೇ ಇಚ್ಛಿಸಿದ್ದೆನಲ್ಲ? ಆದರೆ ಕಂಡದ್ದು ಶ್ರೀಲಂಕಾ IPKF– ಅದಿರಲಿ. ೧೯೯೯ರಲ್ಲಿ ಕಾರ್ಗಿಲ್ ಭೇಟಿಯ ನಂತರ ಹೊಸ ಪುಸ್ತಕವನ್ನೋದಿ ಇನ್ನೂ ಉತ್ಸುಕನಾದೆ. ಉತ್ಸುಕತೆಗೆ ಕೀಲಿ ಜಡೆದದ್ದು ಎಂಭತ್ತನೇ ವಯಸ್ಸಿನ ಶರೀರಸ್ವಾಸ್ಥ್ಯ. ಓದಿನ ಅನುಭವವನ್ನು ಕನ್ನಡದಲ್ಲಿ ಭಾಷಾಂತರಿಸಿ ಆಸ್ಥೆಯುಳ್ಳ ನನ್ನವರಿಗೆ ಉಣಿಸುವ ಪ್ರಯತ್ನವನ್ನೇಕೆ ಮಾಡಬಾರದು ಎಂದೆ.

ಇದೇ ಆ ಪ್ರಯತ್ನ. ಕುಣಾಲ್ ವರ್ಮಾ ಅವರಿಗೆ ನಾನು ಆಭಾರಿ. ಅವರ ತಂದೆ ನನ್ನ ಸೈನಿಕ ಸಹಪಾಠಿ, ನಾವೀರ್ವರೂ ೧೯೭೧ರ ಬಾಂಗ್ಲಾ ಯುದ್ಧದಲ್ಲಿ ಬದಿಬದಿಗಿದ್ದು ಹೋರಾಡಿದ್ದೆವು. ಈರ್ವರೂ ಮೇಘನಾ ನದಿಯನ್ನು ಮೊದಲು ತಲುಪಿದ್ದೆವು.

ಪುಸ್ತಕವು ಭಾರತೀಯತೆಯ ಒಂದು ವಿಹಂಗಮ ಪರಿಮಿತಿಯಾಗಿದ್ದು ಅದರಲ್ಲಿ, ಆ ಪರಿಮಿತಿಯ ಪ್ರಭಾವಗಳಿಂದಾಗಿ, ಭುಗಿಲೆದ್ದುದು ಸಿಯಾಚೆನ್ ಪ್ರಸಂಗ. ಇಂಥವೆಲ್ಲ ಇವು ರಾಷ್ಟ್ರೀಯ ಜೀವನದಲ್ಲಿ ಉಂಟಾಗುವ ಪ್ರಸಂಗಗಳೇ ತಾನೇ? ಭಾರತದ ಐತಿಹಾಸಿಕತೆ, ರಾಜಕಾರಣ, ಭೌಗೋಲಿಕ ಉಪಯುಕ್ತತೆ, ವೈಚಾರಿಕ ಮನೋಭಾವ, ಸುರಕ್ಷಾಭಾವ, ಯುದ್ಧಪ್ರವೃತ್ತಿ, ಜೀವನಶೈಲಿ ಇತ್ಯಾದಿಗಳೇ ಪರಿಮಿತಿಯ ಪ್ರಭಾವಗಳಾಗಿ ಈ ಆಖ್ಯಾನದಲ್ಲಿ ಹೆಣೆದುಕೊಂಡಿವೆ. ಎಂದೇ ಪುಸ್ತಕದ ನಿರೂಪಣೆ ಖಂಡಖಂಡವಾಗಿ, ಅಲ್ಲೊಮ್ಮೆ ಇಲ್ಲೊಮ್ಮೆ ಹಾರಿ, ಕಾಲಮಾನ ಘಟನೆಗಳನ್ನು ಸಂಬೋಧಿಸುತ್ತ ತನ್ನ ಹೆಣಿಕೆಯಲ್ಲಿ ಸಿಯಾಚೆನ್ನಿನ ಇತಿಮಿತಿಗಳನ್ನು ರೂಪಿಸುತ್ತದೆ. ಲೇಖನ ಎರಡು ಭಾಗಗಳಲ್ಲಿದ್ದು ಒಂದನೆಯದು ಸಿಯಾಚೆನ್ನಿಗೆ ಎಳೆಯುವ ಎಳೆಗಳ ಹೆಣಿಕೆಯ ಪಕ್ಷಿನೋಟ, ಕುಣಾಲ ವರ್ಮಾ ಅವರು ಬರೆದದ್ದು, ತಮ್ಮ ಸಹಧರ್ಮಿಣಿ ದೀಪ್ತಿಯ ಜೊತೆಗೂಡಿ; ಎರಡನೆಯದು ಪಕ್ಷಿನೋಟದಿಂದ ಇಳಿದು ಖಾಸ್ ಸಿಯಾಚೆನ್‌ನಲ್ಲಿ ಕೇಂದ್ರಿತವಾದುದು ಬ್ರಿಗೇಡಿಯರ್ ರಾಜೀವ ವಿಲಿಯಮ್ಸ್ ಲಿಖಿತ. ಈರ್ವರದೂ ಸಮ್ಮಿಳಿತ ಶ್ರಮ. ಶೀರ್ಷಿಕೆ ತೋರಿಸುವಂತೆ ನೇರವಾಗಿ ಸಿಯಾಚೆನ್ನಿಗೇ ತಟ್ಟುವ ಪಾರ್ಥಶರ ಇದಲ್ಲ, ಸುದರ್ಶನ ಚಕ್ರದಂತೆ ಎಲ್ಲ ಸಂಗತಿ ಸಾಧ್ಯತೆಗಳನ್ನು ಸುತ್ತಿಸಿಕೊಂಡು ಸಿಯಾಚೆನ್ನಿನನ್ನಾವರಿಸುವ ಕಥನವಿದು. ಭಾರತೀಯತೆಯನ್ನೇ, ನಮ್ಮ ಮನೋಭಾವ–ಮನೋನೀತಿಗಳನ್ನೇ, ನಮ್ಮ ಜೀವನಶೈಲಿ, ವಿಚಾರಸರಣಿಗಳನ್ನೇ, ನಮ್ಮನ್ನೇ ಸದ್ಯದ ವಾಸ್ತವದಲ್ಲಿ ತುಸು ಹೆಚ್ಚು ಆಳವಾಗಿ ಅರಿತುಕೊಳ್ಳುವ ಅವಕಾಶವನ್ನು ಎದುರಿಗಿಡುತ್ತದೀ ಪುಸ್ತಕ.

ನಾವು ಜಂಟಿಯಾಗಿಯೇ ಭಾಷಾಂತರಕ್ಕೆ ಕೈಯಿಕ್ಕಿದ್ದೇವೆ. ಬ್ರಿಗೇಡಿಯರ್ ಎಸ್. ಜಿ. ಭಾಗವತ ಅವರು ಲದಾಖಿನಲ್ಲಿ ಗ್ಯಾರಿಸನ್ ಇಂಜಿನಿಯರ್ ಎಂದು ಕೆಲವು ವರ್ಷ ಸೇವೆ ಗೈದಿದ್ದಾರೆ. ಅಲ್ಲದೆ ಅವರು ಕನ್ನಡಭಾಷಾಪ್ರಿಯರು ಕೂಡ, ತುಳುಕುವ ಉತ್ಸುಕತೆ

ಅವರದು. ಪರ್ವತೀಯ ಹಾಗೂ ಸಾಮರಿಕ ವಿಷಯವಿದು ಇದ್ದುದಾಗಿ ಅನೇಕ ಶಬ್ದ, ಪದಗುಚ್ಛಗಳ ಇಂಗ್ರಜಿಯಿಂದ ಕನ್ನಡಕ್ಕೆ ಭಾಷಾಂತರ ತುಸು ಕಠಿಣವೆನಿಸಿತು. Strategy, tactics, operations, high altitude, fire support, sortie, acclimatisation ಇತ್ಯಾದಿಗಳ ಅರ್ಥವು ಸಿಗುತ್ತಿದ್ದರೂ ಸರಿಯಾದ ನಾಮಪದಗಳು ದೊರೆಯುವದು ಕಠಿಣ. ನಮ್ಮ ಕನ್ನಡ ಶಬ್ದಕೋಶಗಳಲ್ಲಿ ಇಂಥವುಗಳ ಕೊರತೆ. ಅದಲ್ಲದೆ ಅವು ಅಂತಾರಾಷ್ಟ್ರೀಯ ಶಬ್ದಗಳಾಗಿವೆ, ವೃತ್ತೀಯ ಅರ್ಥವುಳ್ಳವುಗಳಾಗಿವೆ. ಅಂತಹ ನಮ್ಮ ಭಾಷಾಂತರೀಯ ನ್ಯೂನತೆಗೆ ಕ್ಷಮೆ ಕೋರುತ್ತೇವೆ. ಈ ಭಾಷಾಂತರಿತ ಪುಸ್ತಕವು ನಮ್ಮ ಇತಿಹಾಸ, ಭೂಗೋಲ, ಮನೋನೀತಿ, ವಿಚಾರಸರಣಿ, ರಾಷ್ಟ್ರೀಯ ಸುರಕ್ಷೆ ಮತ್ತು ಮಿಲಿಟರಿ ಚಿಂತನೆಗಳ ತುಸು ಆಳ ಅರಿವು ಕೊಡುವ ಒಂದು ಪ್ರಯತ್ನ.

ಡಿಟಿಪಿ ಮಾಡಿದ ದತ್ತಾ ಪಾಟೀಲ ಹಾಗೂ ರಮಾನಂದ ಹೆಗಡೆ ಅವರಿಗೆ, ಕೊನೆಯದಾಗಿ ಪ್ರಕಾಶಕರಾದ ಐಬಿಎಚ್ ಪ್ರಕಾಶನ, ಬೆಂಗಳೂರು ಅವರಿಗೆ ಅನೇಕ ಆಭಾರಗಳು.

ಳನೇ ಕ್ರಾಸ್, ಕಲ್ಯಾಣನಗರ,
ಧಾರವಾಡ-೫೮೦೦೦೭
ಗುರುಪೂರ್ಣಿಮಾ, ೨೦೧೯

– **ಶ್ರೀಕೃಷ್ಣ ಸರದೇಶಪಾಂಡೆ**
ಲೆ. ಜನರಲ್ (ನಿ)

ಸೂಚನೆ : ೧. ರಕ್ಷಾಪುಟದಲ್ಲಿಯ ಚಿತ್ರವು: ಸೋನಮ್ ಠಾಣೆಯ ನೇರಏರು. ರಕ್ಷಾಪುಟದ ಹಿಂಭಾಗ ಗ್ಲೇಸಿಯರ್.

೨. ಮೂಲಪುಸ್ತಕ – The Long Road to Siachen: The Question Why. Authors: Kunal Verma and Rajiv Williams, Rupa Publications India Pvt. Ltd. (2010), 7/16 Ansari Road, Daryaganj, New Delhi-110 002.

ಪ್ರಸ್ತಾವನೆ

ಸಿಯಾಚೆನ್ ಎಂದೊಡನೆ ಕಣ್ಣಿಗೆಸಗುವದು ಬೀಸುಗಾಳಿಯ ಹಿಮಗಟ್ಟಿದ ಹಿಮಾಲಯಿೀನ ಬೆಂಗಾಡು ಮತ್ತು ಅಲ್ಲಿ ಭಾರತ–ಪಾಕಿಸ್ತಾನೀ ಸೈನಿಕರು ಜಗತ್ತಿನಲ್ಲೇ ಅತಿ ಉತ್ತುಂಗ ರಣಕ್ಷೇತ್ರದಲ್ಲಿ ಪರಸ್ಪರ ಕೆಂಗಣ್ಣು ಕಾರುವ ಮುಖಾಮುಖಿ. ಆದರೆ ಇದರ ಬುಡದಲ್ಲಿ ಸುಡುಬೆಂಕಿಯ ಐತಿಹಾಸಿಕ ಹರಿವು ಇದುವರೆಗೆ ಶೋಧಿಸದ ರಾಜಕೀಯ ಮಿಥ್ಯೆ ಮತ್ತು ಭೂರಾಜಕತೆಯ ಕಾರಸ್ಥಾನದ ಉಗಿಗುಳ್ಳೆಗಳನ್ನು ಮೇಲ್ಪುಟಿಸುತ್ತಲಿದೆ. ಕಾಶ್ಮೀರದ ಬಿಡಿಸಲಾರದ ಅಪಾರ ನೋವು ಮತ್ತು ಕಾರ್ಗಿಲ್ ಯುದ್ಧಗಳಂತಹ ಮರುಕಳಿಸುವ ಸಂಘರ್ಷಗಳ ಚಾವಿಯೇ ಇಲ್ಲಿ ಅಡಗಿದೆ. ಈ ಕಾಟವೇ ನಮ್ಮ ಉಪಖಂಡವನ್ನು ತಳಮಳಿಸುತ್ತಲಿದ್ದು ಸಂಪೂರ್ಣ ಪ್ರದೇಶವನ್ನೇ ದುರ್ದೈವದಿಂದ ಅಣ್ವಸ್ತ್ರಪ್ರಯೋಗಕ್ಕೆ ಅಣಿಯಾಗಿಸುತ್ತಿದೆಯಲ್ಲ?

ಈ ಸುಸಂಶೋಧಿತ ಪುಸ್ತಕವು ಇದುವರೆಗೆ ನಿಜವಾಗಿಯೂ ಗೊತ್ತಿರದ ಪ್ರದೇಶವನ್ನು ಅನ್ವೇಷಿಸುವ ವಿಶ್ವಾಸಾರ್ಹ ಪ್ರಥಮ ಪ್ರಯತ್ನ. ವಿಭಜನೆಯ ಭೀಕರ ಸ್ಥಿತಿಯಲ್ಲಿ ತನ್ನ ಹೊಸ ಅಸ್ಮಿತೆಯನ್ನು ಸ್ಥಾಪಿಸಲು ಹೊಸೆದುಕೊಳ್ಳುತ್ತಲಿದ್ದ ಭಾರತ ತನಗೆ ತಿಳಿಯದೇ ಸಾಮ್ರಾಜ್ಯಶಾಹಿ ಶಕ್ತಿಗಳು ನಿರ್ದಯವಾಗಿ ರಚಿಸುತ್ತಲಿದ್ದ 'ಬೃಹತ್ ತಂತ್ರದ' (The Great Game) ಜಾಲದಲ್ಲಿ ಸುತ್ತಿಕೊಳ್ಳುತ್ತಲಿತ್ತು. ಬಹುತರ ಇತಿಹಾಸ ಪುಸ್ತಕಗಳು, ಜೀವನ ಚರಿತ್ರೆಗಳು ಮತ್ತು ಹಿಮಾಲಯ ಗಡಿಗಳ ವಿಶ್ಲೇಷಣೆಯ ಪ್ರತಿಸ್ಪರ್ಧಿಗಳು ನಿಜಕ್ಕೂ ಆಳವಾಗಿ ಮತ್ತು ಸ್ಪಷ್ಟವಾಗಿ ಈ ಆಯಾಮವನ್ನು ಅಭ್ಯಸಿಸುವದಿಲ್ಲ. ಆದರೂ ಕಾಶ್ಮೀರ ಸಮಸ್ಯೆಯ ನಿಜಸ್ಥಿತಿಯ ಬಗ್ಗೆ ಅಭ್ಯಾಸುಗಳಿಗೆ, ರಾಜತಾಂತ್ರಿಕರಿಗೆ, ಪತ್ರಕರ್ತರಿಗೆ ಆಳವಾಗಿ 'ಕ್ಲೀಷೆ'ರಹಿತವಾಗಿ ತಿಳಿದುಕೊಳ್ಳುವದಿದ್ದರೆ ಕಾಶ್ಮೀರ ಸಮಸ್ಯೆ, ಅಫಗಾನ–ಪಾಕಿಸ್ತಾನ, ಚೀನ–ಪಾಕಿಸ್ತಾನ, ಭಾರತ–ಚೀನ–ಪಾಕಿಸ್ತಾನ ಸಂಬಂಧಗಳ ಜಟಿಲ ಒಗಟುಗಳನ್ನು ಅರಿತುಕೊಳ್ಳುವದು ಅತ್ಯವಶ್ಯಕ.

ಬಹುತೇಕರಿಗೆ ಇತಿಹಾಸ ಇದು ಬೇಜಾರು ವಿಷಯ. ಮನೋರಂಜಕ ರಹಸ್ಯಮಯ ಪುಸ್ತಕಗಳೇ ಸಾಮಾನ್ಯ ಓದುಗರ ಇಷ್ಟ. ಆದರೆ ಈ ಪುಸ್ತಕವು ಅದರ ವಿಷಯವನ್ನಳೆಯುವ ದೃಷ್ಟಿಕೋನ ಮತ್ತು ನಿರೂಪಣೆಗಳಿಂದಾಗಿ ಬಿಡಲಾರದ ಓದು ಎಂಬುವಂಥದ್ದಾಗಿದೆ. ಮನೋರಂಜಕವಂತೂ ಸರಿಯೇ. ಲೇಖಕರು ವೈಯಕ್ತಿಕ ಅನುಭವ, ಪ್ರವಾಸೀಯ ಶೈಲಿ, ವಿಶ್ಲೇಷಣ ಮತ್ತು ಸಾಮಾನ್ಯ ಜನಮತ, ಅಭಿಪ್ರಾಯಗಳನ್ನೇ ಭಗ್ನಗೊಳಿಸುವ ಪುರಾವೆಗಳನ್ನು ಹೆಣೆದು ಅಮೋಘವಾದ ಚಿತ್ರೀಕರಣದಿಂದ ಈ ಪುಸ್ತಕವನ್ನು ಬೆಳಗಿಸಿದ್ದಾರೆ. (ಲೆ.ಜನರಲ್ ಥೊರಾತರ) ೧೯೬೨ರ ಚೀನಾ ಯುದ್ಧ ಕುರಿತ ಥೋರಾತ್ ಬರಹ "ಆಪರೇಶನ್ ಲಾಲ್‌ಕಿಲಾ" ಇದೊಂದು ಅತ್ಯಂತ

ಭುಗಿಲೆಬ್ಬಿಸುವ ಪುರಾವೆ ಸಾರ್ವಜನಿಕ ಚರ್ಚೆಯ ವಿಷಯವಾಗಬಹುದು. ಇದುವರೆಗೆ ಎಲ್ಲ ಸರಕಾರಗಳೂ ೧೯೬೨ರ ಕಾಗದಪತ್ರಗಳನ್ನು ಗುಪ್ತವಾಗಿರಿಸಿದ್ದರೂ ಇಂಥ ಪುರಾವೆಯ ಪ್ರಕಟನೆಯು ಪತ್ರಿಕೋದ್ಯಮದ ಭೀರು ತಪಾಸಣೆಯ ದೃಷ್ಟಾಂತವೆನ್ನಬೇಕು.

ಫೋಟೋಗಳ ಚಿತ್ರೀಕರಣ ವಿಮಾನದಿಂದಲೂ ಭೂಮಿಯಿಂದಲೂ ಕೈಕೊಂಡಾಗಿದೆ. ಪ್ರಾದೇಶಿಕ ವಿಸ್ತಾರ ಮತ್ತು ಪ್ರಾವೇಶಿಕ ಅಭೇದ್ಯತೆಗಳು ವಿಸ್ಮಯಕಾರಿಯಾಗಿ ಕಾಡುತ್ತವೆ. ಯುದ್ಧವಿಮಾನವೊಂದರ ಸಿಯಾಚೆನ್ ಮೇಲಿನ ಹಾರಾಟ, ಅದರ ಕ್ಯಾಮೆರಾಗಳ ರಭಸದ ಕ್ಲಿಕ್ಕಾಟಗಳು ಓದುಗನ ಮನಃಪಟಲದ ಮೇಲೆ ಅಳಿಸಲಾರದ ಹೆಜ್ಜೆಗುರುತು ಮುದ್ರಿಸುತ್ತವೆ. ಧ್ವನಿವೇಗಾಧಿಕ (Supersonic) ವಿಮಾನದ ಈ ಅನುಭವವನ್ನು ಓದುಗನು ವಿಮಾನದ ದ್ವಿತೀಯ ಸದಸ್ಯನಾದ ಲೇಖಕ ಕುಣಾಲ ವರ್ಮರೊಡನೆ ತಾನೂ ಅನುಭವಿಸುತ್ತಾನೆ. ಕುಣಾಲರು ಇಂಥ ವಿಮಾನಗಳಿಂದಲೂ ಹೆಲಿಕಾಪ್ಟರ್‌ಗಳಿಂದಲೂ ಅತ್ಯುನ್ನತ ಮಟ್ಟಗಳಿಂದ ಮತ್ತು ವಿಸ್ಮಯಕಾರಿ ಭಂಗಿಗಳಿಂದ ಚಿತ್ರೀಕರಿಸಿದ್ದಾರೆ. ಇನ್ಯಾವ ಪುಸ್ತಕವೂ ಇಂಥ ಚಿತ್ರೀಕೃತ ವಿವರ. ಬರಹಗಳನ್ನು ಪ್ರಕಟಿಸುವ ಗೋಜಿಗೆ ಹೋಗುವದಿಲ್ಲ. ಇದು ಮುದ್ರಿತ ಸಾಕ್ಷ್ಯಚಿತ್ರವೇ ಸರಿ.

ವರ್ಮರು ತಮ್ಮ ಜೀವನದ ಬಹುಭಾಗವನ್ನು ಸಶಸ್ತ್ರಪಡೆಗಳ ಮಧ್ಯೆಯೇ ಬರಹಗಾರ ಮತ್ತು ಛಾಯಾಚಿತ್ರಗಾರರೆಂದು ಕಳೆದಿದ್ದರೂ ಅವರು ಸಿವಿಲ್ ನಾಗರಿಕರೇ. ಅವರ ಜೊತೆ ಬರಹಗಾರ ಬ್ರಿಗೇಡಿಯರ್ ರಾಜೀವ ವಿಲಿಯಮ್ಸ್ ಅರೆದಿಟ್ಟ ಸೈನ್ಯಾಧಿಕಾರಿ. ಈ ಸಂಯೋಗವೇ ಪುಸ್ತಕದ ಪುಷ್ಟಿ, ಸಾಮಾನ್ಯ ನಾಗರಿಕನನ್ನು ಸೈನಿಕನೊಡನೆ ಜೊತೆಗೂಡಿಸಿ ಈರ್ವರ ನಡುವಿನ ಅಂತರವನ್ನು ತಗ್ಗಿಸುವ ಸಾಧನ. ೮ನೇ ಜಮ್ಮು-ಕಾಶ್ಮೀರ ಲೈಟ್ ಇನ್ಫಂಟ್ರಿ ಬಟಾಲಿಯನ್ನಿನ ವಿಲಿಯಮ್ಸ್ ಜಮ್ಮು-ಕಾಶ್ಮೀರ ಸಮಸ್ಯೆ, ಸಿಯಾಚೆನ್‌ನಲ್ಲಿಯ ಸೇನಾಸೇವೆ ಇತ್ಯಾದಿಗಳ ದೀರ್ಘ ಅನುಭವಸ್ಥರು. ೮ನೇ ಜಮ್ಮು-ಕಾಶ್ಮೀರ ಲೈಟ್ ಇನ್ಫಂಟ್ರಿಯು ಸಿಯಾಚೆನ್ನಿನ ತನ್ನ ಏಕಮೇವ ಈ ಹಿಡಿತದಿಂದ ಅದರ ಘೋರ ಯುದ್ಧದ ಜೋಲಾಟವನ್ನು ಅನುಭವಿಸಿದ ಸೇನಾಪ್ರಸಿದ್ಧಿ ಅದ್ವಿತೀಯ. ವಿಲಿಯಮ್ಸ್‌ರು ದ್ರಾಸ್ ಬ್ರಿಗೇಡಿನ ನೇತೃತ್ವವನ್ನೂ ನಂತರ ವಹಿಸಿದವರು. ಅವರಲ್ಲಿ ಕೂಡಿಬಿದ್ದ ಮಾಹಿತಿ ಜ್ಞಾನ ಕೆಲವರನ್ನು ಅಸ್ಥಿರಗೊಳಿಸುತ್ತದೆ! ಅವರು ವರ್ಮರನ್ನು ಮೊದಲು ಕಂಡದ್ದು ೧೯೯೯ರ ಕಾರ್ಗಿಲ್ ಯುದ್ಧದ ದಿನಗಳಲ್ಲಿ, ತಾವು ಸೇನಾ ಸಂಪರ್ಕ ಕೇಂದ್ರದಲ್ಲಿದ್ದಾಗ. ವರ್ಮ ಮತ್ತು ಪತ್ನಿ ದೀಪ್ತಿ ಭಲ್ಲಾ ಅವರು ಆಗಲೇ ಭೂಸೇನೆ, ನೌಸೇನೆ, ವಾಯುಸೇನಾಪಡೆಗಳ ಮೇಲೆ ಸಾಕ್ಷ್ಯಚಿತ್ರವನ್ನು ತಯಾರಿಸಿದ್ದರು. ಗೃಹಸಚಿವಾಲಯದ ಕೇಕಿ ದಾರುವಾಲಾ ಅವರು ಕಾರ್ಗಿಲ್ ಯುದ್ಧದ ಚಿತ್ರೀಕರಣಕ್ಕೆ ಯುದ್ಧವಿಮಾನಗಳಲ್ಲಿ ಪ್ರಯಾಣಿಸುವ ಅವಕಾಶವನ್ನೀಯುವದಕ್ಕಾಗಿ ಸೈನ್ಯವನ್ನು ವಿನಂತಿಸಿದರು. ರಾಷ್ಟ್ರೀಯ ಮತ್ತು ಅನೇಕ ಅಂತಾರಾಷ್ಟ್ರೀಯ ಮಾಧ್ಯಮ ಸಂಸ್ಥೆಗಳು ಕಷ್ಟಾಸಾಧ್ಯ ಪಯಣಗಳ ಕಾರಣ ದ್ರಾಸ್ ಮತ್ತು ಕಾರ್ಗಿಲ್‌ಗಳಿಗಷ್ಟೇ ಸೀಮಿತವಿದ್ದವು. ವರ್ಮ ಅವರಿಗೆ ವೈಮಾನಿಕ ಸಹಾಯದಿಂದಾಗಿ ದ್ರಾಸ್, ಕಾರ್ಗಿಲ್‌ಗಳಷ್ಟೇ ಅಲ್ಲ ಬಟಾಲಿಕ್, ಘನಸೊಕ್, ಚೊರಬಟ್‌ಲಾ ಮತ್ತು ಇತರ ದೂರ ಕಠಿಣ ಪ್ರದೇಶಗಳಲ್ಲಿಯ

ಸಮರ ಕಾರ್ಯವನ್ನು ಚಿತ್ರೀಕರಿಸುವ ಅವಕಾಶ ಸಿಕ್ಕಿತು. ಯುದ್ಧಾನಂತರವೇ ಆಗಲೇ ವರ್ಮಾ ಅವರು ವಾಯುಸೇನೆಯ ಮಿಗ್ ೨೧, ೨೯, ಮಿರಾಜ್ ೨೦೦೦ ಮತ್ತು ಜಗ್ವಾರ್ ಯುದ್ಧಗಳಲ್ಲಿ ಸುತ್ತಾಡಿ ವಾಯುಸೇನೆಯು ಬೇರೆ ಬೇರೆ ಶಿಖರಗಳ ಮೇಲೆ ದಾಳಿಯಿಟ್ಟ ಸಂಧಿಗಳ ಪುನಃ ಪ್ರದರ್ಶನವನ್ನು ಚಿತ್ರೀಕರಿಸಿದರು. ಕಾರ್ಗಿಲ್ ಸಂಬಂಧಿತ ಪ್ರಶ್ನೆ ಎತ್ತಿದಾಗೆಲ್ಲ ವಿಲಿಯಮ್ಸ್ ಅವರು ಸಂಪರ್ಕ ವ್ಯವಸ್ಥೆಯವರಾಗಿದ್ದರಿಂದ ಮಾಧ್ಯಮದವರನ್ನು ಕುಣಾಲ ಅವರ ಕೆಲಿಡೊ ಇಂಡಿಯಾ ಎಂಬ ಕಂಪನಿಯವರ ಕಡೆಗೆ ಅವರ ಚಿತ್ರೀಕರಣ ವೀಕ್ಷಿಸಲು ಕಳಿಸುತ್ತಿದ್ದರು. ಇದು ವಿಶೇಷತಃ ಪರರಾಷ್ಟ್ರ ಮಾಧ್ಯಮಗಳ ತಪ್ಪು ವರದಿಯನ್ನು ಸರಿಯಾಗಿಸಲು ಉಪಯುಕ್ತವಾಯಿತು. ಅಂಥ ಮಾಧ್ಯಮಗಳಿಗೆ ಕೆಲಿಡೊ ಇಂಡಿಯಾ ಸಹಾಯ ಮಾಡಿತು. ಭಾರತೀಯ ಸರಕಾರ ಇಂತಹ ಮಾಧ್ಯಮಗಳಿಗೆ ನಿರ್ಬಂಧಗಳನ್ನೊತ್ತಿದ್ದರೆ 'ಸೆನ್ಸರ್‌ಶಿಪ್' ಎಂದು ಕೂಗು ಏಳುತ್ತಿರಲಿಲ್ಲವೇ? ಕೆಲಿಡೊ ಇಂಡಿಯಾ ಸ್ವತಂತ್ರ ಸಂಘಟನೆಯಿದ್ದುದಾಗಿ ಈ ಪ್ರಮೇಯ ಏಳಲಿಲ್ಲ.

ಒಂದು ಮಿಂಚಿನ ಪ್ರಹಾರವೆಂಬಂತೆ, ಹಠಾತ್ತಾಗಿ ಕುಣಾಲರು ಎಲ್ಲ ಮಾಧ್ಯಮದವರನ್ನು ಚಕಿತಗೊಳಿಸುವಂತೆ ಎಂಟು ಪಾಕಿಸ್ತಾನೀ ಬಂದಿಗಳನ್ನು ಚಿತ್ರೀಕರಿಸಿ ೨೪ ತಾಸು ದೀರ್ಘ ಮಾತುಕತೆಯಲ್ಲಿ ತೊಡಗಿಸಿದರು. ಆವರೆಗೆ ಪಾಕಿಸ್ತಾನಿ ಸರಕಾರವು ಯುದ್ಧ ಕೈದಿಗಳು ತಮ್ಮವರೆನ್ನಲು ನಿರಾಕರಿಸಿತ್ತು. ವರ್ಮಾರ ಮಾತು ನೇರವಾದಂಥವು. ಕೈದಿಗಳಿಗೆ ಅವರು ನೇರವಾಗಿ ಹೇಳಿದ್ದು ತಾವು ಭಾರತೀಯ ಸೇನೆಯು ಕೇಳಿಕೊಂಡಂತೆ ಕೈದಿಗಳ ಚಿತ್ರೀಕರಣಕ್ಕೆ ಅಣಿಯಾದುದು ಪಾಕಿಸ್ತಾನವು ಕಾರ್ಗಿಲ್ ಯುದ್ಧದಲ್ಲಿ ತನ್ನ ಸೈನಿಕರು ಭಾಗವಹಿಸಿರಲೇ ಇಲ್ಲ ಎಂದು ಜಗತ್ತಿಗೆ ಹೇಳುತ್ತಿದ್ದ ಕಾರಣದಿಂದಾಗಿ ಎಂದು. ಕೈದಿಗಳು ತನ್ನೊಡನೆ ಮುಚ್ಚುಮರೆಯಿಲ್ಲದೆ ಪ್ರಾಮಾಣಿಕವಾಗಿ ಮಾತಾಡಬೇಕು ಎಂಬ ತನ್ನ ಇಚ್ಛೆಯನ್ನು ವಿಶದಪಡಿಸಿದರು. ಕೈದಿಗಳಲ್ಲಿ ಬಹಳಷ್ಟು ಪಾಕಿಸ್ತಾನದ Northern Light Infantry ರೆಜಿಮೆಂಟಿನವರು ಮತ್ತು ಉಳಿದ ಕೆಲವರು ಪಾಕಿಸ್ತಾನದ ಇತರ ರೆಜಿಮೆಂಟಿನವರಿದ್ದರು. ಕುಣಾಲರ ಗುರಿ ತಮ್ಮ ಚಿತ್ರಣವನ್ನು ಇತರ ಮಾಧ್ಯಮದವರಿಗೆ ತೋರಿಸಿ ಕೈದಿಗಳನ್ನು ಸ್ವೀಕರಿಸಿ ಕರೆದೊಯ್ಯಲು ಪಾಕಿಸ್ತಾನದ ಮೇಲೆ ಜಾಗತಿಕ ಒತ್ತಡ ತರಬೇಕು ಎಂದು. ನಮ್ಮ ಇಂಟೆಲಿಜನ್ಸ್ ಶಾಖೆಯ ಕೆಲವು ಅಧಿಕಾರಿಗಳು ಜೊತೆಗಿದ್ದರು. ಕೈದಿಗಳನ್ನು ಪರೀಕ್ಷಿಸಿದ ಮಾಹಿತಿ ನನ್ನ ಹತ್ತಿರ ಇದ್ದು, ನಾನು ಕೈದಿಗಳಿಗೆ ಹೇಳಿದ್ದು ಅವರ ಮೇಲೆ ಉತ್ತರಿಸಲು, ಸಂವಾದಿಸಲು ಯಾವ ಒತ್ತಡವೂ ಇಲ್ಲ, ಮತ್ತು (ಜಿನಿವಾ ಕನ್ವೆನ್ಶನ್‌ನಂತೆ) ತಮ್ಮ ನಂಬರ, ರ್‍ಯಾಂಕ್ ಮತ್ತು ಹೆಸರು ಅಷ್ಟೇ ಹೇಳಬಹುದು ಎಂದು. ಆದರೂ ಅವರು ನಿಧಾನವಾಗಿ ಮಾತಾಡತೊಡಗಿದರು. ಸಾವಕಾಶವಾಗಿ ಅವರು ತಮ್ಮ ಸೈನ್ಯದ ಸಿದ್ಧತೆ, ಒಳನುಸುಳುವ ದಾರಿಗಳು, ಅಲ್ಲಿ ಸರಬರಾಯಿಯ ಶೇಖರಣೆ ಇತ್ಯಾದಿ ವಿವರ ಅವರಿಂದ ಹೊರಬೀಳತೊಡಗಿದವು. ಅವರೆಲ್ಲ ಸರಳ ಸಾಚಾ ಸಿಪಾಯಿಗಳು. ಪ್ರತಿಯೊಬ್ಬನೂ ಸುತ್ತಿಕೊಂಡಿದ್ದು ತನ್ನ ಹೆಂಡತಿ, ಮಕ್ಕಳು ಅಥವಾ ತಂದೆ–ತಾಯಿಯರ ಸುರಕ್ಷೆಯ

ಚಿಂತೆಯಲ್ಲಿ. ಇದೆಲ್ಲ ಹೃದಯಸ್ಪರ್ಶಿಯಲ್ಲವೇ? ಇವರೂ ನಮ್ಮ ಜವಾನರಂತೆಯೇ ಸರಳ, ಸಾಧು ಜೀವಿಗಳು, ವಿಶೇಷತಃ ನಮ್ಮ ಲದಾಖ ಸ್ಕೌಟ್‌ನ ಜವಾನರಂತೆ! ಅನ್ನುತ್ತಾರೆ ಕುಣಾಲ್.

ಕುಣಾಲರ ಪತ್ನಿ ಮತ್ತು ಸಹಭಾಗಿ ದೀಪ್ತಿಯವರು ೧೯೯೨ರಲ್ಲಿ ಸಿಯಾಚೆನ್‌ಗೆ ಹೋದ ಪ್ರಥಮ ಮಹಿಳೆ ಮತ್ತು ಮಿರಾಜ್ ಹಾಗೂ ಜಗ್ವಾರ್ ವಿಮಾನಗಳಲ್ಲಿ ಹಾರಾಡಿದವರೂ ಕೂಡ, ಕೈದಿಗಳನ್ನು ಚಿತ್ರೀಕರಿಸಿದ ಬಳಿಕ ಗಂಡನನ್ನು ನೋಡಿ ಬೆಚ್ಚಿದರು. "ಅರ್ಥಾತ್ ಅವನು (ಪತಿ) ಮಲಗಿರಲೇ ಇಲ್ಲ. ದೀರ್ಘ ಅನುಭವ ಅತ್ಯಂತ ಉತ್ಕಟವಾದುದಾಗಿತ್ತು, ಭಾವೋದ್ವೇಗದಿಂದ ಹೀರಿಕೊಂಡವನಂತಾಗಿದ್ದ. ಯುದ್ಧದಲ್ಲೂ, ಆನಂತರವೂ ನಾನು ಅವನನ್ನು ಇಂತಹ ವಿಕೃತ ಸ್ಥಿತಿಯಲ್ಲಿ ನೋಡಿರಲಿಲ್ಲ". ಅನೇಕ ಮಿಲಿಟರಿ ಫಿಲ್ಮಕರ್ತರು ಜಾತ್ಯಾ ಒಂಥರದ ದೇಶಭಕ್ತಿಯ ಸಾಮರಿಕ ಅಬ್ಬರದ ಅಂಶಗಳನ್ನು ಪ್ರಕಟಿಸುತ್ತಾರೆ, ಗೌರವೀಕರಿಸುತ್ತಾರೆ. ಕೆಲಿಡೊ ಇಂಡಿಯಾ ಫಿಲ್ಮಗಳು ಸೀಮೆ, ರಾಷ್ಟ್ರೀಯತೆಗಳನ್ನು ದಾಟಿವೆ. ಸಶಸ್ತ್ರಪಡೆಗಳನ್ನು ಬಿಂಬಿಸುತ್ತಿದ್ದರೂ ಅದರ ಫಿಲ್ಮಗಳು ಸಮರವಿರೋಧಿ ಭಾವನೆಗಳವು. ಯುದ್ಧದ ಭಯವಿಹ್ವಲತೆ ಮತ್ತು ಯುದ್ಧದ ತಿಳಿವಳಿಕೆಗಳ ಆಳ ಅರಿವು ಇವರ ಫಿಲ್ಮಗಳಲ್ಲಿ ಎದ್ದುಕಾಣುತ್ತದೆ. ಮಾಜೀ ರಾಷ್ಟ್ರೀಯ ಸುರಕ್ಷಾ ಸಚಿವ ಶ್ರೀ ಜೆ. ಎನ್. ದೀಕ್ಷಿತರು ಹೇಳುವರು "ಕಾಶ್ಮೀರ ವಿಪತ್ತಿಯ ಈ ಮೂರು ದಶಕಗಳಲ್ಲಿ ಆ ವಿಷಯದ ಮೇಲಿನ ಸರ್ವೋತ್ತಮ ಫಿಲ್ಮ ಇದು".

"India Today" ಸಕಾಲಿಕ ಸಂಪಾದಕೀಯ ತಂಡದವನಾಗಿ ಕಾಶ್ಮೀರ ವೃತ್ತಾಂತವನ್ನು ನಿಕಟವಾಗಿ ವರದಿ ಮಾಡಿದ ನಾನು ತೋರಿಸಿದಂತೆ ಕಾಶ್ಮೀರ ಸಂಘರ್ಷದ ಬೆಳವಣಿಗೆ ಅಲ್ಲಿಯ ಪ್ರಾದೇಶಿಕ ಮನೋಭಾವನೆ ಅಥವಾ ಭಾವುಕತೆಗಳಿಂದಷ್ಟೇ ಅಲ್ಲ, ಇನ್ನೂ ಮುಖ್ಯವಾಗಿ ಲಂಡನ್, ಸೇಂಟ್ ಪೀಟರ್ಸ್‌ಬರ್ಗ್, ಪೇಕಿಂಗ್ ಮತ್ತು ಇತ್ತೀಚೆಗೆ ದಿಲ್ಲಿ ಮತ್ತು ಇಸ್ಲಾಮಾಬಾದಗಳಿಂದ ಹೊರಡುವ ನಿಶ್ಚಯಗಳಿಂದಾಗಿ. ಭಾರತ ಮತ್ತು ಪಾಕಿಸ್ತಾನ ಇವೆರಡೂ ದೇಶಗಳು ಪಡೆದುಕೊಂಡ ಪರಿಸ್ಥಿತಿಯ ಯೋಜನಾ ತಾಂತ್ರಿಕತೆ ಅಥವಾ ರಣನೀತಿಯ (Strategic) ಮಹತ್ವವನ್ನು ಎರಡೂ ದೇಶಗಳು ಅರಿತಿರಲಿಲ್ಲ, ವಿಶೇಷವಾಗಿ ಭಾರತ. ದಶಕಾಂತರಗಳಿಂದ ಉಭಯ ರಾಷ್ಟ್ರಗಳು ಪರಸ್ಪರ ಅವಿಶ್ವಾಸ ಮತ್ತು ಹಗೆತನಗಳ ಮೇಲೆ ತಾವೇ ಬೆಳೆಸಿಕೊಂಡ ಕೊಬ್ಬು ಪೈಶಾಚಿಕತೆಯಿಂದಾಗಿ ಬೆಳೆಯುತ್ತಲಿದೆ. ಇಂಥ ವಾತಾವರಣದಲ್ಲಿ ಐತಿಹಾಸಿಕ ನೈಜಕತೆಯು ಸ್ವಾನುಕೂಲತೆ ಮತ್ತು ಸ್ವಾರ್ಥಸಾಧಕತೆಗಳಿಗೆ ಬಲಿಯಾಗುತ್ತದೆ.

ಈ ಪುಸ್ತಕವೇ ಒಂದು ಸ್ವಯಂಪಯಣ – ಎಲ್ಲ ಭಾರತೀಯ ಮತ್ತು ಪಾಕಿಸ್ತಾನಿಗಳು ಮೈತೆರೆದ ಮತ್ತು ತೆರೆಯುತ್ತಿದ್ದ ನಮ್ಮ ಉತ್ತರೀ ಸರಹದ್ದಿನ ಘಟನೆಗಳನ್ನು ತಿಳಿದುಕೊಳ್ಳಲೇಬೇಕಾದ ಪರ್ಯಟನ.

– ಇಂದರಜೀತ ಭದ್ವಾರ್

'ಇಂಡಿಯಾ ಟುಡೇ'ದ ಮಾಜಿ ಸಂಪಾದಕ.

ಪರಿವಿಡಿ

ಫೋಟೋಗಳ ವಿವರಣೆ

ಹಿಮಾಲಯ ಕಣಿವೆಯ ವೈಮಾನಿಕ ದೃಶ್ಯ

ಹಿಮಾಲಯಗಳು–ಹಿಮಾಚಲಪ್ರದೇಶ

ಪರ್ವತೀಯ ಶಿಖರ ಮತ್ತು ಗ್ಲೇಸಿಯರ್‌ಗಳ ಸಾಗರ ಝನಸ್ಕರ್–ಲದಾಖ ಶ್ರೇಣಿ

ಸಿಯಾಚೆನ್ ಗ್ಲೇಸಿಯರಿನ ಉಪಗ್ರಹ ಪ್ರತಿಬಿಂಬ, ಮೇ ೨೦೦೧, ೭೦೦ ಕಿಮಿ ಎತ್ತರದಿಂದ ತೆಗೆದುದು

ಪರತಾಪುರ – ಕೊನೆಯ ಮಾನವ ವಸತಿ, ಶ್ಯೋಕನದಿಯ ಉತ್ತರಕ್ಕೆ, ಸಿಯಾಚೆನ್ ದಾರಿಯ ಪ್ರಾರಂಭ

ಕಾರಾಕೋರಂ ಶ್ರೇಣಿ–ಪಾಕಿಸ್ತಾನದ ಗಿಲ್ಗಿಟ್, ಭಾರತದ ಲದಾಖ, ಚೀನದ ಸಿಂಕಿಯಾಂಗ್ ಪ್ರದೇಶಗಳನ್ನೊಳಗೊಂಡಿದೆ.

ಶ್ಯೋಕನದಿ–ಸಿಯಾಚೆನ್ ಸಮುದಾಯದ ರೀಮೊ ಗ್ಲೇಸಿಯರ್ ಇದರ ಉಗಮ, ಸಿಂಧುನದಿಯ ಆರನೇ ಉಪನದಿ

ಭಾರತೀಯ ದೃಷ್ಟಿಕೋನದಲ್ಲಿ ಉತ್ತರದ ಆಚೆಯ ಹಿಮಾಲಯಗಳೇ ಜಗತ್ತಿನ ಅಂತ್ಯ!

ಸಿಯಾಚೆನ್ನಿನ ಮುಖ ಮತ್ತು ಮಧ್ಯ ಗ್ಲೇಸಿಯರ್ ಎ.ಎನ್.೩೨ ವಿಮಾನದಿಂದ

೧೯ನೇ ಶತಮಾನದಲ್ಲಿ ಝೋರಾವರಸಿಂಹನ ಅಭಿಯಾನದ ರೌದ್ರ ಮತ್ತು ನಿರ್ಜನ ಪ್ರದೇಶವು ಈಗ ಕಾಣುತ್ತಿರುವದು

ಗಿಲ್ಗಿಟ್ – ಬ್ರಿಟಿಶರ ದೃಷ್ಟಿಯ ಆಯಕಟ್ಟಿನ ಸ್ಥಳ, ಮಧ್ಯ ಏಶಿಯಾಕ್ಕೆ ಮಹಾದ್ವಾರ, ಹಿಂದುಕುಶ ಶ್ರೇಣಿಯ ಎಲ್ಲ ಕಣಿವೆಗಳನ್ನು ನಿಯಂತ್ರಿಸುತ್ತದೆ.

ಸಶಸ್ತ್ರ ಪಠಾಣ ಬುಡಕಟ್ಟಿನವರು, ಪೇಶಾವರದ ಹತ್ತಿರ, ಕಾಶ್ಮೀರಕ್ಕೆ ನುಗ್ಗುವ ತವಕದಲ್ಲಿ, ೧೯೪೭.

ಪಂಗಾಂಗ ತ್ಸೊ –೧೩೪ ಕಿಮಿ ಉದ್ದ, ೫ ಕಿಮಿ ಅಗಲ ಸರೋವರ, ೧೪೨೭೦ ಫೂಟು ಎತ್ತರದ ಮೇಲೆ, ಅಧಿಕ ವಿಸ್ತಾರ ಚೀನದ ನಿಯಂತ್ರಣದಲ್ಲಿ.

ನೆಹರು, ತಿಮ್ಮಯ್ಯ, ಕೃಷ್ಣ ಮೆನನ್ ೧೯೫೭–೫೮. ಮುಖಚರ್ಯೆಗಳು ಗಮನಾರ್ಹ

ಲೆಫ್ಟನೆಂಟ್ ಜನರಲ್ ಎಸ್.ಪಿ.ಪಿ. ಥೊರಾತ

ಲದಾಖ ಸ್ಕೌಟ್ ಸೈನಿಕ, ಬಟಾಲಿಕ್ ಸೆಕ್ಟರ್

೫೭೭೦ ತೊರ್ತುರ್ಕ್‌ನ ಮೇಲೆದ್ದು ಸಿಯಾಚೆನ್ ಗ್ಲೇಸಿಯರಿನ ಪಾಕಿಸ್ತಾನಿ ದಾರಿಯನ್ನು ನಿಯಂತ್ರಿಸುತ್ತದೆ.

ಬರ್ಫಿನ ಆಳಬಿರುಕುಗಳನ್ನು ಪಾರು ಮಾಡಲು ಏಣಿಯ ಉಪಯೋಗ

ಅಮರ ಸ್ಥಾನಕ ಸಾಲ್ತೋರೊ ಶ್ರೇಣಿಯಲ್ಲಿ (ಗುರುತಿಸುವಿರಾ?)

ಸಿಯಾಚೆನ್ ಗಸ್ತು

ಗರಗಸದಂಥ ಬರ್ಫಿನಲ್ಲಿ ನಡಿಗೆ–ಸಿಯಾಚೆನ್

ಸೇನಾ–ವಿಮಾನಯಾನದ (Army-Aviation) ಚೀತಾ ಹೆಲಿಕಾಪ್ಟರ್–ಫ್ರೆಂಚ್ ನಿರ್ಮಿತ, ನಮ್ಮ HALನಲ್ಲಿ ಉತ್ಪಾದಿತ ಈ ಯಂತ್ರವು ೧೨೪೪೦ ಮೀಟರ್ (೪೦೮೧೪ ಫೂಟು) ಎತ್ತರದವರೆಗೆ ಹಾರಿದೆ. ಸಿಯಾಚೆನ್ ಸೈನಿಕನ ಬೆನ್ನೆಲುಬು

ಫ್ರೀಜರ್‌ನಲ್ಲಿಯೇ ಜೀವನ! ತಂಬುಗಳು ಹಿಮಪಾತದಲ್ಲಿ ಹುಗಿಯಲ್ಪಡುತ್ತವೆ.

ಸಿಯಾಚೆನ್ ಗ್ಲೇಸಿಯರ್‌ನಲ್ಲಿ ಫಿರಂಗಿಜಾಗೆ (Gun position) ಗುರುತಿಸುವಿರಾ?

ಬ್ರೊಕ್ಪಾ ಜನಾಂಗ–ದಾರ್ಚಿಕ್‌ನಲ್ಲಿ, ಬಟಾಲಿಕ್ ಸೆಕ್ಟರ್. ಸಿಂಧುನದಿಯ ಇಕ್ಕೆಲದಲ್ಲಿ, ಕೆಲವೇ ಹಳ್ಳಿಗಳಿಗೆ ಸೀಮಿತ. ಅತ್ಯಂತ ಪುರಾತನ(Oldest) ಮತ್ತು ಅತ್ಯಂತ ಶುದ್ಧ (Purest) ಆರ್ಯನ್ನರೆಂದು ಪ್ರಸಿದ್ಧಿ.

ಕಥನ ಒಂದು

ಶಿವ ಕುಣಾಲ ವರ್ಮಾ

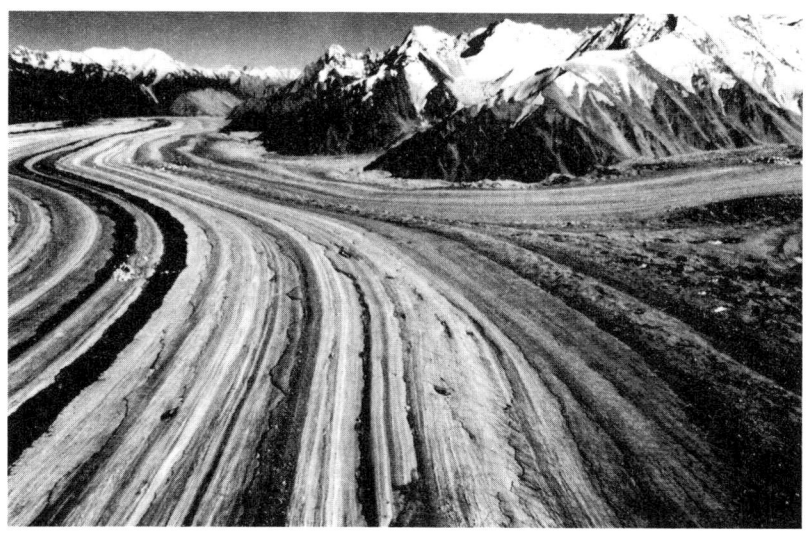

ಸಿಯಾಚೆನ್ ಗ್ಲೇಸಿಯರ್

ಭಾಷಾಂತರಕಾರರು

ಲೆ. ಜ. ಎಸ್.ಸಿ. ಸರದೇಶಪಾಂಡೆ

(ನಿವೃತ್ತ ಸೇನಾಧಿಕಾರಿ)

೧. ಅದೃಷ್ಟಶೋಧ

ಜೊಜಿಲಾದಲ್ಲಿ ಮಧ್ಯರಾತ್ರಿ

೧೯೮೧ ಮೇ. ೨೦ ವರ್ಷದವ ನಾನು ಜೊಜಿ ಲಾ ಕಣಿವೆಯಲ್ಲಿ ಸಿವಿಲ್ ಟ್ರಕ್ಕಿನ ಮೇಲಿನ ಟೂಲ್ ಬಾಕ್ಸನಲ್ಲಿ ರಾತ್ರಿಯನ್ನು ಕಳೆದೆ. ನನ್ನ ಜೊತೆಗಾರ ಎತ್ತರ ಸಣಕಲಾದ ಆಂಗ್ಲೇಯ, ಜಾನ್ ಸ್ಯಾಂಡೇ, ಲದಾಖನಲ್ಲಿ ಮೊಂಗೊಲಿಯನ್ ಯುರ್ಟ ಕಟ್ಟುವ ಕನಸಿನವ. (ಯುರ್ಟ ಇದು ಸೈಬೇರಿಯಾದಲ್ಲಿ ವಾಸಿಸುವ ಗುಡಿಸಲು). ಅವನ ಯೋಜನೆಯಂತೆ ಕಬ್ಬಿಣ ಚೌಕಟ್ಟುಗಳು ಬಿದರಿನ ಜಾಲರಗಳು ಮತ್ತು ಗಟ್ಟಿಗಟ್ಟಲೆ ಕ್ಯಾನ್ವಾಸಗಳನ್ನು ನಾನು ತೆಗೆದೊಯ್ದಿದ್ದೆ. ಅವನ ಮೊಂಗೊಲಿಯನ್ ಟೆಂಟಿನ ರಚನಾಶಾಸ್ತ್ರದ ವಿವಿಧ ಚಿತ್ರಗಳನ್ನು ಸ್ಪಷ್ಟೀಕರಿಸಲು ನಾವೀರ್ವರೂ ಸಾಕಷ್ಟು ಪರಿಶ್ರಮ ಪಟ್ಟೆವು. ಕೊನೆಗೆ ಹಲವಾರು ತಿದ್ದನೆಗಳನ್ನು ಮಾಡಿ ಅಂಥ ಟೆಂಟಿನಂತಹ ಕಟ್ಟಡವನ್ನು ಎಬ್ಬಿಸಿ ನಿಲ್ಲಿಸವಂಥ ಸ್ಥಿತಿಗೆ ತಂದಾಗ ಅವನ "ಆರ್ಕಿಟೆಕ್ಟ್" ಎಂಬ ಹೆಗ್ಗುರುತಾಯಿತು. ಹೀಗೆಲ್ಲ ಗುದ್ದಾಟದಲ್ಲಿ ಸ್ಯಾಂಡೇ ಮರದ ಛಾಯೆಯ ಬುಡದಲ್ಲಿ ದಿಲ್ಲಿಯ ಸುಡುಬಿಸಿಲಿನಲ್ಲಿ ಒಮ್ಮೆ ಇತ್ತ ಒಮ್ಮೆ ಅತ್ತ ನೋಡುತ್ತಲೇ ಇದ್ದ. ಅವನ ಕೊನೆಯ ಸೂಚನೆಯಂತೆ ಟೈಗರ್ ಟಾಪ್ಸ್ ಮ್ಯಾನೇಜಮೆಂಟ್ ಎಂಬ ನಮ್ಮ ಕಂಪನಿಯವರು ತಿಳಿಸಿದ್ದೆಂದರೆ "ಕೃಪಯಾ ಬಿಸಿಲಲ್ಲಿ ಕೆಲಸ ಮಾಡಲೇಬೇಕಾದಾಗ ಸೋಲಾ ಟೋಪಿ ಧರಿಸಿರಿ" ಎಂದು!

ನಾನು ದಿಲ್ಲಿಯಿಂದ ಈರ್ವರು ಶೆರ್ಪಾರೊಡನೆ (ಇವರು ಉತ್ತುಂಗ ಹಿಮಾಲಯ ವಾಸಿ ದಾರಿದರ್ಶಕರು) ಇಷ್ಟೆಲ್ಲ ಸಾಮಾನುಗಳನ್ನು ಒಬ್ಬ ಸದಾಸ್ಮಿತ ಸಿಖ್ ಡ್ರೈವರ್‌ನ ಟ್ರಕ್ಕಿನಲ್ಲಿಟ್ಟು ಎರಡೂವರೆ ದಿನ ಪಯಣಿಸಿ ಶ್ರೀನಗರ ತಲುಪಿದಾಗ ನಾವೆಲ್ಲರೂ ಲೈಫ್‌ಬಾಯ್ ಸಾಬೂನಿನ ಸುವಾಸನೆಯನ್ನೇ ಬೀರುತ್ತಿದ್ದೆವು. ದಾರಿಯಲ್ಲಿ ನೀರಿನ ಸವಲತ್ತು ಸಿಕ್ಕಾಗೆಲ್ಲ ಡ್ರೈವರ್ ನಿಂತು ಮಿಂದೇ ಮೀಯುತ್ತಿದ್ದ. ನನಗೂ ಹಿತವೇ ಅನಿಸುತ್ತಿತ್ತು–ಅಷ್ಟು ಸ್ವಚ್ಛ ಸ್ಥಿತಿಯಲ್ಲಿ ನನ್ನನ್ನು ನಾನು ಮೊದಲೂ ಮತ್ತು ನಂತರವೂ ಕಂಡೇ ಇಲ್ಲ–!. ಶ್ರೀನಗರದಲ್ಲಿ ಇನ್ನೊಬ್ಬ ಸಿಖ್ ಡ್ರೈವರ್‌ನೊಂದಿಗೆ ಲಾಭಾಲಾಭಕ್ಕೆ ಕೊಸರಾಡಿ ಅವನ ಟ್ರಕ್ಕಿನಲ್ಲಿ ನಮ್ಮ ಸಾಮಾನಿಟ್ಟು ಮುನ್ನಡೆದಾಗಲೇ ಸ್ಯಾಂಡೇ ತನ್ನ

ಕಾರಿನಲ್ಲಿ ಬಂದಿಳಿದ. ಅವನ ಶ್ರೀನಗರ–ಲೇಹ ವಿಮಾನಯಾನ ರದ್ದಾಗಿತ್ತು. ಡ್ರೈವರ್ ಜೊತೆಗೆ ಕೇಬಿನ್ನಿನಲ್ಲಿ ಇಬ್ಬರು ಶೆರ್ಪಾಗಳು, ಮತ್ತು ನಾವೀರ್ವರೂ ಡ್ರೈವರ್ ಕೇಬಿನ್ನಿನ ಮೇಲಿದ್ದ ಚೌಕಟ್ಟು ಟೂಲ್ ಬಾಕ್ಸ್ ಎಂದು ಕರೆಸಿಕೊಳ್ಳುವ ಜಾಗೆಯಲ್ಲಿ ನಮ್ಮ ಸ್ಲೀಪಿಂಗ್ ಬ್ಯಾಗ್‌ಗಳಲ್ಲಿ ಹೊಕ್ಕು ಪಲ್ಲವಿಸಿದೆವು. ಡ್ರೈವರ್‌ನ ಜೊತೆಗೆ ಸಂಪರ್ಕಕ್ಕೆ ಗತಿಯೆಂದರೆ ಮೇಲಿಂದ ಗುದ್ದೇ ಗುದ್ದುವದು–ಡ್ರೈವರ್ ಕಿಟಕಿ ಸರಿಸಿ ಕತ್ತು ಹೊರಗೆಳೆದು ಮೇಲ್ನೋಡುವತನಕ–. ಸೋನಾಮಾರ್ಗದಲ್ಲಿ ಮುಂದಿನ ಪಯಣಕ್ಕೆ ಅಣಿಯಾದ ಸೇನಾ ಕಾನ್‌ವಾಯ್‌ಗಳ ಸಾಲಿನಲ್ಲಿ ನಾವೂ ನಿಂತುಕೊಂಡೆವು. ಇಲ್ಲೇ ನಾನು ತುಸು ಚಾಕಲೇಟ್ ಮತ್ತು ಚೀನಾಕೃತ ಟಾರ್ಚಲೈಟ್ ಖರೀದಿಸಿ, ಮುಂದೆ ಜೊಜಿಲಾ ಏರಲು ಹೊರಡುವ ಮಿಲಿಟರಿಯವರ ಹಸಿರು ನಿಶಾನೆಯ ನಿರೀಕ್ಷೆಯಲ್ಲಿ ಕಾಯ್ದೆವು. ನಿಶಾನೆಯೊಡನೆ ಅನೇಕ ಸೀಟಿಗಳ ಮೊಳಗು, ಡೀಸಲ್ ಗಾಡಿಗಳ ಕಪ್ಪುಹೊಗೆಯ ಘೂತ್ಕಾರ, ಮುನ್ಸಾಗುವ ಗಡಿಬಿಡಿ. ನಾವು ಪುನಃ ನಮ್ಮ ಟೂಲ್ ಬಾಕ್ಸನ್ನೇರಿದೆವು. ಸುತ್ತಲಿನ ಜನರ, ವಿಶೇಷವಾಗಿ ಬಾರ್ಡರ್ ರೋಡ್‌ನವರ, ಹರ್ಷೋದ್ಗಾರ. ಚಳಿ ಮುಗಿದು ಅನೇಕ ದಿನಗಳ ಅವರ ಪರಿಶ್ರಮದಿಂದಲೇ ಅಲ್ಲವೇ ಜೊಜಿಲಾ ಕಣಿವೆ ತೆರೆದದ್ದು?

ಜೊಜಿಲಾ ಕಣಿವೆಯ ಮಹತ್ವದ ಅರಿವು ತದನಂತರವೇ ನನಗಾಯಿತು. ಅದರಾಚೆ ಏನಿದೆ ಅದರ ಅರಿವೂ ನನಗಿರಲಿಲ್ಲ. ಟೂಲ್ ಬಾಕ್ಸ್‌ನಲ್ಲಿ ಸೆಟೆದು ಕುಳಿತು ಚಳಿಗಾಳಿ ನನ್ನ ತಲೆಗೂದಲನ್ನು ಹದಗೆಡಿಸುತ್ತಿದ್ದರೂ ನಾನು ಸುತ್ತಲಿನ ಆಶ್ಚರ್ಯಕರ ಪರ್ವತೀಯ ದೃಶ್ಯಗಳನ್ನೇ ನೋಡುತ್ತಿದ್ದೆ. ಮೇಲೇರಿ ಕಣಿವೆಯ ನೆತ್ತಿಯನ್ನು ಎಲ್ಲಕ್ಕೂ ಮುಂದಿನ ಗಾಡಿ ತಾಸೊಂದರೊಳಗೆ ತಲುಪುತ್ತಿದ್ದಂತೆ ರಸ್ತೆಯ ಹಿಮ–ನೀರು–ಕೆಸರಲ್ಲಿ ಸಿಲುಕಿ ನಿಂತುಬಿಟ್ಟಿತು. ಸೂರ್ಯ ಮರೆಯಾಗುತ್ತಿದ್ದಂತೆ ಇನ್ನೂರು ಗಾಡಿಗಳು ಕಣಿವೆಯಲ್ಲೇ ಕಳೆಯುವ ಪ್ರಸಂಗದ ನೈಜತೆ ಎದುರಾಯ್ತು, ಅದೂ ರಸ್ತೆಯ ಎರಡೂ ಬದಿಗಳಲ್ಲಿ ಎದ್ದೇಳಿದ ಹಿಮಗೋಡೆಗಳ ಮಧ್ಯೆ! ಗ್ರೆಫ್‌ನವರು (GREF-General Reserve Engineer Force) ಬುಲ್‌ಡೋಜರ್‌ಗಳಿಂದ ಹಿಮ ಕೊರೆದು ಮಾಡಿದ ರಸ್ತೆಯದು. ಚಳಿಗಾಳಿ ಪ್ರತಿ ರಂಧ್ರವನ್ನು ಹುಡುಕಿ ಪ್ರವೇಶಿಸತೊಡಗಿತು. ಇದೇ ವಾಯುದೇವನ ಮುನ್ನಡೆಯಲ್ಲಿ ಹಿಮದೇವನೂ ಸ್ರವಿಸಲು ಆರಂಭಿಸಬೇಕೇ?– ಮೃದುವಾಗಿ, ಸಾವಕಾಶವಾಗಿ, ಕ್ಷಮಾಯಾಚಕನಂತೆ?–. ಸ್ಯಾಂಡೀ ತನ್ನ ರುಕ್‌ಸ್ಯಾಕಿನಿಂದ ಬ್ಲ್ಯಾಕ್ ಆ್ಯಂಡ್ ವೈಟ್ ಸ್ಕಾಚ್ ವಿಸ್ಕಿ ಬಾಟಲಿ ತೆಗೆದ. ಅಂದು ಖರೀದಿಸಿದ್ದ ಕ್ಯಾಡ್ಬರಿ ಫ್ರುಟ್–ನಟ್ ಚಾಕ್ಲೆಟ್ ಬಾರ್‌ಗಳನ್ನು ನಾವು ಐವರೂ ಸೇವಿಸಿದೆವು. ಅಂದಿನ ರಾತ್ರಿಯೂಟ ಅದೇ ಆಯಿತು. ನಿಶಾದೇವಿ ಸಾಗಿದಂತೆ ಹವಾಮಾನವೂ ಕೆಡತೊಡಗಿತು. ಹಾವಿನಂತೆ ಹೊರಳಾಡುತ್ತಿದ್ದ ರಸ್ತೆಯುದ್ದಕ್ಕೂ ಗಾಡಿಗಳ ಹೆಡ್ ಲೈಟ್‌ಗಳು ಬೆಳಗುತ್ತಿದ್ದು ಇಡಿ ಪರ್ವತ ಪಾರ್ಶ್ವವನ್ನೇ ಉದ್ದೀಪನಗೊಳಿಸುತ್ತಿದ್ದವು. ಕಾನ್‌ವಾಯ್ ನುಗ್ಗುತ್ತ, ನಿಲ್ಲುತ್ತ, ಏದುತ್ತ, ತೊಯ್ಯುತ್ತ, ಧಕ್ಕೆಗೊಳ್ಳುತ್ತ ಸಾಗುತ್ತಲೇ ಇತ್ತು. ಹಿಮಗಟ್ಟಿ ಚಳಿಯಲ್ಲಿ ನಿದ್ರಿಸುವದು

ಅಸಾಧ್ಯವಾಯಿತು. ಅದೂ ಟೂಲ್ ಬಾಕ್ಸ್ ಬೇರೆ! ಸ್ಯಾಂಡೀ ನಾನು ಮಾತಾಡತೊಡಗಿದೆವು. ಚರ್ಚೆ ಬ್ರಿಟಿಶ್‌ರಾಜ್ ಮತ್ತು ತಜ್ಜನಿತ ಕಾಶ್ಮೀರ ಸಮಸ್ಯೆಗೆ ವಾಲಿತು. ಸ್ಯಾಂಡೀನ ಭೂರಾಜಕೀಯ ಮತ್ತು ಕಾಶ್ಮೀರ ಇತಿಹಾಸದ ಜ್ಞಾನ ಅವನ ಗೃಹರಚನಾ ಶಾಸ್ತ್ರದಕ್ಕಿಂತಲೂ ಅಧಿಕವಿದ್ದುದಾಗಿ ಅವನು ನನ್ನನ್ನು ನನ್ನ ಅಜ್ಞಾನದ ಪಾಶದಲ್ಲಿ ಕಟ್ಟಿಹಾಕಿಬಿಟ್ಟ. ಪಾಶ್ಚಿಮಾತ್ಯರ ಅಭಿಪ್ರಾಯದಂತೆ ಕಾಶ್ಮೀರವು ಪಾಕಿಸ್ತಾನದಲ್ಲಿ ಏಕೆ ವಿಲೀನಗೊಳ್ಳಬಾರದು ಎಂಬುದನ್ನೇ ಪುಷ್ಟೀಕರಿಸುವಂತೆಯೇ ಅವನ ಸತ್ಯಾಂಶ ಮತ್ತು ಅಂಕಿಸಂಖ್ಯೆಗಳು ನನ್ನನ್ನು ನಿರುತ್ತರಗೊಳಿಸಲಾರಂಭಿಸಿದವು. ನಾವು ಪಾಕಿಸ್ತಾನದ ಜೊತೆಗೆ ಮೂರು ಸಲ ಯುದ್ಧಕ್ಕಿಳಿದದ್ದನ್ನು ಬಿಟ್ಟು ನನಗೆ ಕಾಶ್ಮೀರದ ಸಮಸ್ಯೆಯ ಬಗ್ಗೆ ಮಾಹಿತಿಯೇ ಇಲ್ಲದ್ದರಿಂದ ನಾನು ನಿಜಕ್ಕೂ ಲಜ್ಜಿತನಾದೆ. ರಾತ್ರಿಯ ಅಂಧಕಾರವೇ ನನ್ನ ಲಜ್ಜೆಯನ್ನು ಮುಚ್ಚಿತ್ತು!

ನಾನು ಮದ್ರಾಸ್ ಕ್ರಿಶ್ಚಿಯನ್ ಕಾಲೇಜಿನ ಹಿಂದಿನ ವರ್ಷದ್ದೇ ಸ್ನಾತಕ. ಇದಕ್ಕೂ ಮೊದಲು ಡೂನ್ ಸ್ಕೂಲಿನ ವಿದ್ಯಾರ್ಥಿ, ಅಲ್ಲಿ ಇತಿಹಾಸ ನಮ್ಮ ಪಾಠಕ್ರಮದ ಅಂಗವೇ ಆಗಿತ್ತು. ನನ್ನ ಹದಿನೈದನೆಯ ಹುಟ್ಟುಹಬ್ಬದ ಮೊದಲೇ ನಾನು ಅನೇಕ ಮಿಲಿಟರಿ ಇತಿಹಾಸದ ಪುಸ್ತಕಗಳನ್ನು ಓದಿದ್ದೆ–ಐರೋಪ್ಯ, ಆಫ್ರಿಕೆಯ, ಶಾಂತಸಾಗರದ ಮತ್ತು ಬರ್ಮಾಯುದ್ಧಗಳ ಬಗ್ಗೆ– ಒಳ್ಳೇ ಆಕರ್ಷಕ ಓದು ಅದು. ಸೀನಿಯರ್ ಕೇಂಬ್ರಿಜ್‌ನಲ್ಲೂ ನಮಗೆ ಕಲಿಸಿದ್ದು ಎರಡನೇ ಮಹಾಯುದ್ಧದ ಬಗ್ಗೆ. ಓದಿದ್ದು "ಡ್ಯಾಮ್ ಬಸ್ಟರ್ಸ್" ಇತ್ಯಾದಿ. ಆಗಿನ ನನ್ನ ಸಹಪಾಠಿಗಳಲ್ಲಿ ಯಾರನ್ನೂ ಈಗ ೩೦ ವರ್ಷಗಳ ನಂತರ ಕೇಳಿದ್ದರೂ ಬಹುತೇಕ ಎಲ್ಲರೂ ಪಾಸಾಗಬಹುದು. ಅಂದು ರಾತ್ರಿ ನಾನು ಮನಗಂಡಿದ್ದೆಂದರೆ ನಮಗೆ ಕಲಿಸಲ್ಪಟ್ಟ ಇತಿಹಾಸ ಅಸ್ತಿತ್ವದಲ್ಲೇ ಇರದಂಥದ್ದು ; ಬರಿ ರಾಜರುಗಳು, ರಾಜ್ಯ, ದಿನಾಂಕಗಳು ಇವುಗಳದೇ ಬಾಯಿಪಾಠ. ನಾವು ನಮ್ಮ ದೇಶದ ಇತಿಹಾಸವನ್ನು ಕಲಿತದ್ದೇ ಅಪರೂಪ. ಅದರ ಅರಿವೂ ಇರಲಿಲ್ಲ. ನಮ್ಮ ದೇಶ, ನಮ್ಮ ರಾಷ್ಟ್ರೀಯ ಸೀಮೆ, ವಿಸ್ತಾರ, ರೂಪ, ರಚನೆ ಇವುಗಳ ಜ್ಞಾನವೇ ಇರಲಿಲ್ಲ. ನಾನೊಬ್ಬ ಬ್ರಿಗೇಡಿಯರ್‌ನ ಮಗ. ನನ್ನಪ್ಪ ಲದಾಖನಲ್ಲಿ ೭೦ನೇ ಬ್ರಿಗೇಡ್ ಕಮಾಂಡ್ ಮಾಡುತ್ತಿದ್ದರು. ಅದೂ ಜೊಜಿಲಾದಾಚೆಗೆ. ನಾನಿಲ್ಲಿ ೧೩೦೦೦ ಘೂಟೆತ್ತರದ ಕಣಿವೆಯಲ್ಲಿ ಸಿಗಿಬಿದ್ದು, ನಾನೇನೂ ಅರಿಯದ ವಿಷಯದಲ್ಲಿ ಒಬ್ಬ ಆಂಗ್ಲನೊಡನೆ ವಾದಿಸುತ್ತಿದ್ದೆ!

ನಿಶ್ಶಬ್ದ ಬಂಡೆಗಳು

ಝುನ್ಸ್ಕರ್ ಅಥವಾ ಲದಾಖಿನ ಬಗ್ಗೆ ಎಷ್ಟೇ ಓದಿದರೂ ಮನಃಪಟಲದ ಮೇಲೆ ಆ ಪ್ರದೇಶದ ಪ್ರಭಾವದ ಗಾಢತೆಯನ್ನರಿಯುವದಕ್ಕೆ ಆ ಓದು ಪ್ರಯೋಜನಕಾರಿಯಾಗುವ ಸಾಧ್ಯತೆ ಕಡಿಮೆ. ಜೊಜಿಲಾದ ಮೇಲೆ ಉದಯರಶ್ಮಿ ಬೀಳತೊಡಗಿದಂತೆ ಎಲ್ಲ ಗಾಡಿಗಳೂ ಆ ಕಣಿವೆಯನ್ನು ತೆವಳುತ್ತ ದಾಟಿ ಗುಮರಿ ಎಂಬ ಸ್ಥಾನಕವನ್ನು ಮುಟ್ಟಿದವು. ಅಲ್ಲಿ ಲೇಹದಿಂದ ಕಾಶ್ಮೀರಕ್ಕೆ ಮರಳುವ ಕಾನ್‌ವಾಯ್ ಸಜ್ಜಾಗಿತ್ತು. ಒಂದು ಕಪ್ಪು ಚಹಾ ಕಾನ್‌ವಾಯ್ ಕಮಾಂಡರನ ಜೊತೆಗೆ ಕುಡಿದು ಕಾನ್‌ವಾಯ್ ಬಿಟ್ಟು ನಾವಾಗಿಯೇ

ಮುಂದೋಡುವ ಒಪ್ಪಿಗೆಯನ್ನು ಪಡೆದು ಮುಂದಕ್ಕೆ ನಡೆದೆವು. ನಾನೊಬ್ಬ ಉಚ್ಚಾಧಿಕಾರಿಯ ಮಗನಲ್ಲವೇ? ಮೊದಲು ರಾತ್ರಿ ಇತಿಹಾಸ ನನ್ನ ಕೈಬಿಟ್ಟಿದ್ದರೆ ಭೂಗೋಲವು ನನ್ನನ್ನು ತತ್ತರಿಸುವದಕ್ಕೆ ಅಣಿಯಾಗಿತ್ತು. ಅದೊಂದು ಆಘಾತವೇ ಆದಂತಾಯಿತು. ಝುನ್ಸ್ಕರ್ ಮತ್ತು ಲದಾಖಿನ ಬೃಹದ್ ವ್ಯಾಪ್ತಿಯೇ ನನ್ನನ್ನು ಮಂಕುಗೊಳಿಸಿತು. ಗುಮರಿಯಿಂದ ಇಳಿಯುತ್ತ ದ್ರಾಸ್ ನದಿ ದಾಟಿ ಮೂರು ತಾಸಿನ ನಂತರ ಕಾರ್ಗಿಲ್. ಸ್ಯಾಂಡೀ ಚಳಿ ಮತ್ತು ಮೇಲುನ್ನತಿಯಿಂದ (High altitude) ಗ್ರಸ್ತನಾದ್ದರಿಂದ ಅವನನ್ನು ಅಲ್ಲಿಯ ಹಾಟೆಲೊಂದರಲ್ಲಿ ಇಳಿಸಿ ನಾವು ಮುಂದುವರಿದೆವು. ಉತ್ತರಾಪಥಿಯಾಗಿ ಮೊದಲು ಫತು ಲಾ ನಂತರ ಮತ್ತೆ ಕೆಳಗಿಳಿಯುತ್ತ ಲಾಮಾಯುರು ಬುಡದಲ್ಲಿ ಸಿಂಧು ಕಣಿವೆಯನ್ನು ಪ್ರವೇಶಿಸಿ ಸಿಂಧುನದಿಗುಂಟ ಸ್ಟೋಕ ಎಂಬ ಸ್ಥಳ ತಲುಪಿದಾಗ ಟೈಗರ್ ಟಾಪ್ಸ್ ಮೌಂಟನ್ ಟ್ರಾವಲ್ಸ್ ಕಂಪನಿಯ ಲದಾಖ ಸರಾಯಿ ಕ್ಯಾಂಪ, ನಾಲ್ಕು ಯುರ್ಟಗಳು ಮಂಗೋಲಿಯಾದ ವೈಭವವನ್ನೇ ಪ್ರದರ್ಶಿಸುತ್ತ ಸ್ಟೋಕ ಅರಮನೆಯ ಬುಡದಲ್ಲಿ. ನನ್ನ ಟ್ರಕ್ಕಿನಲ್ಲಿ ಇನ್ನಾರು ವರ್ತುಲಾಕಾರದ ಅಂತಹ ವೈಚಿತ್ರ್ಯಗಳನ್ನು ಸ್ಥಾಪಿಸುವ ಸಲಕರಣೆಗಳು. ಮುಂದಿನ ಕೆಲವು ದಿನಗಳಲ್ಲಿ ಇಂಥ ವಿಚಿತ್ರ ಕಟ್ಟಡಗಳನ್ನು ನಿರ್ಮಿಸುವ ಕೆಲಸದಲ್ಲಿ ಅಹೋರಾತ್ರಿ ತೊಡಗಿದೆವು. ಬಿಸಿಲಿನಲ್ಲಿ ಬೇಯಿಸಿದ ಇಟ್ಟಂಗಿಗಳ ವರ್ತುಲಗಳನ್ನು ಕಟ್ಟಿ ಅವುಗಳ ಮೇಲೆ ಮೊಂಗೋಲಿಯ ವೈಚಿತ್ರ್ಯಗಳನ್ನು ಎಬ್ಬಿಸಿ ನಿಲ್ಲಿಸಬೇಕು ತಾನೇ? ನನಗೆ ಸಾವಕಾಶವಾಗಿ ಕೆಲಸ ಮಾಡುವ ಸೂಚನೆ ಸಿಕ್ಕಿತ್ತು. ಮೊದಮೊದಲು ಫುಪ್ಪುಸಗಳು ಹವಾಮಾನಕ್ಕೆ ಹೊಂದಿಕೊಳ್ಳಬೇಕಲ್ಲ? ೧೧೦೦೦ ಫೂಟಿನ ಎತ್ತರ, ಪ್ರಾಣವಾಯುವಿನ ಕಮ್ಮಿ ಬೇರೆ. ಸೂರ್ಯನ ಪ್ರಖರ ಮೆರಗಿನಲ್ಲಿ ನನ್ನ ಕೆಲಸದ ರಭಸದಲ್ಲಿಯೂ ಕೂಡ ಆಗೀಗ ನಾನು ಆಸುಪಾಸಿನ ಹಳ್ಳಿಗಳಿಗೆ ಹೋಗಿ, ಹಳ್ಳಿಗರೊಡನೆ ಸಂಪರ್ಕ ಬೆಳೆಸಿ, ಅವರ ಗುಲಾಬಿ ಗಲ್ಲದ ಬಾಲಕರೊಡನೆ ಆಡಿ ಬರುತ್ತಿದ್ದೆ. ಕರಿ–ಬಿಳಿ ಮ್ಯಾಗ್‌ಪಾಯ್‌ಗಳು, ತುರ್ಕಮನ್ ಪಾರಿವಾಳಗಳು, ರೋಜ್‌ಫಿಂಚ್‌ಗಳು ಮತ್ತು ಕೆಂಪುನರಿಯ ಪರಿವಾರಗಳೇ ನಮ್ಮ ಜೊತೆಗಾರರು. ನೀರು ಹಿಪ್ಪೆಗಿಡಗಳ (Weeping willow) ಮಧ್ಯೆ ನಮ್ಮ ವಾಸಸ್ಥಳ. ಎರಡು ಗಿಡಗಳ ನಡುವೆ ತೂಗಿಸಿದ ಜೋಲುಮಂಚಗಳಲ್ಲಿ (Hammock) ರಾತ್ರಿ ಪವಡಿಸಿದಾಗ ಆಕಾಶದಲ್ಲಿ ತಾರೆಗಳು ನಮ್ಮನ್ನು ದಿಟ್ಟಿಸುತ್ತಿದ್ದವು. ನಿಜಕ್ಕೂ ಅವು ತಾರೆಗಳೇ ಎಂದು ಶಂಕಿಸುವಷ್ಟು ಪ್ರಖರ, ಪ್ರಕಾಶಮಾನ! ವಾರಾಂತ್ಯದಲ್ಲಿ ನಮ್ಮ ಯುರ್ಟಗಳು ಎದ್ದುನಿಂತ ಮೇಲೆ ನನಗೆ ಕೆಲವು ದಿವಸಗಳ ಸೂಟಿ ದೊರೆಯಿತು.

ನಾನು ನೇರವಾಗಿ ಸಿಂಧೂನದಿಯ ಜೊತೆಗೆ ಅದರ ಮೇಲ್ಗಡೆ ೧೧೦ ಕಿಮಿ ದೂರ ಕ್ಯಾರಿ ಎಂಬ ಸ್ಥಳಕ್ಕೆ ಓಡಿದೆ. ಅಲ್ಲಿ ನನ್ನ ಅಪ್ಪ ೭೦ನೇ ಇನ್‌ಫಂಟ್ರಿ ಬ್ರಿಗೇಡಿನ ಕಮಾಂಡರ್ ಆಗಿ ಸೇವೆ ಸಲ್ಲಿಸುತ್ತಿದ್ದರು. ಲೇಹದವರೆಗೆ ಪ್ರವಾಸಿಸಿದ ನಾನು ಲದಾಖವನ್ನೆಲ್ಲ ನೋಡಿದ್ದೇನೆ ಎಂಬ ನನ್ನ ಭಾವನೆ ತಿರುವು–ಮುರುವಾಯಿತು. ಕ್ಯಾರಿವರೆಗಿನ ನನ್ನ ಪ್ರವಾಸದಲ್ಲಿ ಅನೇಕ ಅಚ್ಚರಿಗಳು ನನಗಾಗಿ ಕಾಯ್ದಿದ್ದವು. ಅನೇಕ

ತಿರುವುಗಳಲ್ಲಿ ಸಂಪೂರ್ಣ ಪರ್ವತ ಪಾರ್ಶ್ವಗಳೇ ವಿವಿಧ ಬಣ್ಣ ತಳೆದಿದ್ದವು. ನಾನು ಭರಲ್ ಎಂಬ ನೀಲಿ ಆಡು ಇಂಥ ಉತ್ತುಂಗ ಬಂಡೆಗಳ ಕೊರಕಲುಗಳನ್ನು ಪ್ರಯಾಸವಿಲ್ಲದೆ ಹತ್ತುವ ದೃಶ್ಯವನ್ನು ಕಂಡೆ. ಕ್ಯಾರಿಯು ಒಂದು ಬೋಗುಣಿಯಾಕಾರದ ಪ್ರದೇಶ, S ಆಕಾರದ ತಿರುವಿನಲ್ಲಿ ಸಿಂಧೂನದಿ, ಅದರ ದಂಡೆಯಲ್ಲೇ ಹಲವು ಗುಡಿಸಲುಗಳು ಮತ್ತು ಹೆಲಿಪ್ಯಾಡ್. ಇದೇ ಬ್ರಿಗೇಡ್ ಮುಖ್ಯಾಲಯ. ನದಿಯ ಮೇಲೊಂದು ತೂಗುಪೂಲು. ಬುಡದಲ್ಲಿ ರೌರವಿಸುತ್ತಿರುವ ನದಿ, ಆಚೆಗೆ ಆಫೀಸರ್ ಮೆಸ್ ಮತ್ತು ಬ್ರಿಗೇಡ್ ಕಮಾಂಡರನ ಗುಡಿಸಲು. ತೂಗುವ ಪೂಲಿನ ಮೇಲೆ ನಡೆಯುವದು. ವಿಶೇಷವಾಗಿ ಮಧ್ಯದಲ್ಲಿ, ಅದೂ ಜೋರು ಗಾಳಿಬಿಟ್ಟಾಗ, ಭಯಾನಕ. ಎಡಬಲದ ಅಡ್ಡಕಂಬಿಗಳನ್ನು ಹಿಡಿದೇ ನಡಿಗೆ. ಆರ್ಮಿ ಕಮಾಂಡರನ ಹೆಂಡತಿ (ತನ್ನ ಗಂಡನೊಡನೆ, ಅವನು ಬ್ರಿಗೇಡ ಹೆಡ್ ಕ್ವಾರ್ಟರಿಗೆ ಬಂದಾಗ) ಹೆಲಿಪ್ಯಾಡಿನಿಂದ ಆಫೀಸರ್ ಮೆಸ್‌ಗೆ ಹೋಗುವಾಗ ತೂಗುಪೂಲಿನ ತೂಗಿನಿಂದ ಕಂಗಾಲಾಗಿ ಬ್ರಿಗೇಡ್ ಕಮಾಂಡರನೇ ತನ್ನ ಹಿಂದಿನಿಂದ ತೂಗುಪೂಲನ್ನು ಬೇಕಂತೇ ಒತ್ತುತ್ತಿದ್ದ ಎಂದು ರಗಳೆ ಮಾಡಿದ್ದು ನನ್ನ ತಂದೆಯ ಮುಂದಿನ ನೌಕರಿಯನ್ನೇ ಸಮಾಪ್ತಗೊಳಿಸ ಬಹುದಾಗಿತ್ತು!

ಮೇಜರ್ ಜನರಲ್ ಸೂದನ್ ೩ನೇ ಇನ್ಫಂಟ್ರಿ ಡಿವಿಜನ್ನಿನ ಮುಖ್ಯಸ್ಥರು. ಬ್ರಿಗೇಡಿಯರ್ ಮೋತಿದಾರ್ ಅವರು ೧೧೪ ಬ್ರಿಗೇಡಿನ ಮುಖ್ಯಸ್ಥರಾಗಿ ಟಾಂಗ್‌ಸ್ತೆಯಲ್ಲಿ. ಕಾರೂ ಎಂಬಲ್ಲಿ ಆರ್ಟಿಲರಿ (ತೋಪಖಾನೆ) ಬ್ರಿಗೇಡ - ಪೂರ್ವೀ ಲದಾಖ ಕಣಿವೆಯ ರಕ್ಷಣೆಗಾಗಿ. ಉತ್ತರಕ್ಕೆ ಖರಡುಂಗಲಾ ಪಾಸ್‌ನ ಆಚೆ ಪರ್ತಾಪುರ, ಅಲ್ಲಿ ಲದಾಖ ಸ್ಕೌಟಿನ ಒಂದು ವಿಂಗ್ (ಎರಡು ಕಂಪನಿಗಳು). ೩ನೇ ಡಿವಿಜನ್ನಿನ ಲಕ್ಷ್ಯ ಸಂಪೂರ್ಣವಾಗಿ ಚೀನಾ (ಟಿಬೆಟ್) ಎದುರು. ಪರ್ತಾಪುರ ವಿಭಾಗ ಶ್ಯೋಕ್ ನದಿಯ ಕಣಿವೆಯಲ್ಲಿ ತೊರ್ತುಕದಲ್ಲಿ ಪಾಕಿಸ್ತಾನದ ವಿರುದ್ಧ, ಕೆಂಪುಗಣ್ಣಿನ ಅಂತರದಲ್ಲಿ! ಇಲ್ಲಿಯವರೆಗೆ ೧೯೭೨ರ ಶಿಮ್ಲಾ ಒಪ್ಪಂದದಂತೆ ಭಾರತ ಪಾಕಿಸ್ತಾನದ ಗಡಿರೇಖೆ "ಲೈನ್ ಆಫ್ ಕಂಟ್ರೋಲ್" (LOC) ಎಂದು ರೇಖಿತವಾಗಿತ್ತು. ಇದರ ಉತ್ತರಕ್ಕೆ 'ಅಸಾಧ್ಯ ಪ್ರವೇಶ' ಎಂಬ ಕಾರಣದಿಂದಾಗಿ ಗಡಿ ರೇಖಿತವಾಗಿರಲಿಲ್ಲ. ಇದೇ ಸಿಯಾಚೆನ್ ಪ್ರದೇಶ. ಆಗೀಗ ಭಾರತೀಯ ಸೇನೆಯ ಗಸ್ತುಗಳು ಈ ಪ್ರದೇಶದ ಸರ್ವೋಚ್ಚ ಉತ್ತರೀ ತುದಿಯಾದ 'ಇಂದಿರಾ ಕೋಲ್' ಎಂಬ ಸ್ಥಳದವರೆಗೆ ಗಸ್ತು ಮಾಡುತ್ತಿದ್ದವಷ್ಟೇ. ಲೇಹದ ದಕ್ಷಿಣಕ್ಕೆ ಕಾರ್ಗಿಲ್ ಕ್ಷೇತ್ರದಲ್ಲಿ ೧೨೧ನೇ ಬ್ರಿಗೇಡ ಇತ್ತು. ಬ್ರಿಗೇಡಿಯರ್ 'ರೆಗಿ' ಪಂಡಿತ್ ಅವರ ನೇತೃತ್ವದಲ್ಲಿ. ನಂತರ ಇದನ್ನು ೩ನೇ ಡಿವಿಜನ್ನಿನಿಂದ ತೆಗೆದು ನೇರವಾಗಿ ೧೫ನೇ ಕೋರ್(Corps)ನ ಕೆಳಗೆ ಇರಿಸಲಾಯಿತು.

ನನ್ನ ಸೂಟಿ ಮುಗಿದು ನಾನು ಲದಾಖ್ ಸರಾಯಿಗೆ ಮರಳಿದಾಗ ನನಗೆ ಒಮ್ಮೆಲೇ ಶ್ರೀನಗರಕ್ಕೆ ತೆರಳುವ ಆಜ್ಞೆಯಾಯಿತು. ನಾನು ಲೇಹ ವಿಮಾನ ಪಟ್ಟಿಯಿಂದ ಅನೇಕ ವಿಮಾನಗಳಲ್ಲಿ ಹಾರಾಡಿದ್ದೇನೆ. ಆದರೆ ಅಂದಿನ ಬೋಯಿಂಗ್ ೭೩೭/೨೦೦

ಉಡ್ಡಾಣ ಮರೆಯಲಾರದ್ದು. ವಿಮಾನವು ಪಟ್ಟಿಯ ಇಳಿಜಾರಿನೊಡನೆ ರೌರವಿಸುತ್ತ ಮೇಲೇರಿದಂತೆ ಎದುರಿಗಿದ್ದ ಸ್ಪಿಟುಕ್ ಮೊನ್ಯಾಸ್ಟರಿಗಿಂತ ತುಸುವೇ ಮೇಲಂತರದಲ್ಲಿ ದಾಟಿ ನೈಋತ್ಯಕ್ಕೆ ವಾಲಿ ಘಾಟಿಯೊಡನೆ ಸಿಂಧೂ ನದಿಗುಂಟ ಹಾರಿದಾಗ ಪ್ರಯಾಣಿಕರು ಹಿಡಿದಿಟ್ಟ ಉಸಿರನ್ನು ಬಿಟ್ಟು ಶ್ಲಾಘಿಸಿದರು. ಕೆಳಗೆ ಎಡಕ್ಕೆ ಸುಂದರ ನುನ್–ಕುನ್ ಶಿಖರದ್ವಯ, ಎದುರಿಗೆ ಗ್ರೇಟ್ ಹಿಮಾಲಯ ಶ್ರೇಣಿಯನ್ನು ಪಹಲಗಾಮ ಹತ್ತಿರ ದಾಟಿ ಅರ್ಧತಾಸಿನಲ್ಲಿ ನಾನು ಶ್ರೀನಗರದಲ್ಲಿದ್ದೆ.

ಜೆಫ್ರಿ ಕ್ಯಾಂಬೆಲ್ಲನು ಅಮೇರಿಕದವನಾಗಿದ್ದು ಭಾರತದಲ್ಲೇ ಆಜೀವ ವಾಸಿಯಾಗಿದ್ದ. ಕಂದುಬಣ್ಣದ ತಲೆಗೂದಲು ಮತ್ತು ಅಂಥದೇ ಗಡ್ಡದವನಾಗಿ ವೈಕಿಂಗ್‌ನಂತೆ ಕಾಣುತ್ತಿದ್ದ. ಸ್ಪಷ್ಟ ಹಿಂದಿ ಪ್ರವೀಣ, ಶೆರ್ಪಾ ಜನರೊಡನೆ ಅದ್ಭುತ ಸಾಮರಸ್ಯ ಹೊಂದಿದವ. ಹಾಗೆ ಶೆರ್ಪಾ ಉಪಾಧಿ ನೇಪಾಳದ ಶೆರ್ಪಾಗಳಿಂದ, ಆದರೆ ನಮ್ಮ 'ಭಾರತೀಯ' ಶೆರ್ಪಾಗಳೆಲ್ಲರೂ ಲಾಹೊಲ್–ಸ್ಪೀತಿಯವರು. ಕಾಶ್ಮೀರ ಮತ್ತು ಲದಾಖ ಕ್ಷೇತ್ರದ ಪರ್ವತೀಯ ಅಭಿಯಾನಗಳಿಗೆ ದಾರಿದರ್ಶಕರಾಗಿದ್ದು ಕ್ಯಾಂಬೆಲ್ಲನು ತಾನೇ ವಿಶೇಷವಾಗಿ ಅವರನ್ನು ಆರಿಸಿದ್ದ. ಅವನು ನನ್ನ ಬಾಸ್, ಮತ್ತು ತನ್ನ ಮೇಲಧಿಕಾರಿಯಾದ ಪಾಪಾ ಜಾನ್ ಎಂದು ಸಂಬೋಧಿಸಲ್ಪಟ್ಟ ಕರ್ನಲ್ ವೇಕ್‌ಫೀಲ್ಡನಿಗೆ ಬದ್ಧ. ನಾನು ಶ್ರೀನಗರದ ನೀಡೊಸ್ ಹಾಟೆಲಿಗೆ ಮುಟ್ಟಿದಾಗ ಕ್ಯಾಂಬೆಲ್ ನನ್ನ ಬರವನ್ನೇ ಕಾಯುತ್ತಿದ್ದ. ನೇರವಾಗಿ ನಕ್ಷೆಯೊಂದನ್ನು ತೆರೆದು ತುಸು ವಿಷಣ್ಣನಾಗಿಯೇ ಮಾತುಕತೆಗಿಳಿದ.

"ಲೀಲಾ ಬಿಶಪ್‌ನ ನೇತೃತ್ವದಲ್ಲಿ ನ್ಯಾಶನಲ್ ಜಿಯೊಗ್ರಾಫಿಕ್ ಗ್ರುಪ್ಪಿನವರು ಸೆಪ್ಟಂಬರನಲ್ಲಿ ಉಮಾಸಿ ಲಾ ಕ್ಷೇತ್ರದಲ್ಲಿ ಪಾದಚಾರಣ ಮಾಡುವವರಿದ್ದು ನಾನು ಆ ಮಾರ್ಗದ ಪರಿಶೀಲನೆಗಾಗಿ ಹೋಗಬೇಕಿತ್ತು, ಆದರೆ ನಾನೀಗ ಹೋಗಲಾರೆ –––– ನೀನು ಹೋಗಬೇಕು –––" ಎಂದೆಳೆದ. ನಾನು ಕಂಪನಿಯ ಎಲ್ಲಕ್ಕೂ ಕಿರಿಯ ಚಾರಣ ನಿರ್ವಾಹಕ, ಇವನು ನಾನು ಸ್ವಂತನಾಗಿಯೇ ನಿರ್ವಹಿಸುವ ಕೆಲಸ ಕೊಟ್ಟಿದ್ದಾನೆ. ಕಂಪನಿಯ ಪಾಲಿಸಿಯಂತೆ ಒಂದೆರಡು ಚಾರಣಗಳನ್ನಾದರೂ ಕೆಳಗಿನವರು ಹಿರಿಯ ನಿರ್ವಾಹಕರ ಜೊತೆಗೂಡಿ ಕಲಿತುಕೊಳ್ಳಬೇಕಾಗಿತ್ತು. ಜೆಫ್ರಿ ತಾನೇ ಇದರ ಬಗ್ಗೆ ನನಗೆ ದಿಲ್ಲಿಯಲ್ಲಿ ವಿವರಿಸಿದ್ದ. ಈಗ ನನ್ನನ್ನು ನೇರವಾಗಿ ನೋಡುವದನ್ನೂ ತಪ್ಪಿಸಿದ್ದಾನೆ! "ಇದು ೨೫ ದಿನದ ಪಾದಚಾರಣ (Trek), ನಿನಗೆ ನನ್ನ ಈರ್ವರು ಅತ್ಯುತ್ತಮ ಶೆರ್ಪಾರನ್ನು ಕೊಡುತ್ತೇನೆ – ತಾಶಿ ಮತ್ತು ನಾಮಗ್ಯಾಲ. ಏನಂತೀ ಚೀಫ್?" ನಾನು ಏನೇನು ತಡವರಿಸಿದೆನೋ ಅದರ ಅರ್ಥ ಒಪ್ಪಿಗೆಯೆಂದೇ ತಿಳಿದು ಜೆಫ್ ಕಾಯಕಕ್ಕಿಳಿದ. "ಆಯಿತಾ? ನೀನು ನಾಳೆ ಹೊರಡಬೇಕು. ಬೇಕಾದ ಎಲ್ಲ ಸಾಮಾನುಗಳನ್ನು ಕಟ್ಟಿಟ್ಟು ಸಿದ್ಧವಾಗಿಸಿದ್ದಿದೆ. ನಾನೇ ನಿನ್ನನ್ನು ಕಿಶ್ತವಾರಕ್ಕೆ ಕರೆದೊಯ್ಯುತ್ತೇನೆ. ಅಲ್ಲಿಂದ ನಿನ್ನ ಮುನ್ನೆಗೆತ. ತಯಾರಿ ಮಾಡಿಕೊ."

ಝೊರಾವರನ ಹೆಜ್ಜೆಯಲ್ಲಿ

ಕಾಶ್ಮೀರವು ಸುಂದರವಾದರೆ, ಜೋಜಿಲಾದ ಉತ್ತರೀ ಪ್ರದೇಶವು ಚಮತ್ಕಾರಕವಾದರೆ ಚೆನಾಬ ಘಾಟಿಯನ್ನು ಅದರ ಇಕ್ಕಟ್ಟಾದ, ಕೊರೆದಿಟ್ಟ, ಪರ್ವತೀಯ ನದಿಯ ಹರಿವಿನ ಆರ್ಪು ಸಾಕ್ಷಾತ್ ನೋಡಿಯೇ ಅರಿಯಬೇಕು. ಶ್ರೀನಗರದಿಂದ ಪೂರ್ವಕ್ಕೆ ಅನಂತನಾಗ, ನಂತರ ಬನಿಹಾಲ್ ಕಣಿವೆಯಾಚೆ ನದಿಯನ್ನು ದಾಟಿ ಅದರಗುಂಟ ದಂಡೆಯ ಜೊತೆಗೆ ಕಿಶ್ತವಾರ ಮುಟ್ಟಿದೆವು. ದಾರಿಯಲ್ಲಿ ಸ್ಕಾರ್ಲೆಟ್ ಮಿನಿವೆಟ್ ಮತ್ತು ಬಂಗಾರದೆದೆಯ ಫಿಂಚ್‌ಗಳ ದರ್ಶನ. ಸಂಜೆಯವರೆಗೆ ಕಿಶ್ತವಾರದಾಚೆ ಗಾಥಾ ಎಂಬಲ್ಲಿ ತಲುಪಿದಾಗ (ಗಾಡಿ ರಸ್ತೆಯ ಸಮಾಪ್ತಿ ಇಲ್ಲಿ), ನನ್ನೊಬ್ಬ ಶೆರ್ಪಾ ತಾಶಿ ನಮ್ಮನ್ನು ಸ್ವಾಗತಿಸಿದ. ಅವನ ಜೊತೆಗೆ ಠಾಕುರಸಿಂಗ ಮತ್ತು ಅವನ ಹೇಸರಗತ್ತೆಗಳು, ಒಜ್ಜೆ ಹೊರುವವು. ಅವರು ಮೊದಲೇ ಸ್ಥಾಪಿಸಿದ ಕ್ಯಾಂಪಿಗೆ ತೆರಳಿದೆವು. ಹೊಶಿಯಾರಪುರದ ಠಾಕುರಸಿಂಗನ ಕೌಶಲ್ಯಪೂರ್ಣ, ಆದಿಮಭಾಷೆಯು ನಮ್ಮನ್ನು ವಿಸ್ಮಿತಗೊಳಿಸಿತು. ಪುಣ್ಯಾತ್ಮ ಹವಾಮಾನವನ್ನು, ಹುಲ್ಲನ್ನು, ಕಲ್ಲುಗಳನ್ನು, ತಮ್ಮ ಹೇಸರಗತ್ತೆಗಳನ್ನು, ಸುತ್ತಲಿನ ಹವೆಯನ್ನು ಮತ್ತು ಅವನನ್ನು ಸೊಂಕಿದ ಎಲ್ಲ ವಸ್ತುಗಳನ್ನು ತನ್ನ ಚತುರಭಾಷೆಯಲ್ಲಿ ತೆಗಳಬಲ್ಲವನಾಗಿದ್ದ.

ಮುಂದಿನ ಮೂರು ದಿನಗಳಲ್ಲಿ ಕೆಲವು ಅದ್ಭುತ ಪರ್ವತ ಕ್ಷೇತ್ರಗಳನ್ನು ಕಂಡೆವು. ಆಳವಾದ ಕಣಿವೆಗಳು, ಅವುಗಳನ್ನು ದಾಟಿಸುವ ಕಟ್ಟಿಗೆಯ ಪೂಲುಗಳು, ಕೆಲವು ಸಾವಿರ ಘೂಟು ಕೆಳಗೆ ಭೋರ್ಗರೆಯುತ್ತಿದ್ದ ಚೆನಾಬ ನದಿಯ ಮೇಲಿನವು; ರಸ್ತೆಯುದ್ದಕ್ಕೂ ಜರೀಗಿಡಗಳು (Tree ferns) ಮತ್ತು ಬಾಂಜ (Rhododendron)ಗಳ ತೇಪೆಗಳು, ನಡುನಡುವೆ ಸೀತೆಹೂವಿನ ಬಳ್ಳಿಗಳು (Orchids), ಕಣ್ಣುಕುಕ್ಕುವ ಪಾತರಗಿತ್ತಿಗಳು, ಅನೇಕಾನೇಕ ಹಿಮಾಲಯದ ಪಕ್ಷಿಗಳು, ಅಲ್ಲಲ್ಲಿ ಸೂಚಿಪರ್ಣಿ ವೃಕ್ಷಗಳ ಸಮೂಹಗಳು. ಹೇಸರಗತ್ತೆಗಳು ತೂಗುಪೂಲುಗಳ ಮೇಲೆ ನಡೆಯಲು ಹಿಂಜರಿಯುತ್ತಿದ್ದವು, ಹೆದರಿ ಬಿಳಿಗಣ್ಣು ಅರಳಿಸಿ ನಿಂತುಬಿಡುತ್ತಿದ್ದವು. ಠಾಕುರಸಿಂಗನು ಮುನ್ನಡೆದು ಪಾಪ ಆ ಪ್ರಾಣಿಯನ್ನು ಬಾಯಿತುಂಬ ತನ್ನ ಕೊಳಕುಭಾಷೆಯಲ್ಲಿ ಬಯ್ದು ಹೊಟ್ಟೆಯ ಬುಡದಲ್ಲಿ ಕೈಚಾಚಿ ಅದರ ಲಿಂಗವನ್ನು ಚಿವುಟಿ ತಳ್ಳಿದಾಗ ಅದು ಹೌಹಾರಿ ಹೇಂಕರಿಸಿ ನಾಗಾಲೋಟ ಓಡುತ್ತ ದಾಟುತ್ತಿತ್ತು. ಠಾಕುರಸಿಂಗನ ಇಂಥ ನಾವೀನ್ಯದಿಂದ ಭಾರಹೊತ್ತ ಪ್ರಾಣಿಗಳು ಮತ್ತು ನಮ್ಮ ಸಾಮಾನುಗಳು ಉಳಿದುಕೊಂಡಿದ್ದೊಂದು ಚಿಕ್ಕ ಪವಾಡವೇ ಸರಿ. ತಾಶಿ ಮತ್ತು ನಾಮಗ್ಯಾಲರಿಗೆ ತರಡು ಹಿಸುಕುವ ಈ ನಾವೀನ್ಯ ಒಳ್ಳೇ ಹಾಸ್ಯಪ್ರದವೆನಿಸಿತು.

ನಾಮಗ್ಯಾಲ ೬ ಘೂಟು ೨ ಇಂಚಿನ ಭದ್ರದೇಹಿ, ನಮ್ಮ ಶೆರ್ಪಾಗಳಲ್ಲಿ ಅವನೇನು ಅಂಥ ಬುದ್ಧಿವಂತನಲ್ಲದಿದ್ದರೂ ಅತ್ಯಂತ ವಿಶ್ವಾಸಾರ್ಹ, ವಿಶೇಷವಾಗಿ ಗ್ಲೇಸಿಯರ್‌ಗಳನ್ನು ದಾಟುವಾಗ ಹಗ್ಗ ಕಟ್ಟಿಕೊಂಡು ದಾಟುವಂಥ ಪ್ರಸಂಗಗಳಲ್ಲಿ. ಡುಂಗಡುಂಗ ಎಂದು

ಅವನ ನಾಮಕರಣ ಮಾಡಿದೆವು. ಒಮ್ಮೆ ಹಿಮಾಲಯಿ ಕಂದುಕರಡಿಯ ವೇಷ ಧರಿಸಿ ಅವನನ್ನು ಅಮೇರಿಕೆಯ ತುಂಟು ತಂಡವೊಂದನ್ನು ದೂರೀಕರಿಸಲು ಉಪಯೋಗಿಸಿದ್ದೆ. ತಾಶಿ ಒಬ್ಬ ವಿಫಲ ಭಿಕ್ಷು. ಈಗ ಹಿಮಾಲಯದಲ್ಲಿ ಭಾರ ಹೊತ್ತೊಯ್ಯುವವನಾಗಿದ್ದ. ಒಂದು ಕಾಮೋದ್ರಿಕ್ತ ಗಳಿಗೆಯಲ್ಲಿ ತಾನು ತಲೆಗೆಟ್ಟು ಬ್ರಹ್ಮಚರ್ಯವನ್ನು ಕಳೆದುಕೊಂಡು ನಿರ್ವಸ್ತ್ರನಾಗಿದ್ದಾಗಿ ಹೊರಹಾಕಲ್ಪಟ್ಟವನಾಗಿದ್ದ! ಎರಡನೇ ದಿನ ಒಬ್ಬ ಅಪರಿಚಿತ ವ್ಯಕ್ತಿ ನಮ್ಮ ಜೊತೆಗಾರನಾದ. ಬಿಳಿ ಸಲ್ವಾರ ಕಮೀಜನಲ್ಲಿದ್ದು ನೆಹರು ಟೋಪಿ ಧರಿಸಿದ "Myself Pandey, School Master, B.Ed." ಅನ್ನುತ್ತ ನಮ್ಮ ದಾರಿದರ್ಶಕ ಮತ್ತು ತತ್ವಜ್ಞಾನಿಯೂ ಆದ. ತಾಸಿನವರೆಗೆ ಇಂಗ್ಲೀಷ್‌ನಲ್ಲೇ ಮಾತಾಡುವ ತನ್ನ ಯಾತನಾಮಯ ಹಟ ಬಿಟ್ಟು ಹಿಂದಿಯಲ್ಲಿ ಮಾತಾಡತೊಡಗಿದಾಗ ಅವನಾದುದು ಆ ಪ್ರದೇಶದ ಕಾಲ್ನಡಿಗೆಯ ಜ್ಞಾನಕೋಶನೇ. ಶ್ರೇಣಿಯೊಂದರ ಮೇಲೆ ನಿಂತು ತನ್ನ ಛತ್ರಿಯನ್ನು ಸುತ್ತಲೂ ಬೀಸುತ್ತ, "ನೋಡಿ ಇದೆಲ್ಲ ಒಂದು ಕಾಲದಲ್ಲಿ ಹಿಂದುವಾಗಿತ್ತು. ಆ ದೂರ ದೇವಸ್ಥಾನದ ಅವಶೇಷಗಳನ್ನು ನೋಡುತ್ತೀರಾ? ಗುಲಾಬಸಿಂಗನ ಸೇನಾಪತಿ ಝೊರಾವರಸಿಂಗ ಈ ದಾರಿಯಿಂದ ಬಂದು, ಉಮಾಸಿ ಲಾ ದಾಟಿ ತನ್ನ ಸೈನ್ಯದಿಂದ ಝನ್‌ಸ್ಕರ್ ಮತ್ತು ಲದಾಖಗಳನ್ನು ಗೆದ್ದ. ಅವನು ಸೆಣಸಿದ್ದು ಲದಾಖಿನ ಸೇನಾಪತಿಯೊಡನೆ. ಅವನನ್ನು ಕೊಲ್ಲುವ ಸಲುವಾಗಿ ಖಾಸ ಬಂಗಾರದ ಬುಲೆಟ್ ಮಾಡಿಸಿದ್ದ. ನೀವು ಕಣಿವೆಯನ್ನು ಮಧ್ಯಾಹ್ನದೊಳಗೆಯೇ ದಾಟಬೇಕು, ಹಾಗಾಗಿ ರೇವಾದಲ್ಲಿ ಕ್ಯಾಂಪು ಹಾಕಬಹುದು. ಝೊರಾವರನ ದಂಡಯಾತ್ರೆಯ ಅನೇಕ ಮೃತದೇಹಗಳು ಅಲ್ಲಿ ಬಿದ್ದುಕೊಂಡಿವೆ. ಶಪಿತ ಕಣಿವೆ ಅದು" ಇತ್ಯಾದಿ ಹೀಗೇ ಬಡಬಡಿಸುತ್ತ ನನ್ನ ಜೀವ ಹಿಂಡಿದ. ಕೊನೆಗೆ ನಾನೇ ಬಾಯ್ತೆರೆದು ಪಾಂಡೇಜಿಯನ್ನು ಅವರು ಉಮಾಸಿ ಲಾಕ್ಕೆ ಭೇಟಿಯಿತ್ತಾರೆಯೇ ಎಂದು ಕೇಳಿದೆ. "ನಾನೇ?" ಎಂದು ಭಯಭರಿತ ಕಣ್ಣಾಲಿಗಳನ್ನು ತಿರುಗಿಸಿ ಪುನಃ ಇಂಗ್ಲೀಷಿನಲ್ಲಿ ತೇಲಿ "ನಾನು ಹುಚ್ಚನಂತೆ ಕಾಣುತ್ತೇನೆಯೇ?" ಎಂದು ಹೂಂಕರಿಸಿದ. ಪಾಂಡೇಜಿ ಜೊತೆಗೆ ಕಳೆದ ಆರು ತಾಸಿನ ನಂತರ ಅವರು ತಮ್ಮ ದಾರಿ ಹಿಡಿದಾಗ ನನಗೆ ತುಸುವೇನೋ ವಿಷಾದವೆನಿಸಿದಂತಾಯಿತು. ತಮ್ಮ ಹಳ್ಳಿಗೆ ಬರಲು ಕೊಟ್ಟ ಆಮಂತ್ರಣವನ್ನು ನಾನೂ ನಾಜೂಕಾಗಿ ನಕಾರಿಸಿದೆ. ಅವರ ಶಾಲೆ ನಾವಿದ್ದ ಅಥೋಲಿ ಹಳ್ಳಿಯಿಂದ ನಾಲ್ಕು ತಾಸಿನ ನಡಿಗೆ. ದೊಡ್ಡದೊಂದು ಕಬ್ಬಿಣ ಪೂಲಿನ ಮೇಲೆ ಚಂದ್ರಭಾಗಾ ನದಿಯನ್ನು ದಾಟಿ ಉತ್ತರಕ್ಕೆ ನಡೆದಾಗ ಹೇಸರಗತ್ತೆಗಳು ತಾವಾಗಿಯೇ ಹಾಯಾಗಿ ಪುಟಗಾಲಿಡತೊಡಗಿದವು. ಕಿಶ್ತವಾರದವರೆಗೆ ಈ ನದಿ ಚಂದ್ರಭಾಗಾ ಎಂದು ಕರೆಯಲ್ಪಡುತ್ತದೆ, ನಂತರ ಚೆನಾಬ. ದಂಡೆಯ ಸಮಭಾಗದಲ್ಲಿಯೇ ರಾತ್ರಿ ಕಳೆದಾಗಿನ ದೃಶ್ಯವೇ ಬೇರೆ. ನದಿಯ ರಭಸವೀಗ ಶಾಂತವಾಗಿತ್ತು. ಗಾಂಭೀರ್ಯದ ಅಮೋಘ ಪರಿಸರ ಪಸರಿಸಿತ್ತು. ಇಲ್ಲಿಂದಲೇ ನಾವು ಪೂರ್ವಕ್ಕೆ ಹೊರಳಿದ್ದರೆ ಕುಲು-ಮನಾಲಿ ದಿಶೆಯಲ್ಲಿ ರೊಹ್ತಾಂಗ ಕಣಿವೆಯ ಉತ್ತರಕ್ಕಿದ್ದ ಕೈಲಾಂಗ ಹಳ್ಳಿ ತಲುಪುತ್ತಿದ್ದೆವು.

ಮರುದಿನ ಚಂದ್ರಭಾಗೆಯನ್ನು ಹಿಂದೆ ಬಿಟ್ಟು ಅದರ ಉಪಧಾರೆಯ ಜೊತೆಗೆ ತೀವ್ರ ಏರಿಕೆಯೇ ಆದ ನಮ್ಮ ದಾರಿ ಹಿಡಿದೆವು. ದೃಶ್ಯ ಮಾತ್ರ ಅತ್ಯಂತ ದೃಶ್ಯಮಯ – ಇನ್ನೂ ಹೇಗೆ ವರ್ಣಿಸಬೇಕು?–. ಅನೇಕ ಚಿಕ್ಕ ಪುಟ್ಟ ಧಬಧಬೆಗಳು, ಅವುಗಳ ತುಷಾರ ಮಂಜಿನಲ್ಲಿ ಕಾಮನಬಿಲ್ಲುಗಳು, ಇಂಥ ಮೋಹಕ ದೃಶ್ಯಾವಳಿಯಲ್ಲಿ ಏರಿನ ಪ್ರಯಾಸದ ಅರಿವೆಂತು? ತುಸುವೇ ಸಮಯಾನಂತರ ನಾವು ವೃಕ್ಷರೇಖೆಯನ್ನು ಸಮೀಪಿಸುವ ಭಾಸ ನನಗಾಯಿತು. ಬಿಳಿತೊಗಟೆಯ ಬರ್ಚಗಳ (ಭೋಜಪತ್ರ) ಅರಣ್ಯ. ೧೧೦೦೦ ಫೂಟು ಎತ್ತರ ಸೀಮೆ.

ಮಾಚ್ಯೆಲ ಹಳ್ಳಿ ೧೨೦೦೦ ಫೂಟೆತ್ತರದ ಮೇಲೆ, ಕೊನೆಯ ವಾಸಸ್ಥಳ, ಗ್ರೇಟ್ ಹಿಮಾಲಯನ್ ಶ್ರೇಣಿಯ ದಕ್ಷಿಣ ಪಾರ್ಶ್ವದಲ್ಲಿ. ಇಲ್ಲಿ ಠಾಕುರಸಿಂಗ ಮತ್ತು ಅವನ ಹೇಸರಗತ್ತೆಗಳನ್ನು ನಾವು ಬೀಳ್ಕೊಂಡು ಮುನ್ನಡೆದೆವು. ಠಾಕುರಸಿಂಗನು ಹಳ್ಳಿಯ ಕೆಲವು ಬಿರುಸು ಯುವಕರನ್ನು ಹಿಡಿದು ನಮ್ಮ ಸಾಮಾನು ಹೊತ್ತೊಯ್ಯಲು ಇರಿಸಿದ. ಪಾಂಡೇಜಿ ಹೇಳಿದ್ದು ಹಳ್ಳಿಯಲ್ಲಿ ಯಾವ ಕೂಲಿಯೂ ಸಿಗುವದಿಲ್ಲ ಎಂದು. ಇಲ್ಲಿ ಠಾಕುರನು ಯುವಕರನ್ನು ಸಾಲುಗಟ್ಟಿ ನಿಲ್ಲಿಸಿ ಕಣಿವೆಯಾಚೆ ಸಾಮಾನು ಹೊತ್ತೊಯ್ಯಲು ನಿರಾಕರಿಸಿದರೆ ಅವರ ಸ್ಥಿತಿ ಏನಾದೀತೆಂದು ಬೆದರಿಸುವ ಅವನ ಭಾಷಾರಭಸ ಮತ್ತು ನೇತಾರಭಸಗಳನ್ನು ನೋಡಿ ನಾನೂ ತಲೆದೂಗಿದೆ. ಠಾಕುರನ ಭಾಷಾ–ಅಧಿಕಾರ–ರಭಸಗಳ ಪ್ರದರ್ಶನವನ್ನು ನಾನು ತುಸು ಛಿದ್ರಾನ್ವೇಷಕನಾಗಿಯೇ ಅಳೆಯುತ್ತ ನನ್ನಿಂದ ಅವನು ದೊಡ್ಡ ಸಂಭಾವನೆ ಬೇಡಬಹುದೆಂದು ತಿಳಿದಿದ್ದೆ. ಅವನು ಒಂದು ದುಡ್ಡು ಹೆಚ್ಚು ಕೇಳಲಿಲ್ಲ. ಅವನ ದುರ್ಭಾಷೆ, ತನ್ನ ಪ್ರಾಣಿಗಳ ಮೇಲಿನ ದುರಾಧಿಕಾರ, ಖೊಗ್ಗತನ ಏನೇ ಇರಲಿ, ಅವನ ಹೃದಯ ಬಂಗಾರದ್ದು. ಅವನ ದುರ್ಭಾಷೆ, ಬೈಗುಳಗಳ ರಭಸ ನಂತರ ತಿರುಗಿದ್ದು ಪರ್ವತಗಳ ನಿಶ್ಶಬ್ದತೆಯಲ್ಲಿ.

ಭೂದೇವಿ ತನ್ನ ಸೆರಗನ್ನೇ ಪುನಃ ಬದಲಾಯಿಸಿದಳು – ನಾಟಕದ ಪಟದಂತೆ. ಮರುದಿನ ಮಾಚ್ಯೆಲನಿಂದ 'ಗರ್ಭಿತಾಶ್ವಗಳ ಘಾಟಿಯನ್ನು' ಏರಿದೆವು. ತುಸು ಸಮತಟ್ಟು ಪ್ರದೇಶವೇ ಅದು, ಅದರಲ್ಲಿ ಹಲವಾರು ದಾರದೆಳೆಗಳಂತೆ ನೀರಿನ ಹರಿವುಗಳು. ತುಂಬಿಕೊಂಡ ಹುಲ್ಲುಗಾವಲು, ಎಡೆಲ್‌ವೈಸ್, ಬಟರ್‌ಕಪ್, ಥಿಸಲ್, ಡೇಜೀ ಹೂವುಗಳು ತಮ್ಮ ಮೃದುತುಪ್ಪಳಿನಂಥ ಮುಖಗಳನ್ನು ಸೂರ್ಯನೆಡೆ ತಿರುಗಿಸಿದಂಥವು. ನಮ್ಮ ಹೆಜ್ಜೆಗಳ ಹತ್ತಿರವೇ ನುಸುಳುವ ವ್ಯಾಗ್‌ಟೇಲ್ ಪಕ್ಷಿಗಳು– ಅದೊಂದು ಅಪೂರ್ವ ದೃಶ್ಯ. ಘಾಟಿಯ ಎರಡೂ ಬದಿಗೆ ಹತ್ತಾರು ಚಿಕ್ಕ–ದೊಡ್ಡ ಗ್ಲೇಸಿಯರ್‌ಗಳು, ತೂಗು ಘಾಟಿಗಳು ಇಂಥ ಪ್ರತಿಯೊಂದು ಭೌಗೋಲಿಕ ವೈಶಿಷ್ಟ್ಯ, ವೈಚಿತ್ರ್ಯಗಳ ಆಗರ ಈ ಪ್ರದೇಶ. ಇಲಿಮೊಲವೊಂದು ಎಷ್ಟು ಭೀರುವಿರಬೇಕು? ನಮ್ಮ ಮಾನುಷೀ ಭಯ ಅದಕ್ಕೆಷ್ಟೂ ಇಲ್ಲದೆ ನನ್ನ ಹತ್ತಿರ ಬಂದು ನನ್ನ ಕೈಯಲ್ಲಿದ್ದ ಬ್ರೆಡ್ ತುಣುಕನ್ನು ಇಸಿದುಕೊಳ್ಳಬೇಕೇ? ನಮ್ಮ ಸುತ್ತಲೂ, ನೀವು ನಂಬುತ್ತೀರೋ ಇಲ್ಲವೋ, ಅನೇಕ

ಪರ್ವತೀಯ ಕಾಡುಕುದುರೆಗಳ ಹಿಂಡುಗಳು. ಅವುಗಳ ಮಧ್ಯೆ ಅಲ್ಲಲ್ಲಿ ಕತ್ತೆಗಳು ಕೂಡ. ನಮ್ಮ ದಾರಿದರ್ಶಕನ ಪಾತ್ರ ವಹಿಸಿದ ಇಸ್ಮಾಯಿಲ್ ಎಂಬವ ಹೇಳಿದ್ದು ಪ್ರತಿ ವರ್ಷ ಠಾಕುರನಂಥವರು ಬೇಸಿಗೆಯಲ್ಲಿ ತಮ್ಮ ಹೆಣ್ಣುಗುದುರೆಗಳನ್ನು ತಂದು ಇಲ್ಲಿಯ ನಿಸ್ಸೀಮಿತ ಕಾಡುಗಾವಲದಲ್ಲಿ ಬಿಡುತ್ತಿದ್ದು ಹಿಂಡಿನೊಳಗಿನ ಬೀಜಗತ್ತೆಗಳಿಂದ ಗರ್ಭಧಾರಣೆಗಳಾಗಿ ಹೇಸರಗತ್ತೆಗಳ ತಳಿಗಳ ವೃದ್ಧಿಯಾಗುತ್ತಿದೆ, ಮತ್ತು ಚಳಿಗಾಲದ ಮೊದಲು ಇವನ್ನು ಕೆಳಪ್ರದೇಶಗಳಿಗೆ ಪ್ರಸವಕ್ಕಾಗಿ ಒಯ್ಯುತ್ತಾರೆ ಎಂದು. ಆ ಸಂಜೆ ಘಾಟಿಯ ಇನ್ನೊಂದು ಅಂಚಿನಲ್ಲಿ ಬೀಡು ಹಾಕಿದಾಗ ನಾನು ನನ್ನ ಟೆಂಟಿನ ಸಲುವಾಗಿ ಎಡೆಲ್‌ವೈಸ್‌ಗಳನ್ನು ತುಳಿಯದಂಥ ಜಾಗ ಹುಡುಕುತ್ತಿದ್ದೆ, ಆದರೆ ಎಲ್ಲೆಲ್ಲೂ ಅಂಥ ಜಾಗ ಸಿಗಲಿಲ್ಲ. ಸುತ್ತಲಿನ ಗ್ಲೇಸಿಯರ್‌ಗಳು ಮಂಜು ಮತ್ತು ಮೋಡಗಳಿಂದ ಆವೃತವಾಗಿದ್ದವು. ಆಗೀಗ ಬಂಡೆಗಲ್ಲೊಂದು ಹಿಮದ ಜೊತೆಗೆ ಕೆಳಗುರುಳಿ ಬಿದ್ದಾಗ ರೈಫಲ್ ಗುಂಡಿನಂಥ ಸಪ್ಪಳವು ಹವೆಯನ್ನು ಸೀಳುತ್ತಿತ್ತು. ಝೊರಾವರನು ಇಲ್ಲಿ ಒಂದು ವಾರ ಬೀಡು ಬಿಟ್ಟು ತನ್ನ ಸೈನಿಕರಿಗೆ ವಿಶ್ರಾಮ ಒದಗಿಸಿ ಉಮಾಸಿ ಲಾ ಕಣಿವೆಯ ನೇರ ಏರಿನ ಮೇಲೆ ಲಗ್ಗೆಯಿಡುವ ಯೋಜನೆ ಮಾಡಿದ್ದನೆಂದು ಇಸ್ಮಾಯಿಲ್ ಹೇಳಿದ. ತಾನು ಈ ಕಣಿವೆಯನ್ನು ಮೊದಲು ಒಂದೇ ಸಲ ಪಾರು ಮಾಡಿದ್ದೆ ಎಂದು ಜೋಡಿಸುತ್ತ ಈ ರಸ್ತೆಯಿಂದ ಝನ್‌ಸ್ಕರ್ ಜೊತೆಗೆ ಸಂಪರ್ಕ ಅಪರೂಪದ್ದೇ ಎಂದರುಹಿದ. ಕಣಿವೆಯ ಸುತ್ತಮುತ್ತ ಅನೇಕ ಮಾನುಷೀ ಕಳೇಬರಗಳಿವೆ ಎಂದೂ ಹೇಳಿದ.

ಒಮ್ಮೆ ಉಮಾಸಿ ಲಾ ಕಣಿವೆಯನ್ನು ಏರಲು ಪ್ರಾರಂಭಿಸಿದಾಗ ದಿಲ್ಲಿಯ ಲೋಧಿ ಗಾರ್ಡನ್‌ನಲ್ಲಿ ರವಿವಾರ ವಾಯುವಿಹಾರಕ್ಕೆ ಹೊರಟಂತಿತ್ತು. ಪ್ರತಿ ಹೆಜ್ಜೆಗೂ ನಾವು ಆ ಲಂಬವಾದ ಏರಿಕೆಯ ಎತ್ತರವನ್ನು ಕ್ರಮಿಸುತ್ತಿದ್ದೆವು. ಮಧ್ಯಾಹ್ನದ ಹೊತ್ತಿಗೆ ನಾವು ನಾಲ್ಕೋ ಐದೋ ಸಾವಿರ ಫೂಟು ಮೇಲಕ್ಕೇರಿದ್ದೆವಾದರೂ ನಮ್ಮ ಮುಂದಿನ ಕ್ಯಾಂಪ ಆಗಬೇಕಿದ್ದ ಬಹುಚರ್ಚಿತ ರೇವಾದಿಂದ ಇನ್ನೂ ಸಾಕಷ್ಟು ದೂರವೇ ಇದ್ದೆವು. ಮೇಲೇರುತ್ತಿದ್ದಂತೆ ರಸ್ತೆ ಕಷ್ಟಮಯವಾಗತೊಡಗಿತು. ನಾನು ಅರಿಯತೊಡಗಿದ್ದು ನಾವು ಗ್ಲೇಸಿಯರ ಬದುವಿನ ಶ್ರೇಣಿಯ ತುದಿರೇಖೆಯ ಮೇಲೆ ಎಂದು. ಗುಡಿಸಲಿನಂಥ ಬಂಡೆಗಳು ತುಸುವೇ ಭಾರ ಬಿದ್ದೊಡನೆ ದಿಢೀರನೆ ಕೆಳಗುರುಳತೊಡಗಿದವು. ನಾವು ಶಬ್ದಶಃ ನಮ್ಮ ಮೊಣಕಾಲು ಮತ್ತು ಕೈಗಳ ಆಧಾರದ ಮೇಲೆ ಅಂಬೆಗಾಲಿಡುತ್ತ ತೆವಳತೊಡಗಿದ್ದೆವು. ಮಧ್ಯಾಹ್ನದ ನಂತರ ಹವಾಮಾನವೂ ಕೆಡುತ್ತದೆಂದು ನನಗೆ ಸೂಚನೆಯಿತ್ತಂತೆ ವಾಯುದೇವನು ನಮ್ಮ ಮೇಲೆ ತನ್ನ ರೌದ್ರಾವತಾರವನ್ನು ದರ್ಶಿಸತೊಡಗಿದ. ಸಹಸಾ ಬಿರುಸು ಕೂಲಿಗಳೂ ಕೂಡ ಅಧೀರರಾದರು. ನನ್ನೆಡೆಗೇ ಅವರ ಬೆದರು ದೃಷ್ಟಿ – ಮುಂದೇನೆಂಬ ಬೇಗುದಿ. ತಾಶಿ, ನಾಮಗ್ಯಾಲ ಮತ್ತು ನಾನು ಆ ವಾಯು ರೌರವದಲ್ಲೇ ತಲೆಗೂಡಿ ಇನ್ನೇನು ಮರಳಿ ಪುನಃ ಪ್ರಯತ್ನಿಸಬೇಕೆಂದಾಗಲೇ ನಮ್ಮ ಮುಂದಿದ್ದ ಕೂಲಿಯೊಬ್ಬ ಜೋರಾಗಿ ಒದರತೊಡಗಿದ್ದ. ಸುತ್ತುತ್ತಿದ್ದ ಹಿಮ

ಮತ್ತು ಗಾಳಿಗಳಲ್ಲೇ ತಲೆ ತಗ್ಗಿಸಿ ಇದೇನು ಅಪಘಾತವೋ ಎಂದು ನಾನು ಮುಂದೆ ಸರಿದು ಅವನ ಹತ್ತಿರ ಹೋದಾಗ ಅವನು ಕೈಬೀರಿ ಒರಲುತ್ತಿದ್ದುದನ್ನು ಗ್ರಹಿಸಬೇಕಾದರೆ ಕೆಲವು ಕ್ಷಣಗಳೇ ಹಿಡಿದವು. ಅದೋ ಎದುರಿಗೆ ರೇವಾ!

ರೇವಾ---! ಅದೊಂದು ಕೋಡುಗಲ್ಲಿನ ತೀವ್ರ ಇಳಿಜಾರು, ಅದರ ಸುತ್ತಲೂ ಗ್ಲೇಸಿಯರ್. S ಥರದ ಆಕೃತಿಯನ್ನು ಹೆರೆದಿತ್ತು. ಅದರ ಬುಡದಲ್ಲಿ ೧೦ -೧೨ ಜನ ಗಾಳಿಯಿಂದ ಬಚಾಯಿಸಿಕೊಳ್ಳಬಹುದಾದ ಸುರಕ್ಷಿತ ಜಾಗ, ೧೮೦೦೦ ಘೂಟು ಎತ್ತರದಲ್ಲಿ. ಎಲ್ಲರೂ ರಿಕ್ಕಾಗಿ ಒಬ್ಬರಿಗಿಬ್ಬರು ಹತ್ತಿಕೊಂಡು ಕುಳಿತುಕೊಳ್ಳುವಷ್ಟು. ನಾನು ದಣಿದು ಬೆಂಡಾಗಿದ್ದೆ, ನನ್ನ ಸ್ಲೀಪಿಂಗ್ ಬ್ಯಾಗ್ ಹಾಸಿ ಒಳಹೊಕ್ಕು ಒಮ್ಮೆಲೇ ನಿದ್ರಿಸಿದೆ. ಎಚ್ಚರವಾದಾಗ ಸಂಜೆ. ಇತರರು ಬೆಂಕಿ ಹಚ್ಚಿ ಗಿಟ್ಸ್ ವೆಜಿಟೇಬಲ್ ಸೂಪ್ ಕಾಯಿಸುತ್ತಿದ್ದರು. ನನಗೂ ಇಷ್ಟು ಸಂದಿ ಮಾಡಿಟ್ಟು ಬಿಸಿಬಿಸಿ ಪೇಯ ಕುಡಿಸಿದರು. ಶೇಖ ಮಹಮ್ಮದ ಕೂಲಿಗಳ ಮುಖ್ಯಸ್ಥ, ಅರವತ್ತು ವಯಸ್ಸಿನವನಿರಬಹುದು. ಪರ್ವತೀಯರ ವಯಸ್ಸು ಅಳೆಯುವದು ಕಠಿಣ! ಅವನು ಜಮ್ಮು-ಕಾಶ್ಮೀರ ಸ್ಟೇಟ್ ಫೋರ್ಸಿನಲ್ಲಿ ಸೇವೆಗೈದವ, ಝುಂಗಡ-ಪೂಂಛ್ ಯುದ್ಧದಲ್ಲಿ (೧೯೪೭-೪೮) ಭಾಗವಹಿಸಿದವ. ಉಮಾಸಿ ಲಾ ಇದು ಶಾಪಗ್ರಸ್ತವಾಗಿರುವದೇಕೆ ಎಂದು ಅವನನ್ನು ಕೇಳಲು ನಾನು ಉತ್ಕಟನಾಗಿದ್ದರೂ ಇಂಥ ಸ್ಥಿತಿ ನನಗೆ ಸರಿಯೆನಿಸಲಿಲ್ಲ. ನಾಮಗ್ಯಾಲನಿಗೆ ಇಂಥ ಸೂಕ್ಷ್ಮತೆಯಿರಲಿಲ್ಲ. ಅವನು ಕೇಳಿಯೇಬಿಟ್ಟ. ಶೇಖನು ೧೫೦ ವರ್ಷಗಳ ಹಿಂದಿನ ಝೊರಾವರನ ದಂಡಯಾತ್ರೆಯ ಬಗ್ಗೆ ಸಾಕಷ್ಟು ವಿಸ್ತೃತ ಮಾಹಿತಿ ಕೊಟ್ಟ. ನನಗೆ ತುಸು ಆಶ್ಚರ್ಯವೂ ಆಯಿತು. ಅವನು ಹೇಳಿದಂತೆ ರೇವಾ ಸುಮಾರು ೨೦-೩೦ ಜನರಿಗೆ ಆಶ್ರಯವೀಯಬಹಿದಾಗಿದ್ದ ಜಾಗ. ಅವನ ಇತರ ಸೈನಿಕರು ಹೊರಗೆ ಬರ್ಫು ಡೊಗರಿನಲ್ಲಿ ತಮ್ಮ ಚಿಕ್ಕ ಡೇರೆಗಳಲ್ಲಿ ವಿಶ್ರಮಿಸಿದಾಗ ಬರ್ಫುಪಾತವೊಂದು (Avelanche) ಸುಮಾರು ೩೦ ಸೈನಿಕರನ್ನು ಹೂಳಿಬಿಟ್ಟಿತು. ಬರ್ಫಿನಲ್ಲಿದ್ದುದರಿಂದ ಅವರ ಶವಗಳಿಗೆ ಯಾವ ಧಕ್ಕೆಯೂ ಆಗಿರಲಿಲ್ಲ. ಆಗೀಗ ಅಲ್ಲೊಂದು ಇಲ್ಲೊಂದು ಶವಗಳು ಹೊರಬೀಳುತ್ತಿದ್ದವು. ಇಂಥ ಭೀಕರ ದೃಶ್ಯವೇ ನೋಡುಗರ ಕಣ್ಣು ಬಿಳಿದಾಗಿಸುತ್ತಿತ್ತು. ಪಯಣಿಗರು ಇಂಥ ದುರ್ಗಮ ಕಣಿವೆ ದಾರಿಯನ್ನು ಉಪಯೋಗಿಸುವದನ್ನೇ ಬಿಟ್ಟುಕೊಟ್ಟರು. ಅತ್ಯಂತ ಘಾತುಕವೂ ಕೂಡ ಇತ್ತಲ್ಲ? ಕೊನೆಯ ಸಲ ದೊಡ್ಡ ಸಂಖ್ಯೆಯಲ್ಲಿ ಈ ಕಣಿವೆ ದಾಟಿದವರೆಂದರೆ ೧೯೪೮ರಲ್ಲಿ ಬಾಲ್ಟಿಸ್ತಾನದ ಕಬಾಯಲಿಗಳು, ಅವರು ಕಿಶ್ತವಾರ ಘಾಟಿಯಲ್ಲಿಳಿದು ಅಥೋಲಿ ತಲುಪಿದಾಗ ಅವರನ್ನು ಕಾಶ್ಮೀರ ರಾಜನ ಸೈನಿಕರು ಕೊಂದುಹಾಕಿದರು. ಅವನ ಈ ಕೊನೆಯ ಹೇಳಿಕೆ ನನಗಂತೂ ಹೊಸ ಸುದ್ದಿಯೇ ಆಯಿತು. ನಿಜ ಹೇಳಬೇಕಾದರೆ ನಾವಿದ್ದುದು ಕಾರ್ಗಿಲ್ ಮತ್ತು ಬಾಲ್ಟಿಸ್ತಾನಗಳಿಂದ ನೂರಾರು ಮೈಲು ದೂರ! ಆದರೂ ತಾನು ಸ್ವತಃ ಅವರ ಶವಗಳನ್ನು ಕಂಡೆನೆಂದ. ಆ ರಾತ್ರಿ ನಾನು ಚೆನ್ನಾಗಿ ನಿದ್ರಿಸಲಿಲ್ಲ, ವಿಚಿತ್ರ ಪ್ರದೇಶವಿದು!

ಮರುದಿನ ಬೆಳಿಗ್ಗೆ ಚೊಕ್ಕ ಶಾಂತ ಹವೆ. ಬ್ರಹ್ಮ ಮತ್ತು ಬ್ರಹ್ಮಿಯರ ಅವಳಿ ಶಿಖರಗಳು ನಮ್ಮ ಕಷ್ಟಕರ ಪಯಣವನ್ನು ನೋಡುತ್ತಲಿದ್ದವು. ಘಾತುಕ ಹಿಮರಾಶಿ, ಮುಖ್ಯ ಕಣಿವೆಯವರೆಗೆ. ನಡುವೆ ಕೊರಕಲುಗಳು (Crevasses). ಯಾರೂ ಹಿಡಿತ ತಪ್ಪಿ ಬೀಳಬಾರದೆಂದು ನಾವೆಲ್ಲರೂ ಪ್ರತಿಯೊಬ್ಬರೊಡನೆ ಹಗ್ಗ ಕಟ್ಟಿಕೊಂಡಿದ್ದೆವು. ಪ್ರಗತಿ ಪ್ರಯಾಸಕರ, ಅತ್ಯಂತ ಸಾವಕಾಶ. ಕೊನೆಗೆ ಕಣಿವೆಯನ್ನು ತಲುಪಿ ಆಚೆಗೆ ದೃಷ್ಟಿ ಹರಿಸಿದಾಗ ಝನ್ಸ್ಕರ್‌ನ ಒಣ ಭೂರಾಶಿ. ೨೦೦೦ ಘೂಟು ಕೆಳಗೆ ಮೈಲುಗಟ್ಟಲೆ ಹರಡಿದ ಗ್ಲೇಸಿಯರ್. ಪರ್ವತಶ್ರೇಣಿಯ ಈ ಪಾರ್ಶ್ವದಲ್ಲಿ ಬರ್ಫು ಇರದಿದ್ದರಿಂದ ನಮ್ಮ ಪಯಣ ತ್ವರಿತವಾಯಿತು. ಕಲ್ಲುಬಂಡೆ, ಚೂಪುಗಲ್ಲುಗಳಿಂದ ಕೂಡಿದ ಉರುಳುಮರಳಿನ ಒಣಪರ್ವತೀಯ ಪ್ರದೇಶವು ನಡೆಯಲಿಕ್ಕೆ ಅನುಕೂಲವಾಗುತ್ತದೆಯೇ? ಪಾದಗಳ ನೋವು ತೀಕ್ಷ್ಣ. ಪಾದರಕ್ಷೆಗಳು ಹರಿಯತೊಡಗಿದ್ದವು, ಗ್ಲೇಸಿಯರ್ ತಲುಪಿದರೆ ಅದರ ಮೊರೇನಗಳ ಪೀಡೆ ಮತ್ತೊಂದು. ಗಟ್ಟಿ ಬರ್ಫು ಸ್ಯಾಂಡ ಪೇಪರ್ ಇದ್ದಂತೆ. ಪರ್ವತದ ಇಳುಕಲುಗಳಲ್ಲಿ ಮಾರ್ಮೊಟ್‌ಗಳ ಪುಟಿಕೆಗಳು, ಚಫ್‌ಗಳ ಹಾರಾಟ (ಕೆಂಪುಕಾಲಿನ ಕಾಗೆಗಳು), ಗ್ಲೇಸಿಯರ್ ದಂಡೆಗೆ ಇನ್ನೊಂದು ಕ್ಯಾಂಪ. ಗಾಥಾ ಬಿಟ್ಟು ಏಳು ದಿನಗಳ ಪಯಣಾನಂತರ ನಾವೆಲ್ಲ ಸದೇಹಿಗಳಾಗಿ ಪಡಮ್ ಹಳ್ಳಿಯನ್ನು ಪ್ರವೇಶಿಸಿದೆವು. ಆರೆಂಟು ಗುಡಿಸಲುಗಳು, ಕೆಂಪುಗಲ್ಲದ ಚಿಣ್ಣರು ನಮ್ಮನ್ನು ಉತ್ಸುಕರಾಗಿ ಎದುರ್ಗೊಂಡರು. ೧೫೫೦ ವರ್ಷದ ಮೊದಲು ಝೊರಾವರಸಿಂಗನ ಸೈನ್ಯಕ್ಕೂ ಇಂತಹದೇ ಸ್ವಾಗತವಿದ್ದೀತೇ?

ನಕಾಶೆಯೊಂದರ ಪಯಣಾರಂಭ

"You speak Engleesh?" ಎನ್ನುತ್ತ ನನ್ನನ್ನರಸಿಕೊಂಡು ಫ್ರೆಂಚಮನ್ ಒಬ್ಬ ಬಂದ. ನಾವು ಕೈಕೊಂಡ ಉಮಾಸಿ ಲಾ ಪಯಣದ ಸಾಹಸ ವೃತ್ತ ಆಗಲೇ ಹರಡಿಕೊಂಡಂತಿತ್ತು, ನಾವು ಪಡಮ್ ಮುಟ್ಟಿ ಒಂದೇ ದಿನವಾಗಿತ್ತು! ನಾನು ನನ್ನ ಹೊತ್ತು ತಂದ ಸಾಮಾನುಗಳನ್ನು ಒಣಗಿಸುತ್ತ ನನ್ನ ಕಾಲಿನ ನೋವನ್ನು ತೀಡುತ್ತಲಿದ್ದೆ. ನಮ್ಮ ಪೂರ್ಣ ಪಯಣದ ಬಗ್ಗೆ ಅವನು ಅಷ್ಟು ಚೆನ್ನಾಗಿ ಅರಿತದ್ದನ್ನು ನೋಡಿ ನನಗೆ ಆಶ್ಚರ್ಯವಾಯಿತು. ಕೆಲ ವೇಳೆಯ ನಂತರ ತನ್ನ ನಿಜವಾದ ವಿಷಯಕ್ಕೆ ಬಂದು ಉಮಾಸಿ ಲಾದ ದಿಕ್ಕಿನಲ್ಲಿ ಕೈ ಮಾಡುತ್ತ "I geeve you twenty rupees if you make a map for me" ಎಂದ. ನನ್ನ ದೃಷ್ಟಿ ಮಾತ್ರ ಅವನ ಬೂದು ರುಕ್‌ಸ್ಯಾಕಿನ ಮೇಲೇ ನೆಟ್ಟಿದ್ದು ನನ್ನ ನಕಾಶೆ ತೆಗೆಯುವ ವಿದ್ಯೆಯ ಇಷ್ಟು ಕೆಳಮಟ್ಟದ ಅವನ ಅರಿವನ್ನು ನಾನು ಅಲಕ್ಷಿಸಿದೆ. ಕೆಲವು ಮುದ್ರಿತ ನಕಾಶೆಗಳು ಅವನ ರುಕ್‌ಸ್ಯಾಕಿನಿಂದ ಹೊರಗೆ ಎಂಟೆನಾದಂತೆ ಚಾಚಿದ್ದವು. ನನ್ನ ಆ ಕಡೆಯ ದೃಷ್ಟಿ ನೋಡಿ ಯುನೈಟೆಡ್ ಸ್ಟೇಟ್ಸ್‌ನ ವಾಯುಸೇನೆಯ ನಕಾಶೆಗಳನ್ನು ನನ್ನೆದುರು ಬಿಡಿಸಿಟ್ಟ. ನಾವು ಕಿಮ್ಮತ್ತಿಗಾಗಿ ಕೊಸರಾಡಿದೆವು. ಕೊನೆಗೆ ನಾನು ಕೈಯಿಂದ ತೆಗೆದ ಉಮಾಸಿ ಲಾ ರಸ್ತೆಯ ನಕ್ಷೆಯ

ಬದಲಿಗೆ ಜಮ್ಮು ಕಾಶ್ಮೀರ ಮತ್ತು ಪೂರ್ವೋತ್ತರದ ಅಮೇರಿಕೆಯ ನಕಾಶೆಗಳನ್ನು ಕೊಡಲು ಒಪ್ಪಿದ. ಅರ್ಧಗಂಟೆಯ ನಂತರ ಅವನು ತನ್ನ ದಾರಿ ಹಿಡಿದ. ನಾನು ಕಂಡ ನಕಾಶೆಗಳಲ್ಲಿ ಇದು ಅತ್ಯಂತ ಮಹತ್ವದ್ದಾಗಿತ್ತು. ಒಳ್ಳೇ ಅಭಿಮಾನದಿಂದ ಅದರ ಒಂದು ಕೊನೆಯಲ್ಲಿ ನನ್ನ ಹೆಸರು ಬರೆದೆ.

ಮುಂದಿನ ಹದಿನೈದು ದಿನ ನಾವು ಪರ್ವತಾನಂತರ ಪರ್ವತಗಳನ್ನು ಏರಿಳಿಯುತ್ತಲೇ ಹೋದೆವು. ನಮ್ಮ ಕೂಲಿಗಳು ಮರಳಿ ಹೋಗಿದ್ದರು. ನನ್ನೊಡನೆ ಈಗಿದ್ದವು ಭಾರ ಹೊರುವ ಕತ್ತೆಗಳು. ಮೊದಲು ನಾವು ಲಂಘಿಸಿದ್ದು ಪೆನ್ಸಿ ಲಾ. ನಂತರ ನಡೆಯುತ್ತ ನಡೆಯುತ್ತ ನಡೆದೇ ನಡೆದೆವು. ರಿಂಗಡಮ್ ಗೊಂಪಾ ತಲುಪುವವರೆಗೆ. ನನ್ನೊಳಗೆ ನಾನೇ ಹಾಡಿಕೊಳ್ಳುತ್ತ ನಡೆದೆ "The bear went over the mountain .... And what do you think he saw .... The other side of the mountain......." ಧಾಟಿಯಾಗಿ. ಅಲ್ಲಿಂದ ಇನ್ನೊಂದು ಕಣಿವೆ ೧೭೦೦೦ ಘೂಟು ಎತ್ತರದ್ದು ಕಾಂಜಿ ಲಾ. ಇಲ್ಲಿಂದ ಪಾಕಿಸ್ತಾನದಲ್ಲಿದ್ದ ಕೆ೨ ಶಿಖರದ ಸುಂದರ ದೃಶ್ಯದಲ್ಲಿ ಕಣ್ಣು ಮಿಂದವು. ಈ ಶಿಖರವು ಪಾಕಿಸ್ತಾನದ 'ಉತ್ತರೀ ಏರಿಯಾ'ದ ಒಳಭಾಗದಲ್ಲಿದೆ. ಕಾಂಜಿ ಲಾದಿಂದ ಇಳಿದು ಆ ಹಳ್ಳಿಯ ಬದಿಯಿಂದ ಮುಟ್ಟಿದ್ದು ಮುಖ್ಯ ರಸ್ತೆಯಲ್ಲಿ ನಮ್ಮ ಸಲುವಾಗಿ ನಿಂತಿದ್ದ ಎರಡು ಜೀಪುಗಳು. ಫತು ಲಾದ ಹತ್ತಿರ. ಅವು ನಮ್ಮನ್ನು ವಾಪಸ ಸ್ರೋಕ್‌ಗೆ ಕರೆದೊಯ್ದವು. ಆ ಹಲವು ಘಟನಾತ್ಮಕ ದಿವಸಗಳಲ್ಲಿ ನನ್ನ ಕೈಯಲ್ಲಿದ್ದ ನಕಾಶೆಗಳನ್ನು ನನ್ನ ಮಕ್ಕಳಂತೆ ಜೋಪಾನವಾಗಿರಿಸಿ ಪ್ರತಿ ಸಂಜೆ ಪೆಟ್ರೊಮ್ಯಾಕ್ಸ್ ಬೆಳಕಿನಲ್ಲಿ ಅವುಗಳನ್ನು ದೀರ್ಘವಾಗಿ ಪರೀಕ್ಷಿಸುತ್ತಿದ್ದೆ. ಈ ನಿರಂತರ ಅಭ್ಯಾಸದಿಂದಾಗಿ ನಂತರದ ದಿನಗಳಲ್ಲಿ ರಾಜ್ಯದ ಭೂಗೋಲದ ಸಂದರ್ಭದಲ್ಲಿ ನಾನೆಲ್ಲಿದ್ದೇನೆ ಎಂಬುದರ ಸರಿ ಕಲ್ಪನೆ ನನಗಾಗಿತ್ತು.

ಲದಾಖ ಸರಾಯಿಯಲ್ಲಿ ಮರಳಿದಾಗ ಯುರ್ಟಗಳು ನಿಚ್ಚಳವಾಗಿ ಸ್ಥಾಪಿತವಾಗಿದ್ದವು. ಕ್ಯಾಂಪು ಪೂರ್ಣವಾಗಿತ್ತು. ಲದಾಖ ವಾಸ್ತುವಿನಂಥ ಭೋಜನಶಾಲೆ ಸಿದ್ಧವಾಗತೊಡಗಿತ್ತು. ಬಿಸಿಲಲ್ಲಿ ಕುಳಿತು ನಾನು ನನ್ನ ಪಯಣದ ವರದಿ, ಚಿತ್ರ, ನಕಾಶೆಗಳನ್ನು ಪೂರಿಸಿ ಕಂದುಬಣ್ಣದ ಲಕೋಟೆಯಲ್ಲಿಟ್ಟು ಲೇಹ ವಿಮಾನತಳಕ್ಕೆ ಹೋಗಿ ವಿಮಾನಚಾಲಕನ ಕೈಗಿಟ್ಟು ಜೆಫ್ರಿ ಕ್ಯಾಂಬೆಲ್ಲನಿಗೆ ಕಳಿಸಿ ನಂತರ ನೇರವಾಗಿ ನನ್ನ ತಂದೆಯ ಬ್ರಿಗೇಡ ಹೆಡ್‌ಕ್ವಾರ್ಟರಿಗೆ ಧಾವಿಸಿದೆ. ಆ ಸಂಜೆ ಒಳ್ಳೇ ಅಭಿಮಾನದಿಂದ ಅವನ ಸ್ಟಡಿ ಮೇಜಿನ ಮೇಲೆ ನಾನು ಗಳಿಸಿದ ಅಮೇರಿಕೆಯ ವಾಯುಸೇನಾ ನಕಾಶೆಗಳನ್ನು ಪಸರಿಸಿದೆ. ಪೂರ್ವೋತ್ತರದ ನಕಾಶೆ ನನ್ನ ಕೈಯಲ್ಲೇ ಉಳಿದರೆ ಜಮ್ಮು ಕಾಶ್ಮೀರದ್ದನ್ನು ಪುನಃ ಕಾಣಲೇ ಇಲ್ಲ. ನನ್ನ ತಂದೆಯಿಂದಲೇ ನಾನು ಫಸಾಯಿಸಲ್ಪಟ್ಟೆನಲ್ಲ ಎಂದು ನೊಂದೆ!

ನನಗೆ ತಿಳಿಯದೆ ಆ ನಕಾಶೆ ವೇಗ ತಳೆದು ಅನೇಕ ಇತರ ತ್ವರಿತ ಚಟುವಟಿಕೆಗಳಿಗೆ

ಕಾರಣವಾಯ್ತು. ನಂತರ ನನಗೆ ತಿಳಿದದ್ದು ಆ ನಕಾಶೆಯು ೭೦ನೇ ಬ್ರಿಗೇಡಿನಿಂದ ೩ನೇ ಡಿವಿಜನ್, ೧೫ನೇ ಕೋರ್ (Corps), ಉತ್ತರೀ ಕಮಾಂಡ್, ಮಿಲಿಟರಿ ಆಪರೇಶನ್ ವಿಭಾಗ, ವೈಸ್ ಚೀಫ್, ಆರ್ಮಿ ಚೀಫ್, ರಕ್ಷಾ ಮಂತ್ರಿ, ನಂತರ ಪ್ರಧಾನಿ ಇಂದಿರಾ ಗಾಂಧಿಯವರ ಕೈಸೇರಿತೆಂದು. ತಂಟೆಯೆಂಥದು? ತೊರ್ತುಕ್‌ನ ಉತ್ತರಕ್ಕೆ ನಿರ್ದೇಶಾಂಕ NJ 9842 ದಿಂದಉತ್ತರಕ್ಕೆ ಪರ್ವತೀಯ ಪ್ರದೇಶದಲ್ಲಿ ಪ್ರವೇಶವೇ ಅಸಾಧ್ಯ ಎಂದು ಗಡಿರೇಖೆ ರೇಖಿತವಾಗಿರದ್ದರಿಂದ ಆ ಪ್ರದೇಶ ಯಾರದು ಎಂಬುದು ನಿಶ್ಚಿತವಾಗಿರಲಿಲ್ಲ. ಅದು 'ಯಾವನದೂ ಅಲ್ಲ (No man's land)' ಎಂಬ ಪ್ರದೇಶ. ಅಲ್ಲಿ ಭಾರತ ಅಥವಾ ಪಾಕಿಸ್ತಾನದ ಉಪಸ್ಥಿತಿಯೇ ಇರಲಿಲ್ಲ. ಮಾನವವಾಸ ಅಸಾಧ್ಯವೆಂದು ೧೯೪೯ರ ಕರಾಚೀ ಒಪ್ಪಂದ ಮತ್ತು ೧೯೭೨ರ ಶಿಮ್ಲಾ ಒಪ್ಪಂದಗಳ ಧಾರಣೆಯಾಗಿತ್ತು. ಆದರೂ ಯುಎಸ್‌ಎದ ವಾಯುಸೇನಾ ನಕ್ಷೆಗಳಲ್ಲಿ ಸಂಪೂರ್ಣ ಸಾಲ್ತೊರೊ ಶ್ರೇಣಿ ಮತ್ತು ಅದರ ಗ್ಲೇಸಿಯರ್ ಭಾಗವು ಪಾಕಿಸ್ತಾನಿ ವಾಯುಸೇನೆಯ ಉಡ್ಡಾಣದ ಭಾಗ ಎಂದು ತೋರಿಸಲಾಗಿತ್ತು. ಎಂದರೆ ಆ ಪ್ರದೇಶವು ಪಾಕಿಸ್ತಾನದ್ದು ಎಂದಾಯಿತಲ್ಲ? ಮೂರು ವರ್ಷಾನಂತರ ನಾನು ಪುನಃ ಆ ಪ್ರದೇಶದ ಹೆಸರು ಕೇಳಿದೆ. ನಮ್ಮ ಜೀವನದುದ್ದಕ್ಕೂ ಆ ಹೆಸರಿನೊಡನೆಯೇ ನಾವು ಜೀವಿಸಬೇಕಾದ – ಸಿಯಾಚೆನ್!

***

೨. ಮಳೆಯ ಮರೆಯಲ್ಲಿ

ಬಂಡೆಗಳ ಮೇಲೆ ಬರ್ಫು

ಸತ್ತವರು ಬಹಳಷ್ಟೆಂದರಿಯಲು

ಬೇಕೆಷ್ಟು ಸತ್ತವರ ಸಂಖ್ಯೆ – (Bob Dylan ನ ಕನ್ನಡ ಭಾಷಾಂತರ)

ಸಿಯಾಚೆನ್ ಸಾಂಕೇತಿಕವಾಗಿ ಕಾಶ್ಮೀರದ ವಿಷಾದಮಯ ಕಥನವನ್ನು ಬಹುವಿಧವಾಗಿ ತೋರಿಸುತ್ತದೆ. ಅಲ್ಲಿಯ ಸ್ಥಿತಿಯ ಅಸಾಂಗತ್ಯ ಎಲ್ಲರನ್ನೂ ತಾಡಿಸುತ್ತದೆ– ಪರದೇಶಿಯೇ ಇರಲಿ, ಭಾರತೀಯ, ಪಾಕಿಸ್ತಾನಿಯೇ ಇರಲಿ. ಇಂಥದರಲ್ಲೂ ೧೯೮೪ರ ಭಾರತೀಯ ಸೇನೆಯ ಸಿಯಾಚೆನ್ ಗ್ಲೇಸಿಯರ್ ಪ್ರವೇಶಾನಂತರ ಮಾನವೀ ಕಷ್ಟಗಳ ಗಾಥೆ ಮತ್ತು ಅಲ್ಲಿಯ ಹೋರಾಟದ ರೌದ್ರತೆಗಳ ಎದುರು ಅನೇಕ ಇತರ ಯುದ್ಧಗಾಥೆಗಳು ಬಾಳಿಯ ಪಡದಲ್ಲಿ ಅಡ್ಡಾಡಿದಂತೆ. ಯುದ್ಧ ಸುರುವಾದಾಗ ಹುಟ್ಟಿರದೇ ಇದ್ದ ಒಂದು ಪೀಳಿಗೆಯು ಇಂದು ಉಭಯ ರಾಷ್ಟ್ರಗಳಲ್ಲಿ ಸ್ನಾತಕರಾಗುವವರಿದ್ದಾರೆ. ಆದರೂ ನಾವು ಕಲಿತದ್ದೇನು? ಲಕ್ಷಾನುಗಟ್ಟಲೆ ಡಾಲರ್‌ಗಳ ದುರ್ವ್ಯಯ, ಮಾನುಷೀ ಜೀವಹಾನಿ, ಕೊನೆಯಿಲ್ಲದ ಕಷ್ಟನಷ್ಟಗಳು, ೨೫ ವರ್ಷಗಳ ಯುದ್ಧ ಇವು ಯಾವುದೇ ವ್ಯತ್ಯಾಸ ಅಥವಾ ಬದಲಾವಣೆಯನ್ನು ತಂದಿಲ್ಲ. ಅನೇಕ ವಿಷಯಗಳಲ್ಲಿ ಇದು ಪ್ರಥಮ ಜಾಗತಿಕ ಯುದ್ಧವನ್ನು ನೆನಪಿಸುತ್ತದೆ. ಆಗ ಅಲ್ಲಿ ಘೋರ ಯುದ್ಧಗಳಾದವು ಆದರೆ ಪರಿಸ್ಥಿತಿ ವಾಸ್ತವಿಕವಾಗಿ ಬದಲಿಸಲೇ ಇಲ್ಲ!

ಸಿಯಾಚೆನ್ ಮತ್ತು ಅದರ ಅಂತಃಪ್ರಜ್ಞೆ ಹಾಗೂ ಭಾರತ–ಪಾಕಿಸ್ತಾನಗಳ ಅಂತಃಪ್ರಜ್ಞೆಗಳ ಮೇಲಿನ ಅದರ ಪ್ರಭಾವಗಳನ್ನರಿಯಲು ಮೊದಲನೆಯದಾಗಿ ಹೋರಾಟದ ಇಂಗಿತ, ಇತಿಮಿತಿಗಳನ್ನು ತಿಳಿಯುವದು ಅವಶ್ಯಕ. ಆಗಾಗ್ಗೆ ಗತಕಾಲದಲ್ಲಿ ನಿಚ್ಚಳವಾಗಿ ಕಂಡುಬಂದ ಸ್ಥಿತಿಗತಿಗಳನ್ನು ಗಮನಿಸಲಿಲ್ಲದಾಗಿ ಉಭಯತರು ಪರಸ್ಪರರ ಕತ್ತುಹಿಸುಕಲು ತೀವ್ರ ಸಿದ್ಧತೆಯಲ್ಲಿ ವ್ಯಸ್ತರಿದ್ದಾರೆ. ಕಾಲಾಂತರವಾಗಿ ಐತಿಹಾಸಿಕ ಬಾಲವೊಂದು ಬೆಳೆದುಕೊಂಡು ಪ್ರತಿಯೊಂದು ಸಮಸ್ಯೆಯು ಹುಟ್ಟನ್ನೇ ಮಸುಕುಗೊಳಿಸುತ್ತದೆ. ನಮ್ಮೆರಡೂ ದೇಶವಾಸಿಗಳ ಬಾಧ್ಯತೆಯಿದು; ವಿಶೇಷವಾಗಿ ಕಾಶ್ಮೀರವು ಬರಿ ಭಾರತ ಪಾಕಿಸ್ತಾನಗಳ ಸಮಸ್ಯೆಯಷ್ಟೇ ಆಗದೆ ನಾವು ಉಭಯತರು

ಪಡೆದ ಮತ್ತು ಹುಟ್ಟಿಸಿದ ಭೂರಾಜಕೀಯದ ವಿಷಾದಮಯ ಪರಿಣಾಮವೂ ಕೂಡ. ಸಮಕಾಲೀನ ಇತಿಹಾಸವು ಖಾಸ ಆಗಿ ಅಲಿಪ್ತ ದೃಷ್ಟಿಯಿಂದ ವೀಕ್ಷಿಸಲಾಗಬೇಕು. ಪಾಶ್ಚಿಮಾತ್ಯೀಕರಣ ಮತ್ತು ಕೇಸರೀಕರಣ ಎಂದು ನಾವು ಮಾತಾಡುತ್ತೇವೆ ನಮ್ಮ ಇತಿಹಾಸದ ಬಗ್ಗೆ. ಇದನ್ನೀಗ ಸರಳವಾಗಿ ನಿರ್ವಿಕಾರವಾಗಿ ಪರಿಗಣಿಸುವ ಸಮಯ ಬಂದಿಲ್ಲವೇ? ಆಗಿನ ಆಗು ಹೋಗುಗಳು ಹೇಗಿದ್ದವು ಹೇಗಾದವು ಎಂದು? ಇದ್ದುದನ್ನು ಇದ್ದಂತೆ ನಿರಂಕುಶವಾಗಿ ನಿರ್ವಿಕಾರವಾಗಿ ಹೇಳುವ, ಒಪ್ಪಿಕೊಳ್ಳುವ ಸ್ವಭಾವವೇ ಭೀರುತನವೇ ಜಾಣತನವೇ ನಮ್ಮ ಉಪಖಂಡದ ಸೌಶೀಲ್ಯವಲ್ಲ.

ಪೂರ್ವೀ ಕಾರಾಕೋರಂ ಪರ್ವತದಲ್ಲಿಯ ೫೪೦೦ ಮೀಟರ್ ಎತ್ತರದ ಮೇಲಿದ್ದ ೭೮ ಕಿಮಿ ಉದ್ದ ಸಿಯಾಚೆನ್ ಗ್ಲೇಸಿಯರ್ ಧ್ರುವೀ ಗ್ಲೇಸಿಯರ್ ಬಿಟ್ಟು ಜಗತ್ತಿನಲ್ಲೇ ಅತಿ ದೊಡ್ಡ ಬರ್ಫುನದಿ. ಇದರ ಪಶ್ಚಿಮಕ್ಕೆ ಸಾಲ್ತೋರೊ ಶ್ರೇಣಿ ಮತ್ತು ಪೂರ್ವಕ್ಕೆ ಪ್ರಮುಖ ಕಾರಾಕೋರಂ ಶ್ರೇಣಿ. ಸಾಲ್ತೋರೊ ಶ್ರೇಣಿ ಮುಖ್ಯ ಕಾರಾಕೋರಂ ಶ್ರೇಣಿಯ ಸಿಯಾಕಾಂಗ್ರಿಯಿಂದ ಜನಿಸಿ ೧೮೦೦೦ ದಿಂದ ೨೪೦೦೦ ಫೂಟು ಎತ್ತರದ್ದಾಗಿ ಉತ್ತರೀ ಹಿಮಾಲಯದೆಡೆಗೆ ಸಾಗುತ್ತದೆ. ಈ ಶ್ರೇಣಿಯ ಮುಖ್ಯ ಕಣಿವೆಗಳೆಂದರೆ ಸಿಯಾ ಲಾ (೨೦,೦೦೦ ಫೂಟು) ಮತ್ತು ಬಿಲಾಫೊಂಡ ಲಾ (೧೯೦೦೦ ಫೂಟು). ಶ್ರೇಣಿಯ ಉತ್ತರೀ ಬಿಂದುವೇ ಇಂದಿರಾ ಕೋಲ್, ಭಾರತದ ಸರ್ವೋತ್ತರೀ ಸೀಮೆ. ಇದೇ ಭಾರತೀಯ ಉಪಖಂಡ ಮತ್ತು ಮಧ್ಯ ಏಶಿಯಾದ ಸೀಮೆಯ ಜಲವಿಭಾಗಕ (Watershed); ಹಾಗೆಯೇ ಚೀನವನ್ನೂ ಪಾಕಿಸ್ತಾನದಿಂದ ಬೇರ್ಪಡಿಸುತ್ತದೆ. ಸಿಯಾಚೆನ್ ಗ್ಲೇಸಿಯರ್‌ನ ದಕ್ಷಿಣೀ ತುದಿಯಿಂದ ಹೊರಟು ನುಬ್ರಾ ನದಿಯು ಕೆಳಗೆ ಶ್ಯೋಕ್ ನದಿಯಲ್ಲಿ ಬೆರೆಯುವದು ಖಾಲಸರ ಎಂಬಲ್ಲಿ. ಶ್ಯೋಕ್ ನದಿಯಿಂದ ಕೆಳಗಡೆ ಪಶ್ಚಿಮಕ್ಕೆ ಕಾರಾಕೋರಂ ಶ್ರೇಣಿ ಪಾಕಿಸ್ತಾನ ಹದ್ದಿನಲ್ಲಿ, ಪೂರ್ವಕ್ಕೆ ಶ್ಯೋಕ್ ಜಲಾನಯನ, ಇಲ್ಲಿಯೇ ಭಾರತ –ಚೀನಾ ಗಡಿ. ಉತ್ತರಕ್ಕೆ ಇಂದಿರಾ ಪರ್ವತದ ಉತ್ತರೀ ಪಾರ್ಶ್ವದಲ್ಲಿ ಶಕ್ಸಗಾಮ್ ಘಾಟಿ. (ಪಾಕಿಸ್ತಾನವು ಇದನ್ನು ಚೀನಾಕ್ಕೆ ಬಿಟ್ಟುಕೊಟ್ಟಿದೆ.) ಹೀಗೆ ವಿವಾದಿತ ಪ್ರದೇಶವೆಂದರೆ ಬುಡಮೇಲಾದ ತ್ರಿಕೋನ. ದಕ್ಷಿಣಕ್ಕೆ NJ 9842, ಪಶ್ಚಿಮೋತ್ತರಕ್ಕೆ ಇಂದಿರಾ ಕೋಲ್, ಪೂರ್ವೋತ್ತರಕ್ಕೆ ಕಾರಾಕೋರಂ ಕಣಿವೆ. (ಫೋಟೊ ನೋಡಿ).

೧೯೮೪ ರಿಂದ ಭಾರತೀಯ ಸೇನೆ ಗ್ಲೇಸಿಯರ್‌ನಲ್ಲಿ ಪ್ರವೇಶಿಸಿದಾಗಿನಿಂದ ಅದು ರಣತಂತ್ರ ಪ್ರಧಾನವಾದ ಉಚ್ಚ ಶಿಖರಗಳನ್ನು ಹಿಡಿದುಕೊಂಡಿದೆ. ಪಾಕಿಸ್ತಾನಿಗಳು ಅನೇಕ ಸಲ ಸಾಲತೊರೋ ಮೇಲ್ಶಿಖರಗಳನ್ನು ಆಕ್ರಮಿಸುವ ಪ್ರಯತ್ನಗಳು ವಿಫಲವಾಗಿವೆ. ಪಕಿಸ್ತಾನಿಗಳಿಗೆ ಮೇಲೇರುವದು ಅಸಾಧ್ಯ. ಭಾರತೀಯರಿಗೆ ಕೆಳಗಿಳಿಯುವದು ಕಷ್ಟಕರ! ಪ್ರತಿವರ್ಷ ಶತ್ರುಗಳ ಗೋಳಾಬಾರಿಯಿಂದ ಸಾಯುವವರ ಸಂಖ್ಯೆಗಿಂತ ಕಠಿಣ ಹವಾಮಾನದಿಂದ ಸಾಯುವವರದೇ ಹೆಚ್ಚು. ಅಂದಾಜು ಸೈನಿಕ ಲುಕ್ಸಾನುಗಳು ೪೦೦೦,

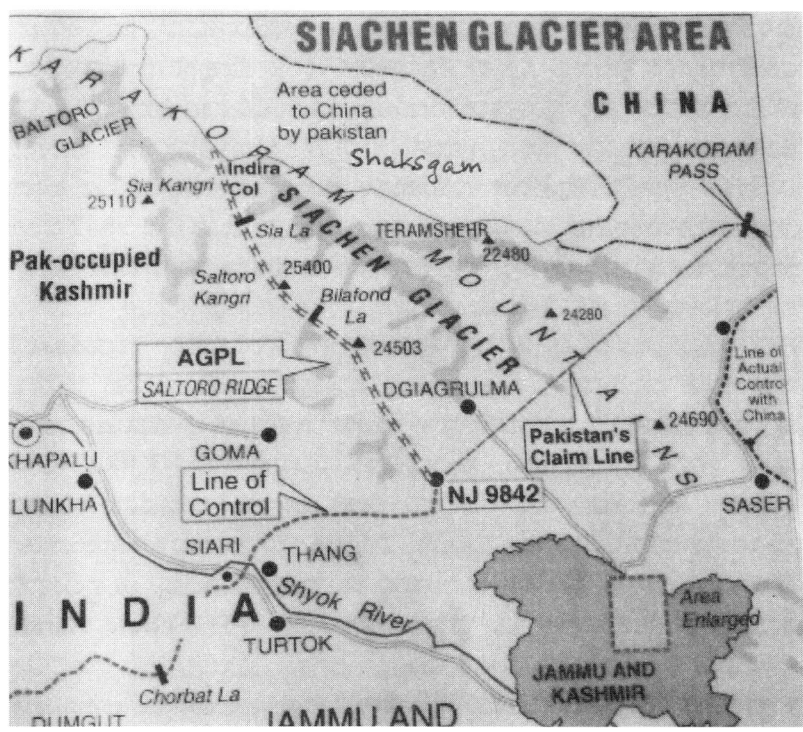

ಮುಖ್ಯವಾಗಿ ತೀವ್ರ ಹವಾಮಾನದಿಂದಾಗಿ. ಪ್ರತಿದ್ವಂದ್ವಿಗಳು ೧೫೦ ಠಾಣೆಗಳನ್ನು ಸ್ಥಾಪಿಸಿ, ಸುಮಾರು ೩೦,೦೦೦ ಸೈನಿಕರನ್ನು ವರ್ಷದುದ್ದಕ್ಕೂ ತೈನಾತಿಸಿದ್ದಾರೆ.

ಧ್ವಜವಾಹಕರು

ಕರಾಚಿ ಒಪ್ಪಂದ ೧೯೪೯ರಂತೆ ಮತ್ತು ೧೯೭೨ರ ಶಿಮಲಾ ಒಪ್ಪಂದದಂತೆ ೭೪೯ ಕಿಮಿ ರೇಖೆ ವಿವಾದಿತ ಜಮ್ಮು–ಕಾಶ್ಮೀರ ಪ್ರದೇಶವನ್ನು ವಿಭಾಗಿಸುವ ಗಡಿಯು ಭೂಪಟಶಾಸ್ತ್ರೀಯವಾಗಿ ನಕಾಶೆಗಳಲ್ಲಿ ಎಲ್.ಒ.ಸಿ.ಯಂತೆ NJ 9842 ಬಿಂದುವಿನವರೆಗೆ ರೇಖಿತವಾಗಿದೆ. ಆಗ ಇದೊಂದು ನಿರ್ಬಾಧಕ, ಅಮುಖ್ಯ ಸಹಜವಾಗಿ ಎಳೆದ ನಕಾಶೆಯ ಮೇಲಿನ ಬಿಂದುವಾಗಿತ್ತು. ಉಭಯ ವಿರೋಧಿಗಳು ಒಮ್ಮತರಾಗಿ ಇದರ ಮೇಲಿನ ಪ್ರದೇಶ ನಿರ್ವಸಿತವಿದ್ದು ಯಾವ ಮಿಲಿಟರಿ ಸಾಹಸಕ್ಕೂ ಎಡೆ ಮಾಡಿಗೊಡ ದಂತಹದಾಗಿದ್ದು ಯಾವ ಚಿಂತೆಗೂ ಕಾರಣವಾಗಲಾರದೆಂದು ಪರಿಗಣಿಸಿದರು. ಆದರೆ ಇತಿಹಾಸ ಎಂಬುದೊಂದು ಅಧ್ಯಯನ ವಿಭಾಗ ದುರದೃಷ್ಟವಶಾತ್ ಪುನರಾವರ್ತಿಸುತ್ತದೆ, ಮರೆಯಲಾಗುತ್ತದೆ ಕೂಡ! ಇಂಥ ಒಪ್ಪಂದವನ್ನು ಚರ್ಚಿಸುವಾಗ ಮೇಜಿನಾಚೀಚೆ

ಕುಳಿತ ವಿವಾದಿಗಳು ಮರೆತದ್ದು ಐತಿಹಾಸಿಕ ಆಳ ಅಧ್ಯಯನವನ್ನು. ಮಹಾರಾಜಾ ರಣಜೀತಸಿಂಗನ ಡೊಗ್ರಾ ಸೈನ್ಯವು ಝೊರಾವರಸಿಂಗನ ನೇತೃತ್ವದಲ್ಲಿ ಜಮ್ಮುದಿಂದ ೧೮ನೇ ಶತಮಾನದಲ್ಲಿ ಝಸ್ಕರ್ ಶ್ರೇಣಿಯ ಕ್ರೂರ ಏರಿಳಿತಗಳನ್ನು ದಾಟಿ ತನ್ನ ಅಶ್ವಾರೋಹಿಗಳನ್ನು ಒಳಗೊಂಡ ಸೈನ್ಯವನ್ನು ಲದಾಖ್‌ನಲ್ಲಿ ಇಳಿಸಿದ್ದು ಆಗಿನ ಕಾಲದಲ್ಲಿ ಈಗಿನಂತೆ ಅಂಥ ಪರ್ವತೀಯ ಉಡುಪುಗಳ ಪರಿಚಯವೇ ಇಲ್ಲದಿದ್ದರೂ ಕೂಡ; ಮತ್ತು ಹಾಗಾಗಿ ಈಗಿನ ಪರಿಸ್ಥಿತಿಯಲ್ಲಿ ಸವಲತ್ತುಗಳಿದ್ದಾಗಲೂ NJ 9842 ದಿಂದ ಉತ್ತರದ ಬರ್ಫು ಪರ್ವತಗಳಲ್ಲಿ ಪ್ರವೇಶಿಸುವದು ಸಾಧ್ಯವೆಂಬ ಕಲ್ಪನೆ ಬರಲಿಲ್ಲವಲ್ಲ? ಈ ಪ್ರದೇಶವು ಮಹತ್ವ ತಳೆದದ್ದು ಇದಕ್ಕೂ ಉತ್ತರ-ಪೂರ್ವೋತ್ತರಕ್ಕೆ ಸುಮಾರು ೧೦೦ ಕಿಮಿ ದೂರವಿದ್ದ ಚೀನೀ ಸಿಂಕಿಯಾಂಗ್ ಪ್ರಾಂತವನ್ನು ಕಾರಾಕೋರಂ ಪರ್ವತಗಳ ಮಾರ್ಗವಾಗಿ ಪಾಕ ಆಕ್ರಮಿತ ಕಾಶ್ಮೀರವನ್ನು ಜೋಡಿಸುವ ಚೀನಾದ ಪ್ರಯತ್ನ ನಡೆಯತೊಡಗಿದಾಗ. ಚೀನ ಮತ್ತು ಪಾಕಿಸ್ತಾನಗಳು ಹೀಗೆ ಆ ಪರ್ವತಾವಳಿಯಲ್ಲಿ ಭಾರೀ ಗಾಡಿ, ಯಂತ್ರಗಳನ್ನು ಸಾಗಿಸುವದು ಸಾಧ್ಯವಾದರೆ NJ 9842 ದಿಂದ ಉತ್ತರಕ್ಕೆ ಅಂಥ ಕಠಿಣ ಪ್ರದೇಶದಲ್ಲಿ ಮಿಲಿಟರಿ ಸಾಗಾಟ ಸಾಧ್ಯವೆಂಬ ನೈಜಕತೆ ಪಾಕಿಸ್ತಾನಕ್ಕೆ ಭಾರತೀಯರಿಗಿಂತ ಮೊದಲು ತಿಳಿಯತೊಡಗಿತು. ಹಾಗಾಗಿ ಸುರುವಾತಿಗೆ ಪಾಕಿಸ್ತಾನಿ ಗಸ್ತುಗಳು NJ 9842 ದ ಉತ್ತರಕ್ಕೆ ತಿರುಗಾಡತೊಡಗಿದವು. ಈ ಪ್ರದೇಶವೇ ಸಿಯಾಚೆನ್ ಗ್ಲೇಸಿಯರ್! ಈ 'ಮಹಾ ಹೂಟದಲ್ಲಿ' (The Great Game) ಗ್ಲೇಸಿಯರ್‌ಗಳ ಸಿಯಾಚೆನ್ ಜಾಲ ಚಿಕ್ಕದೇ ಆಗಿತ್ತು. ಮೊದಲನೆಯ ಪ್ರಾಥಮಿಕ ನುಸುಳುವಿಕೆ ೧೮೨೧ರಲ್ಲಿ ವಿಲಿಯಂ ಮೂರ್‌ಕ್ರಾಫ್ಟ್ ಎಂಬ ಪಶುವೈದ್ಯ, ಅಶ್ವಪ್ರವೀಣ, ಉತ್ತಮ ತಳಿಯ ಕುದುರೆಗಳ ಶೋಧದಲ್ಲಿ ಮಧ್ಯ ಏಶಿಯಾದೆಡೆ ಸೆಳೆದವನಾಗಿ ತುರ್ಕೊಮಾನ ಕುದುರೆಗಳನ್ನು ತರಲು ಲದಾಖ ಶ್ರೇಣಿಯನ್ನು ದಾಟಿ ನುಬ್ರಾ ಘಾಟಿಯಲ್ಲಿಯ ಪನಾಮಿಕ್ ಎಂಬ ಊರು ತಲುಪಿದ. ೧೬ ವರ್ಷಗಳ ನಂತರ ಗಾಡ್‌ಫ್ರೆ ವಿನ್ಯೆ (Vigne) ಸಹ ಲೇಹ್ ಮಾರ್ಗವಾಗಿ ನುಬ್ರಾ ಮುಟ್ಟಿದ. ಅಲ್ಲಿಂದ ಸಾಸೆರ್ ಲಾ ಪಾರುಮಾಡಿ ಕಾರಾಕೋರಂ ಕಣಿವೆ ಮುಟ್ಟುವ ಪ್ರಯತ್ನಕ್ಕೆ ತಡವಾಗಿ ಅವನಿಗೆ ಸ್ಕಾರ್ಡುನಲ್ಲಿ ಚಳಿಗಾಲ ಕಳೆಯಬೇಕಾಯಿತು. ಮತ್ತೆ ಮುಂದಿನ ವರ್ಷ ಅವನ ಪ್ರಯತ್ನ ಸಾಲ್ತೊರೊ ಶ್ರೇಣಿಯ ಬಿಲಾಫೊಂಡ ಲಾ ಕಣಿವೆಯನ್ನು ದಾಟಿ ನುಬ್ರಾಕ್ಕೆ ಬರುವ (ಅಲ್ಲಿಂದ ಕಾರಾಕೋರಂ ಕಣಿವೆ) ಪ್ರಯತ್ನವೂ ಕೆಡತೊಡಗಿದ ಹವಾಮಾನದಿಂದ ವಿಫಲವಾಯಿತು. ಹವಾಮಾನವಷ್ಟೇ ಅಲ್ಲ, ಲದಾಖವನ್ನು ನಿಯಂತ್ರಿಸುತ್ತಿದ್ದ ಸಿಖ್ಖರು ಸಹಕರಿಸದ್ದಕ್ಕಾಗಿ ಕೂಡ. ೧೮೪೬ರ ಆಂಗ್ಲ-ಸಿಖ್ಖ ಯುದ್ಧಾನಂತರ ಅಮೃತಸರ ಒಪ್ಪಂದದ ಪ್ರಕಾರ ಜಮ್ಮು-ಕಾಶ್ಮೀರ-ಲದಾಖ ಕ್ಷೇತ್ರವು ಅರೆಸ್ವಾಯತ್ತ ರಾಜ್ಯವಾಗಿ ಬ್ರಿಟಿಶರ ಪ್ರಭಾವವನ್ನು ಕಾರಾಕೋರಂ ಶ್ರೇಣಿಯಾಳದವರೆಗೆ ನುಗ್ಗಿಸಿತು. ಅದೇ ವರ್ಷ ಅಲೆಕ್ಸಾಂಡರ್ ಕನಿಂಗ್‌ಹ್ಯಾಮ್‌ನ ನೇತೃತ್ವದಲ್ಲಿ, ಕ್ಯಾಪ್ಟನ್ ಹೆನ್ರಿ ಸ್ಟ್ರ್ಯಾಚೆ ಸರ್ವೇಕ್ಷಕನೆಂದು ಮತ್ತು ಡಾಕ್ಟರ್ ಥಾಮಸ್ ಥಾಮ್ಸನ್ನನೊಳಗೊಂಡು

ಲದಾಖ ಬಾರ್ಡರ್ ಕಮಿಶನ್ ಸ್ಥಾಪಿಸಲಾಗಿ ಲದಾಖಿನ ಪೂರ್ವೀ ಸೀಮೆ ಮತ್ತು ಟಿಬೆಟ್, ಹಾಗೂ ಕಾಶ್ಮೀರ ಮತ್ತು ಪೂರ್ವ ತುರ್ಕಸ್ತಾನಗಳ (ಈಗ ಅದು ಚೀನಾದ ಸಿಂಕಿಯಾಂಗ) ಗಡಿಗಳನ್ನು ರೇಖಿಸುವ ಕೆಲಸ ಅದಕ್ಕೆ ಕೊಟ್ಟಾಯಿತು. ಈ ಕಮಿಶನ್ನು ತನ್ನ ಕೆಲಸದಲ್ಲಿ ಅಸಫಲವಾಯಿತು. (ಫಲದ್ರೂಪವಾಗಿ ಉತ್ತರೀ ಹಾಗೂ ಪೂರ್ವೀ ಗಡಿಗಳು ಗೊತ್ತುಪಡಿಸದೇ ಉಳಿದವು). ಆದರೂ ೧೮೪೮ರವರೆಗೆ ಥಾಮ್ಸನ್ನನು ಕಾರಾಕೋರಂ ಕಣಿವೆಯನ್ನು ಹಾಗೂ ಸ್ಟ್ರಾಚೆಯು ನುಬ್ರಾ ಘಾಟಿಯನ್ನು ತಲುಪಿದರು. ಸ್ಟ್ರಾಚೆ ಅಲ್ಲಿಂದ ಕೆಲವು ಮೈಲು ಸಿಯಾಚೆನ್ ಗ್ಲೇಸಿಯರ್‌ನಲ್ಲೂ ನುಗ್ಗಿದ.

ಸಿಯಾಚೆನ್ನಿನ ಕಾಲಚಕ್ರ ಅನಿಶ್ಚಿತ ಅವಧಿಗಳದು. ೧೩ ವರ್ಷಗಳ ನಂತರ ಗಾಡ್ವಿನ್ ಆಸ್ಟೆನ್ನನು ಸಾಲ್ತೊರೊ ಗ್ಲೇಸಿಯರನ್ನು ಸರ್ವೇಕ್ಷಿಸಿದ. ೧೮೬೨ರಲ್ಲಿ ಇ.ಸಿ. ರಯಾಲ್ ಭಾರತೀಯ ಸರ್ವೇಕ್ಷಣ ನಕಾಶೆಯನ್ನು ತಯಾರಿಸಿದ್ದು ಅದು ಸಾಕಷ್ಟು ಅನಿರ್ದಿಷ್ಟವಾಗಿತ್ತು. ಮುವತ್ತು ವರ್ಷಾನಂತರ ಫ್ರಾನ್ಸಿಸ್ ಯಂಗ್ಹಸ್ಬಂಡನು ಉತ್ತರದಿಂದ (ಉರ್ದೋಕ್ ಗ್ಲೇಸಿಯರ್) ಇಂದಿರಾ ಕೊಲ್‌ವರೆಗೆ ಮುಟ್ಟಿದ ಮತ್ತು ಮಾರ್ಟಿನ್ ಕಾನ್‌ವೇನ ನಾಯಕತ್ವದ ಹಿಸ್ಪಾರ್ ಮತ್ತು ಬಿಯಾಫೊ ಗ್ಲೇಸಿಯರ್‌ನಿಂದ ಬಾಲ್ತೊರೊವರೆಗಿನ ಕಾರಾಕೋರಂ ಅಭಿಯಾನದಿಂದಾಗಿ ಸರ್ವೇ ಆಫ್ ಇಂಡಿಯಾದವರು ತಯಾರಿಸಿದ ನಕಾಶೆಯು ಸಾಕಷ್ಟು ಸ್ಪಷ್ಟ ಮತ್ತು ನಿರ್ದಿಷ್ಟವಾಗಿತ್ತು. ಕಾರಾಕೋರಂ ಶ್ರೇಣಿಯ ೫೦೦೦ ಚದರು ಕಿಮಿ ಪ್ರದೇಶವನ್ನು ಸರ್ವೇಕ್ಷಿಸಿದ ಕಾನ್ವೇಗೆ ೧೮೯೫ರಲ್ಲಿ ನೈಟ್ ಬಿರುದು ಕೊಡಲಾಯಿತು.

ಮಮಾಸ್ತೊಂಗ ಗ್ಲೇಸಿಯರ್ ಮೇಜರ್ ಆರ್ಥರ್ ನೇವ್(Neve)ನಿಂದ ಶೋಧಿಸಲಾಯಿತು. ಅವನು ಕಾಶ್ಮೀರ ಮೆಡಿಕಲ್ ಮಿಶನ್ನಿನ ಸರ್ಜನ್ ಆಗಿದ್ದ. ಅವನು ಸಾಸೆರ್ ಲಾದ ಹತ್ತರಿದ್ದ ಒಂದು ಚಿಕ್ಕ ಶಿಖರದ ಅಭಿಯಾನವನ್ನು ಕೈಕೊಂಡಿದ್ದ. ಒಂದು ದಶಕಾನಂತರ ಸಿಯಾಚೆನ್ ತಲುಪುವ ಪ್ರಯತ್ನವು ನುಬ್ರಾ ಮಹಾಪೂರದಿಂದಾಗಿ ಅಯಶಸ್ವಿಯಾಯಿತು. ೧೯೦೯ರಲ್ಲಿ ಥಾಮಸ್ ಲಾಂಗ್‌ಸ್ಟಾಫ್ ಸಾಲ್ತೊರೊ ಶ್ರೇಣಿಯನ್ನು ದಾಟಿ ಸಿಯಾಚೆನ್ನಿನ ಅಸಲಿ ವಿಸ್ತಾರವನ್ನು ಶೋಧಿಸಿದ. ಹಾಗೂ ರೀಮೊ ಗ್ಲೇಸಿಯರಿನ ಮೂಲೆಯವರೆಗೆ ಚಲಿಸಿ ಮರಳುವಾಗ ಪುನಃ ನುಬ್ರಾ ಘಾಟಿಯಿಂದ ಸಿಯಾಚೆನ್ ಗ್ಲೇಸಿಯರನ್ನು ಕ್ರಮಿಸಿದ. ತದನಂತರ ಈ ಪ್ರದೇಶದಲ್ಲಿ ತನ್ನ ಪ್ರಭಾವ ಬೀರಿದವನೆಂದರೆ ಇಟಲಿಯ ಲುಯ್ಗಿ ಅಮೆಡಿಯೊ, ಡ್ಯೂಕ್ ಆಫ್ ಅಬ್ರುಝಿ ಎಂದು ಪ್ರಸಿದ್ಧಿ ಪಡೆದವ. (ಉತ್ತರೀ ಧ್ರುವೀ ಶೋಧಕನೆಂದು ಹೆಸರು ಮಾಡಿದ ಇವನು ಒಂದನೇ ಮಹಾಯುದ್ಧದಲ್ಲಿ ಇಟಲಿಯ ನೌಕಾಪಡೆಯ ಎಡ್ಮಿರಲ್ ಆದ). ಅದೇ ಪರ್ವತೀಯ ಪ್ರದೇಶದಲ್ಲಿಯ ಕೆ೨ (K2) ಶಿಖರವನ್ನೇರುವ ಅನೇಕ ಅಭಿಯಾನಗಳಾದವು. ೧೯೨೨ರವರೆಗೆ ಇದೇ ಜಗತ್ತಿನ ಅತ್ಯುನ್ನತ ಶಿಖರವೆಂದು ಗಣಿಸಲಾಗಿದ್ದು ಮೌಂಟ್ ಎವರೆಸ್ಟ್ ಆ ನಂತರ ಆ ಸ್ಥಾನವನ್ನು ಪಡೆಯಿತು. ಈ ಅಭಿಯಾನವು ಬ್ರಿಟಿಶ್ ಸರ್ವೇ ಆಫ್ ಇಂಡಿಯಾದ

ಭಾರತೀಯ ನಕಾಶೆಯನ್ನು ತಯಾರಿಸುವಲ್ಲಿ ಸಾಕಷ್ಟು ಸಹಾಯಕವಾಯಿತು. ಮೂರು ವರ್ಷಾನಂತರ (೧೯೨೫) ಅಮೇರಿಕೆಯ ಮಹಿಳಾ ಶೋಧಕಿ ಫ್ಯಾನ್ನಿ ಬುಲಕ್ ವರ್ಕಮನ್ ಎಂಬವಳ ಸರದಿ (ತನ್ನ ಗಂಡ ವಿಲಿಯಂ ಜೊತೆಗೆ). ಸಾಲ್ತೊರೊ ಕಣಿವೆ ದಾಟಿ ಲೊಲೊಫೊಂಡ್ ಗ್ಲೇಸಿಯರೊಡನೆ ಇಳಿದು ಸಿಯಾಚೆನ್ ಗ್ಲೇಸಿಯರ್ ತಲುಪಿದ ಈ ಅಭಿಯಾನದ ಸಹಾಯಕನಾದ ಬ್ರಿಟಿಶ್ ಸರ್ವೇಕ್ಷಕನು ಸಿಯಾಚೆನ್ನಿನ ಮೇಲಿನ ಭಾಗದ ವಿಸ್ತೃತ ಸರ್ವೇಕ್ಷಣೆಯನ್ನು ಮಾಡಿದ. ವರ್ಕಮನ್ ದಂಪತಿಗಳು ಸಿಯಾಚೆನ್ ಗ್ಲೇಸಿಯರಿನ ಪಶ್ಚಿಮೋತ್ತರ ತುದಿಯನ್ನು ಮುಟ್ಟಿ ಅದನ್ನು 'ಇಂದಿರಾ ಕೋಲ್' ಎಂದು ಕರೆದರು. ಜೊತೆಗೆ ಹತ್ತಿರವೇ ಇದ್ದ ತುರ್ಕಸ್ತಾನ್ ಲಾ ಎಂಬ ಕಣಿವೆಯನ್ನು ಶೋಧಿಸಿದರು. ಆದರೂ ಅವರು ಅಲ್ಲಿಂದ ತೇರಂ ಸೆಹರ್ ಗ್ಲೇಸಿಯರ್ ತಲುಪಲು ಮತ್ತು ಸಿಯಾಚೆನ್‌ನಿಂದ ಬಾಲ್ತೊರೊವರೆಗೆ ದಾಟಲು ಅಸಮರ್ಥರಾದರು. ಅತ್ಯಂತ ಕಠಿಣ ಪ್ರದೇಶದಲ್ಲಿದ್ದ ರೀಮೊ ಗ್ಲೇಸಿಯರು ಗೊತ್ತಿರದೇ ಇದ್ದಂತಾಗಿದ್ದು ಅದನ್ನು ಶೋಧಿಸಿದ ಅರ್ಹತೆ (೧೯೧೪ರಲ್ಲಿ) ಇಟಲಿಯ ಫಿಲಿಪೊ ಫಿಲಿಪ್ಪಿಯದು. ಅದು ಸಿಯಾಚೆನ್ ಗ್ಲೇಸಿಯರಿನ ಮೂತಿಯಿಂದ ಸುಮಾರು ೨೦ ಕಿಮಿ ಪೂರ್ವೋತ್ತರಕ್ಕಿದೆ. ರೀಮೊ ಎಂದರೆ ಪಟ್ಟಿಪಟ್ಟಿಯ ಪರ್ವತ. ಈ ಪರ್ವತ ಘಟ್ಟದಲ್ಲಿ ನಾಲ್ಕು ಕಣಿವೆಗಳಿವೆ (Passes) –೨೩೫೨೦ ರಿಂದ ೨೩೭೩೦, ೨೪೧೮೯ ಮತ್ತು ೨೪೨೭೯ ಘೂಟಿನ ಎತ್ತರಗಳವರೆಗೆ. ಈ ಪರ್ವತಘಟ್ಟವು ಉತ್ತರ, ಪೂರ್ವ ಮತ್ತು ಪಶ್ಚಿಮಗಳಲ್ಲಿ ವಿಸ್ತರಿಸುವ ಗ್ಲೇಸಿಯರ್‌ಗಳ ಮೂಲ. ಪ್ರಥಮ ಮಹಾಯುದ್ಧ ಸುರುವಾಗಿ ಇಲ್ಲಿಂದ ಶಕ್ಸಗಾಮ್ ಘಾಟಿಯ ಶೋಧವನ್ನು ಬಿಡಲಾಯಿತು. ಪ್ರತಿಯೊಂದು ಅಭಿಯಾನವು ಜನರನ್ನು ತಬ್ಬಿಬ್ಬಾಗಿಸುವ ಬದಲು ಕಾರಾಕೋರಂ ಪರ್ವತಾವಳಿಗೆ ಅಧಿಕ ಮೆರಗು ತರತೊಡಗಿತು. ಮಹಾಯುದ್ಧಾನಂತರ ಜರ್ಮನ್ ದಂಪತಿ ಫಿಲಿತ್–ಜೆನಿ ವಿಸ್ಸರ್ ಇವರು ೧೯೨೨ ರಿಂದ ೧೯೩೫ರೊಳಗೆ ಮೂರು ಸರತಿ ಅಭಿಯಾನ ಕೈಕೊಂಡು ಸಾಸೆರ್ ಕಾಂಗ್ರಿಯ ದಕ್ಷಿಣೀ ಪ್ರವೇಶ, ಚಾಪ್ಚಿಂಗೋಲ್ ಕಣಿವೆ, ತೆರೊಂಗ್ ಘಾಟಿ ಮತ್ತು ರೀಮೊ ಸುತ್ತಲಿನ ಪ್ರದೇಶವನ್ನು ಶೋಧಿಸಿದರು. ಅಲ್ಲಿಂದ ಇದುವರೆಗೆ ಕಂಡಿರದ ಅನೇಕ ಇತರ ಗ್ಲೇಸಿಯರ್ ಮತ್ತು ಶ್ಯೋಕ್ ಘಾಟಿಯ ವಿಸ್ತಾರಗಳನ್ನು ಕಂಡುಹಿಡಿದರು. ಅದೇ ವೇಳೆಗೆ ಆಂಗ್ಲ ಸರ್ವೇಕ್ಷಕ ಕೆನೆಥ ಮೇಸನ್ ಥಿಯೊಡೊಲೈಟ್ ಉಪಯೋಗಿಸಿ ಶಕ್ಸಗಾಮ್ ಘಾಟಿಯನ್ನು ಅಳೆದ. ಅವನು ಸಂಗ್ರಹಿಸಿದ ವಿಪುಲ ಮಾಹಿತಿಗಳನ್ನು ಸ್ವಿಟ್ಸರ್‌ಲ್ಯಾಂಡಿನ ಆಗಿನ ಅತ್ಯಾಧುನಿಕ ಪ್ಲಾಟಿಂಗ್ ಮಶಿನ್‌ನಲ್ಲಿ ಪ್ಲಾಟ್ ಮಾಡಲಾಯಿತು. ಅದೊಂದು ಕಂಡುಬರುವಂಥ ಯಶಸ್ಸೆಂದಾಗಿ ಅವನಿಗೆ ೧೯೨೭ರ ರಾಯಲ್ ಜಿಯೊಗ್ರಾಫಿಕ್ ಸೊಸಾಯಿಟಿಯ ಪ್ರಶಸ್ತಿ (FRGS) ಕೊಡಲಾಯಿತು.

೧೯೨೯ರಲ್ಲಿ ಇಟಾಲಿಯನ್ನರು ಪುನಃ ಕಾರಾಕೋರಂ ಪ್ರವೇಶಿಸಿದರು. ಐಮೋನ್ ಸಾವಿಯೊ ಅಯೋಸ್ಟಾನ ನೇತೃತ್ವದಲ್ಲಿ ಅದರ ವೈಜ್ಞಾನಿಕ ಮುಖ್ಯಸ್ಥ ಪ್ರೊ. ಆರ್ಡಿಟೊ ದೆಸಿಯೊ ಜೊತೆಗಿನ K2 ಶಿಖರವನ್ನೇರುವ ಪ್ರಯತ್ನ ವಿಫಲವಾಗಿ ಬಾಲ್ತೊರೊ

ಪ್ರದೇಶದಲ್ಲಿ ಸಾಕಷ್ಟು ವೈಜ್ಞಾನಿಕ ಸಂಶೋಧನೆಗಳನ್ನು ಕೈಕೊಂಡಾಯಿತು. ಅವರು ಸುತ್ತಲಿನ ಅನೇಕ ಗ್ಲೇಸಿಯರಗಳನ್ನು ಶೋಧಿಸಿದರು ಕೂಡ. ತಾಂತ್ರಿಕ ವಿಜ್ಞಾನ ಬೆಳೆಯತೊಡಗಿತ್ತು. ಇನ್ನೋರ್ವ ಇಟಾಲಿಯನ್ ಜೊಯೊಟ್ಟೊ ಡ್ಯಾನಿಯೇಲಿ ಸಿಯಾಚೆನ್ ಬೇಗನೆ ತಲುಪುವ ಮಾರ್ಗವನ್ನು ಶೋಧಿಸಿದ, ಅತಿ ಕಠಿಣ ರಸ್ತೆಯ ತೇರಂ ಕಾಂಗ್ರಿ ದಾಟಿ ರೀಮೊ ಗ್ಲೇಸಿಯರ್ ತಲುಪಿದ. ೧೯೩೦ನೇ ದಶಕದಲ್ಲಿ ಹತ್ತೆರಡು ಶೋಧಕ ಧುರಂಧರರು ಈ ಪ್ರದೇಶವನ್ನು ಸುತ್ತಾಡಿದರು. ಜರ್ಮನಿಯ ಗುಂಟರ್ ಡೈರೆನ್‌ಫರ್ಥ್ ಈ ಪ್ರದೇಶವನ್ನು 'ಮೂರನೇ ಧ್ರುವ' ಎಂದು ಕರೆದ. ಅವನ ಸದಸ್ಯರು ಪ್ರಪ್ರಥಮವಾಗಿ ಸಿಯಾ ಕಾಂಗ್ರಿಯ ಪಶ್ಚಿಮೀ, ಮಧ್ಯ, ಪೂರ್ವೀ ಮತ್ತು ಮುಖ್ಯ ಸಿಯಾಕಾಂಗ್ರಿ ಶಿಖರಗಳನ್ನು ಬಾಲ್ತೊರೊ ದಿಕ್ಕಿನಿಂದ ಏರಿದರು. ಶಕ್ಸಗಾಂ ಘಾಟಿಯ ವರೆಗಿನ ಮತ್ತು ಅದರ ಅರ್ಧಕ್ಕೇ ಬಿಟ್ಟ ಸರ್ವೇಕ್ಷಣೆಗಳನ್ನು ವೆಸರ್ ದಂಪತಿಗಳು ಪೂರ್ತಿಸಿದರು.

ಆವರೆಗೆ ಆ ಕಾಲದ ಸರ್ವೋಚ್ಚ ಪರ್ವತಾರೋಹಿ ಎಂದೆಣಿಸಲ್ಪಟ್ಟ ಎರಿಕ್ ಶಿಪ್ಟನ್ನನ ಅಭಿಯಾನವು ೧೯೩೭ರಲ್ಲಿ K2ದ ಉತ್ತರೀ ಭಾಗದ ಶೋಧವನ್ನು ಶಕ್ಸಗಾಮ್ ಘಾಟಿಯವರೆಗೆ ಕೈಕೊಂಡಿತು. ಎರಡು ವರ್ಷಾನಂತರ ಲೆಫ್ಟೆನಂಟ್ ಪೀಟರ್ ಯಂಗನು ಐಬೆಕ್ಸ್ ಶಿಕಾರಿಗಾಗಿ ಗೆಯಾಂಗ್ ಲಾ ವರೆಗೆ ತಲುಪಿದ. ಅದೇ ವೇಳೆಗೆ ಬ್ರಿಟಿಶ್ ಇಂಟೆಲಿಜನ್ಸನವರಿಗೆ ತಿಳಿದುದು ರಶಿಯನ್ ಪರಿಣತರು ಸೋವಿಯಟ್ ಪರವಾದ ಸಿಂಕಿಯಾಂಗ್ ಸರಕಾರದ ಯುದ್ಧಾಧಿಪತಿ(Warlord) ಶೆಂಗ್-ಶಿ-ಸಾಯಿಯ ಸಲುವಾಗಿ ಅಕ್ಸಾಯ್ ಚಿನ್ ಪ್ರದೇಶದ ಸರ್ವೇಕ್ಷಣೆಯನ್ನು ಕೈಕೊಂಡಿದ್ದಾರೆ ಎಂದು. ಬ್ರಿಟಿಶರ ಸಂಸ್ಥೆಯಲ್ಲಿ ತೆರೆಗಳ ತುಮುಲ, ಸೇನೆಯಲ್ಲಿ ಹಲ್‌ಚಲ್! ಎರಡನೇ ಮಹಾಯುದ್ಧ ಇದನ್ನು ಮುಸುಕಿಟ್ಟಿತು. ಭಾರತದ ಸ್ವಾತಂತ್ರ್ಯದ ಮೊದಲು ಕೊನೆಯ ಅಭಿಯಾನ ಎಂದರೆ ೧೯೪೬ರಲ್ಲಿ ಕರ್ನಲ್ ಜಿಮಿ ರಾಬರ್ಟ್ಸ್‌ನ ಅಭಿಯಾನ ಸಾಸೇರ್‌ಕಾಂಗ್ರಿಯ ದಕ್ಷಿಣೀ ಪ್ರವೇಶ ಶೋಧನೆಯದು. ಮತ್ತು ಸ್ಕೊಂಬರ್ಗನ ೧೯೪೭ರ ಪ್ರಯತ್ನ ಸಿಯಾಚೆನ್ ತಲುಪುವದು. ಅದು ನುಬ್ರಾ ನದಿಯ ಮಹಾಪೂರದಿಂದ ಅಸಫಲವಾಗಿ ಅವನು ಸಾಸೇರ್ ಕಾಂಗ್ರಿಯ ದಕ್ಷಿಣ ಪೂರ್ವೀ ಕ್ಷೇತ್ರದ ಶೋಧವನ್ನು ಕೈಕೊಂಡದ್ದು.

ಹೀಗೆ ೧೮೨೧ ರಿಂದ ೧೯೪೭ರವರೆಗಿನ ಅನೇಕ ಓಡಾಟ, ಅಭಿಯಾನಗಳ ವಿವರ ನುಬ್ರಾದಿಂದ ಸಿಯಾಚೆನ್ ಮತ್ತು ಆಚೀಚೆಗಿನ ಪರ್ವತೀಯ ಪ್ರದೇಶಗಳದು ಲಭ್ಯವಿದ್ದು ಇದು ಅಸಾಧ್ಯ ಪ್ರವೇಶದ್ದೆಂದು ಸರಕಾರಗಳು ಒಪ್ಪಿ, ಮಿಲಿಟರಿ ಕಮಾಂಡರುಗಳು ಸಹಿ ಹಾಕಿದ್ದು ಆಶ್ಚರ್ಯಕರ ದುರದೃಷ್ಟವಲ್ಲವೇ?

ನಕಾಶೆಯಲ್ಲೊಂದು ಖಾಲಿ ಜಾಗೆ

ಎರಡನೆ ಮಹಾಯುದ್ಧಾನಂತರ ಪರ್ವತಾರೋಹಣ ಮತ್ತು ಶೋಧನ ಕಾರ್ಯಗಳು ಕೇಂದ್ರೀಕರಿಸಿದ್ದು ಎವರೆಸ್ಟನ್ನು ಜಯಿಸುವಲ್ಲಿ. ೧೯೫೩ ಎವರೆಸ್ಟ

ಅಭಿಯಾನದ ನಾಯಕತ್ವದ ಸ್ಪರ್ಧಾಳುಗಳು ಕಾರಕೋರಂ ಪರ್ವತಾರೋಹಣದ ಮುಂದಾಳುಗಳಾದ ಜಾನ್ ಹಂಟ್ ಮತ್ತು ಎರಿಕ್ ಶಿಪ್ಟನ್. ಕರ್ನಲ್ ರಾಬರ್ಟ್ಸ್ ಮೂರನೆಯವ ತಾನೂ ನುಸುಳಿಕೊಂಡವ. ರಾಬರ್ಟ್ಸ್ ನಾಯಕತ್ವ ದೊರೆಯದೆ ನಿರಾಶೆಗೊಂಡಿದ್ದ, ಆದರೂ ೧೯೫೨ರ ಅಭಿಯಾನದಲ್ಲಿ ಪ್ರಾಣವಾಯು ಹೊತ್ತೊಯ್ಯುವ ಕೆಲಸಕ್ಕೆ ತೊಡಗಿಕೊಂಡಿದ್ದ. ರಾಬರ್ಟ್ಸ್ ೧೯೩೬ ರಲ್ಲಿ ಸೈನ್ಯ ಸೇರಿದ್ದು ಹಿಮಾಲಯ ಪರ್ವತಗಳನ್ನೇರುವದನ್ನು ತನ್ನ ಜೀವನೋದ್ದೇಶವನ್ನಾಗಿಸಲು. ೧ನೇ ಗುರ್ಖಾ ರೈಫಲ್ಸ್‌ನಲ್ಲಿ ಸೇರಿ ೧೯೬೧ರಲ್ಲಿ ನಿವೃತ್ತನಾಗಿ ಅನ್ನಪೂರ್ಣಾ ಶ್ರೇಣಿಯ ಬುಡದಲ್ಲಿದ್ದ ನಾಜೂಕು ಶಹರವಾದ ಪೋಖರಾದಲ್ಲಿ ವಾಸ ಹೂಡಿದ. ಅಲ್ಲಿ ಕಮರ್ಸಿಯಲ್ ಚಾರಣ ಕಂಪನಿ Mountain Travel Nepal ಎಂಬುದನ್ನು ಪರ್ವತಾರೋಹಿಗಳ ತಂಡಗಳ ವ್ಯವಸ್ಥೆಗಾಗಿ ಸ್ಥಾಪಿಸಿದ. ಕಾಲಾಂತರವಾಗಿ ಅವನ ಕಂಪನಿಯು ಜಿಮ್ ಎಡ್ವರ್ಡ್‌ನ Tiger Tops ಕಂಪನಿಯನ್ನು ಸೇರಿತು. ಈ ಕಂಪನಿಯಲ್ಲಿ ನಾನು ಕೆಲಸ ಮಾಡುತ್ತಿದ್ದೆ. ನನ್ನ ಕಾರ್ಯಕ್ಷೇತ್ರ ಲದಾಖ ಇದ್ದರೂ ಚಳಿಗಾಲದಲ್ಲಿ ವಾಟರ್ ರಾಫ್ಟಿಂಗಿನ ಪ್ರಶಿಕ್ಷಣಕ್ಕಾಗಿ ನಾನು ನೇಪಾಳಕ್ಕೆ Himalayan River Rafting ಎಂಬ ಜೊತೆಗಾರ ಕಂಪನಿಯೊಂದರಲ್ಲಿ ಸೇರಿದ್ದೆ. ನನ್ನ ಪ್ರಶಿಕ್ಷಣ ಮುಗಿಸಿ ಚಿತವನ್ ಪಾರ್ಕಿನಲ್ಲಿ ಪ್ರಕೃತಿ ವಿಜ್ಞಾನಿ (Naturalist)ಯ ಪ್ರಶಿಕ್ಷಣಕ್ಕೆಂದು ಹೊರಡುವಾಗ ನನ್ನ ಕಂಪನಿ Tiger Tops ನಿಂದ ನನಗೆ ಕರೆಬಂದು ನಾನು ಪೋಖ್ರಾಕ್ಕೆ ಕಳಿಸಲ್ಪಟ್ಟೆ. ರಾಬರ್ಟ್ಸ್ ನನ್ನನ್ನು ನೋಡಬೇಕಾಗಿತ್ತಂತೆ! ವಿಮಾನ ತಳದಲ್ಲಿಳಿದು ಸುತ್ತಲಿನ ಸೌಂದರ್ಯವನ್ನೇ ಆಸ್ವಾದಿಸುತ್ತಿದ್ದಾಗಲೇ ಅನಿರೀಕ್ಷಿತವಾಗಿ ನನ್ನನ್ನೇ ಕಾಯುತ್ತ ಮೂಲೆಯೊಂದರಲ್ಲಿ ರಾಬರ್ಟ್ಸ್ ನಿಂತಿದ್ದ. ಸಾಧಾರಣ ಎತ್ತರದ ಈ ವ್ಯಕ್ತಿ ಕೀಲುನೋವಿನಿಂದಾಗಿ ಸೊಟ್ಟ ಬೆರಳಿನವನಿದ್ದರೂ ಬಿರುಸು ಆಸಾಮಿ. ನನ್ನ ಭೇಟಿಗಾಗಿ ಈ ವ್ಯಕ್ತಿ ಏಕೆ ಕಾಯುತ್ತಿದ್ದಾನೆ ಎಂಬ ನನ್ನ ಉತ್ಸುಕತೆಯನ್ನು ತುಸು ದಬ್ಬಿಯೇ ಇಟ್ಟೆ. ತ್ವರಿತ ಊಟದ ನಂತರ ರಾಬರ್ಟ್ಸ್ ಮೇಜಿನ ಮೇಲೆ ಸುಕ್ಕುಗೂಡಿದ Survey of India ನಕಾಶೆಯೊಂದನ್ನು ಹಾಸಿದ. "ಮೌಂಟನ್ ಟ್ರಾವೆಲ್ ಇಂಡಿಯಾ ಜೊತೆ ಇದು ನಿನ್ನ ಎರಡನೇ ವರ್ಷವಲ್ಲವೇ? ಇದುವರೆಗೆ ನೀನೆಲ್ಲೆಲ್ಲಿ ತಿರುಗಾಡಿದ್ದಿ ಹೇಳು" ಎಂದು ನನ್ನ ವಿವರಗಳನ್ನು ತನ್ನ ಅನೇಕ ಪ್ರಶ್ನೆಗಳಿಂದ ನಿಚ್ಚಳಗೊಳಿಸಿಕೊಂಡ – ದಾರಿಗಳು, ಕ್ಯಾಂಪ್ ಸ್ಥಳಗಳು, ನಾನು ನೋಡಿದ ಪಕ್ಷಿಗಳು, ಹೂವುಗಳು, ಸ್ಥಳೀಯ ಹಳ್ಳಿಯ ಹೆಸರುಗಳು, ಕೂಲಿಗಳು ಸಿಗುವ ಸಾಧ್ಯತೆ, ಅವರಿಗೆ ಕೊಟ್ಟ ದುಡ್ಡು ಇತ್ಯಾದಿ –. ಇಂಥದಕ್ಕೆ ನಾನು ತಯಾರಿಸಿಕೊಂಡಿರಲಿಲ್ಲ. ಅಲ್ಲಿಲ್ಲಿ ಕಟ್ಟುಬಿದ್ದಾಗ ಅವನೇ ನನ್ನನ್ನು ಸರಿಪಡಿಸಿ ಮುಂದಕ್ಕೊಯ್ಯುತ್ತಿದ್ದ. ಝನ್ಸಕರ್, ಬಾಲ್ಟಿಸ್ತಾನ, ಲದಾಖ ಕ್ಷೇತ್ರಗಳ ಜ್ಞಾನ ಅವನ ಅಂಗೈಯಲ್ಲೇ ಇದೆಯೆಂಬ ಸಂಪೂರ್ಣ ಅರಿವಾಯ್ತು ನನಗೆ.

ನನ್ನ ಅನುಭವಗಳು, ವಿವರಗಳೆಲ್ಲ ಮುಗಿದ ಮೇಲೆ ಕರ್ನಲ್ ಸಾಹೇಬನು ನಕಾಶೆಯ ಮೇಲೆ ಬೊಟ್ಟಿಟ್ಟು ಲೇಹದಿಂದ ಉತ್ತರಕ್ಕೆ ಬರಡುಂಗ್ ಲಾ ರಸ್ತೆಯನ್ನು

ಅಳೆಯುತ್ತ "ನುಬ್ರಾ ಘಾಟಿಗೆ ಏನಂತೀ? ಅಲ್ಲಿ ಹೋಗುವ ಸಂಧಿ ಸಿಕ್ಕಿದೆಯೇ?" ನಾನು ಅಲ್ಲಿ ಹೋಗಿದ್ದು ರಸ್ತೆಗುಂಟ, ಅದೂ ರಿಕ್ಕಾದ ಸೈನ್ಯದ ನಿರ್ಬಂಧಗಳೊಳಗಿಂದ ಎಂದುತ್ತರಿಸಿದೆ. "ನನಗೆ ಗೊತ್ತು, ನನ್ನ ಊಹೆಯಂತೆ ಅಲ್ಲೊಂದು ಅಸಮ (Irregular) ಬ್ರಿಗೇಡ ಇದೆ ಮುಖ್ಯವಾಗಿ ಲದಾಖ ಸ್ಕೌಟಿನವರು. ಏನಂತೀ ಆ ಪ್ರದೇಶದ ಸಲುವಾಗಿ?" ಎಂದು ಜೋಡಿಸಿದಾಗ ನಾನು ಒಮ್ಮೆಲೆ ಮೌನವ್ರತನಾಗಿ ನಾನೇಕೆ ಅಲ್ಲಿ ಹೋಗಿದ್ದೆನೆಂದೆನೋ ಎಂದು ಕೊರಗಿದೆ. ಅಲ್ಲಿಯ ಸೇನಾವ್ಯವಸ್ಥೆ, ಅವರ ಸ್ಥಳಗಳ ಬಗ್ಗೆ ಮಾತನಾಡುವದೇ? ಅವನು ಭಾರತೀಯ ಸೇನೆಯವನೇ ಆಗಿದ್ದರೂ ಈಗ ಅವನು ಪರದೇಶದವ, ನಿರುಪದ್ರವಿಯಿದ್ದರೂ ಕೂಡ, ಅಲ್ಲವೇ? ನನ್ನ ತೊಳಲಾಟವನ್ನರಿತು ಅವನೆಂದ "ಅಂದರೆ ಪ್ರವಾಸೂ ವೃತ್ತಿಯ ದೃಷ್ಟಿಯಿಂದ ಆ ಪ್ರದೇಶಕ್ಕೆ ಏನಂತೀ?"

ಪುನಃ ನಾನು ನನ್ನ ಪ್ರಾಯೋಗಿಕ ಜ್ಞಾನ ಆ ಪ್ರದೇಶದ್ದು ಇಲ್ಲದಿದ್ದರೂ ನನ್ನ ಅವಿರತ ನಕ್ಷೆಗಳ ಅಭ್ಯಾಸದಿಂದಾಗಿ ಆ ಪ್ರದೇಶದ ಭೂ ಹರಡು ಹೇಗೆದೆಯೆಂಬ ಅರಿವು ಸಾಧಾರಣ ಚೆನ್ನಾಗಿದೆ ಎಂದೆ, ವಿಶೇಷವಾಗಿ K2 ಶಿಖರದ ಸುತ್ತಮುತ್ತಲಿನದು. ನಾನು ಮುಂದುವರೆದೆ "ಝನ್ಸಕರ್ ಮತ್ತು ಲದಾಖ ಪ್ರದೇಶಗಳಿಗಿಂತ ಹೆಚ್ಚು ಚಮತ್ಕಾರಿಕವಾಗಿದೆ. ಶ್ಯೋಕ್ ನದಿಯಾಚೆ ಪುರಾತನ ಸಿಲ್ಕ್ ರಸ್ತೆ ನುಬ್ರಾ ನದಿಯ ಪೂರ್ವೀ ದಂಡೆಗುಂಟ ನಡೆದು ನಂತರ ವಾಯವ್ಯಕ್ಕೆ ದೌಲತಬೇಗ ಒಲ್ಡೀ ಕಡೆಗೆ ಹೊರಳುತ್ತದೆ. ಹೊಳ್ಳುವಿಕೆಯ ನೆಟ್ಟಗೆ ಉತ್ತರಕ್ಕೆ ದೊಡ್ಡ ಹಿಮಗಟ್ಟಿನ ಗೋಡೆಯೇ ನಿಂತಂತಿದೆ. ಇದು ಉಸಿರು ನಿಲ್ಲುವಷ್ಟು ಸುಂದರ ಪ್ರದೇಶ, ಆದರೆ ತಲೆ ಸರಿಯಿದ್ದವ ಯಾರೂ ಅಲ್ಲಿ ಹೋಗಲು ಇಚ್ಛಿಸಲಾರ." ರಾಬರ್ಟ್ಸ್ ಮೆಲ್ಲಕೆ ನಕ್ಕ, ನನಗೆ ಧೈರ್ಯ ಬಂದು "ಈ ಪ್ರದೇಶವು ಅತಿ ಭಾರೀ ಸರಬರಾಯಿ ಸಮಸ್ಯೆಗಳನ್ನು ಒಡ್ಡಬಹುದು, ಗಾಯಾಳುಗಳನ್ನು ಹೊರತೆಗೆಯುವದು ಅಸಾಧ್ಯದ ಮಾತು. ಹಾಗೂ ಭಾರತೀಯ ಸೇನೆ ವಿಶೇಷ ಪಾಸ್ ಇಲ್ಲದೆ ಯಾರನ್ನೂ ಒಳಗೆ ಬಿಡುವದಿಲ್ಲ." ಕರ್ನಲ್ಲನು ತನ್ನ ಕಣ್ಣು ನಕಾಶೆಯಲ್ಲಿ ಹುಗಿದು ಪರಸೃಷ್ಟಿಯೊಂದರಲ್ಲೇ ಮುಳುಗಿದ್ದ. ಗದ್ದ ತೀಡುತ್ತ ತನ್ನಷ್ಟಕ್ಕೇ ಉಸುರತೊಡಗಿದ. "ನೇಪಾಳ ಲದಾಖಿನಂತೆ ಇಲ್ಲಿ ಸಾಧಾಸೀಧಾ ಪ್ರವಾಸಿ ತಂಡಗಳು ಚಾರಣಗೈಯಲಾರವು. ಎವರೆಸ್ಟ್ ಕ್ಷೇತ್ರವನ್ನು ಐವತ್ತನೇ ದಶಕದಲ್ಲಿ ನಾವು ಅಷ್ಟು ಶ್ರಮಪಟ್ಟು ತೆರೆದದ್ದು ಈಗ ಇಂತಹ ಪ್ರಸಿದ್ಧ ಚಾರಣ ತಾಣವಾಗಿದ್ದನ್ನು ಯಾರಾದರೂ ಊಹಿಸಬಲ್ಲರೇ? ಅದಿರಲಿ, ನನ್ನ ಆಸ್ಥೆಯಿದ್ದುದು K2ನ ಆಸುಪಾಸಿನದು."

"ಆದರೆ ಅದು ಪಾಕಿಸ್ತಾನದಲ್ಲಿದೆ" ಎಂದೆ.

"ಆದರೆ ಅವರು ಅಲ್ಲಿ ಅಭಿಯಾನಗಳಿಗೆ ಪರವಾನಿಗೆ ಕೊಡುತ್ತಿದ್ದಾರಷ್ಟೇ ಅಲ್ಲ ಪ್ರೋತ್ಸಾಹಿಸುತ್ತಾರೆ ಕೂಡ ಸಂಪೂರ್ಣ ಕ್ಷೇತ್ರದಲ್ಲಿ. ಸದ್ಯ ಮೂರು ದಿಶೆಗಳಿಂದ

ಸಾಲ್ತೋರೊ ಕ್ಷೇತ್ರವನ್ನು ತಲುಪಬಹುದು – ಸಿಂಕಿಯಾಂಗ್‌ನಿಂದ, ಆದರೆ ಇದು ಬಹಳೇ ಕಠಿಣ ಮಾರ್ಗ; ಎರಡನೆಯದು ಲೇಹಮಾರ್ಗವಾಗಿ, ಆದರೆ ೧೯೪೭ರ ನಂತರ ಭಾರತೀಯ ಸರಕಾರ ಇದನ್ನು ಸಂಪೂರ್ಣವಾಗಿ ನಿಷೇಧಿಸಿದೆ; ಇನ್ನೊಂದು ಪಾಕಿಸ್ತಾನದಿಂದ. ಭಾರತೀಯರು ಆಗೀಗೊಮ್ಮೆ ತಮ್ಮ ಗಸ್ತುಗಳನ್ನು ಆ ಕ್ಷೇತ್ರದಲ್ಲಿ ಕಳಿಸುತ್ತಿದ್ದರೆ ಪಾಕಿಸ್ತಾನಿಗಳು ಆ ಸಂಪೂರ್ಣ ಕ್ಷೇತ್ರವನ್ನೇ ನಿಯಂತ್ರಿಸುತ್ತಲಿದ್ದಾರೆ. ಲ್ಯೂಟ್ ಜರ್ಸ್‌ಟ್ಯಾಡ್‌ನು ನನಗೆ ಬರೆದದ್ದು ಪಾಕಿಸ್ತಾನ ಸರಕಾರವು ಅವನಿಗೆ ಮೌಂಟನ್ ಟ್ರಾವೆಲ್ ಕಂಪನಿ ಏಕೆ ಸ್ಥಾಪಿಸುವದಿಲ್ಲ ಎಂದು."

ಜರ್ಸ್‌ಟ್ಯಾಡನು ೧೯೬೩ರ ಅಮೇರಿಕೀ ಎವರೆಸ್ಟ ಅಭಿಯಾನದ ಬ್ಯಾರೀ ಬಿಶಪ್ ಮತ್ತಿತರರೊಡನೆ ಸದಸ್ಯನಾಗಿದ್ದ. ನಂತರ ಅವನು ಕಂಪನಿಯ ಕಾರ್ಯಕ್ರಮಗಳನ್ನು ಭಾರತದಲ್ಲಿ ನಿಯಂತ್ರಿಸುತ್ತಿದ್ದ. ನಾನು ೧೯೮೦ರಲ್ಲಿ ಕೆಲಸಕ್ಕಾಗಿ ಕಂಪನಿಗೆ ಅರ್ಜಿ ಹಾಕಿದಾಗ ಅವನೇ ನನ್ನನ್ನು ಆರಿಸಿದ. ನಾನು ಒಬ್ಬನೇ ಅಭ್ಯರ್ಥಿಯಿದ್ದರೂ ಅಷ್ಟು ಲಗುಬಗೆಯಾಗಿ "ಇಕೋ, ನಿನ್ನದಿದು ಕೆಲಸ" ಎಂದದ್ದು ನನ್ನ ಕಿವಿಗೆ ಮುದ್ದಾಗದಿರದೇ? ಬ್ಯಾರಿ ಬಿಶಪ್ ಮತ್ತು ಲ್ಯೂಟ್ ಜರ್ಸ್‌ಟ್ಯಾಡ ಇವರೀರ್ವರು ಅಮೇರಿಕೆಯ ಸಿ.ಐ.ಎ. ಸಹಾಯದ ಅಭಿಯಾನ ನಂದಾದೇವಿ ಶಿಖರದ ಮೇಲೆ ಚೀನದ ಅಣುವಿಸ್ಫೋಟದ ಚಲನವಲನಗಳ ಮೇಲೆ ಕಣ್ಣಿಡಲು ಚಲಿಸಿದ ಕಾರ್ಯಕ್ರಮದ ಸದಸ್ಯರಾಗಿದ್ದುದು ನನಗಾಗ ತಿಳಿದಿರಲಿಲ್ಲ. ಅವರೀರ್ವರೂ ನಂತರದ ಇದೇ ಅಭಿಯಾನದ ನಂದಾಕೋಟ್ ತಂಡದ ಸದಸ್ಯರೂ ಆಗಿದ್ದರು.

ಕರ್ನಲ್ ರಾಬರ್ಟ್ಸ್‌ನು ನಂತರ ತನ್ನ ೧೯೪೬ರ ಸಸೇರ್ ಕಾಂಗ್ರಿಯ ಅಭಿಯಾನದ ಬಗ್ಗೆ ಕ್ಷಣ ಪ್ರತಿಕ್ಷಣದ ವಿವರ ಕೊಟ್ಟ. ಕಿವಿಗೊಡುವ ಕೆಲಸ ನನ್ನದಾಯ್ತು. ಅವನ ವಿವರಣೆಯಲ್ಲಿ ಅವನು ಅನೇಕ ಸಲ ಒತ್ತು ಕೊಡುತ್ತಿದ್ದುದು "(ಪರ್ವತೀಯ) ಮೇಲೆತ್ತರಗಳ ಭಯಾನಕ ಕೆಲಸ"ಗಳ ಮೇಲೆ. ಅವನು ಮುಂದುವರೆದ "ಕರ್ನಲ್ ಸ್ಕೊಂಬರ್ಗನ ನೇತೃತ್ವದಲ್ಲಿ ಇನ್ನೊಂದು ಅಭಿಯಾನವು ಹುಂಝಾ ಕ್ಷೇತ್ರವನ್ನು ಪೂರ್ವೀ ಕಾರಾಕೋರಂ ಪ್ರದೇಶಕ್ಕೆ ಜೋಡಿಸುವ ಕಾರ್ಯದಲ್ಲಿ ಅಸಫಲವಾಯಿತು. ನುಬ್ರಾ ನದಿಯ ಮಹಾಪೂರದಿಂದಾಗಿ ಅದನ್ನು ದಾಟಲಾರದೆ ಅವನು ಸಸೇರ್ ಕಾಂಗ್ರಿಯ ದಕ್ಷಿಣ ಪೂರ್ವ ಕ್ಷೇತ್ರದ ರೊಂಗ್ಡುದ ಶೋಧನೆಯಲ್ಲಿ ತೊಡಗಿದ. ಆಗ ೧೯೪೭. ಕಾಲ ಬದಲಾಯಿತು." ಹೀಗೆ ತನ್ನ ವಿವರ ಮುಗಿಸಿ ನಕಾಶೆ ಸುತ್ತುತ್ತ ಉಚ್ಚರಿಸಿದ್ದು "ಎರಿಕ್ ಶಿಪ್ಟನ್ನನು ತಾನು ಈ ಪ್ರದೇಶ ಕುರಿತ ಬರೆದ ಪುಸ್ತಕದ ಶೀರ್ಷಿಕೆ A Blank on the Map. ಆದರೆ ಈಗದು Blank ಇಲ್ಲ. ಶೋಧನೆಗೆ ಸಿದ್ಧವಾಗಿ ನಿಂತಿದೆ. ನಾವು ನಮ್ಮ ಪರ್ವತೀಯ ಕಾರ್ಯಕ್ರಮಗಳನ್ನು ಅಲ್ಲಿ ಬೆಳೆಸಬೇಕು. ನಾವಲ್ಲದಿದ್ದರೆ ಇನ್ನೊಬ್ಬರು ನುಸುಳುವದು ಖಂಡಿತ." ಅವನ ವಿವರದಾದ್ಯಂತ ಸಿಯಾಚೆನ್ ಈ ಶಬ್ದ ಕೇಳಬರದಿದ್ದರೂ ಸಾಲ್ತೋರೊ ಶ್ರೇಣಿಯದು ಅನೇಕ ಸಾರಿ ಕೇಳಿಬಂದಿತು, ಜೊತೆಗೆ

ಸಾಸೇರ್ ಕಾಂಗ್ರಿ, ಘೇಂಟ್, ಬಾಲ್ತೋರೊ, K2 ಮತ್ತಿತರ ಹೆಸರಾದ ಸ್ಥಳಗಳದು. ರಾಬರ್ಟ್ಸ್ ಹಿನ್ನೆಣಿಕೆಯಂತೆ ಮತ್ತೆ ಜೋಡಿಸಿದ "ನಿನಗೆ ಗೊತ್ತೇ ಇದೆ ನಿನ್ನ ದೇಶ ಚೀನದೊಡನೆ ೧೯೬೨ರಲ್ಲಿ ಹೋರಾಡಿದ್ದು; ಅದು ಭಾರತದ ಮಾನಸಿಕತೆಯಲ್ಲಿ ತನ್ನದೇ ಕಲೆಗಳನ್ನು ಸೃಷ್ಟಿಸಿದೆ. ನೀವೆಲ್ಲ ಪ್ರಭೃತಿಗಳು ಅರ್ಥ ಮಾಡಿಕೊಳ್ಳದಿದ್ದು ಪಾಕಿಸ್ತಾನಕ್ಕೂ ಅಷ್ಟೇ ಆಘಾತವಾಗಿದೆ. ಅವರು ಚೀನಕ್ಕೆ ತಮ್ಮ ಅಕ್ಸಾಯ್‌ಚಿನ್ ಮತ್ತು ಕಾರಾಕೋರಂನ ಕೆಲ ಭಾಗಗಳನ್ನು ಬಿಟ್ಟು ಕೊಟ್ಟಿರಬಹುದು. ಅದು ಚೀನಿಯರು ಒಂದು ದಿನ ಹೇಗೊ ನುಂಗಿಯೇ ಬಿಡುತ್ತಿದ್ದರೆಂದಾಗಿ. ಯುದ್ಧೋಪಾಯದ (Strategic) ದೃಷ್ಟಿಯಿಂದ ಇದು ಇನ್ನೂ ಕೊನೆಗಂಡಿಲ್ಲ. ನನ್ನ ಶಬ್ದಗಳನ್ನು ನೆನಪಿಡು!"

ಮರುದಿನ ಕಾಠಮಾಂಡುವಿಗೆ ಮರಳಿ ರಾಬರ್ಟ್ಸ್‌ನೊಡನೆಯ ಮಾತುಕತೆಯ ವಿವರಗಳನ್ನು ಜಮಾಯಿಸಿದೆ. ನಕಾಶೆ ರಚಿಸುವಲ್ಲಿ ನಾನು ಸಾಕಷ್ಟು ನಿಷ್ಣಾತನಿದ್ದುದಾಗಿ ನಾನು ನನ್ನವೇ ರೇಖಾಚಿತ್ರಗಳನ್ನು ಗೀಚಿಕೊಂಡೆ. ನನಗೇನು ಗೊತ್ತು ದಶಕದ ನಂತರ ನನಗೆ ಆ ಕ್ಷೇತ್ರದ ಮೇಲೆ ಹಾರಾಡುವದಷ್ಟೇ ಅಲ್ಲ ಅದರ ಚಿತ್ರೀಕರಣವನ್ನು ಎ.ಎನ್. ೩೨ ವಿಮಾನದ ತೆರೆದ ಕಿಟಕಿಯಿಂದ ಒದ್ದಾಡುತ್ತ, ಆದರೂ ಕೂಡ ಅದಮ್ಯ ಶರೀರ ಮತ್ತು ಆತ್ಮಶಕ್ತಿಯಿಂದ ಕ್ಯಾಮೆರಾಗಳನ್ನು ಒತ್ತುತ್ತಲೇ ಹೋಗುವ ಅವಕಾಶ ನನಗೆ ದೊರೆಯುತ್ತದೆಂದು? ಇಂಥ ಪರಮಾವಧಿ ತ್ರಾಸಿನಲ್ಲೂ, ಗಾಳಿ ಮತ್ತು ಎಂಜಿನ್‌ಗಳ ರೌರವತೆಯಲ್ಲೂ ಕರ್ನಲ್ಲನ ಶಬ್ದಗಳು ಟಿಂಟಿಸುತ್ತಲೇ ಇದ್ದವು. ಎರಿಕ್ ಶಿಪ್ಟನ್ನನ 'Blank'ಗಳು ನಕಾಶೆಗಳ ಹೊರಗೆರೆಗಳಲ್ಲಿ ಸಾಕಷ್ಟು ಬಣ್ಣ ತುಂಬಿವೆ ಈಗ!

***

೩. ಪೊಳ್ಳಾವರಣದಲ್ಲಿ ಸ್ಥಿರ ಆಸ್ತಿ

ಆದಿಶೋಧಕರು

೧೯೪೭–೪೮ ರ ದೀರ್ಘ ತುರುಸಿನ ಯುದ್ಧಾನಂತರ ಭಾರತ–ಪಾಕಿಸ್ತಾನದ ಗಡಿ ನಿಶ್ಚಿತವಾಯಿತು. ಪಾಕಿಸ್ತಾನದ ಪಾಲಾಗಿದ್ದು ದಕ್ಷಿಣ–ಪಶ್ಚಿಮ ಪಟ್ಟಿ ಮತ್ತು ಪಶ್ಚಿಮೋತ್ತರದ ಪೂರಾ ಸಿಂಧು ಘಾಟಿ ಮತ್ತು ಕಾರಾಕೋರಂನ ಬಹುಭಾಗ. ಭಾರತ ಉಳಿಸಿಕೊಂಡದ್ದು ಕಾಶ್ಮೀರ ಘಾಟಿ, ಜೋಜಿಲಾ, ಕಾರ್ಗಿಲ್, ಲದಾಖ ಮತ್ತು ಶ್ಯೋಕ್ ಘಾಟಿಯ ಭಾಗ. ಕರ್ನಲ್ ರಾಬರ್ಟ್‌ಸನ್‌ನ ಹೇಳಿಕೆಯಂತೆ ಬ್ರಿಟಿಶರ ವಶದಲ್ಲಿದ್ದುದು ಸಂಪೂರ್ಣ ಹಿಮಾಲಯ ಮತ್ತು ಕಾರಾಕೋರಂ ಶ್ರೇಣಿಗಳು, ತೆರೆದಿಟ್ಟ ಪುಸ್ತಕದಂತೆ. ಈ ಕ್ಷೇತ್ರಗಳೊಳಗೆ ಪ್ರವೇಶ ಪಡೆಯುವದು ಆಗ ಸರಳವಾಗಿತ್ತು, ಅಥವಾ ಅನಾವಶ್ಯಕವೂ ಕೂಡ. ಟಿಬೆಟ್‌ನಲ್ಲಿ ಪ್ರವೇಶಿಸುವದು ಔಪಚಾರಿಕವಷ್ಟೇ. ಸ್ವಾತಂತ್ರ್ಯಾನಂತರ ಭಾರತವು ಕಾರಾಕೋರಂ ಪ್ರದೇಶದಲ್ಲಿ ಪ್ರವೇಶಿಸುವದನ್ನು ರಿಕ್ಕಾಗಿ ತಡೆಯುತ್ತ ಪರದೇಶಿಯರಿಗೆ ಲೇಹ ಮತ್ತು ನುಬ್ರಾ ಪ್ರವೇಶದ್ವಾರಗಳನ್ನು ಸಂಪೂರ್ಣವಾಗಿ ಮುಚ್ಚಿತು. ಹೊಸದಾಗಿ ಸ್ಥಾಪಿತವಾದ ಪಾಕಿಸ್ತಾನವು ಈ ಪ್ರದೇಶದಲ್ಲಿ ಅಭಿಯಾನಗಳನ್ನು ಅನುಮತಿಸಿತಷ್ಟೇ ಅಲ್ಲ ಸಿಯಾಚೆನ್ನಿನ ಮೇಲ್ಭಾಗದಲ್ಲಿ ಪ್ರವೇಶಕ್ಕೆ ಆಸ್ಪದವನ್ನೂ ಕೂಡ ಕೊಟ್ಟಿತು. ೧೯೫೦ನೇ ದಶಕದ ಸುರುವಾತಿನಲ್ಲಿ ಭಾರತೀಯ ಪರ್ವತಾರೋಹಿಗಳು ಬ್ರಿಟಿಶರ ಹಿಡಿತದಿಂದ ಹೊರಬೀಳತೊಡಗಿದ್ದರು.

ಡೆಹ್ರಾಡೂನಿನ ಡೂನ್ ಸ್ಕೂಲ್ ಹಿಮಾಲಯದ ಉಡಿಯಲ್ಲೇ ಇದ್ದುದು ಸಂಯೋಜಿತ ಭಾರತೀಯ ಪರ್ವತಾರೋಹಣದ ಬೆಳವಣಿಗೆಯಲ್ಲಿ ಪ್ರಮುಖ ಪಾತ್ರ ವಹಿಸಿತು. ಇದರ ಶ್ರೇಯ ಆ ಶಾಲೆಯ ಉತ್ತಮ ಬ್ರಿಟಿಶ್ ಮತ್ತು ಭಾರತೀಯ ಶಿಕ್ಷಕವೃಂದಕ್ಕೆ ಸೇರಬೇಕು – ಜೆ.ಎ.ಕೆ. ಮಾರ್ಟಿನ್, ಜೆ.ಟಿ.ಎಂ. ಗಿಬ್ಸನ್ (ಇವರು ನಂತರ ನ್ಯಾಶನಲ್ ಡಿಫೆನ್ಸ್ ಅಕಾಡೆಮಿ ಮತ್ತು ಅಜಮೇರಿನ ಮೇಯೋ ಕಾಲೇಜಿನಲ್ಲಿ ಸೇವೆ ಸಲ್ಲಿಸಿದರು.), ಆರ್. ಎಲ್. ಹೋಲ್ಡ್ಸ್‌ವರ್ಥ್, ಗುರದಯಾಲಸಿಂಗ ಮತ್ತು ಹರಿ ಡಾಂಗ. ಇದಕ್ಕೂ ಹತ್ತು ವರ್ಷ ಮೊದಲೇ ಹೋಲ್ಡ್ಸ್‌ವರ್ಥ್‌ನು ಡೂನ್‌ಸ್ಕೂಲಿನ ಕೆಲ ವಿದ್ಯಾರ್ಥಿಗಳ ಶೋಧಕ ತಂಡವನ್ನು ಬಾಹ್ಯ ಹಿಮಾಲಯ ಪರ್ವತಾವಳಿಯೊಳಗೆ

ಒಯ್ದಿದ್ದ. ಇದಾದ ಮೇಲೆ ಇನ್ನೊಂದು ಟ್ರಿಪ್ ಜಮ್ಮುಕಾಶ್ಮೀರದ ಕೊಲಹೊಯ್ ಗ್ಲೇಸಿಯರ್, ಕಿಶನ್‌ಸರ್, ವಿಶನ್‌ಸರ್ ಮತ್ತು ಗಂಗಾಬಲ್ ಸರೋವರದೆಡೆಗೆ ಸಾಗಿತು. ಈ ತಂಡದಲ್ಲಿಯ ಹುಡುಗನೊಬ್ಬ, ನಂದು ಜಯಾಲ್, ನಂತರದ ಆ ಕಾಲದ ಪರ್ವತಾರೋಹಿಗಳಲ್ಲಿ ಅತಿಶ್ರೇಷ್ಠನೆಂದು ಅನಿಸಿಕೊಂಡ. ೧೯೪೨ ರಲ್ಲಿ ಹೊಲ್ಡಿ ಮತ್ತು ಮಾರ್ಟಿನ್ ಅವರು ಶಾಲೆಯ ವಿದ್ಯಾರ್ಥಿಗಳನ್ನು ಗುರುತರ ಪರ್ವತಾರೋಹಣಕ್ಕೆ ಪರಿಚಯಿಸುತ್ತ ಬದ್ರಿನಾಥ, ಮಾನಾ ಹಳ್ಳಿಗಳಿಂದ ಆರ್ವಾ ಘಾಟಿಯೊಳಗೆ ಏರಿಸಿ ೫೯೬೩ ಮೀಟರ್ ಎತ್ತರದಲ್ಲಿ ಕ್ಯಾಂಪ್ ಸ್ಥಾಪಿಸಿದರು. ನಾಲ್ಕು ವರ್ಷಾನಂತರ ೧೯೪೬ರಲ್ಲಿ ಗಿಬ್ಸನ್, ಹೋಲ್ಡ್ಸ್‌ವರ್ಥ್, ಮೇಜರ್ ಮನ್ರೋ, ನಂದು ಜಯಾಲ್ (ಅವರು ಆವರೆಗೆ ಬಂಗಾಲ್ ಸ್ಯಾಪರ್ಸ್‌ನಲ್ಲಿ ಅಧಿಕಾರಿಯಾಗಿದ್ದರು), ನಂದು ಚೆಂಗಪ್ಪ ಮತ್ತು ತೆನ್ಸಿಂಗ್ ನೋರ್ಗೆಯ ಮೂವರು ಶೇರ್ಪಾಗಳು ಬಂದರ್‌ಪುಂಚ್ ಶಿಖರಕ್ಕೆ ಲಗ್ಗೆಯಿಟ್ಟರು. ಇದು ಅಯಶಸ್ವಿಯಾದರೂ ೧೯೫೦ರಲ್ಲಿ ಇವರೆಲ್ಲ ಪುನಃ ತೆಕ್ಕೆಬಿದ್ದರು. ಆವರೆಗೆ ಗಿಬ್ಸನ್ ನ್ಯಾಶನಲ್ ಡಿಫೆನ್ಸ್ ಅಕ್ಯಾಡೆಮಿಯ ಪ್ರಾಚಾರ್ಯರಾಗಿದ್ದು ಈ ತಂಡದ ನೇತೃತ್ವವನ್ನು ವಹಿಸಿದರು. ಈ ತಂಡದಲ್ಲಿ ಸಾಮೀಲಿದ್ದವರು ಮೇಜರ್ ಜನರಲ್ ವಿಲಿಯಮ್ಸ್, ಗುರದಯಾಲಸಿಂಗ, ಕ್ಯಾಡೆಟ್ ಜಗಜೀತಸಿಂಗ ಮತ್ತು ರಾಯ್ ಗ್ರೀನ್ವುಡ್ ಹಾಗು ತೆನ್ಸಿಂಗ ನೋರ್ಗೆಯ ಈರ್ವರು ಶೇರ್ಪಾಗಳು. ೨೦ ಜೂನದಂದು ಈ ತಂಡವು ಯಶಸ್ವಿಯಾಯಿತು. ಗುರದಯಾಲಸಿಂಗನು ಅಭಿಯಾನದಲ್ಲಿ ಸಾಕಷ್ಟು ಆರೋಹಣ ಅನುಭವವನ್ನು ದೊರಕಿಸಿದ.

ಗುರುದಯಾಲಸಿಂಗನು (ಗುರು) ಈಗ ಪ್ರಥಮ ಭಾರತೀಯ ತಂಡವನ್ನು ಯೋಜಿಸಿ ತ್ರಿಶೂಲ ಶಿಖರವನ್ನೇರಿದ. ತಂಡದ ಸದಸ್ಯರು ರಾಯ್ ಗ್ರೀನ್‌ವುಡ್, ಫ್ಲೈಟ್ ಲೆಫ್ಟನೆಂಟ್ ನಲಿನಿ ಜಯಾಲ, ಸುರೇಂದ್ರ ಲಾಲ, ಮತ್ತು ಮೂವರು ಶೇರ್ಪಾಗಳು. ಯಶಸ್ಸನ್ನು ಆಚರಿಸಲು 'ಗುರು' ಶಿಖರದ ಮೇಲೆ ಶೀರ್ಷಾಸನ ಮಾಡಿದನು! ೭೧೨೦ ಮೀಟರ್ ಎತ್ತರದ ತ್ರಿಶೂಲ ಶಿಖರಾರೋಹಣ ಭಾರತೀಯ ಪರ್ವತಾರೋಹಣದ ಹೆಗ್ಗುರುತು. ಗುರುದಯಾಲನ ತ್ರಿಶೂಲ ಅಭಿಯಾನ ಪರ್ವತಾರೋಹಣ ಅಭಿಯಾನಗಳ ಮಹಾಪೂರವನ್ನೇ ಹರಿಸತೊಡಗಿತು. ಅದೇ ಸುಮಾರಿಗೆ ಫ್ರೆಂಚ್ ಅಭಿಯಾನದೊಡನೆ ತೆನ್ಸಿಂಗ್ ನೊರ್ಗೆ ನಂದಾದೇವಿ ಶಿಖರವನ್ನೇರಿದ. ೧೯೫೨ರಲ್ಲಿ ಹೆರಲ್ಡ್ ವಿಲ್ಸನ್ನನು ಬಂಗಾಲ ಸ್ಯಾಪರ್ಸ್ (ಸೇನಾ ವಿಭಾಗ) ತಂಡವನ್ನು ಕಾಮೆಟ್ ಶಿಖರವನ್ನೇರುವ ಪ್ರಯತ್ನದಲ್ಲಿ ತೊಡಗಿಸಿದ. ಅಭಿಯಾನ ಅಯಶಸ್ವಿಯಾಯಿತಾದರೂ.........! ತಂಡದ ಸದಸ್ಯರು ಮೇಜರ್ ನಂದು ಜಯಾಲ, ಫ್ಲೈಟ್ ಲೆಫ್ಟನೆಂಟ್ ನಲಿನಿ ಜಯಾಲ, ಗುರು, ಮೇಜರ್ ಏಲಾಡರೆಸ್, ಲೆಫ್ಟನೆಂಟ್ ಭಗತ್, ಜೊಹರಿ ಮತ್ತು ಮನೋಹರ ಸಿಂಗ. ಅದೇ ಸಮಯ ಲ್ಯಾಂಬರ್ಟನ ಎವರೆಸ್ಟ್ ಅಭಿಯಾನದಲ್ಲಿ ಸೇರಿದ ತೆನ್ಸಿಂಗ ನೋರ್ಗೆ ೮೫೦೦ ಮೀಟರ್‌ಗಳವರೆಗೆ ಏರಿ ಕಾಲ್ದಾರಿಯನ್ನು ಸ್ಥಾಪಿಸಿದರೂ ಯಶ ದೊರೆಯಲಿಲ್ಲ. ಅದು ಬೇರೆ ಮಾತು.

ಇವೆಲ್ಲ ಅಭಿಯಾನಗಳು ಗಢವಾಲ್–ಕುಮಾಂವು–ನೇಪಾಳ ಹಿಮಾಲಯ ಕ್ಷೇತ್ರದೊಳಗೆಯೇ ಸೀಮಿತವಿದ್ದವು. ಭಾರತೀಯರ ಪರ್ವತೀಯ ದೃಷ್ಟಿ ಕಾರಾಕೋರಂಗೆ ಹಬ್ಬಿರಲಿಲ್ಲ. ಒಂದು ಗಮನೀಯ ಬೆಳವಣಿಗೆ ಎಂದರೆ ನಲಿನಿ ಜಯಾಲ್ ಮತ್ತು ಜೊಹರಿ ಇವರೀರ್ವರು ಫ್ರೆಂಚ್ ಅಭಿಯಾನದೊಡನೆ ನುನ್–ಕುನ್ ಶಿಖರಗಳನ್ನೇರಿದ್ದು. ಇವು ಗ್ರೇಟರ್ ಹಿಮಾಲಯಗಳಲ್ಲಿದ್ದ ಅತ್ಯುನ್ನತ ಶಿಖರದ್ವಯಗಳು, ಕಾಶ್ಮೀರ ಘಾಟಿಯನ್ನು ಝುನ್ಸಕರ್ ಘಾಟಿಯಿಂದ ಬೇರ್ಪಡಿಸುವಂಥವು. ೧೯೫೩ ಅಕ್ಷರಶಃ ಭಾರತೀಯ ಪರ್ವತಾರೋಹಣ ಇತಿಹಾಸದ ಅತ್ಯುಚ್ಚ ಮಟ್ಟ. ಎಡ್ಮಂಡ ಹಿಲರಿ ಮತ್ತು ತೆನ್ಸಿಂಗ ನೊರ್ಗೆ (ಇವನು ಆಗ ಶೆರ್ಪಾ ಅಷ್ಟೇ ಅಲ್ಲ, ಬ್ರಿಟಿಶ್ ಅಭಿಯಾನದ ನಿಜ ಸದಸ್ಯನಾಗಿದ್ದ) ಇವರು ಎವರೆಸ್ಟ್ ಶಿಖರವನ್ನು ಮೊದಲನೇ ಸಲ ಏರಿ, ಭಾರತ, ನೇಪಾಳ, ಬ್ರಿಟಿಶ್ ಮತ್ತು ಸಂಯುಕ್ತ ರಾಷ್ಟ್ರಗಳ ಪತಾಕೆಗಳನ್ನು ಶಿಖರದಲ್ಲಿ ನೆಟ್ಟರು. ನೊರ್ಗೆ ಧ್ವಜಗಳೊಂದಿಗೆ ನಿಂತ ಅಳಿಯಲಾರದ ಹಿಮಶಿಖರದ ಫೋಟೊ ಹಿಲರಿ ತೆಗೆದದ್ದು ಜಗದೋತ್ತರ ಹರಡಿ ಅಜರಾಮರವಾಗಿದೆ. ಭಾರತೀಯರ ಎದೆಯನ್ನು ಉಬ್ಬಿಸಿದೆ. ಭಾರತೀಯ ವಾಯುಸೇನೆ ತೆಗೆದ ಈ ಶಿಖರದ ಫೋಟೊ ಜಗಕ್ಕೆಲ್ಲ ಹರಡಿದೆ. ಪ್ರಧಾನಿ ಜವಾಹರಲಾಲ ನೆಹರು ಅವರು ಹಿಮಾಲಯನ್ ಮೌಂಟನಿಯರಿಂಗ್ ಇನ್ಸ್ಟಿಟ್ಯೂಟ್ ಮತ್ತು ತೆನ್ಸಿಂಗನಂಥ ಜಗದ್ವಿಖ್ಯಾತ ಪರ್ವತಾರೋಹಿಗಳಿಗೆ ಪುಟಿಯಿತ್ತರು.

ಎವರೆಸ್ಟ್ ಜಯಿಸಿ ಆಯಿತು. ಪರ್ವತಾರೋಹಣ ಈಗ ಇನ್ನೂ ತೀವ್ರವಾಗಿ ಕಾರಾಕೋರಂ ಪರ್ವತದ K2 ಶಿಖರವನ್ನೇರುವ ಜಿದ್ದಿನಲ್ಲಿ ತೊಡಗಿಕೊಂಡಿತು. ಇಟಲಿಯ ಪ್ರೊಫೆಸರ್ ಆರ್ದಿತೊ ದೆಸಿಯಾ ಪರ್ವತಾರೋಹಿ, ಭೂಗರ್ಭಶಾಸ್ತ್ರಜ್ಞ, ಭೂಪಟಶಾಸ್ತ್ರಜ್ಞ, ಲಿಬಿಯಾದ ತೈಲಶೋಧಕ, ಇವನು ಮಹಾಯುದ್ಧದ ಮೊದಲು ಇಟಲಿಯ ಕಾರಾಕೋರಂ ಅಭಿಯಾನದ ಸದಸ್ಯನಾಗಿದ್ದು ಈಗ ೧೯೫೪ರಲ್ಲಿ ೧೬ ಸದಸ್ಯರ ತಂಡವೊಂದನ್ನು ಪುನಃ ಕಾರಾಕೋರಂಗೆ ತಂದ. ಪಾಕಿಸ್ತಾನ ಸರಕಾರವು K2 ಶಿಖರವನ್ನೇರಲು ಅವನಿಗೆ ಅನುಮತಿಯಿತ್ತಿತು. ಪಾಕಿಸ್ತಾನದ ಕಾರಾಕೋರಂ ಕ್ಲಬ್ ಸದಸ್ಯನಾದ ಕರ್ನಲ್ ಅತಾಉಲ್ಲಾ ಮತ್ತು ಅರ್ಶಾದ್ ಮುನೀರ್ ಅವನ ಜೊತೆಗೂಡಿದರು. ಕ್ಯಾಪ್ಟನ್ (ನಂತರ ಮೇಜರ್ ಜನರಲ್) ಜಿ.ಎಸ್. ಬಟ್ ಅವರು ಅಭಿಯಾನದೊಡನೆ ಪಾಕಿಸ್ತಾನಿ ಸಂಪರ್ಕಾಧಿಕಾರಿ. ೩೧ನೇ ಜುಲೈದಂದು ಜಗತ್ತಿನ ಎರಡನೇ ಸರ್ವೋಚ್ಚ ಶಿಖರ ೮೬೦೧ ಮೀಟರ್ ಎತ್ತರದ K2ವನ್ನು ಜಯಿಸಲಾಯಿತು. ಇಟಲಿಯ ಈರ್ವರು ಪರ್ವತಾರೋಹಿಗಳು ಶಿಖರವನ್ನೇರಿದರು. ಇದೇ ಥರ ಪಾಕಿಸ್ತಾನವು ಗಡಿರೇಖೆಯ ಪಶ್ಚಿಮಕ್ಕಿದ್ದ ಇತರ ಶಿಖರಗಳನ್ನೇರಲು – ರಾಕಪೊಶಿ ಇತ್ಯಾದಿ – ಪರವಾನಗಿ ಇತ್ತು, ಕ್ರಮಶಃ ಅದರ ಪೂರ್ವಕ್ಕೆ ಸಾಲ್ತೊರೊ ಶ್ರೇಣಿಯಾಚೆಯೂ ತಮ್ಮ ಅಧಿಪತ್ಯ ಸ್ಥಾಪಿಸಲು ಪರದೇಶದ ಅಭಿಯಾನಗಳಿಗೆ ಪರವಾನಗಿ ಕೊಡಲು ಪ್ರಾರಂಭಿಸಿತು.

ಏತನ್ಮಧ್ಯೆ ದಾರ್ಜಿಲಿಂಗನಲ್ಲಿ ಹಿಮಾಲಯನ್ ಮೌಂಟೇನಿಯರಿಂಗ್ ಇನ್‌ಸ್ಟಿಟ್ಯೂಟ್ ವೈಭವಯುತ ಕಾಂಚನಜಂಘಾ ತಳದಲ್ಲಿ ಸ್ಥಾಪಿತವಾಗಿತ್ತು. ನಂದು ಜಯಾಲ ಅದರ ಸಂಚಾಲಕ, ತೆನ್ಸಿಂಗ ಫೀಲ್ಡ್ ಟ್ರೇನಿಂಗ ಮುಖ್ಯಸ್ಥ. ಜಯಾಲ ಪ್ರತಿ ವರ್ಷ ಒಂದು ಶೃಂಗವನ್ನೇರುವ ಕಾರ್ಯಕ್ರಮವನ್ನಿಟ್ಟಿದ್ದ. ಈಗ ಅವನ ದೃಷ್ಟಿ ತಿರುಗಿದ್ದು ಪೂರ್ವೀ ಕಾರಾಕೋರಂ ಕಡೆಗೆ. ೧೯೫೬ರಲ್ಲಿ ಸಾಸೆರ್ ಕಾಂಗ್ರಿ ಆರಿಸಲಾಯಿತು. ಭಾರತೀಯರು ತಮ್ಮ ಪರ್ವತಾರೋಹಿ ಪದಚಿಹ್ನೆಗಳನ್ನು ಯಶಸ್ವಿಯಾಗಿ ಮೇಲೇರಿಸತೊಡಗಿದ್ದರು. ಇದೀಗ ಕಾರಾಕೋರಂ – ನಂದು ಜಯಾಲ ಮತ್ತು ಕೊಹ್ಲಿ – ಸಾಸೆರ್‌ಕಾಂಗ್ರಿಯ ದಕ್ಷಿಣೀ ಪ್ರದೇಶವನ್ನು ಶೋಧಿಸುತ್ತ ಸಕಾಂಗ ಶಿಖರವನ್ನೇರಿದರು. ಮನಮೋಹನಸಿಂಗ ಕೊಹ್ಲಿ ಎಂಬ ಹೊಸ ಆರೋಹಿ ನೌಸೇನೆಯ ಯುವಾ ಅಧಿಕಾರಿ, ಕಾಶ್ಮೀರದ ಮಾಜಿ ರಾಜ್ಯಪಾಲನಾದ ಕೊಹ್ಲಿಯ ಮೊಮ್ಮಗ, ಕಾರಾಕೋರಂ ಪದತಲಶ್ರೇಣಿಯ ಹರಿಪುರ ಎಂಬ ಹಳ್ಳಿಯಲ್ಲಿ (ಈಗದು ಪಾಕಿಸ್ತಾನದಲ್ಲಿದೆ) ಸಿಂಧುನದಿತಟದಲ್ಲಿ ಹುಟ್ಟಿದವ. ಕಾಲಾಂತರದಲ್ಲಿ ಭಾರತೀಯ ಎವರೆಸ್ಟ ಶಿಖರವನ್ನೇರಿ ಒಂಬತ್ತು ಪರ್ವತಾರೋಹಿಗಳನ್ನು ಅಲ್ಲಿಯವರೆಗೆ ತಲುಪಿಸಿ ಜಗತ್ಪ್ರಸಿದ್ಧಿ ಪಡೆದು ಭಾರತೀಯರೆಲ್ಲರ ಹೃದಯ ತುಂಬಿಸಿದ ಆರೋಹಿ ಭಟ. ನಂದು ಜಯಾಲ ಹೀಗೆ ಕಾರಾಕೋರಂ ಶ್ರೇಣಿಯಲ್ಲಿ ಮೊದಲಿನವನಾಗಿ ಭಾರತೀಯ ಧ್ವಜವನ್ನೊಯ್ಯುತ್ತಿರುವಾಗ ಫ್ರಿಟ್ಸ್ ಮೊರಾವಿಯೋ ಎಂಬ ಆಸ್ಟ್ರಿಯನ್ ಪಶ್ಚಿಮ ಸಿಯಾಕಾಂಗ್ರಿಯ ಶೋಧದಲ್ಲಿದ್ದರು. ಸಿಯಾಕಾಂಗ್ರಿಯು ಗಟ್ಟಿಬರ್ಫಿನ ಡೊಂಕುರೇಖೆಯಾಗಿ ನೆಗೆದ ಶಿಖರವಾಗಿ ಸುತ್ತಲಿನ ವಿಸ್ತೃತ ಬರಡು ಹಿಮವಲಯದ ಆಳಕಂದರಗಳ ಭೂಹಾಸುವಿನ ಮೇಲೆ ತನ್ನ ದೃಷ್ಟಿ ಬೀರಿತ್ತು. ಅದರ ನೆಗೆತ ಭಾರತ–ಪಾಕಿಸ್ತಾನ–ಚೀನಗಳ ಗಡಿಸಂಧಿಯಲ್ಲಿ. ಮೊರಾವಿಯೋನ ಪ್ರವೇಶ ಸ್ಕಾರ್ಡುವಿನಿಂದಾಗಿತ್ತು. ಚೀನಿಯರು ಮತ್ತು ರಶಿಯನ್ನರು ಕೂಡ ಇದೇ ಸಮಯ ಟಿಬೆಟ್ ಸಮಭೂಮಿಯ ಉತ್ತರೀಭಾಗಕ್ಕೆ ಹತ್ತಿಕೊಂಡ ಕುನ್‌ಲುನ್ ಪರ್ವತೀಯ ಕ್ಷೇತ್ರದಲ್ಲಿ ಟಿಬೆಟ್ಟಿನ ಹತ್ತಿರ ಮುಶ್ತಾಘ ಅತಾ ಎಂಬ ಪ್ರದೇಶದಲ್ಲಿ ಶೋಧ ನಡೆಸಿದ್ದರು. ಈ ಕ್ಷೇತ್ರವು ಚೀನ–ಪಾಕಿಸ್ತಾನದ ಕಾರಾಕೋರಂ ರಾಜಮಾರ್ಗದೊಡನೆ ಸಂಬಂಧಿಸಿದ್ದಿದೆ. ಇದೇ ರಾಜಮಾರ್ಗ ಟಿಬೆಟ್ ಮತ್ತು ಪಾಕಿಸ್ತಾನಗಳನ್ನು ಕೂಡಿಸುತ್ತದೆ.

ಇದೆಲ್ಲ ಭೂರಾಜಕೀಯ ದೃಶ್ಯ ತೆರೆಯತೊಡಗಿದಾಗ ನಿಜವಾದ ಪಟಲ ಎತ್ತಿದ್ದು ತುಸುವೇ ದೂರ ಪೂರ್ವಕ್ಕೆ ಶ್ಯೋಕನದಿಯ ಮೇಲ್ಭಾಗದಲ್ಲಿ. ಇದರ ಉತ್ತರಕ್ಕೆ ಅಕ್ಸಾಯ್‌ಚಿನ್‌ನ ವಿಸ್ತಾರ ಹಾಸಿಕೊಂಡಿದೆ. ಉಯಿಗುರ್ ಭಾಷೆಯಲ್ಲಿ ಇದರ ಅರ್ಥ 'ಬಿಳಿಗಲ್ಲುಗಳ ಚಿನ್ ಮರುಸ್ಥಲ' ಎಂದು. ಈ ಸಂಪೂರ್ಣ ವಿಸ್ತಾರವು ೫೦೦೦ ಮೀಟರ್ ಎತ್ತರಿನ ಲವಣಯುತ ಮರುಭೂಮಿ, ಭೌಗೋಲಿಕವಾಗಿ ಟಿಬೆಟ್ ಸಮಸ್ಥಲ ಮತ್ತು ಚಾಂಗ್‌ಟಾಂಗಿನ ಭಾಗ, ಜನವಸತಿಯೇ ಕಾಣದಂಥ ಪ್ರದೇಶ, ಹಿಮಾಲಯ, ಮತ್ತಿತರ ಪರ್ವತಶ್ರೇಣಿಗಳಿಂದಲೇ ಹೀರಿಕೊಳ್ಳಲ್ಪಡುವ ಮಳೆಯಿಂದಾಗಿ ಇಲ್ಲಿ ವರ್ಷಾದೇವಿ ಮುಗುಳ್ನಗುವದೇ ವಿರಳ. ಐತಿಹಾಸಿಕವಾಗಿ ೩೭೦೦೦ ಚದರು ಕಿ.ಮಿ.

ಈ ಕ್ಷೇತ್ರವು ಹಿಮಾಲಯ ರಾಜ್ಯ ಲದಾಖಿನ ಭಾಗವಾಗಿದ್ದು ೧೯ನೇ ಶತಮಾನದಲ್ಲಿ ಕಾಶ್ಮೀರ ರಾಜ್ಯವು ಲದಾಖನ್ನೇ ಗೆದ್ದುಕೊಂಡಿತು. ಕಾರಾಕೋರಂನ ಪ್ರಮಾಣಗಳಿಂದಲೂ ಕೂಡ ಅಕ್ಸಾಯ್‌ಚಿನ್ ಪ್ರದೇಶವು ಅತ್ಯಂತ ದೂರ ನಿರ್ಜನ ಪ್ರದೇಶವಾಗಿದ್ದು ಲದಾಖ ಮತ್ತು ಟಿಬೆಟ್‌ನ ಗಡಿರೇಖೆ ನಿಶ್ಚಿತವಾಗಿರಲೇ ಇಲ್ಲ. ಅಮೃತಸರ ಒಪ್ಪಂದದ ನಂತರ ನಿರ್ಮಿತವಾದ ಜಮ್ಮು–ಕಾಶ್ಮೀರ ಸಂಸ್ಥಾನದ ಸುರಕ್ಷೆಯನ್ನು ಬ್ರಿಟಿಶರು ತಾವೇ ವಹಿಸಿಕೊಂಡು ಅದರ ಉತ್ತರೀ ಮತ್ತು ಪೂರ್ವಿ ಗಡಿ ಸಿಂಕಿಯಾಂಗ್ ಮತ್ತು ಟಿಬೆಟಿನೊಡನೆಯದನ್ನು ನಿರ್ವಹಿಸುವ ಬಾಧ್ಯಸ್ಥಿಕೆಯನ್ನು ತಾವೇ ಹೊತ್ತರು. ಲದಾಖ–ಟಿಬೆಟ್ ಮತ್ತು ಕಾಶ್ಮೀರ–ಸಿಂಕಿಯಾಂಗ್ ಗಡಿ ನಿಶ್ಚಯಕ್ಕಾಗಿ ಕನಿಂಗ್‌ಹ್ಯಾಮ್‌ನ ೧೮೪೭ರ ಲದಾಖ ಬಾರ್ಡರ್ ಕಮೀಶನ್ ಅಯಶಸ್ವಿಯಾದುದನ್ನು ಮೊದಲೇ ವಿವರಿಸಲಾಗಿದೆ. ಹೀಗಾಗಿ ಲದಾಖ ಮತ್ತು ಟಿಬೆಟ್ಟಿನ ೧೮೪೨ರ ಒಪ್ಪಂದವನ್ನೇ ಬ್ರಿಟಿಶರಿಗೆ ಅನುಕರಿಸಬೇಕಾಯಿತು. ಈ ಒಪ್ಪಂದವು ಅನತಿಕ್ರಮಣದ್ದಿದ್ದಿತೇ ಹೊರತು ಗಡಿ ನಿಶ್ಚಯದ್ದಿರಲಿಲ್ಲ. ೧೮೪೨ರ ಒಪ್ಪಂದವು ಈ ಉಭಯ ರಾಷ್ಟ್ರಗಳ ಹೊಡೆದಾಟಗಳನ್ನು ನಿಲ್ಲಿಸಿತು (ಜೋರಾವರಸಿಂಗನ ಟಿಬೇಟಿನ ಮೇಲೆರಗಿದ ಡೊಗ್ರಾ ಅಭಿಯಾನ ಮತ್ತು ಅವನ ಸೋಲಿನಿಂದುಂಟಾದ ಟಿಬೇಟಿಯರ ಲದಾಖಿನಲ್ಲಿ ಪ್ರವೇಶ). ಈ ಒಪ್ಪಂದವು ಮೂರು ರೂಪಾಂತರಗಳಲ್ಲಿದ್ದು ಸುಮಾರು ಎಲ್ಲವೂ ಅಂತಹವೇ ಇವೆ (ಟಿಬೆಟ್–ಲದಾಖ, ಮತ್ತು ಸಿಖ್ಖ ದರಬಾರ–ಚೀನಗಳ ನಡುವಿನವು). ಟಿಬೆಟಿನ ಜೊತೆಯಲ್ಲಿದ್ದ ಪರ್ಶಿಯನ್ ಪತ್ಯದ ಪ್ರಕಾರ: 'ನಾವು ಹಳೆಯ ವಾಡಿಕೆಯಂತೆ ಲದಾಖ ಮತ್ತು ಅದರ ನೆರೆಯ ಆಧೀನರ ಗಡಿಯ ಎಲ್ಲೆಯವರೆಗಿನ ಪ್ರದೇಶವನ್ನು ನಮ್ಮ ಆಧೀನತೆಯಲ್ಲಿರಿಸಿಕೊಳ್ಳುತ್ತೇವೆ; ಮತ್ತು ಹಳೆಯ ಸ್ಥಾಪಿತ ಸರಹದ್ದಿನಾಚೆ ಅತಿಕ್ರಮಣ ಮತ್ತು ಹಸ್ತಕ್ಷೇಪಗಳು ಉಂಟಾಗಬಾರದು.' ಈ ಪತ್ಯ ಕಾಶ್ಮೀರದ ಪ್ರತಿಯಲ್ಲೂ ಇದೇ ಥರ ಇದೆ.

ಹಳೆಯ ಸ್ಥಾಪಿತ ಸರಹದ್ದುಗಳೇನಿದ್ದವು? ೧೮೭೮ರಲ್ಲಿ ಚೀನಿಯರು ಸಿಂಕಿಯಾಂಗ ಕ್ಷೇತ್ರದ ಮೇಲೆ ತಮ್ಮ ಅಧಿಪತ್ಯ ಸ್ಥಾಪಿಸಿದಾಗಿನಿಂದ ಅವರು ಶಹೀದುಲ್ಲಾದ ಉತ್ತರಕ್ಕೆ (ಸಾದುಲ್ಲಾ/ಸೈದುಲ್ಲಾ) ಸುಂಕಠಾಣೆಯನ್ನು ತೆರೆದರು. ಇದರರ್ಥ ಕುನ್‌ಲುನ್ ಕ್ಷೇತ್ರವು ತಮ್ಮ ಹದ್ದಿನ ಹೊರಗಿದೆಯೆಂದಾಯ್ತು. ಕಾಶ್ಮೀರ ಆಡಳಿತ ಇಲ್ಲಿ ಪರಿಣಾಮಕಾರಿ ಆಗಿರಲಿಲ್ಲ ಎಂದರಿತು ಚೀನಿಯರು ೧೮೯೦ರಲ್ಲಿ ಶಹೀದುಲ್ಲಾ ಆಕ್ರಮಿಸಿದರು. ಎರಡು ವರ್ಷಗಳ ನಂತರ ೧೮೯೨ರಲ್ಲಿ ಅವರು ಇನ್ನೂ ಪಶ್ಚಿಮಕ್ಕೆ ಸರಿದು ಕಾರಾಕೋರಂ ಕಣಿವೆಯವರೆಗೆ ತಮ್ಮ ಗಡಿ ವಿಸ್ತರಿಸಿ ಅಲ್ಲಿ ತಮ್ಮ ಧ್ವಜ ಊರಿ ಗಡಿಚಿಹ್ನವನ್ನು ಸ್ಥಾಪಿಸಿದರು. ಇದು ನಿಜಕ್ಕೂ ಆಶ್ಚರ್ಯಕರವೇ ಆಯ್ತು. ೧೮೬೫ರಲ್ಲಿ ವಿಲಿಯಂ ಜಾನ್ಸನ್, ಭಾರತೀಯ ಟ್ರಿಗೊನೊಮೆಟ್ರಿಕಲ್ ಸರ್ವೆದ ನಿಮ್ನ ಅಧಿಕಾರಿಯಾಗಿದ್ದು ಲದಾಖ–ಟಿಬೆಟ್ ಗಡಿಯ ಸರ್ವೇಕ್ಷಣೆಯಲ್ಲಿ ಭಾಗಿಯಾಗಿದ್ದ. ಈಗ ಪೂರ್ವಕ್ಕೆ ಡೆಮ್ಚಾಕ್‌ನಿಂದ ಉತ್ತರಕ್ಕೆ ೧೮೦೦೦ ಫೂಟು ಎತ್ತರದ ಕಾರಾಕೋರಂ ಈವರೆಗೆ

ಮಸುಕುಗೊಳ್ಳುತ್ತಲಿದ್ದ ಗಡಿಯನ್ನು ನಿಶ್ಚಿತವಾಗಿ ನೇರವಾಗಿ ಅಳೆಯುವ ಕೆಲಸ ಅವನದಾಯ್ತು. ಆದರೆ ಜಾನ್ಸನ್ ಎಳೆದ ರೇಖೆ ಸುತ್ತಿಕೊಳ್ಳುತ್ತ ಕುನ್‌ಲುನ್ ಪರ್ವತಾವಳಿಯಾಚೆ ಹಾಯ್ದುಹೋಯಿತು. ಇದರಿಂದಾಗಿ ಒಣಕಲು ಬಡಕು ಅಕ್ಸಾಯ್‌ಚಿನ್ ಇದರಲ್ಲಿ ಒಳಗೊಂಡಿತು.

ಜಾನ್ಸನ್ನನ ಈ ಸರ್ವೇಕ್ಷಣೆ ಆಗಿನಿಂದಲೇ ಶಂಕಾಸ್ಪದವಾಗಿತ್ತು. ಅವನ ಈ ಅತಿದೂರದ ಜಗತ್ತಿನ ಮಾಳಿಗೆಯೇ ಎನಿಸಿಕೊಂಡ ಕ್ಷೇತ್ರದ ಅಳತೆ-ಅಳೆಯುವಿಕೆಗಳು ಸಂಧಿಗ್ಧವಾಗಿಯೇ ಉಳಿದಿವೆ. ಮರುವರ್ಷವೇ ತನ್ನ ಕೆಲಸ ಬಿಟ್ಟು ಕೊಟ್ಟ ಜಾನ್ಸನ್ ಕಾಶ್ಮೀರ ಮಹಾರಾಜನಿಂದ ಲದಾಖ ಗವರ್ನರ್ ಎಂದು ನೇಮಿಸಲ್ಪಟ್ಟ. ಜಾನ್ಸನ್‌ನು ತನ್ನ ಮಹಾರಾಜನನ್ನು ಖುಷ್ ಮಾಡಲು ಹೀಗೆ ಸುತ್ತಾಗಿ ಗೆರೆಯೆಳೆದು ಅಧಿಕ ಕ್ಷೇತ್ರವನ್ನು ತನ್ನ ಯಜಮಾನನಿಗೆ ದೊರಕಿಸಲು ಹೀಗೆ ಮಾಡಿದ ಎಂದು ಅನೇಕರು ಅವನನ್ನು ಟೀಕಿಸಿದರಷ್ಟೇ ಅಲ್ಲ, ಅವನ ಸರ್ವೇಕ್ಷಣಶಕ್ತಿಯನ್ನೂ ಅಲ್ಲಗಳೆದರು. ಆದರೂ ಬ್ರಿಟಿಶ್ ಸರ್ವೇಕ್ಷಕರೊಡನೆಯ ಸಂಬಂಧ ಮುಂದುವರೆಯುತ್ತಲೇ ಇತ್ತು. ೧೮೭೩ರ ಟ್ರಾಟರ್ ಮತ್ತು ಗೋರ್ಡನ್ ಅವರ ಸರ್ವೇಕ್ಷಣದ ಯಶಸ್ಸಿನಲ್ಲಿ ಜಾನ್ಸನ್‌ನ ಪಾತ್ರ ಮುಖ್ಯವಿತ್ತು. ಸರಬರಾಯಿ ವ್ಯವಸ್ಥೆ, ದಾರಿಯ ಶೋಧ ಇತ್ಯಾದಿಗಳಲ್ಲಿ ಅವನದು ದೊಡ್ಡ ಸಹಾಯ. ಅಲ್ಲದೆ ಅವನೂ ಸ್ವತಃ ಶಹೀದುಲ್ಲಾವರೆಗೆ ತಲುಪಿದ್ದ, ಐದು ವರ್ಷಾನಂತರ ಕಾಶ್ಮೀರ ಮಹಾರಾಜನ ರಕ್ಷಾ ವ್ಯವಸ್ಥೆಯ ಅಲಕ್ಷ್ಯದಿಂದಾಗಿ ಚೀನಿಯರು ಈ ಕ್ಷೇತ್ರವನ್ನು ಆಕ್ರಮಿಸಿದರು. ಶತಕಾನಂತರ ಭಾರತೀಯರ ಅಕ್ಸಾಯ್‌ಚಿನ್ ಮೇಲಿನ ಅಧಿಪತ್ಯ ಪ್ರತಿಪಾದಿಸಲು ಜಾನ್ಸನ್‌ನ ನಕಾಶೆಯನ್ನು ಆಧಾರಿಸಲಾಯಿತು! ಕಾಲವು ನಿಧಾನವಾಗಿ ಚಲಿಸುತ್ತಲೇ ಇರುತ್ತದಲ್ಲ? ೧೯೫೦ರ ಉತ್ತರಾರ್ಧದಲ್ಲಿ ಕಣ್ತೆರೆದ ಭಾರತ ಪಶ್ಚಿಮೀ ಕಾರಾಕೋರಂನಲ್ಲಿ ತಮ್ಮ ಧ್ವಜ ತೋರಲೆಂದು ಕ್ಯಾಪ್ಟನ್ ಕೊಹ್ಲಿಯನ್ನು ಕಳಿಸಿದಾಗ ಬಹುಚರ್ಚಿತ ಕಾರಾಕೋರಂ ರಾಜಮಾರ್ಗದ ಮುನ್ನುಡಿ ಎಂಬಂತೆ ಅಕ್ಸಾಯ್‌ಚಿನ್ ರಾಜಮಾರ್ಗ ಆಗಲೇ ರಚಿಸಲ್ಪಟ್ಟಿತ್ತು. ಭಾರತ-ಚೀನ ಗಡಿ ಸಮಸ್ಯೆ ಇಲ್ಲಿಗೇ ಸೀಮಿತವಿರದೆ ಬಹುದೂರ ಪೂರ್ವಕ್ಕೆ ಬ್ರಹ್ಮಪುತ್ರೆಯ ತಿರುವಿನವರೆಗೆ ವಿಸ್ತರಿಸಿತ್ತು.

ಸಿಯಾಚೆನ್ನಿನ ಪೂರ್ವಕ್ಕೆ : ಟಿಬೆಟ್

ಬ್ರಿಟಿಶರು ಭಾರತವನ್ನಾಳುವಾಗ ಅಫಗಾನಿಸ್ತಾನದಂತೆ ಟಿಬೆಟ್ ಕೂಡ ಅವರ ಸಮಸ್ತ ಯುಕ್ತಿ ಯೋಜನೆಯ ಪ್ರಮುಖ ಕೀಲವಾಗಿತ್ತು. ಟಿಬೆಟ್ ಭೂಮೊತ್ತ ದೂರ ಗವ್ಹರದಲ್ಲಿದ್ದು, ಬಹುತೇಕ ದುರ್ಗಮವಾದದ್ದೂ ಆಗಿ ಎರಡು ನಾಗರೀಕತೆಗಳೊಳಗೆ ಹಿಸುಕಿಕೊಂಡಿತ್ತಾದರೂ ಆ ಎರಡೂ ನಾಗರೀಕತೆಗಳಿಂದ ಬಹಳ ದೂರವೂ ಉಳಿದದ್ದು ಅದನ್ನು ಸುತ್ತುಗಟ್ಟಿದ ಉತ್ತುಂಗ ಅಭೇದ್ಯ ಗಿರಿಗಳಿಂದ. ಬ್ರಿಟಿಶರ ಗೀಳಾಗಿದ್ದ ರಾಜ್ಯವಿಸ್ತರಣೆ ಮತ್ತು ವ್ಯಾಪ್ತಿಯಾಚೆ ಮಧ್ಯಸ್ಥ ಪ್ರದೇಶಗಳ ನಿರೂಪಣೆಯಂತೆ ಅವರ ಉದ್ದೇಶವು ಟಿಬೆಟ್ ಮಧ್ಯಸ್ಥ ಪ್ರದೇಶವನ್ನು ಚೀನಕ್ಕಿಂತಲೂ ಹೆಚ್ಚಾಗಿ ರಶಿಯನ್ ಸಾಮ್ರಾಜ್ಯವನ್ನು

ದೂರಿಡುವದಾಗಿತ್ತು. ಚೀನದ ಭಯವು ಅವರಿಗೆ ಅಷ್ಟಾಗಿರಲಿಲ್ಲ. ೧೯೧೪ರಲ್ಲಿ ಸಿಮ್ಲಾ ಕನ್ವೆನ್ಶನ್ ಪ್ರಕಾರ ಬ್ರಿಟಿಶರು ಮತ್ತು ತಿಬ್ಬತೀಯರು ಭೂತಾನದಿಂದ ಪೂರ್ವಕ್ಕೆ ನೇಫಾ (ಈಗಿನ ಅರುಣಾಚಲ ಪ್ರದೇಶ)ವರೆಗೆ ಗಡಿರೇಖೆಯ ಅಳೆಯುವಿಕೆಯನ್ನು ಒಪ್ಪಿ ಸಹಿ ಮಾಡಿದರು. ಇದೇ ಮೆಕ್‌ಮಹೊನ್ ಲೈನ್. ಮೆಕ್‌ಮಹೊನ್ ಎಂಬವ ಬ್ರಿಟಿಶರ ವಿದೇಶಿ ಕಾರ್ಯದರ್ಶಿ ಮತ್ತು ಸಿಮ್ಲಾ ಕನ್ವೆನ್ಶನ್ನಿನ ಮುಖ್ಯ ಸಂಧಾನಕಾರ. ಹಿಮಾಲಯದ ಅತ್ಯುಚ್ಚ ಶಿಖರ ಶ್ರೇಣಿ ಎನಿಸಿಕೊಳ್ಳಬಹುದಾದ ರೇಖೆಯನ್ನೇ ೫೫೦ ಮೈಲುಗಳುದ್ದ ಎಳೆದದ್ದು ಅದು ನೈಸರ್ಗಿಕ ಜಲವಿಭಾಗಕ ಎಂದು. ಇದೇ ರೇಖೆಯೇ ನ್ಯಾಯಯುತ ಗಡಿರೇಖೆ ಎಂದು ಭಾರತೀಯ ವಾದ. ನಂತರ ಚೀನಿಯರು ಇದನ್ನು ನಿರಾಕರಿಸಿದರು. ಟಿಬೆಟ್ ಯಾವಾಗಲೂ ಚೀನದ ಅಧೀನ ಪ್ರದೇಶವಾಗಿದ್ದು ಅಲ್ಲಿಯ ಆಡಳಿತಕ್ಕೆ ಗಡಿರೇಖೆಯನ್ನು ಒಪ್ಪಲು ಯಾವ ಅಧಿಕಾರವೂ ಇರಲಿಲ್ಲ ಎಂದಿತು ಚೀನ. ಶತಕಾನುಕಾಲದಿಂದ ಟಿಬೆಟ್ ಸ್ವತಂತ್ರ ರಾಷ್ಟ್ರವೇ ಆಗಿ ಉಳಿದಿದ್ದರೂ ಅದು ತನ್ನ ಚಕ್ರಾಧಿಪತ್ಯದ್ದೇ ಎಂದು ಹಕ್ಕು ಸಾಧಿಸುತ್ತಲಿತ್ತು. ೧೯೪೯ರಲ್ಲಿ ಚೀನವು ಕಮ್ಯುನಿಸ್ಟರ ಆಳ್ವಿಕೆಗೊಳಗಾಗಿ ಮರುವರ್ಷ ಪೀಪಲ್ಸ್ ಲಿಬರೇಶನ್ ಆರ್ಮಿಯು ಟಿಬೆಟಿನೊಳಗೆ ನುಗ್ಗಿ ಚಾಮ್‌ಡೊ ಭಾಗವನ್ನಾಕ್ರಮಿಸಿತು. ೧೯೫೧ರಲ್ಲಿ ಟಿಬೆಟಿನ ಸದಸ್ಯರು ಚೀನಾ ಸೈನ್ಯದ ಒತ್ತಡದಿಂದಾಗಿ ಚೀನದ ಸಾರ್ವಭೌಮತ್ವವನ್ನೊಪ್ಪಿ ೧೭ ಅಂಶಗಳ ಒಪ್ಪಂದಕ್ಕೆ ಸಹಿ ಮಾಡಿದರು. ಕೆಲವು ತಿಂಗಳ ನಂತರ ಇದು ಲ್ಹಾಸಾದಲ್ಲಿ ಸ್ಥಿರೀಕರಿಸಲಾಯಿತು.

ಶೀಘ್ರವೇ ಚೀನಿಯರು ತಮ್ಮ ರಾಜಮಾರ್ಗ ೨೧೯ನ್ನು ಕಟ್ಟಲು ಆರಂಭಿಸಿದರು. ಈ ರಾಜಮಾರ್ಗವು ಟಿಬೆಟನ್ನು ಚೀನದ ಪಶ್ಚಿಮೀ ಪ್ರಾಂತವಾದ ಸಿಂಕಿಯಾಂಗ್ (ಕ್ಸಿಂಜಿಯಾಂಗ್)ದೊಡನೆ ಜೋಡಿಸುವದಕ್ಕಾಗಿದ್ದು ಅಕ್ಸಾಯ್‌ಚಿನ್ ಪ್ರದೇಶದ ಥೇಟ ಮಧ್ಯದಿಂದ ಸೀಳಿ ನಡೆಯಿತು. ಮೊದಲಿನ ಕಾಶ್ಮೀರ ರಾಜರು ಆ ಕ್ಷೇತ್ರದಲ್ಲಿ ಯಾವ ಠಾಣೆಯನ್ನೂ ಸ್ಥಾಪಿಸಿರದಿದ್ದಂತೆ ಸ್ವತಂತ್ರ ಭಾರತವೂ ಅಲ್ಲಿ ಯಾವ ಗಡಿಯನ್ನೂ ಸ್ಥಾಪಿಸಿರಲಿಲ್ಲ – ಜಾನ್ಸನ್ನನ ನಕಾಶೆಯನ್ನು ಭಾರತ ಸರಕಾರವು ಒಪ್ಪಿಕೊಂಡಿದ್ದರೂ ಕೂಡ, (ಜಾನ್ಸನ್ನನು ಅಕ್ಸಾಯ್‌ಚಿನ್ ಪ್ರದೇಶವನ್ನು ಕಾಶ್ಮೀರ ರಾಜ್ಯದಲ್ಲಿರಿಸಿ ಸರ್ವೇಕ್ಷಣೆ ಮಾಡಿದ್ದನಲ್ಲ)! ಅನೇಕ ವಿಶ್ಲೇಷಕರು ಅಕ್ಸಾಯ್‌ಚಿನ್ ಪ್ರದೇಶವು ಅಷ್ಟು ಅತಿದೂರವಿದ್ದುದಾಗಿ ಭಾರತೀಯ ಇಂಟೆಲಿಜೆನ್ಸನವರಿಗೆ ಇದರ ಅರಿವೇ ಇರಲಿಲ್ಲ ಎಂಬ ಅಭಿಪ್ರಾಯದವರು ಇದ್ದಾಗಲೂ ಭಾರತದ ಇಂಟೆಲಿಜನ್ಸ್ ಬ್ಯೂರೊ (IB) ನಿರ್ದೇಶಕ ಭೋಲಾನಾಥ ಮಲ್ಲಿಕ ಅವರು ಹೇಳುವಂತೆ ಅವರು ಚೀನದ ಮಾರ್ಗರಚನೆಯ ಬಗ್ಗೆ ೧೯೫೨ರಿಂದಲೇ ವರದಿ ಮಾಡುತ್ತ ಬಂದಿದ್ದರು ಎಂದು. ಅವರ ಹೇಳಿಕೆಯಂತೆ ಟಿಬೆಟಿನ ಗಾರ್ತೋಕನಲ್ಲಿದ್ದ ಭಾರತೀಯ ವ್ಯಾಪಾರ ಏಜೆಂಟನು ಭಾರತ ಸರಕಾರಕ್ಕೆ ೧೯೫೫ ಮತ್ತು ಪುನಃ ೧೯೫೭ರಲ್ಲಿ ಇದರ ಮಾಹಿತಿಯಿತ್ತಿದ್ದನು.

ಹೀಗೆ ಚೀನದೊಡನೆ ಸಂಬಂಧಗಳು ೧೯೫೦ರ ಉತ್ತರಾರ್ಧದಲ್ಲಿ ಕೆಡುತ್ತಿದ್ದಂತೆ ಈಗ ಪಶ್ಚಿಮಕ್ಕೆ ಕಾರಾಕೋರಂ ಮತ್ತು ಸಿಯಾಚೆನ್‌ಗೆ ಮರಳೋಣ. ಬ್ರಿಟಿಶ್

ಇಂಪಿರಿಯಲ್ ಕಾಲೇಜಿನ ಅಭಿಯಾನವು ಎರಿಕ್ ಶಿಪ್ಟನ್ನನ ನೇತೃತ್ವದಲ್ಲಿ ಸಿಯಾಚೆನ್, ರೀಮೊ, ತೇರಂ ಶಹರ ಮತ್ತು K2 ಗ್ಲೇಸಿಯರನ್ನು ೧೯೫೭ರಲ್ಲಿ ಪಾಕಿಸ್ತಾನದಿಂದ ಹೊರಟು ಬಿಲಾಫೊಂಡಲಾ ದಾಟಿ ಶೋಧಿಸತೊಡಗಿತ್ತು. ೧೯೬೦ ರಲ್ಲಿ ಇನ್ನೊಂದು ಬ್ರಿಟಿಶ್ ತಂಡ ಹಿಂಬಾಲಿಸುತ್ತ K12 ಶಿಖರದ ನೈಋತ್ಯ ದಾರಿಗಳನ್ನು ಶೋಧಿಸಿತು. ಮರುವರ್ಷ ಎರಿಕ್ ವಾಶ್ಚಾಕ್‌ನ ನೇತೃತ್ವದಲ್ಲಿ ಆಸ್ಟ್ರಿಯನ್ ತಂಡವು ಸಿಯಾಲಾ ಮತ್ತು ಕೊಂಡುಸ್ ಗ್ಲೇಸಿಯರ್‌ಗಳ ಮಾರ್ಗವಾಗಿ ಘೆಂಟ್ ಶಿಖರವನ್ನು ಸಾಧಿಸಿತು. ಘೆಂಟ್ ಶಿಖರವು ಸಾಲ್ತೊರೊ ಶ್ರೇಣಿಯ ಉತ್ತರೀ ಅಂಚು. ಇವೆಲ್ಲ ಅಭಿಯಾನಗಳು ಈ ಕ್ಷೇತ್ರವನ್ನು ಪ್ರವೇಶಿಸಿದ್ದು ಪಾಕಿಸ್ತಾನದಿಂದ. ಪಾಕಿಸ್ತಾನವು ಇಲ್ಲಿಯ ಆಗುಹೋಗುಗಳನ್ನು ನಿಯಂತ್ರಿಸುತ್ತಿತ್ತು. ಸಿಯಾಚೆನ್ ಕ್ಷೇತ್ರದಲ್ಲಿ ಈಗ ಪಾಕಿಸ್ತಾನದ್ದೇ ಹಿಡಿತ. ೧೯೬೨ರಲ್ಲಿ ನೇಫಾ ಮತ್ತು ಲದಾಖನಲ್ಲಿ ಚೀನ–ಭಾರತದ ಸಶಸ್ತ್ರ ಚಕಮಕಿಗಳಾಗಿ ಪಾಕಿಸ್ತಾನವು ಕೊನೆಯ ಪರ್ವತೀಯ ಅಭಿಯಾನಕ್ಕೆ ಅನುಮತಿಯನ್ನಿತ್ತಿತು. ಅದು ಜಪಾನ–ಪಾಕಿಸ್ತಾನದ ಜಂಟಿ ಅಭಿಯಾನ, ಸಾಲ್ತೊರೊ ಕಾಂಗ್ರಿ ೧ನ್ನು ಜಯಿಸಿತು. ನಂತರ ೧೯೭೦ರವರೆಗೆ ಪಾಕಿಸ್ತಾನದಿಂದ ಅಭಿಯಾನಗಳು ಮುಚ್ಚಲ್ಪಟ್ಟವು.

ಚೀನಿಯರ ಟಿಬೆಟ್ ಆಕ್ರಮಣದ ನಂತರ ಒಮ್ಮೆಲೆ ಭಾರತ–ಚೀನಗಳು ಪ್ರತ್ಯಕ್ಷ ಮುಖಾಮುಖಿಯಾಗಿ ಎದುರಾದವು. ಭಾರತವು ಬ್ರಿಟಿಶರಿಂದ ಮುಕ್ತವಾಯಿತು, ಚೀನವು ಪಶ್ಚಿಮೀ ರಾಷ್ಟ್ರಗಳ ಹೀನಾಯ ಒತ್ತಾಳುವಿಕೆಯಿಂದ ಚೇತರಿಸಿಕೊಂಡಿತು. ಭಾರತವು ತನ್ನ ಅನೇಕ ದ್ವಿಮುಖೀ ಹೇಳಿಕೆಗಳ ನಂತರ ಕೊನೆಗೂ ಸಂಯುಕ್ತ ರಾಷ್ಟ್ರ ಸಂಘದ ಸದಸ್ಯತ್ವಕ್ಕೆ ಆವರೆಗೆ ಪಶ್ಚಿಮೀ ರಾಷ್ಟ್ರಗಳಿಂದ ಅಸ್ಪೃಶ್ಯರಂತೆ ನಡೆಸಿಕೊಂಡಿದ್ದ ಚೀನವನ್ನು ಬೆಂಬಲಿಸಿತು. ೧೯೫೪ರಲ್ಲಿ ಚೀನದೊಡನೆ ಪಂಚಶೀಲ ಒಪ್ಪಂದವಾಯಿತು. ೧೯೫೫ರಲ್ಲಿ ಭಾರತವು ತಾನಾಗಿ ಚೀನವನ್ನು ಮತ್ತು ಚೌ ಎನ್ ಲೈ ಅವರನ್ನು ಆಫ್ರಿಕಾ–ಏಶಿಯಾ ಬಾಂಡುಂಗ್ ಕಾನ್ಫರೆನ್ಸ್‌ನಲ್ಲಿ ಮುಂದುಮಾಡಿತು. ಹೀಗೆ ಭಾರತದ ಅತ್ಯುತ್ಸುಕತೆ ಚೀನವನ್ನು ಖುಷ್ ಇಡಲು ಕಂಡುಬರುವಂಥದಿದ್ದರೂ ಚೀನಿಯರು ಇದನ್ನು ಹೇಗೆ ಅರ್ಥೈಸಿದರೋ ಇದು ಗೂಢ. ಮಾಒತ್ಸೆ ತುಂಗರ ಹಾಗೂ ಚೌ ಎನ್ ಲೈ ಅವರ ಬರಹಗಳಲ್ಲಿ ಭಾರತದ ಅಥವಾ ಭಾರತ–ಚೀನ ಸಂಬಂಧಗಳ ಉಲ್ಲೇಖವಿಲ್ಲ. ಸ್ವಾತಂತ್ರ್ಯ ಹೋರಾಟದ ಪ್ರಕ್ಷುಬ್ಧ ದಿನಗಳಲ್ಲಿ ಹಾಗೂ ಸ್ವಾತಂತ್ರ್ಯಾನಂತರದ ಪಾಕಯುದ್ಧದ ತುಮುಲದಲ್ಲಿ ಸಿಕ್ಕುಬಿದ್ದ ಸಂದರ್ಭದಲ್ಲಿ ಭಾರತೀಯ ಮಾಹಿತಿ ವಿಭಾಗವು ಅನುಪಸ್ಥಿತವೇ ಇತ್ತು. ಹದಿನೈದು ವರ್ಷಗಳ ನಂತರ ಭಾರತೀಯ ಮಾಹಿತಿ ಜಾಲ ಅಕ್ಸಾಯ್‌ಚಿನ್‌ದಲ್ಲಿ ಚೀನಿಯರು ಕಟ್ಟತೊಡಗಿದ ರಸ್ತೆಯ ವಿಷಯದಲ್ಲಿ ಕೈಕೊಂಡ ಬಗ್ಗೆ ಗಮನಿಸುವದು ಆವಶ್ಯಕ. ಮಾಹಿತಿ ವಿಭಾಗದ ಮುಖ್ಯಸ್ಥ ಮತ್ತು ನೆಹರೂ ಅವರ ನಿಕಟವರ್ತಿಯಾದ ಮಲ್ಲಿಕರು ಅಕ್ಸಾಯ್‌ಚಿನ್‌ದಲ್ಲಿ ಚೀನೀಯರ ರಸ್ತೆಯ ಬಗ್ಗೆ ಮೊದಲಿನಿಂದಲೇ ಹೇಳುತ್ತ ಬಂದಿದ್ದು ನೆಹರು ಅವರಿಗೆ ಗೊತ್ತಿದ್ದರೂ ಅವರು ಆ ಮಾಹಿತಿಯನ್ನು ಎಂಟು ವರ್ಷ ತಡೆಹಿಡಿದಿದ್ದು ಏಕೆ ಎಂಬ ಪ್ರಶ್ನೆ. ಕಾರಣಗಳು ಅವರಿಗೇ ಗೊತ್ತಲ್ಲವೇ? ಇಂಥ

ಮಾಹಿತಿಯನ್ನು ಮಲ್ಲಿಕರು ಕೊಟ್ಟುದನ್ನು ಅವಗಣಿಸಿದರೂ ಕೂಡ ೧೯೫೦ ರಿಂದ ಕಹಿಯಾಗುತ್ತಲೇ ಹೊರಟ ಭಾರತ–ಚೀನ ಸಂಬಂಧಗಳು ಅನೇಕ ಮಾತುಕತೆಗಳಲ್ಲಿ ಇದು ಕಂಡುಬರತೊಡಗಿ ನೆಹರು ಅವರು ಚೌ ಎನ್ ಲೈ ಅವರನ್ನು ೧೯೬೦ರಲ್ಲಿ ಆಮಂತ್ರಿಸಿದಾಗ ಚೌ ಎನ್ ಲೈ ಅವರು ನೇರವಾದ ಪ್ರಸ್ತಾವವನ್ನಿಟ್ಟರು. ಭಾರತದ ನೇಫಾದ ಮೇಲಿನ ಹಕ್ಕನ್ನು ಮಾನ್ಯ ಮಾಡಿ, ಭಾರತವು ಲದಾಖನಲ್ಲಿ ಸದ್ಯದ ಪ್ರತ್ಯಕ್ಷ ರೇಖೆಯನ್ನು ಗಡಿಯೆಂದು ಒಪ್ಪಿಕೊಳ್ಳಬೇಕು ಎಂದು. ಅಂದರೆ ಭಾರತವು ನೇಫಾ ಇಟ್ಟುಕೊಂಡು ಅಕ್ಸಾಯ್‌ಚಿನ್ ಬಿಟ್ಟುಕೊಡಬೇಕು. ನೆಹರು ಅವರು ಇದನ್ನು ಸರ್ವಥಾ ನಿರಾಕರಿಸಿದರು.

ಸ್ವಾತಂತ್ರ್ಯಾನಂತರ ೧೫ ವರ್ಷಗಳಲ್ಲಿ ಭಾರತವು ಪಾಕಿಸ್ತಾನ ಮತ್ತು ಚೀನ ಇವೆರಡೂ ರಾಷ್ಟ್ರಗಳೊಡನೆ ಸಮರಕ್ಕಿಳಿಯಿತು. ಅಕ್ಸಾಯ್‌ಚಿನ್ ನಿಜವಾಗಿಯೂ ಎಂದಿಗೂ ಭಾರತದ ನಿಯಂತ್ರಣದಲ್ಲಿರಲೇ ಇಲ್ಲ. ಅದೀಗ ಚೀನದ ಅಧಿಕಾರದಲ್ಲುಳಿಯಿತು. ಇದರಲ್ಲಿ ಹಲ್ಲುಮುರಿದುಕೊಂಡದ್ದು ಭಾರತ. ೧೯೪೭–೪೮ರಲ್ಲಿ ಪಾಕಿಸ್ತಾನದೊಡನೆಯ ಯುದ್ಧದಲ್ಲಿ ಭಾರತವು ಕಾಶ್ಮೀರ ಕಣಿವೆ ಹಾಗೂ ಲದಾಖ ಉಳಿಸಿಕೊಂಡಿತಾದರೆ ಪಶ್ಚಿಮ ಕಾಶ್ಮೀರದ ದೊಡ್ಡ ಭಾಗ ಹಾಗೂ ಉತ್ತರೀ ಭಾಗವನ್ನು ಕಳೆದುಕೊಂಡಿತು. ಹೀಗೆ ಕಳೆದುಕೊಂಡಿದ್ದು (ಯುದ್ಧವು ತನ್ನೆಡೆ ವಾಲತೊಡಗಿದ್ದಾಗಲೂ) ಸಂಯುಕ್ತ ರಾಷ್ಟ್ರ ಸಂಘದ ನಿಶ್ಚಯದಿಂದಾಗಿ. ಕಾರಾಕೋರಂ ಪ್ರದೇಶದ ಗಣತಿಯಲ್ಲಿ ಭಾರತವು ನೇತುಬಿದ್ದುದು ದೌಲತಬೇಗ ಓಲ್ಡಿಗೆ. ಇದು ಸಿಯಾಚೆನ್ ಮತ್ತು ಸಾಲ್ತೋರೊ ಬರ್ಫೀಕೃತ ಗ್ಲೇಸಿಯರ್ ಪ್ರದೇಶ ಮತ್ತು ಅಕ್ಸಾಯ್‌ಚಿನ್ ಪ್ರದೇಶಗಳನ್ನು ಬೇರ್ಪಡಿಸುತ್ತದೆ. ಇನ್ನೂ ಆಳ ಗಾಯವೆಂದರೆ ಪಾಕಿಸ್ತಾನವು ತನ್ನ ಹೊಸ ಮಿತ್ರ ಅಮೇರಿಕೆಯ ಶಸ್ತ್ರಾಸ್ತ್ರ ಮದತ್ತಿನಿಂದ ಟಾಣಾಗಿ ಭಾರತವನ್ನೆದುರಿಸಲು ಸಿದ್ಧವಾದುದು ಮತ್ತು ಚೀನಾ ಯುದ್ಧದಲ್ಲಿ ಸೋತು ನೇಫಾ ಪ್ರಮೇಯವನ್ನು ಬೆಳೆಯಬಿಟ್ಟು ಭಾರತವು ತಾನೇ ಅಶಕ್ತವಾದುದು.

ಹೊಸ ಸಮತೋಲ : ಕಾರಾಕೋರಂ ಹೆದ್ದಾರಿ

೧೯೬೨ ಅಕ್ಟೋಬರ್–ನವೆಂಬರ್‌ನಲ್ಲಿ ಭಾರತ–ಟಿಬೆಟ್ ಗಡಿಯ ಮೂರೂ ದೂರು ದೂರಾದ ಭಾಗಗಳಲ್ಲಿ ಗಮನಾರ್ಹ ಯುದ್ಧ ನಡೆಯಿತು. ಗಡಿಯ ಪ್ರತಿಯೊಂದು ಕದನದಲ್ಲಿ ಭಾರತೀಯ ಸೇನೆಯನ್ನು ಚೀನಿಯರು ಅಡಗಿಸಿದರು ಅಥವಾ ಬಳಿಸರಿದು ನಿಷ್ಕ್ರಿಯವಾಗಿಸಿ ಹಿಮ್ಮೆಟ್ಟಿಸಿದರು. ತಯಾರಿಯಿಲ್ಲದ ಸೇನೆ ಸೋತಿತು. ಆರು ವಾರಗಳ ತುರುಸಿನ ಯುದ್ಧದಲ್ಲಿ ಚೀನಿಯರು ತಮ್ಮ ಹಕ್ಕಿನದೆಂದು ಸಾಧಿಸಿದ ಗಡಿರೇಖೆಯನ್ನೂ ದಾಟಿ ಒಳಹೊಕ್ಕರು. ಹಾಗೆ ತಮ್ಮ ಗುರಿಯನ್ನು ತಲುಪಿ ೨೧ ನವೆಂಬರದಂದು ಹಠಾತ್ ತಾವಾಗಿಯೇ ಗೆದ್ದುಕೊಂಡ ಕ್ಷೇತ್ರದ ೭೦ ಪ್ರತಿಶತ ಖಾಲಿ ಮಾಡಿ ಒಮ್ಮೆಲೆ ನಾವು ಕಂಡುಕೊಂಡ ಗಡಿಯಾಚೆ ಮರಳಿದರು. ಕದನ ವಿರಾಮ ಘೋಷಿಸಿದ ನಂತರ ಚೀನಿಯರು ತಾವು ರಾಜಮಾರ್ಗ ೧೯೫೦ರಿಂದಲೇ ಕಟ್ಟಿಕೊಂಡ ಅಕ್ಸಾಯ್‌ಚಿನ್‌ನ

ಸುತ್ತಲಿನ ಭಾರತೀಯ ಪ್ರದೇಶವನ್ನಿಟ್ಟುಕೊಂಡು ಸಂಪೂರ್ಣ ನೇಫಾ ಪ್ರದೇಶವನ್ನೂ ಬಿಟ್ಟುಕೊಟ್ಟರು. ಸುಮಾರು ಇದೇ ಆಸುಪಾಸಿನ ಸಮಯ ೧೯೫೯ರಿಂದ ಅಯೂಬಖಾನರು ಚೀನವನ್ನು ತನ್ನ ಆಕ್ರಾಮಕ ಉದ್ದೇಶಗಳಿಂದ ಪಾಕಿಸ್ತಾನೀ ಪ್ರದೇಶದೆಡೆಗೆ ಕಣ್ಣಿರಿಸಿದರೆ ಜೋಕೆ ಎಂದು ಎಚ್ಚರಿಸುತ್ತಲೂ ಕೂಡ ಗಡಿ ಪ್ರಮೇಯವನ್ನು ಬಿಡಿಸಲು ಚೀನದೊಡನೆ ಮಾತುಕತೆಯಲ್ಲಿ ತೊಡಗಿದರು. ಮೂರು ವರ್ಷ ತಿಕ್ಕಾಡಿ ಕೊನೆಗೆ ಒಪ್ಪಿಕೊಂಡ ಪಾಕ-ಚೀನ ಗಡಿರೇಖೆ ಮಾರ್ಚ್ ೧೯೬೩ರಲ್ಲಿ ಸಹಿ ಹಾಕಿಸಿಕೊಂಡಿತು. ಸೋತ ಆಘಾತದಲ್ಲಿದ್ದ ಭಾರತಕ್ಕೆ ಈ ಬೆಳವಣಿಗೆಯು ಇನ್ನೊಂದು ಆಘಾತವಾಗದಿರದೇ? ಕೇವಲ ಕಾಲ್ಪನಿಕವಾಗಿ ತನ್ನದೆಂದುಕೊಂಡ ಅಕ್ಸಾಯ್‌ಚಿನ್ ಕಳೆದುಕೊಂಡ ನಂತರ ಈಗ ಪುನಃ ತನ್ನದೇ ಎಂದುಕೊಂಡ ಜಮ್ಮು-ಕಾಶ್ಮೀರದ ಸದ್ಯ ಪ್ರತ್ಯಕ್ಷವಾಗಿ ಪಾಕಿಸ್ತಾನಾಧೀನದಲ್ಲಿದ್ದ ಭಾಗವನ್ನೂ ಕಳೆದುಕೊಂಡು ಗಡಬಡಿಸಿಕೊಂಡಿತು. ಪಾಕಿಸ್ತಾನವು ಚೀನದೊಡನೆಯ ಗಡಿರೇಖಾ ನಿರೂಪಣೆಯಲ್ಲಿ ಹೆಚ್ಚು ವ್ಯಾವಹಾರಿಕವಾಗಿ ವರ್ತಿಸಿತಲ್ಲ? ಅಲ್ಲದೇ ಈ ಒಪ್ಪಂದವು ನೆಹರೂರವರ ಚೀನ ಪಾಲಿಸಿಯ ಕುಂದುಗಳನ್ನು ಹೊರಗೆಳೆಯಿತು. ಮುಖಭಂಗವನ್ನು ಮರೆಸಿಕೊಳ್ಳಲೆಂಬಂತೆ ಭಾರತೀಯ ಸರಕಾರವು ಎರಡು ಮಿಥ್ಯಗಳನ್ನು ಹರಡಿತು. ಒಂದನೆಯದು ಭಾರತದ ಈರ್ವರು ಎದುರಾಳಿಗಳು ತನ್ನ ವಿರುದ್ಧ ದುಷ್ಕೂಟ ಹೂಡಿಯಾರೆಂದು, ಎರಡನೆಯದು ಪಾಕಿಸ್ತಾನವು ಕಾಶ್ಮೀರದ ದೊಡ್ಡ ತುಂಡೊಂದನ್ನು ಚೀನಕ್ಕೆ ಅರ್ಪಿಸಿತು ಎಂದು. ಇವೆರಡು ಮಿಥ್ಯಗಳು ಇನ್ನೂ ಪ್ರಚಲಿತವಿವೆ! ಹಾಗೆ ಕೂಲಂಕಷವಾಗಿ ನೋಡಿದರೆ ಪಾಕಿಸ್ತಾನವು ಸುಮಾರು ೭೫೦ ಚದರು ಮೈಲು ಕ್ಷೇತ್ರವನ್ನು ಹೆಚ್ಚಾಗಿ ಪಡೆದಿದೆ!!

ಭಾರತದಂತೆ ಪಾಕಿಸ್ತಾನಕ್ಕೂ ತನ್ನ ಉತ್ತರೀಪ್ರದೇಶ (Northern Areas – ಅಂದರೆ ಗಿಲ್ಗಿಟ್-ಹುಂಜಾ) ಮತ್ತು ಸಿಂಕಿಯಾಂಗ ರಾಜ್ಯದ ಗಡಿಯನ್ನು ರೇಖಿಸುವ ಅವಶ್ಯಕತೆ ಇತ್ತಲ್ಲ? ಆದರೂ ಬ್ರಿಟಿಶರು ಅಳೆದ, ನಿರೂಪಿಸಿದ, ಸರ್ವೇಕ್ಷಿಸಿದ ರೇಖೆಯನ್ನು ಅನುಸರಿಸಬಹುದಾಗಿತ್ತು; ಇದು ೧೮೪೦ ರಿಂದ ಕಾಶ್ಮೀರ ರಾಜ್ಯ ಹುಟ್ಟಿಕೊಂಡಾಗಿನಿಂದಲೇ ಕೈಕೊಂಡ ಬ್ರಿಟಿಶರ ಕೆಲಸವಾಗಿತ್ತಲ್ಲ? ಆದರೆ ಪಾಕಿಸ್ತಾನವು ಅನುಸರಿಸಿದ್ದು ಇದನ್ನಲ್ಲ; ಅಂತಾರಾಷ್ಟ್ರಿಯ ಸಮ್ಮತದ ಭೌಗೋಲಿಕ ಸಿದ್ಧಾಂತದ ಜಲವಿಭಾಗಕವೇ (Watershed) ನೈಸರ್ಗಿಕ ವಿಭಾಜಕ ಎಂಬುದನ್ನು, ಇದೇ ಗಡಿ ನಿರ್ಧಸಿರುವ ತೀರ್ಮಾನ ಎಂದು. ಆಗಿನ ನಿಜಸ್ಥಿತಿ ಎಂದರೆ ೧೯೫೦ರಲ್ಲಿ ಪಾಕಿಸ್ತಾನವು ಅಮೇರಿಕೆಯೊಡಗೂಡಿ ಬಗ್ಗಾದ ಒಪ್ಪಂದಕ್ಕೆ ರುಜು ಹಾಕಿ, Southeast Asia Treaty Organisation ಸಿಯಟೊ (SEATO) ಜೊತೆಗೂಡಿದಾಗ ಚೀನವು ಇದನ್ನೆಲ್ಲ ಸಂಪೂರ್ಣವಾಗಿ ವಿರೋಧಿಸುತ್ತಿದ್ದು ರಾಜಕೀಯ ದಾಳವು ಭಾರತದ ಒರೆಗಿತ್ತಲ್ಲ? ತಟಸ್ಥ ರಾಜ್ಯ ಧ್ವಜವನ್ನು ಹಾರಿಸುತ್ತ, ಚೀನಕ್ಕೆ ಒಲಿಯುತ್ತಲಿತ್ತಲ್ಲ ಭಾರತ?

ಈ ಪ್ರದೇಶವೂ ಅನಿಶ್ಚಿತತೆಗಳನ್ನು ಕೂಡಿಕೊಂಡದ್ದೇ. ತಗ್ದುಂಬಾಶ್ ಕ್ಷೇತ್ರವು ಪಾರಂಪರಿಕ ಜಲವಿಭಾಗದ ಆಚೆಗೆ ಅಂದರೆ ಉತ್ತರಕ್ಕೆ ಇದ್ದರೂ ಹುಂಜಾದ ಮೀರನ ರಾಜ್ಯವಾಗಿತ್ತೆಂದು ತೋರಿಸಲಾಗಿತ್ತು. ೧೯೩೬ರಲ್ಲಿ ಈ ಭಾಗವು ಸಿಂಕಿಯಾಂಗದ್ದೆಂದು ಬ್ರಿಟಿಶರು ಒಪ್ಪಿದ್ದರು. ಆಗಿನ ಭಾರತೀಯ ನಕಾಶೆಗಳಲ್ಲಿ ಈ ಪ್ರದೇಶವು ತಮ್ಮ ಗಡಿಯಲ್ಲಿಯದೇ ಎಂದು ತೋರಿಸತೊಡಗಿದಾಗ ಚೀನವು ಈ ೧೧೦೦೦ ಚದರು ಕಿ.ಮಿ. ಪ್ರದೇಶವು ತಮ್ಮದು ಎಂದು ಸಾರಿ ಗಡಿವಾದಕ್ಕಿಳಿಯಿತು. ಪಾಕಿಸ್ತಾನವು ಚೀನವನ್ನು ಹುಂಜಾ ಪ್ರದೇಶದಲ್ಲಿ ಅತಿಕ್ರಮಣಕ್ಕಾಗಿ ದೂರಿತು. ಭಾರತವು ಪಾಕಿಸ್ತಾನವನ್ನು ಕೆದಕಿ ನಿಜ ವಿವರಗಳನ್ನರಿಯಲು ಹೇಳಿದಾಗ ಪಾಕಿಸ್ತಾನವು ಒಪ್ಪಿತು. ೧೯೬೧ರ ಪಾಕಿಸ್ತಾನಿ ನಕಾಶೆಯು ತೋರಿಸಿದ್ದು ತಮ್ಮ ಪ್ರತ್ಯಕ್ಷ ಆಳ್ವಿಕೆಯ ತಾಬೆಯಲ್ಲಿದ್ದ ರೇಖೆ, ಲೈನ್ ಆಫ್ ಆ್ಯಕ್ಚುವಲ್ ಕಂಟ್ರೋಲ್ (LAC). ಇದರಾಚೆಯ ಅಂದರೆ ಉತ್ತರೀಭಾಗ– 'ಅನಿರೂಪಿತ (Undefined)' ಎಂದು. ೧೯೬೩ರ ಪಾಕ–ಚೀನಾ ಗಡಿ ಒಪ್ಪಂದದ ನಂತರ ನೆಹರು ಅವರು ಒಪ್ಪಂದವನ್ನು ನಿಂದಿಸುತ್ತ ಪಾಕಿಸ್ತಾನವು ತನ್ನ ೧೧೦೦ ಚದರು ಪ್ರದೇಶವನ್ನು ಚೀನಕ್ಕೆ ಬಿಟ್ಟುಕೊಟ್ಟಿತು ಎಂದು. ವಾಸ್ತವವಾಗಿ ಈ ಪ್ರದೇಶ ಪಾಕಿಸ್ತಾನದ ಆಧೀನತೆಯಲ್ಲಿ ಇರಲೇ ಇಲ್ಲ. ಹಾಗೆಯೇ ಕಾರಾಕೋರಂ ಜಲವಿಭಾಗದಾಚೆ ಇದ್ದ ಶಕ್ಸಗಾಂ ಪ್ರದೇಶವನ್ನೂ ಪಾಕಿಸ್ತಾನವು ಚೀನಕ್ಕೆ ಬಿಟ್ಟುಕೊಟ್ಟಿತು. ನೆಹರು ಚೀನಾ ಗಡಿ ಪ್ರಕರಣವನ್ನು ಹದಗೆಡಿಸಿದ್ದು ಹೀಗಾಯಿತು. ಪಾಕಿಸ್ತಾನವು ರಾಜತಾಂತ್ರಿಕ ಪ್ರಯತ್ನಗಳಿಂದ ಚೀನದೊಡನೆಯ ಗಡಿಪ್ರಶ್ನೆಯನ್ನು ವ್ಯಾವಹಾರಿಕವಾಗಿ ಬಿಡಿಸಿಕೊಂಡದ್ದಷ್ಟೇ ಅಲ್ಲ, ಭವಿಷ್ಯದ ಸೌಹಾರ್ದದ ಬುನಾದಿಯನ್ನೂ ಹಾಕಿಕೊಂಡಿತು. ಭಾರತವು ತನ್ನನ್ನೇ ಕೊಳವೆಯಲ್ಲಿ ಹೂತುಕೊಂಡಿತು.

ಜಾಗತಿಕ ದೃಷ್ಟಿಯಲ್ಲಿ ನೆಹರೂ ಮುತ್ಸದ್ದಿ ಎಂಬ ಖ್ಯಾತಿ ಖತಿಗೊಂಡಿತು. ಅವರ ಮಿಲಿಟರಿ ತಂತ್ರಗಾರಿಕೆಯನ್ನು ಅವರ ಯಾವ ಉತ್ಸುಕ ಅಭಿಮಾನಿಯೂ ಒಪ್ಪಲಾರ. ೧೯೬೨ರಲ್ಲಿ ಅವರ ರಿಪೋರ್ಟ ಕಾರ್ಡ ಅಧೋಗತಿಗಿಳಿಗೆ ಇಳಿಯುತ್ತಿದ್ದುದು ಕಂಡುಬರುತ್ತಿತ್ತು. ೧೯೪೭ರಲ್ಲಿ ಭಾರತದ ವಿಭಾಜನೆಯನ್ನು ತಡೆಯಲಾರದೆ ಭಾರತೀಯ ಗಡಿಯನ್ನು ದಿಲ್ಲಿಯಿಂದ ಕೆಲವೇ ನೂರು ಕಿಲೊ ಮೀಟರ್ ಹತ್ತಿರ ತಂದರು. ನಂತರ ಜಮ್ಮು ಕಾಶ್ಮೀರವು ಭರತದಲ್ಲಿ ಲೀನವಾದ ನಂತರ ಭಾರತದ ಪಶ್ಚಿಮೀ ಗಡಿ ಪಾರ್ಶ್ವವನ್ನು ಪಾಕಿಸ್ತಾನಕ್ಕೆ ಬಿಟ್ಟುಕೊಟ್ಟರು. ಪಶ್ಚಿಮೀ ಮತ್ತು ಪೂರ್ವಿ ಗಡಿಗಳ ರಕ್ಷಣೆಯಲ್ಲಿ ದೊಡ್ಡ ಪೆಟ್ಟು ತಿಂದು ಅಕ್ಸಾಯ್‌ಚಿನ್ ಕಳೆದುಕೊಂಡರು. ಚೀನಿಯರು ತಾವಾಗಿ ಪೂರ್ವದಲ್ಲಿ ನೇಫಾದಿಂದ ಮರಳಿಹೋಗಿದ್ದು ನೆಹರೂರ ಅದೃಷ್ಟವಾಯಿತು. ಆದರೆ ನೆಹರು ಪೂರ್ವೋತ್ತರವನ್ನು ಬಿಟ್ಟುಕೊಟ್ಟ ನಡತೆಯ ಮಾನಸಿಕ ದುಷ್ಪರಿಣಾಮ ಇನ್ನೂ ಮಾಯ್ದಿಲ್ಲ. ೧೯೭೧ರಲ್ಲಿ ಗೋವಾದಿಂದ ಪೋರ್ಚುಗೀಸರನ್ನು ಹೊರದಬ್ಬಿದ ಕಾರ್ಯ ನೆಹರೂರ ಅಹಿಂಸಾ ಆಚರಣೆಯ ತತ್ವಜ್ಞಾನ ಆ ಥರದ ಆಚರಣೆಯ ಪಾಲಿಸಿ ವಿಶ್ವದ ದೃಷ್ಟಿಯಲ್ಲಿ ಅವರ ಶಿಥಿಲತೆಯನ್ನು ಒತ್ತುತ್ತದೆ, ವಿಶೇಷವಾಗಿ ಅಮೇರಿಕೆಯ ದೃಷ್ಟಿಯಲ್ಲಿ. ನೆಹರೂರನ್ನು ಕಾಡುತ್ತಿದ್ದ ರಾಷ್ಟ್ರೀಯ ಅಪಾಯದ ಶಂಕೆ ತನ್ನ ಇಕ್ಕಳವನ್ನು ಹಿಸುಕತೊಡಗಿತ್ತು.

೧೯೬೩ರ ಚೀನಾ–ಪಾಕ ಗಡಿ ಒಪ್ಪಂದ ಒಂದು ರೀತಿಯ ಭಾರತ–ಪಾಕ ಸಂಬಂಧಗಳ ಮೇರುವಿಭಾಜಕ, Watershed ಆಯಿತೆನ್ನಬಹುದು. ಎರಡು ವರ್ಷಗಳ ನಂತರ ಚೀನಾ ಯುದ್ಧದಲ್ಲಿಯ ಕಳಪೆ ಸೈನ್ಯ ಕಾರ್ಯದಿಂದ ಉತ್ತೇಜಿತರಾಗಿ ಪಾಕಿಸ್ತಾನವು ಕಾಶ್ಮೀರ ಸಮಸ್ಯೆಯನ್ನು ಬಗೆಹರಿಸಲು ಪುನಃ ಶಸ್ತ್ರಪ್ರಯೋಗಕ್ಕೆ ಕೈಯಿಕ್ಕಿತು. ಛಿದ್ರಿತರಾದ ನೆಹರು ತೀರಿಕೊಂಡಿದ್ದರು. ಲಾಲಬಹಾದೂರ ಶಾಸ್ತ್ರಿಯವರ ಕೈಯಲ್ಲಿ ನೇತೃತ್ವ. ೧೯೬೨ ರಿಂದ ೧೯೭೪ ರವರೆಗೆ ಪಾಕಿಸ್ತಾನವು ತನ್ನ ಪರ್ವತೀಯ ಕ್ಷೇತ್ರದಲ್ಲಿ ಯಾವ ಪರದೇಶಿಯ ಪರ್ವತಾರೋಹಿಗಳಿಗೂ ಪ್ರವೇಶವೀಯಲಿಲ್ಲ. ತನ್ನ ಆಂತರಿಕ ತೊಂದರೆಗಳು ಮತ್ತು ಭಾರತದೊಡನೆ ಯುದ್ಧಗಳಾದುವಲ್ಲ? ಈ ಮಧ್ಯಂತರದಲ್ಲಿ ಪಾಕಿಸ್ತಾನವು ಚೀನದೊಡನೆ ತನ್ನ ಮೈತ್ರಿಯನ್ನು ದೃಢಗೊಳಿಸುತ್ತಲೇ ಇತ್ತು. ಕಾರಾಕೋರಂ ಹೆದ್ದಾರಿಯ ಕೆಲಸ ಜೋರಾಗಿಯೇ ನಡೆದಿತ್ತು. ೧೯೬೯ರಲ್ಲಿ ಭಾರತೀಯ ಅಭಿಯಾನವೊಂದು ಕಾರಾಕೋರಂ ಸಿಯಾಚೆನ್ ಪ್ರದೇಶದೊಳಗೆ ನುಗ್ಗಿ ಸಸೆರ್ ಕಾಂಗ್ರಿಯ ದಕ್ಷಿಣಪಶ್ಚಿಮ ಏರುರಸ್ತೆಯನ್ನು ಹುಡುಕಾಡಿತು, ಜೊತೆಗೆ ಆಜುಬಾಜುವಿನ ಕೆಲವು ಇತರ ಶಿಖರಗಳನ್ನು ಏರಿತು. ನಂತರವೇ ೧೯೭೧ರ ಯುದ್ಧ; ಇದು ಪಶ್ಚಿಮೀ ರಣಕ್ಷೇತ್ರ ಮತ್ತು ಉತ್ತರಕ್ಕೆ ಲದಾಖನಲ್ಲೂ ಪ್ರಭಾವ ಬೀರಿತು. ಲೇಹ್‌ಕ್ಕೆ ಹೋಗಿಬರುವ ಭಾರತೀಯ ಕಾನ್‌ವಾಯ್‌ಗಳ ಮೇಲೆ ದ್ರಾಸ್–ಕಾರ್ಗಿಲ್ ಕ್ಷೇತ್ರಗಳಲ್ಲಿ ಪಾಕಿಸ್ತಾನಿಗಳು ತಮ್ಮ ಶೃಂಗ ಶಿಖರಗಳಿಂದ ಗೋಳಾಬಾರಿ ಮಾಡಿ ಸರಕುಸಾಗಣೆಯನ್ನು ಅಭದ್ರವಾಗಿಸುತ್ತಿದ್ದರು. ೧೯೬೫ ಮತ್ತು ೭೧ರ ಯುದ್ಧಗಳಲ್ಲಿ ಪಾಕಿಸ್ತಾನಿಗಳು ಕಾರ್ಯವನ್ನು ಚುರುಕುಗೊಳಿಸಿದರು. ಪೊಯ್ಂಟ್ ೧೩೬೨೦ ಮತ್ತು ೧೫೦೦೦ ಫೂಟು ಎತ್ತರದ ಬ್ಲ್ಯಾಕ್ ರಾಕ್ ಈ ಪಾಕಿಸ್ತಾನಿ ಠಾಣೆಗಳನ್ನು ಭಾರತೀಯರು ೧೯೬೫ರಲ್ಲಿ ವಶಪಡಿಸಿಕೊಂಡಿದ್ದು ತಾಶ್ಕೆಂಟ್ ಒಪ್ಪಂದದ ಪ್ರಕಾರ ಪಾಕಿಸ್ತಾನಕ್ಕೆ ಮರಳಿಸಿಯಾಯ್ತು. ೧೯೭೧ರಲ್ಲಿ ಈ ಠಾಣೆಗಳನ್ನು ಪುನಃ ವಶಪಡಿಸಿಕೊಳ್ಳಬೇಕಾಯ್ತು. ಇದಕ್ಕೂ ಉತ್ತರಕ್ಕೆ ಶ್ಯೋಕ್ ನದಿಕಣಿವೆಯಲ್ಲಿ ನಡೆದುದು ಒಂದು ಗಣನೀಯ ಪ್ರಾದೇಶಿಕ ಬದಲಾವಣೆ. ಇಲ್ಲಿ ಲದಾಖ ಸ್ಕೌಟಿನ ಧೀರ ಸೈನಿಕರು ಸಿಯಾಚೆನ್ನಿನ ಹತ್ತಿರವೇ ಬುಡದಲ್ಲಿದ್ದ ತೊರ್ತುಕ್ ಮತ್ತು ಚಾಲುಂಕಾ ಸ್ಥಳಗಳನ್ನು ಅತ್ಯಂತ ಸಮರೋತ್ಸುಕತೆಯಿಂದ ಗೆದ್ದರು. ಈ ವಿಜಯ ೧೯೭೧ರ ಯುದ್ಧದಲ್ಲಿ ಕಣ್ಸೆಳೆಯದಿದ್ದರೂ ಮುಂದಿನ ಸಿಯಾಚೆನ್ ಘರ್ಷಣೆಗೆ ನಾಂದಿಯಿಟ್ಟಿತು.

ಇಳಿಗಾಲದ ಕೊನೆಗಳಿಗೆ

೧೯೭೩ರಲ್ಲಿ ಭಾರತೀಯರು ಸಾಸೆರ್ ಕಾಂಗ್ರಿ ಕ್ಷೇತ್ರದಲ್ಲಿ ಪುನರಾಗಮಿಸಿದರು. ಇಂಡೊ–ಟಿಬೆಟನ್ ಬಾರ್ಡರ್ ಪೋಲಿಸ್ (ITBP) ದಳ ೧೯೬೨ರಲ್ಲಿ ಹಿಮಾಲಯ ಗಡಿರಕ್ಷಣೆಗಾಗಿ ಸ್ಥಾಪಿಸಲ್ಪಟ್ಟಿತು. ಇದರದು ಅತ್ಯಂತ ಕಠಿಣ ಪರಿಸ್ಥಿತಿಯಲ್ಲಿ ಅತ್ಯಂತ ನಿಕೃಷ್ಟ ಹವಾಮಾನವನ್ನು ಎದುರಿಸುತ್ತ ಅಲ್ಲಿಯ ನಿಸರ್ಗವನ್ನು ನಿಯಂತ್ರಿಸುವ

ಸಾಧನೆಗಳನ್ನು ಪರಿಷ್ಕರಿಸುತ್ತ, ಪರಿಣಾಮಕಾರಿಯಾಗಿ ತಮ್ಮ ಕೆಲಸವನ್ನು ಕೈಕೊಳ್ಳುವ ತಯಾರಿ, ಅಸಾಮಾನ್ಯವಾದುದು. ITBP ತಂಡ ಜೋಗಿಂದರಸಿಂಗನ ನೇತೃತ್ವದಲ್ಲಿ ಮಹಾಪೂರಗಳ ಹಾವಳಿಯನ್ನು ಲೆಕ್ಕಿಸದೆ ಸಾಸೆರ್ ೧ ಶಿಖರವನ್ನು ಶ್ಯೋಕ ಬದಿಯ ಶುಕ್ಪಾ ಕುಂಚಾಂಗ ಗ್ಲೇಸಿಯರ್ ಮಾರ್ಗವಾಗಿ ದಕ್ಷಿಣದ ಬೆನ್ನುರಿಯೊಡನೆ ಏರಿತು. ಅದು ೨೫೧೭೦ ಘೂಟು ಎತ್ತರದ ಎಲ್ಲಕ್ಕೂ ಮೇಲೆದ್ದ ಆ ಕ್ಷೇತ್ರದಲ್ಲಿಯ ಆವರೆಗೆ ಜಯಿಸಿರದಿದ್ದ ಶಿಖರ, ಪ್ರಥಮ ಪ್ರಯತ್ನದಲ್ಲೇ ಅಷ್ಟೆತ್ತರವನ್ನು ಜಯಿಸಿದ್ದು ಒಂದು ಗೌರವ ಪಡೆದ ಆರೋಹಣ ಆ ತಂಡಕ್ಕೆ. ಈ ಮಧ್ಯೆ ಪಾಕಿಸ್ತಾನಿ ಮತ್ತು ಚೀನಿ ಅಭಿಯಂತರು ಕಾರಾಕೋರಂ ಹೆದ್ದಾರಿಯನ್ನು ಅಸಾಧ್ಯ ಮತ್ತು ದುರ್ಗಮ ಪ್ರದೇಶಗಳೊಳಗಿಂದ ಅದನ್ನು ಆಸ್ಫೋಟಿಸುತ್ತ ಮುನ್ಸಾಗಿದರು. ಈ ರಸ್ತೆ K2ಶಿಖರದ ನೆಲೆಯೊಡನೆ ಸಾಗುತ್ತ ಚೀನೀ ಸಿಂಕಿಯಾಂಗವನ್ನು ಪಾಕಿಸ್ತಾನಿ ಗಿಲ್ಗಿಟ್‌ಗೆ ಜೋಡಿಸಿತು. ಇದರ ಪೂರ್ವಕ್ಕೆಯೇ ನಿಜವಾದ ಉಗ್ರ ಸರಹದ್ದು ಸೀಮೆಗಳಾದ ಸಾಲ್ತೋರೊ ಪರ್ವತ ಹುರಿ, ಸಿಯಾಚೆನ್ ಮತ್ತು ಸಸೇರ್ ಕಾಂಗ್ರಿ ವಿಸ್ತಾರಗಳ ಪಾರ್ಶ್ವವಾಗಿ. ಈ ಪ್ರದೇಶದಲ್ಲಿ ಪರದೇಶೀಯರನ್ನು ಒಳಬಿಡಲು ಭಾರತ ಹಿಂಜರಿಯುತ್ತಿದ್ದರೆ ಪಾಕಿಸ್ತಾನ ಯಾವುದಕ್ಕೂ ಹೆದರದೆ ಪರದೇಶೀಯರ ಪ್ರವೇಶಕ್ಕೆ ಅಡ್ಡಾಗಲಿಲ್ಲ. ೧೯೭೪ರಿಂದ ಪರ್ಮಿಟಗಳು ಕೊಡಲ್ಪಡತೊಡಗಿದವು. ಜಪಾನಿನ ತೋಷಿ ಹೊ ಟನಾಕಾನ ಕೊಬೆ ಯುನಿವರ್ಸಿಟಿಯ ತಂಡ, ಆಸ್ಟ್ರಿಯಾದ ವೊಲ್ಫಗ್ಯಾಂಗ್ ಸ್ಟೆಫಾನ್ನನ ತಂಡ, ಎರಡನೆಯ ಜಪಾನೀ ತಂಡ ಗೊರೊ ಇವಾತ್ಸುರೊನದು, ಇದರ ಜೊತೆಗೆ ಸಂಪರ್ಕಕ್ಕಾಗಿ ಪಾಕಿಸ್ತಾನದ ಸೆಕೆಂಡ್ ಲೆಫ್ಟನೆಂಟ್ ಜಫರ್ ಇಖಬಾಲ K2 ಏರಿದ್ದು. ೧೯೭೫ರಲ್ಲಿ ಬ್ರಿಟನ್ನಿನ ಡೆವಿಡ್ ಅಲ್ಕೊಕ್ ಶೆರ್ಪಿ ಕಾಂಗ್ರಿ ಏರಲು ಪ್ರಯತ್ನಿಸಿದ. ಬ್ರಿಟಿಶರು ಅಲ್ಲಿಂದ ಬತುರಾ ಮುಸ್ತಾಘ ಶಿಖರವನ್ನೇರುವ ಪ್ರಯತ್ನಕ್ಕೆ ಪಾಕಿಸ್ತಾನವು ಪರವಾನಿಗೆ ಕೊಡಲಿಲ್ಲ. ಕಾರಾಕೋರಂ ಹೆದ್ದಾರಿಯ ಕೆಲಸ ನಡೆದಿತ್ತಲ್ಲ? ಮತ್ತೆ ಜಪಾನಿನ ಮೂರು ತಂಡಗಳು K2, ತೇರಂ ಕಾಂಗ್ರಿ ಮತ್ತು ಸಾಲ್ತೊರೊ ಕಾಂಗ್ರಿಗಳನ್ನು ಏರಿದವು. ಜಪಾನೀಯರು ಪುನಃ ಸಿಯಾಚೆನ್ ಪ್ರದೇಶದಲ್ಲೆಲ್ಲ ಹರಡಿ ಓಡಾಡಿದರು. ಅವರ ಬೀವರ್ ಬ್ರಿಗೇಡ್ ಅದು, ಅದರ ನಾಲ್ಕು ತಂಡಗಳಿಂದ ಶೇರ್ಪಿ ಕಾಂಗ್ರಿ, ಅಪ್ಸರಸ್ (ಬಿ ಲಾ ಘೊಂಡ್ಲಾ ದಾಟಿ), ತುರ್ಕಸ್ತಾನ ಲಾ ದಾಟಿ ಸಿಂಗಿ ಕಾಂಗ್ರಿ ಮತ್ತು ಘರ್ಕುನ್ ಸೆಂಟ್ರಲ್ ಇವೆಲ್ಲ ಜಯಿಸಲ್ಪಟ್ಟವು. ಬಿ ಲಾ ಘೋಂಡ್ಲಾ ಪಾಸ್ ಒಳ್ಳೇ ಬಿಜಿ ಕಣಿವೆಯಾಯಿತಲ್ಲ? ಆಸ್ಟ್ರಿಯನ್ನರೂ ಕೂಡ ಗುಂತರ್ ಶುಲ್ಜನ ನೇತೃತ್ವದಲ್ಲಿ ಸಾಲ್ತೊರೊ ಕಾಂಗ್ರಿಯನ್ನು ಏರುವ ಪ್ರಯತ್ನ ಮಾಡುವಾಗ ಅವನ ಪೋರ್ಟರರು ಬಿ ಲಾ ಘೊಂಡ್ಲಾದಲ್ಲುಳಿದು ಮುನ್ಸಾಗಲು ನಿರಾಕರಿಸಿದರು.

೧೯೭೮ರ ಅಮೇರಿಕನ್ ಅಲ್ಪೈನ್ಸ್ ಜರ್ನಲ್ ಪ್ರಕಾಶನ ಈ ಎಲ್ಲ ಅಭಿಯಾನಗಳ ವಿವರವನ್ನು ಕೊಡುತ್ತ ಈ ಪ್ರದೇಶವು ಪಾಕಿಸ್ತಾನದ್ದು ಎಂಬುದನ್ನು ಎತ್ತಿ ತೋರಿಸುತ್ತದೆ. ಕರ್ನಲ್ ಎನ್(ಬುಲ್) ಕುಮಾರ, ಭಾರತೀಯ ಪ್ರಸಿದ್ಧ ಪರ್ವತಾರೋಹಿಗಳಲ್ಲೊಬ್ಬವ,

ಅಮೇರಿಕೆಯ ವಾಯುಸೇನೆಯ ನಕಾಶೆಯೊಂದನ್ನು ಪಡೆದು ಅದರಲ್ಲಿ Point NJ 9842 ದಿಂದ ಸರಿಯಲ್ಲದ ಲೈನ್ ಆಫ್ ಕಂಟ್ರೋಲ್ ತೋರಿಸುತ್ತ ಪಾಕಿಸ್ತಾನೀ ಅಧಿಪತ್ಯವನ್ನು ಪುಷ್ಟೀಕರಿಸುವ ಪ್ರಯತ್ನವನ್ನು ನಕಾಶೆ ಸಹಿತ ಲೆಫ್ಟನೆಂಟ್ ಜನರಲ್ ಛಿಬ್ಬರ್ (DGMO) ಅವರ ಲಕ್ಷ್ಯಕ್ಕೆ ತಂದಾಗ ಒಮ್ಮೆಲೆ ಭಾರತೀಯ ಸೇನೆಯು ಕರ್ನಲ್ ಕುಮಾರನ ಸಿಯಾಚೆನ್ ಅಭಿಯಾನಕ್ಕೆ ಪರವಾನಗಿ ಪಡೆಯಿತು.

೧೯೭೮ರಲ್ಲಿ ಭಾರತೀಯ ಸೇನೆಯ ಅಭಿಯಾನ ಕರ್ನಲ್ ಕುಮಾರನ ನೇತೃತ್ವದಲ್ಲಿ ನುಬ್ರಾ ಕಣಿವೆಯನ್ನು ತಲುಪಿದಾಗ ಅದರ ಉತ್ತರೀ ಕ್ಷೇತ್ರವು ಶಬ್ದಶಃ ಅನೇಕ ಇತರ ಅಭಿಯಾನಗಳಿಂದ ಸರಿದಾಡತೊಡಗಿತ್ತು. ಬಹಳಷ್ಟು ಅಭಿಯಾನಗಳು ಬಿಲಾ ಫೊಂಡ್ಲಾ ಮಾರ್ಗವಾಗಿ ಸಿಯಾಚೆನ್ ಗ್ಲೇಸಿಯರ್‌ನಲ್ಲಿ ಓಡಾಡುತ್ತಿದ್ದವು. ಶಿಖರಗಳನ್ನೇರುವ ಪೈಪೋಟಿ ಶಿಖರಕ್ಕೇರಿತ್ತು. ಕೊಂಡುಸ್ ಗ್ಲೇಸಿಯರ್‌ನಿಂದ ಘೇಂಟ ಶಿಖರವನ್ನು ಆಸ್ಟ್ರಿಯನ್ನರು ಮತ್ತು ನಂತರ ಜಪಾನೀಯರು ಏರಿದರು. ಭಾರತೀಯ ಅಭಿಯಾನವು ತೇರಂ ಕಾಂಗ್ರಿಯನ್ನೇರಿ ಸಿಯಾಚೆನ್ನಿನಲ್ಲಿ ಪ್ರವೇಶಿಸಿತು. ಇದೇ ಕ್ಷೇತ್ರದಲ್ಲಿ ಇದೇ ವೇಳೆಗೆ ಜಪಾನೀ ಅಭಿಯಾನವೊಂದು ಗಿಯೊಂಗ್ಲಾ ದಾಟಿ ಸಿಯಾಚೆನ್ನಿಗಿಳಿದು ತೆರೊಂಗ ಕಣಿವೆಯ ಮುಖದವರೆಗೆ ಹಾಗೂ ಇನ್ನೊಂದು K2 ದಕ್ಷಿಣಕ್ಕಿದ್ದ ಚುಮಿಕ ಶಿಖರವನ್ನೇರತೊಡಗಿತ್ತು. ಭಾರತೀಯ ಅಭಿಯಾನ ಇದ್ಯಾವ ಇತರ ಅಭಿಯಾನಗಳನ್ನು ಆಚೀಚೆ ದಾಟಲಿಲ್ಲವೋ ಅದೇ ಆಶ್ಚರ್ಯ!

ಹಾಗೆ ಹೇಳಬೇಕೆಂದರೆ ಭಾರತೀಯ ವಾಯುಸೇನೆಗೆ ಭಾರತೀಯ ಸೇನೆಯ ೧೯೭೮ರ ಅಭಿಯಾನವು ಸಿಯಾಚೆನ್ ಸಾಮರಿಕ ಕಾರ್ಯಾಚರಣೆಯ ನಾಂದಿಯೇ ಆಯಿತೆನ್ನಬೇಕು. ೨೦ನೇ ಸೆಪ್ಟೆಂಬರ್ ಮೊದಲನೇ ಚೇತಕ ಹೆಲಿಕಾಪ್ಟರು ಕರ್ನಲ್ ಕುಮಾರ ಅವರ ಅಭಿಯಾನದ ಕ್ಯಾಂಪ್ ೧ ಮತ್ತು ಕ್ಯಾಂಪ್ ೨ ಇವೆರಡರಲ್ಲೂ ಸಾಮಗ್ರಿಯನ್ನು ಕೆಳಗಿಳಿಸಿತು. ತನ್ನ ಅನುಜ ಚೀತಾದಂತೆ ಕಡಿಮೆ ಒಜ್ಜೆಯ ಮತ್ತು ಸ್ಕಿಡ್ಸ್ ಇಳಿಯುವ ಸಾಧನಗಳಿಲ್ಲದೆ ಹೆಚ್ಚು ಭಾರೀ ಮತ್ತು ಇಳಿಗಾಲಿಗಳಿದ್ದುದರಿಂದ ಚೇತಕ ಉತ್ತುಂಗ ಕ್ಷೇತ್ರದಲ್ಲಿ ಐಡಿಯಲ್ ಭಾರವಾಹಕವಾಗಲಿಲ್ಲ. ೧೧೪ನೇ ಹೆಲಿಕಾಪ್ಟರ್ ಘಟಕಕ್ಕೆ ಎಡ್ವಾನ್ಸ್ ಬೇಸ್ ಕ್ಯಾಂಪಿನಿಂದ ಗಾಯಾಳುವನ್ನು ಎತ್ತಿತರಲು ಹೇಳಿದಾಗ ಸ್ಕ್ವಾಡ್ರನ್ ಲೀಡರ್ ಮೊಂಗಾ ಮತ್ತು ಫ್ಲಾಯಿಂಗ್ ಆಫೀಸರ್ ಬಹಾದುರ ಅವರು ಹೆಲಿಹಾರಾಟದ ಅತ್ಯುತ್ಕೃಷ್ಟ ಚಳಕದಿಂದ ಚಾಪರ್ ಹಾರಿಸಿ ಒಬ್ಬ ಸೈನ್ಯಾಧಿಕಾರಿ ಮತ್ತೊಬ್ಬ ಜವಾನನನ್ನು ಎತ್ತಿ ಮರಳಿ ತಂದರು. ಆ ಸ್ಥಳದ ಹೆಸರು ಕುಮಾರ ಎಂದು ಇಂದಿಗೂ ಕರೆಯಲ್ಪಡುತ್ತದೆ.

೧೯೭೪ ರಿಂದ ೮೩ರವರೆಗೆ ಪಾಕಿಸ್ತಾನವು ಪರದೇಶೀಯ ಅಭಿಯಾನಗಳಿಗೆ ಪ್ರವೇಶವನ್ನು ಕೊಡುತ್ತಲೇ ಇತ್ತು. ಎರಡು ಜಪಾನೀ ತಂಡಗಳು ಒಂದು ಬಿಲಾ ಫೊಂಡ್ಲಾದಿಂದ ತೇರಂ ಕಾಂಗ್ರಿಯವರೆಗೆ, ಎರಡನೆಯದು ಸಿಯಾ ಕಾಂಗ್ರಿ ಏರಿ

ಬಾಲ್ತೋರೊ ಮಾರ್ಗವಾಗಿ ಸಿಯಾಚೆನ್ ಗ್ಲೇಸಿಯರ್‌ವರೆಗೆ ೧೧೬ ಪೋರ್ಟರ್‌ಗಳೊಡನೆ ಸಾಗಿತು. ಇದು ಬಿಲಾ ಫೊಂಡ್ಲಾದಿಂದ ಪಾಕಿಸ್ತಾನಕ್ಕೆ ಮರಳಿತು. ಲದಾಖಿನಿಂದ ಭಾರತೀಯ ಅಭಿಯಾನ ಕರ್ನಲ್ ಜಗಜೀತಸಿಂಗನ ನೇತೃತ್ವದಲ್ಲಿ ಸಾಸೇರ್ ಕಾಂಗ್ರಿಯನ್ನು ಪುನಃ ಏರಿತು. ಇದು ಲದಾಖಿನ ಚಾಂಗಲಾ ಪಾಸ್‌ನಿಂದ ಲದಾಖ ದಾಟಿ ದಾರ್ಬುಕದ್ವಾರಾ ಶ್ಯೋಕ ಕಣಿವೆ ಪ್ರವೇಶಿಸಿ ಸಿಯಾಚೆನ್ ಗ್ಲೇಸಿಯರ್‌ನ ಮೂಗಿಗೆ (Snout) ತಲುಪಿತು. ಅದೇ ಬೇಸ್ ಕ್ಯಾಂಪ ೧೫೦೦೦ ಫೂಟೆತ್ತರದ್ದು. ನಂತರ ಐದು ಕ್ಯಾಂಪುಗಳು ೧೬೫೦೦, ೧೭೮೦೦, ೨೦೯೦೦ ಮತ್ತು ೨೩೦೦೦ ಫೂಟೆತ್ತರದ ಮೇಲೆ ಸ್ಥಾಪಿಸಿ ಎರಡನೇ ಮತ್ತು ಮೂರನೇ ಕ್ಯಾಂಪುಗಳ ನಡುವೆ ಮತ್ತು ಕ್ಯಾಂಪ್ ೪ ಮತ್ತು ೫ನೆಯ ನಡುವೆ ೧೦೦೦೦ ಫೂಟಿನ ಹಗ್ಗ ಸ್ಥಾಪಿಸುತ್ತ ಕೊನೆಗೆ ಮೇಜರ್ ಪ್ರೇಮಚಂದ, ಕ್ಯಾಪ್ಟನ್ ಪಟಿಯಾಲ್, ಹವಾಲ್ದಾರ್ ಶೇರ್ಪಾ ಮತ್ತು ಸಿಪಾಯಿ ಥೊಂಡುಪ್ ಇವರು ೨೨ ಮೇ ೨೫೧೭೦ ಫೂಟು ಎತ್ತರದ ಶಿಖರವನ್ನೇರಿದರು. ೧೯೮೦ರಲ್ಲಿ ನಾಲ್ಕು ಸದಸ್ಯರ ಅಮೇರಿಕೆಯ ತಂಡವು ಸ್ಕೀಗಳ ಮೇಲೆ ಎಲ್ಲ ಮುಖ್ಯ ಗ್ಲೇಸಿಯರ್‌ಗಳನ್ನು – ಸಿಯಾಚೆನ್, ಬಾಲ್ತೋರೊ, ಬಿಯಾಫೊ ಹಾಗೂ ಹಿಸ್ಸರ್ – ದಾಟಿದರು. ಅವರೊಡನಿದ್ದ ಈರ್ವರು ಪಾಕಿಸ್ತಾನಿಗಳು ಹಾಗೆ ಸ್ಕೀಯಿಂಗನ ಅಭ್ಯಾಸವಿಲ್ಲದೆ ಮರಳಿದರು. ೧೮೦೦೦ ಫೂಟು ಎತ್ತರದ ಬಿಯಾಫೊಂಡ್ಲಾದಿಂದ ಕೆಳಗಿಳಿದ ರಾವೆಲ್ಲನ ಈ ತಂಡವು ಸಿಯಾಚೆನ್ ತುದಿಯವರೆಗೆ ತಲುಪಿತು. ಪಾಕಿಸ್ತಾನ ಸರಕಾರವು ಇತರ ಅಭಿಯಾನಗಳಿಗೆ ಸಿಯಾಚೆನ್ ಮುಟ್ಟಲು ಬಿಲಾ ಫೊಂಡ್ಲಾದಿಂದಲೇ ಪರವಾನಗಿ ಕೊಡುತ್ತಿದ್ದುದು ವಿಶೇಷ. ಇದರರ್ಥ ಇದರ ದಕ್ಷಿಣಕ್ಕಿದ್ದ ಲೊಲೊಫೊಂಡ ಮತ್ತು ಸಿಯಾಚೆನ್ ಕೂಡುವಿಕೆಯಿಂದ ಕೆಳಗಿನದು ತನ್ನದಲ್ಲ (ಭಾರತದ್ದು) ಎಂದಾಯ್ತಲ್ಲ? ಆದರೂ ನನಗೆ ಮೊದಲೇ ಹೇಳಿದಂತೆ ಸಿಕ್ಕ ಅಮೇರಿಕೆಯ ಏಯರ್‌ಫೋರ್ಸ್ ನಕಾಶೆಯಲ್ಲಿ ಎಳೆದ ಗೆರೆ ತೊರ್ತುಕ್‌ದಿಂದ ದೌಲತ್‌ಬೇಗ ಓಲ್ಡಿವರೆಗೆ ಇದ್ದದ್ದು ಇನ್ನೂ ಕುತೂಹಲಕರ. ಈ ಗೆರೆಯಿಂದಾಗಿ ಸಿಯಾಚೆನ್ ಮತ್ತು ನುಬ್ರಾ ಘಾಟಿಯ ಕೆಲ ಭಾಗವನ್ನು ಅವರು ಪಾಕಿಸ್ತಾನಕ್ಕೆ ಸೇರಿಸಿದ್ದರು!

ಹೀಗೆ ಜಪಾನಿ, ಜರ್ಮನ್, ಡಚ್ ಅಭಿಯಾನಗಳು, ಬ್ರಿಗೇಡಿಯರ್ ಥದಾನಿಯ ಭಾರತೀಯರ ಅಪ್ಸರಸ್ ಅಭಿಯಾನ, ಕರ್ನಲ್ 'ಬುಲ್' ಕುಮಾರನ ಅಭಿಯಾನ, ಅವನದೇ ಇನ್ನೊಂದು ಅಭಿಯಾನ ೧೯೦೦೦ ಫೂಟಿನ ಇಂದಿರಾ ಕೋಲ್‌ವರೆಗಿನದು ನಡೆದೇ ಇದ್ದವು. ಕುಮಾರನ ಈ ಅಭಿಯಾನವು ಸಿಯಾಚೆನ್ ಗ್ಲೇಸಿಯರ್‌ನ ಸಂಪೂರ್ಣ ಪಶ್ಚಿಮೀ ಪರ್ವತ ಪಾರ್ಶ್ವವನ್ನು ಕ್ರಮಿಸಿದಂತಾಯಿತು. ೧೯೭೮ರ ಅಭಿಯಾನದಲ್ಲಿ ಪಾಕಿಸ್ತಾನವು ಪರದೇಶೀಯ ಅಭಿಯಾನಗಳಿಗೆ ಸಿಯಾಚೆನ್ ಕ್ಷೇತ್ರದಲ್ಲಿ ಪ್ರವೇಶವೀಯುತ್ತಿರುವ ಪ್ರಾತ್ಯಕ್ಷಿಕೆಗಳು ದೊರೆತವು – ಟಿನ್ ಕ್ಯಾನಿನ, ಸಿಗರೇಟ್ ಪ್ಯಾಕಿನ ಪಾಕಿಸ್ತಾನಿ ಛಾಪುಗಳು ಮತ್ತು ಜರ್ಮನ್ ಮತ್ತು ಜಪಾನೀಯರ ಬಿಟ್ಟೊಗೆದ ಸಾಮಾನುಗಳು–೧೯೮೧ರ ಅಭಿಯಾನಗಳಿಂದ ದೊರೆತ ಇತರ ಅನೇಕ

ನಿದರ್ಶನಗಳಿಂದಾಗಿ ಭಾರತೀಯ ಸೇನೆ ಮಿಲಿಟರಿ ಇಂಟೆಲಿಜನ್ಸ್ ಮತ್ತು ಮಿಲಿಟರಿ ಆಪರೇಶನ್ಸ್ ಡಿಪಾರ್ಟಮೆಂಟಗಳಲ್ಲಿ ಚಿಂತನೆ ಗಂಭೀರ ರೂಪ ತಳೆಯಿತು. ಆಗಿನ ಸೇನಾ ಪ್ರಮುಖ ಜನರಲ್ ಕೃಷ್ಣರಾವ್ ಸ್ವತಃ ಹೆಲಿಕಾಪ್ಟರನಲ್ಲಿ ಇಂದಿರಾ ಕೋಲ್‌ವರೆಗೆ ಭೂವೀಕ್ಷಣೆ ಮಾಡಿ ಆ ಕ್ಷೇತ್ರದಲ್ಲಿ ಮಿಲಿಟರಿ ಪ್ರವೇಶದ ಸಂಭಾವ್ಯತೆಗಾಗಿ ಎಲ್ಲ ತಯಾರಿ ಮಾಡಲು ಸೂಚನೆಯಿತ್ತರು. ಪ್ಲ್ಯಾನಿಂಗ್ ಶುರುವಾಯ್ತು.

ಆ ವರ್ಷದ ಉತ್ತರಾರ್ಧದಲ್ಲಿ ಕರ್ನಲ್ ಕುಮಾರ (ಈಗ ನಿರ್ನಾಮವಾದ) Illustrated Weekly ಯಲ್ಲಿ ತಮ್ಮ ಅಭಿಯಾನ ಯಾತ್ರೆಯ ಲೇಖವೊಂದನ್ನು ಬರೆದರು. ನನಗೆ ಕರ್ನಲ್ ಜಿಮಿ ರಾಬರ್ಟ್ಸ್‌ನಿಂದ ದೊರೆತ ಪಾಕಿಸ್ತಾನಿಗಳ 'ಮೌಂಟನ್ ಟ್ರ್ಯಾವಲ್ಸ್ ಪಾಕಿಸ್ತಾನ' ಶಾಖೆಯ ಪ್ರತಿಷ್ಠಾನದ ಬಗೆಯ ಮಜಕೂರು ಇವೆಲ್ಲ ಪಾಕಿಸ್ತಾನದಲ್ಲಿಯೂ ಕಿವಿ ನಿಮಿರಿಸಿದವು. ಹೀಗೆ ೧೯೮೩ ರವರೆಗಂದರೆ ಗ್ಲೇಸಿಯರ್‌ನ ಎರಡೂ ಬದಿಗಳಲ್ಲಿ ಉಭಯ ರಾಷ್ಟ್ರಗಳ ಅಭಿಯಾನಗಳು ವರ್ಧಿಸಿದವು.

೨೨ ವರ್ಷಗಳ ನಂತರ ಬ್ರಿಗೇಡಿಯರ್ ವಿಲಿಯಮ್ಸ್ ಜೊತೆಗೆ ಮಾತನಾಡಿದಾಗ ಜನರಲ್ ಕೃಷ್ಣರಾವ್ ಅವರು ತಮ್ಮ ಆ ಭೂವೀಕ್ಷಣೆಯ ಬಗ್ಗೆ ನೆನಪಿಸಿಕೊಂಡದ್ದು:

"ಪಾಕಿಸ್ತಾನವು ಸಿಯಾಚೆನ್ ಮತ್ತು ಕಾರಾಕೋರಮ್‌ಗಳಲ್ಲಿ ಪರ್ಯಟಕರನ್ನು ಪ್ರೋತ್ಸಾಹಿಸುತ್ತಿತ್ತು. ಅವರ ಗೈಡಗಳಲ್ಲಿ ಮಿಲಿಟರಿ ಉದ್ದೇಶಗಳಿರುವ ಅರಿವು ನಮಗಾಗಿತ್ತು. ೧೯೪೮ರ ಯುದ್ಧವಿರಾಮ ಒಪ್ಪಂದವು ರೇಖೆಯನ್ನು 'ಖೋರ್' ಎಂಬ ಸಿಯಾಚೆನ್ ಬುಡದ ಜಾಗೆಯವರೆಗೆ ನಿಷ್ಕರ್ಷಿದ್ದು ನಂತರ ಅದು ಉತ್ತರಕ್ಕೆ ಹೋಗುತ್ತದೆ. ಆ ಶಬ್ದಗಳ ಭಾಷಾಂತರ ಮಾಡುವವರಂತೆ (ಜಮೀನಿನ ಮೇಲೆ) ಅನೇಕ ನಮ್ಮ ಭಾಗಗಳು ಒಳಪಡಲ್ಪಡುತ್ತವೆ. ಆ ಭಾಗಗಳಲ್ಲಿ ಯಾರಾದರೂ ಪ್ರವೇಶಿಸಬಹುದೆಂದು ಯಾರೂ ಆ ದಿನಗಳಲ್ಲಿ ಎಣಿಸಿರಲಿಲ್ಲ. ಏನೇ ಇರಲಿ, ನಾನು ವೈಯಕ್ತಿಕವಾಗಿ ಉತ್ತರೀ ಸಿಯಾಚೆನ್ ಗ್ಲೇಸಿಯರಿನ ತುದಿ ಇಂದಿರಾ ಕೋಲ್‌ವರೆಗೆ ಭೂವೀಕ್ಷಣೆ ಮಾಡಿ ಅಲ್ಲಿಯ ಕಠಿಣತೆ, ಆತಂಕಗಳನ್ನು ಅರಿತು ಮಿಲಿಟರಿ ಆಪರೇಶನ್ಸ್ ಮತ್ತು ಮಿಲಿಟರಿ ಇಂಟೆಲಿಜನ್ಸ್ ವಿಭಾಗದವರಿಗೆ ತಯಾರಿರಲು ಹಾಗೆ ಪ್ಲ್ಯಾನ್ ಮಾಡಲು ಹೇಳಿದೆ. ನಾನು ನಿವೃತ್ತನಾದ ಮೇಲೆ ಇನ್ನೂ ಅಧಿಕ ಚಲನವಲನಗಳು ಕಂಡುಬಂದು ನಂತರದ ಸೇನಾಪ್ರಮುಖರು ಅಲ್ಲಿ ಸೇನೆಯನ್ನು ಕಳಿಸಿದರು."

೧೯೮೨ರಲ್ಲಿ ಹೆಚ್ಚೇನೂ ಆಗಲಿಲ್ಲ. ಆದರೆ ಮರುವರ್ಷ ಬಿಲಾ ಫೊಂಡಲಾ, ಸಿಯಾಚೆನ್ ಮತ್ತು ಸಿಯಾಲಾ ಕ್ಷೇತ್ರದಲ್ಲಿ ಪ್ರವಾಸ ಕೈಕೊಳ್ಳಲು ಪಾಕಿಸ್ತಾನವು ಅಮೇರಿಕಾ, ಫ್ರಾನ್ಸ್, ಜರ್ಮನಿ ಮತ್ತು ಕೊರಿಯಾದ ಪಾರ್ಟಿಗಳಿಗೆ ಪರವಾನಿಗೆಯಿತ್ತಿತು. ಅಂತಾರಾಷ್ಟ್ರೀಯ ವ್ಯವಹಾರದಲ್ಲೂ ಭಾರತೀಯ ಅಭಿಯಾನಗಳ ಪ್ರವೇಶದಿಂದಾಗಿ ಭಾರತವು ಕಾರಾಕೋರಮ್‌ದ ಈ ಪ್ರದೇಶ ಪಾಕಿಸ್ತಾನದ್ದು ಎಂಬುದನ್ನೂ ಪ್ರಶ್ನಿಸತೊಡಗಿತು. ಭಾರತದ ಅಭಿಯಾನಗಳ ಪಸರಿಸುವಿಕೆಯಿಂದಾಗಿ ಭಾರತವು ನಿಜಸ್ಥಿತಿಗೆ

ಜಾಗ್ರತವಾಗತೊಡಗಿದೆ ಎಂದರಿತು ತನ್ನ ಪರದೇಶೀಯ ಅಭಿಯಾನಗಳನ್ನು ಇನ್ನೂ ಉತ್ತರಕ್ಕೆ K2ಶಿಖರದ ಆಸುಪಾಸು ಕಳಿಸತೊಡಗಿತು. ಹೀಗೆ ಬಿಲಾ ಘೋಂಡ್ಲಾದ ಪೂರ್ವೀ ಭಾಗದಿಂದ ಪಾಕಿಸ್ತಾನವು ಆಚೆಗೆ ಸರಿಯಿತು. ೧೯೮೪ರ ಅಮೇರಿಕನ್ ಅಲ್ಪೈನ್ ಜರ್ನಲ್‌ನಲ್ಲಿ ಛಾಪಿಸಲಾದ ವಿವರವೊಂದು ಹೀಗಿದೆ:

"ಭಾರತೀಯ ಸೇನೆಯ ೧೯೮೧ರ ಅಭಿಯಾನದ ಮುಖ್ಯಸ್ಥ ಕರ್ನಲ್ ಕುಮಾರ ಅವರಿಂದ ತಲುಪಿದ ಪತ್ರದಲ್ಲಿದ್ದುದು ಈ ಕ್ಷೇತ್ರದಲ್ಲಿಯ ಶಿಖರಗಳು ನಾವು ತೋರಿಸಿದಂತೆ ಪಾಕಿಸ್ತಾನದಲ್ಲಿರದೆ ಹಿಂದುಸ್ತಾನದಲ್ಲಿವೆ ಎಂದು ಸಂಪಾದಕರಿಗೆ ತಿಳಿಸಲಾಗಿದೆ."

೧೯೮೪ರ ಜಪಾನೀ ಅಭಿಯಾನಕ್ಕೆ ರೀಮೋ ಶಿಖರಕ್ಕಾಗಿ ಕೊಟ್ಟ ಪರವಾನಿಗೆಯನ್ನು ರದ್ದುಪಡಿಸಿ ಆ ಅಭಿಯಾನವನ್ನು ಪಾಕಿಸ್ತಾನವು ಯುಕ್ತಿನ್ ನರ್ದಾನ್ ಸರ್ ಎಂಬಲ್ಲಿ ಹೊರಳಿಸಿತು. ರೀಮೊ ಇದು ಸಿಯಾಚೆನ್ ಗ್ಲೇಸಿಯರಿನ ಪೂರ್ವೀ ತುದಿಯಲ್ಲಿದ್ದು ಅಕ್ಸಾಯ್‌ಚಿನ್ ಪ್ರದೇಶದ ಪಶ್ಚಿಮೀ ಕ್ಷೇತ್ರವನ್ನು ಸಂಪೂರ್ಣವಾಗಿ ವೀಕ್ಷಿಸುತ್ತದೆ. ಇದು ಪಾಕಿಸ್ತಾನದಿಂದ ಚೀನಕ್ಕೆ ಪಶ್ಚಿಮದಿಂದ (ಕುಂಜರಾಬ ಕಣಿವೆ) ಮತ್ತು ಪೂರ್ವದಿಂದ (ಕಾರಾಕೋರಂ ಕಣಿವೆ) ಸಂಪರ್ಕ ಸ್ಥಾಪಿಸುವದಾಗಿ ಭಾರತಕ್ಕೆ ಗಂಡಾಂತರ ಎಂದು ಭಾರತೀಯ ಸೇನೆ ಚಿಂತಿತವಾಯಿತು. ಪಾಕಿಸ್ತಾನಕ್ಕೆ ಇದೊಂದು ದೊಡ್ಡ ಸಾಮರಿಕ ಲಾಭ. ಉತ್ತರೀ ಸೇನಾ ಕಮಾಂಡಿನ ಮುಖ್ಯಸ್ಥರಾದ ಲೆ. ಜನರಲ್ ಛಿಬ್ಬರ್ ಅವರು ಭಾರತೀಯ ಸೇನಾ ಮುಖ್ಯಸ್ಥರಿಗೆ ಹೇಳಿದ್ದೆಂದರೆ ಸಿಯಾಚೆನ್ ಗ್ಲೇಸಿಯರನ್ನು ಆಕ್ರಮಿಸಿಕೊಳ್ಳುವದು, ಅರ್ಥಾತ್ ಅದಕ್ಕೆ ಪ್ರವೇಶದ್ವಾರಗಳಾದ ಸಾಲ್ತೊರೊ ಶ್ರೇಣಿಯ ಬಿಲಾಫೊಂಡ್ಲಾ ಮತ್ತು ನಿಯಾ ಲಾ ಕಣಿವೆಗಳನ್ನು ತ್ವರಿತವಾಗಿ ಸೈನ್ಯದಿಂದ ಹಿಡಿದುಕೊಳ್ಳುವದು.

ಆಪರೇಶನ್ ಮೇಘದೂತ

೧೯೫೦ ರಿಂದ ಆರಂಭವಾದ ಪರ್ವತೀಯ ಸಾಹಸೀ ಚಟುವಟಿಕೆಗಳು ೧೯೮೪ರವರೆಗೆ ಸಂತತವಾಗಿ ನಡೆದೇ ಇದ್ದವು. ಪ್ರತಿಯೊಂದು ಅಭಿಯಾನವು ಮುಂಬರುವ ಭೂರಾಜಕೀಯ ನುಗ್ಗಾಟದಲ್ಲಿ ಯುಕ್ತಿಕ್ಷೇತ್ರದ ಒಂದೊಂದೇ ಮುನ್ನಡೆಯ ಹೆಜ್ಜೆಯಾಯಿತು. ಕಾರಾಕೋರಂ ಹೆದ್ದಾರಿ ಬಹಳೇ ದೂರವಿದ್ದು ಇಂತಹ ಕಠಿಣ ಮತ್ತು ಅಪಾಯಕರ ಅಭಿಯಾನಗಳನ್ನು ಕೈಕೊಳ್ಳುವ ಆಸಕ್ತಿ, ಪ್ರೇರಣೆಗಳು ಮುಂದಾಗಿಯೇ ಇದ್ದವು. ಆದರೂ ಕೂಡ ಮಾನವಸಹಜ ಒಂದೇನೋ ಮುಂದಿನ ಅಜ್ಞಾತವನ್ನು ಹುಡುಕುವ, ಮುಟ್ಟುವ ಜಿಜ್ಞಾಸೆ, ಜಿದ್ದು ಇರುತ್ತದಲ್ಲ? ಇಂದಿರಾ ಕೋಲ್‌ನಂತಹ ಅನಾರೋಹಿತ ಶಿಖರಗಳು, ಬಿಲಾ ಘೊಂಡ್ಲಾ-ಸಿಯಾಲಾದಂಥವುಗಳನ್ನು ದಾಟುವದು – ಇಂಥವೇ ಸಾಹಸೀ ಚಟುವಟಿಕೆಗಳು ಪ್ರವಾಸೀ ಆಕರ್ಷಣೆಗಳೆಂದೂ ಲಾಭದಾಯಕವಾಗುವ ಸಂಭವವೇನು ಕಡಿಮೆ ಆಕರ್ಷಣದ್ದೇ? ಪಾಕಿಸ್ತಾನೀ ಅಭಿಯಾನಗಳು ಒಳ್ಳೇ ನಿಕೃಷ್ಟ ಪ್ರವೇಶ-ನೀವೇಶಗಳ ಹಿಡಿತದಲ್ಲಿದ್ದು ಪಾಕಿಸ್ತಾನೀ

ಪ್ರಶ್ನೋತ್ತರದ ಬಿಗಿತಕ್ಕೊಳಗಾಗಿದ್ದವು. ಭಾರತದಿಂದ ಹೀನಾಯವಾಗಿ ೧೯೭೧ರಲ್ಲಿ ಸೋತು ಶಿಮ್ಲಾ ಒಪ್ಪಂದಕ್ಕೆ ಒಳಪಟ್ಟು, ಸುಸಂಶೋಧಿತವಾಗಿ, ನಿಚ್ಚಳವಾಗಿ ನಿರ್ಮಿಸಿದ ಅದರ ಕರಡುಗಳನ್ನು ಅಭ್ಯಸಿಸಿದ ಮೇಲೆ ಪಾಕಿಸ್ತಾನಕ್ಕೆ ಯಾವ ಶಂಕೆಯೂ ಉಳಿದಿರಲಿಕ್ಕಿಲ್ಲ. ಪಾಕಿಸ್ತಾನಿಗಳು ಇಂಥ ಸಂಧಿಯಲ್ಲೂ ಹುಳುಕು ತೆಗೆಯಲಾರರು ಎಂಬ ಮುಗ್ಧತೆಯಲ್ಲಿ ಭಾರತ ವಿರಮಿಸಿತು. ೧೯೭೧ರ ಸೋಲಿನ ಮುಯ್ಯಿ ತೀರಿಸಲು ಪಾಕಿಸ್ತಾನವು ದೀರ್ಘಾಲೋಚನೆ ಮಾಡಿ ಸಿಯಾಚೆನ್ ಗ್ಲೇಸಿಯರನ್ನು ಗುಟ್ಟಾಗಿ ಆಕ್ರಮಿಸುವ ಯೋಜನೆ ಗೈದಿತು. ಸಿಮ್ಲಾ ಒಪ್ಪಂದಕ್ಕೆ ಸಹಿ ಬೀಳುತ್ತಿರುವಾಗಲೇ ತಂತ್ರ ಕೈಕೊಳ್ಳತೊಡಗಿತ್ತು.

ಈ ಯೋಜನೆಯೆಂದರೆ ಗಡಿರೇಖೆಯ ಉತ್ತರೀ ತುದಿಯಾದ ಪೊಯಿಂಟ್ ೯೮೪೨ರಿಂದ ಇನ್ನೂ ಉತ್ತರಕ್ಕೆ ಸರಿದು ತಾನು ಕಳೆದುಕೊಂಡ ತುರ್ತೊಕ್ ಸ್ಥಾನಕವನ್ನು ತನ್ನ ವೀಕ್ಷಣೆಯಲ್ಲಿರಿಸುವ ಇನ್ನೂ ಎತ್ತರದ ಪರ್ವತ ಶಿಖರಗಳನ್ನು ಆಕ್ರಮಿಸುವದು; ಹಾಗಾಗಿ ಅಲ್ಲಿಂದ ಮೊದಲನೇ ಚರಣದಲ್ಲಿ ಭಾರತದ ನುಬ್ರಾ ಕಣಿವೆಯನ್ನು ಅಪಾಯಕ್ಕೊಳಗಾಗಿಸುವದು, ನಂತರ ತನ್ನ ಯೋಜನೆಯನ್ನು ಇನ್ನೂ ವಿಸ್ತರಿಸಿ ಲದಾಖ ಕ್ಷೇತ್ರವನ್ನೇ ಖತಿಗೊಳಿಸುವದು. ಇಂಥ ಧೀರ ಸಂಕಲ್ಪವನ್ನು ನೇರವಾಗಿ ಸಾಧಿಸುವ ಧೈರ್ಯ ಸಾಲದೇ ಪಾಕಿಸ್ತಾನವು ಅಪರೋಕ್ಷವಾಗಿ ಪ್ರವಾಸೀ ಅಭಿಯಾನಗಳನ್ನು ನುಗ್ಗಿಸಿ ತಮ್ಮ ಅಧಿಪತ್ಯವನ್ನು ಸಾಧಿಸುವ ಪ್ರಯತ್ನಕ್ಕೆ ಕೈಯಿಕ್ಕಿತು. ಅದೆಷ್ಟೋ ಅಭಿಯಾನಗಳು ಇಲ್ಲಿಂದಲ್ಲಿ ಅಲ್ಲಿಂದಿಲ್ಲಿ ಹತ್ತಿಳಿದವು, ಚಲಿಸಿದವು. ಇದರ ವಿವರ ಈ ಮೊದಲೇ ಕೊಟ್ಟಾಗಿದೆ. ಮುಖ್ಯ ಉದ್ದೇಶವೆಂದರೆ ಈ ಕ್ಷೇತ್ರದ ವಿವರವನ್ನು ಪಡೆದು ಆ ಪ್ರಕಾರ ಸೈನ್ಯಾಕ್ರಮಣ ಸಿದ್ಧತೆ ಮಾಡಿಕೊಳ್ಳುವದು ಎಂದು. ಪಾಕಿಸ್ತಾನದ ಪ್ರವಾಸ ಮಂತ್ರಾಲಯದಿಂದ ಕನಿಷ್ಠ ೧೬ ಅಭಿಯಾನಗಳಿಗೆ ಪರವಾನಿಗೆ ಕೊಟ್ಟುದಾಗಿ ಅವು ಸಿಯಾಚೆನ್ ಮತ್ತು ಅದನ್ನು ದಾಟಿ ಸುತ್ತಾಡಿದವು. ಇದರಲ್ಲಿ ೧೧ ಜಪಾನ, ಮೂರು ಆಸ್ಟ್ರಿಯಾ, ಮತ್ತು ಬ್ರಿಟನ್, ಅಮೇರಿಕಾಗಳು ಒಂದೊಂದರಂತೆ.

ಭಾರತೀಯರ ಐಟಿಬಿಪಿ ಅಭಿಯಾನಗಳೂ ಪ್ರವೇಶಿಸಿದವು. ಅವುಗಳಲ್ಲಿ ಮುಖ್ಯವಾದವುಗಳೆಂದರೆ ಕರ್ನಲ್ ಕುಮಾರರ ೧೯೭೮ ಮತ್ತು ೧೯೮೧ರವು. ೧೯೮೪ರವರೆಗೆ ಇತ್ಯರ್ಥವಾಗತೊಡಗಿದ್ದೆಂದರೆ ಭಾರತ ಮತ್ತು ಪಾಕಿಸ್ತಾನಗಳೆರಡೂ ಇನ್ನು ಸಿಯಾಚೆನ್ ಪ್ರದೇಶವನ್ನು ಆಕ್ರಮಿಸುತ್ತಾರೆ ಎಂಬ ಸಂಭಾವ್ಯತೆ. ೧೯೪೯ರ ಕರಾಚಿ ಒಪ್ಪಂದ ಮತ್ತು ೧೯೭೨ರ ಶಿಮ್ಲಾ ಒಪ್ಪಂದಗಳ ಪ್ರಕಾರ NJ 9842 ದಿಂದ ಉತ್ತರಕ್ಕೆ ಮಾನವ ಜೀವನ ಅಸಾಧ್ಯ ಎಂಬ ಒಮ್ಮತ. ಜಲವಿಭಾಗಕ ಸಿದ್ಧಾಂತದ ಪ್ರಕಾರ ಗ್ಲೇಸಿಯರ್ ಭಾರತೀಯ ಕ್ಷೇತ್ರದಲ್ಲಿ, ನುಬ್ರಾ ನದಿಯು ಗ್ಲೇಸಿಯರನಿಂದ ಹುಟ್ಟಿ ಸುಳಿಗೊಂಡು ಲದಾಖ ಪ್ರವೇಶಿಸಿ ಶ್ಯೋಕ ನದಿಯನ್ನು ಕೂಡುತ್ತದೆ. ಈ ಸಿದ್ಧಾಂತದ ವಿರುದ್ಧ ಹಾಗೂ ಶಿಮ್ಲಾ ಒಪ್ಪಂದವನ್ನು ಉಲ್ಲಂಘಿಸುತ್ತ ಪಾಕಿಸ್ತಾನವು

ಸಂಪೂರ್ಣ ಗ್ಲೇಸಿಯರ್ ಮತ್ತು ಸುತ್ತಮುತ್ತಲಿನ ಪರ್ವತಗಳು ಕಾರಾಕೋರಂ ಪಾಸ್‌ನವರೆಗೆ ತಮ್ಮವು ಎಂದಿತು.

೧೯೮೧ರ ಕರ್ನಲ್ ಕುಮಾರರ ಅಭಿಯಾನದಿಂದಾಗಿ ಪಾಕಿಸ್ತಾನಿಗಳು ಚಕಿತರಾಗಿದ್ದು ಇನ್ನು ಭಾರತೀಯರು ಗ್ಲೇಸಿಯರಿನ ಶ್ರೇಣಿಶಿಖರ ಮತ್ತು ಕಣಿವೆ (Pass)ಗಳನ್ನೂ ಆಕ್ರಮಿಸುವವರಿದ್ದಾರೆ ಎಂದು, ತಾವೂ ಮೊದಲಿಗೆಯೇ ಅವುಗಳನ್ನು ಆಕ್ರಮಿಸಬೇಕೆಂದು ತೀವ್ರ ತಯಾರಿ ನಡೆಸಿದರು. ತಪ್ಪೊಂದು ಪಾಕಿಸ್ತಾನ ಮಾಡಿದ್ದೆಂದರೆ ಆರ್ಕಟಿಕ್ (ಧ್ರುವೀ) ಪೋಷಾಕುಗಳನ್ನು ಖರೀದಿಸಲು ಲಂಡನ್ನಿನ ಯಾವ ಸರಬರಾಯಿಗಾರರನ್ನು ಭಾರತೀಯರು ಸಂಧಿಸಿದ್ದರೋ ಅವರಲ್ಲಿಯೇ ತಮ್ಮ ಆರ್ಡರ್ ಸಹ ಕೊಟ್ಟದ್ದು. ಭಾರತೀಯ ಇಂಟೆಲಿಜನ್ಸನವರಿಗೆ ಇದರ ಸುಳಿವು ಹತ್ತುತ್ತಲೇ ಇನ್ನು ಯಾರು ಮೊದಲು ಸಿಯಾಚೆನ್ ತಲುಪುತ್ತಾರೋ ಎಂಬ ತುರುಸು ಬೆಂಕಿ ಹಿಡಿಯಿತು. ಕೊನೆಗೆ ಭಾರತೀಯ ಸೇನೆ ಪಾಕಿಸ್ತಾನ ಸೇನೆಗಿಂತ ನಾಲ್ಕೇ ದಿವಸ ಮೊದಲು ತಲುಪಿ ಶ್ರೇಣಿಯನ್ನಾಕ್ರಮಿಸಿತು. ೧೩ ಎಪ್ರಿಲ್ ೧೯೮೪ ಲದಾಖ ಸ್ಕೌಟ್ಸನ ಎರಡು ಪ್ಲೆಟೂನುಗಳು ಸಿಯಾಚೆನ್‌ಗೆ ಹೆಲಿಕಾಪ್ಟರಗಳಿಂದ ಎತ್ತೊಯ್ಯಲ್ಪಟ್ಟವು. ಶ್ರೇಣಿಯ ಆಯತ ಸ್ಥಳಗಳನ್ನು ಹಿಡಿದುಕೊಳ್ಳುವ ಕಾರ್ಯಕ್ರಮ ಪ್ರಾರಂಭವಾಯಿತು. ಈ ಅಭಿಯಾನದಲ್ಲಿ ಹೆಲಿಕಾಪ್ಟರಗಳದೇ ಪ್ರಾಮುಖ್ಯ, ಮುಖ್ಯಪಾತ್ರ ಎಂಬುದು ಖಚಿತವಾಗಿ ಕಾಳಿದಾಸನ ದೇವಪುರುಷ ವಾರ್ತಾವಾಹಿ ಮೇಘದೂತನ ಹೆಸರನ್ನು ಈ ಭಾರತೀಯ ದಂಡಿನ ಕಾರ್ಯಸರಣಿ ಪಡೆಯಿತು. 'ಆಪರೇಶನ್ ಮೇಘದೂತ'. ಆರಂಭದಲ್ಲಿ ಚೀತಾ, ಚೇತಕ, ಮಿ೮ ಮತ್ತು ಮಿ೧೭ ಹೆಲಿಕಾಪ್ಟರಗಳಿಂದ ಇದುವರೆಗೆ ಆರೋಹಿಸದ ಶಿಖರ-ಶ್ರೇಣಿಗಳ ಮೇಲೆ ಸೈನಿಕ ಮತ್ತು ಸರಕುಗಳನ್ನು ಇಳಿಸಲಾಯಿತು. ಪಾಕಿಸ್ತಾನಿಗಳು ಗ್ಲೇಸಿಯರಿಗೆ ತಲುಪುವ ತನಕ ೩೦೦ ಭಾರತೀಯ ಸೈನಿಕರು ಜಾಗಗಳಲ್ಲಿ ಪಸರಿಸಿ ಸಿಯಾಚೆನ್‌ಗೆ ಪಾಕಿಸ್ತಾನದಿಂದ ಪ್ರವೇಶವೀಯುವ ಮೂರು ಕಣಿವೆಗಳಲ್ಲಿ (Passes) ಎರಡನ್ನು ಹಿಡಿದುಕೊಂಡಾಗಿತ್ತು. ೧೭ನೇ ಎಪ್ರಿಲ್ ಪಾಕಿಸ್ತಾನದ ಹೆಲಿಕಾಪ್ಟರ್ ಹತ್ತಿರ ಹಾರಿದಾಗ ಅದರ ಚಾಲಕ ಕರ್ನಲ್ ಅಲ್ತಾಫ್ ಉದ್ಗರಿಸಿದ್ದು 'ನಾವು ಭಾರತೀಯರ ತಂಡವೊಂದನ್ನು ಕಂಡೆವು. They beat us by one week' ಎಂದು. ಆಗಿನಿಂದಲೇ ಎರಡೂ ಪ್ರತಿಪಕ್ಷದವರು ತಮಗೆ ಲಾಭದಾಯಕವೆನಿಸಿದ ಪ್ರತಿಯೊಂದು ಶಿಖರವನ್ನು ಆಕ್ರಮಿಸುತ್ತ, ಒಂದನ್ನು ಇನ್ನೊಂದು ಮೇಲ್ವೀಕ್ಷಿಸುವ ತುರುಸಿನಿಂದ ಈಗ ೨೨೦೦೦ ಫೂಟು ಎತ್ತರದವರೆಗೆ ಮುಟ್ಟಿವೆ. ಹೀಗೆ ಪಾಕಿಸ್ತಾನಿಗಳೂ ಪ್ರತ್ಯುತ್ತರಿಸಿದ ನಂತರ ಇನ್ನೂ ಹೆಚ್ಚು ಸೈನಿಕ ತುಕಡಿಗಳ ಅವಶ್ಯಕತೆಯುಂಟಾಗಿ ಬೇರೆ ಬೇರೆ ಆಚೀಚೆಯ ಸ್ಥಳಗಳಲ್ಲಿ ಗಸ್ತು ಮಾಡುತ್ತಿದ್ದ, ಟ್ರೇನಿಂಗ್ ಮಾಡುತ್ತಿದ್ದ, ಹೈ ಅಲ್ಟಿಟ್ಯೂಡ್ ವಾರ್ಫೆಯರ್ ಸ್ಕೂಲಿನ, ಲದಾಖ ಸ್ಕೌಟ್ಸ್ ರೆಜಿಮೆಂಟಲ್ ಸೆಂಟರ್ ಲೇಹದ, ಮತ್ತಿತರ ಘಟಕಗಳ ಸ್ವಇಚ್ಛು ಸೈನಿಕ ವಾಲಂಟಿಯರ್‌ಗಳನ್ನು ಒಟ್ಟುಗೂಡಿಸಿ ತುರ್ತಾಗಿ ಕಳಿಸಲಾಯಿತು. ೪ನೇ ಕುಮಾಂವು ಬಟಾಲಿಯನ್‌ಗೆ ಸ್ಪೆಶಲ್ ಪೋಷಾಕು ಕೊಟ್ಟು ಮೇಲೆತ್ತರಗಳ

ಹವಾಮಾನಕ್ಕೆ ಹೊಂದಿಕೊಳ್ಳುವ ಅವಧಿಯವಕಾಶಗಳನ್ನಿತ್ತು ಸಿಯಾಚೆನ್‌ನಲ್ಲಿ ಕಳಿಸಲಾಯಿತು. ಪದಾತಿ ಸೈನಿಕರು ಹೀಗೆ ಶಿಖರಗಳನ್ನು ಆಕ್ರಮಿಸಿದಂತೆ ಅವರಿಗೆ ಮದತ್ತಿಗಾಗಿ ತೋಪುಖಾನೆ, ಸಂಪರ್ಕ ಸಾಧನೆ ಇತ್ಯಾದಿ ಬೇಕಾಗಿ ದೊಡ್ಡ ಫಿರಂಗಿಗಳು – ೧೩೦ ಮಿಮಿ ಜಾತಿಯವು – ಮುನ್ನಡೆದು ಗ್ಲೇಸಿಯರನ 'ಮೂಗಿ'ಗೆ ತಲುಪಿದವು. ಇದೇ ಬೇಸ್ ಕ್ಯಾಂಪ್ ಆಯಿತು.

೧೯೭೧ – ಗೆರೆಯೆಳೆಯದ ಸರಹದ್ದು

೧೯೭೧ರ ಭಾರತ–ಪಾಕಿಸ್ತಾನದ ಮೂರನೇ ಯುದ್ಧದಲ್ಲಿಂದ ಜನಿಸಿದ ಬಂಗ್ಲಾದೇಶ ಸ್ವತಂತ್ರ ರಾಷ್ಟ್ರದ ವೀಕ್ಷಣೆಯನ್ನು ನಾವು ಚಿಕ್ಕ ಹುಡುಗರು 'ಆ' ಎಂದು ಬಾಯ್ತೆರೆದು ನೋಡುತ್ತಲೇ ಇದ್ದೆವು. ಮುಖ್ಯ ಯುದ್ಧ ಸುರುವಾಗುವ ಕೆಲವೇ ದಿನ ಮೊದಲು ಬೊಯರಾ ಗಡಿಸೀಮೆಯಲ್ಲಿ ಪಾಕಿಸ್ತಾನಿ ಸೇಬರ್ ಜೆಟ್ ಯುದ್ಧ ವಿಮಾನಗಳನ್ನು ನಮ್ಮ ಚಿಕ್ಕ ಕೀಟಕಗಳಂತಹ ನ್ಯಾಟ್ ವಿಮಾನಗಳು ಕೆಳಗುರುಳಿಸಿ ಮಹಾನಾಟಕದ ಪರದೆಯೆತ್ತಿ ಇಡಿ ೧೫ ದಿನದ ಯುದ್ಧದ ನಾಟಕವನ್ನೇ ಬರೆದಿಟ್ಟುದನ್ನು ಅವಲೋಕಿಸುತ್ತಿದ್ದೆವು. (೧೯೭೧ರ ನಂತರ ನ್ಯಾಟ ವಿಮಾನಗಳು ವಸ್ತುಸಂಗ್ರಹಾಲಯ ಸೇರಿದವು!). ಯುದ್ಧಾನಂತರ ಇತಿಹಾಸದಲ್ಲೇ ಪ್ರಪ್ರಥಮ ರಾಷ್ಟ್ರೀಯ ಯುದ್ಧವನ್ನು ಭಾರತೀಯ ಸೇನಾಪಡೆಗಳು ಗೆದ್ದ ಸಂಭ್ರಮವನ್ನು ನಾನು ಅನುಭವಿಸಿದ್ದು ನನ್ನ ತಂದೆಯು ಮರಳಿ ಅಗರ್ತಲಾ ಯುದ್ಧದಿಂದ ಬಂದ ಮೇಲೆ. ನಂತರ ನಾನು ಡೂನ್ ಸ್ಕೂಲಿನಲ್ಲಿ ಶಿಕ್ಷಣಕ್ಕಾಗಿ ತೆರಳಿದಾಗ ಪ್ರಧಾನಿ ಇಂದಿರಾ ಗಾಂಧಿ ಭಾರತದ ಪ್ರಥಮ ಸಮರವಿಜೇತೆಯಾಗಿ, ನಿಕ್ಸನ್‌ನಂಥ ಮಹಾನಾಯಕನನ್ನು ಕಣ್ಣಲ್ಲಿ ಕಣ್ಣಿಟ್ಟು ಎದುರಿಸಿದ ಧೀರೆಯಾಗಿ ಇಷ್ಟು ದೊಡ್ಡಕಾಗಿ ಕಂಡುದು ಅವರು ನನ್ನ ಡೂನ್ ಸ್ಕೂಲಿಗೆ ಭೇಟಿಯಿತ್ತಾಗ. ಕೆಲವೇ ದಿನ ಮೊದಲು ಪ್ರಧಾನಿಯವರು ಶಿಮ್ಲಾ ಮಾತುಕತೆಗಳನ್ನು ಮುಗಿಸಿದ್ದ ಪ್ರತಿಭಾವಂತೆಯಾಗಿ ರಂಜಿಸಿದ್ದರು. ಆದರೆ ಆಗ ನಮಗೆ ತಿಳಿದಿರದೇ ಇದ್ದುದು ಒಪ್ಪಂದದ್ದೆಲ್ಲ ಆಘಟಿತ ಪ್ರಸಂಗದಂತೆಯೇ ತಿರುವು ಪಡೆದದ್ದು ನಮ್ಮ ಪರದೇಶ ಮಂತ್ರಾಲಯದ ಪಂಡಿತರ ರಚನಾ ಶೈಲಿಯಿಂದಾಗಿ ಎಂಬುದು. ಪ್ರಾಥಮಿಕವಾಗಿ ಉಭಯ ಪ್ರಧಾನಮಂತ್ರಿಗಳು – ಇಂದಿರಾ ಗಾಂಧಿ ಮತ್ತು ಜುಲ್ಫಿಕಾರ ಅಲಿ ಭುಟ್ಟೊ – ಭವಿಷ್ಯದ ಉಭಯರಾಷ್ಟ್ರಗಳ ಶಾಂತಿ ಸಂಬಂಧಗಳ ಕೆಲವು ಸಿದ್ಧಾಂತಗಳಿಗೆ ಸಹಿ ಹಾಕಿದರು. ದ್ವಿಪಕ್ಷೀಯ ಮತ್ತು ಶಾಂತಿಯುತ ಮಾತುಕತೆಗಳಿಂದಾಗಿ ಸಮಸ್ಯೆಗಳನ್ನು ಬಿಡಿಸುವದೆಂದಾಯಿತು. ನಿಯಂತ್ರಣ ರೇಖೆ (Line of Control)ಯನ್ನು ಬಹ್ವಂಶವಾಗಿ ಸ್ಥಿರ ಗಡಿರೇಖೆಯನ್ನಾಗಿಸಿದಂತೆಯೇ ಈ ಒಪ್ಪಂದ. 'ಜಮ್ಮು ಕಾಶ್ಮೀರದಲ್ಲಿ ೧೭ ಡಿಸೆಂಬರ್ ೧೯೭೧ರಂದು ಇದ್ದ ಕದನ ವಿರಾಮ ರೇಖೆಯನ್ನೇ ಉಭಯ ರಾಷ್ಟ್ರಗಳು, ತಂತಮ್ಮ ಅಭಿಪ್ರಾಯಗಳನ್ನು ಮಧ್ಯಪ್ರವೇಶಿಸಗೊಡದೇ ಗೌರವಿಸಬೇಕು. ಉಭಯತರ ವ್ಯತ್ಯಾಸಗಳಿದ್ದರೂ ಕೂಡ ಏಕತರ್ಫಿಯಾಗಿ ಯಾರೂ ಈ ರೇಖೆಯನ್ನು

ಬದಲಿಸಲೆತ್ನಿಸಬಾರದು. ಈ ರೇಖೆಯ ಉಲ್ಲಂಘನೆಗಾಗಿ ಉಭಯ ರಾಷ್ಟ್ರಗಳು ಬಲಪ್ರಯೋಗಕ್ಕಿಳಿಯಬಾರದು.' ಇದರಿಂದಾಗಿ ಪಾಕಿಸ್ತಾನವು ಬಂಗ್ಲಾದೇಶವನ್ನು ರಾಜತಾಂತ್ರಿಕವಾಗಿ ಒಪ್ಪುವ ದಾರಿ ಸ್ಥಿರವಾಯಿತು. ಸದ್ಭಾವನಾ ದ್ಯೋತಕವೆಂದು ೯೩೦೦೦ ಪಾಕಿಸ್ತಾನಿ ಬಂದಿಗಳನ್ನು (ಇವರಲ್ಲಿ ೩೪೦೦೦ ಸೈನಿಕರು) ಯುದ್ಧಾಪರಾಧಗಳಿಗಾಗಿ ಮೊಕದ್ದಮೆ ಹೂಡದೆ ಬಿಡುಗಡೆ ಮಾಡಲಾಯಿತು.

ಅನೇಕ ದೃಷ್ಟಿಗಳಲ್ಲಿ ಈ ಒಪ್ಪಂದವು ಭಾರತದ ಸಂಪೂರ್ಣ ಯುಕ್ತಿ-ಯೋಜನೆಯ (Strategic) ಅವಗಣನೆಯನ್ನು ತೋರಿಸುತ್ತದೆ. ಪ್ರಪ್ರಾಥಮಿಕವಾಗಿ ಭಾರತೀಯ ಪಕ್ಷ ಅವಗಣಿಸಿದ್ದೆಂದರೆ ಪಾಕಿಸ್ತಾನಿಗಳನ್ನು ಬಿಡುಗಡೆಗೊಳಿಸಿ ನಮ್ಮ ಭಾರತೀಯ ಕಳೆದುಕೊಂಡ (Missing) ಸೈನಿಕರ ಬಗ್ಗೆ ಯೋಚಿಸದಿದ್ದುದು. ಪಾಕಿಸ್ತಾನಿಗಳು ಸೆರೆಹಿಡಿದ ನಮ್ಮ ಸೈನಿಕರನ್ನು ಬಿಡಿಸಿಕೊಳ್ಳಬಾರದಿತ್ತೇ? ಇಂದಿಗೂ ಈ ಮೂವತ್ತೊಂಬತ್ತು ವರ್ಷಗಳ ನಂತರವೂ ಐವತ್ತಕ್ಕೂ ಅಧಿಕ ಭಾರತೀಯ ಸೈನಿಕರು ಪಾಕಿಸ್ತಾನದ ಸೆರೆಯಲ್ಲಿದ್ದಾರೆಂದು ವರದಿ. Strategic ಸ್ತರದಲ್ಲಿ ಉಭಯ ರಾಷ್ಟ್ರಗಳು ಉತ್ತರೀ ಗಡಿರೇಖೆಯನ್ನು ಕೊನೆಯವರೆಗೆ ಎಳೆಯುವದನ್ನು ಒತ್ತಾಯಿಸಲಿಲ್ಲ - ಆಗಸ್ಟ ಮತ್ತು ಡಿಸೆಂಬರ್ ೧೯೭೨ರ ಮಧ್ಯೆ ಉಭಯ ರಾಷ್ಟ್ರಗಳ ಮಿಲಿಟರಿ ನಾಯಕರು ಮತ್ತು ಅವರ ತಂಡಗಳು ಒಂಬತ್ತು ಸರ್ತಿ ಚರ್ಚಿಸಿದರೂ ಕೂಡ; ಪ್ರತಿಯೊಂದು ಮೀಟಿಂಗನಲ್ಲಿ ಪ್ರತಿಯೊಂದು ಗಡಿವಿಭಾಗದ ದೀರ್ಘ ಚರ್ಚೆಗಳಾಗಿ, ಒಪ್ಪಿಗೆಗಳಾಗಿ, ವಿರೋಧವಿದ್ದಲ್ಲಿ ಜಂಟಿ ಸರ್ವೇಕ್ಷಣೆಗಳು ಕೈಕೊಳ್ಳಲ್ಪಟ್ಟರೂ ಕೂಡ -. ೧೯೯೫ರಲ್ಲಿ ನಾನು ಭಾರತೀಯ ಸೇನೆಯ ಇತಿಹಾಸವನ್ನು ಚಿತ್ರೀಕರಿಸುವಾಗ ನನಗೆ ಅವಕಾಶ ಕೊಟ್ಟುದು ಆರ್ಮಿ ಹೆಡ್ ಕ್ವಾರ್ಟರ್‌ನಲ್ಲಿಟ್ಟ ಶಿಮ್ಲಾ ಒಪ್ಪಂದದ ನಂತರ ಉಭಯ ರಾಷ್ಟ್ರಗಳ ಮಿಲಿಟರಿ ಕಮಾಂಡರರು ತಯಾರಿಸಿದ ೨೭ ಜಂಟಿ ನಕಾಶೆಗಳ ಎರಡು ಸೆಟ್‌ಗಳನ್ನು ಚಿತ್ರಿಸಲು. ಇವುಗಳ ಮೊಸೇಕ್ ಮಾಡಿ ಸಿರ್ ಕ್ರೀಕ್‌ನ ಹತ್ತಿರದ ಸಂಗಂ ನಿಂದ ೭೪೦ ಕಿಮಿ NJ 9842 ವರೆಗಿನ ರೇಖಿತ ಗಡಿ ನಿಚ್ಚಳವಾಗಿ ದರ್ಶಿಸಲ್ಪಟ್ಟಿದೆ. ಇದಕ್ಕೂ ಮೇಲಿನ ಉತ್ತರೀ ಕ್ಷೇತ್ರದ (Northern Area) ವಾಸಾಸಾಧ್ಯ ಕ್ರೂರ ಪರ್ವತಗಳಿದ್ದು ಮೇಲಕ್ಕೆಳೆಯಲಾಗಲಿಲ್ಲ. ಬಹುಮಟ್ಟಿನ ಸಂಭಾವ್ಯತೆಯೆಂದರೆ ಹೀಗೆ ಮೇಲೆಳೆದ ಗಡಿರೇಖೆಯು ಪ್ರತ್ಯಕ್ಷವಾಗಿ ಚೀನದ ಆಡಳಿತದಲ್ಲಿದ್ದ ಕಾಶ್ಮೀರದ ಕೆಲ ಪ್ರದೇಶವನ್ನು ಭೇದಿಸಬಹುದಾಗಿದ್ದುದರಿಂದ. ಈ ಸಂಭಾವ್ಯತೆಯ ಅರಿವು ಇಂದಿಗೂ ಅನೇಕರಿಗೆ ಇದ್ದಂತಿಲ್ಲ! ನಕಾಶೆಗಳಲ್ಲದೆ ೪೦ ಪಾನುಗಳ ೧೯ ಅನುಬಂಧಗಳಿವೆ. ಇವು ನಿಯಂತ್ರಣ ರೇಖೆಯ ಪ್ರತಿಯೊಂದು ಹೆಗ್ಗುರುತು ಮತ್ತು ನಿರ್ದೇಶಾಂಕಗಳನ್ನು ವಿವರಿಸುತ್ತವೆ. ಜಂಟಿಯಾಗಿ ತಯಾರಿಸಿದ ಈ ಕಾಗದಪತ್ರಗಳಿಗೆ ಭಾರತದ ಲೆ. ಜನರಲ್ ಪಿ. ಎಸ್. ಭಗತ್ ಮತ್ತು ಪಾಕಿಸ್ತಾನದ ಲೆ. ಜನರಲ್ ಹಮೀದ ಖಾನ್ ಅವರು ಸಹಿ ಹಾಕಿದ್ದಾರೆ. ೧೧ ಡಿಸೆಂಬರ್ ೧೯೭೨ ರಂದು ಜಮ್ಮೂದ ಹತ್ತಿರ ಸುಚೇತಗಡದಲ್ಲಿ ಇವುಗಳ ಹಸ್ತಾಂತರವಾಯಿತು.

ಭಾರತ–ಪಾಕಿಸ್ತಾನಗಳ ವ್ಯವಹಾರಗಳಲ್ಲಿ ಶಿಮ್ಲಾ ಒಪ್ಪಂದದ ಪ್ರಕಾರ ನಡತೆಯಿದ್ದರೂ, ಉಭಯ ರಾಷ್ಟ್ರಗಳ ನಡುವಿನ ಸಂಬಂಧಗಳು ಕೆಟ್ಟು ಶಸ್ತ್ರೋಪಯೋಗಕ್ಕೆ ಇಳಿಯುವದನ್ನು ತಡೆಯಲು ಅದು ಶಕ್ತವಾಗಿಲ್ಲ. ಇದು ಕಾರ್ಗಿಲ್ ವಿಭಾಗದಲ್ಲಿ ನಿಚ್ಚಳವಾಗಿದೆ. ಮೂರೂವರೆ ದಶಕಗಳ ಹಿನ್ನೋಟದಿಂದ ಈಗ ಖಚಿತವಾಗತೊಡಗಿದ್ದೆಂದರೆ ಕಾಶ್ಮೀರ ಸಮಸ್ಯೆಯನ್ನು ಕೊನೆಗಾಣಿಸುವ ಒಂದು ಪ್ರಮುಖ ಅವಕಾಶವನ್ನು ಉಭಯ ರಾಷ್ಟ್ರಗಳು ಕಳೆದುಕೊಂಡವು. ೧೯೭೨ರಲ್ಲಿ ಇಂದಿರಾ ಗಾಂಧಿಯವರ ಕೈಮೇಲಾಗಿತ್ತು. ಮಾತುಕತೆಗಳಲ್ಲಿ ಭಾರತೀಯರು ಮೇಲ್ಗೈ ಸಾಧಿಸಿದ್ದರು. ಆದರೂ ಅವರು ಮಾಡಿದ್ದೆಂದರೆ ಪುನಃ ಮತ್ತೆರಡು ಸುತ್ತು ಚಕಮಕಿಗಳ ಪೀಠಿಕೆ ಹಾಕಿದುದು, ಉಪಖಂಡದ ಜನತೆಯನ್ನು ಪುನಃ ಧ್ವಂಸಕ್ಕೀಡುಮಾಡಿದ್ದು. ಸ್ವಾತಂತ್ರ್ಯದೀಚೆಗೆ ಭಾರತೀಯ ವಿದೇಶ ಪಾಲಿಸಿಗೆ ದೊರೆತದ್ದು ಮಿಶ್ರಿತ ಫಲ. ವಿದೇಶ ಸಂಬಂಧಗಳ ಪರಿಣತ ಕಾಂಗ್ರೆಸ್ಸಿನಲ್ಲಿ ಸ್ವಾತಂತ್ರ್ಯಕ್ಕೂ ಮೊದಲು ನೆಹರು ಓರ್ವರೇ ಆಗಿದ್ದು ಆನಂತರ ವಿದೇಶನೀತಿಯ ಜೀವಾಳವಾದರು. ಬಹಳಷ್ಟು ಟೀಕಾಕಾರರು ಅವರನ್ನು ಹೊಗಳುತ್ತಾರೆ ಕೂಡ, ಅವರು ಆಧುನಿಕ ಭಾರತವನ್ನು ವೈಜ್ಞಾನಿಕವಾಗಿ, ಸಂಶೋಧನಾ ಪ್ರಗತಿ ಔದ್ಯೋಗಿಕ ಪ್ರಗತಿಗಳಿಂದಾಗಿ ಮುಂದೆಳೆದರು ಎಂದು. ಇಂದಿಗೂ ಅವರ ಛಾಯೆ ಭಾರತೀಯ ವಿದೇಶನೀತಿಯನ್ನು ಆವರಿಸಿದೆ ಎಂದು. ಬ್ರಿಟಿಶರಿಂದ ಆಡಳಿತ ಪದ್ಧತಿಯನ್ನೂ ಪಡೆದು ಕೂಡ, ಅದರ ಪ್ರತಿಯೊಂದು ಸರಕಾರೀ ನಿಶ್ಚಯವು ಮಿಲಿಟರಿ ಆಯಾಮಗಳನ್ನು ಒಳಗೊಂಡೇ ಇರುತ್ತಿದ್ದರೂ ಕೂಡ, ದೇಶದ ಭದ್ರತೆಯ ಪ್ರಶ್ನೆಗಳನ್ನೊಳಗೊಂಡಿದ್ದರೂ ಕೂಡ ಭಾರತೀಯ ನೇತಾರರು ಬೇಕೆಂತಲೇ ಈ ಆಯಾಮವನ್ನು ತಿರಸ್ಕರಿಸಿದರು. ಮಹಾತ್ಮಾ ಗಾಂಧಿಯವರ ಶಾಂತಿ–ಅಹಿಂಸಾ ಮಂತ್ರದ ಪ್ರಭಾವವೇನೋ ಎಂಬಂತೆಯೋ ಅಥವಾ ದೃಷ್ಟಿ ವಿಸ್ತಾರವನ್ನು ವರ್ಧಿಸಿ ಮೇಲೆದ್ದು ದೇಶದ ಸುರಕ್ಷೆಯ ವಿಷಯಗಳನ್ನು ಶೋಧಿಸಿ, ವಿಶ್ಲೇಷಿಸಿ ಅರ್ಕ ಹೀರುವ ಅಸಮರ್ಥತೆಯಿಂದಲೋ ದೇಶದ ಭದ್ರತೆಯ ವಿಷಯಗಳು ಸರಿಸಿಡಲ್ಪಟ್ಟವು. Blind Men of Hindoostan (ಭಾರತೀಯ ಕುರುಡು ಜನ) ವಿವರಿಸುವದು ಆನೆಯನ್ನು ವಿವರಿಸುವ ತಾವು ಅನುಭವಿಸಿದ ಸ್ಪರ್ಶದಂತೆ ಎಂದಾಯಿತು. ಭಾರತೀಯ ವಿದೇಶನೀತಿಯೂ ಹೀಗೇ ಏನೋ ಈ ಥರ ಬೆಳೆದುಬಂದಂತಾಗಿದೆ. ಇವೆಲ್ಲವುಗಳ ಅಂತ್ಯದಲ್ಲಿ ನೆಹರು ಅವರು ಸರ್ಕಸ್ಸಿನ ಟ್ರೆಪೀಜ್ ಕಲಾಕಾರನಂತೆ ಆರು ಕೈಗಳ ಪಾಲಿಸಿಯನ್ನು ಅಮೇರಿಕಾ, ರಶಿಯಾ, ಚೈನಾ, ಅರಬ ಗುಂಪು ಇತ್ಯಾದಿಗಳ ಸಮತೋಲನೆಯನ್ನು ತಮ್ಮ ಸುತ್ತಲಿನ ದೇಶ ಮತ್ತು ತಮ್ಮ ತಟಸ್ಥ ನೀತಿಯಲ್ಲಿ ಹೆಣೆಯುವ ಪ್ರಯತ್ನದಲ್ಲಿ ತೊಡಗಿದವರಂತೆ ಕಂಡುಬರುತ್ತಾರೆ, ಆರು ದಿಕ್ಕುಗಳಲ್ಲಿ ಜಗ್ಗಲ್ಪಟ್ಟಿದ್ದಾರೆ. ಇನ್ನೂರು ವರ್ಷಗಳ ಗುಲಾಮಿಯ ನಂತರ ಇದೆಲ್ಲ ಆಗಿನ ಜನತೆಗೆ ಸುಶ್ರಾವ್ಯ ಸಂಗೀತದಂತಿತ್ತು. ಭಾರತೀಯ ಹಿತಾಸಕ್ತಿಗಳನ್ನು ಅಂತಾರಾಷ್ಟ್ರೀಯ ಮಟ್ಟದ ಶಾಂತಿ ಮತ್ತು ಶ್ರೀಮಂತಿಕೆಯ ಮಗ್ಗದಲ್ಲಿ ಹೆಣೆಯುವ ಅವಕಾಶಗಳು ಇಂದಿಗೂ ಪ್ರಸ್ತುತವಿವೆ. ಆದರೆ ೧೯೫೦ ಮತ್ತು ೬೦ನೇ ದಶಕಗಳು ಪಾಶ್ಚಾತ್ಯ ಮತ್ತು ಸೋವಿಯಟ್

ಬಣಗಳಲ್ಲಿ ವಿಭಾಜಿತವಾಗಿ ಭಾರತೀಯ ರಾಜತಾಂತ್ರಿಕ ಹೆಜ್ಜೆಗಳು ಭಾರತವು ತಾನಾಗಿಯೇ ತಮ್ಮ ಧುಂಧಿಯಲ್ಲೇ ನಡೆಯುತ್ತಿದ್ದಂತೆ, ಹಾಗಾಗಿ ಕೆಲವು ಸಲ ಇನ್ನೊಬ್ಬರನ್ನು ನಾಖುಷ ಮಾಡುವಂತೆಯೂ ಕಂಡುಬರತೊಡಗಿತ್ತು.

ಶಿಮ್ಲಾ ಒಪ್ಪಂದಕ್ಕೂ ಮೊದಲು ಎರಡು ಮುಖ್ಯ ರಾಜತಾಂತ್ರಿಕ ಪ್ರಯತ್ನಗಳು ನಡೆದಿದ್ದು ಎರಡೂ ಅಯಶಸ್ವಿಯಾಗಿದ್ದವು. ಒಂದನೆಯದು ೧೯೪೭–೪೮ರ ಪಾಕಿಸ್ತಾನದ ಜೊತೆಗಿನ ಯುದ್ಧದಲ್ಲಿ ಭಾರತವು ಮೇಲ್ಗೈ ಸಾಧಿಸಿದ್ದರೂ ನೆಹರು ಅವರು ಕಾಶ್ಮೀರ ಸಮಸ್ಯೆಯನ್ನು ಸಂಯುಕ್ತ ರಾಷ್ಟ್ರಸಭೆಗೆ ಒಪ್ಪಿಸಿದ್ದು; ಎರಡನೆಯದು ೧೯೬೫ರ ಯುದ್ಧದಲ್ಲಿ ಗೆದ್ದ ಪ್ರದೇಶ, ಆಯಸ್ಥಳಗಳನ್ನು ಲಾಲಬಹಾದುರ ಶಾಸ್ತ್ರಿಯವರು ಮರಳಿ ಬಿಟ್ಟುಕೊಟ್ಟಿದ್ದು. ಈ ಕಾರ್ಯಗಳು ಭಾರತೀಯರ ವಿಶೇಷವಾಗಿ ಸೈನಿಕರ ಮೇಲೆ ಅಪಕ್ವ ಅವಿಶ್ವಾಸದ ಪ್ರಭಾವವನ್ನು ಬೀರಿದವು. ಭಾರತೀಯರ ಗುರಿ ಮತ್ತು ನಿಶ್ಚಿತತೆಗಳ ವಿಷಯದಲ್ಲಿ ಸಂಶಯ ಹುಟ್ಟಲನುವಾಯಿತು. ೧೯೬೫ರ ಒಪ್ಪಂದ (ತಾಶ್ಕೆಂಟ) ತೀವ್ರ ಟೀಕೆಗೊಳಗಾಗಿದೆ. ಏಕೆಂದರೆ ಅದು No war pact ಸಾಧಿಸಲಿಲ್ಲ, ಅಲ್ಲದೆ ಗೆರಿಲ್ಲಾ ನುಸುಳುಖೋರರ ಹಾವಳಿಯನ್ನು ತಡೆಯಲಿಲ್ಲ. ಎರಡೂ ರಾಷ್ಟ್ರಗಳು ಕೆಲವೇ ವರ್ಷಗಳಲ್ಲಿ ಪುನಃ ಯುದ್ಧದಲ್ಲಿ ಧುಮ್ಮಿಕ್ಕಿದವು.

***

೪. ಗೊಂದಲಮಯ ಇತಿಹಾಸ

ಇತಿಹಾಸದಿಂದ ನಾವೇನೂ ಕಲಿಯದಿರುವದನ್ನೇ ಇತಿಹಾಸದಿಂದ ನಾವು ಕಲಿಯುತ್ತೇವೆ.

– ಜಾರ್ಜ್ ಬರ್ನಾರ್ಡ್ ಶಾ

ಇತಿಹಾಸದ ಪಾನುಗಳನ್ನು ನಾವು ತಿರುವಿದಂತೆ, ವಿಶೇಷವಾಗಿ ಸಮಕಾಲೀನ ಕಾಶ್ಮೀರದ ವಿಷಯದಲ್ಲಿ, ಅನೇಕ ಉತ್ತರ ದೊರೆಯದ ಸಮಸ್ಯೆಗಳ ಸಂದರ್ಭಗಳು ಕಂಡುಬರುತ್ತವೆ. ಮುದ್ರಿತ ಮತ್ತು ವಿದ್ಯುನ್ಮಾನ ಮಾಧ್ಯಮಗಳ ಪೂರ್ವದ ಇತಿಹಾಸವು ಭಾರತದ ದೊಡ್ಡ ಊನವೇ ಆಗಿದೆ. ಬಹ್ವಂಶ ಹಿಂದೂಗಳೇ ಆದ ನಾವು ಭಾರತೀಯರು ನಮ್ಮ ಮೃತರನ್ನು ಸುಟ್ಟುಬಿಡುತ್ತೇವೆ ತಾನೇ? ರಾಮಾಯಣ, ಮಹಾಭಾರತದ ಹೀರೋಗಳ ಉತ್ಪ್ರೇಕ್ಷಿತ ಕತೆಗಳಲ್ಲಿ ನಮ್ಮ ಅನೇಕ ನಿಜವಾದ ಹೀರೋಗಳು ಕಾಲಮಾನದ ಕೊಂಪೆಯಲ್ಲಿ ವಿಸರ್ಜಿಸಲ್ಪಟ್ಟು ನಾವು ಯಾವ ಕಣ್ಣು ಕುಕ್ಕುವಂಥ ಧಾರ್ಷ್ಟ್ಯವನ್ನೂ ಮಾಡದವರ ಮೇಲೆ ಧಾರಾಳವಾಗಿ ಕಣ್ಣೀರು ಸುರಿಸುತ್ತೇವೆ. ಹಾಗೆ ನಮ್ಮನ್ನಗಲಿದ, ಪ್ರಿಯ ಆತ್ಮಗಳನ್ನು ಸ್ಮೃತಿಪಟಲದಿಂದ ಹೇಗೆ ತೆಗೆದೊಗೆಯುತ್ತೇವೋ ಹಾಗೆಯೇ ಅವರ ಚನ್ನಾದ ನೆನಪುಗಳನ್ನಷ್ಟೇ ಹೊಗಳುವಲ್ಲಿ ನಿರತರಾಗುತ್ತೇವೆ. ನಿಜವಾದ ಐತಿಹಾಸಿಕ ಸಂದರ್ಭ, ಆಗು–ಹೋಗುಗಳಲ್ಲಿಯೂ ನಮ್ಮ ಮನೋಭಾವ ಕೂಡ ಹೀಗೆಯೇ ಇದೆ. ಉಪಖಂಡದ ಇಂಥ ಐತಿಹಾಸಿಕ ಔದಾಸೀನ್ಯಕ್ಕೆ ಇತರ ಅನೇಕ ಅಂಶಗಳೂ ಪೂರಕವಾಗಿವೆ. ಹತ್ತೊವರೆ ಲಕ್ಷ ಚದರ ಮೈಲು ವಿಸ್ತಾರದ, ಕಾಲಾಂತರದಲ್ಲಿ ಕನಿಷ್ಠ ಎಂಟು ಬೇರೆ ಬೇರೆ ಜನಾಂಗಗಳಿಂದ ಕೂಡಿದ, ವಿವಿಧ ಧರ್ಮಗಳ, ನಿದಾನ ಇನ್ನೂರು ಭಾಷೆ ಉಪಭಾಷೆಗಳನ್ನಾಡುವ ಭೌಗೋಲಿಕ ಹಾಗೂ ಸಾಂಸ್ಕೃತಿಕ ಸಂಕೀರ್ಣತೆಗಳು ತಾವು ತಾವೇ ಕಂಡಂತೆ ರೇಖಿಸಿದ ದಾಖಲೆಗಳ ಕಿಚಡಿ, ಮತ್ತು ಅಂಥ ಕಿಚಡಿಯಲ್ಲಿ ಅಸಲಿ ಯಾವುದು ಕಟ್ಟುಕಥೆ ಯಾವುದು ಎಂದು ಬೇರ್ಪಡಿಸುವದೂ ಕಷ್ಟದ್ದಾದ ಸ್ಥಿತಿ ಇತ್ಯಾದಿ.

ಯುದ್ಧದ ಗಂಭೀರ ಇತಿಹಾಸವಿಲ್ಲದ್ದಾಗಿ ಅನೇಕ ರಾಜವಂಶಗಳು ತಮ್ಮ ಲಾಭಗಳನ್ನು ಎತ್ತೇರಿಸುತ್ತ ಪ್ರಶಂಶಿಸಿ ಅವೇ ಮುಂದೆ ಜಾನಪದ ಸ್ಮೃತಿಗಳಾದವು. ಈ ಶುಭಶುಭ, ಸಿಹಿಸಿಹಿ ಹೊಗಳಿಕೆಯೇ ಮಸುಕು ಮಂಜಾಗಿ ಮುಂದಿನ ಆಕ್ರಮಣಕಾರರಿಗೆ ಅನುಕೂಲವಾಯಿತು. ಹೀಗೆ ಪೀಢಿ ಪೀಢಿ ಆಡಳಿತಗಳು ತಮ್ಮ ಸಿಹಿಯನ್ನೇ ಮೆಲ್ಲುತ್ತ

ಹೋಗುತ್ತಿದ್ದು ಹಳೆಯ ಪಾಠಗಳು ಮರೆಯಾಗತೊಡಗಿದವು. ಉದಾಹರಣಾರ್ಥವಾಗಿ ಭಾರತೀಯ ಇತಿಹಾಸದ ಯಾವ ಕಾಲಘಟ್ಟದಲ್ಲಿಯೂ ಗಡಿಗಳಲ್ಲಿಯ ಪ್ರವೇಶ ಸ್ಥಳಗಳನ್ನು ರಕ್ಷಿಸುವದಾಗಲಿಲ್ಲ. ಯುದ್ಧತಂತ್ರಗಳು (Tactics) ತಂತಮ್ಮ ಸೀಮಿತ ರಾಜ್ಯಗಳಲ್ಲೇ ಬೆಳೆದುಕೊಂಡವು. ಕ್ರಿ. ಶ. ೧೫೦೦ ರವರೆಗೂ ಎದುರಾಳಿಯ ತೋಪುಖಾನೆಯೆದುರು ಸಾಮೂಹಿಕವಾಗಿ ರಾಶಿರಾಶಿಯಾಗಿ ಏರಿಬೀಳುತ್ತಿದ್ದ ರಾಜಪೂತ ಸೈನಿಕರು. ಶೌರ್ಯ, ಧೈರ್ಯ, ಕೆಚ್ಚುಗಳು ನೇರವಾಗಿ ಹತಾಹತವಾಗುತ್ತಿದ್ದವು, ಉರಿಯೆದುರು ಹುಳುಗಳಂತೆ. ಎದುರಾಳಿಯ ತಂತ್ರಚಾತುರ್ಯವೇ ಪ್ರತಿಯೊಮ್ಮೆ ವಿಜಯಿಯಾಯಿತು. ದೇಶದ ಅಂತರ್ಮುಖಿ ಸಂಕುಚಿತ ದೃಷ್ಟಿಕೋನವೇ ರಕ್ಷಾತ್ಮಕತೆಯ ಮನೋರಚನೆಗೆ ಕಾರಣವಾಯಿತು. ಮಹಾಕಾಯ ಮಂದಗತಿಯ ಗಜದಳವೇ ಭಾರತೀಯ ಸೇನಾಕೇಂದ್ರವಾಯಿತು, ಚುರುಕು ವೇಗಿ ಅಶ್ವದಳವಲ್ಲ. ನಾಗರಿಕತ್ವಕ್ಕೆ ಇಷ್ಟು ದೊಡ್ಡ ದೇಣಿಗೆಯಿತ್ತ ಭಾರತ ೧೧ನೇ ಶತಮಾನದಲ್ಲಿ ಮೊಹಮ್ಮದ ಗಜ್ನಿಯೆದುರು ಕಕ್ಕಾವಿಕ್ಕಿಯಾದದ್ದು ದೊಡ್ಡ ವಿಪರ್ಯಾಸ.

೧೭೪೬ರಲ್ಲಿ ನಮ್ಮವರೇ ದೇಸೀ ಸಿಪಾಹಿಗಳನ್ನು ತರಬೇತಿ ಕೊಟ್ಟು ಅವರನ್ನೇ ಉಪಯೋಗಿಸುತ್ತ ಕೆಲವೇ ಫ್ರೆಂಚರು ಕರ್ನಾಟಿಕ್ ನವಾಬನ ಬೃಹತ್ ಸೈನ್ಯವನ್ನು ಮದ್ರಾಸಿನ ಹತ್ತಿರ ಸೋಲಿಸಿದ್ದೇ ಭಾರತೀಯರಲ್ಲಿ ಹೊಸ, ಆಧುನಿಕ ಯುದ್ಧತಂತ್ರ (Tactics) ಬಂದಂತಾಯಿತು. ಯುರೋಪಿನಿಂದ ಭಾರತಕ್ಕೆ ಹೊಸ ತಂತ್ರ ಬರಲು ೨೦೦ ವರ್ಷ ಹಿಡಿಯಿತು!

ಬ್ರಿಟಿಶರು ಭಾರತವನ್ನು ಧೂಳಡಗಿಸಿದ್ದು ಆಳವಾಗಿ ನಮೂದಿಸಲಾಗಿದೆ. ೧೮೨೦ರವರೆಗೆ ಭಾರತವು ಸಂಪೂರ್ಣವಾಗಿ ಬ್ರಿಟಿಶರ ಕೈಕೆಳಗೆ ಹೋಗಿತ್ತು. ಭಾರತೀಯ ಹಲವಾರು ಹೀರೋಗಳನ್ನು ನಮ್ಮ ಇತಿಹಾಸ ಮರೆತಿದೆ. ನಾವೆಲ್ಲ ವಾಸ್ಕೊ-ಡ-ಗಾಮಾನನ್ನು ಗುರುತಿಸುತ್ತೇವೆ, ಆದರೆ ಕೋಲಿಕೋಡಿನ ಝೂಮೊರಿನ್‌ನ ಬಗ್ಗೆ ನಾವು ಅರಿಯದವರು. ಕುಂಜಾಲಿ, ಕಾನ್ಹಾಜಿ ಆಂಗ್ರೆಯವರ ಬಗ್ಗೆ ನಮಗೆ ಅರಿವೇ ಇಲ್ಲ. ಶಿವಾಜಿಯಂತಹ ನಾಯಕ ನೂರು ವರ್ಷ ನಂತರ ಜನಿಸಿದ್ದರೆ ಪ್ರಸಂಗವೇನಾಗಬಹುದಿತ್ತು? ಇದೆಲ್ಲ ಈಗ ಊಹಾಪೋಹ. ಇತಿಹಾಸವು ಆಗಿಹೋಗಿದ್ದರ ವರದಿ. ಹಾಗಾಗಿ ಈಗ ನಾವು ಉಪಖಂಡದ ಶಿರಪ್ರಾಯವಾದ ಕಾಶ್ಮೀರದ ಘಾಟಿಯ ಶ್ರೇಷ್ಠತೆಯ ಕಡೆಗೆ ಕ್ರಮಿಸೋಣ.

ಎಲ್ಲಿಂದ ಆರಂಭಿಸಬೇಕು? ಜಟಿಲ ಆಗುಹೋಗುಗಳನ್ನು ಒಂದಕ್ಕೊಂದು ಸಿಕ್ಕಿಸಿ, ಜೋಡಿಸಿ ಅರ್ಥವಾಗುವಂತಹ ಪಟಲವೊಂದನ್ನು ಹೆಣೆಯಲು ಕಾಲಮಾನದ ಅಲೆಗಳಲ್ಲಿ ಎಷ್ಟು ಹಿಂದಕ್ಕೆ ಸರಿಯಬೇಕು? ನಮ್ಮ ಭೂಭಾಗದ ಬೃಹದ್ಯೋಜನೆಯು ಕಲ್ಪಿತವಾಗತೊಡಗಿದಾಗ ನಾವು ಭಾರತೀಯರು ಮತ್ತು ಪಾಕಿಸ್ತಾನಿಗಳು ಆ ಕಾಲದ ಚಿಕ್ಕ ಪಾತ್ರಧಾರಿಗಳಾಗಿಯೂ ಇದ್ದೆವೇ? ಅಥವಾ ಬೇರೆಯವರು ನಮ್ಮ ಗ್ರಹಣಶಕ್ತಿಗೆ

ನಿಲುಕದ ದೀರ್ಘಾವಧಿಯ ಆರ್ಥಿಕ ಮತ್ತು ಭೂರಾಜಕೀಯ ನಿಲುವುಗಳನ್ನು ತಲುಪಲು ನಮ್ಮಂತಹ ಭೌಗೋಲಿಕ ಪ್ರಮಾದಗಳಂತೆಣಿಸಿ ನಮ್ಮಲ್ಲಿ ಭೇದ–ವೈರಗಳನ್ನಿಳಿಸಿ ಅಹಿಂಸೆಗೈದು ನಮ್ಮನ್ನು ಬಳಸಿಕೊಂಡರೇ? ಪ್ರಾಚೀನ ಭಾರತದ ಮಿಲಿಟರಿ ಇತಿಹಾಸವನ್ನು ಮರೆತುಬಿಡಿ. ಮಧ್ಯಕಾಲೀನದ್ದೂ ಕೂಡ ನಮ್ಮ ದೃಷ್ಟಿಯಲ್ಲಿ ಮಸುಕಾಗಿಯೇ ಇದೆ. ಇದನ್ನು ಇನ್ನೂ ಜಟಿಲಗೊಳಿಸಲೋ ಎಂಬಂತೆ ಕೆಲವೇ ಭಾರತೀಯ ಸೇನಾನಾಯಕರು ಭರವಸೆಯಿಡಬಲ್ಲ ವರದಿಗಳನ್ನು ಬರೆದಿಟ್ಟಿದ್ದಾರೆ. ಪ್ರಥಮ ಮಹಾಯುದ್ಧದಲ್ಲಿ ಭಾರತೀಯ ಸೈನಿಕ ಪಾತ್ರದ ಬಗ್ಗೆ ತುಸು ವಿಸ್ತಾರವಾದ ವರದಿ ದೊರೆಯತೊಡಗಿ, ಇನ್ನೂ ಖಚಿತವಾದ ವರದಿ ದೊರೆಯತೊಡಗಿದ್ದು ಎರಡನೇ ಮಹಾಯುದ್ಧದಲ್ಲಿ. ಅದೂ ಬ್ರಿಟಿಶ ಸೇನಾನಾಯಕರು ವಿಶದವಾಗಿ ಬರೆದರೆಂದು, ಮತ್ತು ಹೊಸದಾಗಿ ಬೆಳೆದುಬಂದ ಕ್ಯಾಮೆರಾಗಳಿಂದ. ಹೀಗಿದ್ದರೂ ನಾರ್ಥ ಆಫ್ರಿಕಾ ಅಭಿಯಾನ ಮತ್ತು ಬರ್ಮಾ ಯುದ್ಧಗಳ ಪ್ರಸಕ್ತತೆ ನಮ್ಮ ಜನತೆಗೆ ತಗಲುವದಿಲ್ಲ. ಇದು ದಶಕಗಳ ನಂತರ ಜನತೆಯ ಅರಿವು ಸುಭಾಷಚಂದ್ರ ಬೋಸರ ಇಂಡಿಯನ್ ನ್ಯಾಶನಲ್ ಆರ್ಮಿ (INA), ಬಂಗಾಲಿ ಉದ್ವೇಗ. ನಿಜವೆಂದರೆ Springing Tiger (INA ಧ್ವಜದಲ್ಲಿ ಕಾಣಿಸಿದ ಜಿಗಿಯುವ ಹುಲಿ) ಇದು ಬರಿ ಕಾಗದದ ಹುಲಿಯಾಗಿತ್ತಷ್ಟೇ. INA ಇದರ ಗುರಿ ಮತ್ತು ಭಾವನೆಗಳು, ಬ್ರಿಟಿಶರನ್ನು ಎದ್ದೋಡಿಸುವ ಉನ್ನತ ಸಾಧನೆಗಳದಿದ್ದರೂ ಬರ್ಮಾ ಯುದ್ಧದಲ್ಲಿ ಅಸಲಿ ಭಾಗ ಇಲ್ಲದಂತೆಯೇ ಇತ್ತು. ಆದರೂ ಬೋಸ್ ಮತ್ತು INAಗೆ ದೈವೀ ಚೈತನ್ಯವನ್ನು ಭಾರತವು ನೀಡುತ್ತಲೇ ಇತ್ತು. ಹಾಗಾಗಿ ಯುದ್ಧಾನಂತರದ ಬ್ರಿಟಿಶರ ವಿಚಾರಗಳ ಮೇಲೆ INAದ ಪ್ರಭಾವವು ಬದಿಸರಿದುಬಿಟ್ಟಿತ್ತು.

ಲೆಫ್ಟೆನಂಟ್ ಜನರಲ್ ಎಲ್. ಪಿ. ಸೇನರ 'Slender was the Thread' ಇದು ಬ್ರಿಟಿಶೇತರ ದೃಷ್ಟಿಕೋನದ ಮೊದಲನೆ ಭಾರತೀಯ ಯುದ್ಧೇತಿಹಾಸದ ಬರಹ. ಕಾಶ್ಮೀರ ಯುದ್ಧ ಉತ್ತಮ ಸಂಶೋಧಿತ ಸರಕಾರಿ ಪುಸ್ತಕವು ಪ್ರಕಾಶಿತವಾಗಿದ್ದರೂ ಸರಕಾರೀ ಪ್ರಕಾಶನವಾದದ್ದರಿಂದ ಅಷ್ಟು ಜನಪ್ರಿಯವಾಗಲಿಲ್ಲ. ಭಾರತೀಯ ಸ್ಟಾಫ್ ಕಾಲೇಜು ಕೂಡ ಕಾಶ್ಮೀರದ ೧೪ ತಿಂಗಳ ಯುದ್ಧವನ್ನು ಅವಗಣಿಸುತ್ತ ಅದನ್ನು ಕಾಶ್ಮೀರ ಯುದ್ಧ ಅನ್ನದೆ ಕಾಶ್ಮೀರದ ಸೈನಿಕ ಕಾರ್ಯಾಚರಣೆ ಅನ್ನುತ್ತದೆ. ಅದಕ್ಕೂ ಚಿಕ್ಕ ಮುಖಾಮುಖಿಗಳು ಯುದ್ಧಗಳೆಂದು ಗಣಿಸಲ್ಪಟ್ಟಿವೆ! ಅವುಗಳಿಗೇ ಹೆಚ್ಚು ಪ್ರಾಧಾನ್ಯ ಕೊಡಲ್ಪಟ್ಟಿದೆ. ಇಂದಿಗೂ ನಾಲ್ಕು ಯುದ್ಧಗಳಾದರೂ ಕಾಶ್ಮೀರ ಸಮಸ್ಯೆಯನ್ನು ಈ ಆರು ದಶಕಗಳ ನಂತರವೂ ನಾವು ಬಿಡಿಸಲಾರೆವಾಗಿವೆ.

ತುದಿಯಾಚೆ ಕಾಶ್ಮೀರ

ಭೂಗರ್ಭಶಾಸ್ತ್ರಜ್ಞರ ಅಭಿಪ್ರಾಯದಂತೆ ಕಾಶ್ಮೀರ ಕಣಿವೆಯು ಕರೆವಾ ಎಂಬ ದೊಡ್ಡ ಸರೋವರವಾಗಿತ್ತು. ಹಿಮಾಲಯದ ಕಾಲಿಕ ಭೂಏರಿಕೆಗಳಿಂದಾಗಿ ಝೇಲಂ ನದಿಯು ಪೀರ ಪಂಜಾಬ ಶೃಂಖಲೆಯಿಂದ ತಡೆಯಲ್ಪಟ್ಟು ಕಾಲಾಂತರದಲ್ಲಿ ಉರೀಯ

ಹತ್ತಿರ ಪರ್ವತದ ಒಡಕುಗಳನ್ನು ಭೇದಿಸಿ ಝೀಲಂ ಹರಿಯಹತ್ತಿ ಇಂದದು ಝೀಲಂ ಸಂದು (ಝೀಲಂ ಗ್ಯಾಪ್) ಎನಿಸಿಕೊಳ್ಳುತ್ತದೆ. ಕಾಶ್ಮೀರ ಕಣಿವೆಯ ಅತಿಸುಂದರ ಕೇಂದ್ರವಾದ ಶ್ರೀನಗರವು ಕ್ರಿ. ಪೂ. ೨೫೦ ರಲ್ಲಿ ಅಶೋಕನಿಂದ ಕಟ್ಟಲ್ಪಟ್ಟಿತು. ಕಾಶ್ಮೀರ ಕಣಿವೆಯ ಹೆಸರು ಕಶ್ಯಪ ಮುನಿಯೊಡನೆ ಜೋಡಿಸಲ್ಪಟ್ಟಿದೆ. ಕಶ್ಯಪ ಇದು ಕಶ್ಯಪಮಾರ್ ಇದರ ಅಪಭ್ರಂಶ. ಹಾಗೆ ಕಾಶ್ಮೀರ. ಮೌರ್ಯರ ಕಾಲದಲ್ಲಿ ಬೌದ್ಧಧರ್ಮ ಕಾಶ್ಮೀರದಲ್ಲಿ ಬೇರು ಬಿಟ್ಟು ಮುಂದೆ ಲದಾಖ, ಟಿಬೆಟ ಮತ್ತು ಮಧ್ಯ ಏಶಿಯಾಗಳಲ್ಲಿ ಹಬ್ಬಿತು. ಮಿಲಿಟರಿ ದೃಷ್ಟಿಯಿಂದ ಈ ಪ್ರದೇಶವು ಖ್ಯಾತಿ ಗಳಿಸಿದ್ದು ಮೌರ್ಯ ಕಾಲಕ್ಕೂ ಮೊದಲು ಕ್ರ. ಪೂ. ೩೨೭ರಲ್ಲಿ ಯವನ ರಾಜ ಅಲೆಕ್ಸಾಂಡರನು ಕಾಬುಲ ಘಾಟಿಯನ್ನು ಕುಶಾನ ಕಣಿವೆಯಿಂದ ಪ್ರವೇಶಿಸಿ ಇಲ್ಲಿ ತನ್ನ ಸೈನ್ಯವನ್ನು ಇಬ್ಭಾಗಿಸಿ ಹಿಫಾಸ್ಟಿಯನ್ ಕೈಕೆಳಗೆ ಒಂದು ಭಾಗವನ್ನಿಟ್ಟು ದಕ್ಷಿಣೀ ಮಾರ್ಗವಾಗಿ ಖೈಬರ್ ಪಾಸ್ ಪಾರುಮಾಡಲು ಕಳಿಸಿ, ಉತ್ತರೀ ಮಾರ್ಗವನ್ನು ಅಲೆಕ್ಸಾಂಡರನು ತಾನೇ ತನ್ನ ಭಾಗದೊಂದಿಗೆ ಅನುಸರಿಸಿ ಝೀಲಂ (Hydaspis) ತಲುಪಿ ತಕ್ಷಶಿಲೆಯ ಹತ್ತಿರ ಪುರು (Porus) ರಾಜನನ್ನು ಎದುರಿಸಿ ಕ್ರಿ. ಪೂ. ೩೨೬ರಲ್ಲಿ ಝೀಲಂ ಯುದ್ಧ ನಡೆಸಿದನು. ಇಲ್ಲಿ ಎರಡು ನಾಗರಿಕತೆಗಳ ಮಧ್ಯೆ ಮೊದಲನೆಯ ಯುದ್ಧವಾಯಿತು. ಸಂಬದ್ಧವಾದುದೆಂದರೆ ಅಲೆಕ್ಸಾಂಡರನು ಪುರುವನ್ನು ಯುದ್ಧದ ಮೊದಲೇ ಸುತ್ತುಗಟ್ಟಿ ಸಂಪರ್ಕವರ್ಜಿತನನ್ನಾಗಿಸಿದ್ದ. ತಕ್ಷಶಿಲೆಯಲ್ಲಿ ರಾಜ ಅಭಿಸಾರನ (ಅಂಭಿ) ತಮ್ಮ, ಕಾಶ್ಮೀರ ಮತ್ತು ಹಜಾರಾ ರಾಜ್ಯದ ಅರಸು ಆಗಲೇ ಅಲೆಕ್ಸಾಂಡರನಿಗೆ ಶರಣಾಗತನಾಗಿದ್ದ. ಪುರುರಾಜನು ಝೀಲಂ-ಚಿನಾಬ ನದಿಗಳ ಮಧ್ಯಕ್ಷೇತ್ರವನ್ನು ತನ್ನಾಳ್ವಿಕೆಯಲ್ಲಿರಿಸಿದ್ದು ಈಗ ಶತ್ರುಬಲಗಳಿಂದ ಸುತ್ತುವರಿಯಲ್ಪಟ್ಟ-ಉತ್ತರಕ್ಕೆ ಅಂಭಿ ತಕ್ಷಶಿಲೆಯಲ್ಲಿ, ಅಲೆಕ್ಸಾಂಡರನ ಮಿತ್ರ, ಪೂರ್ವೋತ್ತರದ ಕಾಶ್ಮೀರದಲ್ಲಿ ಪುರುರಾಜನ ವಂಶಜನೇ ಅವನ ನಿಖರ ಶತ್ರು. ಹೀಗೆ ಶಕ್ತಿಹೀನನಾಗಿದ್ದರೂ ಕೂಡ ಪುರುರಾಜನು ಅಲೆಕ್ಸಾಂಡರನನ್ನು ಬಿಗಿಯಾಗಿ ವಿರೋಧಿಸಿ ಕೊನೆಗೂ ಸಮಾನಾಂತರ ವ್ಯವಸ್ಥೆಯೊಂದನ್ನು ಸ್ಥಾಪಿಸಿದನು – Honourable draw.

ಅಲೆಕ್ಸಾಂಡರನ ಸರ್ವಯಶಸಿದ್ಧಿ ಸೈನ್ಯದ ಎಂಟು ವರ್ಷಗಳ ಬಲ ಝೀಲಂ ನದಿತೀರದಲ್ಲಿ ಮೊದಲು ಬಾರಿ ನಿಜವಾದ ಸಾಮರಿಕ ಬೆಲೆ ತೆತ್ತಬೇಕಾಯಿತು. ಪುರುರಾಜನು ಆ ಕಾಲದ ಭಾರತೀಯ ಚಿಕ್ಕ ರಾಜ ಮಾತ್ರ – ಬರಿ ೬೦ ಕಿ.ಮಿ. ಅಗಲ ಕ್ಷೇತ್ರದವ. ಆದರೂ ಝೀಲಂ ಯುದ್ಧವು ಅಲೆಕ್ಸಾಂಡರನ ಯಶಸ್ವಿ ಸೈನಿಕರ ಬಲ ಹೀರಿ ಅವರನ್ನು ಹದಗೆಡಿಸಿ ಮುನ್ಸಾಗಲು ನಿರಾಕರಿಸುವಂತಾಯಿತು ಎಂದು ಇತಿಹಾಸದಲ್ಲೇ ಸುಪರಿಚಿತನಾದ ಪ್ಲುಟಾರ್ಕನು ಬರೆಯುತ್ತಾನೆ. ಬಿಯಾಸ್ ನದಿಯಾಚೆ ಯವನರು ಸಾಗಲಿಲ್ಲ, ಅಲ್ಲಿ ಮಗಧ ಮತ್ತು ಅಂಗ ಸೇನೆಗಳು ಸಿದ್ಧವಿದ್ದವು. ಛಿದ್ರಿತ ಭಾರತೀಯ ಸಮರಾಂಗಣವನ್ನು ತೊರೆದು ಏಕೀಕೃತ ಕೇಂದ್ರೀಯ ಸಮರಾಂಗಣಕ್ಕೆ

ಅಲೆಕ್ಸಾಂಡರನು ನುಸುಳಿದ್ದರೆ ಯಾರು 'ಮಹಾನ್' (The Great) ಹೆಗ್ಗಳಿಕೆಯನ್ನು ಗಳಿಸುತ್ತಿದ್ದರೋ!

ಕ್ರಿ. ಶ. ೧೧ನೇ ಶತಮಾನದಲ್ಲಿ ಕಾಶ್ಮೀರವು ಲೊಹಾರ ವಂಶಜ ಸಮಗ್ರಮ ರಾಜನ ಕಾಲದಲ್ಲಿ ಶಶಿ ತ್ರಿಲೋಚನಪಾಲನ ಸಹಾಯಕ್ಕೆ ತನ್ನ ಸೇನಾ ತುಕಡಿಯನ್ನು ಗಜನಿ ಮೆಹಮೂದನನ್ನು ಎದುರಿಸಲು ಕಳಿಸಿ ಇತಿಹಾಸದಲ್ಲಿ ಪುನಃ ದಾಖಲಿಸಿತು. ವಿಪರ್ಯಾಸವೆಂದರೆ ಆವರೆಗೆ ಕಾಶ್ಮೀರವು ಹಿಂದು ಪ್ರಾಮುಖ್ಯತೆಯ ಒಂದು ಪ್ರದೇಶವಾಗಿ ಉಳಿದಿತ್ತು. ಮೆಹಮೂದನ ಮೂರು ದಾಳಿಗಳು ಕಾಶ್ಮೀರ ಘಾಟಿಯನ್ನು ಭೇದಿಸುವಲ್ಲಿ ಅಯಶಸ್ವಿಯಾದವು. ಮುಂದಿನ ೩೦೦ ವರ್ಷ ಉತ್ತರಭಾರತವು ಮುಸ್ಲಿಂ ರಾಜ್ಯಕ್ಕೆ ತಲೆಬಾಗುತ್ತಿರುವಾಗ ಕಾಶ್ಮೀರವು ಹಿಂದುರಾಜ್ಯವೆಂದುಳಿಯಿತು. ೧೨೨೦ರಲ್ಲಿ ರಾಜ ಸಹದೇವನು ಟಿಬೆಟನ್ನರಿಗೆ ಸೋತು ರಿಂಚೆನನ ಕೈಸೇರಿತು ಕಾಶ್ಮೀರ. ಮೂರು ವರ್ಷಾನಂತರ ರಿಂಚೆನನ ಮಗ ಹೈದರ ರಾಜ್ಯವೇರಿದ. ಶಾಹಮೇರ (ಶಾಹ ಮೀರ, ಶಾಹ ಮಿರ್ಜಾ) ಹೈದರನನ್ನು ತೆಗೆದೊಗೆದು ಸಹದೇವನ ವಂಶಜ ಉದ್ಯಾನದೇವನನ್ನು ಪಟ್ಟಕ್ಕೇರಿಸಿದನಾದರೂ ಕೊನೆಗೆ ತಾನೇ ರಾಜ್ಯಾಧಿಕಾರ ಗ್ರಹಿಸಿ ಶಮ್ಸ-ಉದ್ದೀನ ಎಂದು ಕಾಶ್ಮೀರದ ಮುಸ್ಲಿಂ ಅಧಿಪತಿಯಾದ -೧೩೩೯.

೧೩೯೮ರಲ್ಲಿ ತೈಮೂರನ ನೇತೃತ್ವದ ಚಗತಾಯ್ ತುರ್ಕರು ಉತ್ತರ ಹಿಂದುಸ್ತಾನವನ್ನು ಗಾಳಿಯೆಬ್ಬಿಸುತ್ತ ಝೀಲಂ ನದಿ ದಾಟಿದ್ದು ಅಲೆಕ್ಸಾಂಡರನನ್ನು ಪುರುರಾಜನು ಎದುರಿಸಿದ ಸ್ಥಾನದ ಹತ್ತಿರ. ಇತಿಹಾಸಕಾರರು ಒಪ್ಪುವದೆಂದರೆ ತೈಮೂರನು ವರ್ಷಕ್ಕೂ ಮೊದಲೇ ಮೊದಲಿನ ಯಾವುದೇ ಆಕ್ರಮಣಕಾರನ ಮೊದಲನೇ ಅಭಿಯಾನದಲ್ಲಿ ಮಾಡಿದ ಲೂಟಿ ಹಾನಿಗಿಂತಲೂ ಹೆಚ್ಚು ದುರ್ಗತಿ ಗೈದನೆಂಬುದನ್ನು. ತನ್ನ ಇಸ್ಲಾಮಿ ಸೈನ್ಯವನ್ನು ಭೂ ಬಿಟ್ಟು ದಿಲ್ಲಿ ಸಲ್ತನತ್ತನ್ನು ವಿಧ್ವಂಸಿಸಿ ತೈಮೂರನು ಕಾಬುಲಿನಿಂದ ಸಮರ್ಕಂದಕ್ಕೆ ಮರಳುತ್ತ ದಾರಿಯಲ್ಲಿ ತನ್ನ ಕೈಗೆಟುಕಿದ ಎಲ್ಲ ಹಿಂದೂಗಳನ್ನು ಕೊಲ್ಲುತ್ತ ಹೋದ. ಕಾಶ್ಮೀರ ಕಣಿವೆಯ ಮುಸ್ಲಿಂ ರಾಜ್ಯ ಮಾತ್ರ ತೈಮೂರನ ಕತ್ತಿಯಿಂದ ಹೇಗೋ ಉಳಿದುಕೊಂಡಿತು, ಆದರೂ ಜಮ್ಮುವಿನ ರಾಜನು ಮಾತ್ರ ಉಳಿದುಕೊಳ್ಳಲಿಲ್ಲ. ಅವನನ್ನು ಜಬರದಸ್ತಿಯಾಗಿ ಮುಸ್ಲಿಮನನ್ನಾಗಿಸಿ ಅವನ ಪ್ರಜೆಗಳನ್ನೆಲ್ಲ ಕೊಲ್ಲಲಾಯಿತು. ತೈಮೂರನು ಹೀಗೆ ತಾಂಡವವಾಡುತ್ತಿದ್ದಾಗ ಶಮ್ಸುದ್ದೀನನ ವಂಶಜರು ಕಾಶ್ಮೀರ ಕಣಿವೆಯಲ್ಲಿ ಸ್ಥಿರವಾಗಿ ತಳವೂರಿದರು. ೧೩೮೯ರಲ್ಲಿ ಮಗುದೊರೆಯಾಗಿ ಬಂದ ಸಿಕಂದರನು ದೊಡ್ಡವನಾಗಿ ಕಟ್ಟಾ ಮುಸ್ಲೀಮನಾಗಿ ಹಿಂದೂ ಮತ್ತು ಬೌದ್ಧ ಧರ್ಮಗಳನ್ನು ಸಹಸಾ ಕಿತ್ತೇ ಒಗೆದ. ಫರಿಶ್ತಾ ಹೇಳುವಂತೆ ಕಾಶ್ಮೀರ ಕಣಿವೆಯಲ್ಲಿ ಇಸ್ಲಾಂ ಪಾಲಿಸದವರ ಎಲ್ಲರ ಮನೆಗಳನ್ನೂ ದೇಶಭ್ರಷ್ಟಗೊಳಿಸಿದನು. ಎಷ್ಟೋ ಬ್ರಾಹ್ಮಣರು ತಮ್ಮ ಧರ್ಮ ಅಥವಾ ದೇಶವನ್ನು ಬಸಲಿಸಲಾರದೆ, ತ್ಯಜಿಸಲಾರದೆ ಪ್ರಾಣತ್ಯಾಗ ಮಾಡಿಕೊಂಡರಾದರೆ ಪರದೇಶೀಯ ಮುಸ್ಲೀಮರನ್ನು ಮುಕ್ತಹಸ್ತಗಳಿಂದ

ಸ್ವಾಗತಿಸಲಾಯಿತು. ಸಿಕಂದರನ ಮಗ ಅಲಿ ಶಹ ಹಿಂದೂ ಮತ್ತು ಬೌದ್ಧವಿರೋಧಿ ಪಾತ್ರವನ್ನು ಮುಂದುವರಿಸಿದ.

೧೪೨೦ರಲ್ಲಿ ಬಹುಶಃ ಅಲಿ ಶಹನು ಖೊಖರರೊಡನೆ ಹೋರಾಟದಲ್ಲಿ ಕೊಲ್ಲಲ್ಪಟ್ಟನು. ಅವನ ತಮ್ಮ ಶಾಹಿಖಾನನು ಪಟ್ಟವನ್ನೇರಿ ಜೈನುಲ್ ಅಬೆ ದೀನ ಎಂಬ ಪದವಿ ಗಳಿಸಿ ಮುಂದಿನ ಅರ್ಧಶತಕದಲ್ಲಿ ಕಾಶ್ಮೀರ ಕಣಿವೆಯು ಮತ್ತೆಂದೂ ಕಾಣದಷ್ಟು ಪರಧರ್ಮ ಸಹಿಷ್ಣು ಮತ್ತು ಉತ್ತಮ ರಾಜನೆಂದು ಪ್ರಸಿದ್ಧಿ ಗಳಿಸಿದನು. ತನ್ನ ಪೂರ್ವಜರ ದುರಾಡಳಿತವನ್ನು ಸರಿಮಾಡಲು ಕಷ್ಟಪಟ್ಟು ಹಿಂದು ಮತ್ತು ಬೌದ್ಧರನ್ನು ಮರುಸ್ಥಾಪಿಸಲು ಅವನು ಪ್ರಯತ್ನಿಸಿದ. ತನ್ನ ಆಳುವಿಕೆಯಲ್ಲಿ ಅವನು ಭೌಗೋಲಿಕವಾಗಿ ತನ್ನ ರಾಜ್ಯವನ್ನು ವಿಸ್ತರಿಸಿದ. ಅವನ ರಾಜ್ಯ ಮತ್ತು ಪ್ರಭಾವಗಳು ಗಾಂಧಾರ, ಸಿಂಧು, ಮದ್ರ ಮತ್ತು ರಾಜಪುರಿಗಳವರೆಗೆ ಹಬ್ಬಿದ್ದವು. ಉತ್ತರ ಮತ್ತು ಪಶ್ಚಿಮಕ್ಕೆ ಲದಾಖ ಮತ್ತು ಟಿಬೆಟಿನ ಬಹುಭಾಗ, ಹಾಗೂ ಸಿಂಧುನದಿಯ ಎಡಬಲದ ಪ್ರದೇಶಗಳು ಅವನ ನಿಯಂತ್ರಣದಲ್ಲಿ ಬಂದಿದ್ದವು. ಅವನು ಖೊಖರ ಜನರ ಮುಖ್ಯಸ್ಥ ಜಸರಥನ ಜೊತೆಗಾರನಾಗಿದ್ದು ಪೂರ್ಣ ಪಂಜಾಬವನ್ನೇ ತನ್ನ ನಿಯಂತ್ರಣದಲ್ಲಿರಿಸಿದ.

೧೬ನೇ ಶತಮಾನದಲ್ಲಿ ಮುಗಲರು ಭಾರತವನ್ನು ಕೊಚ್ಚಿಯೊಯ್ದಂತೆ ಬಾಬರನ ಕಣ್ಣು ಕಾಶ್ಮೀರದ ಮೇಲೇರಿದ್ದರೂ ಅವನು ಕಳಿಸಿದ ಅಭಿಯಾನವೊಂದು ಅಯಶಸ್ವಿಯಾಯಿತು. ಬಾಬರ ಮತ್ತು ಹುಮಾಯೂನರು ತಮ್ಮ ರಾಜ್ಯವನ್ನು ಸ್ಥಿರಗೊಳಿಸಿಕೊಳ್ಳುವಲ್ಲೇ ವ್ಯಸ್ತರಿದ್ದುದಾಗಿ ಕಾಶ್ಮೀರದೆಡೆ ಅವರ ದೃಷ್ಟಿ ಮಂಜಾಗಿತ್ತು. ಆದರೆ ಅಕಬರನ ದೃಷ್ಟಿ? ಬೆಕ್ಕು-ಇಲಿಯಾಟದ ಹಿಡಿ-ಬಿಡುವುಗಳಾಚೆ ೧೫೭೮ ರಿಂದ ೧೫೮೯ರವರೆಗಿನ ಮುಖಾಮುಖಿಗಳಿಂದಾಗಿ ಅಕಬರನ ಸೇನಾನಾಯಕ ಕಾಸೀಮುಖಾನನು ಕಾಶ್ಮೀರದ ಯಾಕೂಬಖಾನನನ್ನು ಕಿಶ್ತವಾಡದಾಚೆ ಹೊಡೆದೋಡಿಸಿದಾಗ ಅಕಬರನು ಆರು ವರ್ಷಗಳ ನಂತರ ಸ್ವತಃ ಶ್ರೀನಗರಕ್ಕೆ ಭೆಟ್ಟಿಯಿತ್ತ. ಕಾಶ್ಮೀರವನ್ನು ಅವನು 'ಖಾಲಿಸಾ' (ಆರಕ್ಷಿತ ಪ್ರದೇಶ) ಎಂದು ಸಾರಿದ. ಹಳ್ಳಿಪ್ರದೇಶಗಳ ದೀರ್ಘವಾದ ಕಂದಾಯ ಪದ್ಧತಿಯನ್ನಿರಿಸಿದ ಅಕಬರನು ಬರಗಾಲ ಪರಿಹಾರವೆಂದು ಹರಿಪರ್ಬತ ಕಿಲ್ಲೆಯನ್ನು ಕಟ್ಟಿಸಿದ. ಅವನ ಮಗ ಜಹಾಂಗೀರ ಪ್ರಸಿದ್ಧ ಶಾಲಿಮಾರ ಮತ್ತು ನಿಶಾತ್ ಗಾರ್ಡನ್‌ಗಳನ್ನು ರಚಿಸಿ, ಇರಾನಿನಿಂದ ತಂದ ಚಿನಾರ್ ವೃಕ್ಷವನ್ನು ಹಚ್ಚಿದ. ೧೬೨೦ರಲ್ಲಿ ಕಿಶ್ತವಾರ್ ಗೆದ್ದುಕೊಂಡಾಗಿ ಮುಗಲರ ಕಾಶ್ಮೀರ ಇನ್ನೂ ದಕ್ಷಿಣಕ್ಕೆ ಹಬ್ಬಿತು. ಜಹಂಗೀರನ ನಂತರ ಶಹಾಜಹಾನ್, ಔರಂಗಜೇಬನ ನಂತರ ಕಾಶ್ಮೀರದಲ್ಲಿ ಮೊದಲರ ವರ್ಚಸ್ಸು ಕಡಿಮೆಯಾಯಿತು.

೧೭೦೦ ನೇ ಇಸ್ವಿಯಲ್ಲಿ ಪ್ರವಾದಿ ಮೊಹಮ್ಮದನ ಕೂದಲೊಂದು (ಮೊ-ಇ-ಮುಖದ್ದಸ್) ಕಾಶ್ಮೀರಕ್ಕೆ ತರಲಾಗಿ ಅದನ್ನು ಶ್ರೀನಗರದ ಬಹಾವುದ್ದೀನ ನಕಶಬಂದಿಯ ಖಾನ್‌ಖಾಹ್‌ದಲ್ಲಿ ಇಡಲಾಯಿತು. ನೂರಾರು ಸಾವಿರ ಪ್ರವಾಸಿಗಳು ಅದನ್ನು ನೋಡಲು

ಬಂದರು. ಪ್ರವಾಸಿಗಳ ನುಗ್ಗಾಟದಿಂದಾಗಿ ಅದನ್ನು ಬಾಗ-ಎ-ಸಾರಿಕ್‌ಖಾನ್‌ಕ್ಕೆ (ಇದೇ ಈಗಿನ ಹಜರತ್‌ಬಲ್) ಒಯ್ದು ಅಲ್ಲಿ ಪುಣ್ಯಕ್ಷೇತ್ರೀಕರಿಸಲಾಯಿತು. ಆಗಿನಿಂದಲೇ ಹಜರತ್ ಬಲ್ ಇದು ಕಾಶ್ಮೀರದ ಅತ್ಯಂತ ಪುಣ್ಯಕ್ಷೇತ್ರವೆಂದು ಎಣಿಸಲ್ಪಡುತ್ತದೆ. ೧೯೬೫ರ ಭಾರತ-ಪಾಕಿಸ್ತಾನ ಯುದ್ಧದ ಕಾರಣೀ ಹೆಜ್ಜೆಗಳಲ್ಲಿ ಇದರ ಪ್ರಮುಖ ಪಾತ್ರವಿತ್ತು.

ಕಾಲಾನುಕ್ರಮವಾಗಿ ಕಾಶ್ಮೀರದ ಮುಂದಿನ ಹೆಜ್ಜೆ ಎಂದರೆ ೧೭೩೮ರ ನಾದಿರ್‌ಶಹನ ದಿಲ್ಲಿಯ ಮುಗಲ ಸತ್ತೆಯ ಮೇಲಿನ ಆಕ್ರಮಣ. ಇದರಿಂದಾಗಿ ಕಾಶ್ಮೀರದ ಮೇಲಿನ ಮುಗಲರ ಹಿಡಿತ ಸಡಿಲವಾಯಿತು, ಕಾಶ್ಮೀರದ ಗವರ್ನರನು ಬೇಜವಾಬುದಾರಿಯೂ, ಕ್ರೂರನೂ ಆದನು. ೧೭೫೨ರಲ್ಲಿ ಜಮ್ಮುವಿನ ಡೊಗ್ರಾ ರಾಜ ರಾಜಾ ರಂಜಿತದೇವನು ಅಫಗಾನರೊಡಗೂಡಿದ್ದಾಗಿ ಅಫಗಾನರು ಕಾಶ್ಮೀರವನ್ನು ತಮ್ಮ ರಾಜ್ಯದಲ್ಲಿ ಎಳೆದುಕೊಂಡರು. ೧೭೭೨ರಲ್ಲಿ ಅಫಗಾನ ನಾಯಕ ಅಹಮದಶಹ ದುರ್ರಾನಿ ತೀರಿಕೊಂಡ ನಂತರ ಕಾಶ್ಮೀರದ ಅಫಗನ ಆಳರಸು ಜವಾನ ಶೇರನು ತನ್ನ ಸ್ವತಂತ್ರ ರಾಜ್ಯ ಕಟ್ಟಿಕೊಂಡ. ಅಫಗಾನ ರಾಜ್ಯ ಐವತ್ತು ವರ್ಷಗಳವರೆಗೆ ನಡೆದದ್ದು ಕಾಶ್ಮೀರದ ಇತಿಹಾಸದಲ್ಲೇ ಅತ್ಯಂತ ಕರಾಳ ಕಾಲವಾಗಿದೆ.

ಪಂಚನದಿಗಳ ಧಣಿ

ಸಿಖ್ಖರ ಇತಿಹಾಸದಲ್ಲೇ ಪ್ರಪ್ರಮುಖ ವ್ಯಕ್ತಿ ಮಹಾರಾಜಾ ರಂಜೀತಸಿಂಹನು, ದೃಢಚಾರಿತ್ರಿ, ಮಹಾಮೇಧಾವಿ ಲೌಕಿಕ, ಹಾಗಾಗಿಯೇ ತನ್ನ ನಾಯಕತ್ವದಲ್ಲಿ ಎಲ್ಲ ಸಿಖ್ಖರನ್ನು ಒಗ್ಗೂಡಿಸಿದವ. ಖುಶವಂತಸಿಂಹ ಅವರು ಹೇಳುತ್ತಿದ್ದಂತೆ 'ರಾಜಪೂತರಿಗೆ ಪೃಥ್ವಿರಾಜ ಚೌಹಾನ ಹಾಗೂ ರಾಣಾ ಪ್ರತಾಪರು ಹೇಗೋ, ಮರಾಠರಿಗೆ ಶಿವಾಜಿ ಹೇಗೋ, ಫ್ರೆಂಚರಿಗೆ ನೆಪೋಲಿಯನ್ ಹೇಗೋ ಹಾಗೆ ಸಿಖ್ಖರಿಗೆ ರಂಜೀತಸಿಂಹ' ಎಂದು. ೧೮೩೦ರವರೆಗೆ ರಂಜೀತಸಿಂಹನು ಸಿಂಧು ಮತ್ತು ಸತಲಜ ನದಿಗಳ ಮಧ್ಯದ ಪ್ರದೇಶದ ನಿರ್ವಿವಾದಿತ ಅಧಿಪತಿಯೆಂದು ಸ್ಥಾಪಿತನಾಗಿದ್ದ. ಬ್ರಿಟಿಶರೂ ಇದನ್ನು ಒಪ್ಪಿದ್ದೇ. ಅವನು ಇನ್ನೂ ತನ್ನ ರಾಜ್ಯ ಬೆಳೆಸುವದಿದ್ದರೆ ಬ್ರಿಟಿಶರೊಡನೆ ನೇರ ತಿಕ್ಕಾಟದ ಲೆಕ್ಕವಾಯ್ತು. ಅದನ್ನು ಉಳಿಸಿಕೊಳ್ಳಲು ಉಭಯತರು ೧೮೮೯ರಲ್ಲಿ ಮೈತ್ರಿ ಒಪ್ಪಂದಕ್ಕೆ ಸಹಿ ಹಾಕಿದರು. ಭಾರತೀಯ ರಾಜರುಗಳಲ್ಲೇ ಓರ್ವ ಅತ್ಯಂತ ಪ್ರಗತಿಶೀಲನೆಂದು ಇತಿಹಾಸಕಾರರೇ ಒಪ್ಪಿದ ರಂಜೀತಸಿಂಹನು ತನಗೆ ಬೇಕಾದುದರಲ್ಲಿ ಸ್ಫುಟವಾದ ದೂರದೃಷ್ಟಿ ಹೊಂದಿದ್ದು ಅದನ್ನು ಪಡೆಯುವದರಲ್ಲೂ ಯಶಸ್ವಿಯಾದನು. ಯುದ್ಧಶಾಸ್ತ್ರದ ಅಷ್ಟು ದೊಡ್ಡ ತಂತ್ರಜ್ಞನೆಂದು ಎಣಿಸಲಾರದವನಿದ್ದರೂ ಸಂಘಟನಾ ಶಕ್ತಿ ಅವನದು ದೊಡ್ಡದಿದ್ದು ಅದನ್ನು ಅವನು ಯಶಸ್ವಿಯಾಗಿ ಉಪಯೋಗಿಸಿದನು. ಮಿಲಿಟರಿ ವಿಷಯಗಳ ವಿಶೇಷ ಅಭ್ಯಾಸುವಾದ ಅವನು ತನ್ನ ಸೇನಾಪತಿ ಮತ್ತು ಮಂತ್ರಿಗಳನ್ನು ಆರಿಸುವದರಲ್ಲಿ ಸೂಕ್ಷ್ಮಮತಿಯಾಗಿದ್ದನು.

ಬ್ರಿಟಿಶರನ್ನು ತಾನಾಗಿಯೇ ಎದುರಿಸುವ ಅಸಾಧ್ಯತೆಯನ್ನರಿತ ಅವನು ಕೇಂದ್ರೀಕರಿಸಿದ್ದು ಪ್ರಥಮ ದರ್ಜೆಯ ಆಡಳಿತ ವ್ಯವಸ್ಥೆಯ ಮೇಲೆ ಹಾಗೂ ಅಗಾಧಶಕ್ತಿಯ ಆಧುನಿಕ ಸೈನ್ಯದ ಮೇಲೆ. ಜಾತಿ ಪಾತಿ ಲಕ್ಷಿಸದೇ ಲಭ್ಯವಿದ್ದ ಉತ್ತಮ ಸೈನಿಕರನ್ನು ತನ್ನ ಸೈನ್ಯದಲ್ಲಿ ಭರತಿ ಮಾಡಿಸಿದ್ದೊಂದಾದರೆ ಲಾಹೋರಿನಲ್ಲಿ ತನ್ನವೇ ಫಿರಂಗಿಗಳನ್ನು ಮತ್ತು ತಕ್ಕ ಮದ್ದುಗುಂಡು ತಯಾರಿಸುವ ವ್ಯವಸ್ಥೆ ಇನ್ನೊಂದೆಡೆ. ಆವರೆಗೆ ಅವನ ಸಲಹೆಗೆಂದು ನೆಪೋಲಿಯನ್ನನ ಸೋತ ಸೈನ್ಯದಿಂದ ಒದಗಿಬಂದ ಕೆಲವು ಫ್ರೆಂಚ ಸೇನಾನಾಯಕರು, ಕೆಲವು ಜರ್ಮನ್ನರು, ಇಟಾಲಿಯನ್ನರು, ಕೆಲವು ಹಂಗೇರಿಯನ್ ಡಾಕ್ಟರರು, ಇನ್ನೂ ಇತರ ದೇಶೀಯರು ಲಭ್ಯವಾದರು. ಅವರೆಲ್ಲರ ಮೇಲೆ ಅತ್ಯಂತ ತೀಕ್ಷ್ಣ ಕಣ್ಣಿಡಲಾಗಿತ್ತು. “ಈ ಎಲ್ಲ ಐರೋಪ್ಯ ಹರಾಮಜಾದಾಗಳು ಒಂದೇ” ಎಂದವನೊಮ್ಮೆ ಅಂದಿದ್ದು, ಅವನ ದೂರದೃಷ್ಟಿ ಸರಿಯೇ ಇತ್ತು. ಅವನು ತೀರಿಕೊಂಡು ಹತ್ತು ವರ್ಷಗಳ ನಂತರ ಸಿಖ್ಖರು ಬ್ರಿಟಿಶರೊಡನೆ ಯುದ್ಧಕ್ಕಿಳಿದಾಗ ಈ ಯಾವ ಸಲಹೆಗಾರರೂ ಸಿಖ್ಖರ ಜೊತೆಗಿರಲಿಲ್ಲ, ಅನೇಕರು ಬ್ರಿಟಿಶರಿಗೆ ಸೇರಿದ್ದರು.

೧೭೮೦ರಲ್ಲಿ ಹುಟ್ಟಿದ ರಂಜಿತಸಿಂಹನು ತನ್ನ ೧೨ನೇ ವರ್ಷಕ್ಕೆ ತನ್ನ ಸುಕೆರಚಕಿಯಾ ಮಿಸಲ್‌ನ ನಾಯಕನಾಗಿ ಆಗಿನಿಂದಲೇ ತನ್ನ ಬಲ ಬೆಳೆಸಿಕೊಂಡು ಇತರ ಮಿಸಲ್‌ಗಳನ್ನು (ಅಹ್ಲುವಾಲಿಯಾ, ಸಂಧನವಾಲಿಯಾ ಇತ್ಯಾದಿ ೧೧ ಸಿಖ್ಖರ ಮಿಸಲ್‌ಗಳು ತಂತಮ್ಮ ಪ್ರದೇಶಗಳ ಭೂಪತಿಗಳು – ನಮ್ಮ ಪಾಳೆಯಗಾರರಿದ್ದಂತೆ) ಒಟ್ಟುಗೂಡಿಸಿ ಲಾಹೋರನಿಂದ ಅಫಗಾನರನ್ನು ಸಿಂಧುವಿನಾಚೆ ಕಿತ್ತೊಗೆದು ಬೈಸಾಖಿ ೧೮೦೧ರಲ್ಲಿ ಮಹಾರಾಜಾ ಪದವೀಧರನೆಂದು ಘೋಷಿಸಿಕೊಂಡು ೧೮೦೨ರಲ್ಲಿ ಅಮೃತಸರವನ್ನು ಗೆದ್ದು ಬ್ರಿಟಿಶರಿಗೆ ಸರಿಸಾಟಿಯಾಗಿ ನಿಂತ. ಅವನು ಆಗಿನ ಪಂಜಾಬ ಮತ್ತು ಜಮ್ಮುವಿನ ಅಧಿಪತಿ. ೧೮೦೭ರಲ್ಲಿ ಮುಂಬರುವ ‘ಮಹಾಹೂಟ’ದ (The Great Game) ಬಾಲ್ಯ ಹೆಜ್ಜೆ ಇಡಲಾಗಿದ್ದು ಅದು ರಂಜೀತಸಿಂಹನನ್ನು ಮತ್ತು ನಂತರ ಅವನ ಸಿಖ್ಖರನ್ನು ಆವರಿಸಿಕೊಳ್ಳಲನುವಾಯಿತು. ೧೮೦೭ರಲ್ಲಿ ನೆಪೋಲಿಯನ್ ಮತ್ತು ರಶಿಯನ್ ಝಾರ್ ಅಲೆಕ್ಸಾಂಡರ ಪ್ರಥಮ ಇವರ ನಡುವೆ ಗಿಲ್ಗಿಟ್ ಒಪ್ಪಂದದ ಪ್ರಕಾರ ರಶಿಯವು ಪರ್ಶಿಯಾ ಮತ್ತು ಆಫಗಾನಿಸ್ತಾನಗಳ ಕಡೆಗೆ ತನ್ನ ವಿಸ್ತಾರವನ್ನು ಬೆಳೆಸುವ ಮನೋನೀತಿಗೆ ಅನುವು ಮಾಡಿಕೊಂಡಿತು. ಒಂದು ಷರತ್ತಿನಂತೆ ನೆಪೋಲಿಯನ್ನನು ಭಾರತದ ಮೇಲೆ ದಾಳಿ ಮಾಡುವ ಯೋಜನೆ ಮಾಡಿದರೆ ಪರ್ಶಿಯಾ ಸರಕಾರವು ಫ್ರೆಂಚ್ ಸೈನ್ಯಕ್ಕೆ ದಾರಿ ಬಿಟ್ಟುಕೊಡಬೇಕು ಎಂದು. ಇದು ಲಂಡನ್ ಮತ್ತು ಹಿಂದುಸ್ತಾನದ ಬ್ರಿಟಿಶ ಅಧಿಕಾರದ ಗವರ್ನರ್ ಜನರಲ್ ಲಾರ್ಡ ಮಿಂಟೋನ ಕಿವಿಗಳಲ್ಲಿ ವಿಪತ್ತಿನ ಗಂಟೆ ಬಾರಿಸದೇ ಇದ್ದೀತೇ? ನೆಪೋಲಿಯನ್ನನ ಭಾರತದ ಮೇಲೆ ದಾಳಿ? ಬ್ರಿಟಿಶರು ಒಮ್ಮೆಲೆ ಜಾನ್ ಮಾಲ್ಕಂನನ್ನು ಪರ್ಶಿಯಾಕ್ಕೆ, ಮಾಂಟ್‌ಸ್ಟುವರ್ಟ್ ಎಲ್ಫಿನ್ಸ್ಟನ್ ಕಾಬುಲ ಮತ್ತು ಚಾರ್ಲ್ಸ ಮೆಟ್ಕಾಫ್‌ನನ್ನು ಅಮೃತಸರ (ರಂಜೀತಸಿಂಹ)ಗೆ ಕಳುಹಿಸಿದರು. ಇದು ಪರಕೀಯ ಆಕ್ರಮಣದ ವಿರುದ್ಧ ಮೈತ್ರಿಬಲದ

ವ್ಯವಸ್ಥೆ. ೧೮೦೮ರಲ್ಲಿ ಮೆಟ್ಕಾಫನು ಅಮೃತಸರ ಮುಟ್ಟುವವರೆಗೆ ನೆಪೋಲಿಯನ್ನನು ವಾಟರ್ಲೂ ಯುದ್ಧದಲ್ಲಿ ಸೋತುದಾಗಿ ಈ ವಿಷಯ ಉಳಿದುಹೋಯಿತು. ಬ್ರಿಟಿಶರು ಸತಲಜ ನದಿಯವರೆಗಿನ ಹಿಂದುಸ್ತಾನದ ಸುರಕ್ಷೆಯನ್ನು ನಿಯಂತ್ರಿಸಿಕೊಂಡರು. ರಂಜಿತಸಿಂಹನಿಗೆ ಸತಲಜ ನದಿಯಾಚೆ ತನ್ನ ಸೈನ್ಯವನ್ನು ಒಯ್ಯಬೇಕಾಗಿ ಅವನ ಸಂಪೂರ್ಣ ಪಂಜಾಬವನ್ನು ಗೆದ್ದುಕೊಳ್ಳುವ ಆಸೆ ಪೂರ್ಣಗೊಳ್ಳಲಿಲ್ಲ. ರಂಜಿತಸಿಂಹನ ಬಲವನ್ನು ತಡಯುವದು ಬ್ರಿಟಿಶರಿಗೆ ಪ್ರಾಥಮಿಕವಾಯಿತು. ಮಾತುಕತೆಗಳನ್ನು ನಡೆದೇ ನಡೆಸುವ ಪ್ರಯತ್ನಗಳೂ ಆದವು. ರಂಜಿತಸಿಂಹನಿಗೆ ತನ್ನ ಬಲದ ಎಲ್ಲೆಯ ಅರಿವೂ ಇತ್ತು. ಹೀಗಾಗಿ ೧೮೦೯ರಲ್ಲಿ ಅಮೃತಸರ ಒಪ್ಪಂದ ಉಂಟಾಗಿ ಸತಲಜ ನದಿಯು ಈರ್ವರ ನಡುವಿನ ಗಡಿಯಾಯಿತು. ಇದರಿಂದ ಮುಂದಿನ ಮೂವತ್ತು ವರ್ಷ ಬ್ರಿಟಿಶರಿಗೆ ಶಾಂತಿ ದೊರೆಯಿತು, ಮತ್ತು ರಂಜಿತಸಿಂಹನಿಗೆ ಉತ್ತರ ಮತ್ತು ಪಶ್ಚಿಮಕ್ಕೆ ತನ್ನ ರಾಜ್ಯ ವಿಸ್ತರಿಸಲು ಅನುವಾಯಿತು. ಅವನು ಈ ಸಂಧಿಯನ್ನು ಸಂಪೂರ್ಣವಾಗಿ ಉಪಯೋಗಿಸಿದ್ದಾಗಿ ಅದರಿಂದ ಮುಂದಿನ ಎರಡು ದಶಕಗಳಲ್ಲಿ ಅದು ಹಿಂದುಸ್ತಾನದ ಮುಖಚರ್ಯೆಯನ್ನೇ ಬದಲಿಸಿತು.

ರಂಜಿತಸಿಂಹನು ಮುಂದಿನ ಕೆಲ ವರ್ಷಗಳಲ್ಲಿ ಗುರ್ಖಾ ಆಳುವಿಕೆಯನ್ನು ಕಾಂಗ್ಡಾ ಪ್ರದೇಶದಿಂದ (ಈಗಿನ ಹಿಮಾಚಲ ಪ್ರದೇಶದಲ್ಲಿ) ಮತ್ತು ಅಫಗಾನರನ್ನು ಸಿಂಧುವಿನಾಚೆಯ ಪರ್ವತಗಳಲ್ಲಿ ನೂಕಿ ಪಶ್ತೂನ ಪ್ರದೇಶವನ್ನು (ಪೇಶಾವರ ಸಹಿತ) ಜಯಿಸಿದನು. ಭಾರತೀಯ ವಾಯುವ್ಯ ಸರಹದ್ದಿನ ಆಕ್ರಮಣದ ರಸ್ತೆಯನ್ನು ಅಫಗಾನರಿಂದ ಕಸಿದು ಮೊದಲು ಸಲ ಸಾವಿರ ವರ್ಷಗಳಲ್ಲಿ ಆ ಮುಸ್ಲಿಂ ಪ್ರದೇಶವನ್ನು ಮುಸ್ಲೀಮೇತರರ ಅಧೀನದಲ್ಲಿ ತಂದಿರಿಸಿದನು. ರಂಜಿತಸಿಂಹನ ಬಹುಸಂಖ್ಯಾತ ಪ್ರಜೆಗಳು ಮುಸ್ಲೀಮರೇ. ಇವರ ಸಂಖ್ಯೆ ಮುಲ್ತಾನ, ಕಾಶ್ಮೀರ ಮತ್ತು ನಂತರ ಪೇಶಾವರಗಳನ್ನು ರಂಜೀತಸಿಂಹನು ಗೆದ್ದುಕೊಂಡಂತೆ ವೃದ್ಧಿಸಿತು ಕೂಡ. ಆಧುನಿಕ ಭಾರತದ ಉತ್ತರೀ ಮತ್ತು ಪಶ್ಚಿಮೀ ಗಡಿಗಳು ರಚಿಸಲ್ಪಡತೊಡಗಿದವು. ಬ್ರಿಟಿಶರು ಭಾರತಖಂಡದಲ್ಲಿ ಪ್ರಮುಖ ಪಾತ್ರಧಾರಿಗಳಾಗಿ ಎದ್ದುನಿಂತವರಾಗಿ ಸದ್ಯಕ್ಕೆ ಸಿಖ್ಖರ ಶಕ್ತಿಯನ್ನರಿತು ಹೊತ್ತು ಕಾಯುತ್ತಲಿದ್ದು ಏತನ್ಮಧ್ಯೆ ತಮ್ಮ ರಾಜ್ಯವನ್ನು ಗುರ್ಖಾಪ್ರಾಧಾನ್ಯದ ಕ್ಷೇತ್ರಗಳಲ್ಲಿ ಬೆಳೆಸುತ್ತ ಅವರನ್ನೂ ನೇಪಾಳದೊಳಗೆ ದಬ್ಬುವದರಲ್ಲಿ ತೊಡಗಿದರು. ೧೮೧೮ರವರೆಗೆ ಬ್ರಿಟಿಶ ರಾಜ್ಯದಲ್ಲಿ ಸಾಮೀಲಾಗದೆ ಉಳಿದ ಪ್ರದೇಶಗಳೆಂದರೆ ಉತ್ತರೀ ಅಂಚಿನ ಕೆಲವು ಹಿಮಾಲಯದ ರಾಜ್ಯಗಳು ಮತ್ತು ರಂಜಿತಸಿಂಹನ ರಾಜ್ಯ (ಸಿಂಧುಕಣಿವೆ, ಕಾಶ್ಮೀರ), ಸಿಂಧ ಪ್ರಾಂತ (ಬ್ರಿಟಿಶರ ಆಶ್ರಯದಲ್ಲಿದ್ದ ಸ್ವತಂತ್ರ ರಾಜ್ಯ), ದಕ್ಷಿಣಕ್ಕೆ ಸಿಲೋನ್ ಆಗಲೇ ಬ್ರಿಟಿಶರ ವಶವಾಗಿತ್ತು. ಪೂರ್ವಕ್ಕೆ ಆಸಾಂ ಕಣಿವೆ, ಅದರ ಪರ್ವತೀಯ ಪ್ರದೇಶಗಳು ಮತ್ತು ಬೌದ್ಧ ಧರ್ಮೀಯ ಮಯನ್ಮಾರ (ಬರ್ಮಾ) ಇರಾವತಿ ನದಿಯನ್ನೇ ಆವರಿಸಿದ್ದು. ೧೮೧೯ರಲ್ಲಿ ಸಿಖ್ಖ ಸೈನ್ಯವೊಂದು ಕಾಶ್ಮೀರ ಕಣಿವೆಯಲ್ಲಿ ಪಾದಾರ್ಪಣ ಮಾಡಿ ಅಲ್ಲಿಯ ಶತಮಾನಗಳ ಕಾಲದ ಇಸ್ಲಾಂ ರಾಜ್ಯವನ್ನು

ಮುಗಿಸಿ ಹಿಮಾಲಯದ ವಿಸ್ತಾರವಾದ ಪ್ರದೇಶವನ್ನು ಅಫಗಾನರಿಂದ ಕಸಿದು ಭರತಖಂಡದ ವ್ಯಾಪ್ತಿಗೆ ಸೇರಿಸಿ ಅದಕ್ಕೊಂದು ಬೇರೆಯದೇ, ಹೊಸದೇ, ಭೂರಾಜಕೀಯ ಪರಿಗಣನೆಯನ್ನಿತ್ತಿತು.

ಅಫಗಾನರೀಗ ಒಡೆದುಹೋಗಿ ರಾಜಮನೆತನ ನಿಷ್ಕ್ರಿಯವಾಗಿ, ಅದರಲ್ಲೊಂದು ಮಹತ್ತರವಾದ ರಾಜಕೀಯ ಅಂಧಾಧುಂದಿ ಜನಿಸಿದ್ದು ೧೮೩೪ರಲ್ಲಿ ರಂಜಿತಸಿಂಹನ ಸಿಖ್ಖರು ಅವರನ್ನು ಎತ್ತಂಗಡಿ ಮಾಡಿದಾಗ. ಅಫಗಾನ ಸಮಸ್ಯೆ ನಿರ್ನಾಮಗೊಳ್ಳದಿದ್ದರೂ, ಇನ್ನು ಅಫಗಾನ ಸಂಬಂಧಿತ ಯುದ್ಧಗಳೆಲ್ಲ ಅಫಗಾನ ಕ್ಷೇತ್ರದಲ್ಲೇ ವಿನಾ ದಾಟಿ ಒಳಬಂದ ಭಾರತದ ವಿಸ್ತಾರಗಳಲ್ಲಲ್ಲ. ಅವೆಲ್ಲ ಇನ್ನು ಖೈಬರ ಕಣಿವೆಯ ಪಶ್ಚಿಮಕ್ಕೆ. ಹೀಗೆ ಅಫಗಾನ ಪ್ರಾಬಲ್ಯ ಅಸ್ತವಾಗುತ್ತಿದ್ದಂತೆಯೇ ಬ್ರಿಟಿಶರಿಗೆ ಇನ್ನೊಂದು ಥರದ ಅಫಗಾನ ಪ್ರಾಧಾನ್ಯ ಕಂಡುಬಂದದ್ದು ರಶಿಯದ ಝಾರನು ದಕ್ಷಿಣಕ್ಕೆ ಮಧ್ಯ ಏಶಿಯಾಯೀ ದೇಶಗಳ ಕಡೆಗೆ, ಪಶ್ಚಿಮಕ್ಕೆ ಟರ್ಕಿಯ ಕಡೆಗೆ ಲಕ್ಷ್ಯ ಹರಿಸಿ ಅಫಗಾನಿಸ್ತಾನದ ಮೇಲೆ ದೃಷ್ಟಿ ಬೀರತೊಡಗಿದ್ದು. ಈಗ ರಶಿಯಕ್ಕೆ ಭಾರತದ ಮೇಲೆ ಆಕ್ರಮಣಕ್ಕೆ ಒದಗಬಹುದಾದ ಅಫಗಾನಿಸ್ತಾನದ ದಾರಿ! ನಡುವೆ ಸಿಖ್ಖರ ರಾಜ ರಂಜಿತಸಿಂಹನಂಥ ಸಮಸ್ಯಾತ್ಮಕ ನಿಗೂಢ ಅಳೆಯಲಾರದ ವ್ಯಕ್ತಿ. ಇವನೇ ಬ್ರಿಟಿಶರನ್ನು ತಮ್ಮ ಮುನ್ನುಗ್ಗುವಿಕೆಯಿಂದ ಹಿಡಿದಿಟ್ಟವನು. ಅವನ ಆ ಕಾಲದ ಆಧುನಿಕ ಅಶ್ವಾರೋಹಿ ಹಾಗೂ ಫಿರಂಗಿದಳ, ಬ್ರಿಟಿಶರನ್ನು ಕೆಣಕುವಂತಹದು. ಅವನ ಸೈನ್ಯದ ಮುಖ್ಯ ಬಲ ಕಾಲ್ದಳದ್ದು. ಜೊತೆಗೆ ಅಶ್ವದಳ ಹಾಗೂ ಬಲಶಾಲಿ ಫಿರಂಗಿ ದಳ. ತನ್ನ ಕಾಲ್ದಳದಲ್ಲಿ ಅವನು ಪೂರ್ವೀ (ಪೂರ್ಬಿಯಾ) ಪ್ರದೇಶದವರು, ಗುರ್ಖಾಗಳು, ಪಂಜಾಬಿ ಮುಸಲ್ಮಾನರು ಮತ್ತು ಅಫಗಾನರನ್ನೂ ಸೇರಿಸಿದ್ದ. ಫಿರಂಗಿದಳವನ್ನು ಕೆಲವೇ ಇತರ ಐರೋಪ್ಯರಿಂದ ಪ್ರಶಿಕ್ಷಿಸಿದ್ದ. ಅಲ್ಲದೆ ಕುದುರೆಗಳಿಂದ ಎಳೆಯಲ್ಪಟ್ಟ ಫಿರಂಗಿಗಳನ್ನೂ ಕೂಡಿಸಿದ್ದ. ಹೀಗೆ ಸಂಯೋಜಿಸಲ್ಪಟ್ಟ ರಂಜಿತಸಿಂಹನ ಸೈನ್ಯವು ಬ್ರಿಟಿಶರಿಗೆ ಸಮನಾಗಿ ಸಮರಸಾಮರ್ಥ್ಯಪಟ್ಟಿದ್ದಿತ್ತು. ೧೮೩೯ರಲ್ಲಿ ಅವನ ಮರಣದ ನಂತರದ ಆಂಗ್ಲ-ಸಿಖ್ಖ ಯುದ್ಧಗಳಲ್ಲಿ ಬ್ರಿಟಿಶರು ಗೆದ್ದದ್ದು ಕಿರುಬಳ್ಳಿನ ಅಂತರದಲ್ಲಿ, ಅದೂ ಸಿಖ್ಖ ಸೇನಾನಾಯಕರ ಫಿತೂರಿಯಿಂದಾಗಿ!

ರಂಜಿತಸಿಂಹನು ಭಾರತದ ಅಫಗಾನರೊಡನೆಯ ಗಡಿಯನ್ನು ಸ್ಥಾಪಿಸಿ ಕಾಶ್ಮೀರವನ್ನು ಗೆದ್ದುದಾಗಿ ಭಾರತೀಯ ಭೌಗೋಲಿಕ ಅಚ್ಚುಕಟ್ಟು ಸ್ಥಿರವಾದಂತಾಯಿತು. ಅವನದು ಪ್ರಚಂಡ ದಂಡು. ಅವನ ದಂಡಿನ ರಚನೆ, ಸೈನಿಕ ಮಿಶ್ರಣಗಳನ್ನು ಬಹುತೇಕವಾಗಿ ಬ್ರಿಟಿಶರು ತಮ್ಮ ಭಾರತೀಯ ಸೇನೆಯಲ್ಲೂ ಅಳವಡಿಸಿಕೊಂಡರು, ಅವನ ಸೈನ್ಯದ ವರ್ಣಯೋಜನೆಯನ್ನೂ ಅನುಕರಿಸಿದರು. ಸಿಖ್ಖ ಸೈನ್ಯ ಭಾರತದ ಉತ್ತರೀ ಗಡಿಗಳನ್ನು ಎಳೆದುದಷ್ಟೇ ಅಲ್ಲ ಉಪಖಂಡದ ನಂತರದ ಇತಿಹಾಸದಲ್ಲೂ ತನ್ನ ಪತನದ ನಂತರವೂ ಅವೆಷ್ಟೋ ಘಟನೆಗಳ ಮೇಲೆ ಪರಿಣಾಮ ಬೀರಿತು.

ಸಾಮ್ರಾಜ್ಯದೊಳಗೊಂದು ಸಾಮ್ರಾಜ್ಯ : ಡೊಗ್ರಾ ಮನೆತನ

೧೮೩೯ರಲ್ಲಿ ರಂಜಿತಸಿಂಹನ ಮೃತ್ಯುವಿನ ನಂತರ ಅವನ ಮಗ ಖಡಕಸಿಂಹನು ಜನಪ್ರಿಯನಲ್ಲದವನಾಗಿದ್ದು ತೆಗೆಯಲ್ಪಟ್ಟು ಸೆರೆಯಲ್ಲಿಟ್ಟವನಾಗಿ, ಅವನ ಮಗ ನೌನಿಹಾಲಸಿಂಹನೂ ಅಪಘಾತವೊಂದರಲ್ಲಿ ಮೃತನಾಗಿ ಅಧಿಕಾರ ಹೆಣಗಾಟ ಶುರುವಾಗಿ, ಡೋಗ್ರಾ ಅಧಿಕಾರಿಗಳು ರಂಜಿತಸಿಂಹನ ಅಕ್ರಮಸಂತಾನ ಶೇರಸಿಂಹನನ್ನು ಪಟ್ಟಕ್ಕೇರಿಸಿದರು. ಸಿಖ್ಖ ಜನತೆ ಇಬ್ಭಾಗವಾಗಿ ಶಕ್ತಿಶಾಲಿಯಾದ ಸಂಧನವಾಲಿಯಾಗಳು ಬ್ರಿಟಿಶರ ಮೊರೆಹೊಕ್ಕರು. ಸಿಖ್ಖ ಸೈನ್ಯದಲ್ಲಿ ಕೆಲವು ಅವರ ಬೆಂಬಲಿಗರೂ ಇದ್ದರು. ರಂಜಿತಸಿಂಹನ ಆಳುವಿಕೆಯಲ್ಲೂ ಡೋಗ್ರಾ ಅಧಿಕಾರವು ಶಕ್ತಿಶಾಲಿಯಾಗಿಯೇ ಇತ್ತು. ೧೭೯೨ರಲ್ಲಿ ಜನಿಸಿದ ಗುಲಾಬಸಿಂಹನು ಜಮ್ಮು ರಾಜನ ದೂರದ ವಂಶಸ್ಥ. ರಂಜಿತಸಿಂಹನ ಸೈನ್ಯವು ಜಮ್ಮುವನ್ನು ಮುತ್ತಿಗೆ ಹಾಕಿದಾಗ ತನ್ನ ಜಮ್ಮುವಿನವರೊಡನೆ ಕೂಡಿ ಯುದ್ಧದಲ್ಲಿ ಹೆಸರು ಗಳಿಸಿದ್ದನಾದರೂ ಜಮ್ಮು ರಾಜ ಸೋತು ರಂಜಿತಸಿಂಹನ ಪ್ರಜೆಯಾದ. ಕಾಲಾಂತರದಲ್ಲಿ ೧೮೧೨ರಲ್ಲಿ ಗುಲಾಬಸಿಂಹನು ರಂಜಿತಸಿಂಹನ ಸೈನ್ಯದಲ್ಲಿ ಭರತಿಯಾಗಿ ಡೋಗ್ರಾ ಅಶ್ವದಳ ಘಟಕದ ನಾಯಕನಾದನು. ಮುಲ್ತಾನ ಮತ್ತಿತರ ಸಿಖ್ಖ ಸೈನ್ಯದ ದಾಳಿಗಳಲ್ಲಿ ಹೆಸರು ಮಾಡಿದ ಗುಲಾಬಸಿಂಹನು ತಾನೇ ಸ್ವತಃ ರಿಯಾಸಿಯನ್ನು ಗೆದ್ದುಕೊಂಡನು. ಅದೇ ವರ್ಷ ಜಮ್ಮು ರಾಜನನ್ನು ತೆಗೆದೊಗೆಯಲಾಗಿ ಜಮ್ಮು ರಾಜ್ಯವು ಸಿಖ್ಖರಾಜ್ಯದ ಅಧಿಪತ್ಯದಲ್ಲಿ ಸೇರಿ ಮುಂದೆ ಸಿಖ್ಖ ಸೈನ್ಯವು ಕಾಶ್ಮೀರವನ್ನೂ ಆಕ್ರಮಿಸಿತು. ಗುಲಾಬಸಿಂಹನ ಕರ್ತೃತ್ವಶಕ್ತಿಯಿಂದ ಪ್ರಭಾವಿತನಾದ ರಂಜಿತಸಿಂಹನು ಜಮ್ಮು ಪ್ರದೇಶವನ್ನು (ಗುಲಾಬಸಿಂಹನ ಪೂರ್ವಜ) ಕಿಶೋರಸಿಂಹನಿಗೆ ಆಜೀವ ಉಡುಗೊರೆಯಾಗಿ ಕೊಟ್ಟ. ಗುಲಾಬಸಿಂಹನು ರಜೋರಿ, ಕಿಶ್ತವಾಡ, ಡೇರಾ ಗಾಜಿಖಾನ ದಾಳಿಗಳಲ್ಲಿ ಯಶ ಗಳಿಸಿದನಷ್ಟೇ ಅಲ್ಲ, ಸಿಖ್ಖರ ವಿರುದ್ಧ ದಂಗೆಯೆದ್ದ ತನ್ನ ವಂಶಸ್ಥನೇ ಆದ ಡಿಡೊ ಜಮವಾಲನನ್ನು ಸೆರೆಹಿಡಿದುಕೊಂಡ. ೧೮೨೨ರಲ್ಲಿ ಕಿಶೋರಸಿಂಹ ಸತ್ತನಂತರ ಗುಲಾಬಸಿಂಹನನ್ನು ರಂಜಿತಸಿಂಹನು ಜಮ್ಮುವಿನ ರಾಜನೆಂದು ಘೋಷಿಸಿದ.

ರಂಜಿತಸಿಂಹನು ಕಾಶ್ಮೀರಕ್ಕೆಂದೂ ಭೇಟಿ ನೀಡಲಿಲ್ಲ. ಮುಗಲರು ಮತ್ತು ಅಫಗಾನರಂತೆ ತನ್ನೊಬ್ಬ ಗವರ್ನರನನ್ನು ನೇಮಿಸಿ ತನ್ನ ಆಳುವಿಕೆಯನ್ನು ನಡೆಸಿದ. ಅಫಗಾನರಿಂದ ಜರ್ಜರಿತರಾದ ಕಾಶ್ಮೀರಿಗಳು ಸಿಖ್ಖರ ಆಳುವಿಕೆಯಿಂದ ಸಂತುಷ್ಟರೇನೋ ಆಗ ಆದರು. ಅದೇ ವೇಳೆ ಬ್ರಿಟಿಶ ಪ್ರವಾಸಿಗಳ ಆಗಮನವನ್ನೂ ಕಾಶ್ಮೀರವು ಕಂಡಿತು. ೧೮೨೩ರಲ್ಲಿ ಮೂರ್‌ಕ್ರಾಫ್ಟನು ಬುಖಾರಾ ಪಟ್ಟಣಕ್ಕೆ ಹೊರಟು ಕಾಶ್ಮೀರವನ್ನು ದಾಟಿಹೋದಾಗ ಸಿಖ್ಖರ ಆಡಳಿತದಲ್ಲಿ ಕಾಶ್ಮೀರಿಗಳ ದಾರುಣ ಸ್ಥಿತಿಯನ್ನು ವರ್ಣಿಸಿದ್ದಾನೆ. ಕಾಶ್ಮೀರದ ಬದಿಯಲ್ಲೇ ಇದ್ದ ಡೋಗ್ರಾ ರಾಜ್ಯ ಕಾಶ್ಮೀರದಲ್ಲಿಯ ಘಟನೆಗಳ ಮೇಲೆ ತೀವ್ರ ಕಣ್ಣಿಟ್ಟಿದ್ದು ಸಾಹಜಿಕವೇ. ಸಿಖ್ಖರು ಕಾಶ್ಮೀರದ ಬಾಗಿಲನ್ನು ತೆರೆದಿದ್ದರಷ್ಟೇ? ೧೮೨೪ರಲ್ಲಿ ಸುಕ್ಷೇತ್ರವಾದ ಮಾನಸರ ಸರೋವರದ ಹತ್ತಿರವಿದ್ದ ಸಮರ್ತಾ

ಕೋಟೆಯನ್ನು ಗೆದ್ದರು. ಸಿಖ್ಖರ ಜೊತೆಗಿನ ಮೈತ್ರಿ ಮುಂದುವರೆಯುತ್ತ ೧೮೨೭ರಲ್ಲಿ ಗುಲಾಬಸಿಂಹನು ಸಿಖ್ಖರ ಸೇನಾನಿ ಹರಿಸಿಂಹ ನಲವಾನ ಜೊತೆಗೂಡಿ ಅಫಗಾನ ಸೈನ್ಯದ ಸೇನಾನಿ ಸೈಯದ ಅಹಮದನನ್ನು ಸೈದುನ್ ಯುದ್ಧದಲ್ಲಿ ಸೋಲಿಸಿದ್ದಾಗಿ ಗುಲಾಬಸಿಂಹನಿಗೆ ರಂಜಿತಸಿಂಹನು ಪಂಜಾಬದ ಕೆಲವು ಶಹರಗಳನ್ನು ಕೊಟ್ಟನು. ೧೮೨೧ರಲ್ಲಿ ಚಿನಾಬ ಕಣಿವೆಯನ್ನು ಡೋಗ್ರಾ ರಾಜರು ನಿಯಂತ್ರಣದಲ್ಲಿಟ್ಟು ಕೊಂಡಿದ್ದರಷ್ಟೇ? ಚಿನಾಬ ಕಣಿವೆಯು ಪೂರ್ವದಿಂದ ಪಶ್ಚಿಮಕ್ಕೆ ಪೀರ ಪಂಜಾಲ ಪರ್ವತಾವಳಿಯನ್ನು ದ್ವಿಭಾಗಿಸಿದ್ದಾಗಿ ಅದರ ಉತ್ತರೀ ಕ್ಷೇತ್ರವು ಹಿಮಾಲಯದಾಚೆಯ ಹಾಗೂ ಟಿಬೆಟ್ ಪ್ರದೇಶಗಳ ಬಾಗಿಲು ತೆರೆಯಿತು. ಇದರಿಂದಾಗಿ ಕಾಶ್ಮೀರದಿಂದಲೇ ಆ ಪ್ರದೇಶಗಳಿಗೆ ಹೋಗಬೇಕಾಗಿರಲಿಲ್ಲ. ಈ ಕ್ಷೇತ್ರವು ಸಿಖ್ಖರ ಅಧಿಪತ್ಯದಲ್ಲಿತ್ತಷ್ಟೇ? ೧೮೩೪ರಲ್ಲಿ ಡೋಗ್ರಾ ಸೇನಾನಿ ಜೋರಾವರಸಿಂಹನ ನೇತೃತ್ವದಲ್ಲಿ ಗುಲಾಬಸಿಂಹನ ಡೋಗ್ರಾಸೈನ್ಯ ಬೃಹನ್ ಹಿಮಾಲಯ ಪರ್ವತಾವಳಿಯನ್ನು ಉಮಾಸಿ ಲಾ (ಅಥವಾ ಪದಂ ಲಾ) ದಾಟಿ ಪದಂ ತಲುಪಿತು. ಇಲ್ಲಿಂದ ಪಶ್ಚಿಮಕ್ಕೆ ಹೊರಳಿ ಸುರುನದಿ ಕಣಿವೆಯನ್ನು ಗೆದ್ದು ಕಾರ್ಗಿಲ್ ಎಂಬ ಸ್ಥಳವನ್ನಾಕ್ರಮಿಸಿತು. ಮುಂದಿನ ನಾಲ್ಕು ವರ್ಷಗಳಲ್ಲಿ ಡೋಗ್ರಾ ಸೈನ್ಯ ಸಂಪೂರ್ಣ ಲದಾಖ ಮತ್ತು ಬಾಲ್ಟಿಸ್ತಾನಗಳನ್ನು (ಈಗದು ಪಾಕಿಸ್ತಾನದಲ್ಲಿದೆ) ಗೆದ್ದುಕೊಂಡಿತು. ಈ ಬೆಳವಣಿಗೆಯು ಕಾಶ್ಮೀರದ ಸಿಖ್ಖ ಗವರ್ನರನನ್ನು ಕೆಣಕಿತು. ಅವನ ಹಿಡಿತ ಸ್ಕಾರ್ಡು ಮತ್ತು ಗಿಲ್ಗಿಟ್‌ಗಳಲ್ಲಿ ಶಿಥಿಲವಾಗತೊಡಗಿದವಲ್ಲ? ಆವರೆಗೆ ರಂಜಿತಸಿಂಹನ ಮೃತ್ಯುವಾಗಿ ಅವನ ನಂತರದ ಸಿಖ್ಖ ರಾಜ ನೌನಿಹಾಲಸಿಂಹನೆದುರು ಕಾಶ್ಮೀರದ ಗವರ್ನರನು ಗುಲಾಬಸಿಂಹನ ಸೇನಾಪತಿ ಜೋರಾವರಸಿಂಗನು ಸಂಪೂರ್ಣ ಬಾಲ್ಟಿಸ್ತಾನವನ್ನು ಆಕ್ರಮಿಸುತ್ತಿದ್ದಾನೆ ಎಂದು ದೂರು ಒಯ್ದ. ಸಿಖ್ಖರ ಉತ್ತರಾಧಿಕಾರಿ ಜಗಳ ನಡೆದಾಗ ಕಾಶ್ಮೀರದ ಸಿಖ್ಖ ಗವರ್ನರನೊಂದಿಗೆ ಜಗಳಕ್ಕೆ ಗುಲಾಬಸಿಂಹನು ಸಿದ್ಧನಿರಲಿಲ್ಲ. ಹಾಗಾಗಿ ಗುಲಾಬಸಿಂಹನು ಜೋರಾವರಸಿಂಹನಿಗೆ ಪೂರ್ವಕ್ಕೆ ಹೊರಳಿ ಟಿಬೇಟನ್ನು ಜಯಿಸುವದಕ್ಕೆ ಕಳಿಸಿದ. ಲಾಹೋರ ದರ್ಬಾರಿನ ಜೊತೆಗಿನ ಮುಖಾಮುಖಿಯನ್ನು ತಳ್ಳುತ್ತ ಗುಲಾಬಸಿಂಹ ಮತ್ತು ಅವನ ತಮ್ಮಂದಿರು ಲಾಹೋರಿನ ಜಗಳಾಟದಲ್ಲಿ ಇನ್ನೂ ದೊಡ್ಡ ಬೇಟೆಗಾಗಿ ಕಾಯುತ್ತಿದ್ದರು.

ಡೋಗ್ರಾ ನಾಯಕರು ಖಡಕಸಿಂಹನ ಮತ್ತು ನೌನಿಹಾಲಸಿಂಹರ ಉಚ್ಚಾಟನ ಮತ್ತು ಸ್ಥಾಪನೆಗಳಲ್ಲಿ ದೊಡ್ಡ ಕೈವಾಡ ತಳೆದಿದ್ದರು. ಗುಲಾಬಸಿಂಹನ ತಮ್ಮ ರಾಜಾ ಧ್ಯಾನಸಿಂಹನು ನೌನಿಹಾಲಸಿಂಹನ ಮುಖ್ಯಮಂತ್ರಿಯಾದ. ಆದರೆ ಶೇರಸಿಂಹನು ರಾಜಗಾದೆಗಾಗಿ ತನ್ನ ಸಂಗಡಿಗರೊಂದಿಗೆ ಲಾಹೋರಿನ ಮೇಲೆ ಏರಿಬಂದಾಗ ನೌನಿಹಾಲನ ತಾಯಿ ಚಾಂದಕೌರಳ ಸಹಾಯಕ್ಕಾಗಿ ಉಳಿದ ಗುಲಾಬಸಿಂಹನ ಸೈನಿಕರು ಶೇರಸಿಂಹನ ಸೈನ್ಯವನ್ನು ಸಂಪೂರ್ಣ ಸೋಲಿಸಿದರು. ಸೋಲಿನ ಕಾರಣ ಸಿಖ್ಖರ ತೋಪು ಖಾನೆಯ ಅಬ್ಬರ – ಶತ್ರುಗಳ ೩೦೦೦ ಸೈನಿಕರ ಮತ್ತು ೧೮೦ ಕುದುರೆಗಳ

ಮಾರಣಹೋಮ –, ಮತ್ತು ಡೋಗ್ರಾ ಸೈನಿಕರ ಗುರಿಗಾರಿಕೆ. ಗುಲಾಬಸಿಂಹನ ಸಂಧಾನ ಚಾತುರ್ಯ ಅಪ್ರತಿಮವಾಗಿದ್ದಾಗಿ ಅವನು ಎರಡೂ ಪಕ್ಷಗಳಲ್ಲಿ ಒಪ್ಪಂದ ಮಾಡಿಸಿದ್ದಲ್ಲದೆ, ತನ್ನ ಸೈನ್ಯವನ್ನು ಶಸ್ತ್ರಸಹಿತ ಬಿಡಿಸಿಕೊಂಡು ಬಂದದ್ದಲ್ಲದೆ ಸಾಕಷ್ಟು ಸಿಖ್ಖ ಸಂಪತ್ತನ್ನು ಅವನು ತನ್ನ ರಾಜ್ಯ ಜಮ್ಮುವಿಗೆ ಒಯ್ದಾಯಿತು. ಏತನ್ಮಧ್ಯೆ ಜೋರಾವರಸಿಂಹನು ತನ್ನ ೫೦೦೦ ಸೈನ್ಯ, ಜೊತೆಗೆ ೨೦೦೦ ಕಿಶ್ತವಾಡ, ಲದಾಖ ಮತ್ತು ಬಾಲ್ಟಿಸ್ತಾನ ಸೈನಿಕರೊಡಗೂಡಿ ಸಿಂಧು ನದಿಗುಂಟ ಪೂರ್ವಕ್ಕೆ ಲಗ್ಗೆಯಿತ್ತು ರುಡೊಕ್ ಮತ್ತು ತಾಶಿಗಾಂಗಗಳನ್ನು ಆಕ್ರಮಿಸಿ ಈ ಮೊದಲು ಸ್ಥಾಪಿಸಿದ ಭಾರತೀಯ ಸರಹದ್ದಿನಿಂದ ೪೫೦ ಮೈಲು ತಲುಪಿ ಮಾನಸ ಸರೋವರದ ಹತ್ತಿರ ತಕಲಾಕೋಟದಲ್ಲಿ ತಳವೂರಿದನು. ಅಲ್ಲಿ ಕುಮಾಂವು ಮತ್ತು ನೇಪಾಳ ಗಡಿಯಿಂದ ೧೫ ಮೈಲು ದೂರ ತನ್ನ ಕೋಟೆ ಕಟ್ಟಿದ. ನೇಪಾಳದ ಅರಸು ಮತ್ತು ಆಗಿನ ಬ್ರಿಟಿಶರ ಪಶ್ಚಿಮೋತ್ತರ ಪ್ರದೇಶದ (ನಂತರದ ಉತ್ತರಪ್ರದೇಶ ಮತ್ತು ಆನಂತರದ ಉತ್ತರಾಖಂಡ) ಗವರ್ನರರು ತಮ್ಮ ಪ್ರತಿನಿಧಿಗಳನ್ನು ಜೋರಾವರಸಿಂಹನೆಡೆಗೆ ಕಳುಹಿದರು. ಬ್ರಿಟಿಶರಿಗೆ ಲಾಹೋರ (ಸಿಖ್ಖ) ಮತ್ತು ನೇಪಾಳಗಳ ನೇರ ಸಂಬಂಧ ಬೇಕಾಗಿರಲಿಲ್ಲ. ಹಾಗೆ ಅವರು ಲಾಹೋರ ದರಬಾರಿನ ಮೇಲೆ ಜೋರಾವರಸಿಂಹನನ್ನು ಟಿಬೆಟ್ ಕ್ಷೇತ್ರದಿಂದ ಹಿಂಪಡೆಯಲು ಗುಲಾಬಸಿಂಹನ ಮೇಲೆ ಒತ್ತಡ ಹೇರಲಿಕ್ಕೆ ಪದೇ ಪದೇ ತಮ್ಮ ಒತ್ತಡ ಹೇರುತ್ತಲೇ ಇದ್ದರು.

ದುರ್ದೈವದಿಂದಾಗಿ ಅತ್ಯಂತ ಚಳಿ ಮತ್ತು ಸರಬರಾಯಿಯಿಲ್ಲದೆ ಜೋರಾವರಸಿಂಹನ ಸೈನ್ಯ ಕ್ಷತಿಗೊಂಡಿದ್ದಾಗಿ ಟಿಬೇಟನ್ನರ ಸೈನ್ಯದ ಮೇಲಿನ ಧೀರ ಆಕ್ರಮಣದಲ್ಲಿ ೧೮೪೧ರಲ್ಲಿ ೧೬೦೦೦ ಫೂಟು ಎತ್ತರದ ತೋಯು ದ ಯುದ್ಧದಲ್ಲಿ ಸೋತು ಕರಗಿಹೋಯಿತು. ಕೆಲವೇ ಸೈನಿಕರು ಕುಮಾಂವು ಪ್ರದೇಶಕ್ಕೆ ಮರಳಿದರು. ಜೋರಾವರಸಿಂಹನೂ ವೀರಮರಣವನ್ನಪ್ಪಿದ, ಅಲ್ಲದೆ ಟಿಬೇಟನ್ನರ ಸೈನ್ಯ ಲದಾಖನ್ನು ಪ್ರವೇಶಿಸಲು ಉದ್ಯುಕ್ತವಾಯಿತು. ಆಗ ಗುಲಾಬಸಿಂಹನು ಆಂಗ್ಲ–ಸಿಖ್ಖ ಅಭಿಯಾನದೊಂದಿಗೆ ಅಫಗಾನಿಸ್ತಾನದಲ್ಲಿದ್ದಾಗ ಬ್ರಿಟಿಶ ಸೇನಾನಿ ಹೆನ್ರಿ ಲಾರೆನ್ಸನೇ ಅವನಿಗೆ ತಿಳಿಸಿದ. ಗುಲಾಬಸಿಂಹನು ದಿವಾನ ಹರಿಚಂದನ ನೇತೃತ್ವದಲ್ಲಿ ಸೈನ್ಯದ ತುಕಡಿಯೊಂದನ್ನು ಕಳಿಸಿ ಚುಶೂಲಿನ ಹತ್ತಿರದ ಯುದ್ಧದಲ್ಲಿ ಟಿಬೆಟನ್ನರ ಸೈನ್ಯದ ಧೂಳು ಹಾರಿಸಿ ತೋಯು ಪರಾಜಯದ ಮುಯ್ಯ ತೀರಿಸಿದನು. ಸಪ್ಟೆಂಬರ ೧೮೪೨ ರಲ್ಲಿ ದಿವಾನ ಹರಿಚಂದ ಮತ್ತು ವಜೀರ ರತ್ನು ಅವರು ಗುಲಾಬಸಿಂಹನ ಪರವಾಗಿ ದಲಾಯಿ ಲಾಮಾನ ಪರವಾಗಿ ಬಂದ ಕಾಲೊಂ ಸುರಖಾನ ಮತ್ತು ದಿಪೊಂ ಪಿಶಿಯವರೊಡನೆ ಶಾಂತಿ ಒಪ್ಪಂದಕ್ಕೆ ಸಹಿ ಹಾಕಿದರು. ಈ ಒಪ್ಪಂದದ ಪ್ರಕಾರ ಲದಾಖ ಮತ್ತು ಟಿಬೆಟಗಳ ನಡುವಿನ ಗಡಿಯು 'ಉಭಯತರು ಗತಕಾಲದಲ್ಲಿ ಒಪ್ಪಿಕೊಂಡಂತೆ' ಜಮ್ಮು ಮತ್ತು ಟಿಬೆಟಗಳು ಒಪ್ಪಿಕೊಂಡವು. ಮಾನಸ ಸರೋವರದ ಹತ್ತಿರಿದ್ದ ಮಿನ್‌ಸರ ಮತ್ತು ಆಸುಪಾಸಿನ ಪ್ರದೇಶವನ್ನು (ಇದು ೧೫೮೩ ರಿಂದ

ಲದಾಖಿನ ರಾಜರುಗಳ ಕೈಯಲ್ಲಿತ್ತು) ಜಮ್ಮು ಸರಕಾರವು ಇರಿಸಿಕೊಂಡಿತು. ೧೯೪೭ರವರೆಗೆ ನೂರಾರು ಮೈಲು ಟಿಬೇಟಿನೊಳಗಿದ್ದ ಮಿನ್‌ಸರದ ಕಂದಾಯವನ್ನು ಜಮ್ಮು ಕಾಶ್ಮೀರ ಸರಕಾರವು ಪಡೆಯುತ್ತಿತ್ತು. ೧೮೪೨ರ ಒಪ್ಪಂದವು ಲದಾಖ ಮತ್ತು ಟಿಬೆಟಗಳ ನಡುವಿನ ಗಡಿಯನ್ನು ನಿಸ್ಸಂದಿಗ್ಧವಾಗಿ ಯಾವ ವಿವಾದಕ್ಕೂ ಎಡೆಬಿಡದೆ ತೀರ್ಮಾನಿಸುತ್ತದೆ.

ಅನೇಕ ಮಿಲಿಟರಿ ಇತಿಹಾಸಕಾರರು ಜೋರಾವರಸಿಂಹನನ್ನು ಮಹಾಭೀರು ಸೇನಾನಿಯೆಂದು ಪ್ರಶಂಶಿಸುತ್ತಾರೆ, ಆದರೆ ಮರೆಯುವದು ಗುಲಾಬಸಿಂಹನೆಂಬ ಮಹಾವ್ಯಕ್ತಿಯನ್ನು. ಜೋರಾವರಸಿಂಹನ ಚಿಕ್ಕ ಟಿಬೆಟ್ಟಿನ ಅಭಿಯಾನಗಳು ನಿಷ್ಠುರಲ್ಲದ ಅನಾಕ್ರಮಕ ಲದಾಖಿ ಮತ್ತು ಟಿಬೆಟಿಯರ ವಿರುದ್ಧದ್ದೇ ಆದುದು ವಿಪರ್ಯಾಸವೆನ್ನಬೇಕು. ಅಲೆಕ್ಸಾಂಡರನಂತೆ ಅಜ್ಞಾತ ಪ್ರದೇಶದಲ್ಲಿ ಹೊಕ್ಕು, ಆಗಿನ ಜ್ಞಾತ ಕಾಲಮಾನದ ಮಿತಿಯನ್ನು ದಾಟಿ, ಲ್ಹಾಸಾವನ್ನು ಗೆದ್ದು ಡೋಗ್ರಾ ರಾಜ್ಯದಲ್ಲಿ ವಿಲೀನಗೊಳಿಸುವ ಮಹತ್ವಾಕಾಂಕ್ಷೆಯಲ್ಲಿಯೇ ಜೋರಾವರಸಿಂಹನ ಅಸಾಧಾರಣ ಮಿಲಿಟರಿ ಪ್ರತಿಭೆಯಿದೆ. ಆದರೆ ಟಿಬೆಟನ್ನರಿಗಿಂತ ಪ್ರಕೃತಿಯಿಂದಲೇ ಪರಾಜಿತನಾಗಿದ್ದು ಅವನ ಪ್ರತಿಭೆಯನ್ನು ಕ್ಷೀಣಿಸುತ್ತದೆ, ಅವನು ಸರಬರಾಯಿಯ ವ್ಯವಸ್ಥೆಯನ್ನು ಅವಗಣಿಸಿದ್ದೇ ಅವನ ದೌರ್ಬಲ್ಯ.

ಗುಲಾಬಸಿಂಹನ ಸೈನ್ಯ ಲದಾಖಿನಲ್ಲಿ ಯುದ್ಧಯುಕ್ತವಿದ್ದಾಗಲೇ ಅವನು ಸುರುವಾತಿಗೆ ಶೇರಸಿಂಹನನ್ನು ವಿರೋಧಿಸಿ ನಂತರ ಈಗ ಪೇಶಾವರಕ್ಕೆ ನಡೆದ. ತಾನು ಸಾಯುವ ಮೊದಲು ರಂಜಿತಸಿಂಹನು ಬ್ರಿಟಿಶರೊಡಗೂಡಿ ಮಾಡಿದ ತ್ರಿಪಕ್ಷೀಯ ಒಪ್ಪಂದದಂತೆ ಸಿಖ್ಖರು ಮತ್ತು ಬ್ರಿಟಿಶರು ಶಹಾಸೂಜನನು ಅಫಗಾನಿಸ್ತಾನದ ರಾಜನೆಂದು ಬದ್ಧರಾಗಿದ್ದರು. ಲಾಹೋರ ದರಬಾರವು ತನ್ನ ಒಳಸಂಚುಗಳಲ್ಲೇ ವ್ಯಸ್ತವಿದ್ದು ಬಹುತೇಕ ಸಿಖ್ಖರು ಅಫಗಾನಿಸ್ತಾನ ಯುದ್ಧದಲ್ಲಿ ಸಿಗಿಬಿದ್ದ ಬ್ರಿಟಿಶ ಸೈನ್ಯದ ದುರವಸ್ಥೆಯಲ್ಲಿ ಲಕ್ಷ್ಯವಿತ್ತಿದ್ದಿಲ್ಲ. ಬ್ರಿಟಿಶರ ಸ್ಥಿತಿಯನ್ನು ಇನ್ನೂ ಕಳೆಗೆಡಿಸಿದ್ದೆಂದರೆ ಅವರ ಸೈನ್ಯದ ಕೆಲವು ಮುಸ್ಲಿಂ ರೆಜಿಮೆಂಟಗಳು ಅಫಗಾನೀ ಮುಸ್ಲಿಂರೊಡನೆ ಹೋರಾಡಲು ನಿರಾಕರಿಸಿದ್ದು. ತನ್ನ ಯುದ್ಧ ಪರಿಣತಿಯ ಪ್ರತಿಷ್ಠೆಯನ್ನುಳಿದೂ ಕೂಡ ಉತ್ತರ ಭಾರತದ ತಂತ್ರಕೌಶಲ್ಯದ ಗುಲಾಬಸಿಂಹನ ಅರಿವು ಆ ಕಾಲದಲ್ಲಿ ಅಸಾಧಾರಣವಾಗಿತ್ತು. ಬ್ರಿಟಿಶರ ಸಹಾಯಕನಾಗಿ ತ್ರಿಪಕ್ಷೀಯ ಒಪ್ಪಂದಕ್ಕೆ ಪುಟಕೊಟ್ಟು ಬ್ರಿಟಿಶರನ್ನು ಅಫಗಾನೀ ಹುದಿಲಿನಿಂದ ಮೇಲೆತ್ತಿದ. ಬ್ರಿಟಿಶರು ಖುಷ್ ಆಗಿ ಪೇಶಾವರ ಮತ್ತು ಜಲಾಲಾಬಾದ ಕಣಿವೆಗಳನ್ನು ಲದಾಖಿನ ಬದಲಿಯಲ್ಲಿ ಅವನಿಗೆ ಬಿಟ್ಟುಕೊಡುವ ಪ್ರಸ್ತಾವಕ್ಕನುವಾದರು. ಡೋಗ್ರಾ ರಾಜ್ಯಕ್ಕೆ ಲದಾಖಿನ ಬರಡು ಪ್ರದೇಶಕ್ಕಿಂತ ಇದು ಹೆಚ್ಚು ರೋಚಕವಾಗಬಹುದಾಗಿತ್ತು. ತನ್ನ ಸಂಪರ್ಕ ವ್ಯವಸ್ಥೆ ಸಿಖ್ಖ ರಾಜ್ಯವಿರುವವರೆಗೆ ಬಹಳೇ ದೂರದ್ದಾಗುತ್ತದೆಂದು ಅವನು ಈ ಪ್ರಸ್ತಾವವನ್ನು ಒಪ್ಪದಿದ್ದರೂ ಬ್ರಿಟಿಶರಲ್ಲಿ ತನ್ನ ಡೋಗ್ರಾ ಸೈನ್ಯ ಶಕ್ತಿಗಾಗಿ ಒಂದು ಮಿದುಬಿಂದುವನ್ನು ಸ್ಥಾಪಿಸಿದ.

೧೮೪೧ರ ನಂತರ ಲಾಹೋರ ದರಬಾರಿನಲ್ಲಿ ಉದ್ರಿಕ್ತ ಬದಲಾವಣೆಗಳುಂಟಾದವು.

ಗುಲಾಬಸಿಂಹನ ತಮ್ಮಂದಿರೀರ್ವರೂ ಧ್ಯಾನಸಿಂಹ ಮತ್ತು ಸುಚೇತಸಿಂಹರು ಕೊಲ್ಲಲ್ಪಟ್ಟರು. ಶೇರಸಿಂಗನೂ ಕೊಲ್ಲಲ್ಪಟ್ಟ. ಚಿಕ್ಕ ಮಗು ದಿಲೀಪಸಿಂಹನು ಪ್ರತಿನಿಧಿ ಮಂಡಳಿಯಾಶ್ರಯದಲ್ಲಿಟ್ಟವನಾಗಿ ಅವನ ತಾಯಿ ರಾಣಿ ಚಾಂದಕೌರಳು ಆಳತೊಡಗಿದಳು. ಗುಲಾಬಸಿಂಹನೂ ಕೊಲೆಗೀಡಾಗಬಹುದಿತ್ತು. ಆದರೆ ಅವನು ಲಾಹೋರಿನಿಂದ ಬಹುವಾಗಿ ದೂರವಾಗಿಯೇ ಉಳಿದಿದ್ದ. ತನ್ನ ಬಂಧು ಮತ್ತು ಮಗನನ್ನು ತುಸುವೇ ಸಮಯದಲ್ಲಿ ಕಳೆದುಕೊಂಡ ಗುಲಾಬಸಿಂಗನೀಗ ತನ್ನ ಶಕ್ತಿಯನ್ನು ಜಮ್ಮು ಕ್ಷೇತ್ರದಲ್ಲೇ ಬೆಳೆಸಿಕೊಳ್ಳಲು ಉದ್ಯುಕ್ತನಾದ. ಸಿಖ್ಖರು ಬ್ರಿಟಿಶರನ್ನೆದುರಿಸುವತ್ತ ಸಾಗಿದಂತೆ ಗುಲಾಬಸಿಂಹನು ಅವರ ಕರೆಯನ್ನು ಅಲಕ್ಷಿಸಿದ. ಬ್ರಿಟಿಶರೊಡನೆ ಮುಖಾಮುಖಿಯ ಗೋಜಿಗೆ ಹೋಗದಿರುವ ಸೂಚನೆಯನ್ನಿತ್ತ. ಆಂಗ್ಲ–ಸಿಖ್ಖ ಯುದ್ಧದಲ್ಲಿ ತಟಸ್ಥನಿದ್ದೂ ಕೂಡ ಲಾಹೋರ ಕಾರ್ಯಭಾರದಲ್ಲಿ ಅವನ ಪ್ರಭಾವ ಸಾಕಷ್ಟಿದ್ದು ೧೮೪೬ರಲ್ಲಿ ಸಿಖ್ಖರು ಸೋತಾಗಲೂ ಒಪ್ಪಂದದ ಮಾತುಕತೆಗಾಗಿ ಅವನಿಗೇ ಸರ್ವಾಧಿಕಾರ ಕೊಟ್ಟಾಗಿತ್ತು.

ಗುಲಾಬಸಿಂಹನು ಪ್ರಥಮ ಆಂಗ್ಲ–ಸಿಖ್ಖ ಯುದ್ಧದಲ್ಲಿ ಪಾತ್ರ ವಹಿಸಿದ್ದರೆ ತಮಗೆ ಅನಾಹುತವೇ ಆಗಬಹುದಾದುದರ ಅರಿವು ಬ್ರಿಟಿಶರಿಗೆ ಚೆನ್ನಾಗಿಯೇ ಇತ್ತು. ಲಾಹೋರ ದರಬಾರವು ಅವನ ಸೂಚನೆಯನ್ನು ನಿರಾಕರಿಸಿ ಒಂದು ಸುಸಂಧಿಯನ್ನೇ ಕಳೆದುಕೊಂಡಿದ್ದೂ ಅವರಿಗೆ ತಿಳಿದಿತ್ತು. ಆಗ ಗುಲಾಬಸಿಂಹನು ಸಿಖ್ಖರಿಗೆ ಸೂಚಿಸಿದ್ದು ಬ್ರಿಟಿಶರೊಡನೆ ನೇರಯುದ್ಧಕ್ಕಿಳಿಯದೆ ಅವರನ್ನು ಬಳಿಸರಿದು ಸತಲಜ ನದಿ ದಾಟಿ ಯಾವ ಸುರಕ್ಷೆಯೂ ಇಲ್ಲದ ದಿಲ್ಲಿಯ ಮೇಲೆ ನಮ್ಮ ವೇಗಿ ಅಶ್ವದಳಗಳಿಂದ ದಾಳಿಯಿಡಬೇಕೆಂದು. ಗುಲಾಬಸಿಂಹನೊಡನೆ ಈಗ ಮೈತ್ರಿ ಬೆಳೆಸುವದು ಬ್ರಿಟಿಶರಿಗೆ ಇನ್ನೂ ಅಧಿಕ ಮಹತ್ವದ್ದಾಗಿ ಅವರು ಗುಲಾಬಸಿಂಹನೇ ಜಮ್ಮು ಕಾಶ್ಮೀರದ ರಾಜನೆಂದು ತಾವು ಒಪ್ಪುವ ಲಾಲಸೆಯನ್ನು ತೋರಿದರು. ಇದರ ಆಂತರಿಕ ಅರ್ಥವೆಂದರೆ ಗುಲಾಬಸಿಂಹನು ಲಾಹೋರ ದರಬಾರಿಗೆ ಇತ್ತ ಸಹಾಯವನ್ನು ನಿರಾಕರಿಸಿ ಬ್ರಿಟಿಶರೊಡನೆ ಸ್ವತಂತ್ರ ಒಪ್ಪಂದಕ್ಕಿಳಿಯಬೇಕೆಂಬುದು. ಗುಲಾಬಸಿಂಹನು ಇದನ್ನು ನಿರಾಕರಿಸಿದ್ದು ಅವನ ಗಣ್ಯತೆ, ಏಕೆಂದರೆ ಅವನು ಸಿಖ್ಖ ರಾಜ ದಿಲೀಪಸಿಂಹನ ವತಿಯಿಂದ ಮಾತುಕತೆಗಿಳಿದಿದ್ದು ಅವನ ರಾಯಭಾರಿಯಾಗಿ. ಹಾಗಾಗಿ ೧೮೪೬ ಮಾರ್ಚ ಒಂಬತ್ತರಂದು ಲಾಹೋರ ಒಪ್ಪಂದವಾಗಿ ಸಿಖ್ಖರು ಬಿಯಾಸ್ ಮತ್ತು ಸತಲಜ ನದಿಗಳೊಳಗಿನ ಪ್ರದೇಶವನ್ನು ಬಿಟ್ಟುಕೊಟ್ಟು ಯುದ್ಧದ ನಷ್ಟ ಪರಿಹಾರವೆಂದು ಬ್ರಿಟಿಶರಿಗೆ ೧೫ ಲಕ್ಷ ಪೌಂಡು ಹಣವನ್ನು ಕೊಡುವದೆಂದಾಯಿತು.

ಈ ಮಧ್ಯೆ ಇನ್ನೋರ್ವ ಆಟಗಾರ ಅಲ್ಪಾವಧಿಯ ಮಧ್ಯಸ್ತಿಕೆ ಧರಿಸಿ ಇತಿಹಾಸದ ಹರಿವನ್ನೇ ಬದಲಿಸಿದ. ಆಗಿನ ಲಾಹೋರ ದರಬಾರದ ಪ್ರಧಾನಿ ಲಾಲಸಿಂಹನು ಗುಲಾಬಸಿಂಹನನ್ನು ತೀವ್ರವಾಗಿ ದ್ವೇಷಿಸುತ್ತಿದ್ದು ಒಂದೇ ಹೊಡೆತದಿಂದ ಹಲವಾರು

ಪಕ್ಷಿಗಳನ್ನು ಕೊಲ್ಲುವಂಥ ತನ್ನದೇ ಆದ ಮರುಸಂಧಿಯನ್ನು ಸೂಚಿಸುತ್ತ ಸಿಖ್ಖರು ನಷ್ಟ ಪರಿಹಾರದ ಧನವನ್ನು ಬ್ರಿಟಿಶರಿಗೆ ಕೊಡುವ ಬದಲು ಸಿಖ್ಖ ದರಬಾರಿನ ಪರ್ವತೀಯ ಪ್ರದೇಶಗಳನ್ನು – ಜಮ್ಮು ಕಾಶ್ಮೀರ ಸಹಿತ – ಬಿಟ್ಟುಕೊಡಬೇಕೆಂದು ಮುಂದಿಟ್ಟ. ಲಾಹೋರ ಒಪ್ಪಂದದ ಮಾತುಕತೆಗಳ ಪುನರ್ವಿಮರ್ಶೆಯಲ್ಲಿ ಲಾಹೋರ ದರಬಾರವು ಅಯಶಸ್ವಿಯಾಗಿದ್ದು ಗುಲಾಬಸಿಂಹನು ತನ್ನ ಅಧಿಪತ್ಯಕ್ಕೆ ಸಂಕಟ ಬಂದಾಗ ಮೊದಲಿನ ಒಪ್ಪಂದಕ್ಕೆಯೇ ತನ್ನ ಭಾರವಿತ್ತಿದ್ದರಿಂದ. ಬ್ರಿಟಿಶರೂ ಕೂಡ ಅಂಥ ವಿಸ್ತೃತ ಪ್ರದೇಶವನ್ನಾಳುವ ಸಾಮರ್ಥ್ಯ ಆಗ ಇಲ್ಲದ್ದರಿಂದ ಮೊದಲಿನ ಒಪ್ಪಂದಕ್ಕೇ ಒಪ್ಪಿ ಗುಲಾಬಸಿಂಹನೂ ದರಬಾರಿನ ಒಬ್ಬ ಮುಖ್ಯಸ್ಥನಾದ್ದರಿಂದ ೭೫ ಲಕ್ಷ ರೂಪಾಯಿ ಅವನಿಂದ ನಷ್ಟ ಪರಿಹಾರವನ್ನು ಪಡೆದರು. ಹೀಗೆ ಪುನಃ ಪರಿಶೀಲಿಸಿದ ಲಾಹೋರ ಒಪ್ಪಂದ ೧೬ ಮಾರ್ಚ ೧೮೪೬ರಲ್ಲಿ ಸ್ಥಿರವಾಗಿ ಮುದ್ರಿತವಾದದ್ದು ಅಮೃತಸರ ಒಪ್ಪಂದವೆಂದು.

ಬೆಳಕು ಮತ್ತು ಛಾಯೆಗಳು

ಭೌಗೋಲಿಕವಾಗಿ ಕಾಶ್ಮೀರವು ಯಾವತ್ತಿನಿಂದಲೂ ಒಂದು ರಾಜಕೀಯ ಅಸಮಂಜಸತೆಯೇ ಆಗಿದೆ, ಅದೂ ಹೆಚ್ಚಾಗಿ ಗುಲಾಬಸಿಂಹ ರಚಿತ ಡೋಗ್ರಾ ಮನೆತನದ ಆಧುನಿಕ ಆಗಮನದ ಕೇಂದ್ರಬಿಂದುವಾಗಿ. ಅಮೃತಸರ ಒಪ್ಪಂದವು ವಾಸ್ತವವಾಗಿ ಈಗಿನ ಜಮ್ಮು ಕಾಶ್ಮೀರದ ದಕ್ಷಿಣೀ ಪೂರ್ವೀ ಮತ್ತು ಪಶ್ಚಿಮೀ ಗಡಿಗಳನ್ನು ನಿರೂಪಿಸಿತು. ಯುದ್ಧದ ನಷ್ಟ ಪರಿಹಾರವನ್ನು ಬ್ರಿಟಿಶರು ೧ ಕೋಟಿ ರೂಪಾಯಿಯಿಂದ ೭೫ ಲಕ್ಷಕ್ಕಿಳಿಸಿದ್ದು ರಾವಿ–ಬಿಯಾಸ ನದಿ ನಡುವಿನ ಕ್ಷೇತ್ರದ ಮೇಲೆ ತಮ್ಮ ಆಧಾರವನ್ನಿಟ್ಟುಕೊಳ್ಳುವದಕ್ಕಾಗಿ. ಈ ಕ್ಷೇತ್ರದಲ್ಲಿ ಕಾಂಗ್ಡಾ ಜಿಲ್ಲೆಯಿದ್ದು ಅಲ್ಲಿ ಅತಿ ಮಹತ್ವದ ಯುದ್ಧತಾಂತ್ರಿಕ ನೂರಪುರ ಮತ್ತು ಕಾಂಗ್ಡಾ ಕಿಲ್ಲೆಗಳಿದ್ದುವಲ್ಲ? ಈಗ ಗುಲಾಬಸಿಂಹನ ಅಧಿಪತ್ಯದಲ್ಲಿದ್ದ ಕ್ಷೇತ್ರವು ಝೀಲಂ ಮತ್ತು ಸಿಂಧುನದಿ ಮಧ್ಯದ ವಿಸ್ತಾರವನ್ನೂ ಒಳಗೊಂಡಿದ್ದು (ಈಗಿನ ಪಾಕಿಸ್ತಾನದ ರಾವಲಪಿಂಡಿ –ಇಸ್ಲಾಮಾಬಾದಗಳಿದ್ದುದು) ಜಮ್ಮುವಿನಿಂದ ಅತಿ ದೂರವಾದ್ದರಿಂದ ಗುಲಾಬಸಿಂಹನು ಬ್ರಿಟಿಶರೊಡನೆ ಈ ಕ್ಷೇತ್ರದ ಬದಲು ಜಮ್ಮುವಿನ ಆಸುಪಾಸಿನ ಪ್ರದೇಶವನ್ನು ಪಡೆಯಲು ಅವರನ್ನು ಕೇಳಿಕೊಂಡ. ಹೀಗಾಗಿ ಅವನ ರಾಜ್ಯದ ಪಶ್ಚಿಮೀ ಗಡಿ ಸಿಂಧುನದಿಯ ಬದಲು ಝೀಲಂ ನದಿಯಾಯಿತು. ಆದರೆ ವಾಸ್ತವಿಕ ಗಡಿರೇಖೆಯನ್ನು ಹಾಗೂ ಬ್ರಿಟಿಶ ಸರಕಾರದೊಡನೆಯ ವಾಸ್ತವಿಕ ಸಂಬಂಧವನ್ನು ಮುಂದಿನ ಮಾತುಕತೆಗಳಿಗೆ ಬಿಡಲಾಗಿ ಉಭಯ ಪಕ್ಷಗಳು ಇದನ್ನು ತಮಗೆ ಅನುಕೂಲವಾಗುವಂತೆ ಬಳಸಿಕೊಂಡವು.

ಲಾಹೋರ ದರಬಾರಿನ ಮುಖವನ್ನು ಗೋಮಯ ಮಾಡಿದಂತಾಗಿ, ಗುಲಾಬಸಿಂಹನ ಏಳಿಗೆಯನ್ನು ಸಹಿಸಲಾರದೆ ಲಾಲಸಿಂಹನು ಕಾಶ್ಮೀರದಲ್ಲಿ ಸಿಖ್ಖ ದರಬಾರದ ಗವರ್ನರನಾದ ಶೇಖ ಇಮಾಮುದ್ದೀನನಿಗೆ ಕಾಶ್ಮೀರವನ್ನು ಡೋಗ್ರಾ

ರಾಜನಿಗೆ ಬಿಟ್ಟುಕೊಡಬಾರದೆಂದು ಆಜ್ಞಾಪಿಸಿದನು. ಡೋಗ್ರಾ ಮುಂದಳ ಕಾಶ್ಮೀರ ಕಣಿವೆಯನ್ನು ಪ್ರವೇಶಿಸತೊಡಗಿದಂತೆ ನಿಷ್ಠುರ ವಿರೋಧಕ್ಕೊಳಗಾಗಿ ಗುಲಾಬಸಿಂಹನು ಇನ್ನೊಂದು ಸೈನ್ಯವನ್ನು ರವಾನಿಸಿದನು. ಅಲ್ಲದೆ ಬ್ರಿಟಿಶರೂ ಸಹ ಸಿಖ್ಖರ ಮೇಲೆ ಭಾರ ಹೇರಿದರು. ನಂತರವೇ ಗುಲಾಬಸಿಂಹನು ಕಾಶ್ಮೀರ ಕಣಿವೆಯನ್ನಾಕ್ರಮಿಸಿದ. ಒಪ್ಪಂದದಲ್ಲೊಂದು ಅಟಕು ಇತ್ತು. ಜಮ್ಮು ಕಾಶ್ಮೀರದಲ್ಲಿ ಬ್ರಿಟಿಶರು ತಮ್ಮ ಪ್ರತಿನಿಧಿ ಅಥವಾ ಸೈನ್ಯವನ್ನಿರಿಸುವದೇ ಅದು. ಬ್ರಿಟಿಶರ ಶಕ್ತಿಯನ್ನರಿತ ಗುಲಾಬಸಿಂಹನು ವಾರ್ಷಿಕವಾಗಿ ಬ್ರಿಟಿಶ ಸರಕಾರಕ್ಕೆ ಒಂದು ಕುದುರೆ, ಹ್ನನೆರಡು ಪರ್ವತೀಯ ಆಡುಗಳು ಮತ್ತು ಮೂರು ಜೋಡಿ ಕಾಶ್ಮೀರಿ ಶಾಲುಗಳನ್ನು ಒಪ್ಪಿಸಲು ಒಪ್ಪಿದ. ಇನ್ನು ಮುಂದೆ ಬ್ರಿಟಿಶರು ಕಾಶ್ಮೀರ ಮಹಾರಾಜನನ್ನು ಇತರ ಭಾರತೀಯ ರಾಜರ ಸ್ಥಾನಕ್ಕಿಳಿಸುವ ಪ್ರಯತ್ನದಲ್ಲಿ ತೊಡಗಿದರೆ ಡೋಗ್ರಾ ರಾಜರು ತಮ್ಮ ರಾಜ್ಯವನ್ನು ವಾಯವ್ಯ ಹಾಗೂ ಈಶಾನ್ಯ ದಿಕ್ಕುಗಳಲ್ಲಿ ಬೆಳೆಸುವಲ್ಲಿ ತೊಡಗಿದರು.

ಶೇಖ ಇಮಾಮುದ್ದೀನನ ವಿರೋಧ ಕರಗಿದ ಬಳಿಕ ಗಿಲ್ಗಿಟ್ಟಿನ ನಿಯಂತ್ರಕ ಕರ್ನಲ್ ನಥೂ ಶಹಾ ಸಹ ಡೋಗ್ರಾ ರಾಜ್ಯ ಸೇರಿದ. ೧೮೫೦ರ ವರೆಗೆ ಜಮ್ಮು ಕಾಶ್ಮೀರ ರಾಜ್ಯವು ಜಮ್ಮು, ಸಂಪೂರ್ಣ ಕಾಶ್ಮೀರ ಘಾಟಿ, ಲದಾಖ, ಬಾಲ್ಟಿಸ್ತಾನ ಮತ್ತು ಗಿಲ್ಗಿಟ ಪ್ರದೇಶಗಳನ್ನೊಳಗೊಂಡಿತು. ಗುಲಾಬಸಿಂಹನ ಚಾಣಾಕ್ಷತನದಿಂದ ರೂಪಿಸಿದ ಎಲ್ಲೆಗಳು ಈಗ ದಕ್ಷಿಣಕ್ಕೆ ಬ್ರಿಟಿಶ ಭಾರತ (ಪಂಜಾಬ) ದಿಂದ ಪೂರ್ವಕ್ಕೆ ಟಿಬೆಟ, ಉತ್ತರಕ್ಕೆ ಕಾರಾಕೋರಂ ಪರ್ವತದಾಚೆ ಸಿಂಕಿಯಾಂಗ (ಚೀನ) ಮತ್ತು ರಶಿಯಾಗಳೆಡೆಗೆ ಹಬ್ಬಿದವು. ಪಶ್ಚಿಮಕ್ಕಿತ್ತು ಅಫಗಾಣಿಸ್ತಾನ. ಭಾರತೀಯ ಇತಿಹಾಸವು ಡೋಗ್ರಾ ರಾಜನಿಗೆ ನ್ಯಾಯವಾದ ಸ್ಥಾನ ಕೊಟ್ಟಿಲ್ಲ. ಬಹಳಷ್ಟು ಇತಿಹಾಸಕಾರರು ಅವನಿಗೆ ತಕ್ಕ ಪ್ರಾಶಸ್ತ್ಯ ಕೊಡಲು ಹಿಂಜರಿಯುತ್ತಾರೆ. ಗುಲಾಬಸಿಂಹನ ಜೀವನ ಎರಡು ಹಂತಗಳದ್ದು – ಒಂದು ರಂಜಿತಸಿಂಹನ ಛಾಯೆಯಲ್ಲಿ, ಇನ್ನೊಂದು ಬ್ರಿಟಿಶ ರಾಜ್ಯ ವರ್ಧನೆಯೊಡನೆ ಬೆರೆತದ್ದು– ಅವನನ್ನು ಕೈವಾಡಿಗನೆಂದು ಅವನ ಖ್ಯಾತಿಯನ್ನು ಕುಂದಿಸುತ್ತಾರೆ – ತನ್ನ ರಾಜ್ಯವನ್ನು ಕೊಂಡುಕೊಂಡನಲ್ಲವೇ? ಇದು ಸತ್ಯಕ್ಕೆ ದೂರವಾದುದೇ ಸರಿ. ನ್ಯಾಯವಾಗಿ ಜಮ್ಮು ಕಾಶ್ಮೀರ ರಾಜನೆಂದು ಗುರುತಿಸಲ್ಪಟ್ಟ ಅವನನ್ನು ಕಾಶ್ಮೀರದ ಖರೀದಿದಾರನೆಂದು ಖರೀದಿ ಪತ್ರಕ್ಕಿಳಿಸುವದು ಎಷ್ಟು ಸರಿ? ನಿಜವೆಂದರೆ ಅವನ ರಾಜ್ಯವೆಲ್ಲ ಆಗಲೇ ಅವನ ಆಧೀನದಲ್ಲಿದ್ದು, ಲಾಹೋರ ಒಪ್ಪಂದವನ್ನು ಬ್ರಿಟಿಶರು ಒತ್ತಾಯಿಸಿದ್ದರೆ ಅವನು ತನ್ನ ರಾಜ್ಯಕ್ಕಾಗಿ ಹೋರಾಡಲೂ ಸಿದ್ಧನಿದ್ದ. ಬ್ರಿಟಿಶರು ಲಾಹೋರ ಒಪ್ಪಂದದ ಮಾತುಕತೆಗಳು ಆರಂಭವಾಗುವ ಮೊದಲೇ ಗುಲಾಬಸಿಂಹನಿಗೆ ಸಂಪೂರ್ಣ ಜಮ್ಮು ಕಾಶ್ಮೀರ ಒಪ್ಪಿಸುವ ಸೂಚನೆಯನ್ನಿತ್ತಿದ್ದು ಗಮನಾರ್ಹ.

ಮೊದಲನೆಯ ಆಂಗ್ಲ–ಸಿಖ್ಖ ಯುದ್ಧದಲ್ಲಿಯ ಗುಲಾಬಸಿಂಹನ ತಟಸ್ಥ ನಿಲುವು ಅವನ ಪ್ರಖ್ಯಾತಿಯ ಮೇಲೆ ಮಸಿಯೆಳೆಯುತ್ತದೆ. ಅವನು ಸಿಖ್ಖರ ಜೊತೆಗೂಡಿದ್ದರೆ ಬ್ರಿಟಿಶರು ನಿಜಕ್ಕೂ ಸೋಲುತ್ತಿದ್ದರು. ಸಿಖ್ಖರ ಆಂತರಿಕ 'ಆವತ–ಜಾವತ'ಗಳಿದ್ದೂ

ಬ್ರಿಟಿಶರಿಗೆ ಅವರ ವಿರುದ್ಧ ಯಶ ದೊರೆತದ್ದು ಕೂದಲೆಳೆಯಿಂದಲಷ್ಟೇ. ಆಗ ಗುಲಾಬಸಿಂಹನು ಪೇಶಾವರದ ಗವರ್ನರನಾಗಿದ್ದು ಆಂಗ್ಲ-ಅಫಗಾನ ಯುದ್ಧದಲ್ಲಿ ಬ್ರಿಟಿಶರ ಯುದ್ಧನೀತಿ-ರೀತಿಗಳನ್ನು ಚೆನ್ನಾಗಿ ಅರಿತಿದ್ದನಾಗಿ ಬ್ರಿಟಿಶರೊಡನೆ ನೇರ ಮುಖಾಮುಖಿಯಾಗಬೇಡಿರೆಂದು ಸಲಹೆಯಿತ್ತು, ಸೀದಾ ದಿಲ್ಲಿಯ ಮೇಲೆ ದಾಳಿಯಿಡಲು ಸೂಚಿಸಿದ್ದನಷ್ಟೇ? ಅವನ ಸಲಹೆಯನ್ನು ಲಾಹೋರ ದರಬಾರದಲ್ಲಿಯ ಕೆಲವು ಒಳಪಕ್ಷಗಳು ಒಪ್ಪಲಿಲ್ಲ. ಅಲ್ಲದೆ ಗುಲಾಬಸಿಂಹನ ಬಂಧುಗಳ ಹಾಗೂ ಕೆಲವು ಸಂಬಂಧಿಕರ ಹತ್ಯೆಗಳಿಂದಾಗಿ ಅವನು ದರಬಾರಿನಿಂದ ದೂರ ಉಳಿದ. ಎರಡನೇ ಅಂಗ್ಲ-ಸಿಖ್ಖ ಯುದ್ಧದಲ್ಲೂ (೧೮೪೮-೪೯) ಅವನು ತಟಸ್ಥನೇ ಉಳಿದರೂ ತನ್ನ ಸೈನ್ಯದ ಸಿಖ್ಖ ತುಕಡಿಗಳನ್ನು ಸಿಖ್ಖ ಸೈನ್ಯದ ವತಿಯಿಂದ ಹೋರಾಡಲು ಕಳಿಸಿದ್ದ. ಈ ಯುದ್ಧವು ಸಿಖ್ಖ ರಾಜ್ಯವನ್ನೇ ಅಳಿಸಿಬಿಟ್ಟಿತಾದರೂ ಗುಲಾಬಸಿಂಹನ ಜಮ್ಮು ಕಾಶ್ಮೀರ ರಾಜ್ಯಕ್ಕೆ ಯಾವ ಧಕ್ಕೆಯೂ ಆಗಲಿಲ್ಲ. ಲಾರ್ಡ ಡಾಲಹೌಸಿಯು ೩೦ ಮಾರ್ಚ ೧೮೪೯ರಲ್ಲಿ ಸಿಖ್ಖ ರಾಜಾ ದುಲೀಪಸಿಂಹನಿಂದ ತನ್ನ ಎಲ್ಲ ರಾಜ್ಯಗಳನ್ನೂ ಒಪ್ಪಿಸಿಕೊಂಡ. ಹಾಗಾಗಿ ಸಮಸ್ತ ಪಂಜಾಬ ನಂತರದ ಬ್ರಿಟಿಶರ ನಾರ್ಥ ವೆಸ್ಟ ಫ್ರಾಂಟಿಯರ್ ಪ್ರಾವಿನ್ಸ್ ಎಂದು ಪರಿವರ್ತಿತವಾಯಿತು.

ಸಿಖ್ಖರ ಸೋಲು ಮತ್ತು ಅವರ ರಾಜ್ಯದ ಅವನತಿಯು ಅನಿವಾರ್ಯವೇ ಆಗಿತ್ತೇ? ರಂಜಿತಸಿಂಹನೇ ತನ್ನ ನಂತರ ಈ ಸ್ಥಿತಿಯನ್ನು ನಿರೀಕ್ಷಿಸಿದ್ದ. ಗುಲಾಬಸಿಂಹನ ಮಿಲಿಟರಿ ನೇತೃತ್ವ ಮತ್ತು ಚಾಣಾಕ್ಷ ರಾಜಕಾರಣದಿಂದಾಗಿ ಅವನು ಸಾಕಷ್ಟು ಪ್ರದೇಶಗಳನ್ನು ತನ್ನ ಮುಷ್ಟಿಯಲ್ಲಿಟ್ಟುಕೊಂಡನಷ್ಟೇ ಅಲ್ಲ ಅದನ್ನು ಸ್ವತಂತ್ರವಾಗಿ ಮುಂದಿನ ನೂರು ವರ್ಷಗಳವರೆಗೆ ಸ್ವತಂತ್ರವಾಗಿರಿಸುವ ಅಡಿಪಾಯವನ್ನೂ ಇಟ್ಟ. ಸಿಖ್ಖರ ಅವನತಿಯ ಕಾರಣ – ಒಳತಂತ್ರಗಳನ್ನುಳಿದು – ಮುಖ್ಯವಾಗಿ ಅವರ ಆಡಳಿತದ ಕುಸಿತ. ಇದರಿಂದಾಗಿ ಸೈನ್ಯಗಳೇನೋ ದೊಡ್ಡವು, ಆದರೆ ಸರಬರಾಯಿಯ ವ್ಯವಸ್ಥೆ ಬಿದ್ದುಹೋಗಿತ್ತು. ಅಲ್ಲದೆ ಬ್ರಿಟಿಶರೂ ಕೂಡ ಮುಸ್ಲಿಂ ದಾಳವನ್ನು ಚನ್ನಾಗಿಯೇ ಆಡಿದರು. ವಿಶೇಷವಾಗಿ ಗಡಿಜಿಲ್ಲೆಗಳಲ್ಲಿ ಸೈನಿಕ ಭರತಿ ಮಾಡುವಾಗ ಸಿಖ್ಖರು ಮುಸ್ಲಿಂ ಜನತೆಯ ಮೇಲೆ ಎಸಗಿದ ಒತ್ತಾಳೆಗಳನ್ನು ಎತ್ತಿತೋರಿಸಿ ಮುಸ್ಲಿಂರನ್ನು ಸಿಖ್ಖರು ಗೆದ್ದಿದ್ದರೆಂದು ಹೇಳುತ್ತಿದ್ದುದಾಗಿ ಎಷ್ಟೋ ಮುಸ್ಲಿಮರು ಸಿಖ್ಖರ ವಿರುದ್ಧ ಬ್ರಿಟಿಶರ ಸೈನ್ಯ ಸೇರಿ ಹೋರಾಡಿದರು. ಹೀಗಾಗಿ ಬ್ರಿಟಿಶರು ಸಿಖ್ಖರ ವಿರುದ್ಧ ದೊಡ್ಡ ಶಕ್ತಿಯನ್ನೇ ಉಪಯೋಗಿಸಿದರು.

ಈಗ ಸಿಖ್ಖರನ್ನು ಬಿಟ್ಟು ಜಮ್ಮು ಕಾಶ್ಮೀರಕ್ಕೆ ಒರಗುವ ಮೊದಲು ಸಿಖ್ಖ ಯುದ್ಧಗಳ ಮೇಲೆ ಇನ್ನಷ್ಟು ದೃಷ್ಟಿ ಇರಿಸೋಣ. ಬ್ರಿಟಿಶರ ಕಬ್ಜಿಣ ಮುಷ್ಟಿಯೇ ಆದ ಬಂಗಾಲ ಆರ್ಮಿಯ ಜೋರಿನಿಂದಲೇ ಅವರು ಸಿಖ್ಖರನ್ನು ಸೋಲಿಸಿದ್ದು. ಬಂಗಾಲ ಆರ್ಮಿಯ ಸಿಪಾಯಿಗಳು (ಬಹುಸಂಖ್ಯಾತ ಪೂರಬಿಯಾ – ಬಿಹಾರ, ಉತ್ತರ ಪ್ರದೇಶದವರು) ಸಿಖ್ಖ ಯುದ್ಧಗಳ ತುಸುವೇ ನಂತರ ದಂಗೆಯೆದ್ದು ಬ್ರಿಟಿಶರನ್ನು ವಿರೋಧಿಸಿ ಮುಗಲ

ಸಾಮ್ರಾಟನೆಂದು ನಾಮಮಾತ್ರಕ್ಕೆ ಉಳಿದ ಬಹಾದೂರ ಶಾಹ ಜಫರನನ್ನು ತಮ್ಮ ನಾಯಕನೆಂದು ಘೋಷಿಸಿದರು. ಇದು ಮುಗಲ ಮತ್ತು ಸಿಖ್ಖರ ಐತಿಹಾಸಿಕ ವಿರೋಧದ ಯಾತನಾಮಯ ನೆನಪುಗಳನ್ನು ಸಿಖ್ಖರಲ್ಲಿ ಮರುಕಳಿಸಿತು. ಹೀಗಾಗಿ ಸಿಖ್ಖ (ಮತ್ತು ಗುರ್ಖಾ) ಸೈನ್ಯಗಳು ಕೊನೆಯದಾಗಿ ಬ್ರಿಟಿಶರಿಗೆ ಸೋತವುಗಳಾಗಿದ್ದು ಬ್ರಿಟಿಶರಿಗೆ ೧೮೫೭ ರ ಸೇನಾ ಬಂಡಾಯವೇ ಎನ್ನಿ ಅಥವಾ ಪ್ರಥಮ ಸ್ವಾತಂತ್ರ್ಯ ಯುದ್ಧವೇ ಎನ್ನಿ ಅದರಲ್ಲಿ ಸಹಾಯ ಮಾಡಿದ್ದು ವಿಪರ್ಯಾಸವೇ ಅಲ್ಲವೇ? ಸಿಖ್ಖ ಮತ್ತು ಗುರ್ಖಾ ಸೈನಿಕರ ಬೆಂಬಲವಿಲ್ಲದೆ ಬ್ರಿಟಿಶರು ಇನ್ನೂ ೯೦ ವರ್ಷ ರಾಜ್ಯವಾಳಿದ್ದು ಅಸಾಧ್ಯವೇ ಆಗಬಹುದಿತ್ತು.

ಆದರೂ ಸಿಖ್ಖರು ಜೀವಿಸಿದರು. ಬ್ರಿಟಿಶರು ಅಕಬರನ ಭೂ ಆಡಳಿತ ವ್ಯವಸ್ಥೆಯನ್ನೇ ತಳೆದು ಅದನ್ನೇ ಸುಧಾರಿಸಿ ತಮ್ಮ ನಾಗರಿಕ ಸೇವೆಯಲ್ಲಿ ಪರಿವರ್ತಿಸಿದಂತೆ ತಮ್ಮ ಸೈನ್ಯವನ್ನು ರಂಜಿತಸಿಂಹನ ಸೈನ್ಯವ್ಯವಸ್ಥೆಯಂತೆ ಪನರ್‌ರಚಿಸಿದರು. ಅವನ ಅನೇಕ ಪೋಷಾಕು, ಅವುಗಳ ವರ್ಣವೈವಿಧ್ಯ ಮತ್ತಿತರ ವೈಶಿಷ್ಟ್ಯಗಳನ್ನು ಬ್ರಿಟಿಶರು ತಮ್ಮ ಭಾರತೀಯ ಸೈನ್ಯದ ಪುನರ್‌ರಚನೆಯಲ್ಲಿ ಮಿಶ್ರೀಕರಿಸಿದರು. ಸಿಖ್ಖ ಮತ್ತು ಗುರ್ಖಾಗಳ ಶೌರ್ಯ ಮತ್ತು ಸ್ವಾಮಿನಿಷ್ಠೆಗಳಿಂದಾಗಿ ಅವರನ್ನು 'ಯೋಧಕುಲ' (Martial race) ಎಂದು ಘೋಷಿಸಿದರು. ಬಿಹಾರ ಮತ್ತು ಉತ್ತರ ಪ್ರದೇಶದ ಮೇಲ್ಜಾತಿಯ ಬಂಗಾಲ ಆರ್ಮಿ ಸಿಪಾಹಿಗಳು ಬ್ರಿಟಿಶರಿಗೆ ಇಡಿ ಭಾರತವನ್ನೇ ಗೆದ್ದುಕೊಟ್ಟಿದ್ದರೂ ಅವರನ್ನು 'ಅಯೋಧಕುಲ' ಎಂದು ಘೋಷಿಸಲ್ಪಟ್ಟರು. ಅವರು ತಟ್ಟಲ್ಪಟ್ಟದ್ದು ಐತಿಹಾಸಿಕ ಕೊಂಪೆಗೆ.

೧೮೫೭ರ ಘಟನೆಗಳು ಕಂಡಿದ್ದು ಗುಲಾಬಸಿಂಹನು ತನ್ನ ಮಗ ರಣಬೀರಸಿಂಹನನ್ನು ೨೦೦೦ ಕಾಲ್ದಳ, ೨೦೦ ಅಶ್ವದಳ ಮತ್ತು ೬ ದೊಡ್ಡ ಫಿರಂಗಿಗಳೊಂದಿಗೆ ಬ್ರಿಟಿಶರಿಗೆ ದಿಲ್ಲಿಯ ಮುತ್ತಿಗೆಯಲ್ಲಿ ಸಹಾಯಕ್ಕಾಗಿ ಕಳಿಸಿದ್ದು. ಅಗಸ್ಟ ೧೮೫೭ರಲ್ಲಿ ಗುಲಾಬಸಿಂಹನು ಕಾಲವಶನಾದ. ರಣಬೀರಸಿಂಹನು ದೊಡ್ಡ ಮೊತ್ತವೊಂದನ್ನು ಪಂಜಾಬದ ಸೈನಿಕರ ಸಂಬಳವನ್ನು ಪೂರೈಸಲು ಬ್ರಿಟಿಶರಿಗೆ ಕೊಟ್ಟು ಅವರನ್ನು ಸಂತೈಸಿದನಷ್ಟೇ ಅಲ್ಲ, ೧೮೫೭ರ ಯುದ್ಧದಿಂದ ಪಾರಾದ ಸೈನಿಕರಿಗೆ ಕಾಶ್ಮೀರದಲ್ಲಿ ಆಶ್ರಯವನ್ನು ನಿರಾಕರಿಸಿದ. ಆಭಾರಿಯಾದ ಬ್ರಿಟಿಶ ಮಹಾರಾಣಿ ವಿಕ್ಟೋರಿಯಾ ಅವಳು ಮಹಾರಾಜಾ ರಣಬೀರಸಿಂಹನಿಗೆ "ಅತ್ಯುನ್ನತ ನಿಯಾಮಕ ಭಾರತ ತಾರೆ" (Most Exalted Order of the Star of India) ಎಂಬ ಬಿರುದು ಪ್ರದಾನಿಸಿ ಅವನಿಗೆ ೧೯ ರಿಂದ ೨೧ಕ್ಕೆ ಏರಿದ ಗನ್ ಸೆಲ್ಯೂಟ್ ನಿಯಮಿಸಿದಳು! ಗುಲಾಬಸಿಂಹನು ತನ್ನ ಕೊನೆಯ ದಿನಗಳಲ್ಲಿ ರಾಜ್ಯವನ್ನು ತನ್ನ ಮಗ ರಣಬೀರಸಿಂಹನಿಗೆ ೧೮೫೬ರಲ್ಲಿ ಬಿಟ್ಟುಕೊಟ್ಟು ತಾನು ಕಾಶ್ಮೀರದ ಗವರ್ನರನಾಗಿ ಉಳಿದುಕೊಂಡ.

ಗುಲಾಬಸಿಂಹನ ಜೀವನಾದ್ಯಂತ ಗಿಲ್ಗಿಟ್ ಒಂದು ಪ್ರಮೇಯವಾಗಿಯೇ ಉಳಿದಿತ್ತು. ೧೮೫೧ರಲ್ಲಿ ಯಾಸಿನ್, ಹುಂಝಾ ಮತ್ತು ನಗರಗಳ ರಾಜರುಗಳೊಡನೆಯ

ವಿರೋಧಗಳಾಗಿ ಗಿಲ್ಗಿಟ್‌ನಲ್ಲಿ ದೊಡ್ಡ ದಂಗೆಯೆದ್ದು ಅಲ್ಲಿಯ ಡೋಗ್ರಾ ಛಾವಣಿಯ ಸೈನಿಕರೆಲ್ಲ ಕೊಲ್ಲಲ್ಪಟ್ಟರು. ಈ ಕತೆಯನ್ನು ತಿಳಿಸಿದವಳು ಒಬ್ಬ ಗುರ್ಖಾ ಹೆಣ್ಮಗಳು, ಸಿಂಧು ನದಿಯನ್ನು ಈಜಿ ಪಾರಾಗಿ ಬಂದವಳು. ಇಲ್ಲಿಗೆ ಗುಲಾಬಸಿಂಹನ ಗಡಿ ಸಿಂಧುನದಿಯವರೆಗಷ್ಟೇ ಸೀಮಿತವಾಗಿತ್ತು.

ಕಾಲಚಕ್ರ ತಿರುಗಿದಂತೆ ಸಂಬಂಧಸೂತ್ರಗಳೂ ತಿರುಗಲೇಬೇಕಲ್ಲ? ೧೮೪೯ರಲ್ಲಿ ಪಂಜಾಬವನ್ನು ವಶಪಡಿಸಿಕೊಂಡ ನಂತರ ಅನೇಕ ಬ್ರಿಟಿಶ ಅಧಿಕಾರಿಗಳು ಕಾಶ್ಮೀರದತ್ತ ತಮ್ಮ ದೃಷ್ಟಿ ಬೆಳೆಸತೊಡಗಿದರು. ಅಮೃತಸರ ಒಪ್ಪಂದದ ನಿರ್ಮಾತೃನೇ ಎನಿಸಿಕೊಂಡ ಗವರ್ನರ್ ಜನರಲ್ ಲಾರ್ಡ ಹಾರ್ಡಿಂಜನು ಕಾಶ್ಮೀರವನ್ನು ಡೋಗ್ರಾ ಮುಖ್ಯಸ್ಥನಿಗೆ ನೀಡಿದ್ದಕ್ಕಾಗಿ ತನ್ನ ಜನರಿಂದಲೇ ನಿಂದನೆಗೊಳಗಾಗತೊಡಗಿದ. ಭಾರತದ ನಂತರದ ಕಮಾಂಡರ್ ಇನ್ ಚೀಫ್ ಆದ ಸರ್ ಚಾರ್ಲ್ಸ್ ನೇಪಿಯರ್‌ನು ಕಟುವಾಗಿ ಟೀಕಿಸಿದ್ದು ಹೀಗೆ : "ಅದೆಂಥ ರಾಜನನ್ನು ಸ್ಥಾಪಿಸಿದ್ದು! ಅಧೋಗತಿಯ, ಹೇಯಾತೀತ, ವ್ಯಭಿಚಾರಿಕ ಚರಟವನ್ನು ಅತ್ಯುನ್ನತ ರಕ್ತರಭಸದ ಮೇಲೆ ತೇಲಿಸಿ ಕಲೆಗೆಟ್ಟ ಮುಖಾಗ್ರವನ್ನು ತೆರೆದಿಟ್ಟಾಯಿತು ಮತ್ತು ಇಂಗ್ಲಂಡ ಅದಕ್ಕೆ ಕಿರೀಟವನ್ನಿಟ್ಟು ಸಿಂಗರಿಸಿತು! ಕಾಶ್ಮೀರಿ ಜನತೆಯ ಗಂಟಲಲ್ಲಿ ಈ ದ್ವೇಷಿ, ತಿರಸ್ಕೃತನನ್ನು ತುರುಕುವದಾಯಿತಿದು". ಹೀಗೆಯೇ ಇತರರೂ ಒಪ್ಪಂದವನ್ನು ಕಟುವಾಗಿ ಟೀಕಿಸಿದರು, ಗುಲಾಬಸಿಂಹನನ್ನೂ ಟೀಕಿಸಿದರು.

ಗುಲಾಬಸಿಂಹನ ಮೇಲೆ ಬ್ರಿಟಿಶ ರೆಸಿಡೆಂಟನನ್ನು ಸ್ವೀಕರಿಸಲು ಒತ್ತಡ ತರಲಾಯಿತು. ಅವನು ಅದನ್ನು ತಡೆಹಿಡಿಯುತ್ತಲೇ ಇದ್ದ, ಬ್ರಿಟಿಶರು ಗುಲಾಬಸಿಂಹನ ನಿರ್ಗಮನದ ದಾರಿಯನ್ನೇ ಕಾಯುತ್ತಿದ್ದರು.

ರಣಬೀರಸಿಂಹನು ತನ್ನ ತಂದೆಯಂತೆಯೇ ನುಣುಚಿ ಉಳಿದುಕೊಳ್ಳುವಲ್ಲಿ ಚಾಣಾಕ್ಷನಿದ್ದುದು ಡೋಗ್ರಾ ರಾಜ್ಯದ ಸುಯೋಗ. ೧೮೬೦ರಲ್ಲಿ ಅವನು ದೊಡ್ಡ ಸೈನ್ಯವನ್ನು ಕಟ್ಟಿದನು. ಅದರಲ್ಲಿ ಪ್ರತಿಯೊಂದು ಡೋಗ್ರಾ ಮನೆತನದ ಒಬ್ಬನಾದರೂ ಸೇರಿಕೊಂಡಿದ್ದ. ಕರ್ನಲ್ ದೇವಿಸಿಂಹನ ನೇತೃತ್ವದಲ್ಲಿ ಈ ಸೈನ್ಯವು ಗಿಲ್ಗಿಟ್ ರಾಜರಿಂದ ಹಿಮ್ಮೆಟ್ಟಿಸಲ್ಪಟ್ಟು ೯ ವರ್ಷಗಳ ನಂತರ ಪುನಃ ಅವರ ಮೇಲೆ ದಾಳಿಯಿಟ್ಟು, ಸೋಲಿಸಿ ಗಿಲ್ಗಿಟ್, ಹುಂಝಾ, ನಗರ ಮತ್ತು ಚಿತ್ರಾಲಗಳನ್ನು ತನ್ನ ರಾಜ್ಯಕ್ಕೆ ಸೇರಿಸಿದ. ೧೮೭೯ರಲ್ಲಿ ಜಮ್ಮು ಕಾಶ್ಮೀರದ ಪಶ್ಚಿಮೋತ್ತರ ಗಡಿ ಭದ್ರವಾಯಿತು. ನಂತರ ರಣಬೀರಸಿಂಹನು ತಿರುಗಿದ್ದು ತನ್ನ ರಾಜ್ಯದಲ್ಲಿ ಆಂತರಿಕ ಸುಧಾರಣೆಗಳೆಡೆಗೆ. ಬ್ರಿಟಿಶರು ಒಳನುಗ್ಗುವ ಪ್ರಯತ್ನಗಳಿದ್ದೂ ಅವನ ರಾಜ್ಯವು ಶಾಂತಿಯನ್ನೇ ಅನುಭವಿಸಿತು. ಸಿವಿಲ್ ಮತ್ತು ಕ್ರಿಮಿನಲ್ ಕೋಡ್‌ಗಳನ್ನು ಜಾರಿ ಮಾಡಲು ಅವನ ಕಾನೂನು ಪ್ರಯತ್ನಗಳು ಜನಪ್ರಿಯವಾದವು. ತನ್ನ ಸೈನ್ಯವನ್ನು ಬ್ರಿಟಿಶ ಸೈನ್ಯದಂತೆ ಸಂಘಟಿಸಿ ತರಬೇತಿಗೊಳಿಸಿದ ಅವನ ಪ್ರಯತ್ನಗಳು ಬ್ರಿಟಿಶರಿಗೆ ತಲೆನೋವಾದವು. ರೆಸಿಡೆಂಟನ ಬ್ರಿಟಿಶರ ಪ್ರಸ್ತಾವವನ್ನು ಅವನು ವಿರೋಧಿಸಿದ. ೧೮೭೮–೮೦ರ ಎರಡನೇ ಅಫಗಾನ ಯುದ್ಧದಲ್ಲಿ ಡೋಗ್ರಾ

ಸೈನಿಕರು ಮತ್ತು ಫಿರಂಗಿಗಳು ಬ್ರಿಟಿಶರ ಪರವಾಗಿ ಹೋರಾಡಿದ್ದು ಬ್ರಿಟಿಶರ ಪ್ರವೇಶವನ್ನು ತಡೆಯುವಲ್ಲಿ ಸಹಾಯಕವಾಯ್ತು. ರಣಬೀರಸಿಂಹನು ಜೀವಿಸುವವರೆಗೆ ಕಾಶ್ಮೀರದ ಪ್ರತಿ ಯಾವ ಬದಲಾವಣೆಯನ್ನೂ ಮಾಡಲಾಗುವದಿಲ್ಲ ಎಂದು ಬ್ರಿಟಿಶ ಸರಕಾರವು ತೀರ್ಮಾನಿಸಿತು.

ಗಿಲ್ಗಿಟ್, ಹುಂಝಾ, ನಗರಗಳನ್ನು ಸೇರಿಸಿಕೊಂಡ ಮೇಲೆ, ಉತ್ತರೀ ತುದಿಗಳನ್ನುಳಿದು, ರಾಜ್ಯದ ಗಡಿಗಳು ನಿರ್ಣಾಯಕವಾದವು. ರಾಜ್ಯವೀಗ ಮೂರು ನದಿಗಳ ಜಲಾನಯನ ಕ್ಷೇತ್ರಗಳಲ್ಲಿ ವಿಂಗಡಿಸಲ್ಪಟ್ಟಿತು. ಉತ್ತರಕ್ಕೆ ಸಿಂಧು, ನಂತರ ಝೇಲಂ ಮತ್ತು ದಕ್ಷಿಣಕ್ಕೆ ಚಿನಾಬ. ಸಿಂಧು ನದಿಯು ಲದಾಖ, ಬಾಲ್ಟಿಸ್ತಾನ ಮತ್ತು ಗಿಲ್ಗಿಟ್ ಕ್ಷೇತ್ರಗಳಿಗೆ ನೀರುಣಿಸುತ್ತ ನಂತರ ದಕ್ಷಿಣಾಭಿಮುಖಿಯಾಗಿ ಹಿಮಾಲಯದೊಳಗಿಂದ ಇಳಿದು ಪಂಜಾಬ ಸಮತಲ ಪ್ರದೇಶವನ್ನು ಸೇರುತ್ತದೆ. ಕಾಶ್ಮೀರ ಕಣಿವೆ ಮತ್ತು ಮೀರಪುರ, ಪುಂಛ್ ಹಾಗೂ ಮಜಫರಾಬಾದ ಕ್ಷೇತ್ರಗಳು ಝೇಲಂ ಜಲಾನಯನ. ಸಂಪೂರ್ಣ ಕಿಶ್ತವಾಡ ಹಾಗೂ ಪೀರ ಪಂಜಾಲ ಕ್ಷೇತ್ರಗಳು ಚಿನಾಬ ಜಲಾನಯನ. ಸಾಂಸ್ಕೃತಿಕವಾಗಿ ಮತ್ತು ಭಾಷಿಕವಾಗಿ ರಾಜ್ಯವು ಆರು ವಲಯಗಳಲ್ಲಿ ವಿಭಾಗಿಸಬಹುದು–ಉತ್ತರದಿಂದ ದಕ್ಷಿಣಕ್ಕೆ – ಗಿಲ್ಗಿಟ್, ಲದಾಖ, ಬಾಲ್ಟಿಸ್ತಾನ, ಕಾಶ್ಮೀರ ಕಣಿವೆ, ಪುಂಛ್ ಹಾಗೂ ಜಮ್ಮು. ಇವೆಲ್ಲವುಗಳನ್ನು ನೇಯ್ದುಕೊಂಡಿದ್ದು ಡೋಗ್ರಾ ವ್ಯವಸ್ಥೆ.

ಬ್ರಿಟಿಶ ವಿಸ್ತರಣೆ

ರಣಬೀರಸಿಂಹನ ಅಂತ್ಯವು ೧೮೮೫ ರಲ್ಲಾಯಿತು. ಭಾರತದ ರಾಜನು ಸತ್ತಾಗಲೊಮ್ಮೆ ಬ್ರಿಟಿಶರು ಅತ್ಯಂತ ಅಪಾಯಕರ ಮಾರಕ ಮನೋಸ್ಥಿತಿಗೇರುತ್ತಿದ್ದರು. ಆ ರಾಜ್ಯದ ಬಾಗಿಲಲ್ಲಿ ಕಾಲು ಸೇರಿಸಿ ಅದರಲ್ಲಿಯ ಆಂತರಿಕ ಅವ್ಯವಸ್ಥೆ ಒಳಸಂಚುಗಳ ಲಾಭವೆತ್ತಿ ರಾಜ್ಯದ ಸರಾಸರ ಲೂಟಿಯೇ ಅವರ ಗುರಿ. ಪಂಚತಂತ್ರದಲ್ಲಿಯ ನರಿಯು ಈರ್ವರು ಒಂದು ಮೀನದ ಮೇಲೆ ಜಗಳಾಡುತ್ತಿರುವಾಗ ದರ್ಶನವಿತ್ತು ಒಬ್ಬನಿಗೆ ಅದರ ತಲೆ ಇನ್ನೊಬ್ಬನಿಗೆ ಅದರ ಪುಕ್ಕವನ್ನಿತ್ತು ತಾನು ಉಳಿದ ಭಾಗವನ್ನೆತ್ತಿಕೊಂಡಂತೆ. ನರಿಯು ಯುನಿಯನ್ ಜಾಕಿನ ವೇಷ ಧರಿಸಿದರೆ ಅದು ಬ್ರಿಟಿಶರೆ. ಕಥೆಯ ಸ್ವಾರಸ್ಯ ನಿಜವೇ ಆಗುತ್ತಿತ್ತಲ್ಲವೇ? ಇದು ನಿಜವೇ ಎಂಬಂತೆ ರಣಬೀರಸಿಂಹನ ಜ್ಯೇಷ್ಠ ಪುತ್ರ ಪ್ರತಾಪಸಿಂಹ ಮತ್ತು ಅವನ ತಮ್ಮಂದಿರು ರಾಮಸಿಂಹ ಮತ್ತು ಅಮರಸಿಂಹ ನಡುವಿನ ತಿಕ್ಕಾಟದ ಲಾಭವನ್ನೆತ್ತಿ ಬ್ರಿಟಿಶರು ರಣಬೀರಸಿಂಹನ ಉತ್ತರಾಧಿಕಾರಿಯಾಗಲು ಬ್ರಿಟಿಶರ ರೆಸಿಡೆಂಟನ ಮಾನ್ಯತೆಯನ್ನು ಷರತ್ತನ್ನಾಗಿಟ್ಟರು. ರಾಜ್ಯವು ಇನ್ನೂ ಶೋಕದಲ್ಲಿ ಮುಳುಗಿದಾಗಲೇ ಬ್ರಿಟಿಶರ ಪ್ರಷ್ಠಕ್ಕೆ ಬೆಂಕಿ ಹತ್ತಿದ ಗಡಿಬಿಡಿಯಂತೆ ಅವರ ರೆಸಿಡೆಂಟ್ ಸರ್ ಆಲಿವರ್ ಸೆಂಟ ಜಾನನು ಶ್ರೀನಗರ ತಲುಪಿ ರೆಸಿಡೆಂಟನಾದ. ಹೀಗಾಗಿ ಜಮ್ಮು ಕಾಶ್ಮೀರವು ಈಗ ಭಾರತದ ಇತರ ರಾಜ್ಯಗಳಂತೆ ರೆಸಿಡೆಂಟನ ಕಣ್ಕೆಳಗೆ ಮಡಗಿತು.

ಇದರರ್ಥ ಭಾರತೀಯ ಉಪಖಂಡದಲ್ಲಿ ಯಾವ ಸೈನ್ಯವು ನೇರವಾಗಿ ಭಾರತೀಯ ಅಧಿಕಾರಿಗಳ ಕೈಕೆಳಗೆ ಉಳಿಯಲಿಲ್ಲ. ಬ್ರಿಟಿಶ ಇಂಡಿಯನ್ ಆರ್ಮಿಯಲ್ಲಿ ಭಾರತೀಯ ಅಧಿಕಾರಿಗಳಿರಲಿಲ್ಲ. ಹಾಗೆ ಅಧಿಕಾರಿಗಳಿದ್ದವರು ಭಾರತೀಯ ರಾಜ್ಯಗಳ ಸೇನೆಯಲ್ಲಷ್ಟೇ (Indian State Forces). ಜಮ್ಮು ಕಾಶ್ಮೀರ ರಾಜ್ಯವೊಂದರಲ್ಲೇ ಅದರ ಸೈನ್ಯ ಬ್ರಿಟಿಶರ ಕೈಕೆಳಗಿರಲಿಲ್ಲ.

ಈಗ ಇಲ್ಲಿ ಉಂಟಾದುದು ಬ್ರಿಟಿಶರಿಗೆ ರಾಜ್ಯದ ನೇರ ನಿಯಂತ್ರಣವನ್ನು ಪಡೆದುಕೊಳ್ಳುವ ಅದೃಷ್ಟ, ಅದರ ಜೊತೆಗೆ ಪಾಮೀರ ಪರ್ವತಾವಳಿಯಾಚೆ ರಶಿಯವು ಆಡತೊಡಗಿದ ಮಹಾಹೂಟದ (Great game) ವಿರೋಧಿ ಬ್ರಿಟಿಶರ ಪ್ರತಿವರ್ತನೆ. ಮಹಾರಾಜನು ರಶಿಯದ ಝಾರನೊಡನೆ ಬ್ರಿಟಿಶ ರಾಜ್ಯವನ್ನು ಕಿತ್ತೊಗೆಯಲು ಸಂಚು ನಡೆಸುತ್ತಿದ್ದಾನೆ ಎಂದು ಆಪಾದಿಸಿ ಪ್ರತಾಪಸಿಂಹನನ್ನು ನಿರಧಿಕಾರಿಯನ್ನಾಗಿಸಿ ಐದು ಸದಸ್ಯರ ಕಮಿಟಿಯನ್ನು ನಿರ್ಮಿಸಲಾಗಿ ಅದಕ್ಕೆ ಆಡಳಿತಾಧಿಕಾರ ಒಪ್ಪಿಸಲಾಯಿತು. ಈ ಕಮಿಟಿಯು ಬ್ರಿಟಿಶ ರೆಸಿಡೆಂಟನಿಗೆ ವರದಿ ಕೊಡುತ್ತಿತ್ತು. ಚಿತ್ರಾಲ, ಹುಂಝಾ, ಗಿಲ್ಗಿಟ್ ಇವು ಈಗ ಬ್ರಿಟಿಶ ರಣತಂತ್ರದ (ರಶಿಯದ ವಿರುದ್ಧ) ಮುಂಚೂಣಿಯ ಪ್ರದೇಶಗಳಾಗಿ ಇವುಗಳ ಮೇಲೆ ಬ್ರಿಟಿಶರ ನೇರ ಆಡಳಿತಾಧಿಕಾರದ ಅವಶ್ಯಕತೆಯುನ್ನು ಕಂಡುಕೊಳ್ಳಲಾಯಿತು. ಬ್ರಿಟಿಶ ಅಧಿಕಾರಿಗಳ ನೇತೃತ್ವದಲ್ಲಿ ರಾಜ್ಯದ ಮಿಲಿಟರಿ ಅಭಿಯಾನವೊಂದನ್ನು ನಿರ್ವಹಿಸಲಾಯಿತು. ಇದರ ನಂತರ ಚಿತ್ರಾಲ ಕಾಶ್ಮೀರ ರಾಜ್ಯದ ಅಂಗವಾಗಿದ್ದರೂ ಬ್ರಿಟಿಶರ ಕೈಯಲ್ಲೇ ಉಳಿಯಿತು.

೧೮೯೧ರಲ್ಲಿ ಇ.ಎಫ್. ನೈಟ್ಸ್‌ನ ಪುಸ್ತಕ Where Three Empire Meet ಈ ಮಿಲಿಟರಿ ಅಭಿಯಾನದ ವಿವರವನ್ನು ಕೊಟ್ಟಾಗ ಲಂಡನ್ನಿನಲ್ಲಿದ್ದ ಮಹಾಮಾರುತವೇ ತಾಂಡವವಾಡಿತು. ರಶಿಯದ ವಿಷಯದಲ್ಲಿನ ಸಂಶಯಗ್ರಸ್ತತೆಯೀಗ ಗಿಲ್ಗಿಟ್ಟಿನ ಮಹತ್ವವನ್ನು ಮುಂಚೂಣಿಯಲ್ಲಿ ತಂದಿತು. ಇದರ ಪರಿಣಾಮವೆಂದರೆ ಬ್ರಿಟಿಶರು ಈಗ ಆ ಎಲ್ಲ ಪ್ರದೇಶಗಳನ್ನೇ ತಮ್ಮ ತಾಬೆಯಲ್ಲಿ ತೆಗೆದುಕೊಳ್ಳಬೇಕೆಂದು ನಿಶ್ಚಯಿಸಿದ್ದು. (ಈ ಪ್ರದೇಶವೇ ಈಗ ಪಾಕಿಸ್ತಾನದಲ್ಲಿ Northern Area ಎಂದೆನಿಸಿಕೊಂಡು ನೇರ ನಿಯಂತ್ರಣದಲ್ಲಿದೆ). ಆಡಳಿತವು ರಾಜ್ಯದ ಆಧೀನವಿದ್ದರೂ ಬಿಟಿಶರು ತಮ್ಮ ಏಜೆಂಟನನ್ನು ಗಿಲ್ಗಿಟ್‌ನಲ್ಲಿ ಸ್ಥಾಪಿಸಿದರು.

ಪ್ರತಾಪಸಿಂಹನು ತನ್ನ ರಾಜ್ಯಾಧಿಕಾರವನ್ನೇ ಕಳೆದುಕೊಳ್ಳುವ ಪ್ರಸಂಗದಲ್ಲಿ ಸಿಗಿಬಿದ್ದಿದ್ದನು. ೧೯೦೫ರಲ್ಲಿ ಡೋಗ್ರಾ ರಾಜಮನೆತನವನ್ನು ಸಂಪೂರ್ಣವಾಗಿ ವರ್ಜಿಸುವ ನಿಶ್ಚಯ ತೆಗೆದುಕೊಳ್ಳಲಾಗಿದ್ದು ಬ್ರಿಟಿಶರ ಒಳಸಂಚು ಎಲ್ಲೋ ಸೋರಿಕೊಂಡು ಕೊಲಕತಾದ ಅಮೃತಬಜಾರ ಪತ್ರಿಕೆಯ ಕೈಸೇರಿತು. ಪತ್ರಿಕೆಯು ಪ್ರತಾಪಸಿಂಹನ ಪರವಾಗಿ ಉಸಿರೆತ್ತಿತು. ಇಂಗ್ಲಂಡಿನ ಹೌಸ್ ಆಫ್ ಕಾಮನ್ಸ್‌ನಲ್ಲಿ ವಿರೋಧಪಕ್ಷದವರು ಎತ್ತಿದ್ದಾಗಿ ಪ್ರತಾಪಸಿಂಹನಿಗೆ ಜಮ್ಮು ಕಾಶ್ಮೀರತದಲ್ಲಿ ರಾಜ್ಯ ಪುನಃ ಹಸ್ತಗತವಾಯಿತು.

ಸಮರೋಪಾಯವಾಗಿ ಅಥವಾ ಸಮರತಾಂತ್ರಿಕವಾಗಿ ಮುಂದಿನ ಇಪ್ಪತ್ತು ವರ್ಷಗಳವರೆಗೆ ಯಾವ ಹೇಳಿಕೊಳ್ಳಬೇಕಾದ ಸಂದರ್ಭಗಳೂ ಘಟಿಸಲಿಲ್ಲ. ಏತನ್ಮಧ್ಯೆ ಪ್ರಥಮ ಮಹಾಯುದ್ಧವು ವಿಸ್ಫೋಟಿಸಿ ಐರೋಪ್ಯ ಮತ್ತಿತರರನ್ನು ಆವರಿಸಿತು. ಪ್ರತಾಪಸಿಂಹನು ಬ್ರಿಟಿಶರ ಪರವಾಗಿ ಹೋರಾಡಲು ೧೨೦೦ ಸೈನಿಕರನ್ನೊಳಗೊಂಡ ಜಮ್ಮು ಕಾಶ್ಮೀರ ರೈಫಲ್ಸ್‌ನ ೨ನೇ ಬಟಾಲಿಯನ್ನನ್ನು ಪೂರ್ವಿ ಆಫ್ರಿಕಾಕ್ಕೆ ಕಳಿಸಿದ್ದಾಯಿತು. ಕಾಶ್ಮೀರದ ಆಧುನೀಕರಣ ಮಾತ್ರ ವೇಗ ಹಿಡಿಯಿತು. ಕಾಶ್ಮೀರ ಕಣಿವೆಯಿಂದ ರಾವಲಪಿಂಡಿ, ಅಬೊಟಾಬಾದ, ಸಿಯಾಲಕೋಟವರೆಗೆ ರಸ್ತೆಗಳು; ಅನೇಕ ವಿದ್ಯಾಸಂಸ್ಥೆಗಳು; ಜಲವಿದ್ಯುತ್ ಕೇಂದ್ರ ಮಹೋರಾದ ಹತ್ತಿರ ಝೀಲಂ ನದಿನೀರಿನಿಂದ ಇತ್ಯಾದಿ. ಗುಲಮರ್ಗ ಮತ್ತು ಪಹಲಗಾಮ್‌ಗಳನ್ನು ಪ್ರವಾಸಿ ಕೇಂದ್ರಗಳನ್ನಾಗಿ ವರ್ಧಿಸಲಾಯಿತು.

ಪ್ರತಾಪಸಿಂಹನ ನಂತರ ಅವನ ತಮ್ಮನ ಮಗ ಹರಿಸಿಂಹ ಅರಸೊತ್ತಿಗೆಗೇರಿದನು. ಇಂಗ್ಲಂಡದಲ್ಲೇ ಬಹಳ ಕಾಲ ಕಳೆದ ಹರಿಸಿಂಹನು ಆಧುನೀಕರಣಕ್ಕೆ ಒತ್ತಿಯಿಟ್ಟನು. ಬ್ರಿಟಿಶರ ಮಾರ್ಜಾಲ–ಮೂಷಕ ಆಟಗಾರಿಕೆಯನ್ನು ಕಣ್ಣಾರೆ ನೋಡಿದ ಮಹಾರಾಜನು ಬ್ರಿಟಿಶರ ಮೇಲಿನ ಆಳ ಅವಿಶ್ವಾಸವನ್ನೇ ತಳೆದಿದ್ದನು. ದುರದೃಷ್ಟವಶಾತ್ ಇಂದು ಹರಿಸಿಂಹನು ಅನಿಶ್ಚಿತನೂ ಬರಿ ಬರಿದಾದ ಮಾತುಗಾರನು ಎಂದು ಭಾರತದಲ್ಲೂ ಪಾಕಿಸ್ತಾನದಲ್ಲೂ ಪ್ರಸಿದ್ಧಿ ಪಡೆದಿದ್ದಾನೆ. ಹಾಗಾಗಿ ೧೯೪೭ರಲ್ಲಿ ತನ್ನ ರಾಜ್ಯದ ದೈವವನ್ನು ಅನಿಶ್ಚಿತವಾಗಿರಿಸಿ ಈಗಿನ ಕಾಶ್ಮೀರ ಹೆಗ್ಗಂಟಿಗೆ ಕಾರಣನಾಗಿದ್ದಾನೆಂದು ದ್ವೇಷಿಸಲ್ಪಟ್ಟಿದ್ದಾನೆ. ಗುಲಾಬಸಿಂಹನಂತೆ ತನ್ನ ನ್ಯಾಯಪೂರಕ ಸ್ಥಾನವನ್ನು ಇತಿಹಾಸದಲ್ಲಿ ಅವನೂ ಕಳೆದುಕೊಂಡು ಉಪಖಂಡದ ವ್ಯಕ್ತಿಗಳಲ್ಲಿ ಎಲ್ಲಕ್ಕೂ ಅಧಿಕ ಗೈರಸಮಜೂತಿಗೆ ಒಳಗಾದವನೊಬ್ಬನಾಗಿದ್ದಾನೆ.

ಇದೆಲ್ಲ ಡೋಗ್ರಾ–ಬ್ರಿಟಿಶ ದೃಷ್ಟಿಕೋನದ ವಿವರವಾಯ್ತು. ಕಾಶ್ಮೀರಿಗಳ ಸ್ಥಿತಿ ಈ ಕಾಲಾಂತರದಲ್ಲಿ ಅತಿ ದಯನೀಯವಾಗಿತ್ತು. ಅವರ ಆರ್ಥಿಕ ಪರಿಸ್ಥಿತಿ ಅತ್ಯಂತ ಕಠಿಣವಾಗಿತ್ತು. ಅವರನ್ನು ಅಲ್ಲಿ ಇಲ್ಲಿ ಕೊಡುತೆಗೆದುಕೊಳ್ಳುವ ವ್ಯವಹಾರಕ್ಕಿಳಿಸಲಾಗಿತ್ತು, ಮಾರಾಟಕ್ಕಿಟ್ಟಾಗಿತ್ತು. ವಿಪರೀತ ಕರಗಳು, ಭೂಸ್ವಾಮಿತ್ವದ ಮೇಲೆ ನಿರ್ಬಂಧ, ಲಂಚಕೋರತನಗಳಿಂದಾಗಿ ಜೀವಿನಂಚಿನ ತುದಿಯಲ್ಲೇ ಜನ ಜೀವಿಸುತ್ತಿದ್ದರು, ಅದನ್ನು ದಾಟಿ ಬದುಕುವ ಪ್ರಶ್ನೆಯೇ ಇರಲಿಲ್ಲ. ಗುಲಾಬಸಿಂಹನು ತಾನು ತೆತ್ತ ೭೦ ಲಕ್ಷ ರುಪಾಯಿಗಳನ್ನು ಮರುಗಳಿಸಲು ಪ್ರಜೆಗಳ ಮೇಲೆ ಹೇರಿದ ಅಮಾನುಷ ತೆರಿಗೆಗಳನ್ನು ಅವನ ನಂತರದವರೂ ಮುಂದುವರಿಸಿ ಪ್ರತಿ ಚಟುವಟಿಕೆಗೂ ತೆರಿಗೆಯಿತ್ತರು – ಬೆಳೆಗಳು, ಹಣ್ಣು, ದನಗಳು, ಕೈಗಾರಿಕೆಗಳು, ಜಮಖಾನೆ–ಶಾಲುಗಳ ನೇಯ್ಗೆ, ಲಗ್ನಗಳು, ಸಮಾರಂಭಗಳು ಮತ್ತು ಕೆಲವರ ಹೇಳಿಕೆಯಂತೆ ಸೂಳೆಗಾರಿಕೆ ಕೂಡ–. ಆದರೂ ಕೂಡ ಗ್ರಾಮೀಣ ಕಾಶ್ಮೀರದಲ್ಲಿ ಅಪರಾಧ ಕೇಳಿದುದೇ ಇರುತ್ತಿರಲಿಲ್ಲ, ಜನರು ಕ್ವಚಿತ್ತಾಗಿ ಹೊಡೆದಾಟಕ್ಕಿಳಿಯುತ್ತಿದ್ದರು. ಸರಕಾರವು ಬೇಗಾರ ಪದ್ಧತಿಯನ್ನು ಸುರುಮಾಡಿತ್ತು. ಇದರ ಪ್ರಕಾರ ಪ್ರತಿಯೊಬ್ಬ ನಾಗರಿಕನು ಸರಕಾರೀ ಯೋಜನೆಗಳಲ್ಲಿ ಕೆಲಸ ಮೇಡಬೇಕು–

ರಸ್ತೆ ಮಾಡುವದು ಇತ್ಯಾದಿ. ಯಾರೂ ನಿರಾಕರಿಸುವಂತಿರಲಿಲ್ಲ, ಕೊಟ್ಟಷ್ಟು ವೇತನ ಅಥವಾ ವೇತನವಿಲ್ಲದೆ ಕೆಲಸ. ಹುಣ್ಣಿಗೆ ಬರೆಯಿತ್ತಂತೆ ಇಂಥ ಕಾಮಗಾರಿಗಳೆಲ್ಲ ಬೇಸಿಗೆಯ ಕಾಲದಲ್ಲಿ ಕೈಕೊಳ್ಳಲಾಗುತ್ತಿದ್ದು ಜನರಿಗೆ ತಮ್ಮ ಹೊಲ ಬೆಳೆಗಳ ಗೋಳು ಸಹಿಸಬೇಕಾಗುತ್ತಿತ್ತು. ೧೮೮೯-೯೫ರಲ್ಲಿ ಸೆಟಲ್‌ಮೆಂಟ್ ಆಫೀಸರನಾದ ಸರ್ ವಾಲ್ಟರ್ ಲಾರೆನ್ಸನು ಬೇಗಾರ ಪದ್ಧತಿಯನ್ನು ರದ್ದುಮಾಡಿದರೂ ಅದು ಪ್ರತ್ಯಕ್ಷವಾಗಿ ನಡೆಯುತ್ತಲೇ ಇತ್ತು.

ಎಲ್ಲ ಕೃಷಿಭೂಮಿಗಳ ಸ್ವಾಮಿತ್ವ ಸರಕಾರದ್ದಾಗಿದ್ದು, ವನಗಳ ಆಡಳಿತ, ಪೋಲೀಸ ಅತಿರೇಕ, ರೇಶ್ಮೆ ಮತ್ತು ರೇಶ್ಮೆಗೂಡುಗಳ ಮೇಲೆ ಸರಕಾರಿ ನಿಯಂತ್ರಣ, ಅಸಮಾನ ತೆರಿಗೆ ಮತ್ತು ಭೂಆದಾಯದ ಸಂದಾಯ ನಾಣ್ಯಗಳಲ್ಲಿರದೆ ಭಾಗಶಃ ವಸ್ತುರೂಪದಲ್ಲಿ ಇತ್ಯಾದಿಗಳಿಂದಾಗಿ ಜನತೆಯ ಸ್ಥಿತಿ ಇನ್ನೂ ಹದಗೆಟ್ಟಿತು. ಇನ್ನೂ ಸ್ಥಿತಿಯನ್ನು ವಿಸ್ಫೋಟಕ ಸ್ಥಿತಿಗೆಳೆದುದೆಂದರೆ ಶಿಕ್ಷಕರು, ಕೋರ್ಟಿನ ನ್ಯಾಯಾಧೀಶರು, ಕಂದಾಯ ಮತ್ತು ವನ ಅಧಿಕಾರಿಗಳು, ಅಲ್ಲದೆ ಪ್ರಾದೇಶಿಕ ವಿಭಾಗಗಳ ಎಲ್ಲ ಪ್ರತಿನಿಧಿಗಳು ಬಹುಸಂಖ್ಯಾತ ಮುಸ್ಲಿಂ ಜನತೆಯಲ್ಲಿ ಬಹುಶಃ ಹಿಂದೂಗಳೇ ಇದ್ದರು. ಗುಲಾಬಸಿಂಹ-ರಣಬೀರಸಿಂಹರ ಆಳ್ವಿಕೆಯ ಮೇಲೆ ಬರೆದವರು ಬಹುತೇಕ ಪಾಶ್ಚಾತ್ಯರು. ಅವರ ವಿವರ, ಅವಲೋಕನಗಳ ಸಮಾನತೆಯನ್ನು ಗಮನಿಸಿಯೂ ಕೂಡ ಅವರು ಒಮ್ಮೆಲೇ ರಾಜ್ಯದ ಕಟು ಟೀಕಾಕಾರರಾಗುತ್ತಿದ್ದುದೂ ಅಷ್ಟೇ ಗಮನಾರ್ಹ. ಉತ್ತರ ಹಿಂದುಸ್ತಾನ ಬ್ರಿಟಿಶರ ಕೈಯಲ್ಲಿದ್ದು ಅಲ್ಲಿಯ ಸ್ಥಿತಿಯೂ ಕೂಡ ಅಷ್ಟೇ ದುರ್ದೆಸೆಯದಿತ್ತು. ಬ್ರಿಟಿಶರು ೧೮೫೭ರ ನಂತರ ಕೈಕೊಂಡ ದಬ್ಬಾಳಿಕೆ, ದಾನವೀ ಕೃತ್ಯಗಳನ್ನು ನಿಜಕ್ಕೂ ಕಾಶ್ಮೀರ ರಾಜರು ತಾವು ಕಾಶ್ಮೀರದಲ್ಲಿ ಮಾಡಿದ್ದರೆ ಅದೇ ಬ್ರಿಟಿಶರು ಕಾಶ್ಮೀರದಲ್ಲಿ ತಮ್ಮ ಸೈನ್ಯ ಕಳಿಸಿ ಕಾಶ್ಮೀರವನ್ನು ತಮ್ಮ ಆಳ್ವಿಕೆಗೆ ಸೇರಿಸಿಬಿಡುತ್ತಿದ್ದರು.

೧೯೨೫ರಲ್ಲಿ ಹರಿಸಿಂಹನು ಪಟ್ಟಕ್ಕೇರಿದಾಗ ಬ್ರಿಟಿಶರು ಅವನನ್ನು ಒಬ್ಬ ಉಗ್ರ ಜೀವಿಯೆಂದು ಅರಿತಿದ್ದರು. ಅವನ ವಿರೋಧಿಗಳನ್ನು ಕೂಡಿ ಎಲ್ಲ ವಿವರಗಳೂ ಅವನೊಬ್ಬ ನಿಗೂಢ ವ್ಯಕ್ತಿಯೆಂದೇ ಪರಿಗಣಿಸಿದ್ದರು. ಮೇಯೋ ಕಾಲೇಜಿನಲ್ಲಿ ಕಲಿತ ಈತ ಆನೇಕ ಸುಧಾರಣೆಗಳನ್ನು ತಂದ. ಇಂದಿನ ಮಾನದಂಡಗಳಂತೆ ಅವು ಆಗ ಅತ್ಯಂತ ಪ್ರಗತಿಪರವಾಗಿದ್ದವು. ಸಾಲ ಕೊಡುವುದರ ಮೇಲೆ ಅವನ ತೀಕ್ಷ್ಣ ದೃಷ್ಟಿಯಿದ್ದು ಎಷ್ಟೋ ದೊಡ್ಡ ಸಾಲಗಳನ್ನು ಅವನು ರದ್ದುಪಡಿಸಿದ. ಎಲ್ಲ ಗುಡಿಗಳನ್ನು ಹರಿಜನರ ಪ್ರವೇಶಕ್ಕೆ ತೆರೆಸಿಟ್ಟ. ಹೈಸ್ಕೂಲುಗಳನ್ನು ಸ್ಥಾಪಿಸಿ ಹಿಂದುಳಿದ ಜನತೆಗೆ, ಬಡಜನರ ಮಕ್ಕಳಿಗೆ ಶಿಷ್ಯವೇತನ ಕೊಟ್ಟ. ಜಾತಿಮತವನ್ನು ನಿಷೇಧಿಸಿದ, ವಿಧವಾ ಮದುವೆಯನ್ನು ಅನುಮೋದಿಸಿದ, ಬಾಲವಿವಾಹವನ್ನು ತಡೆದ, ಲದಾಖಿನಲ್ಲಿ ಬಹುಪತಿತ್ವ ಪರಂಪರೆಯನ್ನು ನಿಷೇಧಿಸಿದ. ಪಟ್ಟಾಭಿಷೇಕ ದಿವಸದ ಅವನ ಭಾಷಣ-"ನಾನು ಈ ದೇಶವನ್ನಾಳಲು ಸಮರ್ಥನಿದ್ದೇನೆ ಎಂದಾದರೆ, ನಾನು ಹೇಳುವದು ನನಗೆ ಎಲ್ಲ ಜಾತಿ ಸಮುದಾಯಗಳೂ, ಧರ್ಮಗಳೂ ಜನಾಂಗಗಳೂ ಒಂದೇ ಸಮ. ಆಳುವವನೆಂದಾಗಿ ನಾನು ಯಾವ

ಧರ್ಮದವನೂ ಅಲ್ಲ. ಎಲ್ಲ ಧರ್ಮಗಳೂ ನನ್ನವು, ನನ್ನ ಧರ್ಮವೆಂದರೆ ನ್ಯಾಯ. ನ್ಯಾಯ ನೀಡಬೇಕಾದಾಗ ನನ್ನಿಂದ ಕೆಲವು ತಪ್ಪುಗಳಾಗಬಹುದು, ನಾನು ಮನುಷ್ಯನೇ ತಾನೇ? ತಪ್ಪು ಮಾಡುವದೇ ಇಲ್ಲ ಅಂಬವ ನಿಜ ನುಡಿಯುವದಿಲ್ಲ. ನನ್ನ ಕರ್ತವ್ಯವೆಂದರೆ ನಾನು ಎಲ್ಲರನ್ನು ಸಮಾನ ದೃಷ್ಟಿಯಿಂದ ನೋಡುವದು. ಸಾಧ್ಯವಾದ ಮಟ್ಟಿಗೆ ನಾನು ನ್ಯಾಯದ ಜೊತೆಗೆ ನಡೆಯುತ್ತೇನೆ." ಇದೊಂದಾದರೆ ಇನ್ನೊಂದೆಡೆ ಹರಿಸಿಂಹನು ಇತರ ಅನೇಕ ರಾಜರಂತೆ ವಿಲಾಸಿ ಜೀವಿ, ಸುಖಲೋಲುಪ. ಅವನ ವಿಲಾಸಿ ಜೀವನದ ಮೇಲೆ ಅನೇಕರು ಖಾರವಾಗಿ ಟೀಕಿಸಿದ್ದಾರೆ. ಹಾಗೂ ತಾನು ಆಡಿದ್ದಕ್ಕೂ ಮಾಡುತ್ತಿದ್ದುದಕ್ಕೂ ಹರಿಸಿಂಹನು ದೊಡ್ಡ ವ್ಯತ್ಯಾಸವನ್ನೇ ರಚಿಸಿದ್ದ. ಪ್ರಜೆಯಲ್ಲಿ ಕುದಿಯತೊಡಗಿದ ಅಸಮಾಧಾನ ವಿಸ್ಫೋಟದ ದಾರಿ ಕಾಯುತ್ತಿತ್ತು. ಕಾಶ್ಮೀರಿಗಳ ದಾರುಣ ಸ್ಥಿತಿ, ವಿಶೇಷತಃ ಮುಸಲ್ಮಾನರದು ಅನೇಕ ವರದಿಗಳಲ್ಲಿ ದೊರೆಯುತ್ತವೆ. ಸರ್ ಆಲ್ಲಿಯನ್ ಬ್ಯಾನರ್ಜಿ, ಕಾಶ್ಮೀರದ ವಿದೇಶ ಹಾಗೂ ರಾಜಕೀಯ ಮಂತ್ರಿ ೧೯೨೯ರಲ್ಲಿ ರಾಜಿನಾಮೆಯಿತ್ತು ಬರೆದುದು, "ಸರಕಾರ ಮತ್ತು ಜನತೆಯ ನಡುವೆ ಯಾವ ಸ್ಪರ್ಶವೂ ಇಲ್ಲ. ಆಡಳಿತವು ಸಂಪೂರ್ಣವಾಗಿ ಪುನರ್ರಚನೆಗೆ ಪಾತ್ರವಾಗಿದೆ".

ಹರಿಸಿಂಹನ ಬ್ರಿಟಿಶರ ಜೊತೆಗಿನ ಸಂಬಂಧಗಳು ಅವನ ಪೂರ್ವಜರಂತೆ ಬ್ರಿಟಿಶರೊಡನೆ ತುಷ್ಟೀಕರಣದ್ದೇ ಇತ್ತು. ಆದರೂ ಪಟ್ಟವೇರಿದ ದಿನದಿಂದಲೇ ಬ್ರಿಟಿಶ ರೆಸಿಡೆಂಟನೊಡನೆಯ ಸಂಬಂಧಗಳಲ್ಲಿ ಒಡಕು ಆರಂಭಿಸಿತು. ಸ್ಥಿತಿ ತೀವ್ರತೆಗೆ ಮುಟ್ಟಿದುದು ೧೯೩೦ರಲ್ಲಿ ಪ್ರಥಮ ದುಂಡುಮೇಜಿನ ಲಂಡನ್ನಿನ ಅಧಿವೇಶನದಲ್ಲಿ. ಸ್ವರಾಜದ ಬೇಡಿಕೆಗಳು ಏರುತ್ತಿದ್ದುದಾಗಿ ಬ್ರಿಟಿಶರು ಅಧಿವೇಶನವನ್ನು ಕರೆದಿದ್ದರಷ್ಟೇ? ಐದನೇ ಕಿಂಗ ಜಾರ್ಜನು ೧೩ ನವೆಂಬರದಂದು ಚಾಲನೆಯಿತ್ತನು. ಬ್ರಿಟಿಶ ಪ್ರಧಾನಿ ರ್‍ಯಾಮ್ಸೇ ಮೆಕ್‌ಡೊನಾಲ್ಡ ಅಧ್ಯಕ್ಷ ಸ್ಥಾನದಲ್ಲಿದ್ದನು. ಭಾರತೀಯ ರಾಷ್ಟ್ರೀಯ ಕಾಂಗ್ರೆಸ್ಸಿನ ಬಹುತೇಕ ನೇತಾರರು ಸ್ವಾತಂತ್ರ್ಯ ಚಳುವಳಿಯಿಂದಾಗಿ ಜೇಲಿನಲ್ಲಿದ್ದು ಯಾರೂ ಭಾಗವಹಿಸಲಿಲ್ಲ, ಜೊತೆಗೆ ಯಾವ ವ್ಯಾಪಾರಸ್ಥರೂ ಕೂಡ. ಆದರೆ ಮುಸ್ಲಿಂ ನೇತಾ ಜಿನ್ನಾ, ಆಗಾಖಾನ, ಮೊಹಮ್ಮದ ಜಫ್ರುಲ್ಲಾಖಾನ ಮತ್ತು ಮೊಹಮ್ಮದ ಅಲಿಯವರು, ಜೊತೆಗೆ ಹಿಂದು ಮಹಾಸಭಾ ಮುಖಂಡರು ಮತ್ತು ಕೆಲವು ಲಿಬರಲ್ ಪಕ್ಷದವರು ಭಾಗವಹಿಸಿದರು. ಬ್ರಿಟಿಶ ಇಂಡಿಯಾದ ಜನಪ್ರಿಯ ಪ್ರತಿನಿಧಿತ್ವವನ್ನು ಸಮತೋಲಿಸುವ ತಾಂತ್ರಿಕತೆಯೆಂದು ಬ್ರಿಟಿಶರು ಅನೇಕ ಭಾರತೀಯ ರಾಜರುಗಳನ್ನು ತಮ್ಮ ಪ್ರತಿನಿಧಿಗಳನ್ನಾಗಿ ತುಂಬಿದ್ದರು. ಎಲ್ಲಕ್ಕೂ ವಿಸ್ತಾರವಾದ ರಾಜ್ಯ ಜಮ್ಮು ಕಾಶ್ಮೀರದ್ದೇ ಇದ್ದುದಾಗಿ ಅದಕ್ಕೆ ಪ್ರಾಧಾನ್ಯ ಕೊಡಲಾಗಿತ್ತು. ರಾಜಕುಮಾರರ ಸದನದ ಚೇರಮನ್ ಆಗಿ ಹರಿಸಿಂಹನು ಬ್ರಿಟಿಶರ ಶ್ವಾಸವನ್ನೇ ಹಿಸುಕಿದನು. ತನ್ನ ವ್ಯಾಖ್ಯಾನದಲ್ಲಿ ಅವನಂದುದು, "ಭಾರತೀಯ ರಾಜರು ಬ್ರಿಟಿಶ ಸಂಬಂಧವನ್ನು ಅಮೂಲ್ಯವೆಂದೆಣಿಸುತ್ತಿದ್ದರೂ ಅವರು ತಮ್ಮ ಮಾತೃಭೂಮಿಯ ಜಗತ್ತಿನ ಇತರ ರಾಷ್ಟ್ರಗಳ ಜೊತೆಗೆ ಸ್ಥಾನ ಪಡೆಯುವ ಆಕಾಂಕ್ಷೆಗಳನ್ನು ಅನುಮೋದಿಸುತ್ತಾರೆ. ಭಾರತೀಯರೆಂದಾಗಿ ಅಲ್ಲಿಯೇ ಹುಟ್ಟಿ ಬೆಳೆದವರಾಗಿ

ರಾಜಮನೆತನದವರು ಬ್ರಿಟಿಶ ರಾಜ್ಯಗಳ ಒಕ್ಕೂಟದಲ್ಲಿ ಇತರ ಸ್ವತಂತ್ರ ರಾಜ್ಯಗಳಂತೆ ಸಮಾನತೆ ಮತ್ತು ಗೌರವಗಳಿಂದ ಅಧಿಕಾರಸ್ಥರಾಗುವದನ್ನು ತಮ್ಮ ಜನತೆಯೊಂದಿಗೆ ಭದ್ರವಾಗಿ ಅನುಮೋದಿಸುತ್ತಾರೆ". ಸ್ವಾತಂತ್ರ್ಯಕ್ಕಾಗಿ ಇಂಥ 'ರಾಜದ್ರೋಹಿ' ಬೇಡಿಕೆಗೆ ಈ ನಿರ್ದಾಕ್ಷಿಣ್ಯ ಸಹಕಾರ ಬ್ರಿಟಿಶ ಸರಕಾರಕ್ಕೆ ದೊಡ್ಡ ಹಿನ್ನಡೆಯಾಯಿತು. ಯಾರೂ ಆ ಕಾಲದಲ್ಲಿ ಹೀಗೆ ಉಚ್ಚರಿಸುವ ಧೈರ್ಯ ಮಾಡಿರಲಿಲ್ಲ. ಅಲ್ಲದೆ ಅಧಿವೇಶನಕ್ಕೆ ಇದೊಂದು ಬೇಡಿಕೆಯ ಚರ್ಚೆಗೆ ಮಾರ್ಗದರ್ಶಕವಾಯಿತು.

ಈಗ ಹರಿಸಿಂಹನು ಬ್ರಿಟಿಶ ಕಂಗಳಲ್ಲಿ ಅಂಕಿತಗೊಂಡ. ಜನತೆಯ ದಾರುಣ ಸ್ಥಿತಿಯು ಅವರ ಸಂಚುಗಳಿಗೆ ಆಹಾರವಾಯಿತು. History of Kashmir ಎಂಬ ಚಿರಸ್ಥಾಯಿ ಪುಸ್ತಕದ ಬರಹಗಾರ ಪಿ. ಎನ್. ಕೌಲ ಬಮ್‌ಝಾಯಿ ಹೇಳುವಂತೆ, 'ಅಭಿಮಾನಿ ಮಹಾರಾಜ ತನ್ನ ಕಾಲ್ಕೆಳಗೆಯೇ ಬೆಳೆಯುತ್ತಿದ್ದ ಶಕ್ತಿಗಳನ್ನರಿಯದೆ ಅಗ್ಗವಾದ ವಿಲಾಸಗಳಲ್ಲಿಳಿದು ತನ್ನ ಬಹುವಾದ ಸಮಯವನ್ನು ರಾಜ್ಯದ ಹೊರಗೆಯೇ ಕಳೆದ. ಅವನ ಪ್ರಜೆಯ ಶಾಂತ ಮತ್ತು ನಮ್ರ ನಡುವಳಿಕೆ ಅವನನ್ನು ತಪ್ಪು ಸುರಕ್ಷೆಯ ಅರಿವಿನಲ್ಲಿ ಮುಳುಗಿಸಿತು. ಆದರೆ ಎಲ್ಲವೂ ಶಾಂತವಿರಲಿಲ್ಲ."

ಆಶ್ಚರ್ಯವಲ್ಲವೆಂಬಂತೆ ಬ್ರಿಟಿಶರು ಜನತೆಯ ಅಸಮಾಧಾನದ ಚಳುವಳಿಯಲ್ಲಿ ಒಂದು ಸೌಶೀಲ್ಯವನ್ನು ಕಂಡುಕೊಂಡಾಗಿ ಶೇಖ ಅಬ್ದುಲ್ಲಾನನ್ನು ರಾಜಮನೆತನದ ವಿರುದ್ಧ ಪೋಷಿಸತೊಡಗಿದರು. ಹರಿಸಿಂಹನು ಅವಿಶ್ವಸನೀಯನೆಂದು ಬ್ರಿಟಿಶರು ಅಚ್ಚೊತ್ತಿದ್ದರಷ್ಟೇ? ಇನ್ನೊಂದೆಡೆ ಮಹಾಹೂಟದ (The great game) ತಾಂತ್ರಿಕ ಯೋಜಕರಲ್ಲಿ (strategic planners) ಗಂಡಾಂತರದ ಗಂಟೆಗಳು ಟಿಂಟಿಣಿಸತೊಡಗಿದವು. ಮಧ್ಯ ಏಶಿಯಾದಲ್ಲಿಯ ಆಗುಹೋಗುಗಳ ಆತಂಕಗಳ ವೀಕ್ಷಣೆಗಾಗಿ, ಹಾಗೂ ಅವಶ್ಯವಾದಲ್ಲಿ ಅಲ್ಲಿಂದ ಅಭಿಯಾನ ಪ್ರಾರಂಭಿಸಲೂ ಎಂಬಂತೆ ಗಿಲ್ಗಿಟ್ ಈಗ ಪುನಃ ಮುಂಚೂಣೀಗೆ ಬಂತು. ೧೮೬೯ರಲ್ಲಿ ಝಾರಿಸ್ಟ ರಶಿಯದ ಚಾಲನೆಗಳ ಮೇಲೆ ನಿಗಾ ಇಡಲು ಮತ್ತು ಮಾಹಿತಿ ಪಡೆಯಲು ಬ್ರಿಟಿಶರು ಗಿಲ್ಗಿಟ್ಟಿನಲ್ಲಿ ಒಬ್ಬ ಅಧಿಕಾರಿಯನ್ನಿಟ್ಟಿದ್ದರಷ್ಟೇ? ವರ್ಷಾನಂತರ ಪೂರ್ತಿ ಬೆಳೆದ ಗೊಲ್ಗಿಟ್ ಏಜೆನ್ಸಿಯನ್ನೇ ಸ್ಥಾಪಿಸಲಾಗಿ ಅದು ಯಾಸಿನ್, ಪೊನಿಯಾಲ, ಕುಹ್ ಘೀಜರ್, ಇಶ್ಕಮನ್ ಮತ್ತು ಚಿಲಾಸ್ ಪ್ರದೇಶಗಳನ್ನೊಳಗೊಂಡಿತು. ಆದರೂ ಆಡಳಿತ ಮಾತ್ರ ಮಹಾರಾಜನ ಸರಕಾರದ ಕೈಯಲ್ಲೇ ಉಳಿಯಿತು. ಅಲ್ಲಿಯ ಸೈನಿಕ ಠಾಣೆಗಳೆಲ್ಲ ಡೋಗ್ರಾ ಸಿಪಾಹಿಗಳವು ಮತ್ತು ಕಾಶ್ಮೀರಿ ಅಧಿಕಾರಿಗಳವು. ಇವರೆಲ್ಲ ಜಮ್ಮು ಕಾಶ್ಮೀರ ಪ್ರದೇಶದವರು. ಬೊಲ್ಶೆವಿಕ್ ರಾಜ್ಯವು ರಶಿಯದ ಝಾರನನ್ನು ಕಿತ್ತೊಗೆದ ನಂತರವಂತೂ ಉತ್ತರದಿಂದ ಕಾಶ್ಮೀರದ ಮೇಲೆ ಹಲ್ಲೆಯ ಭೀತಿ ಇನ್ನೂ ವರ್ಧಿಸಿತು. ಈ ಪ್ರದೇಶವನ್ನು ತಮಗೆ ಹಸ್ತಾಂತರಿಸಲು ಬ್ರಿಟಿಶರು ಹರಿಸಿಂಹನ ಮೇಲೆ ಒತ್ತಡ ಹಾಕಿದರು. ಹರಿಸಿಂಹನು ಇದಕ್ಕೆ ವಿರುದ್ಧವಿದ್ದನಾದರೂ ಒತ್ತಡವನ್ನು ತಡೆಯುವ ಶಕ್ತಿ ಅವನದು ಸೀಮಿತವಿತ್ತು. ಬೆಕ್ಕು-ಇಲಿಯಾಟ ಮುಂದುವರೆಯುತ್ತ ಕೊನೆಗೆ ೧೯೩೫ರಲ್ಲಿ ಗಿಲ್ಗಿಟ್ ಒಪ್ಪಂದ ಜಾರಿಗೆ

ಬಂದು, ವೈಸರಾಯ್ ಲಾರ್ಡ ವಿಲಿಂಗ್ಡನ್‌ನಿಂದ ಸ್ಥಿರೀಕರಿಸಲಾಯಿತು. ಈ ಪ್ರದೇಶವು ಬ್ರಿಟಿಶರಿಗೆ ಕೊಟ್ಟಾಗಿಯೂ ಕೂಡ ಒಪ್ಪಂದದ ಪ್ರಕಾರ (ಇದು ಹರಿಸಿಂಹನ ಜಿಗುಟುತನದಿಂದಾಗಿ) ಅದು ಮಹಾರಾಜನ ರಾಜ್ಯದ ಗಡಿಯಲ್ಲೇ ಇದ್ದುಕೊಂಡು, ಅದರ ಸಾರ್ವಭೌಮತ್ವ ಮಹಾರಾಜನದೆಂದೇ ಉಳಿಯಿತು. ಕಾನೂನುಯುಕ್ತ ಪತ್ರ ಹೇಳಿದ್ದೆಂದರೆ ಮಹಾರಾಜನಿಗೆ ವಾಡಿಕೆಯ ಸೆಲ್ಯೂಟ ಮತ್ತು ಗೌರವಗಳು ಜಾರಿಯಿದ್ದು ಪ್ರಾದೇಶಿಕ ಆಡಳಿತ ಮುಖ್ಯಾಲಯದ ಮೇಲೆ ರಾಜ್ಯದ ಧ್ವಜ ಹಾರಾಡುವದು ಎಂದು, ಬ್ರಿಟಿಶ ಸೈನಿಕರು ಇಲ್ಲಿ ಇರುವಂತಿಲ್ಲ, ಅವರು ಆಪತ್ಕಾಲದಲ್ಲಷ್ಟೇ ಕಳಿಸಲ್ಪಡಬಹುದು ಎಂದು.

ಶೇರ–ಎ–ಕಾಶ್ಮೀರ

ಪಾಶ್ಚಾತ್ಯರ ದೃಷ್ಟಿಕೋನದಿಂದ ನೋಡಿದ ಭಾರತ–ಪಾಕಿಸ್ತಾನ ವಿಭಜನೆಯು ಒಂದು ಮೇರು ಚಾತುರ್ಯದ ಕೆಲಸವಾದರೆ ಭಾರತೀಯ ನಾಯಕತ್ವದ ಮೇರು ಅವಿವೇಕ ಎನ್ನಲೇಬೇಕು. ಭಾರತದ ಗಡಿಯನ್ನು ಎಷ್ಟು ಸಾಧ್ಯವೋ ಅಷ್ಟು ದೂರ ಇರಿಸುವದರ ಬದಲು ಭಾರತೀಯ ನಾಯಕತ್ವ ತಮ್ಮನ್ನೇ ಚಿಕ್ಕ ಸಂದೂಕದಲ್ಲಿಟ್ಟುಕೊಂಡಿತು. ಒಳನಾಡೇ ಈಗ ಗಡಿಯಾಯಿತು. ಪಾಕಿಸ್ತಾನವು ಬಾಹ್ಯ ನೆರವಿಲ್ಲದೆ ತನ್ನ ಪಶ್ಚಿಮ ಗಡಿಯನ್ನು ರಕ್ಷಿಸಲು ಅಸಮರ್ಥವಾಗುವಂತಿದ್ದು ಪೂರ್ವದ ಗಡಿಯಲ್ಲಿ ಭಾರತದ ಜೊತೆಗೆ ವೈಷಮ್ಯಕ್ಕೂ ಇಳಿದಿತ್ತು. ಇದು ಬ್ರಿಟಿಶರಿಗೆ ಮೇರು ಸುಸಂಧಿಯಾಗಿ ಪಾಕಿಸ್ತಾನದಲ್ಲಿ ತಮ್ಮ ಮಿಲಿಟರಿ ಶಕ್ತಿಯನ್ನಿರಿಸಿಕೊಂಡು ಪಶ್ಚಿಮ ಮಧ್ಯ ಏಶಿಯಾದಲ್ಲಿಯ ತೈಲಸಂಗ್ರಹವನ್ನು ರಶಿಯಾಕ್ಕೆ ನಿರಾಕರಿಸುವ ಯೋಜನೆ ಅವರದು ಸುಸಾಧ್ಯವಾಯಿತು. ಅವರ ಯೋಜನೆಯಲ್ಲಿ ಒಮ್ಮೆ ಭಾರತ ಪಾಕಿಸ್ತಾನಗಳು ವಿಭಜಿಸು ಮತ್ತು ಆಳು (Divide and rule) ಎಂಬ ಬಲಿಕೊಟ್ಟು ಚಲಿಸುವ ಹೆಜ್ಜೆಗೆ ಅಣಿಯಾದಂತೆ ಪಾಕಿಸ್ತಾನದ ಅಸ್ತಿತ್ವವನ್ನು ಕಾಯ್ದುಕೊಳ್ಳುವದು ಅನಿವಾರ್ಯವಾಗಿತ್ತು. ಆದರೂ ನೆಹರೂರನ್ನುಳಿದು ಇನ್ನೊಬ್ಬ ವ್ಯಕ್ತಿ ಈ ಚಾಲಾಕಿ ಯೋಜನೆಯನ್ನು ಕೆಡಿಸುವ ಹಂತದ ತುದಿಗೇ ಬಂದಿದ್ದ – ಶೇಖ ಮೊಹಮ್ಮದ ಅಬ್ದುಲ್ಲಾ.

ಕಾಶ್ಮೀರದ ಇಷ್ಟು ದೂರವಿದ್ದ ಸ್ಥಿತಿಯೇ ಅದರ ರಾಜತಾಂತ್ರಿಕ (Strategic) ಪ್ರಾಮುಖ್ಯವನ್ನು ಬಿಚ್ಚಿಟ್ಟಿತ್ತು. ಹೆಸರಾಂತ ಸಾರ್ಥದ ರಹದಾರಿಯಾದ ರೇಶ್ಮೆ ರಸ್ತೆಯು ಇದರ ಉತ್ತರಕ್ಕಿತ್ತು. ಮಧ್ಯ ಏಶಿಯಾವನ್ನು ಟಿಬೆಟ ಮಾರ್ಗವಾಗಿ ಚೀನಕ್ಕೆ ಜೋಡಿಸುವ ಈ ಮಾರ್ಗವು ಅನೇಕ ಕಾರವಾನಗಳಿಂದ ಮತ್ತು ದಿಗ್ವಿಜಯಾರ್ಥಿ ಸೇನೆಗಳಿಂದ ಉಪಯೋಗಿಸಲ್ಪಟ್ಟು ಕೆಲವು ಕಾಶ್ಮೀರವನ್ನೂ ಕಂಡಿದ್ದವು. ೧೯೪೭ರ ವಿಭಜನೆಯ ಮೊದಲು ಜಮ್ಮು ಕಾಶ್ಮೀರವು ಭಾರತದ ೫೬೨ ರಾಜಮನೆತನಗಳಲ್ಲಿ ಎಲ್ಲಕ್ಕೂ ದೊಡ್ಡದೂ (೮೪೪೭೧ ಚದರ ಮೈಲು) ಮತ್ತೂ ಎಲ್ಲಕ್ಕೂ ದೊಡ್ಡ ಜನಸಂಖ್ಯೆಯದೂ ಆಗಿತ್ತು. ಅನೇಕ ರಾಜಮನೆತನಗಳಂತೆ ಜಮ್ಮು ಕಾಶ್ಮೀರವೂ ಆಂತರಿಕ ಆಡಳಿತದಲ್ಲಿ

ಸರ್ವಾಧಿಕಾರದ್ದಿದ್ದು ಕೃಷಿಪ್ರಧಾನ ಆರ್ಥಿಕತೆಯಾಧಾರಿತವಾಗಿ ಕೇಂದ್ರೀಕೃತ ದೊಡ್ಡ ಭೂಸ್ವಾಮಿತ್ವದ್ದಾಗಿತ್ತು. ಅದೊಂದು ಸಂವಿಧಾನದ ದರ್ಜೆ ಹೊಂದಿದ್ದು ಸಾರ್ವಭೌಮಾಧಿಕಾರದ ಸಿದ್ಧಾಂತಿಗಳಿಂದೊಡಗೂಡಿದ್ದಾದರೂ ಸುರಕ್ಷೆ, ವಿದೇಶ ನೀತಿ, ಸಂಪರ್ಕ ವ್ಯವಸ್ಥೆಗಳಲ್ಲಿ ಬ್ರಿಟಿಶ ಚಕ್ರಾಧಿಪತ್ಯವನ್ನು ಅನುಮೋದಿಸಿತ್ತು.

ಕಾಶ್ಮೀರವು ಆಗಸ್ಟ ೧೯೪೭ರಲ್ಲಿ ಪಾಕಿಸ್ತಾನದ ಸಮಸ್ಯೆಯೂ ಆಗಿರಲಿಲ್ಲ, ಹಿಂದುಸ್ತಾನದ್ದೂ ಅಲ್ಲ. ಘಟನೆಗಳು ತೆರೆದುಕೊಂಡಂತೆ ಕೆಲವೇ ತಿಂಗಳುಗಳಲ್ಲಿ ವ್ಯಾಜ್ಯಗ್ರಸ್ತರಾಗಿ ಯುದ್ಧಕ್ಕಿಳಿದು ಆ ಅಪ್ರತ್ಯಕ್ಷ ಯುದ್ಧವು ಇನ್ನೂ ನಡೆದಿದೆ. ವರ್ಷಗಳುದ್ದಕ್ಕೂ ನಾವು ನಮ್ಮದೇ ಐತಿಹಾಸಿಕ ಹೊರೆಯನ್ನು ಕಟ್ಟಿಕೊಂಡಿದ್ದು ಅದರ ಜೊತೆಗೆ ಅದರ ಕಹಿಯೂ ಕಾವಳಕ್ಕೆ ಎಡೆಯಾಗುತ್ತದೆ. ಇದೆಲ್ಲ ಏಕಾಯಿತು? ಭಾರತ ಮತ್ತು ಪಾಕಿಸ್ತಾನಿ ನಾಯಕರು ತಂತಮ್ಮ ಪ್ರಜಾಹಿತದಲ್ಲಿ ಅಯಶಸ್ವಿಯಾದರೇ? ಉಪಖಂಡದ ಹಣೆಬರಹವನ್ನು ಬರೆದವರ್ಯಾರು? ಉಪಖಂಡವು ಕಾಶ್ಮೀರದ ಪ್ರಪಾತದಲ್ಲಿ ಉರುಳಿದ್ದೇಕೆ? ಕತ್ತಲಿನಾಚೆ ಬೆಳಕು ಕಾಣಬೇಕಿದ್ದರೆ ಈ ಎಲ್ಲ ಪ್ರಶ್ನೆಗಳಿಗೆ ಉತ್ತರ ಹುಡುಕಬೇಕು. ಘಟನೆಗಳನ್ನು ನಾವು ದೊಡ್ಡ ಬೆಳಕಿನಲ್ಲಿ ಅಥವಾ ಪಾರ್ಶ್ವಪಟ್ಟದ ಮೇಲೆ ಕಾಣಲಿಲ್ಲವೇನೋ. ರಾಷ್ಟ್ರಗಳು ಮತ್ತು ಜನತೆ ಇತಿಹಾಸದಿಂದ ಪಾಠ ಕಲಿಯುತ್ತಾರೆ ಎಂಬ ಹೇಳಿಕೆ ನಿಜವಿರಬೇಕಾದರೆ ಐತಿಹಾಸಿಕ ವಾಸ್ತವಾಂಶಗಳು ನಿರ್ಲಿಪ್ತತೆಯಿಂದ –ಆತ್ಮಹನನಾತ್ಮಕ ನಿರ್ಲಿಪ್ತತೆಯಿಂದ – ದರ್ಜು ಮಾಡಿ ಎದುರಿಗಿಟ್ಟಾಗ ಮಾತ್ರ. ಕಾಶ್ಮೀರ ಸಮಸ್ಯೆಯ ಉತ್ಪತ್ತಿ ರಾಷ್ಟ್ರವಿಭಜನೆಯಿಂದ ಬೇರ್ಪಡಿಸಲಾಗದು. ಭಾರತೀಯ ವಿಭಜನೆ ಧರ್ಮದ ಮೇಲಾಗಿದ್ದು ಇದು ಹಿಂದುಸ್ತಾನದ ಪ್ರಾಂತಗಳಿಗೆ ಅನ್ವಯಿಸುತ್ತಿತ್ತೇ ವಿನಾ ರಾಜ್ಯಗಳಿಗಲ್ಲ. ಈ ರಾಜರು ತಮ್ಮ ರಾಜ್ಯಗಳ ಭವಿಷ್ಯವನ್ನು ನಿರ್ಣಯಿಸಬೇಕಾಗಿತ್ತು. ಕಾಂಗ್ರೆಸ್ಸು ಈ ರಾಜ್ಯಗಳು ಪ್ರಜಾತಾಂತ್ರಿಕವಾಗಿ ಭಾರತ ಅಥವಾ ಪಾಕಿಸ್ತಾನದಲ್ಲಿ ಲೀನವಾಗಬೇಕೆಂದರೆ ಪಾಕಿಸ್ತಾನವು ರಾಜರುಗಳೇ ನಿರ್ಧರಿಸಬೇಕು ಎಂದಿತು. ಬ್ರಿಟಿಶರು ಪಾಕಿಸ್ತಾನದ ನಿಲುವನ್ನು ಅನುಮೋದಿಸಿದರು. ಕಾರಣ ಬ್ರಿಟಿಶ ಹಿಂದುಸ್ತಾನದ ಪ್ರತಿಯೊಂದು ರಾಜ್ಯಗಳ ಸಂಬಂಧಗಳು ಆಯಾ ರಾಜರುಗಳೊಡನೆಯ ಒಪ್ಪಂದಗಳ ಮೇಲೆ ಆಧಾರಿತವಿದ್ದವೆಂದು, ಬ್ರಿಟಿಶರು ತನ್ನ ಸರ್ವಾಧಿಕಾರವನ್ನು ಕಳೆದುಕೊಂಡ ನಂತರ ರಾಜರು ತಮ್ಮ ಭವಿಷ್ಯವನ್ನು ರೇಖಿಸಲು ಬಾಧ್ಯಸ್ಥರು, ಪ್ರಜೆಗಳಲ್ಲ ಎಂದು. ಕಾಶ್ಮೀರವು ಅತಿ ಶ್ರೇಷ್ಠ ರಾಜ್ಯವಾಗಿರದಿದ್ದರೂ ಅದು ಎಲ್ಲಕ್ಕೂ ದೊಡ್ಡ ಮತ್ತು ಅತ್ಯಂತ ಪರ್ವತೀಯ ರಾಜ್ಯವಾಗಿದ್ದು ಅದು ಮುಸ್ಲಿಂ ಬಹುಸಂಖ್ಯಾತ ಹಾಗೂ ಹಿಂದೂ ರಾಜಾಳ್ವಿತ ರಾಜ್ಯವಾಗಿತ್ತು.

ವಿಭಾಜಿಸು ಮತ್ತು ಆಳು ಈ ಪಾಲಿಸಿಯನ್ನು ಬ್ರಿಟಿಶರು ತಪ್ಪದೆ ನಡೆಸಿದರು, ಅದಕ್ಕೆ ಸಂವಿಧಾನಿಕ ಒಮ್ಮತವನ್ನೂ ಕೊಟ್ಟರು. ಜಾತ್ಯಾಧಾರಿತ ವಿಭಜನೆಯ ರಾಜಕೀಯ ಪರಿಷ್ಕರಣೆಗಳು ಹಾಗೂ ಆರಕ್ಷಣೆಗಳು ಸರಕಾರದ ಪೋಷಣೆ ಪಡೆದವು. ಗುಲಾಬಸಿಂಹನೊಡನೆ ಅಮೃತಸರ ಒಪ್ಪಂದ ಮಾಡಿಕೊಂಡಾಗ ಮುಸ್ಲಿಂ ಬಹುಸಂಖ್ಯಾತ ರಾಜ್ಯದ ಮೇಲೆ ಹಿಂದು ರಾಜನೆಂಬುದನ್ನು ಮೆಚ್ಚುವಾಗ ಬ್ರಿಟಿಶರಿಗೆ ಯಾವ ವೈರುಧ್ಯವೂ

ಕಾಣಿಸಲಿಲ್ಲ. ಆದರೆ ಮೊದಲನೇ ದುಂಡುಮೇಜಿನ ಪರಿಷತ್ತಿನಲ್ಲಿ ಮಾಡಿದ ಹರಿಸಿಂಹನ ಭಾಷಣದಿಂದ ಖತಿಗೊಂಡ ಬ್ರಿಟಿಶರು ಈಗ ಧರ್ಮ ನಿಲುವನ್ನೆತ್ತಿ ಶೇಖ ಮೊಹಮ್ಮದ ಅಬ್ದುಲ್ಲಾನ ಮುಸ್ಲಿಂ ಕಾನ್ಫರನ್ಸನ್ನು ಎತ್ತಿಹಿಡಿದು 'ಜನತೆಯ ಧ್ವನಿ' ಎಂದರು.

ಇಲ್ಲೊಂದು ವಿರೋಧಾಭಾಸ : ಒಂದೆಡೆ ರಾಜ್ಯದ ರಾಜರು ನಡೆಸುತ್ತಿದ್ದ ಊಳಿಗಮಾನ್ಯ ಪದ್ಧತಿ, ಇನ್ನೊಂದೆಡೆ ವಸಾಹತುಶಾಹಿ. ಉಗಮ ಯಾವುದೇ ಇರಬಹುದಾದರೂ ೧೯೩೮ರ ವರೆಗೆ ಮುಸ್ಲಿಂ ಕಾನ್ಫರನ್ಸ ಮೂರನೆಯ ವಿದ್ಯಮಾನದತ್ತೂ ನಡೆಯಿತು, ಅದೇ ರಾಷ್ಟ್ರೀಯತೆ. ೨ನೇ ಮಾರ್ಚ ಪಾರ್ಟಿಯ ಆರನೇ ಅಧಿವೇಶನದಲ್ಲಿ ಅಬ್ದುಲ್ಲಾ ಹೇಳಿದ್ದು 'ನಮ್ಮ ರಾಜಕೀಯ ಸಮಸ್ಯೆಗಳನ್ನು ಚರ್ಚಿಸುವಾಗ ಮುಸ್ಲಿಂ ಮತ್ತು ಮುಸ್ಲೀಮೇತರ ಎಂಬುದನ್ನು ಬಿಟ್ಟು ಜಾತೀಯವಾದವನ್ನು ತ್ಯಜಿಸಬೇಕು. ಬೇಜವಾಬದಾರಿ ರಾಜ್ಯದ ಬೇಡಿಗಳಿಂದ ಸ್ವಾತಂತ್ರ್ಯ ಪಡೆಯಲು ನಮ್ಮಂತೆ ಪ್ರಯತ್ನಿಸುವ ಎಲ್ಲ ಹಿಂದು ಮತ್ತು ಸಿಖ್ಖರನ್ನು ನಾವು ಸ್ವಾಗತಿಸಬೇಕು'. ಒಂದು ವರ್ಷಾನಂತರ ಮುಸ್ಲಿಂ ಕಾನ್ಫರನ್ಸ್ ತನ್ನ ಹೆಸರನ್ನು ಬದಲಿಸಿ ನ್ಯಾಶನಲ್ ಕಾನ್ಫರನ್ಸ್ ಆಯಿತು. ತನ್ನ ದ್ವಾರವನ್ನು ಜಾತಿ, ಧರ್ಮ, ನಂಬಿಕೆಗಳನ್ನೆಣಿಸದೆ ಇತರ ಸದಸ್ಯರಿಗೆ ತೆರೆಯಿತು. ತಮ್ಮ ಭಿನ್ನತೆಗಳೇನೇ ಇದ್ದರೂ ಕಾಶ್ಮೀರದ ರಾಜರು ಮತ್ತು ಹೊರಹೊಮ್ಮುತ್ತಿದ್ದ ರಾಜಕೀಯ ಪಕ್ಷಗಳು ಬ್ರಿಟಿಶರಿಗೆ ಕಪಾಳಮೋಕ್ಷ ಮಾಡಿದಂತಾಯಿತು. ಮಧ್ಯ ಏಶಿಯಾದ ತೈಲಸಂಗ್ರಹದ ಆಸೆ ಬೆಳೆಯುತ್ತಿದ್ದಂತೆ ಕಾಶ್ಮೀರದಿಂದ ಉತ್ತರೀ ಪ್ರವೇಶ ಮಾರ್ಗಗಳ ಮೇಲೆ ಹಿಡಿತವನ್ನಿಟ್ಟುಕೊಳ್ಳುವ ಒಂದೇ ಮಾರ್ಗ ಬ್ರಿಟಿಶರಿಗುಳಿದದ್ದು– ದೇಶದ ವಿಭಜನೆ, ಮತ್ತು ದೇಶ ಬಿಟ್ಟು ಹೋಗಬೇಕಾದಾಗ ನಿದಾನ ಗಿಲ್ಗಿಟ್ಟಿನ ಪ್ರದೇಶದ ನಿಯಂತ್ರಣ–.

೧೯೮೧ರಲ್ಲಿ ಕರ್ನಲ್ ಜಾನ್ ವೇಕ್‌ಫೀಲ್ಡನು ನನ್ನನ್ನು ಶೇಖ ಅಬ್ದುಲ್ಲಾರನ್ನು ಕಾಣಲು ಕರೆದೊಯ್ದ. ಅಬ್ದುಲ್ಲಾ ಅವರು ನನ್ನ ಉಮಾಸಿಲಾದ ಅಭಿಯಾನದ ಬಗ್ಗೆ ಉತ್ಸುಕರಾಗಿದ್ದರು. ಮರುದಿನ ಅವರು ನನ್ನನ್ನು ಬ್ರೆಕ್‌ಫಾಸ್ಟಿಗಾಗಿ ಬೆಳಿಗ್ಗೆ ಶ್ರೀನಗರದ ನೀಡೊ ಹೊಟೇಲಿಗೆ ಆಮಂತ್ರಿಸಿದರು. ಟೈಗರ್ ಟಾಪ್ಸ್ ಕಂಪನಿಯ ಗಬರು ಯುವಕ ನಾನು ಚಕಿತನೂ ಆದೆ, ತುಸು ಹೆಚ್ಚೇ ಶ್ಲಾಘ್ಯನೂ ಆದೆ. ನಮ್ಮ ಕಂಪನಿಯ ಆಫೀಸು ಅವರ ವಾಸಸ್ಥಳದ ಹತ್ತಿರವಿದ್ದೂ ನಾನು 'ಕಾಶ್ಮೀರದ ಸಿಂಹ'ನನ್ನು ಎಂದೂ ಮಾತಾಡಿಸಿರಲಿಲ್ಲ. ಮರುದಿನ ಮುಂಜಾನೆ ನನ್ನನ್ನು ಅವರು ಇನ್ನೂ ಅಚ್ಚರಿಸಿದ್ದು ನನ್ನ ತಂದೆ ಲದಾಖಿನಲ್ಲಿ ಬ್ರಿಗೇಡಿನ ಮುಖ್ಯಸ್ಥತೆಯನ್ನು ಹೇಗೆ ಸವಿಯುತ್ತಿದ್ದಾರೆ ಎಂದು ಪ್ರಶ್ನಿಸಿದ್ದರಿಂದ. ಅವರು ನಂತರ ನನ್ನನ್ನು ಕೇಳಿದ್ದು ನನ್ನ ಕಿಶ್ತವಾಡ, ಅಥೊಲಿ, ಉಮಾಸಿಲಾ ಮತ್ತು ಝುನ್ಸಕರ ವಿಭಾಗದ ಚಾಲನೆಯ ದೀರ್ಘ ವಿವರವನ್ನು. ಅವರು ತೀಕ್ಷ್ಣ ಕುತೂಹಲದಿಂದ ನನ್ನನ್ನು ಕೇಳಿದರು, ನಡುನಡುವೆ ಪ್ರಶ್ನಿಸುತ್ತಲೂ ಕೂಡ. ನಾನು ನನ್ನ ಆಗಿನ ಕೂಲಿಗಳು ಪಾಕಿಸ್ತಾನಿ ಆಕ್ರಮಣಕಾರರನ್ನು ಅಥೊಲಿಯ ಹತ್ತಿರ ೧೯೪೮ರಲ್ಲಿ ಚರ್ಮಸುಲಿದ ವೃತ್ತಾಂತವನ್ನು ತಿಳಿಸಿದ್ದನ್ನು ಹೇಳಿದಾಗ ಅವರು ತಲೆ ಝಾಡಿಸಿ ಹೇಳಿದರು 'ಪಾಕಿಸ್ತಾನಿಗಳು ಪದಂ ಎಂದಿಗೂ ದಾಟಲಿಲ್ಲ ಎಂದು ಎಂದಿಗೂ

ನಂಬಿದ್ದೆ'. ನಂತರ ಇತಿಹಾಸದಲ್ಲಿಯ ನನ್ನ ಆಸ್ಥೆಗೆ ಸ್ಪಂದಿಸುತ್ತ ಭಾರತೀಯ ವಾಯುಸೇನೆಯ ಪ್ರಪ್ರಥಮವಾಗಿ ಸೈನಿಕರನ್ನು ಶ್ರೀನಗರಕ್ಕೆ ಕಳಿಸುವ ಮೊದಲು ದಿನಗಳ ಬಗ್ಗೆ ಮಾತಾಡತೊಡಗಿದರು. ಮಹಾರಾಜಾ ಹರಿಸಿಂಹನು ಭಾರತ ಮತ್ತು ಪಾಕಿಸ್ತಾನದ ಜೊತೆಗೆ 'ಸ್ತಬ್ಧತೆಯ ಒಪ್ಪಂದ'ದ ಸಲುವಾಗಿ ಪ್ರಯತ್ನಿಸುತ್ತಿದ್ದಂತೆ ಯಾವ ರಾಷ್ಟ್ರಕ್ಕೆ ಕೂಡಬೇಕೆಂಬ ಚಿಂತನೆಯನ್ನು ನಡೆಸಿದ್ದನು. 'ನಾನು ಹರಿಸಿಂಹನ ಪಾಲಿಸಿಗಳ ಬಗ್ಗೆ ಕಾಳಜಿ ಮಾಡುತ್ತಲೇ ಇರಲಿಲ್ಲ' ಅಂದರು ಅಬ್ದುಲ್ಲಾ. 'ನಾನು ಕಾಶ್ಮೀರದ ಮೇಲಿನ ಆಕ್ರಮಣದ ಕೆಲವೇ ದಿನ ಮೊದಲು ಜೇಲಿನಿಂದ ಬಿಡಲ್ಪಟ್ಟಿದ್ದೆ. 'ಸ್ತಬ್ಧತೆಯ ಒಪ್ಪಂದ' (Stand still agreement) ನಮ್ಮ ಯೋಜನೆಯಿತ್ತು. ನ್ಯಾಶನಲ್ ಕಾನ್ಫರನ್ಸಿನ ಮುಖಂಡನಾದ ನಾನು ಭಾರತ ಮತ್ತು ಪಾಕಿಸ್ತಾನಗಳಿಗೆ ತಾಳ್ಮೆ ವಹಿಸಲು ಕೇಳಿಕೊಂಡೆ. ಲಿಯಾಕತ್ ಸಾಬ (ಪಾಕಿಸ್ತಾನಿ ಪ್ರಧಾನಿ) ಮತ್ತು ಕಾಯದ್ ಸಾಬ (ಜಿನ್ನಾ) ಅವರು ಜನತೆಗೆ ತಮ್ಮ ಭವಿಷ್ಯವನ್ನು ನಿರ್ಧರಿಸುವ ಆಸ್ಪದವನ್ನೀಯುವ ಮನಸ್ಸಿನವರಿರಲಿಲ್ಲ. ಅವರು ಕಾಶ್ಮೀರದ ರಸ್ತೆಗಳನ್ನು ಬಂದ ಮಾಡಿ ದಿಗ್ಬಂಧನ ಹೇರಿದರು. ನಾವು ಅಡಿಗೆ ಎಣ್ಣೆ, ಆಹಾರ, ಪೆಟ್ರೋಲ್ ಇಲ್ಲದವರಾದೆವು. ಆಗಿನ ದಿನಗಳಲ್ಲಿ ಮುಖ್ಯ ಮಾರ್ಗ ಕಾಶ್ಮೀರ ಕಣಿವೆಗೆ ಪಾಕಿಸ್ತಾನದಿಂದ ಮರ್ರಿ ಮತ್ತು ಉರೀ ಮಾರ್ಗವಾಗಿ ಇತ್ತು. ನ್ಯಾಶನಲ್ ಕಾನ್ಫರನ್ಸನವರು ಗುಲಾಂ ಮೊಹಮ್ಮದ ಸಾದಿಕ್ ಅವರನ್ನು ಲಾಹೋರಿಗೆ ನಮ್ಮ ನಿಲುವನ್ನು ತಿಳಿಸಲು ಕಳಿಸಿದ್ದೆವು. ಆದರೆ ಆಕ್ರಮಣದ ಯೋಜನೆಗಳು ಆಗಲೇ ಸಿದ್ಧವಾಗಿದ್ದವು.

ಆ ಕಾಲಸಂಧಿಯಲ್ಲಿ ಕಾಶ್ಮೀರದ ಬಗ್ಗೆ ಸಂಬದ್ಧವಾದ ಸರಿಯಾದ ಪ್ರಶ್ನೆಗಳನ್ನು ಕೇಳಲು ನನ್ನ ಕಾಶ್ಮೀರದ ಜ್ಞಾನವು ಅಪಕ್ವವೇ, ಅಪೂರ್ಣವೇ ಇತ್ತು. ನಾನು ಅನುಮಾನಾಸ್ಪದವಾಗಿಯೇ ಪ್ರಶ್ನಿಸಿದೆ. ಕಾಶ್ಮೀರವು ಪಾಕಿಸ್ತಾನಕ್ಕೆಯೇ ಕೂಡಿಕೊಳ್ಳುವ ಸಾಮಾನ್ಯ ಸಾಧ್ಯತೆಯೇ ಇದ್ದರೆ ಆಕ್ರಮಣವೇಕೆ ಎಂದು. ಶೇಖ ಅಬ್ದುಲ್ಲಾ ಅವರ ಚರ್ಯೆಯೇ ಬದಲಾದಂತೆ ಕಂಡಿತು. ನನ್ನಾಚೆ ಜನತೆಯೊಡನೇ ಮಾತಾಡುತ್ತಿದ್ದಂತೆ ಕಂಡರು, ಅದೆಷ್ಟು ಆಕರ್ಷಕ ವಾಕ್ಪಟುವಾಗಿದ್ದರೆಂಬ ಕಲ್ಪನೆ ನನಗೆ ಬರದಿರದೇ? 'ಅಹಂಕಾರ! ಜಿನ್ನಾ ಸಾಹೇಬ ಅವಸರದಲ್ಲಿದ್ದರು. ಹರಿಸಿಂಹ ನಿಶ್ಶಕ್ತ, ಅವನ ಮುಖ್ಯ ಕಾಳಜಿಯೆಂದರೆ ತನ್ನ ತೊಗಲುಳಿಕೆ ಮತ್ತು ತನಗೆ ಮತ್ತು ತನ್ನ ಪರಿವಾರಕ್ಕೆ ಎಲ್ಲಿ ಹೆಚ್ಚು ಲಾಭ ದೊರೆಯುತ್ತದೋ ಎಂದು. ರಾಜ್ಯದ ಸೈನ್ಯ ಮತ್ತು ಇಂಡಿಯನ್ ಆರ್ಮಿಗಿಂತಲೂ ಹೆಚ್ಚಾಗಿ ಶ್ರೀನಗರವನ್ನು ಭದ್ರವಾಗಿಟ್ಟುಕೊಂಡವರು ನ್ಯಾಶನಲ್ ಕಾನ್ಫರನ್ಸನವರು. ಹರಿಸಿಂಹನು ಕಣಿವೆಯನ್ನು ತ್ಯಜಿಸಿದ್ದ. ಬಾರಾಮುಲ್ಲಾ ಕೈಬಿಟ್ಟಿತ್ತು. ನಾವು ನ್ಯಾಶನಲ್ ಮಿಲಿಶಿಯಾ ಸಹ ಸಂಘಟಿಸಿದೆವು. ಆಕ್ರಮಣಕಾರರನ್ನು ವಿರೋಧಿಸಲು.' ಅವರು ಮುಂದುವರಿದರು. 'ಅದೊಂದು ಉದ್ದೇಶಪೂರ್ವಕವಾಗಿ ಯೋಜಿಸಿದ ಮಿಲಿಟರಿ ಅಭಿಯಾನ. ಸರಕಾರಿ ಉಪೇಕ್ಷಿತ ಸಮ್ಮತಿ ಇರದೆ ಇಷ್ಟು ದೊಡ್ಡ ಬಲವನ್ನು ಹೇಗೆ ಸಿದ್ಧಪಡಿಸಬಹುದಿತ್ತು? ಪಾಕಿಸ್ತಾನಿ ಸೈನ್ಯವು ಇದರ ಹಿಂದಿದೆ ಎಂಬುದು ಆಗ ಎಲ್ಲರಿಗೂ

ಗೊತ್ತಿತ್ತು. ಆದರೆ ಕಾಶ್ಮೀರ ಎಂಬ ಸೇಬುಹಣ್ಣನ್ನು ಕಿತ್ತಲಾಗಬೇಕಿತ್ತಲ್ಲ?' ಶೇಖ ಅಬ್ದುಲ್ಲಾ ತಮ್ಮ ನಾಶ್ತಾ ಮುಗಿಸಿ ಎದ್ದು ಹೊರಡಲನುವಾದರು. ನನ್ನ ಕೊನೆಯ ಪ್ರಶ್ನೆ ಕೇಳುವದು ತಡೆಯಲಾಗಲಿಲ್ಲ. ನಾನು ಕೇಳಿದ್ದು ಆಕ್ರಮಣಕಾರರು ಬರದಿದ್ದರೆ ಕಾಶ್ಮೀರವು ಕೊನೆಗೂ ಪಾಕಿಸ್ತಾನಕ್ಕೆ ಸೇರಬಹುದಿತ್ತೇ ಎಂದು. ಇಷ್ಟು ವರ್ಷಗಳ ನಂತರವೂ ನನ್ನ ಪ್ರಶ್ನೆ ಅವರ ಅಂತರ್ಯವನ್ನು ಕೆದಕಿತು: 'ಜಿನ್ನಾ ಸಾಹೇಬ ಮತ್ತು ನ್ಯಾಶನಲ್ ಕಾನ್ಫರನ್ಸ ಎಂದಿಗೂ ಕಣ್ಣಲ್ಲಿ ಕಣ್ಣಿಟ್ಟು ನೋಡಲಿಲ್ಲ. ಸುರುವಾತಿನಿಂದಲೇ ನಾನು ನಮ್ಮ ನಿಲುವನ್ನು ಈ ವಿಷಯದ ಮೇಲೆ ಸ್ಪಷ್ಟಪಡಿಸಿದ್ದೆ. ೧೯೪೪ರಲ್ಲಿ ಅವರು ನಮ್ಮ ಅತಿಥಿಗಳಾಗಿದ್ದಾಗ ನಾವು ಅವರನ್ನು ಅತಿಥಿಗಳಂತೆಯೇ ಸತ್ಕರಿಸಿದೆವು. ಆದರೆ ನಾವು ಒತ್ತಿ ಹೇಳಿದ್ದು ನಮ್ಮಲ್ಲಿ ನಿಮ್ಮೊಡನೆ ಸೈದ್ಧಾಂತಿಕ ವ್ಯತ್ಯಾಸಗಳಿವೆ, ಮುಸ್ಲಿಂ ರಾಷ್ಟ್ರವೆಂಬ ಪರಿಕಲ್ಪನೆ ನಮಗೆ ಹಿಡಿಸಲಾರದು ಎಂದು. ಜಿನ್ನಾ ಸಾಹೇಬರು ಮುಸ್ಲಿಂ ಉಗ್ರವಾದಿ ಅಭಿಪ್ರಾಯವನ್ನೇ ಪ್ರಸಾರಿಸುವ ಹೊರೆ ಹೊತ್ತರು. ಅವರ ಪಾಕಿಸ್ತಾನಕ್ಕೆ ಅವರ ಸ್ವಾಗತ, ಆದರೆ ಆ ಪಾಕಿಸ್ತಾನವು ಕಾಶ್ಮೀರ ಇಲ್ಲದಾದ ಪಾಕಿಸ್ತಾನ.' ನಾನು ಅವರನ್ನು ಪುನಃ ಕಾಣಲಿಲ್ಲ. ನಂತರ ಬೇಗನೇ ಅವರು ತೀರಿಕೊಂಡರು.

ಮೂರನೆಯ ದುಂಡುಮೇಜು ಪರಿಷತ್ತು ೧೯೩೨ರಲ್ಲಿ ಮೊದಲ ಸಲ ಚೌಧರಿ ರಹಮತ ಅಲಿಯವರು ಪಾಕಿಸ್ತಾನದ ಪರಿಕಲ್ಪನೆಯನ್ನು ಪ್ರಸ್ತಾಪಿಸಿದರು – P ಅಂದರೆ ಪಂಜಾಬ, A ಅಂದರೆ ಅಫಗಾನಿಸ್ತಾನ, (KI) ಅಂದರೆ ಕಾಶ್ಮೀರ, (S) ಅಂದರೆ ಸಿಂಧ, ಮತ್ತು (STAN) ಅಂದರೆ ಬಲೋಚಿಸ್ತಾನ. ಬಹುತೇಕ ಮುಸ್ಲಿಂ ಮುಂದಾಳುಗಳು, ಜಿನ್ನಾ ಹಿಡಿದು, ಈ ಪರಿಷತ್ತಿನಲ್ಲಿ ಭಾಗವಹಿಸಿದ್ದಿಲ್ಲ. ಹಾಗಿದ್ದರೂ ೧೯೪೪ರಲ್ಲಿ ವೇಳೆ ಬದಲಾಗುತ್ತಿತ್ತು – ತ್ವರಿತವಾಗಿ. ಗೊಂದಲಮಯ ದಿನಾಂಕ ೧೪/೧೫ ಆಗಸ್ಟ ಸಮೀಪಿಸಿದಂತೆ ನ್ಯಾಶನಲ್ ಕಾನ್ಫರನ್ಸ್ ಹೇಗೋ ಅನುದ್ದಿಷ್ಟವಾಗಿಯೇ ಭಾರತೀಯ ಉಪಖಂಡದ ರಾಜಕೀಯದಲ್ಲಿ ಮುಖ್ಯ ಆಟಗಾರವೆಂದು ಹೊಮ್ಮಿತು. ಶೇಖ ಅಬ್ದುಲ್ಲಾ ಮತ್ತು ಜವಾಹರಲಾಲ ನೆಹರು (ಸ್ವತಃ ಕಾಶ್ಮೀರಿ, ಕಾಶ್ಮೀರದಲ್ಲಿ ನೆಲೆಸದಿದ್ದರೂ ಕೂಡ) ತಮ್ಮ ೧೯೩೮ರ ಪ್ರಥಮ ಮೀಟಿಂಗನಲ್ಲೇ ಒಳ್ಳೇ ಸಮೀಪಸ್ಥರಾಗಿದ್ದರು. ಅಬ್ದುಲ್ಲಾ ಅವರು ಪುನಃ ಲಾಹೋರನಲ್ಲಿ ನೆಹರೂರನ್ನು ಅಲ್ಲದೆ ಖಾನ ಅಬ್ದುಲ್ ಗಫಾರಖಾನ ಅವರನ್ನೂ ಸಹ (ಇವರು ಫ್ರಾಂಟಿಯರ್ ಗಾಂಧಿ ಎನಿಸಿಕೊಂಡಿದ್ದರು) ಭೇಟಿಯಾಗಿದ್ದರು. ಮುಸ್ಲಿಂ ಕಾನ್ಫರನ್ಸ ಎಂದು ಹುಟ್ಟಿಯೂ ಮುಂದಿನ ವರ್ಷಗಳಲ್ಲಿ ಅದರ ವಿಕಸಿತಗೊಳ್ಳತೊಡಗಿದ ಮೌಲ್ಯಸಂಚಯ (Ethos) ಮತ್ತು ಮುಸ್ಲಿಂ ಲೀಗಿನೊಡನೆಯ ನಿಲುವುಗಳು ಶೇಖ ಅಬ್ದುಲ್ಲಾ ಅವರ ಪಾರ್ಟಿಯು ನಿಜಕ್ಕೂ ಸೆಕ್ಯುಲರ್ ಎಂದು ಗಣಿಸಲ್ಪಟ್ಟಿತು. ಆಗ ನೆಹರು ಜಿನ್ನಾರನ್ನು ವಿರೋಧಿಸುವಲ್ಲಿ ದೇಶದಾದ್ಯಂತ ತೊಡಗಿ ತಾರ್ಕಿಕವಾಗಿ ದೇಶವಿಭಜನೆಯನ್ನು (ಎರಡು ದೇಶಗಳ ಕಲ್ಪನೆಯನ್ನು) ತಡೆಯಲು ಅವರ ಮನಸ್ಸನ್ನೊಲಿಸುವಲ್ಲಿ ನಿರತರಿದ್ದರು. ನೆಹರೂರ ಪ್ರಕಾರ ನ್ಯಾಶನಲ್ ಕಾನ್ಫರನ್ಸಿನ ಸೆಕ್ಯುಲರ್ ನಿಲುವನ್ನು ಇತರ ಭಾರತೀಯರು

ಅನುಸರಿಸಬೇಕೆಂಬ ಅವರ ಸಮೀಚೀನ ದೃಷ್ಟಿ ಎಡವಿತು. ನ್ಯಾಶನಲ್ ಕಾನ್ಫರನ್ಸ್ ಇದುವರೆಗೆ ಮುಸ್ಲಿಂ ಲೀಗ ಮತ್ತು ನ್ಯಾಶನಲ್ ಕಾಂಗ್ರೆಸ್ ಎರಡರಿಂದಲೂ ದೂರವುಳಿದಿದ್ದು ಕೊನೆಗೆ ಯಥಾವತ್ ಗಾಂಧಿಯ ಬ್ರಿಟಿಶ ಯುದ್ಧಶ್ರಮಕ್ಕೆ ಸಹಾಯವೀಯುವದರ ನಿರಾಕರಣೆಗೆ ತನ್ನ ಅನುಮತಿಯಿತ್ತಿತು. ಈ ಮುಖ್ಯ ನಿಶ್ಚಯವನ್ನು ಕಾಂಗ್ರೆಸ್ ತೆಗೆದುಕೊಂಡಿದ್ದನ್ನು ಮುಸ್ಲಿಂ ಲೀಗ ವಿರೋಧಿಸಿತು.

ಬ್ರಿಟಿಶರು ಭಾರತವನ್ನು ಬಿಟ್ಟು ತೆರಳುತ್ತಿದ್ದಂತೆ ೧೯೩೧ರ ದುಂಡು ಮೇಜಿನ ಪರಿಷತ್ತಿನಲ್ಲಿ ಬ್ರಿಟಿಶರ ಧೂಳು ಹಾರಿಸಿದ ಹರಿಸಿಂಹನ ಮಿನುಗು ಈಗ ಅಳಿಯತೊಡಗಿತ್ತು. ಉಪಖಂಡದ ಅದೃಷ್ಟವನ್ನು ನಿಶ್ಚಯಿಸಲು ೨೪ ಮಾರ್ಚ ೧೯೪೬ರಲ್ಲಿ ಬಂದ ಕ್ಯಾಬಿನೆಟ್ ಮಿಶನ್ ಈಗ ಬ್ರಿಟಿಶರು ನಿರ್ಗಮಿಸುತ್ತಿದ್ದಾರೆ ಎಂಬುದನ್ನು ಯಾರೂ ಶಂಕಿಸುವಂತಿರಲಿಲ್ಲ. ಎರಡನೇ ಸುತ್ತಿನ ಮಾತುಕತೆಯ ನಂತರ ಹೊರಡಿಸಿದ ಜ್ಞಾಪಕ ಪತ್ರದಲ್ಲಿ ರಾಜರುಗಳ ರಾಜ್ಯಗಳಿಗೆ ಏನಾಗಬಹುದೆಂಬುದರ ಬಗ್ಗೆ ತಿಳಿಸಲಾಗಿತ್ತು : "ಹಿಜ್ ಮ್ಯಾಜೆಸ್ಟಿಯ ಸರಕಾರವು ತನ್ನ ಸಾರ್ವಭೌಮತ್ವದ ಅಧಿಕಾರವನ್ನು ಉಪಯೋಗಿಸುವದನ್ನು ಕೊನೆಗೊಳಿಸುತ್ತದೆ". ಹರಿಸಿಂಹನಿಗೆ ಇದೊಂದು ಆಶಾಕಿರಣವಾಯ್ತು. ಬ್ರಿಟಿಶರ ರಾಜ್ಯ ಕುಂಠಿತವಾದಂತೆ ತಾನು ತನ್ನ ರಾಜ್ಯವನ್ನು ಉಳಿಸಿಕೊಳ್ಳಬಹುದು ಎಂಬ ಅವನ ಆಸೆ. ಗುಲಾಬಸಿಂಹನ ನೆನಪಾಗಲಾರದೇ? ಅವನಂತೆಯೇ ಇವನೂ ಕೂಡ ಇಚ್ಛಿಸಿದ್ದು. ಅಬ್ದುಲ್ಲಾ ಅವರಿಗೂ ನೆಹರೂರಿಗೂ ಇದು ಗ್ರಾಹ್ಯವಿದ್ದಿಲ್ಲ. ಶೇಖ ಅಬ್ದುಲ್ಲಾರಿಗೆ ಕಾಶ್ಮೀರಿ ಜನತೆಯ ಬೆಂಬಲ ಹಾಗೂ ಕಾಂಗ್ರೆಸ್ಸಿನ ಬೆಂಬಲವಿದ್ದು ಅವರು 'ಕಾಶ್ಮೀರ ಬಿಟ್ಟು ಹೋಗಿರಿ' (Quit Kashmir) ಚಳುವಳಿಯನ್ನು ಪ್ರಾರಂಭಿಸಿದರು. ಜೊತೆಹೆ ಗುಲಾಬಸಿಂಹನು ಕಾಶ್ಮೀರವನ್ನು 'ಕೊಂಡುಕೊಂಡ' ರೊಚ್ಚು ಈಗ ಹೊರಬಿದ್ದು ಡೋಗ್ರಾ ರಾಜರ ಆಳುವಿಕೆಯನ್ನೇ ನಿರಾಕರಿಸಲಾಯಿತು.

ಹರಿಸಿಂಹ Quit Kashmir ಚಳುವಳಿಯ ಮೇಲೆರಗಿ ಶೇಖ ಅಬ್ದುಲ್ಲಾರನ್ನು ಬಂಧಿಸಿದನು. ಅವನ ಪ್ರಧಾನಿ ರಾಮಚಂದ್ರ ಕಾಕ ಘೋಷಿಸಿದ್ದು ಬಂಧಿತರೆಲ್ಲ ರಾಜದ್ರೋಹಿಗಳೆಂದು ವಿಚಾರಣೆಗೊಳಗಾಗುವರೆಂದು. ಕಾಶ್ಮೀರ ಭುಗಿಲೆದ್ದಿತು. ನೆಹರು ಶೇಖ ಅಬ್ದುಲ್ಲಾರ ರಕ್ಷಣೆಗೆ ಕಟಿಬದ್ಧರಾಗಿ ಅವರ ಪರವಾಗಿ ತಾವು ವಕೀಲರಾದರು. ಹರಿಸಿಂಹನೊಡನೆ ನೇರ ವಿರೋಧದಲ್ಲೇ ನೆಹರೂ ಹೊಕ್ಕರು. ಅವರು ಹೇಳಿದ್ದು 'ಕಾಶ್ಮೀರವನ್ನು ತಿಳಿದುಕೊಂಡ ಎಲ್ಲರೂ ಶೇಖ ಅಬ್ದುಲ್ಲಾರನ್ನೂ ತಿಳಿದುಕೊಂಡಿದ್ದಾರೆ. ಅವರು ಶೇರ–ಎ–ಕಾಶ್ಮೀರ, ಕಾಶ್ಮೀರದ ಕಣಿವೆ ಕಣಿವೆಗಳಲ್ಲಿ ಪ್ರೀತಿಪಾತ್ರರಾದವರು. ಅವರ ವಿಚಾರಣೆಯ ಸಂದರ್ಭದಲ್ಲಿ ನಾವು ಕಾಶ್ಮೀರಿ ಜನತೆಯ ಜೊತೆಗೆ, ಅವರ ಮುಂದಾಳುಗಳ ಜೊತೆಗೆ ನಿಲ್ಲುತ್ತೇವೆ.' ಎಂ. ಜೆ. ಅಕಬರ ಅವರು ತಮ್ಮ ಪುಸ್ತಕ 'ಕಾಶ್ಮೀರ : ಬಿಹೈಂಡ ದ ವೇಲ್' ನಲ್ಲಿ ಸಾರವಾಗಿ ಹೇಳುತ್ತಾರೆ '೧೯೪೬ರಲ್ಲಿ ಜವಾಹರಲಾಲ ಕಾಶ್ಮೀರ ಜನತೆಯೊಡನೆ ನಿಂತರು, ೧೯೪೭ರಲ್ಲಿ ಜನತೆ ಜವಾಹರಲಾಲರ ಜೊತೆಗೆ ನಿಂತಿತು.'

೧೯೪೬ರ ಚಳಿಗಾಲದವರೆಗೆ ದೇಶ ವಿಭಜನೆ ಅನಿವಾರ್ಯವೆಂಬುದಕ್ಕೆ ನೆಹರು ಶರಣು ಬಂದಿದ್ದರು. ಸರದಾರ ಪಟೇಲ ಮತ್ತಿತರ ಮೇರು ನಾಯಕರೂ ಹಾಗೂ ಗಾಂಧಿ, ಜಿನ್ನಾ ಅವರೂ ಸಾಧಾರಣ ಇದೇ ತೀರ್ಮಾನಕ್ಕೆ ಬಂದಿದ್ದರು. ನೆಹರು ಮತ್ತು ಪಟೇಲರ ಮನೋಭಾವನೆಗಳಲ್ಲಿ ಒಂದು ಪ್ರಮುಖ ವ್ಯತ್ಯಾಸವಿತ್ತು. ನೆಹರೂ ಅವರು ಕಾಶ್ಮೀರವನ್ನು ಭಾಋತೀಯ ಮಡಿಲಲ್ಲಿ ತಂದಿರಿಸಲು ನಿಶ್ಚಿತರಿದ್ದರು, ಆದರೆ ಪಟೇಲರು ಕಾಶ್ಮೀರವು ಪಾಕಿಸ್ತಾನಕ್ಕೆ ಸೇರಬಹುದೆಂಬುದಕ್ಕೆ ಸೋತಂತಿದ್ದರು. ಎಂ. ಜೆ. ಅಕಬರ ಬರೆಯುತ್ತಾರೆ : 'ಕೋಮುವಾರು ಮತ್ತು ದೇಶೀಯ ತರ್ಕದಿಂದಾಗಿ ಪಟೇಲರು ರಾಜ್ಯ ಮಂತ್ರಾಲಯವನ್ನು (Ministry of States) ಧರಿಸಿದರು. ವಿ. ಪಿ. ಮೆನನ್ ಅವರ ಬಲಗೈಯಾದರು. ಒಟ್ಟು ಕಾರ್ಯ ಯೋಜನೆಯಲ್ಲಿ ಜಮ್ಮು ಕಾಶ್ಮೀರವು ಹೇಗೋ ಹಿಂದಕ್ಕುಳಿಯಿತು. ಭಾರತ ಸರಕಾರ ಕಾಶ್ಮೀರ ಭಾರತದಲ್ಲಿ ಲೀನವಾಗುವ ವಿಷಯದಲ್ಲಿ ತೋರಿಸದಿದ್ದ ಶೀಘ್ರತೆಯಿಂದಾಗಿ ಹರಿಸಿಂಹನು ಏನೂ ಮಾಡದೆ ಡೋಲಾಯಮಾನವಾಗಿ ಬೇಲಿಯ ಮೇಲೆ ಕುಳಿತ – ಅಲ್ಲಿಯೂ ಇಲ್ಲ, ಇಲ್ಲಿಯೂ ಇಲ್ಲ– !

ಎರಡು ರಾಷ್ಟ್ರಗಳು

ಬ್ರಿಟಿಶರ ದೃಷ್ಟಿಯಿಂದ ಲಾರ್ಡ ಮೌಂಟಬ್ಯಾಟನ್ನರ ಭಾರತದ ವೈಸರಾಯ್ ಆಗಿ ನೇಮಣೂಕ ದೊಡ್ಡ ಅನಾಹುತವೇ ಆಯಿತು. ಪ್ರಿನ್ಸ್ ಫಿಲಿಪ್ಪನ ಕಕ್ಕನೆಂದು ಮೌಂಟಬ್ಯಾಟನ್ನರು ಚರ್ಚಿಲ್ಲರ ಅಚ್ಚುಮೆಚ್ಚಿನವರಾಗಿದ್ದು ಅವರು ಚರ್ಚಿಲ್ಲರಿಂದ ೧೯೪೩ರ ಮಹಾಯುದ್ಧದಲ್ಲಿ ಸುಪ್ರೀಮ್ ಅಲೆಯ್ಡ್ ಕಮಾಂಡರ ದಕ್ಷಿಣಪೂರ್ವ ಯುದ್ಧರಂಗ ಎಂದು ನೇಮಿಸಲ್ಪಟ್ಟಿದ್ದರು. ವೈಶಿಷ್ಟ್ಯಕರವಾಗಿ ಅವರು ತಮ್ಮ ಹೆಡ್ ಕ್ವಾರ್ಟರನ್ನು ಶ್ರೀಲಂಕಾದ ಕ್ಯಾಂಡಿಯ ಅರಮನೆಯಲ್ಲಿ ಸ್ಥಾಪಿಸಿದರು. ಮಹಾಯುದ್ಧದಲ್ಲಿ ಅವರ ಕರ್ತೃತ್ವವು ಮಿಶ್ರಿತವಾದುದೇ ಇತ್ತು. ಅವರ ಕೈಕೆಳಗೆ ಸೇವೆಗೈಯುತ್ತಿದ್ದ ಅಮೇರಿಕೆಯ ಜನರಲ್‌ಗಳ ದೃಷ್ಟಿಯಲ್ಲಿ ಅವರು ಅಷ್ಟು ಪರಿಣಾಮಕಾರಿಯೇನಾಗಿರಲಿಲ್ಲ. ಅವರ ರಾಜತಾಂತ್ರಿಕ ಕೌಶಲ್ಯ ಮಾತ್ರ ಜನರಲ್ 'ವಿನೆಗಾರ' ಜೋ ಸ್ಟಿಲ್‌ವೆಲ್ (ಅತ್ಯಂತ ಕಟು ಅಮೇರಿಕನ್ ಸೇನಾಪತಿ) ಮತ್ತು ಚಾಂಗ್ ಕೈ ಶೇಕ್‌ನಂತಹವರನ್ನು ನಿಯಂತ್ರಿಸುವಲ್ಲಿ ಕಂಡುಬರುವಂತಿತ್ತು. ಜಪಾನೀ ಸೈನ್ಯಗಳ ಶರಣಾಗತಿಯನ್ನು ಪಡೆದುಕೊಂಡ ಶ್ರೇಯ ಕೂಡ ಅವರದಾಗಿತ್ತು. ಬ್ರಿಟಿಶರ ಲೇಬರ ಪಾರ್ಟಿಯತ್ತ ಮೌಂಟಬ್ಯಾಟನ್ನರ ಕಾಲ್ಪನಿಕ ಒಲವು ಮತ್ತು ದಕ್ಷಿಣಪೂರ್ವ ಏಶಿಯಾದ ಅವರ ಜ್ಞಾನ ಇವುಗಳಿಂದಾಗ ಬ್ರಿಟಿಶ ಪ್ರಧಾನಿ ಕ್ಲೆಮೆಂಟ್ ಆ್ಯಟ್ಲಿ ಇವರನ್ನು ೧೯೪೭ರಲ್ಲಿ ಭಾರತೀಯ ವೈಸರಾಯ್ ಎಂದು ನೇಮಿಸಿದರು. ಅವರು ಫೀಲ್ಡ ಮಾರ್ಶಲ್ ಆರ್ಚಿಬಾಲ್ಡ್ ವೇವೆಲ್ಲರ ಜಾಗೆಯಲ್ಲಿ ಬಂದರು. ಚರ್ಚಿಲ್ಲರು ವೇವೆಲ್ಲರನ್ನು ೧೯೪೩ರಲ್ಲಿ ಭಾರತದಲ್ಲಿ ಯಥಾಸ್ಥಿತಿಯನ್ನು ಕಾಯ್ದುಕೊಳ್ಳಲು ನೇಮಿಸಿದ್ದು ಮಹಾಯುದ್ಧದ ಮಧ್ಯದಲ್ಲಿ. ಚರ್ಚಿಲ್ಲರು ವೇವೆಲ್ಲರ

ಅನೇಕ ಸಲಹೆಗಳನ್ನು ನಿರ್ಲಕ್ಷಿಸಿದರು. ಇದರಿಂದ ವೇವೆಲ್ಲರು ಎಷ್ಟು ನಿರಾಸೆಗೊಂಡರೂ ತಮಗಿತ್ತ ಆಣತಿಯನ್ನು ಚಾಚೂ ತಪ್ಪದೆ ಮಿಲಿಟರಿ ಖಚಿತತೆಯಿಂದ ನಡೆಸಿಕೊಟ್ಟರು. ೧೯೪೫ರಲ್ಲಿ ಚರ್ಚಿಲ್ಲರ ಜಾಗೆಯಲ್ಲಿ ಆ್ಯಟ್ಲಿ ಬಂದಾಗಈ ನಿರ್ದಾಕ್ಷಿಣ್ಯ ಚತುರನ ಬದಲಿಯನ್ನು ವೇವೆಲ್ಲ ಸ್ವಾಗತಿಸಿದರು. ಆದರೆ ಲೇಬರ್ ಪಾರ್ಟಿಯ ಕೆಲಸ ಅತಿ ಸಾವಕಾಶವಾಗಿತ್ತು. ತಮ್ಮ ಸೇವಾಕಾಲದ ಕೊನೆಯಲ್ಲಿ ವೇವೆಲ್ಲರು ಅನೇಕ ಸಲ ತಮ್ಮನ್ನು ಆ ಜಾಗೆಯಿಂದ ತೆಗೆಯಲು ನಿವೇದಿಸಿಕೊಂಡಿದ್ದರು.

ತಮ್ಮ ಪೂರ್ವದ ಪದಾಧಿಕಾರಿಗಳಿಗಿಂತಲೂ ವೇವೆಲ್ಲರು ಭಾರತೀಯ ಮುಂದಾಳುಗಳ ಕಡೆಗೆ ಹೆಚ್ಚು ಸಂವೇದನಶೀಲರಿದ್ದರೂ ಬ್ರಿಟಿಶರ ಪ್ರತ್ಯೇಕೀಕೃತ ಪರದೆ ಭದ್ರವಾಗಿಯೇ ಎಳೆಯಲ್ಪಟ್ಟಿತ್ತು. ಅವರ ಬದಲಿಯಾಗಿ ಬಂದ ಮೌಂಟಬ್ಯಾಟನ್ನರ ಆಗಮನಕ್ಕೆ ಕಾರಣವೊಂದೆಂದರೆ ವೇವೆಲ್ಲರು ಖಾಸಗಿಯಾಗಿ ಪಾಕಿಸ್ತಾನವನ್ನು ಸೃಷ್ಟಿಸುವದನ್ನು ವಿರೋಧಿಸಿದ್ದರು. ಭಾರತದ ವಿಭಾಜನೆಯಾದರೆ ಆಗಬಹುದಾದ ಪ್ರಚಂಡ ಸಾವು ನೋವು, ರಕ್ತಪಾತಗಳ ಸೂಚನೆಯನ್ನು ನೀಡಿದ ಕೆಲವೇ ಮುತ್ಸದ್ದಿಗಳಲ್ಲಿ ಇವರೊಬ್ಬರು. ಹಿನ್ನೋಟದಲ್ಲಿ ಬ್ರಿಟಿಶ್ ರಾಜ್ಯಭಾರವನ್ನು ಮತ್ತು ಅವರ ಮನೋನೀತಿ ಹಾಗೂ ಕೃತಿಗಳನ್ನು ಲಕ್ಷಿಸಿದಾಗ ವೈಸ್‌ರಾಯನ ಪಾತ್ರವು ಬರಿ ಹೊಗೆಪರದೆಯಂತೆ ಎನಿಸುತ್ತದೆ. ವೈಸ್‌ರಾಯರ ಕಾಗದಪತ್ರಗಳೆಲ್ಲ ಪರೀಕ್ಷಣೆಗೆ ಲಭ್ಯವಿದ್ದರೂ ಅನೇಕಾನೇಕ ರಾಜಕೀಯ ಏಜೆಂಟರ, ಮಿಲಿಟರಿಯ ಮತ್ತು ಸಿವಿಲ್ ಸೇವೆಗಳ ಜಾಲಗಳಿದ್ದು ತಮ್ಮ ರಿಪೋರ್ಟಗಳನ್ನು ತಮ್ಮ ವಿಭಾಗೀಯ ಮುಖ್ಯಸ್ಥರಿಗೇ ಕೊಡಲಾಗುತ್ತಿತ್ತು. ಅಧಿಕಾರ ಅಥವಾ ದೂರದೃಷ್ಟಿಯ ಯೋಜನೆಗಳು (Policy) ಬಹುತೇಕ ಲಂಡನ್ನಿನಲ್ಲಿಯ ಕೆಲವೇ ಆಯ್ದ ವ್ಯಕ್ತಿಗಳ ಕೈಯಲ್ಲಿದ್ದು ಅದರ ಪರಿಪಾಲನೆ ನೌಕರಶಾಹಿಯ ಕೈಯಲ್ಲಿತ್ತು. ಸಮಯಾನ್ವಿತ ಸೂಕ್ತಿ ಹೇಳುವಂತೆ 'ವೈಸ್‌ರಾಯರು ಬರುತ್ತಾರೆ, ವೈಸ್‌ರಾಯರು ಹೋಗುತ್ತಾರೆ'.

ಸರಳತೆಗಾಗಿ ವೈಸ್‌ರಾಯನ ಛಾಯೆಯಲ್ಲೇ ಮಡಗಿದ್ದ ಈ ಸಂಸ್ಥೆಯನ್ನು ನಾವು 'ಬ್ರಿಟಿಶ ಆಸಕ್ತಿ ಸಂಘ' (British Interest Groups) ಅನ್ನೋಣ. ಇದರ ಮುಖ್ಯ ಅಂಗಗಳೆಂದರೆ ರಾಜಕೀಯ ಮತ್ತು ಮಿಲಿಟರಿ ಇಂಟೆಲಿಜನ್ಸ್ ವಿಭಾಗಗಳು. ಈಗೊಂದು ಸ್ವಾರಸ್ಯಕರ ದೃಶ್ಯ ಎದುರಾಗಲಾರದೇ? ಒಮ್ಮೆ ಭಾರತವನ್ನು ವಿಭಾಗಿಸುವ ಯೋಜನೆ ನಿರ್ಮಿಸಲಾದ ಮೇಲೆ, ಒಪ್ಪಿಕೊಂಡಾದ ಮೇಲೆ ವೈಸ್‌ರಾಯನ ವೈಯಕ್ತಿಕ ವಿಚಾರಗಳು ಮತ್ತು ಜನತೆಯ ವಿಷಯಗಳು ಈ ಸರಳ ಆಟದಲ್ಲಿ ತುಸು ಕಿರಿಕಿರಿ ತರಬಹುದಷ್ಟೇ ತಾನೇ? ಭಾರತೀಯ ಜನತೆ ಒಂದು ಉಪಯುಕ್ತ ವಸ್ತುವಾಯಿತು, ವ್ಯಯಿಸಬಲ್ಲ ವಸ್ತು! ಹೀಗಿರಬೇಕಾದುದು ಸ್ವಾತಂತ್ರ್ಯಾನಂತರದ ಭೂರಾಜಕೀಯ ಯೋಜನೆಗಳನ್ನು ಅನ್ವಯಿಸುವಾಗ. ಆವರೆಗೆ ಬ್ರಿಟಿಶ ಆಸಕ್ತಿ ಸಂಘದ ದೃಷ್ಟಿಯಲ್ಲಿ ವೇವೆಲ್ಲರು ಭಾರತೀಯ ರಾಜಕೀಯ ನಾಯಕರ ತೀರ ಹತ್ತಿರ ಸರಿದು ತಮ್ಮ ಸ್ಥಾನವನ್ನು ಅಭದ್ರವಾಗಿಸಿಕೊಂಡಿದ್ದರು. ವೇವೆಲ್ಲರು ತಮ್ಮ ಕರ್ತವ್ಯವನ್ನು ನಿಶ್ಚಲವಾಗಿ

ನಿಭಾಯಿಸಬಹುದಿತ್ತು. ಆದರೆ ಚರ್ಚಿಲ್ಲರಿಗೆ ಮಾಡಿದ ಅವರ ಸೂಚನೆಗಳು ಮತ್ತು ಲಂಡನ್ನಿನ ಜಿಗುಟು ಆಸ್ಥೆಗಳು ಕೂಡಿ ಅವರನ್ನು ವಿಸ್ಥಾಪಿಸುವಲ್ಲೇ ನಿರತವಾಯಿತು. ನಿರ್ಧಾರಿತ ದಿವಸ – D Day – (ಇನ್ನೂ ನಿಶ್ಚಿತವಿರಲಿಲ್ಲ!) ಸಮೀಪಿಸಿದಂತೆ ವೇವೆಲ್ಲರನ್ನು ಸ್ಥಳಾಂತರಿಸುವದೇ ಅವಶ್ಯವಾಯಿತು. ತಮ್ಮ ವಿಭಾಜನವಿರೋಧಿ ನಿಲುವಿನಿಂದಾಗಿ ಮುಂದೆ ಕಾರ್ಯಾಚರಣೆಯಲ್ಲಿ ಅಡ್ಡಗಾಲು ಹಾಕಿದರೆ?

ಮೌಂಟಬ್ಯಾಟನ್ನರ ಭಾರತದಲ್ಲಿ ೨೪ ಮಾರ್ಚ ೧೯೪೭ರ ಆಗಮನ ಸಾಂಪ್ರದಾಯಿಕ ವಿವೇಕವನ್ನೇ ತಿರುವುಮುರುವು ಗೈದಿತು. ನಿಜವಾಗಿ ತಮ್ಮ ಭಾರತೀಯ ಅನುಭವದಿಂದಾಗಿ ಈ ಸೂಕ್ಷ್ಮ ಕಾಲಘಟ್ಟದಲ್ಲಿ ವೇವೆಲ್ಲರೇ ಇರಬೇಕಾಗಿತ್ತು. ಚರ್ಚಿಲ್ಲರ ಪೋಷಿತರಾದ ಮೌಂಟಬ್ಯಾಟನ್ನರು ಬ್ರಿಟಿಶರ ನಿರ್ಗಮನದ ನಂತರ ತಮ್ಮ ಆಸಕ್ತಿಗಳ ಅನುಕೂಲತೆಗಾಗಿ ರಾಷ್ಟ್ರ ವಿಭಜನೆಯ ಯೋಜನೆಯನ್ನು ವಿರೋಧಿಸುವವರಿರಲಿಲ್ಲ. ಮೌಂಟಬ್ಯಾಟನ್ ದಂಪತಿಗಳು ಭಾರತೀಯ ರಾಜರುಗಳೊಂದಿಗೆ ಹಾಗೂ ನೆಹರು, ಗಾಂಧಿಯವರೊಂದಿಗೆ ಉತ್ತಮ ಸಂಬಂಧಗಳನ್ನು ತುಸುವೇ ಸಮಯದಲ್ಲಿ ಸ್ಥಾಪಿಸಿದರು. ಜಿನ್ನಾರೊಡನೆ ಮಾತ್ರ ಎಳ್ಳಷ್ಟೂ ಇಲ್ಲ. ಇದೊಂದು ತೊಡಕಿತ್ತು. ಪಾಕಿಸ್ತಾನದ ನಿರ್ಮಿತಿಯತ್ತ ಮೌಂಟಬ್ಯಾಟನ್ನರ ಖಾಸಗಿ ಅಭಿಪ್ರಾಯಗಳೇನೇ ಇದ್ದರೂ ಬ್ರಿಟಿಶ ನಿಲುವು ನಿಚ್ಚಳವಾಗಿತ್ತು. ಭಾರತದ ವೈಸ್‌ರಾಯ್ ಎಂದು ಎರಡು ನಿಶ್ಚಯಗಳಲ್ಲಿ ಅವರ ಕೈವಾಡವು ನಮ್ಮ ಕಥನಕ್ಕೆ ನೇರ ಸಂಬಂಧ ಹೊಂದಿವೆ. ಮೊದಲನೆಯದು ಸ್ವಾತಂತ್ರ್ಯ ದಿನದ ಘೋಷಣೆ – ೧೪ ಅಗಸ್ಟ್ ಪಾಕಿಸ್ತಾನದ್ದು, ೧೫ ಅಗಸ್ಟ್ ಭಾರತದ್ದು –. ಇಂಥ ಗಡಿಬಿಡಿ ಅರ್ಥವಿಲ್ಲದ್ದಿದ್ದರೂ ಬ್ರಿಟಿಶರಿಗೆ ಜಿನ್ನಾ ಅವರ ಕ್ಷೀಣಿಸುತ್ತಿರುವ ಪ್ರಕೃತಿಯ ಅರಿವಿದ್ದು ಅವರು ಇಷ್ಟು ಅವಸರದಲ್ಲಿದ್ದಿರಬಹುದು. ಆವರೆಗೆ ಎಲ್ಲರಿಗೂ ನಿಚ್ಚಳವಾಗಿತ್ತಲ್ಲ ಜಿನ್ನಾ ಇಲ್ಲದಿದ್ದರೆ ಪಾಕಿಸ್ತಾನವೇ ಇಲ್ಲದಾಗುವದು ಎಂದು! ಎರಡನೆಯದು ಮೌಂಟಬ್ಯಾಟನ್ನರು ನೆಹರು ಅವರ ಕಾಶ್ಮೀರದ ಭಾವೋದ್ವೇಗಕ್ಕೆ ತಮ್ಮ ಕಾರ್ಯಕ್ಷೇತ್ರದಲ್ಲಿ ಪ್ರಭಾವಿತರಾದುದು. ಇದೊಂದು ಅವರ ಮೂಲ ಅಪರಾಧವನ್ನು ಚರ್ಚಿಲ್, ಬ್ರಿಟನ್ನಿನ ವಸಾಹತುಶಾಹಿಗಳು ಹಾಗೂ ಪಾಕಿಸ್ತಾನಿಗಳು ಅವರನ್ನು ಎಂದೆಂದಿಗೂ ಕ್ಷಮಿಸಲಿಲ್ಲ. ಪಾಕಿಸ್ತಾನದ ನಿರ್ಮಿತಿಯ ಮಹಾಸಂಕಲ್ಪವೇ ಉರುಳಿತು. ಜಿನ್ನಾ ಅವರಿಗೆ ಕತ್ತರಿಸಲ್ಪಟ್ಟ ಪಾಕಿಸ್ತಾನವೇ ದೊರೆತಂತಾಯಿತು, ಮೊದಲಿಗೇ ಪ್ರಮಾಣೀಕರಿಸಿದ ಸಂಪೂರ್ಣ (ಪಶ್ಚಿಮೀ) ಪಾಕಿಸ್ತಾನವಲ್ಲ. ಚರ್ಚಿಲ್ಲರು ಕೊನೆಯವರೆಗೆ ಮೌಂಟಬ್ಯಾಟನ್ನರೊಡನೆ ಮಾತಾಡಲೇ ಇಲ್ಲ!

ಬಹುತೇಕ ಭಾರತ–ಪಾಕ ಗಡಿಯನ್ನು ಸರ್ ಸಿರಿಲ್ ರ‍್ಯಾಡ್‌ಕ್ಲಿಫ್ ಅವರು ಬರುವ ಮೊದಲೇ ರೇಖಿಸಲಾಗಿತ್ತು. ಮೌಂಟಬ್ಯಾಟನ್ನರು ಬರುವ ಮೊದಲೇ ಮುಸ್ಲಿಂ ಲೀಗಿನವರಿಗೆ ತೋರಿಸಲಾಗಿತ್ತು ಕೂಡ. ನೆಹರು ಅವರ ಒತ್ತಡಾಗ್ರಹದಿಂದಾಗಿ ಮೌಂಟಬ್ಯಾಟನ್ನರು ರ‍್ಯಾಡ್‌ಕ್ಲಿಫ್ ಅವರನ್ನು ಸಮಜಾಯಿಷಿ ಪಂಜಾಬದ ಗುರುದಾಸಪುರ ಜಿಲ್ಲೆಯನ್ನು ಭಾರತದಲ್ಲಿರಿಸಿದರು. ಇದಿಲ್ಲದಿದ್ದರೆ ಕಾಶ್ಮೀರಕ್ಕೆ ಭಾರತದ ಸಂಪರ್ಕವೇ

ಇಲ್ಲದೆ ಸಂಪೂರ್ಣ ಜಮ್ಮು ಕಾಶ್ಮೀರ ಪಾಕಿಸ್ತಾನಕ್ಕೆ ಹೋಗುತ್ತಿತ್ತು! ಪಾಕಿಸ್ತಾನಿ ಲಿಯಾಕತ ಅಲಿ ಖಾನರು ಇದನ್ನು ಪಾಕಿಸ್ತಾನಕ್ಕೆ ಬ್ರಿಟಿಶರು ಮಾಡಿದ ವಂಚನೆ ಎಂದುಸುರಿದರು.

ನಿಜ ಜೀವನದಲ್ಲಿ ನಾಟಕ : ಆಪರೇಶನ್ ಗುಲ್ಮರ್ಗ

ಜನೆವರಿ ೧೯೪೯ರ ಮೊದಲನೆ ದಿನ ಭಾರತ ಪಾಕಿಸ್ತಾನಿ ಸೈನ್ಯಗಳ ಯುದ್ಧ ನಿಂತಿತು. ದೇಶವಿಭಜನೆಯ ಕ್ರೂರ ರಕ್ತಪಾತ ಮತ್ತು ಜಮ್ಮು ಕಾಶ್ಮೀರದ ಘಟನೆಗಳು ಭಾರತದ ದೃಷ್ಟಿಯನ್ನು ತನ್ನ ಹೊಸ ವಿರೋಧಿ ಪಾಕಿಸ್ತಾನದತ್ತ ಪಶ್ಚಿಮಕ್ಕೆ ಎಳೆದವು. ೧೪ ತಿಂಗಳ ಕಹಿ ಯುದ್ಧ ಪಾಕಿಸ್ತಾನದೊಡನೆ ದೊಡ್ಡ ಕಂದಕವನ್ನೇ ನಿರ್ಮಿಸಿ ಯಾವ ನಿರ್ಣಾಯಕ ಅಂತ್ಯಕ್ಕೂ ಬರಲಿಲ್ಲ. ಅನೇಕರು ನಂಬುತ್ತಿರುವಂತೆ ಭಾರತೀಯ ಸೇನೆಯು ಪಾಕಿಸ್ತಾನಿಗಳನ್ನು ಹಿಂದಕ್ಕೊತ್ತುತ್ತಿದ್ದಂತೆಯೇ ನೆಹರು ಅವರು ಕಾಶ್ಮೀರ ಸಮಸ್ಯೆಯನ್ನು ಸಂಯುಕ್ತ ರಾಷ್ಟ್ರ ಸಂಘಕ್ಕೆ ಒಯ್ದದ್ದು ಅತಿ ಅವಿವೇಕ ಎಂದು. ಸುರುವಾತಿಗೆ ಒಂದು ತಿಂಗಳ ತಡ ಮಾಡಿದ್ದರೆ ಪಾಕಿಸ್ತಾನಿಗಳಿಗೆ ದೊಡ್ಡ ಅವಕಾಶ ದೊರೆಯುತ್ತಿತ್ತು. ಹಿಮಪಾತದಿಂದಾಗಿ ಬನಿಹಾಲ ಸುರಂಗಮಾರ್ಗ ಮತ್ತು ಶ್ರೀನಗರದ ವಿಮಾನತಳ ನಿಷ್ಕ್ರಿಯವಾಗುತ್ತಿದ್ದವು. ನಂತರ ಭಾರತದ ಮಧ್ಯಪ್ರವೇಶಕ್ಕೆ ದಾರಿಯೇ ಇಲ್ಲದಾಗಿ ಪಾಕಿಸ್ತಾನಕ್ಕೆ ಕಾಶ್ಮೀರವು ತುತ್ತಾಗಬಹುದಿತ್ತು. ಬುಡಕಟ್ಟು ಆಕ್ರಮಣಕಾರರ ಹಿಂಡುಗಳನ್ನೇ ಕಾಶ್ಮೀರದಲ್ಲಿ ಕಳಿಸಿ ಪಾಕಿಸ್ತಾನವು ಬೆಂಕಿಯೊಡನೆ ಆಟಕ್ಕಿಳಿಯಿತು. ಈ ಚಲನೆಯು ಕಾಶ್ಮೀರಿಗಳನ್ನು ಆತ್ಮರಕ್ಷಣೆಗಾಗಿ ತಯಾರಿಸುವಲ್ಲಿ ಸಮಯವನ್ನಿತ್ತಿತ್ತು. ಪಾಕಿಸ್ತಾನವು ಇಷ್ಟು ಜೋರಾಗಿ ಹೇಗೆ ಜಾರಿತು? ಬುಡಕಟ್ಟಿನವರನ್ನು ಇಷ್ಟು ತ್ವರಿತವಾಗಿ ಕಳಿಸುವ ಜಿನ್ನಾ ಅವರ ಮನದಾಳದಲ್ಲಿ ಏನಿತ್ತು? ಭಾರತವು ಹೇಗೆ ಪ್ರತಿವರ್ತಿಸಬಹುದೆಂದು ಅವರು ಎಣಿಸಿದ್ದರು? ಇವೇ ಎಲ್ಲ ಪ್ರಶ್ನೆಗಳು ಇಂದಿಗೂ ತೇಲಾಡುತ್ತವೆ.

ಪಾಕಿಸ್ತಾನವು ಕಾಶ್ಮೀರದಲ್ಲಿ ಹುರಿಬಿಟ್ಟ ಆಕ್ರಮಣಕಾರರ ಗುಂಪು ದಳಗಳು ಅನಿಯಂತ್ರಿತ ಬುಡಕಟ್ಟುಗಳ ಮಾರಕೋನ್ಮತ್ತ ಓಡಾಟಗಳೇನಿರಲಿಲ್ಲ. ೨೪ನೇ ಅಕ್ಟೋಬರ್ ೧೯೪೭ ರಂದು ಮೊಟ್ಟ ಮೊದಲನೆಯ ಅಧಿಕೃತ ಪ್ರಕಟನೆ ಭಾರತ ಸರಕಾರಕ್ಕೆ ದೊರೆಯಿತು. ಪಾಕಿಸ್ತಾನ ಸೇನೆಯು ಸುದ್ದಿಯನ್ನು ಬೀರಿತು : 'ಸುಮಾರು ೫೦೦೦ ಅಫ್ರೀದಿ, ವಝೀರಿ, ಮಹಸುದ, ಸ್ವಾತಿ ಬುಡಕಟ್ಟಿನವರು ಮಜಫರಾಬಾದ ಮತ್ತು ಡೊಮೆಲಗಳ ಮೇಲೆ ದಾಳಿ ಮಾಡಿ ಎರಡನ್ನೂ ೨೨ನೇ ಅಕ್ಟೋಬರದಂದು ಆಕ್ರಮಿಸಿದ್ದಾರೆ. ಬಹಳಷ್ಟು ಬುಡಕಟ್ಟುಗಳು ಕಾಶ್ಮೀರಕ್ಕೆ ಹೋಗುವ ನಿರೀಕ್ಷೆಯಿದೆ. ಕೊಹಾಲಾದ ಮೇಲೆ ಆಕ್ರಮಣವಾಗಬಹುದು.' ಕೆಲವು ತಾಸಿನ ನಂತರ ಮಧ್ಯರಾತ್ರಿಯ ತುಸುವೇ ಮೊದಲು ಮಹಾರಾಜಾ ಹರಿಸಿಂಹನು ತನ್ನ ರಾಜ್ಯವನ್ನು ರಕ್ಷಿಸಲು ಭಾರತೀಯ ಸೇನೆಯ ಸಹಾಯ ಕೇಳಿದನು.

ಪಾಕಿಸ್ತಾನವು ಕಾಶ್ಮೀರದ ಮುಖ್ಯ ಆಕ್ರಮಣವನ್ನು ಒಳ್ಳೇ ಚಾಕಚಕ್ಯತೆಯಿಂದ ಸಿದ್ಧಗೊಳಿಸಿತ್ತು. ಹೆಸರು ಆಪರೇಶನ್ ಗುಲ್ಮರ್ಗ. ಇಂದು ಅರ್ಧಶತಕಕ್ಕಿಂತಲೂ ನಂತರ

ಪಾಕಿಸ್ತಾನವೂ ಕೂಡ ಬುಡಕಟ್ಟು ಆಕ್ರಮಣಕಾರರೆಂಬ ಸೋಗು ಬಿಟ್ಟುಕೊಟ್ಟಿದೆ. ಅವರೇ ಪಾಕಿಸ್ತಾನದ ನಿಯಂತ್ರಣವಿರದೆ ತಮ್ಮ ಮರ್ಜಿಯಂತೆಯೇ ಅಕ್ಟೋಬರದ ಆಕ್ರಾಮಕ ಚಾಲನೆಗಳನ್ನು ಕೈಕೊಂಡಿದ್ದರು ಎಂದು ಪಾಕಿಸ್ತಾನವು ವರ್ಷಾನುವರ್ಷ ಸಾಧಿಸುತ್ತಲಿತ್ತು. ಸರ್ವಸಾಧಾರಣ ಪುರಾವೆಗಳಿದ್ದೂ ಕೂಡ ಪಾಕಿಸ್ತಾನದ ಕೈವಾಡವನ್ನು ಪುಷ್ಟೀಕರಿಸುವ ದೃಢ ಪ್ರಯಾಸವನ್ನು ಮಾಡುವಲ್ಲಿ ಭಾರತೀಯ ರಾಯಭಾರಿಗಳು ಅಯಶಸ್ವಿಯಾದರು. ಎರಡು ಮುಖ್ಯ ಇಂಟೆಲಿಜನ್ಸ್ ಮೂಲಗಳನ್ನು ಭಾರತವು ಅಲಕ್ಷಿಸಿತು. ಮೇಜರ್ ಓಂಕಾರಸಿಂಹ ಕಾಲ್ಕಟ್ ಅವರು ಆಗ ಬನ್ನು ಫ್ರಾಂಟಿಯರ್ ಗ್ರುಪ್ಪಿನ ಬ್ರಿಗೇಡ್ ಮೇಜರ ಇದ್ದರು. ಗ್ರುಪ್ಪಿನ ಮುಖ್ಯಸ್ಥ ಬ್ರಿಗೇಡಿಯರ್ ಮರ್‍ರೆ ದೂರದ ಪೋಸ್ಟಿಗೆ ಭೇಟಿ ಕೊಡಲಿಕ್ಕೆ ಹೋದಾಗ ಪಾಕಿಸ್ತಾನ ಸೈನ್ಯದ ಮುಖ್ಯಸ್ಥರಿಂದ ಬ್ರಿಗೇಡ್ ಕಮಾಂಡರನಿಗೆ 'ಪರ್ಸನಲ್/ಟಾಪ್ ಸೀಕ್ರೆಟ್' ಎಂಬ ಪತ್ರವೊಂದು ಆ ಗ್ರುಪ್ಪಿನ ಮುಖ್ಯ ಸ್ಟಾಫ್ ಆಫೀಸರರಾದ ಕಾಲ್ಕಟ್ ಅವರ ಕೈಸೇರಿತು. ಆ ಪತ್ರದ ಮಜಕೂರು ಕಾಶ್ಮೀರದ ಆಕ್ರಮಣದ ನೀಲನಕ್ಷೆಯಿತ್ತು. ಬ್ರಿಗೇಡಿಯರ್ ಮರ್‍ರೆ ಕಾಲ್ಕಟ್ ಅವರಿಗೆ ಇದನ್ನು ಭದ್ರವಾಗಿ ಮುಚ್ಚಿಡಲು ಹೇಳಿದರೂ ಅವರಿಗಿದು ಗೊತ್ತಾಗಿದ್ದು ಜಾಹೀರಾಯಿತು.

ಅವರನ್ನು ಗೃಹಬಂದಿಯಂಥ ವ್ಯವಸ್ಥೆಯಲ್ಲಿ ಹಿಡಿದಿಟ್ಟಂತಿದ್ದರೂ ಕಾಲ್ಕಟ್ ಹೇಗೋ ಪಾಕಿಸ್ತಾನದಿಂದ ಪಾರಾಗಿ ಅಂಬಾಲಾ ಮಾರ್ಗವಾಗಿ ದಿಲ್ಲಿ ೧೯ ಅಕ್ಟೋಬರ್ ತಲುಪಿದರು. ಮರುದಿನ ಅವರು ಬ್ರಿಗೇಡಿಯರ್ ಕಲವಂತಸಿಂಹ (CGS), ಕರ್ನಲ್ ಥಾಪರ (DGMO) ಮತ್ತು ಸರದಾರ ಬಲದೇಸಿಂಹ, ರಕ್ಷಾ ಮಂತ್ರಿಯವರಿಗೆ ವಿಷಯ ತಿಳಿಸಿದಾಗ ಯಾರೂ ಅವರನ್ನು ನಂಬಲಿಲ್ಲ. ಕಾಲ್ಕಟ್ ದಿಲ್ಲಿಯಿಂದ ತೆರಳಿ ತಮ್ಮ ಪರಿವಾರವನ್ನು ಹುಡುಕಲು ತೆರಳಿದರು. ಪಾಕಿಸ್ತಾನವು ತನ್ನ ಪ್ರಕಟನೆಯನ್ನು ಹೊರಡಿಸಿದಾಗ ಕಾಲ್ಕಟ್ ಅವರನ್ನು ಶೋಧಿಸುವ ಅವಸರ ಪ್ರಯತ್ನ ನಡೆಯಿತು. ನೆಹರು ಅವರು ರಕ್ಷಾಮಂತ್ರಿ ಮತ್ತು DGMO ಗಳ ಮೇಲೆ ಕೆಂಡ ಕಾರಿದರು. ಹಾನಿ ಆಗಿಹೋಗಿತ್ತಲ್ಲ?

ಎರಡನೆ ಮೂಲವು ಪಾಕಿಸ್ತಾನ ಆರ್ಮಿಯು ಈ ವಿಷಯದಲ್ಲಿ ಸಮಾವಿಷ್ಟವಿರುವದನ್ನು ಪುಷ್ಟೀಕರಿಸಿದ್ದು ಬ್ಲಿಟ್ಸ್ ಪತ್ರಿಕೆಯ ೯ ಜೂನ್ ೧೯೪೮ರ ವರದಿಯಲ್ಲಿ. ಅಸೋಸಿಯೇಟೆಡ್ ಪ್ರೆಸ್ ಪಾಕಿಸ್ತಾನದ ವರದಿಗಾರರಾಗಿದ್ದ ಜಿ. ಕೆ. ರೆಡ್ಡಿಯವರಿಗೆ ಪಾಕಿಸ್ತಾನದ ಪಬ್ಲಿಕ್ ರಿಲೇಶನ್ಸ್ ಆಫೀಸರ್ ಲೆ. ಕರ್ನಲ್ ಅಲಾವಿಯವರಿಂದ ಟೆಲಿಫೋನ್ ಕರೆ ಬಂದಿದ್ದು ೨೧ ಅಕ್ಟೋಬರ್ ೧೯೪೭. ಅಲಾವಿಯು ರೆಡ್ಡಿಯವರಿಗೆ ಹೇಳಿದ್ದು ಜಮ್ಮು ಕಾಶ್ಮೀರದ ರಾಮಕೋಟ ಗಡಿಠಾಣೆಯ ಮೇಲೆ ಆ ರಾತ್ರಿ ಆಕ್ರಮಣವಾಗುವದಿದ್ದು ನಂತರದ ಪ್ರಕಟನೆಗಳು ದಂಡಯಾತ್ರೆಯ ಕುರಿತು ಪಾಕಿಸ್ತಾನ ಜನರಲ್ ಹೆಡ್ ಕ್ವಾರ್ಟರದಿಂದ ದೂರವಾಣಿ ಮೂಲಕ ತಿಳಿಸಲಾಗುವದು ಎಂದು. ಅಲಾವಿಯವರು ರೆಡ್ಡಿಯವರಿಗೆ ಮುಂದೆ ಹೇಳಿದ್ದು ಈ ಪ್ರಕಟನೆಗಳು ಪಾಲಂದ್ರಿ ನೆಲೆಯಲ್ಲಿಯ ಆಜಾದ ಕಾಶ್ಮೀರ ಸರಕಾರದಿಂದ ಹೊರಟಂಥವು

ಎಂದು ಪ್ರಕಟಿಸಬೇಕು ಎಂದು. ಇಂಥ ಸಂಧಿಗ್ಧ ಸಂಗತಿಗಳು 'ಬ್ರಿಟಿಶ ಆಸಕ್ತಿ ಸಂಘ'ದ ಬಚ್ಚಿಟ್ಟ ಚಾಲನೆಗಳಿಗೆ ಹೊಗೆ ಪರದೆಗಳಂತಾಗಿ ಅವುಗಳನ್ನು ಮುಚ್ಚುತ್ತವೆ.

ಆಗಸ್ಟ ೧೯೪೭ರವರೆಗೆ ಜಿನ್ನಾ ಮತ್ತು ಪಾಕಿಸ್ತಾನ ಸರಕಾರಗಳಿಗೆ ಇತ್ಯರ್ಥವಾದದ್ದು ಬ್ರಿಟಿಶರು ತಮಗೆ ಕೈಗೊಂಬೆಯನ್ನು ಕೊಟ್ಟರೆಂಬುದು. ಬ್ರಿಟಿಶ ಆಸಕ್ತಿ ಸಂಘವು ವಾಗ್ದಾನ ಮಾಡಿದ್ದು ಅವಿಭಜಿತ ಕಾಶ್ಮೀರ ೧೯೩೦ ರಿಂದಲೇ ಚರ್ಚಿತವಿದ್ದ ವಾಗ್ದಾನ. ವೇವೆಲ್ಲರು ಮೊದಲನೆ ಗ್ರಹಿತ ಅಡತಳೆ. ಆದರೆ ಅವರ ಬದಲಿಗೆ ಬಂದ ಮೌಂಟಬ್ಯಾಟನ್ನರು ಭಾರತೀಯ ರಾಜಕೀಯ ವಿಸ್ತಾರದಲ್ಲಿ ಧುಮುಕಿ ಅವರ ಪ್ರಮುಖರೊಂದಿಗೆ ಸಮಾಜಿತರಾಗತೊಡಗಿದ್ದು ಇನ್ನೂ ಒಂದು ಅಡತಳೆಯಾಯಿತು. ೧೬ನೇ ಆಗಸ್ಟದಂದು ರ್‍ಯಾಡ್‌ಕ್ಲಿಫ್ ಅವಾರ್ಡ್ ಪ್ರಕಟಿತವಾದಾಗ ಗೋಡೆಯ ಮೇಲಿನ ಬರಹ ಪ್ರತ್ಯಕ್ಷವಾಯಿತು. ಗಿಲ್ಗಿಟ್ ಪ್ರದೇಶವೇನೋ ತಮಗುಳಿಯಿತು. ಜಿನ್ನಾ ಮತ್ತು ಪಾಕಿಸ್ತಾನಕ್ಕೆ ಮಾತ್ರ ತಿರುಳು ಸಿಕ್ಕರೂ ಹಣ್ಣು ಸಿಗಲಿಲ್ಲ ಎಂಬಂತಾಯಿತು.

ಶೇಖ ಅಬ್ದುಲ್ಲಾ ಅವರು ಜಿನ್ನಾ ಅವರನ್ನು ಪದೇ ಪದೇ ಬದಿಗೊತ್ತುವ ಘಟನೆಗಳು ಮತ್ತು ನ್ಯಾಶನಲ್ ಕಾನ್ಫರನ್ಸ್ ಇಂಡಿಯನ್ ನ್ಯಾಶನಲ್ ಕಾಂಗ್ರೆಸ್ಸಿನೆಡೆ ಕ್ರಮೇಣ ಒಲಿಯುತ್ತಿರುವದು ಬ್ರಿಟಿಶ ಇಂಟೆಲಿಜನ್ಸಿನ ಕಣ್ಣು ತಪ್ಪಿಸುವದು ಹೇಗೆ ಸಾಧ್ಯ? ಎರಡು ಯೋಜನೆಗಳನ್ನು ತಯಾರಿಸುವ ಅವಶ್ಯಕತೆಯಿಂದಾಗಿ ಅವುಗಳನ್ನು ಅತಿನೆಚ್ಚಿನ ಜಾಗರೂಕತೆಯಿಂದ ಯೋಜಿಸಲಾಯಿತು. ಪ್ರಥಮತಃ ಗಿಲ್ಗಿಟ್ ಕಾಶ್ಮೀರದಿಂದ ಬೇರ್ಪಡಿಸಿ ಯೇನಕೇನ ಪ್ರಕಾರೇಣ ಪಾಕಿಸ್ತಾನಕ್ಕೆ ಜೋಡಿಸುವದು. ಎರಡನೆಯದಾಗಿ ಬ್ರಿಟಿಶ ಆಸಕ್ತಿ ಸಂಘವು ಪಾಕಿಸ್ತಾನಕ್ಕೆ ಮೊದಲೇ ಮಾತು ಕೊಟ್ಟಂತೆ ಇನ್ನೊಂದು ಯೋಜನೆ ಕಾಶ್ಮೀರದ ಆಕ್ರಮಣದ್ದು ತಯಾರಿಸಲ್ಪಟ್ಟಿತು. ಎರಡನೆಯ ಯೋಜನೆಯಲ್ಲಿ ಬ್ರಿಟಿಶ ಆಸಕ್ತಿ ಸಂಘವು ಕಾಶ್ಮೀರ ಆಕ್ರಮಣದಲ್ಲಿ ತನ್ನ ಕೈವಾಡಕ್ಕೂ ಸಿದ್ಧವಿತ್ತು. ಆದರೆ ನೆಹರು ಕಾಶ್ಮೀರವನ್ನು ಹಾಗೆಯೇ ಕೈಬಿಡಲು ಸಿದ್ಧರಿರಲಿಲ್ಲ. ಎಂ. ಜೆ. ಅಕಬರ ಬರೆಯುವಂತೆ ನೆಹರು ಅವರು ಮೌಂಟಬ್ಯಾಟನ್ನರನ್ನು ಮೇಲಿಂದ ಮೇಲೆ ಅದೆಷ್ಟು ಕಾಡಿಪೀಡಿಸಿದ್ದರೆಂದರೆ ಮೌಂಟಬ್ಯಾಟನ್ ಅವರನ್ನು ಒಮ್ಮೆ ತಮ್ಮ ಅಧಿಕೃತ ವರದಿಯಲ್ಲಿ 'ರೋಗಲಕ್ಷಣಯುತ' (Pathological) ಎಂದು ಕರೆದಿದ್ದರು.

ಬ್ರಿಟಿಶ ಆಸಕ್ತಿ ಸಂಘದ ದೃಷ್ಟಿಯಲ್ಲಿ ಕಾಶ್ಮೀರ ಆಕ್ರಮಣಕ್ಕೆ ಭಾರತೀಯ ಪ್ರತಿಕ್ರಿಯೆ ಒಂದು ದೊಡ್ಡ ಪ್ರಶ್ನಾರ್ಥಕವೇ ಇತ್ತು. ಬಹಳಾದರೆ ನೆಹರು ಮತ್ತು ಕಾಂಗ್ರೆಸ್ ವಿಭಜನೆಯ ರಕ್ತಪಾತ ಮತ್ತು ಇತರ ರಾಜ್ಯಗಳ, ವಿಶೇಷತಃ ಹೈದರಾಬಾದದ ಸಮಸ್ಯೆಗಳಲ್ಲಿ ಸಿಕ್ಕಿಕೊಂಡಾಗಿದ್ದು ಅಷ್ಟಿಷ್ಟು ಸದ್ದು ಮಾಡಿ ಬಿಟ್ಟುಬಿಡಬಹುದು ಎಂದುಕೊಂಡು. ಇದರಾಚೆ ಭಾರತವನ್ನು ತೀಕ್ಷ್ಣವಾಗಿ ಕೆದಕುವ ಕುಚೋದ್ಯಕ್ಕೆ ಹೋದರೆ ಖುಲ್ಲಾ ಯುದ್ಧವೇ ಸಿಡಿದೆದ್ದು ಪಾಕಿಸ್ತಾನಕ್ಕೆ ಸೋಲಾಗಬಹುದಿತ್ತು. ಪಾಕಿಸ್ತಾನದ ಸೋಲನ್ನು ತಡೆಯಲೆಂದೇ ಗತ ಅನೇಕ ದಶಕಗಳಿಂದ ಬ್ರಿಟಿಶ ಆಸಕ್ತಿ ಸಂಘವು ಯೋಜಿಸುತ್ತಿರಲಿಲ್ಲವೇ?

ಗಾಂಧಿ, ನೆಹರು ಮತ್ತಿತರರ ಭಾರತೀಯ ಐಕ್ಯತೆಯನ್ನು ಕಾಯ್ದುಕೊಳ್ಳುವ ಪ್ರಯತ್ನವನ್ನು ನಿಷ್ಕ್ರಿಯವಾಗಿಸಿ, ನಂತರ ಅದನ್ನು ಎರಡು ಕೋಮುಗಳ ನಡುವಿನ ಆಳವನ್ನು ವೃದ್ಧಿಸಲು ಪಂಜಾಬ ಬೌಂಡರಿ ಫೋರ್ಸ್‌ಗೆ ಆದೇಶ ನೀಡಲಾಯಿತು. ಇಂದು ಹಿಂದು ಮುಸ್ಲಿಂ ವಿರೋಧಿ ಪಕ್ಷಗಳ ಶಕ್ತಿಯೇ ದೇಶ ವಿಭಜನೆಯ ಅನಿವಾರ್ಯ ಕಾರಣ ಎಂದು ಬ್ರಿಟಿಶರು ತಮ್ಮ ಪಾವಿತ್ರ್ಯ ನಟನೆಯನ್ನು ಎದುರಿಗಿಡಬಹುದಾದರೂ ತಾವು ಮಾಡಬಹುದಾದುದರ ಅಧಿಕಾರ ಅವರಲ್ಲಿದ್ದರೂ ಅದನ್ನವರು ಮಾಡಲಿಲ್ಲ. ಉದಾಹರಣಾರ್ಥವಾಗಿ ಜನರಲ್ ಕೆ. ಎಸ್. ತಿಮ್ಮಯ್ಯನವರೊಡನೆ ಜರುಗಿದ ಘಟನೆಯೊಂದನ್ನು ನೋಡೋಣ. ದೇಶ ವಿಭಜನೆಯ ವೇಳೆ ಎರಡೂ ದೇಶಗಳ ಅನೇಕ ಸೈನಿಕರು ಪಂಜಾಬ ಬೌಂಡರಿ ಫೋರ್ಸಿನಲ್ಲಿದ್ದು ಈ ಫೋರ್ಸ್ ಭಾರತೀಯ ಸೇನೆಯ ಕಮಾಂಡರ್ ಇನ್ ಚೀಫ್ ಜನರಲ್ ರೊಬ್ ಲಾಕ್ಹಾರ್ಟರ ಕೈಕೆಳಗಿತ್ತು. ಫೋರ್ಸಿನ ಮುಖ್ಯಸ್ಥ ಮೇಜರ್ ಜನರಲ್ ಟಿ. ಡಬ್ಲ್ಯು. ರೀವ್ಸ್. ಬರ್ಮಾ ಯುದ್ಧದಲ್ಲಿ ಅವರೊಬ್ಬ ಬ್ರಿಟಿಶ ಡಿವಿಜನಲ್ ಕಮಾಂಡರ್ ಆಗಿದ್ದರು. ಭಾರತದ ವತಿಯಿಂದ ಜನರಲ್ ರೀವ್ಸ್‌ಗೆ ಹೆಚ್ಚುವರಿ ಸಲಹೆಗಾರರೆಂದು ತಿಮ್ಮಯ್ಯ ಅವರನ್ನು ನೇಮಿಸಲಾಗಿ ಲಾಹೋರಿಗೆ ಕಳಿಸಲಾಯಿತು. ಮರುದಿನ ಮುಂಜಾನೆಯೇ ರೀವ್ಸ್ ತಿಮ್ಮಯ್ಯ ಅವರನ್ನು ಕರೆದು ತಾವು ತಿಮ್ಮಯ್ಯ ಅವರಿಂದ ಯಾವ ಸಲಹೆಯನ್ನೂ ಸ್ವೀಕರಿಸುವದಿಲ್ಲ ಎಂದು ಹೇಳಿದರು. ಆಯಿತಲ್ಲ? ತಿಮ್ಮಯ್ಯ ಬ್ರಿಟಿಶ ಅಧಿಕಾರಿಗಳು ಕೋಮು ರಕ್ತದೋಕುಳಿಯನ್ನು ತಡೆಯುವ ಯಾವ ಕಾರ್ಯದಲ್ಲೂ ಇಚ್ಛಿತರಿರಲಿಲ್ಲ ಎಂದರಿತು ಮರಳಿದರು. ಅಲ್ಲಿಲ್ಲಿ ಒಬ್ಬ ಅಧಿಕಾರಿ ಹೀಗೆ ವರ್ತಿಸಿದ್ದನ್ನು ತಿಳಿದುಕೊಳ್ಳಬಹುದು, ಆದರೆ ಸಾರಾಸಗಟ ಎಲ್ಲರೂ?

ಬ್ರಿಟಿಶ ಅಧಿಕಾರಿಗಳಲ್ಲಿ ಏನು ಮಾಡಬೇಕು, ಬಾರದು ಎಂಬುದರ ಬಗ್ಗೆ ಸಾಮಾನ್ಯ ಅರಿವಿತ್ತೇ? ಸ್ವಾರಸ್ಯಮಯವೆಂದರೆ ನೆಹರು ಅವರೇ ಜೂನ್ ೧೯೫೪ರಲ್ಲಿ ಚೀನಿ ಪ್ರಧಾನಿ ಚೌ ಎನ್ ಲೈ ಅವರಿಗೆ ಹೇಳಿದ್ದು : 'ತಮಗೆ ತಿಳಿದಂತೆ ಬ್ರಿಟಿಶರ ವಿರುದ್ಧ ೨೫–೩೦ ವರ್ಷಗಳ ಕಾಲ ಚಳುವಳಿಯೊಂದಿತ್ತು. ಪಾಕಿಸ್ತಾನವನ್ನು ಆಳುತ್ತಿರುವ ಈಗಿನ ಜನರೇ ಆಗಿನ ಚಳುವಳಿಯನ್ನು ವಿರೋಧಿಸಿ ಬ್ರಿಟಿಶರಿಗೆ ಸಹಾಯ ಮಾಡುತ್ತಿದ್ದರು. ಹಾಗಾಗಿ ಬ್ರಿಟಿಶರು ತಮ್ಮ ನಿಯಂತ್ರಣದಲ್ಲಿ ಇರಬೇಕಾದ ಕ್ಷೇತ್ರವನ್ನು ಸಾಧಿಸಲು ಈಗ ಅವರಿಗೆ ಪಾಕಿಸ್ತಾನವನ್ನು ಪಡೆಯಲು ಸಹಾಯ ಮಾಡುತ್ತಿದ್ದಾರೆ. ಪಾಕಿಸ್ತಾನದಲ್ಲಿ ಅಧಿಕಾರಕ್ಕೆ ಬಂದವರು ಬ್ರಿಟಿಶರ ಸಹಾಯದಿಂದಲೇ ಬಂದಿದ್ದಾರೆ. ಅವರ ಬೇರು ಜನತೆಯಲ್ಲಿಲ್ಲ.' ನೆಹರು ಮೆಮೊರಿಯಲ್ ಪುಸ್ತಕಾಲಯದಲ್ಲಿದ್ದ ಕೃಷ್ಣ ಮೆನನ್ ಪೇಪರ್ಸ್ ಪ್ರಕಾರ ನೆಹರು ಮುಂದುವರಿದು ಹೇಳಿದ್ದು : 'ಸ್ವಾತಂತ್ರ್ಯಾನಂತರ ಸುಮಾರು ಹತ್ತು ಸಾವಿರ ಬ್ರಿಟಿಶ ಅಧಿಕಾರಿಗಳು ಭಾರತದಿಂದ ಮರಳಿದರು. ಅನೇಕ ಅಧಿಕಾರಿಗಳು ಪಾಕಿಸ್ತಾನಕ್ಕೆ ತೆರಳಿ ಅಲ್ಲಿ ಮೇಲಧಿಕಾರಿಗಳಾದರು. ನಾವು ಅವರನ್ನು ಹೊರಗೊಗೆದದ್ದರಿಂದ ಅವರು ಕಹಿಯಾಗಿದ್ದರು. ಭಾರತ ಮತ್ತು ಪಾಕಿಸ್ತಾನಗಳ

ನಡುವೆ ಅವರ ಕುಚೋದ್ಯ ಪಾಕಿಸ್ತಾನಿಗಳಿಗಿಂತಲೂ ಅಧಿಕವಿದೆ.'

ದೇಶ ವಿಭಜನೆಯ ರಕ್ತಪಾತದಲ್ಲಿ ಐದು ಲಕ್ಷ ಜನ ಸತ್ತು ೧೨೦ ಲಕ್ಷ ಜನ ನಿರ್ಗತಿಕರಾದದ್ದು ಎರಡು ಜನತೆಗಳಲ್ಲಿಯ ಬಿರುಕನ್ನು ನಿರ್ಮಿಸಿದೆ. ಇದು ಬರಿ ರಾಜಕೀಯ ತಿರುವಷ್ಟೇ ಅಲ್ಲ, ಭಾವುಕ ಮುರಿತವೇ ಹೆಚ್ಚು ಎಂಬುದರಲ್ಲಿ ಸಂಶಯವೇ ಇಲ್ಲ. ಇದು ಹಿಂದು ಮತ್ತು ಸಿಖ್ಖರು ಒಂದೆಡೆ ಹಾಗೂ ಮುಸ್ಲಿಮರು ಇನ್ನೊಂದೆಡೆ ಆಗಿ ಒಬ್ಬರನ್ನೊಬ್ಬರು ತಾಳಿಕೊಳ್ಳಲು ಅಶಕ್ತರಾದರು ಎಂಬುದನ್ನು ಜಗತ್ತಿಗೆ ಚಿತ್ರಿಸಲನುವಾಯಿತು. ಜವಾಹರಲಾಲ ನೆಹರು ಮತ್ತು ನ್ಯಾಶನಲ್ ಕಾನ್ಫರನ್ಸ್‌ನಿಂದಾಗಿ ಬ್ರಿಟಿಶ್ ಪ್ರಯತ್ನವು ಕಾಶ್ಮೀರದಲ್ಲಿ ಸೋತಿತು. ಆದರೆ ಇನ್ನೊಂದು ವಿಸ್ತೃತ ಸ್ತರದ ಪಂಜಾಬಿನಲ್ಲಿ ದೊಡ್ಡ ಯಶ ಸಾಧಿಸಿತು. ಭಾರತ ಮತ್ತು ಲಂಡನ್ನಿನ ಮೂಲೆಗಳಲ್ಲಡಗಿದ ಶಾಂತ ಕ್ಲಬ್‌ಗಳಲ್ಲಿ ಬ್ರಿಟಿಶ್ ಆಸಕ್ತಿ ಸಂಘದವರು ತಮ್ಮಲ್ಲೇ ಗ್ಲಾಸ್ ಗಳಲ್ಲಿ ಯಶಸ್ಸಿನ ಪೇಯ ಹೀರುತ್ತಿರುವಾಗ ಭಾರತೀಯ ಮತ್ತು ಪಾಕಿಸ್ತಾನದ ರಕ್ತವು ತಾಯ್ನಾಡಿನ ಬಾಯೊಣಗಿದ ಭೂಮಿಯನ್ನು ಸಿಂಚಿಸುತ್ತಿದೆ.

***

೫. ಭೂ-ಸ್ವರ್ಗ

ಮುಗಲ ದಾರಿ

"ನೆಹರು ಬೇರೆ ಥರದ ಮನುಷ್ಯನಾಗಿದ್ದರೆ ಭಾರತವು ಬೇರೆ ಥರದ ದೇಶವಾಗುತ್ತಿತ್ತು."

– ಜೊಫ್ರೆ ಟೈಸನ್, ನೆಹರು ಚರಿತ್ರಕಾರ

ಮುಗಲ ಸಾಮ್ರಾಟ ಜಹಾಂಗೀರನು, ಕಾಶ್ಮೀರ ಕಣಿವೆಯಲ್ಲಿ ಸುಮಾರು ೭೦೦ ಉದ್ಯಾನಗಳನ್ನು ಸೃಷ್ಟಿಸಿದ್ದವನಾಗಿ ಸಾಯುವ ಕ್ಷಣಗಳಲ್ಲಿ ತನಗೇನಾದರೂ ಬೇಕಿದ್ದರೆ ಹೇಳಬೇಕೆಂದು ಕೇಳಿದಾಗ 'ಕಾಶ್ಮೀರ ಬಿಟ್ಟು ಮತ್ತೊಂದಿಲ್ಲ' ಎಂದಿದ್ದನಂತೆ. ಸುರುವಾತಿನ ಆ ಎರಡು ವರ್ಷಗಳಲ್ಲಿ ಶ್ರೀನಗರದಿಂದ ಲೇಹದವರೆಗಿನ ನನ್ನ ಪ್ರವಾಸ ಹಿಡಿದು ನನಗೆ ಕಾಶ್ಮೀರದ ಮೂಲೆ ಮೂಲೆಗಳನ್ನು ನೋಡುವ ಅವಕಾಶ ಸಿಕ್ಕಿತು. ಉಮಾಸಿ ಲಾ ಕಣಿವೆಯನ್ನು ಎರಡು ಸಲ ದಾಟಿದೆನಲ್ಲದೆ ನಾನು ಹಿಮಾಲಯದಾಚೆ ಮೂರು ಪಯಣಗಳನ್ನು ಪೂರೈಸಿದ್ದೆ. ಪಹಲಗಾಂ ಕ್ಷೇತ್ರದ ಸಂಪೂರ್ಣ ಮಾಹಿತಿ ನನ್ನದಿತ್ತು. ಲದಾಖಿನಲ್ಲಿ ನಾನು ಖರಡುಂಗ್ ಲಾ ದಾಟಿ ನುಬ್ರಾ ಘಾಟಿಯಲ್ಲಿ ಪ್ರವೇಶಿಸಿದ್ದೆ, ಚಾಂಗ್ ಲಾ ಲಂಘಿಸಿ ದಾರ್ಬುಕ್‌ಗೆ ಹೋಗಿದ್ದೆ (ಲದಾಖಿ ಭಾಷೆಯಲ್ಲಿ ದಾರ್ಬುಕ್ ಎಂದರೆ ನರಕದ ಪ್ರವೇಶದ್ವಾರ!), ಮತ್ತು ವಿಸ್ಮಯಕಾರಿಯಾದ ಪೆಂಗಾಂಗ್ ತ್ಸೊ ಸರೋವರ ತಲುಪಿದ್ದೆ. ಅಲ್ಲಿಂದ ಚುಶೂಲ್, ಚಿಪ್‌ಚಾಪ್ ಮತ್ತು ರೆಜಾಂಗ್ ಲಾಗಳು ಕಲ್ಲೊಗೆತಗಳೊಳಗೆ! ನಮ್ಮ ಕ್ಯಾಂಪು ಸ್ಟೋಕದ ಹಿಂದಿದ್ದು ಅಲ್ಲಿಂದ ನಂಬಲಸಾಧ್ಯವಾದ ಮಾರ್ಖಾ ಘಾಟಿಯ ರಸ್ತೆ ಸ್ಟೋಕ್ ಕಾಂಗ್ರಿಯನ್ನು ಸುತ್ತುವರಿದು ಹೆಮಿಸ್‌ದ ಹಿಂದೆ ತಲುಪುತ್ತಿತ್ತು. ಈ ಮಾರ್ಗವು ವನ್ಯ ಪಶುಪಕ್ಷಿಗಳ ನಿಚ್ಚಳ ಸ್ವರ್ಗವೇ ಸರಿ – ಶಾಪೂ (ಕಾಡು ಮೇಕೆ Ibex), ಭರಲ್, ಶಂಕು (ತೋಳಗಳು), ಮಾರ್ಮೊಟ್, ಟಿಬೆಟನ್ ಮೊಲ, ಅತಿ ವಿರಳವಾದ ಗೊಂಚು ಕೂದಲಿನ ಕಾಡುಬೆಕ್ಕು (Lynx) ಇತ್ಯಾದಿಗಳು ಬಂಡೆಗಲ್ಲುಗಳ ಡೊಗರುಗಳೊಳಗಿಂದ ನಮ್ಮನ್ನು ಸುತ್ತುವರಿದಿದ್ದವು. ಮೇಲೆ? – ಕಡು ಹೊಳಪಿನ ನೀಲಾಕಾಶ.

ಸಿಂಧು ನದಿಗುಂಟ ೭೦ನೇ ಬ್ರಿಗೇಡ ಪಸರಿಸಿದ್ದು ಅದು ನನ್ನ 'ಮನೆ' ಇದ್ದಂತಿತ್ತು. ನಾನು ನದಿಗುಂಟ ಮೇಲೆ-ಕೆಳಗೆ ಅಡ್ಡಾಡಿದ್ದೆ, ಮಾಹೆ ಹತ್ತಿರ ಪೂಲು ದಾಟಿ ತ್ಸೊಮೊರಿರಿ

ಸರೋವರದಲ್ಲಿ ತಲೆಪಟ್ಟಿಯ ಬಾತುಕೋಳಿಗಳ (Barheaded Geese) ತಳಿವರ್ಧನೆಯನ್ನು ನೋಡಿದ್ದೆ. ಪಶ್ಚಿಮಕ್ಕೆ ಒರಗಿದ ಅವಳಿ ಸರೋವರ ಕಿಶನ್‌ಸರ ಮತ್ತು ವಿಶನ್‌ಸರಗಳು; ಇಲ್ಲಿ ಕಂದು ಟ್ರೌಟ್ (Trout–ಮೀನಿನ ಜಾತಿ) ಹಿಡಿಯುವದರಷ್ಟು ಸರಳ ಮತ್ತೊಂದಿಲ್ಲ. ಸ್ವರ್ಗಕ್ಕೂ ಮೇಲೊಂದಿಲ್ಲ ಎಂದಾದರೆ ಇನ್ನೂ ಮುಂದಕ್ಕೇರಿ ಗಂಗಾಬಲ ನೋಡಬಹುದಲ್ಲ? ಮತ್ತು ಮುಗಲ್ ದಾರಿಯೊಂದಿತ್ತಲ್ಲ? ನನ್ನ ಕಾಶ್ಮೀರಾವಧಿಯ ಅತ್ಯುತ್ಕೃಷ್ಟ ಅನುಭವ!

ಇನ್ನೊಮ್ಮೆ ಜೆಫ್ ಕ್ಯಾಂಪಬೆಲ್ಲನು ನನಗೆ ಈರ್ವರು ಶೆರ್ಪಾಗಳ ಜೊತೆಗೆ ಆರಾಬಲ್ ಮತ್ತು ಪುಂಛ್ ನಡುವಿನ ಮುಗಲ ದಾರಿಯನ್ನು ರೇಖಿಸಲು ಆದೇಶಿಸಿದನು. ನನ್ನ ಖುಷಿಗೆ ಮಿತಿಯೇ? ಕಾರಣ ನನ್ನೊಡನೆ ಯಾವ ಗಿರಾಕಿಯ ತಾಪತ್ರಯವಿರಲಿಲ್ಲ. ಗಿರಾಕಿಗಳು ಎಷ್ಟೇ ಸಂಭಾವಿತರು, ಹೊಂದಿಕೊಳ್ಳುವವರಿರಲಿ ಅವರು ಯಾವಾಗಲೂ ಕೊರಳೊಳಗಿನ ಗುದ್ದಿಯೇ ನಿಜ. ಏಕೆಂದರೆ (ನನ್ನ ಕಂಪನಿ) ಟೈಗರ್ ಟಾಪ್ಸ್ ತನ್ನ ನಂಬಲಾರದ ಸೂಕ್ತಿಯಲ್ಲಿ ಹೇಳಿಕೊಂಡಿತ್ತಲ್ಲ– 'ಗಿರಾಕಿ ಯಾವಾಗಲು ಸರಿ' ಎಂದು? ಬಹುತೇಕ ಚಾರಣ ಮ್ಯಾನೇಜರಗಳು ಬಿಟ್ಟು ಹೋಗಿ ತಮ್ಮ ಕಂಪನಿಗಳನ್ನೇ ಸ್ಥಾಪಿಸಿಕೊಂಡಿದ್ದಾಗಿ ನನ್ನ ಮೇಲೆ ಭಾರ ಹೆಚ್ಚತೊಡಗಿತ್ತು. ಪೀರ ಪಂಜಾಲ ಪರ್ವತಗಳು ಒಂದು ಸ್ವಾಗತಾರ್ಹ ಬದಲಾವಣೆಗಳಾದವು. ಉತ್ತರಕ್ಕೆ ಈಗ ಬಂಜರು ಝನ್‌ಸ್ಕರ್ ಮತ್ತು ಲದಾಖ ಪರ್ವತಾವಳಿಯನ್ನು ಬಿಟ್ಟು ನಾನೀಗ ದಕ್ಷಿಣಕ್ಕೆ ಹೊರಟಿದ್ದೆ. ಹೊಸ ಮಾರ್ಗದ ಪ್ರತಿಯೊಂದು ವೈಶಿಷ್ಟ್ಯವನ್ನು ವಿವರಿಸುತ್ತ ಜೆಫ್‌ನು ನಾನೆಲ್ಲಿ ಕ್ಯಾಂಪ್ ಮಾಡಬಹುದು, ಏನು ಪರೀಕ್ಷಿಸಬೇಕು ಇತ್ಯಾದಿ ವಿವರಿಸಿ ನಂತರ ಒಳ್ಳೇ ಭಾವಪೂರ್ಣವಾಗಿ ನನಗೆ ಗುಡ್‌ಲಕ್ ಹೇಳುತ್ತ ನಾನು ಮರಳುವವರೆಗೆ ತಾನೂ ಕಂಪನಿಯನ್ನು ಬಿಟ್ಟು ತನ್ನ ಹೆಂಡತಿ ಮತ್ತು ಮಗಳ ಜೊತೆಗೆ ಹೊರಟು ಹೋಗಿರುತ್ತೇನೆ ಎಂದು ತಿಳಿಸಿದ. ಕರ್ನಲ್ ಜಾನ್ ವೇಕಫೀಲ್ಡ್ ಮತ್ತು ಅವನ ಡಜನ್ ಶೇರ್ಪಾಗಳನ್ನುಳಿದು ಕಂಪನಿಯ ವ್ಯವಸ್ಥೆಯೇ ಈ ಒಂದುವರೆ ವರ್ಷದಲ್ಲಿ ಬದಲಿಯಾಗಿತ್ತು. ಜೆಫ್‌ನ ನಿರ್ಗಮನ ನನ್ನನ್ನು ತುಸು ವಿಷಾದಗೊಳಿಸಿತು.

ಹಾಶಿಂ ತಯ್ಯಬ್ಜಿ, ಸ್ಕೂಲಿನಲ್ಲಿ ನನಗಿಂತ ಎರಡು ವರ್ಷ ಮುಂದಿದ್ದವ ಮತ್ತು ಅದೇ ಯುನಿವರ್ಸಿಟಿಯಲ್ಲಿದ್ದವ ದಿಲ್ಲಿಯಿಂದ ಬಂದು ನಮ್ಮನ್ನು ಆರಾಬಲ್‌ಗೆ ಬೀಳ್ಕೊಡಲು ಬಂದ. ಒಬ್ಬ ಶೇರ್ಪಾ ಮೊದಲೇ ಬಸ್‌ನಲ್ಲಿ ಮುಂದೆ ಹೋಗಿ ನಮ್ಮ ಸಾಮಾನು ಹೊತ್ತೊಯ್ಯಲು ಹೇಸರಗತ್ತೆಗಳನ್ನು ತಯಾರಿಸಿದ್ದ. ಆ ಸಂಜೆ ಹಾಶಿಂ ಜೊತೆಗೆ ಕುಳಿತು ನಮ್ಮ ಭವಿಷ್ಯದ ಬಗ್ಗೆ ಮಾತಾಡಿದೆವು. ಸಾಹಸ ಪ್ರವಾಸೋದ್ಯಮವೇನೋ ದೊಡ್ಡ ವಿನೋದ, ಅದು ಸ್ವಲ್ಪೇ ಸಮಯದಲ್ಲಿ ಅದೆಷ್ಟನ್ನೋ ನೋಡಲು ಅನುಕೂಲ ಮಾಡಿಕೊಡುತ್ತಿತ್ತು. ಅಷ್ಟನ್ನೇ ನೋಡಲು ಅನೇಕರು ತಮ್ಮ ಜೀವನವನ್ನೇ ಸವೆಸುತ್ತಿದ್ದರಲ್ಲ? ಆದರೆ ಅದೊಂದು ಬಲೆಯಷ್ಟೇ ಎಂದು ತೀರ್ಮಾನಿಸಿದೆವು. "ಎರಡೋ ಮೂರೋ

ವರ್ಷ, ನಂತರ ನೀನು ಇದನ್ನು ಬಿಟ್ಟು ಹೋಗಬೇಕು" ಎಂದ ಹಾಶಿಂ. ತಾನೂ ಬಿಟ್ಟು ಐ.ಎ.ಎಸ್.ಗೆ ಅಭ್ಯಾಸ ಕೈಕೊಳ್ಳುತ್ತೇನೆ ಎಂದ. ಅವನ ಮಾತು ನನ್ನ ಮೇಲೆ ಪರಿಣಾಮ ಬೀರದಿರಲಿಲ್ಲ. ಮರುದಿನ ನಾನು ಮೂರು ದಿನಗಳ ಪುಂಛ್ ಪ್ರಯಾಣಕ್ಕೆ ಒಳಗಾದೆ.

ಶಬ್ದಗಳಲ್ಲಿ ಪೀರ ಪಂಜಾಲ ಪರ್ವತಗಳ ಸೌಂದರ್ಯವನ್ನು ಬಣ್ಣಿಸುವದೆಂತು? ಜಹಾಂಗೀರ ಮತ್ತು ಕಾಶ್ಮೀರವನ್ನು ಕಂಡ ಇತರರು ಅದನ್ನು ತಮ್ಮ ಶರೀರದೊಳಗಿಂದಲೇ ತೆಗೆದೊಗೆಯಲಾರರಾದರು. ಮಂತ್ರಮುಗ್ಧಗೊಳಿಸುವ ಭೂಮಿಯದು – ಕರಿತಲೆಯ ಗ್ರಾಸ್ ಬೀಕ್ (Grass beak)ಗಳು, ನಟ್‌ಹ್ಯಾಚ್ (Nuthatch)ಗಳು ಮತ್ತು ಮಿನಿವೆಟ್ ಪಕ್ಷಿಗಳ ಗಿಡಗಿಡಗಳಲ್ಲಿಯು ಹಾರಾಟ, ಸೂಚಿಪರ್ಣಿ ವನಗಳ ನಡುವೆ ಹುಲ್ಲುಹಾಸಲುಗಾವಲುಗಳು, ಬೂದು–ಹಸಿರು ನೊರೆನೊರೆಯ ನದಿನಾಲೆಗಳು, ಮತ್ತು ಈ ಪ್ರದೇಶವನ್ನೇ ತನ್ನ ಮನೆಯೆಂದು ಕರೆದ ಗಡ್ಡಬಿಟ್ಟ ಮೇಕೆ ಮಾರಖೊರವನ್ನು ಕಾಣುವ ನಿರಂತರ ಪ್ರತೀಕ್ಷೆ––. ನಾವು ಪರ್ವತಾವಳಿಯಲ್ಲಿ ಮೇಲೇರಿದಂತೆ ಹಳೆಯ ಮುಗಲ ಸರಾಯಿಗಳು ಗೋಚರಿಸಿದವು. ಬಿಸಿಲಿಗೆರಗುವ ರಾಜಶೀವಿಯ ಗಡ್ಡಬಿಟ್ಟ ಲ್ಯಾಮರ್ಗಾಯರ್ ರಣಹದ್ದುಗಳನ್ನುಳಿದು ನಿರ್ಜನ, ತ್ಯಕ್ತ, ಪಾಳ್ಬಿದ್ದ ಕಟ್ಟಡಗಳು –. ಪುಂಛ್ ತಲುಪುತ್ತಿದ್ದಂತೆ ಈಗಲೂ ಕಾಶ್ಮೀರ ಘಾಟಿಯನ್ನು ಪ್ರವೇಶಿಸಲು ಇದೇ ದಾರಿಯನ್ನು ಉಪಯೋಗಿಸುತ್ತಿರುವ ಗುಜ್ಜರರ ಅನೇಕ ಹರಿವುಗಳೇ ನಮ್ಮನ್ನು ದಾಟಿದವು– ಎಮ್ಮೆಗಳವೇ ಗುಳೇಗಳು. ಈ ದೊಡ್ಡ ಕರಿಪಶುಗಳು, ಅವುಗಳ ಹೊಯ್ದಾಡುವ ಕೆಚ್ಚಲುಗಳೊಡನೆ ತಮ್ಮ ಮಸುಕು ನೀಲೀ ಕಂಗಳನ್ನು ಹೊರಳಿಸುತ್ತ ನಿರಾಸಕ್ತವಾಗಿ ನಮ್ಮನ್ನು ದಾಟುತ್ತ ಇಕ್ಕಟ್ಟಾದ ಕಾಲ್ದಾರಿಯಿಂದ ನಮ್ಮನ್ನಾಚೆ ನೂಕುತ್ತ ನಡೆದುಬಿಡುತ್ತಿದ್ದವು. ಎಮ್ಮೆಯ ಸಗಣಿಯ ವಾಸನೆಯನ್ನು ಸವರಿಸಿಕೊಂಡು ಹೊರಟ ೦ತೆ ಟ್ರಕ್ ಒಂದರಲ್ಲಿ ಜಿಗಿದು ಕುಳಿತು ಮುವತ್ತು ಕಿಮಿ ದೂರ ಪುಂಛ್ ಮುಟ್ಟಿದೆವು. ಟ್ರಕ್ಕಿನ ಟೂಲಬಾಕ್ಸಿನಲ್ಲೇ ಕುಳಿತು ತಲುಪುವ ಭಾಗ್ಯ ಪುನಃ ನನ್ನದಾಯಿತು!

ಹಾಶಿಮನ ಉಪದೇಶದಂತೆ ನಾನು ವರ್ಷಾಂತ್ಯದಲ್ಲಿ ಟೈಗರ್ ಟಾಪ್ಸ್ ಕಂಪನಿಯನ್ನು ಬಿಟ್ಟೆ. ೧೯೮೩ರ ಪೂರ್ವಾರ್ಧದಲ್ಲಿ ಇಂಡಿಯಾ ಟುಡೆ ನಿಯತಕಾಲಿಕೆಗಾಗಿ ಕೆಲಸ ಮಾಡುವಾಗ, ನಾನು ಅಧಿಕೃತವಾಗಿ ಡೆಸ್ಕಿನಲ್ಲಿದ್ದರೂ ಹೊರಗಿನ ಕೆಲಸಕ್ಕೆ ಅನೇಕ ಸಂಧಿಗಳು ದೊರೆತವು. ಸುರುವಾತಿಗೆ ನನ್ನ ಅಜ್ಜನ ಶಾಲೆಯಾದ ಗುರುಕುಲಕಾಂಗ್ರಿಯ ಮೇಲೆ ಫೋಟೊ ಫೀಚರ್ ಮಾಡುವ ಅವಸರ ದೊರೆಯಿತು. ವನ್ಯಪ್ರಾಣಿಗಳ ನನ್ನ ಜ್ಞಾನವನ್ನೆಣಿಸಿ ನಾನು ಪರಿಸರದ ಮೇಲೂ ಕಥೆಗಳನ್ನು ಬರೆಯಲಾರಂಭಿಸಿದೆ. ಅದೇ ವರ್ಷದಲ್ಲೇ ಮಲೆಯಾಳ ಮನೋರಮದ The Week ನಿಯತಕಾಲಿಕೆಗೆ ಮತ್ತು Associated Pressಗೆ ಪಂಜಾಬದ ಭಯೋತ್ಪಾದಕತೆಯನ್ನು ವರದಿ ಮಾಡಲು ವ್ಯಸ್ತನಾದೆ. ೧೯೮೭ರಲ್ಲಿ ಬಿಟ್ಟೂ ಸೆಹಗಲ್ಲರ ಅವಳಿ ಟೆಲಿವಿಜನ್ ಸರಣಿ ರಕ್ಷಕ ಮತ್ತು ಪ್ರೊಜೆಕ್ಟ್ ಟೈಗರ್ ಇವುಗಳ ಚಿತ್ರೀಕರಣಕ್ಕಾಗಿ ಪುನಃ ಕಾಶ್ಮೀರಕ್ಕೆ ಮತ್ತು ಲದಾಖಿಗೆ ಮರಳಿದೆ.

೧೯೯೨ ನಮ್ಮ ಜೀವನದ ಬದಲಾವಣೆಯೇ ಆಯಿತು. ಭಾರತೀಯ ಸಶಸ್ತ್ರ ಸೇನೆಗಳ ಕಥಾನಕವನ್ನು ಸೆರೆಹಿಡಿಯುವದಕ್ಕಾಗಿ ನಾನು ಮತ್ತು ದೀಪ್ತಿ (ಹೆಂಡತಿ) ಸುಮಾರು ಒಂದು ವರ್ಷ ೧೯೪೭-೪೮ರ ಘಟನೆಗಳ ಸಂಶೋಧನೆಯಲ್ಲಿ ತೊಡಗಿದ್ದು ೧೫ ಭಾಗಗಳ ಟೆಲಿವಿಜನ್ ಸರಣಿಗಳನ್ನು ಜೋಡಿಸಲಿಕ್ಕೆ. ಮೂರು ಹಸ್ತಪ್ರತಿಗಳನ್ನು ತಯಾರಿಸಿ ಮುಖ್ಯ ವ್ಯಕ್ತಿಗಳಿಗೆ ಕಳಿಸಿದೆವು – ರಕ್ಷಾ ಸೆಕ್ರೆಟರಿ ಶ್ರೀ ಎನ್. ಎನ್. ವೋರಾ ಹಾಗೂ ಮಾಜೀ ಪ್ರಧಾನಿ ರಾಜೀವ ಗಾಂಧಿಯವರನ್ನು ಹಿಡಿದು –. ಪುಂಛ್-ರಜೋರಿ ವಿಭಾಗವು ನಮ್ಮ ವಿಶೇಷ ಗಮನಾರ್ಹ ವಿಷಯವಾಗಿದ್ದು ಲೆ. ಜನರಲ್ ಆದಿ ಸೇಥ್ನಾ ಅವರು ಜಮ್ಮುವಿನ ೨೫ನೇ ಡಿವಿಜನ್ನಿನ ಮಾಜಿ ಕಮಾಂಡರ್ ಆಗಿದ್ದು ಅವರು ನಮ್ಮ ಟೀಮಿನಲ್ಲಿದ್ದುದು ನಮ್ಮ ಭಾಗ್ಯವೇ ಆಯಿತು. ಸೇಥ್ನಾ ಅವರ ಜಾಲ ಅತ್ಯಂತ ವಿಸ್ತಾರವಾದದ್ದಿತ್ತು. ಅವರು ನಮ್ಮ ಹಸ್ತಪ್ರತಿಯನ್ನು ಮೊದಲು ಕೊಟ್ಟದ್ದು ಏರ್ ಮಾರ್ಶಲ್ ಎನ್. ಸಿ. ಸುರಿಯವರಿಗೆ. ಸುರಿಯವರು ವಾಯುಸೇನಾ ಪ್ರಮುಖರಾಗುವವರಿದ್ದರು. ಸುರಿಯವರು ಅಂದದ್ದು , 'ಮೂರು ಸಶಸ್ತ್ರ ಪಡೆಗಳು ನಿಮಗೆ ಸಹಕರಿಸುವದು ಅಸಾಧ್ಯ' ಎಂದು! ಅವರು ಸೂಚಿಸಿದ್ದೆಂದರೆ ನಾವು ಭಾರತೀಯ ವಾಯುಸೇನೆಯ ಮೇಲೆಯೇ ನಮ್ಮ ಸಂಶೋಧನೆಯನ್ನು ಕೇಂದ್ರೀಕರಿಸಲು. ವಾಯುಸೇನೆ ಆವಾಗ ತನ್ನ ೬೦ನೇ ಜನ್ಮದಿನವನ್ನು ಆಚರಿಸುವದಿತ್ತು. 'ಇಂಡಿಯನ್ ಏರ್ ಫೋರ್ಸಿನ ಮೇಲಿನ ಹಸ್ತಪ್ರತಿ ತನ್ನಿರಿ, ನಾನು ಸಂಪೂರ್ಣ ಸಹಕರಿಸುತ್ತೇನೆ. ಆದರೆ ದುಡ್ಡು ಮಾತ್ರ ಕೇಳಬೇಡಿರಿ' ಎಂದರು.

ಜೆ.ಆರ್.ಡಿ. ಟಾಟಾ ಅವರ ಹೆಸರೇ ನನಗೆ ನೆನಪಾದದ್ದು. ಜನರಲ್ ಸೇಥ್ನಾ ಮತ್ತು ನಾನು ಕೂಡಿ ಅನೇಕ ಡ್ರಾಫ್ಟಗಳನ್ನು ಬರೆದು ಪರೀಕ್ಷಿಸಿದೆವು. ಕೊನೆಗೆ ಒಂದು ಪೇಜಿನ ಡ್ರಾಫ್ಟನ್ನು 'ಏರ್ ಕಮೊಡೊರ್ ಜೆ.ಆರ್.ಡಿ. ಟಾಟಾ' ಎಂದು ಸಂಬೋಧಿಸಿ ಭಾರತೀಯ ಉಡ್ಡಯನ ಪ್ರಪಂಚದ ಮಹಾನುಭಾವನಿಗೆ ಕಳಿಸಿದೆವು. ನಮ್ಮ ಯೋಜನೆಗೆ ವಿತ್ತೀಯ ಸಹಾಯವೀಯಲು ಟಾಟಾ ಗ್ರುಪ್ಪಿನವರು ಎಪ್ರಿಲ್ ತಿಂಗಳಿನಲ್ಲಿ ಅನುಮತಿ ಕೊಟ್ಟರು. ಆಗಲೇ ಏರ್ ಮಾರ್ಶಲ್ ಸುರಿಯವರು ನಿಜವಾಗಿಯೂ ಚಿತ್ರೀಕರಣಕ್ಕೆ ಸಂಪೂರ್ಣ ಅನುಮತಿಯಿತ್ತರು. ಜಮ್ಮು ಕಾಶ್ಮೀರವು ಚಿತ್ರೀಕರಣದಲ್ಲಿ ಪ್ರಾಥಮಿಕ ಪಾತ್ರ ವಹಿಸುವದಂತೂ ನಿಸ್ಸಂದೇಹದ್ದಾಗಿತ್ತು. ಏಕೆಂದರೆ ಭಾರತೀಯ ವಾಯುಸೇನೆಯ ಪಾತ್ರದಿಂದಾಗಿ ಶ್ರೀನಗರ, ಪುಂಛ್ ಮತ್ತು ಲದಾಖಿನಲ್ಲಿಯ ಅದರ ಕಾರ್ಯಕ್ಷಮತೆಯಿಂದಾಗಿ ತಾನೇ ಭಾರತದ ಕೈ ಮೇಲಾದುದು? ಒಬ್ಬ ಟೈಮ್‌ಸ್ಕೇಲ್ ವಿಂಗ್ ಕಮಾಂಡರ್ ಆಫೀಸಿನಲ್ಲಿ ವಿಶೇಷವೇನೂ ದೊರೆಯದ ಧೂಳು ಹಿಡಿದ ಫೈಲುಗಳು ಭಾರತೀಯ ವಾಯುಸೇನೆಯ 'ಐತಿಹಾಸಿಕ ವಿಭಾಗ' ಎನಿಸಿಕೊಂಡಾಗ್ಯೂ ಕೂಡ ಅದೊಂದು ಸಂಪೂರ್ಣ ಕಾಶ್ಮೀರ ಕಥೆಯ ಸಂಶೋಧನೆಯ ಕಾರ್ಯಾರಂಭವಾಯಿತು.

ತೆಳುವು ದಾರ

ಮೊಟ್ಟಮೊದಲು ನಾವು ೧೯೪೮ರಲ್ಲಿ ಡಕೋಟಾ ಟ್ರಾನ್ಸಪೋರ್ಟ ವಿಮಾನಚಾಲಕರ ಲಾಗ್‌ಬುಕ್‌ಗಳನ್ನು ದೊರಕಿಸಿದೆವು. ಫೈಟರ್ ವಿಮಾನಚಾಲಕರ ಲಾಗ್ ಹೆಚ್ಚು ಪ್ರಭಾವಶಾಲಿ, ಕಣ್ಕಟ್ಟುವಂತಹದಿರಬಹುದು ಆದರೆ ಟ್ರಾನ್ಸಪೋರ್ಟ (ಭಾರವಾಹಕ) ವಿಮಾನಚಾಲಕರ ದಾಖಲೆಗಳು ನಿಜಕ್ಕೂ ಐತಿಹಾಸಿಕ ತಿರುಳನ್ನು ಒಳಗೊಂಡಿರುತ್ತವೆ. ಏರ್ ಮಾರ್ಶಲ್ ಎಲ್. ಎಸ್. ಗ್ರೇವಾಲರ ಲಾಗ್‌ಬುಕ್ ಸಿಕ್ಕೊಡನೆ ನಾನು ಅಕ್ಟೋಬರ್ ೧೯೪೭ರ ಕೊನೆಯ ಪಾನುಗಳನ್ನು ತೆಗೆದೆ. ನಾನೆಣಿಸಿದ ದಾಖಲೆ ನಿಜಕ್ಕೂ ನನ್ನ ಕಣ್ಣು ಸೆಳೆಯುತ್ತಿತ್ತು – ನೀಲಿ ಮಸಿಯ ದಾಖಲೆ ಕೆಂಪು ಮಸಿಯಿಂದ ಒತ್ತಿ ತೋರಿಸಿದ್ದು – ಐತಿಹಾಸಿಕ ಘಟನೆಯನ್ನು ವಿಶೇಷವಾಗಿ ತೋರಿಸಲೆಂಬಂತೆ : ಏರ್‌ಕ್ರಾಫ್ಟ್–ಡಕೋಟಾ III: ರೆಜಿಸ್ಟ್ರೇಶನ್ ನಂ. VP903 ; ದಿಲ್ಲಿಯಿಂದ ಜಮ್ಮು; ಮಾರ್ಜಿನ್ನಿನಲ್ಲಿ ಬರೆದುದು ವಿ.ಪಿ. ಮೆನನ್ ಮತ್ತು ಲೆಫ್ಟನೆಂಟ್ ಕರ್ನಲ್ ಎಸ್. ಎಫ್. ಜೆ. ಮಾನೆಕ್‌ಶಾ. ಉಳಿದೆಲ್ಲ ವಿವರಗಳು–ಜೊತೆಗಾರ ಪೈಲಟ್, ಹಾರಾಟ ಸಮಯ, ವೇಳಾಪಟ್ಟಿ ಇತ್ಯಾದಿ ಎಲ್ಲವೂ ನಮೂದಿಸಲ್ಪಟ್ಟಿದ್ದವು. ಇನ್ನು ಅನೇಕ ಬ್ರಿಟಿಶ ಲೇಖಕರು ವಿಲೀನೀಕರಣದ ದಸ್ತಾವೇಜು (Deed of Accession) ಸುಳ್ಳುಸಹಿ ಹಾಕಿದ್ದೆಂದು ಶಂಕಿಸುವದನ್ನು ನಂಬಬಹುದೇ? ಮಾರ್ಜಿನ್ನಿನಲ್ಲಿ ದಿನಾಂಕ ಬರೆದದ್ದು ೨೬ ಅಕ್ಟೋಬರ್. ಮಹಾರಾಜಾ ಹರಿಸಿಂಹನು ಶ್ರೀನಗರ ತ್ಯಜಿಸಿ ಜಮ್ಮು ತಲುಪಿ ನಿದ್ರಾಗ್ರಸ್ತನಾದಂತೆ ಇದ್ದು ತನ್ನನ್ನು ಯಾರೂ ತೊಂದರೆಪಡಿಸುವಂತಿಲ್ಲ ಎಂದು ತನ್ನ ADCಗೆ ಆಜ್ಞಾಪಿಸಿದ್ದನು. ವಿಲೀನೀಕರಣದ ಕಾಗದವನ್ನು ಭಾರತೀಯ ಸರಕಾರ ಕೊನೆಯ ಕ್ಷಣದಲ್ಲಿ ತಂದರೆ ಕಾಶ್ಮೀರದ ಸಂರಕ್ಷಣೆ ತನ್ನ ಗುದ್ದಿ ಉಳಿಯಲಾರದು; ಭಾರತೀಯ ಪ್ರತಿಕ್ರಿಯೆ ಬರದೇ ಇದ್ದರೆ ಎ.ಡಿ.ಸಿ.ಯು ತನ್ನ ನಿದ್ರಾಧೀನ ತಲೆಗೆ ಗುಂಡಿಕ್ಕಬೇಕು! ಒಂದೂವರೆ ತಿಂಗಳಲ್ಲೇ ತನ್ನ ಪರಿಸರವೆಲ್ಲ ವೇಗವಾಗಿ ಕುಸಿದಿತ್ತು. ಮೊದಲು ದಿನ, ಮಹಾರಾಜನು ಶ್ರೀನಗರದಲ್ಲೇ ಇದ್ದಾಗ ಆಕ್ರಮಣಕಾರರು ಶ್ರೀನಗರದಲ್ಲಿ ಪ್ರವೇಶಿಸಿದ್ದರೆ ನ್ಯಾಶನಲ್ ಕಾನ್ಫರೆನ್ಸಿನ ಕೆಲವೇ ಲಾಠಿ ಹಿಡಿದ ಸದಸ್ಯರನ್ನುಳಿದು ಇತರ ಯಾವ ವಿರೋಧವೂ ಸಾಧ್ಯವಿರಲಿಲ್ಲ.

ನೆಹರು ಅವರು ತಿಂಗಳು ಮೊದಲೇ ಸರದಾರ ಪಟೇಲರಿಗೆ ಪತ್ರ ಬರೆದಿದ್ದು ತೋರಿಸುವದೆಂದರೆ ನೆಹರು ಅವರೊಬ್ಬರೇ ಜಮ್ಮು ಕಾಶ್ಮೀರದಲ್ಲಿಯ ಆಗು–ಹೋಗುಗಳನ್ನು ತಿಳಿದವರಿದ್ದರು ಎಂದು. 'ನಾನು ನಿಚ್ಚಳವಾಗಿ ಕಂಡದ್ದೆಂದರೆ ನನಗೆ ಬಂದ ವರದಿಗಳಂತೆ ಅಲ್ಲಿಯ ಪರಿಸ್ಥಿತಿ ಅಪಾಯಕಾರಿಯಾಗಿ ಕೆಡುತ್ತಲಿದೆ. ಪಂಜಾಬದ ಮುಸ್ಲೀಂ ಲೀಗ ಮತ್ತು ನಾರ್ಥವೆಸ್ಟ ಫ್ರಾಂಟಿಯರ್‌ದವರು ದೊಡ್ಡ ಸಂಖ್ಯೆಯಲ್ಲಿ ಕಾಶ್ಮೀರದಲ್ಲಿ ಪ್ರವೇಶಿಸುವ ತಯಾರಿ ನಡೆಸಿದ್ದಾರೆ. ... ನಾನೆಣಿಸಿದಂತೆ ಪಾಕಿಸ್ತಾನದ ರಣತಂತ್ರವೆಂದರೆ ಕಾಶ್ಮೀರದಲ್ಲಿ ಈಗ ನುಸುಳಿ ಬರುವ ಚಳಿಗಾಲದಲ್ಲಿ ಕಾಶ್ಮೀರವು ಸಂಪರ್ಕ ಕಳೆದುಕೊಂಡಾಗ ದೊಡ್ಡ ಆತಂಕ ಕ್ರಮವನ್ನು ಕೈಕೊಳ್ಳುವದು.' ನೆಹರು ಅವರಿಗೆ ಇದೆಲ್ಲ ಪಾಕಿಸ್ತಾನ ನಿಯೋಜಿತವಾಗಿತ್ತು ಎಂಬುದರಲ್ಲಿ ಸಂಶಯವಿರಲಿಲ್ಲ.

ಅದು ಮಾಸ್ಕಿಟೋ ಲೈಟ್ ಬಾಂಬರ್ ಸ್ಕ್ಯಾಡ್ರನ್ ಆಗಬೇಕಾಗಿತ್ತು. ೧ ಡಿಸೆಂಬರ್ ೧೯೪೫ ರಂದು ಕೋಹಾಟನಲ್ಲಿ (ಈಗ ಪಾಕಿಸ್ತಾನದಲ್ಲಿದೆ) ಸ್ಪಿಟ್‌ಫೈರ್ ಸ್ಕ್ಯಾಡ್ರನ್ ಎಂದು ಸಂಘಟಿಸಲ್ಪಟ್ಟ ರಾಯಲ್ ಇಂಡಿಯನ್ ಏರ್‌ಫೋರ್ಸಿನ (RIAF) ೧೨ನೇ ಸ್ಕ್ಯಾಡ್ರನ್ ಏರ್‌ಸ್ಪೀಡ್ ಆಕ್ಸ್‌ಫೋರ್ಡ್ ವಿಮಾನಗಳಿಗೆ ಭೋಪಾಲದಲ್ಲಿ ಪರಿವರ್ತಿತವಾಯಿತು. ಆದರೆ ತಿಂಗಳೊಳಗೆಯೇ RIAFನ ಪ್ರಥಮ ಟ್ರಾನ್ಸಪೋರ್ಟ ಸ್ಕ್ಯಾಡ್ರನ್‌ನಲ್ಲಿ ಬದಲಿಯಾಯಿತು. ಅದರ ಪೈಲಟ್‌ಗಳು ಅಸ್ತಿತ್ವದಲ್ಲಿದ್ದ ಫೈಟರ್ ಸ್ಕ್ಯಾಡ್ರನ್‌ಗಳಿಂದ ಬಂದಿದ್ದರು. ಅವರೆಲ್ಲ ಸ್ಪಿಟ್‌ಫೈಯರ್, ಹರಿಕೇನ್ ಮತ್ತು ಹಾರ್ವರ್ಡ್ ಫೈಟರ್ ವಿಮಾನಗಳ ಪೈಲಟ್‌ಗಳಾಗಿದ್ದರು. ಓರ್ವ ಏರ್ ಮಾರ್ಶಲ್ಲನು ನೆನೆಸಿದ – 'ನಾವೆಲ್ಲ ಅವಳಿ ಎಂಜಿನ್ ಆಕ್ಸಫೊರ್ಡ್ ವಿಮಾನಗಳಲ್ಲಿ ಪ್ರಶಿಕ್ಷಣ ಪಡೆದು ನಂತರ ಮಾಸ್ಕಿಟೊ ವಿಮಾನಗಳನ್ನು ನಡೆಸಲು ಹೊರಟಿದ್ದೆವು. ಯುರೋಪಿನಲ್ಲಿ ಮೊಸ್ಕಿಟೊಗಳು ಉತ್ತಮ ಕೆಲಸ ಮಾಡಿದ್ದರೂ ಇಲ್ಲಿ ಇಲ್ಲಿಯ ಉಷ್ಣತೆ ಮತ್ತು ತೇವದಿಂದಾಗಿ ನಿಷ್ಕ್ರಿಯವಾದವು! ಹಾಗಾಗಿ ಮೊಸ್ಕಿಟೊ ತೆಗೆಯಲಾಯಿತು. ಆದರೆ ಆವರೆಗೆ ಅವಳಿ ಎಂಜಿನ್ನಿನ ವಿಮಾನದ ಪ್ರಶಿಕ್ಷಣ ಭಾಗಶಃ ಪಡೆದಾಗಿತ್ತಲ್ಲ? ಎಂದು ಬದಲಿಯಾಗಿ ಡಕೋಟಾ ಸ್ಕ್ಯಾಡ್ರನ್ ಸಂಯೋಜಿತವಾಯಿತು. ಭೋಪಾಲದಿಂದ ಕರಾಚಿಯ ಹತ್ತಿರ ಮೌರಿಪುರಕ್ಕೆ ಸ್ಕ್ಯಾಡ್ರನ್ ಕಳಿಸಲಾಯಿತು. ಆಗ ಫ್ಲಾಯಿಂಗ್ ಆಫೀಸರ್ ಆಗಿದ್ದ ಏರ್ ಮಾರ್ಶಲ್ ಎಲ್. ಎಸ್. ಗ್ರೇವಾಲ ಅವರು ಹೇಳುವಂತೆ 'ಡಕೋಟಾಗಳ ಪ್ರಶಿಕ್ಷಣ ಸುರುವಾದರೂ ದೇಶ ವಿಭಜನೆ ನಡುವೆ ಬಂತಲ್ಲ? ಅರ್ಧ ಡಜನ್ ಪೈಲಟ್‌ಗಳಷ್ಟೇ ಪೂರ್ಣ ಪ್ರಶಿಕ್ಷಿತರಾಗಿದ್ದರು. ಉಳಿದ ನಾವೆಲ್ಲ ಹಗಲು ಹಾರಾಟದಲ್ಲಷ್ಟೇ ಪಳಗಿದ್ದೆವು. ೧೨ನೇ ಸ್ಕ್ಯಾಡ್ರನ್ ಚಕ್ಲಾಲಾಕ್ಕೆ ಹೊರಟಾಗ ನಾವಿನ್ನೂ ಕರಾಚಿಯಲ್ಲೇ ಇದ್ದೆವು. ನಮ್ಮ ಹತ್ತಿರ ಆರು ವಿಮಾನಗಳು ಮತ್ತು ಅಷ್ಟೇ ತರಬೇತಿ ಪಡೆದ ಪೈಲಟ್‌ಗಳೂ ಇದ್ದರು. ಕೆಲವರು ಡಕೋಟಾವನ್ನು ೩೦–೪೦ ತಾಸುಗಳಷ್ಟೇ ಹಾರಿಸಿದ್ದರು. ಕೆಲವರು ೧೫ ತಾಸುಗಳಷ್ಟೇ!' ಇಂಥ ಮಿಶ್ರಿತ ಸ್ಕ್ಯಾಡ್ರನ್ನಿನ ಕಮಾಂಡರ್ ಶಿವದೇವಸಿಂಹ (ನಂತರ ಏರ್ ಮಾರ್ಶಲ್ ಆದರು) ಇದ್ದರು. ಅದು ಆಗಸ್ಟ ೧೯೪೭ರ ಕೊನೆ.

ಮುಂದಿನ ಎರಡು ತಿಂಗಳುಗಳಲ್ಲಿ ಕಾಶ್ಮೀರದ ಪರಿಸ್ಥಿತಿ ಚಿಂತಾಜನಕವಾಯಿತು. ಮಹಾರಾಜಾ ಹರಿಸಿಂಹ ಹಿಂದುಮುಂದೆ ನೋಡುತ್ತಿದ್ದಂತೆ ಮತ್ತು ಕಾಶ್ಮೀರದ ಹಣೆಬರಹ ತೂಗಾಡುತ್ತಿದ್ದಂತೆ ಕಾಶ್ಮೀರವನ್ನು ನುಂಗಲು ಪಾಕಿಸ್ತಾನದ ಯೋಜನೆ ಸ್ಪಷ್ಟವಾಗತೊಡಗಿತು. ಜನರಲ್ 'ತಾರಿಖ' ಎಂಬ ಗುಪ್ತನಾಮಿ ಪಾಕಿಸ್ತಾನದ ಮೇಜರ್ ಜನರಲ್ ಮೊಹಮ್ಮದ ಅಕಬರಖಾನನು ಪಾಕಿಸ್ತಾನಿ ಆಕ್ರಮಣಕಾರರ ತಂಡದ ನಾಯಕನಾಗಿದ್ದು ಜೂನ್ ೧೯೮೫ರ Defence Journal ಪ್ರಕಟಿಸಿದ ಪ್ರಕಾರ ಹೇಳಿದ್ದು : "ವಿಭಜನೆಯ ಕೆಲವೇ ವಾರಗಳ ನಂತರ (ಪಾಕಿಸ್ತಾನ ಪ್ರಧಾನಿ) ಲಿಯಾಕತ ಅಲಿ ಖಾನರ ವತಿಯಿಂದ ಮೀಯಾ ಇಫ್ತೆಕಾರುದ್ದೀನರು ಕಾಶ್ಮೀರದ ಒಂದು ಯೋಜನೆಯನ್ನು ತಯಾರಿಸಲು ನನಗೆ ಹೇಳಿದರು.' ೧೯೪೭ ಅಕ್ಟೋಬರ್ ೨೪, ಬುಡಕಟ್ಟು ತಂಡವೊಂದು

ಮುಜಫರಾಬಾದದ ಮೇಲೆ ದಾಳಿ ಮಾಡಿ ಅದನ್ನು ವಶಪಡಿಸಿಕೊಂಡಿತು. ಮರುದಿನ ಉರೀಯವರೆಗೆ ಮುನ್ನುಗ್ಗಿ ಅದನ್ನೂ ವಶಪಡಿಸಿಕೊಂಡಿತು. ೨೬ನೇ ತಾರೀಖು ಅದು ಬಾರಾಮುಲಾ ವಶಪಡಿಸಿಕೊಂಡಾಗ ಮಹಾರಾಜಾ ಹರಿಸಿಂಹ ಶ್ರೀನಗರ ಬಿಟ್ಟೋಡಿ ಜಮ್ಮು ತಲುಪಿ ಅಲ್ಲಿ ಕೊನೆಯದಾಗಿ ಜಮ್ಮು ಕಾಶ್ಮೀರವನ್ನು ಭಾರತದಲ್ಲಿ ವಿಲೀನಗೊಳಿಸಿದ". ಏರ್ ಮಾರ್ಶಲ್ ಹೇಳುತ್ತಾರೆ :"ಪಾಕಿಸ್ತಾನವು ಕಾಶ್ಮೀರ ಆಕ್ರಮಣಕ್ಕಾಗಿ ಬುಡಕಟ್ಟು ಆಕ್ರಮಣಕಾರರನ್ನು ಉಪಯೋಗಿಸುತ್ತಲೇ ಪರಿಸ್ಥಿತಿ ವೇಗ ಹಿಡಿಯಿತು. ೨೬ನೇ ದಿನ ನಾವು ಮಧ್ಯಾಹ್ನ ದಿಲ್ಲಿಗೆ ತೆರಳಲು ಆಜ್ಞಾಪಿಸಲ್ಪಟ್ಟೆವು. ನಮ್ಮ ಹತ್ತಿರ ನಾಲ್ಕು ಡಕೋಟಾ ವಿಮಾನಗಳಿದ್ದವು. ನಮ್ಮ ವರಿಷ್ಠ ಹೆಡ್ ಕ್ವಾರ್ಟರ್ ಇನ್ನೂ ಆಗಿದ್ದಿಲ್ಲ. ಪರಿಸ್ಥಿತಿ ತೀಕ್ಷ್ಣವಾಗಿ, ನಾವು ಆರ್ಮಿಯ ಒಂದು ಯುನಿಟ್ಟನ್ನು ಒಮ್ಮೆಲೆ ಕಾಶ್ಮೀರಕ್ಕೆ ಎತ್ತೊಯ್ಯುವ ಆಜ್ಞೆ ದಿಲ್ಲಿಯಲ್ಲಿ ದೊರೆಯಿತು. ಅದರಲ್ಲಿ ಒಂದು ಇನ್ಫಂಟ್ರಿ ಕಂಪನಿಯನ್ನು ಮೊಟ್ಟಮೊದಲು ಶ್ರೀನಗರ ವಿಮಾನತಳಕ್ಕೆ ಒಯ್ಯಬೇಕಾಗಿತ್ತು. ಆ ಯುನಿಟ್ ಅಂದರೆಯೇ ೧ನೇ ಸಿಖ್ಖ ಬಟಾಲಿಯನ್."

ವಿಮಾನೋಡ್ಡಾಣ ೨೭ನೇ ಬೆಳಿಗ್ಗೆ ಬೇಗನೆ ಶುರುವಾಗಿ ಶ್ರೀನಗರದಲ್ಲಿ ಆ ಸಂಜೆಯವರೆಗೆ ೧ನೇ ಸಿಕ್ಖಿನ ಎರಡು ಕಂಪನಿಗಳನ್ನು ಇಳಿಸಲಾಯಿತು. ಎತ್ತೊಯ್ಕೆಯನ್ನು ಯಾರೂ ಎದುರಿಸಲಿಲ್ಲ, ಏಕೆಂದರೆ ಆಕ್ರಮಣಕಾರರು ಬಾರಾಮುಲ್ಲಾದಲ್ಲಿ ನಿಂತು ಲೂಟಿ, ಅತ್ಯಾಚಾರದಲ್ಲಿ ನಿರತರಾಗಿದ್ದರು. ಜನರಲ್ ತಾರೀಖ ಹೇಳಿದಂತೆ : 'ಮೇಜರ್ ಖುರ್ಶೀದ ಅನ್ವರನನ್ನು (ಮುಸ್ಲಿಂ ಲೀಗ) ಪಾಕಿಸ್ತಾನಿ ಪ್ರಧಾನಿಯು ಕಾಶ್ಮೀರದ ಉತ್ತರೀ ವಿಭಾಗದ ಕಮಾಂಡರನಾಗಿ ನೇಮಿಸಿದಾಗ ಅವನು ಪೇಶಾವರಕ್ಕೆ ಹೋಗಿ ಖಾನ ಕಯುಮಖಾನ ಅವರ ಸಹಾಯದಿಂದ ಆಕ್ರಮಣಕಾರರ 'ಲಷ್ಕರ'ವನ್ನು ಅಬೊಟಾಬಾದದಲ್ಲಿ ಒಟ್ಟುಗೂಡಿಸಿ ಮುಜಫರಾಬಾದ ಆಕ್ರಮಿಸಿ ಬಾರಾಮುಲ್ಲಾ ತಲುಪಿ ಅಲ್ಲಿ ಲಷ್ಕರವು ಎರಡು ದಿನ ನಿಂತಿತು. ಕಾರಣವೇನೋ ಯಾರು ಬಲ್ಲರು? ಜನರಲ್ ತಾರೀಖನ ಪ್ರಕಾರ ಆಕ್ರಮಣಕಾರರ ಲಷ್ಕರಗಳು ಅನ್ವರನ ಜೊತೆಗೆ ಒಡಂಬಡಿಕೆಯಾದಂತೆ ಬಾರಾಮುಲ್ಲಾದಲ್ಲಿ ಮುಸ್ಲೀಮೇತರರನ್ನು ಕೊಲ್ಲುವದಕ್ಕಾಗಿ ನಿಂತರು ಎಂದು. ಏರ್ ಮಾರ್ಶಲ್ ಗ್ರೇವಾಲರು ಮುಂದುವರೆಯುತ್ತಾರೆ : 'ಪರಿಸ್ಥಿತಿ ಇಷ್ಟು ವಿಷಮವಾದುದಿತ್ತಲ್ಲ, ನಮಗೆ ಕೆಳಮಟ್ಟದಲ್ಲಿ ಹಾರುತ್ತ ಮೊದಲು ಭೂಮಿಯ ಮೇಲೆ ಏನು ನಡೆಯುತ್ತಿದೆ ಎಂದು ನೋಡಿ ನಂತರ ಇಳಿಯಬೇಕೆಂದು ಹೇಳಲಾಗಿತ್ತು. ಲಷ್ಕರಿಗಳು ಪುಣ್ಯಕ್ಕೆ ಬಾರಾಮುಲ್ಲಾದಲ್ಲಿದ್ದರು.'

೧ನೇ ಸಿಖ್ಖ ಬಟಾಲಿಯನ್ನಿಗೆ ಆಜ್ಞಾಪಿಸಿದ ಲಿಖಿತ ಆರ್ಡರಿನಂತೆ – ಫ್ಲೈಟ್ A, ವಿಲಿಂಗ್ಡನ್‌ನಿಂದ ಬೆಳಿಗ್ಗೆ ೫ ಗಂಟೆಗೆ, ೬ ಸಿವಿಲ್ ಡಕೋಟಾಗಳು (೧ನೇ ಸಿಖ್ಖಿನ ಒಂದು ಕಂಪನಿಯನ್ನು ಎತ್ತೊಯ್ಯಲು); ಜೊತೆಗೆಯೇ ಫ್ಲೈಟ್ B, ಪಾಲಂನಿಂದ, ಬೆಳಿಗ್ಗೆ ೫ ಗಂಟೆಗೆ, ೩ RIAF (ರಾಯಲ್ ಇಂಡಿಯನ್ ಏರ್ ಫೋರ್ಸ್) ಡಕೋಟಾಗಳು (ಬಟಾಲಿಯನ್ ಹೆಡ್ ಕ್ವಾರ್ಟರ್ ಸಲುವಾಗಿ); ಫ್ಲೈಟ್ C ಪಾಲಂನಿಂದ,

೧೧ ಗಂಟೆಗೆ. ೮ ಡಕೋಟಾಗಳು (ಪಟಿಯಾಲಾ ಮೌಂಟನ್ ಬ್ಯಾಟರಿ – ತೋಪುಖಾನೆ); ಫ್ಲೈಟ್ D, ಪಾಲಂನಿಂದ, ಮಧ್ಯಾಹ್ನ ೧ ಗಂಟೆಗೆ, ೧೧ ಡಕೋಟಾಗಳು (೧ನೇ ಸಿಖ್ಖ ಎರಡನೇ ಕಂಪನಿ). ಸಿವಿಲ್ ಡಕೋಟಾಗಳು ತಲಾ ೧೫ ಸೈನಿಕರನ್ನು ಮತ್ತು ೫೦೦ ಪೌಂಡ್ ಒಜ್ಜೆಯನ್ನು ಒಯ್ಯುವದು ಮತ್ತು RIAF ಡಕೋಟಾಗಳು ತಲಾ ೧೭ ಸೈನಿಕರು ಮತ್ತು ೫೦೦ ಪೌಂಡು ಭಾರ ಒಯ್ಯುವದಾಗಿತ್ತು. ("ಸೈನಿಕ" ಎಂದರೆ ಅವನ ಶಸ್ತ್ರ, ವೈಯಕ್ತಿಕ ಸಾಮಾನು ಮತ್ತು ಹಾಸುಗಂಬಳಿ ಕೂಡಿ).

ಒಮ್ಮೆ ಶ್ರೀನಗರ ತಲುಪಿದೊಡನೆ ಅಡತಡೆಗಳೆಲ್ಲ ಕಳಚಿದವು. RIAFನ ೧೨ನೇ ಸ್ಕ್ವಾಡ್ರನ್ ಮತ್ತು ಸಿವಿಲ್ ಡಕೋಟಾಗಳು ದಿಲ್ಲಿ ಮತ್ತು ಶ್ರೀನಗರಗಳ ನಡುವೆ ನಿರಂತರವಾಗಿ ಹಾರಾಡುತ್ತ ಮುಂದಿನ ಐದು ದಿನಗಳಲ್ಲಿ ೧೬೧ನೇ ಬ್ರಿಗೇಡನ್ನು ಪೂರ್ಣ ಎತ್ತಿಳಿಸಿದವು. ಫ್ಲಾಯಿಂಗ್ ಆಫೀಸರ್ (ನಂತರ ವಿಂಗ್ ಕಮಾಂಡರ್) ಡೆಸ್ಮಂಡ್ ಪುಶ್ಲೊಂಗ್ ಹೇಳುವಂತೆ ಸಿವಿಲ್ ಡಕೋಟಾಗಳು ತಮ್ಮ ಡಕೋಟಾಗಳಿಗಿಂತ ತುಸುವೇ ಅಧಿಕ ವೇಗದವಿದ್ದವು ಎಂದು. ಹೋಗುವಾಗ ೩ ತಾಸು ೧೦ ಮಿನಿಟು. ಮರಳುವಾಗ ೨ ತಾಸು ೧೫ ಮಿನಿಟು.

೧ನೇ ಸಿಖ್ಖ ಬಟಾಲಿಯನ್ ಕಮಾಂಡರ್ ಲೆಫ್ಟನಂಟ್ ಕರ್ನಲ್ ರಂಜಿತ ರಾಯ್ ಶ್ರೀನಗರದಲ್ಲಿ ಕಾಯದೆ ಬಾರಾಮುಲ್ಲಾ ಕಡೆಗೆ ಮುನ್ನುಗ್ಗಿದರು. ಮರುದಿನ ಅವರು ಮೃತ್ಯುವಿಗೀಡಾದರು. ಆದರೆ ಅವರ ಈ ಮುನ್ನಾಗುವಿಕೆಯಿಂದಾಗಿ ಲಷ್ಕರ್ ಆಕ್ರಮಣಕಾರರ ವೇಗ ಕುಂಠಿತವಾಯಿತು. ಏರ್ ಮಾರ್ಶಲ್ ಗ್ರೇವಾಲ ಹೇಳುತ್ತಾರೆ : 'ಎರಡನೇ ಅಥವಾ ಮೂರನೇ ದಿನ ನಾವು ಉತ್ಕಟ ಸ್ಥಿತಿಯಲ್ಲಿದ್ದು ನಮ್ಮ ಫೈಟರ್ ವಿಮಾನಗಳನ್ನು ಉಪಯೋಗಿಸತೊಡಗಿದೆವು. ಅಂಬಾಲಾದಿಂದ ಹಾರುತ್ತ ಅವು ಶ್ರೀನಗರ–ಬಾರಾಮುಲಾ ರಸ್ತೆಯ ಮೇಲೆ ಶತ್ರು ಕಾಲಂಗಳ ಮೇಲೆ ಸ್ಟ್ರಾಫಿಂಗ್ ಮಾಡಿ ಅವರನ್ನು ತಡೆಯುವ ಪ್ರಯತ್ನ ಮಾಡುತ್ತಿದ್ದವು. ರಸ್ತೆಯ ಶಲಾಟೆಂಗ ಹತ್ತಿರದ ಪೂಲೊಂದಿತ್ತು, ನಾವದನ್ನು ಬ್ಲ್ಯಾಕ್ ಬ್ರಿಜ್ ಎಂದು ಕರೆಯುತ್ತಿದ್ದೆವು. ಲಷ್ಕರಿಗಳು ಬ್ರಿಜ್ ತಲುಪುವವರೇ ಇದ್ದರು. ನಮ್ಮ Spitfire ವಿಮಾನಗಳನ್ನು ಶ್ರೀನಗರ ಏರ್‌ಫೀಲ್ಡನಿಂದ ಉಪಯೋಗಿಸಲು ಒಂದು ಡಕೋಟಾವನ್ನು ತಕ್ನಿಕೀಯರು, ಸಾಮಾನು, ಮದ್ದುಗುಂಡು ತರಲು ಅಂಬಾಲಾಕ್ಕೆ ಕಳಿಸಿದೆವು. ನಮ್ಮ ಡಕೋಟಾಗಳ ಜ್ಞಾನ ಅಷ್ಟಿರಲಿಲ್ಲವಾದ್ದರಿಂದ ಪ್ರಾಯಶಃ ಆ ಡಕೋಟಾದಲ್ಲಿ ಭಾರ ಬಹಳಾಗಿದ್ದು ಅದರ ಕ್ಯಾಪ್ಟನ್ ಫ್ಲೈಟ್ ಲೆಫ್ಟನಂಟ್ ಮೆಂಡೊಜಾ ಮರಳಿ ಶ್ರೀನಗರ ತಲುಪಲೇ ಇಲ್ಲ. ನಮಗೆ ಆ ಡಕೋಟಾಕ್ಕೆ ಏನಾಯಿತೋ ತಿಳಿಯಲೂ ಇಲ್ಲ. ಅವರು ಬನಿಹಾಲ ಘಾಟಿಯನ್ನು ದಾರಿಗುಂಟ ಪ್ರವೇಶಿಸದೆ ಬಲಕ್ಕೆ ತಿರುಗಿ ಶೇಷನಾಗದ ಹತ್ತಿರ ಅಪಘಾತಗ್ರಸ್ತರಾದರು. ಆ ವಿಮಾನವು ೮ ತಿಂಗಳ ನಂತರ ಪತ್ತೆಯಾಯಿತು.'

ಹಲವು ಸರಣಿ ಘಟನೆಗಳು ಭಾರತೀಯರ ಸಹಾಯಕ್ಕನುವಾದವು.

ಮೊದಲನೆಯದಾಗಿ ಆಕ್ರಮಣಕಾರರ ಸ್ವತಃ ಹೇರಿಕೊಂಡ ಎರಡು ದಿನಗಳ ಬಾರಾಮುಲ್ಲಾದಲ್ಲಿ ಬಿಡುವು. ಕಾರಣಾಂತರವಾಗಿ ಭಾರತೀಯ ಸೈನ್ಯದ ಶ್ರೀನಗರದಲ್ಲಿ ಅವಿರೋಧ ಎತ್ತಿಳುವಿಕೆ. ನಂತರ ರಂಜಿತ ರಾಯ್ ಅವರ ಬಾರಾಮುಲ್ಲಾ ಕಡೆಗೆ ತಮ್ಮ ಬಟಾಲಿಯನ್ನಿನ ಮುನ್ನಡೆ. ಶಲಾಟೆಂಗ್ ಪೂಲಿನ ಯುದ್ಧದಲ್ಲಿ ೧೬೧ನೇ ಬ್ರಿಗೇಡಿನಿಂದ ಸಂಪೂರ್ಣ ಸೆದೆಬಡೆಯಲ್ಪಟ್ಟ ಆಕ್ರಮಣಕಾರರು. ಬ್ರಿಗೇಡಿನ ಜೊತೆಗೆ ಹೋರಾಡಿದ RIAF ನ ಟೆಂಪೆಸ್ಟ್ ವಿಮಾನಗಳು ಮತ್ತು ೭ನೇ ಕ್ಯಾವಲ್ರಿಯ ಆರ್ಮರ್ಡ್ ಕಾರ್‌ಗಳು. ೧೬೧ನೇ ಬ್ರಿಗೇಡನ ರಭಸದ ಮುನ್ನಡೆಯಲ್ಲಿ ಕಕ್ಕಾಬಿಕ್ಕಿಯಾದ ಲಷ್ಕರಿಗಳು ಹಿಮ್ಮೆಟ್ಟಿಸಲ್ಪಟ್ಟು ಬಾರಾಮುಲ್ಲಾ ಮತ್ತು ಉರೀಗಳನ್ನು ಪುನರ್ವಶ ಮಾಡಿಕೊಂಡಾಯಿತು. ಶಲಾಟೆಂಗ ಯುದ್ಧದಿಂದಾಗಿ ಶ್ರೀನಗರವು ಮುಂಬರುವ ವರ್ಷದಾಚೆಯ ಯುದ್ಧದಲ್ಲಿ ಪುನಃ ಆಕ್ರಮಣಕ್ಕೆ ಒಳಗಾಗುವದು ಅಸಂಭವವಾಯಿತು. ಹೀಗಾಗಿ ಝೇಲಂ ಘಾಟಿಯಿಂದ ದೃಷ್ಟಿಯನ್ನು ಹೊರಗೆ ಕೋಟ್ಲಿಯ ಮದ್ದುಗುಂಡುಗಳ ಆವಾಂತರದ ಕಡೆಗೆ, ಝುಂಗಡದ ಮುತ್ತಿಗೆಯ ಕಡೆಗೆ, ನೌಶೇರಾದ ಅಪಾಯದ ಕಡೆಗೆ, ರಜೋರಿಯ ಗೆಲುವಿಗೆ ಮತ್ತು ಪುಂಛ್‌ದಲ್ಲಿ ಜಮೆಯಾಗುತ್ತಿದ್ದ ನಿರಾಶ್ರಿತರೆಡೆಗೆ ಹೊರಳಿಸುವದು ಸುಲಭವಾಯಿತು. ಕಾಶ್ಮೀರ ರಾಜ್ಯದ ಸೈನ್ಯ ರಾವಲಾಕೋಟ ಬಿಟ್ಟುಕೊಟ್ಟಿತು.

ಆಪರೇಶನ್ ಪುಂಚಿಂಗ್

ನವೆಂಬರ್ ಎರಡನೇ ವಾರದಿಂದ ಲಕ್ಷ್ಯ ಸಂಪೂರ್ಣವಾಗಿ ಜಮ್ಮು ಪ್ರದೇಶ ಮತ್ತು ವಿಶೇಷತಃ ಪುಂಛ್‌ಗಳ ಮೇಲೆ ಹೊರಳಿತು. ಪಾಕಿಸ್ತಾನಿ ಜನರಲ್ 'ತಾರಿಖ'ನು ಹೇಳಿದಂತೆ 'ನಾವು ಬಾಘವನ್ನು ಸಂಪೂರ್ಣ ಜಯಿಸಿ ಆ ತೆಹಸೀಲನ್ನು ಆಕ್ರಮಿಸಿದೆವು. ಲಷ್ಕರ್ ತುಕಡಿಯನ್ನು ಪುಂಛ್ ಸುತ್ತುವರಿಸಿ ಶ್ರೀನಗರದಿಂದ ಕತ್ತರಿಸಿಬಿಡಲೆಂದು ರವಾನಿಸಲಾಯಿತು. ನಾವು ಕೋಟ್ಲಿ, ಮೀರಪುರ, ಬೇರಿ ಪಟನ್ ಮತ್ತು ಜಮ್ಮು–ಪುಂಛ್ ರಸ್ತೆಯ ಆಜುಬಾಜುವಿನ ಎಲ್ಲ ಪ್ರದೇಶಗಳನ್ನು ವಶಪಡಿಸಿಕೊಂಡೆವು.' ೧೨ ನವೆಂಬರ್ ೧೯೪೭ ಜಮ್ಮು ಕಾಶ್ಮೀರದ ಆಗಿನ ಪ್ರಧಾನ ಮಂತ್ರಿ ಮೆಹರಚಂದ್ ಮಹಾಜನ ಅವರು ಭಾರತೀಯ ರಕ್ಷಾ ಮಂತ್ರಿ ಸರದಾರ ಬಲದೇವಸಿಂಹರನ್ನು ಜಮ್ಮು ಪ್ರದೇಶವನ್ನು ಉಳಿಸಿಕೊಳ್ಳಲು ಕೇಳಿಕೊಂಡರು. ಉರೀಯನ್ನು ಸ್ವಾಧೀನಪಡಿಸಿಕೊಳ್ಳಲು ಇನ್ನೊಂದು ದಿನ ಹಿಡಿಯಿತು. ನಂತರವೇ ಸೈನ್ಯ, ವಿಮಾನಗಳನ್ನು ಈಚೆಗೆ ರವಾನಿಸಬಹುದಿತ್ತಲ್ಲ? ಆವರೆಗೆ ಮೀರಪುರದ ಬಾಗಿಲು ಮುಚ್ಚಿಬಿಟ್ಟಿತ್ತು.

೧೪ ನವೆಂಬರ್ ಡಿಫೆನ್ಸ್ ಕಮಿಟಿ ಕ್ಯಾಬಿನೆಟ್ (DCC) ಸಭೆ ಸೇರಿ ಜಮ್ಮು–ಪುಂಛ್–ಉರೀ ರಸ್ತೆಯ ಹತ್ತಿರದ ಸುತ್ತುವರಿಯಲ್ಪಡತೊಡಗಿದ ಕಾವಲುಗಳನ್ನು ತೆರವುಗೊಳಿಸುವ ನಿಶ್ಚಯವನ್ನು ತೆಗೆದುಕೊಳ್ಳಲಾಯಿತು. ಜನರಲ್ ರೊಯ್‌ಬುಚರ್ ಅವರು ಭಾರತೀಯ ಸೇನೆಯು ಇಂಥ ಸೀಮಿತ ಕೆಲಸಗಳನ್ನು ಮಾಡುವ ಮತ್ತು ಝೇಲಂ ಕಣಿವೆಯ ಸುರಕ್ಷೆಯನ್ನು ಕಾಯ್ದುಕೊಳ್ಳುವ ಸಾಮರ್ಥ್ಯವನ್ನಷ್ಟೇ ಹೊಂದಿದೆ,

ಇದಕ್ಕೂ ಹೆಚ್ಚಿನದಲ್ಲ ಎಂಬ ಅನಿಸಿಕೆ ತಳೆದಿದ್ದರು. ನಕಾಶೆಯ ಅಭ್ಯಾಸವು ತೋರಿಸಿದ್ದೆಂದರೆ ಪಾಕಿಸ್ತಾನಿ ಸರಕಾರದ ಭಾಗಿತ್ವದಿಂದಾಗಿ ಲಷ್ಕರರು ಪುಂಛ ಗಡಿಯವರೆಗೆ ಗಾಡಿಗಳಲ್ಲಿ ತಲುಪಬಲ್ಲವರಾಗಿದ್ದರೆಂದು. ಅಲ್ಲದೆ ಆಗಲೇ ಪುಂಛ್‌ದ ನಿವಾಸಿ ೪೦ ಸೇವಾನಿರತ ಸೈನಿಕರು ತಮ್ಮ ಆಯುಧಗಳೊಡನೆ ಪಾಕಿಸ್ತಾನ ಸೇರಿದ್ದರು. ಇನ್ನೂ ಒಂದೆಂದರೆ ಈ ಪ್ರದೇಶದ ೨೦೦೦ ಸೈನಿಕರಯು ಪಾಕಿಸ್ತಾನ ಸೈನ್ಯದಲ್ಲಿದ್ದರು. ಅವರೆಲ್ಲರೂ ಆಕ್ರಮಣಕಾರರ ಬುಡಕಟ್ಟು ಕಬಾಯಿಲಿಗಳ ಜೊತೆಗಾರರಾಗಿ ಪುಂಛ್ ವಿರುದ್ಧ ಜಮಾಯಿಸುವ ಸಾಧ್ಯತೆಯೂ ಇತ್ತು. ಇವೆಲ್ಲವುಗಳ ಹೊರತಾಗಿ ಇನ್ನೂ ಕೆಲವು ಪ್ರಮೇಯಗಳಿದ್ದವು. ಝೇಲಂ ಘಾಟಿಯಲ್ಲಿ ಜನರಲ್ ತಾರಿಖನು ಆಕ್ರಮಣಕಾರ ಬುಡಕಟ್ಟಿನವರನ್ನು ಸೈನ್ಯದ ಸಿಪಾಹಿಗಳಂತೆ ಹೋರಾಡಲು ಯತ್ನಿಸಿದ್ದಾಗಿ ಭಾರತೀಯ ಸೇನೆ ಮತ್ತು ವಾಯುಸೇನೆಗೆ ನಿಶ್ಚಿತ ಟಾರ್ಗೆಟ್‌ಗಳು ದೊರೆಯುತ್ತಿದ್ದವು. ಆದರೆ ಘಾಟಿಯಾಚೆಯ ಪರ್ವತೀಯ ಪ್ರದೇಶದಲ್ಲಿ ಬುಡಕಟ್ಟು ಆಕ್ರಮಣಕಾರರ ಯುದ್ಧ ನೀತಿ ಮತ್ತು ಪಟುತ್ವಗಳು ಕಟುಗಾತ್ರದವಿದ್ದವು. ಪಠಾಣಕೋಟದಿಂದ ಝುಂಗರದವರೆಗಿನ ಪರ್ವತೀಯ ರಸ್ತೆಗಳಗುಂಟ ಅವರನ್ನೆದುರಿಸುವದು ಕಠಿಣ ಕೆಲಸವಿತ್ತು.

ಇಷ್ಟೂ ಸಾಲದೆ ಭಾರತದಲ್ಲಿಯ ಮಿಲಿಟರಿ ಪರಿಸ್ಥಿತಿಯೂ ತನ್ನದೇ ತೊಡಕುಗಳಿಗೆ ತುತ್ತಾಗಿತ್ತು. ಪಾಕಿಸ್ತಾನಕ್ಕೆ ಖುಲ್ಲಂಖುಲ್ಲಾ ಭಾರತದೊಡನೆ ಯುದ್ಧಕ್ಕಿಳಿಯುವ ಧಾರ್ಷ್ಟ್ಯ ಇರದಿದ್ದರೂ ಬಹಾವಲಪುರದಿಂದ ಪೂರ್ವೀ ಪಂಜಾಬದ ಮೇಲೆ ಗಡಿದಾಳಿ, ರಾಜಸ್ಥಾನ –ಕಾಠಿಯಾವಾಡದಲ್ಲಿ ಸಿಂಧದಿಂದ ಒಳನುಸುಳುವಿಕೆ ಇತ್ಯಾದಿಗಳ ಸಾಧ್ಯತೆಯ ಬೇಹು ವರದಿಗಳು ಮತ್ತು ಪಾಕಿಸ್ತಾನದ ಹಿಡಿತವನ್ನು ಉಲ್ಲಂಘಿಸಿ ತಮ್ಮ ಆಕ್ರಾಮಕ ಯುಕ್ತಿಗಳನ್ನೇ ಚಲಾಯಿಸುವ ಬುಡಕಟ್ಟು ಆಕ್ರಮಣಕಾರರ ಸಾಮರ್ಥ್ಯ ಇವೇ ಕೆಲವು ಅಳುಕುಗಳಾದವು. ಹೈದರಾಬಾದದ ಪ್ರಶ್ನೆಯೂ ಒಂದಿತ್ತಲ್ಲ? ಅಲ್ಲಿಯೂ ಸೈನ್ಯೋಪಯೋಗದ ಅವಶ್ಯಕತೆ ಉಂಟಾಗಿತ್ತು.

೧೬ ನವೆಂಬರ ಜಮ್ಮು–ಕಾಶ್ಮೀರ ಡಿವಿಜನ್ನಿನ ಕಮಾಂಡರ ಮೇಜರ ಜನರಲ್ ಕಲವಂತಸಿಂಹ ನೌಶೇರಾ, ಝುಂಗರ, ಕೋಟ್ಲಿ, ಮೀರಪುರ, ಪುಂಛಗಳ ಮೇಲಿನ ಶತ್ರುವಿನ ಒತ್ತಡವನ್ನು ನಿವಾರಿಸಲು ಆಜ್ಞಾಪಿಸಿದರು. ಪುಂಛ ಸಂಪರ್ಕದ ಯೋಜನೆಯೆಂದರೆ ೧೬೧ನೇ ಬ್ರಿಗೇಡು ಶ್ರೀನಗರದಿಂದ ಉರೀ ತಲುಪಿದ್ದನ್ನು ನೇರ ದಾರಿ ಬದಲಾಯಿಸಿ ಹಾಜಿ ಪೀರ ಕಣಿವೆಮಾರ್ಗವಾಗಿ ಪುಂಛಗೆ ಕಳಿಸುವದು ಮತ್ತು ೫೦ ನೇ ಪ್ಯಾರಾ ಬ್ರಿಗೇಡನ್ನು ದಕ್ಷಿಣದಿಂದ ಜಮ್ಮು–ಅಖನೂರ–ಬೇರಿ ಪಟನ–ನೌಶೇರಾ–ಝುಂಗರ–ಕೋಟ್ಲಿ–ಮೀರಪುರ ಮಾರ್ಗವಾಗಿ ಪುಂಛ ತಲುಪಿಸುವದು. ಆಗಿನ ಸೇನಾ ಪ್ರಮುಖ ಜನರಲ್ ರೊಯ್‌ಬುಚರ್ ಅವರು ಇದು ಭಾರತೀಯ ಸೇನೆಯ ಸಾಮರ್ಥ್ಯದೊಳಗಿರದೆ ಅವಿವೇಕದ್ದು ಎಂದರು. ೫೦ನೇ ಪ್ಯಾರಾ ಬ್ರಿಗೇಡ ಕಮಾಂಡರ ಬ್ರಿಗೇಡಿಯರ ಪರಾಂಜಪೆ ಕೂಡ ತಮ್ಮ ಸಂದೇಹ ಸೂಚಿಸಿದರು.

ಪುಂಛ ಸಂಪರ್ಕ ಯೋಜನೆ ಅತಿ ಮಹತ್ವಾಕಾಂಕ್ಷಿಯೇ ಆಯಿತು. ದಕ್ಷಿಣದಿಂದ ಮೇಲಕ್ಕೆ ಹೊರಟ ಕಾಲಂ ನಡುವೆಯೇ ಸಿಕ್ಕಿಹಾಕಿಕೊಂಡಿತು. ಉರೀಯ ಕಾಲಂ ತಡವಾಗಿ ಹೊರಟಿತು. ೨೦ ನವೆಂಬರ್ ಅದರ ಕೊನೆಯ ಭಾಗದ ೨೪ ಲಾರಿಗಳು ಘಾತಕದಲ್ಲಿ ಸಿಕ್ಕು ಧ್ವಸ್ತವಾದವು. ಇನ್ನೊಂದು ದುರದೃಷ್ಟವೆಂದರೆ ಮುಖ್ಯಭಾಗದ ಗಾಡಿಗಳ ದೀಪಗಳನ್ನು ನೋಡಿ ಶತ್ರುವಿನದಿರಬಹುದೆಂಬ ಸಂಶಯದಿಂದ ಕಾಶ್ಮೀರ ರಾಜ್ಯದ ಸೈನಿಕ ತುಕಡಿಯು ಕಹುಟಾಬಳಿಯ ಬೇತಾರ ನಾಲೆಯ ಮೇಲಿನ ಪೂಲನ್ನು ವಿಧ್ವಂಸಿಸಿತು. ೧ನೇ (ಪ್ಯಾರಾ) ಕುಮಾಂವು ಬಟಾಲಿಯನ್ ಕೊನೆಗೂ ಹೇಗೋ ಮುನ್ನಡೆದು ಪುಂಛ ತಲುಪಿ ಅಲ್ಲಿಯ ಗ್ಯಾರೇಜನ್‌ನಲ್ಲಿ ಕೂಡಿಕೊಂಡಿತು. ೧೬೧ನೇ ಬ್ರಿಗೇಡ ಉರೀಗೆ ಮರಳಿ ಆಸುಪಾಸಿನ ಇತರ ಅನೇಕ ದಾಳಿಗಳಲ್ಲಿ ಭಾಗವಹಿಸಲನುವಾಯಿತು.

೧೨ನೇ ಸ್ಕ್ವಾಡ್ರನ್ನಿನ ಡಕೋಟಾಗಳನ್ನು ಜಮ್ಮುವಿನಲ್ಲಿ ಇರಿಸಲಾಯಿತು. ಸ್ಕ್ವಾಡ್ರನ್ ಲೀಡರ್ ಪುಶೊಂಗ್ ಮತ್ತು ರಾಯ್, ಘೋಷರ ಜೊತೆಗೂಡಿ ಕೋಟ್ಲಿಯಲ್ಲಿ ಸರಬರಾಜು ವಿಮಾನದಿಂದ ಒಗೆದರು. ಎರಡು ಸಲ ಸರಬರಾಜು ಒಗೆದ ಮೇಲೆ ಮೀರಪುರದ ಮೇಲೂ ಒಗೆಯಲಾಯಿತು. ಅಲ್ಲಿಂದ ಮರಳುವಾಗ ವಿಮಾನದ ಮೇಲೆ ಹಾರಿಸಿದ ರೈಫಲ್ ಗುಂಡೊಂದು ಘೋಷನ ಕೈ ಸೀಳಿತು. ಮರುದಿನ ಘೋಷ ಪುನಃ ಪುಶೊಂಗನೊಡನೆ ಶ್ರೀನಗರಕ್ಕೆ ಹಾರಿದನಲ್ಲದೆ ಪುಂಛನಲ್ಲೂ ಸರಬರಾಜು ಒಗೆಯುವಲ್ಲಿ ಪಾತ್ರಧಾರಿಯಾದ. ಪುಂಛನಲ್ಲಿ ದೊಡ್ಡದೊಂದು ಸಮಸ್ಯೆಯೇ ಉತ್ಪನ್ನವಾಗಿತ್ತು. ಆ ಚಿಕ್ಕ ಊರು ಕಾಶ್ಮೀರ ರಾಜ್ಯದ್ದೊಂದು ಉಪರಾಜ್ಯವಾಗಿದ್ದು ಅಲ್ಲಿ ವಿಸ್ಥಾಪಿತರು ಅತಿ ದೊಡ್ಡ ಸಂಖ್ಯೆಯಲ್ಲೇ ಜಮಾಯಿಸತೊಡಗಿದ್ದರು.

ಏರ್ ಮಾರ್ಶಲ್ ಗ್ರೇವಾಲರು ನೆನಪಿಸುತ್ತಾರೆ 'ಪುಂಛನಲ್ಲಿ ನಮ್ಮ ಸೈನ್ಯವನ್ನು ನೂಕುವದು ಸಾಧ್ಯವಾಗಲಿಲ್ಲ. ಶೀಘ್ರವಾಗಿಯೇ ಆವರೆಗೆ ಪಾಕಿಸ್ತಾನಿಗಳು ಪುಂಛವನ್ನು ಸಂಪೂರ್ಣವಾಗಿ ಸುತ್ತುಗಟ್ಟಿದರು. ಒಂದೇ ಮಾರ್ಗ ಎಂದರೆ ವಿಮಾನದಿಂದ. ಅಲ್ಲಿ ವಿಮಾನದಾಣವಿರಲಿಲ್ಲ. ಆದರೆ ಸುಮಾರು ೬೦೦ ಯಾರ್ಡಿನ ಸಮತಲ ಜಾಗೆ ನದಿದಂಡೆಗಿತ್ತು. ಒಂದೆಡೆ ನೂರಾರು ಅಡಿ ಎತ್ತರದ ತಟ. ಸಮತಲ ಜಾಗೆಯಲ್ಲಿ ಒಂದು ಮನೆ. ವಿಮಾನವನ್ನಿಳಿಸುವದು ಆ ಸಮತಲ ಜಾಗೆಯಲ್ಲಿ ಅಸಾಧ್ಯವೇ ಎನ್ನಬೇಕು. ಆದರೆ ನಮ್ಮಲ್ಲಿ ಆಗ ಒಬ್ಬ ಅತ್ಯಂತ ಸಮರ್ಥ ಮುಂದಾಳು ಇದ್ದ – ಏರ್ ಕಮೊಡೊರ್ ಮೆಹರಸಿಂಹ. ಅವನಿಲ್ಲದಿದ್ದರೆ ವಾಯುಸೇನೆಗೆ ಇಲ್ಲಿ ಕಾರ್ಯಾಚರಣೆ ವರ್ಜವೇ ಆಗುತ್ತಿತ್ತೇನೋ? ೧೨ನೇ ಸ್ಕ್ವಾಡ್ರನ್ ಆಗ ಜಮ್ಮುವಿನಲ್ಲಿ ೧ನೇ ಆಪರೇಶನಲ್ ಗ್ರುಪ್ಪಿನ ಕೈಕೆಳಗೆ ಬಂದಿತ್ತು. 'ಬಾಬಾ' ಮೆಹರಸಿಂಹ ತನ್ನ ಜೀವಿತಕ್ಕೂ ದೊಡ್ಡಕಾದ ಮನುಷ್ಯ, ತಾನೆಸಗಿದ ಎಲ್ಲ ಕಾರ್ಯದಲ್ಲೂ ಅವನ ಮಾದರಿ, ತನ್ನ ಪೈಲಟಗಳ ನಿಷ್ಠಾವಂತಿಕೆಯನ್ನು ಸಂಪೂರ್ಣ ಗೆದ್ದುಕೊಳ್ಳಬಲ್ಲವರಂಥವರಲ್ಲಿ ಅವನ ಸರಿಜೋಡಿಗೆ

ಕೆಲವರೇ ಬರುವಂತಹ ಮುಂದಾಳು ವ್ಯಕ್ತಿತ್ವದವ. ಅವನೆದುರು ಪುಂಛನಲ್ಲಿ ಅವನಂಥ ಮುಂದಾಳುತನದ ಇನ್ನೊಬ್ಬ ವ್ಯಕ್ತಿ ಮೇಲ್ನೆಗೆದಿದ್ದ. ಬ್ರಿಗೇಡಿಯರ್ ಪ್ರೀತಂಸಿಂಹ ಆಗ ಆ ೬೦೦ ಯಾರ್ಡಿನ ಜಾಗೆಯನ್ನು ವಿಮಾನಗಳಿಳಿಯುವದಕ್ಕೆ ತಯಾರಿಸುವಲ್ಲಿ ತಲ್ಲೀನನಾಗಿದ್ದ. ಬಿರುಸು ಪ್ರಾಣಿ. ಪುಂಛ ಬ್ರಿಗೇಡಿನಷ್ಟೇ ಅಲ್ಲ ಅಲ್ಲಿಯ ಹತ್ತು ಸಾವಿರ ಸ್ಥಾನಿಕರು ಮತ್ತು ೩೫ ಸಾವಿರ ನಿರಾಶ್ರಿತರಿಗೆ ಅನಿರ್ಬಂಧ ಸರಬರಾಯಿ ವ್ಯವಸ್ಥೆಗಾಗಿ ನೂರಾರು ನಿರಾಶ್ರಿತರೊಡಗೂಡಿ ವಿಮಾನಗಳ ಇಳಿತಕ್ಕೆ ಸ್ಥಾನಕವನ್ನು ತಯಾರಿಸುವಲ್ಲಿ ತೊಡಗಿದ.

ಪ್ರೀತಂ ಸಿಂಹ ಮತ್ತು ಮೆಹರಸಿಂಹರು ಪುಂಛವನ್ನು ಉಳಿಸಿಕೊಳ್ಳುವ ಭಾರತೀಯ ಸೇನಾಪಡೆಗಳ ದೃಢನಿಶ್ಚಯದ ಪ್ರತೀಕರೇ ಸರಿ. ನೆಹರು ಅವರು ಪುಂಛವನ್ನು ಯಾವುದೇ ಬೆಲೆ ತೆತ್ತಿಯೂ ರಕ್ಷಿಸಲಾಗುವದು ಎಂದು ನಿಶ್ಚಯಿಸಿದ್ದರು. ಕೋಟ್ಲಿಯನ್ನು ಉಳಿಸಿಕೊಂಡಾಗಿತ್ತಾದರೂ ಮುನ್ನಡೆ ಕುಂಠಿತವಾಗಿತ್ತು. ಪುಂಛದ ಸುತ್ತ ರಕ್ಷಾವ್ಯವಸ್ಥೆ ದೃಢವಾಗಿಸಲ್ಪಟ್ಟಿತ್ತು. ಜಮ್ಮುವಿನಿಂದ ಭಾರತೀಯ ಟೆಂಪೆಸ್ಟ ವಿಮಾನಗಳು ಪುಂಛದ ಪೂರ್ವೋತ್ತರ ಮತ್ತು ಪಶ್ಚಿಮೋತ್ತರಕ್ಕಿದ್ದ ಶತ್ರು ಠಾಣೆಗಳ ಮೇಲೆ ದಾಳಿ ನಡೆಸುತ್ತಿದ್ದವು. ಏರ್ ಮಾರ್ಶಲ್ ಗ್ರೇವಾಲರು ಹೇಳುವಂತೆ, 'ಶತ್ರುವಿನ ಗಾಡಿಗಳು ರಾತ್ರಿ ಓಡಾಡಿ ಅವನ ಪೋಸ್ಟಗಳಿಗೆ ಸರಬರಾಯಿ ಒದಗಿಸುತ್ತಿದ್ದವು, ಹಗಲಿ ನಮ್ಮ ವಿಮಾನಗಳು ಹಾಗೆ ಮಾಡಗೊಡುತ್ತಿರಲಿಲ್ಲ. ಆಗ ಬಾಬಾ ಮೆಹರಸಿಂಹರು ಯೋಚಿಸಿದ್ದು ನಮ್ಮ ಡಕೋಟಾ ವಿಮಾನಗಳಲ್ಲಿ ಸಾಮಾನು ಇರಿಸುವ ಭಾಗದಲ್ಲಿ ಮೊದಲೇ ಲೈವ್ ಫ್ಯೂಜಿಂಗ್ ಮಾಡಿ ಬಾಂಬಗಳನ್ನಿಟ್ಟು ಶತ್ರುಕ್ಷೇತ್ರದ ಮೇಲೆ ಅವುಗಳನ್ನು ನೂಕಿ ಉರುಳಿಸಬಾರದೇಕೆ? ಹಾಗಾಗಿ ಆಯ್ದ ಜಾಗೆಯ ಅರ್ಧ ಮೈಲುಕ್ಷೇತ್ರದಲ್ಲಿ ಆ ಬಾಂಬು ಎಲ್ಲಿಯೂ ಬಿದ್ದು ಶತ್ರುವನ್ನು ಕ್ಷೀಣಿಸಬಹುದಲ್ಲ? ಹಾಗೆ ನಾವೆಲ್ಲ ಅದನ್ನೇ ಮಾಡತೊಡಗಿದೆವು. ಶತ್ರುವಿಗೆ ಬಾಂಬ ಎಲ್ಲಿಂದ ಬಂತು ಎಲ್ಲಿ ಬೀಳಬಹುದು ಎಂಬುದು ತಿಳಿಯುವದೆಂತು?'

ಶತ್ರುವಿನ ಮಾರ್ಟರ್ ಫೈರಿನಲ್ಲಿಯೂ ಪುಂಛ್‌ನ ನಿರಾಶ್ರಿತರು ಧೈರ್ಯಗುಂದದೆ, ಖತಿಗೊಳ್ಳುತ್ತಲೂ ಕೂಡ ಆರು ದಿನಗಳಲ್ಲಿ ಪುಂಛ್‌ನ ಲ್ಯಾಂಡಿಂಗ್ ಗ್ರೌಂಡ್ ತಯಾರಿಸಿದರು. ಆಕಾಶದಲ್ಲಿ ವಾಯುಸೇನೆಯ ಯುದ್ಧವಿಮಾನಗಳು ಸುರಕ್ಷೆ ಒದಗಿಸುತ್ತಲೇ ಇದ್ದವು. ಡೆಸ್ಮಂಡ್ ಪುಶಾಂಗನ ಲಾಗ್ ಬುಕ್ ತೋರಿಸುವ ಪ್ರಕಾರ ಅವನು ಫ್ಲಾಯಿಂಗ್ ಆಫೀಸರ್ ಚೌಧರಿಯ ಜೊತೆಗೆ ಹ್ಯಾರ್ವರ್ಡ ಯುದ್ಧವಿಮಾನದಲ್ಲಿ ೧೦ನೇ ಡಿಸೆಂಬರ್ ಉಡ್ಡಯನ ಪಟ್ಟಿಯನ್ನು ಪರೀಕ್ಷಿಸಲು ಮೊದಲ ಸಲ ಅಲ್ಲಿ ಬಂದನು. ಎರಡು ದಿನಗಳ ನಂತರ ಬಾಬಾ ಮೆಹರಸಿಂಹರು ಅಲ್ಲಿ ಇಳಿಸಿದರು. ಜೊತೆಗೆ ಡಕೋಟಾ ಕೂಡ ಇಳಿಯಿತು. ಕಠಿಣವೇನೋ ಇದ್ದರೂ ಸಾಧ್ಯವಿದೆ ಎಂದು ಬಾಬಾ ಮೆಹರಸಿಂಗ ಜಮ್ಮುವಿನಲ್ಲಿ ನಮ್ಮನ್ನೆಲ್ಲ ಹುರಿದುಂಬಿಸಿದರು. ೧೨ನೇ ಡಿಸೆಂಬರ್ ಪುಶಾಂಗನು ಡಕೋಟಾ II (ವಿ.ಪಿ. ೯೦೩) ಯಲ್ಲಿ ಪುಂಛ್ ವಿಮಾನ ಪಟ್ಟಿಯಲ್ಲಿಳಿದ. ಆನಂತರ ಡಕೋಟಾಗಳ ಪುಂಛನಲ್ಲಿ ಇಳಿಯುವಿಕೆ ಸಾಮಾನ್ಯವೇ ಆಯಿತು. ಒಂದು

ಡಕೋಟಾಕ್ಕೆ ಗುಂಡಿನ ಪೆಟ್ಟು ಬಡಿದರೂ ಕ್ಷೇಮವಾಗಿ ಇಳಿಯಿತು. ೧೩ನೇ ಡಿಸೆಂಬರ್ ಡಕೋಟಾ ಮೂರು ಸಲ ಪುಂಛನಲ್ಲಿ ಇಳಿಯಿತು.

ಆಕ್ರಮಣಕಾರರೀಗ ತೋಪುಗಳನ್ನು ಮುನ್ಸರಿಸಿ ತೋಪು ಮತ್ತು ಮಾರ್ಟರ್‌ಗಳಿಂದ ವಿಮಾನ ಪಟ್ಟಿಯ ಮೇಲೆ ಗೋಲಾಬಾರಿ ಮಾಡತೊಡಗಿದರು. ಈಗಿದು ಇನ್ನೊಂದು ಸಂಕಟ! ಪುಶೊಂಗನು ಹೇಳುವಂತೆ, 'ನಾನು ಮೆಸ್ಸಿನ ಬಾರ್‌ನಲ್ಲಿದ್ದೆ. ಮೆಹರಸಿಂಹರು ನನ್ನನ್ನು ಮತ್ತು ಗ್ರೇವಾಲರನ್ನು ಆಚೆಗೆ ಕರೆದು ಈ ಸಲ ಮತ್ತೊಮ್ಮೆ ರಾತ್ರಿಯಲ್ಲಿ ದೀಪ ಹಚ್ಚದೆ ಡಕೋಟಾಗಳೆರಡರೊಳಗೆ ಹಾವಿಟ್ಸರ್ ತೋಪುಗಳನ್ನು ಒಯ್ದು ಪುಂಛನಲ್ಲಿ ಇಳಿಸಲು ಸಿದ್ಧರಿದ್ದೀರಾ ಎಂದು ಕೇಳಿದರು. ನಾವು ಪ್ರಯತ್ನಿಸಲು ಸಿದ್ಧರಿದ್ದೇವೆ ಎಂದೆ ನಾನು. ಅವರಂದದ್ದು ನಮ್ಮ ವಿಮಾನಗಳು ಒಂದು ವೇಳೆ ವಿಮಾನ ಪಟ್ಟಿಯನ್ನು ಮೀರುವ ಪರಿಸ್ಥಿತಿ ಉಂಟಾದರೆ ಅಂಡರ್ ಕ್ಯಾರೇಜನ್ನು ಹಿಂದ್ಮೊತ್ತಿಕೊಳ್ಳಬೇಕು ಎಂದು. ಗ್ರೇವಾಲರು ತುಸು ಚೇಷ್ಟೆಗೆಂದು ನಾವು ಹಾವಿಟ್ಸರ್ ತಲುಪಿಸುತ್ತೇವೆ. ಆದರೆ ಸ್ಕ್ವಾಡ್ರನ್ನಿನಲ್ಲಿ ಎರಡು ಡಕೋಟಾಗಳು ಮಾಯವಾಗುತ್ತವೆ ಎಂದರು. ಮೆಹರಸಿಂಹರು ನಮ್ಮನ್ನು ಕೆಲಕ್ಷಣ ನೋಡುತ್ತ ಅದು ಸ್ವೀಕೃತ ಎಂದರು!'

ಆ ೩.೭ ಇಂಚ್ ಹಾವಿಟ್ಸರ್‌ಗಳು ೪ನೇ (ಹಜಾರಾ) ಮೌಂಟನ್ ಬ್ಯಾಟರಿಯ ಒಂದು ಸೆಕ್ಷನ್ನಿನ ಫಿರಂಗಿಗಳು. ಅವುಗಳನ್ನು ವಿಮಾನಗಳಲ್ಲಿ ಹೇರಿದ ಮೇಲೆ ಎರಡು ಡಕೋಟಾಗಳು ಬೆಚ್ಚ ಬೆಳದಿಂಗಳಲ್ಲಿ ಉಡ್ಡಯಿಸಿದವು. ಮೆಹರಸಿಂಹರು ಆಶಿಸುತ್ತಿದ್ದುದು ರಾತ್ರಿಯಲ್ಲಿ ಶತ್ರುವಿನ ಫಿರಂಗಿ ಸೈನಿಕರು ತಮ್ಮ ಫಿರಂಗಿಗಳ ಮೇಲೆ ಮುಸುಕೆಳೆದು ನಿದ್ರಿಸುತ್ತಾರೆ ಎಂದು. ಗ್ರೇವಾಲರು ಮುಂದಿನ ಕತೆ ಹೇಳುತ್ತಾರೆ, 'ನಾನು ಮೊದಲು ಇಳಿಸಬೇಕಾಗಿತ್ತು. ಆದರೆ ಪುಶಾಂಗ ಹಟಮಾರಿ ನನ್ನ ವಿಮಾನವನ್ನು ಹಿಂದಕ್ಕೊತ್ತಿ ತಾನು ಮೊದಲು ಇಳಿದ. ಹಾಗಾಗಿ ನಾನು ಗುಡ್ಡದ ಹಿಂದೆ ಇನ್ನೊಂದು ಸುತ್ತು ಹೊಡೆಯುತ್ತ ತಡೆಯಬೇಕಾಯಿತು. ಡಕೋಟಾ ತಳಮುಟ್ಟುತ್ತಲೇ ಒಬ್ಬ ಕುಮಾಂವುನಿ ಅಧಿಕಾರಿ ವಿಮಾನದೊಳಗೆ ಜಿಗಿದು ಸರಕ್ಕನೆ ಫಿರಂಗಿಯನ್ನು ಕಟ್ಟಿಟ್ಟ ಹಗ್ಗಗಳನ್ನು ಪುಶೊಂಗನೊಡನೆ ಖುಕರಿಯಿಂದ ಕಡಿದು ಉಳಿದವರು ಫಿರಂಗಿಯನ್ನು ಹೊರಗೆಳೆದರು. ಕೆಲವೇ ನಿಮಿಷಗಳಲ್ಲಿ ಡಕೋಟಾ ಪುನಃ ಹಾರಿತು. ಅದರ ಧೂಳು ವಿಮಾನಪಟ್ಟಿಯನ್ನೇ ಆವರಿಸಿತು. ಸಮಯ ಓಡುತ್ತಿತ್ತು. ತಡೆಯುವದು ಸಾಧ್ಯವಿರಲಿಲ್ಲ. ಹಾಗಾಗಿ ನಾನು ನನ್ನ ವೈಮಾನಿಕ ಜೀವನದಲ್ಲೇ ಅತ್ಯಂತ ಮೂರ್ಖ ಲ್ಯಾಂಡಿಂಗ್ ಮಾಡಿದೆನು. ಪಟ್ಟಿಯ ತುದಿ ಮುಟ್ಟಿ ನಾನು ಎಂಜಿನ್ ನಿಲ್ಲಿಸಿದೆ. ನನಗೇನೂ ಕಾಣಿಸುತ್ತಿರಲಿಲ್ಲ. ಹೇಗೋ ವಿಮಾನವು ತಳ ಮುಟ್ಟುತ್ತದೆ ಎಂದುಕೊಂಡೆ. .... ಕ್ಷಣಾರ್ಧದಲ್ಲಿ ಫಿರಂಗಿಯನ್ನು ಹೊರತೆಗೆದು ನಾನು ಪುನಃ ಡಕೋಟಾವನ್ನು ಮೇಲೆತ್ತಿದೆ. ಆವಾಗಲೇ ಶತ್ರುವಿನ ತೋಪುಗಳು ಬಾಯ್ತೆರೆದವು. ಆದರೆ ಸುತ್ತುಗಟ್ಟಲ್ಪಟ್ಟ ಪುಂಛ್ ಗ್ಯಾರಿಸನ್‌ದಲ್ಲಿ ಈಗ ಎರಡು ಫಿರಂಗಿಗಳಿದ್ದವು.'

೧೯೪೭–೪೮ರ ಯುದ್ಧವು ಜಗತ್ತಿನ ಕೆಲವು ಅತ್ಯಂತ ಕಠೋರ ಪರ್ವತೀಯ ಪ್ರದೇಶಗಳೊಂದರಲ್ಲಿ ನಡೆಯಿತು. ಮುಂದಿನ ೧೪ ತಿಂಗಳ ಹೋರಾಟವನ್ನು ರೇಖಿಸುವ ಪ್ರಯತ್ನವಿದಲ್ಲ. ಆದರೂ ಮುಂದುವರೆಯುವ ಮೊದಲು ಇನ್ನೊಮ್ಮೆ ಈ ಯುದ್ಧದ ಪ್ರಾರಂಭವನ್ನು ಅವಲೋಕಿಸುವದು ಅವಶ್ಯಕವೆನಿಸುತ್ತದೆ– ೨೭ ಅಕ್ಟೋಬರ್ ಭಾರತೀಯ ಸೈನ್ಯದ ವಿಮಾನೋಡ್ಡಾಣ–. (೨೭ ಅಕ್ಟೋಬರ್ ಇಂದು ಪದಾತಿ ದಳ ದಿವಸ. Infantry Day ಎಂದು ಆಚರಿಸಲ್ಪಡುತ್ತದೆ.)

ಎರಡು ಸನ್ನಿವೇಶಗಳು ಎದ್ದು ಕಾಣುವಂತಹವಿವೆ. ಒಂದನೆಯದು, ಕಾಶ್ಮೀರ ಕುರಿತು ಭಾರತದ ಸುರುವಾತಿನ ಗಜಗಾಮಿನಿ ಮತ್ತು ಅಸಂವೇದನಶೀಲ ಪ್ರತಿವರ್ತನೆಯು ಏಕಾಏಕಿ ಉಸಿರೇಳಿಸುವಂಥ ತನ್ನನ್ನು ತಾನೇ ಚಿವುಟಿ ಚುರುಕುಗೊಳಿಸುವಿಕೆಯ ಚಟುವಟಿಕೆ. ಒಮ್ಮೆಲೆ ಸ್ಥಿತಿಯೇ ಬದಲಾಯಿಸಿ ತಲೆಕೆಳಗಾಗಿ ಪಾಕಿಸ್ತಾನಕ್ಕೆ ನಂಬಿಕೆಯದೇ ದ್ರೋಹಘಾತವಾಗಿ ಇಂದಿಗೂ 'ವಿಶ್ವಾಸಘಾತದ' ಮನೋಸ್ಥಿತಿ ಅಲ್ಲಿ ಅಲೆಯುತ್ತಿದೆ. 'ವಿಶ್ವಾಸಘಾತ' ಯಾರು ಮಾಡಿದರು? ೧೯೪೭ ಅಕ್ಟೋಬರದ ಘಟನೆಗಳು ಉಪಖಂಡದ ಅನೇಕ ವಿಷಯಗಳನ್ನು ಬದಲಾಯಿಸಿದವು. ಭಾರತ ಮತ್ತು ಪಾಕಿಸ್ತಾನಗಳು ವಿರೋಧಿ ರಾಷ್ಟ್ರಗಳಾಗಿ ಆರು ದಶಕಗಳಾದವಲ್ಲದೇ ಪಾಕಿಸ್ತಾನದ 'ಬುಡಕಟ್ಟು ಆಕ್ರಮಣ'ದ ಸೋಗು ಭಾರತವನ್ನು ರಾಜಕೀಯವಾಗಿ ಒಗ್ಗೂಡಿಸಿತು. ಕಾಶ್ಮೀರವು ಹಠಾತ್ತಾಗಿ ಅಂತಾರಾಷ್ಟ್ರೀಯ ಪತ್ರಿಕೆಗಳಲ್ಲಿ ಪ್ರಾದೇಶಿಕ ಸ್ಥಾನಮಾನ ಗಳಿಸಿತಷ್ಟೇ ಅಲ್ಲ, ಅದು 'ಭಾರತೀಯ ತಂಡ'ವೊಂದನ್ನೇ ನಿರ್ಮಿಸಿತು. ನೆಹರು ರಾಷ್ಟ್ರದ ನಿರ್ವಿರೋಧ ನಾಯಕರಾದರಷ್ಟೇ ಅಲ್ಲ ಇನ್ನೊಂದು ಗಲ್ಲ ಕೊಡು ಎನ್ನುವ ಮಹಾತ್ಮಾ ಗಾಂಧಿ ಕೂಡ ಆಕ್ರಮಣವನ್ನು ವಿರೋಧಿಸಿದರು. ಗಾಂಧಿಯವರು ಭಾರತೀಯ ದಳವನ್ನು ಶ್ರೀನಗರಕ್ಕೆ ಕಳಿಸಿದ್ದು ಅಲ್ಲದೆ ಶೇಖ ಅಬ್ದುಲ್ಲಾ ಕೂಡ ನಿರ್ನಾಮವಾಗಿದ್ದರೆ ತಾವು ನೊಂದ ಮನ ತಾಳುತ್ತಿರಲಿಲ್ಲ. ಏಕೆಂದರೆ ಅವರು ತಮ್ಮನ್ನೇ ಉಚ್ಚ ತತ್ವಕ್ಕಾಗಿ ಅರ್ಪಿಸಿದಂತಾಗುತ್ತಿತ್ತು ಎಂದರು. ಅಂದೇ ಟೈಮ್ಸ್ ಆಫ್ ಇಂಡಿಯಾ ಪತ್ರಿಕೆಗೆ ಶೇಖ ಅಬ್ದುಲ್ಲಾ ಹೇಳಿಕೆ ಕೊಟ್ಟದ್ದು ಕಾಶ್ಮೀರವು ಮಹಾ ವಿಪತ್ತಿನಲ್ಲಿದ್ದು ಆಕ್ರಮಣವನ್ನು ಯಾವುದೇ ಬೆಲೆ ಕೊಟ್ಟು ಎದುರಿಸಲೇಬೇಕು ಎಂದು.

ಘಟನೆಗಳು ಬಿಚ್ಚಿದಂತೆ ಯಾರ್‍ಯಾರು ಕಾಶ್ಮೀರ ಪರಿಕಲ್ಪನೆಯನ್ನು ಕಟ್ಟಿದ್ದರೋ (ಆ ಪಾಕಿಸ್ತಾನದಲ್ಲಿ ಕಾಶ್ಮೀರ ಸೇರಿಕೊಂಡಿತ್ತು) ಅವರು ನಿರಾಶರಾದರು, ಭಾರತ ಮತ್ತು ಮೌಂಟಬ್ಯಾಟನ್ನರ ಪ್ರತಿಕ್ರಿಯೆಯಿಂದ. ಶಸ್ತ್ರಶಕ್ತಿಯುಪಯೋಗದಿಂದ ಪಾಕಿಸ್ತಾನದಲ್ಲಿ 'ವಿಶ್ವಾಸಘಾತ' ಶಬ್ದವು ಚಾಲನೆ ಪಡೆದುದಷ್ಟೇ ಅಲ್ಲ ಅದರ ಅಧಿಕೃತ ಹೇಳಿಕೆಗಳನ್ನು ಪ್ರತಿಬಿಂಬಿಸತೊಡಗಿತು. ३೧ ಅಕ್ಟೋಬರ ಪಾಕಿಸ್ತಾನವು ಹೊರಡಿಸಿದ ಹೇಳಿಕೆಯಲ್ಲಿ ಜಮ್ಮು–ಕಾಶ್ಮೀರದ ಭಾರತದೊಡನೆಯ ಸಂಬಂಧವನ್ನು (Accession) 'ಮೋಸ ಮತ್ತು ಹಿಂಸೆ'ಗಳ 'ವಿಜಯ' ಎಂದು ಘೋಷಿಸಿತು. ನಾಲ್ಕು ದಿನಗಳ ನಂತರ ಪಾಕಿಸ್ತಾನಿ ಪ್ರಧಾನಿ ಲಿಯಾಕತ್ ಅಲಿ ಖಾನರು ಇದನ್ನೇ ಪುನರುಚ್ಚರಿಸಿದರು. ಪಾಕಿಸ್ತಾನ

ಮತ್ತು ಭಾರತೀಯ ನಾಯಕರ ನಡುವಿನ ಸಂವಹನ ಇಲ್ಲಿಂದಲೇ ಮೊಟಕುಗೊಂಡಿತು.

ಕಾಶ್ಮೀರದ ವಿಲೀನೀಕರಣದ ದಸ್ತಾವೇಜು ಸ್ವೀಕೃತಿಯಿಂದ ಮತ್ತು ನಂತರದ ಕಾಶ್ಮೀರ ಪ್ರಶ್ನೆಯ ನಿರ್ವಹಣೆಯಿಂದಾಗಿ ಬ್ರಿಟನ್ನಿನ ಅನೇಕರು, ವಿಶೇಷವಾಗಿ ಚರ್ಚಿಲ್ಲರು ಇದನ್ನು ಕೊನೆಯ ವಿಶ್ವಾಸಘಾತವೆಂದೇ ಎಣಿಸಿದರು. ಕಾಶ್ಮೀರವು ಭಾರತದಲ್ಲಿ ವಿಲೀನವಾಗಿದ್ದಾಗಿ ಆಕಿನ್‌ಲೆಕ್‌ರು ಪಾಕಿಸ್ತಾನ ಸೈನ್ಯದ ಕಾಶ್ಮೀರದಲ್ಲಿ ಪ್ರವೇಶವನ್ನು ನಿರಾಕರಿಸಿದರು. ಆದರೂ ಜಿನ್ನಾ ಅವರನ್ನು ತಣಿಸುವದಕ್ಕಾಗಿ ಬ್ರಿಟಿಶರು ಸುತ್ತುಮೇಜಿನ ಸಮಾವೇಶವನ್ನು ಸೂಚಿಸಿದರು – ಮೌಂಟಬ್ಯಾಟನ್, ನೆಹರು, ಜಿನ್ನಾ, ಲಿಯಾಕತ ಅಲಿಖಾನ, ಹರಿಸಿಂಹ ಮತ್ತು ಶೇಖ ಅಬ್ದುಲ್ಲಾ ಸಹಿತ –. ಸರದಾರ ಪಟೇಲರು ಒಪ್ಪದ ಕಾರಣ ನೆಹರು ಮತ್ತು ಮೌಂಟಬ್ಯಾಟನ್ನರು ೧ನೇ ನವೆಂಬರ್ ೧೯೪೭ ಲಾಹೋರಕ್ಕೆ ಉಡ್ಡಯಿಸಬೇಕೆಂದಾಯಿತು. ಆದರೆ ಆಗಿನ ಪಾಕಿಸ್ತಾನದ ವಕ್ತವ್ಯದಿಂದಾಗಿ ನೆಹರು ನಿರಾಕರಿಸಿದರು. ಮೌಂಟಬ್ಯಾಟನ್ನರು ತಾವೊಬ್ಬರೇ ಹೋದರು.

ಜಿನ್ನಾರೊಡನೆಯ ೧ನೇ ನವೆಂಬರಿನ ಮೀಟಿಂಗ ಎರಡು ಪರಿಗಣನೆಗಳಿಂದಾಗಿ ಅತ್ಯಂತ ಮಹತ್ವದ್ದಾಯಿತು. ಮೊದಲನೆಯದು, ಗವರ್ನರ್ ಜನರಲ್ಲರ ೭ ನವೆಂಬರ ೧೯೪೭ರ ೫ನೇ ನಂಬರಿನ ರಿಪೋರ್ಟ ದರ್ಜು ಮಾಡಿದಂತೆ (ಎಂ. ಜೆ. ಅಕ್ಬರ ಅವರ Kashmir: Behind the Vale ಎಂಬ ಪುಸ್ತಕದಲ್ಲಿ ಬರೆಯಲ್ಪಟ್ಟಂತೆ) ಸೂಚಿಸಲ್ಪಟ್ಟಿದ್ದು 'ಎರಡೂ ಪಕ್ಷಗಳು ಒಂದೇ ವೇಳೆಗೆ ತ್ವರಿತವಾಗಿ ಹಿಂತೆಗೆಯಬೇಕು' ಎಂದು. ಪಾಕಿಸ್ತಾನದ ಸಮರ್ಥನೆಯಂತೆ ಭಾರತೀಯ ಸೈನ್ಯವಷ್ಟೇ ಕಾಶ್ಮೀರದಲ್ಲಿ ಪ್ರವೇಶಿಸಿದೆ ಎಂಬ ವಾದವು ಯಾರೂ ಸತ್ಯವನ್ನರಿಯುವ ಹತ್ತಿರ ಬರದಂತಾಗಿತ್ತು. ಮೌಂಟಬ್ಯಾಟನ್ನರ ಪ್ರೆಸ್ ಅಟ್ಯಾಶೆ ಕ್ಯಾಂಬೆಲ್‌ಜಾನ್ಸನ್ನನು 'ಮಿಶನ್ ವಿಥ ಮೌಂಟಬ್ಯಾಟನ್' ಪುಸ್ತಕದಲ್ಲಿ ವರದಿ ಮಾಡಿದ್ದು ಹೀಗೆ : 'ಮೌಂಟಬ್ಯಾಟನ್ನರು (ಜಿನ್ನಾ) ಅವರನ್ನು ಬುಡಕಟ್ಟು ಆಕ್ರಮಣಕಾರರನ್ನು ಹಿಂದೆಗೆಯಲು ಹೇಗೆ ಪುಸಲಾಯಿಸಬಹುದು ಎಂದು ಕೇಳಿದಾಗ (ಜಿನ್ನಾ) ಅವರ ಉತ್ತರ 'ನೀವು ಹೀಗೆ ಮಾಡಿದರೆ ನಾನು ಇದೇ ಕೃತ್ಯವನ್ನೇ ರದ್ದುಪಡಿಸುತ್ತೇನೆ' ಎಂದು. ಅಂದರೆ ಬುಡಕಟ್ಟು ಆಕ್ರಮಣವು ಪಾಕಿಸ್ತಾನ ಸರಕಾರದ ವಶದಲ್ಲೇ ಇರಲಿಲ್ಲ ಎಂಬ ಸಾರ್ವಜನಿಕ ಪ್ರಚಾರವು ಖಾಸಗಿ ಸಂವಾದದಲ್ಲಿ ಬಹಳ ಮುಂದಕ್ಕೆ ಒಯ್ಯಲಾಗದು ಎಂಬುದರದೇ ಸೂಚನೆಯಾಯಿತಲ್ಲ?

ಭಾರತೀಯ ಮುಂದಾಳುಗಳೊಡನೆ ಚರ್ಚಿಸದೆ ತಾವಾಗಿಯೇ ಮೌಂಟಬ್ಯಾಟನ್ನರು ನಂತರ ಜನಮತ ಸಂಗ್ರಹದ ಪ್ರಸ್ತಾವವನ್ನಿಟ್ಟರು (Plebiscite). ಭಾರತೀಯ ಸೇನೆಯ ಉಪಸ್ಥಿತಿ ಮತ್ತು ಅಧಿಕಾರಸ್ಥ ಶೇಖ ಅಬ್ದುಲ್ಲಾ ಅವರ ಅಂಜಿಕೆಯಿಂದಾಗಿ ಕಾಶ್ಮೀರಿಗಳು ಪಾಕಿಸ್ತಾನವನ್ನು ಒಪ್ಪಲಾರರು ಎಂದು ಜಿನ್ನಾ ಪ್ರಸ್ತಾವವನ್ನು ನಿರಾಕರಿಸಿದರು. ಇನ್ನೂ ಮುಂದುವರಿಯುತ್ತ ಸಂಯುಕ್ತ ರಾಷ್ಟ್ರಸಂಘದ ದೇಖರೇಖಿಯಲ್ಲಿ ಜನಮತ ಸಂಗ್ರಹದ ಪ್ರಸ್ತಾವವನ್ನು ಮುಂದೂಡಿದರು. ಇದನ್ನೂ ಜಿನ್ನಾ ನಿರಾಕರಿಸಿದರು. ಕೊನೆಯ

ದಾಳವೆಂಬಂತೆ ಜಿನ್ನಾ ಅವರೇ ಪ್ರಸ್ತಾವಿಸಿದ್ದು ಜನಮತದ ಸಂಗ್ರಹವನ್ನು ಕೈಕೊಳ್ಳುವದೇ ಆದರೆ ಅದು ಉಭಯ ರಾಷ್ಟ್ರಗಳ ಗವರ್ನರ್ ಜನರಲ್‌ಗಳ ದೇಖರೇಖಿಯಲ್ಲಿ ಆಗಬೇಕೆಂದು. ಎರಡುವರೆ ತಿಂಗಳಿನ ನಂತರ ಜಿನ್ನಾ ಅವರು ಸಂಯುಕ್ತ ರಾಷ್ಟ್ರ ಸಂಘ ಮತ್ತು ಜನಮತ ಸಂಗ್ರಹಗಳ ಮೇಲೆ ಬೇರೆ ರಾಗವನ್ನೇ ಹಾಡಿದರು. ಆದರೆ ಈ ಸಲ ಪಾಕಿಸ್ತಾನದ ದೃಷ್ಟಿಕೋನದಿಂದ. ಇದು ಕುದುರೆ ಲಾಯದಿಂದ ಓಡಿದ ನಂತರ ಬಾಗಿಲು ಮುಚ್ಚಿದಂತಾಯಿತಷ್ಟೇ. ಜಿನ್ನಾ ಅವರ ದೃಷ್ಟಿಯಲ್ಲಿಯ 'ಹುಳು ತಿಂದ' (ಛಿದ್ರಿತ) ರಾಷ್ಟ್ರವು ಯಾವುದನ್ನು ಅವರು ಮೊದಲು ನಿರಾಕರಿಸಿದ್ದರೋ ಅದೇ ಇಗ ನಿಜವಸ್ತುವಾಯಿತು.

ಒಂದು ಪಕ್ಷಿನೋಟ

೧೯೪೭-೪೮ರ ಹೋರಾಟ ರಜೋರಿ-ಪುಂಛನಿಂದ ಹಿಡಿದು ಹಾಜಿಪೀರದಾಚೆ ಉರೀ, ನಂತರ ಆ ಕಂದರವನ್ನು ದಾಟಿ ಅದರ ಜೊತೆಗೆಯೇ ಜೊಜಿಲಾ-ದ್ರಾಸ್-ಕಾರ್ಗಿಲ್, ಆಚೆಗೆ ಬಟಾಲಿಕ್‌ನಿಂದ ಲೇಹದವರೆಗೆ ಚಾಚಿತು. ಸಂಯುಕ್ತ ರಾಷ್ಟ್ರ ಸಂಘ ಯೋಜಿತ ಯುದ್ಧವಿರಾಮವು ಸಾಧಾರಣವಾಗಿ ಇದನ್ನೇ ಯುದ್ಧವಿರಾಮ ರೇಖೆ (Ceasefire Line)ಯಾಗಿ ನಂತರ ಅದನ್ನೇ ನಿಯಂತ್ರಣ ರೇಖೆ (Line of Control - LOC) ಎಂದು ಉಭಯ ರಾಷ್ಟ್ರಗಳು ಒಪ್ಪಿವೆ. ಹಿಮಾಲಯ ಪರ್ವತಾವಳಿಗಳನ್ನು ಅವುಗಳ ಭೂಭೌತಿಕ ವೈಶಿಷ್ಟ್ಯ ವಿಸ್ತಾರವನ್ನು ತಿಳಿಯಲು ಆಕಾಶದಿಂದಲೇ ನೋಡಬೇಕು. ಜನರಲ್ ತಿಮ್ಮಯ್ಯನವರು ಜೊಜಿಲಾ ಯುದ್ಧದ ಚಿತ್ರೀಕರಣಕ್ಕಾಗಿ ಸರಬಜೀತಸಿಂಹ ಅವರನ್ನು ಕರೆಸಿದ್ದರು. ಸರಬಜೀತಸಿಂಹರು ಹಿಮಾಲಯದ ಭೂಪಟವನ್ನು ನಿಜವಾಗಿ ಅಳೆಯುವ ಹಲವು ನಂಬಲಾಗದ, ವಿಸ್ಮಯಕಾರಿ ಪೇಂಟಿಂಗಗಳನ್ನು ಚಿತ್ರಿಸಿದ್ದಾರೆ. ನಾನು ಈ ಪ್ರದೇಶದ ತುಂಬ ಪಾದಚಾರಿಯಾಗಿ ಸಂಚರಿಸಿದ್ದರಿಂದ ೧೯೯೨ ಮತ್ತು ನಂತರ ೨೦೦೧-೦೨ರಲ್ಲಿ ಅನೇಕ ವಿಮಾನಗಳೊಳಗೆ ಈ ಪ್ರದೇಶದಲ್ಲಿ ಹಾರಾಡುವ ಅವಕಾಶ ಸಿಕ್ಕಿದ್ದು ನನ್ನ ಸುದೈವ.

'ಥಂಡರ್ ೪--- ನಿನಗೆ ಉರುಳುವದಕ್ಕೆ (Roll) ಅನುಮತಿ---' ಸೆಪ್ಟೆಂಬರ್ ಬೆಳಗಿನ ಚುರುಕಾದ ಹವೆಯಲ್ಲಿ ಆರ್‌ಟಿ (ರೇಡಿಯೊ ಟೆಲಿಫೋನಿ) ಧ್ವನಿಯು ಅಷ್ಟೇ ಚುರುಕಾಗಿತ್ತು. ನಾನು ಅನುಭವಿಸಿದ್ದು ವಿಮಾನದ ಆಫ್ಟರ್‌ಬರ್ನರ್‌ಗಳು ಹಾರಿಸಿದ ಗಡಚಿಕ್ಕಿದ ಧ್ವನಿ, ನಂತರ ಬ್ರೇಕಗಳು ಸಡಿಲಾಗಿ ನಾವು ಬೂದು ಪಟ್ಟಿಯ ಮೇಲೆ ರಭಸವಾಗಿ ವೇಗ ಕಚ್ಚಿ ಭೂಮಿಯ ಮೇಲೆದ್ದೆವು. ನಮ್ಮ ಬಲಕಿನ ವಿಮಾನವು ಮೊದಲು ಮೇಲೆದ್ದಿತು. ಖಗೇಂದ್ರರಂತೆ ಗಗನಗಾಮಿಯಾದೆವು. ಥಂಡರ್ ೩ ತನ್ನ ಗಾಲಿಗಳನ್ನು ಒಳಗೆ ಎಳೆದುಕೊಂಡಿತು. ಥಂಡರ್ ಲೀಡರ್ ಮತ್ತು ಥಂಡರ್ ೨ ಇವರನ್ನು ಬೆನ್ನಟ್ಟುತ್ತ ನಾವು ಬಲಕ್ಕೆ ವಾಲಿದೆವು. ಪಶ್ಚಿಮೀ ಕ್ಷೇತ್ರದ ಫಾರ್ವರ್ಡ ಬೇಸಿನಿಂದ ನಮ್ಮ ನಾಲ್ಕು ವಿಮಾನಗಳು ಹಾರಿದವು. ನನ್ನದು ಥಂಡರ್ ೪ ನೇಮಿತ

ದ್ವಿಪೀಠ UB ಆವೃತಿ ವಿಮಾನ. ಉಳಿದ ಮೂರು ಮಿಗ್ ೨೩ ಎಂ.ಎಫ್., ಮಿಸೈಲ್‌ಗಳೊಡನೆ ಸಜ್ಜಿತ. ಪಂಜಾಬದ ಮೇಲೆ ಹಾರುತ್ತ ಬೆಳ್ಳಿಯ ರಿಬನ್ನಿನಂತಿದ್ದ ಬಿಯಾಸ್ ನದಿ ಕೆಳಗೆ ಕಣ್ಸೆಳೆಯುತ್ತಿತ್ತು. ಫುಟ್‌ಹಿಲ್ಸ್ ಮೇಲೆ ಹಾರುವಾಗ ಕೆಳಗೆ ಅಟ್ಟಳಿಗೆಯಂತೆ ಹಸಿರು ಹೊಲಗಳು, ಅಲ್ಲಿಲ್ಲಿ ಚಿಕ್ಕ ಹಳ್ಳಿಪಳ್ಳಿಗಳು. ಕುಲ್ಲು ಕೊಳ್ಳ, ಮೆಲ್ಲನೆ ಸರಿಯುವ ಚಿತ್ರಪಟದಂತೆ ನಮ್ಮ ಮುನ್ನಡೆಯ ದೃಶ್ಯಾವಳಿ, ರೊಹ್ತಾಂಗ ಕಣಿವೆಯಿಂದ ಆಚೆಗೆ ದಾಟಿದ್ದು ಗ್ರೇಟ ಹಿಮಾಲಯನ್ ಪರ್ವತಾವಳಿ. ಕೆಳಗೆ ಚಂದ್ರಭಾಗಾ ನದಿ. ಎಡಕ್ಕೆ ಕಿಶ್ತವಾಡ ಮತ್ತು ಉಮಾಸಿ ಲಾ, ಬಲಕ್ಕೆ ಲಾಹುಲ್ ಸ್ಪೀತಿ ಕಂದರ. ಹಸಿರು ತಿರುಗಿದ್ದು ಈಗ ಕಂದು ಬಣ್ಣಕ್ಕೆ. ಈಗ ನಾವು ನುಸುಳತೊಡಗಿದ್ದು ಸಿಂಧು ಕಣಿವೆ. 'ಲೇಹ್ ೧೦ ಗಂಟೆಯ ದೆಸೆ' ಎಂದ ಥಂಡರ್ ಲೀಡರ್. ನಾವು ಝುನ್‌ಸ್ಕರ್, ಲದಾಖ ಪರ್ವತಾವಳಿಯ ಮೆಲೆ ನಾಯಕನನ್ನು ಹಿಂಬಾಲಿಸಿದೆವು. ನೀಲಿ ಮತ್ತು ಹಸಿರು ಬಣ್ಣದ ಸಿಂಧು ಈಗ ಸರ್ಪಾಕಾರಳಾಗಿ ಲೇಹ್ ಕಣಿವೆಯನ್ನು ಕ್ರಮಿಸತೊಡಗಿದ್ದಳು. ನಂತರ ನಾವು ಹೊರಳುತ್ತ ತಿರುಚುತ್ತ ಕಾರಾಕೋರಂ ತೆರಪಿನಲ್ಲಿ ಪ್ರವೇಶಿಸಿದೆವು. ಸಿಂಧು ಆಚೆಗುಳಿದು ಅವಳ ಕೂಡುಹೊಳೆಯಾದ ಶ್ಯೋಕ್ ನದಿಯೀಗ ಕೆಳಗೆ. ೯೦ ಡಿಗ್ರಿ ವಕ್ರತೆಯಲ್ಲಿ ಅವಳನ್ನು ಕೂಡುವ ನುಬ್ರಾನದಿ. ಇದುವರೆಗೆ ಪೂರ್ವ–ಪಶ್ಚಿಮ ನಿಲುವು. ಈಗ ಒಮ್ಮೆಲೆ ದಕ್ಷಿಣೋತ್ತರವಾಗಿ ಹರವಿದ ಸಿಯಾಚೆನ್ ಗ್ಲೇಸಿಯರ್, ಉತ್ತರಕ್ಕೆ ಇಂದಿರಾ ಕೋಲ್‌ವರೆಗೆ. ಅದರ ಸರ್ವಸ್ವ ೭೦ ಕಿಮಿ ವ್ಯಾಪ್ತಿಯು ನಿಜಕ್ಕೂ ವೈಭವೋಪೇತವಾದುದು, ಅತ್ಯದ್ಭುತ, ಅದರ ಅವೆಷ್ಟೋ ಉಪಗ್ಲೇಸಿಯರ್‌ಗಳ ಎಡಬಲದ ಕೂಟಗಳು ಕೂಡ. ನಮ್ಮ ವಿಮಾನಗಳು ಈಗ ಬಲಕ್ಕೆ ಹೊರಳಿ ಪಾಕಿಸ್ತಾನ ಆಕಾಶವ್ಯಾಪ್ತಿಯನ್ನು ದೂರ ಇರಿಸಿದವು. ಮರಳಿ ಪ್ರಯಾಣ, ೨೦ ಮಿನಿಟುಗಳ ಹಾರಾಟವಾಗಿರಬಹುದು.

ಈಗ ನಾವು ಹಿಂಬಾಲಿಸಿದ್ದು ಎಲ್.ಓ.ಸಿ.–ಗಡಿರೇಖೆ–ತೋರ್ತುಕ್ ನಮ್ಮ ಬಲಕ್ಕೆ. (ಆಚೆಗೆ ಪಾಕಿಸ್ತಾನದ ಬಾಲ್ಟಿಸ್ತಾನ). 'ಅಲ್ಲಿ ಅದು ಚೋರ್ಬಟ ಲಾ ––– ಬಟಾಲಿಕ್––––ಅಲ್ಲಿಂದ ಸಿಂಧುನದಿ ಪಾಕಿಸ್ತಾನದಲ್ಲಿ ಪ್ರವೇಶಿಸುತ್ತದೆ–––.' ನನ್ನ ಪೈಲಟ್ ಪರಿಪೂರ್ಣ ಮಾರ್ಗದರ್ಶಿಯಾಗಿದ್ದ. ನಂತರ ನಾವು ತುಸು ಪೂರ್ವಕ್ಕೆ ಒಳಸರಿದು ಕಾರ್ಗಿಲ್ ಮೇಲೆ ಹಾರದೆ ಅಮರನಾಥ ಮತ್ತು ಜೋಜಿಲಾ ಕಣಿವೆಯ ಮಧ್ಯೆ ಗ್ರೇಟ್ ಹಿಮಾಲಯ ಶ್ರೇಣಿಯನ್ನು ದಾಟಿ ಗುಲ್‌ಮರ್ಗ ಮೇಲಿಂದ ಪೀರ ಪಂಜಾಲ ಶ್ರೇಣಿಯನ್ನು ದಾಟುತ್ತ ಹಾಜಿಪೀರ, ಪುಂಛ್, ರಜೋರಿಗಳನ್ನು ಬಲಕ್ಕೆ ಬಿಟ್ಟು ಜಮ್ಮುವಿಗೆ ಬಂದಿಳಿದೆವು. ಅರ್ಧ ಗಂಟೆಯದೇ ನಮ್ಮ ಮಿಗ್ ೨೩ ವಿಮಾನಯಾನ. ಕುಲ್ಲು ಕಣಿವೆಯನ್ನು ಬಿಟ್ಟು ಉಳಿದೆಲ್ಲ ಪ್ರದೇಶವು ನಾವು ಕ್ರಮಿಸಿದ್ದು ಕಳೆದ ಶತಮಾನಾರ್ಧದಲ್ಲಿ ಅತ್ಯಂತ ಕ್ರೂರ, ನಿಷ್ಕರುಣಾತ್ಮಕ ಹೋರಾಟವನ್ನು ಕಂಡಿದೆ. ೨೭ ಅಕ್ಟೋಬರ ೧೯೪೭ ವಾಯುಸೇನೆಯ ಮತ್ತು ಸಿವಿಲ್ ಡಕೋಟಾಗಳಿಂದ ೧ನೇ ಸಿಖ್ಖ ಬಟಾಲಿಯನ್ನಿನ ಎತ್ತಣಿಕೆ ಶ್ರೀನಗರವನ್ನು ಮತ್ತು ಕರ್ನಲ್ ರಾಯ್ ಅವರ ಬಾರಾಮುಲ್ಲಾ ಕಡೆಗೆ ತಮ್ಮ ಸೈನ್ಯ ತುಕಡಿಯನ್ನೊಯ್ದುದು

ಕಾಶ್ಮೀರ ಸುಂದರ ಕಣಿವೆಯನ್ನು ಉಳಿಸಿದವು.

ಕಾಶ್ಮೀರ ಅಭಿಯಾನವು ಬಹುಶಃ ಬ್ರಿಟಿಶ ಇಂಟೆಲಿಜನ್ಸ್‌ನ ಕೈವಾಡವಿರಬೇಕು. ಅದರ ಅಧಿಕಾರಿಗಳು ಭಾರತ-ಪಾಕಿಸ್ತಾನ ವಿಭಜನೆ ವಾಸ್ತವವಾಗತೊಡಗಿದಂತೆ ಈ ಪ್ರದೇಶದಲ್ಲಿ ಅತಿ ತೀಕ್ಷ್ಣ ನಿಗಾ ಇಡತೊಡಗಿದ್ದರು. ವರ್ಷಾನುಗಟ್ಟಲೆ ಪಾಕಿಸ್ತಾನವು ಬುಡಕಟ್ಟು ಆಕ್ರಮಣಕಾರರು ಸರಕಾರಿ ನಿಯಂತ್ರಣ ಮೀರಿ ಕಾಶ್ಮೀರದಲ್ಲಿ ಪ್ರವೇಶಿಸಿದರೆಂಬ ವಾದವು ಅದೇ ನವೆಂಬರದಲ್ಲಿ ಜಿನ್ನಾ ಅವರು ಮೌಂಟಬ್ಯಾಟನ್ನರಿಗೆ ಹೇಳಿದ 'ನಾನು ಈ ವಿಷಯವನ್ನೇ ರದ್ದುಪಡಿಸಬಲ್ಲೆ' ಎಂಬುದು ಆ ವಾದವನ್ನೇ ಅಳಿಸಲಾರದೇ? ಜಿನ್ನಾ ಅವರು ಸತ್ಯವನ್ನೇ ಬಯಲು ಮಾಡಿದ್ದರು. ವರ್ಷಾನುಗಳು ಕಳೆದಂತೆ ಸಾಕಷ್ಟು ಪ್ರಮಾಣಗಳು ತೋರಿಸುವದು ಕಾಶ್ಮೀರ ಆಕ್ರಮಣವು ಸೂಕ್ಷ್ಮವಾಗಿ ಯಾವ ನ್ಯೂನವನ್ನೂ ಬಿಡದಂತೆ ಸಂಯೋಜಿತವಾಗಿತ್ತೆಂದು. ಅದು ಆದರೂ ವಿಫಲವಾಯಿತು. ಮುಖ್ಯ ಕಾರಣವೆಂದರೆ ಆಕ್ರಮಣಕಾರರು ಬೇಗನೆ ಶ್ರೀನಗರ ವಿಮಾನತಳವನ್ನು ಹಸ್ತಗತ ಮಾಡಿಕೊಳ್ಳದಿರದು. ಮಿಲಿಟರಿ ತಾಂತ್ರಿಕತೆಯ ಯಾವ ಗಂಧವೂ ಇರದ ಒಬ್ಬ ಸರ್ವಸಾಮಾನ್ಯ ನಾಗರಿಕನಿಗೂ ಕೂಡ ಶ್ರೀನಗರ ವಿಮಾನತಳದ ಮಹತ್ವದ ಅರಿವಾಗುವಂತಹದಲ್ಲವೇ? ಆದರೂ ವಿಮಾನತಳ ಕೈಗೆಟುಕಲಿಲ್ಲವಲ್ಲ? ಇನ್ನೂ ಮಹತ್ವದ ಪ್ರಶ್ನೆಯೆಂದರೆ ಅಭಿಯಾನವು ಯಾರ ಅಧಿಕಾರದಲ್ಲಿತ್ತು, ಆಜ್ಞೆ ಇತ್ತವರ್ಯಾರು?

ಸಂಪೂರ್ಣ ಕಾಶ್ಮೀರವನ್ನು ಜಯಿಸುವದು ಅಭಿಯಾನದ ಗುರಿಯಿರಲಿಲ್ಲವೇ? ಇದು ಬರಿ ಹೊಗೆಪಡದೆ ಇದ್ದು ಮುಖ್ಯ ಗುರಿ ಗಿಲ್ಗಿಟ್ ಮತ್ತು ಉತ್ತರೀ ಕ್ಷೇತ್ರಗಳಷ್ಟೇ ಇದ್ದಿರಬಹುದೇ? (ಇದೇ ಬ್ರಿಟಿಶ strategy ಕೂಡ ಇತ್ತಲ್ಲವೇ?) ಪಾಕಿಸ್ತಾನದ ನೇತಾರರು ಮಾಡಿದ ಅನೇಕ ಟೀಕೆ-ಟಿಪ್ಪಣಿಗಳಂತೆ ಅವರು ಕಂಡಿದ್ದು ಬ್ರಿಟಿಶರು ಮಾರಿದ ಇದೊಂದು ಕೈಗೊಂಬೆಯಾಯಿತು (Dummy) ಎಂದು. ವಿಶೇಷವಾಗಿ ಜಿನ್ನಾ ಅವರು ಬಹಿರಂಗವಾಗಿ ಪಾಕಿಸ್ತಾನವನ್ನು ಕಲ್ಪಿಸುವ ನಿಜವಾದ ಆಯಕಟ್ಟಿನ (strategic) ಗುರಿಯನ್ನು ಉಚ್ಚರಿಸಲು ಸಮರ್ಥರಾಗಲೇ ಇಲ್ಲ! ವ್ಯಾಪಕವಾಗಿ ನಂಬಿದ್ದೆಂದರೆ ಆಕ್ರಮಣಕಾರರು ಬಾರಾಮುಲ್ಲಾದಲ್ಲಿ ಲೂಟಿ, ಅತ್ಯಾಚಾರಗಳಲ್ಲಿ ಎಸಗಿದ ತಡದಿಂದಲೇ ಶ್ರೀನಗರ ಉಳಿದುಕೊಂಡಿತು ಎಂದು. ಆಕ್ರಮಣಕಾರರೆದುರಿನ ವಿರೋಧವನ್ನು (ಅಷ್ಟು ಕ್ಷೀಣವಾದುದು) ಪರಿಗಣಿಸಿದರೆ ಪಾಕಿಸ್ತಾನಿ ದೃಷ್ಟಿಯಿಂದ ಆಕ್ರಮಣವನ್ನು ತ್ವರಿತವಾಗಿ ಮುಂದುವರೆಸಿ ಶ್ರೀನಗರ ವಿಮಾನತಳವನ್ನು ಆಕ್ರಮಿಸದೆ ಹೋದುದಕ್ಕೆ ಯಾವ ಸಮರ್ಥನೆಯೂ ಇಲ್ಲ. ಆದರೂ ಇದಾಗಲಿಲ್ಲ. ನಿಜವೆಂದರೆ ಆಕ್ರಮಣಕಾರರ ನಾಯಕರಿಗೆ ಹೋಕಾಸರದಲ್ಲಿಯೇ ನಿಲ್ಲಲು ಅನುಮತಿಯಿತ್ತಾಯಿತು. ಇದು ಮಹಾರಾಜನ ಬಾತುಗೋಳಿ ಶಿಕಾರಿನ ಸ್ಥಳ. ಇದು ಮತ್ತು ಮುಂದಿನ ಬಾರಾಮುಲಾದಲ್ಲಿಯ ತಡ ಇವೆರಡೂ ಬೇಕೆಂತಲೇ ಕೈಕೊಂಡ ಘಟನೆಗಳೆನಿಸುತ್ತಿಲ್ಲವೇ? - ಅಭಿಯಾನದ ಚಾಲಕತ್ವವನ್ನೇ ಕೈಯಲ್ಲೆತ್ತಿಕೊಂಡವರು ಆವರೆಗೆ ಭಾರತೀಯರು, ವಿಶೇಷತಃ ನೆಹರು ಅವರು, ತೆಪ್ಪಗಿರದೆ ಕಾಶ್ಮೀರವನ್ನು ಬಿಟ್ಟುಕೊಡದಂತೆ ನಿಷ್ಠುರವಾಗಿ ಪ್ರತಿಕ್ರಿಯಿಸಿ ಭಾರತ-

ಪಾಕ್‌ಗಳಲ್ಲಿ ಸಮಗ್ರ ಯುದ್ಧವೇ ಹರಡುವ ಸಂಭಾವ್ಯತೆಯನ್ನು ಪ್ರತೀಕ್ಷಿಸಿದರೇ–? ಈ ಸಂದರ್ಭದಲ್ಲಿ ಭಾರತ–ಪಾಕ್ ಸಮಗ್ರ ಯುದ್ಧದ ಇತ್ಯರ್ಥ ಒಂದೇ ಆಗುವದಿತ್ತು – ಉಪಖಂಡದಲ್ಲಿಯ ಬ್ರಿಟಿಶರ ಹಿತಾಸಕ್ತಿಯು ಅಲ್ಲಿ ಇನ್ನೊಂದು ರಾಷ್ಟ್ರವನ್ನು ನಿಯೋಜಿಸಿ ಪೂರೈಸಲ್ಪಡುವ ಬೃಹತ್ ಯೋಜನೆಯ ವಿಧ್ವಸ್ಥತೆ –.

ಬಾರಾಮುಲ್ಲಾದ ಐರೋಪ್ಯ ನನ್‌ಗಳ ಬಲಾತ್ಕಾರ, ಕೊಲೆಗಳು ಅಭಿಯಾನದ ಸಂಚಾಲನೆಯಲ್ಲಿ ತಮ್ಮದೇ ಪಾತ್ರವನ್ನು ವಹಿಸಿದ್ದವು. ಬ್ರಿಟಿಶರಿಗೆ ಐರೋಪ್ಯರ ಕೊಲೆ–ಕೊಳ್ಳೆಗಳೆಂದರೆ ಅತ್ಯಂತ ಕಳವಳ. ಒಮ್ಮೆಲೆ ಈಗ ಈ ಆಕ್ರಮಣಕಾರರು ಶ್ರೀನಗರ ತಲುಪಿ ಅಲ್ಲಿಯ ಐರೋಪ್ಯರನ್ನು ಇದೇ ತರಹ ಬಲಾತ್ಕರಿಸಿ ಕೊಳ್ಳೆ ಹೊಡೆದರೆ? ಈ ಅರಿವು ಆವರಿಸಿತೇ? ಜಿನ್ನಾ ಅವರಿಗೆ ಮಹಾ ದಿಗಿಲಾದದ್ದು ಅವರು ಪಾಕಿಸ್ತಾನಿ ಸೈನ್ಯದ ಮಧ್ಯಪ್ರವೇಶಕ್ಕೆ ಆಜ್ಞೆಯಿತ್ತು ಬ್ರಿಟಿಶರು ಅದನ್ನು ನಿರಾಕರಿಸಿದಾಗ. ಭಾರತೀಯ ಸೇನೆ ಕಾಶ್ಮೀರದಲ್ಲಿಳಿಯತೊಡಗಿದಂತೆ ಜಿನ್ನಾ ಅವರು ಪಾಕಿಸ್ತಾನಿ ಸೇನಾನಾಯಕ ಜನರಲ್ ಡಗ್ಲಸ್ ಗ್ರೇಸಿಯವರಿಗೆ ರಾವಲ್‌ಪಿಂಡಿಯಿಂದ ಶ್ರೀನಗರಕ್ಕೆ ಸೈನ್ಯ ಕಳಿಸಿ ಬನಿಹಾಲ ರಸ್ತೆಯನ್ನು ಕತ್ತರಿಸಲು ಆಜ್ಞೆಯಿತ್ತಾಗ ಗ್ರೇಸಿಯವರು ಅವರನ್ನು ಅನುಕರಿಸದೆ ಜನರಲ್ ಆಕಿನ್‌ಲೆಕ್ ಅವರ ಪರವಾನಿಗೆ ಬೇಕು ಎಂದು ಅಡ್ಡಗಾಲಿಟ್ಟರು. ಆಕಿನ್‌ಲೆಕ್ ಅವರು ಕಾಶ್ಮೀರವು ಭಾರತದಲ್ಲಿ ವಿಲೀನಗೊಂಡಿದ್ದರಿಂದ ಅನುಮತಿ ಈಯಲಿಲ್ಲ. ಪಾಕಿಸ್ತಾನಿ ಸೈನ್ಯ ಪ್ರವೇಶವು ಅಧಿಕೃತ ಯುದ್ಧ ಘೋಷಣೆಯೇ ಆದೀತಲ್ಲ? ಜಿನ್ನಾ ಅವರು ಅದನ್ನು ಒಪ್ಪದೆ ತಮ್ಮ ಸೈನ್ಯವನ್ನು ಕಾಶ್ಮೀರಕ್ಕೆ ಕಳಿಸಿದರೆ ಆಕಿನ್‌ಲೆಕ್ ಅವರು ಪಾಕಿಸ್ತಾನ ಸೈನ್ಯದಿಂದ ಎಲ್ಲ ಬ್ರಿಟಿಶ ಅಧಿಕಾರಿಗಳನ್ನು ಹಿಂತೆಗೆದುಕೊಳ್ಳಲಾಗುವದು ಎಂದರು. ಇಲ್ಲಿಗೆ ಅದರ ಮುಕ್ತಾಯ!

ಮಾಸಾಂತ್ಯದಲ್ಲಿ ಇಂತಹ ಇನ್ನೊಂದು ಸ್ವಾರಸ್ಯಕರ ಉತ್ಕಟ ಸ್ಥಿತಿ ತಲೆಯೆತ್ತಿತು. ೩೧ ಅಕ್ಟೋಬರ ಪಾಕಿಸ್ತಾನ ಸರಕಾರದ ಅಧಿಕೃತ ವಕ್ತವ್ಯವೊಂದು ಘೋಷಿಸಲ್ಪಟ್ಟಿ ಅದು ಕಾಶ್ಮೀರದ ವಿಲೀನೀಕರಣವನ್ನು ಕಾಶ್ಮೀರ ಜನತೆಯ ಮೇಲೆ ಎಸಗಿದ ಭಾರತದ ಮತ್ತು ಕಾಶ್ಮೀರ ಮಹಾರಾಜನ ಕುತಂತ್ರ, ಮೋಸ, ಹಿಂಸಾಚಾರ ಎಂದಿತು. ಉದ್ರೇಕಯುತ ಹೇಳಿಕೆಗಳ ಕೋವಿದರಾದ ಪಾಕ್ ಪ್ರಧಾನಿ ಲಿಯಾಕತ್ ಅಲಿಖಾನ ಅವರು ನಾಲ್ಕು ದಿನಗಳ ನಂತರ 'ನಾವು ಈ ವಿಲೀನೀಕರಣವನ್ನು ಒಪ್ಪುವುದಿಲ್ಲ. ಕಾಶ್ಮೀರಿಗಳ ಮೇಲೆ ಭಾರತೀಯ ಸರಕಾರದ ಬೆಂಬಲದಿಂದ ಮಹಾರಾಜನು ಮಾಡಿದ ಮೋಸವಿದು' ಎಂದರು. ಪಾಕಿಸ್ತಾನಿ ನಾಯಕರೊಡನೆಯ ಭೇಟಿಯ ಮುಂಚೆ ಮಾಡಲ್ಪಟ್ಟ ಇಂಥ ಹೇಳಿಕೆಗಳು ಭಾರತೀಯರಿಗೆ ಮೂಕನೆದುರು ಮೂಗು ಕೆರೆದಂತಾಯಿತು. ಇಂಥ ಪ್ರಚೋದಕ ಹೇಳಿಕೆಗಳು ತಿಂಗಳ ನಂತರ ಯುದ್ಧವಿರಾಮದ ಮಾತುಕತೆಗೆ ದಿಲ್ಲಿಗೆ ಬಂದ ಲಿಯಾಕತ ಅವರಿಂದ ಹೊರಬೀಳುತ್ತಲೇ ಇದ್ದವು. ತದನಂತರ ಕೆಳವರ್ಗದವರ ವಿಸ್ತೃತ ಮಾತುಕತೆ ಮುಂದುವರೆಯುತ್ತಿದ್ದರೂ ಲಿಯಾಕತರು ಪಾಕಿಸ್ತಾನಕ್ಕೆ ಮರಳಿ ಪಾಕಿಸ್ತಾನವು ಕಾಶ್ಮೀರವನ್ನು ಎಂದೆಂದಿಗೂ ಬಿಡದು ಎಂಬ ಹೇಳಿಕೆಗಳನ್ನು ಸುರಿಸುತ್ತ

ಇನ್ನಷ್ಟು ಆಕ್ರಮಣಕಾರರನ್ನು ಜಮ್ಮು ಗಡಿಯಿಂದ ಭಾರತದಲ್ಲಿ ಕಳಿಸುವ ಘೋಷಣೆ ಮಾಡಿದರು.

ಇದು ಮತ್ತು ಕಾಶ್ಮೀರದಲ್ಲಿಯ ಅತ್ಯಾಚಾರ ಮತ್ತು ಲೂಟಿಯ ಭಯಾನಕ ಕೃತ್ಯಗಳು, ಹಾಗೂ ಕಾಶ್ಮೀರಕನ್ಯೆಯರ ಮಾರಾಟ, ಬಾರಾಮುಲ್ಲಾದ ಕ್ರೌರ್ಯಗಳು ಭಾರತೀಯ ರಕ್ಷಣಾ ಕಮಿಟಿ ಮಂತ್ರಿಸಂಪುಟದ ಮೀಟಿಂಗ ಕರೆಯಲು ಉದ್ಯುಕ್ತವಾದವು. ಕಮಿಟಿಯು ಕಾಶ್ಮೀರದಿಂದ ಆಕ್ರಮಣಕಾರರ ಸಂಪೂರ್ಣ ಕಿತ್ತೊಗೆತದ ಕರೆ ನಿಡಿತು. ಭಾರತವು ಸರ್ವಸಿದ್ಧವಾಗುತ್ತಿದ್ದುದು ಈಗ ಮೌಂಟಬ್ಯಾಟನ್ನರಿಗೆ ಖಾತರಿ ಆಗಿ ಈಗ ಅವರು ಭಾರತದ ಮೇಲೆ ಗ್ರೇಸಿ/ಜಿನ್ನಾ ಮಾಡಲು ನಿರ್ಧರಿಸಿದರು. ಭಾರತೀಯ ಸಾಮರಿಕ ಮನೋಭಾವದ ವಿರುದ್ಧ ಹೋಗಲಾರದೆ ಮೌಂಟಬ್ಯಾಟನ್ನರು ಯೋಜನೆಯನ್ನು ಜಾಂಯ್ಟ್ ಪ್ಲಾನಿಂಗ್ ಸ್ಟಾಫ್‌ಗೆ ಪರೀಕ್ಷಿಸಲು ಇತ್ತು ವಿಷಯವನ್ನು ತಾತ್ಕಾಲಿಕವಾಗಿ ಹಗುರಾಗಿಸುವ ಪ್ರಯತ್ನ ಮಾಡಿದರು. ಹೀಗೆ ತುಸು ಉಸುರಾಟ ಗಳಿಸಿಕೊಂಡು ಅವರು ತಮ್ಮ ವರ್ಚಸ್ಸಿನಿಂದಾಗಿ ಪರೀಕ್ಷೆಯ ರಿಪೋರ್ಟು ನಕಾರಾತ್ಮಕ ಹಾಗೂ ಹಾನಿಕರವಾಗುವಂತೆ ಪರಿವರ್ತಿಸಿದರು. ಪ್ಲಾನಿಂಗ್ ಸ್ಟಾಫಿನ ಬ್ರಿಟಿಶ ಅಧಿಕಾರಿಗಳು ತಾವು ಸೇವಾನಿಯುಕ್ತರಾದ ಸರಕಾರಕ್ಕಿಂತಲೂ ಹೆಚ್ಚು ನಿಷ್ಠಾವಂತ ಮೌಂಟಬ್ಯಾಟನ್ನರಿಗಿದ್ದರಷ್ಟೇ? ಈ ರಿಪೋರ್ಟು ರಕ್ಷಾ ಕಮಿಟಿಗೆ ಒಪ್ಪಿಸಿ ಅದನ್ನು ಓದಿ ತೋರಿಸಿದಾಗ ಕಮಿಟಿಯ ಮಂತ್ರಿಗಳು ಮಿಲಿಟರಿ ಕಾರ್ಯವನ್ನು ಮುಂದುವರಿಸುವದನ್ನು ನಿಲ್ಲಿಸಿದರು.

ಗ್ರೇಸಿಯವರ ಜಿನ್ನಾ ಆಜ್ಞೆಯ ನಿರಾಕರಣೆ ಮತ್ತು ಮೌಂಟಬ್ಯಾಟನ್ನರ ಕಾಲೆಳೆಯುವಿಕೆಗಳು ತೋರುವದೆಂದರೆ ಬ್ರಿಟಿಶರಿಗೆ ತಾವು ದಾಯಿಸೇವೆ ನೀಡಿದ ನವಜಾತ ಶಿಶು ಪಾಕಿಸ್ತಾನವು ಸೋಲುವದು ಬೇಕಾಗಿರಲಿಲ್ಲ. ಪಾಕಿಸ್ತಾನದ ಸೈನ್ಯ ತಾನೇ ಖುದ್ದಾಗಿ ಮುಂಚೆನಿಂದಲೇ ಆಕ್ರಮಣ ಮಾಡಿದ್ದರೆ ಅದು ನಿಶ್ಚಿತವಾಗಿ ಗೆಲ್ಲುತ್ತಿತ್ತು. ಅದೇನೋ ತಾತ್ಪೂರ್ತಿಕ Tactical ಲಾಭವೇನು ಆಗಬಹುದಿತ್ತು. ಆದರೆ ಭಾರತವು ಮುಖಾಮುಖಿಯ ವೈರುಧ್ಯವನ್ನು ಪಾಕಿಸ್ತಾನದ ಇತರ ಭಾಗಕ್ಕೆ ವಿಸ್ತರಿಸಿದ್ದರೆ (೧೯೬೫ರಲ್ಲಿ ಹಾಗಾಯಿತಲ್ಲ!) ಅಲ್ಲಿ ಭಾರತದ ಗೆಲುವು ನಿಶ್ಚಿತವಿತ್ತು. ಅದು ಪಾಕಿಸ್ತಾನದ ಮಾರ್ಮಿಕ (strategic) ಸೋಲಾಗುತ್ತಿತ್ತು.

ಇದರಂತೆಯೇ ಮೌಂಟಬ್ಯಾಟನ್ನರು ಕಾಶ್ಮೀರದಲ್ಲಿ ಭಾರತೀಯ ರಕ್ಷಾ ಕಮಿಟಿಯ ಸಾಮರಿಕ ಹುಮ್ಮಸ್ಸನ್ನು ಒಪ್ಪಿದ್ದರೆ ಪಾಕಿಸ್ತಾನದ ಅಸ್ತಿತ್ವವೇ ತೂಗಾಡುತ್ತಿತ್ತಲ್ಲ? ಇಂಥದನ್ನು ಬ್ರಿಟಿಶರು ಮಾಡಗೊಡುತ್ತಿರಲಿಲ್ಲ. ಬ್ರಿಟಿಶರ ಖಾತೆವಹಿಯಲ್ಲಿ ಭಾರತೀಯರಿಗೆ ಕಾಶ್ಮೀರ ಕಣಿವೆ ಸಿಕ್ಕಿದ್ದು ಅವರಿಗೆ ಸಮಾಧಾನಕಾರಕವಾಗಿತ್ತಲ್ಲ? ಯಾವ ಭಾರತೀಯನಿಗೂ ಉತ್ತರೀ ಕ್ಷೇತ್ರದ (Northern area) ಮಹತ್ವದ ಅರಿವಿಲ್ಲದಿದ್ದುದು ಬ್ರಿಟಿಶರಿಗೆ ಸ್ಪಷ್ಟವಾಗಿ ಕಾಣತೊಡಗಿತ್ತು. ಪಾಕಿಸ್ತಾನ? ಅದಕ್ಕೆ ಕಾಶ್ಮೀರ ಸಿಗುವ ಭರವಸೆ ಕೊಟ್ಟಾಗಿತ್ತು. ಆದರೆ ಭಾರತ ಎಚ್ಚತ್ತು ಎದ್ದುನಿಂತು ವಿರೋಧಿಸುವ ಕಲ್ಪನೆಯಿರಲಿಲ್ಲ.

೬. ಪಾಕಿಸ್ತಾನದ ನಿರ್ಮಾಣ : ೧೯೧೯ರ ಜಾರಿಕೊಳ್ಳುವ ದಾಖಲೆಗಳು

“ಕಾಂಗ್ರೆಸ್ಸಿಗರು ಎಂದರೆ ಅವರ ಪ್ರತಿಕೂಲ ಪ್ರತಿವರ್ತನೆಯು ಗೂಡಿನಲ್ಲಿ ಪಾಕಿಸ್ತಾನದ ಕೋಗಿಲೆಯ ತತ್ತಿಯೂ ಇದೆಯೆಂದು ತಿಳಿದ ಮೇಲೆ ಹೆಚ್ಚಾಗಬಹುದು.”

–ಲಿಯೊಪೋಲ್ಡ್ ಆ್ಯಮರಿ, ಭಾರತಕ್ಕಾಗಿ ಬ್ರಿಟಿಷ್ ಸೆಕ್ರೆಟರಿ ಆಫ್ ಸ್ಟೇಟ್ ೧೯೪೨

೧೯೯೧ ರಲ್ಲಿ ನಾನು ಮತ್ತು ದೀಪ್ತಿ ಲೆಫ್ಟೆನೆಂಟ್ ಜನರಲ್ ಆದಿ ಸೇಥ್ನಾ (ಕ್ಯಾಲಿಡೊ ಇಂಡಿಯಾದಲ್ಲಿ ಅವರು ಸಲಹಾಕಾರರಾಗಿದ್ದರು) ಅವರೊಡನೆ ರಾಜೀವ ಗಾಂಧಿಯವರ ವಿಸ್ತಾರವಾದ ಆಫೀಸಿನಲ್ಲಿ, ೧೦ ಜನಪಥ, ಅವರೊಡನೆ ಭೇಟಿಯಾದೆವು. ಅವರೀರ್ವರ ಡೂನ್ ಸ್ಕೂಲಿನ ಸಂಬಂಧವು ಇನ್ನೂ ಹತ್ತಿರ ಸರಿದದ್ದು ಜನರಲ್ ಸೇಥ್ನಾ ಅವರು ಆರ್ಮಿಯ ವೈಸ್ ಚೀಫ್ ಎಂದಾಗಿ ೧೯೮೨ರಲ್ಲಿ ಹೊಸದಿಲ್ಲಿಯ ಏಶಿಯನ್ ಗೇಮ್ಸ್ ಯಶಸ್ವಿಯಾಗಿ ನಡೆಸಿದ್ದರೆಂದು. ಏಶಿಯನ್ ಗೇಮ್ಸದ ಯಶಸ್ವಿ ಚಾಲನೆ ರಾಜೀವ ಅವರ ಕಿರೀಟದ ಇನ್ನೊಂದು ರತ್ನವೇ ಆಯಿತು. ನನ್ನ ಡೂನ್ ಸ್ಕೂಲಿನ ಸಂಬಂಧ ಸೇರಿಸಲು ನಾನು ಅತಿ ಚಿಕ್ಕವ ತಾನೇ?

ದೀಪ್ತಿ ಮತ್ತು ನಾನು ಆವಾಗ ೧೫ ಭಾಗಗಳ ಭಾರತೀಯ ಸೇನೆಯ ಇತಿಹಾಸದ ಸಾಕ್ಷ್ಯಚಿತ್ರ ತಯಾರಿಸುವ ಸಂಶೋಧನೆಯಲ್ಲಿ ಸಂಪೂರ್ಣ ಮುಳುಗಿ ವ್ಯಸ್ತರಾಗಿದ್ದೆವು. ಮೊದಲನೆಯ ಮೂರು ಭಾಗಗಳು ಪ್ರಾಥಮಿಕವಾಗಿ ಬ್ರಿಟಿಶರು ಬಿಟ್ಟುಹೋದ ಭಾರತ ಪಾಕಿಸ್ತಾನಗಳ ಬೇರ್ಪಡೆಯ ನಂತರ ಭಾರತೀಯ ಸೇನೆಯ ವಿಭಾಜನೆಯನ್ನು ಎರಡೂ ದೇಶಗಳ ನಡುವೆ ನಿಯೋಜಿಸುವ ಕುರಿತು ಇದ್ದವು. ಮೊದಲನೆ ಎರಡು ಭಾಗಗಳ ಹಸ್ತಲಿಪಿಯ ಮೂರು ಪ್ರತಿಗಳು ತಯಾರಾಗಿದ್ದು ಒಂದನ್ನು ರಕ್ಷಾ ಸಚಿವರಾಗಿದ್ದ ಎನ್. ಎನ್. ವೋರಾ ಅವರಿಗೆ, ಎರಡನೆಯದನ್ನು ಆಗಿನ ಉಪವಾಯುಸೇನಾಪತಿ ಏರ್ ಮಾರ್ಶಲ್ ಎನ್. ಸಿ. ಸುರಿ ಅವರಿಗೆ ಮತ್ತು ಮೂರನೆಯದನ್ನು ರಾಜೀವ ಗಾಂಧಿಯವರಿಗೆ ಕೊಟ್ಟೆವು. ಮಾಜೀ ಪ್ರಧಾನಿ ರಾಜೀವ ಅವರು ತಿಂಗಳಾರ್ಧದ ನಂತರ ಹಸ್ತಪ್ರತಿಯನ್ನು ಒಂದೇ ಶಬ್ದದಲ್ಲಿ “Nice” ಎಂದುಚ್ಚರಿಸಿ ಮರಳಿಸಿದರು. ಜೊತೆಗೆ ಶೀಘ್ರವೇ ಮೀಟಿಂಗಿಗಾಗಿ ಒಪ್ಪಿಗೆಯನ್ನೂ ಕೊಟ್ಟರು.

ನಾನು ನಾಲ್ಕು ಸಲ ರಾಜೀವ ಗಾಂಧಿಯವರನ್ನು ಭೇಟಿಯಾಗಿದ್ದೆ. ಅವರಿಗೆ ನೆನಪಿತ್ತೋ ಗೊತ್ತಿಲ್ಲ, ನನ್ನಲ್ಲಿ ಪತ್ರಕರ್ತರ ಸರ್ವಸಾಮಾನ್ಯ ದೋಷದರ್ಶಿತ್ವವಿದ್ದೂ ಕೂಡ ಈ ವ್ಯಕ್ತಿಯ ಸಹಜತ್ವ, ಧೀರತ್ವ, ಸಂವೇದನಶೀಲ ಮಾನುಷೀ ವೃತ್ತಿ ನನ್ನನ್ನು ನಿಜಕ್ಕೂ ಆ ವ್ಯಕ್ತಿತ್ವವನ್ನು ಒಪ್ಪುವಂತೆ ಮಾಡಿತ್ತು.

'ನಿನ್ನ ಡೂನ್ ಸ್ಕೂಲ್ ಟೈಯನ್ನು ಇಸ್ತ್ರಿ ಮಾಡಿಸಿ ಧರಿಸಿಕೊ. 'India's Fighting Man' ಚರ್ಚಿಸಲು ರಾಜೀವ ಗಾಂಧಿ ಸಮಯ ಕೊಟ್ಟಿದ್ದಾರೆ' ಎಂದರು ಜನರಲ್ ಸೇಥ್ನಾ. ಜನರಲ್ ಸಾಹೇಬರು ಎರಡು ವಿಷಯಗಳ ಯೋಜಕರು – ಜ್ಞಾಪನಪತ್ರ (Aide memoirs) ತಯಾರಿಸುವದು ಮತ್ತು ಇಂಥ ಮೀಟಿಂಗಗಳಲ್ಲಿ ದೀಪ್ತಿಯ ಉಪಸ್ಥಿತಿಯನ್ನು ಯೋಜಿಸುವದು---. ನಾವು ೧೦ ಜನಪಥ ತಲುಪುತ್ತಿರುವಂತೆ ಬೇರೆ ಬೇರೆ ವಿಷಯಗಳ ಚರ್ಚಾಸೂಚಿಗಳನ್ನು ಎಣಿಸುತ್ತ ರಾಜೀವ ಅವರ ಸಹಾಯ ಸಿಕ್ಕೇ ಸಿಗುತ್ತದೆಂದು ಬಯಸುತ್ತ ಮೂವರೂ ನಡೆದೆವು.

'ಹಸ್ತಪ್ರತಿ ಒಳ್ಳೇ ಹಿಡಿತದ್ದಿದೆ. ಆದರೆ ೧೯೪೭ರ ಭಾರತೀಯ ಸೇನೆಯ ವಿಭಾಜನೆಯಿಂದ ಏಕೆ ಪ್ರಾರಂಭಿಸುತ್ತೀರಿ' ಎಂದರು ರಾಜೀವ. 'ಭಾರತೀಯ ಸೇನಾತಿಹಾಸ ಕನಿಷ್ಠ ಇನ್ನೂರು ವರ್ಷ ಹಿಂದಕ್ಕೆ ಆರಂಭಿಸುತ್ತದಲ್ಲವೇ? ಆ ಕಾಲ ವ್ಯಾಪ್ತಿಯನ್ನು ಹಿಡಿದಿಡಲು ಒಂದು ಕಿರುಗತೆಯನ್ನು ಏಕೆ ಸೇರಿಸುವದಿಲ್ಲ?' ಎಂದು ಮುಂದುವರೆದರು. ಸೇಥ್ನಾ ಅವರು ವಿವರಿಸಿದ್ದು, 'ಸ್ವಾತಂತ್ರ್ಯದವರೆಗೆ ನಡೆದ ರಾಜಕೀಯ ವಿಷಯಗಳನ್ನು ನಾವು ಅನುಸರಿಸಿಲ್ಲ. ಅಲ್ಲದೆ ಖರ್ಚುವೆಚ್ಚಿನ ಸವಾಲೂ ಒಂದಿದೆ.' ನಾನು ಹಠಾತ್ತಾಗಿ ನಡುವೆಯೇ ಬಾಯ್ಬಿಟ್ಟು ಅಂದುಬಿಟ್ಟೆ 'ಸರ್ ನಿಜಕ್ಕೂ ನಾವು ಪ್ರಥಮ ಮಹಾಯುದ್ಧದಿಂದ ಪ್ರಾರಂಭಿಸಬೇಕೆಂದಿದ್ದೆವು, ವಿಶೇಷವಾಗಿ ೧೯೧೯'. ಪ್ರತಿಕ್ರಿಯೆ ಏನಾಗುತ್ತದೋ ಎಂದು ತಿಳಿಯದೆ ನಾನು ಅವರೆಡೆ ನೋಡಿದಾಗ ಅವರೂ ನನ್ನನ್ನೇ ನೋಡುತ್ತಿದ್ದರು. ನನಗೆ ವಿಶ್ವಾಸವುಂಟಾಗಿ ಮುನ್ನಡೆದೆ. 'ಸರ್ ನಮ್ಮ ಹತ್ತಿರ ಯಾವ ಸಾಕ್ಷ್ಯ ದಾಖಲೆಗಳಿಲ್ಲ, ಆದರೂ ನಮ್ಮ ವಿಶ್ವಾಸಾರ್ಹ ಅನಿಸಿಕೆ ಎಂದರೆ ಇಂಡಿಯಾ ಆಫೀಸು ವಾಸ್ತವಿಕವಾಗಿ ಭಾರತವನ್ನು ಮೂರು ವಿಭಾಗಗಳಲ್ಲಿ ವಿಭಾಜಿಸುವ ವಿಸ್ತೃತ ಯೋಜನೆಯನ್ನು ತಯಾರಿಸಿತ್ತು ಎಂದು – ಹಿಂದುಸ್ತಾನ, ಪಾಕಿಸ್ತಾನ ಮತ್ತು ಪ್ರಿನ್ಸಿಸ್ತಾನ. ಪ್ರಿನ್ಸಿಸ್ತಾನದ ಬಗ್ಗೆ ಅವರು ಎಷ್ಟು ವಿಚಾರಶೀಲದ್ದರೋ ಗೊತ್ತಿಲ್ಲ, ಆದರೆ ಅದನ್ನು ಕಾಂಗ್ರೆಸ್ಸಿನ ವಿರೋಧವನ್ನೆದುರಿಸಲು ಮತ್ತು ಪಾಕಿಸ್ತಾನಕ್ಕೆ ನೈಜಕತೆಯನ್ನು ದೊರಕಿಸಲು ಲಾಭಲಾಂಛನ (Bargaining Chip) ಎಂದು ಸೇರಿಸಿರಬಹುದು'.

'ಮುನ್ನಡೆಯಿರಿ' ಎಂದರು ರಾಜೀವ ನಿಧಾನವಾಗಿ.

'ಪ್ರಥಮ ಮಹಾಯುದ್ಧದಲ್ಲಿ ಭಾರತೀಯ ಸೈನಿಕರ ಕಾರ್ಯಸಾಧನೆಯಿಂದಾಗಿ – ವಿಶೇಷತಃ ಗಢವಾಲಿಗಳು ಯುರೋಪಿನ ಟ್ರೆಂಚ ಸಮರದ ಬಿಕ್ಕಟ್ಟನ್ನು ಭೇದಿಸಿದ ನಂತರ ನಮ್ಮ ಸೈನಿಕರು ಮರಳಿದ್ದು ಅವರ ಸ್ವಾಮಿನಿಷ್ಠೆಯ ಪ್ರತಿ ಬ್ರಿಟಿಶ ಸರಕಾರವು

ಹೋಮ್ ರೂಲ್ ಪ್ರದಾನಿಸುತ್ತದೆ ಎಂಬ ಭರವಸೆಯಿಂದ. ಕನಿಷ್ಠ ಆ ನಿರೀಕ್ಷೆ ಸ್ಪಷ್ಟವಾಗಿತ್ತು.

ಇಂಡಿಯಾ ಆಫೀಸಿಗೆ ೧೮೫೭ರಂತಹ ಸ್ಥಿತಿಯುಂಟಾಗಿ ಬ್ರಿಟಿಶರಿಗೆ ಭಾರತವನ್ನು ಬಿಟ್ಟುಹೋಗುವ ಪ್ರಸಂಗ ಉದ್ಭವಿಸುವ ಸಂಧಿಯನ್ನು ಲಕ್ಷ್ಯದಲ್ಲಿಟ್ಟು ಒಂದು ರಣನೀತಿಯನ್ನು (strategy) ತಯಾರಿಸಲು ಹೇಳಲಾಯಿತು. ಅಂತಹ ದಸ್ತಾವೇಜು ತಯಾರಿಸಲಾಗಿ ಬ್ರಿಟಿಶ ಹೌಸ್ ಆಫ್ ಕಾಮನ್ಸ್‌ನಲ್ಲಿ ದಾಖಲಿಸಲಾಯಿತು. ಆದರೆ ಅದು ತ್ಯಜಿಸಲ್ಪಟ್ಟಿತ್ತು. ಏತನ್ಮಧ್ಯೆ ಜಾಲಿಯನ್‌ವಾಲಾಬಾಗ ಜನಹತ್ಯೆ ಉಂಟಾಗಿ, ರೌಲೆಟ್ ಕಾನೂನು ಜಾರಿಯಾಗಿ ಈ ವಿಷಯ ಪುಸ್ಸಾಯಿತು. ಆದರೂ ಪಾಮೀರಗಳಿಂದ ರಶಿಯದ ಆತಂಕವನ್ನು ನಿಯಂತ್ರಿಸುವದಕ್ಕಾಗಿ ಹಾಗೂ ಪಶ್ಚಿಮ ಏಶಿಯಾದಲ್ಲಿ ಬ್ರಿಟಿಶ ಹಿತಾರ್ಥವನ್ನು ಕಾಯ್ದುಕೊಳ್ಳುವ ಸಲುವಾಗಿ ಪಾಕಿಸ್ತಾನ ನಿರ್ಮಾಣದ ಬೀಜ ಬಿತ್ತಿದ ಮೇಲೆ ಈ ಯೋಜನೆಯು ಬ್ರಿಟಿಶ ಪಾಲಿಸಿಯ ಅನಧಿಕೃತ ಮಾರ್ಗದರ್ಶಿಯಾಗಿ ಕೊನೆಗೆ ಪಾಕಿಸ್ತಾನದ ನಿರ್ಮಾಣವನ್ನು ಸಾಧಿಸಿತು' ಅನ್ನುತ್ತ ನಾನೇ ಏದತೊಡಗಿದೆ. ಜನರಲ್ ಸೇಥ್ನಾ ಜೋಡಿಸಿದ್ದು 'ಮುಸ್ಲಿಂ ರಾಜ್ಯದ ಪರಿಕಲ್ಪನೆಯನ್ನು ಮೊಟ್ಟಮೊದಲು ಪಕ್ಷೀಕರಿಸಿದವರು ೧೯೩೦ರಲ್ಲಿ ಮೊಹಮ್ಮದ ಇಕಬಾಲ ಅವರು. ಪಾಕಿಸ್ತಾನ ಈ ಹೆಸರು ಮೂರು ವರ್ಷಗಳ ನಂತರ ಬಂದಿತು. ಅದನ್ನು ಮೊದಲು ಉಲ್ಲೇಖಿಸಿದವರು ೧೯೩೩ರಲ್ಲಿ ಮಹಮ್ಮದ ಅಲಿ.'

'ನಿಮಗೆ ಹೇಗೆ ಗೊತ್ತು ಇಂಥ ದಸ್ತಾವೇಜು ತಯಾರಿಸಲಾಗಿತ್ತು ಎಂದು? ಅಲ್ಲದೆ ಅದು ೧೯೧೯ರದೇ ಎಂದು ಹೇಗೆ ಒತ್ತಾಯಿಸಿ ಹೇಳುತ್ತೀರಿ?' ರಾಜೀವ ಅವರ ಪ್ರಶ್ನೆ. ಈ ಪ್ರಶ್ನೆಯನ್ನು ನಾನು ನಿರೀಕ್ಷಿಸಿಯೇ ಇದ್ದೆ.

'ನನ್ನ ಸಂಶೋಧನೆಯ ಪ್ರಯತ್ನದಲ್ಲಿ ನಾನು ಅದನ್ನು ನ್ಯಾಶನಲ್ ಡಿಫೆನ್ಸ್ ಕಾಲೇಜಿನಲ್ಲಿ ಎತ್ತಿಕೊಂಡಿದ್ದೆ. ನನ್ನ ತಂದೆ ಅಲ್ಲಿ ಆರ್ಮಿಯ ಡೈರೆಕ್ಟಿಂಗ್ ಸ್ಟಾಫ್ ಇದ್ದಾರೆ....' ನಾನನ್ನುತ್ತಲೇ ಸೇಥ್ನಾ ಜೋಡಿಸಿದರು 'ಮೇಜರ್ ಜನರಲ್ ಅಶೋಕ ವರ್ಮಾ. ರಾಜಪೂತ ರೆಜಿಮೆಂಟಿನವರು.'

'ಅದೇ ನಮ್ಮ ಪ್ರಮೇಯ' ಎಂದಳು ಈವರೆಗೆ ತೆಪ್ಪಗೆ ಕುಳಿತ ದೀಪ್ತಿ. 'ಹಾಗೂ ಅದು ಬ್ರಿಟಿಶ ವಾರ್ ಆಫೀಸ್ ಮತ್ತು ಕೊಲೊನಿಯಲ್ ಆಫೀಸುಗಳ ಕಾರ್ಯಪದ್ಧತಿಯಂತೆಯೇ ಇತ್ತಾದರೂ ನಮ್ಮ ತೊಂದರೆಯೆಂದರೆ ಆ ದಸ್ತಾವೇಜು ನೋಡಲು ನಮಗೆ ಅವಕಾಶವಿಲ್ಲ. ಒಂದು ವೇಳೆ ಅದು ಇತ್ತಾದರೂ ಈವರೆಗೆ ಅದನ್ನು ದಹಿಸಿರಲೂಬಹುದು.'

'ಆದರೆ ಆ ದಸ್ತಾವೇಜು ದಹಿಸಲಾಗಿಲ್ಲ' ಎಂದರು ರಾಜೀವ ಕೌತುಕೀಯವಾಗಿ. ಹಾಗೆಯೇ ತಾವು ಎದ್ದು ನಸುನಗುತ್ತ 'ನೀವು ಹೇಳುತ್ತಿರುವ ದಸ್ತಾವೇಜು ನಿಜವಾಗಿಯು ತಯಾರಿಸಲಾಗಿತ್ತು, ಅದನ್ನು ಕೆಲವು ವರ್ಷ ಕೆಳಗೆ ನರ್ವರ್ಗೀಕರಣಗೊಳಿಸಲಾಯಿತು

(Declassify). ನನ್ನ ಹತ್ತಿರ ಇದೆ ಅದು....' ವಿಶ್ವಾಸವನ್ನೇ ಕಸಿದುಕೊಂಡಂಥವರಾಗಿ ನಾವು ಮೂವರು ಅವರನ್ನು ಅನುಸರಿಸಿದೆವು. ಒಂದು ಶೆಲ್ಫಿನ ಹತ್ತಿರ ಹೋಗಿ ನೀಟಾಗಿ ಜೋಡಿಸಿಟ್ಟ ದಸ್ತಾವೇಜುಗಳನ್ನು ಬೊಟ್ಟಾಡಿಸುತ್ತ 'ಇಲ್ಲಿದೆ ಅದು' ಎಂದು ಚರ್ಮದಲ್ಲಿ ಸುತ್ತಿದ ಕಡತವನ್ನು ಹೊರತೆಗೆಯುತ್ತಲೇ ಅವರ ನಿಕಟ ವಿಶ್ವಾಸು ಕ್ಯಾಪ್ಟನ್ ಸತೀಶ ಶರ್ಮಾ ಅವರು ಒಳಗೆ ಬಂದು ಅವರನ್ನು ಆಚೆಗೆ ಕರೆದೊಯ್ದರು. ಕಡತ ಅವರ ಕೈಯಲ್ಲೇ ಇತ್ತು. ಅವರು ಕೋಣೆಗೆ ಮರಳಿ 'ಸಾರಿ ಜನರಲ್, ಯಾವುದೋ ಮಹತ್ವದ ಕೆಲಸ ಬಂದಿದೆ. ನಾವು ಬೇಗನೆ ಇನ್ನೊಮ್ಮೆ ಕೂಡಿ ಸಂವಾದವನ್ನು ಮುಂದುವರಿಸೋಣವೇ' ಎನ್ನುತ್ತ ಹೊರಹೋದರು. ಮೀಟಿಂಗ ಮುಗಿಯಿತು. ನಾವು ಇಷ್ಟು ಹತ್ತಿರ ಸರಿದೂ ದೂರ ಉಳಿದೆವು. ಆಫೀಸಿನಿಂದ ಹೊರಬಿಳುವಾಗ ಕ್ಯಾಪ್ಟನ್ ಶರ್ಮಾ ಅವರ ಕೈಯಲ್ಲಿಯ ಟೆಲೆಕ್ಸ್ ಮೆಸೇಜನಲ್ಲಿ 'ಬೊಫೊರ್ಸ್' ಎಂದು ಗೆರೆಯೆಳೆದ ಒಂದೆರಡು ಶಬ್ದಗಳು ಕಂಡವು.

ಎರಡು ದಿನಗಳ ನಂತರ ನಾವೇ ಮೂವರು ಕೂಡಿದಾಗ ಜನರಲ್ ಸಾಹೇಬರು ಎಷ್ಟು ಪ್ರಯತ್ನಿಸಿದರೂ ಸಿಗಲಾರದ ರಾಜೀವರ ಕುರಿತು ದೀಪ್ತಿ 'ಅವರು ನಮ್ಮನ್ನಿನ್ನು ಕಾಣುವದಿಲ್ಲ'. ನಮಗೂ ಹಾಗೆ ಅನಿಸುತ್ತಿದ್ದುದನ್ನು ನಾವು ಉಚ್ಚರಿಸಲಿಲ್ಲ ಅಷ್ಟೇ! ದೀಪ್ತಿ ಮುಂದುವರಿದಳು 'ರಾಜೀವ ಅವರ ಪ್ರತಿಕ್ರಿಯೆ ನೀನು ಅಂದು ೧೯೧೯ರ ಬಗ್ಗೆ ಮಾತೆತ್ತಿದಾಗ ಒಳ್ಳೇ ಸಹಜವಾದುದೇ ಇತ್ತು. ಆದರೆ ಈಗಿನ್ನು ಅದರ ಬಗ್ಗೆ ವಿಚಾರ ಮಾಡುವ ಅವಧಿ ಅವರಿಗೆ ದೊರೆತು ಅವರು ಅದನ್ನು ಬಹಿರಂಗಪಡಿಸಲು ಇಚ್ಛಿಸಲಾರಬಹುದು.' ಜನರಲ್ ಸೇಥ್ನಾ ಕುರ್ಸಿಯಲ್ಲೊರಗಿ ಕಣ್ಣುಮುಚ್ಚಿ ದೀರ್ಘ ಶ್ವಾಸ ಬಿಟ್ಟು 'ಅವಳು ನಿಜ ನುಡಿಯುತ್ತಾಳೆ. ಇದು ಯಾವುದೇ ವೇಷದಲ್ಲಿ ಹೊರಬಿದ್ದರೂ ಸ್ವಾತಂತ್ರ್ಯ ಸಿಕ್ಕಾಗಿನ ಎಲ್ಲ ಕಾಂಗ್ರೆಸ್ ನಾಯಕರು ಅನನುಭವಿಗಳ ಗುಂಪಿನಂತೆ ಮೂಗು ಜಗ್ಗಿಸಿಕೊಂಡು ಬ್ರಿಟಿಶರಿಂದ ಅವರು ಕಂಡಲ್ಲೆಳೆಸಿಕೊಂಡವರಂತೆ ಹಾಸ್ಯಾಸ್ಪದರಾಗಲಾರರೇ? ಆದರೂ ...' ಎನ್ನುತ್ತ ಪುನಃ ಟೆಲಿಫೋನ ಎತ್ತಿ ರಾಜೀವ ಅವರಿಗೆ ಫೋನ..... .

ಕೆಲವೇ ತಿಂಗಳ ನಂತರ ರಾಜೀವ ಗಾಂಧಿಯವರ ತಮಿಳ ಟೈಗರ್‌ಗಳಿಂದ ಹತ್ಯೆಯಾಯಿತು. ಅವರನ್ನು ಸಂಪರ್ಕಿಸಲು ನಮಗೆ ಸಾಧಿಸಲೇ ಇಲ್ಲ.

ಗದ್ದರ ಪಾರ್ಟಿ

೧೮೮೫ರಲ್ಲಿ ಆ್ಯಲನ್ ಹ್ಯೂಮ್, ದಾದಾಭಾಯಿ ನವರೋಜಿ ಮತ್ತು ದಿನ್‌ಶಾ ಎಡುಲ್ಜಿ ವಾಚಾ ಅವರ ನೇತೃತ್ವದಲ್ಲಿ ಸ್ಥಾಪಿತವಾದ ಭಾರತೀಯ ರಾಷ್ಟ್ರೀಯ ಕಾಂಗ್ರೆಸ್ ಇದು ಭಾರತೀಯ ಸ್ವಾತಂತ್ರ್ಯದ ಧ್ವಜವಾಹಕವಾಯಿತೆಂದು ಅನ್ನಲಾಗುತ್ತದೆ. ಸುರುವಾತಿನಲ್ಲಿ ಬ್ರಿಟಿಶ ಆಡಳಿತದ ವಿರೋಧಿಯಿರದಿದ್ದರೂ ಆಡಳಿತದಲ್ಲಿ ಭಾರತೀಯ ಪ್ರತಿನಿಧಿತ್ವ ಮತ್ತು ಹೆಚ್ಚಿನ ಭಾಗಿದಾರಿಯ ಬೇಡಿಕೆಗಳನ್ನು ಹೊಂದಿದ್ದಾಗಿ, ೧೯೦೫ರ ನಂತರ

ಅದರೆದುರು ಅನೇಕ ವಿಚಾರಸರಣಿಗಳು ತಲೆಯೆತ್ತಿ ಅವುಗಳಿಗೆ ಬ್ರಿಟಿಶ ಆಡಳಿತ ಅವಕಾಶ ಕೊಡದೆ ನಿಧಾನವಾಗಿ ಸ್ವಾತಂತ್ರ್ಯದ ಬೇಡಿಕೆ ಮಹಾರೂಪ ತಾಳತೊಡಗಿತು. ೧೯೦೫ರ ಬಂಗಾಲದ ಕೋಮುವಾದಿ ವಿಭಾಜನೆಯು ಇಡಿ ದೇಶವನ್ನೇ ವಿರೋಧಕ್ಕೆಬ್ಬಿಸಿ ಸ್ವದೇಶಿ ಆಖ್ಯಾನ ಬೇರುಬಿಟ್ಟು ಸ್ವಾತಂತ್ರ್ಯದ ವೃಕ್ಷವಾಗಿ ಭರದಿಂದ ಬೆಳೆಯತೊಡಗಿತು. ವಿದೇಶಿ ಸರಕು, ವಸ್ತುಗಳ ಬಹಿಷ್ಕಾರ ದೇಶದಾದ್ಯಂತ ಹರಡಿತು. ವರ್ಷ ಕಳೆದಂತೆ ೧೯೦೬ರಲ್ಲಿ ಟಿಳಕ, ಲಜಪತರಾಯ್, ಬಿಪಿನಚಂದ್ರ ಪಾಲ, ಅರವಿಂದ ಘೋಷ ಇವರ ಒತ್ತಾಯದಿಂದಾಗಿ ಮೊದಲ ಸಲ 'ಸ್ವರಾಜ' ಘೋಷಿತವಾಯಿತು. ವಿದೇಶಿ ವಸ್ತುಗಳ ಬಹಿಷ್ಕಾರ ಇನ್ನೂ ಶಕ್ತಿಯುತವಾಗಿಯೂ, ವಿಸ್ತೃತವಾಗಿಯೂ ಹಬ್ಬಿತು. ಅನೇಕ ರಾಷ್ಟ್ರೀಯ ಗುಂಪುಗಳು ಕೂಡಿಕೊಂಡವು.

ಈ ಮಧ್ಯೆ ರಾಷ್ಟ್ರೀಯ ಅರಿವು ತರುವ ಸಂಸ್ಥೆಗಳಲ್ಲಿ ಮೊದಲನೆಯದು ಅನಿಸಿಕೊಳ್ಳುವಂಥದೆಂದರೆ ಯುಎಸ್ಎ, ಕ್ಯಾನಡಾ, ಇಂಗ್ಲಂಡ್, ಜರ್ಮನಿ ಮತ್ತು ಫ್ರಾನ್ಸಗಳಲ್ಲಿ ವಿದ್ಯಾರ್ಜನೆಗಾಗಿ ತೆರಳಿದ ಭಾರತೀಯರ ಗುಂಪು. ಭಾರತದ ಸ್ವಾತಂತ್ರ್ಯಕ್ಕಾಗಿ ಮೊದಲು ಸಂಸ್ಥೆಗಳನ್ನು ಮಾಡಿದವರು ಅವರು. ತಾರಕನಾಥ ದಾಸ ಎಂಬ ವಿದ್ಯಾರ್ಥಿ ೧೯೦೭ರಲ್ಲಿ ಅಮೇರಿಕೆಯ ಸಿಯಟಲ್‌ನಲ್ಲಿ Free Hindustan ಎಂಬ ಪತ್ರಿಕೆಯನ್ನು ಹೊರಡಿಸಿ ಸಶಸ್ತ್ರ ಬಂಡಾಯವನ್ನೇ ಸೂಚಿಸಿದ, ಅಲ್ಲದೆ ೧೯೧೧ರಲ್ಲಿ ಈಸ್ಟ ಇಂಡಿಯಾ ಅಸೋಶಿಯೇಶನ್ ಹುಟ್ಟುಹಾಕಿದ. ಜಿ.ಡಿ.ಕುಮಾರನು ವ್ಯಾಂಕೂವರ್‌ನಲ್ಲಿ ಪಂಜಾಬ ಪತ್ರಿಕೆ 'ಸ್ವದೇಶ ಸೇವಕ' ಸುರು ಮಾಡಿದ. ಆಗಲೇ ಲಂಡನ್ನಿನಲ್ಲಿ ಶ್ಯಾಮಜಿ ಕೃಷ್ಣ ವರ್ಮಾ ಇಂಡಿಯನ್ ಹೋಮ್‌ರೂಲ್ ಸೊಸಾಯಿಟಿಯನ್ನು ಸ್ಥಾಪಿಸಿದ. ಇಂಗ್ಲಂಡದ ಆಕ್ಸಫೋರ್ಡ ಯುನಿವರ್ಸಿಟಿಯಲ್ಲಿ ತನ್ನ ಸ್ಕಾಲರ್‌ಶಿಪ್ ಅಭ್ಯಾಸವನ್ನು ಬಿಟ್ಟು ಹರದಯಾಲನು ಅಮೇರಿಕೆಗೆ ತೆರಳಿ ಬರ್ಕಲೆಯು ಕ್ಯಾಲಿಫೋರ್ನಿಯಾ ಯುನಿವರ್ಸಿಟಿಯ ಅನೇಕ ವಿದ್ಯಾರ್ಥಿಗಳನ್ನು ಸ್ವಾತಂತ್ರ್ಯ ಶೋಧನೆಗಾಗಿ ಹುರಿದುಂಬಿಸಿದ. ಅವನ ಅನೇಕ ವಿದ್ಯಾರ್ಥಿಗಳಲ್ಲಿ ಈರ್ವರು ಕಟಾರಸಿಂಹ ಸರಭಾ ಮತ್ತು ವಿಷ್ಣು ಗೋವಿಂದ ಪಿಂಗಳೆ ಅವರು ಗದ್ದರ ಚಳುವಳಿಯ ಮುಖ್ಯ ಪಾತ್ರ ವಹಿಸಿದರು. ಗದ್ದರ ಪಾರ್ಟಿಯ ಉಗಮ ೨೩ ಎಪ್ರಿಲ್ ೧೯೧೩ ಎಸ್ಟೋರಿಯಾ ಓರೆಗನ್‌ನಲ್ಲಿ ಆದಾಗ ಅಲ್ಲಿ ಹರದಯಾಲ, ಪರಮಾನಂದ ಮತ್ತಿತರರು ರಾಗೋನ್ಮತ್ತರಾಗಿ ಬ್ರಿಟಿಶರನ್ನು ಭಾರತದಿಂದ ಕಿತ್ತೊಗೆಯುವ ಭಾಷಣಗಳನ್ನು ಮಾಡಿದರು. ಅದರ ಮೊದಲಿನ ಹೆಸರು ಹಿಂದುಸ್ತಾನ ಅಸೋಶಿಯೇಶನ್ ಆಫ್ ದ ಪ್ಯಾಸಿಫಿಕ್ ಕೋಸ್ಟ, ಮತ್ತು ಅದರ ಗುರಿ ಶಸ್ತ್ರೋಪಯೋಗದಿಂದ ಬ್ರಿಟಿಶರನ್ನು ಭಾರತದಿಂದ ನಿರ್ಮೂಲಗೊಳಿಸುವದು–ಅಮೇರಿಕನ್ನರು ಬ್ರಿಟಿಶರನ್ನು ಶತಮಾನಕ್ಕೂ ಮೊದಲು ಹೊರದಬ್ಬಿದಂತೆ. ಸೊಹನಸಿಂಹ ಬಕನಾ ಅಧ್ಯಕ್ಷರು, ಹರದಯಾಲ ಸೆಕ್ರೆಟರಿ ಮತ್ತಿ ಪಂಡಿತ ಕಾಶಿರಾಮ ಮಾರ್ದೋಲಿ ಖಜಾಂಚಿ. ಮೊದಲನೇ ಕೆಲಸಗಳಲ್ಲೊಂದೆಂದರೆ ಗದ್ದರ ಎಂಬ ನಿಯತಕಾಲಿಕೆಯ ಪ್ರಕಾಶನ; ಗುರಿ, ಲಕ್ಷ್ಯ, ಚಟುವಟಿಕೆಗಳನ್ನು ವ್ಯಾಪಕವಾಗಿ ಪುಕ್ಕಟೆಯಾಗಿ ಹಂಚಲೆಂದು.

ಗದ್ದರ ಎಂದರೆ ಬಂಡಾಯ, ಇದು ಉರ್ದು, ಗುರ್ಮುಖಿ, ಗುಜರಾತಿ, ಹಿಂದಿ ಭಾಷೆಗಳಲ್ಲಿ ಮತ್ತು ನಂತರ ಇತರ ದೇಶೀಯ ಭಾಷೆಗಳಲ್ಲೂ ಪ್ರಕಾಶಿತವಾಯಿತು.

ಈ ಪ್ರಕಾಶನದ ಹೆಸರೇ ಅನೇಕ ಗಮನೀಯ ಕಾರಣಗಳಿಂದಾಗಿ ಚಳುವಳಿಯ ಹೆಸರಾಯಿತು. ಪಂಜಾಬದ ಸಿಖ್ಖರೇ ಹೆಚ್ಚಾಗಿ ಇದರ ಸ್ಥಾಪಕರಿದ್ದರೂ ಕೂಡ ಈ ಚಳುವಳಿಯಲ್ಲಿ ಯಾವುದೇ ಪ್ರಾದೇಶಿಕ ಅಥವಾ ಧಾರ್ಮಿಕ ಅವಿಚಾರಿ ಅಭಿಮಾನಿಗಳಿರಲಿಲ್ಲ. ನಿಸ್ಸಂಧಾನವಾದ ಸಮಭಾವದ ವೇದಿಕೆಯದು, ಯಾವದೇ ತರಹದ ಭೇದಭಾವವನ್ನು ತ್ಯಜಿಸಿದ್ದು. ಕಾಂಗ್ರೆಸ್ಸಿನವರಲ್ಲದಂತೆ ಅದರ ಸದಸ್ಯರು ಕಾರ್ಮಿಕ ವರ್ಗದವರು ಮತ್ತು ಬಡ ಒಕ್ಕಲಿಗರು. ಹಿಂದೂ, ಮುಸ್ಲಿಂ ಮತ್ತು ಎಲ್ಲ ಜಾತಿಯ ಹಿಂದೂಗಳು (ದಲಿತರೊಡಗೂಡಿ) ಯಾವ ಭೇದಭಾವವಿಲ್ಲದೆ ಈ ಚಳುವಳಿಯಲ್ಲಿ ಸ್ವಾಗತಿಸಲ್ಪಟ್ಟಿದ್ದರು. ಬ್ರಿಟಿಶರ ಆಳುವಿಕೆಯಲ್ಲಿ ಸಾಮಾನ್ಯ ಜನತೆಯ ಬವಣೆಯ ಆಳವನ್ನು ಬಹಿರಂಗಪಡಿಸುವ ತೀಕ್ಷ್ಣತೆಯೇ ಅದರ ಸಾಹಿತ್ಯವೂ ಕೂಡ. ಅವರು ಪ್ರಥಮ ಮಹಾಯುದ್ಧ ಸಿಡಿದೇಳುವ ಸಾಧ್ಯತೆಯನ್ನೂ ಸಹ ಮೊದಲಿಗೆ ಕಂಡವರಲ್ಲೊಬ್ಬರು. ಇದೊಂದು ಬ್ರಿಟಿಶರ ವಸಾಹತುಶಾಹಿಯನ್ನು ಕಿತ್ತೊಗೆಯುವ ಸದವಕಾಶ ಎಂದು ಸರಿಯಾಗಿಯೇ ಮನಗಂಡು ಅವರು ಸರ್ವಸ್ವರಾಜ್ಯದ ಸಾರ್ವಜನಿಕ ಘೋಷಣೆಯನ್ನು ಮಾಡಿದರು. **'ಜಂಗದಾ ಹೋಕಾ'** (ಯುದ್ಧದ ಘೋಷಣೆ) ಎಂಬ ಭಿತ್ತಿಪತ್ರದಲ್ಲಿ ಅವರು ಪ್ರಥಮ ಮಹಾಯುದ್ಧದಲ್ಲಿ ಭಾರತೀಯ ಸೈನಿಕರು ಬ್ರಿಟಿಶರ ಸಮರ ಯೋಜನೆಯಲ್ಲಿ ಹೀರಲ್ಪಡಬಹುದಾದ ಎಚ್ಚರಿಕೆಯನ್ನೂ ಕೊಟ್ಟಿದ್ದರು.

ಅಮೇರಿಕೆಯಲ್ಲಿ ಗದ್ದರ ಪಾರ್ಟಿ ಸುರುವಾಯಿತಾದರೂ ಅದರ ಅಧ್ಯಾಯಗಳು (Chapters) ಜಗದಾದ್ಯಂತ ಪಸರಿಸಿದವು. ೧೯೧೬ರವರೆಗೆ ಅವರ ೧೦ ಲಕ್ಷ ವಾರಪತ್ರಿಕೆಗಳು ಛಾಪಿಸಲ್ಪಟ್ಟು ಪ್ರಸಾರವಾಗತೊಡಗಿದವು. ಚಳುವಳಿಯು ಬಲಶಾಲಿಯಾದಂತೆ ಗದ್ದರ ಪಾರ್ಟಿಯ ಕೋಶಗಳು ಭಾರತದಾದ್ಯಂತ ಸ್ಥಾಪಿತವಾಗುವ ಹಂತ ತಲುಪಿ ಸಾವಿರಾರು ಯುವ ಸ್ವಯಂಸೇವಕರು ಸ್ವದೇಶಕ್ಕೆ ಮರಳಿ ಸಾಧ್ಯವಾದಲ್ಲಿ ಕೋಶಗಳನ್ನು ಸ್ಥಾಪಿಸಲನುವಾದರು. ಗದ್ದರಿಗಳು ಭಾರತೀಯ ಸೈನಿಕರ ಮನಸ್ಸು ಕದಡಿಸಿ ಬಂಡೇಳಲು ಪ್ರಚೋದಿಸಿದ ಕಾರ್ಯವನ್ನು ಬ್ರಿಟಿಶರು ಕಂಡು ನಡುಗಿದರು. ಹಾಂಗಕಾಂಗಿನಲ್ಲಿಯ ಕೆಲವು ರೆಜಿಮೆಂಟುಗಳು ಗದ್ದರ ಪತ್ರಿಕೆಯನ್ನು ಹರಡುವದಕ್ಕಾಗಿ ಅವುಗಳ ಅನೇಕ ಸೈನಿಕರು ಸೆರೆಹಿಡಿಯಲ್ಪಟ್ಟು ಭಾರತಕ್ಕೆ ಜೈಲಿಗೆ ಮರಳಿಸಲ್ಪಟ್ಟರು. ಸಿಂಗಾಪುರನಲ್ಲಿ ಎರಡು ರೆಜಿಮೆಂಟುಗಳು ಬಂಡಾಯ ಹೂಡಿದವು. ಬ್ರಿಟಿಶರು ನಿಷ್ಕಾರುಣ್ಯದಿಂದ ಅದನ್ನು ಒತ್ತಿದರು. ಜನೆವರಿ ೧೯೧೫ರಲ್ಲಿ ರಂಗೂನಿನಲ್ಲಿ ೧೩೦ನೇ ಬಲೂಚ್ ರೆಜಿಮೆಂಟಿನ ೨೦೦ ಸೈನಿಕರನ್ನು ಕೋರ್ಟಮಾರ್ಶಲ್ ಮಾಡಲಾಯಿತು. ನಾಲ್ಕು ಸೈನಿಕರನ್ನು ಗಲ್ಲಿಗೇರಿಸಲಾಯಿತು. ೬೯ ಸೈನಿಕರಿಗೆ ಆಜೀವ ಶಿಕ್ಷೆ ಮತ್ತು ೧೨೬ ಸೈನಿಕರಿಗೆ ಕಠಿಣ ಕೈದು ಶಿಕ್ಷೆ. ಇರಾಕ್ ಮತ್ತು ಇರಾಣದಲ್ಲಿಯೂ ಸೈನಿಕರ ಮಧ್ಯೆ ಗದ್ದರ ಪಾರ್ಟಿಯ ಚಟುವಟಿಕೆಗಳೆದ್ದವು. ಹಾಗಾಗಿ ಬಸರಾದಲ್ಲಿದ್ದ ೧೫ನೇ

ಲಾನ್ಸರ್ಸ್ ಯುನಿಟ್‌ನಲ್ಲಿ ಬಂಡಾಯವಾಗಿ ೬೪ ಸೈನಿಕರು ಕೋರ್ಟ್‌ಮಾರ್ಶಲ್ ಮಾಡಲ್ಪಟ್ಟರು. ೨೪ನೇ ಪಂಜಾಬ ಮತ್ತು ೨೨ನೇ ಪಹಾಡಿ ರೆಜಿಮೆಂಟಗಳೂ ಬಂಡಾಯ ಹೂಡಿದವು.

ಬ್ರಿಟಿಶರು ತೀವ್ರವಾಗಿ ಕಾರ್ಯಗ್ರಸ್ತರಾದರು. ಕ್ರಾಂತಿಕಾರರನ್ನು ಬೆನ್ನಟ್ಟಿ ನೂರಾರನ್ನು ದೇಶದ್ರೋಹಿಗಳೆಂದೆಣಿಸಿ ಲಾಹೋರ ಹೂಟ (Conspiracy) ಕೇಸ್‌ನಲ್ಲಿ ಶಿಕ್ಷಿಸಿದರು. ಒಂದು ಅಂದಾಜಿನಂತೆ ೧೪೫ ಗದ್ದರಿಗಳು ಗಲ್ಲಿಗೇರಿಸಲ್ಪಟ್ಟರು. ೩೦೮ ಗದ್ದರಿಗಳಿಗೆ ೧೪ ವರ್ಷಕ್ಕೂ ಹೆಚ್ಚು ಜೈಲು ಶಿಕ್ಷೆ. ಅನೇಕರಿಗೆ ಅಂಡಮಾನದಲ್ಲಿ ಕಾಲಾಪಾನಿಯಾಯಿತು. ಗದ್ದರ ಪಾರ್ಟಿಯ ಸ್ಥಾಪಕ ಹರದಯಾಲ ತಮ್ಮ ಉತ್ಕೃಷ್ಟ ವಿದ್ಯಾರ್ಥಿಜೀವನ, ಅದನ್ನು ತ್ಯಜಿಸಿ ಮಾತೃಭೂಮಿಯ ಸೇವೆಗಾಗಿ ಅವರು ಮಾಡಿದ ತ್ಯಾಗ ಮತ್ತು ಸೇವೆಗಳಿಂದಾಗಿ ಪಂಜಾಬದ ಅನೇಕರು ಅವರ ಹೆಸರನ್ನು ತಮ್ಮ ಮಕ್ಕಳಿಗೆ ಇಟ್ಟಿದ್ದಾರೆ. ನನ್ನ ಮಾವನ ಹೆಸರೂ ಹರದಯಾಲ ಭಲ್ಲಾ, ಲೆಹೋರದಲ್ಲಿ ಶಿಕ್ಷಣ ಪಡೆದವರು. ಆ ಹೆಸರೂ ಅವರಿಗೆ ಬಂದುದೂ ಗದ್ದರ ಸ್ಥಾಪಕ ಹರದಯಾಲರ ಸ್ಫೂರ್ತಿವಾಚಕವಾಗಿರಬೇಕೆಂಬ ಸಾಧ್ಯತೆ ಎಂಬ ಅವರ ಹೇಳಿಕೆ.

ಹರದಯಾಲರು ಮಹಾಯುದ್ಧದ ಮೊದಲ ವರ್ಷಗಳನ್ನು ಜರ್ಮನಿ ಮತ್ತು ಟರ್ಕಿಯಲ್ಲಿ ಕಳೆದರು. ಭಾರತದ ಮೇಲೆ ದಾಳಿಯಿಟ್ಟು ಬ್ರಿಟಿಶರನ್ನು ಹೊರಹಾಕುವ ಯೋಜನೆಯಲ್ಲೇ ಅಲ್ಲಿ ನಿರತರಿದ್ದರು. ಜರ್ಮನ್ನರು ಭಾರತವು ಬೇಗನೆ ಸ್ವಾತಂತ್ರ್ಯ ಗಳಿಸುವಲ್ಲಿ ಉತ್ಸುಕರಿದ್ದಾರೆ ಎಂಬ ಅವರ ಸಮಜೂತು ಕಾಲಾಂತರದಲ್ಲಿ ಬದಲಾಗಿ ಅವರು ಜರ್ಮನಿ ಮತ್ತು ಟರ್ಕಿಯ ತೀಕ್ಷ್ಣ ಟೀಕಾಕಾರರಾದರು. ಟರ್ಕಿಯನ್ನು ಕುರಿತು ಅವರಂದದ್ದು 'ತರುಕರಿಗೆ ಮೆದುಳಿಲ್ಲ, ಅವರ ರಾಷ್ಟ್ರವು ಮುಸ್ಲಿಂ ಜಗದ ಮುಂದಾಳುತನಕ್ಕೆ ಅನರ್ಹವಿದೆ'. ಜರ್ಮನಿಯ ಕುರಿತು 'ಅವರು ಚಾರಿತ್ರ್ಯಶೀಲರಲ್ಲ. ಆಸೆಬುರುಕರು. ಪರಿಶ್ರಮಿ, ದೇಶಪ್ರೇಮಿ. ಅದಷ್ಟೇ ಅವರ ಸುಗುಣ.' ವಿಪರ್ಯಾಸವೆಂದರೆ ಇದೇ ಹರದಯಾಲರು ನಂತರ ಬ್ರಿಟಿಶರ ಪ್ರಶಂಸಕರಾಗಿ ಹೇಳಿದ್ದು '(ಅವರು) ಸತ್ಯವ್ರತರು .... ಭಾರತದಲ್ಲಿ ಅವರದು ನೈತಿಕ ಹಾಗೂ ಐತಿಹಾಸಿಕ ಸದುದ್ದಿಷ್ಟ ಧ್ಯೇಯ'. ಬ್ರಿಟಿಶರು ಅವರ ಇಂಗ್ಲೀಷ್ ಹೇಳಿಕೆಯನ್ನು ಹಿಂದಿಯಲ್ಲಿ ಭಾಷಾಂತರಿಸಿ ಪ್ರಸಾರಿಸಿದರು.

ಗದ್ದರ ಚಳುವಳಿಯು ಭಾರತೀಯ ನ್ಯಾಶನಲ್ ಕಾಂಗ್ರೆಸ್ಸಿನಿಂದ ಅವಶ್ಯಕವಾದ ಸಹಾಯವನ್ನು ಗಳಿಸಲಿಲ್ಲ. ಆದರೂ ಕಾಂಗ್ರೆಸ್ಸಿನಲ್ಲಿ ಎರಡು ಪಕ್ಷಗಳಾದವು – 'ಗರಂ ದಲ್' (ಅದರ ಮುಂದಾಳು ಬಾಲ ಗಂಗಾಧರ ಟಿಳಕ) ಮತ್ತು 'ನರಂ ದಲ್' (ಮುಖ್ಯಸ್ಥ ಗೋಪಾಲಕೃಷ್ಣ ಗೊಖಲೆ). ೧ನೇ ಮಹಾಯುದ್ಧದ ನಂತರ ಮಹಾತ್ಮಾ ಗಾಂಧಿ ಕಾಂಗ್ರೆಸ್ಸಿನ ಅನಧಿಕೃತ ಮತ್ತು ಪಾರಮಾರ್ಥಿಕ ನಾಯಕರಾದರು. ಕಾಂಗ್ರೆಸ್ಸು ಕಟ್ಟರ ಸಮಾಜವಾದಿ, ಸಾಂಪ್ರದಾಯಿಕ, ಅಲ್ಲದೆ ಹಿಂದೂ ಹಾಗೂ ಮುಸ್ಲಿಂ ಮಡಿವಂತರನ್ನೊಡಗೂಡಿಸುವ ಛತ್ರಪಾರ್ಟಿಯಾಯಿತು. ೧೯೨೯ರ ನಂತರ

ಡೊಮಿನಿಯನ್ ಸ್ಟೇಟಸ್‌ನ ವಿಚಾರ ಬಿಟ್ಟು ಪೂರ್ಣ ಸ್ವರಾಜದೆಡೆ ಕಾಂಗ್ರೆಸ್ ಹೆಜ್ಜೆಯಿಟ್ಟಿತು. ನಾಗರಿಕ ಡಿಸೋಬಿಡಿಯನ್ಸ್ ಚಳುವಳಿ ೧೯೩೦ ರದು. ದಂಡಿ ಮಾರ್ಚ. ಹತ್ತಾರು ಶ್ರೇಷ್ಠ ರಾಷ್ಟ್ರೀಯ ನಾಯಕರ ವೃದ್ಧಿ, ಕಾರ್ಯೋನ್ಮತ್ತತೆ. ಬ್ರಿಟಿಶರನ್ನು ಬೀಸೊಗೆಯುವ ಮಹಾಗಾಳಿ.

ಜನರಾಡುವ ಆಟಗಳು

ದಿಲ್ಲಿಯ ಬಿರ್ಲಾ ಹೌಸಿನೆದುರು ೧೯೬೦ರಲ್ಲಿ ರಾಷ್ಟ್ರೀಯ ರಕ್ಷಾ ಮಹಾವಿದ್ಯಾಲಯವು (National Defence College) ಸ್ಥಾಪಿತವಾಯಿತು. ಇದು ಇಂಗ್ಲಂಡದ ಇಂಪೀರಿಯಲ್ ಡಿಫೆನ್ಸ್ ಕಾಲೇಜ (ಈಗ ಅದು ರಾಯಲ್ ಕಾಲೇಜ್ ಆಫ್ ಡಿಫೆನ್ಸ್ ಸ್ಟಡೀಸ್ ಆಗಿದೆ.) ಮಾದರಿಯದು. ಈಗ ಅದು ಅಂತಾರಾಷ್ಟ್ರೀಯ ಪರಿವರ್ತನೆಯಲ್ಲಿ ಭಾರತೀಯ ಸುರಕ್ಷಾ ರಣನೀತಿಯ ಕ್ರಿಯಾಶೀಲತೆಯನ್ನು ಅರಿಯಲು ಮತ್ತು ವ್ಯಾಖ್ಯಾಯಿಸಲು ರಕ್ಷಾಪಡೆಗಳ ಉಚ್ಚಾಧಿಕಾರಿಗಳನ್ನು (ಬ್ರಿಗೇಡಿಯರ್ ರ್‍ಯಾಂಕಿನ ಇತರ) ಹಾಗೂ ಕೆಲವು ಸಿವಿಲ್ ಶಾಖೆಯವರನ್ನು ಪ್ರಶಿಕ್ಷಿಸಲು ಉದ್ಯುಕ್ತವಾಯಿತು. ಮುಂದಿನ ಪೀಳಿಗೆಯ ಸಂಯೋಜಕ–ನಿರ್ಣಾಯಕರನ್ನು ಅವರ ವರ್ಧಿಸುತ್ತಿರುವ ಹೊಣೆಗಾರಿಕೆಗಳನ್ನು ಝೇಲಿಸಲು ರಾಷ್ಟ್ರೀಯ ಸುರಕ್ಷೆ ಮತ್ತು ರಣನೀತಿಯ ಅಭ್ಯಸನದಲ್ಲಿ ಅವರನ್ನು ಪಳಗಿಸುವದೇ ಕಾಲೇಜಿನ ಗುರಿ. ೧೯೮೩ರಲ್ಲಿ ನಾನೊಬ್ಬ ಎಳಸು ಕಚ್ಚಾ ಪತ್ರಕಾರನಿದ್ದೆ ಇಂಡಿಯಾ ಟುಡೆ ಪತ್ರಿಕೆಯೊಡನೆ. ನನ್ನ ತಂದೆ ತಮ್ಮ ಬ್ರಿಗೇಡ ಕಮಾಂಡ ಲದಾಖನಲ್ಲಿ ಮುಗಿಸಿ ಎನ್.ಡಿ.ಸಿ.ಯಲ್ಲಿ ಒಂದು ವರ್ಷದ ತರಬೇತಿಗೆ ಆಯ್ಕೆಯಾಗಿದ್ದರು. ಕಾಲೇಜಿನ ಲೈಬ್ರರಿಯಿಂದ ಒಂದು ಹರಕು ಪುಸ್ತಕ “Army Diary 1899-1926” ಎಂಬ ಪುಸ್ತಕವನ್ನು ಒಬ್ಬ ಕರ್ನಲ್ ಮೈನರ್‌ಟ್ಸೇಗನ್(Minertzegan) ಬರೆದದ್ದು ತಂದರು.

೧೯೬೦ರಲ್ಲಿ ಪ್ರಕಾಶಿತವಾದ ಈ ಪುಸ್ತಕವು ಆ ಕಾಲದಲ್ಲಿ ಭಾರತೀಯ ಸೇನೆಯ ದರ್ಜೆಗಳಲ್ಲಿಯ ಭಾರತ ಮತ್ತು ಆಫ್ರಿಕೆಯಲ್ಲಿಯ ಆಗುಹೋಗುಗಳನ್ನು ವರ್ಣಿಸುತ್ತದೆ. ಬರಹಗಾರನದು ಒಳ್ಳೇ ಆತ್ಮವಿಮರ್ಶಾತ್ಮಕ ಮತ್ತು ತಿರುಚಿದ ಹಾಸ್ಯಪ್ರಜ್ಞೆಯ ಠೀವಿ. ಸರ್ವಥಾ ದಿನಚರಿಗಳನ್ನು ಅವಲಂಬಿಸಿದ ಲೇಖನವು ೧ನೇ ಮಹಾಯುದ್ಧದ ವಿಸ್ತಾರವನ್ನು ಕೆನಿಯಾ, ಪ್ಯಾಲೆಸ್ಟೈನ್, ಫ್ರಾನ್ಸ್, ಮತ್ತು ವಾರ್ ಆಫೀಸಿನಲ್ಲಿಯ ಅವನ ಸೇವೆ ಕುರಿತ ಮಾಹಿತಿ ಕೊಡುತ್ತದೆ. ಈ ಸಮರ–ಸಮಯ ವಿಸ್ತಾರದಾದ್ಯಂತ ಲೇಖಕನು ಇಂಟೆಲಿಜನ್ಸ್ ಅಧಿಕಾರಿಯಾಗಿದ್ದ. ೧೯೧೯ರಲ್ಲಿ ಮೈನರ್‌ಟ್ಸೇಗನ್ ೨೪ ಮಾರ್ಚದಂದು ಬ್ರಿಟಿಶ ಪ್ರಧಾನಿ ಲಾಯ್ಡ್ ಜಾರ್ಜರೊಡನೆ ಭೋಜನ ಮಾಡುತ್ತ ಝಿಯೋನಿಸಂ ಮತ್ತು ಮಧ್ಯ ಏಶಿಯಾದಲ್ಲಿ ಸೈನ್ಯ ಸಾರ್ವಭೌಮತ್ವವನ್ನು ಚರ್ಚಿಸಿದನು. ಬ್ರಿಟಿಶ ಪ್ರಧಾನಿಯು ಮುಖ್ಯಾಂಶಗಳನ್ನು ಬರೆದಿಡಲು ಹೇಳಿದಂತೆ ತಾನು ಬರೆದ ವರದಿಯನ್ನು ಅವನು ತನ್ನ ಪುಸ್ತಕದಲ್ಲಿ ಉಲ್ಲೇಖಿಸಿದ್ದಾನೆ (ಆಲಿವರ್ ಬಾಯ್ಡ್ ಅವರು ೧೯೬೦ರಲ್ಲಿ

ಪ್ರಕಾಶಿಸಿದ್ದು). ಅವನ ಪತ್ರವು ದೂರದೃಷ್ಟಿಪರ ರಣತಾಂತ್ರಿಕ ವಿವರದ ವಿಸ್ಮಯಾವಿಷ್ಟ ಸ್ಪಷ್ಟೀಕರಣವಾಗಿದೆ. ಎಷ್ಟೆಂದರೆ ಅದು ೧೯೭೬ ಯೊಮ್‌ಕಿಪುರ್ (ಇಸ್ರಾಯಿಲ್-ಅರಬ) ಯುದ್ಧದ ಪೂರ್ವರೇಖೆಯೇ ಆಗಿದೆ. ಬ್ರಿಟಿಶರು ಜ್ಯೂಗಳ ಮತ್ತು ಅರಬ್ಬಿಯ ರಾಷ್ಟ್ರೀಯತೆಗಳ ಎರಡು ತತ್ತಿಗಳನ್ನಿಟ್ಟಾಗಿ ಮುಂದೆ ಅಂಥ ಸ್ಥಿತಿಯಲ್ಲಿ ಸೈನ್ಯವು ಪರ್ಯಾಯ ದ್ವೀಪದ ಸುರಕ್ಷೆಯನ್ನು ಹೇಗೆ ಕಾಪಾಡಿಕೊಳ್ಳಬೇಕು ಎಂಬುದನ್ನು ಸೂಚಿಸುತ್ತದೆ.

ಇದೇ ರೀತಿ ಬ್ರಿಟಿಶರ ವಸಾಹತು ಇಲಾಖೆ, ವಾರ್ ಆಫೀಸ್, ಎಡ್ಮಿರಲ್ಟಿ, ಎಮ್.ಐ. ೫ ಮತ್ತು ಎಂ.ಐ.೬ರಲ್ಲೂ ಕೂಡ ಇಂತಹ ಹಲವಾರು ಮೈನರ್‌ಟ್ಸೇಗನ್‌ರಿದ್ದು ಪ್ರಥಮ ಮಹಾಯುದ್ಧಾನಂತರದ ಬ್ರಿಟಿಶ ಹಿತಾಸಕ್ತಿಗಳನ್ನು ರಕ್ಷಿಸಿಕೊಳ್ಳುವ ಸಾಧ್ಯತೆಗಳನ್ನು ಶೋಧಿಸುತ್ತಿರಲಾರರೇ? ಇಂತಹ ಯೋಜನೆಗಳು, ಅವುಗಳ ವಿಶ್ಲೇಷಣೆ, ಸಾಧ್ಯಾಸಾಧ್ಯತೆಗಳ ಗಂಭೀರ ಚರ್ಚೆಗಳು ನಡೆಯುತ್ತಿದ್ದುದರಲ್ಲಿ ಸಂಶಯವೇ ಇಲ್ಲ. ಆದರೂ ಇವೆಲ್ಲ ಕೈವಾಡಗಳಲ್ಲಿ ಕೆಲವು ಅಸಂಭಾವ್ಯತೆಗಳಿದ್ದು ಇತಿಹಾಸದ ತಿರುವನ್ನೇ ರಚಿಸಿದವು. ಭಾರತದ ವಿಭಾಜನೆಯಂತೂ ನಿಶ್ಚಿತವಾಗಿತ್ತು, ಮತ್ತು ಅದನ್ನು ಕೈಕೊಳ್ಳುವ ದಾರಿ-ತಂತ್ರಗಳೂ ಸಮಯಾಂತರದಲ್ಲಿ ತಯಾರಿದ್ದವು. ಮಧ್ಯ ಏಶಿಯಾದ ತೈಲಕ್ಷೇತ್ರಗಳನ್ನು ಮತ್ತು ಅವಕ್ಕೂ ಉತ್ತರಕ್ಕಿದ್ದ (ರಶಿಯದ) ಮಹಾಹೂಟಗಳನ್ನು ಕೂಡಿಸಿ ಹೊರಟ ಈ ಉದ್ದೇಶವು ತನ್ನೆಲ್ಲ ಭಾರವನ್ನು ಪಂಜಾಬ, ಸಿಂಧ, ಪಶ್ಚಿಮೋತ್ತರ ಫ್ರಾಂಟಿಯರ್ ಮತ್ತು ಕಾಶ್ಮೀರಗಳ ಮೇಲೆಯೇ ಹೇರುವದಾಯಿತು.

ಮೊದಲನೇ ದುಂಡುಮೇಜಿನ ಅಧಿವೇಶನದಲ್ಲಿ ಮಹಾರಾಜಾ ಹರಿಸಿಂಹನ 'ವಿಶ್ವಾಸಘಾತಕಿ' ಹೇಳಿಕೆಯಿಂದಾಗಿ ಎರಡು ಸೂಚ್ಯಾರ್ಥಗಳು ಉದ್ಭವಿಸಿದವು. ಅವರ ಹೇಳಿಕೆಯಿಂದ ರಾಜಕುಮಾರರ ರಾಜ್ಯಗಳನ್ನು (Princely states) ಕಾಂಗ್ರೆಸ್ಸಿನ ವಿರುದ್ಧ ಉಪಯೋಗಿಸುವ ಬ್ರಿಟಿಶರ ಯೋಜನೆ ನಿಷ್ಕ್ರಿಯವಾಯಿತು. ಭಾರತವನ್ನು ಮೂರು ಭಾಗಗಳಲ್ಲಿ ವಿಭಾಜಿಸುವ ಯೋಜನೆಯು ಆಧಾರಿತವಾಗಿದ್ದುದು ಹಿಂದುಸ್ತಾನ, ಪಾಕಿಸ್ತಾನ ಮತ್ತು ಪ್ರಿನ್ಸಿಸ್ತಾನಗಳ ರಚನೆಯ ಮೇಲೆ. ಡಾ. ಅಂಬೇಡಕರ ಅವರು ಅಸ್ಪೃಶ್ಯರಿಗೆ ಬೇರೆ ಮತದಾರ ಸಮುದಾಯವನ್ನು ಕಲ್ಪಿಸುವ ಯೋಜನೆಯನ್ನು ಬ್ರಿಟಿಶರು ಅಷ್ಟು ಗಂಭಿರವಾಗಿ ಎಣಿಸಲಿಲ್ಲ.

ಮುಸ್ಲಿಂ ಲೀಗ ಇದೊಂದು ಬೇರೆಯದೇ ಅವಸ್ಥೆ. ಬ್ರಿಟಿಶರ ದೃಷ್ಟಿಯಲ್ಲಿ ಬಹ್ವಂಶ ಭಾರತೀಯ ರಾಜಕಾರಣಿಗಳು ಸಾಮಾಜಿಕ ಏರುಬಳ್ಳಿಗಳು, ನಡುಕವುಳ್ಳ ಹೇಡಿಗಳು, ಚಿಕ್ಕ, ಹಲಕಾ ವಕೀಲರು ಮತ್ತು ಕ್ಷುಲ್ಲಕಕ್ಕಾಗಿ ಹಣಿದಾಡುವ ಬನಿಯಾಗಳಾದರೆ ಬ್ರಿಟಿಶರ ಮೇಲಧಿಕಾರಿಗಳು ಕರ್ತವ್ಯನಿಷ್ಠ, ನೇರನಿಷ್ಠ, ನೀತಿವಂತರಾಗಿ ಭಾರತದ ಆಡಳಿತವನ್ನು ನಿರ್ವಹಿಸುತ್ತಿದ್ದವರು. ಫಿಲಿಪ್ ಮೇಸನ್ನನ The Founders ಮತ್ತು The Guardians ಈ ಎರಡು ಪುಸ್ತಕಗಳು ಉತ್ಕೃಷ್ಟ ಆಖ್ಯಾನಗಳು. ಐರೋಪ್ಯರ ಆಗಮನ ೧೬ನೇ ಶತಮಾನದಿಂದ ಸ್ವಾತಂತ್ರ್ಯದವರೆಗೆ ಬ್ರಿಟಿಶರು ಹೇಗೆ

ಪುರೋಗಾಮಿಗಳಾಗಿ ಭಾರತವನ್ನು ಬೆಳೆಸಿದರು, ರೈಲು, ಬ್ರಿಡ್ಜ್, ರಸ್ತೆಗಳನ್ನು ಕಟ್ಟಿದರು, ಕಾನೂನುಬದ್ಧ ಆಡಳಿತ ಸ್ಥಾಪಿಸಿದರು ಇತ್ಯಾದಿ ವಿವರಗಳನ್ನು ಈಗಿನ ಪೀಳಿಗೆಯವರು ನಂಬುವದು ಅಶಕ್ಯವೆಂದೆನಿಸುತ್ತದೇನೋ! ಅವರ ಅನುಗ್ರಹೀ ವೃತ್ತಿಯು ಹೊಟ್ಟೆಯನ್ನು ಮುರಿಯತೊಡಗುತ್ತದೆ.

ಸಶಸ್ತ್ರ ಸೇನಾಪಡೆಗಳಲ್ಲೂ ಇದೇ ಕಂಡುಬರುತ್ತದೆ. ಫಿಲಿಪ್ ಮೇಸನ್ನರ ಇನ್ನೊಂದು ಪುಸ್ತಕ A Matter of Honour. ಇದು ಭಾರತೀಯ ಸೇನೆಯ ಬೈಬಲ್ ಎನಿಸಿಕೊಳ್ಳುತ್ತದೆ. ಹಿಂದೂ ಸೈನಿಕರ ಸೇನೆಯಿಂದಲೇ ಇಡಿ ಭಾರತವನ್ನು ಜಯಿಸಿದರೂ ಕೂಡ ಬ್ರಿಟಿಶರು ೧೮೫೭ರ ನಂತರ ಅದೇ ಹಿಂದೂ ಸೈನಿಕರು ಸೌಮ್ಯ, ಲೆಕ್ಕಾಚಾರದವರು ಮತ್ತು ಬಹುಶಃ ಕೆಳದರ್ಜೆಯವರು (Scum of the earth) ಎಂದರು. ಆವರೆಗೆ ಗುರ್ಖಾ ಮತ್ತು ಸಿಖ್ಖ ಸೈನಿಕರು ವಿಶೇಷ ಪ್ರೀತಿಪಾತ್ರರಾದರು, ಅಲ್ಲದೇ ಪಂಜಾಬ ಮತ್ತು ಪೂರ್ವೋತ್ತರ ಪ್ರಾಂತದ ಮುಸ್ಲಿಮರು ರಂಜಕ ಪ್ರತಿಭೆಯುಳ್ಳವರೆಂದೆಣಿಸಿ ಕೊಂಡುದಾಗಿ ಬ್ರಿಟಿಶರು ಅವರಲ್ಲಿ ತಮ್ಮ ಪ್ರತಿಛಾಯೆಯನ್ನು ಕಾಣತೊಡಗಿದರು.

ಕಾಂಗ್ರೆಸ್ಸು, ವಿಶೇಷತಃ ಗಾಂಧಿ, ಮೇಲಿಂದ ಮೇಲೆ ಜಿನ್ನಾ ಅವರನ್ನು ದೂರೀಕರಿಸಿದರು, ಕೆಲವು ಸಲ ಅವಮಾನಿಸಿದರೂ ಕೂಡ. ಜಿನ್ನಾ ಅವರ ಮೊದಲಿನ ಭಾಷಣ ಮತ್ತು ಲೇಖನಗಳು ಅವರ ಮೂಲತಃ ನಿಜವಾದ ಸೆಕ್ಯುಲರವಾದಿಗಳಿದ್ದರೆಂಬುದನ್ನು ತೋರಿಸುತ್ತವೆ. ಆದರೂ ನಿಜವಾದ ಒತ್ತಡ ಬಂದಾಗ ಅವರು ನಿಷ್ಠುರವಾದಿಗಳಾದರು. ಅವರ ನಿಷ್ಠುರವಾದಿತ್ವವನ್ನು ಎದುರಿಸುವ ಶಕ್ತಿ ಭಾರತೀಯ ನೇತಾರರಲ್ಲಿ ಇರಲಿಲ್ಲ. ಅವರು ಬದಲಾಗುವದಕ್ಕೆ ಕಾರಣವೇನಾಯ್ತು?

'ಹುಳುತಿಂದ ಪಾಕಿಸ್ತಾನ' ಅವರ ಪಾಲಿಗೆ ಬಂದುದನ್ನು ಹಾಗೆ ಹೆಸರಿಟ್ಟದ್ದು ನಿಜಕ್ಕೂ ಸಂಬಂಧಿಸಿದ್ದು ವಿಭಾಜಿತ ಕಾಶ್ಮೀರವಷ್ಟೇ ಸಿಕ್ಕಿದ್ದಕ್ಕಾಗಿ, ಸಂಪೂರ್ಣ ಕಾಶ್ಮೀರ ಸಿಗದಿದ್ದಕ್ಕಾಗಿ. ಇದು ತೋರಿಸುವದೆಂದರೆ ಇನ್ನೂ ವಿಸ್ತೃತ ಯೋಜನೆಗಳು ಮತ್ತು ಆಶ್ವಾಸನೆಗಳು ಮಾಡಲಾಗಿದ್ದವೆಂದು. ಭಾರತವನ್ನು ತ್ರಿಭಾಜಿಸುವ ೧೯೧೯ರ ಯೋಜನೆಗೆ ಮರಳೋಣ, ೧೯೪೬ರಲ್ಲಿ ಎರಡು ಘಟನೆಗಳು ಮುಸ್ಲಿಂ ಲೀಗಿನ ಪಾತ್ರಕ್ಕೆ ಪೂರ್ಣವಿರಾಮವಿತ್ತವು. ಇವುಗಳ ಸಂಬದ್ಧ ದಸ್ತಾವೇಜುಗಳನ್ನು ಬ್ರಿಟಿಶ ಸರಕಾರವು ನಿರ್ವಗೀಕರಿಸಿದೆ. ಒಂದನೆಯದು ಜಿನ್ನಾ-ಚರ್ಚಿಲ್ ಕೊಂಡಿ : ಜಿನ್ನಾ ಪೇಪರ್ಸ್ ಸಂಪುಟಗಳು ಹೇಳುವಂತೆ ಚರ್ಚಿಲ್ಲರು ವಿಭಾಜನ ಯೋಜನೆಗಳನ್ನು ಒಪ್ಪಲು ಜಿನ್ನಾರನ್ನು ಒಲಿಸಿದರು. ಚರ್ಚಿಲ್ಲರು ಭಾರತ ಮತ್ತು ಕಾಂಗ್ರೆಸ್ಸನ್ನು ದ್ವೇಷಿಸುವಲ್ಲಿ ಏಕನಿಷ್ಠರಿದ್ದರು. ಈ ಸಂಪುಟಗಳು ಜಿನ್ನಾ ಅವರು ಚರ್ಚಿಲ್ಲರಿಗೆ ಎಷ್ಟು ನಿಕಟರಾಗಿದ್ದರೆಂಬುದನ್ನು ತೋರಿಸುತ್ತವೆ. ಜಿನ್ನಾ ಅವರು ಚರ್ಚಿಲ್ಲರನ್ನು ೨೨ ಮೇ ೧೯೪೭ರಲ್ಲಿ ಭೇಟಿಯಾಗಿದ್ದರು – ಕೆಲವೇ ದಿನ ವಿಭಾಜನೆಯ ಘೋಷಣೆಯ ಮೊದಲು. ಬ್ರಿಟಿಶ ದಸ್ತಾವೇಜುಗಳೂ ಚರ್ಚಿಲ್-ಜಿನ್ನಾ ನಿಕಟತೆಯನ್ನು ಪೋಷಿಸುತ್ತವೆ. ಇವು ೧೯೪೬ರ ಉತ್ತರಾರ್ಧ

ಕಾಲದ ಪತ್ರಗಳು. ಆಗ ಅದಕ್ಕೂ ಮೊದಲಿನ ವರ್ಷ ಚರ್ಚಿಲ್ಲರು ಚುನಾವಣೆಯಲ್ಲಿ ಸೋತು ಆ್ಯಟ್ಲಿಯವರಿಗೆ ಅಧಿಕಾರ ಒಪ್ಪಿಸಿದ್ದಾಗಿ ಆ್ಯಟ್ಲಿಯವರು ಭಾರತಕ್ಕೆ ಸ್ವಾತಂತ್ರ್ಯವೀಯುವ ತವಕದಲ್ಲಿದ್ದರು. ಆದರೆ ಚರ್ಚಿಲ್ಲರು ಜಿನ್ನಾರೊಡನೆ ನಿಕಟ ಪತ್ರವ್ಯವಹಾರದಲ್ಲಿದ್ದರಷ್ಟೇ ಅಲ್ಲ, ಗೂಢ ಪತ್ರಾಪತ್ರಿಯ ವಿಧಾನ ಕೈಕೊಂಡು ಸಂಪರ್ಕವನ್ನು ನಿಗೂಢವಾಗಿಯೇ ಇಟ್ಟುಕೊಳ್ಳುವದಕ್ಕಾಗಿ ಪತ್ರವ್ಯವಹಾರ ನೇರವಾಗಿ ಚರ್ಚಿಲ್ಲರಿಗೇ ಮಾಡದೆ ಅವರ ಸೆಕ್ರೆಟರಿ ಎಲಿಜಾಬೆಥ್ ಗಿಲಿಯಟ್ಟರ ಹೆಸರಿನಲ್ಲಿ ನಡೆಸಿದರು. ಚರ್ಚಿಲ್ಲರು ಜಿನ್ನಾ ಅವರ ಖಾಸಗಿ ಸಲಹೆಗಾರರಾದರು.

ಜಿನ್ನಾ ವಿಭಾಜನೆಯನ್ನು ಒಪ್ಪಿಕೊಳ್ಳುವಲ್ಲಿ ಕಾಲೆಳೆಯುವ ಯುಕ್ತಿ ಹಿಡಿದದ್ದು ಅವರಿಗೆ ಪಂಜಾಬ ಮತ್ತು ಬಂಗಾಲಗಳ ವಿಭಾಜನೆ ಬೇಕಾಗಿರಲಿಲ್ಲ ಎಂದು. ಚರ್ಚಿಲ್ಲರ ಇತರ ದಸ್ತಾವೇಜುಗಳನ್ನು ಝ್ಯುದಿಯವರು ವಿಶದಪಡಿಸಿಲ್ಲ. ಅದನ್ನು ಮೌಂಟಬ್ಯಾಟನ್ನರು ತಿಳಿಸಿದರು. ಅದೆಂದರೆ ಜಿನ್ನಾ ಅವರು ವಿಭಾಜನೆಯನ್ನು ಒಪ್ಪದಿದ್ದರೆ ಎಲ್ಲ ಬ್ರಿಟಿಶ್ ಅಧಿಕಾರಿಗಳನ್ನು ಮತ್ತು ಸೈನಿಕರನ್ನು ವಾಪಸು ತೆಗೆದೊಯ್ಯಲಾಗುತ್ತದೆ ಎಂದು. ಆಗ ಚರ್ಚಿಲ್ ಉದ್ಗರಿಸಿದ್ದು, "ದೇವರಾಣೆ, ಜಿನ್ನಾ ಅವರೊಬ್ಬರೇ ಬ್ರಿಟಿಶರ ಸಹಾಯವನ್ನು ಬಿಡಲಾರದ ಮನುಷ್ಯ" ಎಂದು. ಜಿನ್ನಾ ಅವರು ಚರ್ಚಿಲ್ಲರನ್ನು ಕಂಡಿದ್ದು ಜಾತೀಯ ಹಿಂದುಗಳ ವಿರುದ್ಧ ಏಕಮೇವ ಮಿತ್ರನೆಂದು. ೬ ಜುಲೈ ೧೯೪೬ರಲ್ಲಿ ಕ್ರಿಪ್ಸ್ ಮಿಶನ್ ಮುಸ್ಲಿಂ ಭಾರತೀಯರ ವಿಶ್ವಾಸವನ್ನೇ ಅಲುಗಿಸಿದೆ ಮತ್ತು ಶಾಂತಿಯುತ, ಗೌರವಯುತ ರಾಜಿಯ ಸಂಭಾವ್ಯತೆಯನ್ನು ಧ್ವಂಸಿಸಿದೆ ಎಂದು ಮುಸ್ಲಿಂ ಲೀಗ ಲೀಡರನು ಬ್ರಿಟಿಶ್ ಸಾಮ್ರಾಜ್ಯದ ಪರಿಸಮಾಪ್ತಿಯ ಕಟ್ಟರ ವಿರೋಧಿ, ಕಾನ್ಸರ್ವೇಟೀವ್ ಸಮರಕಾಲದ ನಾಯಕ ಚರ್ಚಿಲ್ಲರಿಗೆ ಹೇಳಿದನು.

ಗಮನೀಯವಾದುದೆಂದರೆ ಬ್ರಿಟಿಶರ ವಸಾಹತುಶಾಹಿ ಯೋಜನೆಗಳು ಕನಿಷ್ಠ ಮೂರು ಶತಕ ಹಳೆಯವಿದ್ದು, ಆ್ಯಟ್ಲಿ ಸರಕಾರದ ಆಯು ಒಂದೇ ವರ್ಷದ್ದಿತ್ತು. ೨೨ ಆಗಸ್ಟ ಜಿನ್ನಾ ಪುನಃ ಚರ್ಚಿಲ್ಲರಿಗೆ ಬರೆಯುತ್ತ ಅವರ ದೇಶೀಯ ಎದುರಾಳಿಗಳ ಮೇಲೆ ಉರಿದೆದ್ದುದು ಅವರ ಎದುರಾಳಿ ಲೇಬರ್ ಪಾರ್ಟಿಯ ಸರಕಾರ ಕಾಂಗ್ರೆಸ್ಸಿನ ಪ್ರತಿ ವಾಲುತ್ತಿದೆ ಎಂದು – 'ಇಂಗ್ಲಂಡಿನಲ್ಲಿ ಕಾಂಗ್ರೆಸ್ ಪಾರ್ಟಿಯನ್ನು ಬೆಂಬಲಿಸುವ ಸರಕಾರದ ಪ್ರವೃತ್ತಿ ಕಂಡುಬರುವಂತಿದ್ದುದನ್ನು ನೀವು ಒಪ್ಪಲೇಬೇಕು' ಎಂದರು ಜಿನ್ನಾ ತಮ್ಮ ಪತ್ರದಲ್ಲಿ – 'ಅದರ ಕಹಿಯನ್ನು ನಾವು ಸಹಿಸಿದ್ದೇವೆ. ಕ್ಯಾಬಿನೆಟ್ ನಿಯೋಗ ಮತ್ತು ವೈಸ್‌ರಾಯರು ಪ್ರಗತಿಶೀಲವಾಗಿ ಮುಸ್ಲಿಂ ಲೀಗನ್ನು ವಿಶ್ವಾಸಘಾತಕ್ಕೀಡುಮಾಡುತ್ತಲಿದ್ದಾರೆ. ತಮ್ಮ ಕೈಚಳಕವನ್ನು ಅವರು ಬಹಿರಂಗಪಡಿಸಿದಾಗ ನಿಸ್ಸಂದೇಹವಾಗಿ ಒಂದೇ ಪರಿಣಾಮದ ಸಾಧ್ಯತೆ, ಅದೆಂದರೆ ಬ್ರಿಟಿಶರ ವಿರುದ್ಧ ಬಂಡಾಯ. ಕಾಂಗ್ರೆಸ್ಸೊಂದೇ ಒಪ್ಪುವಂಥ ಶರತ್ತುಗಳನ್ನು ಹತ್ತು ಕೋಟಿ ಮುಸ್ಲಿಮರ ಗಂಟಲಲ್ಲಿ ತುರುಕುವದಕ್ಕೆ ಇನ್ನಾರು ಕಾರಣರು?'

ಬ್ರಿಟಿಶ–ಮುಸ್ಲಿಂ ಸಂಬಂಧಗಳ ವಾದ ಹಳೆಯದಿತ್ತು. ೩ ಆಗಸ್ಟ ಚರ್ಚಿಲ್ಲರು ಜಿನ್ನಾ ಅವರಿಗೆ ಬರೆದುದು – 'ಬಾಂಬೆಯಲ್ಲಿ ಜರುಗಿದ ಮುಸ್ಲಿಂ ಕಾಂಗ್ರೆಸ್ಸಿನಲ್ಲಿ ಬ್ರಿಟನ್ ಬಗ್ಗೆ ಅಷ್ಟೆಲ್ಲ ಅವಮಾನಕಾರಕ ಮಾತುಗಳಾದದ್ದು ಮತ್ತು ಮುಸ್ಲೀಮರು ಹೇಗೆ ಬ್ರಿಟಿಶರ ಗುಲಾಮರೆಂದು ವರ್ಣಿಸಲ್ಪಟ್ಟಿದ್ದಾರೆ ಎಂಬುದನ್ನೋದಿ ನಾನು ಆಶ್ಚರ್ಯಚಕಿತನಾದೆ. ಇದೆಲ್ಲ ಅಸತ್ಯ, ಕೃತಘ್ನತೆ.' ಇಂಥದರಲ್ಲೆಲ್ಲ ಮಾಜೀ ಪ್ರಧಾನಿ ಚರ್ಚಿಲ್ಲರು ಎಲ್ಲವನ್ನೂ ತಾವೊಬ್ಬರೇ ತಮ್ಮಷ್ಟಕ್ಕೇ ಮಾಡಿದರೆಂಬುದು ಅತ್ಯಂತ ಭೋಳೆತನದ ತರ್ಕವಾದೀತು. ಎಂಐ ೫ ಮತ್ತು ಇತರ ಎಲ್ಲ ಯೋಜನಾರತ ಗುಂಪುಗಳು ಸೇರಿ ಅದರಲ್ಲಿ ಭಾಗೀದಾರರಿರಬಹುದೆಂಬುದೇ ಸ್ಪಷ್ಟ ಸಾಧ್ಯತೆಯಲ್ಲವೇ? ಭಾರತೀಯ ಉಪಖಂಡದಲ್ಲಿ ಬ್ರಿಟಿಶ ಹಿತಾಸಕ್ತಿಗಳ ರಕ್ಷಣೆಯ ಪ್ರಶ್ನೆಯಿತ್ತಲ್ಲ?

ಎರಡನೆಯದಾಗಿ ಭಾರತ ಮತ್ತು ಪಾಕಿಸ್ತಾನಗಳ ನಡುವೆ ಎಳೆಯಲಾದ ಅನೇಕ ಗಡಿರೇಖೆಗಳನ್ನು ಗಮನಿಸಬೇಕು. ೧೯೪೬ರಲ್ಲಿ ಜಿನ್ನಾ ಮತ್ತು ಚರ್ಚಿಲ್ಲರು ಪಾಕಿಸ್ತಾನದ ರಚನೆಯನ್ನು ಚರ್ಚಿಸುವ ಮೊದಲೇ ವೇವೆಲ್ಲರು ೭ನೇ ಫೆಬ್ರುವರಿಯಂದು ವಿವರಣಾತ್ಮಕ ಗಡಿನಿರ್ಣಾಯಕ ಯೋಜನೆಯನ್ನು ತಯಾರಿಸಿ ಸೆಕ್ರೆಟರಿ ಆಫ್ ಸ್ಟೇಟ್ ಪೆಥಿಕ್ ಲಾರೆನ್ಸಿಗೆ ಕಳಿಸಿದರು. ಈ ಗಡಿರೇಖೆಯು ಮುಸ್ಲಿಂ ಬಹುಸಂಖ್ಯಾತರ ಗುರುದಾಸಪುರ ಜಿಲ್ಲೆಯನ್ನು ಪಾಕಿಸ್ತಾನದಲ್ಲಿ ತೋರಿಸಿತ್ತು. ಜಿನ್ನಾ ಅವರಿಗೆ ಸಮಗ್ರ ವ್ಯವಹಾರವೆಂದರೆ – ಪಾಕಿಸ್ತಾನವನ್ನು ಬೇಡು, ಕಾಶ್ಮೀರವನ್ನೂ ಗೆದ್ದುಕೋ–! ಕಾಶ್ಮೀರಕ್ಕೆ ಹೋಗುವ ಎರಡು ದಾರಿಗಳು ಸಿಯಾಲಕೋಟ ಮತ್ತು ಲಾಹೋರನಿಂದ ಎರಡೂ ದಾರಿಗಳು ಪಾಕಿಸ್ತಾನಕ್ಕೆ! ಭಾರತವನ್ನು ಕಾಶ್ಮೀರಕ್ಕೆ ಜೋಡಿಸುವ ಕಚ್ಚಾರಸ್ತೆಯೂ ಇಲ್ಲ! ಒಂದೂವರೆ ವರ್ಷಾನಂತರ ಭಾರತ–ಪಾಕಿಸ್ತಾನ ಗಡಿಯನ್ನು ರೇಖಿಸಲು ಗಡಿ ಆಯೋಗದ ಅಧ್ಯಕ್ಷರಾಗಿ ಸರ್ ಸಿರಿಲ್ ರ್‍ಯಾಡ್‌ಕ್ಲಿಫ್ ನಿಯುಕ್ತರಾದರು. ಅವರು ಲಾರ್ಡ ಚಾನ್ಸಲರ್ ಜೊವೆಟ್ಟರ ನೇಮಕ ವ್ಯಕ್ತಿ. ಜಿನ್ನಾ ಅವರು ಮೊದಲಿಗೆ ಅವರ ಹೆಸರು ಸೂಚಿಸಿದ್ದರು. ನೆಹರು ಅವರು ಮಾರಿಸ್ ಗ್ವಾಯರ್ ಅವರನ್ನು ಸುಚಾಯಿಸಿದ್ದರು. ರ್‍ಯಾಡ್‌ಕ್ಲಿಫ್ ಹಿಂದುಸ್ತಾನದಲ್ಲಿ ಮೊದಲು ಕಾಲೇ ಇಟ್ಟಿರಲಿಲ್ಲ. ಯಾವ ಭಾರತೀಯ ಭಾಷೆಯನ್ನೂ ಬಲ್ಲವರಲ್ಲ. ರೆಜಿನಾಲ್ಡ್ ಕೂಪ್ಲಂಡನ ಭಾರತೀಯ ರಾಜ್ಯಾಂಗ ವ್ಯವಸ್ಥೆಯ ಜ್ಞಾನವನ್ನೂ ಹೊಂದಿದವರಲ್ಲ. ಆಕ್ಸಫೋರ್ಡಿನ ಮೇಧಾವಿ ಉತ್ಪತ್ತಿ ಮತ್ತು ನಾಮಾಂಕಿತ ವಕೀಲ, ದೀರ್ಘ ಮೌನಿಯೆಂದು ಸಿದ್ಧಿಪಡೆದವ. ಭಾರತದಲ್ಲಿ ಯಾವ ರಾಜಕಾರಣಿಯನ್ನೂ ಭೇಟಿಯಾಗಲಿಲ್ಲ. ಯಾವ ವಿವಾದಾತ್ಮಕ ಪ್ರದೇಶಗಳ ವಾದಿಗಳ ಹೇಳಿಕೆಯನ್ನೂ ಕೇಳುವ ಗೋಜಿಗೆ ಹೋಗಲಿಲ್ಲ. ಅವರು ಅನುಸರಿಸಿದ ಗಡಿ ಆಯೋಗದ ಕಾರ್ಯವಿಧಾನವು ವಿಚಿತ್ರವೂ ಹಾಸ್ಯಾಸ್ಪದವೂ ಆಗಿತ್ತೆಂದು ಮೋತಿಲಾಲ ಸೆಟಲ್‌ವಾಡರು ಅವರಿಗೆ ಹೇಳಿದರು. ರ್‍ಯಾಡ್‌ಕ್ಲಿಫ್‌ರು ೩೬ ದಿನಗಳಲ್ಲಿ ತಮ್ಮ ಕೆಲಸ ಪೂರೈಸಿ ದಸ್ತಾವೇಜುಗಳನ್ನು ಧ್ವಂಸಿಸಿ ಮರಳಿ ಹೋದರು. ನಂತರ ಅವರನ್ನು ಭಾರತಕ್ಕೆ ಪುನಃ ಹೋಗುತ್ತೀರಾ ಎಂದು ಕೇಳಿದಾಗ 'ದೇವರು ಆಗಗೊಡದಿರಲಿ, ಅವರು

ನನ್ನನ್ನು ಕರೆದರೂ ನಾನು ಹೋಗುವದಿಲ್ಲ. ನನ್ನನ್ನು ಈರ್ವರೂ ಗುಂಡಿಕ್ಕಿ ಕೊಲ್ಲದಿರುವರೇ?'

ಕೊನೆಯ ಗಡಿರೇಖೆ ವೇವೆಲ್ಲರು ರೇಖಿಸಿದಂತೆಯೇ ಇತ್ತಾದರೂ ಗುರುದಾಸಪುರ ಮಾತ್ರ ಭಾರತದಲ್ಲಿತ್ತು. ಕಚ್ಚಾ ರಸ್ತೆಯೇ (ಕಾಶ್ಮೀರಕ್ಕೆ) ಇತ್ತಾದರೂ ಕೂಡ ಕಾಶ್ಮೀರದಲ್ಲಿ ಭಾರತವು ಪಾದಸ್ಥಳವನ್ನು ಗಳಿಸಿಕೊಂಡಿತು. ಹರಿಸಿಂಹರ ಮತ್ತೊಂದು ಮಹಾಘಾತ ಬ್ರಿಟಿಶರಿಗೆ ಆದದ್ದು ಲಾರ್ಡ್ ಲೂಯಿ ಮೌಂಟಬ್ಯಾಟನ್.

ಕಪಟ ಕೋವಿದರು

ಜಿನ್ನಾ ಮತ್ತು ಮುಸ್ಲಿಂ ಲೀಗಿನವನರಿಗೆ ಭಾರತವನ್ನು ಒಡೆದು ಅದರ ಹಂಚಿಕೆ; ನೆಹರು ಮತ್ತು ಕಾಂಗ್ರೆಸ್ ಪಾರ್ಟಿಗೆ ಭಾರತದೊಳಗಾದ ತಡೆಗೋಡೆ; ಚರ್ಚಿಲ್ ಮತ್ತು ಬ್ರಿಟಿಶರಿಗೆ ಅದು ಟೆನಿಸ್‌ನಲ್ಲಿ ಹೇಳುವಂತೆ, 'ಗೇಮ್, ಸೆಟ್ ಮತ್ತು ಮ್ಯಾಚ್'. ಈ ತುರುಸಿನಿಂದ ಸ್ಪರ್ಧಿಸಿದ್ದ ಪೈಪೋಟಿಯಲ್ಲಿ ಗೆದ್ದವ ರೆಫರಿ! ಸ್ಪರ್ಧೆಯ ರೂಪಾಂತ್ಯದಲ್ಲಿ ತೆತ್ತ ಬೆಲೆ ಎಂದರೆ ಐದು ಲಕ್ಷ ನಾಗರಿಕರ ಸಾವು ಮತ್ತು ೧೨೦ ಲಕ್ಷ ಜನರ ಸ್ಥಳಾಂತರ. ಬ್ರಿಟಿಶರು ಗತ್ತು ಹಾಕಿ ತಯಾರಿಸಿದ ಉಪಖಂಡದ ವಿಭಜನೆ ಫಲರೂಪಿಯಾಗಲು ಬೇರೆ ಬೇರೆ ಕಾರಣಗಳಿವೆ. ಅತಿ ತೀವ್ರ ಮತ್ತು ಮುಖ್ಯ ಕಾರಣವೆಂದರೆ ಭಾರತೀಯ ನೇತಾರರ (ಹಾಗೂ ಪಾಕಿಸ್ತಾನಿ ಕೂಡ) ರಣತಾಂತ್ರಿಕವಾಗಿ ಯೋಚಿಸುವ ನಿಸ್ಸಾಮರ್ಥ್ಯ (Incapability to think strategically). ಜಿನ್ನಾ ಅವರಿಗೆ ಪಾಕಿಸ್ತಾನದ ಕಲ್ಪನೆಯನ್ನು ಮನನ ಮಾಡಿಸಿಕೊಟ್ಟಾಗಿನಿಂದ ಬ್ರಿಟಿಶರ ದೃಷ್ಟಿಯಲ್ಲಿ ಘಟನೆಗಳು ಸರಾಗವಾಗಿಯೇ ಸಾಗಿದವು. ಆಗಿನ ಬ್ರಿಟಿಶ ಪ್ರಧಾನಿ ಕ್ಲೆಮೆಂಟ್ ಆ್ಯಟ್ಲಿಯವರ ಹೇಳಿಕೆಯಂತೆ (ಆವಾಗಲೇ ಭಾರತ ಸ್ವತಂತ್ರವಾದುದು) ಸುಭಾಷಚಂದ್ರ ಬೋಸರ ಇಂಡಿಯನ್ ನ್ಯಾಶನಲ್ ಆರ್ಮಿ (ಐ.ಎನ್.ಎ) ಮತ್ತು ಭಾರತೀಯ ನೌಸೇನೆಯಲ್ಲಿ ವಿಸ್ಫೋಟಿಸಿದ ಫೆಬ್ರುವರಿ ೪೬ರ ಬಂಡಾಯ ಇವು ಬ್ರಿಟಿಶರ ವಸಾಹತುಶಾಹಿಯ ಗಾಳಿಚೀಲ ಒಡೆದು ಅವರ ಸಮಯ ತೀರಿತೆಂಬುದನ್ನು ಮನದಟ್ಟುಗೊಳಿಸಿದವು. ಮಹಾತ್ಮಾ ಗಾಂಧಿಯವರ ಕ್ವಿಟ್ ಇಂಡಿಯಾ ಚಳುವಳಿ ೧೯೪೭ರವರೆಗೆ ತನ್ನ ಶಕ್ತಿ ಕಳೆದುಕೊಂಡು ನೀರಸವಾಗಿತ್ತಲ್ಲದೆ ಬ್ರಿಟಿಶರು ಅಷ್ಟು ಗಡಿಬಿಡಿಯಿಂದ ಭಾರತದಿಂದ ತೊಲಗುವ ಯಾವ ಕಾರಣಗಳೂ ಅಷ್ಟು ಶಕ್ತಿಯುತವಾಗಿರಲಿಲ್ಲ. ಬ್ರಿಟಿಶರ ದೃಷ್ಟಿಯಲ್ಲಿಯೇ ಈಗ ಭಾರತೀಯ ಸೇನೆಯ ನಿಷ್ಠಾವಂತಿಕೆ ಸಂಶಯಾಸ್ಪದವಾಗಿ ಬ್ರಿಟಿಶ ಸಾಮ್ರಾಜ್ಯ ಭಾರತದಲ್ಲಿ ನಿಶ್ಯಕ್ತವಾಯಿತು. ೧೯೫೬ರಲ್ಲಿ ಬ್ರಿಟಿಶ ಪ್ರಧಾನಿ ಆ್ಯಟ್ಲಿ ಭಾರತಕ್ಕೆ ಭೇಟಿ ನೀಡಿದಾಗ ಕಲಕತ್ತೆಯಲ್ಲಿ ಪ್ರಭಾರಿ ರಾಜ್ಯಪಾಲ ಪಿ. ವಿ. ಚಕ್ರವರ್ತಿಯವರು ೧೯೪೨ರ ಗಾಂಧಿಯವರ ಚಳುವಳಿಯು ಬ್ರಿಟಿಶರು ಭಾರತದಿಂದ ತೊಲಗಲು ಎಷ್ಟು ಪರಿಣಾಮಕಾರಿಯಾಗಿತ್ತು ಎಂದು ಪ್ರಶ್ನಿಸಿದಾಗ ಆ್ಯಟ್ಲಿ ಉತ್ತರಿಸಿದ್ದು 'ಕನಿಷ್ಠ (Minimal)' ಎಂದು.

ಆದರೂ ಪ್ರಶ್ನೆಯೇಳುವದು ಬ್ರಿಟಿಶರು ಒಮ್ಮೆಲೇ ತಾವು ಭಾರತದಿಂದ ಹೊರಟು ಹೋಗುವ ಕ್ಷಣವನ್ನು ತೀವ್ರಗೊಳಿಸಿದ್ದೇಕೆ ಎಂದು. ಹಿಂಸಾತ್ಮಕ ಪ್ರತಿಭಟನೆಗಳೆದ್ದರೆ ಬ್ರಿಟಿಶರ ಕ್ಷತಿಯನ್ನು ಕಡೆಗಣಿಸಲಾದೀತೇ? ಅದನ್ನು ಕನಿಷ್ಠಕ್ಕಿಳಿಸುವದು ಒಂದು ಕಾರಣವಾದರೆ ಇನ್ನೊಂದು ಭಾರತೀಯ ಕಾಂಗ್ರೆಸ್ಸು ಈವರೆಗೆ ತಮ್ಮ ಕಾಲಿನ ಮೇಲೆಯೇ ಕೊಡಲಿ ಹಾಕುತ್ತಿದ್ದು ಈಗ ಒಮ್ಮೆಲೆ ಎಚ್ಚತ್ತು ತಾವು (ಬ್ರಿಟಿಶರು) ರಚಿಸಿದ ಪಾಕಿಸ್ತಾನ ಮತ್ತು ಭಾರತೀಯರು ಅದರಲ್ಲಿಯ ದೂರಗಾಮಿ ಗುರಿಯನ್ನು ಅರಿತುಕೊಂಡು ವಿರೋಧಿಸಿದರೆ? ಮತ್ತೊಂದು ಬ್ರಿಟಿಶರಿಗೆ ಜಿನ್ನಾ ಅವರ ಆರೋಗ್ಯ ಸ್ಥಿತಿ ಮತ್ತು ಅವರು ಕಡ ಪಡೆದ ಜೀವೋಪಾಯದಲ್ಲಿರುವ ಅರಿವು – ಜಿನ್ನಾ ಇಲ್ಲದಿದ್ದರೆ ಪಾಕಿಸ್ತಾನವಿಲ್ಲ ಎಂದಲ್ಲವೇ–? ನಾನು ಶೇಖ ಅಬ್ದುಲ್ಲಾರ ಜೊತೆಗೆ ಬೆಳಗಿನ ತಿಂಡಿಯ ಸಮಯದಲ್ಲಿ ಅವರ ಮಿತ್ರ ನೆಹರು ಶೇಖಸಾಹೇಬರನ್ನು ಕೈದು ಮಾಡಿಸಿದ್ದು ಏಕೆ ಎಂದು ತುಸು ಧೈರ್ಯ ಮಾಡಿಯೇ ಕೇಳಿದ್ದೆ. ಶೇಖಸಾಹೇಬರು ಸಿಟ್ಟಿನಿಂದಲೇ ಒಬ್ಬ 'ಡಿ. ಎನ್. ನಯರ'ನ ಹೆಸರಿನಲ್ಲಿ ಹರಿಹಾಯ್ದರು. ನಯರ್ ಅವರು ೧೯೫೦ರಲ್ಲಿ ಇಂಟೆಲಿಜನ್ಸ್ ಬ್ಯೂರೋದ ಕಾಶ್ಮೀರ ಪ್ರತಿನಿಧಿಯಿದ್ದು ಸರದಾರ ಪಟೇಲರ ಬೆಂಬಲವುಳ್ಳವರಾಗಿ ತಮ್ಮ (ಶೇಖ ಸಾಹೇಬರ) ವಿರುದ್ಧ ನೆಹರೂ ಅವರ ಕಿವಿಯಲ್ಲಿ ಗಾಳಿಯೂದಿದರು ಎಂದುಸುರಿದರು. ಒಬ್ಬ ಇಂಟೆಲಿಜನ್ಸ್ ಅಧಿಕಾರಿಯಾಗಿ ಜಿನ್ನಾ ಅವರ ಕ್ಷೀಣ ಪ್ರಕೃತಿಯ ಬಗ್ಗೆ ಕೆಲವರಿಗಷ್ಟೇ ಗೊತ್ತಿದ್ದವರಲ್ಲಿ ತಾವೊಬ್ಬರಿದ್ದು ಅದನ್ನು ಅವರು ನೆಹರು ಅವರಿಗೆ ತಿಳಿಸಿರಲೇ ಇಲ್ಲ; ಎಲ್ಲಕ್ಕೂ ಕೆಟ್ಟ ದೇಶದ್ರೋಹಿ ಅವರು ಎಂದರು– 'ನೆಹರು ಅವರ ಹತ್ತಿರ ಒಳ್ಳೇ ಚಾಣಾಕ್ಷ ಇಂಟೆಲಿಜನ್ಸ್ ಅಧಿಕಾರಿ ಅಥವಾ ಸಂಸ್ಥೆ ಇರಲಿಲ್ಲ – ಪಾಕಿಸ್ತಾನದಲ್ಲಿದ್ದಂತೆ. ... ಬ್ರಿಟಿಶರು ಬಿಟ್ಟುಹೋದ ನಂತರ ಭಾರತದ ಹತ್ತಿರ ಯಾವ ರಣನೀತಿಯ ಯೋಜನೆಯೂ ಇರಲಿಲ್ಲ'... ಎಂದು ಕೈಬೀಸುತ್ತ ಕಾಶ್ಮೀರವನ್ನೇ ವರ್ಣಿಸುತ್ತಿರುವಂತೆ ಉಚ್ಚರಿಸಿದರು. ಮುಂದುವರೆದು 'ಪಾಕಿಸ್ತಾನವು ಪೂರ್ವನಿಯೋಜಕ – Proactive –, ಭಾರತ ಪ್ರತಿಕ್ರಿಯಾತ್ಮಕ – Reactive ಇವೆ.'

ಈ ಪ್ರಲಾಪವನ್ನು ಎಷ್ಟು ಸಲ ಕೇಳುತ್ತೇವೆ, ವಿಶೇಷತಃ ಕಾಶ್ಮೀರದಲ್ಲಿ ಸೇವೆ ಸಲ್ಲಿಸಿದ ಸೈನ್ಯಾಧಿಕಾರಿಗಳಿಂದ? ೨೫ ವರ್ಷಾನಂತರ ದಿಲ್ಲಿಯ ವಸಂತಕುಂಜದ ಫ್ಲ್ಯಾಟ್‌ನಲ್ಲಿ ಶೇಖ ಅಬ್ದುಲ್ಲಾ ಅವರು ಉಲ್ಲೇಖಿಸಿದ ದೀನಾನಾಥ ನಯರ್ ಅವರ ಮಗ ಬ್ರಿಗೇಡಿಯರ್ ಡಿ. ಪಿ. ನಯರ್ ಅವರೊಡನೆ ಮಾತಾಡುತ್ತ ಅಬ್ದುಲ್ಲಾ ಹೇಳಿಕೆಯ ಪ್ರಸಂಗವನ್ನೆತ್ತಿದಾಗ ಡಿ.ಪಿ.ಯವರು ಹೇಳಿದ್ದು 'ನಾನು ಚಿಕ್ಕವನಾಗಿ ಶಾಲೆಯಲ್ಲಿದ್ದಾಗ ನನ್ನ ಶಿಕ್ಷಕರು ನನ್ನನ್ನು ನಿನ್ನ ತಂದೆ ಏನು ಮಾಡುತ್ತಾರೆ ಎಂದು ಕೇಳಿದರು. ನನಗೆ ಆಗ ಏನೂ ಗೊತ್ತಿರಲಿಲ್ಲ. ಮನೆಗೆ ಬಂದು ಕೇಳಿದೆ. ನನ್ನ ತಂದೆಯೆಂದದ್ದು ನಾನೊಬ್ಬ ಸಾಮಾನ್ಯ–ವಸ್ತ್ರಧಾರಿ (Plain clothes) ಪೋಲೀಸ್‌ಮನ್ ಇದ್ದೇನೆಂದು ಹೇಳು ಎಂದು'. ಸ್ವಾತಂತ್ರ್ಯದ ಗಳಿಗೆಯಲ್ಲಿ ದೀನಾನಾಥ ನಯರ್ ಒಬ್ಬ ಅಪರೂಪ ವ್ಯಕ್ತಿಯಾಗಿರಲಿಲ್ಲವೇ? ಸರಳವಾಗಿ ಹೇಳಬೇಕೆಂದರೆ ಇಂಟೆಲಿಜನ್ಸ್ ಸಂರಚನೆ, ವಿಶೇಷತಃ

ಮಿಲಿಟರಿ ಇಂಟೆಲಿಜನ್ಸ್, ಸಂಪೂರ್ಣ ಭಾರತದಲ್ಲಿ ದೇಶವಿಭಜನೆಯಿಂದಲೇ ಒಳಗಿಂದಲೇ ಬಿರುಕುಗೊಂಡಿತ್ತು.

೧೯ನೇ ಶತಮಾನದ ಬ್ರಿಟಿಶರ ಬಲಾಢ್ಯ ಶಕ್ತಿಗಳಲ್ಲಿ ಒಂದೆಂದರೆ ಜಗತ್ತಿನಲ್ಲೇ ಸಾಗರೀ, ಮಿಲಿಟರಿ, ಭೌಗೋಲಿಕ, ರಾಜಕೀಯ ಅಲ್ಲದೆ ವಿತ್ತೀಯ ಇಂಟಲಿಜನ್ಸ್ ಏಕಸ್ವಾಮಿತ್ವ. ಅವರ ಸಾರ್ವಭೌಮತ್ವ ೧೮೧೫ ರಿಂದ ೧೮೯೯ ರವರೆಗೆ ಬೆಳೆದಂತೆ ಅವರ ಅಕ್ಟೋಪಸ್ಸಿನಂಥ ಸ್ಪರ್ಶಾಂಗಗಳು ಹಬ್ಬಿ ಮಾಹಿತಿ ಕೂಡಿಸುವ ತಂತಿಗಳಾದವು. ರಣತಾಂತ್ರಿಕ ಹಾಗೂ ರಣನೀತಿಯ (Tactical ಮತ್ತು strategic) ಮೇಳಗಳ ತೊರೆನೊರೆಗಳಲ್ಲಿ ಲಂಡನ್ ಆದುದು ಜಗದ ಕಣ್ಣು. ಫ್ರೆಂಚರು, ಜರ್ಮನ್ನರು, ರಶಿಯನ್ನರು ಯಾರೂ ಬ್ರಿಟಿಶರನ್ನು ಆಹ್ವಾನಿಸಲಿಲ್ಲ. ಕಾಲಮಾನದಲ್ಲಿ ಬ್ರಿಟಿಶ ಇಂಟೆಲಿಜನ್ಸ್ ಮೇಲು-ಕೀಳುಗಳನ್ನು ಕಂಡಿದ್ದರೂ ಕೀಳುಗಳಿಗಿಂತ ಮೇಲುಗಳೇ ಅಧಿಕ. ಹಾಗಾಗಿ ಬ್ರಿಟಿಶ ಸಾಮ್ರಾಜ್ಯದ ಯಶಸ್ಸು ಮಡಗಿದ್ದು ಮಾಹಿತಿ ಗಳಿಸುವ ಮತ್ತು ರಣಯುಕ್ತಿ (strategic) ಮಾಹಿತಿಯನ್ನು ತಮ್ಮ ಲಾಭಕ್ಕಾಗಿ ಉಪಯೋಗಿಸುವ ಇಂಗ್ಲೀಷರ ಪ್ರವೃತ್ತಿಯಲ್ಲಿ.

ಆದರೂ ಆಶ್ಚರ್ಯವೆಂದರೆ ಗುಪ್ತ ಅಭಿಯಾನಗಳು ಸರಕಾರದ ಪ್ರಮುಖ ಆಡಳಿತ ಕ್ರಮಗಳಿದ್ದೂ, ಮಿಲಿಟರಿ ಶಾಖೆಯಿದ್ದರೂ ಕೂಡ ೧೮೭೮ರವರೆಗೆ ಬ್ರಿಟಿಶ ಇಂಡಿಯನ್ ಆರ್ಮಿಯಲ್ಲಿ ಇಂಟೆಲಿಜನ್ಸ್ ಶಾಖೆ ಇರಲಿಲ್ಲ. ಒಂಥರದ ಅರೂಪಿತ ರೀತಿಯಲ್ಲಿ ಕ್ವಾರ್ಟರ್ ಮಾಸ್ಟರ್ ಜನರಲ್ (QMG) ಡಿಪಾರ್ಟಮೆಂಟಿನವರೇ ಮಾಹಿತಿ ಸಂಗ್ರಹ ಕಾರ್ಯವನ್ನು ವಹಿಸುತ್ತಿದ್ದರು. ರಾಜಕೀಯ ಸೇವಾ ಸಂಸ್ಥೆಯಾದ ಭಾರತೀಯ ರಾಯಭಾರ ಸಂಸ್ಥೆಯು ಮುಖ್ಯತಃ ರಾಜಕೀಯ ಮಾಹಿತಿ ಸಂಗ್ರಹಿಸುತ್ತಿದ್ದರೂ ಅದು ಸ್ಥಳೀಯ ರಾಜ್ಯಗಳ ಮತ್ತು ಪಶ್ಚಿಮದಲ್ಲಿ ಅರೇಬಿಯಾದಿಂದ ಪರ್ಶಿಯಾದವರೆಗೆ ಹಾಗೂ ಪೂರ್ವಕ್ಕೆ ಮಲಯಾ-ಡಚ್ ಈಸ್ಟ ಇಂಡೀಸ್‌ವರೆಗಿನ ಕ್ಷೇತ್ರಗಳ ಮಿಲಿಟರಿ ಇಂಟೆಲಿಜನ್ಸಿಗೂ ಸಾಕಷ್ಟು ಮಾಹಿತಿ ದೊರಕಿಸಿಕೊಡುತ್ತಿತ್ತು. ವೈಟ್‌ಹಾಲ್‌ನ ಫಾರೆನ್ ಆಫಿಸಿನಲ್ಲಿದ್ದಂತೆ, ಭಾರತದ ಫಾರೆನ್ ಡಿಪಾರ್ಟಮೆಂಟು ಮಾಹಿತಿಯ ವರ್ಗೀಕರಣ (Collection), ವಿಶ್ಲೇಷಣ (Analysis) ಮತ್ತು ಬೇರೆ ಬೇರೆ ಸಂಸ್ಥೆಗಳಿಂದ ಬಂದ ಮಾಹಿತಿಯ ಮಿಲಿಟರಿ ವರದಿಗಳ ತಯಾರಿಯನ್ನು ಕೈಕೊಳ್ಳುತ್ತಿರಲಿಲ್ಲ.

೧೮೭೬ರಲ್ಲಿ ಭಾರತೀಯ ಸರಕಾರದ ಸಹಾಯಕ ಮಿಲಿಟರಿ ಸೆಕ್ರೆಟರಿ ಎಂದು ನೇಮಿಸಲಾದ ಕ್ಯಾಪ್ಟನ್ ಎಡ್ವಿನ್ ಕೊಲೆನ್ ಎಂಬವನು ಲಂಡನ್ನಿನಲ್ಲಿದ್ದ ಮಾದರಿಯಂತೆ ಭಾರತೀಯ ಸೇನೆಯ QMG ವಿಭಾಗದಲ್ಲಿ ಇಂಟೆಲಿಜನ್ಸ್ ಶಾಖೆಯನ್ನು ಪ್ರಾರಂಭಿಸಬೇಕೆಂದು ಯೋಜನೆಯೊಂದನ್ನು ಕಳಿಸಿದ. ಅದಕ್ಕೆ ಸಾರ್ವತ್ರಿಕ ಒಪ್ಪಿಗೆ ದೊರೆತರೂ ಆಗಿನ ಕಮಾಂಡರ್ ಇನ್ ಚೀಫ್ ಜನರಲ್ ಫ್ರೆಡರಿಕ್ ಹೇನ್ಸ್ ಮತ್ತು QMG ಮೇಜರ್ ಜನರಲ್ ಫ್ರೆಡರಿಕ್ ಸ್ಲೇ ರಾಬರ್ಟ್ಸ್ ಅವರು ಬ್ರಿಟಿಶ ಇಂಟೆಲಿಜನ್ಸ್‌ನ

ಕಾರ್ಯಪದ್ಧತಿಯ ಬಗ್ಗೆ ಇನ್ನಷ್ಟು ಮಾಹಿತಿ ಬೇಕೆಂದು ಕ್ಯಾಪ್ಟನ್ ಕೊಲೆನ್ನನನ್ನು ದೀರ್ಘ ರಜೆಯ ಮೇಲೆ ಲಂಡನ್ನಿಗೆ ಕಳಿಸಿದರು. ಅಲ್ಲಿ ಅವನು ವರ್ಷದವರೆಗೆ ಇಂಟೆಲಿಜನ್ಸ್ ಬ್ರಾಂಚಿಗೆ ಒಳಪಡಿಸಲ್ಪಟ್ಟ. ಅವನ ವರದಿಯು ಸೂಚಿಸಿದಂತೆ ೧೮೭೮ರಲ್ಲಿ ಭಾರತೀಯ ಸೇನೆಯಲ್ಲಿ ಇಂಟೆಲಿಜನ್ಸ್ ಶಾಖೆ ಸ್ಥಾಪಿಸಲ್ಪಟ್ಟಿತು. ಕೆಲಕಾಲದ ನಂತರ ಇದರ ಅಗಣಿತ ಲಾಭ ಬ್ರಿಟಿಶ ಭಾರತೀಯ ಸೈನ್ಯಕ್ಕಷ್ಟೇ ಅಲ್ಲ ಲಂಡನ್ನಿನ ಇಂಟೆಲಿಜನ್ಸ್ ಶಾಖೆಗೂ ಆಗತೊಡಗಿತು. ಇದಾದದ್ದು ಹೇಗೆ? ಭಾರತೀಯ ಸೇನಾ ದಳಗಳು ಜಗತ್ತಿನ ಅನೇಕ ಇತರ ರಾಷ್ಟ್ರಗಳಲ್ಲಿದ್ದುವಲ್ಲ? ಅಲ್ಲಿಯ ಮಾಹಿತಿಯನ್ನು ದೊರಕಿಸಿ ಭಾರತೀಯ ಇಂಟೆಲಿಜನ್ಸ್ ಶಾಖೆಯು ಕ್ರೋಢೀಕರಿಸಿದ್ದಷ್ಟೇ ಅಲ್ಲ ಭಾರತ ಸರಕಾರದ ಇತರ ಶಾಖೆಗಳ ಮಾಹಿತಿಯನ್ನೂ ಜೊತೆಗೂಡಿಸತೊಡಗಿತು. ಈ ಶಾಖೆಯು ಮುಂಬರುವ ವರ್ಷಗಳಲ್ಲಿ ಕ್ರಮೇಣ ಪ್ರಮುಖ ಪಾತ್ರ ವಹಿಸುತ್ತ ಬ್ರಿಟಿಶ ಮಿಲಿಟರಿ ನಾಯಕರಿಗೆ ಸಲಹೆಯೀಯುತ್ತ ಮಾಹಿತಿ ಕೊಡುತ್ತ ರಣನೀತಿ ಯೋಜನೆಗಳನ್ನು ರಚಿಸುವಲ್ಲಿ ಭಾರತದ್ದಷ್ಟೇ ಅಲ್ಲ, ನೆರೆಹೊರೆಯ ರಾಷ್ಟ್ರಗಳದ್ದೂ ಕೂಡ – ಸಹಾಯ ಮಾಡತೊಡಗಿತು.

ಏಳು ವರ್ಷಾನಂತರ ಮೇಜರ್ ಜನರಲ್ ಚಾರ್ಲ್ಸ್ ಮೆಟಕಾಫ್ ಮೆಕ್‌ಗ್ರೆಗರ್ ಅವರು ಬ್ರಿಟಿಶ್ ಭಾರತೀಯ ಸೇನೆಯ ಇಂಟೆಲಿಜನ್ಸ್ ವಿಭಾಗದ ಮುಖ್ಯಸ್ಥನೆಂದು ಸಿಮ್ಲಾದಲ್ಲಿ ಅದರ ಕಾರ್ಯಾಲಯದಲ್ಲಿ ನೇಮಿಸಲ್ಪಟ್ಟದ್ದು ಮಾಹಿತಿ ಕಾರ್ಯತಂತ್ರಕ್ಕೆ ಇನ್ನೂ ದೊಡ್ಡ ಲಾಭವಾಯಿತು. ಇನ್ನೊಂದು ಚಿಕ್ಕ ಕ್ಷೇತ್ರೀಯ ಇಂಟೆಲಿಜನ್ಸ್ ಘಟಕವು ಪೇಶಾವರದಲ್ಲಿ ಸ್ಥಾಪಿತವಾಗಿ ಅದರ ಕರ್ತವ್ಯ ವ್ಯಾಪ್ತಿ ಮಧ್ಯ ಮತ್ತು ಉತ್ತರೀ ಅಫಗಾನಿಸ್ತಾನ, ಕಾಶ್ಮೀರ ಮತ್ತು ರಶಿಯನ್ ತುರ್ಕಸ್ತಾನದ ವರದಿಗಾರಿಕೆಗೆ ವಿಸ್ತರಿಸಿತು. ಇನ್ನೊಂದು ಪರಿಪಾಠ ಇಂಟೆಲಿಜನ್ಸ್ ಸಂಸ್ಥೆಗಳ ಉತ್ಕರ್ಷಕ್ಕೆ ಕಾರಣವಾದುದೆಂದರೆ ಸಿಮ್ಲಾ ಮತ್ತು ಕ್ಷೇತ್ರೀಯ ಉಪಶಾಖೆಗಳಲ್ಲಿ ಇಂಟೆಲಿಜನ್ಸ್ ಸಂಸ್ಥೆಗಳ ಅಧಿಕಾರಿಗಳ ಅದಲಿಬದಲಿ. ಹೀಗೆ ಬ್ರಿಟಿಶರು ಇಂಟೆಲಿಜನ್ಸ್ ಪರಿಣತರನ್ನು ತಯಾರಿಸುವಲ್ಲಿ ಯಶಸ್ವಿಯಾದರು. ಉದಾಹರಣೆಗೆ, ಫೀಲ್ಡ್ ಮಾರ್ಶಲ್ ವಿಲಿಯಂ ರಾಬರ್ಟ್ಸನ್ – ಸಿಪಾಯಿಯಿಂದ ಫೀಲ್ಡ್ ಮಾರ್ಶಲ್ ಆದವನು – ಐದು ಭಾಷೆಗಳಲ್ಲಿ ಪ್ರವೀಣನಿದ್ದನು.

೧೮೭೮ರಿಂದಲೇ ಮುಖ್ಯ ಗುರಿ ಎಂದರೆ 'ಮಹಾಹೂಟ' (The Great Game)ದ ಮೇಲೆ ಕಣ್ಣಿಡುವದು, ವಿಶೇಷತಃ ರಶಿಯದ ಅಫಗಾನಿಸ್ತಾನದ ದಿಕ್ಕಿನಲ್ಲಿಯ ಚಲನವಲನಗಳ ಮೇಲೆ. ಇದೇ ಭಾರತದ ಮೇಲಿನ ಆಕ್ರಮಣದ ಪ್ರಥಮ ಹೆಜ್ಜೆಯಲ್ಲವೇ? ಇಂಗ್ಲಂಡಿನಲ್ಲಿ 'ಭಾರತೀಯ ಅರಾಜಕ ಚಟುವಟಿಕೆಗಳ' ಮೇಲೆ (Indian Anarchist Activities) ಕಣ್ಣಿಡಲು ಬ್ರಿಟಿಶರು ೧೯೨೧ರಲ್ಲಿ ಇಂಡಿಯನ್ ಪೊಲಿಟಿಕಲ್ ಇಂಟೆಲಿಜನ್ಸ್ (IPI) ಎಂಬ ಉಪಶಾಖೆಯನ್ನು ಸ್ಥಾಪಿಸಿದರು. ಐ.ಪಿ.ಐಯನ್ನು ಜಂಟಿಯಾಗಿ ನಡೆಸಿದವರು ಬ್ರಿಟನ್ನಿನಲ್ಲಿಯ ಇಂಡಿಯಾ ಆಫೀಸ್ ಮತ್ತು ಅವರ ಭಾರತ ಸರಕಾರ. ಅವರು ಜಂಟಿಯಾಗಿ ವರದಿ ನೀಡುತ್ತಿದ್ದುದು ಇಂಡಿಯಾ ಆಫೀಸಿನ

ಸಾರ್ವಜನಿಕ ಹಾಗೂ ನ್ಯಾಯಖಾತೆಯ ಸೆಕ್ರೆಟರಿ ಹಾಗೂ ಭಾರತದ ಇಂಟೆಲಿಜನ್ಸ್ ಬ್ಯೂರೊ. ಅಲ್ಲದೆ ಅದು ಇಂಗ್ಲಂಡಿನ ಸ್ಕಾಟ್ಲಂಡಯಾರ್ಡ್ ಮತ್ತು ಎಂ.ಐ. ೫ ರ ಜೊತೆಗೂ ಸಂಬಂಧವಿರಿಸಿಕೊಂಡಿತ್ತು.

ಮುಂದಿನ ೬೦ ವರ್ಷಗಳಲ್ಲಿ ಭಾರತೀಯ ಇಂಟೆಲಿಜನ್ಸ್ ಖಾತೆಯು ಭಾರತದಲ್ಲಿಯ ಕೆಲವು ಅತ್ಯಂತ ಪರಿಣಾಮಕಾರಿ ಹಾಗೂ ಪ್ರಭಾವಕಾರಿ ಸಂಸ್ಥೆಗಳಲ್ಲೊಂದೆಂದು ಬೆಳೆದುಕೊಂಡಿತು. ವಿಚಾರಾರ್ಹವೆಂದರೆ ಬಹುತೇಕ ಎಲ್ಲ ಇಂಥ ಸಂಸ್ಥೆಗಳು (Northwest Frontier) ಪಶ್ಚಿಮೋತ್ತರ ಕ್ಷೇತ್ರವನ್ನಾವರಿಸಿದ್ದು, ಕಾಶ್ಮೀರದ ಮೇಲಿನ ಪಾರಂಗತ್ಯ ಇತರ ಕ್ಷೇತ್ರಗಳ ರಣನೀತಿಯ ಅರಿವಿಗಿಂತಲೂ ಭಾರತೀಯರ ಮನದಾಳದಲ್ಲಿ ಎಷ್ಟೋ ಪಟ್ಟು ಹೆಚ್ಚಿನದಿದ್ದುದರಲ್ಲಿ ಸಂದೇಹವೆಂತಹದು?

ಎರಡನೇ ಮಹಾಯುದ್ಧದಲ್ಲಿ ಬರ್ಮಾದಿಂದ ಕಾಲ್ತೆಗೆದ ಮೇಲೆ ಬ್ರಿಟಿಶ ಸೇನೆ ಜಪಾನೀಯರ ಚಲನವಲನಗಳನ್ನು ಲಕ್ಷಿಸಲು ಮತ್ತು ಜಪಾನಿ ಇಂಟೆಲಿಜನ್ಸನ್ನು ವಿರೋಧಿಸಲು ಕೆಲವು ಪರಿಣತರನ್ನೊಳಗೊಂಡ ಗುಪ್ತ ಸಂಸ್ಥೆಯೊಂದನ್ನು ನಿರ್ಮಿಸಿದರು. ದಿಲ್ಲಿಯಲ್ಲಿ ಅನೇಕ ಪರಿಣತ ಸಂಸ್ಥೆಗಳಿದ್ದರೂ ಇಂಟೆಲಿಜನ್ಸ್ ಕೋರ್ (Corps)– ಸೇನೆಯ ಪ್ರಮುಖ ಮಾಹಿತಿ ಕೇಂದ್ರ– ಬ್ರಿಟಿಶರಿಂದ ೧೯೪೨ರಲ್ಲಿ ಕರಾಚಿಯಲ್ಲಿ ಸ್ಥಾಪಿತವಾಯಿತು. ಇದರ ಗುರಿ ಜೂನಿಯರ್ ಕಮಿಶನ್ಡ್ ಆಫಿಸರ್ (ಜಮಾದಾರ, ಸುಬೇದಾರ ಇತ್ಯಾದಿ) ಮತ್ತು ನಾನ್ ಕಮಿಶನ್ಡ್ ಆಫೀಸರ್ (ನಾಯಕ, ಹವಾಲದಾರ, ಇತ್ಯಾದಿ) ಇವರಿಗೆ ಇಂಟೆಲಿಜನ್ಸ್ ಬಗ್ಗೆ ತರಬೇತಿ ಕೊಡುವದು. ಇದರ ಅಧಿಕಾರಿ ವರ್ಗವೆಲ್ಲ ಬ್ರಿಟಿಶರು. ಕೆಳವರ್ಗದವರೆಲ್ಲರೂ ಮುಸ್ಲಿಂ ಕೋಮಿನವರು. ಕಾಂಗ್ರೆಸ್ಸಿನ ಮತ್ತು ಮುಸ್ಲಿಂ ಲೀಗಿನವರ ಮಹಾಯುದ್ಧ ಸಾಧನೆಯ ಪ್ರತಿ ಇದ್ದ ಭಿನ್ನ ಅಭಿಪ್ರಾಯಗಳೇ ಕಾರಣ! ಮಹಾಯುದ್ಧಾನಂತರ ಮಿಲಿಟರಿ ಇಂಟೆಲಿಜನ್ಸಿನ ಮುಖ್ಯಸ್ಥ ಮೇಜರ್ ಜನರಲ್ ಆರ್. ಕೊಥೊರ್ನ್, ಆಸ್ಟ್ರೇಲಿಯಾದಲ್ಲಿ ಜನಿಸಿದ ಬ್ರಿಟಿಶ ಅಧಿಕಾರಿ, ವಿಭಜನೆಯ ನಂತರ ಪಾಕಿಸ್ತಾನ ಆರ್ಮಿಯಲ್ಲಿ ಸಾಮೀಲಾಗಿ, ಸಂಪೂರ್ಣ ಬ್ರಿಟಿಶ ಇಂಟೆಲಿಜನ್ಸ್ ಅಧಿಕಾರಿಗಳನ್ನು ಜೊತೆಗೊಯ್ದು ಅಥವಾ ಅವರು ಇಂಗ್ಲಂಡಿಗೆ ಮರಳಿದರು. ತೊಲಗುವ ಮೊದಲು ಅನೇಕ ದಸ್ತಾವೇಜುಗಳನ್ನು, ವರದಿಗಳನ್ನು, ದಾಖಲೆಗಳನ್ನು ಹಾಳು ಮಾಡಿದರು ಅಥವಾ ಜೊತೆಗೊಯ್ದರು. ಹೀಗಾಗಿ ಈ ವಿಭಾಗವು ಮುಖ್ಯಸ್ಥನಿಲ್ಲದೆ ಸಿಬ್ಬಂದಿಯಿಲ್ಲದೆ ಬರಿದೇ ಆದಂತಾಯ್ತು. ಸ್ಥಿತಿ ಎಷ್ಟು ಕರಾಳವಾಗಿತ್ತೆಂದರೆ ಕಾಶ್ಮೀರದಲ್ಲಿ ಆಕ್ರಮಣಕಾರರ ಚಾಲನೆಗಳ ರಿಪೋರ್ಟುಗಳು ಬಂದಾಗ ಅವುಗಳನ್ನು ಗುರುತಿಸಲು ಜಮ್ಮು–ಕಾಶ್ಮೀರದ ನಕಾಶೆಗಳು ಕೂಡ ಇರಲಿಲ್ಲ. ಇಂಟೆಲಿಜನ್ಸ್ ಬ್ಯೂರೋದ ಅವಸ್ಥೆಯೂ ಇಂಥದೇ. ಆಫೀಸ್ ಫರ್ನಿಚರ್ ಕುರ್ಚಿ ಮೇಜುಗಳನ್ನುಳಿದ ಮತ್ಯಾವುದೂ ಇರಲಿಲ್ಲ. ಕಪಾಟುಗಳೆಲ್ಲ ಖಾಲಿ. ಅದರ ಪ್ರವರ ಬ್ರಿಟಿಶ ಅಧಿಕಾರಿ ಪಾಕಿಸ್ತಾನಕ್ಕೆ ಹೋದ. ಜೊತೆಗೆ ಮುಖ್ಯ ಕಡತಗಳನ್ನು ಜೊತೆಗೊಯ್ದು, ಉಳಿದವುಗಳನ್ನು ಸುಟ್ಟ.

ಅಲ್ಪದರಲ್ಲಿ ಹೇಳಬೇಕೆಂದರೆ ಮಹಾಹೂಟ (The Great Game)ದ ಜೊತೆಗೆ ಅಥವಾ ಪಶ್ಚಿಮೋತ್ತರ ಪ್ರದೇಶದ ಜೊತೆಗೆ ಕೆಲಸ ಮಾಡುವವರೆಲ್ಲ ಎದ್ದು ಹೊರಟುಹೋದರು. ಮಾಹಿತಿ ಅಲ್ಲಿಲ್ಲಿ ಸೋರಿ ತಲುಪುತ್ತಿದ್ದರೂ ಅದನ್ನು ವಿಶ್ಲೇಷಿಸಿ ಅಂತರಾರ್ಥವನ್ನು ನಿರೂಪಿಸಬಲ್ಲವರು ಯಾರೂ ಇರಲಿಲ್ಲ. ಇಂಟೆಲಿಜನ್ಸ್ ಸಂಸ್ಥೆಯ ಅನುಪಸ್ಥಿತಿಯ ಪರಿಣಾಮ ಇತರ ಕ್ಷೇತ್ರಗಳನ್ನೂ ಆವರಿಸಿತು. ಗುಪ್ತಚರ ಸಂಸ್ಥೆಗಳಿಂದ ಬರುತ್ತಿದ್ದ ಮಾಹಿತಿ ಸರಣಿ ಬತ್ತಿಹೋಗಿದ್ದರೂ ಇದ್ದುಬಿದ್ದ ಮಾಹಿತಿಯನ್ನು ಉಪಯೋಗಿಸುವ ಕ್ರಿಯೆಗೂ ಯಾರೂ ಇರಲಿಲ್ಲ. ಭಾರತೀಯ ನಾಯಕರಿಗೆ ಅಂತಹ ಯಾವ ಮಾಹಿತಿತಜ್ಞನ ನೆರವೂ ಸಿಗುವಂತಿರಲಿಲ್ಲ. ಹಾಗೂ ಭಾರತೀಯ ನಾಯಕರ ಆಡಳಿತ ಜ್ಞಾನವೂ ಅಷ್ಟಕ್ಕಷ್ಟೇ ಇತ್ತಲ್ಲ? ಕಾಲ್ಕಟ್ ಘಟನೆಯನ್ನೇ ನೋಡೋಣ. ಮೇಜರ್ ಓಂಕಾರಸಿಂಹ ಕಾಲ್ಕಟ್ ಅವರು ಪಶ್ಚಿಮೋತ್ತರ ಕ್ಷೇತ್ರದಲ್ಲಿ (ನಾರ್ಥವೆಸ್ಟ್ ಫ್ರಾಂಟಿಯರ್) ಒಂದು ಬ್ರಿಗೇಡಿನ ಸಿಬ್ಬಂದಿ ಪ್ರಮುಖರಿದ್ದಾಗ ಅವರ ಕಮಾಂಡರನ ಅನುಪಸ್ಥಿತಿಯಲ್ಲಿ ಪಾಕಿಸ್ತಾನಿ ಆರ್ಮಿ ಚೀಫನೇ ಕಳಿಸಿದ ಟಾಪ್ ಸೀಕ್ರೆಟ್ ಪತ್ರವೊಂದು ಬಂದು ಅದನ್ನು ಸಿಬ್ಬಂದಿ ಪ್ರಮುಖನ ಕಾರ್ಯಾಭಾಗವಾಗಿದ್ದು ಒಡೆದು ಓದಿದಾಗ ಅವರಿಗೆ ಗೊತ್ತಾಗಿದ್ದು ಪಾಕಿಸ್ತಾನದ ಕಾಶ್ಮೀರ ಆಕ್ರಮಣದ ಮಸಲತ್ತು. ಇದನ್ನು ಮೊದಲೇ ತಿಳಿಸಲಾಗಿದೆ ತಾನೇ? ಕಾಲ್ಕಟ್ ಅವರ ಪಾರಾಗುವಿಕೆಯ ನಂತರ ದಿಲ್ಲಿಯಲ್ಲಿ ಅವರ ಭೇಟಿ ರಕ್ಷಾಮಂತ್ರಿ ಸರದಾರ ಬಲದೇವಸಿಂಹರ ಜೊತೆಗೆ ಏರ್ಪಡಿಸಲಾಯಿತು. ಅವರು ಒಬ್ಬ ಉದ್ಯೋಗಪತಿಯಿದ್ದು ರಾಜಕಾರಣಿಯಾಗಿ ಭಾರತದ ಪ್ರಥಮ ರಕ್ಷಾಮಂತ್ರಿಯಾಗಿದ್ದರು. ಒಬ್ಬ ಸಿಖ್ಖ ಮುಂದಾಳಾಗಿ ಪಂಜಾಬದ ವಿವಿಧ ಪಾರ್ಟಿಗಳನ್ನು ಒಟ್ಟಿಗೆ ತರುವ ದಕ್ಷತೆ ಚಾತುರ್ಯಗಳಿಂದಾಗಿ ಸಿಖ್ಖರ ಪ್ರತಿನಿಧಿಯೆಂದ ನೆಹರು ಮಂತ್ರಿದಳದಲ್ಲಿ ಸೇರಿಸಿಕೊಂಡವರಾಗಿದ್ದರು. ಅದು ೨ ಸೆಪ್ಟೆಂಬರ್ ೧೯೪೬. ರಕ್ಷಾಮಂತ್ರಾಲಯವು ಆವರೆಗೆ ಬ್ರಿಟಿಶ್ ಕಮಾಂಡರ್ ಇನ್ ಚೀಫನ ಗಾದಿಯಾಗಿ ವೈಸ್‌ರಾಯನ ನಂತರ ಎರಡನೇ ಸ್ಥಾನದ್ದಿತ್ತು.

ಬಲದೇವಸಿಂಹರು ಕಾಲ್ಕಟ್ ಅವರು ವಿವರಿಸುತ್ತಿದ್ದ ಅವರು ಸ್ವತಃ ಓದಿದ ಮತ್ತು ಅರಿತಿದ್ದುದನ್ನು ನಂಬಲಸಾಧ್ಯವಾದಂತೆ ಕೇಳುತ್ತ ಕುಳಿತರು. 'ಆಪರೇಶನ್ ಗುಲ್ಮರ್ಗ'ದ ವಿವರ ಮುನ್ನಡೆದಿತ್ತು.: ಪ್ರತಿಯೊಂದು ಪಠಾಣ ಬುಡಕಟ್ಟು ೧೦೦೦ ಪ್ರತಿನಿಧಿಗಳ ಒಂದು ಲಷ್ಕರವನ್ನು ತಯಾರಿಸಬೇಕು. ಈ ಲಷ್ಕರಗಳು ಬನ್ನು, ವಾನಾ, ಪೇಶಾವರ, ಕೋಹಾಟ, ಥಲ್ ಮತ್ತು ನೌಶೇರಾಗಳಲ್ಲಿ ೧೯೪೭ ಸೆಪ್ಟೆಂಬರ್ ಮೊದಲನೆ ವಾರದಲ್ಲಿ ಕೂಡಬೇಕು. ಈ ಸ್ಥಳಗಳಲ್ಲಿಯ ಬ್ರಿಗೇಡ ಕಮಾಂಡರರು ಲಷ್ಕರಗಳಿಗೆ ಶಸ್ತ್ರ, ಮದ್ದುಗುಂಡು ಮತ್ತು ಕೆಲವು ಅವಶ್ಯಕ ವಸ್ತ್ರಗಳನ್ನು ಕೊಡಬೇಕು. ಪ್ರತಿಯೊಂದು ಲಷ್ಕರಿಗೆ ಒಬ್ಬ ಮೇಜರ್, ಒಬ್ಬ ಕ್ಯಾಪ್ಟನ್ ಮತ್ತು ಹತ್ತು ಜೆ.ಸಿ.ಓಗಳನ್ನು (ಜಮಾದಾರ, ಸುಬೇದಾರ ಪದದವರು) ಒದಗಿಸಬೇಕು. (ಇವರೆಲ್ಲ ಪಾಕಿಸ್ತಾನ ಆರ್ಮಿಯವರು). ಈ ಸರ್ವಸೈನ್ಯದ ಕಮಾಂಡರ ಎಂದರೆ ಮೇಜರ್ ಜನರಲ್ ಅಕಬರಖಾನ–ಗುಪ್ತನಾಮ

ತಾರಿಖ. ಎಲ್ಲ ಲಷ್ಕರಗಳು ಅಬೋಟಾಬಾದದಲ್ಲಿ ೧೮ ಅಕ್ಟೋಬರ್ ೧೯೪೭ ಕೂಡಬೇಕು. ಆರು ಲಷ್ಕರಗಳು ಮುಖ್ಯ ರಸ್ತೆ ಮುಜಫರಾಬಾದ-ಶ್ರೀನಗರ ಹಿಡಿದು ಶ್ರೀನಗರ ವಿಮಾನತಳವನ್ನು ಆಕ್ರಮಿಸಿ ಮುಂದೆ ಬನಿಹಾಲದವರೆಗೆ ಮುನ್ನುಗ್ಗುವದು. ಎರಡು ಲಷ್ಕರಗಳು ಹಾಜಿಪೀರದಿಂದ ನೇರ ಗುಲ್ಮಾರ್ಗಕ್ಕೆ ನುಗ್ಗುತ್ತ ಮುಖ್ಯ ಫೋರ್ಸಿನ ಬಲಪಾರ್ಶ್ವವನ್ನು ಸುರಕ್ಷಿವಾಗಿಸುವದು. ಇನ್ನೆರಡು ಲಷ್ಕರಗಳು ಟಿಥವಾಲದಿಂದ ನಾಸ್ತಾಚುನ್ ಕಣಿವೆ ದಾಟಿ ಸೋಪೋರ, ಹಂದ್ವಾರಾ, ಬಾಂದಿಪುರಗಳನ್ನು ಆಕ್ರಮಿಸುವದು. ಇತರ ಹತ್ತು ಲಷ್ಕರಗಳು ಪುಂಛ, ಭಿಂಬರ, ರಾವಲಾಕೋಟ ಕ್ಷೇತ್ರಗಳಿಂದ ಮುನ್ನುಗ್ಗಿ ಪುಂಛ, ರಜೋರಿಗಳನ್ನು ವಶಪಡಿಸಿಕೊಂಡು ಜಮ್ಮುವಿಗೆ ಧಾವಿಸುವದು. ತಥಾಕಥಿತ ಆಜಾದ ಆರ್ಮಿಯಿಂದ ಎಲ್ಲ ಲಷ್ಕರಗಳಿಗೆ ಗೈಡಗಳನ್ನು ಒದಗಿಸುವ ಏರ್ಪಾಡೂ ಮಾಡಲಾಗಿತ್ತು.

ತಾರಿಖಗೆ ಆಜಾದ ಆರ್ಮಿಯನ್ನು ಯೋಜಿಸುವ ಕೆಲಸವನ್ನೂ ಕೊಟ್ಟುದಾಗಿತ್ತು. ಆಜಾದ ಆರ್ಮಿಯ ಮುಖ್ಯಾಂಶವೆಂದರೆ ಜಮ್ಮು-ಕಾಶ್ಮೀರ ಸೈನ್ಯದ ಮುಸ್ಲಿಂ ಘಟಕಗಳು. ಶಸ್ತ್ರ, ಮದ್ದುಗುಂಡು, ವಸ್ತ್ರಾದಿಗಳು ಮತ್ತು ಸರಬರಾಯಿಯ ರಾಶಿಗಳು ಅಬೋಟಾಬಾದ ದಾಟಿ ಮುಂದೆ ೧೫ ಅಕ್ಟೋಬರ ೧೯೪೭ರ ವರೆಗೆ ಸ್ಥಾಪಿತವಾಗಬೇಕು. ಇವು ಮುಂದೆ ಮುಜಫರಾಬಾದ ಮತ್ತು ಡೊಮೆಲ್‌ಗಳಿಗೆ ಸಾಗಿಸಲಾಗಬೇಕು. ಪಾಕಿಸ್ತಾನದ ೭ನೇ ಡಿವಿಜನ್ ಮರ್ರಿ-ಅಬೋಟಾಬಾದ ಕ್ಷೇತ್ರದಲ್ಲಿ ೨೧ ಅಕ್ಟೋಬರವರೆಗೆ ಕೇಂದ್ರೀಕೃತವಾಗಿ ಜಮ್ಮು ಕಾಶ್ಮೀರದಲ್ಲಿ ತೀವ್ರವಾಗಿ ನುಗ್ಗಿ ಲಷ್ಕರಗಳು ಜಯಿಸಿದ ಸ್ಥಳಗಳನ್ನು ಹಿಡಿದುಕೊಂಡು ಸ್ಥಿರಗೊಳಿಸಿ ಕಾಶ್ಮೀರ ಕಣಿವೆಯನ್ನು ಹಸ್ತಗತ ಮಾಡಿಕೊಳ್ಳಲು ಸಿದ್ಧವಿರಬೇಕು. ಒಂದು ಇನ್ಫಂಟ್ರಿ ಬ್ರಿಗೇಡ ಸಿಯಾಲಕೋಟಿನಲ್ಲಿ ಸಿದ್ಧವಾಗಿ ಜಮ್ಮು ಹಿಡಿದುಕೊಳ್ಳಲು ತಯಾರಾಗಬೇಕು. ೨೨ ಅಕ್ಟೋಬರ ೧೯೪೭ ಡಿಡೇ (ಪ್ರಾರಂಭಿಕ ದಿನ); ಅಂದು ಲಷ್ಕರಗಳು ಗಡಿ ದಾಟಿ ಜಮ್ಮು ಕಾಶ್ಮೀರದಲ್ಲಿ ನುಗ್ಗುವದು. ರೈಫಲ್‌ಗಳಲ್ಲದೆ ಮುಖ್ಯ ಕಾಲಮ್‌ಗೆ ಕೆಲವು ಲೈಟ್ ಮಶಿನ್ ಗನ್‌ಗಳನ್ನು ಕೊಡಲಾಗಿ ೩೦೦ ಸಿವಿಲ್ ಟ್ರಕ್‌ಗಳನ್ನು ಅವರ ಆಕ್ರಮಣಕ್ಕಾಗಿ ಸಜ್ಜಾಗಿಸಲಾಗಿತ್ತು.

ಕಾಲ್ಕಟ್ ಅವರ ವರದಿಯನ್ನು ರಕ್ಷಾಮಂತ್ರಿ ಗಂಭಿರವಾಗಿ ಪರಿಗಣಿಸದಿದ್ದುದು ಈಗ ಇತಿಹಾಸವಾಗಿದೆ! ಕಾಲ್ಕಟ್ ಅವರಿತ್ತ ಮಾಹಿತಿಯನ್ನು ಇಂಟೆಲಿಜನ್ಸಿನವರೇ ಕೊಟ್ಟಿದ್ದರೂ ರೆಕ್ಕೆ ಮೂಡದ ಹಕ್ಕಿಮರಿಯಂತಿದ್ದ ಸರಕಾರವು ಹೇಗೆ ಪರಿವರ್ತಿಸುತ್ತಿತ್ತೋ ಯಾರು ಬಲ್ಲರು! ನಿರಾಸೆಗೊಂಡ ಕಾಲ್ಕಟ್ ಅವರು ಅಮೃತಸರದಲ್ಲಿ ತಮ್ಮ ಪರಿವಾರವನ್ನು ಶೋಧಿಸಲು ತೆರಳಿದರು. ತದನಂತರ ಸೆಪ್ಟೆಂಬರ್ ಸುರುವಾತಿನಲ್ಲಿ ನೆಹರು ಬಲದೇವಸಿಂಹರನ್ನು ತರಾಟೆಗೆ ತೆಗೆದುಕೊಂಡು ಧ್ವನಿಯೇರಿಸಿದರು ಕೂಡ. ೨೭ ಸೆಪ್ಟೆಂಬರ್‌ವರೆಗೆ ನೆಹರು ಅವರಿಗೆ ಸಾಧಾರಣವಾಗಿ ಪಾಕಿಸ್ತಾನಿ ಯೋಜನೆಯ ವಾಸನೆ ಹಿಡಿದಿತ್ತು. ಸರದಾರ ಪಟೇಲರಿಗೆ ಅವರು ಬರೆದ ಪತ್ರದಲ್ಲಿ 'ಪಾಕಿಸ್ತಾನಿ ರಣಯೋಜನೆ

ಕಾಶ್ಮೀರದಲ್ಲಿ ನುಗ್ಗಿ ಕಾಶ್ಮೀರವು ಸಂಪರ್ಕವಿಲ್ಲದಂತಾದೊಡನೆ ಅಲ್ಲಿ ಒಂದು ದೊಡ್ಡ ಘಟನೆಯು ಘಟಿಸುವದು ಎಂದು ನನ್ನ ತಿಳುವಳಿಕೆ' ಎಂದಿದ್ದಾರೆ.

ಹಾಗಾದರೆ ಪಾಕಿಸ್ತಾನಿ ದಾಳಿಯನ್ನು ಕಾಶ್ಮೀರದ ಮೇಲೆ ನಿಚ್ಚಳವಾಗಿ ಯೋಜಿಸಿದವರ್‍ಯಾರು? ೧೯೫೭ರಲ್ಲಿ ಕಾಶ್ಮೀರದ ಮೇಲೆ ತಮ್ಮ ಎಂಟು ತಾಸಿನ ವಾದದಲ್ಲಿ ಕೃಷ್ಣ ಮೆನನ್‌ರು ಒಂದು ಕುತೂಹಲಕಾರಿ ಅಂಶವನ್ನೆತ್ತಿದರು. ಬ್ರಿಟಿಶ್ ಪ್ರಧಾನಿ ಆ್ಯಟ್ಲಿಯವರು ಭಾರತ ಪಾಕಿಸ್ತಾನಗಳಿಗೆ ಅಧಿಕಾರ ಹಸ್ತಾಂತರದ ಭಾಷಣ ೩ ಜೂನದಂದು ಮಾಡಿದ್ದರ ತೀವ್ರನಂತರವೇ ಕೆಲವು 'ಮಿಲಿಟರಿ ವರ್ತುಲ'ಗಳಲ್ಲಿ ಕಾಶ್ಮೀರಕ್ಕೆ ಸಂಬಂಧಿಸಿದ ಸರ್ವೇ ಆಫ್ ಇಂಡಿಯಾ ನಕಾಶೆಗಳಿಗಾಗಿ (ವಿಶೇಷತಃ ಆರ್ಡ್‌ನನ್ಸ್ ಡಿಪಾರ್ಟಮೆಂಟ ದಿಲ್ಲಿಯಿಂದ) ನುಗ್ಗಾಟವಾಯಿತು. ಜಮ್ಮು ಕಾಶ್ಮೀರ ರಾಜ್ಯವು ಅಭ್ಯಸನದ ವಿಷಯವಾಗಲಿಲ್ಲವೇ? ಬ್ರಿಟಿಶ ತಾಟಸ್ಥ್ಯದ ಹೊರಮೆರಗು ಗಡುಸಾಗಿ ಕಾಯ್ದುಕೊಳ್ಳಲಾಗಿದ್ದರೂ ಬ್ರಿಟಿಶರು ಯಾವಾಗಲೂ 'ಸರಿಯಾದ ವ್ಯಕ್ತಿಯನ್ನು ಸರಿಯಾದ ಕೆಲಸಕ್ಕಾಗಿ' ಇಳಿಸುವ ಅಸಾಧಾರಣ ಜಾಣ್ಮೆ ಹೊಂದಿದವರಲ್ಲವೇ? ಬಹಳಷ್ಟು ಬ್ರಿಟಿಶರು ಹೇಗೋ ನಿಜಕ್ಕೂ 'ಮಹಾಹೂಟ'ದ ಸೂಚ್ಯಾರ್ಥಗಳೊಡನೆ ಸಂಬದ್ಧರಿದ್ದರು (ಭಾರತೀಯ ಪ್ರತಿರೂಪಿತರು ಹಾಗಲ್ಲವಲ್ಲ?). ಪಾಕಿಸ್ತಾನದ ರಚನೆಯು ಬ್ರಿಟಿಶ್ ಸಾಮ್ರಾಜ್ಯದ ವಿಚಾರಸರಣಿಯನ್ನೇ ನಿಯಂತ್ರಿಸಿದ ರಣನೀತಿಯ ಶಕ್ತಿಪ್ರಭಾವದಾಟದ ವಿಸ್ತರಣೆ ಮಾತ್ರ.

***

೭. ಯುನೈಟೆಡ್ ಕಿಂಗ್ಡಂ ಮತ್ತು ಯುನೈಟೆಡ್ ಸ್ಟೇಟ್ಸ್

"ಅಮೇರಿಕೆಯ ರೆಡ್ ಇಂಡಿಯನ್ನರ ಜೊತೆಗಾಗಲಿ ಅಥವಾ ಆಸ್ಟ್ರೇಲಿಯಾದ ಕಪ್ಪು ಜನತೆಯೊಡನಾಗಲಿ ಅಂಥದೇನೋ ಅಪರಾಧವೆಸಗಲಾಗಿದೆ ಎಂಬುದನ್ನು ನಾನು ಒಪ್ಪುವದಿಲ್ಲ..... ವಾಸ್ತವಾಂಶವೆಂದರೆ ಒಂದು ಶಕ್ತಿಶಾಲಿ ಜನಾಂಗ, ಉಚ್ಚದರ್ಜೆಯ ಜನಾಂಗ ಬಂದು ಅವರ ಜಾಗೆಯಲ್ಲಿ ಸ್ಥಾಪಿತವಾಗಿದೆ."

– ಬ್ರಿಟಿಶ ಪ್ರಧಾನಿ ವಿನ್ಸಟನ್ ಚರ್ಚಿಲ್, ೧೯೩೭.

ಡಿಸೆಂಬರ ೨೦೦೬ರಲ್ಲಿ ನನ್ನ ಹನ್ನೆರಡು ವರ್ಷದ ಮಗಳು ವಲ್ಲಿಕಾ ಅರವಲಿಯ ಶ್ರೀರಾಮ ಸ್ಕೂಲಿನಲ್ಲಿ ೬ನೇ ಕಕ್ಷದಲ್ಲಿದ್ದಾಗ ರಾಷ್ಟ್ರಪತಿ ಭವನಕ್ಕೆ ಶಾಲೆಯ ಟ್ರಿಪ್ ಎಂದು ಕರೆದೊಯ್ಯಲ್ಪಟ್ಟಿದ್ದಳು. ಅವರ ಅಧಿಕೃತ ಗೈಡ್ ಒಬ್ಬ ಹೆಣ್ಮಗಳು ಬ್ರಿಟಿಶರ ಅತ್ಯಂತ ದರ್ಪದ ಸಾಮ್ರಾಜ್ಯಾಧಿಕಾರಿ ಪರಿಸರವನ್ನು ಅಷ್ಟೇ ಪರಿಣಾಮಕಾರಿಯಾಗಿ ನೆನಪಿಸಿಕೊಳ್ಳುವಂತೆ ಮಕ್ಕಳಿಗೆ ತಿಳಿಸುತ್ತಿದ್ದಳು. ಅದೇ ದಿನ ೯೬ ವರ್ಷಗಳ ಹಿಂದೆ ದಿಲ್ಲಿ ದರಬಾರಿನಲ್ಲಿ ಕಿಂಗ್ ಜಾರ್ಜನು ಭಾರತದ ರಾಜಧಾನಿ ಕಲಕತ್ತಾದಿಂದ ದಿಲ್ಲಿಗೆ ಸ್ಥಳಾಂತರಿಸಲಾಗುವದೆಂದು ಘೋಷಿಸಿದ. ಅವನು ಹೇಳಿದಂತೆ ಬ್ರಿಟಿಶ್ ವಾಸ್ತುಶಿಲ್ಪಿ ಎಡ್ವಿನ್ ಲ್ಯೂಟೆನ್ಸ್‌ನು 'ದೇಸೀ' ಜನತೆಯನ್ನು ಭಯಭೀತರನ್ನಾಗಿಸುವ ತಮ್ಮ ಆಶಯದಂತೆ ವೈಭವೋಪೇತವಾದ ಗವರ್ನರ್ ಜನರಲ್ಲನ ಅಧಿಕೃತ ವಾಸಸ್ಥಾನವನ್ನು ನಿರ್ಮಿಸಿದ. ಉಳಿದ ಮಕ್ಕಳಂತೆ ವಲ್ಲಿಕಾ ಕೂಡ ಕಂಡುದನ್ನು 'ತಂಪು ಟ್ರಿಪ್' ಎಂದು ವಿವರಿಸಿದಳು. ಮರಳುವಾಗ ಅವರ ಕೈಯಲ್ಲಿ ಗೈಡ್ ಕೊಟ್ಟ ಮುದ್ರಿತ ಕಾಗದವೊಂದಿತ್ತು. ಅವಳಂದದ್ದು 'ನೀನಿದರ ಮೇಲೆ ವಿಶ್ವಾಸವಿಡಲಾರೆ. ಗೈಡ್ ಬ್ರಿಟಿಶ್ ರಾಜ್ಯ ಮತ್ತು ಅದರ ಅಚ್ಚರಿಗಳನ್ನು ಹೇಳುತ್ತಲೇ ಹೋದಳು. ಬ್ರಿಟಿಶರು ನ್ಯಾಯವಾದಿ ಸ್ವಾಮಿಗಳು .....'. ಅವಳ ಕೈಯಲ್ಲಿದ್ದ ಪೇಪರ್ ಕೂಡ ಬ್ರಿಟಿಶರ ನ್ಯಾಯವಾದಿತ್ವವನ್ನೇ ಹೊಗಳುತ್ತಿತ್ತು.

ನನ್ನ ಕಿವಿಗಳನ್ನು ನಾನೇ ನಂಬಲಾರೆನಾದೆ. ಸ್ವಾತಂತ್ರ್ಯಾನಂತರ ೬೦ ವರ್ಷ ಕಳೆದರೂ ಕೂಡ ಇಂದಿನ ಭಾರತೀಯ ರಾಷ್ಟ್ರಪತಿಯ ಅಧಿಕೃತ ವಾಸಸ್ಥಳದ ಗೈಡ್ ಬ್ರಿಟಿಶರದು ನ್ಯಾಯವಾದಿ ಸ್ವಾಮಿತ್ವ ಎಂದು ಅಲ್ಲಿ ಬಂದ ಮಕ್ಕಳಿಗೆ ತಿಳಿಹೇಳುವದೇ? ನಾವು ಬ್ರಿಟಿಶರ ವಿರುದ್ಧ ವಿಷ ಕಾರುವದು ಬೇಡವೆಂದಾದರೂ ಇದೀಗ ಇದು

ಮುಷ್ಟಿಯುದ್ಧದಲ್ಲಿಯ ಕಿಪ್ಪೊಟ್ಟೆಯ ಪ್ರಹಾರ (Below the belt)! ಸ್ವತಂತ್ರ ಭಾರತದಲ್ಲಿ ಜನಿಸಿದವ ನಾನು ನನ್ನ ಮಗಳಿಗೆ ಬ್ರಿಟಿಶರು ನಮಗಿತ್ತವು ಕೆಲವು ಸಕಾರಾತ್ಮಕವಿದ್ದರೂ ಅವರ ಎಲ್ಲ ಕಾಯಕಗಳು ಸ್ವಾರ್ಥ ಮತ್ತು ಆತ್ಮಹಿತಕ್ಕಾಗಿಯೇ ಇದ್ದು ಭಾರತ ಮತ್ತು ಭಾರತೀಯರು ಬಳಸಿ ಬಿಸಾಡಬಹುದಾದ ವಸ್ತುಗಳಾಗಿದ್ದರು ಎಂದು ಯಾವ ಮುಖದಿಂದ ತಿಳಿಸಬೇಕು? ಎರಡನೇ ಮಹಾಯುದ್ಧದಲ್ಲಿ ಮನುಷ್ಯನಿಂದಲೇ ಮೈಮೇಲೆಳೆದುಕೊಂಡ ಬರಗಾಲದಿಂದ ಬಂಗಾಲದಲ್ಲಿ ೪೦ ಲಕ್ಷ ಜನ ಸತ್ತರೆಂಬುದನ್ನು ಹೇಗೆ ಹೇಳಬೇಕು? ಅವಳ ಅಜ್ಜಿ ಅವಳ ವಯಸ್ಸಿನಷ್ಟೇ ಇದ್ದಾಗ ಸಿಯಾಲಕೋಟದಿಂದ ಭಾರತಕ್ಕೆ ಓಡಿಬರಬೇಕಾದದ್ದು ಬ್ರಿಟಿಶರು ಭಾರತವನ್ನು ಸೀಳಿ ಹಿಂದುಸ್ತಾನ–ಪಾಕಿಸ್ತಾನ ಮಾಡಿದುದರಿಂದ ಎಂದು ಹೇಗೆ ಹೇಳಬೇಕು? ಅದರಲ್ಲೇ ೬೦ ಲಕ್ಷ ಜನ ನಿರ್ನಾಮವಾಗಲಿಲ್ಲವೇ? ಜಾಲಿಯನವಾಲಾಬಾಗ ಅಥವಾ ೧೮೫೭ರ ಪ್ರಥಮ ಸ್ವಾತಂತ್ರ್ಯಯುದ್ಧದ ಬಗ್ಗೆ (ನಮ್ಮ ಪೀಳಿಗೆಯು ಕೂಡ ಅದನ್ನು ಸಿಪಾಯಿ ಬಂಡಾಯವೆನ್ನುತ್ತೇವಲ್ಲ?) ನನ್ನ ಮಗಳಿಗೆ ಅವಳ ಮನಸ್ಸಿನಲ್ಲಿ ಗೊಂದಲೆಬ್ಬಿಸದೆ ಹೇಗೆ ಬ್ರಿಟಿಶರ ನ್ಯಾಯವಾದಿತ್ವವನ್ನು ಅರುಹುವದು?

ಇಂದು ನೂರಾರು ಓಡಾಡುವ ಕಾರುಗಳು, ವ್ಯವಹಾರಿ ಸಂಘಗಳ ಯಶೋಗಾಥೆಗಳಲ್ಲಿ ಬ್ರಿಟಿಶ ರಾಜ್ಯದ ಸ್ಮರಣೆ ಮಸುಕಾಗುತ್ತ ಹಿಂದುಳಿಯತೊಡಗಿದೆ. ಚಿಕ್ಕವನಿದ್ದಾಗ ಇತರ ಬಾಲಕರಂತೆ ನಾನೂ ಸ್ವಾತಂತ್ರ್ಯ ಹೋರಾಟಗಾರರ ಬಗ್ಗೆ, ಭಾರತೀಯ ಹೀರೋಗಳ ಬಗ್ಗೆ ಕೇಳುತ್ತಿದ್ದೆ. ಪ್ರತಿಯೊಂದು ಘಟನೆ ಉಪಕಥೆಯ ನಂತರ ನನಗೆ ಅನಿಸುತ್ತಿದ್ದುದು 'ಹೀಗೆ ನಾವು ಬ್ರಿಟಿಶರಿಗೆ ನಮ್ಮನ್ನೇ ಹೇಗೆ ಮಾರಿಕೊಂಡಾಯಿತು' ಎಂದು. ಇದಕ್ಕೆ ಸಂಪೂರ್ಣ ಉತ್ತರ ಈಗಾದರೂ ಸಿಗಬಹುದೆಂದು ನನಗೆ ಖಾತ್ರಿಯಿಲ್ಲ.

೧೬೧೨ರಲ್ಲಿ ಮೊದಲನೆಯ ಬ್ರಿಟಿಶ ನೌಕೆ ಸೂರತ್‌ನಲ್ಲಿ ಬಂದಾಗಿನಿಂದ ಅದರ ರಣತಾಂತ್ರಿಕ ಮರ್ಮ (Strategic implication) ಭಾರತೀಯರ ಆಲೋಚನೆಯಲ್ಲಿ ಸೇರಲೇ ಇಲ್ಲ. ಇದರ ವಿರುದ್ಧ ಪ್ರತಿಯೊಂದು ಚಿಕ್ಕಪುಟ್ಟ ಚಟುವಟಿಕೆಯ ಸಂಪೂರ್ಣ ರಣತಾಂತ್ರಿಕ ವಿವೇಚನೆಯಿಲ್ಲದೆ ಬ್ರಿಟಿಶರು ಮುಂದಿನ ಹೆಜ್ಜೆಯನ್ನೇ ಇಡುತ್ತಿರಲಿಲ್ಲ. ಸ್ವಾತಂತ್ರ್ಯ ಸಿಕ್ಕು ೬೦ ವರ್ಷಾನಂತರ ಮಾಜಿ ರಾಯಭಾರಿ ಹಾಗೂ ಲಾರ್ಡ್ ಮೌಂಟಬ್ಯಾಟನ್ನರ ಎ.ಡಿ.ಸಿ. ಆಗಿದ್ದ ನರೇಂದ್ರಸಿಂಹ ಸರೀಲಾ ಅವರು ತಮ್ಮ ಅತ್ಯಂತ ಚನ್ನಾಗಿ ಸಂಶೋಧಿಸಿದ ಪುಸ್ತಕ 'ದ ಶ್ಯಾಡೊ ಆಫ್ ದ ಗ್ರೇಟ್ ಗೇಮ್'ದಲ್ಲಿ ಬರೆಯುತ್ತಾರೆ – 'ಭಾರತೀಯ ವಿಭಜನೆಯನ್ನು ಕುರಿತು ಬ್ರಿಟಿಶರ ಆಸಕ್ತಿಯ ಬಗ್ಗೆ ಅವರ ರಣನೀತಿಯ ಮೇಲೆ ದೃಷ್ಟಿ ಹರಿದುದು ಅತಿ ವಿರಳ'. ಇಷ್ಟೇ ಏಕೆ ಅವರು ಭಾರತೀಯರ ಕಾರ್ಯಪ್ರವೃತ್ತಿಯಲ್ಲಿ, ಅದು ವಿಭಜನೆಯೇ ಇರಲಿ, ಮತ್ತಾವುದೇ ಇರಲಿ, ರಣನೀತಿಯ ಸಂಬಂಧ, ಚಿಂತನಗಳೇ ಇಲ್ಲ ಎಂದೂ ಬರೆಯಬಹುದಾಗಿತ್ತಲ್ಲ?

ಕ್ಲೈವನು ಕಲ್ಕತ್ತಾದಿಂದ ಭಾರತದಲ್ಲಿ ಗಾಳಿಯೆಬ್ಬಿಸಿದಾಗಿನಿಂದ ಭಾರತೀಯ ಸೇನೆ ಬ್ರಿಟಿಶರ ಆಳ್ವಿಕೆಯ ಬೆನ್ನೆಲುಬಾಯಿತು. ವಸಾಹತು ಸೇನೆಗಳು ಇತರ ರಾಷ್ಟ್ರೀಯ ಸೇನೆಗಳಂತಲ್ಲದೆ ಬ್ರಿಟಿಶರ ಸೇವೆಯನ್ನು ಪ್ರಶ್ನಿಸದೆಯೇ ಕೈಗೊಳ್ಳಲು ನಿರ್ಮಿತವಾದವು. ಒಂದು ಸಾಮ್ರಾಜ್ಯವು ಪ್ರಭಾವಶಾಲಿ ಸಮಾಜದ ಅನೇಕ ಸಂಸ್ಕೃತಿಗಳ ಪ್ರಭುತ್ವವನ್ನು ಹಿಂಸಾತ್ಮಕ ಪ್ರಭಾವವನ್ನೊಡಗೂಡಿಸಿ ಸಾಧಿಸುತ್ತದೆ. ಹೀಗಿದನ್ನು ಸಾಧಿಸಲು ಬ್ರಿಟಿಶರು 'ವಿಭಾಗಿಸು – ಆಳು' ಎಂಬ ಒಂದು ಸಂಕೀರ್ಣ ಪದ್ಧತಿಯನ್ನೇ ನಿರ್ಮಿಸಿದರು. ಜನಾಂಗೀಯ, ಜಾತೀಯ ಮತ್ತು ಧಾರ್ಮಿಕವಾಗಿ ರಚಿತವಾದ ರೆಜಿಮೆಂಟ, ಬಟಾಲಿಯನ್, ಕೊನೆಗೆ ಕಂಪನಿಗಳೂ ಸಹ. ಭಾರತೀಯನ ಮೇಲೆ ನಿರ್ಮಮ, ಉಗ್ರ ಅಧಿಕಾರಶಾಹಿಯೇ ಬ್ರಿಟಿಶ ಸಾಮ್ರಾಜ್ಯದ ವಾಸ್ತವಿಕತೆ–ಅದನ್ನು ಕ್ರಿಶ್ಚಿಯನ್ ಭ್ರಾತೃತ್ವವೇ (Brotherhood) ಎನ್ನಿ ಅಥವಾ ಪ್ಯಾಕ್ಸ್ ಬ್ರಿಟಾನಿಕಾ ಎಂದೇ ಅನ್ನಿ–.

ಸ್ವಾತಂತ್ರ್ಯ ಪೂರ್ವದ ೨೦೦ ವರ್ಷಗಳಲ್ಲಿ ಬ್ರಿಟಿಶರ ಪಾಶವಿಕ ಶೋಷಣೆಯ ನೈಜತ್ವವನ್ನು ಮರೆಸಿದ್ದು ಅವರ ಉದಾತ್ತವೂ ನಯವಾದುದೂ ಆದ ಪ್ರಚಾರದ ಛದ್ಮವೇಷ. ಬ್ರಿಟಿಶರ ಸೈನ್ಯ ಮತ್ತು ಇತರ ಸೇವೆಗೆ ಸಿದ್ಧರಾದ ಲಕ್ಷಾನುಗಟ್ಟಲೆ ಭಾರತೀಯರಿಗೆ ವಿತ್ತೀಯ ಸಹಾಯ, ಸಾಂಸ್ಥಿಕ ಶಿಸ್ತುಬದ್ಧತೆಯ ಜೀವನ ಮತ್ತು ಭವ್ಯತೆ (Pomp) ಇವುಗಳಿಂದಾಗಿ ಒಂದು ಪೀಳಿಗೆಯೇ ನಿರ್ಮಿತವಾಗಿ ಹೊಸದಾಗಿ ವಿಚಾರ ಮಾಡುವ ಶಕ್ತಿಯನ್ನೇ ಕ್ಷೀಣಿಸಿಕೊಂಡು ಕೊನೆಗೆ ಸಮಯ ಬಂದಾಗ ತಾವೇ ತಮ್ಮ ಕಾಲ್ಮೇಲೆಯೇ ನಡೆಯಲು ಅಶಕ್ತವಾಯಿತು. ಭಾರತದ ಅತ್ಯುನ್ನತ ಮಾರ್ಗದರ್ಶಕ, ಜವಾಹರಲಾಲ ನೆಹರು, ಭಾರತವು ಸ್ವಾತಂತ್ರ್ಯ ರೇಖೆಯನ್ನು ಪ್ರವೇಶಿಸುವಾಗ ದೀವಟಿಗೆ ಹಿಡಿದವ ಕೊನೆಗೂ ಹ್ಯಾರೋ–ಈಟನ್‌ಜನಿತ ಮನೋನಿಧಿಯವ.

ಬ್ರಿಟಿಶರು ಹೇಗೆ ಮತ್ತು ಏಕೆ ಭಾರತದಲ್ಲಿ ಯಶಸ್ವಿಯಾದರು ಎಂಬುದು ಈ ಅಧ್ಯಾಯದ ಒತ್ತಲ್ಲ. ಆದರೆ ಜೊತೆಗೆಯೇ ನಿರ್ವಾತ ಸ್ಥಿತಿಯಲ್ಲೇ ಬೆಳೆದುಕೊಂಡ ಭಾರತೀಯ ಮನೋಭಾವದ ಮೇಲೆ ಬ್ರಿಟಿಶ ಪ್ರಭಾವದಿಂದಾಗಿ ಭಾರತೀಯ ನಾಯಕರು ೧೯೪೦ರಲ್ಲಿ ಭಾರತವನ್ನು ವಿಭಾಗಿಸುವ ಬ್ರಿಟಿಶರ ಕುಯುಕ್ತಿಯನ್ನು ಕಣ್ಣಿದ್ದೂ ಕಾಣದೆ ಕೊನೆಗೆ ಅವರ ಯೋಜನೆಯನ್ನು ನುಂಗಿಕೊಂಡ ಅವಸ್ಥೆಯನ್ನು ಸೂಚಿಸುತ್ತದೆ. ಅದು ಅಲ್ಲಿಯೇ ಮುಗಿದಿದ್ದರೆ ಕತೆಯೇ ಬೇರೆಯಾಗಬಹುದಿತ್ತು. ಆದರೆ ಸ್ವತಂತ್ರ ಭಾರತದ ನೂತನ ನಾಯಕತ್ವವೂ ಬ್ರಿಟಿಶ ವಿಚಾರಸರಣಿಯ ಪ್ರಭಾವದಲ್ಲಿ ಮುಂದುವರೆದದ್ದು ೧೯೪೭–೪೮ರ ಭಾರತ–ಪಾಕಿಸ್ತಾನ ಜಮ್ಮು ಕಾಶ್ಮೀರದ ಮುಖಾಮುಖಿಯ ಸೂಕ್ಷ್ಮ ಸಮಯದಲ್ಲಿ ಕಂಡುಬರುತ್ತದಲ್ಲ? ಸಾಧಾರಣ ಎಲ್ಲ ದಾಖಲೆಗಳು (ಎಷ್ಟೋ ಕೆಲವು ನಿರ್ವರ್ಗೀಕರಣಗೊಂಡವು ಕೂಡ) ಅರಚುತ್ತ ಹೇಳುವದೆಂದರೆ ಪಶ್ಚಿಮ ಏಶಿಯಾ ಮತ್ತು ಮಧ್ಯ ಏಶಿಯಾದಲ್ಲಿಯ ಬ್ರಿಟಿಶ ಹಿತಾಸಕ್ತಿಗಳನ್ನು ಕಾಯ್ದುಕೊಳ್ಳಲು ಬ್ರಿಟಿಶರು ಪಾಕಿಸ್ತಾನವನ್ನು ನಿರ್ಮಿಸಿದರು ಎಂದು. ನಮಗೀಗ ಲಭ್ಯವಿದ್ದ ವಾಸ್ತವಾಂಶಗಳು ಆಗ ಭಾರತೀಯ ನಾಯಕರಿಗೂ ಲಭ್ಯವಿದ್ದವು.

ಆದರೂ ಅಲ್ಲಿಲ್ಲೊಬ್ಬರನ್ನುಳಿದು ಯಾವ ನಾಯಕನೂ ಭಾರತೀಯ ಸುರಕ್ಷಾ ಹಿತಾಸಕ್ತಿಯನ್ನು ಕಾಪಾಡುವ ನಿಚ್ಚಳ ರಣನೀತಿಯನ್ನು ರಚಿಸಲು ಮುಂದೆ ಬರಲಿಲ್ಲ. ಹೀಗೆ ಪಾಕಿಸ್ತಾನದ ಬಗ್ಗೆ ಹೇಳಲಾಗದು. ಇನ್ನೂ ದುರವಸ್ಥೆಯಲ್ಲಿದ್ದರೂ ಪಾಕಿಸ್ತಾನಕ್ಕೆ ಜಾಗತಿಕ ರಣನೀತಿಯ ಚಿಂತನಶೀಲತೆ ಇತ್ತು, ಮತ್ತು ಅದನ್ನು ಪಾಕಿಸ್ತಾನ ತನ್ನ ಅನುಕೂಲತೆಗಾಗಿ ಸಂಪೂರ್ಣವಾಗಿ ಉಪಯೋಗಿಸಿಕೊಂಡಿತು. ದುರ್ಭಾಗ್ಯವೆಂದರೆ ಇಂದಿಗೂ ಭಾರತೀಯ ರಾಜಕಾರಣ ವ್ಯವಸ್ಥೆ ಬೆಳೆದುಕೊಂಡಿದ್ದು ತೋರಿಸುವದೆಂದರೆ ಪ್ರತಿಯೊಂದು ಕಾರ್ಯ ಯೋಜನೆಯಲ್ಲಿ, ಚಲನೆಯಲ್ಲಿ ಅದರ ರಣನೀತಿಯ, ಸೂಕ್ಷ್ಮತೆಯ ಸೂಚ್ಯಾರ್ಥಗಳು ಸಮಗ್ರವಾಗಿ ಅರಿತುಕೊಳ್ಳದೆ ಇರುವದು.

ಸಾಹೇಬರ ಬೂಟಿನ ಬುಡದಲ್ಲಿ

ಭಾರತವು ಬ್ರಿಟಿಶರ ಈಸ್ಟ್ ಇಂಡಿಯಾ ಕಂಪನಿಯ ಉಡಿಯಲ್ಲಿ ಅಕಸ್ಮಾತ್ತಾಗಿ ಅಪಘಾತವೊಂದರಲ್ಲಿ ಬಿದ್ದಂತೆ ಬಿದ್ದಿತು – ಬ್ರಿಟಿಶರೂ ಆಶ್ಚರ್ಯಚಕಿತರಾಗುವಷ್ಟು! ಇಂದು ರಾಬರ್ಟ್ ಕ್ಲೈವನು ಬ್ರಿಟಿಶ ಸಾಮ್ರಾಜ್ಯದ ಅಡಿಪಾಯವನ್ನಿಟ್ಟವ ಎಂದು ವ್ಯಾಪಕವಾಗಿ ಒಪ್ಪಿಕೊಳ್ಳಲ್ಪಡುತ್ತದೆ. ಅವನು ಮೊದಲು ಭಾರತಕ್ಕೆ ಬಂದುದು ೧೭೪೩ರಲ್ಲಿ ಕಂಪನಿಯ ನಾಗರಿಕ ಸೇವೆಯವನೆಂದು, ಆದರೆ ಬೇಗನೆ ತನ್ನನ್ನು ಕಂಪನಿಯ ಸೈನ್ಯಕ್ಕೆ ರವಾನಿಸಿಕೊಂಡ. ಸ್ವಲ್ಪೇ ಸಮಯ ಇಂಗ್ಲಂಡಿಗೆ ಮರಳಿ ಇಂಗ್ಲಂಡಿನ ಹೌಸ್ ಆಫ್ ಕಾಮನ್ಸ್ ಸೇರಿಕೊಳ್ಳಲು ಅಸಮರ್ಥನಾಗಿ ೧೭೫೬ರಲ್ಲಿ ಪುನಃ ಬಂದದ್ದು ಕಂಪನಿಯ ಮದ್ರಾಸ ಆರ್ಮಿಯ ಘಟಕದ ಕಮಾಂಡರ್ ಎಂದು. ಆಗ ನವಾಬ ಸಿರಾಜ ಉದ್ದೌಲನ ಕಲಕತ್ತಾ ಆಕ್ರಮಿಸಿದ ಬಂಗಾಲದಲ್ಲಿ ಮೇಲ್ಗೈ ಸ್ಥಾಪಿಸಲು ಬ್ರಿಟಿಶ ಮತ್ತು ಫ್ರೆಂಚರಲ್ಲಿ ಪೈಪೋಟಿ. ೧೭೫೭ರಲ್ಲಿ ಮದ್ರಾಸದಿಂದ ತನ್ನ ಸೈನ್ಯ ತಂದು ಕ್ಲೈವ್ ಬಂಗಾಲನ್ನು ಆಕ್ರಮಿಸಿದ್ದು ಪಲಾಸಿಯ ಯುದ್ಧದಲ್ಲಿ, ೨೩ ಜೂನ್ ೧೭೫೭ರಲ್ಲಿ ಸಿರಾಜ ಉದ್ದೌಲನನ್ನು ಸೋಲಿಸಿ. ಅವನು ವಿಜಯ ಸಾಧಿಸಿದ್ದು ಹೆಚ್ಚಾಗಿ ಲಂಚ ಕೊಟ್ಟುದಾಗಿ. ಯುದ್ಧ ಆದುದು ಪಲಾಸಿ ಎಂಬಲ್ಲಿ ಒಂದು ಚಿಕ್ಕ ಮಾವಿನತೋಪಿನಲ್ಲಿ, ಕೆಲವೇ ತಾಸುಗಳಲ್ಲಿ ಯುದ್ಧದ ಇತ್ಯರ್ಥ ಸೈನಿಕರು ರಣಕ್ಕಿಳಿಯುವ ಮೊದಲೇ ಆಗಿಹೋಗಿತ್ತಲ್ಲ? ನವಾಬನ ಸಿಂಹಾಸನಾರ್ಥಿ ಮೀರ ಜಾಫರನು ಕ್ಲೈವನೊಡನೆ ಕೂಡಿಕೊಳ್ಳುವ ಷಡ್ಯಂತ್ರ ರಚಿತವಾಗಿತ್ತು. ನವಾಬನ ಜೊತೆಗಿದ್ದ ಸೈನಿಕರು ಬಹುಪಾಲು ಲಂಚವುಂಡವರಾಗಿ ಶಸ್ತ್ರತ್ಯಾಗ ಮಾಡಿಯೋ, ಕ್ಲೈವನನ್ನು ಕೂಡಿಯೋ, ನವಾಬನ ಮೇಲೆಯೇ ಶಸ್ತ್ರಪ್ರಯೋಗ ಮಾಡಿಯೋ ದೊರೆಯಿತಲ್ಲ ಕ್ಲೈವನಿಗೆ ಜಯ? ಡಿಸ್ಕವರಿ ಆಫ್ ಇಂಡಿಯಾ ಎಂಬ ತಮ್ಮ ಪುಸ್ತಕದಲ್ಲಿ ಜವಾಹರಲಾಲ ನೆಹರು ಕ್ಲೈವನು ಆ ಯುದ್ಧ ಗೆದ್ದುದನ್ನು 'ರಾಜದ್ರೋಹ ಮತ್ತು ಕಳ್ಳರುಜು'ವಿನಿಂದ ಎಂದು ವಿವರಿಸುತ್ತ ತೀಕ್ಷ್ಣವಾಗಿ ಟಿಪ್ಪಣಿ ಮಾಡುವದೆಂದರೆ 'ಬ್ರಿಟಿಶ ರಾಜ್ಯವು ಭಾರತದಲ್ಲಿ ಆರಂಭಿಸಿದ ಅನೈತಿಕತೆ ಆವಾಗಿನಿಂದಲೇ ಅಂಟಿಕೊಂಡ ಕಹಿಯಾಗಿದೆ' ಎಂದು.

'ರಾಜದ್ರೋಹ' ಮತ್ತು 'ಕಳ್ಳರುಜು' (Forgery) ಈ ಎರಡು ಮುಖ್ಯಶಬ್ದಗಳು ಬ್ರಿಟಿಶ ಲೇಖಕರು ತಮ್ಮಂಥವರಿಗೇ ಬರೆಯಬೇಕಾದಾಗ ಮತ್ತು 'ದೇಸೀ' ಜನತೆಯ ಬಗ್ಗೆ ಉಪಯೋಗಿಸುವಾಗ ಅವುಗಳ ಅಂತರಾರ್ಥಗಳೇ ಬೇರೆ ಬೇರೆಯಿರುತ್ತವೆ. ಮುಂದಿನ ೧೯೦ ವರ್ಷಗಳ ಅವರ ಆಡಳಿತಾವಧಿಯಲ್ಲಿ ಇಂಗ್ಲೀಷ್‌ಮನ್‌ನ ಶಬ್ದವೇ ಪರಮಪವಿತ್ರವಾದುದೆಂದು (ಅವನ ವೈಯಕ್ತಿಕ ವೈಶಿಷ್ಟ್ಯಗಳೇನೇ ಇದ್ದರೂ) ಪರಿಗಣಿಸಲಾಗುತ್ತಿತ್ತು. ಆಡಳಿತಾಳ್ವಿಕೆಯ ವಿಧಿಗಳು ಸಾದ್ಯಂತವಾಗಿ ವಿಚಾರಯುತವಾಗಿ ಲೇಖಿಸಲ್ಪಟ್ಟು ಭಾರತೀಯನು ಇಂಗ್ಲೀಷಿಗನ ಬೂಟುಬುಡದಲ್ಲೇ ಇರುವುದನ್ನು ಪುಷ್ಟೀಕರಿಸುತ್ತಿದ್ದವು. ಕ್ಲೈವನು ಮಹಾನ್ ಸೇನಾನಾಯಕನೆಂದು ಪ್ರಸಿದ್ಧಿ ಪಡೆದರೆ ಸಿರಾಜ ಉದ್ದೌಲಗೆ 'ಯಾವ ಕಲ್ಪಿತ ಭ್ರಾಂತಗೂ ನಿಲುಕದ ಒಂದು ಘಟನೆಯಿಂದಾಗಿ ಅಂಟಿದ ಅಪಖ್ಯಾತಿ, ಕಲ್ಕತ್ತಾ ಕಾಳರಂಧ್ರ (Black hole of Calcutta)'. ಇದು ಬ್ರಿಟಿಶರನ್ನು ಒಗ್ಗೂಡಿಸುವ ಬಿಂದುವಾಯಿತು. ಕಾಳರಂಧ್ರದಿಂದ ತಾನೇ ಹೇಳಿಕೊಂಡಂತೆ ಪಾರಾದವ ಜಾನ್ ಝೇಪಾನಿಯಾ ಗಾಲ್ವೆಲ್ ಎಂಬವ ಸಾಧಿಸುವಂತೆ ೧೭೫೬ರಲ್ಲಿ ಸಿರಾಜ ಉದ್ದೌಲಾ ಕಲ್ಕತ್ತಾ ಆಕ್ರಮಿಸಿ ೧೪೬ ಬ್ರಿಟಿಶರನ್ನು ಗಾಳಿಯಾಡದ ಕತ್ತಲು ಕೋಣೆಯಲ್ಲಿ ಬಂಧಿಯಾಗಿಸಿದ, ಮರುದಿನ ೨೯ ಜನರನ್ನುಳಿದು ಇತರರು ಸತ್ತಿದ್ದರು ಎಂದು. ಇದು ಬ್ರಿಟಿಶ ಲೇಖಕರನ್ನು ಭಕ್ಷಕ ಮೀನಿನಂತಹ ಉದ್ರೇಕಕ್ಕೊಯ್ದು ಭಾರತೀಯರನ್ನು ನೀಚರು, ಪುಕ್ಕರು, ದಬ್ಬಾಳಿಕೆದಾರರು, ಅವರಿಗೆ ಬ್ರಿಟಿಶ ಶಾಂತಿಚುಂಬನೆಯ (Pax Britannica) ಅರಿವು ದೊರಕಿಸಿ ಕೊಡಬೇಕು ಎಂದೆಲ್ಲ ವಿವರಿಸುತ್ತ ಅಂತಹ ಕರಾಳ ರಂಧ್ರದಲ್ಲೇ ಬಿದ್ದಿದ್ದ ಭಾರತೀಯರನ್ನೇ ಬಿಡುಗಡೆ ಮಾಡಿಸಬೇಕು ಎಂದುಸುರಿದರು.

ಮತ್ತೂ ಮತ್ತೂ ಬ್ರಿಟಿಶರು ನೂರಾರು ಸಹಸ್ರಾರು ಭಾರತೀಯರ ಅನೇಕ ಘಟನೆಗಳನ್ನು ದಾಖಲಿಸಿದ್ದೆಂದರೆ ಕಂದುಬಣ್ಣದ ಹೇಯ ಸೂಳೆಮಕ್ಕಳನ್ನು (Bastards) ತೋಪಿನ ಬಾಯಿಗೆ ಕಟ್ಟಿ ಹಾರಿಸಿದ್ದು. 'ಕಲ್ಕತ್ತಾದ ಕರಾಳ ರಂಧ್ರ' ಇದರ ಕ್ರೂರ ಮತ್ತು ಮಿತಿಯಿಲ್ಲದ ಸತ್ಯವನ್ನೊಪ್ಪುವದು ಬ್ರಿಟಿಶರಿಗೆ ಬ್ರಹ್ಮವಾಕ್ಯವಾಯಿತು. ನಂತರ ಪ್ರಮಾಣೀಕೃತವಾದುದೆಂದರೆ ಹಾವೆಲ್ಲನ ವರದಿಯು ಪ್ರಾಕೃತಿಕವಾಗಿ ನಿಜವಾದದ್ದಿರಲಿಲ್ಲ ಎಂದು, ಅಲ್ಲದೆ ಬಂಧಿಸಲ್ಪಟ್ಟವರೊಡನೆ ಸಿರಾಜ ಉದ್ದೌಲನದು ಏನೂ ಸಂಬಂಧವಿರಲಿಲ್ಲ ಎಂದು ಕೂಡ. ವಸಾಹತುಶಾಹಿಯ ನಿಯಮಗಳನ್ನು ರಚಿಸುವಾಗ ಸತ್ಯ ಅಥವಾ ಅದರ ಯಾವುದೇ ಬ್ರಿಟಿಶರೆಣಿಸಿದ ಅರ್ಥವು ಅನ್ವರ್ಥಿಸುತ್ತಿರಲಿಲ್ಲ. ನಿಯಮ ರಚನೆಯಲ್ಲಿ ಯಾವ ಸಾಧ್ಯತೆಗೂ ಅವಕಾಶವಿರದಷ್ಟು ಸೂಕ್ಷ್ಮತೆಯಿಂದ ಯೋಜಿಸಲಾಗುತ್ತಿತ್ತು, ವಿಶೇಷವಾಗಿ ದೇಸೀ ಸಿಪಾಹಿ ಸೈನ್ಯ ರಚನೆಯಲ್ಲಿ. ಫಲರೂಪವಾಗಿ ಭಾರತೀಯ ಜನತೆಯ ಅತ್ಯಲ್ಪ ಸಂಖ್ಯಾತರಾದ ಕೆಲವೇ ಬ್ರಿಟಿಶರು ಎರಡು ಶತಮಾನಗಳವರೆಗೆ ಒಂದು ಬೃಹತ್ ಜನಸಮುದಾಯವನ್ನು ಇಕ್ಕಳದಲ್ಲಿ ಹಿಡಿದಿಟ್ಟುದಾಯಿತು. ಮಿಲಿಟರಿ ಮಂದಿಯಂತೆ ಜೊತೆಗೆಯೇ ಸಿವಿಲ್ ಸಂಸ್ಥೆಯವರೂ ಸಾಮ್ರಾಜ್ಯದ ರಾಜ್ಯಾಡಳಿತವನ್ನು

ತಮ್ಮ ಮಾತೃಭೂಮಿಯ ಹಿತಾಸಕ್ತಿಗಳಿಗೆ ಅನುಗುಣವಾಗಿ ಅದರ ರಣನೀತಿ, ರಾಜನೀತಿ ಮತ್ತು ವ್ಯಾಪಾರೀ ಅನುಕೂಲತೆಗಳನ್ನು ಅನುಸರಿಸಿದರು. ಮಾಜೀ ವೈಸರಾಯ್ ಲಾರ್ಡ ಮೇಯೊ (ಇವನ ಹೆಸರಿನಲ್ಲೇ ದೇಶದ ಉತ್ಕೃಷ್ಟ ಶಾಲೆಗಳಿನ್ನೂ ನಡೆದಿವೆ!) ಬ್ರಿಟಿಶ್ ಮನೋಸ್ಥಿತಿಯನ್ನೇ ಹಿಂಪುಟಿಸುತ್ತ ಸಾರಿದ್ದೆಂದರೆ: 'ನಾವೆಲ್ಲ ಬ್ರಿಟಿಶ್ ಸದ್ಗೃಹಸ್ಥರು ಒಂದು ಕೆಳದರ್ಜೆಯ ಜನಾಂಗವನ್ನು ಆಳುವ ಉಜ್ವಲ ಕಾರ್ಯದಲ್ಲಿ ತೊಡಗಿದ್ದೇವೆ' ಎಂದು. ಕೆಲವೇ ಅಪವಾದಗಳನ್ನುಳಿದು ಬಹುತೇಕ ಎಲ್ಲ ಬ್ರಿಟಿಶ ಲೇಖನಗಳು ನಯದಿಂದಲೋ, ನಿರ್ದಾಕ್ಷಿಣ್ಯದಿಂದಲೋ ಈ ಪ್ರವೃತ್ತಿಯನ್ನೇ ದೃಢವಾಗಿ ಪ್ರತಿಬಿಂಬಿಸುತ್ತವೆ.

ಬ್ರಿಟಿಶ್ ನೌಕೆಗಳು ಸೂರತನಲ್ಲಿ ಬಂದಿಳಿಯುವ ಮೊದಲೇ ಐರೋಪ್ಯರ ಗ್ರಹಿಕೆ ಪೂರ್ವಾತ್ಯದ, ವಿಶೇಷತಃ ಭಾರತೀಯರ ಬಗ್ಗೆ ಇದ್ದುದು ಅವರು ನಿರಂಕುಶ ಪ್ರಜಾಪೀಡಕರಿಂದ ಆಳಲ್ಪಟ್ಟವರು ಎಂದು. ಸಾಗರೀ ವ್ಯಾಪಾರದ ಮಾರ್ಗಗಳು ದೃಢಗೊಳ್ಳುವ ಮೊದಲು ಏಶಿಯಾವನ್ನು ಕಂಡದ್ದು ಗ್ರೀಕರ ದೃಷ್ಟಿ ಮತ್ತು ಬರಹಗಳಿಂದ. ಇವರ ವರದಿಗಳು ಆಧಾರಿತವಿದ್ದುದು ಗ್ರೀಕ್–ಪರ್ಶಿಯನ್ ಮುಖಾಮುಖಿಗಳ ಮೇಲೆ. ನಂತರದ ೧೭ನೇ ಶತಮಾನದ ಫ್ರೆಂಚ್ ಪ್ರವಾಸಿಗಳ ಲೇಖನಗಳೂ ಇಲ್ಲಿಯ ಜನತೆ ಯಾವ ಹಕ್ಕೂ ಇಲ್ಲದುದು, ಬೇರೆ ಬೇರೆ ಅರಸರಿಂದ ದನಗಳ ಹಿಂಡೆಂದು ಗಣಿಸಲ್ಪಟ್ಟುದು ಎಂಬ ಗ್ರಹಿಕೆಯನ್ನೇ ಪುಷ್ಟೀಕರಿಸಿದವು. ಸರ್ ವಿಲಿಯಂ ಜೋನ್ಸ್ ತನ್ನ 'A study in Eighteenth Century British Attitudes to India' ದಲ್ಲಿ ಬರೆಯುವದು: 'ಏಶಿಯಾದಲ್ಲಿ ಸ್ವಾತಂತ್ರ್ಯದ ಪರಿಕಲ್ಪನೆಯೇ ಇರಲಿಲ್ಲ. ಪ್ರತಿಯೊಬ್ಬ ಇತಿಹಾಸದ ಓದುಗ ಹಲವು ಪ್ರಮುಖ ಇತ್ಯರ್ಥಗಳಿಗೆ ದೃಷ್ಟಿ ಬೀರಿದರೆ..... ಅವನು ಕಾಣುವದು ಮನುಷ್ಯನನ್ನು ದನಜಂಗುಳಿಯಿಂದ ಬೇರ್ಪಡಿಸುವ ದೃಷ್ಟಿಯನ್ನೇ ಕಿತ್ತೊಗೆಯುವ ಅನೇಕ ಸಹಜ ಶಕ್ತಿಗಳನ್ನೇ ಧ್ವಂಸಿಸುವ ದಬ್ಬಾಳಿಕೆ; ಮತ್ತು ಬಹುತರ ಏಶಿಯಾಯೀ ದೇಶಗಳು, ಸಂತುಷ್ಟಿಯಿಂದ ಅನುಗ್ರಹಿತ ಐರೋಪ್ಯರಿಂದ ಕೆಳದರ್ಜೆಯವು ಎಂಬ ಅವನ ಆಪಾದನೆ.'

ಇತರರು ಹಿಂದೂ ಧರ್ಮವನ್ನು 'ಬ್ರಾಹ್ಮಣೀಯ ದಬ್ಬಾಳಿಕೆ' ಎನ್ನುತ್ತ ಹಿಂದೂ ಶ್ರದ್ಧೆ – ನಂಬಿಕೆಗಳು ಯಾವಾಗಲೂ ಇದ್ದ ಸಂಪೂರ್ಣ ದಮನೀಯ ವ್ಯವಸ್ಥೆಯ ಸೂಚಕಗಳು ಎಂದು ಜೋಡಿಸಿದರು. ಭಾರತೀಯರು ಐರೋಪ್ಯರಿಗೆ ಶತಕಾನುಗಳ ಮೊದಲು ಇದ್ದ ಕತ್ತಲಲ್ಲಿಯೇ ಈಗಲೂ ಇದ್ದವರಂತೆ ಕಾಣಿಸಿದರು, ಬ್ರಿಟಿಶರ ಮೆಚ್ಚುಗಾರನಲ್ಲದ ಕಾರ್ಲ ಮಾರ್ಕ್ಸ್ ಕೂಡ ಒಪ್ಪುತ್ತ ಭಾರತವು ಇತಿಹಾಸವೇ ಇಲ್ಲದ ರಾಜ್ಯವೆಂದ : 'ನಾವು ಇತಿಹಾಸವೆಂದು ಕರೆಯುವದು ಬರಿ ಸಾಲು–ಸರಣಿ ಆಕ್ರಮಣಕಾರರು ವಿರೋಧಿಸದ, ಪರಿವರ್ತಿಸದ, ಅನಾಸಕ್ತ ಸಮಾಜದ ಮೇಲೆ ತಮ್ಮ ಸಾರ್ವಭೌಮತ್ವನ್ನು ನಿರ್ಮಿಸಿದ್ದು'. ಬ್ರಿಟಿಶ್ ಜನಾಂಗೀಯ ಮೇಲ್ಮೆಯ ನಿಲುವು ಇನ್ನೂ ಗಟ್ಟಿಯಾದದ್ದು ಐರೋಪ್ಯರ ವೈಜ್ಞಾನಿಕ ಪ್ರಗತಿಯಿಂದ. ಡಾರ್ವಿನ್ನನ ವಿಕಾಸವಾದವೂ ಬಿಳಿಜನರ ಮೇಲ್ಮೆಯ ಪ್ರತೀಕ ಎಂದೂ ವಾದಿಸಲ್ಪಟ್ಟಿತು. ಅವನ 'ಯೋಗ್ಯತೆಯುಳ್ಳದರ

ಬದುಕುಳಿಯುವಿಕೆ'ಯನ್ನೇ ವಸಾಹತುಶಾಹಿಯ ನೈತಿಕತೆಯನ್ನು ಸಮರ್ಥಿಸಲು ಎತ್ತಿ ತೋರಿಸಲಾಯಿತು. ೧೯ನೇ ಶತಮಾನ ಸುರುವಾದಂತೆ ಜನಾಂಗೀಯತೆಯು ಬೇರುಬಿಟ್ಟಿತ್ತು. ಚನ್ನ ವಿಕ್ರಮಸೇಕರ ಅವರು ತಮ್ಮ ಪುಸ್ತಕ 'Best Black troops in the World'ನಲ್ಲಿ ಬರೆಯುತ್ತಾರೆ : '೧೯ನೇ ಶತಕದ ಪ್ರಥಮಾರ್ಧದಲ್ಲಿ ಐರೋಪ್ಯ ಹೆಂಗಸರೊಡನೆ ಬಂದ ಬಹುಸಂಖ್ಯೆಯ ಸೈನಿಕರು ಮತ್ತು ಅಧಿಕಾರಿಗಳು ನಿಧಾನವಾಗಿ ತಮ್ಮ ಪ್ರತ್ಯೇಕತೆಯ ಅಸ್ತಿತ್ವದ ಭಾವನೆಯ ಬೆಳವಣಿಗೆಗೆ ಕಾರಣರಾಗಿ ಇನ್ನೂ ಬಿಗಿಗೊಂಡ ಐರೋಪ್ಯ ಸಮಾಜವನ್ನು ಕಟ್ಟಿಕೊಂಡರು. ೧೮೫೭ರ ಮಹಾಘಾತಕಾರಿ ಘಟನೆಗಳು ಇದನ್ನು ತ್ವರಿತಗೊಳಿಸಿದವು. ಭಾರತೀಯರು ಐರೋಪ್ಯ ಹೆಂಗಸರು–ಮಕ್ಕಳ ಕೊಲೆಗಡುಕರು ಎಂದು ತಾತ್ಸಾರ ಹಾಗೂ ಅಸಹ್ಯಕರ ದೃಷ್ಟಿಯಿಂದ ಕಂಡುಕೊಳ್ಳತೊಡಗಿದರು. ಬಿಳಿಯರು ಒಗ್ಗೂಡಿದಂತೆ ದ್ವೇಷಿತ ದೇಸಿಯು "ತಿರಸ್ಕೃತ ಕರಿಯ" (Nigger) ಎಂದು ಮರುರೂಪಿತನಾದ.'

ವಸಾಹತುಶಾಹಿಯ ಸರ್ವಶ್ರೇಷ್ಠ ಪಟು ಮತ್ತು ವಿಪರ್ಯಾಸದಿಂದಾಗಿ ಬ್ರಿಟಿಶ್ ಸಾಮ್ರಾಜ್ಯದ ಒಳಗಂಟು ಬಿಚ್ಚತೊಡಗಿದಾಗ ಅದರ ನೇತಾರರಾಗಿದ್ದವರು ವಿನ್ಸಟನ್ ಚರ್ಚಿಲ್. ಅಕ್ಟೋಬರ್ ೧೯೨೯ರಲ್ಲಿ ಆಗಿನ ವೈಸರಾಯ್ ಲಾರ್ಡ ಐರ್ವಿನ್ನರು ಭಾರತಕ್ಕೆ ಆಡಳಿತ ಸ್ವಾಮಿತ್ವವನ್ನು (Dominion Status) ಕೊಡುವ ಪ್ರಸ್ತಾವ ಮಾಡಿದಾಗ ಅದನ್ನು ವಿರೋಧಿಸುತ್ತ 'ಅಂಥ ವಿಚಾರವೇ ಅವಾಸ್ತವ ಭ್ರಮಚಿತ್ರವಷ್ಟೇ ಅಲ್ಲ ಪರಿಣಾಮದಲ್ಲಿ ಅಪರಾಧಾತ್ಮಕ ಕಿಡಿಗೇಡಿತನ ಕೂಡ' ಎಂದರು. ಪ್ರಸ್ತಾವವನ್ನೆದುರಿಸಲು ತಮ್ಮ ದೇಶೀಯರಿಗೆ ಬ್ರಿಟಿಶ ಸಾಮ್ರಾಜ್ಯದ 'ಶಾಂತಸಮತೂಕ ಮತ್ತು ದೃಢಸಂಕಲ್ಪದ' ತಾಕತ್ತನ್ನು ಉಪಯೋಗಿಸುವ ಕರೆಯಿತ್ತರು. ಮುಂದಿನ ಎರಡು ವರ್ಷಗಳಲ್ಲಿ ಚರ್ಚಿಲ್ಲರು ಅನೇಕ ಅಶಾಂತ ಅಸಮತೋಲ ಭಾಷಣಗಳನ್ನಿತ್ತು ಕಂದು – ಕಪ್ಪು ಜನರಿಗೆ ರಾಜಕೀಯ ಸ್ವಾತಂತ್ರ್ಯವನ್ನು ವಿರೋಧಿಸುವ ಚಳುವಳಿಗೆ ಪ್ರಚೋದನೆಯಿತ್ತರು. ಅಧಿಕಾರವರ್ಜಿತ ರಾಜಕಾರಣಿಯ ಘೂತ್ಕಾರಗಳೆಂದೆಣಿಸದೆ ಚರ್ಚಿಲ್ಲರ ಕೆಲವು ಇತರ ಹೇಳಿಕೆಗಳನ್ನು ಗಮನಿಸುವದು ಅವಶ್ಯಕ. ಡಿಸೆಂಬರ ೧೯೩೦ರಲ್ಲಿ ಚರ್ಚಿಲ್ಲರು ಸಾಧಿಸಿದ್ದೆಂದರೆ ಬ್ರಿಟಿಶರು ಭಾರತವನ್ನು ಬಿಟ್ಟುಕೊಟ್ಟರೆ ನಂತರ 'ಬಿಳಿ ಜಾನಿಸಾರರ ಸೈನ್ಯವೊಂದು, ಪ್ರಾಯಶಃ ಜರ್ಮನ್ ಅಧಿಕಾರಿಗಳ ನೇತೃತ್ವದ್ದು, ಬಾಡಿಗೆ ಪಡೆದುದಾಗಿ ಹಿಂದೂ ಉನ್ನತಿಯನ್ನು ರಕ್ಷಿಸಲನುವಾಗುವದು' ಎಂದು. ಮೂರು ತಿಂಗಳ ನಂತರ ಅವರ ದೃಢಭಾಷಿತವೆಂದರೆ 'ಭಾರತವನ್ನು ಬ್ರಾಹ್ಮಣರ ಆಡಳಿತಕ್ಕೆ ಬಿಟ್ಟುಕೊಡುವದು ಕ್ರೂರ ಮತ್ತು ನೀಚ ದುರ್ಲಕ್ಷ್ಯ. .... ಬ್ರಿಟಿಶರು ಬಿಟ್ಟುಕೊಟ್ಟರೆ ಭಾರತವು ಬೇಗನೆ ಅರಾಜಕತೆ –ಅನಾಗರಿಕತೆಗಳ ಮಧ್ಯಯುಗೀನ ಕಾಲದಲ್ಲಿಳಿಯುವದು.'

ಯುದ್ಧಕಾಲದಲ್ಲಿ ಲಿಯೊಪೋಲ್ಡ್ ಎಮರಿ, ಚರ್ಚಿಲ್ಲರ ಹ್ಯಾರೋದಿಂದ ಸಮವರ್ತಿ, ಬ್ರಿಟಿಶರ ಸೆಕ್ರೆಟರಿ ಆಫ್ ಸ್ಟೇಟ್ –ಭಾರತಕ್ಕಾಗಿ– ಆಗಿದ್ದು ಅವರ ಮತ್ತು ಚರ್ಚಿಲ್ಲರ ನಡುವಿನ ಉಪದ್ವೀಪದ ವಿಷಯದಲ್ಲಿಯ ಮತಭೇದಗಳಿದ್ದವು. ಎಮರಿ

ಡಾಯರಿಗಳು ಇದನ್ನು ಸರಳವಾಗಿ ವ್ಯಕ್ತಪಡಿಸುತ್ತವೆ. ಮಾರ್ಚ ೧೯೪೧ರಲ್ಲಿ ಎಮೆರಿ ಹಿಂದೂ–ಮುಸ್ಲಿಂ ಮತಭೇದಗಳು ವರ್ಧಿಸತೊಡಗಿದ ಬಗ್ಗೆ ಚಿಂತಿತರಾದಾಗ ಚರ್ಚಿಲ್ಲರು ಒಮ್ಮೆಲೇ ಉದ್ಗರಿಸಿದ್ದು "ಓ ಅದೆಲ್ಲ ಎಷ್ಟು ಚೆನ್ನಾಯಿತಲ್ಲ?" ಎಂದು. ಏಕೆಂದರೆ ಅದರಿಂದಾಗಿ ಬ್ರಿಟಿಶರು ಇನ್ನಷ್ಟು ಸಮಯ ಭಾರತದಲ್ಲಿ ಉಳಿಯಬಹುದಾಗಿತ್ತಲ್ಲ? ಚರ್ಚಿಲ್ಲರ ಉದ್ಗಾರದ ಬಗ್ಗೆ ಸೆಪ್ಟೆಂಬರ್ ೧೯೪೨ರಲ್ಲಿಯ ಎಮೆರಿ ಡಾಯರಿಯ ದಾಖಲೆ ಇದ್ದುದು : 'ನಾನು ಭಾರತೀಯರನ್ನು ದ್ವೇಷಿಸುತ್ತೇನೆ. ಅವರು ಪಶುತ್ವದಂಥ ಧರ್ಮದ ಪಾಶವೀ ಜನರು'. ವರ್ಷಾನಂತರ ಬ್ರಿಟಿಶ್ ಕ್ಯಾಬಿನೆಟ್ ಮೀಟಿಂಗಿನಲ್ಲಿ ಬಂಗಾಲ ಬರಗಾಲ ಪೀಡಿತರಿಗೆ ಧಾನ್ಯ ರವಾನಿಸುವ ಪ್ರಶ್ನೆ ಬಂದಾಗ ಚರ್ಚಿಲ್ಲರು ಒಳ್ಳೇ ವೈಖರಿಯಿಂದ ಮಧ್ಯಪ್ರವೇಶಿಸಿ ಉಸುರಿದ್ದು ಭಾರತೀಯರು ಮೊಲಗಳಂತೆ ಸಂತಾನೋತ್ಪತ್ತಿಯನ್ನು ಮಾಡುವದರ ಮೇಲೆ ಮತ್ತು ಅವರು ಯುದ್ಧದ ಬಗ್ಗೆ ಏನೂ ಮಾಡದಿದ್ದರೂ ತಾವು ಪ್ರತಿದಿನ ಲಕ್ಷಾನುಲಕ್ಷ ರೂಪಾಯಿ ಖರ್ಚಿಸುತ್ತಿರುವ ಮೇಲೆ.

ಕಾಮನ್‌ವೆಲ್ಥ್ ವಾರ್ ಗ್ರೇವ್ ಕಮಿಶನ್ ಪ್ರಕಾರ ೧೯೩೯ರಲ್ಲಿ ಭಾರತದ ಜನಸಂಖ್ಯೆ ೩೭.೮ ಕೋಟಿಯ ಆಸುಪಾಸಿನಷ್ಟಿತ್ತು. ಸಮಗ್ರ ಮಿಲಿಟರಿ ಮೃತರ ಸಂಖ್ಯೆ ೮೭೦೪೦ ಇತ್ತು – ಆರ್ಮಿ ೭೯೩೨೬, ವಾಯುಸೇನೆ ೮೯೭, ನೌಸೇನೆ ೫೦೧, ಮರ್ಚಂಟ್ ನೇವಿ ೬೧೧೪, ಗುರುತಿಸಲಾರದ ಶಾಖೆಗಳು ೯, ಸಿವಿಲಿಯನ್ ೧೯೩. ಈ ಅಂಕಿಸಂಖ್ಯೆಗಳು ೧೯೪೬–೪೭ರಲ್ಲಾದ ಕ್ಷತಿಗಳನ್ನೂ ಒಳಗೊಂಡಿವೆ. ೧೯೪೫ರ ಪ್ರಾಥಮಿಕ ಭಾರತೀಯರ ಸಂಖ್ಯೆಗಳು: ಕೊಲ್ಲಲ್ಪಟ್ಟವರು ೨೪೩೩೮, ಕಾಣೆಯಾದವರು ೧೧೭೫೪, ಘಾಯಾಳುಗಳು ೬೪೩೫೪ ಮತ್ತು ಯುದ್ಧಕೈದಿಗಳು ೭೯೪೮೯. ಜಪಾನೀಪರ ಇಂಡಿಯನ್ ನ್ಯಾಶನಲ್ ಆರ್ಮಿ ಕಳೆದುಕೊಂಡಿದ್ದು ೨೬೧೫ ಮೃತ ಮತ್ತು ಕಾಣೆಯಾದವರು. ಚರ್ಚಿಲ್ಲರು ಹೇಳಿದ: 'ಯುದ್ಧದ ಬಗ್ಗೆ ಏನೂ ಮಾಡಲಾರದವರ' ಬಗ್ಗೆ ಈ ಅಂಕಿಸಂಖ್ಯೆ! ಈ ಸಂಖ್ಯೆಗಳೆಲ್ಲ ೧೯೪೩ರ ಬಂಗಾಲ ಬರಗಾಲದಲ್ಲಿ ಕಳೆದುಹೋದ ೧೫ ಲಕ್ಷ ನಾಗರಿಕರ ಸಂಖ್ಯೆಯೆದುರು ಅಮುಖ್ಯವಾಗಿ ಮಾಸಿಹೋಗುವವು.'

ಸ್ವಆಡಳಿತಕ್ಕಾಗಿ ಭಾರತೀಯರನ್ನು ತಯಾರಿಸುವ ಬಗ್ಗೆ ಬ್ರಿಟಿಶರಿಗೆ ಯಾವ ಭ್ರಮೆಯೂ ಇರಲಿಲ್ಲ. ೨೦ನೇ ಶತಮಾನದಲ್ಲೂ ಕೂಡ ಅವರು ಭಾರತೀಯರನ್ನು ತಮ್ಮನ್ನೇ ಆಳಿಕೊಳ್ಳಲಾರದ 'ಬಾಲಕರು' ಎಂದು ಎನ್ನುತ್ತಿದ್ದರು, ಬರೆಯುತ್ತಿದ್ದರು ಕೂಡ. ಅವರ ಅನೇಕ ಪರಿವಾರಗಳು ಭಾರತದಲ್ಲಿ ಸೇವೆಗೈದರು; ಕೆಲವರು ಮೂರು ಶತಮಾನಗಳವರೆಗೆ ಸಹ. ಅವರು ತಮ್ಮ ಮಕ್ಕಳನ್ನು ಶಾಲಾಭ್ಯಾಸಕ್ಕಾಗಿ 'ತಮ್ಮ ಮನೆಗೆ' ಸ್ವದೇಶಕ್ಕೆ ಕಳಿಸುತ್ತಿದ್ದು ಅವರ ಪ್ರೀತಿಯ ಅನುಭವವನ್ನು ಕಳೆದುಕೊಂಡು ವರ್ಷಾನುಗಟ್ಟಲೆ ಬೇರ್ಪಡೆಯನ್ನು ಸಹಿಸಲು ಕೂಡ ಸಿದ್ಧರಿದ್ದರು. ಇಂಥ ರಿಕ್ತತೆಗಳಿದ್ದೂ ಕೂಡ ಎಲ್ಲವೂ ಆತ್ಮಸಮರ್ಪಕತೆ, ಕಠಿಣ ದುಡಿಮೆಗಳೇ ಆಗಿ ಇರಲಿಲ್ಲ. ಇಂಡಿಯನ್ ಸಿವಿಲ್ ಸರ್ವಿಸ್‌ನವರು (ICS) ಜಗತ್ತಿನಲ್ಲೇ ಎಲ್ಲಕ್ಕೂ ಹೆಚ್ಚು ಸಿಬ್ಬಂದಿವೇತನ ಪಡೆಯುತ್ತಿದ್ದರು.

ಧಾರಾಳ ಸೂಟಿ, ನಿಶ್ಚಿತ ಪಿಂಚಣಿ ಇವರಿಗೆ. ಕೆಲವರಿಗಂತೂ ತಮ್ಮ ಆದಾಯವನ್ನು ಖರ್ಚಿಸುವದು ಅಸಾಧ್ಯವೆನಿಸಿತು! ಇಂಗ್ಲೀಷ್ ರಾಜಕೀಯ ಸುಧಾರಕ ಜಾನ್ ಬ್ರೈಟನು ಬ್ರಿಟಿಶ್ ಸಾಮ್ರಾಜ್ಯವನ್ನು ಗ್ರೇಟ್ ಬ್ರಿಟನ್ನಿನ ಸಿರಿವಂತ ಪ್ರಭುತ್ವಕ್ಕೆ ಬಹಿರಂಗ ಪರಿಹಾರ ನೀಡುವ ಬೃಹತ್ ವ್ಯವಸ್ಥೆ ಎಂದು ವರ್ಣಿಸಿದ್ದಾನೆ.

ಬ್ರಿಟಿಶರ ದೃಷ್ಟಿಯಲ್ಲಿ ಇದೆಲ್ಲ ಬೇರೆಯದೇ ಏಕಾಗಿರಬೇಕಿತ್ತು? ಮುಗಲರ ಕಾಲದ ಆಡಂಬರ ಮತ್ತು ಮೆರಗು ಸಹಜವಾಗಿಯೇ ಹೊರಳಾಡಿಕೊಳ್ಳುತ್ತ ಬ್ರಿಟಿಶರಿಗೆ ಶರಣಾದ ಶೈಲಿಯೇ ನಂಬಲಸಾಧ್ಯವಾದುದಾಗಿದೆ. ನಾವದಕ್ಕೆ ಇಂದು ಬೇಕಾದ ತಿರುವು ಕೊಡಬಹುದು. ಆದರೆ ನಿಜಸಂಗತಿ ಎಂದರೆ ಕಂದುಬಣ್ಣದ ಮನುಷ್ಯ (ಚರ್ಚಿಲ್ಲರ ಕಪ್ಪುಮನುಷ್ಯ= ಭಾರತೀಯ) ತನ್ನ ಆತ್ಮವನ್ನೇ ಮಾರಲು ಸಿದ್ಧನಿದ್ದನಲ್ಲ? ಮತ್ತು ಯಾವ ರಾಷ್ಟ್ರೀಯ ಅಸ್ಮಿತೆಯೂ ಇಲ್ಲದ ವಾತಾವರಣದಲ್ಲಿ ಸೈನಿಕನು ತನ್ನ ಬಂಧುಗಳನ್ನೇ ಕೊಲ್ಲುವಂಥ ವೇಶ್ಯಾವೃತ್ತಿಯಲ್ಲಿ ತನ್ನನ್ನು ನೂಕಲು ತೀವ್ರವಾಗಿ ಸಿದ್ಧನಾದನಲ್ಲ? ಪುರಾತನ ಮತ್ತು ಮಧ್ಯಕಾಲೀನ ಯುಗಗಳಲ್ಲಿ ಸತತ ಹೊಡೆತಗಳು ಬೀಳುತ್ತಿದ್ದರೂ ಯಾವ ನಾಗರಿಕತೆಯೂ ಇದರಿಂದ ಕಲಿಯುವದರಲ್ಲಿ ಭಾರತದಷ್ಟು ಹಿಂದುಳಿಯಲಿಲ್ಲ. ಹಾಗಾಗಿ ಜಗತ್ತಿನೊಡನೆ ಸೆಣಸುವ ಸಾಮರ್ಥ್ಯ ಅದಕ್ಕಿರಲಿಲ್ಲ. ಇದೊಂದು ಮರ್ಮಘಾತಕ ಸತ್ಯವೇ ಅಲ್ಲವೇ?

ನೆಪೋಲಿಯನ್ನನ ಕಾಲದ ಮಹಾಪೌರುಷದ ಯುದ್ಧದೃಶ್ಯಗಳು ಟ್ರಾಫಲ್ಗಾರ್ ಚೌಕಿನಲ್ಲಿ ಗ್ರೆನೈಟ್‌ನಲ್ಲಿ ಕೆತ್ತಲ್ಪಟ್ಟಿದ್ದು ಅವುಗಳಲ್ಲಿ ನೆಲ್ಸನ್ನನ ಕಾವೇರಿಸುವ ಶಬ್ದಗಳಿವೆ: England expects every man to do his duty (ಪ್ರತಿಯೊಬ್ಬನು ತನ್ನ ಕರ್ತವ್ಯವನ್ನು ನಿಭಾಯಿಸುತ್ತಾನೆಂದು ಇಂಗ್ಲಂಡ್ ಆಶಿಸುತ್ತದೆ.) ಕ್ಲೈವ್, ನೆಲ್ಸನ್, ಚರ್ಚಿಲ್ ಮತ್ತು ದ್ವೀಪರಾಷ್ಟ್ರದಿಂದ ಸಮುದ್ರಯಾನ ಕೈಕೊಂಡ ಪ್ರತಿಯೊಬ್ಬನು ಅದನ್ನೇ ಮಾಡಿದ. ಸಮಾಜಶಾಸ್ತ್ರದ ಮುಸುಕಿನಲ್ಲಿ ಅವರು ಬರೆದ ನಿಯಮಾವಳಿಗಳು ನಿಜಕ್ಕೂ ನಯವಾದ ಮಂಜಿನಲ್ಲಿಯ ಜನಾಂಗದ್ವೇಷಗಳಷ್ಟೇ! ವಿನ್ಸಟನ್ ಚರ್ಚಿಲ್ಲರ ಮನೋಭೂಮಿಯನ್ನೇ ಗುರಿಯಾಗಿಸುವದು ಜನಾಂಗದ್ವೇಷದ ಮೇಲೆ ಕೇಂದ್ರೀಕರಿಸುವದಲ್ಲ –ಇದು ಮತ್ತಿತರರಲ್ಲಿರುವಂತೆ ಭಾರತೀಯರಲ್ಲೂ ಇದೆ–, ಆದರೆ ಬ್ರಿಟಿಶ್ ವ್ಯವಸ್ಥೆಯು ತನ್ನ ಸ್ವಂತ ಹಿತಾಸಕ್ತಿಗಳನ್ನೇ ಆಧಾರಿಸುವದು ಪ್ರಾಥಮಿಕವಾಗಿ ಅಗ್ರಗಣ್ಯವಾಗಿಯೂ ಮತ್ತು ಕೊನೆಯದಾಗಿಯೂ ಕೂಡ ಇತ್ತು ಎಂದು. ವಸಾಹತುಶಾಹಿ ರಚಿತವಾಗಿದ್ದೇ ಉಪದ್ವೀಪವನ್ನು ಸಂಪೂರ್ಣ ಹೀರಿಕೊಳ್ಳಲು. ಬ್ರಿಟಿಶರು ತಾವು ಆಳಿದ ಜನತೆಯ ಕಲ್ಯಾಣಕ್ಕಾಗಿ ಹೆಜ್ಜೆ ಇಡಲಿಲ್ಲ. ಅವರಿಗೆ ಬೇಕಾಗಿದ್ದು ಸ್ಥಿರತೆ, ಬದಲಾವಣೆ ಅಲ್ಲ; ಲಾಭ, ಪ್ರಗತಿಯಲ್ಲ. ಇವು ಅವರ ಸಾರ್ವಭೌಮತ್ವವನ್ನೇ ಕೆಣಕಬಹುದಿತ್ತಲ್ಲ? ಬದಲಾವಣೆಯ ಮಂದಗತಿಗೆ ಬ್ರಿಟಿಶ ಲೇಖಕರು ಜೋಡಿಸುವ ಕಾರಣವೆಂದರೆ ಕಡಿಮೆ ತೆರಿಗೆ ಪದ್ಧತಿ, ಆದರೆ ಅವರು ನಮೂದಿಸದಿರುವದೆಂದರೆ ಬ್ರಿಟನ್ನಿಗೆ ಭಾರತದಿಂದ ದೊರೆತ ಆದಾಯ ಅದರ ಖರ್ಚಿಗಿಂತಲೂ ಎಷ್ಟೋ ಅಧಿಕವಿದ್ದುದು. ಬ್ರಿಟನ್ ಭಾರತಕ್ಕೆ ಕೊಟ್ಟುದಕ್ಕಿಂತ

ಹಿರಿದುಕೊಂಡಿದ್ದೇ ಅಧಿಕ. ಬ್ರಿಟಿಶ್ ಸಾಮ್ರಾಜ್ಯಶಾಹಿಯು ಆರ್ಥಿಕವಾಗಿ ಭಾರತದಲ್ಲಿ ತುಸುವೇ ಬಂಡವಾಳ ಹಾಕಿತು, ಸಾಮಾಜಿಕವಾಗಿ ಜನತೆಯೊಡನೆ ಕೂಡಿಕೊಂಡುದು ಇನ್ನೂ ಕಡಿಮೆ, ತಮ್ಮ ಸೈನಿಕರು ಮತ್ತು ಆಡಳಿತಾಧಿಕಾರಿಗಳನ್ನು ಜನತೆಯಿಂದ ದೂರವಿರಿಸಿತು. ಜಾಗತಿಕ ಸ್ತರದಲ್ಲಿ ಕೂಡ ಬ್ರಿಟನ್ ಮುಕ್ತವ್ಯಾಪಾರವನ್ನು ಅನುಸರಿಸಿದ್ದು ತನಗೆ ಲಾಭವಿದ್ದಾಗಲಷ್ಟೇ. ಬ್ರಿಟಿಶ್ ಸಾಮ್ರಾಜ್ಯವು ಆಧರಿಸಿದ್ದು ಏಕಸ್ವಾಮ್ಯದ ವ್ಯಾಪಾರ ಧೋರಣವನ್ನು (Monopolistic trade). ಇದರಿಂದ ಬ್ರಿಟನ್ ಐಶ್ವರ್ಯ ಗಳಿಸಿದರೆ ವಸಾಹತುಗಳು ಬಡವಾದವು. ವಸಾಹತುಗಳ ನೇರ ವ್ಯಾಪಾರ ಇತರ ರಾಷ್ಟ್ರಗಳೊಡನೆ ಬಹಳೇ ಸೀಮಿತವಿತ್ತು. ಕೆಲವು ಅಧಿಕಾರಿ ಅಪವಾದಗಳಿದ್ದವು. ಸಾಕಷ್ಟು ಸ್ವಯಾಡಳಿತ ಕೊಡಬೇಕೆಂಬವರು, ಕಾಲುವೆ ಪೂಲುಗಳನ್ನು ಕಟ್ಟಿದವರು, ಶಾಲೆ ಕಾಲೇಜುಗಳನ್ನು ಸ್ಥಾಪಿಸಿದವರು, ವನ ಹಾಗೂ ಪ್ರಾಣಿಸಂಪತ್ತನ್ನು ನಮೂದಿಸಿದವರು. ಸತಿ ಮತ್ತು ಠಗ್ಗರನ್ನು ವಿರೋಧಿಸಿದವರು ಮತ್ತು ಅಂಥದೊಂದು ಸಂಪುಷ್ಟ ವಿಧಾನವನ್ನು ನಿರ್ಮಿಸಿದಂಥವರು–. ಒಳ್ಳೆಯದು ಕೆಟ್ಟುದು ಮತ್ತು ವಿರೂಪವಾದುದು ಇವೆಲ್ಲ ಸಮೀಚೀನ ದೃಷ್ಟಿಯ ಮಾತಲ್ಲವೇ? ಸಾಮ್ರಾಜ್ಯ ಕಟ್ಟಲ್ಪಟ್ಟಿದ್ದು ವ್ಯಕ್ತಿಗಳಿಂದ, ಅವರೆಲ್ಲ ಮಾನವ ಜಾತಿಯಂತೆ ಮಿಶ್ರಿತ ತಳಿಯವರಷ್ಟೇ ಅಲ್ಲವೇ? ಮಿಶ್ರಿತ ಭಾವನೆ – ಭಾವಾರ್ಥದವರೇ ಅಲ್ಲವೇ? ಆದರೂ ಕೊನೆಯಚ್ಚಿನಲ್ಲಿ ಭಾರತೀಯನು–ಹಿಂದೂ, ಮುಸ್ಲಿಂ, ಸಿಖ್ಖ ಅಥವಾ ಗುರ್ಖಾ – ತನ್ನ ವೈಯಕ್ತಿಕತೆಯನ್ನೇ ಕಳೆದುಕೊಂಡವನಾಗಿ ವ್ಯಕ್ತಿಯೆಂದು ಅಗಣ್ಯನಾದ, ಗುಂಪು ಎಂದು ಆಗೀಗ ಗಮನಾರ್ಹನಾದ, ಸರಕು ಎಂದು ಮಾತ್ರ ಅವಶ್ಯಕನಾದ.

ದಂಡಪಾಣಿ ಸುಧಾರಕ

ಭಾರತೀಯ ಸ್ವಾತಂತ್ರ್ಯ ಚಳುವಳಿಗೆ ಒಳ್ಳೇ ಪ್ರಬಲ ಪುಟಿ ದೊರೆತದ್ದು ಅತ್ಯಂತ ಅನಿರೀಕ್ಷಿತ ದಿಸೆಯಿಂದ ಮತ್ತು ಅಸಂಭವನೀಯ ಸ್ಥಳದಿಂದ. ೧೪ ಆಗಸ್ಟ ೧೯೪೧ ರಂದು ನ್ಯೂ ಫೌಂಡಲ್ಯಾಂಡಿನ ಬೇ ಆಫ್ ಆರ್ಜೆಂಟಿಯಾದಲ್ಲಿ ಎರಡು ಭೀಮಕಾಯದ ಯುದ್ಧನೌಕೆಗಳು ತಮ್ಮ ಬೆಂಗಾವಲು ಪೋತಗಳೊಡನೆ ಕೂಡಿಕೊಂಡವು. ಅಮೇರಿಕೆಯ ಯುದ್ಧ ಪೋತ ಯು.ಎಸ್.ಎಸ್. ಆಗಸ್ಟಾದಲ್ಲಿ ಸಂಯುಕ್ತ ರಾಷ್ಟ್ರದ ರಾಷ್ಟ್ರಪತಿ ಫ್ರ್ಯಾಂಕ್ಲಿನ್ ರೂಸ್‌ವೆಲ್ಟ ಮತ್ತು ಬ್ರಿಟಿಶ್ ಯುದ್ಧನೌಕೆ ಎಚ್. ಎಂ. ಎಸ್. ಪ್ರಿನ್ಸ್ ಆಫ್ ವೇಲ್ಸ್‌ನಲ್ಲಿ ಬ್ರಿಟಿಶ ಪ್ರಧಾನಿ ವಿನ್ಸಟನ್ ಚರ್ಚಿಲ್ ಇವರು ಇತಿಹಾಸದಲ್ಲೇ ಪ್ರಸಿದ್ಧಿ ಪಡೆಯಲಿದ್ದ ಅಟ್ಲಾಂಟಿಕ್ ಚಾರ್ಟರ್ ಮೇಲೆ ಸಹಿ ಹಾಕಲು ಕೂಡಿದ್ದರು. ಮೂಲತಃ ಸೋವಿಯಟ್ ಯುನಿಯನ್ನಿನ ಪ್ರೆಸಿಡೆಂಟ್ ಜೋಸೆಫ್ ಸ್ಟಾಲಿನ್ ಕೂಡ ಬರಬೇಕಾಗಿದ್ದರೂ (ಆಗಲೇ ಜರ್ಮನಿಯ ಆಕ್ರಮಣಕ್ಕೆ ತುತ್ತಾದವ) ಅವನಿಗೆ ರುಚಿಸದಿದ್ದುದು ಪರಂಪರಾಗತ ನಂಬಿಕೆಗಳನ್ನು ತ್ಯಜಿಸಬೇಕಾದ 'ಒಂದು ಜಗತ್ತು' ಎಂಬ ಕಲ್ಪನೆ. ಹಾಗಾಗಿ ಅವನ ಅನುಪಸ್ಥಿತಿ.

ರೂಸವೆಲ್ಟರ ಯೋಜನೆಗಳು ಚರ್ಚಿಲ್ಲರಿಗೂ ಕೂಡ ರುಚಿಸದಿದ್ದರೂ ಅವರ ಆಯ್ಕೆಗಳು ಸೀಮಿತವಿದ್ದವು. ಅಮೇರಿಕೆಯು ಹಿಡಿದ ದಾರಿಯನ್ನೇ ಅನುಸರಿಸಬೇಕು. ಇಲ್ಲಾದರೆ ತಮ್ಮ ಸಾಮ್ರಾಜ್ಯಶಾಹಿ ಕಲ್ಪನೆಗಳ ಕಲ್ಲು ಕಟ್ಟಿಕೊಂಡು ಏಕಾಕಿಯಾಗಿ ಮುಳುಗಬೇಕು! ಆಗ ಅಮೇರಿಕೆಯು ಯುದ್ಧದಲ್ಲಿ ಭಾಗಿಯಾಗಿರಲಿಲ್ಲ. ಅದರ ಪರ್ಲ ಹಾರ್ಬರ್ ಇನ್ನೂ ನಾಲ್ಕು ತಿಂಗಳು ಮುಂದಿತ್ತು. ವಸಾಹತುಶಾಹಿಯ ನೊಗದಡಿ ಒದ್ದಾಡುತಲಿದ್ದ ಏಶಿಯಾ ಮತ್ತು ಆಫ್ರಿಕೆಯ ಜನತೆಗೆ ಪ್ರೆಸಿಡೆಂಟ್ ರೂಸ್‌ವೆಲ್ಟರ (ಎಂದೇ ಅಮೇರಿಕೆಯ ಸಂಯುಕ್ತ ರಾಷ್ಟ್ರದ) ವಸಾಹತುಶಾಹಿಯ ಮತ್ತು ಐರೋಪ್ಯರ ಸಾಮ್ರಾಜ್ಯಶಾಹಿಯ ಅಂತ್ಯದ ಬಗ್ಗೆ ಇದ್ದ ಮತಗಳ ಮೇಲೆ ಅವಲಂಬಿಸಿದ್ದುದು ಹೊಸ ಸುರುವಾತಿನ ಬೆಳಗಾಗುವದೆಂದೋ ಅಥವಾ ಅದರ ಅಂತ್ಯದ ಸುರುವಾತು ಎಂದೋ!

ಆದರೂ ಕ್ವಿಟ್ ಇಂಡಿಯಾ ಚಳುವಳಿಯು ಈ ಮೀಟಿಂಗಿನ ಇನ್ನೂ ಒಂದು ವರ್ಷ ಮುಂದಿತ್ತು. ಆಗಸ್ಟ್ ೧೯೪೧ರಲ್ಲಿ ಚರ್ಚಿಲ್ ಸಮರನಾಯಕರಾಗಿದ್ದರೆ ರೂಸ್‌ವೆಲ್ಟ್ ಬರಿ ಅಮೇರಿಕೆಯ ರಾಷ್ಟ್ರಪತಿಯಾಗಿ ಜರ್ಮನಿಯ ವಿರುದ್ಧ ಯುದ್ಧ ಪ್ರಯಾಸಕ್ಕೆ ಸಂವೇದನೆಯನ್ನು ತೋರಿದ್ದರಷ್ಟೇ. ಆದರೂ ಕೂಡ ಚರ್ಚಿಲ್ಲರು ಪ್ರಾಧಾನ್ಯ ವಹಿಸಿ ಮಾತುಕತೆಗಳಲ್ಲಿ ಮುನ್ನಡೆ ಸಾಧಿಸುತ್ತಿದ್ದಾಗಲೂ ವ್ಯತ್ಯಾಸಗಳು ಪ್ರಬಲವಾಗತೊಡಗಿದ್ದು ನಿಚ್ಚಳವಾಗಿ ಗೋಚರವಾದದ್ದು ಸಾಮ್ರಾಜ್ಯಶಾಹಿಯ ಮೇಲೆ. ಎಲಿಯಟ್ ರೂಸ್‌ವೆಲ್ಟ್, ಪ್ರೆಸಿಡೆಂಟನ ಮಗ ತನ್ನ ತಂದೆಯ ಅಧಿಸಹಾಯಕನೂ (Aide) ಇದ್ದವ ತನ್ನ ಪುಸ್ತಕ 'As He Saw It'(೧೯೪೬ರಲ್ಲಿ ನ್ಯೂಯಾರ್ಕ ಪ್ರಕಾಶಿತ)ನಲ್ಲಿ ಈರ್ವರು ನಾಯಕರ ಸಂಭಾಷಣೆಯನ್ನು ವಿವರಿಸಿದ್ದಾನೆ: ರೂಸ್‌ವೆಲ್ಟ ಮಾತುಕತೆಯನ್ನು ಪ್ರಾರಂಭಿಸುತ್ತ 'ಯುದ್ಧಾನಂತರ ದೀರ್ಘಶಾಂತಿ ಸ್ಥಾಪಿತವಾಗಬೇಕಾದರೆ ಅದಕ್ಕೆ ಮುಖ್ಯ ಪೂರ್ವ ಷರತ್ತಾಗಿ ವ್ಯಾಪಾರದ ಸರ್ವಸ್ವ ಸ್ವಾತಂತ್ರ್ಯ' ..... ಚರ್ಚಿಲ್ ವಕ್ರದೃಷ್ಟಿಯಿಂದ ರೂಸ್‌ವೆಲ್ಟರನ್ನು ನೋಡುತ್ತಿದ್ದರು. ರೂಸ್‌ವೆಲ್ಟ ಮುಂದುವರಿದು ..... 'ಯಾವ ಕೃತಕ ಅಡೆತಡೆಗಳೂ ಇರದಂಥ ಎಷ್ಟು ಸಾಧ್ಯವೋ ಅಷ್ಟೇ ಕಡಿಮೆ ಆರ್ಥಿಕ ಪಕ್ಷಪಾತದ ಒಪ್ಪಂದಗಳು, ವಿಸ್ತರಣಕ್ಕೆ ಅವಕಾಶಗಳು, ಸದೃಢ ಪೈಪೋಟಿಗೆ ಮುಕ್ತ ಮಾರುಕಟ್ಟೆಗಳು.' ಚರ್ಚಿಲ್ಲರು ತಮ್ಮ ಸೀಟ್ ಬದಲಿಸುತ್ತ ಒತ್ತಿ ಹೇಳತೊಡಗಿದರು 'ಬ್ರಿಟಿಶ್ ಸಾಮ್ರಾಜ್ಯದ ಮಾರಾಟ ಒಪ್ಪಂದಗಳು ಇರುವದು.....'.

ರೂಸ್‌ವೆಲ್ಟರು ನಡುನುಡಿಯುತ್ತ '... ಅಹುದು ಆ ಸಾಮ್ರಾಜ್ಯದ ಮಾರಾಟ ಒಪ್ಪಂದಗಳೇ ಈಗಿನ ಪ್ರಸ್ತುತ ವಿಷಯ. ಅವುಗಳಿಂದಾಗಿಯೇ ನಿಕಟಪೂರ್ವ ಮತ್ತು ದೂರಪೂರ್ವಿ ವಸಾಹತುಗಳಿಗಿಂತ ಭಾರತ ಮತ್ತು ಆಫ್ರಿಕಾಗಳು ಮೊದಲಿನಂತೆಯೇ ಇನ್ನೂ ಹಿಂದುಳಿದುಕೊಂಡಿವೆ.' ಚರ್ಚಿಲ್ಲರು ಕೆಂಪಾಗಿ ಮುಂದೆ ಬಗ್ಗಿ 'ಮಿಸ್ಟರ್ ಪ್ರೆಸಿಡೆಂಟ್, ಇಂಗ್ಲಂಡ್ ತನ್ನ ಸ್ವಾಮಿತ್ವದ ಪ್ರದೇಶಗಳಲ್ಲಿಯ ತನ್ನ ವಿಶೇಷ ಪಾತ್ರವನ್ನು ಕಳೆದುಕೊಳ್ಳುವ ಯೋಜನೆಯನ್ನು ಪ್ರಸ್ತಾವಿಸುತ್ತಿಲ್ಲ. ಇಂಗ್ಲಂಡನ್ನು ಇಷ್ಟು ಉಚ್ಚಸ್ತರಕ್ಕೇರಿಸಿದ

ವ್ಯಾಪಾರ ವ್ಯವಸ್ಥೆಯು ಇಂಗ್ಲಂಡದ ಮಂತ್ರಿಗಳು ಹೇಳಿಕೊಟ್ಟಂತೆ ಮುಂದುವರೆಯುತ್ತದೆ'. ರೂಸ್‌ವೆಲ್ಟರು ಸಾವಕಾಶವಾಗಿ 'ನೋಡಯ್ಯಾ, ಇಲ್ಲೇ ಎಲ್ಲಿಯೋ ಈ ಮುನ್ನಡೆಯಲ್ಲಿ, ವಿನ್ಸಟನ್, ನಿನ್ನ ಮತ್ತು ನನ್ನ ನಡುವೆ ವ್ಯತ್ಯಾಸಗಳ ಸಾಧ್ಯತೆಯಿದೆ. ನನ್ನ ದೃಢವಿಶ್ವಾಸವೆಂದರೆ ನಾವು ಒಂದು ಸ್ಥಿರ ಶಾಂತಿಗಾಗಿ ಒಪ್ಪಬೇಕೆಂದರೆ ಅದು ಹಿಂದುಳಿದ ದೇಶಗಳ ವಿಕಾಸದಲ್ಲಿ ಅವುಗಳನ್ನು ತೊಡಗಿಸಬೇಕು, ಅವುಗಳ ಜನತೆಯನ್ನು ಅಣಿಯಾಗಿಸಬೇಕು. ಹೇಗಾಗಬೇಕಿದು? ನಿಜಕ್ಕೂ ಇದು ೧೮ನೇ ಶತಮಾನದ ವಿಧಾನಗಳಿಂದಾಗದು. ಈಗ....'.

'ಯಾರು ೧೮ನೇ ಶತಮಾನದ ವಿಧಾನಗಳ ಮಾತೆತ್ತಿದ್ದಾರೆ?'

'ನಿನ್ನ ಯಾವುದೋ ಮಂತ್ರಿ ಸೂಚಿಸುವ ಯೋಜನೆಯಂತೆ ವಸಾಹತು ದೇಶದಿಂದ ಕಚ್ಚಾ ಮಾಲು ಸಂಪತ್ತನ್ನು ಹೊರಗೊಯ್ದು ಆ ದೇಶಕ್ಕೆ ಮರಳಿ ಏನೂ ಕೊಡದಿರುವದು. ೨೦ನೇ ಶತಮಾನದ ವಿಧಾನಗಳು ಒಳಗೊಂಡಿದ್ದೆಂದರೆ ಆ ದೇಶದ ಸಂಪತ್ತನ್ನು ಹೆಚ್ಚಿಸುವದು, ಉದ್ಯಮಗಳನ್ನು ಸ್ಥಾಪಿಸುವದು, ಜನತೆಯ ಜೀವನಸ್ತರ, ಶಿಕ್ಷಣಗಳನ್ನು ವೃದ್ಧಿಸುವದು, ಶುಚೀಕರಣ ತರುವದು, ಕಚ್ಚಾ ಮಾಲು ಒಯ್ದುದಕ್ಕೆ ಅದರ ಪ್ರತಿಫಲ ದೊರಕಿಸಿಕೊಡುವದು.'

ಕೊಠಡಿಯಲ್ಲಿ ಎಲ್ಲರೂ ಮುಂಬಾಗಿ ಕಿವಿ ನಿಮಿರಿಸಿದರು. ಹಾಪ್ಕಿನ್ಸ್ ನಸುನಗುತ್ತಿದ್ದ. ಚರ್ಚಿಲ್ಲರ ಅಧಿಸಹಾಯಕ ಕಮಾಂಡರ್ ಥಾಂಪ್ಸನ್ ಮ್ಲಾನನಾದ. ಚರ್ಚಿಲ್ ಸ್ವತಃ ಬಿಸಿಯೇರಿ 'ನೀವು ಭಾರತವನ್ನು ಕುರಿತು ಅಂದಿರಾ?' ಎಂದು ಗೌರವಿಸಿದರು.

'ಅಹುದು. ನಾವು ಫ್ಯಾಸಿಸ್ಟ ಗುಲಾಮಿಯ ವಿರುದ್ಧ ಹೋರಾಡಬಲ್ಲೆವು ಮತ್ತು ಅದೇ ವೇಳೆ ವಸಾಹತುಶಾಹಿಯಿಂದ ಹಿಂದುಳಿದ ಜನತೆಯನ್ನು ಬಿಡಿಸುವ ಕಾರ್ಯ ಮಾಡಲಾರದೆ ಉಳಿದೆವು ಎಂಬುದರಲ್ಲಿ ನನ್ನ ವಿಶ್ವಾಸವಿಲ್ಲ.'

'ಫಿಲಿಪೀನ್ಸ್ ಬಗ್ಗೆ?'

'ನೀವು ಅದನ್ನೆತ್ತಿದ್ದುದಕ್ಕೆ ನಾನು ಸಂತುಷ್ಟ. ಅವರಿಗೆ ೧೯೪೬ರಲ್ಲಿ ಸ್ವಾತಂತ್ರ್ಯ ದೊರಕುವದಿದೆ. ಅವರಿಗೆ ಆಧುನಿಕ ಶುಚಿತ್ವ, ಆಧುನಿಕ ಶಿಕ್ಷಣ ದೊರಕಿವೆ. ಅನಕ್ಷರಸ್ಥರ ಸಂಖ್ಯೆ ಕೆಳಗಿಳಿದಿದೆ.'

'ಸಾಮ್ರಾಜ್ಯದ ಆರ್ಥಿಕ ಒಪ್ಪಂದಗಳೊಡನೆ ಕಲಕಾಟವಿಲ್ಲ.'

'ಅವು ಕೃತಕವಿವೆ.'

'ನಮ್ಮ ಔನ್ನತ್ಯದ ಅಡಿಪಾಯಗಳವು.'

'ಶಾಂತಿಯು ಮುಂದುವರಿಯುವ ದಬ್ಬಾಳಿಕೆಯನ್ನು ಒಳಗೊಳ್ಳಲಾರದು. ಶಾಂತಿ ರಚನೆಯು ಜನತೆಯ ಸಮಾನತೆಯನ್ನು ಹಕ್ಕಿನಿಂದ ಕೇಳುತ್ತದೆ, ಮತ್ತು ಅದು ಅದಕ್ಕೆ ದೊರೆಯುವದು ಕೂಡ. ಜನತೆಯ ಸಮಾನತೆಯು ಒಳಗೊಳ್ಳುವದು ಸ್ಪರ್ಧಾತ್ಮಕ

ವ್ಯಾಪಾರದ ಸ್ವಾತಂತ್ರ್ಯವನ್ನು. ಮಧ್ಯಯುರೋಪಿನ ವ್ಯಾಪಾರದಲ್ಲಿ ತನ್ನ ಪ್ರಭುತ್ವ ಸ್ಥಾಪಿಸುವ ಜರ್ಮನಿಯ ಪ್ರಯತ್ನವೇ ಈ ಯುದ್ಧದ ಪ್ರಚೋದಕವಾಗಿಲ್ಲವೇ?'

ನಿಧಾನವಾಗಿ, ಒಳ್ಳೇ ಸಾವಕಾಶವಾಗಿ, ಸಪ್ಪಳವಿಲ್ಲದೆ ನೇತೃತ್ವದ ಮೇಲಂಗಿ ಬ್ರಿಟಿಶರಿಂದ ಕಳಚಿ ಅಮೇರಿಕನ್ನರ ತೋಳೇರತೊಡಗಿತ್ತು. ಎಲಿಯಟ್ ರೂಸ್‌ವೆಲ್ಟ ಮತ್ತು ಇತರ ಅಧಿಸಹಾಯಕರು ಕೂಡ ಮೊದಲ ದಿನ ಸಂಜೆಯ ಮಾತುಕತೆಯ ವಾದಸರಣಿಯಲ್ಲಿ ಮಿಂಚಿದ ಒಂದು ಝಳಪಿನಲ್ಲಿ ಇದನ್ನು ಕಂಡರು. ಒಂದರ್ಥದಲ್ಲಿ ರೂಸ್‌ವೆಲ್ಟರಿಗೆ ಇದು ಚರ್ಚಿಲ್ಲರ ಭೀರುಮತಿಯ ಟೋರಿವಾದದ ಕೊನೆಯ ಸ್ವಸ್ತಿವಾಚನವಾಗುವದಾಯಿತು. ಚರ್ಚಿಲ್ಲರು ಎದ್ದು ಅತ್ತಿಂದಿತ್ತ ಸುತ್ತಾಡುತ್ತ, ಮಾತಾಡುತ್ತ, ಭಾವಾಭಿನಯಿಸುತ್ತ ಕೊನೆಗೆ ರೂಸ್‌ವೆಲ್ಟರೆದುರು ನಿಂತು ಅವರನ್ನೇ ದೃಷ್ಟಿಸುತ್ತ ತುಸು ನಂತರ ತಮ್ಮ ಬೊಟ್ಟನ್ನು ಪ್ರೆಸಿಡೆಂಟರ ಮೂಗಿನೆದುರು ನೂಕುತ್ತ 'ಮಿಸ್ಟರ್ ಪ್ರೆಸಿಡೆಂಟ' ಎಂದು ಆಕ್ರೋಶಿಸಿದರು 'ನೀವು ಬ್ರಿಟಿಶ್ ಸಾಮ್ರಾಜ್ಯದ ಕೈಬಿಡುತ್ತಿರುವಿರಿ. ಯುದ್ಧಾನಂತರದ ಜಾಗತಿಕ ರಚನೆಯ ನಿಮ್ಮ ಪ್ರತಿಯೊಂದು ವಿಚಾರವೂ ಕೂಡ ಇದನ್ನೇ ದರ್ಶಿಸುತ್ತದೆ. ಆದರೂ ಕೂಡ' ಅವರ ಬೆರಳು ಅಲುಗಾಡತೊಡಗಿತು 'ಆದರೂ ಕೂಡ ನೀವು ನಮ್ಮ ಏಕಮಾತ್ರ ಆಧಾರ ಎಂಬುದನ್ನು ನಾವು ಅರಿತಿದ್ದೇವೆ. ಮತ್ತು' ಅವರ ಧ್ವನಿ ಏಕಾಏಕಿ ಮುಳುಗತೊಡಗಿ 'ನಾವು ಅರಿತಿರುವದನ್ನು ನೀವೂ ಅರಿತಿದ್ದೀರಿ. ಅಮೇರಿಕೆಯ ವಿನಾ ಬ್ರಿಟಿಶ್ ಸಾಮ್ರಾಜ್ಯವು ನಿಲ್ಲಲಾರದೆಂಬುದು ನಿಮಗೆ ಗೊತ್ತಿದೆ.'

ಅಮೇರಿಕೆಯು ವಿಧಿಸಿದ ಮಾರ್ಗಸೂತ್ರದಲ್ಲಿಯೇ ಶಾಂತಿಪಡೆಯುವದು ಸಾಧ್ಯ ಎಂಬುದನ್ನು ಆ ಕ್ಷಣದಲ್ಲಿ ಚರ್ಚಿಲ್ಲರು ಒಪ್ಪಿಕೊಂಡರು. ಹಾಗೆ ಅವರಾಡಿದುದರಲ್ಲಿ ಅವರ ಒಪ್ಪುಗೆಯಿದ್ದುದು ಬ್ರಿಟಿಶ ವಸಾಹತುಶಾಹಿಯ ಅಂತ್ಯವಸಾನದ್ದು, ಅಲ್ಲದೆ ಜಾಗತಿಕ ವ್ಯಾಪಾರದ ಬ್ರಿಟಿಶ್ ಮುಂಚೂಣಿಯ, ಮತ್ತು ಬ್ರಿಟಿಶರು ಅಮೇರಿಕಾ ಮತ್ತು ರಶಿಯಾಗಳನ್ನು ವ್ಯಾಪಾರೀ ವಿರೋಧಿಗಳನ್ನಾಗಿಸುವ ಪ್ರಯತ್ನಗಳ ಅಂತ್ಯದ್ದು. ಭಾರತೀಯ ಇತಿಹಾಸಕಾರರು ಭಾರತೀಯ ಸ್ವಾತಂತ್ರ್ಯಕ್ಕೆ ಅಷ್ಟೇ ಅಲ್ಲ ಅದರ ಐಕ್ಯತೆಗೆ ಕೂಡ ಬ್ರಿಟಿಶರ ಮೇಲೆ ಅಮೇರಿಕನ್ನರು ಎಷ್ಟು ಎದ್ದುಕಾಣದ ಒತ್ತಡ ಹೇರಿದರು ಎಂಬುದರ ಕಡೆಗೆ ಎಂದಿಗೂ ಲಕ್ಷ್ಯ ಹರಿಸಿಯೇ ಇಲ್ಲವಲ್ಲ? ಯುದ್ಧಾನಂತರ ಐರೋಪ್ಯ ವಸಾಹತುಶಾಹಿಯಿಂದ ಸ್ವತಂತ್ರವಾದ ಏಶಿಯಾದ ವಾಸ್ತವಿಕತೆಯ ಬಗ್ಗೆ ಇದ್ದ ಅಮೇರಿಕೆಯ ಪರಿಕಲ್ಪನೆಯನ್ನು ಭಾರರತೀಯರು ತಿಳಿದುಕೊಳ್ಳಲೇ ಇಲ್ಲ; ಮಾತ್ರ ಅಮೇರಿಕೆಯನ್ನು ಸಂದೇಹಾಸ್ಪದವಾಗಿಯೇ ಕಂಡರು. ಬ್ರಿಟಿಶ್ ವಸಾಹತುಶಾಹಿಯನ್ನು ಕಿತ್ತೊಗೆಯುವ ಅಮೇರಿಕನ್ ಕಾರಣಗಳು ಹೊಸವೇನಿದ್ದಿಲ್ಲ. ಹೊಸ ವ್ಯವಸ್ಥೆಯು ಸ್ಥಾಪಿತವಾಗಬೇಕಿದ್ದರೆ ಬ್ರಿಟಿಶ ಸಾಮ್ರಾಜ್ಯವು ನಾಶವಾಗಲೇಬೇಕಿತ್ತು. ಜರ್ಮನಿ ಮತ್ತು ಜಪಾನೀಯರು ಇದನ್ನು ಮಾಡಿದ್ದಿಲ್ಲವಾದರೆ ಪ್ರಾಯಶಃ ಅಮೇರಿಕೆಯು ಬ್ರಿಟಿಶ ಕಿರೀಟದ ರತ್ನಗಳನ್ನು ಅವಘಡಿಸಬೇಕಾಗುವ ಇತರ ದಾರಿಗಳನ್ನು ಉಪಯೋಗಿಸಬಹುದಾಗಿತ್ತು.

ಆದರೂ ಭಾರತೀಯ ದೃಷ್ಟಿಯಲ್ಲಿ ಅಮೇರಿಕೆಯು ನೈಸರ್ಗಿಕ ಜೊತೆಗಾರವಾಗಿತ್ತು, ಮತ್ತು ಕಾಶ್ಮೀರ ಯುದ್ಧದ ಸುರುವಾತಿನಲ್ಲಿ ಭಾರತದ ನಿಷ್ಠಾವಂತ ಸಮರ್ಥಕವಾಗಿತ್ತು ಕೂಡ, ವಿಶೇಷತಃ ಕಾಶ್ಮೀರ ದ್ವಂದ್ವವು ಸಂಯುಕ್ತ ರಾಷ್ಟ್ರ ಸಂಸ್ಥೆಗೆ ಒಯ್ಯಲ್ಪಟ್ಟಾಗ. ಜಮ್ಮು ಕಾಶ್ಮೀರದಿಂದ ಪಾಕಿಸ್ತಾನಿ ಆಕ್ರಮಣಕಾರರು ಮತ್ತು ಸೈನಿಕರು ಸಂಪೂರ್ಣವಾಗಿ ಹೊರಬೀಳದ ಹೊರತು ಅಲ್ಲಿ ಮತಸಂಗ್ರಹ ಸಾಧ್ಯವಾಗಲಾರದೆಂಬುದನ್ನು ಅಮೇರಿಕೆಯು ಒತ್ತಿಹೇಳಿತು. ಆದರೂ ನೆಹರು ಮತ್ತು ಕೃಷ್ಣ ಮೆನನ್ನರು ತಿಳಿಸಿದ್ದೆಂದರೆ ಸ್ಕಾರ್ಡು, ಗಿಲ್ಗಿಟ್ ಮತ್ತು ಉತ್ತರೀ ಕ್ಷೇತ್ರಗಳ (Northern Areas) ವಿಷಯದಲ್ಲಿ ಪಾಕಿಸ್ತಾನದ ಜೊತೆಗೆ ಮಾತುಕತೆ ನಡೆಸಲು ತಾವು ಸಿದ್ಧರಿರುವರೆಂದು! ಭಾರತೀಯ ರಾಯಭಾರಿಗಳು ೧೯೫೦ನೇ ದಶಕದ ಸುರುವಾತಿನಲ್ಲಿ ಕೋರಿಯಾ ಪ್ರಮೇಯವನ್ನು ನಿಭಾಯಿಸುವದರ ಮೇಲೆ ಅಮೇರಿಕನ್ನರಿಗೆ ಪ್ರಬೋಧಿಸುವದರಲ್ಲಿ ಹೆಚ್ಚು ನಿರತರಿದ್ದರು, ದೀರ್ಘಕಾಲದ ರಣನೀತಿಯ ಲಾಭ ದೊರೆಯಬಹುದಾದ ಸಂಧಿಗಳನ್ನು ಹೆಣೆಯುವಲ್ಲಲ್ಲ. ಎಂದಿನಂತೆ ಪಾಕಿಸ್ತಾನವು ಸುರುವಾತಿನಲ್ಲಿ ಅಸ್ಥಿರವಾಗಿಯಾದರೂ ಕೂಡ ನಂತರ ದೃಢವಾಗಿ ಮುನ್ನಡೆದು ಅಮೇರಿಕೆಯೊಡನೆ ಸಂಬಂಧ ಸ್ಥಿರಗೊಳಿಸಿ ಕೊನೆಗೆ ಭಾರತದ ವಿರುದ್ಧ ತನ್ನ ಮೈತ್ರಿಯ ಸಂಪೂರ್ಣ ಲಾಭ ಪಡೆಯಿತು. ನಾನು ಸೂಚಿಸುತ್ತಿದ್ದುದು ನಾವು ಸ್ವಾತಂತ್ರ್ಯಾನಂತರ ಅಮೇರಿಕೆಯ ತೆಕ್ಕೆಯೊಳಗೆ ಹೋಗಬೇಕಾಗಿತ್ತು ಎಂದೇನಲ್ಲ, ಆದರೆ ಉಭಯತರ ಸಂಬಂಧಗಳನ್ನು ಹೆಚ್ಚು ಪ್ರಜ್ಞಾವಂತರಾಗಿ, ಜಾಣ ಮತ್ತು ಚಾಣಾಕ್ಷತನದಿಂದ ಬೆಸೆಯಬೇಕಾಗಿತ್ತೆಂದು--. ನಮ್ಮ ರೀತಿಯು ಹೊಂದಿದ ವೈಶಿಷ್ಟ್ಯವೆಂದರೆ ಪಾಶ್ಚಿಮಾತ್ಯರ ವಿರೋಧ ಕಟ್ಟಿಕೊಂಡುದು.

ರಾಜತಾಂತ್ರಿಕ ಹುದಿಲು

ಓವಲ್ ಆಫೀಸಿನ ಲಿಪ್ಯಂತರಗಳು ನಿರ್ವಗೀಕರಣಗೊಂಡು ಈಗ ತಿಳಿಸುವದೆಂದರೆ ಆಗಿನ ಅಮೇರಿಕೆಯ ಪ್ರೆಸಿಡೆಂಟ್ ನಿಕ್ಸನ್ನರು ಇಂದಿರಾಗಾಂಧಿಯನ್ನು 'ಮುದಿ ಮಾಟಗಾತಿ' (Old Witch) ಎಂದು ಉಲ್ಲೇಖಿಸುತ್ತಿದ್ದರೆಂದು, ಹಾಗೆಯೇ ಅವರ ರಾಷ್ಟ್ರೀಯ ಸುರಕ್ಷಾ ಸಲಹಾಗಾರ ಹೆನ್ರಿ ಕಿಸಿಂಜರರೂ ಭಾರತೀಯರ ಪ್ರೀತಿಗಾರರಲ್ಲ ಎಂಬುದನ್ನು. ಅಮೇರಿಕೆಯ ಯೋಜನೆಯಲ್ಲಿ ಭಾರತವು ಸೋವಿಯಟ್ ಗಠದ ಸದಸ್ಯವಾಗಿತ್ತು. ೧೯೭೧ ನವೆಂಬರ್ ೫ರಂದು ನಿಕ್ಸನ್ನರ ಹೇಳಿಕೆಯು 'ನಾವು ನಿಜವಾಗಿ 'ಮುದಿ ಮಾಂತ್ರಿಕೆಯನ್ನು' ಹಣಿದೆವು' ಎಂದಿದ್ದು; ಕಿಸಿಂಜರ್ ಉದ್ಗರಿಸಿದ್ದು 'ಏನೇ ಆದರೂ ಸೂಳೆಮಕ್ಕಳೀ ಭಾರತೀಯರು, ಅಲ್ಲಿ ಅವರೊಂದು ಯುದ್ಧ ಪ್ರಾರಂಭಿಸಿದ್ದಾರೆ.' ಇದು ಅವರು ಪಾಕಿಸ್ತಾನದ ಎದುರಿಗೆ ಎದ್ದ ಸಂಘರ್ಷಣೆಯಲ್ಲಿ ಭಾರತದ ಉದ್ದೇಶಗಳ ಕುರಿತು ವಿಚಾರ!

೧೯೫೫ರಲ್ಲಿ ಸೋವಿಯಟ್ ನಿಯೋಗವು ಭಾರತಕ್ಕೆ ಇತ್ತ ಭೇಟಿಯೇ ಅಮೇರಿಕಾ ಮತ್ತು ಪಾಶ್ಚಿಮಾತ್ಯ ರಾಷ್ಟ್ರಗಳೊಡನೆಯ ಭಾರತೀಯ ಸರಸದ ಅಂತ್ಯವಾಯಿತಷ್ಟೇ?

೧೯೮೮ರಲ್ಲಿ ಅಸೋಸಿಯೇಟೆಡ್ ಪ್ರೆಸ್(AP)ನಲ್ಲಿ ಕೆಲಸಕ್ಕಿದ್ದಾಗ ನಾನು ಒಂದು ಹಳೆಯ ಕಡತದಲ್ಲಿ ಕಂಡದ್ದು ಸೋವಿಯಟ್ ಕಮ್ಯುನಿಸ್ಟ್ ಪಾರ್ಟಿಯ ಮಂತ್ರಿಮಂಡಳದ ಚೇರ್ಮನ್ ನಿಕೊಲಾಯ್ ಬುಲ್ಗಾನಿನ್ ಮತ್ತು ಅದರ ಸೆಕ್ರೆಟರಿ ನಿಕಿಟಾ ಕ್ರುಶ್ಚೆವ್ ಅವರ ಭಾರತ ಭೇಟಿಯ ವಿವರಗಳನ್ನು ನಮ್ಮ APಯ ವರದಿಗಾರರು ರವಾನಿಸಿದ ವಾರ್ತೆಗಳನ್ನು. ಮಾಸುತಲಿದ್ದ ಹಳದಿಯಾಗತೊಡಗಿದ ಟೆಲೆಕ್ಸ್ ವಾರ್ತೆಗಳ ಗುಡ್ಡವನ್ನು ನಾನು ಅಗೆಯತೊಡಗಿದಂತೆ ರಶಿಯನ್ನರ ಭೇಟಿಯ ಜಾಗತಿಕ ಸೂಚ್ಯಾರ್ಥಗಳು ನಿಚ್ಚಳವಾಗತೊಡಗಿದವು. ಜಾರ್ಜ ಎವನ್ಸ್ ಲಂಡನ್ನಿನ Daily Telegraph ದೈನಿಕದಲ್ಲಿ ಬರೆದ 'ದಕ್ಷಿಣಪೂರ್ವ ಏಶಿಯಾ, ಬರ್ಮಾ, ಅಫಗಾನಿಸ್ತಾನ ಹಾಗೂ ಭಾರತಕ್ಕಿತ್ತ ರಶಿಯನ್ ಭೇಟಿ ಪರ್ಯಟನವು ಇತಿಹಾಸವನ್ನೇ ಸ್ಥಾಪಿಸಿದೆ. ಯಾವುದೇ ಸೋವಿಯಟ್ ನಾಯಕನ ಪ್ರಥಮ ಭೇಟಿಯಿದು. ಸ್ವಾತಂತ್ರ್ಯದ ಪ್ರಥಮ ರಂಜಕತೆಯಲ್ಲಿ ಭಾರತೀಯರಿಗೆ ಇದೊಂದು ಹೆಮ್ಮೆಯ ವಿಷಯವಾಯಿತು. ಮತ್ತು ಏಶಿಯಾದಲ್ಲಿ ಭಾರತದ ಪ್ರಾಥಮಿಕತೆ ಹಾಗೂ ನೆಹರು ಅವರ ಜಾಗತಿಕ ನೇತೃತ್ವದ ಪ್ರತೀಕವಾಯಿತು. ಆದರೆ ಏರುತ್ತಿದ್ದ ಶೀತಸಮರದ ಆವರಣದಲ್ಲಿ ಪಾಶ್ಚಾತ್ಯರು ಇದನ್ನು ಬೇರೆಯಾಗಿ ಕಂಡರು. ಅದು ಅಂತಾರಾಷ್ಟ್ರೀಯ ಉದ್ವೇಗವನ್ನು ಹುಟ್ಟುಹಾಕಿತಲ್ಲದೆ ಮಾಜೀ ಐರೋಪ್ಯ ರಾಷ್ಟ್ರಗಳು ಕ್ರುಶ್ಚೆವರ ವಸಾಹತುಶಾಹಿಯ ಮೇಲಿನ ವಾಗ್ದಾಳಿಯನ್ನು ಝೀಲಿಸಬೇಕಾಗಿ ಕ್ರೋಧವನ್ನೂ ಅವುಗಳಲ್ಲಿ ಪುಟಿಸಿತು'.

ಅಸೋಸಿಯೇಟೆಡ್ ಪ್ರೆಸ್ಸಿನ ವರದಿಗಾರರು ತಮ್ಮ ಪ್ರತಿರೂಪಿ ರಾಯ್ಟರ್ಸ್‌ನವರಿಗಿಂತ ಹೆಚ್ಚಾಗಿ ಸೋವಿಯಟ್ ಭೇಟಿಯಿಂದ ಪುಟಿದ ಹುರುಪಿನಿಂದ ಜನಾಸ್ಥೆಯೊಡನೆ ತೂರಿಕೊಂಡು ಹೋದರು. ನೂರಾರು ಸಾವಿರ ಜನ ಪಾಲಂನಿಂದ ರಾಷ್ಟ್ರಪತಿ ಭವನದವರೆಗೆ ಸ್ವಾಗತ ಸಮಾರಂಭದಲ್ಲಿ ಭಾಗವಹಿಸಿದ್ದರು. ಬ್ರಿಟಿಶ್ ರಾಜ್‌ದ ನೆನಪೇ? ಜಾಗತಿಕ ಮಂಚದಲ್ಲಿ ಸ್ಥಾಪಿತರಾಗಿ ಏಶಿಯಾದ ನೈತಿಕ ಮುಖಾರಿಯೆಂದೆಣಿಸಿಕೊಂಡು, ಗಾಂಧಿಯ ಉತ್ತರಾಧಿಕಾರಿಯಾಗಿ ನೆಹರು ಸೋವಿಯಟ್ ನಾಯಕರೀರ್ವರ ನಡುವೆ ಆಸನ್ನರಾಗಿದ್ದರು. ಅವರು ಇನ್ನೂ ಸ್ವಾತಂತ್ರ್ಯಕ್ಕಾಗಿ ಹೋರಾಡುತ್ತಿದ್ದ ಏಶಿಯನ್ ಮತ್ತು ಆಫ್ರಿಕನ್‌ರಿಗೆ ದಾರಿದೀಪವಾಗಿದ್ದರು. ಸೋವಿಯಟ್ ಮಂಡಳವು ದೇಶವನ್ನು ಸುತ್ತಾಡುತ್ತಿದ್ದಂತೆ ಸೋವಿಯಟ್ ನಾಯಕರು ಮಿಲಿಟರಿ ಸಹಾಯ ನೀಡುವ ಭರವಸೆಗಳನ್ನು ಒತ್ತೊತ್ತಿ ಹೇಳತೊಡಗಿ ವರದಿಗಳು ಕಾಳವಾಗತೊಗಿದವು. ಎವನ್ಸ್ ಬರೆಯುತ್ತಾನೆ –'ಸೋವಿಯಟ್ ನಾಯಕರು ತಮ್ಮ ದಿನಂಪ್ರತಿ ಬೀರತೊಡಗಿದ ನಿಂದನೆ ಮತ್ತು ವಿವಾದ ಸರಣಿಗಿಂತ ಹೆಚ್ಚು ಬಿಸಿಯನ್ನು ಯಾವ ತಥಾಕಥಿತ ಸದ್ಭಾವನಾ ನಿಯೋಗವೂ ರಾಜಕಾರಣದ ಇತಿಹಾಸದಲ್ಲೇ ಜನಿಸಿರಲಿಕ್ಕಿಲ್ಲ' ಎಂದು. ನೆಹರು ಅವರು ಈ ಸೋವಿಯಟ್ ಪಳ್ಯಂಕರರನ್ನು ನಿಯಂತ್ರಿಸುವ ಪ್ರಯತ್ನ ಮಾಡುತ್ತಿದ್ದರೂ ಹಾನಿ ಆಗಿಯೇ ಬಿಟ್ಟಿತ್ತಲ್ಲ? ನೆಹರು ಅವರ ತಾಟಸ್ಥ್ಯದ ಪಾಲಿಸಿಯನ್ನಗಲಿ ಭಾರತವು ಸೋವಿಯಟ್ ರಶಿಯಾದೆಡೆ ವಾಲತೊಡಗಿತು.

'ನೀನು ನನ್ನೊಡನೆ ಇರದಿದ್ದರೆ ನೀನು ನನ್ನ ವಿರೋಧಿ' ಎಂಬ ಅಮೇರಿಕನ್ ವಿಚಾರಸರಣಿಯನ್ನು ಪಾಶ್ಚಿಮಾತ್ಯ ಮಾಧ್ಯಮಗಳು ಶೀತಸಮರದ ಉಚ್ಛ್ರಾಯಕಾಲದಲ್ಲಿ ಅನುಸರಿಸುತ್ತ ಭಾರತದ ತಾಟಸ್ಥ್ಯ ನೀತಿಯನ್ನು ಪ್ರಶ್ನಿಸತೊಡಗಿದವು.

ಭಾರತದ ಒಬ್ಬ ಅತ್ಯಂತ ಮರ್ಯಾದಸ್ಥ ಪತ್ರಕರ್ತರಾದ ದುರ್ಗಾದಾಸರು ಹಿಂದುಸ್ತಾನ ಟೈಮ್ಸ್‌ನ ಸಂಪಾದಕರಿದ್ದರು. ಮೂವತ್ತು ವರ್ಷಾನಂತರ ಅವರ ಮೊಮ್ಮಗ ಸಂಜೀತ ನನ್ನನ್ನು ತನ್ನ ಮನೆಗೆ ಕರೆದಿದ್ದ. ಆ ಆಮಂತ್ರಣವು ಒಂದರ್ಥದಲ್ಲಿ ನನ್ನ ಪ್ರಾಣಕ್ಕೇ ಅಪಾಯಕರವಾಗುವದಿತ್ತು! ಅವನ ಬೀರುವಿನ ಮೇಲೆ ಧೂಳು ಕವಿದ ಮೇಣಬತ್ತಿಯಂತಹ ಒಂದೆರಡು ಸಾಮಾನುಗಳು ಬೀರುವನ್ನು ಸಿಂಗರಿಸಿದ್ದವು. ಅವೇನೆಂದು ನಾನು ಕೇಳಿದ್ದಕ್ಕೆ ತನಗೇನೂ ಗೊತ್ತೇ ಇಲ್ಲ, ತಾನು ಚಿಕ್ಕವನಾಗಿದ್ದಾಗಿನಿಂದಲೇ ಅವು ಅಲ್ಲಿವೆ ಎಂದ. ಕುರ್ಚಿಯನ್ನೇರಿ ನಾನೊಂದನ್ನು ಕೆಳಗೆ ತಂದು ನೋಡಿದರೆ ಅದೊಂದು ನಂಬರ ೬ ಎಲೀ ೧೨ ಬೋರ್ ಕಾಡತೂಸು. ಸಂಜೀತ ಒಳ್ಳೇ ಖುಷಿಯಿಂದ ಅವನ್ನೆಲ್ಲ ನನಗೆ ಕೊಟ್ಟ. ಅವು ತನ್ನ ಅಜ್ಜನಿಗೆ ಚರ್ಚಿಲ್ ಕೊಟ್ಟದ್ದು ಎಂದ. ನಾನು ಒಂದು ಹಳದಿ ಕಾಗದದಲ್ಲಿ ಅವೆಲ್ಲವುಗಳನ್ನು ಸುತ್ತಿ ಮನೆಗೊಯ್ದೆ. ಒಂದೆರಡು ವಾರಗಳ ನಂತರ ಚಕೋರಗಳ ಬೇಟೆಗೆ ಹೋದಾಗ ಈ ೩೦ ವರ್ಷ ಹಳೆಯ ಇಂತಹ ಹೆಸರುವಾಸಿ ವಂಶಾವಳಿಯ ಕಾಡತೂಸುಗಳನ್ನೊಯ್ದು ಅವು ನಿಜಕ್ಕೂ ಕ್ರಿಯಾಶೀಲವಿರುವವೋ ಎಂಬುದನ್ನು ಶೋಧಿಸಲು ನಿಶ್ಚಯಿಸಿದೆ. ಚಕೋರವೆದ್ದಿತು, ಗುರಿಯಿಟ್ಟು ನಾನು ಮೊದಲು ಎಡದ ನಂತರ ಬಲಬದಿಯ ಕೊಳವೆಗಳನ್ನೊತ್ತಿದೆ. ಕುದುರೆ ಬಡಿದ ಟಿಕ್ ಸಪ್ಪಳವಾಯಿತೇ ವಿನಾ ಢಂ ಆಗಲಿಲ್ಲ. ನಿರಾಶನಾಗಿ ನಾನು ಕೋವಿಯನ್ನಿಳಿಸಿ ಬ್ರೀಚ್ ಖುಲಾಸೆ ಮಾಡುತ್ತಿದ್ದಂತೆಯೇ ಅರ್ಧ ಸೆಕೆಂಡಿನಲ್ಲೇ ಎರಡೂ ಕೊಳವೆಗಳು ಢಂ ಎಂದು ಹಾರಿದವು. ಕಾರ್ಟ್ರಿಜ್‌ಗಳ ಜೋರುಚಾಲನೆಯದು! ಪುಣ್ಯಕ್ಕೆ ನನ್ನ ಮೋರೆ ಛಿದ್ರಿತವಾಗಲಿಲ್ಲ. ಕಾಡತೂಸುಗಳನ್ನು ಸುತ್ತಿದ ಪೇಪರ್ ಕೂಡ ಹಳದಿಯಾಗುತ್ತಲಿದ್ದು, ಮುಟ್ಟಿದರೆ ಹರಿಯುವಂತಿದ್ದರೂ ಕುತೂಹಲಕಾರಿಯಾಗಿತ್ತು. ನಾನು ತಿಳಿದಂತೆ ದುರ್ಗಾದಾಸರ ಲೇಖವೊಂದರ ಹಸ್ತಲಿಖಿತ ಬರಹವಿದ್ದಿರಬೇಕು. ಬ್ರಿಟಿಶ ಪತ್ರಿಕೋದ್ಯಮ ಮತ್ತು ಬಹುತೇಕ ಎಲ್ಲ ಬ್ರಿಟಿಶ ರಾಜಕಾರಣಿಗಳು ಭಾರತ ವಿರೋಧಿಗಳಿದ್ದುದಾಗಿ ಲೇಖಕರು ಇದನ್ನು ವಿಷಾದಿಸುತ್ತ ವಿಶೇಷತಃ ಬ್ರಿಟಿಶ್ ಪ್ರೆಸ್ ಭಾರತದ ವಿರುದ್ಧ ನಾನಾ ಥರದ ದೋಷಾರೋಪಣೆ ಮಾಡುತ್ತಿದೆ ಎಂದು ಬರೆದಿದ್ದರು. ಇದಕ್ಕೂ ಹೆಚ್ಚು ವಿಷಾದಕಾರಕವೆಂದರೆ ಬ್ರಿಟಿಶ ಪತ್ರಿಕೆಗಳು ಇದನ್ನು ಉದ್ರಿಕ್ತ ತಲೆಬರಹದೊಂದಿಗೆ ಛಾಪಿಸಿ ಸ್ಥಿತಿಯನ್ನು ಇನ್ನೂ ಹದಗೆಡಿಸಿದವು. ಜಾರ್ಜ್ ಎವನ್ಸ್ ಹೇಳುತ್ತಾನೆ 'ಚರ್ಚಿಲ್ ಮತ್ತು ಬಲಪಂಥೀಯ ಟೋರಿ ಪಾರ್ಟಿಗಳ ಭಾರತೀಯ ಸ್ವಾತಂತ್ರ್ಯದ ವಿರೋಧ ಮತ್ತು ಕಾಂಗ್ರೆಸ್ ಪಾರ್ಟಿ ತಥಾ ಜವಾಹರಲಾಲ ನೆಹರೂ ಅವರ ಮೇಲಿನ ಅವಿಶ್ವಾಸ ಮತ್ತು ದ್ವೇಷಗಳು ಅವರನ್ನು ಅನುಮೋದಿಸುವ ಪತ್ರಿಕೆಗಳಿಗೆ ಒಳ್ಳೇ ರುಚಿಕರ ಕವಳಗಳಾಗಿದ್ದವು'. ಅವನ

ಆತ್ಮಕಥನದಲ್ಲಿಯ ಈ ಅಭಿಮತಗಳನ್ನು ಎಷ್ಟೋ ಭಾರತೀಯರು ಅನುಮೋದಿಸುತ್ತಿದ್ದರು.

ಮುಖ್ಯತಃ ಅಸೋಸಿಯೇಟೆಡ್ ಪ್ರೆಸ್‌ನಿಂದ ಪ್ರತಿನಿಧಿಸಲ್ಪಟ್ಟ ಅಮೇರಿಕನ್ ಮಾಧ್ಯಮವು ಜಾಗರೂಕತೆಯಿಂದ ಸಂತುಲಿತವಾಗಿ ಭಾರತ ಮತ್ತು ಅದರ ಪಾಲಿಸಿಗಳನ್ನು ವರದಿಸುತ್ತಿತ್ತು. ಅಂದರೆ ಅದು ಆದುದು ಸೋವಿಯಟ್ ನಾಯಕರು ೧೯೫೫ರಲ್ಲಿ ಭಾರತಕ್ಕೆ ಭೇಟಿಯಿತ್ತು ಅಲ್ಲಿ ಮೌಖಿಕ ಕುಸ್ತಿಯಲ್ಲಿ ಮಾಧ್ಯಮಗಳೊಡನೆ ತೊಡಗಿದವರೆಗೆ. ಅಮೇರಿಕನ್ನರು ಬ್ರಿಟಿಶ್ ಸಾಮ್ರಾಜ್ಯವನ್ನು ಲಿಕಿಲಿಕಿಗೊಳಿಸುವ ಮೊದಲ ಹೆಜ್ಜೆಯಲ್ಲಿ ಯಶಸ್ವಿಯಾಗಿ ನಂತರ ದಕ್ಷಿಣ ಏಶಿಯಾದಲ್ಲಿಯ ಬ್ರಿಟಿಶ್ ವಸಾಹತುಶಾಹಿಯನ್ನು ಅದರ ಪಾಲಿಸಿಗಳೊಡನೆ ಹೊಂದಿಕೊಳ್ಳುವಲ್ಲಿ ಸಂತುಷ್ಟರಾದರು. ಮಹಾಹೂಟದ (The Great Game) ಘೋರಕಲ್ಪನೆಯ ವ್ಯಾಖ್ಯಾನವು ಮಾರ್ಪಾಡಾಗಿ ಚೀನವೂ ಬ್ರಿಟಿಶರಿಂದ ಅದರಲ್ಲಿ ಬೆರೆಸಲ್ಪಟ್ಟು ಅದರಲ್ಲಿ ಕಮ್ಯುನಿಸಮ್ಮಿನ ಅಪಾಯಗಳೂ ಕೂಡಿ ಅಮೇರಿಕೆಯನ್ನು ಸೆಳೆಯುವ ಕಾಲ ಕಾಯುತ್ತಲೇ ಇತ್ತು. ಅದು ಕುದಿಗಾಲವೇ ತಾನೇ?

೧೯೫೧ರವರೆಗೆ ಜನರಲ್ ಅಯೂಬಖಾನರು ಜನರಲ್ ಗ್ರೇಸಿಯವರಿಂದ ಪಾಕಿಸ್ತಾನದ ಸೇನಾ ಮುಖ್ಯಸ್ಥಿಕೆಯನ್ನು ಪಡೆದರು. ಅವರ ತಂದೆ ಹಾಡ್ಸನ್ ಹಾರ್ಸ್‌ನ ರಿಸಾಲ್ದಾರ್ ಮೇಜರ್ ಎಂದು ಬ್ರಿಟಿಶ್ ಇಂಡಿಯನ್ ಆರ್ಮಿಯಲ್ಲಿ ಸೇವೆ ಸಲ್ಲಿಸಿದ್ದರು. ತಂದೆ ಮಗನು ಸಿವಿಲ್ ಸರ್ವಿಸ್ ಸೇರಬೇಕೆಂದಿದ್ದರು. ಮಗನು ಇನ್ನೈದು ಭಾರತೀಯ ಕ್ಯಾಡೆಟ್‌ಗಳೊಡನೆ ಸೈನ್ಯ ಸೇರಿ ಸ್ಯಾಂಡ್ಹರ್ಸ್ಟ್‌ಗೆ ೧೯೨೬ರಲ್ಲಿ ಹೋದ. ಬರ್ಮಾಯುದ್ಧದಲ್ಲಿ ೧೯೪೫ರಲ್ಲಿ ಭಾಗವಹಿಸಿ ನಂತರ ಆರ್ಮಿ ಅಧಿಕಾರಿಗಳ ಸೆಲೆಕ್ಷನ್ ಬೋರ್ಡಿನ ಸದಸ್ಯನಾದ. ದೇಶವಿಭಾಜನೆಯ ಸಮಯದಲ್ಲಿ ಜನರಲ್ ತಿಮ್ಮಯ್ಯರೊಡನೆ ಪಂಜಾಬ ಬೌಂಡರಿ ಫೋರ್ಸ್‌ನಲ್ಲಿದ್ದರು. ಆ ಸಮಯದ ನಿರ್ಮಮ ಹತ್ಯಾಕಾಂಡವು ಅವರ ಮೇಲೆ ದೀರ್ಘ ಪರಿಣಾಮ ಬೀರಿದುದಾಗಿ ಅವರು ಸಾರಿದ್ದೆಂದರೆ ಸ್ವಾತಂತ್ರ್ಯವು ಅವರ ಪಾಲಿಗೆ ಬ್ರಿಟಿಶರಿಂದಷ್ಟೇ ಅಲ್ಲ ಹಿಂದೂಗಳಿಂದ ಕೂಡ.

೧೯೫೩ರವರೆಗೆ ಭಾರತೀಯರಿಗೆ ಖಚಿತವಾದುದೆಂದರೆ ಉತ್ತರೀ ಪ್ರದೇಶಗಳ (Northern Areas - ಗಿಲ್ಗಿಟ್, ಹುಂಜಾ, ಬಾಲ್ಟಿಸ್ತಾನ) ಮತ್ತು ಮಹಾಹೂಟದ ಮೇಲಾಟಗಳಲ್ಲಿ ಒಂದು ಹೊಸ ಸಮೀಕರಣ (Equation) ರೂಪುಗೊಳ್ಳುತ್ತಿದ್ದು ಈಗ ಬ್ರಿಟಿಶರು ಹಿಂಬದಿಯಲ್ಲಿದ್ದು ಗಾಡಿಯ ಸ್ಟಿಯರಿಂಗ್ ಅಮೇರಿಕನ್ನರ ಕೈಯಲ್ಲಿದೆ ಎಂದು. ಇದರಿಂದ ಖಚಿತವಾದುದೆಂದರೆ ಕಾಶ್ಮೀರದ ರಣತಾಂತ್ರಿಕ ಮಹತ್ವವೇ ಬದಲಿಸಿದ್ದು. ೨೧ ಡಿಸೆಂಬರ್ ೧೯೫೩ರಲ್ಲಿ ನೆಹರು ಅವರು ಪಾಕಿಸ್ತಾನಿ ಪ್ರಧಾನಿ ಮೊಹಮ್ಮದ ಅಲಿ ಬೋಗ್ರಾ ಅವರಿಗೆ ಪಾಕಿಸ್ತಾನವು ಅಮೇರಿಕೆಯೊಂದಿಗೆ ಮಿಲಿಟರಿ ಕೊಂಡಿ ಜೋಡಿಸಿಕೊಂಡಾಗಿ ಆ ಹೊಸ ಮೈತ್ರಿಯಿಂದ ಕಾಶ್ಮೀರದ ಮೇಲೆ ಅಪಾಯಕಾರಕ ಪ್ರಭಾವ ಬೀಳುವದು ಎಂದು ಬರೆದರು. ಮತಸಂಗ್ರಹದ ವಿಷಯದಲ್ಲಿ ಕಾಶ್ಮೀರದಲ್ಲಿ ಪಾಕಿಸ್ತಾನದ ಸೈನ್ಯ ಸಂಖ್ಯೆಯನ್ನು ಕಡಿತಗೊಳಿಸುವದಕ್ಕಿಂತ ಅದರ ಸೈನ್ಯ ಶಕ್ತಿಯ ವೃದ್ಧಿಯನ್ನೆದುರಿಸುವ ಸಿದ್ಧತೆ ಅವಶ್ಯಕವಾಯಿತು. ಅಮೇರಿಕೆಯು ಬಗ್ದಾದ ಒಪ್ಪಂದ

ಅಥವಾ ಸೆಂಟೊ (CENTO)ದ ಸದಸ್ಯವಿದ್ದಿಲ್ಲ, ಆದರೂ ಅದರ ಪ್ರಭಾವ ಅವುಗಳ ಮೇಲೆ ಸಾಕಷ್ಟಿತ್ತು. ಮಾತ್ರ ಅದು SEATOದ ಸದಸ್ಯವಿತ್ತು (ಸೌಥ್ ಈಸ್ಟ್ ಏಶಿಯಾ ಟ್ರೇಟಿ ಆರ್ಗನೈಸೇಶನ್). ಈ ಎರಡೂ ಒಪ್ಪಂದಗಳು ಸೋವಿಯಟ್ ವಿಸ್ತರಣೆಯ ತಡೆಗೋಡೆಗಳಾಗಿ ಕಮ್ಯುನಿಸಂ ಮಹಾಪೂರವನ್ನು ತಡೆಯಲು ಸದಸ್ಯ ದೇಶಗಳನ್ನು ಬಾಧ್ಯಸ್ಥವಾಗಿಸಿದ್ದವು. ಪಾಕಿಸ್ತಾನವು ರಶಿಯದ ಪ್ರತಿ ಜಾಗರೂಕವಾಗಿದ್ದರೂ ಅದು ತನ್ನ ವೈರಿಯೆಂದು ಗಣಿಸಿರಲಿಲ್ಲ. ಆದರೂ ಸೆಂಟೊ/ಸಿಯಟೊ ಒಪ್ಪಂದಗಳು ಮತ್ತು ಅವುಗಳ ಜೊತೆಗಿದ್ದ ಶಸ್ತ್ರಸಹಾಯಗಳು ಭಾರತದ ವಿರುದ್ಧ ಉಪಯೋಗಿಯಲ್ಲವೇ? ಅಂಥ ಸದವಕಾಶವನ್ನು ಬಿಟ್ಟುಕೊಡುವದೇ? ಈ ಎರಡೂ ರಾಷ್ಟ್ರಗಳ ಗುರಿಗಳಲ್ಲಿ ವ್ಯತ್ಯಾಸವಿದ್ದರೂ ಪಾಕಿಸ್ತಾನ ಮತ್ತು ಅಮೇರಿಕೆಗಳು ಒಪ್ಪಂದಕ್ಕೊಳಗಾದವು. ಆವರೆಗೆ ಭಾರತದ ತಾಟಸ್ಥ್ಯದ ವಿದೇಶ ನೀತಿ ಶಿಖರಕ್ಕೇರಿ ನೆಹರು ಅವರು ಅಮೇರಿಕೆಯ ಆಡಳಿತ ಹಾಗೂ ಅದರ ಕಾಂಗ್ರೆಸ್ಸಿಗರಿಗೆ (ಜನಪ್ರತಿನಿಧಿಗಳಿಗೆ) ಶಾಪಗ್ರಸ್ತರಾದರು. ಪ್ರೆಸಿಡೆಂಟ್ ಟ್ರುಮನ್ನರು ತಮ್ಮ ಭಾರತದಲ್ಲಿಯ ರಾಜದೂತ ಚೆಸ್ಟರ್ ಬೌಲ್ಸ್‌ರನ್ನು 'ಆ ನೆಹರು ಎಂಬವ ಹಾರ್ದಿಕ ಕಮ್ಯುನಿಸ್ಟನೇ?' ಎಂದು ಕೇಳುವವರೆಗೆ ಚಿಂತಿತರಾದರು. ಇನ್ನೊಂದೆಡೆ ಅಯೂಬ ಮತ್ತು ಅವರ ಜೊತೆಗಾರ ಪಾಕಿಸ್ತಾನಿ ಜನರಲ್ಲರು ಪಾಶ್ಚಾತ್ಯರ ಪ್ರೀತಿಪಾತ್ರರಾದರು. ನೇರವಕ್ತಾ ಸೈನಿಕರು, ನಿಚ್ಚಳವಾಗಿ, ನಿಸ್ಸಂದೇಹಿತರಾಗಿ ಕಮ್ಯುನಿಸಂ ಬಗ್ಗೆ ಸರಿಯಾದ ಮಾತೇ ಆಡುವವರಲ್ಲವೇ?

ನವವ್ಯವಸ್ಥೆಯ ಜೋಡಣೆ ಸ್ಥಿತವಾಗಿತ್ತು. ಪಾಕ–ಅಮೇರಿಕಾ, ಭಾರತ–ಅಮೇರಿಕೆಯ ಸಂಬಂಧಗಳಲ್ಲಿ ಏರುಪೇರುಗಳಿದ್ದೂ ಕೂಡ ಮಾಧ್ಯಮ ಮತ್ತು ಟೈಮ್ ಮತ್ತು ಲೈಫ್‌ಗಳಂತಹ ಪ್ರಭಾವಶಾಲಿ ಕಾಲಿಕೆಗಳು ೧೯೫೫ರ ನಂತರ ಭಾರತವನ್ನು ಸೋವಿಯಟ್ ರಶಿಯಾ ಮತ್ತು ಚೈನಾದೊಡನೆ ಕೆಂಪು ಬಣ್ಣದಲ್ಲಿ ರೇಖಿಸತೊಡಗಿದವು. ಇದು ತುಸು ಅಮೇರಿಕೆಯ ಫುಟ್‌ಬಾಲಿನಂತಿತ್ತು. ಬ್ರಿಟಿಶರು ಯಾಂಕಿಗಳಿಗೆ ಚೆಂಡೊಗೆದರು. ಯಾಂಕಿಗಳು ಈಗ ತಮ್ಮ ಮುಂದಿನ ದಾರಿಯುನ್ನು ಶೋಧಿಸತೊಡಗಿದರು. ರಶಿಯನ್ನರು ಕಥಿತ ಗುರಿಯಾದರೂ ನೈಜಕತೆಯೆಂದರೆ ಭೂನಿಯಂತ್ರಣ ನೀತಿಯ ಮಹತ್ವದಿಂದಾಗಿ ಚೀನವನ್ನು ಸುತ್ತುವರಿಯುವ ಅವಶ್ಯಕತೆ ಅಮೇರಿಕೆಯ ಯೋಜನೆಯಲ್ಲಿ ಪ್ರಾಮುಖ್ಯತೆ ಪಡೆಯತೊಡಗಿತು. ಬಾಂಬೂ ಕರ್ಟನ್ (ಬಿದರಿನ ಪರದೆ) ಒಂದು ಸಮಸ್ಯಾತ್ಮಕ ಒಗಟಾಯಿತು. ಎರಡನೇ ಮಹಾಯುದ್ಧಾನಂತರ ಅಮೇರಿಕೆಯ ಎರಡನೇ ನಂಬರಿನ ಅಪಾಯವೆಂದರೆ ಚೀನ. ಅಮೇರಿಕೆಯ ಸಮರಶಕ್ತಿಯನ್ನು ಕೆದಕಿದ್ದೆಂದರೆ ಚೀನವೇ – ಕೊರಿಯಾದಲ್ಲಿ. ಹಾಗೆ ಚೀನದ ಮೇಲೆ ಆಕ್ರಮಣದ ಪ್ರಾರಂಭಿಕ ಕ್ಷೇತ್ರವೆಂದರೆ ಪಾಕಿಸ್ತಾನ. ಪಾಕಿಸ್ತಾನ–ಚೀನ ಸಂಬಂಧಗಳು ವರ್ಧಿಸುತ್ತಿದ್ದೂ ಕೂಡ ಅಮೇರಿಕೆಯ ಈ ತರ್ಕ. ೧೯೫೦ರ ಟಿಬೆಟಿನಲ್ಲಿಯ ಬೆಳವಣಿಗೆಗಳಿಂದಾಗಿ ಆ ನಂತರ ಚೀನದ ಸೂಕ್ಷ್ಮ ಕೆಳಹೊಟ್ಟೆಯೆಂದರೆಯೇ ಟಿಬೆಟ್ ಎಂದಾಯ್ತು. ಹಳೆಯ ಮಹಾಹೂಟಕ್ಕೆ ಹೊಸ ವಿಸ್ತಾರ ದೊರೆಯಿತು.

೮. ಮಹಾಹೂಟ (The Great Game)

ಸಾಮ್ರಾಜ್ಯಗಳ ಸಂಘರ್ಷಣೆ

ವಿಪರ್ಯಾಸವೆಂದರೆ ೧೬೧೨ರಲ್ಲಿ ಸಮುದ್ರಮಾರ್ಗವಾಗಿ ಬಂದು ಕ್ಲೈವ್‌ನಿಂದ ಭಾರತದ ವಸಾಹತೀಕರಣವನ್ನು ಪೂರ್ವದಿಕ್ಕಿನಿಂದ ಕೈಕೊಂಡ ಬ್ರಿಟಿಶರಿಗೆ ಕಾಣಿಸಿಕೊಂಡ ದೊಡ್ಡ ಅಪಾಯವೆಂದರೆ ಪಶ್ಚಿಮೋತ್ತರದ ಹಿಮಾಲಯ ಕಣಿವೆಗಳಿಂದ. ಭಾರತೀಯ ರಾಜವಂಶಗಳು ಪುನರೋಪಿ ಪುನಃ ಭೂತಕಾಲದ ಆಗುಹೋಗುಗಳಿಂದ ಕಲಿಯಲಿಲ್ಲ; ಒಬ್ಬ ಮೊಹಮ್ಮದ ಗಜನಿಯೋ, ತೈಮೂರನ ಚಗ್ತಾಯಿ ತುರ್ಕರೋ, ಬಾಬರನ ಮಗಲರೋ ಬಿರುಗಾಳಿಯಂತೆ ಏರಿ ಬಂದು ಇಡಿ ದೇಶವನ್ನೇ ಕೊಳ್ಳೆಹೊಡೆಯುತ್ತಿದ್ದರು. ಮಹಾಹೂಟವು ೧೯೫೦ ಮತ್ತು ೧೯೬೦ನೇ ದಶಕಗಳ ಶೀತಸಮರದಂತೆ ತನ್ನ ಸಮರವನ್ನು ಅತಿ ವಿಸ್ತೃತ ಪ್ರದೇಶ ಮತ್ತು ಬೇರೆ ಬೇರೆ ಸ್ತರಗಳಲ್ಲಿ ನಡೆಸಿತು. ಈ ಎರಡೂ ವಿಷಯಗಳಲ್ಲಿ ಯುದ್ಧವು ಪಾಲಿಸಿಯ ಸಾಧನ ಎಂಬುದನ್ನೇ ಅನುಸರಿಸಿ ಮಿತವಾಗಿ ಬಳಸಲ್ಪಟ್ಟಿತು. ಯುದ್ಧದ ಸ್ಫೋಟಗಳು ವಿಸ್ಫೋಟಗೊಳ್ಳುವ ಅಪಾಯ ಮುಟ್ಟಿದರೂ ಮಾತ್ರ ಸ್ಫೋಟಗೊಳ್ಳಲಿಲ್ಲ. ಭಾಗಶಃ ಭೂರಾಜಕೀಯ ಒಳಸಂಚು, ಭಾಗಶಃ 'ಶಾಂಗ್ರಿಲಾ'ದ ಹುಡುಕಾಟಗಳಿಂದಾಗಿ ಮಹಾಹೂಟವು ಮಧ್ಯ ಏಶಿಯಾದಲ್ಲಿ ಪ್ರಭಾವ ಬೀರುವ ಸಾಮ್ರಾಜ್ಯಶಾಹಿಗಳ ಛಲವಾಯಿತು. ೧೯ ಮತ್ತು ೨೦ನೇ ಶತಮಾನದ ಪೂರ್ವಕಾಲದಲ್ಲಿ ಬ್ರಿಟಿಶ್ ಮತ್ತು ರಶಿಯನ್ ಸಾಮ್ರಾಜ್ಯಗಳ ಪರಿಶ್ರಮಗಳು ಸೆಳೆಯಲ್ಪಟ್ಟವು. ರಾಜನೀತಿ, ಗೂಢಚರ್ಯೆ ಮತ್ತು ಮಿಲಿಟರಿ ಇರಿತಗಳ ಚತುರಂಗದ ಆಟದಂತೆ ಇದು ಅನಾವರಣಗೊಳ್ಳುತ್ತದೆ. ಇದರಲ್ಲಿ ಬ್ರಿಟಿಶರು ಮತ್ತು ರಶಿಯನ್ನರು ತಂತಮ್ಮ ಹಿತಾಸಕ್ತಿಗಳ ಸಂರಕ್ಷಣೆಗಾಗಿ ಗುದ್ದಾಡುತ್ತಾರೆ.

ಬ್ರಿಟಿಶ ಭಾರತ ಜನಿಸಿದ್ದು ಶಸ್ತ್ರಗಳ ಮೊನಚಿನಿಂದಾಗಿ. ಅವರು ಉಪಖಂಡವನ್ನು ಗೆದ್ದುದು ಪ್ರದೇಶಗಳನ್ನು ಭಾಗಭಾಗವಾಗಿ ಆಕ್ರಮಿಸಿಯಷ್ಟೇ ಅಲ್ಲ, ಸುರುವಾತಿನಲ್ಲಿ ಫ್ರೆಂಚ್ ಮತ್ತು ಪೋರ್ತುಗೀಸರೊಡನೆಯೂ ಸೆಣೆಸಿಯೂ ಸಹ. ನೆಲ್ಸನ್ನನು ಸ್ಪೇನದ ನೌಕಾಶಕ್ತಿಯನ್ನು ಟ್ರಾಫಲ್ಗಾರದಲ್ಲಿ ಮತ್ತು ವೆಲ್ಲಿಂಗ್ಟನ್ನನು ನೆಪೋಲಿಯನ್ನನನ್ನು ವಾಟರ್ಲೂದಲ್ಲಿ ಸೋಲಿಸಿದ ನಂತರ ಬ್ರಿಟಿಶರ ಪ್ರಹಾರಪಟ್ಟಿಯಲ್ಲಿ ರಶಿಯಾ ಎಲ್ಲಕ್ಕೂ

ಮೇಲೇರಿತು. ಆಂಗ್ಲ-ರಶಿಯಾ ವೈಷಮ್ಯವು ಜಾಗತಿಕ ಸ್ತರದಲ್ಲಿಯೂ ಹಬ್ಬಿಕೊಳ್ಳುವದು ಸ್ವಾಭಾವಿಕವೇ ಆಯಿತು. ಅದು ಉಪಖಂಡದಲ್ಲಿ ಕೇಂದ್ರೀಕೃತವಾದದ್ದೂ ನಿರೀಕ್ಷಿತವೇ ಸರಿ – ಎರಡೂ ಸಾಮ್ರಾಜ್ಯಗಳ ಮಿಲನವಲ್ಲವೇ ಅದು ಸೈದ್ಧಾಂತಿಕವಾಗಿ ಕೂಡ? ರಶಿಯನ್ನರು ೧೭೧೭ರಲ್ಲಿ ಪ್ರಥಮ ಹೆಜ್ಜೆಯಿಟ್ಟರು. ಝಾರ್ ಪೀಟರ್ ದಿ ಗ್ರೇಟನು ಪ್ರಿನ್ಸ್ ಬೆಕೊವಿಚ್‌ನ ನೇತೃತ್ವದಲ್ಲಿ ಖೀವಾಕ್ಕೆ ತನ್ನ ಅಭಿಯಾನವನ್ನು ಕಳಿಸಿದ. ಬ್ರಿಟಿಶರು ಆಗಿನ್ನೂ ಸಂಪೂರ್ಣ ಭಾರತವನ್ನು ಗೆದ್ದಿರಲಿಲ್ಲವಾದರೂ ಲಂಡನ್ನಿನಲ್ಲಿ ಗಂಟೆಗಳು ಬಾರಿಸತೊಡಗಿದವು. ೧೭೨೫ರಲ್ಲಿ ಪೀಟರ್ ಕಾಲವಶನಾದರೂ ಅವನು ತನ್ನ ಉತ್ತರಾಧಿಕಾರಿಗಳಿಗೆ ಭಾರತ ಮತ್ತು ಕಾನ್‌ಸ್ಟಾಂಟಿನೋಪಲ್‌ಗಳನ್ನು ಹಿಡಿದುಕೊಳ್ಳಲು ಬೋಧಿಸಿದ್ದ ಎಂಬ ವದಂತಿಗಳು ವ್ಯಾಪಕವಾಗಿದ್ದವು.

ಬ್ರಿಟಿಶರು ನೋಡುತ್ತಿದ್ದಂತೆಯೇ ೧೭೩೯ರಲ್ಲಿ ಪರ್ಶಿಯಾದ ನಾದಿರಶಹ ಪಶ್ಚಿಮೋತ್ತರದಿಂದ ಆಕ್ರಮಣ ಮಾಡಿ ದಿಲ್ಲಿಯನ್ನು ಕೆಲಕಾಲ ಆಕ್ರಮಿಸಿದ. ಹದಿನೇಳು ವರ್ಷಾನಂತರ ಅಹಮದಶಹ ದುರ್ರಾನಿಯು ಪರ್ಶಿಯನ್ನರನ್ನು ಅನುಕರಿಸುತ್ತ ದಿಲ್ಲಿಯನ್ನು ಯಥೇಚ್ಛವಾಗಿ ಕೊಳ್ಳೆಹೊಡೆದ, ಆಗಲೇ ಬ್ರಿಟಿಶರು ತಮ್ಮನ್ನು ಸ್ಥಾಪಿಸತೊಡಗಿದ್ದರು. ರಶಿಯದ ಝರೀನಾ ಕ್ಯಾಥರೀನ್ ದಿ ಗ್ರೇಟ ೧೭೯೧ರಲ್ಲಿ ತನ್ನ ಕಾಸೊಂದನ್ನು ಒಗೆದು ಜಗತ್ತನ್ನೇ ಬೊಗರೆಯಾಡಿಸಿದ್ದು ಭಾರತವನ್ನು ಬ್ರಿಟಿಶರ ಹಿಡಿತದಿಂದ ಬಿಡಿಸುವ ಯೋಜನೆಯ ಪ್ರಸ್ತಾವ. ಭೂಪ್ರದೇಶದಿಂದ ತಮ್ಮ ರಾಜ್ಯಕ್ಕೆ ಇತರ ಐರೋಪ್ಯ ದೇಶಗಳ ಅಪಾಯವು ಬ್ರಿಟಿಶರ ಸಂಶಯಗ್ರಸ್ತತೆಯ ಪರಾಕಾಷ್ಠೆಗೇರಿದ್ದು ನೆಪೋಲಿಯನ್ನನು ತನ್ನ ಕಾಸನ್ನೂ ಈ ವರ್ತುಲದಲ್ಲಿ ಒಗೆದಾಗ. ೧೭೯೮ರಲ್ಲಿ ಫ್ರೆಂಚ್ ನೌಕಾಪಡೆಯೊಂದು ಇಜಿಪ್ಟ್ ಮಾರ್ಗವಾಗಿ ಭಾರತಕ್ಕೆ ಹೊರಟಿದ್ದು ಅಲೆಕ್ಸಾಂಡ್ರಿಯ ಬಂದರಿನ ಯುದ್ಧದಲ್ಲಿ ನೆಲ್ಸನ್‌ನಿಂದ ಸೋಲಿಸಲ್ಪಟ್ಟು ಆ ಸಾಗರೀ ಅಪಾಯವನ್ನು ತಡೆದೊಗೆಯಿತು. ಮೂರು ವರ್ಷಾನಂತರ ರಶಿಯದ ಝಾರ್ ಪಾಲನು ರಶಿಯಾ-ಫ್ರೆಂಚ್ ಅಭಿಯಾನವನ್ನು ಭಾರತದ ವಿರುದ್ಧ ಯೋಜಿಸಿ ಆ ಪ್ರಕಾರ ಸೈನ್ಯವನ್ನು ಕಳಿಸಿದನಾದರೂ ಆಗಲೇ ಝಾರನ ಮೃತ್ಯುವಿನಿಂದಾಗಿ ಅಭಿಯಾನವನ್ನು ಮರಳಿಸಲಾಯಿತು. ೧೮೦೭ರಲ್ಲಿ ನೆಪೋಲಿಯನ್ನನು ಪರ್ಶಿಯಾದ ಶಹನೊಡನೆ ಮಾಡಿಕೊಂಡ ಒಪ್ಪಂದದ ಪ್ರಕಾರ ಬ್ರಿಟನ್ನನ್ನು ರಾಜತಾಂತ್ರಿಕವಾಗಿ ದೂರಿಟ್ಟು ಫ್ರೆಂಚ್ ಸೈನ್ಯಕ್ಕೆ ಪರ್ಶಿಯಾ ನೇರದಾರಿಯ ಪರವಾನಿಗೆ ನೀಡುವದೆಂದಿತ್ತು. ಫ್ರೆಂಚ್ ಸೈನ್ಯದ ಗುರಿ ಭಾರತೀಯ ಉಪಖಂಡ, ತನ್ನ ಈ ಯೋಜನೆಯಲ್ಲಿ ನೆಪೋಲಿಯನ್ನನು ರಶಿಯದ ಪಾತ್ರವನ್ನೂ ಹೆಣೆದಿದ್ದರೂ ಅವನ ರಶಿಯದ ಆಕ್ರಮಣ ಈ ಯೋಜನೆಯನ್ನೇ ನಕಾರಿಸಿತು.

೧೮೧೭ರಲ್ಲಿ ಸರ್ ರಾಬರ್ಟ್ ವಿಲ್ಸನ್ನರ ಪುಸ್ತಕ 'A Sketch of the Military and Political Power of Russia' ಲಂಡನ್ನಿನಲ್ಲಿ ಪ್ರಕಾಶಿತವಾಗಿ ರಶಿಯದ ಭೂವಿಸ್ತಾರದ ಬಗ್ಗೆ ಎಚ್ಚರಿಕೆಯಿತ್ತಿತು. ಬ್ರಿಟಿಶ ದೃಷ್ಟಿಯಲ್ಲಿ ಮಹಾಹೂಟ (The

Great Game) ವಾಸ್ತವಿಕವಾಗಿ ಆರಂಭವಾದದ್ದು ೧೮೨೦ರಲ್ಲಿ. ಈಸ್ಟ ಇಂಡಿಯಾ ಕಂಪನಿಯ ಕುದುರೆಲಾಯದ ಮುಖ್ಯಸ್ಥ ವಿಲಿಯಂ ಮೂರ್‌ಕ್ರಾಫ್ಟನು ತನ್ನ ವೃತ್ತೀಯ ಜ್ಞಾನವನ್ನುಪಯೋಗಿಸುವ ನೆಪದಲ್ಲಿ ಕಾಶ್ಮೀರ, ಲದಾಖ ಮತ್ತು ನೇಪಾಳಗಳ ನಕಾಶಗಳೇ ಇಲ್ಲದ ಪ್ರದೇಶಗಳಲ್ಲಿ ಪ್ರವಾಸ ಕೈಕೊಂಡು ಕೊನೆಗೆ ಅಫಗಾನಿಸ್ತಾನ, ಬುಖಾರಾಗಳವರೆಗೆ ನಡೆದ. ಬುಖಾರಾ ಇದು 'ಜಗತ್ತಿನಲ್ಲೇ ಅತಿ ದೊಡ್ಡ ಕುದುರೆಯ ಮಾರುಕಟ್ಟೆ' ಎಂಬ ಪ್ರಸಿದ್ಧಿ ಪಡೆದದ್ದು. ತನ್ನ ದಾರಿಯನ್ನು ಸುಸೂತ್ರ ಮಾಡಿಕೊಂಡದ್ದು ಅವನು ಕುದುರೆಗಳ ಸುಶ್ರೂಷೆಗಿಂತ ಮನುಷ್ಯರ ಸುಶ್ರೂಷೆಗೈಯ್ದು. ಲದಾಖನಲ್ಲಿ ಮೂರ್‌ಕ್ರಾಫ್ಟ್ ಪ್ರವೇಶಿಸುತ್ತಿದ್ದಂತೆ ರಶಿಯದ ನಿಯೋಗವೊಂದು ಬುಖಾರಾ ತಲುಪಿ ಅಲ್ಲಿಯ ಖಾನಾತ್‌ದೊಡನೆ ವ್ಯಾಪಾರ ಸಂಧಿಯನ್ನು ಸ್ಥಾಪಿಸಿತ್ತು.

೧೮೪೯ರವರೆಗೆ ಪಂಜಾಬವು ಬ್ರಿಟಿಶ ನಿಯಂತ್ರಣದಲ್ಲಿದ್ದು ಕಾಶ್ಮೀರವು ಅದರಿಂದ ಬೇರ್ಪಡಿಸಲಾಗಿ ಬ್ರಿಟಿಶರ ಮೈತ್ರಿ ಬೆಳೆಸಿದ ಗುಲಾಬಸಿಂಹನಿಗೆ ಬೇರೆ ರಾಜ್ಯವೆಂದು ವರ್ಗಾಯಿಸಲ್ಪಟ್ಟಿತು. ದಶಕದೊಳಗೆಯೇ ೧೮೫೭ರ ಯುದ್ಧವು (ಬ್ರಿಟಿಶರು ಇದನ್ನು ಸಿಪಾಯಿ ಬಂಡಾಯ ಎನ್ನುತ್ತಾರೆ) ಇಡಿ ಭಾರತವನ್ನೇ ವ್ಯಾಪಿಸಿತ್ತು. ಇದು ಎರಡು ವಿಷಯಗಳಲ್ಲಿ ದೀರ್ಘ ಪರಿಣಾಮಗಳನ್ನುಂಟುಮಾಡಿತು. ಒಂದನೆಯದು ಇಂಡಿಯನ್ ಆ್ಯಕ್ಟ್ ಇದು ಈಸ್ಟ್ ಇಂಡಿಯಾ ಕಂಪನಿಯ ಭಾರತವನ್ನಾಳುವ ಅಧಿಕಾರವನ್ನು ರದ್ದುಗೊಳಿಸಿ ಎಲ್ಲ ಅಧಿಕಾರಗಳನ್ನು ಬ್ರಿಟಿಶ ಆಡಳಿತಾಧಿಕಾರಕ್ಕೆ ವರ್ಗಾಯಿಸಿತು. ಎರಡನೆಯದಾಗಿ ೧೮೫೭ರ ಭುಗಿಲಿನಲ್ಲಿ ಬ್ರಿಟಿಶರ ಪರವಾಗಿ ನಿಂತ ಸಿಖ್ಖ ಮತ್ತು ಗುರ್ಖಾ ಸೈನಿಕರು ಬ್ರಿಟಿಶ್ ಇಂಡಿಯನ್ ಆರ್ಮಿಯ ಬೆನ್ನುಹುರಿಯೆಂದು ಕಂಡುಕೊಳ್ಳಲಾಗಿ ಇದುವರೆಗೆ ಬ್ರಿಟಿಶ ಸೈನ್ಯದ ಪ್ರಮುಖ ಭಾಗವಾದ ಗಾಂಗೇಯ ಪ್ರದೇಶದ ಸೈನಿಕರನ್ನು ದೂರೀಕರಿಸಲಾಯಿತು.

ಕಾಲಕಾಲಕ್ಕೆ ಬ್ರಿಟಿಶ್ ಲೇಖಕರು ಭಾರತಕ್ಕಿದ್ದ ರಶಿಯದ ಹೆದರಿಕೆಯನ್ನು ಜನತೆಯ ಸ್ಮೃತಿಯಲ್ಲಿ ಇರಿಸುತ್ತಲೇ ಇದ್ದರು. ೧೯ನೇ ಶತಮಾನದ ಅಸ್ತವಾದಂತೆ ಚಾರ್ಲ್ಸ ಮಾರ್ವಿನ್ನನು 'The Russians At the Gate of Herat' ಎಂಬ ರಶಿಯಾ ಸಂಬದ್ಧ, ಮತ್ತದರ ಜೊತೆಗೆ ಇನ್ನೂ ಕೆಲವು ಪುಸ್ತಕಗಳನ್ನು ಪ್ರಕಟಿಸಿದ. ವಿಲಿಯಂ ಲಾಕ್ಹಾರ್ಟನ ಸರ್ವೇಕ್ಷಣ ಪಾರ್ಟಿಯನ್ನು ಚಿತ್ರಾಲ್-ಹುಂಜಾ ಕ್ಷೇತ್ರಗಳಿಗೆ ಕಳಿಸಲಾಯಿತು. ಆಗಲೇ ಇಂಗ್ಲಂಡಿನಲ್ಲಿ ಟೋರೀ ಪಕ್ಷ ಗೆದ್ದು ಬ್ರಿಟಿಶರ ಉಪಖಂಡದಲ್ಲಿಯ 'ಮುನ್ನಡೆ' ಯೋಜನೆ ಪುನಃ ಮುಂದುವರೆಯಿತು. ಯಂಗ್ಹಸ್ಬಂಡನು ಪೇಕಿಂಗ್‌ನಿಂದ ಭಾರತಕ್ಕೆ ಮರಳಿ ನಂತರ ಹುಂಜಾದಲ್ಲಿ ಬ್ರಿಟಿಶ್ ವ್ಯಾಪಾರಿಗಳಿಗೆ ಕೀಟಲೆ ನೀಡುತ್ತಿದ್ದ ಅದರ ರಾಜನ ವಿರುದ್ಧ ಮಿಲಿಟರಿ ಅಭಿಯಾನವನ್ನು ನಿರ್ದೇಶಿಸುತ್ತಲಿದ್ದುದು ಬ್ರಿಟಿಶರ ಮಧ್ಯ ಏಶಿಯಾದಲ್ಲಿಯ ಆಸಕ್ತಿಯ ತುತ್ತತುದಿಯಾಯಿತು. ಚಿತ್ರಾಲ್, ಹುಂಜಾ ಮತ್ತು ಸ್ವಾತ್‌ಗಳಲ್ಲಿ ಕೈಕೊಂಡ ಮಿಲಿಟರಿ ಚಟುವಟಿಕೆಗಳು ಈಗ ಕರೆಯಲ್ಪಡುವ 'ಉತ್ತರೀ ಕ್ಷೇತ್ರಗಳಲ್ಲಿ' (Northen Areas) ಬ್ರಿಟಿಶರ ನಿಶ್ಚಿತ ಸ್ಥಾಪನೆಯನ್ನು ದರ್ಶಿಸುತ್ತವೆ.

ಪಾಶ್ಚಾತ್ಯ ಇತಿಹಾಸಕಾರರು ೧೯೦೭ರ ಆಂಗ್ಲ-ರಶಿಯನ್ ಒಡಂಬಡಿಕೆಯ ಸಹಿಯಾದ ನಂತರ ಮಹಾಹೂಟದ ಅಂತ್ಯವನ್ನು ಸಾರಿದರೂ ಕೂಡ ಅದು ವಾಸ್ತವದಲ್ಲಿ ಕೊನೆಗಂಡಿಲ್ಲ. ಉಪಖಂಡದ ಭಾರತ-ಪಾಕಿಸ್ತಾನದ ವಿಭಾಜನೆಯೊಡನೆ ಭಾರತ ಪಾಕಿಸ್ತಾನಗಳು ಎರಡು ಸ್ವತಂತ್ರ ರಾಷ್ಟ್ರಗಳಾಗಿ ಅದು ತನ್ನ ಗಿಯರ್ ಬದಲಿ ಮಾಡಿತಷ್ಟೇ. ಸುರುವಾತಿಗೆ ಅವರ ಸಾಮ್ರಾಜ್ಯದ ಗಡಿಗಳು ಮರುಭೂಮಿ ಮತ್ತು ಪಾರು ಮಾಡಲಾರದ ಪರ್ವತಶ್ರೇಣಿಗಳೊಡಗೂಡಿ ೨೦೦೦ ಮೈಲು ಬೇರೆಬೇರೆಯಾಗಿದ್ದು ಇಂದು ಅವು ಆರೇಳು ದೇಶಗಳ ಸಂಗಮವಾಗಿದೆ. ಆಗ ಅಮೇರಿಕೆಯು ಜಾಗತಿಕ ಘಟನಾವಳಿಗಳಲ್ಲಿ ಹಿರಿಯ ಆಟಗಾರವಿರದಿದ್ದರೂ ಮಹಾಹೂಟದಲ್ಲಿ ತ್ವರಿತವಾಗಿ ಧುಮುಕಿತು. ಮೂರ್‌ಕ್ರಾಫ್ಟನ ನಂತರ ಒಬ್ಬ ಅಸಂಭವನೀಯ ಅಮೇರಿಕನ್ ಜೊಸಾಯಾ ಹಾರ್ಲನ್ನನು ಮಧ್ಯ ಏಶಿಯಾದ ಪ್ರವಾಸೀ ತಂಡವನ್ನು ಸೇರಿದನು. ಪೆನ್ಸಿಲ್ವಾನಿಯಾದ ಚೆಸ್ಟರ್‌ಕಂಟ್ರಿಯ ಕ್ವೇಕರನಾದ ಇವನು ೧೮೩೮ರಲ್ಲಿ ಅಫಗಾನ ಅಮೀರ ದೋಸ್ತ ಮೊಹಮ್ಮದನ ಸೇವೆಯಲ್ಲಿ ಸೇರಿ ಅವನ ಮಿಲಿಟರಿ ಕಮಾಂಡರನಾಗಿ ಉತ್ತರೀ ಭಾಗದಲ್ಲೆದ್ದ ಬಂಡಾಯವನ್ನು ದಬ್ಬಲು ಹೊರಟಾಗ ದಾರಿಯಲ್ಲಿ ಹಿಂದುಕುಶ ಪರ್ವತಾವಳಿಯ ೧೨೫೦೦ ಫೂಟು ಎತ್ತರದ ಕಣಿವೆಯೊಂದರಲ್ಲಿ ಅಮೇರಿಕೆಯ ಧ್ವಜ ಊರಿದ. ಮಧ್ಯ ಏಶಿಯಾವನ್ನು ತೆರೆಯುವ ಅಮೇರಿಕನ್ ಪಾತ್ರಧಾರಿಗಳ ಬಗ್ಗೆ ಮೊದಲಿಗೆ ಅಷ್ಟು ಲಕ್ಷ್ಯ ಹರಿಸಲಾಗಿಲ್ಲ. ಆದರೂ ಟಿಬೆಟನ್ನು ಶೋಧಿಸಲು ೧೮೮೦ರಲ್ಲಿ ಸ್ಮಿತ್ಸೋಲಿಯನ್ ಇನ್‌ಸ್ಟಿಟ್ಯೂಶನ್‌ನಿಂದ ನಿಯುಕ್ತನಾದ ವಿಲಿಯಂ ರಾಕ್ಹಿಲ್ ಮತ್ತು ಬ್ರಿಟಿಶರ ಮೂಗು ಮುರಿದು ೧೯೨೫ರಲ್ಲಿ ಲ್ಹಾಸಾ ಮುಟ್ಟಿದ ವಿಲಿಯಂ ಮೆಕ್‌ಗವರ್ನನಂತಹ ಸಾಹಸಿಗಳು ಹೊರಂಚಿನವರಾದರೂ ಅಮೇರಿಕೆಯನ್ನು ಈ ಪೈಪೋಟಿ ಗೊಂದಲದಲ್ಲಿ ಸ್ಥಿರವಾಗಿಟ್ಟರು.

ವಿವಿಧ ಅಭಿಯಾನಗಳು ಮತ್ತು ಮಹಾಹೂಟದಲ್ಲಿ 'ಹೋರಾಡಿದ' ಅನೇಕ ವ್ಯಕ್ತಿಗಳ ವಿವರ, ಅದೆಷ್ಟು ಮೋಹಕವಿದ್ದರೂ ಕೂಡ, ನಮಗೀಗ ಸಂಬಂಧಿಸಿದ್ದಿಲ್ಲ. ಜಾರ್ಜ ಹೇವರ್ಡ್, ಕರ್ನಲ್ ಲಾಕ್ಹಾರ್ಟ್, ಡಾಕ್ಟರ್ ಲೈಟ್ನರ್, ನೇ ವಿಲಿಯಮ್ಸ್, ಫ್ರಾನ್ಸಿಸ್ ಯಂಗ್ಹಸ್ಬಂಡ್, ಕರ್ನಲ್ ಆಲ್ಗರ್ನನ್ ಡ್ಯುರ್ಯಾಂಡ್ ಮತ್ತು ರಶಿಯನ್ ಕರ್ನಲ್ ಗ್ರಾಂಜ್ಚೆವ್‌ಸ್ಕಿ ಇತ್ಯಾದಿ ಇವರು ಕೆಲವು ಪ್ರಮುಖ ಪಾತ್ರ ವಹಿಸಿದಂಥವರು. ಇವರ ಜೊತೆಗಂಟಿದ ಅತಿಗುಪ್ತ (Top Secret) ಅಭಿಯಾನಗಳು ತಮ್ಮ ಭೌಗೋಲಿಕ ಶೋಧಗಳಿಂದ ಕೆಲವು ಸಲ ಸಾಮ್ರಾಜ್ಯಗಳ ಗಡಿಗಳನ್ನೇ ಬದಲಿಸಿದವು. ಸದ್ಯದ ಸ್ಥಿತಿಯಲ್ಲಿ ಸಿಯಾಚೆನ್ ಗ್ಲೇಸಿಯರ್ ಮತ್ತು ಕಾಶ್ಮೀರ ಗಾಥೆಗಳ ವಿಷಯದಲ್ಲಿ ಪ್ರಸಕ್ತವಾದುದೆಂದರೆ ನಮಗೀಗ ಗೊತ್ತಿದ್ದ 'ಉತ್ತರೀ ಪ್ರದೇಶ'ಗಳ (Northen Areas) ಭೌಗೋಲಿಕ ಪ್ರಾಮುಖ್ಯ. 'ಉತ್ತರೀ ಪ್ರದೇಶ'ಗಳು ಇಂದು ಐದು ಜಿಲ್ಲೆಗಳನ್ನು ಒಳಗೊಳ್ಳುತ್ತವೆ - ಗಿಲ್ಗಿಟ್, ಘಜ್ರ, ದ್ಯಾಮರ್, ಸ್ಕಾರ್ಡು ಮತ್ತು ಗಾಂಚೆ - ಎಲ್ಲ ಕೂಡಿ ೨೮೦೦೦ ಚದರ ಮೈಲು ಕ್ಷೇತ್ರ.

ಮೇಜರ್ ಬ್ರೌನನ ಸೈನ್ಯ

ಕಾಶ್ಮೀರವು ಜಮ್ಮುವಿನ ಡೋಗ್ರಾ ರಾಜರ ಆಡಳಿತದಲ್ಲಿ ವಿಧಿವತ್ತಾಗಿ ಬಂದಾಗಿನಿಂದ ನಂತರದ ಮಹಾರಾಜರು ತಮ್ಮ ರಾಜ್ಯವನ್ನು ಉತ್ತರ ಮತ್ತು ಪಶ್ಚಿಮಕ್ಕೆ ಬೆಳೆಸತೊಡಗಿದರು. ೧೮೪೬ರಲ್ಲಿ ಬ್ರಿಟಿಶ್ ಮತ್ತು ಗುಲಾಬಸಿಂಹರ ನಡುವೆ ಅಮೃತಸರ ಒಪ್ಪಂದದ ಮೇಲೆ ಸಹಿಯಾದಾಗಿನಿಂದ ಕಾಶ್ಮೀರದ ವ್ಯಾಪ್ತಿಯಲ್ಲಿ ಗಿಲ್ಗಿಟ್ ಸಾಮೀಲಿದೆ ಎಂದೇ ತಿಳಿದುಕೊಳ್ಳಲಾಗಿತ್ತಾದರೂ ಸಿಂಧುನದಿಯ ಉತ್ತರದ ಪ್ರದೇಶಗಳು ಮಸುಕಾಗಿಯೇ ಇದ್ದವು. ೬ ವರ್ಷಗಳ ನಂತರ ಬಂಡಾಯವೆದ್ದು ಗಿಲ್ಗಿಟ್ ಕಳೆದುಕೊಂಡಾಯಿತಾದರೂ ಮುಂದಿನ ದಶಕದಲ್ಲಿ ಪುನಃ ಜಯಿಸಿಕೊಂಡಲ್ಪಟ್ಟಿತು. ೧೮೭೭ರಲ್ಲಿ ಮೊದಲು ಪಾಲಿಟಿಕಲ್ ಏಜೆಂಟನು ನಿಯಮಿಸಲ್ಪಟ್ಟರೂ ೧೮೮೧ರಲ್ಲಿ ವಾಪಸು ಕರೆಯಲ್ಪಟ್ಟ. ಈ ಕಾರ್ಯಾಲಯವು ಸ್ಥಾಪಿತವಾದದ್ದು ೧೮೮೯ರಲ್ಲಿ ಕಾಶ್ಮೀರದ ರೆಸಿಡೆಂಟನ ಅಧಿಕಾರಾಧೀನದಲ್ಲಿ. ಅದರಲ್ಲಿ ಗಿಲ್ಗಿಟ್ ವಝಾರತ್; ಹುಂಜಾ–ನಗರ ರಾಜ್ಯ; ಪುನ್ಯಾಲ್ ಜಾಗೀರ; ಯಾಸೀನ್, ಖು–ಗಿಝ್ರ ಮತ್ತು ಇಶ್ಕೊಮಾನಗಳ ರಾಜ್ಯಾಧಿಪತ್ಯ(Governorship); ಮತ್ತು ಚಿಲಾಸ್‌ಗಳು ಸಾಮೀಲಿದ್ದವು. ೧೯೩೫ರಲ್ಲಿ ರಶಿಯನ್ನರು ಕಾರ್ಯತಃ ಚೀನ ತುರ್ಕಸ್ತಾನದ ಸಿಂಕಿಯಾಂಗ ಪ್ರದೇಶವನ್ನು ವಶಪಡಿಸಿಕೊಂಡರು. ಬ್ರಿಟಿಶ್ ಕಾರ್ಯಾಲಯಗಳಲ್ಲಿ ಗಂಟೆ ಬಾರಿಸದಿದ್ದೀತೇ? ಭಾರತ (ಬ್ರಿಟಿಶ) ಸರಕಾರವು ಜಮ್ಮುಕಾಶ್ಮೀರ ರಾಜ್ಯದಿಂದ ಗಿಲ್ಗಿಟ್ ಸಬ್ ಡಿವಿಜನ್ನಿನ ಆಡಳಿತವನ್ನು ಸ್ವತಃ ೬೦ ವರ್ಷದ ಗೇಣಿ ಪಡೆದು ಅದರ ಕಾರ್ಯಭಾರ ಮತ್ತು ಸುರಕ್ಷೆಯ ಕೆಲಸವನ್ನು ವಹಿಸಿತು. ಆಗಿನಿಂದಲೇ ಭಾರತೀಯ ಪಾಲಿಟಿಕಲ್ ಸರ್ವಿಸಿನ ಬ್ರಿಟಿಶ್ ಅಸಿಸ್ಟಂಟ್ ಪಾಲಿಟಿಕಲ್ ಏಜೆಂಟನು ಗಿಲ್ಗಿಟ್ಟಿನ ಆಡಳಿತವನ್ನು ನಡೆಸುತ್ತಿದ್ದ. ಸಶಸ್ತ್ರ ಶಕ್ತಿಯ ಆಧಾರವೆಂದು ಮತ್ತು ಸಿಂಕಿಯಾಂಗ್‌ನಿಂದ ರಶಿಯನ್ ಮುನ್ನಡೆಯ ತ್ವರಿತ ಎಚ್ಚರಿಕೆ ಕೊಡಲೆಂದು ಗಿಲ್ಗಿಟ್ ಸ್ಕೌಟ್ ಎಂಬ ಸಶಸ್ತ್ರ ಘಟಕದ ಸ್ಥಾಪನೆಯಾಯಿತು. ಈ ಪ್ರದೇಶವು ಅತ್ಯಂತ ಸೂಕ್ಷ್ಮ ಹಾಗೂ ಬಿಸಿಗೇರುವಂಥದಿದ್ದಾಗಿ ಘಟಕದ ನಾಯಕತ್ವವನ್ನು ವಿಶೇಷವಾಗಿ ಆರಿಸಿದ ಮಿಲಿಟರಿ ನಾಯಕರು ವಹಿಸುತ್ತಿದ್ದರು.

ಸ್ವಾತಂತ್ರ್ಯದ ಸಮಯ ಸಮೀಪಿಸಿದಂತೆ ಎಪ್ರಿಲ್ ೧೯೪೭ರಲ್ಲಿ ಬ್ರಿಟಿಶರು ತಮ್ಮ ೬೦ ವರ್ಷದ ಗೇಣಿಯನ್ನು ಅಕ್ಟೋಬರ್‌ವರೆಗೆ ಬಿಟ್ಟುಕೊಡುವ ಘೋಷಣೆ ಮಾಡಿದರು. ಗಿಲ್ಗಿಟ್ ಏಜೆನ್ಸಿ ಪುನಃ ಕಾಶ್ಮೀರದ ಭಾಗವಾಗಿ ಗಿಲ್ಗಿಟ್ ಸ್ಕೌಟ್ ಸಹ ಕಾಶ್ಮೀರದ ಸ್ವತ್ತಾಯಿತು – ೩ ಜೂನ್ ೧೯೪೭. ಉತ್ತುಂಗ ಕಾರಾಕೋರಂ ಪರ್ವತಗಳ ಮಧ್ಯೆ ಚಿಕ್ಕ ಶಹರ ಗಿಲ್ಗಿಟ್ ಇದು ಬ್ರಿಟಿಶ್ ಇಂಡಿಯಾದ ಕೊನೆಯ ಗಡಿಯಾಗಿ ಆಚೆಗೆ ಚೀನದ ಸಿಂಕಿಯಾಂಗನಲ್ಲಿ ಮಸುಕಾಯಿತು. ಸಿಂಧುನದಿಯಾಚೆ ಪೂರ್ವಕ್ಕೆ ಜಗತ್ತಿನಲ್ಲೇ ಎರಡನೇ ನಂಬರು ಎತ್ತರದ ಶಿಖರ K೨: ದಕ್ಷಿಣಕ್ಕೆ ಸಿಂಧು, ಇನ್ನೂ ಪಶ್ಚಿಮಮುಖಿಯಾಗಿ ನಂಗಾಪರ್ವತವನ್ನು ಸುತ್ತುವರಿದು ದಕ್ಷಿಣಕ್ಕಿಳಿಯುವ ತವಕದಲ್ಲಿ; ಉತ್ತರಕ್ಕೆ ಹಿಂದುಕುಶ್–

ಕಾರಾಕೋರಂ ಜಲವಿಭಾಗ, ಅದರಾಚೆ ಪಾಮೀರಗಳು. ಗೊತ್ತಿದ್ದ ಎಂಟು ಕಣಿವೆಗಳಲ್ಲಿ ಈ ಪರ್ವತೀಯ ಜಂಗುಳಿಯಲ್ಲಿ ಆರು ಕಣಿವೆಗಳು ಗಿಲ್ಗಿಟ್ ಶಹರದಿಂದ ಒಂದು ವಾರದ ಅಂತರದಲ್ಲಿ!

ಇಂಥ ಈ ಸ್ಥಿತಿಯಲ್ಲಿ ಗಿಲ್ಗಿಟ್ ಸ್ಕೌಟಿನ ಕಮಾಂಡಂಟ್ ಮೇಜರ್ ವಿಲಿಯಂ ಬ್ರೌನನು ಭುಗಿಲೇಳಬಹುದಾದ ಬ್ರಿಟಿಶ್–ಭಾರತೀಯ–ಪಾಕಿಸ್ತಾನೀ ರಣಾಂಗಣದಲ್ಲಿ ಪ್ರವೇಶಿಸಿದ. ಪ್ರಾಯಶಃ ಚಿಕ್ಕ ಪಾತ್ರಗಾರನಾದರೂ ಉಪಖಂಡದ ಇತಿಹಾಸದಲ್ಲಿ ಅಚ್ಚುಹೆಜ್ಜೆಯನ್ನೇ ಇಟ್ಟವನಾಗಿದ್ದಾನೆ. ವಿಲಿಯಂ ಬ್ರೌನನ ಕಥೆಯನ್ನು ತುಸು ದೀರ್ಘವಾಗಿಯೇ ನೋಡಬೇಕು – 'ಜಾಗತಿಕ ಮಾಳಿಗೆಯ' ದೂರವೊಂದು ಮೂಲೆಯಲ್ಲಿ ಪ್ರದರ್ಶಿಸಲ್ಪಡತೊಡಗಿದ ನಾಟಕವೊಂದರಿಂದಾಗಿ ಎಂದಷ್ಟೇ ಅಲ್ಲ. ಆದರೆ 'ಗಿಲ್ಗಿಟ್ ರೆಬೆಲಿಯನ್' ಎಂಬ ಬ್ರೌನನ ಡಾಯರಿ ಆಧಾರಿತ ಪುಸ್ತಕವು (ಆಸಕ್ತ ಪಾಕಿಸ್ತಾನಿಗಳೇ ಅದನ್ನು ಪ್ರಕಾಶಿಸಿದ್ದಿದ್ದೂ ಕೂಡ) ಬ್ರಿಟಿಶ್ ರಾಜ್ಯದ ಮೇಲೆ ಟಿಪ್ಪಣಿ ಮಾಡುವದರ ರೋಮಾಂಚಕ ಕಲ್ಪನೆಗಳನ್ನು ಉಪಯೋಗಿಸುವ ಪದ್ಧತಿಯನ್ನು ಬದಿಸರಿಸಿ ಬ್ರಿಟಿಶ್ ಸೈನ್ಯಾಧಿಕಾರಿಗಳ ಮನದಾಳದ ಒಳನೋಟವನ್ನು ಕೊಡುತ್ತದೆ ಎಂದು. ೧೯೪೭ರಲ್ಲಿ ಗಿಲ್ಗಿಟ್ ಗೇಣಿಯನ್ನು ಬಿಟ್ಟುಕೊಟ್ಟಾಗ ೨೬ ವರ್ಷದ ಸ್ಕಾಟ್ಸ್‌ಮನ್ ಬ್ರೌನನು ಒಳ್ಳೇ ಶಿಸ್ತಿನ ಗಿಲ್ಗಿಟ್ ಸ್ಕೌಟಿನ ನಾಯಕನಾದ ಏಕಮಾತ್ರ ಬ್ರಿಟಿಶ ಅಧಿಕಾರಿಯಾಗುಳಿದನು. ಗಿಲ್ಗಿಟ್ ಜನತೆ ಹೊಸ ಗವರ್ನರ್‌ನ ನಿರೀಕ್ಷೆಯಲ್ಲಿದ್ದು ಮುಂದಿನ ಒಂದುವರೆ ತಿಂಗಳು ಏನೂ ಆಗಲಿಲ್ಲ. ಮಹಾರಾಜಾ ಹರಿಸಿಂಹರು ನೇಮಿಸಿದ ಹೊಸ ಗವರ್ನರ್ ಬ್ರಿಗೇಡಿಯರ ಘನ್ಸಾರಾಸಿಂಹ ೩೦ ಜುಲೈ ೧೯೪೭ರಲ್ಲಿ ಸ್ಥಾನಿಕ ರಾಜರು ಮತ್ತಿತರ ಪ್ರಮುಖರೊಡನೆ ಗಿಲ್ಗಿಟ್ ತಲುಪಿದನು. ಒಬ್ಬ ಮುಖ್ಯ ಆದರೂ ಮೌನಪ್ರೇಕ್ಷಕನಾದ ಬ್ರೌನನು ದಾಖಲಿಸುತ್ತಾನೆ;–

'ನಿಜಕ್ಕೂ ಬ್ರಿಟಿಶರು ಬಿಟ್ಟು ಹೊರಟು ಹೋಗುವ ಭಾವಾರ್ಥ ಜನತೆಯ ಅರಿವಿನಲ್ಲಿ ಇಳಿದಿರಲಿಲ್ಲ. ಚಿರಂತನವೆಂದು ತಿಳಿದ ಬ್ರಿಟಿಶ ಸಾಮ್ರಾಜ್ಯದ ನಿಷ್ಠಾವಂತ ಈ ಜನರಿಗೆ, ಬ್ರಿಟಿಶರಡಿಯಲ್ಲಿ ನ್ಯಾಯ ಮತ್ತು ಸಂಪತ್ತು ಕಂಡುಕೊಂಡಂಥವರಿಗೆ ಬ್ರಿಟಿಶರ ನಿರ್ಗಮನವನ್ನು ಅರಗಿಸಿಕೊಳ್ಳುವದು ಅವಿಶ್ವಸನೀಯವಾಯಿತು.

'ಮೊದಲು ಬಂದವ ಮೇಜರ್ ಜನರಲ್ ಎಚ್. ಎಲ್. ಸ್ಕಾಟ್, ಜಮ್ಮು ಕಾಶ್ಮೀರ ಸೈನ್ಯದ ಸಿಬ್ಬಂದಿ ಮುಖ್ಯಸ್ಥ (Chief of Staff). ಸಚ್ಚಾ ಸೈನಿಕ, ಮಧ್ಯಮ ಎತ್ತರದವ, ಸಾಕಷ್ಟು ವಯಸ್ಸಿನವನಿದ್ದರೂ ನೇರ, ಬಡಿಗೆಯಂತಹ ಯಷ್ಟಿ, ಸ್ವಚ್ಛ, ಅಚ್ಚುಕಟ್ಟಾದವ, ಚನ್ನಾಗಿ ಪೋಷಾಕು ಧರಿಸಿದವ, ಪ್ರಸನ್ನ, ಮಿತ್ರಭಾವಿ, ಆದರೂ ತನ್ನ ಭಾಷಣ ಮತ್ತು ವಿಚಾರಗಳಲ್ಲಿ ನಿರ್ಧಾರಕ. ಈ ಮನುಷ್ಯ ತನ್ನ ಜೀವನವನ್ನೇ ರಾಜ್ಯದ ಸೈನ್ಯಕ್ಕೆ ಮುಡಿಪಿಟ್ಟು ತನ್ನ ಅದಮ್ಯ ವ್ಯಕ್ತಿತ್ವ ಮತ್ತು ಮನೋಶಕ್ತಿಯಿಂದ ಅದನ್ನು ಶಸ್ತ್ರಧಾರಿ ಜನಜಂಗುಳಿಯಿಂದ ಉತ್ಕೃಷ್ಟ ಸಮರ ಯಂತ್ರದಲ್ಲಿ ಬದಲಿಸಿದವ. ಎರಡನೇ

ಮಹಾಯುದ್ಧದಲ್ಲಿ ಈ ಸೈನ್ಯವು ಪ್ರಥಮದರ್ಜೆಯ ಕೆಲಸ ಮಾಡಿದ್ದು ಅದೇನೂ ಕಡಿಮೆ ಸಾಧನೆಯದ್ದಲ್ಲ.

'ನಂತರ ಬಂದವ ಮಾಲೆ ಧರಿಸಿದ ತುಸು ವಕ್ರ ಟೋಪಿಯನ್ನಿರಿಸಿದ ದೃಢಕಾಯದ ಮನುಷ್ಯ. ಬ್ರಿಗೇಡಿಯರ್ ಘನ್ಸಾರಾಸಿಂಹ, ರಾಜ್ಯಸೈನ್ಯದ ಮೇಲಾಧಿಕಾರಿ, ಗಿಲ್ಗಿಟ್ಟಿನ ರಾಜ್ಯಪಾಲನೆಂದು ಮಹಾರಾಜನಿಂದ ನಿಯಮಿಸಲ್ಪಟ್ಟವ. ಅವನನ್ನು ನೋಡಿದೊಡನೆ ಅವನು ಯಾವ ಥರದವನೆಂದು ನಾನು ಒಮ್ಮೆಲೆ ಗುರುತಿಸಿದೆ. ಅವನೊಬ್ಬ ಪ್ರಾತಿನಿಧಿಕ ಡೋಗ್ರಾ; ಪರ್ವತೀಯ ಕುಲದವರಾದ ಡೋಗ್ರಾ ಸಿಪಾಯಿಗಳು ಭಾರತೀಯ ಸೇನೆಯನ್ನು ವೈಭವೀಕರಿಸಿದವರು, ಸೌಮ್ಯ ಪ್ರವೃತ್ತಿಯ, ದೃಢ, ಸ್ವಾಮಿನಿಷ್ಠ, ಶೂರ ಸೈನಿಕರು, ಆದರೆ ಮೆದುಳಿಲ್ಲದವರು, ಕಾಲ್ಪನಿಕತೆ, ವೈಯಕ್ತಿಕ ಮುನ್ನಡತೆ ಮತ್ತು ಔಚಿತ್ಯಜ್ಞಾನ (Tact) ಇಲ್ಲದವರು. ಇಂತಹವನೇ ಘನ್ಸಾರಾಸಿಂಹ. ಇವನಿಗಿಂತ ಘಟಿಯಾ ಮನುಷ್ಯ ಗಿಲ್ಗಿಟ್ಟಿನ ನೌಕೆಯನ್ನು ಇಂಥ ಇಕ್ಕಟ್ಟಿನ ಪ್ರಸಂಗದಲ್ಲಿ ನಡೆಸುವದಕ್ಕೆ ಸಿಗಲಿಕ್ಕಿಲ್ಲ. ಕೆಲಸವನ್ನು ಯಶಸ್ವಿಯಾಗಿ ಪೂರ್ತಿಸಲು ಬೇಕಾದ ಗುಣಗಳು ಇವನಲ್ಲಿ ಇರಲಿಲ್ಲ.'

ಆ ಸಂಜೆ ಜನರಲ್ ಸ್ಕಾಟ್ ಮೇಜರ್ ಬ್ರೌನನನ್ನು ಕರೆದು ವಝೀರಿಸ್ತಾನದಲ್ಲಿದ್ದ ಕ್ಯಾಪ್ಟನ್ ಮ್ಯಾಥಿಸನ್ ಅವನಿಗೆ ಗೊತ್ತಿದ್ದಾನೆಯೇ ಎಂದು ಕೇಳಿದಾಗ ಬ್ರೌನನು ತಾನವನನ್ನು ಕಂಡಿದ್ದಾಗಿ ತನ್ನನ್ನೇ ಕಾಯ್ದುಕೊಳ್ಳುತ್ತ ಉತ್ತರಿಸಿದನು. ಜನರಲ್ಲನು ಬ್ರೌನನನ್ನು ಕೇಳಿದ್ದು ಗಿಲ್ಗಿಟ್ ಸ್ಕೌಟ್‌ಗೆ ಮ್ಯಾಥಿಸನ್ ಒಗ್ಗಬಹುದೇ ಎಂದು. ಬ್ರೌನ್ ಹೇಳಿದ್ದು ಮ್ಯಾಥಿಸನ್ ಒಬ್ಬ ಯೋಗ್ಯ ಅಧಿಕಾರಿ ಎಂದು. ಮರುದಿನ ಅಧಿಕೃತ ಹಸ್ತಾಂತರ ಸಮಾರೋಹವಾಯ್ತು. ಬೆಳಿಗ್ಗೆಯೇ ಬ್ರೌನ್ ತನ್ನ ಅಧಿಕಾರಿಗಳನ್ನು ಕರೆದು ಪರೇಡಿನ ವಿವರಗಳನ್ನು ಪರೀಕ್ಷಿಸಿದ. ಸ್ಕೌಟ್ಸ್ ಮತ್ತು ಕಾಶ್ಮೀರ ಇನ್ಫಂಟ್ರಿಯ ಮಿಶ್ರ ಗಾರ್ಡ ಆಫ್ ಆನರ್ ಯೋಜಿಸಿದ್ದಾಗಿ ಅದರ ನೇತೃತ್ವವನ್ನು ಸ್ಕೌಟ್ಸನ ಸೀನಿಯರ್ ಇಂಡಿಯನ್ ಆಫೀಸರ್ ಎಂದು ಆ ಘಟಕದ ಸುಬೇದಾರ ಮೇಜರನು ವಹಿಸುವದಿತ್ತು. ಬೆಳಿಗ್ಗೆ ೧೦ ಗಂಟೆಗೆ ಸಮಾರಂಭ. ಏಜೆನ್ಸಿ ಭವನದ ಎದುರಿನ ಲಾನ್‌ನಲ್ಲಿ ಅರ್ಧತಾಸು ಮೊದಲೇ ಎಲ್ಲ ಘಟಕಗಳು ಸಜ್ಜಿತವಾಗಿ ಬ್ರೌನನು ಎಲ್ಲರನ್ನೂ ಪರೀಕ್ಷಿಸಿಯೂ ಆಯಿತು. ಆಯಿತ ವೇಳೆಗೆ ಕೋಪಿಷ್ಟ ಕಣಜಹುಳದಂತೆ ಕಾಶ್ಮೀರ ಇನ್ಫಂಟ್ರಿಯ ಕ್ಯಾಪ್ಟನ್ ಹಾರಿಬಂದು ಬ್ರೌನನನ್ನು ಕಂಡು ತನ್ನ 'ಕಾಶ್ಮೀರ ಕಾಲ್ದಳದವರು ಸ್ಕೌಟಿನ ಸುಬೇದಾರ ಮೇಜರನ ನೇತೃತ್ವದಲ್ಲಿ ಭಾಗವಹಿಸಲು ನಕಾರಿಸುತ್ತಾರೆ' ಎಂದು ಪ್ರತಿಭಟಿಸಿದ. ಅವನ ಆಜ್ಞಾಧಾರಕರಾಗಲಾರರಷ್ಟೇ ಅಲ್ಲ ತಾನು ಕಮಾಂಡ ಮಾಡುತ್ತೇನೆ ಎಂದ.

'ಓ, ಹಾಗೆಯೇ? ನೀನು ನಿನ್ನ ಸಿಪಾಯಿಯರೊಂದಿಗೆ ಏನು ಮಾಡುತ್ತೀಯೋ ಅದನ್ನು ನೀನೇ ಗೊಟ್ಟು ಹಾಕಿಕೊ, I don't care. ಸ್ಕೌಟ್ಸ್ ಜೊತೆಗೆ ನಿನ್ನದು ಎಳ್ಳಷ್ಟೂ ಸಂಬಂಧವಿಲ್ಲ. ಸ್ಕೌಟ್ಸ್ ಸುಬೆದಾರ ಮೇಜರನೇ ಕಮಾಂಡ ಮಾಡುವವ, ತಿಳಿದುಕೊ' ಎಂದ ಬ್ರೌನ್. ಕ್ಯಾಪ್ಟನ್ನನು ಬ್ರಿಗೇಡಿಯರ್ ಘನ್ಸಾರಾಸಿಂಹನಿಗೆ ಮೊರೆಹೋದ.

ಘನ್ಸಾರಾಸಿಂಹ ತನ್ನ ತಲೆಯ ಮೇಲಿದ್ದ ಒಂದೇ ಒಂದು ಕೂದಲನ್ನು ಕೆರೆಯುತ್ತ ಚಿಂತಿತನಾದ. ಮತ್ತೆ ಘುಸ್‌ಪುಸ್ ಮಾತುಕತೆ. ಕಣಜಹುಳು ಅದೃಶ್ಯವಾಯಿತು. ಬ್ರೌನ್ ಹೇಳುವದು 'ನಾನು ಒಪ್ಪಿದ್ದರೆ ನನ್ನ ಸ್ಕೌಟಿನವರು ಆ ಕ್ಯಾಪ್ಟನ್ನನ ಆಜ್ಞೆಗಳನ್ನು ನಿರಾಕರಿಸಿ ತಮ್ಮನ್ನು ಆ ಕ್ಷುದ್ರ ಬಾಬುವಿನ ಕೈಕೆಳಗೆ ಕಳಿಸಿದ್ದಕ್ಕಾಗಿ ನನ್ನ ಹೆಸರನ್ನು ಕೆಸರಾಗಿಸುತ್ತಿದ್ದರು'. ಕಾಶ್ಮೀರದ ಇಂಡಿಯನ್ ಅಧಿಖಾರಿಗಳ ಬಗ್ಗೆ ಅವರ ಕ್ಷುದ್ರತೆ ಮತ್ತು ಪುಕ್ಕತನಕ್ಕಾಗಿ ಬ್ರೌನನ ಈ ಮೌಲ್ಯಮಾಪನ ವೈಶಿಷ್ಟ್ಯದ್ದಿತ್ತು. ಕೊನೆಗೂ ಅವನು ಕಂಡದ್ದು ಅವರ ಹಿಂದಿದ್ದ ಜನರಲ್ ಸ್ಕಾಟನ ಬಿರುಸುತನ ----. ಸಿಪಾಯಿಗಳೆಲ್ಲ ಹೊರಟು ತಮ್ಮ ನಿಶ್ಚಿತ ಜಾಗೆಗಳನ್ನಾವರಿಸಿದರು. ಧ್ವಜಸ್ತಂಭದೆದುರು ಗಾರ್ಡ ಆಫ್ ಆನರ್. ಏಜೆನ್ಸಿ ಹೌಸಿನೆದುರು ಸಜ್ಜಿತರಾದರು. ಎದುರಿಗೆ ಬ್ರೌನನ ಸೀನಿಯರ್, ಲೆಫ್ಟೆನೆಂಟ್ ಕರ್ನಲ್ ರೋಜರ್ ಬೇಕನ್-ಪೊಲಿಟಿಕಲ್ ಆಫೀಸರ್ - ಬ್ರಿಗೇಡಿಯರ್ ಘನ್ಸಾರಾಸಿಂಹನ ಜೊತೆಗೆ. ಈ ಘಟನೆಯ ಪ್ರಚಾರ ಸಾಕಷ್ಟು ಮಾಡಲಾಗಿದ್ದರೂ ವೀಕ್ಷಕರೇ ಅಲ್ಲಿಲ್ಲೊಬ್ಬರಿದ್ದರು. ಅಧಿಕೃತ ಅಧಿಕಾರ ಹಸ್ತಾಂತರದ ಈ ಸೋಗಿನಂತಹ ಘಟನೆಯು ಗಿಲ್ಗಿಟ್ಟಿಗೆ ಒಂದು ದೊಡ್ಡ ಮಹತ್ವವನ್ನೂ ಕೊಟ್ಟಿತು. ಮೇಜರ್ ಬ್ರೌನನ ಮಿಲಿಟರಿ ನಿಯುಕ್ತಿ ಅವನ ಜೊತೆಯ ಸ್ಕೌಟ್ ಅಧಿಕಾರಿಗಳೊಡನೆ ಕಿಂಗ್ ಜಾರ್ಜನ ಅಧಿಪತ್ಯದಿಂದ ಜಮ್ಮು ಕಾಶ್ಮೀರ ಮಹಾರಾಜನ ಅಧಿಪತ್ಯಕ್ಕೆ ವರ್ಗಾಯಿಸಲಾಯಿತು.

೧೦ ಗಂಟೆಗೆ ಸರಿಯಾಗಿ ಸಮಾರಂಭವು ಸುಬೇದಾರ ಮೇಜರ್ ಮೊಹಮ್ಮದ ಬಾಬರಖಾನನ ದಪ್ಪದನಿಯ 'ಪ್ರಸೆಂಟ್ ಆರ್ಮ್ಸ್' ಆಜ್ಞೆಯಿಂದ ಆರಂಭವಾಯಿತು. ಸ್ಕೌಟಿನವರು ಯಥಾವತ್ ಸೈನಿಕಶಿಸ್ತಿನ ಉದಾಹೃತರಂತೆ ತಮ್ಮ ಚಲನೆಗಳನ್ನು ನಡೆಸಿದರು. ಕಾಶ್ಮೀರಿ ಕ್ಯಾಪ್ಟನ್ನನೂ ಅನುಕರಿಸುವ ಪ್ರಯತ್ನ ಮಾಡಿದ, ಆದರೆ ಅರ್ಧ ಕಾಶ್ಮೀರೀ ಸೈನಿಕರು ತೆಪ್ಪಗೆ ಇದ್ದರು. ಸ್ಕೌಟ್ಸನ ಬ್ಯಾಗ್ ಪೈಪ್‌ಗಳು 'ರಾಯಲ್ ಸೆಲ್ಯೂಟ' ಬಾರಿಸುತ್ತಿದ್ದಂತೆ ಯುನಿಯನ್ ಜ್ಯಾಕ್ ಕೆಳಗಿಳಿಯಿತು. ಬ್ರೌನನಿಗೆ ಮತ್ತು ಇತರ ಹಾಜರಿದ್ದ ಬ್ರಿಟಿಶರಿಗೆ ಅದೊಂದು ದೊಡ್ಡ ಭಾವುಕ ಕ್ಷಣ. ಎಲ್ಲ ಬ್ರಿಟಿಶರ ಮನಸ್ಸಿನಲ್ಲಿ ಸುಳಿಯುತ್ತಿದ್ದುದು ಡ್ಯುರ್ಯಾಂಡ್, ಹೇವರ್ಡ, ಯಂಗ್ಹಸ್ಬಂಡ ಮತ್ತು ಮ್ಯಾನರ್ಸ್‌ಸ್ಮಿಥ್‌ರ ಜಯ ಮತ್ತು ಘನತೆ. ಅವರು ಯೋಚಿಸುತ್ತಿದ್ದುದು ಮೊದಲು ಸಲ ಸ್ಕೌಟ್ಸನ ೧೮೯೯ರ ಸ್ಥಾಪನೆಯಿಂದ ದೊರಕಿಸಿದ ಶಾಂತಿ, ಸುರಕ್ಷೆ ಮತ್ತು ಸಮೃದ್ಧಿಗಳ ಲಾಂಛನ ಇಂದು ಕೊನೆಯ ಸರದಿ ಕೆಳಗಿಳಿಯುತ್ತಿದೆ ಎಂದು. ಕರ್ನಲ್ ಬೇಕನ್ ಮತ್ತು ಬ್ರಿಗೇಡಿಯರ್ ಘನ್ಸಾರಾಸಿಂಹರು ಜಾಗ ಬದಲಿಸಿದರು. ನಂತರ ಗಾರ್ಡ ಆಫ್ ಆನರ್ ಪುನಃ ಪ್ರೆಸೆಂಟ್ ಆರ್ಮ್ಸ್ ಮಾಡಿತು. ಬ್ಯಾಂಡಿನವರು ಕಾಶ್ಮೀರ ರಾಷ್ಟ್ರಗೀತೆಯನ್ನು ಬಾರಿಸುತ್ತಿದ್ದಂತೆ ಕಾಶ್ಮೀರದ ಕೆಂಪು ಮತ್ತು ಹಳದಿ ಝಂಡೆ ಮೇಲೇರಿ ಯುನಿಯನ್ ಜ್ಯಾಕಿನ ಸ್ಥಾನ ಹಿಡಿಯಿತು.

ಬ್ರೌನ್ ತನ್ನಷ್ಟಕ್ಕೇ ಅಂದುಕೊಂಡ 'ಎಷ್ಟು ಸಮಯ ಅದು ಅಲ್ಲಿರುವದೋ ಅದೇ ಆಶ್ಚರ್ಯ!'

'ಗಿಲ್ಗಿಟ್ ರಿಬೆಲಿಯನ್' ಪುಸ್ತಕ ತೋರಿಸುವದು ಮೇಜರ್ ವಿಲಿಯಂ ಆರ್ಥರ್ ಬ್ರೌನನು ತನ್ನನ್ನು ಲಾರೆನ್ಸ್ ಆಫ್ ಅರೇಬಿಯಾ ಎಂದು ಜಗತ್ತು ಅರಿತಿದ್ದ ಟಿ. ಇ. ಲಾರೆನ್ಸನೊಡನೆ ಹೋಲಿಸಿಕೊಂಡಿದ್ದನೆಂದು; ಅವನು ಬರೆದುದು : 'ಗಿಲ್ಗಿಟ್ ಏಜೆನ್ಸಿ ಮತ್ತು ಗಿಲ್ಗಿಟ್ ಸ್ಕೌಟ್ಸನಲ್ಲಿ ನನ್ನನ್ನು ನಾನು ಇಷ್ಟು ತೊಡಗಿಸಿಕೊಂಡದ್ದೇಕೆ? ಸ್ಕೌಟ್ಸನ್ನು ಸುಧಾರಿಸುವಲ್ಲಿ ಮತ್ತು ನನ್ನ ಬಗ್ಗೆ ಅಂಥ ಪ್ರಭಾವಶಾಲಿ ವಾತಾವರಣವನ್ನು ರಚಿಸಲು ನನ್ನ ವೈಯಕ್ತಿಕ ಮುನ್ನಡೆಯನ್ನು ನಾನೇಕೆ ಉಪಯೋಗಿಸಿದೆ? ಪ್ರತಿಯೊಂದು ಜಿಲ್ಲೆ, ಪ್ರತಿಯೊಂದು ವ್ಯಕ್ತಿ, ಪ್ರತಿಯೊಂದು ಭಾಷೆಯನ್ನು ಅರಿಯಲು ನಾನು ಈ ಏಜೆನ್ಸಿಯನ್ನು ಸಂಪೂರ್ಣವಾಗಿ ಶೋಧಿಸಿದ್ದು ಏಕೆ? ನನ್ನ ವೈಯಕ್ತಿಕ ಗೀಳೆಂದೋ ಅಥವಾ ಅದಕ್ಕೂ ಆಳವಾದದ್ದೇನಾದರೂ ಕಾರಣವಿದೆಯೋ?'

ಬ್ರೌನನು ಬ್ರಿಟಿಶರು ಮರಳಿಸತೊಡಗಿದುದನ್ನು ಮಹಾರಾಜಾ ಹರಿಸಿಂಹರು ಪಡೆಯುವ ಪ್ರಯತ್ನವನ್ನು ಏಕಾಕಿಯಾಗಿ ವಿಫಲಗೊಳಿಸುವವರೆಗೆ ಘಟನೆಗಳನ್ನು ತನ್ನ ಕೈಮೀರಗೊಟ್ಟು ಧರ್ಮಭ್ರಷ್ಟನಾದ ಮಿಲಿಟರಿ ನಾಯಕನಿದ್ದನೋ? ಬಹುತೇಕ ಪಾಕಿಸ್ತಾನಿ ಮತ್ತು ಬ್ರಿಟಿಶ ಲೇಖಕರು ಈ ವಿಷಯವನ್ನು ಕುರಿತು ಬರೆದವರು, ಒಳಸಂಚನ್ನು ತಿಪ್ಪೆಗೆಸೆಯುತ್ತ ಬ್ರೌನನು ಒಬ್ಬ ರಂಜಕ ವ್ಯಕ್ತಿಯಂತಿದ್ದು ತನ್ನದನ್ನೇ ಸಾಧಿಸಿದ ಎನ್ನುತ್ತಾರೆ. ಕೆ. ಝುಡ್. ಇಸ್ಲಾಂ ಎಂಬ ಬಂಗ್ಲಾದೇಶೀ ಲೇಖಕರು, ಭಾರತ–ಪಾಕ ವಿಭಾಜನೆಯ ಮಿಲಿಟರಿ ಆಯಾಮಗಳನ್ನು ಪ್ರಭಾವಶಾಲಿಯಾಗಿ ವಿವರಿಸಿದವರು, ೧೯೬೦ರಲ್ಲಿ ಪಾಕಿಸ್ತಾನದಿಂದ ಪ್ರಕಾಶಿತವಾದ ಅವರ ಫ್ರಾಂಟಿಯರ್ ಕೋರಿನ ಅಧಿಕೃತ ಮಿಲಿಟರಿ ಇತಿಹಾಸವನ್ನು ನಿರಾಕರಿಸುತ್ತಾರೆ. ಅವರು ಹೇಳುವ ಪ್ರಕಾರ ಗಿಲ್ಗಿಟ್ 'ಕ್ರಾಂತಿ'ಯ ನಾಯಕತ್ವವನ್ನು ವಹಿಸಿದವ ಒಬ್ಬ ಸುಬೆದಾರ ಮೇಜರ್ ಬಾಬರಖಾನ, ಮತ್ತು ಮೇಜರ್ ಬ್ರೌನನು ಬ್ರಿಗೇಡಿಯರ್ ಘನ್ಸಾರಾಸಿಂಹರೊಡನೆ ಗಿಲ್ಗಿಟ್ ಸ್ಕೌಟ್ಸನಿಂದ ಬಂಧಿಸಲ್ಪಟ್ಟನು ಎಂದು. ಪಾಕಿಸ್ತಾನದ ತಪ್ಪು ವೃತ್ತಾಂತದ ಕಾರ್ಯಪ್ರಣಾಲಿಯನ್ನು ಇನ್ನೂ ಹದಗೆಡಿಸಿದವರೆಂದರೆ ಮಾಜಿ ರಾಷ್ಟ್ರಪತಿ ಜನರಲ್ ಪರ್ವೇಜ್ ಮುಶರ್ರಫ್. ಅವರು ಮಾಡಿದ ಕೆಸರಿನಲ್ಲಿ ಬ್ರಿಟಿಶ ಇಂಡಿಯನ್ ಸಾಮ್ರಾಜ್ಯವು ದೂರದೂರದ ಏಕಾಂಗಿ ಠಾಣೆಗಳಲ್ಲಿ ನಡೆಸುತ್ತಿದ್ದ ಚಟುವಟಿಕೆಗಳ ನಿಚ್ಚಳ ಚಿತ್ರ ಕಟ್ಟುವದು ಬಹಳೇ ಕಠಿಣ. ಸತ್ಯವಿರುವದು ಪ್ರಾಯಶಃ ಬ್ರೌನನ ವೈಯಕ್ತಿಕ ಹೇಳಿಕೆ : ೧೯೪೭, ३೦ ಜುಲೈ ಮೇಜರ್ ಜನರಲ್ ಎಚ್. ಎಲ್. ಸ್ಕಾಟ್, ಜಮ್ಮು ಕಾಶ್ಮೀರ ರಾಜ್ಯ ಸೈನ್ಯದ ಮುಖ್ಯಸ್ಥ, ಹಾಗಾಗಿ ಗಿಲ್ಗಿಟ್ ಸ್ಕೌಟಿನ ಪ್ರಮುಖನೂ ಕೂಡ, ಸೈನ್ಯದ 'ದರಬಾರ'ವನ್ನು ನಡೆಸಿದರು. ಅದರಲ್ಲಿ ಸ್ಕೌಟ್ಸನ 'ಭಾರತೀಯ' ಅಧಿಕಾರಿಗಳೂ (ಜಮಾದಾರ, ಸುಬೆದಾರ, ಸುಬೆದಾರ ಮೇಜರ್) ಹಾಜರಿದ್ದರು. ಸುಬೆದಾರ ಮೇಜರನು ತಮ್ಮ ಬೇಡಿಕೆಗಳ ಯಾದಿಯನ್ನೋದಿ ನಂತರ ಮೂರ್ಖನಂತೆ ಬೇಡಿಕೆಗಳು ಸ್ವೀಕೃತವಾಗಲಿಲ್ಲವಾದರೆ ಸ್ಕೌಟ್ಸಿನ ಸೈನಿಕರು ತಮ್ಮ ಸೇವೆಯನ್ನು ಮುಂದುವರಿಸುವದಿಲ್ಲ ಎಂದ. ಬೇಡಿಕೆಗಳ ಉತ್ತರವನ್ನು ಆಗಲೇ ನೇರವಾಗಿ ಕೊಡುವದು ಜನರಲ್ಲನಿಗೆ

ಅಸಾಧ್ಯವಾಗಿರಬಹುದಾದರೂ 'ನನ್ನ ಮೇಲೆ ಯಾವ ಒತ್ತೂ ನಾನು ಸಹಿಸುವದಿಲ್ಲ' ಎಂದ ಜನರಲ್, 'ಮತ್ತು ನಿಮಗೆ ಬೇಡಾಗಿದ್ದರೆ ನಾನು ರಾಜ್ಯಸೈನ್ಯದ ಒಂದು ಬಟಾಲಿಯನ್ ತಂದು ಇಲ್ಲಿ ಕಾನೂನು ಮತ್ತು ಸ್ಥಿರತೆಯನ್ನು ಕಾಪಾಡುತ್ತೇನೆ ಅಥವಾ ಇನ್ನೊಂದು ಸ್ಕೌಟ್ಸ್ ವಿಭಾಗವನ್ನು ತೆರೆಯುತ್ತೇನೆ. ಸಾಕಷ್ಟು ರಿಕ್ರೂಟ್‌ಗಳು ಮುಂಬರುವ ಖಾತ್ರಿ ನನಗಿದೆ.' ಎಂದು ಘೋಷಿಸಿದ.

ಈ ಘೋಷಣೆಯ ಇತ್ಯರ್ಥ ಬ್ರೌನನ ಮೇಲೆ ಆಗದಿದ್ದೀತೇ? ಸ್ಕೌಟ್ಸನ್ನು ವಿಸರ್ಜಿಸುವ ಧಮಕಿಯು ಯಾವುದೇ ಮಿಲಿಟರಿ ಕಮಾಂಡರನ ಶ್ವಾಸಕೋಶವನ್ನು ಹಿಸುಕುವಂತಹದಲ್ಲವೇ – ಅವನು ಎಷ್ಟೇ ಸೆಟೆದವನಿರಲಿ, ಬಿರುಸಿನವನಿರಲಿ –? ಮೊದಲು ಸಂಜೆ ಸ್ಕಾಟ್ ಮತ್ತು ಬ್ರೌನನ ನಡುವೆ ಮ್ಯಾಥೀಸನ್ನನ ಬಗ್ಗೆ ನಡೆದ ಸಂಭಾಷಣೆ ಎಲ್ಲಿಗೆ ಮುಟ್ಟಿತೋ ತಿಳಿಯಲಿಲ್ಲ. ನಂತರವೇ ಸೆಪ್ಟೆಂಬರದಲ್ಲಿ ಎರಡು ಘಟನೆಗಳು ಗಮನೀಯವಾದವು. ಒಂದನೆಯದು ಸ್ಕಾಟ್‌ನಿಂದ ಬ್ರೌನನಿಗೆ ಅವನ ಕೈಕೆಳಗಿನ ಅಧಿಕಾರಿಯೆಂದು ಮ್ಯಾಥೀಸನ್ನನ ನಿಯುಕ್ತಿಯ ಟೆಲಿಗ್ರಾಂ. ಘನ್ಸಾರಾಸಿಂಹರಿಗೆ ಒಪ್ಪಿಗೆಯಾಯಿತು. ಮ್ಯಾಥೀಸನ್ ನೇರವಾಗಿ ಚಿಲಾಸ್‌ಗೆ ಬರಬೇಕೆಂದರೆ ಬ್ರೌನ್ ಅವನು ಮೊದಲು ಗಿಲ್ಗಿಟ್‌ಗೆ ಬರಬೇಕೆಂದ. ಕೊನೆಗೂ ಬ್ರೌನನ ಮೇಲ್ಗೈ.

ನಂತರ ಗವರ್ನರರಿಗೆ ಮಹಾರಾಜರಿಂದ ಆದೇಶ ಬಂದುದು ಸ್ಕೌಟಿನ ಎಲ್ಲ ಸೈನಿಕರಿಂದ ಜಮ್ಮು ಕಾಶ್ಮೀರ ರಾಜ್ಯಕ್ಕೆ ಅವರ ಸ್ವಾಮಿನಿಷ್ಠೆಯ ಪ್ರತಿಜ್ಞೆ ಮಾಡುವ ಕರಾರು ಪಡೆದುಕೊಳ್ಳಬೇಕೆಂದು. ಬ್ರೌನನಿಗೆ ಕಂಡುಬಂದುದು ಸ್ಕೌಟಿನ ಸೈನಿಕರು ಇಂಥ ಪ್ರತಿಜ್ಞೆಗೆ ಒಪ್ಪಲಾರರು ಎಂದು. ಜೊತೆಗೆಯೇ ಸೈನಿಕರೆಲ್ಲ ಪ್ರತಿಜ್ಞೆ ಮಾಡುವದಿಲ್ಲ ಎಂದು ಗವರ್ನರಿಗೆ ಬ್ರೌನನು ಹೇಳುವದು ಹೇಗೆ? ಸೈನಿಕರು ಹೇಳಬಹುದಾಗಿದುದು ಅವರು ಬ್ರೌನನಿಗೆ ನೇರವಾಗಿ ತಮ್ಮ ಸ್ವಾಮಿನಿಷ್ಠೆಯನ್ನು ಅರ್ಪಿಸಿದ್ದಾಗಿ ಪ್ರತಿರೂಪವಾಗಿ ಮಹಾರಾಜನಿಗೂ ಅರ್ಪಿಸಿದಂತಲ್ಲವೇ? ಏನೇ ಇರಲಿ ಸ್ಕೌಟ್ ಸಿಪಾಯಿಗಳ ಸಾಮೂಹಿಕ ಆಜ್ಞೋಲ್ಲಂಘನೆಗೆ ಬ್ರೌನ್ ಸಿದ್ಧನಿರಲಿಲ್ಲ. ಪಾರಾಗುವ ದಾರಿಯನ್ನು ಹುಡುಕಿ ಬ್ರೌನನು ತನ್ನ ಸೈನಿಕರಿಗೆ ಶುಭ್ರವಸ್ತ್ರದಲ್ಲಿ ಸುತ್ತಿದ ಪುಸ್ತಕವೊಂದಕ್ಕೆ ಅದು ಕೊರಾನ್ ಇದೆ ಎಂದು ಅದಕ್ಕೆ ಸ್ವಾಮಿನಿಷ್ಠೆಯ ಪ್ರತಿಜ್ಞೆಯನ್ನು ಮಾಡಲು ಒಡಂಬಡಿಸಿದ. ಒಳಗಿದ್ದ ಪುಸ್ತಕ ಯಾವುದು ಎಂದು ಯಾರಿಗೂ ಗೊತ್ತಿರಲಿಲ್ಲ. ಗವರ್ನರರಿಗೆ ಹೇಗೆ ತಿಳಿಯಬೇಕು? ಬ್ರೌನನಿಗೂ ಅದು ತಿಳಿಯಲಾರದಂತಹದು, ಆದರೆ ಅವನು ಗವರ್ನರರಿಗೆ ಆಶ್ವಾಸನವೀಯುವಂತಾಯಿತಲ್ಲ ಸೈನಿಕರು ಪ್ರತಿಜ್ಞೆ ಮಾಡಿಯಾರೆಂದು? ನಂತರ ಬ್ರೌನ್ ಒಪ್ಪಿಕೊಂಡದ್ದು ಆ ಪುಸ್ತಕ ಆಕ್ಸಫೋರ್ಡ ಡಿಕ್ಷನರಿ ಇತ್ತೆಂದು!

ಬ್ರೌನ್ ಮತ್ತು ಸ್ಕೌಟ್ಸ್ ಗಿಲ್ಗಿಟ್‌ನಲ್ಲಿ ಈ ಸೋಗಿನಾಟ ನಡೆಸುತ್ತಿದ್ದಾಗ ಕಾಶ್ಮೀರದಲ್ಲಿ ಯುದ್ಧ ಪ್ರಾರಂಭವಾಗಿತ್ತು. ಪುಂಛ್ ಮತ್ತು ರಜೋರಿ ಕ್ಷೇತ್ರಗಳಲ್ಲಿ ಆಕ್ರಮಣಕಾರರನ್ನೆದುರಿಸಲು ಮೇಜರ್ ಜನರಲ್ ಸ್ಕಾಟನು ಸಣ್ಣ ಸಣ್ಣ ಗುಂಪುಗಳಲ್ಲಿ

ಕಾಶ್ಮೀರ ರಾಜ್ಯದ ಸೈನ್ಯವನ್ನು ತೈನಾತು ಮಾಡಿದ್ದಕ್ಕೆ ದೋಷಿತನಾಗಿ ತಾನೇ ತನ್ನ ಅಧಿಕಾರವನ್ನು ಬ್ರಿಗೇಡಿಯರ್ ರಾಜಿಂದರಸಿಂಹರಿಗೆ ೨೫ ಸೆಪ್ಟೆಂಬರದಂದು ೧೯೪೭ ಬಿಟ್ಟುಕೊಟ್ಟರು. ಅಕ್ಟೋಬರ್ ಮೂರನೇ ವಾರದವರೆಗೆ ಆಕ್ರಮಣಕಾರರ ಕಾಲಂಗಳು ಬೇರೆ ಬೇರೆ ದಿಸೆಗಳಿಂದ, ವಿಶೇಷವಾಗಿ ಶ್ರೀನಗರದತ್ತ, ನುಗ್ಗಿದವು. ೨೭ ಅಕ್ಟೋಬರದಂದು ಮಹಾರಾಜಾ ಹರಿಸಿಂಹರು ಭಾರತದಲ್ಲಿ ವಿಲೀನರಾಗಿ ಕಾಶ್ಮೀರ ಕಣಿವೆಯಲ್ಲಿ ಭಾರತೀಯ ಸೇನೆಯು ವಿಮಾನಮಾರ್ಗವಾಗಿ ಎತ್ತೊಯ್ಯಲ್ಪಟ್ಟಿತು.

ಗಿಲ್ಗಿಟ್‌ನಲ್ಲಿ ಆ ಪ್ರದೇಶದ ಭವಿಷ್ಯವು ಎರಡು ವಿರೋಧಿ ದಳಗಳ ಕೈಸೇರಿತ್ತು. ಒಂದು ಬ್ರೌನನ ಗಿಲ್ಗಿಟ್ ಸ್ಕೌಟ್ಸ್. ಹುಂಜಾ, ಪುನಿಯಾಲ್, ಯಾಸಿನ್ ಮತ್ತು ಕುಹ್‌ಗಿರ್ಝು ಇವು ಸುರಕ್ಷಿತವಿದ್ದು ಅಲ್ಲಿ ಆರು ಪ್ಲೆಟೂನಗಳು ಮತ್ತು ಹೆಡ್ ಕ್ವಾರ್ಟರ್ ಸಿಬ್ಬಂದಿ ಕೂಡಿ ೩೫೦ ಸೈನಿಕರು. ಇನ್ನೂ ನಾಲ್ಕು ಪ್ಲೆಟೂನ್‌ಗಳು, ೨೦೦ ಸೈನಿಕರು, ನಾಗರ ಮತ್ತು ಗಿಲ್ಗಿಟ್ ಉಪವಿಭಾಗದಲ್ಲಿ. ಇನ್ನೊಂದೆಡೆ ೬ನೇ ಕಾಶ್ಮೀರ ಇನ್ಫಂಟ್ರಿ ಬಟಾಲಿಯನ್, ೫೦೦ ಸೈನಿಕರು. ಈ ಘಟಕದ ಬಗ್ಗೆ ಬ್ರೌನನ ಅಭಿಪ್ರಾಯ ತುಚ್ಛವಾದುದಿದ್ದರೂ ಈ ಘಟಕವು ಮಹಾಯುದ್ಧದಲ್ಲಿ ಪಾತ್ರ ನಿರ್ವಹಿಸಿದ್ದಾಗಿ ಯುದ್ಧತಂತ್ರದಲ್ಲಿ ನಿಷ್ಣಾತವಾದುದಿತ್ತು. ಇದರ ಸೈನಿಕರು ಸಿಖ್ಖ, ಡೋಗ್ರಾ ಮತ್ತು ಮುಸ್ಲೀಮರು. ಮಹಾರಾಜನ ಪ್ರತಿ ಡೋಗ್ರಾ ಮತ್ತು ಸಿಖ್ಖರ ಸ್ವಾಮಿನಿಷ್ಠೆ ಪ್ರಶ್ನಾತೀತವಾಗಿತ್ತಾದರೆ ಮುಸ್ಲೀಮರದು ಸಂಶಯಾಸ್ಪದ. ಆದರೂ ನಾಣ್ಯವು ಯಾವ ಮೈತಗುಲಿ ಬೀಳುತ್ತದೋ ಹೇಳುವದು ಅಶಕ್ಯವಿತ್ತು.

೩೧ ಅಕ್ಟೋಬರ್ ೧೯೪೭ ಬ್ರೌನನು ತನ್ನ ಆಟ ಪ್ರಾರಂಭಿಸಿ ಬ್ರಿಗೇಡಿಯರ್ ಘನ್ಸಾರಾಸಿಂಹ ಮತ್ತು ಕಾಶ್ಮೀರ ಮಹಾರಾಜನ ಪ್ರತಿನಿಧಿಗಳನ್ನು ಬಂಧಿಸಿದ. ಕೆಲವು ಗುಂಡುಗಳ ಹಾರಾಟದಲ್ಲಿ ಸ್ಕೌಟಿನ ಸೈನಿಕನೊಬ್ಬ ಸತ್ತ. ಸಿಖ್ಖ ಮತ್ತು ಡೋಗ್ರಾ ಸೈನಿಕರು ಬುಂಜಿಯಲ್ಲಿದ್ದು ಅವರ ಮೇಲೆ ಆಕ್ರಮಣ ಮಾಡಲಾಗಿ ಅವರು ಪಾರಾಗಬಹುದಾದ ರಸ್ತೆಯನ್ನು ಆಸ್ತೋರದ ಹತ್ತಿರ ಕತ್ತರಿಸಲಾಯಿತು. ಅವರೆಲ್ಲರೂ ಕೊಲ್ಲಲ್ಪಟ್ಟರೆಂದು ಗ್ರಹಿತವಾಗಿ ಬ್ರೌನನ ನೇತೃತ್ವದಲ್ಲಿ ಹಂಗಾಮಿ ಸರಕಾರವು ಸ್ಥಾಪಿತವಾಯಿತು. ೨ನೇ ನವೆಂಬರ್ ಕಾಶ್ಮೀರದ ಹಳದಿ–ಕೆಂಪು ಧ್ವಜವಿಳಿದು ಪಾಕಿಸ್ತಾನದ ಧ್ವಜ ಮೇಲೇರಿತು. ಕಾಶ್ಮೀರದ ಧ್ವಜ ನೂರು ದಿನಗಳವರೆಗೂ ಗಿಲ್ಗಿಟ್‌ನಲ್ಲಿ ಹಾರಲಿಲ್ಲ! ಎರಡು ವಾರಗಳ ನಂತರ ಪೇಶಾವರದ ಪಾಲಿಟಿಕಲ್ ಏಜೆಂಟನು ಈ ಕ್ಷೇತ್ರವನ್ನಾಳುವವನಾದ. ಅಫಘಾನ ಗಡಿಯ ಬುಡದಲ್ಲಿ ೧೫೦ ಕಿಮಿ ಗಿಲ್ಗಿಟ್‌ನಿಂದ ಪಶ್ಚಿಮೋತ್ತರಕ್ಕಿದ್ದ ಚಿತ್ರಾಲನ್ನು ಪಾಕಿಸ್ತಾನವು ವಶಪಡಿಸಿಕೊಂಡಿತು. ಸಂಯುಕ್ತ ರಾಷ್ಟ್ರ ಸಂಘದ ಯುದ್ಧವಿರಾಮವು ವರ್ಷಾನಂತರ ಸ್ಥಾಪಿತವಾಗುವತನಕ ಚಿತ್ರಾಲ್–ಗಿಲ್ಗಿಟ್–ಹುಂಝಾ–ನಾಗಿರ–ಬಾಲ್ಟಿಸ್ತಾನಗಳು (ಉತ್ತರೀ ಕ್ಷೇತ್ರ –Northern Areas) ಪಾಕಿಸ್ತಾನಾಧೀನವಾಗಿದ್ದವು.

ಬ್ರೌನನ ಗಿಲ್ಗಿಟ್ ಕ್ಷಿಪ್ರಕ್ರಾಂತಿ (Coup d etat) ಸಮಗ್ರವಾಯಿತು.

ಸ್ವಯಂಪ್ರೇರಣೆಯ ಹೊರಮೆರಗು ಕಾಯ್ದುಕೊಳ್ಳುವಲ್ಲಿ ಮತ್ತು ಬ್ರೌನ್-ಮ್ಯಾಥಿಸನ್ನರು ಬೇಕನ್ನನ ಜೊತೆಗೂಡಿ ತಾವೇ ನಿರ್ಧರಿಸಿದಂತೆ ಕಾರ್ಯವ್ರತರಾದರು ಎಂಬ ಮಿಥ್ಯೆಯನ್ನು ಘೋಷಿಸುವಲ್ಲಿ ಗಿಲ್ಗಿಟ್ ಕಥಾನಕಕ್ಕೆ ಸಾಕಷ್ಟು ತಿರುವುಗಳಿವೆ. ೧೯೫೭ರಲ್ಲಿ ಪಾಕಿಸ್ತಾನ ಸರಕಾರವು ಬ್ರೌನನು ತೀರಿಕೊಂಡು ಹತ್ತು ವರ್ಷಾನಂತರ ಅವನಿಗೆ ಸಿತಾರಾ-ಎ-ಪಾಕಿಸ್ತಾನ (Star of Pakistan) ಪದಕವಿತ್ತು ಗೌರವಿಸಿದ್ದನ್ನು ಭಾರತವು ಇಷ್ಟು ದೊಡ್ಡಕಾಗಿ ತೋರಿಸಿತು. ಗಮನ ಸೆಳೆಯದಿದ್ದ ಚಿಕ್ಕದೊಂದು ವಾಸ್ತವಾಂಶವೆಂದರೆ ೧೯೪೮ರ ಲಂಡನ್ ಗ್ಯಾಜೆಟ್‌ನಲ್ಲಿ ಪ್ರಕಾಶಿತ ದಾಖಲೆಯೊಂದು ತಿಳಿಸುವದು : (ಬ್ರಿಟಿಶ್) ಮಹಾರಾಜನು ತನ್ನ ಹುಟ್ಟುದಿವಸದ ಸಂಭ್ರಮದಂದು 'The Most Exalted Order of the British Empire (OBE)' ಎಂಬುದಕ್ಕೆ ನೇಮಿಸಲಾಗುವ ಆಜ್ಞೆ: ಬ್ರೌನ್, ಮೇಜರ್ (ಆ್ಯಕ್ಟಿಂಗ್) ವಿಲಿಯಂ ಅಲೆಕ್ಸಾಂಡರ್, ಸ್ಪೆಶಲ್‌ಲಿಸ್ಟ (ಮಾಜಿ ಇಂಡಿಯನ್ ಆರ್ಮಿ)'. ಮುಂದುವರಿಯುತ್ತ ಈ ಪ್ರಶಸ್ತಿಪತ್ರವು ವಿವರಿಸುವದು : 'ಈ ಸಂಧಿಗ್ದಾರ್ಥದ ಪ್ರಶಸ್ತಿ ಪ್ರದಾನ ಪ್ರಕಾಶನಕ್ಕೆ ಕಾರಣೀಭೂತ ಹೆಚ್ಚಿನ ವಿವರಗಳು ಲಭ್ಯವಿಲ್ಲ'. ಅಂದರೆ ಬ್ರೌನನಿಗೆ ಬ್ರಿಟಿಶ ಪ್ರಶಸ್ತಿ OBE ದೊರೆತ ಪ್ರಕಟನೆಯು ವಿವರಿಸುವದು 'ಕಾರಣಗಳ ಹೆಚ್ಚಿನ ವಿವರಗಳ ಅಲಭ್ಯತೆ'ಯಿಂದಾಗಿ. ಇಂಥದನ್ನು ೪೫ ವರ್ಷಾನಂತರ ಪಾಕಿಸ್ತಾನವು ಬ್ರೌನನನ್ನು ಪುನಃ ಪ್ರಶಸ್ತಿ ನೀಡಿ ಗೌರವಿಸಿತು!

***

೯. ರಕ್ತವರ್ಣಿತವಾಯಿತು ಅಲಕಾಪುರಿ

"ಸಿದ್ಧತೆಯಿಲ್ಲದ ಯುದ್ಧ ಬೇಡ; ಗೆದೆಯುವ ಖಾತ್ರಿಯಿಲ್ಲದ ಯುದ್ಧ ಬೇಡ; ಪ್ರತಿ ಯುದ್ಧಕ್ಕೂ ಸಿದ್ಧತೆಯ ಸಕಲ ಪ್ರಯತ್ನವಿರಲಿ; ಶತ್ರು ಮತ್ತು ನಮ್ಮ ನಡುವೆಯ ಸ್ಥಿತ್ಯಂತರಗಳಲ್ಲಿ ಜಯ ಸಾಧನೆಗಾಗಿ ಪ್ರತಿಯೊಂದು ಪರಿಶ್ರಮವಿರಲಿ."

– ಮಾಓತ್ಸೆ ತುಂಗ

ಡ್ರ್ಯಾಗನ್ ಮತ್ತು ಹುಲಿ

ಹಿಮಾಲಯಗಳಿಂದ ಬೇರ್ಪಡಿಸಲ್ಪಟ್ಟ ಎರಡು ರಾಷ್ಟ್ರಗಳು ಅಥವಾ ನಾಗರಿಕತೆಗಳೇ ಎನ್ನಿ ಇದಕ್ಕೂ ಹೆಚ್ಚು ವಿಭಿನ್ನ ದೃಷ್ಟಿಕೋನಗಳನ್ನು ಹೊಂದಿರಲಾರವು. ಐತಿಹಾಸಿಕವಾಗಿ ಇಂಥ ಬೃಹದ್ರೂಪಿ ದಿಮ್ಮಿರಾಜ್ಯವಾದ ಟಿಬೆಡಿನಿಂದ ವಿಂಗಡಿಸಲ್ಪಟ್ಟ ಈ ರಾಷ್ಟ್ರದ್ವಯಗಳಲ್ಲಿ ಪ್ರಾಚೀನ ಕಾಲದಲ್ಲಿ ಕೂಡ ಬಹಳೇ ಕಡಿಮೆ ಪರಸ್ಪರ ಕ್ರಿಯಾಸ್ಪದವಿತ್ತು. ೧೮೫೦ರ ನಂತರ ಬ್ರಿಟಿಶರು ತಮ್ಮ ಭಾರತೀಯ ಸಾಮ್ರಾಜ್ಯವನ್ನು ದೃಢೀಕರಿಸತೊಡಗಿದಂತೆ ಉತ್ತರೀ ಗಡಿಯ ಪ್ರಾಧಾನ್ಯವು ಬೆಳೆಯತೊಡಗಿತು, ವಿಶೇಷವಾಗಿ ಭಾರತದಲ್ಲಿಯ ಬ್ರಿಟಿಶರ ಆಡಳಿತಗಾರರ ಮತ್ತು ಲಂಡನ್ನಿನ ಅಧಿಕಾರಿಗಳ ಝಾರಿಸ್ಟ್ ರಶಿಯದ ವಿಸ್ತಾರದ ಗ್ರಸ್ತತೆಯಿಂದಾಗಿ. ಈ ಮಹಾಹೂಟದಲ್ಲಿ ಚೀನವು ಬಹಳೆಂದರೆ ಮೂಲೆಯೊಳಗಿದ್ದ ಪ್ರದರ್ಶನದಂತಿದ್ದು ಬ್ರಿಟಿಶರ ಕಾರ್ಯಯೋಜನೆಯಲ್ಲಿ ಮಿತ್ರ ರಾಷ್ಟ್ರವೆಂದೇ ಎಣಿಸಲ್ಪಟ್ಟಿತ್ತು. ಚೀನವು ಎಂದೂ ಬ್ರಿಟಿಶ ವಸಾಹತುಶಾಹಿಯ ನೊಗ ಹೊರದಿದ್ದರೂ ಕೂಡ ಪಾಶ್ಚಿಮಾತ್ಯ ರಾಷ್ಟ್ರಗಳ ನಿರ್ದಯೀ ಶೋಷಣೆಯ ಶಿಲುಬೆಯನ್ನು ಅದು ಅವರ ಒಬ್ಬಂಡಿ, ಏರುಪೇರು ವ್ಯಾಪಾರ ಹಾಗೂ ಮಿಲಿಟರಿ ಒಪ್ಪಂದಗಳಿಂದಾಗಿ ಹೊರಬೇಕಾಯಿತು. ೧೯೪೭ರಲ್ಲಿ ಭಾರತಕ್ಕೆ ಸ್ವಾತಂತ್ರ್ಯ ದೊರೆಯಿತು. ಆಧುನಿಕ ಚೀನವು ತನ್ನ ಪೀಡಕರನ್ನು ಝಾಡಿಸಿ ಕಾರ್ಯತಃ ೧೯೪೯ರಲ್ಲಿ ಸ್ವತಂತ್ರ ರಾಷ್ಟ್ರವಾಯಿತು. ಒಂದೇ ವರ್ಷದಲ್ಲಿ ಉಭಯ ಸ್ವತಂತ್ರ ರಾಷ್ಟ್ರಗಳು ತಮ್ಮ ಗಡಿ ಮತ್ತು ಹಿತಾಸಕ್ತಿಗಳನ್ನು ನಿರೂಪಿಸುವಲ್ಲಿ ಮತ್ತು ಕಾಯ್ದುಕೊಳ್ಳುವಲ್ಲಿ ನಿರತವಾದವು: ಭಾರತವು ಕಾಶ್ಮೀರದಲ್ಲಿ ಮತ್ತು ಚೀನವು ಟಿಬೆಟಿನಲ್ಲಿ. ಈ ಅಧ್ಯಾಯದಲ್ಲಿ ಈ ಕಾರ್ಯಪ್ರಣಾಲಿಗಳ ಬೆನ್ನಿಗಿದ್ದ ರಾಜಕೀಯ ತರ್ಕವು ನಮ್ಮ ತವಕವಲ್ಲ, ಆದರೆ ಆಗ ಇದ್ದ ರಣನೀತಿಪರ (Strategic)

ವಿಚಾರಶೀಲತೆ ಮತ್ತು ಅಂಥ ಸಂಸ್ಕೃತಿಗಳೊಡನೆ ನಮ್ಮ ತವಕ ಹೆಚ್ಚು.

ಸುರುವಾತಿಗೆ ಭಾರತವು, ನಿಜವಾಗಿ ನೆಹರು ಅವರು, ಭಾರತ ಮತ್ತು ಚೀನಗಳನ್ನು ತಟಸ್ಥ ರಾಷ್ಟ್ರ ಚಳುವಳಿಯನ್ನು ಮುಂದುವರಿಸುವ ಎರಡು ಬಲಿಷ್ಠ ರಾಷ್ಟ್ರಗಳೆಂದು ಗಣಿಸಿದರು. ಶೀತಯುದ್ಧದ ಪ್ರಭಾವದಲ್ಲಿ ಸಿಲುಕಿದ ಜಗದ್ವ್ಯಾಪಾರದಲ್ಲಿ ಈ ವಿಚಾರಸರಣಿಯು ಅತಿ ಧ್ಯೇಯವಾದಿಯಾಗಿ ಕಂಡರೂ ವಿಚಾರವು ಸಮರ್ಥವಿತ್ತು, ಭೀರು ಕೂಡ. ಜಾಗತಿಕ ಮಂಚದಲ್ಲಿ ಇದನ್ನು ನಿಭಾಯಿಸಲು ಯಾವನಿಗಾದರೂ ಅಂಥ ಆಕೃಷ್ಟತೆ ಮತ್ತು ಆಣತಿಗಳು ಬೇಕಿದ್ದರೆ ಅವು ನೆಹರು ಅವರಲ್ಲಿದ್ದವು. ಭಾರತವು ಸ್ವತಂತ್ರವಾದಾಗ ಜವಾಹರಲಾಲ ನೆಹರು ಅವರು ಮಹಾತ್ಮಾ ಗಾಂಧಿಯ ಪುಷ್ಟಿಯಿಂದ ರಾಷ್ಟ್ರೀಯ ಪುನರ್ನಿರ್ಮಿತಿಯನ್ನುಮತ್ತು ನಾಯಕತ್ವವನ್ನು ವಹಿಸಬಲ್ಲ ಮಹಾನ್ ವ್ಯಕ್ತಿಯಾಗಿ ಎದ್ದುಕಂಡರೆ ಚೀನದಲ್ಲಿ ಅದರ ಮುಖಚರ್ಯೆಯಾಗಿ ಮಾಓ ತ್ಸೆ ತುಂಗರು ಮೇಲೆದ್ದರು. ಬ್ರಿಟಿಶ ರಾಜ್ಯದ ವಿರುದ್ಧ ಪ್ರಾಥಮಿಕವಾಗಿ ಅಹಿಂಸಾವಾದಿಯಾಗಿ ಹೋರಾಡಿದ ಬೌದ್ಧಿಕ ಪರಂಪರೆಯ ಚಳುವಳಿಯಲ್ಲಿ ಪಳಗಿದವರು ನೆಹರು ಅವರಾದರೆ ಮಾಓ ಅವರು ಮಿಲಿಟರಿ ಕಾರ್ಯಶೈಲಿ ಮತ್ತು ಮಾರ್ಕ್ಸಿಸ್ಟ್ ಸಿದ್ಧಾಂತದ ಉತ್ಪತ್ತಿ. ಇದೆಲ್ಲದರಲ್ಲಿ ಅತಿ ನಿಚ್ಚಳ ಬಿಂದುವೆಂದರೆ ಭಾರತೀಯ ವಿಷಯದಲ್ಲಿ ರಣನೀತಿಯ ವಿಚಾರಸರಣಿಯ ಸಂಪೂರ್ಣ ಅನುಪಸ್ಥಿತಿ; ಒಂದು ವೇಳೆ ಅದಿದ್ದುದೇ ಆದರೆ ನೆಹರು ಆಳುವಿಕೆಯಲ್ಲಿ ಅದರ ಮಹತ್ವವಿಲ್ಲದ ಸ್ಥಿತಿ. ೧೯೪೭ರಲ್ಲಿ ಭಾರತದೆದುರು ಕೆಲವು ಆಯ್ಕೆಗಳುಂಟಾದವು; ಅದು ಮೊದಲಿನ ಮಹಾಹೂಟದಾಟವನ್ನು ಮುಂದುವರೆಸೀತೋ, ಅಥವಾ ಈವರೆಗೆ ಕರೆಯಲ್ಪಡಬಹುದಾದ 'ಸಾಮ್ರಾಜ್ಯವಾದಿತ್ವದ ರಣನೀತಿ'ಯ ವಿಚಾರಶೈಲಿಗೆ ಬೆನ್ನು ತೋರೀತೋ? ದುರದೃಷ್ಟವೆಂದರೆ ಅದು ಎರಡನ್ನೂ ಮಾಡಲಿಲ್ಲ. ಸ್ವಾತಂತ್ರ್ಯ ಚಳುವಳಿಯ ಅಹಿಂಸಾಗಾಥೆಯನ್ನು ಮುಂದೂಡುವ ಬಯಕೆಯ ಮತ್ತು ಹೊಸದಾಗಿ ಕಂಡುಕೊಂಡ ರಾಷ್ಟ್ರೀಯ ಸಂಕಲ್ಪವನ್ನು ಶಸ್ತ್ರಶಕ್ತಿಯಿಂದಲೂ (ಕಾಶ್ಮೀರದಲ್ಲಿ) ಹೇರುವದರ ನಡುವೆ ತೂಗಾಡತೊಡಗಿತು.

ಆಚೆಗೆ ಪಾಕಿಸ್ತಾನವು ಉತ್ತರೀ ಕ್ಷೇತ್ರದ (Northern Areas) ಇಸ್ಪೀಟ್ ಎಕ್ಕಾ ಆಡುವದರ ಲಾಭವನ್ನು ಕಂಡುಕೊಂಡಿತು. ಭಾರತೀಯರು ಜಗತ್ತಿಗೇ ಧರ್ಮೋಪದೇಶ ಮಾಡುವಲ್ಲಿ ಹಾಗೂ ಸರ್ವಜ್ಞನಂತೆ ನಡೆಯುವಲ್ಲಿ ನಿರತರಾಗಿದ್ದಾದರೆ ಪಾಕಿಸ್ತಾನೀಯರು ತಮ್ಮ ಸಿದ್ಧಾಂತಿಕ ವಿಚಾರಗಳಲ್ಲಿ ವೈವಿಧ್ಯವಿದ್ದರೂ ಕೂಡ ಇತರರೊಡನೆ ನೆಂಟಸ್ತಿಕೆ ಬೆಳೆಸುವಲ್ಲಿ ತತ್ಪರರಾಗಿ ತಮ್ಮ ಸೈನ್ಯಶಕ್ತಿಯನ್ನು ಭಾರತೀಯ ಶಕ್ತಿಯ ಸರಿಸಾಟಿಯಾಗಿ ಬೆಳೆಸತೊಡಗಿದರು. ಉತ್ತರೀ ಕ್ಷೇತ್ರವು (Northern Areas) ಪಾಕಿಸ್ತಾನಕ್ಕೆ ಭೌಗೋಲಿಕ ರಣನೀತಿಯುಕ್ತ ಅನುಕೂಲತೆಯನ್ನು ಕೊಟ್ಟಿತು. ಟಿಬೆಟಿನ ಮಹಾದ್ವಾರವಲ್ಲವೇ ಅದು? ಬರುವ ವರ್ಷಗಳಲ್ಲಿ ಪಾಕಿಸ್ತಾನವು ತನ್ನ ಆಟದ ದಾಳವನ್ನು ಸರಿಯಾಗಿಯೇ ಒಗೆಯಿತು.

ಜಾಗತಿಕ ಮಂಚದ ಮೇಲೆ

ಉತ್ತರಕ್ಕೆ ಚೀನ ಮತ್ತು ಸೋವಿಯಟ್ ಯೂನಿಯನ್ನಿನಲ್ಲಿ ಘಟನಾಸರಣಿ ವೇಗಹಿಡಿದಿತ್ತು. ಇವು ಜಗತ್ತನ್ನೇ ಅಪ್ಪಳಿಸತೊಡಗಿದ್ದವು. ಹೊಸದಾಗಿ ಸ್ವತಂತ್ರವಾದ ಭಾರತವು ತನ್ನ ಉತ್ತರೀ ಗಡಿಯು ಹಿಮಾಲಯಗಳಿಂದ ರಕ್ಷಿಸಲ್ಪಟ್ಟಿದೆ ಎಂಬ ತಪ್ಪುಕಲ್ಪನೆಯನ್ನು ರಚಿಸಿಕೊಂಡಿತ್ತು. ಹಾಗೂ ತನ್ನದೇ ಆದ ಸಮಸ್ಯೆಗಳಲ್ಲಿ ತೊಡಗಿಕೊಂಡಿತ್ತಲ್ಲ? ಅಮೇರಿಕೆಯ ಕಾಂಗ್ರೆಸ್ಸನ್ನು ಸಂಬೋಧಿಸುತ್ತ ಪ್ರೆಸಿಡೆಂಟ್ ಟ್ರೂಮನ್ ಘೋಷಿಸಿದ್ದು, '(ಅಮೇರಿಕೆಯು) ಬಾಹರೀ ಒತ್ತಡಗಳಿಂದ ಮತ್ತು ಸಶಸ್ತ್ರ ಅಲ್ಪಸಂಖ್ಯಾತರಿಂದ ನಿಗ್ರಹಿಸಲ್ಪಡುವ ಸ್ವತಂತ್ರ ಜನತೆಗೆ ಬೆಂಬಲವೀಯಬೇಕು'. ಈ ಟ್ರೂಮನ್ ಸಿದ್ಧಾಂತವು ೧೯೨೦ ಮತ್ತು ೧೯೩೦ರ ಅಮೇರಿಕೆಯ ಪ್ರತ್ಯೇಕವಾದಿತ್ವವನ್ನು ಮುಂದುವರಿಸಬಹುದಾದ ಸಾಧ್ಯತೆಯನ್ನು ತಳ್ಳಿಹಾಕಿತು. ವರ್ಷಾಂತ್ಯದಲ್ಲಿ ಸೋವಿಯಟ್ ಆಕ್ರಮಿತ ಪಶ್ಚಿಮ ಬರ್ಲಿನ್ನಿನ ಮೇಲೆ ಸಂಪೂರ್ಣ ದಿಗ್ಬಂಧನ ಹೇರಲಾಗಿ ರಸ್ತೆ, ರೈಲು, ನೀರು ಸರಬರಾಯಿ ಎಲ್ಲವನ್ನೂ ಕಡಿಯಲಾಯಿತು. ಅದು ಶೀತಯುದ್ಧದ ಪ್ರಥಮ ಗಂಭೀರ ಮುಖಾಮುಖಿ. ಅಮೇರಿಕಾ ಮತ್ತು ಬ್ರಿಟನ್‌ಗಳು ವರ್ಷಕ್ಕೂ ಹೆಚ್ಚುಕಾಲ ಭಾರೀ ವೈಮಾನಿಕ ಎತ್ತುಗೆಯನ್ನು ಕೈಕೊಂಡವು.

ಡಿಸೆಂಬರ್ ಸುರುವಾತಿನಲ್ಲಿ ಚಿಯಾಂಗ್ ಕೈ ಶೆಕರು ಸೋಲೊಪ್ಪಿ ರಾಷ್ಟ್ರೀಯ ಸರಕಾರದ ಅಧ್ಯಕ್ಷತೆಗೆ ರಾಜೀನಾಮೆಯಿತ್ತು ಮುಖ್ಯ ಭೂಭಾಗ ಚೀನವನ್ನು ತ್ಯಜಿಸಿ ಬದಿಗಿದ್ದ ಮಹಾದ್ವೀಪ ತೈವಾನಿಗೆ ರವಾನೆಯಾದರು. ತೈಪೆಯಲ್ಲಿ ಅವರ ರಾಜಧಾನಿ. ಇತ್ತ ಚೀನದಲ್ಲಿ ಮಾಓ ತ್ಸೆ ತುಂಗರ ಚೇರ್ಮನ್‌ಶಿಪ್‌ನ ನಾಯಕತ್ವದಲ್ಲಿ ಚೀನಾ ಗಣತಂತ್ರ ರಾಜ್ಯವು ಪೀಕಿಂಗ್‌ನಲ್ಲಿ ಸ್ಥಾಪಿತವಾಗಿಹೋಗಿತ್ತು. ಹೊಸ ಸರಕಾರದಲ್ಲಿ ಅನೇಕ ಇತರ ಮತಶ್ರದ್ಧೆಯ ವ್ಯಕ್ತಿಗಳು ಸಾಮೀಲಿದ್ದರೂ ಕಮ್ಯುನಿಸ್ಟ್ ಪಾರ್ಟಿಯಿಂದಲೇ ಆಳಲ್ಪಟ್ಟಿತು. ೫೦-೬೦ ಲಕ್ಷ ಪಕ್ಷಾನುಯಾಯಿಗಳು ದೇಶದಾದ್ಯಂತ ಹಬ್ಬಿಕೊಂಡಿದ್ದರು. ಈ ಹೊಸ ವ್ಯವಸ್ಥೆಯನ್ನು ಜಗವೆಲ್ಲ ಒಪ್ಪಿಕೊಂಡರೂ ಅಮೇರಿಕೆಯು ಮಾತ್ರ ತೈವಾನಿನ ನ್ಯಾಶನಾಲಿಸ್ಟ ಚೀನೀ ಸರಕಾರವನ್ನೇ ನಿಜ ಚೀನಾ ಎಂದುಕೊಂಡಿತು. ನೆಹರೂ ಅವರ ತಟಸ್ಥ ನೀತಿಯನ್ನು ಅನುಸರಿಸಿದ ಭಾರತವು ಸಹಸಾ ಸಂಯುಕ್ತ ರಾಷ್ಟ್ರಸಂಘದಲ್ಲಿ ಅಮೇರಿಕೆಯನ್ನು ವಿರೋಧಿಸುವಲ್ಲೇ ಶ್ರಮಿಸಿತು, ಅಲ್ಲದೆ ಕಮ್ಯುನಿಸ್ಟ್ ಚೀನವನ್ನೇ ನಿಜ ಚೀನ ಎಂದು ಒಪ್ಪಿಕೊಂಡಿತು. ಆದರೆ ಜಗತ್ತು ಎರಡು ಪಕ್ಷಗಳಲ್ಲಿ ವಿಭಾಗಿಸಿಕೊಳ್ಳತೊಡಗಿತು – ಪಾಶ್ಚಿಮಾತ್ಯ ಮೈತ್ರಿ (ರಾಷ್ಟ್ರಗಳು) ಮತ್ತು ಸೋವಿಯಟ್ ಒಕ್ಕೂಟ –. ಆಂಗ್ಲೋ-ಸ್ಯಾಕ್ಸನ್ ಕಾರ್ಯಯೋಜನೆಯಲ್ಲಿ ಬ್ರಿಟಿಶರ 'ಹಿಂದು ಭಾರತ'ದ ಅವಿಶ್ವಾಸವು ಮೇಲ್ಗೈ ಸಾಧಿಸುತ್ತಲಿದ್ದು, ಪ್ರಜಾಪ್ರಭುತ್ವವಾಗಿದ್ದರೂ ಕೂಡ ಭಾರತವು ಅಮೇರಿಕೆಯ ದೃಷ್ಟಿಯಲ್ಲಿ ಸೋವಿಯಟ್ ಒಕ್ಕೂಟದ್ದೆಂದು ಎಣಿಸಲ್ಪಟ್ಟಿತು. ಪ್ರೆಸಿಡೆಂಟ್ ನಿಕ್ಸನ್ನರು ೧೯೭೧ರಲ್ಲಿ ಭಾರತೀಯರನ್ನು 'ಭಕ್ತಿ ತೋರಿಕೆಯ ಸೂಳೇಮಕ್ಕಳು (Sanctimoniuous bastards)' ಎಂದು ಉದ್ಗರಿಸಿದಾಗ ಅವರು ಪಾಶ್ಚಿಮಾತ್ಯ

ರಾಷ್ಟ್ರಗಳಲ್ಲಿ ಎರಡು ದಶಕಗಳಿಂದಲೂ ಬೆಳೆಯುತ್ತ ಬಂದಿದ್ದ ವಿಸ್ತೃತ ನಂಬಿಕೆಯನ್ನೇ ಪುನರುಚ್ಚರಿಸುತ್ತಿದ್ದರು.

೧೯೬೧ರಲ್ಲಿ ಭಾರತೀಯ ಸೇನೆ ಗೋವಾದಲ್ಲಿ ನುಗ್ಗಿ ಪೋರ್ಚುಗೀಸರಿಂದ ಗೋವಾವನ್ನು ವಿಮುಕ್ತಗೊಳಿಸುತ್ತಿದ್ದಂತೆಯೇ ಭಾರತವು ತನ್ನ ಅಹಿಂಸಾತ್ಮಕ ಮೆರಗನ್ನು ಕಳೆದುಕೊಳ್ಳತೊಡಗಿತು. ದ್ವಿತೀಯ ಮಹಾಯುದ್ಧಾನಂತರ ಬ್ರಿಟನ್ ನಿಶ್ಶಕ್ತವಾಗಿದ್ದು ಅಮೇರಿಕೆಯು ಆ ಪ್ರಮುಖ ವಸಾಹತುಶಾಹಿಯಿಂದ ಬೇಟನ್ ಪಡೆಯಿತು. ಪ್ರೆಸಿಡೆಂಟ್ ಐಸನ್‌ಹಾವರರ ಆಳ್ವಿಕೆಯಲ್ಲಿ ಪಾಕಿಸ್ತಾನವು ೧೯೫೪ರಲ್ಲಿ ಅಮೇರಿಕೆಯ ರಕ್ಷಾ ವಿಸ್ತಾರದಲ್ಲಿ ಸೇರಿಸಲ್ಪಟ್ಟಿತು. ಪ್ರೆಸಿಡೆಂಟ್ ಕೆನೆಡಿಯ ನೇತೃತ್ವದಲ್ಲಿ ಬಹುತೇಕ ಎಲ್ಲ ಪಾಶ್ಚಿಮಾತ್ಯ ರಾಷ್ಟ್ರಗಳು ಭಾರತದ ಗೋವಾ ವಿಮೋಚನೆಯನ್ನು ನಿಷೇಧಿಸಿದವು. ಕೆನಡಿಯವರು ನೆಹರು ಅವರನ್ನು 'ವೇಶ್ಯಾವಾಟಿಕೆಯಲ್ಲಿ ಪ್ರೀಸ್ಟ್'ನನ್ನು ಕಂಡಂತೆ ಎಂದರು!

೧೯೬೨ರ ಚೀನದೊಡನೆಯ ನೇಫಾ (North East Frontier Agency-NEFA) ಮತ್ತು ಲದಾಖ ಕ್ಷೇತ್ರಗಳಲ್ಲಿಯ ಯುದ್ಧವು ತೋರಿಸಿದ್ದು ವಾಸ್ತವಿಕತೆಯ ಕನ್ನಡಿಯನ್ನು ರಾಷ್ಟ್ರವು ತನ್ನ ಮುಖಕ್ಕೇ ಹಿಡಿಯಬಹುದಾದುದನ್ನು. ಆ ಅನಾಹುತವು ಹಾಗಾಗದಿದ್ದರೆ ತನ್ನದೇ ಹೊಗೆಗೊಂಡ ಮತ್ತು ಗೊಂದಲಮಯ ಸ್ಥಿತಿಯ ವರ್ಣರಂಜಿತ ಚಿತ್ರವನ್ನು ನಾವು ಮುಂದಿನ ಪೀಳಿಗೆಗಳಿಗೆ ಕೊಡುತ್ತಿದ್ದೇವೇನೋ! ಆ ಯುದ್ಧವು ಅನೇಕ ಬರಹಗಳನ್ನು ಜನಿಸಿದರೂ ಎರಡು ಆಯಾಮಗಳು ಮೇಲೆದ್ದವು. ಆವರಿಸತೊಡಗಿದ ವಿಷಣ್ಣತೆಯಲ್ಲಿ ದೇಶವು ಅಸಮ ಹೋರಾಟದಲ್ಲಿ ನೂಕಲ್ಪಟ್ಟು ಖತಿಗೊಂಡ ಶೌರ್ಯದ ದೃಷ್ಟಾಂತಗಳು ಸರಿಯಾಗಿ ಗುರುತಿಸಲಾಗಲಿಲ್ಲ. ಅನೇಕ ಕಾಲ್ದಳ ಘಟಕಗಳ ಧೀರ ದೃಷ್ಟಾಂತಗಳಿಗೆ ಮನ್ನಣೆಯೇ ಇಲ್ಲ. ಇನ್ನೊಂದೆಂದರೆ ಶೌರ್ಯ ಪದಕಗಳ ವಿತರಣೆಯಲ್ಲಿ ಕಂಡುಬಂದ ಅಸಂಗತ ಮತ್ತು ದುರ್ಗುಣಿ ದೃಶ್ಯ. ಪೂರ್ವೀಕ್ಷೇತ್ರವು ಅಲಕ್ಷಿಸಲ್ಪಟ್ಟು ಲದಾಖ ಕ್ಷೇತ್ರದಲ್ಲಿ ಪದಕಗಳು ಮೊದಲು ವಿತರಿಸಲಾಗಿ ಪ್ರಶಸ್ತಿ ಪತ್ರಗಳು (Citation) ನಂತರ ಬರೆಯಲ್ಪಟ್ಟವು. ವಾಸ್ತವಿಕತೆಯನ್ನು ತಿರುಚಲು ಇದು ಲೈಸೆನ್ಸಾಯಿತು ಸೈನಿಕ ಘಟಕ ಮತ್ತು ಮೇಲ್ವಿಭಾಗಗಳಿಗೆ.

ಇಂಥ ಅಂಧಕಾರದಲ್ಲಿ, ನೆಹರು ಅವರು ತಮ್ಮ ಮುರಿಯತೊಡಗಿದ ಪಂಚಶೀಲದ ತುಣುಕುಗಳ ಮೇಲೆ ತಡವರಿಸುತ್ತಿದ್ದಂತೆ ಭಾರತದ ಪ್ರಥಮ ಪ್ರವೃತ್ತಿಯು ವಾಲಿದ್ದು ಅಮೇರಿಕೆಯೆಡೆಗೆ. ಅಮೇರಿಕನ್ನರು ಸೀಮಿತ ಮಿಲಿಟರಿ ಸಾಮಗ್ರಿಯನ್ನು ಒದಗಿಸಿದರೂ ಕೂಡ ಸಂಧಿಯಲ್ಲಿ ತಿಳಿದುಕೊಳ್ಳಬೇಕಾದುದು ರಶಿಯದ ಪಾತ್ರ. ಪಾಕಿಸ್ತಾನಕ್ಕೆ ಅಮೇರಿಕೆಯು ಮುಕ್ತಹಸ್ತದಿಂದ ಪ್ಯಾಟನ್ ಟ್ಯಾಂಕ್, ಸೇಬರ್ ಜೆಟ್, ಡ್ಯಾಫ್ನಿ ಸಬ್‌ಮರೀನ್‌ಗಳನ್ನು ಕೊಡತೊಡಗಿದುದಕ್ಕೆ ಮರುತ್ತರವೆಂಬಂತೆ ಭಾರತವು ರಶಿಯದೆಡೆಗೆ ವಾಲತೊಡಗಿದುದನ್ನು ಪಾಶ್ಚಿಮಾತ್ಯರು ತಮ್ಮ ದೃಷ್ಟಿಯಲ್ಲಿ ಕಂಡುದು ಭಾರತವು ರಶಿಯದ ಕೈಗೊಂಬೆಯಾಗುತ್ತಿದ್ದುದೆಂದು. ಆಗಸ್ಟ್ ೧೯೬೨ರಲ್ಲಿ ರಶಿಯದೊಡನೆ ಮಿಗ್ ೨೧ ಯುದ್ಧ ವಿಮಾನಗಳ ಮಾರಾಟದ ಒಪ್ಪಂದ ಸಹಿ ಕಂಡಿತು. ಮುಂದೆ ಎರಡು ತಿಂಗಳಲ್ಲಿ

ಭಾರತೀಯ ವೈಮಾನಿಕರು ಮತ್ತು ೧೫ ಇಂಜಿನೀಯರರು ವಿಂಗ್ ಕಮಾಂಡರ್ ದಿಲ್‌ಬಾಗಸಿಂಹರ ನೇತೃತ್ವದಲ್ಲಿ (ಇವರು ನಂತರ ವಾಯುಸೇನೆಯ ಮುಖ್ಯಸ್ಥರಾದರು) ರಶಿಯಾದಲ್ಲಿತ್ತು.

ನೆಹರು ಅವರ ನೇಫಾದಲ್ಲಿಯ 'ಮುನ್ನಡೆ ಯೋಜನೆ' (forward policy) ಎಷ್ಟು ದುಷ್ಕಲ್ಪಿತವಿತ್ತು ಮತ್ತು ಭಾರತ-ಟಿಬೆಟಗಳ ಪರ್ವತೀಯ ಪ್ರದೇಶದಲ್ಲಿ ಯುದ್ಧಕ್ಕಿಳಿಯುವದು ಎಷ್ಟು ಕಠಿಣವಿತ್ತು ಇವುಗಳ ಅರಿವು ಆಗ ಇರಲಿಲ್ಲ ಎಂಬುದು ಚನ್ನಾಗಿ ದಾಖಲಿಸಲಾಗಿದೆ. ೧೯೬೨ರಲ್ಲಿ ಯುದ್ಧ ಸುರುವಾದಾಗ ತೃತೀಯ ಜಗತ್ತಿನ ಶಾಂತಿ ಮತ್ತು ಅದರ ಆಧುನೀಕರಣದ ಪ್ರಮುಖ ಶಕ್ತಿಯೆನಿಸಿದ ನೆಹರೂ ಅವರ ಭಾರತಕ್ಕೆ ದೊಡ್ಡ ಹೊಡೆತ ಬಿತ್ತು. ಅಧಿಕೃತ ಗಡಿಯು ಬ್ರಿಟಿಶ್ ನಕ್ಷಾಶಾಸ್ತ್ರಕರ್ತನ ಹೆಸರಿನಿಂದಾಗಿ ಮೆಕ್‌ಮೆಹೋನ್ ಲೈನ್ ಎಂದು ಪರಿಚಿತವಿತ್ತು. ಬ್ರಿಟಿಶರು ಕಲ್ಪಿತ ಗಡಿಯವರೆಗೆ ತಲುಪಿದ್ದೇ ಇಲ್ಲ, ರೇಖೆಯನ್ನಷ್ಟೇ ಎಳೆದಿದ್ದರು. ಕೆಲವು ಪ್ರದೇಶಗಳಲ್ಲಿ ಗಡಿರೇಖೆ ನಿಜಕ್ಕೂ ಭೂಮಿಯಲ್ಲಿ ಎಲ್ಲಿ ಚಲಿಸುತ್ತದೆ ಇದೂ ಸಂದೇಹಾಸ್ಪದವಾಗಿತ್ತು. ಚೀನಿಯರು ಮೆಕ್‌ಮೆಹೋನ್ ಗಡಿರೇಖೆಯನ್ನು ಎಂದೂ ಒಪ್ಪಿಕೊಂಡಿದ್ದೇ ಇಲ್ಲ. ತೊಂದರೆ ಸುರುವಾದದ್ದು ಚೀನೀಯರಿಗೆ ಟಿಬೆಟಿಗೆ ಹೋಗಲು ಮಾರ್ಗ ಬೇಕಾಗಿದ್ದು ಅವರು ಸಿಂಕಿಯಾಂಗನಿಂದ ಪಶ್ಚಿಮ ಟಿಬೆಟಿಗೆ ನಿರ್ಜನ ಪ್ರದೇಶವಾದ ಅಕ್ಸಾಯ್‌ಚಿನ್ ಕ್ಷೇತ್ರದಿಂದ ಹೋಗುವ ರಸ್ತೆಯನ್ನು ಕಟ್ಟಿದ್ದರಿಂದ. ಈ ಮಧ್ಯೆ ಗಗನಚುಂಬಿ ಹಿಮಾಲಯ ಪರ್ವತಗಳಿಂದ ದೂರ ಕ್ಯೂಬಾದಲ್ಲಿಯ ಕ್ಷಿಪಣಿಗಳಿಂದ ಗಂಡಕಾಲ ಮತ್ತು ಅಣುಯುದ್ಧದ ಬೆದರಿಕೆ ಜಗತ್ತನ್ನಾವರಿಸಿತ್ತು. ಅಕ್ಟೋಬರ್ ೧೯೬೨ರಲ್ಲಿ ಕೆನಡಿಯವರು ಕ್ಯೂಬಾದಲ್ಲಿ ರಶಿಯನ್ನರು ಸ್ಥಾಪಿಸಿದ ಠಾಣೆಗಳಲ್ಲಿಯ ಮಿಸೈಲ್‌ಗಳು ಅಮೇರಿಕೆಯ ಮೇಲೆ ದಾಳಿ ಮಾಡಬಲ್ಲವೆಂದು ಘೋಷಿಸಿದಾಗ ಜಗತ್ತೇ ಶ್ವಾಸ ತಡೆದುಕೊಂಡಿತ್ತು. ರಶಿಯದ ಕ್ರುಶ್ಚೆವ್‌ರು ಸ್ಥಿತಿಯನ್ನು ಇನ್ನೂ ಹದಗೆಡಿಸುತ್ತ ಒರಟಾಗಿ ಠಾಣೆಗಳ ಸಿದ್ಧತೆಯನ್ನು ಇನ್ನೂ ತೀವ್ರಗೊಳಿಸಿದರು. ಈ ಮುಖಾಮುಖಿಯಲ್ಲಿ ಕ್ರುಶ್ಚೆವ್‌ರಿಗೆ ಕೆನಡಿಯ ವಿರುದ್ಧ ಸಾಧ್ಯವಾದಷ್ಟು ಆಧಾರ ಬೇಕಾಗಿತ್ತು. ಕೆಲವೇ ವರ್ಷ ಮೊದಲು ಈ ಎರಡೂ ಕಮ್ಯುನಿಸ್ಟ್ ದೈತ್ಯಗಳು ಜಗಳಾಡಿ ಬೇರೆಯಾಗಿದ್ದವು. ರಶಿಯನ್ನರು ಮಾಒ ತ್ಸೆ ತುಂಗರನ್ನು ಸ್ಟಾಲಿನಿಸ್ಟ್ ಎಂದು ದೂರಿದರೆ ಚೀನಿಯರು ಕ್ರುಶ್ಚೆವ್‌ರನ್ನು ಅಪಾಯಕರ ರಿವಿಸನಿಸ್ಟ್ ಎಂದು ದೂರಿದರು. ಚೀನಿಯರು ರಶಿಯದ ಆಶ್ರಯದಿಂದ ಹೊರಬಂದುದಲ್ಲದೆ ಕಮ್ಯುನಿಸ್ಟ್ ಜಗತ್ತಿನ ನೇತೃತ್ವಕ್ಕಾಗಿ ಜೂಜಿಸತೊಡಗಿದ್ದರೆಂದು ರಶಿಯನ್ನರು ಚೀನದಿಂದ ತಮ್ಮ ತಂತ್ರಜ್ಞರನ್ನು ಮತ್ತು ಸಲಹೆಗಾರರನ್ನು ಮರಳಿ ಕರೆಸಿಕೊಂಡಿದ್ದರು. ಈ ಜಗಳ ಇನ್ನೂ ಖಾರವಾಗತೊಡಗಿತ್ತು.

ಮಾಒ ತ್ಸೆ ತುಂಗರಿಗೆ ಮಿಲಿಟರಿ ಕ್ಷೇತ್ರದಲ್ಲಿ ಭಾರತವನ್ನೆದುರಿಸುವ ಸಂದರ್ಭದಲ್ಲಿ ಬೇಕಾದುದು ರಶಿಯದ ಮತ್ತು ಅಮೇರಿಕ ಇವೆರಡರದೂ ತಟಸ್ಥತೆ. ಚೀನಿಯರು ಜಾಗತಿಕ ಸ್ಥಿತಿಯನ್ನು ಚನ್ನಾಗಿ ಅಭ್ಯಸಿಸಿದ್ದರು. ಅವರು ಇತ್ಯರ್ಥಕ್ಕೆ ಮುಟ್ಟಿದ್ದೆಂದರೆ

ಅಮೇರಿಕನ್ನರು ನೆಹರು ಅವರನ್ನು ಕಾಲ್ಕೆದರಿ ಜಗಳಾಟಕ್ಕಿಳಿಯಬಲ್ಲ ನೇತಾರನೆಂದು ಕಂಡುಕೊಂಡಾಗಿ ನೆಹರೂ ಅವರ ರೆಕ್ಕೆ ಕತ್ತರಿಸುವದನ್ನು ಸ್ವಾಗತಿಸುತ್ತಾರೆ ಎಂದು. ೧೯೫೦ರಲ್ಲಿ ಭಾರತವು ವಸಾಹತುಶಾಹಿಯ ಸಂಕೋಲೆಗಳಿಂದ ಮುಕ್ತಿ ಪಡೆಯಲು ಶ್ರಮಿಸುವ ಇತರ ದೇಶಗಳ ದಾರಿದೀಪವೆಂದು ತನ್ನನ್ನೇ ಕಂಡುಕೊಂಡಿದ್ದಿಲ್ಲವೇ? ವಿಶೇಷವಾಗಿ ನೆಹರು ಅವರು ಗಾಂಧಿಯ ಉತ್ತರಾಧಿಕಾರಿಯಾಗಿ ಮಾನವೀ ಜಗತ್ತಿನ ನೈತಿಕ ನಾಯಕತ್ವವನ್ನು ವಹಿಸಿ ಆಫ್ರಿಕಿಯರ ಮತ್ತು ಏಶಿಯಾಯಿಗಳ ನೇತಾರನೆಂದು ಉದಯೋನ್ಮುಖರಾಗುತ್ತಿರಲಿಲ್ಲವೇ?

ಚೌ ಎನ್ ಲೈ ಅವರು ಇಷ್ಟೆಲ್ಲವನ್ನು ಅಮೇರಿಕನ್ನರಿಗೆ ಸ್ಪಷ್ಟೀಕರಿಸುತ್ತ ಹೇಳಿದ್ದು – 'ನೆಹರು ಒಳ್ಳೇ ಜಂಬದ ಕೋಳಿಯಾಗತೊಡಗಿದ್ದರು ––– ಮತ್ತು ನಾವು ಅವರ ಕೋಳಿಮರಿಗಳನ್ನು ದಬ್ಬಿಡತೊಡಗಿದ್ದೆವು'––. ಇತ್ತೀಚೆಗೆ ಪ್ರಕಾಶಿತ ಪುಸ್ತಕ 'Mao - The Unknown Story'ಯಲ್ಲಿ ಜುಂಗಚಾಂಗ ಮತ್ತು ಬ್ರಿಟಿಶ ಇತಿಹಾಸಕಾರ ಜೊನ್ ಹ್ಯಾಲಿಡೆ ಅವರು ಈವರೆಗೆ ಗುಪ್ತವಿದ್ದ ಮಾಓ ಮತ್ತು ಕ್ರುಶ್ಚೆವ್ ಇವರ ನಡುವಿನ ಒಡಂಬಡಿಕೆಯನ್ನು ಹೊರಕೆಡವುತ್ತ ಸಾಧಿಸುವದೆಂದರೆ ರಶಿಯನ್ನರ ಕ್ಯೂಬಾದಲ್ಲಿಯ ಮಿಸೈಲ್ ಠಾಣೆಗಳ ಸ್ಥಾಪನೆಯನ್ನು ಚೀನಿಯರು ಅನುಮೋದಿಸುವದಾದರೆ ರಶಿಯನ್ನರು ಚೀನಿಯರ ಭಾರತದ ವಿರುದ್ಧ ಯುದ್ಧದಲ್ಲಿ ಅವರಿಗೆ ಅನುಮೋದನೆ ಈಯಬೇಕು ಎಂದು. ರಶಿಯನ್ನರು ಇನ್ನೂ ಹೆಚ್ಚುವರಿ ದೇಣಿಗೆ ಎಂದು ಚೀನೀಯರಿಗೆ ಇತ್ತದ್ದು ಭಾರತಕ್ಕೆ ಮಿಗ್ ೨೧ ವಿಮಾನಗಳ ಸ್ಥಳಾಂತರದ ಮುಂದೂಡುವಿಕೆ. ಪುಸ್ತಕವು ಸಾರುವದೆಂದರೆ ಭಾರತೀಯರಿಗೆ ಈ ಒಡಂಬಡಿಕೆಯ ಅರಿವೇ ಇರಲಿಲ್ಲ ಎಂದು.

ಭಾರತಕ್ಕೆ ಇದು ದೊಡ್ಡ ರಾಜತಾಂತ್ರಿಕ ಹಾಗೂ ಮಾಹಿತಿಯ ಅಪಯಶ. ಅಮೇರಿಕೆಯನ್ನು ವಿರೋಧಕ್ಕೆಳೆಯುವ ಗೋಜಿಗೆ ಚೀನವು ಇಷ್ಟಪಡುತ್ತಿರಲಿಲ್ಲ, ವಿಶೇಷವಾಗಿ ಕೋರಿಯಾ ಯುದ್ಧದ ಅನುಭವದ ನಂತರ. ದ್ವಿತೀಯ ಮಹಾಯುದ್ಧಾನಂತರ ಕಮ್ಯುನಿಸ್ಟರು ತಮ್ಮ ವರ್ಚಸ್ಸಿನ ನೆಲೆಯನ್ನು ವಿಸ್ತರಿಸುವಲ್ಲಿ ತೊಡಗಿದ್ದರು. ರಶಿಯನ್ನರ ಪೂರ್ವೀ ಯುರೋಪಿನ ಮೇಲಿನ ಕಪಿಮುಷ್ಟಿಯಿಂದ ಸುರುವಾಗಿ ಚೀನೀಯರು ೧೯೫೦ರಲ್ಲಿ ಟಿಬೆಟನ್ನು ಆಕ್ರಮಿಸಿದರು. ಭಾರತದ ಪ್ರತಿಭಟನೆಗಳು ಬದಿಗೊತ್ತಲ್ಪಟ್ಟವು. ಐದು ವರ್ಷಾನಂತರ ತೈವಾನದ ನ್ಯಾಶನಲಿಸ್ಟರು ತಮ್ಮ ದ್ವೀಪದ ಹತ್ತಿರ ಬಂದ ಕಮ್ಯುನಿಸ್ಟ್ ಬೋಟ್‌ಗಳನ್ನು ಮುಳುಗಿಸಿದ್ದಾಗಿ ಕ್ವಿಮಾಯ್ ದ್ವೀಪದ ಹತ್ತಿರ ಚಕಮಕಿಗಳಾದವು. ಇದರಿಂದಾಗಿ ಅಮೇರಿಕೆಯು ತೈವಾನ ರಾಜ್ಯವನ್ನು ರಕ್ಷಿಸುವ ಮೊದಲ ಹೆಜ್ಜೆಯಿಟ್ಟಿತು. ಹಾಗೂ ೧೯೬೨ರಲ್ಲಿ ನ್ಯಾಶನಲಿಸ್ಟರು ಚೀನ ಮುಖ್ಯ ಭೂಖಂಡದ ಮೇಲೆ ಆಕ್ರಮಣದ ತಯಾರಿಯನ್ನು ಜೋರಾಗಿ ನಡೆಸಿದ್ದರಲ್ಲ? ಭಾರತದ ಮೇಲಿನ ಚೀನಾ ಆಕ್ರಮಣದಿಂದಾಗಿ ನ್ಯಾಶನಲಿಸ್ಟ್ (ತೈವಾನ್) ಚೀನಾಕ್ಕೆ ಅಮೇರಿಕನ್ನರು ಸಹಾಯವಿತ್ತರೆ? ಅಂಥ ಪರಿಸ್ಥಿತಿ ಮಾಓಗೆ ಬೇಕಾಗಿರಲಿಲ್ಲ. ಭಾರತದೊಡನೆ ಯುದ್ಧಕ್ಕಿಳಿದಾಗ ಚಿಯಾಂಗ್ ಕೈ ಶೆಕರೊಡನೆಯೂ ಯುದ್ಧವೆಂದರೆ?

ಸಮರ್ಥ ಮತ್ತು ಸಂಭಾವ್ಯ ರಾಜತಾಂತ್ರಿಕ ಸ್ಥಿತಿ ಉಂಟಾಗಿದ್ದರೂ ಭಾರತವು ಎಲ್ಲ ದಿಸೆಗಳಲ್ಲೂ ಅಪಯಶ ಹೊಂದಿತು. ಚೀನೀಯರು ಕೋಳಿಮರಿಯ ಕುತ್ತಿಗೆಯನ್ನು ತಿರುವಿದ್ದರಷ್ಟೇ ಅಲ್ಲ, ಅದರ ಸಾಕಷ್ಟು ಪುಚ್ಛಗಳನ್ನೂ ಒಯ್ದರು. ಇಂದೂ ೧೯೬೨ನೆಯದು ಹೀನಾಯ ಮಿಲಿಟರಿ ಸೋಲೆಂದು ಎಣಿಸಲ್ಪಟ್ಟರೂ ರಾಜಕೀಯ ಮತ್ತು ರಾಜತಾಂತ್ರಿಕ ಅಪಜಯ ಅದೆಷ್ಟೋ ಹೆಚ್ಚು ಗಂಭೀರ ಮತ್ತು ಹಾನಿಕಾರಕವಾಯ್ತು. ಪ್ರಧಾನಿ ನೆಹರು ನುಚ್ಚುನೂರಾದರು. ನಂತರ ಹೃದಯಾಘಾತಕ್ಕೂ ಒಳಗಾದರು. ಆದರೂ ಮುಂದುವರೆಯುತ್ತ ತಾಡಿತರಾಗಿ ೧೯೬೪ರಲ್ಲಿ ಮೃತರಾದರು. ಮಾತ್ರ ರಾಜಕೀಯ ವ್ಯವಸ್ಥೆ ಮುಂದುವರೆಯಿತು. ಹಾಗೆಯೇ ರಾಯಭಾರಿ ವರ್ಗ ಹಾಗೂ ಅಧಿಕಾರಶಾಹಿ ಕೂಡ. ಹದಿನೈದೇ ವರ್ಷದ ಭಾರತವು ಕುಂಟುತ್ತ ನಡೆಯಿತು – ಆತ್ಮವಿಶ್ವಾಸದ ಜೀವಬಿಂದುವನ್ನೇ ಕಳೆದುಕೊಂಡು–.

ಮಿಥ್ಯೆಗಳ ಸ್ಫೋಟ

ಚೀನೀಯರಿತ್ತ ಪೃಷ್ಠದ ಮೇಲಿನ ಒದಿಕೆಗಳು ಭಾರತೀಯರಿಗೆ ಬೆಳಗಿನ ಕಾಳಿಯಾಯಿತು. ಇಂದಿಗೂ ಅನೇಕ ಲೇಖಕರು ಚೀನೀಯರ ದಾಳಿಯ ಆಘಾತವನ್ನು ಅತಿಯಾಗಿ ಬಣ್ಣಿಸಿದ್ದಾಗಿ ಅದನ್ನು ಭಾರತೀಯ ಸಶಸ್ತ್ರ ಸೇನಾದಳಗಳನ್ನು ವರ್ಧಿಸುವ ನೆಪವನ್ನಾಗಿಸಲ್ಪಟ್ಟಿದೆ ಎಂದು ವಾದಿಸುತ್ತಾರೆ. ಅದರ ತ್ವರಿತ ಪರಿಣಾಮವೆಂದು ಸಾಕಷ್ಟು ಆತ್ಮಾವಲೋಕನ ಕೈಕೊಂಡುದಾಗಿ ಅದರಲ್ಲಿ ಭಾರತೀಯ ವಾಯುಸೇನೆಯನ್ನು ಆಕ್ರಾಮಕ ಶಸ್ತ್ರವೆಂದು ನೇಫಾದಲ್ಲಿ ಉಪಯೋಗಿಸಲ್ಪಡಲಿಲ್ಲವೇಕೆ ಎಂಬ ಪ್ರಶ್ನೆ ಇಷ್ಟು ವರ್ಷ ಉಳಿದೇ ಇದೆ. ಬಹುತೇಕ ಲೇಖಕರು ಅದು ಪ್ರಧಾನಿ ತೆಗೆದುಕೊಂಡ ರಾಜಕೀಯ ನಿಶ್ಚಯ ಎಂದು ಕೈಝಾಡಿಸುತ್ತಾರೆ. ನೆಹರು ಅವರು ಚೀನೀ ವಾಯುಸೇನೆಯು ನಮ್ಮ ಶಹರಗಳ ಮೇಲೆ ಪ್ರತಿದಾಳಿ ಮಾಡಬಹುದಾದ ಬೆದರಿಕೆಯಿಂದ ಈ ನಿಶ್ಚಯ ಎಂಬ ನಿರ್ಣಯ!

೧೯೯೨ರಲ್ಲಿ ಭಾರತೀಯ ವಾಯುಸೇನೆಯು ತನ್ನ ೬೦ನೇ ಹುಟ್ಟುಹಬ್ಬದ – Diamond Jubilee– ಸಂಭ್ರಮಕ್ಕೆಂದು ತನ್ನದೊಂದು ಫಿಲ್ಮ ಮಾಡಲು ನಿಶ್ಚಯಿಸಿ ದೀಪ್ತಿ ಮತ್ತು ನನ್ನನ್ನು ವಾಯುಸೇನೆಯ ಇತಿಹಾಸದ ಮೇಲೆ ಒಂದು ತಾಸಿನ ಸಾಕ್ಷ್ಯಚಿತ್ರ ಮಾಡಲು ಕರೆಕಳಿಸಿತು. ಚಿತ್ರದ ಐತಿಹಾಸಿಕ ಸಂಶೋಧನೆ ಹಾಗೂ ಅದರ ಪೋಷಕನನ್ನು ಶೋಧಿಸುವ ಕೆಲಸಗಳು ಭರದಿಂದ ಸಾಗಿದ್ದವು. ಆ ಎಪ್ರಿಲ್‌ನಲ್ಲಿ ಮುಂಬೈಯಲ್ಲಿ ಟಾಟಾ ಹೌಸಿನ ಹಿರಿಯರಾದ ಜೆ.ಆರ್.ಡಿ. ಟಾಟಾ ಅವರ ಭೇಟಿಯಲ್ಲಿ ಅವರು ಈ ಯೋಜನೆಗೆ ಆರ್ಥಿಕ ಆಧಾರ ನೀಡಲು ಒಪ್ಪಿದರು. ಅವರ ಉತ್ತರಾಧಿಕಾರಿಯಾದ ರತನ್ ಟಾಟಾ ಮತ್ತು ಲೆಫ್ಟನೆಂಟ್ ಜನರಲ್ ಎ. ಎಂ. ಸೇಥ್ನಾ ಅವರು ಕೂಡ ಉಪಸ್ಥಿತರಿದ್ದು ಸೇಥ್ನಾ ಅವರು ಫಿಲ್ಮಿನ ಸಲಹಾಕಾರರಾದರು. ಖಾಸ ಜೆ. ಆರ್. ಡಿ. ಅವರೇ ಫಿಲ್ಮಿನ ಮೇಲೆ ತಮ್ಮ ಸಂಕ್ಷಿಪ್ತ ಬರಹವನ್ನು ಪೂರ್ತಿಸಿದ್ದಾಗಿ

ಅದರಲ್ಲಿ ಫಿಲ್ಮಕಾರರಿಗೆ ನೈಜಕತೆಯನ್ನು ಎತ್ತಿಹಿಡಿಯುತ್ತ ನಡೆದ ಘಟನೆಗಳನ್ನು ಚಿತ್ರಿಸುತ್ತ ದೇಶವು ತನ್ನ ವಾಯುಸೇನೆಯನ್ನು ಹೆಮ್ಮೆಯಿಂದ ಕಾಣುವಂತೆ ಮಾಡಬೇಕೆಂದಿದ್ದರು. ಹಾಗಾಗಿ ಟಾಟಾ ಅವರು ೧೯೬೨ನೇ ಭಾರತ-ಚೀನಾ ಯುದ್ಧವನ್ನು ಹೇಗೆ ವಿವರಿಸುವಿರಿ ಎಂದು ಕೇಳಿದಾಗ ನಾನು ಉತ್ತರಿಸುವ ಮೊದಲೇ ರತನ್ ಟಾಟಾ ಅವರು ೧೯೬೨ನೇ ಯುದ್ಧಕ್ರಿಯೆಯನ್ನು ಮುಟ್ಟಬಾರದೆಂದು ಮೊಂಡಾಗಿಯೇ ಹೇಳಿದರು. ಬಹುತೇಕ ಯಾವ ಪೈಲಟ್ಟನೂ ಆ ಸಮಯವ್ಯಾಪ್ತಿಯ ಬಗ್ಗೆ ಮಾತಾಡಲು ಸಿದ್ಧನಿರಲಿಲ್ಲ. ಇದೇ ಅತಿ ಆಶ್ಚರ್ಯಕರ! ಏಕೆಂದರೆ ನೌಸೇನೆಯ ಸೀಹಾಕ್ ಮತ್ತು ಎಲಿಜ್ ವಿಮಾನಗಳು ವಿಮಾನವಾಹಕ ಐ.ಎನ್.ಎಸ್. ವಿರಾಟದಿಂದ ಮತ್ತು ಗೋವೆಯ ಐ.ಎನ್.ಎಸ್. ಹಂಸಾದಿಂದ ಗೋರಖಪುರಕ್ಕೆ ವಾಯುಸೇನೆಯ ಶಕ್ತಿಯನ್ನು ಬಲಶಾಲಿಯಾಗಿಸಲು ಒಯ್ಯಲ್ಪಟ್ಟಿದ್ದವು. ವಾಯುಸೇನೆಯ ಹೆಲಿಕಾಪ್ಟರ್ ಘಟಕ (ವಿಂಗ್) ಮತ್ತು ಭಾರವಾಹಕ ವಿಂಗ್‌ಗಳು ಏರ್ ಡ್ರಾಪ್ ಮತ್ತು ಗಾಯಾಳುಗಳ ಎತ್ತಂಗಡಿಯ ಬಗ್ಗೆ ಭರಪೂರ ಮಾಹಿತಿ ಈಯುತ್ತಿದ್ದಂತೆ ಯುದ್ಧವಿಮಾನಗಳ (Fighter Operation) ಉಪಯೋಗದ ಬಗ್ಗೆ ಪ್ರಥಮ ಹೇಳಿಕೆ ಕೊಟ್ಟವರು ಆಗಲೇ ನಿವೃತ್ತರಾದ ವಾಯುಸೇನಾಪ್ರಮುಖ ಏರ್ ಚೀಫ್ ಮಾರ್ಶಲ್ ಎಸ್. ಕೆ. ಮೆಹರಾ ಅವರು. ಜನರಲ್ ಸೇಥ್ನಾ ಅವರಿಗೆ ಅವರು ಹೇಳಿದ್ದೆಂದರೆ ಚೀನೀ ಸೇನೆಗಳು ಒಳಹೊಕ್ಕು ಬರಬಹುದಾದ ಎಲ್ಲ ಪರ್ವತೀಯ ಕಣಿವೆಗಳ ಮಾಹಿತಿ ಶೇಖರಿಸಲಾಗಿ ಟಾರ್ಗೆಟ್ ಗಳ ನಿರ್ದೇಶಾಂಕಗಳು ಕೂಡ ತಯಾರಾಗಿದ್ದವು; ಮಿಗ್ ೨೧ ವಿಮಾನಗಳು ಇನ್ನೂ ಲಭ್ಯವಿರದಿದ್ದರೂ ಭಾರತೀಯ ವಾಯುಸೇನೆಯು ಚೀನದ ಪೀಪಲ್ಸ್ ಲಿಬರೇಶನ್ ಆರ್ಮಿ (ಪಿ.ಎಲ್.ಎ) ಏರ್ ಫೋರ್ಸ್‌ಕಿಂತಲೂ ಶಕ್ತಿಶಾಲಿಯಿದ್ದು ಚೀನೀ ಆಕ್ರಮಣದ ವಿರುದ್ಧ ಭಾರತೀಯ ಸೇನೆಗೆ ಪರಿಣಾಮಕಾರಿ ಸಹಾಯವೀಯುವ ಸ್ಥಿತಿಯಲ್ಲಿತ್ತು; ಅಲ್ಲದೆ ಪೈಲಟ್‌ಗಳು ಯಾವಾಗಲೂ ಯುದ್ಧಸಿದ್ಧತೆಯ ಸ್ಥಿತಿಯಲ್ಲಿ (Operational Readiness Procedure-ORP) ಇದ್ದು ಪೈಲಟ್‌ಗಳು ವಿಮಾನಗಳ ಕಾಕ್‌ಪಿಟ್‌ನಲ್ಲೇ ನಿದ್ರಿಸುತ್ತಿದ್ದರು ಎಂದು. ಅವರು ಮುಂದುವರಿದು 'ಆದರೆ (ವಿಮಾನಗಳಿಗೆ) ಹಾರಲು ಆಜ್ಞೆ ಬರಲೇ ಇಲ್ಲ'.

ಸ್ವಾತಂತ್ರ್ಯಾನಂತರ ನೆಹರು ಅವರ ಕಾರ್ಯವಿಧಾನವನ್ನು ನೋಡಿದರೆ ಚೀನೀಯರ ವಿರುದ್ಧ ವಾಯುಸೇನಾಶಕ್ತಿಯನ್ನು ಉಪಯೋಗಿಸದೆ ಇದ್ದುದು ದಿಗ್ಭ್ರಮೆಗೊಳಿಸುತ್ತದೆ. ೨ ನವೆಂಬರ್ ಕಾಶ್ಮೀರದಲ್ಲಿಯ ಶೇಲಾಟೆಂಗ ಯುದ್ಧದಲ್ಲಿ ಭಾರತೀಯ ಟೆಂಪೆಸ್ಟ್ ವಿಮಾನಗಳು ಡಕೋಟಾ ವಿಮಾನಗಳ ಇಂಧನವನ್ನು ತಳಕೆರೆದು ಬಳಸುತ್ತ ಪಾತ್ರ ವಹಿಸಿದ್ದವು. ೧೯೬೧ರ ಆಪರೇಶನ್ ವಿಜಯದಲ್ಲಿ ಗೋವಾದ ಡಾಬೋಲಿ ವಿಮಾನತಳದ ಮೇಲೆ ಭಾರತೀಯ ಕ್ಯಾನ್ಬೆರಾ ವಿಮಾನಗಳು ಬಾಂಬು ಸುರಿಸಿದ್ದವು. ಈ ನಿಶ್ಚಯಗಳನ್ನೆಲ್ಲ ಸರಕಾರದ ಸರ್ವೋಚ್ಚ ಅಧಿಕಾರವೇ (ಪ್ರಧಾನಿಯೇ) ತೆಗೆದುಕೊಂಡಿದ್ದಿಲ್ಲವೇ? ನಿಜಕ್ಕೂ ಉಚ್ಚ ಹಿಮಾಲಯಗಳಲ್ಲಿ ಯುದ್ಧದೊಳಗೆ ಸಿಲುಕಿಕೊಂಡಾಗ ನೆಹರು ಮತ್ತು ದೇಶವು ನೇಫಾ ಮತ್ತು ಲದಾಖ ಕ್ಷೇತ್ರಗಳಲ್ಲಿ

ತೈನಾತಾಗಿದ್ದ ಸೈನಿಕರ ಸಹಾಯಕ್ಕೆ ವಾಯುಸೇನಾಶಕ್ತಿಯನ್ನು ಒದಗಿಸಿದ್ದರೆ ಅದು ಅವರ ಹೋರಾಟದ ಫಲಿತಾಂಶವನ್ನೇ ಬದಲಿಸುತ್ತಿರಲಿಲ್ಲವೇ?

೧೯೬೦ರ ಮಾರ್ಚನಲ್ಲಿ ಲಖನೌದ ಪೂರ್ವೀ ಕಮಾಂಡಿನಲ್ಲಿ ಲ್ಹಾಸಾದ ಉತ್ತರಕ್ಕೆ ಯಾನ್ಪಾಚೆನ್ ಎಂಬಲ್ಲಿ ಕೆಲವು ವಾಯುನೆಲೆಗಳು ತಯಾರಿಸಲ್ಪಟ್ಟಿವೆ ಎಂಬ ಇಂಟೆಲಿಜನ್ಸ್ ವಿವರಗಳು ತಲುಪಿದ್ದವು. ಇದು ಟಿಬೆಟ್ಟಿನಲ್ಲಿ ಚೀನೀಯ ಮುಖ್ಯ ವಾಯುನೆಲೆಯಾಗಿದ್ದು ಆಗ ಚೀನದ ಹತ್ತಿರ ಇದ್ದ ಭಾರೀ ಬಾಂಬವಾಹಕ ವಿಮಾನಗಳು ಇಲ್ಲಿ ಇಳಿಯಬಹುದಾಗಿತ್ತು. ಇತರ ಜೆಟ್ ವಿಮಾನಗಳು ಚಲಿಸಬಲ್ಲ ವಾಯುನೆಲೆಗಳು ರುಡೊಕ್, ಗಾರ್ತೋಕ್, ಟಿಂಗ್ರಿ, ಶಿಗಾತ್ಸೆ, ಗ್ಯಾಂತ್ಸೆ ಮತ್ತು ಟಸೆಲಾಗಳಲ್ಲಿ ಅವುಗಳ ಸುತ್ತ ಕಟ್ಟಲ್ಪಟ್ಟಿದ್ದವು. ಅವಳಿ ಎಂಜಿನ್ ಭಾರವಾಹಕ ವಿಮಾನಗಳ ಗಡಿಯ ಹತ್ತಿರ ಇಳಿಯಬಲ್ಲ ಪಟ್ಟಿಗಳು (Advanced Landing Grounds - ALGs) ಪತ್ತೆಯಾದುದು ಟ್ರಾಡೊಂ, ಖಾಂಬಾ ಝೋಂಗ್, ತ್ಸೊನಾ ಝೊಂಗ್, ಲ್ಹುಂತ್ಸೆ ಝೊಂಗ್, ಟಿಥೊಂಗ್ ಮತ್ತು ದ್ರೊವಾಗೊಂಪಾಗಳಲ್ಲಿ. ಚೀನೀ ವಾಯುಸೇನೆಯ ಸರಿಯಾದ ಸಂಖ್ಯೆ ಗೊತ್ತಿರಲಿಲ್ಲವಾದರೂ ಆ ವರ್ಷದ ಸುರುವಾತಿನಲ್ಲಿ ಲ್ಹಾಸಾದಲ್ಲಿ ಸಂಯೋಜಿತ ಗಣತಂತ್ರ ದಿವಸದ ಸಂಭ್ರಮದ ಉಡ್ಡಯನಕೂಚಿನಲ್ಲಿ (Fly past) ಎಂಟು ಬಾಂಬರ್‌ಗಳು ಹಾಗೂ ಎರಡು ಸ್ಕ್ವಾಡ್ರನ್‌ಗಳಷ್ಟು ಯುದ್ಧಜೆಟ್‌ಗಳು ಭಾಗವಹಿಸಿದ್ದವು.

೧೯೬೨ರವರೆಗೆ ಪಶ್ಚಿಮ ಕ್ಷೇತ್ರದಲ್ಲಿ ಸೇನಾ ವ್ಯಾಪ್ತಿಯು ಕ್ಲಿಷ್ಟವಾಗತೊಡಗಿ ವಾಯುಸೇನೆಯ ಆಕ್ರಾಮಕ ಉಪಯೋಗವು ಚರ್ಚಿಸಲ್ಪಟ್ಟಿದ್ದು ಮೇ ತಿಂಗಳಲ್ಲಿ. ೧೮ ಸೆಪ್ಟೆಂಬರ್ ೧೯೬೨ರ ಕೃಷ್ಣ ಮೆನನ್‌ರ ಮೀಟಿಂಗಿನಲ್ಲಿ ಸೇನಾಕೇಂದ್ರಾಲಯವು ಸೈನಿಕ ತುಕಡಿಗಳನ್ನು ಹಿಂದಕ್ಕೆ ಕರೆಸಿ ಲೇಹದ ರಕ್ಷಣೆಗಾಗಿ ತೈನಾತಾಗಿಸುವ ವಿಚಾರವನ್ನು ಪ್ರಸ್ತಾವಿಸಿತು. ಇದರರ್ಥ ಚುಶುಲ್ ವಾಯುನೆಲೆ ಮತ್ತು ಲದಾಖಿನ ಸಾಕಷ್ಟು ಕ್ಷೇತ್ರಗಳನ್ನು ಬಿಟ್ಟುಕೊಡಬೇಕಾದುದು. ಇದನ್ನು ವಾಯುಸೇನಾಧ್ಯಕ್ಷ ಏರ್ ಮಾರ್ಶಲ್ ಆಸ್ಪಿ ಇಂಜಿನೀಯರ್ ಅವರು ವಿರೋಧಿಸಿ, ಪ್ರತಿಯಾಗಿ ಬಲಪಡಿಸಲು ಸೈನಿಕ ಘಟಕಗಳನ್ನೆತ್ತಿ ಒಯ್ಯುವ ಆಶ್ವಾಸನವನ್ನಿತ್ತರು. (ಕೊನೆಗೂ ಎ. ಎಂ. ಎಕ್ಸ್ ಟ್ಯಾಂಕುಗಳನ್ನು ಚುಶೂಲಿಗೆ ಎತ್ತಿ ಒಯ್ಯಲಾಯಿತು), ಅಲ್ಲದೆ ಪಶ್ಚಿಮ ಟಿಬೆಟ್ಟಿನಲ್ಲಿ ಶತ್ರು ಸೇನೆಯ ಒಟ್ಟುಗೂಡುವಿಕೆಗಳನ್ನು (Enemy concentrations) ಧ್ವಸ್ತಗೊಳಿಸುವ ಸಾಮರ್ಥ್ಯವನ್ನೂ (Interdiction) ಸೂಚಿಸಿದರು. ಇಂಟೆಲಿಜನ್ಸ್ ಬ್ಯೂರೊಕ್ಕೆ ಚೀನೀ ವಾಯುಶಕ್ತಿಯ ಮೌಲ್ಯಮಾಪನ ಪುನಃ ಕೈಕೊಳ್ಳಲು ಹೇಳಲಾಯಿತು.

ಇಂಟೆಲಿಜನ್ಸ್ ಬ್ಯೂರೊದ ಮೌಲ್ಯಮಾಪನವಂತೂ ವಾಯುಸೇನೆಯ ಆಕ್ರಾಮಕ ಉಪಯೋಗದ ಯೋಜನೆಯ ಧೂಳೀ ಹಾರಿಸಿತು. ಬಿ. ಎನ್. ಮಲ್ಲಿಕ್ ಅವರು ತಮ್ಮ ಪುಸ್ತಕದಲ್ಲಿ ಚೀನೀ ವಾಯುಸೇನೆಯ ಸಾಮರ್ಥ್ಯವನ್ನು ೧೮ ಸೆಪ್ಟೆಂಬರಕ್ಕೂ ಮೊದಲೇ ಸರ್ವಿಸ್ ಕಾರ್ಯಾಲಯಗಳಿಗೆ ತಿಳಿಸಿದ್ದಾಗಿ ಬರೆದಿದ್ದಾರೆ. ರಶಿಯವು

ತನ್ನ ಸಹಾಯವನ್ನು ಸ್ಥಗಿತಗೊಳಿಸಿದ್ದರೂ ಚೀನವು, ಐ.ಬಿ.ಯ ಪ್ರಕಾರ, ಟಿಬೆಟ್, ಯುನಾನ್ ಮತ್ತು ಸಿಂಕಿಯಾಂಗಿನಿಂದ ಕಾರ್ಯರತವಾಗುತ್ತ ಭಾರತೀಯ ಉಪಖಂಡವನ್ನು ಪೂರ್ತಿಯಾಗಿ ಮುಟ್ಟಬಹುದು; ಅವರ ಬಾಂಬರ್‌ಗಳು ಭಾರತೀಯ ವಾಯುಸೇನೆಯ ಹತ್ತಿರ ರಾತ್ರಿ ಹೋರಾಡುವ ವಿಮಾನಗಳಿರಲಿಲ್ಲವಾಗಿ ಮದ್ರಾಸದವರೆಗೂ ದಾಳಿಯಿಡಬಹುದು; ಚೀನೀ ಮಿಗ್ ೧೭ ಮತ್ತು ಮಿಗ್ ೧೯, ಮಿಗ್ ೨೧ರ ಜೊತೆಗೂಡಿ ರಾತ್ರಿ ಹೋರಾಡುವ ಸಾಮರ್ಥ್ಯದಿಂದಾಗಿ ಭಾರತೀಯ ಕ್ಯಾನ್ಬೆರಾಗಳನ್ನು ಧ್ವಂಸಿಸಬಹುದು ಎಂಬ ವಿಶ್ಲೇಷಣದೊಂದಿಗೆ ಜೋಡಿಸಿದ ಭಯಭ್ರಾಂತಿಯೆಂದರೆ ಪಾಕಿಸ್ತಾನವೂ ಕೂಡ ಚೀನದೊಡನೆ ಯುದ್ಧ ಆರಂಭಿಸುತ್ತಲೇ ಕಾಶ್ಮೀರದಲ್ಲಿ ಸಮರಕ್ಕಿಳಿಯಬಹುದೆಂಬ ತಿರುವು.

ಐ.ಬಿ.ಯವರ ಹೇಳಿಕೆಯಲ್ಲಿ ಪ್ರಮುಖ ಕುಂದುಗಳಿದ್ದವು: ಈಗಾಗಲೇ ನಾವು ನೋಡಿದೆವಲ್ಲ ಚೀನೀ ವಾಯುಸೇನೆಗೆ ವಿಮಾನಗಳನ್ನುಪಯೋಗಿಸಲು ಮುನ್ಸರಿಸಿದ ವಿಮಾನತಳಗಳಿರಲಿಲ್ಲ, ವಿಶೇಷವಾಗಿ ಕಿರಿಯೆತ್ತರದವು (ಎಂದರೆ ಅಲ್ಲಿಂದ ಹೆಚ್ಚು ಒಜ್ಜೆಯನ್ನೆತ್ತಬಲ್ಲಂಥವು). ಎರಡನೆಯದೆಂದರೆ ಚೀನವು ಮಿಗ್ ೨೧ ವಿಮಾನಗಳನ್ನು ಭಾರತಕ್ಕೆ ಕಳಿಸುವದನ್ನು ತಡವಾಗಿಸಲು ರಶಿಯಾಕ್ಕೆ ಹೇಳಿದರೂ ಚೀನದ ಹತ್ತಿರವೇ ಆ ವಿಮಾನಗಳಿರಲಿಲ್ಲ! ಮೂರನೆಯದೆಂದರೆ ಐ.ಬಿ.ಯವರು ಗಣಿಸದಿದ್ದ ನಿಜವಾದ ಚೀನೀ ವಾಯುಶಕ್ತಿಯ ಪ್ರದರ್ಶನ – ವಿಶೇಷವಾಗಿ ಚೀನೀ ವಿಮಾನಗಳು ಅಮೇರಿಕೆಯಿಂದ ಸಜ್ಜಿತ ನ್ಯಾಶನಲಿಸ್ಟ್ ಚೀನ ವಿಮಾನಗಳು ಆಮೊಯ್, ಶಾಂಘಾಯ್ ಮತ್ತು ಕ್ಯಾಂಟನ್‌ಗಳ ಮೇಲೆ ಕಾರ್ಯರತವಾಗುವದನ್ನು ತಡೆಯುವಲ್ಲಿ –. ಕೊನೆಯದೆಂದರೆ ಭಾರತೀಯ ವಾಯುಸೇನೆಯು ಚೀನೀ (ಪಿ.ಎಲ್.ಎ.) ವಾಯುಸೇನೆಗಿಂತಲೂ ಸಂಖ್ಯೆಯಲ್ಲಿ ಕಡಿಮೆಯದಿದ್ದರೂ ಅದರ ಹತ್ತಿರ ಪ್ರಭಾವಶಾಲಿ ವಿಮಾನಗಳ ಯಾದಿಯಿತ್ತು: ಹಾಕರ್ ಸಿಡ್ಡೆಲಿ ಹಂಟರ್ ಮತ್ತು ನ್ಯಾಟ್(Gnat)ಗಳು ಆ ಕಾಲದ ಆಧುನಿಕ ಕೆಳಶಬ್ದವೇಗದ (Subsonic) ಅಗ್ರಗಣ್ಯ ವಿಮಾನಗಳಾಗಿದ್ದವು, ಅಲ್ಲದೆ ಫ್ರೆಂಚ್ ಉರೆಗನ್ ಮತ್ತು ಮಿಸ್ಟೆರ್ ವಿಮಾನಗಳು ಪಶ್ಚಿಮ ಕ್ಷೇತ್ರದಲ್ಲಿ ಲದಾಖಿನ ಸುಲಭ ರೇಂಜಿನಲ್ಲಿದ್ದವು. ಪೂರ್ವೀ ಕ್ಷೇತ್ರದಲ್ಲಿ ನೇಫಾ ದಾಳಿಗೆ ಉರೆಗನ್, ವೆಂಪಾಯರ್, ಹಂಟರ್‌ಗಳಲ್ಲದೆ ನೌಸೇನೆಯ ಸೀಹಾಕ್ ಮತ್ತು ಎಲಿಜ್ ವಿಮಾನಗಳಿದ್ದವು.

ಉತ್ತರ ಬಂದುದು ಅನಿರೀಕ್ಷಿತ ಸ್ಥಾನದಿಂದ. ಏರ್ ಮಾರ್ಶಲ್ ಎಚ್. ಸಿ. ದಿವಾನರು ಬಂಗ್ಲಾಯುದ್ಧದಲ್ಲಿ ಪೂರ್ವೀ ವಾಯುಸೇನಾ ಕಮಾಂಡಿನ ಮುಖ್ಯಾಧಿಖಾರಿಯಾಗಿದ್ದು ಅವರೊಡನೆ ನಮ್ಮ ಭೇಟಿಯನ್ನು ವಾಯುಸೇನಾ ಕಾರ್ಯಾಲಯ ಯೋಜಿಸಿತ್ತು. ದೀಪ್ತಿ ಮತ್ತು ನಾನು ಅವರನ್ನು ದಿಲ್ಲಿಯ ಡಿಫೆನ್ಸ್ ಕಾಲನಿಯ ಅವರ ಮನೆಯ ಮಾಳಿಗೆಯ ಮೇಲೆ ಕಂಡೆವು. ಬಂಗ್ಲಾದೇಶದ ಯುದ್ಧದ ವಿವರದಲ್ಲಿ ಅವರು ಗರ್ಕರಾದರು. ತುಸು ವೇಳೆಯ ನಂತರ ಸಂಭಾಷಣೆ ಹೊರಳಿದ್ದು ಎರಡನೇ ಮಹಾಯುದ್ಧದ 'ಬ್ಯಾಟಲ್ ಆಫ್ ಬ್ರಿಟನ್' ಪ್ರಸಿದ್ಧಿಪಡೆದ ವಾಯುಸೇನಾ

ಸಮರಕ್ಕೆ. ಅದರಲ್ಲಿ ೨೪ ಭಾರತೀಯ ಪೈಲಟ್‌ಗಳು RFA ಜೊತೆಗೆ ಭಾಗವಹಿಸಿದ್ದರು; ಅವರಲ್ಲಿ ಪೈಲಟ್ ಆಫೀಸರ್ ಎಚ್. ಸಿ. ದಿವಾನರೊಬ್ಬರು. ೧೯೬೨ನೇ ಚೀನದೊಡನೆಯ ಯುದ್ಧವು ನಮ್ಮ ಚರ್ಚೆಯ ಭಾಗವಾಗಿರದಿದ್ದರೂ ಅವರೊಂದು ಅತ್ಯಾಶ್ಚರ್ಯಕರ ಹೇಳಿಕೆಯನ್ನಿತ್ತರು. ಆಗ ಅವರು ವಾಯುಸೇನಾ ಮುಖ್ಯ ಕಾರ್ಯಾಲಯದಲ್ಲಿ ACAS (Ops) ಎಂದು ನಿಯಮಿಸಲ್ಪಟ್ಟಿದ್ದರು. ಆವಾಗಿನ ಆ ಹುದ್ದೆ ಈಗಿನ ಆರ್ಮಿಯ DGMOದ ಸರಿಯಾದುದು – ಯುದ್ಧಚಾಲನೆಯ ಜೀವನಾಡಿ–. 'ಪ್ರತಿಯೊಬ್ಬರೂ ಮಾತಾಡುವದು ಜನರಲ್ ಕೌಲರ ಪ್ರಧಾನಿ ಜೊತೆಗೆ ನೇರ ಪ್ರವೇಶವಿದೆ' ಎಂದರವರು. 'ಆದರೆ ವಾಯುಸೇನೆಯ ವತಿಯಿಂದ ನಾನೂ ಅವರಿಗೆ ಅಷ್ಟೇ ಹತ್ತಿರದವನಿದ್ದೆ ಎಂಬುದು ಕೆಲವರಿಗಷ್ಟೇ ಗೊತ್ತು. ಚೀನದ ವಿರುದ್ಧ ಯುದ್ಧ ವಿಮಾನ ಮತ್ತು ಬಾಂಬರಗಳನ್ನು ಉಪಯೋಗ ಮಾಡಬಾರದೆಂದು ಸಲಹೆ ನೀಡಿದವನು ನಾನು. ಭೂಸೈನ್ಯವು ನೇಫಾದಲ್ಲಿ ಹೆಚ್ಚು ಹೆಚ್ಚಾಗಿ ಸಿಗಿಬೀಳತೊಡಗಿದಂತೆ ಯುದ್ಧವಿಮಾನಗಳನ್ನು (Fighters) ಉಪಯೋಗಿಸುವ ಅವರ ತರಾತುರಿಯನ್ನು ತಡೆಯುವದು ಕಠಿಣವಾಯಿತು'.

ಮೃದುವಾಗಿಯೇ ಹೇಳಬೇಕೆಂದರೆ ಇದೊಂದು ಭೀಮಪ್ರಹಾರ! ಈ ತರಹ ಪ್ರಧಾನಿಗೆ ಸಲಹೆ ನೀಡುವ ಕಾರಣಗಳೇನು ಎಂದು ನಾನು ಏರ್ ಮಾರ್ಶಲ್ಲರನ್ನು ಕೇಳಿದೆ. ಅವರೆಂದರು 'ನಾನು ದ್ವಿತೀಯ ಮಹಾಯುದ್ಧದಲ್ಲಿ ಆರಾಕಾನ ಪರ್ವತೀಯ ಪ್ರದೇಶದಲ್ಲಿ (ಜಪಾನೀಯರ ವಿರುದ್ಧ) ಹರಿಕೇನ್ (ಫೈಟರ್ ವಿಮಾನ) ನಡೆಸುತ್ತಿದ್ದೆ. ನಮ್ಮ ಕೆಲಸ ಮುಖ್ಯವಾಗಿ (ಜಪಾನೀಯರ) ಚಲನವಲನಗಳನ್ನು ಶೋಧಿಸುವದಾಗಿ ನಾನು ನೂರಾರು ಹಾರಾಟಗಳನ್ನು (Sortie) ಕೈಕೊಂಡೆನಾದರೂ ಒಮ್ಮೆಯೂ ಜಪಾನಿಗಳನ್ನು ಕಾಣಲಿಲ್ಲ, ಕೇವಲ ಅಲ್ಲಿಲ್ಲಿ ಜಂಗಲ್‌ನಲ್ಲಿ ಹೊಗೆ ಸುರುಳಿಗಳಷ್ಟೇ ಕಾಣುತ್ತಿದ್ದವು. ಹಂಟರ್, ವೆಂಪಾಯರ್, ಕ್ಯಾನ್ಬೆರಾಗಳು ವೇಗಯುತ ವಿಮಾನಗಳು, ಅವು ಚೀನೀ ಸ್ಥಳಗಳನ್ನು ಕಾಣುವದು ಅಸಾಧ್ಯವಿತ್ತು.' ನಾನು ನಂತರ ಕೇಳಿದ್ದು ಅವರು ನೇಫಾ ಕ್ಷೇತ್ರದ ಮೇಲೆ ಹಾರಾಡಿದ್ದರೇ ಎಂದು. ಅದಕ್ಕವರು ಇಲ್ಲ, ಆ ಪ್ರಶ್ನೆ ಅಪ್ರಸ್ತುತವಾದುದು, ಏಕೆಂದರೆ ನೇಫಾದ ಭೂರಚನೆಯೂ ಸಮಾನರೂಪದ್ದೇ ಇತ್ತು ಎಂದರು. ಮುಂದುವರಿಯುತ್ತ 'ಅದಲ್ಲದೆ ನಾವು ಫೈಟರ್ ವಿಮಾನಗಳನ್ನುಪಯೋಗಿಸಿದ್ದರೆ ಚೀನೀಯರು ನಮ್ಮ ಸೈನ್ಯದ ಮೇಲೆ ಬಾಂಬು ಎಸೆದು ಭಯಂಕರ ಲುಕ್ಸಾನು ಮಾಡುತ್ತಿದ್ದರು. ಅವರು ಭಾರತೀಯ ಶಹರಗಳನ್ನು ಕಲಕತ್ತಾ ಒಳಗೊಂಡು ಬಾಂಬೆಸೆದು ಧ್ವಂಸಿಸುತ್ತಿದ್ದರು ಎಂದು ನಾನು ನೆಹರು ಅವರಿಗೆ ಹೇಳಿದೆ. ಅದರಿಂದಾಗಿ ಯಾವುದೇ ತಿಳಿವಳಿಕೆಯಿಲ್ಲದ ಕೆಲಸ ಮಾಡುವಲ್ಲಿ ಅವರನ್ನು ತಡೆದಂತಾಯ್ತು!'

ಏಯರ್ ಮಾರ್ಶಲ್ಲರೊಬ್ಬರೇ ಪ್ರಧಾನಿಯನ್ನು ಪ್ರಭಾವಿಸಿದರೋ ಇಲ್ಲವೋ ಎಂಬುದು ಮುಖ್ಯವಲ್ಲ, ೧೯೬೨ರಲ್ಲಿ ವಾಯುಸೇನಾ ಮುಖ್ಯ ಕಾರ್ಯಾಲಯದಲ್ಲೇ ಹುದುಗಿದ್ದ ಅಂಥ ದೃಷ್ಟಿಕೋನವೇ ಆಘಾತಕ್ಕೀಡುಮಾಡಿದ್ದು. ನೇಫಾ ಮತ್ತು ಲದಾಖ

ಇವೆರಡೂ ಕ್ಷೇತ್ರಗಳಲ್ಲಿ ಭಾರವಾಹಕ ವಿಮಾನಗಳು ಅತ್ಯಂತ ನಿಷ್ಠಾತ್ಮಕ ಕೆಲಸ ಮಾಡಿದ್ದವು. ಎ.ಎನ್. ೧೨ ಭಾರವಾಹಕ ವಿಮಾನಗಳು ೨೦ನೇ ಲಾನ್ಸರ್ (ಟ್ಯಾಂಕ್) ರೆಜಿಮೆಂಟಿನ ಎರಡು ಟ್ರೂಪ್ (ಆರು) ಎ.ಎಂ.ಎಕ್ಸ್. ಟ್ಯಾಂಕಗಳನ್ನು ಸ್ಪಾಂಗೂರ್ ಗ್ಯಾಪಿನ ಕಣ್ಬುಡದಲ್ಲೇ ಚುಶೂಲ್‌ನಲ್ಲಿ ಇಳಿಸಿದ್ದವು. ಆರಾಕಾನನಲ್ಲಿಯ ದಟ್ಟವೃಕ್ಷರಾಶಿ ಸೈನಿಕರನ್ನು ಮರೆಮಾಡುವಂತಹದು ಟಿಬೆಟ್ಟಿನ ಪರ್ವತಗಳಲ್ಲಿರಲಿಲ್ಲ. ಶತ್ರುವಿಗೆ ತನ್ನನ್ನೇ ಮರೆಮಾಚಿಕೊಳ್ಳುವಂಥ ಭೂಭಾಗವು ಟಿಬೆಟ್ ಅಲ್ಲವಲ್ಲ? ವಾಸ್ತವವಾಗಿ ೨೧ನೇ ಅಕ್ಟೋಬರದಂದು ಎ.ಎನ್.೧೨ ಮತ್ತು ಪ್ಯಾಕೆಟ್ ವಿಮಾನಗಳು ಚುಶೂಲ್ ಕ್ಷೇತ್ರದಲ್ಲಿ ಉಡ್ಡಯಿಸುತ್ತಿದ್ದಾಗ ಚೀನೀಯ ಎರಡು ಕಿಮಿ ಉದ್ದ ಸೈನಿಕ ಕಾಲಂ ಸ್ಪಾಂಗುರದ ಕಡೆಗೆ ಹೋಗುತ್ತಿದ್ದುದನ್ನು ವರದಿ ಮಾಡಿದವು. ಆಕ್ರಾಮಕ ತಿರುವುಗಳಲ್ಲಿ ನಿಶ್ಚಿತವಾಗಿ ಭಾರತೀಯ ವಿಮಾನಗಳು ಚೀನೀಯರಿಗಿಂತ ಮೇಲ್ದರ್ಜೆಯ ಸಾಮರ್ಥ್ಯ ಹೊಂದಿದ್ದವು – ಕೆಳ ಎತ್ತರದ ಸಮತಲ ಪ್ರದೇಶದಿಂದ ಹಾರುವ ವಿಮಾನಗಳು ತಮ್ಮ ಸಂಪೂರ್ಣ ಶಸ್ತ್ರಾಸ್ತ್ರ ಒಜ್ಜೆಯನ್ನು ಹೊರಬಲ್ಲುದಾಗಿದ್ದೇ ಭಾರತೀಯ ವಿಮಾನಗಳ ಹಿರಿಯ ಶಕ್ತಿ. ಚೀನೀಯರ ವಿಮಾನಗಳು ಟಿಬೆಟ್ಟಿನ ಪರ್ವತೀಯ ಮೇಲೆತ್ತರಗಳ ಮೇಲಿಂದ ಹಾರಬೇಕಾದುದಾಗಿ ಈ ಸವಲತ್ತು ಅವುಗಳಿಗೆ ಇರಲಿಲ್ಲ. ಇನ್ನು ಭಾರತೀಯ ಶಹರಗಳ ಮೇಲೆ – ಕಲಕತ್ತೆಯವರೆಗೆ – ಬಾಂಬರ್ ದಾಳಿಗಳ ವಿಷಯದಲ್ಲೇನು ಹೇಳುವದು? ಅವರ ಬಾಂಬರಗಳಿಗೆ ಗೋರಖಪುರದವರೆಗೂ ಬರುವದು ಕಷ್ಟದ್ದಿತ್ತು. ಅಲ್ಲದೆ ಟಿಬೆಟ್ಟಿನಲ್ಲಿ Advanced ರನ್‌ವೇಗಳು ಇರಲಿಲ್ಲ, ಅವರು ಕ್ಷಿಪಣಿಗಳನ್ನು ಟಿಬೆಟ್ಟಿನಲ್ಲಿ ಸೇರಿಸತೊಡಗಿದ್ದಿಲ್ಲ.

ಏಯರ್ ಚೀಫ್ ಮಾರ್ಶಲ್ ಎಸ್. ಕೆ. ಮೆಹರಾ ಅವರು Salt of the Earth ಎಂಬ ಪುಸ್ತಕದಲ್ಲಿ ನಮ್ಮ ಐತಿಹಾಸಿಕ ಫಿಲ್ಮಿನ ಒಳ ಅಂಶಗಳನ್ನು ಲೆಫ್ಟೆನೆಂಟ್ ಜನರಲ್ ಸೇಥ್ನಾ ಅವರ ಜೊತೆಗೆ ಚರ್ಚಿಸುವಾಗ (೧೯೯೨) ಸ್ಥಿರಪಡಿಸಿದ್ದೆಂದರೆ ೧೯೬೨ರಲ್ಲಿ ವಾಯುಸೇನೆ ಕೆಳಮಟ್ಟದಲ್ಲಿ ನಿಜವಾಗಿ ಹಾರಲು ಸರ್ವಥಾ ಸಿದ್ಧವಾಗಿ ತೈನಾತಾಗಿತ್ತು ಎಂದು. ಆಗ ಅವರು ಸ್ಕ್ವಾಡ್ರನ್ ಲೀಡರ್ ಆಗಿದ್ದು ಸ್ವತಃ ನೇಫಾದ ಭೂಸೇನೆಯ ಸ್ಥಳ/ಠಾಣೆಗಳನ್ನು ಸಂದರ್ಶಿಸಿ ಭೂಪ್ರದೇಶವನ್ನು ಪರಿಗಣಿಸಿ ಸಾಧ್ಯವಾದ ಆಕ್ರಮಣ ದಿಸೆಗಳನ್ನು ಅಳೆದಿದ್ದರು.

ಹಾಗಾದರೆ (ನೆಹರು) ಅವರ ಮನೋಸ್ಥಿತಿ ಆಗ ಏನಿತ್ತು? ಈ ಸಂದರ್ಭದಲ್ಲಿ ಲೆಫ್ಟೆನೆಂಟ್ ಜನರಲ್ ಎಸ್.ಪಿ.ಪಿ. ಥೊರಾತ ಅವರ ವರದಿ ಪತ್ರಗಳನ್ನು ಗಮನಿಸುವದು ಸ್ವಾರಸ್ಯಕಾರಿ. ನೇಫಾ ಯುದ್ಧ ಮುಗಿದ ಮೇಲೆ ನೆಹರು ಅವರು ಜನರಲ್ ಥೊರಾತರನ್ನು ಕರೆಸಿದರು. ಥೊರಾತರು ಜನರಲ್ ತಿಮ್ಮಯ್ಯರೊಡನೆ ಸರಕಾರದಿಂದ ಸಲೀಸಾಗಿ ಮುಕ್ತಿಗೊಳಿಸಲ್ಪಟ್ಟು ಜನರಲ್ ಪಿ. ಎನ್. ಥಾಪರ ಅವರಿಗೆ ಜಾಗ ಮಾಡಿಕೊಡಲಾಗಿತ್ತು ಸೇನಾಧ್ಯಕ್ಷ ಎಂದು. ಥೊರಾತರು ತುಸು ಕಾತರರಾಗಿಯೇ ಕರೆಯನ್ನು ಸ್ವೀಕರಿಸಿದರು. ಈ ಮೊದಲು ಪ್ರಧಾನಿಯೊಡನೆ ಉಂಟಾದ ವಿಷಮ ಪರಿಸರದಲ್ಲಿಯೇ ಅವರಿಂದ

ದೂರಾಗಿದ್ದಿರಲಿಲ್ಲವೇ ಅವರು? ಥೊರಾತರು ತಮ್ಮ ವರದಿಪತ್ರಗಳನ್ನೆಲ್ಲ ಪುನಃ ಗಮನಿಸಿ ತಾವು ೧೯೫೯ರಲ್ಲಿ ಚೀನೀ ಅಪಾಯ ಕುರಿತು ಬರೆದ ಮೌಲ್ಯಾಂಕನ ವರದಿಯನ್ನು (Appreciation) ಹುಡುಕಿ ತೆಗೆದರು. ೧೭ ಮಾರ್ಚ ೧೯೬೦ರಲ್ಲಿ 'ಎಕ್ಸರ್‌ಸೈಜ್ ಲಾಲಕಿಲಾ' ಎಂಬ ತರಬೇತಿ ಪಾಠದ ಕಡತವನ್ನೂ ತಮ್ಮ ಜತೆಗಿಟ್ಟರು. ಈ ತರಬೇತಿ ಪಾಠದಲ್ಲಿ ಸೈನ್ಯಮುಖ್ಯಾಲಯದ ಎಲ್ಲ ಪ್ರಮುಖ ಸ್ಟಾಫ್ ಅಧಿಕಾರಿಗಳು – ಲೆಫ್ಟನೆಂಟ್ ಜನರಲ್ ಥಾಪರ, ಕೌಲ ಮತ್ತು 'ಬೋಗಿ' ಸೇನ್ ಒಳಗೊಂಡು (ಈ ಮೂವರೂ ೧೯೬೨ರ ಯುದ್ಧದಲ್ಲಿ ಮುಖ್ಯ ಪಾತ್ರಧಾರಕರಾದರು)– ಪಾತ್ರವಹಿಸಿದ್ದರು. ಪೂರ್ವೀ ಕಮಾಂಡಿನ ಮುಖ್ಯಸ್ಥನಾಗಿದ್ದು ಥೊರಾತರು ಲಭ್ಯವಿದ್ದ ಸೈನ್ಯಸಂಖ್ಯೆ, ಸಾಧನಸಾಮಗ್ರಿ ಮತ್ತು ಸಂಪರ್ಕವ್ಯವಸ್ಥೆಗಳನ್ನು ಗಮನಿಸಿ ಚೀನೀಯರ ಆಕ್ರಾಮಕ ಒತ್ತನ್ನು ತಡೆಯುವದು ಅಥವಾ ತಡವಾಗಿಸುವದು ಕೂಡ ಅಸಾಧ್ಯ ಎಂದು ನಿಚ್ಚಳವಾಗಿ ನಮೂದಿಸಿದ್ದರು. ಅಷ್ಟೇ ಅಲ್ಲ ಪ್ರತಿಯೊಂದು ರಕ್ಷಾಸ್ಥಳಗಳ ಪತನವನ್ನು ದಿನ–ದಿನವಾಗಿ ಊಹಿಸಿದ್ದರು. ಇದು ಪೂರ್ವೀ ಆರ್ಮಿ ಕಮಾಂಡರ್ ಸ್ತರದಲ್ಲಾಯಿತು. ವಾಸ್ತವಿಕ ರಕ್ಷಾಸ್ಥಳಗಳಲ್ಲಿ ಥೊರಾತರು ಸುತ್ತಾಡುತ್ತ ಲೋಹಿತ್ ನದಿಗುಂಟ ಮೇಲೇರಿ ವಾಲೊಂಗನಲ್ಲಿ ರಕ್ಷಾವ್ಯವಸ್ಥೆಯಲ್ಲಿ ತೈನಾತಿದ್ದ ೨ನೇ ರಾಜಪೂತ ಘಟಕಕ್ಕೆ ಭೇಟಿಯಿತ್ತಾಗ ಅವರ ಸಂಪರ್ಕಾಧಿಕಾರಿಯೆಂದು ನನ್ನ ತಂದೆ – ಆಗ ಹರೆಯದ ಕ್ಯಾಪ್ಟನ್– ನೇಮಿಸಲ್ಪಟ್ಟಿದ್ದರು. ಥೊರಾತರು ಘಟಕದ ರಕ್ಷಾವ್ಯವಸ್ಥೆಯನ್ನು ಅವಲೋಕಿಸಿ ಚೀನೀಯರ ಕಾರ್ಯಸರಣಿಯ ಬಗ್ಗೆ ತಮ್ಮ ಮೌಲ್ಯಾಂಕನವನ್ನು ವಿವರಿಸಿದರು. ಅನೇಕ ವರ್ಷಗಳ ನಂತರ ನನ್ನ ತಂದೆ ೧೯೬೨ರ ನಾಮ್ಕಾಚು ಯುದ್ಧದಲ್ಲಿ ಅದೇ ೨ನೇ ರಾಜಪೂತ ಘಟಕದ ಸಂಪೂರ್ಣ ವಿಧ್ವಂಸದ ಬಗ್ಗೆ ಪುಸ್ತಕ ಬರೆಯಬೇಕಾದರೆ ಥೊರಾತರು ಮಾಡಿದ ವಿಶ್ಲೇಷಣೆಯನ್ನು ನೆನಪಿಸುತ್ತ ಉದ್ಗರಿಸಿದ್ದು:"(ಅವರ) ಹೇಳಿಕೆ ನಿಜಕ್ಕೂ ಅಲೌಕಿಕವಾದುದು – ಅವರು ಹೇಳಿದ ಆಕ್ರಮಣದ ದಿಸೆ, ಆಕ್ರಮಣದ ಸಮಯ ಮತ್ತು ವಾಸ್ತವವಾಗಿ ದಿವಸ ಕೂಡ – ಎಲ್ಲವೂ ಸರಿಯಾಗಿ (ನಾಮ್ಕಾಚುದಲ್ಲಿ) ಘಟಿಸಿತಲ್ಲ?"

ಥೊರಾತರು ಪ್ರಧಾನಿಯ ಆಫೀಸನ್ನು ಪ್ರವೇಶಿಸಿದಾಗ ಅವರು ಕಂಡುದು ಕಂಗಾಲಾದ ನೆಹರು, ತೆರವು ಮುಖದವ ತಮ್ಮ ಡೆಸ್ಕಿನಲ್ಲಿ ಕುಳಿತಿದ್ದು, 'ಅದೊಂದು ಕರುಣಾಜನಕ ದೃಶ್ಯ. ತಮ್ಮ ಕೈಯಲ್ಲಿ ಸಿಲುಗಿರದ ಸಿಗರೇಟ ಹಿಡಿದು ಇನ್ನೊಂದು ಕೈಯಲ್ಲಿಯ ಕತ್ತರಿಯಿಂದ ಸಿಗರೇಟನ್ನು ಸಣ್ಣ ಚೂರುಗಳಲ್ಲಿ ಕತ್ತರಿಸುತ್ತಿದ್ದರು. ಮಬ್ಬು ಕಣ್ಣುಗಳಿಂದ ನೋಡುತ್ತ ನನಗೆ ಕುಳಿತುಕೊಳ್ಳಲು ಸನ್ನೆ ಮಾಡಿದರು.' ತುಸು ಮೌನದ ನಂತರ ಮೇಲ್ನೋಡುತ್ತ ಅಂದರು, 'ಥೊರಾತ್, ಇದೆಲ್ಲ ಹೀಗೆ ಹೇಗಾಗಿರಬಹುದು? ನೀವು ಪೂರ್ವೀ ಕಮಾಂಡಿನಲ್ಲಿದ್ದಿರಿ, ಈ ಅನಾಹುತದ ಜಾಡು ನಿಮಗೇನಾದರೂ ಹತ್ತಿತ್ತೇ?'

'ಹೌದು ಸರ್, ಪೂರ್ವೀ ಕಮಾಂಡಿನಲ್ಲಿ ಇದರ ಸಾಧ್ಯತೆಯು ನಮಗೆ ಅನಿಸಿತ್ತು ಮತ್ತು (ರಕ್ಷಾ) ಮಂತ್ರಾಲಯವು ಎಚ್ಚರಿಸಲ್ಪಟ್ಟಿತ್ತು.'

ನೆಹರು, 'ಅರ್ಥಾತ್ ಬಾರ್ಡರ್ ಘಟನೆಗಳ ವಿಷಯದಲ್ಲಿ ಚೀನದೊಡನೆ ನಮ್ಮ ತೊಡಕುಗಳಿವೆ ಎಂಬುದು ನನಗೆ ಗೊತ್ತಿತ್ತು, ಆದರೆ ಅದು ಈ ಸ್ಥಿತಿಗೇರುತ್ತದೆ ಎಂದು ನಾನೆಣಿಸಿದ್ದಿಲ್ಲ.'

'ಸರ್, ಸೇನೆಯು ಈ ಸಾಧ್ಯತೆಯನ್ನು ಕಂಡುಕೊಂಡಿತ್ತು ಮತ್ತು ಎಚ್ಚರಿಸಿತ್ತು ಕೂಡ.'

'ಎಂದು?' ಎಂದರು ನೆಹರು ತೀವ್ರವಾಗಿ.

ಥೊರಾಥರು ತಾವು ೮ ಅಕ್ಟೋಬರ ೧೯೫೯ರಂದು ಸಹಿ ಮಾಡಿದ ಟಿಪ್ಪಣಿಯನ್ನು ಜನರಲ್ ತಿಮ್ಮಯ್ಯ ಅವರಿಗೆ ಕಳಿಸಿದ್ದಾಗಿ ಅವರು ಆ ಟಿಪ್ಪಣಿಯನ್ನು ರಕ್ಷಾಮಂತ್ರಿಗೆ ಕಳಿಸಿದ್ದರೆಂದು ಹೇಳಿದಾಗ "ನನಗದನ್ನು ತೋರಿಸಿಯೇ ಇಲ್ಲ' ಎಂದು ಸಿಡುಗುಟ್ಟುತ್ತ ನಂತರ ಥೊರಾತರ ವರದಿಗಳನ್ನೆಲ್ಲ ಓದಿದರು. ಥೊರಾತರು ಸೂಚಿಸಿದ ಪ್ಯಾರಾಗ್ರಾಫಗಳನ್ನು ಮೊದಲು ಓದಿ ನಂತರ 'Exercise Lal Qila' ಕಡತವನ್ನು ಓದಿದರು.

ಕೆಂಪಿರಿವೆಗಳು ಮತ್ತು ಕೆಂಪುಕೋಟೆಗಳು

ಈ ತರಬೇತಿ ಅಭ್ಯಾಸವು (Exercise) ಎರಡು ವಿಭಾಗಗಳದ್ದಿದ್ದು ಚೀನದೊಡನೆ ಉಂಟಾದ ಪರಿಸ್ಥಿತಿಯ ವಿಶ್ಲೇಷಣೆ, ಅದರ ಮೌಲ್ಯಮಾಪನ (Appreciation of the Situation)*. ಜೊತೆಗೆ ಪಶ್ಚಿಮ ಮತ್ತು ಪೂರ್ವೀ ಪಾಕಿಸ್ತಾನ, ನೇಪಾಳ, ಭುತಾನಗಳ ಪಾತ್ರ/ಅವುಗಳ ಮೇಲಾಗಬಹುದಾದ ಚೀನ-ಭಾರತ ಮುಖಾಮುಖಿಯ ಸೂಚ್ಯಾರ್ಥಗಳ ಪರಿಗಣನೆಗಳನ್ನು ಪರೀಕ್ಷಿಸಿ ಮುಂದಿನ ಕಾರ್ಯಸರಣಿಯನ್ನು ನಿಶ್ಚಯಿಸುವದಾಗಿತ್ತು.

ಪ್ರಥಮ ಭಾಗದಲ್ಲಿ ವಿಶ್ಲೇಷಿತವಾದುದು ಮಾರ್ಚ ೧೯೬೦ರಲ್ಲಿಯ ಅಸಲಿ ಕ್ಷೇತ್ರೀಯ (On ground) ಪರಿಸ್ಥಿತಿ ಮತ್ತು ದ್ವಿತೀಯದರಲ್ಲಿ ೧೯೬೧ರ ಭವಿಷ್ಯದ ಸಂಭವಿಸಬಹುದಾದ ಪರಿಸ್ಥಿತಿ. ೬೪ ಉಪಶೀರ್ಷಿಕೆಗಳಲ್ಲಿಯ ಪ್ರತಿಯೊಂದು ಅಂಶವನ್ನು ಈ ಪ್ರಶಿಕ್ಷಣಾಭ್ಯಾಸವು (Appreciation) ವಸ್ತುಸ್ಥಿತಿಯನ್ನು ಮತ್ತು ಪರಸ್ಪರ ವಿರೋಧಿಗಳಿಗೆ ಲಭ್ಯವಿರುವ ಅನುಕೂಲತೆಗಳನ್ನು ಆಳವಾಗಿ ಪರೀಕ್ಷಿಸಿ ಒಂದು ಸ್ಥೂಲ ಯೋಜನೆಯನ್ನು ಸೂಚಿಸಿತು. ಮೊದಲನೆಯ ಪ್ಯಾರಾಗ್ರಾಫಿನಲ್ಲೇ ಅಸಲಿ ಭೂಪರಿಸ್ಥಿತಿಯನ್ನು ನಿಸ್ಸಂಧಿಗ್ಧವಾಗಿ ದೃಢಶಬ್ದಗಳಲ್ಲಿ ವಿವರಿಸಿತು – 'ಇದಕ್ಕೂ ಮೊದಲು ಭಾರತಕ್ಕೆ ಆತಂಕ ಪಾಕಿಸ್ತಾನದಿಂದಲೇ ಇದೆಯೆಂದು ಮಹತ್ವ ಪಡೆದಿದ್ದುದಕ್ಕೆ ಈಗ ಚೀನದಿಂದಲೂ ಉಂಟಾದ ಆತಂಕ ಜೋಡಿಸಲ್ಪಟ್ಟಿದೆ. ಇದರ ಬೃಹತ್ ಗಾತ್ರವನ್ನು ನಂತರದ ಪ್ಯಾರಾಗ್ರಾಫ್‌ಗಳಲ್ಲಿ ದರ್ಶಿಸಲಾಗಿದೆ.' ೪ನೇ ಪ್ಯಾರಾಗ್ರಾಫಿನಲ್ಲಿ ಅದೇ ಪಾನಿನ ಮೇಲೆ ಬರೆದದ್ದು – 'ಪಾಕಿಸ್ತಾನದ ಮೇಲೆ ನಾವು ಚೀನದೊಡನೆ ವ್ಯಸ್ತರಾಗತೊಡಗಿದ ಸೂಚ್ಯಾರ್ಥಗಳು ಅಳಿಯಲಾರದಂಥವು. ಆದರೂ ಅದಕ್ಕೆ ಈ ಪರಿಸ್ಥಿತಿಯ ಲಾಭ

ಪಡೆಯುವ ಸುಸಮಯ ಉಂಟಾಗಿರದಿದ್ದರೂ ರಾಜಕೀಯ ಒತ್ತಡದಿಂದಾಗಿ ಯಾವುದೇ ಭೀರು ಕಾರ್ಯವನ್ನು ಅದು ಕೈಗೊಳ್ಳಬಹುದಾದ ಸಾಧ್ಯತೆಯನ್ನು ಅವಗಣಿಸಲಾಗದು.' ಜನರಲ್ ಥೊರಾತರ ಪ್ರಶಿಕ್ಷಣಾಭ್ಯಾಸದಲ್ಲಿ 'ಆದರೆ, ಪರಂತು' (Ifs and Buts) ಈ ಶಬ್ದಗಳ ಉಪಯೋಗ ಕಡಿಮೆಯೇ ಇದೆ. ಅವರ ಬರಹದಲ್ಲಿ ಪಾಕಿಸ್ತಾನದ 'ಬೆನ್ನಲ್ಲಿ ಚೂರಿ ಇರಿತ'ದ ಸಾಧ್ಯತೆ ಕಡಿಮೆಯೆಂದು ಎಣಿಸಲ್ಪಡುತ್ತದೆ.

೫ನೇ ಮತ್ತು ೬ನೇ ಪ್ಯಾರಾಗ್ರಾಫಗಳು ಚೀನದ ಆತಂಕವನ್ನು ವಿವರಿಸುತ್ತವೆ : –

"ಭಾರತ–ಚೀನಗಳ ಮೊದಲಿನ ಮೈತ್ರಿ ಸಂಬಂಧಗಳು ಈಗ ಸಾಕಷ್ಟು ಬದಲಿಯಾಗಿವೆ. ಇದು ಚೀನವು ಸ್ಪಷ್ಟವಾಗಿ ನಮ್ಮವೇ ಆದ ಕೆಲವು ಕ್ಷೇತ್ರಗಳು ತಮ್ಮವೆಂದು ಹಕ್ಕು ಸಾಧಿಸುತ್ತಿದ್ದುದರಿಂದಾಗಿ ಉಂಟಾಗಿದೆ. ಅಲ್ಲದೆ ಅದು ಮೆಕ್‌ಮೆಹೊನ್ ರೇಖೆಯನ್ನು ಅಂತಾರಾಷ್ಟ್ರೀಯ ಗಡಿಯೆಂದು ಒಪ್ಪಲು ನಿರಾಕರಿಸುತ್ತ ಲದಾಖ, ಉತ್ತರಪ್ರದೇಶ ಮತ್ತು ನೇಫಾದ ಕೆಲವು ಕ್ಷೇತ್ರಗಳಲ್ಲಿ ಉದ್ದೇಶಪೂರ್ವಕವಾಗಿ ಒಳನುಗ್ಗಿದೆ. ರಾಜಕೀಯ ವಾಟಾಘಾಟಿಗಳು ಸಮಸ್ಯೆಯನ್ನು ಸೌಹಾರ್ದಯುತವಾಗಿ ಬಿಡಿಸುವ ಪ್ರಯತ್ನದಲ್ಲಿವೆ. ಈ ಮಧ್ಯೆ ನಮ್ಮ ಗಡಿಯಲ್ಲಿ ಇನ್ನು ಮುಂದಿನ ಚೀನೀಯರ ನುಸುಳುವಿಕೆಯನ್ನು ಸಂಪೂರ್ಣವಾಗಿ ವಿರೋಧಿಸಿ ಅದನ್ನು ಕಿತ್ತೊಗೆಯುವ ಬಾಧ್ಯತೆ ನಮ್ಮದಾಗಿದೆ. ಹಾಗಾಗಿ ಎಲ್ಲೆಲ್ಲಿ ಅಂಥ ಅವಶ್ಯಕತೆ ಉದ್ಭವಿಸುತ್ತದೋ ಅದಕ್ಕೆ ನಾವು ಸದಾ ತ್ವರಿತವಾಗಿ ಸಿದ್ಧರಿರಬೇಕು.

ಚೀನವು ಹಿಮಾಲಯ ರಾಜ್ಯಗಳಾದ ನೇಪಾಳ, ಸಿಕ್ಕಿಮ್, ಮತ್ತು ಭೂತಾನಗಳ ಕೆಲವು ಕ್ಷೇತ್ರಗಳ ಮೇಲೂ ತನ್ನ ಹಕ್ಕು ಸಾಧಿಸುತ್ತಿದೆ. ಆಕ್ರಮಣದ ಸಮಯ ಉದ್ಭವಿಸಿದಾಗ ನಮ್ಮ ಸರಕಾರವು ನೇಪಾಳ ಮತ್ತು ಸಿಕ್ಕಿಮ್‌ಗಳಿಗೆ ಸಹಾಯ ನೀಡಲು ಒಪ್ಪಿದೆ, ಭವಿಷ್ಯದಲ್ಲಿ ಭೂತಾನಕ್ಕೂ ಸಹಾಯ ನೀಡಲು ಒಪ್ಪಬಹುದು."

ಜನರಲ್ ಥೊರಾತರು ೭, ೮ ಮತ್ತು ೯ನೇ ಪ್ಯಾರಾಗಳಲ್ಲಿ ಪೂರ್ವೀ ಕಮಾಂಡಿನ ಮುಖ್ಯಸ್ಥನೆಂದು ತಮ್ಮ ಕಾರ್ಯಬದ್ಧತೆಯನ್ನು (Tasks) ವಿವರಿಸುತ್ತಾರೆ :

– ನಮ್ಮ ಮತ್ತು ಸಿಕ್ಕಿಮಿನ ಭೂಪ್ರದೇಶವನ್ನು ಪಾಕಿಸ್ತಾನ ಮತ್ತು ಚೀನಾ ಆಕ್ರಮಣದಿಂದ ಸಂರಕ್ಷಿಸುವದು;

– ನೇಪಾಳಕ್ಕೆ ಮಿಲಿಟರಿ ಸಹಾಯ ನೀಡಲು ಸಿದ್ಧರಿರುವದು;

– NHTA (ನಾಗಾ ಹಿಲ್ಸ್ ಮತ್ತು ಟುವೆನ್ಸಾಂಗ ಎಜೆನ್ಸಿ)ನಲ್ಲಿ ಕಾನೂನು ಮತ್ತು ಭದ್ರತೆಯನ್ನು ಕಾಪಾಡುವದು;

– ಪಾಕಿಸ್ತಾನ ಸಂಬದ್ಧಿತ

ಕಲಕತ್ತಾ ದುರ್ಗಾವರಣದ ಸಂರಕ್ಷಣೆ; ಖುಲನಾ–ಬಾರಾಸಾತ ಮತ್ತು ಜೆಸ್ಸೂರ–ಬಾನಗಾಂವ–ಬಾರಾಸಾತ ಮಾರ್ಗದಿಸೆಗಳ ಉಪಯೋಗವನ್ನು

ನಿರಾಕರಿಸುವದು; ಆಸಾಮದ ರಸ್ತೆ-ರೈಲುಕೊಂಡಿಯನ್ನು ರಕ್ಷಿಸುವದು; ಸಿಲ್ಹೆಟ್-ಶಿಲಾಂಗ್, ಅಖೌರಾ-ಅಗರ್ತಲಾ ಮತ್ತು ಕೊಮಿಲ್ಲಾ-ರಾಧಾಕಿಶೋರಪುರ ಮಾರ್ಗದಿಸೆಗಳನ್ನು ನಿರಾಕರಿಸುವದು.

– ಉತ್ತರಪ್ರದೇಶ-ಟಿಬೆಟ್ ಗಡಿ ಸಂಬದ್ಧಿತ

ನೆಲಾಂಗ-ಮಾಣಾ-ನಿತಿ-ಮಲಾರಿ-ಗರ್ಬ್ಯಾಂಗ ರೇಖೆಯ ಮೇಲೆ ಬಲಿಷ್ಠ ಕೇಂದ್ರಗಳನ್ನು ಸ್ಥಾಪಿಸುವದು, ಮತ್ತು ಟಿಬೆಟ ಹಾಗೂ ನೇಪಾಳಗಳಿಂದ ಭಾರತಕ್ಕೆ ಬರುವ ಎಲ್ಲ ಪ್ರವೇಶ ದಿಸೆಗಳನ್ನು ನಿಯಂತ್ರಿಸುವದು.

– ಸಿಕ್ಕಿಂ ಸಂಬದ್ಧಿತ

ಮುಗುಥಾಂಗ-ಡೊಂಕುಂಗ-ಛೊಲ್ಹಾಮೊ-ಡೊಂಕ್ಯಾಲಾ-ಲಾಚುಂಗ-ಶೆರಾಥಾಂಗ-ಕುಪುಪ್-ನಾಥಾಂಗ ರೇಖೆಯ ಮೇಲೆ ಬಲಿಷ್ಠ ಠಾಣೆಗಳನ್ನು ಸ್ಥಾಪಿಸಿ ಟಿಬೆಟ್ಟಿನಿಂದ ಸಿಕ್ಕಿಂಗೆ ಬರುವ ದಾರಿದಿಸೆಗಳನ್ನು ನಿಯಂತ್ರಿಸುವದು.

– ನೇಪಾಳ ಸಂಬದ್ಧಿತ

ಗೌಚರ್ ವಾಯುನಿಲಯವನ್ನು ಭದ್ರಪಡಿಸುವದು; ನೇಪಾಳದ ನೆರವಿಗೆ ಅವಶ್ಯವಾದಾಗ ಹೋಗುವದು.

– ನೇಫಾ ಸಂಬದ್ಧಿತ

ತವಾಂಗ-ಬೊಮ್ಡಿಲಾ-ಜೀರೊ-ದಾಪೊರಿಜೊ-ಆಲೋಂಗ-ರೊಯಿಂಗ-ತೇಜು-ಲೋಹಿತಪುರ-ಹಯುಲಿಯಾಂಗ-ಜಯರಾಮಪುರ ರೇಖೆಯ ಮೇಲೆ ಬಲಿಷ್ಠ ನೆಲೆಗಳನ್ನು ನಿರ್ಮಿಸಿ ಚೀನೀ ಮುನ್ನಡೆಯನ್ನು ತಡೆಹಿಡಿಯುವದು; ಟಿಬೆಟ್ಟಿನಿಂದ ನೇಫಾಕ್ಕೆ ಬರುವ ದಾರಿಗಳ ಮೇಲೆ ಗಡಿಯಲ್ಲಿ ಬಲಿಷ್ಠ ಠಾಣೆಗಳನ್ನು ಸ್ಥಾಪಿಸಿ ಪ್ರವೇಶವನ್ನು ನಿಯಂತ್ರಿಸುವದು.

ಇದಲ್ಲದೆ ಥೊರಾತರು ಹೇಳಿದ್ದು : 'ನನಗೆ ತಿಳಿಸಲ್ಪಟ್ಟಿದೆಂದರೆ, ಪೂರ್ವೀ ಪಾಕಿಸ್ತಾನದ ಗಡಿರಕ್ಷಣೆಯ ವಿಷಯದಲ್ಲಿ ನನ್ನ ಸೇನಾ ಸಂಖ್ಯೆಯನ್ನು ನಾನು ಅಲ್ಲಿಂದ ಕಡಿಮೆ ಮಾಡಬಹುದೆಂದು, ಆದರೆ ಪಾಕಿಸ್ತಾನದ ಸಂಭಾವ್ಯ ಆಕ್ರಮಣವನ್ನು ತಡೆಯುವ ವ್ಯವಸ್ಥೆಯಿದ್ದರೆ ಮಾತ್ರ. ನಾನು ಸದ್ಯಕ್ಕೆ ಸೇನಾಕಾರ್ಯಾಲಯದಿಂದ ಇನ್ನಷ್ಟು ಸೇನಾ ತುಕಡಿಗಳನ್ನು ದೊರಕಿಸುವ ಸ್ಥಿತಿಯಲ್ಲಿಲ್ಲ; ನಾಗಾ ಹಿಲ್ಸ್ ಟುವೆನ್ಸಾಂಗ ಏಜೆನ್ಸಿಯ ಸಿವಿಲ್ ಅಧಿಕಾರದ ಸಹಾಯಕ್ಕೆ ಹೋಗುವ ನನ್ನ ಬಾಧ್ಯತೆಯನ್ನು ತೆರವು ಮಾಡಲಾಗಿ ಅಲ್ಲಿ ಮಿಲಿಟರಿ ಕಾರ್ಯಾಚರಣೆಗಾಗಿ ನಾನು ಸಿವಿಲ್ ಅಧಿಕಾರವನ್ನು ಕೇಳಬೇಕಾಗಿಲ್ಲ.'

ಇಂಥ ಕಾರ್ಯಬದ್ಧತೆಯು ಕಲ್ಪನಾವಿಸ್ತಾರದ ಆಚೆಗಿದ್ದರೂ ಅಸಾಧ್ಯವೇನಿರಲಿಲ್ಲ. ಅದಕ್ಕೆ ಬೇಕಾದುದು ಜಾಗರೂಕ ಚಿಂತನೆ ಮತ್ತು ಯೋಜನೆ. ಅಲ್ಲಿಲ್ಲಿ ಚೀನೀಯರ ನುಸುಳುವಿಕೆಯ ಘಟನೆಗಳಾದರೂ (ಒಳ್ಳೇ ಗಮನೀಯವಾದುದೆಂದರೆ ೧೯೫೭ರ

ಲಾಂಗ್‌ಜು ಘಟನೆ) ಭಾರತವು ಚೀನದೊಡನೆ ಯುದ್ಧ ಅಸಾಧ್ಯ ಎಂಬ ಗ್ರಹಿಕೆಯಲ್ಲೇ ವಿಶ್ವಾಸವಿಟ್ಟಿತು. ಎಷ್ಟೆಂದರೆ ೧೯೫೯ರಲ್ಲೂ ಕೂಡ ನೇಫಾದ ರಕ್ಷಣೆಯು ಸೈನ್ಯಕ್ಕೆ ಒಪ್ಪಿಸಿದ್ದಿರದೆ ಆಸಾಂ ರೈಫಲ್ಸ್‌ನ ಕೈಯಲ್ಲಿತ್ತು. ಆಸಾಂ ರೈಫಲ್ಸ್ ಅರೆಸೈನಿಕದಳವಿದ್ದು ಗೃಹಮಂತ್ರಾಲಯದ ಕೈಕೆಳಗಿತ್ತು.

ಥೊರಾತರ ಮೌಲ್ಯಮಾಪನ, ಮತ್ತು ಸ್ಥಿತಿಪರಿಶೀಲನೆಗಳು ಅವರು ಟಿಬೆಟ್ಟಿನಲ್ಲಿಯ ಸಂಪರ್ಕ ವ್ಯವಸ್ಥೆಯನ್ನು ವಿವರವಾಗಿ ಪರೀಕ್ಷಿಸುತ್ತಿರುವಂತೆ ಇನ್ನೂ ಹೆಚ್ಚು ನೆಮ್ಮದಿ ಕೆಡಿಸುತ್ತದೆ. ಚೀನಿ ಸೈನ್ಯ ಪೀಪಲ್ಸ್ ಲಿಬರೇಶನ್ ಆರ್ಮಿ (ಪಿ.ಎಲ್.ಎ.) ಟಿಬೆಟ್ಟಿನಲ್ಲಿ ಪ್ರವೇಶಿಸಿದಾಗಿನಿಂದ ಅದರ ಒತ್ತು ರಸ್ತೆಗಳ ನಿರ್ಮಿತಿಯ ಮೇಲೆ; – ಚೀನವು ಟಿಬೆಟ್ಟಿನೊಡನೆ, ಟಿಬೆಟ್ ಸಿಂಕಿಯಾಂಗದೊಡನೆ, ಸಿಂಕಿಯಾಂಗ ಪಾಕಿಸ್ತಾನದೊಡನೆ ಹೀಗೆಯೇ–, ಅನೇಕ ಸಲ ಆವರೆಗೆ ಅತಿ ದುರ್ಗಮವೆಂದು ಎಣಿಸಲ್ಪಟ್ಟ ಪ್ರದೇಶಗಳೊಳಗಿಂದ ಸಹ. ಈ ಪ್ರಮುಖ ರಸ್ತೆಗಳು ಭಾರತೀಯ ಪಾರ್ಲಿಮೆಂಟಿನಲ್ಲಿ ತೆರೆಗಳನ್ನೆಬ್ಬಿಸುತ್ತಿದ್ದಾಗಲೇ ಇದಕ್ಕೂ ಅಧಿಕ ಆತಂಕಯುತವಾದುದೆಂದರೆ ಈ ಸಣ್ಣ ರಸ್ತೆಗಳ ಜಾಲ ದಕ್ಷಿಣಾಭಿಮುಖವಾಗಿ ವಿಸ್ತರಿಸುತ್ತ ಲದಾಖ, ಉತ್ತರಪ್ರದೇಶ, ನೇಪಾಳ, ಸಿಕ್ಕಿಂ, ಭೂತಾನ, ನೇಫಾ ಮತ್ತು ಎನ್.ಎಚ್.ಟಿ.ಎ.ಗಳನ್ನು ಕೂಡ ಆವರಿಸುತ್ತಿದ್ದುದು.

ಸ್ಪೆಶಲ್ ಇಂಟೆಲಿಜನ್ಸ್ ವರದಿಗಳು (ಇವು ಸೈನ್ಯ ಮತ್ತು ರಕ್ಷಾಮಂತ್ರಿಗಳಿಗೆಗಷ್ಟೇ ಅಲ್ಲ, ಪ್ರೈಮ್ ಮಿನಿಸ್ಟರ್ ಆಫೀಸ್–ಪಿ.ಎಂ.ಓ–ಗೂ ಕೂಡ ಲಭ್ಯವಿದ್ದವು) ಸತತವಾಗಿ ಮಾಹಿತಿ ನೀಡುತ್ತಿದ್ದು ಅವನ್ನು ಅಲಕ್ಷಿಸುವದು ಅಸೂಕ್ತವಾಯಿತು. ಉದಾಹರಣೆಗಾಗಿ:

ಯುದ್ಧಯೋಜನಾತ್ಮಕ (Strategic) ರಸ್ತೆಗಳು:

- ಸಿಂಕಿಯಾಂಗ–ಗಾರ್ತೋಕ ರಸ್ತೆಯು ಮೆದುವಾದ ಸ್ಥಳಗಳಲ್ಲಿ ಮೆಟಲಿಂಗ ಮಾಡಲ್ಪಟ್ಟು ಸುಧಾರಿಸಲ್ಪಟ್ಟಿದೆ. ಪ್ರತಿದಿನ ಅದು ಸುಮಾರು ೧೫೦x೩ ಟನ್ ಭಾರವಾಹಕ ಗಾಡಿಗಳ ಓಡಾಟಕ್ಕೆ ಅಣಿಯಾಗಿದೆ. ನಾಲ್ಕು ರೆಜಿಮೆಂಟುಗಳ ಒಂದು ಡಿವಿಜನ್ ಸೈನ್ಯವನ್ನು ಅದು ಪೋಷಿಸಬಹುದು.
- ಖೆತಿನ್ಸಿರಿಂಗ–ಲ್ಹಾಸಾ ರಾಜಮಾರ್ಗವು ನಿರ್ಮಿತವಾಗಿ ಪ್ರತಿದಿನ ೪೦೦/೫೦೦x೩ ಟನ್ ಗಾಡಿಗಳು ಲ್ಹಾಸಾಕ್ಕೆ ತಲುಪುತ್ತವೆ.
- ಚಾಮ್ಡೊ–ಲ್ಹಾಸಾ ರಾಜಮಾರ್ಗವು (ಪೂರ್ವೀ ಟಿಬೆಟ್ ಮಾರ್ಗವಾಗಿ) ಸಂಪೂರ್ಣವಾಗಿ ಹೊಮ್ಮಿಲ್ಲ. ಹವಾಮಾನ ಮತ್ತು ಅಸ್ಥಿರ ನೆಲದಿಂದಾಗಿ ಅಡೆತಡೆಗಳುಂಟಾಗುತ್ತವೆ. ಟಸೇಲಾವರೆಗೆ ಪ್ರತಿದಿನ ೧೦೦ ಗಾಡಿಗಳು ಓಡಾಡುತ್ತವೆ.
- ಪಾರ್ಶ್ವರಸ್ತೆ ಲ್ಹಾಸಾ–ಗ್ಯಾಂಟ್ಸೆ–ಶಿಗಾತ್ಸೆ–ಟ್ರಾಡೊಮ್–ಗಾರ್ತೋಕ ಇದು ಈಗ ಕ್ಲಾಸ್ ೧೨ ವಾತಾವರಣಾನುಕೂಲ ರಸ್ತೆ (Fair weather road)

- ನಮ್ಮ ಗಡಿಯ ಹತ್ತಿರವಿದ್ದ ಪಾರ್ಶ್ವರಸ್ತೆಯು ಟುನಾ ವನ್ನು ಖಾಂಬಾ ಝೊಂಗ, ಟಿಂಗ್ರಿ, ಜೊಂಕಾ ಝೊಂಗ ಮತ್ತು ಟ್ರಾಡೊಮ್‌ಗಳಿಗೆ ಜೋಡಿಸುತ್ತದೆ.

ಯುದ್ಧತಾಂತ್ರಿಕ (Tactical) ರಸ್ತೆಗಳು:

- ಹಾಜಿ ಲಂಗರನಿಂದ ಕಿಜಿಲ್ ಜಿಲ್ಗಾ, ಸಾಮ್ಮುಂಗ್ಲಿಂಗ, ಕೊಂಗ್ಕಾ ಲಾ, ಲಾನಕ್ ಲಾ ಸುತ್ತು ರಸ್ತೆ ಈಗ ಕ್ಲಾಸ್ ೯ ರಸ್ತೆಯಾಗಿದೆ.
- ಕಿಜಿಲ್ ಜಿಲ್ಗಾ ಪಶ್ಚಿಮದಿಂದ ದಕ್ಷಿಣಕ್ಕೆ ದೌಲತಬೇಗ ಒಲ್ಡಿ (ಚೀನೀಯರ ವಶದಲ್ಲಿ)ವರೆಗೆ ಕ್ಲಾಸ್ ೯ ಫೇರವೆದರ್ ರಸ್ತೆ ಕಟ್ಟಲ್ಪಟ್ಟಿದೆ.
- ರುಡೊಕ್–ಸ್ಪಾಂಗುರ ರಸ್ತೆ ಕ್ಲಾಸ್ ೧೮ ರಸ್ತೆಯಾಗಿದೆ.
- ಕ್ಲಾಸ್ ೯ ವಾತಾವರಣಾನುಕೂಲ ರಸ್ತೆಗಳು ತಾಶಿಗಾಂಗನಿಂದ ಡೆಮ್ಚೋಕ್, ಗಾರ್ತೋಕನಿಂದ ಶಿಪ್ಕಿ ಲಾ ಮತ್ತು ಗಾರ್ತೋಕನಿಂದ ತೊಲಿಂಗಮಠವರೆಗೆ ಅನಂತರ ಸಾನೇರ್ಝೊಕಲಾ ಮತ್ತು ಟುನ್‌ಜುನ್ ಲಾದವರೆಗೆ ವಿಸ್ತರಿಸಲ್ಪಟ್ಟಿವೆ.
- ಕಚ್ಚಾ ರಸ್ತೆಯೊಂದು ತಕ್ಲಾಕೋಟವನ್ನು ಲಿಪುಲೇಖಿಗೆ ಮತ್ತು ತಕ್ಲಾಕೋಟದಿಂದ ನೇಪಾಲ ಗಡಿಯೆಡೆಗೆ ನಾರಾಲಾಂಗ್ನಾ ಜೋಡಿಸುತ್ತದೆ.

(ಸ್ಪೆಶಲ್ ಇಂಟೆಲಿಜನ್ಸ್ ರಿಪೋರ್ಟ ನಂಬರ ೫ (No. 20402/GSI(a)(i) dated 1 Jan 1960)

ರಸ್ತೆಗಳ ಯಾದಿಯು ಮುಂದುವರಿಯುತ್ತಲೇ ಇದೆ – ಚುಂಬಿ ಕಣಿವೆಯಲ್ಲಿ ಚೀನೀಯರ ರಸ್ತೆಜಾಲ ಗ್ಯಾಂಟ್ಸೆ–ಯಾಟುಂಗ ರಾಜಮಾರ್ಗದಿಂದ ಪೂರ್ವಕ್ಕೂ ಪಶ್ಚಿಮಕ್ಕೂ ಚಾಚುತ್ತ, ಎಲ್ಲವೂ ಕ್ಲಾಸ್ ೯ರವು ಟುನಾ–ಖಾಂಬಾ ಝೊಂಗ, ಫಾರಿ ಝೊಂಗ–ಟ್ರೆಮ್ ಲಾ ಕಣಿವೆ (ಭೂತಾನದಲ್ಲಿ), ಬಾಕ್ಚಾಂಗ–ಟಾಂಗ್ಬು ಕಣಿವೆಯ ಜೊತೆಗೆ – ಥಂಕಾ ಲಾ ವರೆಗೆ, ಮತ್ತು ಯಾಟುಂಗನಿಂದ ನಾಥು ಲಾ – ಜೆಲೆಪ ಲಾ ಗಳವರೆಗೆ ಸಿಕ್ಕಿಂನಲ್ಲಿ.

ಸುಮಾರು ೨೦ ನಿಮಿಷಗಳ ನಂತರ ನೆಹರು ಈ ಕಡತಗಳು ತಮಗೇಕೆ ಈ ಮೊದಲು ತೋರಿಸಲ್ಪಡಲಿಲ್ಲ ಎಂದು ಕೇಳಿದರು.

'ಸರ್, ನೀವು ಈ ಪ್ರಶ್ನೆಯನ್ನು ಮಿಸ್ಟರ್ ಕೃಷ್ಣ ಮೆನನ್ನರಿಗೆ ಕೇಳಬಹುದು' ಎಂದರು ಥೊರಾತ, ತಮ್ಮ ವ್ಯಂಗ್ಯವನ್ನು ಮರೆಮಾಚದೆ.

'ಮೆನನ್, ಮೆನನ್' ಸ್ಫೋಟಿಸಿದ್ದರು ನೆಹರು 'ಅವರಲ್ಲಿ ನಿಮ್ಮ ಚೂರಿಯನ್ನೇಕೆ ಇರಿಯುತ್ತೀರಿ? ಅವರೆಂತಹ ಬೌದ್ಧಿಕ ಮಹಾಮಹಿಮರೆಂಬುದನ್ನು ನೀವೇಕೆ ಗಣಿಸುವದಿಲ್ಲ?' ಈಗಲೂ ಬ್ರಹ್ಮಪುತ್ರಾ ಕಣಿವೆಯಲ್ಲಿ ಚೀನೀಯರು ಇಳಿಯುವ ಸಿದ್ಧತೆಯನ್ನು ಪ್ರದರ್ಶಿಸುತ್ತಿದ್ದಾಗಲೂ ಕೂಡ ನೆಹರು ತಮ್ಮ ರಕ್ಷಾಮಂತ್ರಿಯ ಟೀಕೆಯನ್ನು

ಸಹಿಸುತ್ತಿರಲಿಲ್ಲ. ಅವರೆದುರಿಗೆ ಕುಳಿತ ವ್ಯಕ್ತಿಯು ಭಾರತೀಯ ಸೇನಾಪ್ರಮುಖ ನಾಗಿರಬೇಕಿತ್ತು – ರಕ್ಷಾಮಂತ್ರಿಯು ಕುತಂತ್ರದಿಂದ ಅವರನ್ನು ಕಡೆಗಣಿಸದಿದ್ದರೆ. ಅವರು ತಿಮ್ಮಯ್ಯ ಮತ್ತು ಥೊರಾತರ ನಿರಂತರ ಎಚ್ಚರಿಕೆಗಳತ್ತ ಲಕ್ಷ್ಯ ಹರಿಸಲೇ ಇಲ್ಲ. ಪ್ರಧಾನಿಯು ಪುನಃ ಬ್ರಹ್ಮಪುತ್ರಾ ಕಣಿವೆಯನ್ನು ಚೀನೀಯರು ಆಕ್ರಮಿಸಬಹುದೇ ಎಂದು ಪ್ರಶ್ನಿಸಿದ್ದಕ್ಕೆ ಥೊರಾತರು ಹಾಗೆ ತಮಗೆನಿಸುವದಿಲ್ಲ, ತಮ್ಮ ಅಭಿಪ್ರಾಯದಲ್ಲಿ ಚೀನೀಯರು ಆಗಾಗಲೇ ತಮಗೆ ಸಾಧಿಸಬಲ್ಲದುದಕ್ಕಿಂತಲೂ ಹೆಚ್ಚು ಒಳನುಗ್ಗಿದ್ದಾರೆ ಎಂದರು. ಇದನ್ನೇ ವಿವರಿಸುತ್ತ ಥೊರಾತರು ಪರ್ವತೀಯ ಪ್ರದೇಶದಿಂದಾಗಿ ಮತ್ತು ರಸ್ತೆಗಳ ಅಭಾವದ ಕಾರಣ ಚೀನೀಯರು ತಮ್ಮ ಟ್ಯಾಂಕ್ ಮತ್ತು ತೋಪುಖಾನೆಗಳಂತಹ ದೊಡ್ಡ ಶಸ್ತ್ರಾಸ್ತ್ರಗಳನ್ನು ತರಲು ಇಷ್ಟು ಉದ್ದವಾಗತೊಡಗಿದ ಸಂಪರ್ಕ ವ್ಯವಸ್ಥೆಯನ್ನು ಬೆಳೆಸದಿರಬಹುದು ಎಂದರು. ನೆಹರು ಅವರು ಉದ್ಗರಿಸಿದ್ದು 'ನಾನು ಆಶಿಸುತ್ತೇನೆ– I hope so' ಎಂದು.

ನೆಹರು ಅವರ ಕೃಷ್ಣ ಮೆನನ್ ಮತ್ತು ಕೆಲವು ಆಯ್ದ ಅಧಿಕಾರಿಗಳ ಗುಂಪು– 'Kaul Boys' ಎಂದೆನಿಸಿಕೊಂಡವರು – ಇವರ ಮೇಲಿಟ್ಟ ಕುರುಡು ವಿಶ್ವಾಸವು ಅಪಘಾತಕಾರಿ ಪರಿಣಾಮಗಳನ್ನು ಬೀರಿತು. ಥೊರಾತರ ರಿಪೋರ್ಟ ಮತ್ತು ಇತರ ಸೂಜ್ಞಾಧ್ವನಿಗಳನ್ನು ಪ್ರಧಾನಿಯಿಂದ ಬಚ್ಚಿಡಲಾಗಿರಬಹುದು. ಆದರೆ ಸರದಾರ ಪಟೇಲರು ಬರೆದ ೭ ನವೆಂಬರ್ ೧೯೫೦ರ ಪತ್ರವು ಬಚ್ಚಿಡಲಾಗಿರಲಿಲ್ಲ. ೧೮ ನವೆಂಬರ್ ೧೯೫೦ ರಂದು ಪಟೇಲರ ಪತ್ರಕ್ಕೆ ಉತ್ತರವೀಯುತ್ತ ನೆಹರು ಬರೆದುದು – 'ನಮ್ಮ ಪ್ರಮುಖ ಸಾಧ್ಯ ಶತ್ರುವೆಂದರೆ ಪಾಕಿಸ್ತಾನ. ಅದರಿಂದಾಗಿ ಪಾಕಿಸ್ತಾನದ ಆಕ್ರಮಣದ ವಿರುದ್ಧ ನಮ್ಮ ರಕ್ಷಣಾ ವ್ಯವಸ್ಥೆಯ ಬಗ್ಗೆಯೇ ನಾವು ಒತ್ತು ಕೊಡುತ್ತಲಿದ್ದೇವೆ. ಈಗ ನಾವು ಚೀನದ ಆಕ್ರಾಮಕ ನಿಲುವಿನಿಂದಾಗಿ ಹಾಗೆ ವಿಚಾರ ಮಾಡತೊಡಗಿದರೆ ಹಾಗೂ ಸಿದ್ಧತೆಗೊಳಗಾದರೆ ...... ನಾವು ಇಕ್ಕಳದಲ್ಲೇ ಸಿಕ್ಕಂತಾಗಬಹುದು'.

ವಿದೇಶನೀತಿಯ ವಿಷಯಗಳ ಬಗ್ಗೆ ಆ ಕಾಲದ ಬಹುತೇಕ ರಾಜಕಾರಣಿಗಳು ತಮ್ಮ ಅನಿಸಿಕೆಗಳನ್ನು ತಮ್ಮಲ್ಲೇ ಇಟ್ಟುಕೊಳ್ಳಲಿಚ್ಛಿಸಿದರು. ನೆಹರು ಅವರ ಚೀನ ಪಾಲಿಸಿ ಆಗಲೇ ಪಾರ್ಲಿಮೆಂಟಿನಲ್ಲಿ ತೀಕ್ಷ್ಣ ಟೀಕೆಗೆ ಒಳಗಾಗತೊಡಗಿತ್ತು. ತೀವ್ರ ಟೀಕೆಯ ಮುಂದಾಳುಗಳೆಂದರೆ ಆಚಾರ್ಯ ಕೃಪಲಾನಿ, ರಾಮ ಮನೋಹರ ಲೋಹಿಯಾ ಮತ್ತು ಚಕ್ರವರ್ತಿ ರಾಜಗೋಪಾಲಾಚಾರಿ. ಚೀನವು ನೆಹರೂ ಅವರ ಸಮಸ್ಯೆಯೆಂದು ಪ್ರತಿಪಾದಿಸಲಾಗಿ ಅದರ ಟೀಕೆ ಎಷ್ಟು ಬಿರುಸಾಗತೊಡಗಿತೋ ಅಷ್ಟೇ ನೆಹರೂ ಅವರ ನಿಲುವೂ ಬಿರುಸಾಯಿತು. ಈ ಮಧ್ಯೆ ಕೃಷ್ಣ ಮೆನನ್ನರು ಜನರಲ್ಲರೊಡನೆ ಕಚ್ಚಾಡುವದರಲ್ಲಿ ನಿರತರಾಗಿದ್ದು – ಬಹಿರಂಗವಾಗಿ ಕೂಡ – ನಿರ್ದೇಶಿತ ಪಾಲಿಸಿಗನುಗುಣವಾಗಿ ಸೋಸಿದ ಮಾಹಿತಿಗಳನ್ನಷ್ಟೇ ಪ್ರಧಾನಿಗೆ ಕಳಿಸುತ್ತಿದ್ದರು, ಆ ಪಾಲಿಸಿಯನ್ನು ಮಾಡುವ ಪ್ರಮುಖ ವ್ಯಕ್ತಿಗಳೆಂದರೆ ತಾವು ಮತ್ತು ತಮ್ಮ ಜೊತೆಗಿದ್ದ ಲೆಫ್ಟನೆಂಟ್ ಜನರಲ್ ಬಿ. ಎಂ. ಕೌಲ ಮತ್ತು ಐ.ಬಿ. ಮುಖ್ಯಸ್ಥ ಬಿ. ಎನ್. ಮಲ್ಲಿಕ್.

ಭಾರತೀಯ ಇಂಟೆಲಿಜನ್ಸ್ ಮತ್ತು ಭೂಪರಿಶೀಲನೆಗಳಿಗೆ (Reconnaissance-Reece) ಚೀನೀಯರ ಸಂಖ್ಯೆ, ಚಲನಶಕ್ತಿ (Mobility), ರಣತಂತ್ರ (Tactics), ರಾತ್ರಿಯಲ್ಲಿ ಅವರ ಚಲನವಲನ ಮತ್ತು ಮಾನವತೆರೆಗಳ ಲಗ್ಗೆ (Human wave attacks) ಗಳ ಬಗ್ಗೆ ಮಾಹಿತಿಯೇ ಇರಲಿಲ್ಲ. ಅವರ ಮಾನವ ತೆರೆಗಳ ಲಗ್ಗೆಯನ್ನು ಭಾರತೀಯ ಸೇನೆಯು ನಂತರ ಹೆಸರಿಟ್ಟುದು 'ಕೆಂಪಿರಿವೆಗಳ ತಂಡ – Red Ant Swarm' ಎಂದು. ಭಾರತೀಯರ ಸಮಸ್ಯೆಯೆಂದರೆ ಗುಂಡು ಸುರಿಸುವ ಶಕ್ತಿ Fire power. ಆಗ ಸೈನಿಕರ ಮುಖ್ಯ ಶಸ್ತ್ರವೆಂದರೆ ಬೋಲ್ಟನಿಂದ ನಡೆಯುವ .೩೦೩ ಲೀ ಎನ್‌ಫೀಲ್ಡ್ ರೈಫಲ್, ಅದರ ಫಾಯರ್ ಮಾಡುವ ಗತಿ ಎ.ಕೆ.೪೭ರಕಿಂತಲೂ ಕಡಿಮೆಯದು. ಸೀಮಿತ ಬಜೆಟ್ಟಿನಿಂದಾಗಿ ತೋಪುಖಾನೆಯ ಸಂಖ್ಯೆ ಬಹಳೇ ಕಡಿಮೆಯದಿದ್ದು ಅವುಗಳ ಮದ್ದುಗುಂಡುಗಳ (Ammunition) ಸರಬರಾಯಿಯೂ ಅಷ್ಟೇ ನಿಕೃಷ್ಟವಿತ್ತು. ಇನ್ನೂ ಒಂದು ವಿಷಯ ಗಮನೀಯವಾದುದೆಂದರೆ ಚೀನೀಯರು ಕೋರಿಯಾದ ತೀವ್ರ ಚಳಿಯಲ್ಲಿ ಅಮೇರಿಕನ್ನರೊಡನೆ ಹೋರಾಡಿ ಚಳಿಗೆ ಹೊಂದಿಕೊಂಡವರಾಗಿದ್ದು ಹಿಮಾಲಯದ ಚಳಿಯನ್ನು ಸಹಿಸುವದರಲ್ಲಿ ಹೆಚ್ಚು ನಿಷ್ಣಾತರಿದ್ದರು.

ಮಾಧ್ಯಮಗಳೂ ಕೂಡ ಸಹಾಯ ನೀಡುತ್ತಿರಲಿಲ್ಲ. ಬಹುತೇಕ ಇಂಗ್ಲೀಷ್ ವರ್ತಮಾನಪತ್ರಗಳು ನೆಹರು ಅವರ ತಾಟಸ್ಥ್ಯ ನೀತಿಯನ್ನು ವಿರೋಧಿಸುತ್ತ ಅದು ರಶಿಯಾಪರ ಎಂದು ದೂಷಿಸುತ್ತಿದ್ದವು. ೧೯೫೦ ಉತ್ತರಾರ್ಧದಲ್ಲಿ ಯುದ್ಧಕ್ಕಿಂತಲೂ ಕೆಲವೇ ತಿಂಗಳು ಮೊದಲು ಬಹಳಷ್ಟು ಪತ್ರಿಕೆಗಳು ಚೀನೀಯರನ್ನು ಕಿತ್ತೊಗೆಯಲು ಮತ್ತು ನೆಹರು ಅವರನ್ನು ಹಾಗೆ ಕಿತ್ತೊಗೆಯಲಾರದ್ದಕ್ಕೆ ದೂಷಿಸುವಲ್ಲಿ ದೊಡ್ಡ ರಂಪವನ್ನೇ ಮಾಡಿದವು. ಇಂತಹ ಅತಿ ವಿರೋಧಿ ಪರಿಸರವುಂಟಾಗಿ ನೆಹರು ಅವರು ಚಕಿತಗೊಳಿಸುವ ಭವ್ಯವೆನಿಸುವ 'ಮುನ್ನಡೆ ಯೋಜನೆ–Forward policy' ಸೃಷ್ಟಿಸಿದರು!

ಲದಾಖಿನಲ್ಲಿ ಹೋರಾಟವು ಚುಶೂಲ ಮತ್ತು ಪಂಗೊಂಗ್ ತ್ಸೊಗಳ ಆಸುಪಾಸಿನ ಪ್ರದೇಶಕ್ಕೆ ಸೀಮಿತವಾಯ್ತು. ಪಶ್ಚಿಮೀ ಕಮಾಂಡ ನಿಧಾನವಾಗಿ ಸೈನ್ಯವನ್ನು ತೈನಾತಾಗಿಸತೊಡಗಿತು. ನವೆಂಬರವರೆಗೆ ಚುಶೂಲನಲ್ಲಿ ಒಂದು ಬ್ರಿಗೇಡ ಸ್ಥಾಪಿತವಾಗಿ ಅದರ ಕೆಲವು ಘಟಕಗಳು ಹಳ್ಳಿಯ ಸುತ್ತಮುತ್ತ ವಾಯುನೆಲೆಯ ಸುತ್ತ ನಾವು ನಮ್ಮದೆಂದು ಸಾಧಿಸುವ ರೇಖೆಯ (Claim line) ಪಶ್ಚಿಮಕ್ಕೆ ಮತ್ತು ಸ್ಪಾಂಗುರ್ ಗ್ಯಾಪಿನ ತುದಿಯವರೆಗೆ ರಕ್ಷಾ ವ್ಯವಸ್ಥೆಯನ್ನು ಸ್ಥಾಪಿಸಿದವು. ಕೆಲವೇ ಠಾಣೆಗಳು ಈ ರೇಖೆಯ ಪೂರ್ವಕ್ಕೆ ಇದ್ದವು; ವಾಸ್ತವವಾಗಿ ಚುಶೂಲದ ಪೂರ್ವಕ್ಕಿದ್ದ ಕೆಲವೇ ಠಾಣೆಗಳಷ್ಟೇ ಅಕ್ಸಾಯ್‌ಚಿನ್‌ದಲ್ಲಿ ಚೀನೀಯರು ತಮ್ಮ ರೇಖೆ ಎಂದ ಕ್ಷೇತ್ರದಲ್ಲಿ ಉಳಿದುಕೊಂಡಿದ್ದವು. ಉಳಿದವುಗಳಲ್ಲಿ ಧ್ವಸ್ತವಾದರೂ ಆಗಿದ್ದವು ಅಥವಾ ಮರಳಿ ಕರೆಸಿಕೊಂಡವಾದರೂ ಆಗಿದ್ದವು. ಪಶ್ಚಿಮೀ ಕಮಾಂಡ ಚುಶೂಲವನ್ನು ಚೀನೀಯರ ಮತ್ತು ಲೇಹ ಶಹರದ ನಡುವೆ ಶತ್ರುವನ್ನು ತಡೆಹಿಡಿಯಬಲ್ಲ ಮುಖ್ಯ ಕ್ಷೇತ್ರವೆಂದು

ನಿಶ್ಚಯಿಸಿತು. ಗಮನೀಯವಾದುದೆಂದರೆ ಈ ಕ್ಷೇತ್ರವು ೧೪೦೦೦ ದಿಂದ ೧೬೦೦೦ ಘೂಟು ಎತ್ತರದ್ದಿದ್ದು ಲದಾಖಿಗಳು ಅದನ್ನು 'ದಾರ್ಬುಕ್'–ನರಕದ ದ್ವಾರ– ಎಂದು ಕರೆಯುತ್ತಿದ್ದರು. ಬೆಂಕಿ ಕಾಯಿಸುವದಕ್ಕೆ ಅಥವಾ ಬಂಕರುಗಳನ್ನು ಕಟ್ಟಲಿಕ್ಕೆ ಅಲ್ಲ ಕಟ್ಟಿಗೆಯೇ ಇದ್ದಿಲ್ಲ, ಮತ್ತು ಜವುಗು ನೆಲ ಘನವಾದ ಬರ್ಫು ಆಗಿ ಅಗಿಯಲು ಬಾರದೆ ಸ್ಫೋಟಕಗಳನ್ನು ಉಪಯೋಗಿಸಿ ಟ್ರೆಂಚಗಳನ್ನು ತಯಾರಿಸಬೇಕಾಗುತ್ತಿತ್ತು. ವಾತಾವರಣಸಿದ್ಧ (Acclimatised) ಸೈನಿಕರೂ ಕೂಡ ಕೆಲವೇ ತಾಸು ಅಂತಹ ತೀವ್ರ ಪರಿಶ್ರಮವನ್ನು ಕೈಕೊಳ್ಳಬಲ್ಲವರಾಗಿದ್ದರು. ಇಷ್ಟೆಲ್ಲ ಇದ್ದೂ ಕೂಡ ಕೆಲವು ಬಲಶಾಲಿ ಠಾಣೆಗಳು ನವೆಂಬರವರೆಗೆ ಸಿದ್ಧವಾದವು.

೧೯೬೨ ೧೮ ನವೆಂಬರದ ನಸುಮುಂಜಾವಿನಲ್ಲಿ ಚೀನೀ ತೋಪುಖಾನೆ ಮಾರ್ಟರ್ ಮತ್ತು ರಾಕೆಟ್‌ಗಳೊಡನೆ ಅಕ್ಸಾಯ್‌ಚಿನ್ ಪ್ರಸ್ಥಭೂಮಿಯ ಪಶ್ಚಿಮೋತ್ತರ ತುದಿಯಾದ ಕಾರಾಕೋರಂ ಪಾಸಿನ ದಕ್ಷಿಣಕ್ಕೆ ಮತ್ತು ಅಲ್ಲಿಂದ ೧೬೦ ಕಿಮಿ ದಕ್ಷಿಣ ಪಶ್ಚಿಮಕ್ಕಿದ್ದ ಪಂಗಾಂಗ ತ್ಸೊಗಳಲ್ಲಿದ್ದ ಭಾರತೀಯ ಠಾಣೆಗಳ ಮೇಲೆ ಗೋಳಾಬಾರಿ ಸುರುಮಾಡಿತು. ದೌಲತಬೇಗ ಒಲ್ಡಿಯ ಠಾಣೆಗಳು ಸ್ಥಿರವಾಗುಳಿದುಕೊಂಡರೂ ಕಾರಾಕೋರಂ ಕಣಿವೆಯ ಸುತ್ತಲಿನ ಕೆಲವನ್ನು ಚೀನೀಯರು ವಶಪಡಿಸಿಕೊಂಡರು. ಲ್ಹಾಸಾ ರಸ್ತೆಯ ತುದಿಯಲ್ಲಿದ್ದ ಚುಶೂಲ ಕ್ಷೇತ್ರದಲ್ಲಿ ಚೀನೀಯರ ನೇರ ಎದುರು ದಾಳಿಯನ್ನು ದೊಡ್ಡ ಸಂಖ್ಯೆಯಲ್ಲಿ ಧ್ವಂಸಿಸಿ ಹಿಮ್ಮೆಟ್ಟಿಸಲಾಯಿತು. ಚೀನೀಯರು ತ್ವರಿತವಾಗಿ ಸುತ್ತುಗಟ್ಟಿ ಲಗ್ಗೆಯಿಟ್ಟರು. ತುರುಸಿನ ಹೋರಾಟದಲ್ಲಿ ಬಾಜುವಿನ ಮತ್ತು ಹಿಂದಿನಿಂದ ಉಂಟಾದ ಲಗ್ಗೆಗಳು ಯಶಸ್ವಿಯಾದವು. ಭಾರತೀಯರ ಜೀವಹಾನಿ (Casualty) ಅಪಾರವಾಯ್ತು. ಒಂದು ಕಂಪನಿಯುಲ್ಲಂತೂ ಮೂವರೇ ಜೀವಿತರುಳಿದುಕೊಂಡರು, ಉಳಿದವರು ಹೋರಾಡುತ್ತ ಶಸ್ತ್ರ ಹಿಡಿದುಕೊಂಡೇ ಸತ್ತು ಹಿಮಗಟ್ಟಿದರು. ಚೀನೀಯರ ಜೀವಹಾನಿ ಕೂಡ ಅಷ್ಟೇ ತೀವ್ರವಾದುದಿತ್ತು.

ಐದು ತಾಸಿನ ನಿಕಟ ಹೋರಾಟದಲ್ಲಿ ಚೀನೀಯರು ತಮ್ಮದೆಂದುಕೊಂಡ Claim lineನ ಪೂರ್ವಕ್ಕಿದ್ದ ಭಾರತೀಯ ಠಾಣೆಗಳನ್ನು ಕಿತ್ತೊಗೆದರು ಅಥವಾ ಹಿಮ್ಮೆಟ್ಟಿಸಿದರು. ಹಿಮ್ಮೆಟ್ಟಿಸಲ್ಪಟ್ಟ ಭಾರತೀಯ ಸೈನಿಕರು ಸಾಧ್ಯವಾದಮಟ್ಟಿಗೆ ಚುಶೂಲ ಹಳ್ಳಿಯಲ್ಲಿ ರಕ್ಷಾ ವ್ಯವಸ್ಥೆಯನ್ನು ಸ್ಥಾಪಿಸಿದರು. ಚೀನೀ ಆಕ್ರಮಣ ಮುಂಬರಲಿಲ್ಲ. ತಾವು ತಮ್ಮ ಕ್ಲೇಮ್ ಲೈನಿನವರೆಗೆ ಬಂದು ಚೀನೀಯರು ನಿಂತರು, ಚುಶೂಲದ ಮೇಲೆ ಲಗ್ಗೆಯಿಡಲಿಲ್ಲ. ಇತರ ಚೀನೀ ಸೈನಿಕ ಘಟಕಗಳು ೧೬೦ ಕಿಮಿ ದಕ್ಷಿಣಪೂರ್ವಕ್ಕಿದ್ದ ಡೆಮ್ಚೋಕಿನ ಮೇಲೆ ದಾಳಿ ಮಾಡಿ ಅದನ್ನು ಮತ್ತು ಜರಾ ಲಾ ಠಾಣೆಗಳನ್ನು ವಶಪಡಿಸಿಕೊಂಡವು. ಪಶ್ಚಿಮೀ ಕ್ಷೇತ್ರದಲ್ಲಿ ಯುದ್ಧವು ನಿಂತಿತು. ಚೀನೀಯರು ತಮ್ಮದೆಂಬ Claim lineನ ಒಳಗೆಯೇ ಯಾವ ಭಾರತೀಯ ಸೇನಾಂಶವೂ ಉಳಿಯಲಿಲ್ಲ. ನವೆಂಬರ ೧೮ರ ಕೊನೆಯವರೆಗೆ ಸಂಪೂರ್ಣ ಅಕ್ಸಾಯ್‌ಚಿನ್ ಚೀನೀಯರ ಕೈಯಲ್ಲಿತ್ತು.

೧೦. ಕನ್ನಡಿ, ಕನ್ನಡಿ, ಗೋಡೆಯ ಮೇಲೆ ಕನ್ನಡಿ

ಒಳಗಿನ ಒಡಕುಗಳು

ಗೋಡೆಗಟ್ಟಿಕೊಂಡ ಶಹರ. ಅಹಮದಾಬಾದ, ೧೯೬೯. 'ಕೋಮುವಾದಿ ದಂಗೆ' ಇದು ನನಗೇನೋ ಭಯಾನಕ, ಭಾರತ–ಪಾಕಿಸ್ತಾನದ ವಿಭಾಗೀಕರಣ ಸಂಬಂಧದ ಅರಿವು, ೧೯೪೭ರಲ್ಲಿ ಆದಂಥ ಒಂದು ಘಟನೆ. ಆಗೀಗ ಧಾರ್ಮಿಕ ದಂಗೆಗಳ ವರದಿಗಳು ಪತ್ರಿಕೆಗಳಲ್ಲಿ ಪ್ರಕಟವಾಗುತ್ತಿದ್ದರೂ ನನಗದು ಅಷ್ಟೇನು ತಟ್ಟಿರಲಿಲ್ಲ. ಮಲೆಯಾಳ ಮನೋರಮಾದ ಪ್ರಕಟನೆ The Weekನ ಸ್ಥಾನಿಕ ಸಂಪಾದಕರಾದ ಟಿ. ವಿ. ಆರ್. ಶೆಣೈ ಅವರು ದಿಲ್ಲಿಯ Indian Express News Service (IENS) ಆಫೀಸಿನಲ್ಲಿ ತಮ್ಮನ್ನು ಕಾಣಲು ನನ್ನನ್ನು ಕರೆಕಳಿಸಿದರು. ಟ್ರೇಡಮಾರ್ಕ ಲೆಮೆನ್ ಚಹ ಕುಡಿದ ಮೇಲೆ ನನ್ನನ್ನು ಅವರು ಕೇಳಿದ್ದು ನಾನು ಹಿಂದು–ಮುಸ್ಲಿಂ ದಂಗೆಗಳೆದ್ದ ಅಹಮದಾಬಾದಿನ ಗೋಡೆಗಟ್ಟಿಕೊಂಡ ಶಹರದೊಳಗೆ ಹೋಗಲು ಸಿದ್ಧನಿದ್ದೇನೆಯೇ ಎಂದು. ನನಗೆ ಅವರೊಂದು ಸಂಕ್ಷಿಪ್ತ ಮಾಹಿತಿಯನ್ನಿತ್ತು ನಾನು ಒಳನುಸುಳುವುದನ್ನು (ಹೊರಬರುವದನ್ನು ಕೂಡ) ಸಾಧಿಸಿದುದಾದರೆ ಒಂದು ಸೊಡರು ಮುಸುಕನ್ನು (Lead cover) ಒದಗಿಸುವ ಆಶ್ವಾಸನವನ್ನೂ ಕೊಟ್ಟರು. ತುಸು ದುಡ್ಡು, ಏರಟಿಕೆಟ್ ಕೊಟ್ಟು ನನ್ನನ್ನು ಕಳಿಸಿದರು.

ಮೇಜರ ಜನರಲ್ ಆಫಸರ ಕರೀಮ ಆಗ ಅಹಮದಾಬಾದಿನಲ್ಲಿದ್ದ ೧೮ನೇ ಡಿವಿಜನ್ನಿನ ಕಮಾಂಡರಿದ್ದು ನಾನು ಅವರನ್ನು ಭೇಟಿಯಾಗುವಲ್ಲಿ ಯಶಸ್ವಿಯಾದೆ. ಗೋಡೆಯೊಳಗಿನ ಶಹರದ ಸ್ಥಿತಿಯ ಬಗ್ಗೆ ಅವರು ನನಗೆ ಸಂಕ್ಷಿಪ್ತ ಮಾಹಿತಿಯಿತ್ತರು. ತುಸುವೇಳೆಯ ನಂತರ ೧೪ನೇ ಬಿಹಾರ ಬಟಾಲಿಯನ್ನಿನ ಮೇಜರ ಮುಕರ್ಜಿ ನನ್ನನ್ನು ಡಿವಿಜನ್ ಹೆಡ್‌ಕ್ವಾರ್ಟರನಿಂದ ಕರೆದೊಯ್ಯುತ್ತ 'ನೀನು ನನ್ನೊಡನೆ ಇರಬಹುದು' ಎನ್ನುತ್ತ ನನ್ನ ರುಕ್‌ಸ್ಯಾಕ್ ಮತ್ತು ಕ್ಯಾಮರಾಚೀಲವನ್ನು ತನ್ನ ಆರ್.ಸಿ.ಎಲ್ (ರೆಕೊಯ್ಲಲೆಸ್) ಜೀಪಿನ ಹಿಂಭಾಗದಲ್ಲಿರಿಸಿ 'ನಾನಿರುವುದು ಹಳೆಯ ಶಹರದ ಮಧ್ಯದಲ್ಲಿ' ಎಂದ.

ಕರ್‌ಫ್ಯು ಜಡಿದ ಬೀದಿಗಳಲ್ಲಿ ಓಡಿಸುತ್ತ ಮುಕರ್ಜಿ 'ಸೂಳೇಮಕ್ಕಳು – Bastards – ಈ ರಾಜಕಾರಣಿಗಳು. ಗುಂಡಿಕ್ಕಬೇಕವರಿಗೆ......' ದಾರಿಯುದ್ದಕ್ಕೂ ಮುಗಿಯಲಾರದ ಮಾತುಗಳು ಅವನವು. 'Sure as hell, ಇವರು ಎರಡೂ ಕೋಮುಗಳವರನ್ನು – ಹೊಟೆಲ್ಸ್ ಮತ್ತು ಮೈಕ್‌ರನ್ನು– ಉಭಯತರ ಕುತ್ತಿಗೆ ಹಿಸುಕಲು ಹಚ್ಚಿದ್ದಾರೆ. ಮೊನ್ನೆ ಅವರು ಎಂಟು ವರ್ಷದ ಹುಡುಗಿಯೊಬ್ಬಳನ್ನು ಅವಳ ಕುತ್ತಿಗೆ ಕೊಯ್ದು ಕೊಂದರು'. ಬೀದಿಗಳು ಇಕ್ಕಟ್ಟಾಗತೊಡಗಿದ್ದವು. ನಾವು ಬಂದು ನಿಂತಿದ್ದು ಅರ್ಧಕಟ್ಟಿದ ದುಮ್ಮಜಲಿನ ಕಟ್ಟಡದ ಹತ್ತಿರ. ತನ್ನ ಕೈಯನ್ನು ವಿಸ್ತಾರವಾಗಿ ಬೀಸುತ್ತ 'ಇದು ಬ್ರಾವೊ (ಬಿ) ಕಂಪನಿ ಹೆಡ್‌ಕ್ವಾರ್ಟರ್...... ನಾನು ನಿನಗಿಲ್ಲಿ ಕೊಡಿಸಬಹುದಾದುದು ಉಚಿತ ಎಸ್.ಟಿ.ಡಿ ಮಾತ್ರ'.

ಗೋಡೆಗಟ್ಟಿಕೊಂಡ ಶಹರ ಅದೊಂದು ಘೋರಸ್ವಪ್ನ, ಲಿಯೋನ್ ಉರಿಸ್‌ನ 'Mila 18' ಇದ್ದಂತೆ, ಅಲ್ಪಸಂಖ್ಯಾತರ ಕೊಳೆಗೇರಿ – ಘೆಟ್ಟೊ –, ಎಲ್ಲ ಮಾಳಿಗೆಗಳೂ ಜೋಡಿಸಲ್ಪಟ್ಟಂಥವು. ನಾವು ಪ್ರದೇಶವನ್ನು ಈಕ್ಷಿಸಲು ಮಾಳಿಗೆಯನ್ನೇರಿದಂತೆ ಮುಕರ್ಜಿ ಉಚ್ಚರಿಸಿದ, 'ಎಲ್ಲಕ್ಕೂ ದೊಡ್ಡ ಸಮಸ್ಯೆಯೆಂದರೆ ಗೋಡೆಯೊಳಗಿನ ಸಮಗ್ರ ಹರವು 'ಪೋಳ'ಗಳೊಳಗೆ ವಿಭಾಗಿಸಲ್ಪಟ್ಟಿದೆ, ಅವು ಹೋಟೆಲ್ ಇರಬಹುದು ಅಥವಾ ಮೈಕ್ ಇರಬಹುದು. ಅವರೆಲ್ಲ ಇಷ್ಟು ರಿಕ್ಕಾಗಿ ಸಿಕ್ಕುಬಿದ್ದಾರಲ್ಲ, ಕೆಲವೆಡೆ ಮೈಕ್‌ಗಳು ಹೋಟೆಲ್‌ಗಳಿಂದ ಮೂರು ದಿಕ್ಕುಗಳಲ್ಲಿ ಸುತ್ತುಗಟ್ಟಲ್ಪಟ್ಟಿದ್ದಾರೆ. ಅವರು ಆ್ಯಸಿಡ ತೂರುತ್ತಾರೆ, ಬಂದೂಕು ಹಾರಿಸುತ್ತಾರೆ, ಚೂರಿ ಇರಿಯುತ್ತಾರೆ, ನಂತರ ಮಾಳಿಗೆಗಳಲ್ಲಿ ಮಾಯವಾಗುತ್ತಾರೆ.' ಇವನು ಯಾರ ಬಗ್ಗೆ ಮಾತಾಡುತ್ತಾನೆ ಎಂದು ತಿಳಿಯಲಿಲ್ಲ. ನಂತರ ನನ್ನಲ್ಲಿ ಸೂರ್ಯೋದಯವಾದದ್ದು ಮೈಕ್ ಮುಸ್ಲಿಂ ಎಂದು ಹೋಟೆಲ್ ಹಿಂದು ಎಂದು. 'ಇಷ್ಟು ಅವರು ತಮ್ಮ ತಮ್ಮನ್ನು ದ್ವೇಷಿಸುತ್ತಿದ್ದರೆ ಅವರು ಕೂಡಿ ಇರುವುದು ಹೇಗೆ ಸಾಧ್ಯ? ಇದು ಗಲ್ಲ–ದವಡೆಗಳಿದ್ದಂತೆ ಹತ್ತಿರಕ್ಕಿದ್ದಂತಲ್ಲ, ಒಬ್ಬೊಬ್ಬರ ತೆಕ್ಕೆಯಲ್ಲೇ ಮಡಗಿದಂತೆ.....' ಎಂದೆ. ನಾನು ಹೀಗೆ ಒಳಹೆಣೆದ ಹೋಟೆಲ್ಸ ಮತ್ತು ಮೈಕ್ಸರ ಯುದ್ಧಾಕ್ರಾಂತ ಶಹರವಾಗಬಹುದೆಂದು ನಂಬಲಾರೆನಾದೆ.

'That is the beauty' ಎಂದ ಮುಕರ್ಜಿ, 'ಅವರು ಹಾಗೆ ಹೋರಾಡುವುದಿಲ್ಲ. ತಮ್ಮಷ್ಟಕ್ಕೆ ಅವರನ್ನು ಬಿಟ್ಟುಕೊಟ್ಟಾಗ ಉಭಯತರು ಚೆನ್ನಾಗಿಯೇ ಜೀವಿಸುತ್ತಾರೆ. ರಾಜಕಾರಣಿಗಳು ಒಳಹೊಕ್ಕೊಡನೆ ಎಲ್ಲರೂ ಧುಮುಕುತ್ತಾರೆ, ಈ ಕ್ಷಣ ಒಬ್ಬ ಹೋಟೆಲ್ ಹಪ್ಪಳ ಲಟ್ಟಿಸುತ್ತಿದ್ದರೆ ಮರುಕ್ಷಣ ಅವನು ರೇಗಿ ಕೂಗುತ್ತ ಹಂತಕನಾಗುತ್ತಾನೆ. ನೀನು ನಂಬುತ್ತೀಯೋ ಇಲ್ಲವೊ, ನಮ್ಮ ಜಿ. ಒ. ಸಿ. (ಜನರಲ್ ಆಫಿಸರ್ ಕಮಾಂಡಿಂಗ್) ಒಬ್ಬ ಮೈಕ್ ಇದ್ದುದರಿಂದ ಸೈನ್ಯವು ತಾರತಮ್ಯ ಮಾಡುತ್ತಿದೆ ಎಂದು ಕೆಲವು ಹೋಟೆಲ್‌ಗಳು ಮಾಧ್ಯಮಗಳಿಗೆ ತಕರಾರು ಮಾಡಿದರು. ಕೆಲವು ಹೋಟೆಲ್‌ಗಳೇ ಒಬ್ಬ ಹೋಟೆಲನನ್ನು ಕೊಂದು ಮೈಕರೇ ಈ ಹೇಯಕೃತ್ಯ ಮಾಡಿದಂತೆ ಕಾಣಲೆಂದು ಮೃತದೇಹವನ್ನು ಎಸೆಯುತ್ತಾರೆ.'

'ನೀನು ಲೇವಡಿ ಮಾಡುತ್ತಿದ್ದೀ' ಎಂದೆ.

'ಇಲ್ಲ, ಬಾ, ವಾಸ್ತವಿಕತೆ ಏನಿದೆಯೆಂಬುದನ್ನು ನಿನಗೆ ಆ ಜಾಗದಲ್ಲೇ ತೋರಿಸುತ್ತೇನೆ. ನಂತರ ಸ್ಥಾನಿಕ ದೊಡ್ಡಯ್ಯಗಳನ್ನು ಭೇಟಿಯಾಗೋಣ–ಅವರೇ ಈ ನಾಟಕವನ್ನು ಆಡಿಸುತ್ತಾರೆ, ಇದೊಂದು ವಾರ್ಷಿಕ ವ್ಯವಸಾಯ...'. ಪುನಃ ಆರ್. ಸಿ. ಎಲ್ ಜೀಪಿನಲ್ಲಿ ಜೋಕೆಯಾಗಿ ಗೋಡೆಗಟ್ಟಿಕೊಂಡ ಶಹರದಲ್ಲಿ ನಡೆದೆವು. ೧೪ನೇ ಬಿಹಾರ ಬಟಾಲಿಯನ್ನಿನ ಸೈನಿಕರು ಪ್ರತಿಯೊಂದು ಬೀದಿಕತ್ತರಿಯಲ್ಲಿ ತೈನಾತಿದ್ದು ಪ್ರತಿಯೊಬ್ಬನು ತನ್ನಿಂದ ಐವತ್ತು ಹೆಜ್ಜೆ ದೂರಿದ್ದವನ ಬೆನ್ನು ಮತ್ತು ಪಾರ್ಶ್ವಗಳನ್ನು ನೋಡುತ್ತಿದ್ದ. ಮುಕರ್ಜಿ– 'ನೋಡಿದೆಯಾ ಸೈನಿಕರನ್ನು ಪೋಲೀಸ ಪೇದೆಗಳನ್ನಾಗಿ ಹೇಗೆ ಇಳಿಸಲಾಗಿದೆ. ನನ್ನ ಸೈನಿಕರನ್ನು ಇಂಥ ದೃಶ್ಯಕ್ಕೆ ಕಣ್ತೆರೆಸುವ ಅವಶ್ಯಕತೆ ಇಲ್ಲ...'. ನಾನು ಮುಕರ್ಜಿ ಮತ್ತು ಅವನ ಈರ್ವರು ಸೈನಿಕರೊಡನೆ ಮುಸ್ಲಿಂ ಕಾಲನಿಯಂತೆ ಕಂಡ ಸ್ಥಳಕ್ಕೆ ಹೋದೆನು. ಹೊರಗೆ ರಸ್ತೆಗಳೆಲ್ಲ ಖಾಲಿ ಖಾಲಿ, ಒಳಗೆ ಮಾತ್ರ ರಿಕ್ಕಾದ ಗೋಡೆಗಳ ಮಧ್ಯೆ ಹತ್ತಾರು ಜನ ಫರಶಿಯ ಮೇಲಿನ ಚಾಪೆಗಳಲ್ಲಿ ಒರಗಿದ್ದರು. ಹೊರಂಗಳದ ನಾಲೆಗಳಲ್ಲಿ ಹರಿಯುವ ಹೊಲಸು ನೀರಿನಿಂದ ಹೊರಬೀಳುತ್ತಿದ್ದ ಕೊಳಕು, ಎಲ್ಲೆಲ್ಲೂ ವಿಷ್ಟಾ. ಮುದುಕಿಯೊಬ್ಬಳು ಸೈನಿಕನನ್ನು ನೋಡುತ್ತ ಅವನ ಕಾಲು ಹಿಡಿದು 'ಬೇಟಾ, ಕ್ಷಮಿಸು, ಆದರೆ ನಮ್ಮ ಮಗುವಿಗೆ ಹಾಲು ಬೇಕಾಗಿದೆ...'. ಆ ಸೈನಿಕ, ಬಿಹಾರದ ಒಬ್ಬ ಆದಿವಾಸಿ, ನಿರುತ್ತರನಾದ. ಮುಕರ್ಜಿ ಒಮ್ಮೆಲೇ ಕೆಲವು ಆಜ್ಞೆಗಳನ್ನುಸುರಿದ, ಆ ಸೈನಿಕನು ತನ್ನ ಕಿಟ್‌ಬ್ಯಾಗವನ್ನು ಕೆಳಗೆ ಸುರುವಿದ. ಅಲ್ಲಿ ಬಿಸ್ಕತ್ತುಗಳು, ಸಾಬೂನು, ಆರೆಂಟು ಹಾಲಿನ ಪ್ಯಾಕೆಟ್‌ಗಳು, ಕೆಲವು ಸಿಗರೆಟ್‌ಗಳು ಕೂಡ... 'ಕ್ಯಾಂಟೀನಿನ ಸರಬರಾಯಿ. ಇದು ನಮ್ಮ ಇಂಡಿಯನ್ ಆರ್ಮಿಯು ಜನತೆಯ ಮನಸ್ಸು ಮತ್ತು ಹೃದಯಗಳನ್ನು ಜಯಿಸುವ ಕಾರ್ಯ' ಎನ್ನುತ್ತ ನಸುನಕ್ಕ. ನೇರವಕ್ತಾ ಎಂದರೆ ಇಂಥವ ಎಂದುಕೊಂಡೆ!

ತತ್‌ಕ್ಷಣ ಎಲ್ಲಿಂದಲೋ ಎಂಬಂತೆ ಒಂದು ದೊಡ್ಡ ಢಂ! ಮಹಿಳೆಯೊಬ್ಬಳು ಚೀರತೊಡಗಿದ್ದಳು, ಅವಳ ಕಾಲು ಕಾಂಕ್ರೀಟಿನ ದೊಡ್ಡ ತುಣುಕಿನ ಬುಡದಲ್ಲಿ ಸಿಕ್ಕಿತ್ತು. ಎಲಾ ಇದರ ಎಂದುಕೊಂಡೆ–ನಾನು ನೋಡುತ್ತಿದ್ದುದು ಕ್ಷಿಪಣಿಯೊಂದು ಬಿದ್ದು ಸ್ಫೋಟಗೊಂಡು ಧೂಳೆಬ್ಬಿಸುತ್ತ ಟಿನ್ ಮಾಳಿಗೆಯಲ್ಲಿ ದೊಡ್ಡ ರಂಧ್ರವೊಂದಾಗಿ ಅದರೊಳಗಿಂದ ಸೋರತೊಡಗಿದ ಸೂರ್ಯರಶ್ಮಿಯ ಬೆಳಕಿನಲ್ಲಿ. ಹೊರಂಗಳದಲ್ಲಿ ಸಂಪೂರ್ಣ ಗೊಂದಲ, ಜನರು ಓಡುತ್ತಿದ್ದುದು ಗಾಯಾಳು ಹೆಂಗಸಿನತ್ತ, ಅವಳ ಕಾಲುಮುರಿದಿತ್ತು. ಮುಕರ್ಜಿ ಮತ್ತು ಅವನೀರ್ವ ಸೈನಿಕರು ರೈಫಲ್ ಎತ್ತರಿಸಿ ಹೊರಗೋಡಿದರು. ಇತರ ಸೈನಿಕರು ಜೋರಾಗಿ ಕರೆಮಾಡುತ್ತಿದ್ದರು. ಸೈನಿಕರನ್ನು ಹಿಂಬಾಲಿಸುತ್ತ ನಾನು ಜೀಪಿನ ಕಡೆಗೆ ತಿರುಗಿದೆ. ಜೀಪಿನ ಡ್ರೈವರ್ ಆಗಲೇ ಎದುರಿಗಿನ ಮಾಳಿಗೆಯತ್ತ ತನ್ನ ರೈಫಲ್ ಹಿಡಿದಿದ್ದ. ಮುಕರ್ಜಿ ಮತ್ತವನ ಸೈನಿಕರು ಬಾಗಿಲೊಳಗೆ ಮಾಯವಾದರು. ನಾನು ಇಕ್ಕಟ್ಟಾದ ಏಣಿಯೊಂದನ್ನು ಹತ್ತಿ ಇತರರೊಡನೆ

ಮಾಳಿಗೆಯೇರಿದೆ. ನಾನು ನೋಡಿದ್ದು ಮುಕರ್ಜಿಯು ಆಗಲೇ ಆಚೆಯ ಮಾಳಿಗೆಯಲ್ಲಿದ್ದ ಹೊಲಸು ಸ್ವೆಟರ್ ಮತ್ತು ಬಿಳಿ ಪೈಜಾಮದೊಳಗಿದ್ದ ಯುವಕನೊಬ್ಬನನ್ನು Hands up ಮಾಡಲು ತನ್ನ ಶಸ್ತ್ರ ಹಿಡಿದು ಒದರುತ್ತಿದ್ದ. ಒಬ್ಬ ಸೈನಿಕ ಬಳಿಸರಿದು ಅವನನ್ನು ಕುಕ್ಕರಿಸಿದಾಗ ಹಸಿರು ಬೀರ ಬಾಟಲ್ಲೊಂದು ಕೆಳಗೆ ಬಿದ್ದು ಒಡೆದು ಒಳಗಿನ ಚಿಮಣಿ ಎಣ್ಣೆ ತನ್ನ ವಾಸನೆಯನ್ನು ಹರವಿತು. ಮುಕರ್ಜಿ ಆಗ ಆ ಯುವಕನನ್ನು ಕೆನ್ನೆಗಿಟ್ಟು ಎತ್ತಿ ಹಿಡಿದಿದ್ದ. ಅಷ್ಟರಲ್ಲೇ ಇತರ ಸೈನಿಕರು ಇರುವೆಗಳಂತೆ ಹರಡಿ ಇನ್ನೀರ್ವ ಅವನ ಸಂಗಾತಿಗಳನ್ನು ಮರೆಯಿಂದ ಹೊರಗೆಳೆದರು. ಒಂದೂ ಗುಂಡು ಹಾರಿರಲಿಲ್ಲ.

ಮುಕರ್ಜಿ ಏರಿದ ಶ್ವಾಸದಲ್ಲೇ ಅಂದ 'ಸಾಧಾರಣವಾಗಿ ಕರಗಿ ಹೋಗುತ್ತಾರೆ. ಈ ಸಲ ಈ ಸೂಳೆಮಕ್ಕಳು ಸಿಗಿಬಿದ್ದರು'. ಒಮ್ಮೆಲೇ ಮೊದಲನೇ ಕೈದಿಯತ್ತ ತಿರುಗಿ 'ನಿನ್ನ ಹೆಸರೇನು' ಎಂದು ಕೇಳುತ್ತ ಅವನ ಕೆನ್ನೆಗೆ ಎರಡೇಟು ಕೊಟ್ಟ. ಕೈದಿ ಬಿಕ್ಕಿದನೇ ಹೊರತು ಬಾಯಿ ಬಿಚ್ಚಲಿಲ್ಲ. ನಾವು ಕೆಳಗಿಳಿದು ಜೀಪನ್ನು ಸಮೀಪಿಸಿದೆವು. ಮೂವರೂ ಕೈದಿಗಳನ್ನು ಜೀಪಿನ ಹಿಂಬದಿಯಲ್ಲಿ ನೂಕಲಾಯಿತು. ಆಗಲೇ ಮುಸ್ಲಿಂ ಕಾಲನಿಯಿಂದ ಕಿವಿಗಚ್ಚುವ ಅಳು ಕೇಳಿಸಿತು. ಕಾಲುಮುರಿದ ಹೆಂಗಸು ಸತ್ತಿರಬೇಕೆಂದು ನಾನು ಊಹಿಸಿದೆ. ಸದ್ಯದ ಪೋಳದಿಂದ ನಾವು ತ್ವರಿತವಾಗಿ ಕಷ್ಟಕರವಾಗಿಯೇ ಹೊರಗೆಳೆದುಕೊಂಡೆವು. ಬಟಾಲಿಯನ್ನಿನ ಮೆಡಿಕಲ್ ಅಧಿಕಾರಿಯು ಗಾಯಾಳು ಹುಡುಗಿಯನ್ನು ಪುನರುಜ್ಜೀವಿಸಲು ತೊಡಗುತ್ತಿದ್ದಂತೆಯೇ ಹೆದರಿ ಬಿಳಿಚಿಕೊಳ್ಳತೊಡಗಿದ ಮೂವರು ಕೈದಿಗಳ ಮೇಲೆ ಎಲ್ಲರ ಲಕ್ಷ್ಯ ಕೇಂದ್ರೀಕೃತವಾಯಿತು. ಬಾಗಿಲ ಹಿಂದಿದ್ದ ಜನರು ನಮಗೆ ಕಾಣುತ್ತಿರಲಿಲ್ಲ, ಆದರೆ ಅವರ ಸಿಟ್ಟು ಮತ್ತು ವೈಷಮ್ಯಗಳ ಅರಿವು ಆಗುತ್ತಲಿತ್ತು. ಆ ಒಂದು ಅಳುವಿನಿಂದಾಗಿ ಮುಕರ್ಜಿಯಲ್ಲಿ ಬದಲಾವಣೆ ಮೂಡಿತು. ಆ ಮೂವರನ್ನು ಈಗ ಅವನು ಜನತೆಯ ರೋಷದಿಂದ ರಕ್ಷಿಸಬೇಕಾಗಿತ್ತು. ಆ ಸ್ಥಳದಿಂದ ಅವರನ್ನು ಇತರರು ಒಗ್ಗೂಡಿ ಚರ್ಮ ಸುಲಿಯುವ ಮೊದಲೇ ಎತ್ತಂಗಡಿ ಮಾಡಬೇಕಾಗಿತ್ತು. ಎಲ್ಲಿಂದಲೋ ಕೆಲವು ಪೋಲೀಸರೂ ಪ್ರತ್ಯಕ್ಷರಾದರು. ಆರ್ಮಿಯ ಆಲಿವ್‌ಗ್ರೀನ್ ಮತ್ತು ಪೋಲೀಸರ ಖಾಕಿ ಪೋಷಾಕುಗಳ ತೀವ್ರ ವ್ಯತ್ಯಾಸ!

ಮೂವರು ಕೈದಿಗಳನ್ನು ಬಿ ಕಂಪನಿಯ ಕಾರ್ಯಾಲಯಕ್ಕೆ ಕರೆದೊಯ್ಯಲಾಯಿತು. ಅದೃಷ್ಟವಶಾತ್ ಗಾಯಾಳು ಹೆಣ್ಮಗಳು ಜೀವಂತವಿದ್ದು ಆರ್ಮಿ ಎಂಬ್ಯುಲನ್ಸನಲ್ಲಿ ಆಸ್ಪತ್ರೆಗೆ ಕರೆದೊಯ್ಯಲ್ಪಟ್ಟಳು. ಒಬ್ಬ ಜೆ.ಸಿ.ಒ (ಆರ್ಮಿಯ ನಿಮ್ನ ಅಧಿಕಾರಿ) ಮತ್ತು ಈರ್ವರು ಪೋಲೀಸರು ಮೂವರು ಕೈದಿಗಳ ಮೇಲೆ ತಮ್ಮ ಕೆಲಸ ನಡೆಸಿದರು. ಛಡಿಯಿಂದ ಅಂಗಾಲುಗಳ ಮೇಲೆ ಮತ್ತೆ ಮತ್ತೆ ಥಳಿಸಲಾಯಿತು. ನಂತರ ಪ್ರತಿಯೊಬ್ಬ ಕೈದಿಯನ್ನು ಇನ್ನಿತರರನ್ನು ಥಳಿಸಹಚ್ಚಲಾಯಿತು. ಮೆದುವಾಗಿ ಸುರುಮಾಡಿದವರು ನಂತರ ಹುಚ್ಚು ಹಿಡಿದವರಂತೆ ಇತರರನ್ನು ಹೊಡೆಯಹತ್ತಿದರು. ಪರಸ್ಪರರ ಹೊಡೆತ, ಇಲ್ಲವಾದರೆ ಆರ್ಮಿಯವರಿಂದ ಥಳಿತ! 'ಯಾರು ಇಂಥ ಆಕ್ರಮಣಗಳನ್ನು ನಿರ್ದೇಶಿಸುತ್ತಾರೆ ಹೇಳಿರಿ, ಸೂಳೆಮಕ್ಕಳೇ, ಇಲ್ಲದಿದ್ದರೆ ಇದೇ ನಿಮ್ಮ ಕೊನೆಯ ದಿನ

ಎಂದು ತಿಳಿದುಕೊಳ್ಳಿ'. ನಾನು ಈ ಥಳಿಸುವಿಕೆಯನ್ನು ತುಸು ನಿರುದ್ವಿಗ್ನತೆಯಿಂದಲೇ ನೋಡುತ್ತಿದ್ದೆ. ಅರ್ಧತಾಸಿನವರೆಗೆ ಅವರು ಬಾಯಿ ಬಿಚ್ಚಲಿಲ್ಲ. ನಂತರ ಒಬ್ಬನು ಶಿಥಿಲನಾದ. ಆಣೆಕಟ್ಟಿನ ಗೇಟುಗಳೇ ತೆರೆದಂತಾಯ್ತು. ಒಮ್ಮೆಲೇ ಮೂವರೂ ಬಡಬಡಿಸತೊಡಗಿದರು – ಒಬ್ಬರಿಗಿಂತ ಇನ್ನೊಬ್ಬರು ಹೆಚ್ಚು –. ಅವರ ಕಂಗಳು ದಯೆಗಾಗಿ ಪ್ರಾರ್ಥಿಸುತ್ತಿದ್ದವು. ಉಚಿತ STD ಟೆಲಿಫೋನ ಬಾರಿಸತೊಡಗಿತು. ಮುಕರ್ಜಿ ಅದನ್ನೆತ್ತಿದ. ಸ್ಥಳೀಯ ಎಂ.ಎಲ್.ಎ.ಯ ಲಾಂಗೂಲನೊಬ್ಬ ಮೂವರನ್ನೂ ಪೋಲೀಸರಿಗೆ ಒಪ್ಪಿಸಬೇಕೆಂದು ಕೇಳಿಕೊಂಡ. 'ಖಂಡಿತವಾಗಿ.... ನೀವು ಹೇಳಿದಂತೆ ನಾವು ಮಾಡುತ್ತೇವೆ. So nice of you to call'. ಎದುರಿಗೆ ಫರಸಿಯ ಮೇಲೆ ಕಾಲೂರಿ ಕುಳಿತು ಮೂವರನ್ನುದ್ದೇಶಿಸಿ 'ನಿಮ್ಮ ಬಾಸ್ ಅವನು' ಎಂದ. ಮೂವರ ಮೋರೆಗಳು ಥಳಿಸುವಿಕೆಯಿಂದ ಕೆಂಪಾಗಿದ್ದವು, ಕಣ್ಣು ಮೂಗು ನೀರೂರಿದ್ದವು, ಶರೀರವು ಬಿಕ್ಕಿನಿಂದಾಗಿ ಅಲುಗುತ್ತಿತ್ತು. 'ನೀವು ಜೋರಾಗಿ ಅತ್ತರೆ ಮತ್ತೊಮ್ಮೆ ಥಳಿತ... ನೀವು ನಿಜಕ್ಕೂ ಪ್ರಮುಖ ಸೂಳೆಮಕ್ಕಳಿರಬೇಕಲ್ಲ, ಎಂದೇ ನನಗೆ ನೇರವಾದ ಕರೆ. ಈ ನಂಬರ ಅವರಿಗೆ ಹೇಗೆ ಸಿಕ್ಕಿತೋ ನಾ ಕಾಣೆ?

ಸಿ ಗ್ರೇಡ ಸಿನೆಮಾ? ಕಲೆಯು ಜೀವನವನ್ನು ಅನುಕರಿಸುತ್ತದೆಯೇ?

ಕೆಲವು ಸಮಯದ ನಂತರ ನಾವು ಒಬ್ಬ ಸ್ಥಾನೀಯ ರಾಜಕಾರಣಿಯ ಸಿಟಿಂಗ್ ರೂಮ್‌ನಲ್ಲಿದ್ದೆವು. ಅಂಟಂಟಾದ ಪೀಠಗಳು, ಎಲ್ಲೆಲ್ಲಿಯೂ ಮೆತ್ತಿಕೊಂಡ ಚಿತ್ರಗಳು ಕೋಣೆಯನ್ನು ತುಂಬಿದ್ದವು. ತರತರದ ತಿಂಡಿ, ಸಕ್ಕರೆಯಂತಹ ಚಹದ ಕಪ್ಪುಗಳೂ ನಮ್ಮೆದುರಿನ ಟೇಬಲ್ಲನ್ನು ತುಂಬಿದ್ದವು. 'ಲೀಜಿಯೆ, ಲೀಜಿಯೆ' ಎಂದುಸುರುತ್ತಿದ್ದ ದೊಡ್ಡ ಕಾಯದ ಮನುಷ್ಯ ಗಾಂಧಿ ಟೋಪಿ, ಬಿಳಿ ಕುರ್ತಾ ಪೈಜಾಮಾ ಮತ್ತು ಐದಾರು ಥರಥರದ ಉಂಗುರಗಳನ್ನು ಧರಿಸಿದವ ಎದುರಿಗಿದ್ದ. ಅದೊಂದು ಸಿನಿಮಾ ಸೆಟ್ ಆಗಬಹುದಾಗಿತ್ತು. 'ಬಹುತ್ ಬುರಾ ಹುವಾ' ಎನ್ನುತ್ತ ರಾಜಕಾರಣಿ ತಾನು ಹಿಂಸೆಯನ್ನು ತಡೆಯುವ ಪ್ರಯಾಸದಲ್ಲಿ ಹೇಗೆ ಮಲಗೇ ಇಲ್ಲ, ತಿಂದೇ ಇಲ್ಲ, ಸ್ನಾನ ಕೂಡ ಮಾಡಿಲ್ಲ ಎಂದು ವಿವರಿಸುತ್ತ ಚಹದಲ್ಲಿ ಬಿಸ್ಕತ್ತು ಮುಳುಗಿಸಿ ನಂತರ ಅದೇ ಚಹವನ್ನು ಹೀರುತ್ತಿದ್ದ. ಕೆಲವೇ ಕ್ಷಣಗಳಲ್ಲಿ ಇನ್ನೊಬ್ಬ ರಾಜಕಾರಣಿಯಂತಹವ, ಗಡ್ಡ ಬಿಟ್ಟವ, ಕರಿ ಉಣ್ಣೆಯ ಟೋಪಿ ಧರಿಸಿದ ಮುಸ್ಲಿಮ್‌ನೊಬ್ಬ ಬಂದ. ಗಾಂಧಿ ಟೋಪಿ ಮತ್ತು ಮುಸ್ಲಿಂ ಟೋಪಿಗಳು ಒಬ್ಬನ್ನೊಬ್ಬರು ಆಲಿಂಗಿಸಿದರು –ಮೂರು ಸಲ–, ಅದೊಂದು ಫ್ಯಾಶನ್ ಆಗಿನದು. ಆದರೆ ಸ್ವಾಗತ ಮಾತ್ರ ನಿಶ್ಶಬ್ದವಿತ್ತು. 'ನೀವಿಬ್ಬರೂ ನನಗೆ ಆಶ್ವಾಸನವಿತ್ತಿದ್ದಿರಿ' ಎಂದು ಬೆರಳು ಅವನ ಮೂಗಿನೆಡೆ ನುಗಿಸುತ್ತ ಮುಕರ್ಜಿ ಎಂದ. ಅವನ ಮುಖ ಬೀಟರೂಟಿನಂತೆ ಕೆಂಪಗಾಗಿತ್ತು. ಅವನ ಸಿಟ್ಟು ಭುಗಿಲೆದ್ದಿತ್ತು. ವರ್ಷಗಳು ಕಳೆದು ಇದೇ ಥರದ ಘಟನೆಗಳ ಪುನರಾವರ್ತನೆಯನ್ನು ಈ ಸಲ ನರೇಂದ್ರ ಮೋದಿಯ ಗುಜರಾತದಲ್ಲಿ ಕಂಡಾಗ ಮುಖ್ಯ ವಿಷಯವಾದ ರಾಷ್ಟ್ರೀಯ

ಸುರಕ್ಷೆಯ ಬಗ್ಗೆ ಜನರ ಅಸಂವೇದನಾತ್ಮಕತೆಯದೇ ಆಶ್ಚರ್ಯ ಎದುರು ಕಾಣುತ್ತದಲ್ಲ? ರಾಜಕಾರಣಿಗಳು ತಮಗೆ ಬೇಕಾದುದನ್ನು ಸಾಧಿಸಲು ಮುಟ್ಠಾಳ ಪುಂಡರೊಂದಿಗೆ ಕಾರ್ಯರತರಾಗುವದನ್ನು ಇಷ್ಟು ಹತ್ತಿರದಿಂದ ನೋಡಿ ನಾವು–ಜನತೆ–ಎಷ್ಟು ವಂಚಿತರಾಗುತ್ತೇವೆಂಬುದೇ ಅಷ್ಟು ವಿಸ್ಮಯಕಾರಕ!

ಭಯೋತ್ಪಾದಕತೆ–Terrorism ಇದೊಂದು ಬೇರೆಯದೇ. ಅಸೋಸಿಯೇಟೆಡ್ ಪ್ರೆಸ್‌ದೊಡನೆ ಕೆಲಸ ಮಾಡುತ್ತಿದ್ದಾಗ ನಾನು ಪಂಜಾಬದಲ್ಲಿ ಅನೇಕ ಭೀಕರ ದೃಶ್ಯಗಳನ್ನು ಕಂಡಿದ್ದೆ. ಆಪರೇಷನ್ ಬ್ಲೂ ಸ್ಟಾರ್ ಜರುಗಿತ್ತು. ಅದೇ ವೇಳೆ ನಾನು ಇಂಡಿಯಾ ಟುಡೇ ಬಿಟ್ಟು ವಾಯರ್ ಸರ್ವಿಸಿಸ್‌ನ ಹೊಸದಾದ ಕ್ಷೇತ್ರದಲ್ಲಿ ಸ್ಟ್ರಿಂಗರ್ ಎಂದು ಕೆಲಸಕ್ಕೆ ಹತ್ತಿದ್ದೆ. ಮುಂಜಾನೆಯ ಅಮೃತಸರ ಫ್ಲೈಟ್ ಹಿಡಿದು ಭಯೋತ್ಪಾದಕರ ಹೆಗ್ಗೂಡಾದ ಅಮೃತಸರಕ್ಕೆ ಹೋಗತೊಡಗಿದೆ. ಅದೇ ವೇಳೆ ಏಜೆನ್ಸ್ ಫ್ರಾನ್ಸ್ ಪ್ರೆಸ್ (AFP) ಜೊತೆಗೆ ಕೆಲಸ ಮಾಡುತ್ತಿದ್ದ ದಿಲೀಪ ಗಂಗೂಲಿ ನನ್ನನ್ನು ತನ್ನ ರೆಕ್ಕೆಯೊಳಗಿಟ್ಟುಕೊಂಡು ನನ್ನ ವರದಿಗಳನ್ನು ತಯಾರಿಸುವಲ್ಲಿ, ಕಳಿಸುವಲ್ಲಿ ಸಹಾಯಕನಾದ. ಅವನಿಂದ ನಾನು ಭಯೋತ್ಪಾದಕರ ಸಂಘಟನೆಗಳೊಡನೆ ಸಂಪರ್ಕ ಬೆಳೆಸುವುದನ್ನು ಕಲಿತೆ. ದಿಲೀಪ ನಾನೇ ನಿಯಮಿಸಿಕೊಂಡ ನನ್ನ ಗುರು ಆದ. ನಾನು ಭೂಗತ ಜಗತ್ತಿನಲ್ಲಿ ಅಡ್ಡಾಡತೊಡಗಿದೆ. ಬಬ್ಬರ ಖಾಲಸಾದ ಸದಸ್ಯನು ನೆರೆಮನೆಯವನಂತೆ ಆಪ್ತನಾಗಬಹುದಲ್ಲ? ಕಂಠತುಂಬ ರಮ್‌ಹೀರಿ ದಿಲೀಪನೆಂದ, 'ಒಬ್ಬ ಉತ್ತಮ ಪತ್ರಕರ್ತ ಸರಿಯಾದ ಸ್ಥಳದಲ್ಲಿ ಸರಿಯಾದ ಸಮಯದಲ್ಲಿ ಉಪಸ್ಥಿತನಿರಬೇಕು.... ಅದೃಷ್ಟ ಎಂಬುದಿಲ್ಲ. ನೀನು ಮುಂದೇನಾಗಬಹುದು ಎಂಬುದನ್ನು ಮೊದಲೇ ಅರಿತುಕೊಳ್ಳಬೇಕು. ಅದಕ್ಕಾಗಿ ಗೆಳೆಯಾ, ನಿನಗೆ ಬೇಕಾದುದು ಸಂಪರ್ಕ, ಸಂಪರ್ಕಕರು'. ಅಂಥ ಸಂಪರ್ಕಗಳನ್ನು ಬೆಳೆಸಿಕೊಳ್ಳಲು ಪಂಜಾಬದಲ್ಲಿ ನನಗೆ ಸಾಕಷ್ಟು ಸಮಯ ಹಿಡಿಯಿತು. ಆಗಿನ ದಿನಗಳಲ್ಲಿ ಮಾಧ್ಯಮಗಳು ಅಷ್ಟು ಬೆಳೆದುಕೊಂಡಿದ್ದಿಲ್ಲ. ದೂರದರ್ಶನದ್ದು ಒಂದೇ ಚಾನೆಲ್ಲಿದ್ದು ಅದರ ಬೇಸರ ತರಿಸುವ ವರದಿಗಳು ಪಂಜಾಬ, ಕಾಶ್ಮೀರ ಮತ್ತು ಆಸಾಮದ ಭಯೋತ್ಪಾದಕರು ಕೊಲ್ಲುವ ಸಂಖ್ಯೆಗಿಂತ ಹೆಚ್ಚು ಜನರನ್ನು ಬೇಸರದಿಂದ ಕೊಲ್ಲಿಸುವಂತಹವಿದ್ದವು. ಆದರೂ ಪತ್ರಿಕೆಗಳು ಈ ಚಟುವಟಿಕೆಗಳನ್ನು ಹರಡಿಸುವಲ್ಲಿ ಪ್ರಧಾನ ಪಾತ್ರ ವಹಿಸಿದ್ದವು. ಅದಕ್ಕಾಗಿ ಒಂದು ನೀತಿತತ್ವ ಮತ್ತು ಸಲಹಾಸೂತ್ರಗಳ ಅವಶ್ಯಕತೆ ಮಾಧ್ಯಮಗಳಲ್ಲಿ ಬೇಕಾಯಿತು.

ಮಾಧ್ಯಮ ಮತ್ತು ಸೇನಾದಳಗಳಲ್ಲಿ ಯಾವಾಗಲೂ ಸಮಸ್ಯೆಗಳಿದ್ದಂಥವೇ. ನಾನು ಮಹೂದಲ್ಲಿಯ ಆರ್ಮಿ ವಾರ್ ಕಾಲೇಜಿನಲ್ಲಿ ನಡೆಯುವ ಕೆಲವು ಚರ್ಚೆಗಳಲ್ಲಿ ಭಾಗವಹಿಸಿದ್ದೇನೆ; ವಿಷಯ 'ಮಾಧ್ಯಮಗಳನ್ನು ನಿರ್ವಹಿಸುವದು (Managing the Media)'. ಚರ್ಚೆಯ ಶೀರ್ಷಿಕೆಯಲ್ಲೇ ವೈರುಧ್ಯವಿದೆ. ಮಾಧ್ಯಮ ಎಂಬ ಸಂಘವನ್ನು ನಿರ್ವಹಿಸುವದು, ನಿಯಂತ್ರಿಸುವುದು ಅಸಾಧ್ಯ; ಸೇನಾದಳಗಳು ಒಂದು ಸುಬದ್ಧ ಸಂರಚಿತ ವಿಚಾರಸರಣಿಯವಿದ್ದು ಮಾಧ್ಯಮಗಳ ಸ್ವಯಂರಚಿತ ಅಥವಾ ಅರಚಿತ

ವಿಚಾರಸರಣಿಯೊಡನೆ ಸಾಟಿಯಾಗುವುದು ಅತ್ಯಂತ ಕಠಿಣ. ಎರಡೂ ಕಡೆಯವರು ತಂತಮ್ಮ ಲಾಕ್ಷಣಿಕ ವೈಶಿಷ್ಟ್ಯ ಮತ್ತು ಕಾರ್ಯಾತ್ಮಕ ಅಗತ್ಯತೆಗಳನ್ನು ತಿಳಿದುಕೊಂಡು ಸಹಿಸಿಕೊಳ್ಳುತ್ತಲೇ ಹೋಗಬೇಕು. ಸೇನಾಧಿಕಾರಿಯೊಬ್ಬ ಪತ್ರಕರ್ತನೊಡನೆ ಸಂಜೆಯ ಡ್ರಿಂಕ್ ಸೇವಿಸುತ್ತ ಮಾತುಕತೆಯಲ್ಲಿ ಅವನೊಡನೆ ಸಂಬಂಧ ಬಲಿಸುತ್ತಿದ್ದೇನೆ ಎಂದು ತಿಳಿಯತೊಡಗಿದರೆ ಆ ಪತ್ರಕರ್ತನು ಹಿಜಬುಲ್ ಮುಜಾಹಿದ್ದೀನರ ಗುಂಪೊಂದರ ಜೊತೆಗೆ ಮರುದಿನ ಸಲೀಸಾಗಿ ಮಾತುಕತೆಯಲ್ಲಿ ತೊಡಗಬಹುದೆಂಬ ನೈಜಕತೆಯನ್ನು ಅವನು ನಿರೀಕ್ಷಿಸಬೇಕು.

ಸಮಯಾಂತರದಲ್ಲಿ ಬಹಳಷ್ಟು ಬದಲಾವಣೆಗಳು ಜನಿಸಿವೆ. ವಾಯುಸೇನೆಯು ತನ್ನ ವಿಮಾನದಲ್ಲಿ ಹಲವಾರು ವರದಿಗಾರರನ್ನು ಮೂರು ದಿನಗಳ ಯಾತ್ರೆಗೆ ಒಯ್ದು ಪ್ರತಿಯೊಬ್ಬ ಪತ್ರಕರ್ತನಿಗೆ ಆತನಿಗಾಗಿಯೇ ವೈಯಕ್ತಿಕ 'ಪ್ರೆಸ್ ಬಿಡುಗಡೆ'ಯನ್ನು ಕೊಟ್ಟು ಮರುದಿನ ಅವುಗಳದೇ ಪ್ರಕಟಣೆಯನ್ನು ನಿರೀಕ್ಷಿಸುವ ದಿನಗಳು ಮಾಯವಾಗಿವೆ. ಇಂದಿನ ಮಾಧ್ಯಮಗಳು ಕೂಲಂಕುಷವಾಗಿ ಕೇಳುತ್ತವೆ, ತಗಾದೆ ಮಾಡುತ್ತವೆ; ಮತ್ತು ಸಂಕೀರ್ಣ ಉದ್ದನೆಯ ವಿವರ ಅಥವಾ ವರ್ಣನೆಗಳಿಗೆ ಜಾಗವೇ ಇಲ್ಲ ಈಗ. 'ಚೀನದ ಪ್ರತಿ ಭಾರತೀಯ ವಿದೇಶನೀತಿಯು' ಇಂದು ೩೦ ಸೆಕೆಂಡು ಮೀರದ ಒಂದೇ ಒಂದು ಬೈಟಿನದು ಇರಬೇಕು ಮಾಧ್ಯಮಕ್ಕೆ. ಈಗಿನ ದಿನಗಳಲ್ಲಿ ಮಾಧ್ಯಮಗಳಿಗೆ ಹೆಚ್ಚು ರುಚಿಕರವಾದುದೆಂದರೆ ಎಲ್ಲಿಯೋ ಒಬ್ಬ ಕರ್ನಲ್ಲನು ಕ್ಯಾಂಟೀನ್ ಸಾಮಾನುಗಳನ್ನು ಮಾರಾಟ ಮಾಡುತ್ತಿರುವುದು ಅಥವಾ ಇನ್ನೊಬ್ಬ ಆಫೀಸರನ ಮೇಲೆ ಲೈಂಗಿಕ ಕಿರುಕುಳದ ಆಪಾದನೆ; ಎಲ್ಲಿಯೋ ಒಂದು ಮೂಕ, ಗೊತ್ತಿರದ, ಚನ್ನಾಗಿ ಉಸಿರಾಡಿಸಲಾರದ ಕಗ್ಗಾಡಿನಲ್ಲಿ ಮೂಕ, ಪ್ರಜ್ಞೆಯಿಲ್ಲದ ಲಗ್ಗೆಯು ಹೇಗೆ ಉದ್ರೇಕಿಸೀತು? ತುಸು ನಿರ್ದಾಕ್ಷಿಣ್ಯವಾಗಿ ಹೇಳಬೇಕೆಂದರೆ ಸಿಯಾಚೆನ್ನಿನ ಕೃತಕವಾಗಿ ಸೃಷ್ಟಿಸಿದ ವಿಡಿಯೊ ಒಂದು ಪತ್ರಿಕೆಯ ಅಂಕಣದಲ್ಲಿ ಬಾನಾ ಪೋಸ್ಟಿನ ಲಗ್ಗೆಯದಕ್ಕಿಂತ ಹೆಚ್ಚು ಜಾಗಕ್ಕೆ ಅರ್ಹವಾಗುತ್ತದೆ.

ನಾವು ಸ್ವಾತಂತ್ರ್ಯಾನಂತರ ಸುಧಾರಿಸುತ್ತ ಬಂದ ಸಮಕಾಲೀನ ವಿಚಾರಸರಣಿ ಮತ್ತು ಅನೇಕ ಮಂಥನ ಗುಂಪು– Think Tankಗಳಿದ್ದೂ ಕೂಡ ನಮ್ಮ ರಾಷ್ಟ್ರೀಯ ಸುರಕ್ಷೆಯ ದ್ವಾರ ಯಾವಾಗಲೂ ಒಳಗಿಂದಲೇ ತೆರೆಯುತ್ತದೆ, ಹೊರಗಿನವರಿಂದಲ್ಲ. ಕಾರ್ಗಿಲ್ ಯುದ್ಧಾನಂತರದ ಒಂದು ಚಿಕ್ಕ ಘಟನೆ. ನಮ್ಮದೊಂದು ಫ್ಲ್ಯಾಟ್ ಮಾರಾಟಕ್ಕಾಗಿ ಸ್ಟ್ಯಾಂಪ್ ಡ್ಯೂಟೀ ವೆಂಡರರೊಡನೆಯ ನಮ್ಮ ಸಂಪರ್ಕದಲ್ಲಿ ಕಂಡುಬಂದುದು ಅನೇಕ ವ್ಯಕ್ತಿಗಳು ಎಷ್ಟು ಲಂಚ ಹೇಗೆ ಎಲ್ಲೆಲ್ಲಿ ಜೀರ್ಣಸುತ್ತಾರೆ ಎಂಬುದು. ಇದೊಂದು ಸ್ಥಾಪಿತ ಸಂಪ್ರದಾಯವಾಗಿದೆ. ಲಂಚದ ಮುಷ್ಟಿ ಬಿಚ್ಚಿದವರ ಕಾಗದ ಪತ್ರಗಳು ಗ್ರಾಹ್ಯ, ಇಲ್ಲವಾದರೆ 'ಈ ಕಾಗದವಿಲ್ಲ, ಆ ದಾಖಲೆ ಇಲ್ಲ' ಎಂಬ ವಾಪಸಿ. ಜವಾನರು ಕಾರ್ಗಿಲ್‌ನಲ್ಲಿ ಸತ್ತಿದ್ದರು, ಕಾಶ್ಮೀರ, ಆಸಾಮದಲ್ಲಿ ಸಾಯುತ್ತಿದ್ದಾರೆ ರಾಷ್ಟ್ರೀಯ ಸುರಕ್ಷತೆಗಾಗಿ;

– ಇಲ್ಲಿ ಹೀಗೆ ಇಂಥವರಿಗೆ ಸುರಕ್ಷೆ ಒದಗಿಸುವದಕ್ಕಾಗಿ. ಅಸಹ್ಯ ಹೇಸಿಕೆ! ನಾನು ನನ್ನ ವಿಳಾಸವನ್ನು ಬದಲಿಸಿದ್ದಾಗಿ ಪಾಸ್‌ಪೋರ್ಟ ಸಹ ನವೀಕರಿಸುವಲ್ಲಿಯೂ ಸಮಸ್ಯೆಗಳನ್ನೆದುರಿಸುತ್ತಲಿದ್ದೆ. ನನ್ನ ಸಹಕಾರಿಯೊಬ್ಬ ತನ್ನ ವಿಜಯೋನ್ಮಾದದಲ್ಲಿ ಒಬ್ಬ ಏಜೆಂಟನನ್ನು ನನ್ನೊಡನೆ ಭೇಟಿ ಮಾಡಿಸಿ ಅವನಿಂದ ವಾರವೊಂದರಲ್ಲಿ ಪಾಸ್‌ಪೋರ್ಟ ದೊರಕಿಸಬಹುದು ಎಂದ. ಮತ್ತೆ ನಾನು ಮೂರುಸಾವಿರ ರೂಪಾಯಿ ಅವನ ಕೈಯಲ್ಲಿಡಬೇಕು! ನಾನು ನಿರಾಕರಿಸಿದೆ.

ಕೆಲವೇ ದಿನಗಳ ನಂತರ ಇಂಡಿಯನ್ ಏರ್‌ಲೈನ್ಸ ವಿಮಾನವು ಅಮೃತಸರದಿಂದ ಕಂದಹಾರಕ್ಕೆ ಎತ್ತೊಯ್ಯಲಾಯಿತು. ನಾವೆಲ್ಲ ಬಂಧಿತರ ಬಿಡುಗಡೆಯ ಬಗ್ಗೆ ನಮ್ಮಷ್ಟಕ್ಕೇ ಪ್ರಾರ್ಥಿಸುತ್ತಿದ್ದೆವು. ಎತ್ತಂಗಡಿ ಮಾಡಿದವರ ಗುರುತು ಹಿಡಿಯಲಾಗಿ ಪಾಕಿಸ್ತಾನಿಗಳಲ್ಲೊಬ್ಬ ಹೇಳಿದ್ದು ಎತ್ತಂಗಡಿಗರಲ್ಲಿಯ ಒಬ್ಬನ ಹತ್ತಿರ ಭಾರತೀಯ ಪಾಸ್‌ಪೋರ್ಟ ಇದೆ ಎಂದು. ಆಮೇಲೆ ನನಗೆ ಕಂಡುದು ನನ್ನ ಹತ್ತಿರ ಬಂದ ಏಜೆಂಟಿನ ಚಿತ್ರ. ಅವನು 'ರಾಷ್ಟ್ರೀಯ ಸುರಕ್ಷೆ' ಎಂಬುದನ್ನು ಎಂದಾದರೂ ಕೇಳಿದ್ದನೇ ಎಂಬುದೇ ನನ್ನ ಶಂಕೆ!

***

೧೧. ಕಾರ್ಗಿಲ್ ಮರುಭೇಟಿ

ತೆಳ್ಳನೆಯ ಕೆಂಪುರೇಖೆ

ಅನೇಕ ಜನರು ಮರೆತುಬಿಡುವಂತೆ ನಾನು ಕಾರ್ಗಿಲ್ ಯುದ್ಧ ಸುರುವಾದಾಗ ಎಲ್ಲಿದ್ದೆನೆಂಬುದನ್ನು ನೆನಪಿಡುವುದು ನನಗೇನು ಕಷ್ಟದ್ದಲ್ಲ. ಮೇ ೧೯೯೯ರಲ್ಲೇ ಯುದ್ಧ ಸುರುವಾಗಿದ್ದರೂ ಅದು ಪ್ರಮುಖ ವಾರ್ತೆಯಾದದ್ದು ಜೂನದಲ್ಲಿ. ಆಗ ನಾವು ಕುಲ್ಲುದಲ್ಲಿ ಸೂಟಿ ಕಳೆಯುತ್ತ ನನ್ನ ತಂದೆಯ ಮನೆಯಲ್ಲಿ ತಂಗಿದ್ದೆವು. ಎ.ಎನ್.೩೨ ಮತ್ತು ಐ.ಎಲ್ ೭೬ ಭಾರವಾಹಕ ವಿಮಾನಗಳು ಚಂದಿಗಡದಿಂದ ಲೇಹಕ್ಕೆ ಹಾರುವ ಮಾರ್ಗವೇ ನಾವಿದ್ದ ಮನೆಯ ಮೇಲಿಂದ. ಹೋರಾಟ ತೀವ್ರವಾದಂತೆ ಮಿಗ್ ೨೭ ಮತ್ತು ಮಿಗ್ ೨೯ ಯುದ್ಧ ವಿಮಾನಗಳು ಚೀರುತ್ತ ಆಕಾಶ ಮಾರ್ಗವಾಗಿ ಮತ್ತು ಕಾಲ್ದಳ ಬಟಾಲಿಯುನ್‌ಗಳು ಕುಲ್ಲು-ಮನಾಲಿ-ಲೇಹ ರಸ್ತೆಯು ಮೇಲೆ ಹೋಗತೊಡಗಿದ್ದುದನ್ನು ನಾವು ನೋಡುತ್ತಿದ್ದೆವು. ಎಲ್ಲೆಲ್ಲೂ ಬಾವುಟಗಳು ಪುಟಿದೆದ್ದು ಕಾರ್ಗಿಲ್ಲಿಗೆ ಹೊರಟ ಸೈನಿಕರನ್ನು ಬೀಳ್ಕೊಡುತ್ತಿದ್ದವು. ಈ ಧೀರ ಯುವ ಸೈನಿಕರು ರಸ್ತೆಗಳಾಚೀಚೆ ನೆರೆದ ನಾಗರಿಕರ ನಡುವಿನಿಂದ ರಿಕ್ಕಾದ ರಸ್ತೆಗಳಲ್ಲಿ ನಡೆದಿದ್ದರು. ತಮ್ಮ ಆಂತರಿಕ ಭಾವನೆಗಳನ್ನು ಅವರೇಕೆ ಪ್ರದರ್ಶಿಸಿಯಾರು?

ನನ್ನ ತಂದೆ ಒಬ್ಬ ನಿವೃತ್ತ ಜನರಲ್, ಬಂಗ್ಲಾದೇಶದ ಯುದ್ಧದಲ್ಲಿ ಒಂದು ಬಟಾಲಿಯನ್ನಿನ ಕಮಾಂಡರ್ ಮತ್ತು ಲದಾಖಿನಲ್ಲಿ ಒಂದು ಬ್ರಿಗೇಡ್ ಕಮಾಂಡರ್ ಎಂದು ಸೇವೆ ಸಲ್ಲಿಸಿದ್ದರು. ರೊಹತಾಂಗ ಮತ್ತು ಲದಾಖನ ಕಡೆಗೆ ಅವರ ದೃಷ್ಟಿ ನೆಡುತ್ತಿತ್ತು. ಅವರ ಒಳಗಿನ ಭಾವನೆಗಳು ನನಗೇನು ಕಠಿಣವೆನಿಸಲಿಲ್ಲ – 'ನಾನೂ ಅಲ್ಲಿದ್ದರೆ?' ಎಂಬುದೇ ಅವರ ಮನೋಮಂಥನ. ಅಲ್ಲಿ ಇನ್ನು ಎರಡೂ ಬದಿಯವರು ಅವರ ನೂರಾರು ಪರಿವಾರಗಳು ತಮ್ಮ ಪ್ರೀತಿಪಾತ್ರರನ್ನು ಕಳೆದುಕೊಳ್ಳುತ್ತಾರಲ್ಲ, ಸಾವಿರಾರು ಅಪಂಗರಾಗಿ ಉತ್ತುಂಗ ಹಿಮಾಲಯಗಳಿಂದ ಮರಳುತ್ತಾರಲ್ಲ ಎಂಬ ಬಚ್ಚಿಡತೊಡಗಿದ ಕೊರಗು ಅವರದು. ವಿಜಯ ಹರ್ಷೋತ್ಕರ್ಷ ಇಳಿದಂತೆ ತೇಲುತ್ತಲೇ ಉಳಿಯುವ ಪ್ರತಿಬಿಂಬಗಳೆಂದರೆ ಯುದ್ಧದ ಭೀಕರತೆ, ಅದರ ಅಮಾನುಷತೆ ಮತ್ತೆ ಮತ್ತೆ ನಿರಂತರವಾಗಿ ಕಾಡುವ ಭೂತಸ್ವರೂಪಿ ಪ್ರಶ್ನೆ – 'ಏಕೆ?'

ಮೂರು ರಕ್ಷಾದಳಗಳ ಮೇಲೆ ಫಿಲ್ಮ್ ಮಾಡಿದ ಫಿಲ್ಮಕರ್ತ ನಾನು ಯುದ್ಧಕ್ಷೇತ್ರಕ್ಕೆ ಹೋಗಲು ಉತ್ಕಟ ಪ್ರಯತ್ನ ನಡೆಸಿದ್ದೆ. ಯುದ್ಧವಿಮಾನಗಳಲ್ಲಿ ಹಾರಾಡಿದ ಮತ್ತು ಭೂಸೈನ್ಯದ ಜೊತೆಗೆ ಕಾಶ್ಮೀರದ ಹೋರಾಟದಲ್ಲಿ ಪಾತ್ರ ವಹಿಸಿದ ಏಕಮಾತ್ರ ನಾಗರಿಕನಾದ ನಾನು ಈ ಯುದ್ಧದ ಚಿತ್ರೀಕರಣವು ನನ್ನ ಪ್ರಥಮ ಕರ್ತವ್ಯವೆಂದಾಶಿಸಿದೆ. ಆದರೆ ಅಲ್ಲಿ ಹೇಗೆ ತಲುಪಬೇಕೆಂಬುದು ನನಗೇನು ಕಾಣಲಿಲ್ಲ. ಮೊದಲನೇ ಹೆಜ್ಜೆಯೆಂದರೆ ಕಾರಿನಲ್ಲಿ ನನ್ನ ಚಿಕ್ಕ ಪರಿವಾರವನ್ನು ತುರುಕಿ ದಿಲ್ಲಿಗೆ ಓಡಿದೆ. ಮುಂದಿನ ಕೆಲವು ದಿನ ಆರ್ಮಿ ಮತ್ತು ಏಯರ್ ಹೆಡ್‌ಕ್ವಾರ್ಟರಗಳ ಬಾಗಿಲು ಬಾರಿಸಿದೆ. ಕೊನೆಗೆ ಕರ್ನಲ್ ರಾಜೀವ ವಿಲಿಯಮ್ಸ್, ಆರ್ಮಿಯ ವತಿಯಿಂದ ಪ್ರಚಾರ ವ್ಯವಸ್ಥೆಯನ್ನು ನಡೆಸುತಿದ್ದವ, ನನ್ನನ್ನು ಕರೆದು ನಾನು ಚಿಕ್ಕ ಸಿಬ್ಬಂದಿಯೊಡನೆ ಹೋಗಬಹುದು, ರಕ್ಷಾ ಮಂತ್ರಾಲಯವು ಹೆಲಿಕಾಪ್ಟರಗಳ ಮದತ್ತು ಕೊಡಬಹುದು ಆದರೆ ಫಿಲ್ಮಿನ ವೆಚ್ಚ ಮಾತ್ರ ನನ್ನದೇ ಎಂದು ಹೇಳಿದ.

೩೦ ಜೂನ ನಾವು ಜೆಟ್ ಏಯರ್‌ವೇದ ಫ್ಲೈಟ್‌ನಲ್ಲಿ ಬನಿಹಾಲ ಕಣಿವೆಯ ಮೇಲೆ ಹಾರುತ್ತಿದ್ದಂತೆ ಯುದ್ಧದ ಮೊದಲನೇ ಸಂಕೇತ ನಮ್ಮನ್ನು ತಟ್ಟಿತು. ವಿಮಾನವು ಶ್ರೀನಗರಕ್ಕೆ ಕೆಳಗಿಳಿಯತೊಡಗಿತು. ವೈಮಾನಿಕನು ನಮ್ಮೆಲ್ಲರಿಗೆ ನಮ್ಮ ಕಿಟಕಿಗಳನ್ನು ಬಂದ ಮಾಡಲು ಹೇಳಿದ. ನಾನು ತುಡುಗು ದೃಷ್ಟಿಯಿಂದ ಕೆಲವೇ ಕ್ಷಣ ಹೊರಗೆ ನೋಡಿದಾಗ ಎರಡು ಮಿಗ್ ೨೧ ಯುದ್ಧ ವಿಮಾನಗಳು ನಮ್ಮ ಪಾರ್ಶ್ವಗಳಲ್ಲಿ ಹಾರುತ್ತಿದ್ದವು. ಆ ರಾತ್ರಿ ಆರ್ಮಿಯ ಟ್ರಾನ್ಸಿಟ್ ಕ್ಯಾಂಪಿನಲ್ಲಿ ತಂಗಿ ಮರುದಿನ ಮುಂಜಾನೆ ಆರ್ಮಿಯ ಕೋರ್ ಹೆಡ್‌ಕ್ವಾರ್ಟರ್‌ನವರು ಇರಿಸಿದ ಒಂದು ಸುಮೊ ಗಾಡಿಯಲ್ಲಿ ವಿಮಾನತಳಕ್ಕೆ ಅಲ್ಲಿ ಯುದ್ಧ ವಿಮಾನಗಳ ಕಾರ್ಯಕಾರಿತ್ವವನ್ನು ಚಿತ್ರೀಕರಿಸುವ ವಿಶೇಷ ಪರವಾನಗಿಯೊಂದಿಗೆ ಓಡಿದೆ. ಅಲ್ಲಿ ಕಂಡದ್ದು ತ್ವರಿತವಾಗಿ ತಿಳಿಸುವ ಸಂಕ್ಷಿಪ್ತ ಮಾಹಿತಿ ಮತ್ತು ಕೆಲಸ – ಪೈಲಟ್‌ಗಳಿಗೆ; ತೀವ್ರವಾದ ಉಡ್ಡಾಣ; ಒಂದರ ಹಿಂದೊಂದು ವಿಮಾನಗಳ ಹಾರುವಿಕೆ. ವಿಮಾನಗಳು ತಮ್ಮ ಭಾರವಾದ ಅಸ್ತ್ರಗಳನ್ನು ಹೊತ್ತು ವಾಯುವಾಹಿತವಾಗಿ ಎಡಕ್ಕೆ ಹೊರಳುತ್ತ ಶತ್ರುವಿನ ಮೇಲೆ ತಮ್ಮ ಅಸ್ತ್ರ ಭಾರಗಳನ್ನು ಸುರಿಸಲು ಭೋರ್ಗರೆಯತೊಡಗಿದ್ದವು. ಇಪ್ಪತ್ತರ ವಯಸ್ಸಿನ ವೈಮಾನಿಕರು ತಮ್ಮ ೦.೩೨ ಪಿಸ್ತೂಲುಗಳನ್ನು ಹೊಲ್‌ಸ್ಟರ್‌ಗಳಲ್ಲಿರಿಸಿ ತಮಾಷೆಗೈಯುತ್ತ ತಮ್ಮ ವಿಮಾನಗಳತ್ತ ಬೀಸುಗಾಲು ಹಾಕುತ್ತಿದ್ದರು. ಅಪಘಾತದ ಸಮಯದಲ್ಲಿ ವಿಮಾನದಿಂದ ಹೊರಜಿಗಿಯಬೇಕಾದಾಗ (Eject ಮಾಡಿದಾಗ) ಶತ್ರುವಿಗಾಗಿ ಮೊದಲನೆ ನಾಲ್ಕು ಗುಂಡುಗಳು ಮತ್ತು ಅವಶ್ಯವಾದರೆ ಉಳಿದವೆರಡು ತಮ್ಮ ಜೀವ ತೆಗೆದುಕೊಳ್ಳಲು. ಅದಕ್ಕೆ ಎರಡು ಗುಂಡುಗಳೇಕೆ? ಒಂದು ಮಿಸ್‌ಫೈರ್ ಆದರೆ? ಶತ್ರುವಿನ ಕೈಯಲ್ಲಿ ಸಿಗಬಾರದಲ್ಲ? ಹೀಗೆಯೇ ಹರಟೆ ವೈಮಾನಿಕರದು, ವಿಶ್ವಾಸ, ಭೀರುತನ, ವೈಮಾನಿಕ ಹೆಮ್ಮೆ.

ಅಂದು ಜೊಜಿಲಾ ದಾಟಿ ನಾವು ಗುಮರಿಯಲ್ಲಿ ಅಲ್ಲಿಯ ಫಾರ್ವರ್ಡ ಬೇಸ್

ಹಾಸ್ಪಿಟಲ್‌ನಲ್ಲಿ ಇಳಿದುಕೊಂಡೆವು. ಇಲ್ಲಿಯೇ ಯುದ್ಧದ ವಾಸ್ತವಿಕತೆ ನಮ್ಮನ್ನು ತಾಡಿಸಿದ್ದು: ಗಾಯಾಳುಗಳು ಶ್ರೀನಗರಕ್ಕೆ ಸ್ಥಳಾಂತರಿಸುವ ಪ್ರತೀಕ್ಷೆಯಲ್ಲಿ; ವ್ಯಂಗ್ಯೋಕ್ತಿಗಳ ಶಬ್ದವೇ ಇಲ್ಲ; ರಕ್ತಸಿಂಚಿತ ಮೇಲುಡುಪಿನಲ್ಲಿ ತೀವ್ರ ಗಾಯಾಳುಗಳನ್ನು ಉಳಿಸುವ ಅತ್ಯುತ್ಕಟ ಪ್ರಯತ್ನದಲ್ಲಿದ್ದ ಡಾಕ್ಟರರ ವ್ಯಸ್ತತೆಯಲ್ಲಿ ಮಾತುಗಳದೇ ಅಭಾವ; ಗಾಯಾಳುವಿನಿಂದ ಗಾಯಾಳುಗಳ ಕಡೆಗೆ ಧಾವಿಸಿ, ಪರೀಕ್ಷಿಸುತ್ತ, ಸಂತೈಸುತ್ತಿದ್ದರು. ಬಹುತೇಕರು ಎಷ್ಟೋ ದಿನಗಳವರೆಗೆ ನಿದ್ರಿಸಿರಲೇ ಇಲ್ಲ; ಅವರ ದೃಷ್ಟಿ ಆಕಾಶದಲ್ಲಿ ಆಗೀಗ ಶೋಧಿಸುತ್ತಿದ್ದುದು. ಸದ್ಯದಲ್ಲೇ ಅವರ ಪ್ರಾರ್ಥನೆಯ ಉತ್ತರದಂತೆ ಮಿ. ೧೭ ಹೆಲಿಕಾಪ್ಟರೊಂದು ಪರ್ವತರೇಖೆ ದಾಟಿ ಬಂದಿತು. ಅದು ಇಳಿಯುವದರೊಳಗಾಗಿಯೇ ಕೈಮಂಚವಾಹಕರು ಗಾಯಾಳುಗಳನ್ನು ಹತ್ತಿರ ಒಯ್ಯತೊಡಗಿ, ಇಳಿದೊಡನೆ ಗಾಯಾಳುಗಳನ್ನೆತ್ತಿ ಗರ್ಜಿಸುತ್ತ, ಧೂಳೆಬ್ಬಿಸುತ್ತ ಆ ಮಹಾಹಕ್ಕಿಯು ತನ್ನನ್ನೇ ಮೇಲೆತ್ತಿಕೊಂಡು ಹೊರಳುತ್ತ ವಾಯುಗಾಮಿಯಾಗಿ ಮಾಯವಾಯಿತು. ಡಾಕ್ಟರರು ಕೆಲಸ ನಿಲ್ಲಿಸಿದ್ದಿಲ್ಲ. ಗಾಯಾಳುಗಳ ಸರದಿಯೇ ಉದ್ದವಿತ್ತಲ್ಲ!

ಶೀಘ್ರವಾಗಿಯೇ ನಾವು ನಿಜವಾದ ಯುದ್ಧ ಕ್ಷೇತ್ರದಲ್ಲಿ ಕಾಲಿರಿಸಿದೆವು. ತೋಪುಶೆಲ್‌ಗಳ ಕ್ರಂಫ್ ಢಂ ಗರ್ಜನೆ ಸನಿಹಬರತೊಡಗಿತ್ತು. ನಮ್ಮ ಸುತ್ತಮುತ್ತಲಿನಿಂದಲೆ ಭಾರತೀಯ ಫಿಂಗಿಗಳು ಗುಂಡು ಹಾರಿಸುತ್ತಿದ್ದವು. ಕೆಲವು ಸಮಯದ ನಂತರ ೧೦೫ ಮಿ. ಮಿ. ಗನ್ ಮತ್ತು ಅದಕ್ಕೂ ದೊಡ್ಡ ಬೊಫೋರ್ಸ ಗನ್‌ಗಳಲ್ಲಿಯ ವ್ಯತ್ಯಾಸವನ್ನು ಅವು ತಮ್ಮ ಬಾಯಿಂದ ಉರಿ ಮತ್ತು ಹೊಗೆಗಳನ್ನು ಉಗುಳತೊಡಗಿದಂತೆ ಹೇಳಬಲ್ಲೆನಾದೆ. ಆಕಾಶದಲ್ಲಿ ಮಿರಾಜ ವಿಮಾನವು ಶತ್ರುವಿನ ಮಿಸೈಲ್‌ಗಳಿಂದ ತನ್ನನ್ನು ರಕ್ಷಿಸಿಕೊಳ್ಳಲು ಅವುಗಳನ್ನು ತಮ್ಮೆಡೆಗೆ ಆಕರ್ಷಿಸಬಲ್ಲ ಭುಗಿಲುರಿಗಳನ್ನು (Flares) ಕೆಳಗುಗುಳಿತು. ದೊಡ್ಡ ದನಿಯ ಆಜ್ಞೆಗಳು, ಅವುಗಳೊಡನೆ ಫಿರಂಗಿಗಳ ರೌರವಗಳು ಆವರಣವನ್ನೇ ಸೀಳಿದವು. ನಮ್ಮ ಸುತ್ತಲೂ ಮೈತೆರೆದು ನಿಂತಿದ್ದ ಪರ್ವತಗಳು ಪಾಕಿಸ್ತಾನಿ ಗೋಳಾಬಾರಿಯಿಂದ ಕಲೆಗೊಂಡಿದ್ದವು, ಸಿಡಿಮದ್ದಿನ ವಾಸನೆ ಹವೆಯನ್ನು ತುಂಬಿತ್ತು. ಎ.ಕೆ.೪೭ ಧರಿಸಿದ ಸೈನಿಕನೊಬ್ಬ ನಮ್ಮನ್ನು ತರುಬಿ ನಮ್ಮ ಕಾಗದಪತ್ರಗಳನ್ನು ತಪಾಸಿಸಿ ಮುಂದೆ ಬಿಡುತ್ತ 'ಜಾಗರೂಕರಾಗಿ, ರಸ್ತೆಯ ಮೇಲೆ ಶತ್ರುವು ಗುಂಡು ಹಾರಿಸುತ್ತಿದ್ದಾನೆ (Shelling)' ಎಂದ.

ನಾವು ಪಿಂಡ್ರಾಸ್ ತಲುಪಿದಾಗ ಟೈಗರ್ ಹಿಲ್ಲಿನ ಲಗ್ಗೆ ರಭಸ ಹಿಡಿದಿತ್ತು. ನಮ್ಮ ಮೇಲಿಂದ ಫಿರಂಗಿ ಶೆಲ್‌ಗಳು ಹಾರುತ್ತ ಸಮೀಪದಲ್ಲೇ ಢಂ ಎಂದು ನಮ್ಮ ಸುಮೋದ ವಿಂಡಸ್ಕ್ರೀನನ್ನು ಸೀಳಿದವು. ನಮ್ಮ ಡ್ರೈವರ್ ಬಹು ವೇಗದಿಂದ ಗಾಡಿ ನಡೆಸುತ್ತಿದ್ದು ಸಾವಕಾಶ ನಡೆಸುವಂತೆ ಮಾಡಲು ಅವನನ್ನು ಹೊಡೆಯುವ ಧಮಕಿ ಕೊಡಬೇಕಾಯಿತು. ಶೆಲ್ಲಿನಿಂದ ತಾಡಿತರಾಗುವ ಹೆದರಿಕೆಯೇ ಅಷ್ಟು ದೊಡ್ಡದಿದ್ದಾಗ ಗಾಡಿಯು ಯಾವುದೋ ನದಿನಾಲೆಯಲ್ಲಿ ಬಿದ್ದು ಮೀನಿನಂತೆ ಮೇಲೆತ್ತಿಸಿಕೊಳ್ಳುವ ಗೋಜೂ ಕೂಡ ಒದಗಬೇಕೆ? ನಮ್ಮ ನರೋದ್ರೇಕ ಎಲ್ಲೆಯನ್ನು ಮುಟ್ಟುವತನಕ ನಾವು ದ್ರಾಸ್ ತಲುಪಿದೆವು. ಅಲ್ಲಿ

ಬ್ರಿಗೇಡ ಹೆಡ್‌ಕ್ವಾರ್ಟರ್ ಸುತ್ತಲಿನ ಜಾಗೆ ಶೆಲ್ಲಿಂಗನಿಂದ ಕಠ್ರಾಗಿ ಹೋಗಿತ್ತು. ರಾತ್ರಿಯಲ್ಲಿ ತಂಗಲು ನಾನೊಂದು ಟೆಂಟ ದೊರಕಿಸಿದೆ. ಕ್ಯಾಪ್ಟನ್ ಒಬ್ಬ ಬಂದು ಬಂಕರಿನೆಡೆ ಬೊಟ್ಟು ಮಾಡುತ್ತ 'ಶೆಲ್ಲಿಂಗ್ ಸುರುವಾದರೆ ಅದರಲ್ಲಿ ಜಿಗಿಯಿರಿ. ಶುಭರಾತ್ರಿ' ಎಂದು ಮಾಯವಾದ. ಎಲ್ಲೆಲ್ಲೂ ಉಸುಕಿನ ಚೀಲಗಳ ಆವರಣ. ಮೆಸ್‌ನಲ್ಲಿ ರಾತ್ರಿಯ ಊಟದ ವೇಳೆಗೆ ೨೦೦ ಮೀಟರ್ ಹತ್ತಿರದಿಂದಲೇ ಎರಡು ೧೫೫ ಮಿ.ಮಿ ಫಿರಂಗಿಗಳು ಟೈಗರ್‌ಹಿಲ್ಲಿನ ಮೇಲೆ ಗುಂಡು ಕಾರುತ್ತಿದ್ದವು. ಸ್ಟಾರ್‌ನ್ಯೂಜ್ ಟಿ.ವಿ ಚಾನೆಲ್ಲಿನ ವಿಕ್ರಮ ಚಂದ್ರನ ಹತ್ತಿರ ಇಮರ್ಸಾಟ್ ಟೆಲಿಫೋನ ಇತ್ತು. ಅದರ ಮೇಲೆ ನಾನು ದೀಪ್ತಿಯನ್ನು ಸಂಪರ್ಕಿಸಿದೆ. ಅವಳೊಡನೆ ಮಾತನಾಡುತ್ತಿದ್ದಂತೆ ಫಿರಂಗಿಯೊಂದು ಹಾರಿತು. ನಾನವಳು ಅಲ್ಲಿಯೇ ಜಿಗಿದದ್ದನ್ನು ಅನುಭವಿಸಿದೆ! ವಿಕ್ರಮ ಮತ್ತು ನಾನು ಹೊರಗೆ ಕುಳಿತು ಪ್ರತಿ ಕ್ಷಣಕ್ಕೊಂದು ಗುಂಡು ಮೇಲೇರುವುದನ್ನು, ಅದರ ಜೊತೆಗೆ ಆಕಾಶವೇ ಪ್ರಕಾಶಮಾನಾಗುವುದನ್ನು ನೋಡುತ್ತ ಕುಳಿತೆವು. ಟೋಲೊಲಿಂಗದ ದಿಸೆಯಲ್ಲಿ ಎಲ್ಲಿಂದಲೋ ಭುಗಿಲುರಿಯ ದೃಶ್ಯ. ಕಗ್ಗತ್ತಲೆಯಲ್ಲಿ ಟೈಗರ ಹಿಲ್ಲಿನ ಮೇಲೆ ಸುರಿಯತೊಡಗಿದ ಶೆಲ್‌ಗಳ ಕಿತ್ತಳೆ ಬಣ್ಣದ ಉರಿಯು ಒಂದು ಬೃಹತ್ ದೃಶ್ಯ. ಕೆಲ ಸಮಯದ ನಂತರ ದಣಿವಿನಿಂದಾಗಿ ಹಾಸಿಗೆ ಹೊಕ್ಕೆವು.

ಮರುದಿನ ನಾನು ಮಶ್ಕೊ ಸೀಮೆಯಲ್ಲಿ ಕಷ್ಟವೊಂದರಲ್ಲಿ ಸಿಗಿಬಿದ್ದೆ. ಅದೊಂದು ಇಕ್ಕಟ್ಟಾದ ಕಣಿವೆಯಿದ್ದು ಒಂದು ಚಿಕ್ಕ ಹಳ್ಳ ಅದರಲ್ಲಿ ಹರಿಯುತ್ತಿತ್ತು. ಪೂರ್ವಕ್ಕೆ ಕಿಗ್ಗಲ್ಲುಗಳಿಂದ (Scree) ಆಚ್ಛಾದಿಸಲ್ಪಟ್ಟ ಬರಡು ಇಳಿಜಾರುಗಳು ಮೇಲ್ಸೆಗೆಯುತ್ತ ಹೋರಾಟವನ್ನು ಧಗಧಗಿಸುತ್ತಿದ್ದ ಟೈಗರ್ ಹಿಲ್ಲಿನವರೆಗೆ ಹರಡಿದ್ದವು. ೧೨೦ ಮಿ.ಮಿ ಮಾರ್ಟರ್‌ಗಳ ಕಾರ್ಯವನ್ನು ಚಿತ್ರೀಕರಿಸಲು ನಾವು ಟೈಗರ್ ಹಿಲ್ಲಿನ ತಳವನ್ನು ಸುತ್ತುವರೆಯುತ್ತ ಕಣಿವೆಯ ಮಧ್ಯದಿಂದ ಹೋಗುವ ಕಾಲ್ಸುಳಿಯೊಂದನ್ನು ಹಿಡಿದು ಜಾಗರೂಕರಾಗಿಯೇ ಸಾಗಿದೆವು. ಮಶಿನ್‌ಗನ್ನುಗಳ ಮತ್ತು ಆಗೀಗೊಮ್ಮೆ ಸಿಡಿಬೀಳುವ ಫಿರಂಗಿ ಶೆಲ್‌ಗಳು ಈ ಪ್ರಶಾಂತ ಕಣಿವೆಯ ಸೌಂದರ್ಯವನ್ನೇ ಕುಲಕುತ್ತಿದ್ದವು. ಎದುರಿಗೆ ಹಳ್ಳಿಯೊಂದು ನಿರ್ಜನವಾಗಿ ಬಿಕೋ ಅನ್ನುತ್ತಿತ್ತು, ಅದರ ಮಣ್ಣಿನ ಗೋಡೆಗಳು ಧ್ವಸ್ತವಾಗಿದ್ದವು – ಶೆಲ್ ದಾಳಿಗಳ ಅನುಗ್ರಹವಲ್ಲವೇ?–, ಸುಟ್ಟುಹೋದ ಬಾಗಿಲು ಚೌಕಟ್ಟು–ಕಿಟಕಿಗಳು ಬಿದ್ದ ಕಟ್ಟಡಗಳ ಕಲ್ಲು ಮಣ್ಣನ್ನು ಅಲ್ಲಲ್ಲಿ ಇನ್ನೂ ಹಿಡಿದಿಟ್ಟಿದ್ದವು. ಹಳದಿ ಗುಲಾಬಿಗಳು ಯಥೇಚ್ಛವಾಗಿ ಹರಡಿದ್ದು ಅಲ್ಲಿ ವ್ಯಾಗಟೇಲ್ ಮತ್ತು ರೋಜಫಿಂಚ್‌ಗಳು ಏನೇನೂ ಆಗಿಲ್ಲ ಅಲ್ಲಿ ಎಂಬಂತೆ ತಮ್ಮ ಸಂಗೀತ ರವವನ್ನು ಬೀರುತ್ತಿದ್ದವು. ಒಬ್ಬ ಕರ್ನಲ್ಲನ ಜೊಂಗಾ ನಮ್ಮೆಡೆ ಬಂದಿತು. ಹತ್ತಿರ ಬಂದಂತೆ ನಾನು ಖುಲ್ಲಾ ಜಾಗೆಯಲ್ಲೇ ನಿಂತು ಹಳ್ಳಿಯ ಚಿತ್ರೀಕರಣ ಮಾಡುತ್ತಿದ್ದುದನ್ನು ನೋಡಿ ಅವನು ಉರಿದೆದ್ದ,'ಏನಾದರೂ ಅದು ನಿಮ್ಮ ಅಂತ್ಯವಿಧಿ' ಎನ್ನುತ್ತ ಮುನ್ನಡೆದ. ಐದೇ ನಿಮಿಷಾನಂತರ ಪಾಕಿಸ್ತಾನಿ ವೀಕ್ಷಕ ಠಾಣೆಯವ ನಮ್ಮನ್ನು ಕಂಡುಹಿಡಿದುದಾಗಿ ನಾವು ಚನ್ನಾಗಿ ಜಜ್ಜಿಸಲ್ಪಟ್ಟೆವು. ಸುಂಯ್–ವೂಶ್–ಢಂ! ನಮ್ಮ ಮೇಲಿಂದ ಶತ್ರು ಶೆಲ್‌ಗಳು

ಹಾರಿಬಿದ್ದವು. ನನ್ನ ಕ್ಯಾಮರಾ ಸಹಾಯಕನನ್ನು ಜೊತೆಗೆ ಜಗ್ಗುತ್ತ ನಾನು ಹೆಬ್ಬಂಡೆಯೊಂದರ ಹಿಂದೆ ನುಸುಳಿದೆ. ಡ್ರೈವರ್ ಮತ್ತು ಇನ್ನೊಬ್ಬ ಮೈಗಾವಲು ವ್ಯಕ್ತಿ ಇನ್ನೊಂದು ಬಂಡೆಗಲ್ಲಿನ ಹಿಂದೆ. ಕ್ಯಾಮೆರಾ ಮತ್ತು ಸುಮೊ ಗಾಡಿಗಳು ಕಾಲಿಲ್ಲದವು ಅಲ್ಲಿಯೇ ಖುಲ್ಲಾ ಜಾಗೆಯಲ್ಲೇ ಬಿದ್ದುಕೊಂಡಿದ್ದವು. ಆಶ್ಚರ್ಯವೆಂದರೆ ಅವಕ್ಕೇನೂ ಧಕ್ಕೆಯಾಗಿರಲಿಲ್ಲ! ಗೋಳಾಬಾರಿ ನಿಂತಿತು. ನಾವು ಹೆದರಿದ ಹೇಂಟೆಗಳಂತೆ ಓಡಿದೆವು.

ನಾವು ಸೇರಿಕೊಂಡಿದ್ದು ಒಂದು ಕಾಲ್ದಳದ ಬಟಾಲಿಯನ್ನಿನಲ್ಲಿ. ಉಸಿರೆಳೆಯಲೆಂದು ತಡವರಿಸುತ್ತಿದ್ದಾಗಲೇ ಒಂದು ಸಣ್ಣ ಸೈನಿಕರ ಗುಂಪು ತಮ್ಮ ಮೃತ–ಸೈನಿಕನನ್ನು ಹೊತ್ತು ತರುತ್ತಿದ್ದರು. ಶವವು ಸ್ಲೀಪಿಂಗ್ ಬ್ಯಾಗಿನಲ್ಲಿ ಸುತ್ತಿಡಲ್ಪಟ್ಟಿತ್ತು. ಮೃತ ಸೈನಿಕನು ಅಗಲಿದ್ದು ಅವನ ಮೂವರು ಹೆಣ್ಮಕ್ಕಳನ್ನು–ಹಿರಿಯವಳು ಎಂಟೇ ವರ್ಷದವಳು. ಟೆಲಿಗ್ರಾಂ ಅವನ ಹಳ್ಳಿಗೆ ತಲುಪಿದೊಡನೆ ಅಲ್ಲಿ ಆವರಿಸುವ ಶೋಕ ಮತ್ತು ಕಣ್ಣೀರುಗಳ ಬಗ್ಗೆ ಯೋಚಿಸುತ್ತ ನಾನು ಆಚೆಗೆ ಸರಿದೆ. ನನ್ನ ಸಹಾಯಕರೂ ಅದೇ ಯೋಚನೆಯಲ್ಲಲ್ಲವೇ? ಅವರ ಕಣ್ಣುಗಳು ತೇವಾದುದನ್ನು ನಾನು ಕಾಣಲಾರೆನೇ?

೫ ಜುಲೈ ೧೯೯೯ ಬೆಳಗ್ಗೆ ಶೆಲ್ ಒಂದು ನನ್ನ ಬಂಕರಿನ ಗೋಡೆಯನ್ನೊಡೆಯಿತು. ನಾನು ಚಿಮ್ಮಿದವನಾಗಿ ಕತ್ತಲಲ್ಲಿ ಎಲ್ಲಿಯೋ ಬಿದ್ದು ಇನ್ನೆಲ್ಲಿ ಹೋಗಬೇಕೆಂದು ತಡವರಿಸುತ್ತಿದ್ದಂತೆ ನನ್ನ ಕಾಲಿನ ಮೇಲೆ ಯಾವುದೋ ಉಗುರು ಗೀರಿದಂತಾಗಿ ಟಾರ್ಚಹುಡುಕಿದಾಗ ಓತಿಕೇತವೊಂದು ನನ್ನನ್ನೇ ಕಣ್ಣು ಪಿಳುಕಿಸದೆ ನೋಡುತ್ತಿತ್ತು. ಅದನ್ನು ನಾನು ಝಾಡಿಸಿ ಪುನಃ ಬಂಕರಿನಲ್ಲಿ ನುಸುಳಿ ನಿದ್ರಾಧೀನನಾದೆ. ಮರುದಿನ ಹೆಲಿಕಾಪ್ಟರಿನಲ್ಲಿ ನನ್ನ ಕ್ಯಾಮೆರಾಬ್ಯಾಗ ತೆಗೆದಾಗ ಓತಿಕೇತ ಅದರಲ್ಲೇ ಕುಳಿತಿತ್ತು. ನಾವು ದಾಹ್ ಎಂಬ ಚಿಕ್ಕ ಹೆಲಿಪ್ಯಾಡಿನಲ್ಲಿ ಸಿಂಧು ನದಿಯ ಬದಿಗೆ ಬಟಾಲಿಕ್ ಸೆಕ್ಟರನಲ್ಲಿ ಇಳಿದೆವು. ಇಲ್ಲಿ ಸುಧಾರಿಸಿದ ಸುರಕ್ಷೆ! ಅಲ್ಲಿಯ ಬಂಡೆಗಲ್ಲುಗಳಲ್ಲಿ ನನ್ನ ಉರಗಮಿತ್ರನನ್ನು ಬೀಳ್ಕೊಟ್ಟೆ.

ಯುದ್ಧದ ವರದಿ ಮಾಡುವಾಗ ಸಮಯ ಇದರ ಅರ್ಥವೇ ಮಸುಕಾಗುತ್ತದೆ. ಗಂಟೆಗಳು, ದಿನಗಳು, ವಾರಗಳು ಕೂಡ ತಂತಮ್ಮೊಳಗೆ ಬೆರೆತುಬಿಡುತ್ತವೆ. ಆದರೂ ಅನೇಕ ದಿನಗಳ ಅಥವಾ ತಿಂಗಳುಗಳ ನಂತರವೂ ಕೂಡ ಪ್ರತಿಯೊಂದು ಚಿತ್ರೀಕೃತ ಘಟನೆಯ ಚಿತ್ರವನ್ನು ಒಂದೊಂದಾಗಿ ನೋಡುವಾಗ ಅದು ಆಗಿನ ಪ್ರತೀಕ್ಷಣದುದ್ದಕ್ಕೂ ಪುನಃ ಜೀವಿಸಿದಂತೆಯೇ ಅಲ್ಲವೇ? ನಾವು ಕಾರ್ಗಿಲ್ ತಲುಪಿದೆವು. ಅಲ್ಲಿ ನನ್ನ ಅಡ್ಡಾಟ ಮೂರನೇ ಮೌಂಟನ್ ಡಿವಿಜನ್ನಿನ ಜಿ.ಒ.ಸಿ (ಮುಖ್ಯಸ್ಥ) ಮೇಜರ್ ಜನರಲ್ ವಿ.ಎಸ್ ಬಧ್ವಾರರ ಜೊತೆಗಿದ್ದಾಗಲಷ್ಟೇ. ಸೇನಾ ಮುಖ್ಯಾಲಯದ ಕಟ್ಟಳೆಯಿದ್ದುದು ನಾನು ಆರ್ಮಿ ಏವಿಯೇಶನ್ನಿನ ಹೆಲಿಕಾಪ್ಟರಿನಲ್ಲಿ ಪ್ರವಾಸಿಸಬೇಕಾದರೆ ಜಿ.ಒ.ಸಿ ಜೊತೆಗಿದ್ದಾಗಲಷ್ಟೇ. ನನ್ನ ತಂದೆಯ ಮಾಜೀ ಕಮಾಂಡ ೭೦ನೇ ಇನ್ಫಂಟ್ರಿ ಬ್ರಿಗೇಡ ಈಗ ಬ್ರಿಗೆಡಿಯರ್ ದೆವಿಂದರ ಸಿಂಹ ಅವರ ಕೈಯಲ್ಲಿತ್ತು. ೫ ದಿನಗಳ ಕಾಲ್ನಡಿಗೆಯಿಂದ

ಸೈನಿಕರು ತಮ್ಮನ್ನೇ ಅರಿಯದ ಭ್ರಮಿಷ್ಠರಂತೆ ಕಾಣುತ್ತಿದ್ದರು. ದೊಡ್ಡ ಭಾರಗಳನ್ನು ಮತ್ತು ತಮ್ಮ ಆಯುಧ, ಮದ್ದುಗುಂಡುಗಳನ್ನು ಹೊತ್ತು ಸೈನಿಕರು ಮುನ್ನಾಗುತ್ತಿದ್ದರು. ಮತ್ತೆ ಶೆಲ್ಲಿಂಗ್, ಮತ್ತೆ ಸಾವು, ಗಾಯಾಳುಗಳು. ನಾವು ಒಂದು ಸೆಕ್ಟರಿನಿಂದ ಇನ್ನೊಂದಕ್ಕೆ ಹೆಲಿಕಾಪ್ಟರನಲ್ಲಿ ಹಾರಾಡುತ್ತಿದ್ದೆವು. ಈ ಸೈನಿಕರನ್ನು ಇಂಥ ಕೆಲಸಕ್ಕೆ ಉದ್ಯುಕ್ತರಾಗಿಸುವ ಮಾನವೀ ಚೈತನ್ಯವದೆಂತಹದು! ನಾನು ವಿಸ್ಮಿತನಾದೆ. ಕೆಲವರು ಅನೇಕ ದಿನ, ವಾರಗಳವರೆಗೆ ಗಡ್ಡ ಕೆರೆದಿದ್ದಿಲ್ಲ, ಜಳಕ ಮಾಡಿದ್ದಿಲ್ಲ, ಕೆಲವರು ಅಸ್ಥಿರರಂತೆ ತಮ್ಮನ್ನೇ ಅರಿಯದಂಥವರಾಗಿದ್ದರು, ಆದರೂ ಆಜ್ಞೆಗಳನ್ನು ಕಿವಿಗೊಟ್ಟು ಕೇಳಿ ಮತ್ತೊಂದು ಶಿಖರವನ್ನು ಜಯಿಸಲು ಮುನ್ನುಗುತ್ತಿದ್ದರು.

ದ್ರಾಸ ಮತ್ತು ಕಾರ್ಗಿಲ್‌ಗಳು ಕಠಿಣವಾದವುಗಳಿದ್ದರೆ ಬಟಾಲಿಕ್ ಇದು ನರಕಕ್ಕಿಂತ ಕಡಿಮೆಯದೇನಿರಲಿಲ್ಲ. ಇಲ್ಲಿ ಸಿಂಧುನದಿಯು ಅತಿ ಆಳ ಕಂದಕಗಳೊಳಗಿಂದ ಭೋರ್ಗರೆಯುತ್ತ ರಾಡಿಮಣ್ಣಿನ ಉರುಳುರಾಶಿಯಾಗಿ ತನ್ನ ದಂಡೆಯ ಹತ್ತಿರ ಸರಿದ ಮನುಷ್ಯನೇ ಪ್ರಾಣಿಯೇ ಆಗಲಿ ಅದನ್ನೆಳಿದು ತನ್ನೊಳಗೆ ನುಂಗಿಕೊಂಡೊಯ್ಯುವ ತವಕದಲ್ಲಿರುತ್ತದೆ. ಫಿರಂಗಿಗಳು ಶುದ್ಧಶಃ ಪರ್ವತೀಯ ಸುಳಿಗಳಲ್ಲಿ ತುರುಕಿಕೊಂಡು ಬೆಂಕಿಕಾರಿತ್ತಿದ್ದವು. ನಮ್ಮ ಸುತ್ತಲೂ ಹೀಗೆ ಯುದ್ಧವು ತಾಂಡವವಾಡುತ್ತಿದ್ದಾಗ ನಾನು ಆರ್ಮಿ ಏವಿಯೇಶನ್ನಿನ ಚೀತಾ ಹೆಲಿಕಾಪ್ಟರಗಳಲ್ಲಿ ಹಾರುತ್ತ ಒಂದರ ಹಿಂದೊಂದು ಫಿಲ್ಮನ್ನು ಚಿತ್ರೀಕರಿಸುತ್ತಿದ್ದೆ.

೯ ಜುಲೈ ೧೯೯೯, ಒಮ್ಮೆಲೆ ಬಟಾಲಿಕ್ ಸೆಕ್ಟರನಲ್ಲಿ ಮುಕ್ತಾಯ ಜಿಗಿದೆದ್ದಿತು. ಹೆಲಿಕಾಪ್ಟರಗಾಗಿ ಕಾಯುತ್ತಿದ್ದಂತೆ ನಾನು ಕೋರ್ ಕಮಾಂಡರ ಲೆಫ್ಟನೆಂಟ ಜನರಲ್ ಕಿಶನ್‌ಪಾಲ್ ಅವರು ಕೆಳಗಿಳಿಯುವದನ್ನು ನೋಡಿದೆ. ನಗುವು ಅವರ ಮೊರೆಯಲ್ಲೆಲ್ಲ ಪಸರಿಸಿತ್ತು. ಅವರ ಸ್ಟಾಫ್ ಆಫೀಸರನೊಬ್ಬ ಶತ್ರುವಿನ ಸ್ಟಿಂಗರ್ ಮಿಸೈಲನ್ನು ಹಿಡಿದಿದ್ದ. ಶತ್ರುವು ಅದನ್ನು ಬಿಟ್ಟು ಓಡಿಹೋಗಿದ್ದ. ಕ್ಷಣಮಾತ್ರದಲ್ಲಿ ಸುದ್ದಿ ಹಬ್ಬಿತು–ಶತ್ರು ಓಡಿಹೋಗತೊಡಗಿದ್ದಾನೆ ಎಂದು. ಅದೇ ಚಾಪರ್‌ನಲ್ಲಿ ನಾನು ಚೋರಬಟ್‌ಲಾದ ಕಡೆಗೆ ಹೋದೆ. ಶತ್ರು ಶವಗಳು ಅಲ್ಲಲ್ಲಿ. ನಮ್ಮ ಜವಾನರು ಅವರ ಅಂತ್ಯಕ್ರಿಯೆಗಳಲ್ಲಿ ತೊಡಗಿದ್ದರು. ಬಹುತೇಕ ಶಿಖರಗಳ ಮೇಲೆ ನಮ್ಮ ರಾಷ್ಟ್ರಧ್ವಜ. ಉಪಶಮನದ ಹಗುರಾದ ಮಿದುವಾದ ಅಲೆಯೊಂದು ಆವರಿಸಿತು. ಎಲ್ಲರೂ ಪರಸ್ಪರರನ್ನು ಅಪ್ಪಿಕೊಂಡರು–ಸಜೀವರೆಂದುದಾಗಿ–. ನನ್ನೆಡೆಗೆ ತಿರುಗುತ್ತ ಹೆಲಿಕಾಪ್ಟರ್ ಪೈಲೆಟ್ ತನ್ನ ಗಾಜಿನ ಗುಬ್ಬಾರೆಯೊಳಗಿಂದ ಮೇಲಾಕಾಶದಲ್ಲಿ ರೇಡಿಯೊಸಂಪರ್ಕದ ಮೇಲೆ ಖಚಿತವಾಗಿ ಉಸುರಿದ 'ನಾವು ಗೆದ್ದಿದ್ದೇವೆ'.

ನಾನು ಜೊಜಿಲಾದ ಕಡೆಗೆ ಮರಳತೊಡಗಿದಾಗ ಫಿರಂಗಿಗಳು ಸ್ತಬ್ಧವಾಗಿದ್ದವು. ತ್ಯಾಜ್ಯಗಳು ಮತ್ತು ನಿಷ್ಕ್ರಿಯ ಶೆಲ್‌ಗಳು ಎಲ್ಲೆಲ್ಲಿಯೂ ಸುಡಲ್ಪಡಿಸತೊಡಗಿದ್ದವು. ಟೈಗರ್‌ಹಿಲ್‌ನ ತಳದಲ್ಲಿ ನಾನು ೮ನೇ ಸಿಖ್ಖ ಬಟಾಲಿಯನ್ನಿನ ಕಮಾಂಡರನನ್ನು

ಕಾಣಲು ಅವನಿಗಾಗಿ ಕಾಯುತ್ತಿದ್ದೆ. ಆಗಲೇ ಅವನು ಮರಳಿದ. ನಮ್ಮ ಗುರುತಿರಲಿಲ್ಲವಾದರೂ ನಾವೀರ್ವರು ಅಪ್ಪಿಕೊಂಡೆವು. ಗುರುದ್ವಾರಕ್ಕೆ ನಮಸ್ಕರಿಸಿ ಬಂದಮೇಲೆ ಅವನು ನನ್ನ ಕ್ಯಾಮೆರಾದ ಮೇಲೆ ಯುದ್ಧದ ಮತ್ತು ತನ್ನ ಸೈನಿಕರ ಹೋರಾಟಗಳ ಬಗ್ಗೆ ಮಾತಾಡಿದ. ಅವನ ಸುತ್ತುವರಿದು ಅವನ ಸೈನಿಕರು ತಮ್ಮ ರಣಘೋಷ 'ಆತ ಸಿಖ್ಖ........ಚಡದಿ ಚಾಲ್'. ಇದರ ಜೊತೆಗೆ ನಮ್ಮ ಫಿಲ್ಮ ಸಮಾಪ್ತವಾಯಿತು. ಹೃದಯಸ್ಪರ್ಶಿ ಆ ಕ್ಷಣ!

ಎರಡು ಪ್ರತ್ಯೇಕ ಯುದ್ಧಗಳು ಮತ್ತು ಅವುಗಳ ಪರಿಣಾಮ

ಕಾರ್ಗಿಲ್ ಯುದ್ಧವು ೮೦ ದಿನಗಳ ಪ್ರಸಂಗ, ಆದರೆ ನನ್ನ ಕೆಲಸ ಮುಂದುವರಿದಿದ್ದು ಭಾರತೀಯ ವಾಯುಸೇನೆಯು ಅದರ ದೃಷ್ಟಿಯಲ್ಲಿ ಕಾರ್ಗಿಲ್ ಯುದ್ಧವನ್ನು ಕಂಡಂತೆ ದಾಖಲಿಸಲು ಸಹಾಯವಾಗುವಂತೆ 'ಆಕಾಶ ಯೋಧ' ಫಿಲ್ಮ ಚಿತ್ರೀಕರಿಸುವಂತೆ ಕೇಳಿಕೊಂಡಾಗ. ಮೂರು ಘಟನೆಗಳು ಕಥನಾರ್ಹ;ಅವು ನಮ್ಮ ಸೇನಾಪಡೆಗಳ ನಡುವಿನ ಸ್ವಸಂಸ್ಥಾಪರ ಜಗ್ಗಾಟ ಮತ್ತು ಅಪಹಾಸ್ಯಕರ ಮೇಲಾಟಗಳನ್ನು ಕೇಂದ್ರೀಕರಿಸುತ್ತವೆ.

ಕ್ಯಾಪ್ಟನ್ ಅಮರಿಂದರ್ ಸಿಂಹರು, ಪಟಿಯಾಲಾ ಮಹಾರಾಜ ಹಾಗು ನಂತರ ಪಂಜಾಬದ ಮುಖ್ಯಮಂತ್ರಿ, ಇಂಡಿಯನ್ ಮಿಲಿಟರಿ ಅಕ್ಯಾಡೆಮಿಯಲ್ಲಿ ಕ್ಯಾಡೆಟ್ ಎಂದಿದ್ದಾಗ ಪ್ಲೆಟೂನ ಕಮಾಂಡರ ನನ್ನ ತಂದೆ ಇದ್ದರು. ನಂತರವೂ ಅವರೀರ್ವರು ಸಂಪರ್ಕದಲ್ಲಿದ್ದು ಅವರಲ್ಲೊಂದು ಮೈತ್ರಿ ಬೆಳೆದುಕೊಂಡಿತ್ತು. ಕಾರ್ಗಿಲ್ ಯುದ್ಧವನ್ನು ದಾಖಲಿಸಲಿ ಈರ್ವರೂ ಜೊತೆಗೂಡಿ ಅನೇಕರ ಸಂದರ್ಶನಗಳನ್ನು ಪಡೆಯುವಲ್ಲಿ ನಿರತರಿದ್ದರು. ಕೊನೆಗೂ ಈರ್ವರೂ ತಮ್ಮದೇ ಆದ ಬೇರೆಬೇರೆ ಪುಸ್ತಕಗಳನ್ನು ಬರೆದರು. ಈ ಸಂಪರ್ಕವಿಸ್ತಾರದಲ್ಲಿ ಕ್ಯಾಪ್ಟನ್ ಅಮರಿಂದರ್ ಸಿಂಹರು ವಾಯುಸೇನೆಯು ವಿಮಾನಗಳ ಹಾರಾಟದ ಸಂಖ್ಯೆಗಳನ್ನು ಅಲ್ಲಲ್ಲಿ ತೇಪಹಚ್ಚಿ ತೋರಿಸಿದೆ ಎಂದು ನೆಚ್ಚಿನ ಆಧಾರಗಳಿಂದ ತಿಳಿದುಬಂದಿದೆ ಎಂದದ್ದು ನನಗೆ ಕೇಳಿಸಿತು. ಅವರು ಹೇಳಿದ ಸಂಖ್ಯೆಯು ಅತ್ಯಂತ ಕಡಿಮೆಯದಿತ್ತು. ಇದು ಘಟನೆಗಳ ಸಂಪೂರ್ಣ ವಿಕೃತಿಯೆಂಬುದನ್ನು ನಾನು ಬಲ್ಲೆ. ನೆಚ್ಚಿನ ಆಧಾರವನ್ನು ಧ್ವಂಸಿಸುವ ಎಲ್ಲ ಪುರಾವೆಗಳು ನನ್ನ ಚಿತ್ರಾಂಕನದಲ್ಲಿರಲಿಲ್ಲವೇ? ಇನ್ನೂ ಸಂಸ್ಕರಿಸದಿದ್ದ ಚಿತ್ರಣಗಳನ್ನು ಮತ್ತು ಅವುಗಳಲ್ಲಿದ್ದ ೩ನೇ ಮತ್ತು ೮ನೇ ಡಿವಿಜನ್ ಕಮಾಂಡರಗಳ ಯುದ್ಧ ನಡೆದಾಗಲೇ ದಾಖಲಿಸಿದ ಸಂದರ್ಶನಗಳನ್ನು ತೋರಿಸುತ್ತೇನೆಂದು ನಾನು ಅವರಿಗೆ ಹೇಳಿದೆ. ಕ್ಯಾಪ್ಟನ್ ಸಾಹೇಬರು ಗುಡಗಾಂವದಲ್ಲಿ ನನ್ನ ಮನೆಗೆ ಬಂದು ಎಲ್ಲ ಚಿತ್ರಣಗಳನ್ನು ನೋಡಿದರೂ ಕೂಡ ತಮ್ಮ ಪುಸ್ತಕ 'A Ridge Too Far' ಎಂಬುದರಲ್ಲಿ ವಾಯುಸೇನೆಯು ಹೇಳಿದಂತೆ ಅದು ೫೫೦ ಸ್ಟ್ರೈಕ್ ಮಿಶನ್ ಮತ್ತು ೨೧೮೫ ಹೆಲಿಕಾಪ್ಟರ್ ಹಾರಾಟಗಳನ್ನು ದಾಖಲಿಸಿತ್ತು, ಆದರೆ ಭೂಸೇನೆಯವರು ಹೇಳಿದಂತೆ ಬರಿ ೮೩ ಸೇನಾ ಸಹಾಯ (Ground Support) ಕರೆಗಳನ್ನು ಪೂರ್ತಿಸಿತು ಎಂದಿದ್ದಾರೆ.

ಯುದ್ಧಾನಂತರ ನಾನು ಕಾರ್ಗಿಲ್ ಯುದ್ಧದ ಚಿತ್ರೀಕರಣವನ್ನು ಪರಿಷ್ಕರಿಸುವಾಗ ನೌಸೇನಾಧ್ಯಕ್ಷ ಎಡ್ಮಿರಲ್ ಸುಶೀಲಕುಮಾರರು ನನಗೆ ಫೋನ್ ಮಾಡಿ ತಮ್ಮ ಕಾರ್ಯಾಲಯಕ್ಕೆ ಬರಹೇಳಿದರು. ಅಲ್ಲಿ, ಭೂಸೇನಾಧ್ಯಕ್ಷ ಜನರಲ್ ವಿ.ಪಿ.ಮಲಿಕ್‌ರ ಉಪಸ್ಥಿತಿಯಲ್ಲಿಯೇ ಕಾರ್ಗಿಲ್ ಮುಖಾಮುಖಿಯ ಸಂದರ್ಭದಲ್ಲಿ ನೌಸೇನೆಯ ಪಾತ್ರವನ್ನು ವಿವರಿಸುತ್ತ ನೌಸೇನೆಯು ತನ್ನ ಪೂರ್ವೀ ನೌಕಾಪಡೆಯನ್ನು ಪಶ್ಚಿಮಕ್ಕೆ ತಂದು ಕರಾಚಿಯನ್ನು ಅಮುಕಿ ಯುದ್ಧವು ವಿಸ್ತರಿಸದಂತೆ ನೋಡಿಕೊಳ್ಳುವ ಸ್ಥಿತಿಯನ್ನು ತಂದಿತು ಎಂದರು. ಪಾಕಿಸ್ತಾನ ನೌಸೇನೆಗಿಂತಲೂ ಶಕ್ತಿಯುತ ಭಾರತೀಯ ನೌಸೇನೆಯಿದ್ದರೂ, ಯಾವ ಭಾರತೀಯ ಪೋತದಲ್ಲಿಯೂ ಕ್ಷಿಪಣಿ ವಿರೋಧಿ ವ್ಯವಸ್ಥೆಯಿರದಿದ್ದರೂ ಸಹ ಈ ಚಲನೆಯು ಅತ್ಯಂತ ಭೀರುವಾಗಿದ್ದುದು ನಿಶ್ಚಿತ. ಹಾಗಾಗಿ ನಾನು ಇದರ ಕೆಲವು ಅಂಶಗಳನ್ನು ನನ್ನ ಮೊದಲಿನ ನೌಸೇನೆಯ ಫಿಲ್ಮಿನಿಂದ ತೆಗೆದು ಕಾರ್ಗಿಲ್ ಫಿಲ್ಮಿನಲ್ಲಿ ಹಾಕಿದೆ. ನಿರೂಪಕನು ಕರಾಚಿಯ ಮುತ್ತಿಗೆಯನ್ನೂ ಪ್ರಸ್ತುತಪಡಿಸಿದ. ಆದರೂ ನಂತರ ಅನೇಕ ಆರ್ಮಿ ಅಧಿಕಾರಿಗಳು ಇದನ್ನು ಟೀಕಿಸಿದ್ದೇ ನನ್ನ ಮಹದಾಶ್ಚರ್ಯ!

ಯುದ್ಧದ ಸಮಯದಲ್ಲಿ ವಾಯುಸೇನೆಯ ಕಾರ್ಯಾಚರಣೆಯನ್ನು ಚಿತ್ರೀಕರಿಸಬೇಕೇ ಎಂದು ವಾಯುಸೇನೆಯನ್ನು ನಾನು ಕೇಳಿದಾಗ ವಾಯುಸೇನಾಧ್ಯಕ್ಷ ಟಿಪ್ನಿಸರು ಬೇಡವೆಂದಿದ್ದರು. ಆದರೂ ೨೦೦೧ರಲ್ಲಿ ಅದರ ಚಿತ್ರೀಕರಣದ ಬಗ್ಗೆ ಮಾತಾಡಲು ನಾನು ಕರೆಕಳಿಸಲ್ಪಟ್ಟೆ. ಏರ್‌ಮಾರ್ಶಲ್ ಎಸ್.ಕೆ. ಜೈನ್ ಆಗ ACAS (Ops) ಎಂಬ ಮುಖ್ಯ ಹುದ್ದೆಯಲ್ಲಿದ್ದು ವಿವರ ಹೇಳುತ್ತ ಕಾರ್ಗಿಲ್ ಯುದ್ಧದ ಚಿತ್ರೀಕರಣವು ವಾಯುಸೇನೆಯೇ ಯುದ್ಧ ಗೆದ್ದುದರ ಬಗ್ಗೆ ಇರುವಂಥದಿರಬೇಕೆಂದರು! ನಾನು ಸರ್ವಥಾ ನಿರಾಕರಿಸುತ್ತ ಅವರ ಕಾರ್ಯಾಲಯದಿಂದ ಹೊರಬಿದ್ದೆ, ಮರಳುವ ಯೋಚನೆಯೇ ಇರಲಿಲ್ಲ. ವಾಯುಸೇನೆಯ ಪಾತ್ರ ಕಾರ್ಗಿಲ್ ಯುದ್ಧದಲ್ಲಿ ಮುಖ್ಯವಾದದ್ದಿದ್ದರೂ ಈ ಅಪೇಕ್ಷೆ ಅತೀತಕ್ಕೇ ಹೋಯಿತಲ್ಲ? ಆದರೆ ಎ.ವಿ.ಎಮ್ ಜೈನ್‌ರಿಗೆ ಅವರು ನನ್ನನ್ನು ವಾರಾನಂತರ ಪುನಃ ಕರೆಸಿದ್ದಕ್ಕೆ ಮನ್ನಣೆ ದೊರೆಯಲೇಬೇಕು. ನನ್ನ ವಿಚಾರಗಳನ್ನವರು ಒಪ್ಪಿದರು. ಬೇರೆ ಬೇರೆ ವಿಮಾನಗಳ ಘಟಕ ಮುಖ್ಯಸ್ಥರ ವಿವರಗಳನ್ನು ಚರ್ಚಿಸಲು ಕೇಳಿಕೊಂಡೆ. ಇದೊಂದು ಆಕರ್ಷಕ ಕೆಲಸವಾಯಿತು. ವ್ಯಕ್ತಿ ಆಧಾರಿತ ಸರಣಿಯ ಬದಲು ಬೇರೆ ಬೇರೆ ವಿಮಾನಗಳ ಪಾತ್ರನಿರ್ವಹಣೆಯ ಮಾರ್ಗವು ಉಪಯೋಗಿಸಲ್ಪಟ್ಟಿತು. ೧೯೭೨ ಲ್ಲಿ ಹಾಗೆ ಮಾಡಿದ ನಂತರ ಪುನಃ ನಾನು ಮಿರಾಜ ಮತ್ತು ಜಗ್ವಾರ್ ವಿಮಾನಗಳಲ್ಲಿ ಕಾರ್ಗಿಲ್ ಕ್ಷೇತ್ರದಲ್ಲಿ ಹಾರಾಡಿದೆ. ಈ ಫಿಲ್ಮ ಅಕ್ಟೋಬರ ೨೦೦೦೩ರಲ್ಲಿ ಡಿಸ್ಕವರಿ ಚಾನೆಲ್ಲಿನಲ್ಲಿ ಪ್ರದರ್ಶಿತವಾಯಿತು.

ಇಂಥ ದೊಡ್ಡ ವೇದಿಕೆಯಿಂದ ಕಾರ್ಗಿಲ್ ಮುಖಾಮುಖಿಯನ್ನು ನೋಡಿದ್ದಾಗಿ ನನಗೆನಿಸಿದಂತೆ ನಮ್ಮ ಸಶಸ್ತ್ರ ಸೇನಾದಳಗಳು, ಭೂ ಮತ್ತು ವಾಯುಸೇನೆ ಇವೆರಡೂ, ಅತಿ–ಕಠಿಣ ಕೆಲಸವನ್ನು ಒಳ್ಳೇ ಚೆನ್ನಾಗಿಯೇ ಮಾಡಿದವು. ಹಾಗಿದ್ದು ಕೂಡ

ಯುದ್ಧಾನಂತರ ಅನೇಕ ಘಟನೆಗಳ ಬಗ್ಗೆ ಸಾಕಷ್ಟು ಟೀಕೆ ಕಚ್ಚಾಟಗಳುಂಟಾದದ್ದು ವಿಷಾದಾಸ್ಪದ. ೮ನೇ ಮೌಂಟನ್ ಡಿವಿಜನ್, ಮೇಜರ್ ಜನರಲ್ ಮೊಹಿಂದರ ಪುರಿಯ ನೇತೃತ್ವದಲ್ಲಿ ಜೊಜಿಲಾದಾಚೆ ಗುಮರಿಯ ಬುಡದಲ್ಲಿ ಮೊಗಲಪುರಾ ಎಂಬಲ್ಲಿ ಪಸರಿಸಿತ್ತು. ಜನರಲ್‌ನೊಡನೆ ನಾನು ಕೆಲವು ದಿನವಿದ್ದೆ. ನಿಶ್ಶಬ್ದ ದಕ್ಷತೆ ಮತ್ತು ಆತ್ಮವಿಶ್ವಾಸಗಳೊಡಗೂಡಿ ನಡೆಸಲ್ಪಟ್ಟ ಕಾರ್ಯಪ್ರಣಾಲಿಯು ಮನತಟ್ಟುವಂತಹದ್ದು. ಡಿವಿಜನ್ನಿನ ಬಹುತೇಕ ಭೂ–ಗುರಿಗಳು (Objectives)–ಟೊಲೊಲಿಂಗ, ಟೈಗರ್‌ಹಿಲ್ ಸಹಿತ–ಮುಖ್ಯ ರಾಜಮಾರ್ಗ, ಎನ್.ಎಚ್ ೧A, ಶ್ರೀನಗರ–ಕಾರ್ಗಿಲ್ ರಸ್ತೆಯ ಬದಿಗೆಯೇ ಬೇಗನೆ ಸಮೀಪಿಸಬಲ್ಲವಂಥವಾಗಿದ್ದವು. ಈ ಡಿವಿಜನ್ನು ಕಾಶ್ಮೀರ ಘಾಟಿಯಿಂದೆತ್ತಿ ಜೊಜಿಲಾದಾಚೆಗೆ ಕಳಿಸಲ್ಪಟ್ಟು ತ್ವರಿತ ಪರಿಣಾಮಗಳ ಪ್ರಯತ್ನದಲ್ಲಿ ತೊಡಗಿತು. ಮಾಧ್ಯಮಗಳ ದಂಡೇ ಈ ಡಿವಿಜನ್ನಿನ ಕ್ಷೇತ್ರವನ್ನಾವರಿಸಿತ್ತು ಬೇರೆ! ಅದರ ಹೊಳಪಿನಲ್ಲೇ ಇದರ ಕೆಲಸವಾಗಬೇಕಲ್ಲ? ಪ್ರತ್ಯಕ್ಷ ವಿಜಯ ಬೇಕೇ ಬೇಕು ಎಂಬಂಥ ಈ ಪರಿಸ್ಥಿತಿಯಲ್ಲಿ ಪುರಿಯವರ ಕೈಕೆಳಗಿನ ಮೂರು ಬ್ರಿಗೇಡಗಳು–(ಐದು ಬಟಾಲಿಯನ್ನುಗಳನ್ನೊಳಗೂಡಿದ ೭೯ನೇ ಬ್ರಿಗೇಡ ಮಶ್ಕೊ ಉಪಸೆಕ್ಟರನಲ್ಲಿ, ನಾಲ್ಕು ಬಟಾಲಿಯನ್‌ಗಳ ೫೬ನೇ ಮೌಂಟನ್ ಬ್ರಿಗೇಡ ಖಾಸ ದ್ರಾಸ್‌ನಲ್ಲಿ, ಮತ್ತು ನಂತರ ಬಂದ ೧೯೨ನೇ ಬ್ರಿಗೇಡ ಟೈಗರ್ ಹಿಲ್ ಮತ್ತು ಝುಲು ಸ್ಪರಗಳನ್ನು ವಶಪಡಿಸುವದಕ್ಕಾಗಿ)–ಬಹಳಷ್ಟು ಖತಿಗೊಂಡರೂ ಉತ್ಕೃಷ್ಟ ಪ್ರದರ್ಶನವನ್ನಿತ್ತವು.

೩ನೇ ಇನ್ಫಂಟ್ರಿ ಡಿವಿಜನ್, ಮೇಜರ ಜನರಲ್ ವಿ.ಎಸ್. ಬಧ್ವಾರರ ನೇತೃತ್ವದಲ್ಲಿದ್ದು ಸುರುವಾತಿಗೆ ೧೨೧ ಇಂಡಿಪೆಂಡೆಂಟ್ ಇನ್ಫಂಟ್ರಿ ಬ್ರಿಗೇಡನ್ನೊಳಗೊಂಡು ಅದರ ಕ್ಷೇತ್ರವು ೧ ಜೂನ ನಂತರ ದ್ರಾಸದ ಪೂರ್ವಕ್ಕಿರುವ ಥಾಸಗಾಮ್‌ದಿಂದ ಪೂರ್ವಕ್ಕೆ ಹಬ್ಬುತ್ತ ಕಾಕ್ಸರ್ ಮತ್ತು ಕಾರ್ಗಿಲ್ ಉಪಸೆಕ್ಟರ್‌ಗಳವರೆಗೆ ಇತ್ತು. ಪಾಕಿಸ್ತಾನಿ ಒಳನುಗ್ಗುವಿಕೆಯು ಕಂಡು ಬಂದ ನಂತರ ಬ್ರಿಗೇಡಿಯರ ದೇವೆಂದರ್‌ಸಿಂಹರ ನೇತೃತ್ವದಲ್ಲಿ ಸಿಂಧು ನದಿಯಿಂದ ಚೋರಬಟಲಾ–ಹುಂಡಾಂಗ ಬ್ರೊಕ್ – ಹನುಥಾಂಗ್ ದಿಸೆಯಲ್ಲಿ ವಿಸ್ತರಿಸಲ್ಪಟ್ಟಿತು. ೧೦೨ನೇ ಬ್ರಿಗೇಡು (ಸಿಯಾಚಿನ್ ಬ್ರಿಗೇಡ ಎಂದು ನಾಮಕೃತವಾದುದು) ಉಪಸೆಕ್ಟರ್ ಹನಿಫ್‌ದಲ್ಲಿ ಚೋರಬಟಲಾದಿಂದ ಶ್ಯೋಕ ನದಿಯವರೆಗೆ ಮತ್ತು ಪಶ್ಚಿಮ ಉಪಸೆಕ್ಟರ್‌ನಲ್ಲಿ ತೊರ್ತುಕ್‌ನಿಂದ ಸಿಯಾಚಿನ್ ದಕ್ಷಿಣೀ ಗ್ಲೇಸಿಯರಿನ ದಕ್ಷಿಣ ಪೂರ್ವಕ್ಕೆ ೧೦ ಕಿ.ಮಿ ದೂರವಿದ್ದ ಸ್ಥಳದವರೆಗೆ ಹಬ್ಬಿತ್ತು.

ಮುಖ್ಯ ವ್ಯತ್ಯಾಸವೆಂದರೆ ಭೂರಚನೆ. ಮಶ್‌ಕೊ ಮತ್ತು ಕಾಕ್ಸರ ಉಪಸೆಕ್ಟರ್‌ಗಳು ಮಾಧ್ಯಮಗಳ ತೀವ್ರನೋಟದಿಂದ ತುಸು ದೂರವಿದ್ದರೂ ೩ನೇ ಡಿವಿಜನ್ನಿನ ಯುದ್ಧಗಳು ಸಂಪೂರ್ಣವಾಗಿ ಬೇರ್ಪಡಿಸಲ್ಪಟ್ಟಿದ್ದವು. ೭೦ನೇ ಬ್ರಿಗೇಡಿಗೆ ಯಾಲ್ದೊರ ಉಪಸೆಕ್ಟರ ಕೊಡಲಾಗಿದ್ದರೂ ಸುರುವಾತಿಗೆ ಯಾವ ಘಟಕಗಳೂ ಅದರ ಕೈಕೆಳಗಿರಲಿಲ್ಲ. ನಂತರ ೧೧ ಬಟಾಲಿಯನ್‌ಗಳು ಅದರಲ್ಲಿ ಸೇರಿಸಲ್ಪಟ್ಟವು. ಬ್ರಿಗೇಡ ಕಮಾಂಡರನು ಊಹಿಸಲಸಾಧ್ಯವಾದ ಯುದ್ಧವನ್ನು ಗೈದನು. ಅನೇಕ ಸಲ ದೂರ ಹಬ್ಬಿದ ಟೆಲಿಫೋನ

ಲೈನಿನಾಚೆ ಮಾತನಾಡುವವನು ಯಾರೆಂಬುದೂ ಅವನಿಗೆ ಒಮ್ಮೆಲೆ ತಿಳಿಯುತ್ತಿರಲಿಲ್ಲ. ಬ್ರಿಗೇಡ ಮುಖ್ಯಾಲಯವು ದಾಹ್ ಎಂಬ ರಸ್ತೆತುದಿಯಿಂದ (Roadhead) ಮೂರು ದಿನಗಳ ಕಾಲ್ನಡಿಗೆಯ ಘನಸೊಕ ಎಂಬಲ್ಲಿತ್ತು. ಇಂಥ ಈ ಸ್ಥಾನಗಳಿಗೆ ತಲುಪುವದು ಅಸಾಧ್ಯಕೋಟೆಯ ಮಾತು. ಹೆಲಿಕಾಪ್ಟರ ಇದ್ದರೇ ಮಾತ್ರ ಎಲ್ಲ ಚಲನಗಳು ಸಾಧ್ಯ. ನನ್ನೊಬ್ಬನನ್ನುಳಿದು ಇತರ ಪತ್ರಕಾರನೆಂದರೆ Indian Expressನ ವಿಕ್ರಮಜೀತ್ ಸಿಂಹನೊಬ್ಬನೇ ೭೦ನೇ ಬ್ರಿಗೇಡಿನವರೆಗೆ ತಲುಪಿದವ. ಈರ್ವರೂ ನಾವು ಆರ್ಮಿ ಏವಿಯೇಶನ್ನಿನ ಚೀತಾ ಹೆಲಿಕಾಪ್ಟರನಲ್ಲಿ ಸಾಗಿಬಂದಿದ್ದೆವು. ರಕ್ಷಾ ಮಂತ್ರಾಲಯವು ನಿರ್ದೇಶಿಸಿದ್ದೆಂದರೆ ಮಾಧ್ಯಮದವರು ಹೆಲಿಕಾಪ್ಟರಿನಲ್ಲಿ ಪ್ರವಾಸಿಸಬೇಕಾದರೆ ಒಬ್ಬ ಬ್ರಿಗೇಡಿಯರ ಅಥವಾ ಅವನಿಗೂ ಮೇಲಿನ ಅಧಿಕಾರಿಯ ಜೊತೆಗೆ ಮಾತ್ರ. ಹಾಗಾಗಿ ನಾನು ಬಹಳಷ್ಟು ಸಲ ಜನರಲ್ ಬಧ್ವಾರರ ಜೊತೆಗೇ ಪ್ರವಾಸಿಸುತ್ತಿದೆ. ಬಧ್ವಾರವರು ತಮ್ಮ ಹೆಲಿಕಾಪ್ಟರಿನ ಬಾಗಿಲುಗಳನ್ನು ತೆಗೆದಿಡಲು ಒಪ್ಪಿದರು–ನನಗೆ ಚಿತ್ರೀಕರಣ ಮಾಡಬೇಕಿತ್ತಲ್ಲ?–. ಪ್ರತಿಸಲವೂ ನಮ್ಮ ಎಲಬುಗಳೂ ಚಳಿಯಿಂದ ಹೆಪ್ಪುಗಟ್ಟುತ್ತಿದ್ದವು.

೮ನೇ ಮೌಂಟನ್ ಡಿವಿಜನ್ ನೇರ ಆಘಾತಗಳಿಂದ ಶತ್ರುವನ್ನು ದುರ್ಬಲಗೊಳಿಸುವ ವಿಧಾನದಿಂದ (Battle of Attrition) ತಮ್ಮ ಕಾರ್ಯನಿರ್ವಹಣೆಯನ್ನು ನಡೆಸಿದರೆ ೩ನೇ ಇನ್ಫಂಟ್ರಿ ಡಿವಿಜನ್ ಶತ್ರುವನ್ನು ಸುತ್ತುಗಟ್ಟಿ ಅವನ ಸರಬರಾಯಿ ರಸ್ತೆಯನ್ನು ಕತ್ತರಿಸುವ ವಿಧಾನವನ್ನು (Battle of Encirclement) ಅನುಕರಿಸಿತು. ಬಟಾಲಿಕ–ಕ್ಷೇತ್ರದ ಭೂರಚನೆಯ ಕಠಿಣತೆಯಿಂದಾಗಿ ೧೫೫ ಮಿ.ಮಿ ಬೊಫೋರ್ಸ ಮತ್ತು ೧೩೦ ಮಿ.ಮಿ ಗನ್‌ಗಳಂತಹ ಭಾರೀ ವಿಧ್ವಂಸಕ ಫಿರಂಗಿಗಳ ಫೈರ್‌ಸಪೋರ್ಟ ದೊರೆಯಲಿಲ್ಲ. ಅದು ೮ನೇ ಡಿವಿಜನ್ನಿನ ಹತ್ತಿರದ ರಾಜಮಾರ್ಗದ ಜೊತೆಗೆ ಸಾಧ್ಯವಾಯಿತಷ್ಟೇ. ೩ನೇ ಡಿವಿಜನ್ನಿಗೆ ೧೦೫ ಮಿ.ಮಿ ಲಘು ಫಿರಂಗಿಗಳ ಸಹಾಯವಷ್ಟೇ ದೊರೆಯಿತು. ಹಾಗಾಗಿ ಕೆಲವು ಈ ಪ್ರದೇಶದ ಅತ್ಯಂತ ತುರುಸಿನ ಯುದ್ಧಗಳು ವರದಿಗೊಳ್ಳದೆ ಉಳಿದವು. ಕೊನೆಯ ಅಭಿಪ್ರಾಯದಲ್ಲಿ ಈ ಕ್ಷೇತ್ರದಲ್ಲಿ ಮಾಧ್ಯಮಗಳ ಅನುಪಸ್ಥಿತಿಯಿಂದಾಗಿ ಬದಿಗಿದ್ದ ೮ನೇ ಡಿವಿಜನ್ನಿನ ಯುದ್ಧಗಳೇ ಹೆಚ್ಚು ಪ್ರಕಾಶಿತವಾದವು.

ಯುದ್ಧ ಮುಗಿದ ಮೇಲೆ ಕೆಲವು ಘಟನೆಗಳ ಸಂಬಂಧಿತ ಶಿಕ್ಷಾವಿಧಿ ಬೊಟ್ಟು ಮಾಡಿದ್ದು ೩ನೇ ಡಿವಿಜನ್ನಿನ ಮೇಲೆ. ನಾನು ಕಂಡಂತೆ ಈ ಡಿವಿಜನ್ನಿನ ಕಾರ್ಯಾಚರಣೆ ೮ನೇ ಡಿವಿಜನ್ನಿನಷ್ಟೇ ಸಮರ್ಥವಿತ್ತು. ದುರದೃಷ್ಟವೆಂದರೆ ನಮ್ಮ ಪದ್ಧತಿ, ವ್ಯವಸ್ಥೆಗಳು ಜನರಲ್ ಬಧ್ವಾರ ಮತ್ತು ಬ್ರಿಗೇಡಿಯರ್ ದೇವಿಂದರ ಸಿಂಹ ಹಾಗೂ ಅಲ್ಲಿ ಉತ್ಕೃಷ್ಟ ಕೆಲಸ ಮಾಡಿದ ಅನೇಕ ಬಟಾಲಿಯನ್‌ಗಳನ್ನು ಮನ್ನಿಸಲಿಲ್ಲ ಅಷ್ಟೇ ಅಲ್ಲ ಅವರೊಡನೆ ಬಿರುಸಾಗಿ ವ್ಯವಹರಿಸಲಾಯಿತು. ನಾವು ಇನ್ನೂ ಉತ್ತರಕ್ಕೆ ಹನೀಫ್ ಸೆಕ್ಟರದ ಕಡೆಗೆ ಹೋದರೆ ಅಲ್ಲಿಯ ಘಟಕಗಳ ಹೋರಾಟದ ಬಗ್ಗೆ ಮಾತೇ ಇಲ್ಲ. ೨೭ನೇ ರಾಜಪೂತ ಬಟಾಲಿಯನ್ ಪೊಯ್ಂಟ್ ೫೭೭೦ನ್ನು ಜಯಿಸಿದ ಘಟನೆಯೇ ಇದಕ್ಕೆ ಸಾಕ್ಷಿ.

ಜನರಲ್ ವೇದ ಮಲಿಕ್, ಸೇನಾಧ್ಯಕ್ಷ, ವಿಜಯಿಯಾದ, ಆದರೂ ಅವರು ಸಹ ಪಾಕಿಸ್ತಾನಿ ನುಸುಳುವಿಕೆಯ ಸುರುವಾತಿನ ಕೆಲವು ಸುದ್ದಿಗಳು ಬಂದಿದ್ದರೂ ಪೋಲಂಡ ಭೇಟಿಯನ್ನು ಕೈಕೊಂಡಿದ್ದಕ್ಕಾಗಿ ಟೀಕೆಯ ಪೆಟ್ಟು ತಿಂದರು. ಅವರ ಎದುರಾಳಿ ಪಾಕಿಸ್ತಾನಿ ಜನರಲ್ ಮುಶರ್ರಫ್ ಸೋಲಿಸಲ್ಪಟ್ಟವ ಪಾಕಿಸ್ತಾನದ ರಾಷ್ಟ್ರಪತಿಯಾದ! ವೈಯಕಕ್ತಿಕವಾಗಿ ನನಗೆನೆಸಿದ್ದೆಂದರೆ ಜನರಲ್ ಮಲಿಕರು ಯುದ್ಧದ ಮೊದಲು ಮತ್ತು ನಂತರ ಕೂಡ ಮಾಧ್ಯಮಗಳ ವರದಿಗಳಿಂದ ಸುಲಭವಾಗಿ ಅಸಮಾಧಾನಗೊಳ್ಳುತ್ತಿದ್ದರು ಎಂದು.

೬ ಜುಲೈ ೧೯೯೯, ಯಾಲ್ದೊರ್ ಉಪಸೆಕ್ಟರನಿಂದ ಪಾಕಿಸ್ತಾನಿ ಸೈನಿಕರು ಸ್ಫೋಟಗೊಳ್ಳುವ ಮೂರು ದಿನ ಮೊದಲು ನಾನು ೩ನೇ ಡಿವಿಜನ್ನಿನ ಕಾರ್ಗಿಲ್ ಕಾರ್ಯಾಲಯದಿಂದ ಚೊರಬಟಲಾಕ್ಕೆ ಹೋಗಬೇಕಾಗಿತ್ತು. ನನ್ನನ್ನು ಕರೆದೊಯ್ಯುವ ಹೆಲಿಕಾಪ್ಟರ್ ಶ್ರೀನಗರದಿಂದ ಬ್ರಿಗೇಡಿಯರ ಭಗತರನ್ನು ಕರೆದುಕೊಂಡು ಬಂದಿತ್ತು. ಮೊದಲಿನ ನನ್ನ ಪರಿಪಾಠದಂತೆ ಕಾಪ್ಟರಿನ ಬಾಗಿಲುಗಳನ್ನು ತೆಗೆಯಲು ಹೇಳಿ ಬ್ರಿಗೇಡಿಯರರಿಗೆ ಒಂದು ಜಾಕೆಟ ತರಲು ಹೋಗಿ ಜನರಲ್ ಬಧ್ವಾರರ ಪಾರ್ಕಾ ಕೋಟು ತಂದು ಹೆಲಿಕಾಪ್ಟರ್ ಕಡೆಗೆ ಹೋಗುತ್ತಿದ್ದಂತೆ ಹಿಂದಿಂದ ಯಾರೋ ಒದರಿದಂತಾಯಿತು. ಹಿಂತಿರುಗಿದಾಗ ಡಿವಿಜನ್ನಿನ ಕರ್ನಲ್ ಜಿ.ಎಸ್ (ಸ್ಟಾಫ್ ಮುಖ್ಯಸ್ಥ) ಕರ್ನಲ್ ಅವತಾರ ಸಿಂಹ ಕಾಗದವೊಂದನ್ನು ತೋರಿಸುತ್ತ 'ಇದೀಗ ಈ ಸಿಗ್ನಲ್ ಬಂದಿದೆ, ಎಲ್ಲ ಪತ್ರಕರ್ತರನ್ನು ಕಾರ್ಗಿಲ್‌ನಿಂದ ಹೊರಹಾಕಬೇಕೆಂದು' ಎಂದ. ಇವನು ಮತ್ತು ಜನರಲ್ ಬಧ್ವಾರರ ಎ.ಡಿ.ಸಿ ಈರ್ವರೂ ಹಿಂದಿನ ದಿನ ಭಾರತದ ಸುಪ್ರಸಿದ್ಧ ಫೊಟೊಗ್ರಾಫರ್ ರಘುರಾಯರೊಂದಿಗೆ ಜಗಳಾಡಿದ್ದರು. ನಾನು ರಘುರಾಯ ಅವರ ಪರವಾಗಿ ಮಾತಾಡಿದ್ದೇ ಕರ್ನಲ್ಲನ ಕೋಪಕ್ಕೆ ಕಾರಣವಾದಂತಾಯ್ತು.

'ಅದೇಕೆ?' ಎಂದು ಕೇಳಿದೆ.

'ಸೇನಾ ಚೀಫ್ ಅವರ ಆದೇಶ' ಎಂದನವ. ನನ್ನೆಡೆಗೆ ಬೊಟ್ಟು ಮಾಡುತ್ತ 'ವಿಶೇಷವಾಗಿ ನೀನು?' ಎಂದ.

ನನ್ನ ಫಿಲ್ಮ್ ತಂಡವನ್ನು ಹಿಂದೆಬಿಟ್ಟು ಕಾಪ್ಟರಿನ ಬಾಗಿಲುಗಳನ್ನು ಪುನಃ ಜೋಡಿಸಿ ಶ್ರೀನಗರಕ್ಕೆ ಓಡಿದೆ. ಒಂದುವರೆ ತಾಸಿನ ನಂತರ ಬದಾಮಿ ಬಾಗ ತಲುಪಿ ಜನರಲ್ ಮಲಿಕ್ ಮತ್ತು ಲೆ. ಜನರಲ್ ಕಿಶನ್ ಪಾಲರು ವಿರಮಿಸುವ ಹಟ್‌ನಲ್ಲಿದ್ದುದನ್ನು ಕಂಡೆ. ಲೆ. ಜನರಲ್ ಅರ್ಜುನ್ ರೇ ಅವರು ದಿಲ್ಲಿಯಲ್ಲಿ ಮಾಧ್ಯಮಗಳ ಕೇಂದ್ರದ ಮುಖ್ಯಸ್ಥರಾಗಿದ್ದು ಅವರೂ ಅಲ್ಲಿಯೇ ಇದ್ದರು. ಅವರೆಡೆಗೆ ಧಾವಿಸುತ್ತ ನನ್ನ ಉಚ್ಚಾಟನೆಯ ಕಾರಣವನ್ನು ಕೇಳಿದೆ. ಟೈಗರ ಹಿಲ್ಲಿನ ಮೇಲಿನ ಲಗ್ಗೆಯನ್ನು ಕೆಲವು ಮಾಹಿತಿ ಚಾನೆಲ್‌ಗಳು ಪ್ರಸಾರಿಸಲಾಗಿ ನಮ್ಮ ಹುತಾತ್ಮರ ಸಂಖ್ಯೆ ಹೆಚ್ಚಿದ್ದರಿಂದ ಸೇನಾಧ್ಯಕ್ಷರು ಸಿಟ್ಟಿಗೆದ್ದು ಘೂತ್ಕರಿಸಿದ್ದಿದು ಎಂದರು. ಮೂವರೂ ಜನರಲ್ಲರು ಬೇಗನೆ ತೆರಳಿದ್ದರಿಂದ ನನಗೆ ಸೇನಾಧ್ಯಕ್ಷರನ್ನು ಭೇಟಿಮಾಡಲು ಸಾಧ್ಯವಾಗಲಿಲ್ಲವಾದರೂ

ನಾನು ಜನರಲ್ ರೇ ಅವರಿಗೆ ಇದು ಹಾಸ್ಯಾಸ್ಪದ ಹುಕುಮು, ಇದುವರೆಗೆ ಮಾಧ್ಯಮಗಳು ಜಗತ್ತಿಗೆ ತಿಳಿಯುವಂತೆ ಸತ್ಯವನ್ನು ಪ್ರಸಾರಿಸುವ ಪ್ರಯತ್ನವನ್ನೇ ಕತ್ತು ಹಿಸುಕಿ ವ್ಯರ್ಥವಾಗಿಸಿದಂತಾಯಿತು ಎಂದು ವಿವರಿಸಿದೆ. 'ನಾನೇನು ಮಾಡಬಹುದೋ ನೋಡುತ್ತೇನೆ' ಅಂದಿದ್ದರವರು.

ಹದಿನೈದು ನಿಮಿಷಗಳ ನಂತರ ಟೆಲಿಫೋನ್ ಕರೆ ಬಂದು ಜನರಲ್ ರೇ ಅವರು 'ಆ ಆಜ್ಞೆ ರದ್ದು ಮಾಡಲ್ಪಟ್ಟಿದೆ, ನೀನು ಮರಳಿ ಹೋಗಬಹುದು. ತಮ್ಮ ಜಾಗಬಿಟ್ಟು ಬರುತ್ತಿರುವ ಇತರ ಪತ್ರಕರ್ತರನ್ನು ದಾರಿಯ ಚೆಕ್‌ಪೋಸ್ಟಗಳಲ್ಲಿ ತರುಬಿ ಅವರಿಗೆ ತಮ್ಮ ಕೆಲಸಕ್ಕೆ ಮರಳುವ ಪರವಾನಿಗೆಯನ್ನು ಕೊಡಿಸಲಾಗುವದು' ಎಂದು ತುಸು ಬಿರುಸಾಗಿಯೇ ಹೇಳಿದರು. ನನ್ನ ಪೈಲೆಟ್ ಮೇಜರ್ ದುವಾ ಈಗ ಮರಳುವದು ತಡವಾಯಿತು ಎಂದ. ರಾತ್ರಿಯನ್ನು ಶ್ರೀನಗರದಲ್ಲಿ ಕಳೆದು ಮರುದಿನ ತುದಿಬೆರಳಿನ ಮೇಲೆ ನಿಂತಿದ್ದ ನನ್ನ ತಂಡವನ್ನು ಕೂಡಿಕೊಂಡೆ. ಯುದ್ಧಾನಂತರ ಪರಿಷ್ಕೃತವಾಗತೊಡಗಿದ ನನ್ನ ಫಿಲ್ಮಿನ ವಿಷಯದಲ್ಲಿ ಸೇನಾಧ್ಯಕ್ಷರನ್ನು ಕಾಣಲು ನಾನು ಹೋಗಿದ್ದೆ. ಅಲ್ಲಿಯ ಹೊರಕವಚದಲ್ಲಿ ಎಲ್ಲೆಲ್ಲೂ ಓಡಾಟ. ಯಾವುದೋ ಪ್ರಮುಖ ನಿಯತಕಾಲಿಕೆಯೊಂದು ಯುದ್ಧದ ಪಕ್ಷಪಾತೀ ವರದಿಯೊಂದನ್ನು ಛಾಪಿಸಿದ್ದರಿಂದ ಈ ಓಡಾಟ ಎಂದು ತಿಳಿಯಿತು. ನಾನು ಹೊರಗೆ ಕುಳಿತಾಗಲೇ ಆ ರಿಪೋರ್ಟನ್ನು ಓದಿದೆ. ನಂತರ ಸೇನಾಧ್ಯಕ್ಷರೊಡನೆ ನನ್ನ ಫಿಲ್ಮಿನ ಬಗ್ಗೆ ಮಾತುಕತೆಯಾದ ನಂತರ ಹೊರಬೀಳುತ್ತಿರುವಂತೆ ಅವರು ನನ್ನನ್ನು ತಡೆದು ಆ ವರದಿಯನ್ನು ನಾನು ನೋಡಿದ್ದೇನೆಯೋ ಎಂದಾಗ ಅದನ್ನು ಕಡೆಗಣಿಸಿಬಿಡಬೇಕೆಂದು ಸೂಚಿಸಿದೆ. ಆರ್ಮಿ ಕಾರ್ಯಾಲಯದ ಯಾವುದೇ ಪ್ರತಿಕ್ರಿಯೆಯೂ ಈ ತಥ್ಯದ ಜಗ್ಗಾಟವನ್ನೇ ಮುಂದುವರಿಸುತ್ತಿತ್ತಲ್ಲವೇ?

ಯುದ್ಧೋತ್ತರದಲ್ಲಿ ನಾವು ಸೇನಾ ಸಂಪರ್ಕಕೇಂದ್ರ (Army Liason Cell - ALC) ದೊಡನೆ ನಿಕಟವರ್ತಿಯಾಗಿಯೇ ಕಾರ್ಯರತವಾದೆವು. ಬಹುತೇಕ ಚಾನೆಲ್‌ಗಳು ಭಾರತೀಯ ತೋಪುಖಾನೆಗಳ ಚಿತ್ರಣಗಳನ್ನು ಬೆಸೆದಿದ್ದವು, ಆದರೆ ರಾಜಮಾರ್ಗಗಳನ್ನು ಬಿಟ್ಟು ಉಳಿದೆಡೆಗೆ ಹೋಗುವುದು ಅವರಿಗೆ ಸಾಧಿಸಲಿಲ್ಲ. ನಾವು ನಮ್ಮದೇ ಒಂದು ಕಾರ್ಯಪದ್ಧತಿಯನ್ನು ಸ್ಥಾಪಿಸಿದೆವು. ಟಿ.ವಿ. ಜಾಲವೊಂದು ತಮಗೆ ಚಿತ್ರಣಕ್ಕಾಗಿ ALC ಕಡೆಗೆ ಹೋಗುತ್ತಿದ್ದು ALCಯವರು ಜಾಲದವರನ್ನು ನಮ್ಮೆಡೆಗೆ ಕಳಿಸುತ್ತಿದ್ದರು. ನಾನು ಯಾರ ಬೇಡಿಕೆಯನ್ನೂ ನಿರಾಕರಿಸಲಿಲ್ಲ, ಅದು ಝೀ ಟಿ.ವಿ ಯೇ ಇರಲಿ ಅಥವಾ ಸಿ.ಎನ್.ಎನ್ನೇ ಇರಲಿ. ಆದರೆ ನಾವು ಪರಿಷ್ಕೃತ ಚಿತ್ರಣವನ್ನೇ ನಮ್ಮ ನಿಯಂತ್ರಿತ ವಿವರಣೆಯಂತೆ ಕೊಡುವ ನಿರ್ಧಾರ ಮಾಡಿದೆವು. ಮೂಲಭೂತವಾಗಿ ಪಾಶ್ಚಾತ್ಯ ವರದಿಗಾರರ ಚತುರ ಭಾರತ ವಿರೋಧಿ ವರದಿಗಳಿಗೆ ಅವಕಾಶವೀಯುದಿರುವದೇ ನಮ್ಮ ಉದ್ದೇಶ. ಇಂಥ ಪಾಶ್ಚಾತ್ಯ ವರದಿಗಳು ಸಹಸಾ ಜಮ್ಮು ಕಾಶ್ಮೀರವನ್ನು ವರ್ಣಿಸುತ್ತಿದ್ದುದು 'ಭಾರತ ಆಕ್ರಮಿತ ಕಾಶ್ಮೀರ' ಎಂದು ಮತ್ತಿನ್ನೇನೋ.

ವಿಷಾದವೆಂದರೆ ಕಾರ್ಗಿಲ್ ಯುದ್ಧವು ರಾಜಕೀಯದಲ್ಲಿ ಪರಿವರ್ತಿತವಾಗಿ ಭಾರತೀಯ ಶಸ್ತ್ರಪಡೆಗಳ ವಿಸ್ಮಯಕಾರಿ ಕಾರ್ಯನೀತಿಯನ್ನೇ ತೆಳ್ಳಗಾಗಿಸಿತು. ಯುದ್ಧವನ್ನು ಕಾರ್ಗಿಲ್ ಎಂದು ಕರೆಯುವಲ್ಲೇ ಭಾಗಶಃ ಅಕ್ರಮ ಜನಿಸಿದೆ. ಅದು ಜೋಜಿಲಾದಿಂದ ಸಿಯಾಚಿನ್‌ವರೆಗಿನ ವಿಸ್ತಾರವನ್ನು ಕಾರ್ಗಿಲ್ಲಿಗಷ್ಟೇ ಸೀಮಿತಗೊಳಿಸುತ್ತಿಲ್ಲವೇ? ನನಗನಿಸಿದ್ದು ಅತ್ಯಂತ ಕಠಿಣ ಪರಿಸ್ಥಿತಿಗಳಲ್ಲಿ ಘೋರ ಪರಿಸರದಲ್ಲಿ ತಮ್ಮ ಸರ್ವಸ್ವವನ್ನೇ ಅರ್ಪಿಸಿದ ಬಹಳಷ್ಟು ಯೋಧರನ್ನು ನಿಜವಾಗಿ ಗೌರವಿಸುವಲ್ಲಿ ಭಾರತವು ಅಸಫಲವಾಯಿತು. ಇನ್ನೂ ಗಂಭೀರವಾಗಿ ಹೇಳುವದೆಂದರೆ ಮಾಧ್ಯಮಗಳು ಉಪಸ್ಥಿತವಿದ್ದರೆ ನಿಮ್ಮ ಪರಿಶ್ರಮಕ್ಕೆ ಮನ್ನಣೆ ದೊರೆತೀತು, ಇಲ್ಲವಾದರೆ ನಿಮ್ಮದು ಮರೆಯಲಾದ ಫೌಜ!

***

೧೨. ಮರೆಯಲ್ಪಟ್ಟ ವಲಯಗಳು

ಇತರ ಪ್ರಾದೇಶಿಕ ಹೋರಾಟಗಳು:

೨೭ನೇ ರಾಜಪೂತ ಬಟಾಲಿಯನ್ ತೊರ್ತುಕನಲ್ಲಿ

ವಿವಿಧ ವಲಯಗಳಿಗೆ ಮತ್ತು ಕಾರ್ಯಾಚರಣೆಗಳಿಗೆ ಶೀರ್ಷಿಕೆಯನ್ನಂಟಿಸುವುದು ಬಹಳೇ ತಪ್ಪುದಾರಿಗೆಳೆಯುತ್ತದೆ. ೧೯೯೯ರ ಕಾರ್ಗಿಲ್ ಯುದ್ಧವೊಂದು ಉದಾಹರಣೆ. ಯುದ್ಧ ವಿಸ್ತರಿಸಿದ್ದು ಜೊಜಿಲಾದಿಂದ ಮಶ್ಕೊ ಕಣಿವೆಯೊಡನೆ ಹಬ್ಬಿ ದ್ರಾಸ್ ಪಟ್ಟಣ, ಕಾಕ್ಸರ್, ಕಾರ್ಗಿಲ್ ಶಹರ, ಬಟಾಲಿಕ್ ಒಡಗೂಡಿ ಚೋರ್ಬಟಲಾ, ನಂತರ ಚಾಲುಂಕಾ, ತೊರ್ತುಕ್ ಮತ್ತು ದಕ್ಷಿಣೀ ಗ್ಲೇಸಿಯರ್‌ವರೆಗೆ ನೇರವಾಗಿ ಸುಮಾರು ೩೦೦ ಕಿ.ಮಿಗೂ ಅಧಿಕ ಕ್ಷೇತ್ರದಲ್ಲಿ. ನಮ್ಮ ದೇಶದ ನಾಗರಿಕರ ಅರಿವಿಗಾಗಿ ಇದನ್ನು ಸಂಕ್ಷಿಪ್ತಿಸಿದ್ದು ಕಾರ್ಗಿಲ್ ಎಂದು. ಇನ್ನೊಂದೆಂದರೆ ಕಾರ್ಗಿಲ್ ಇದು ಮಾಧ್ಯಮದವರ ಎಟುಕಿನೊಳಗಿತ್ತು. ಆಡಳಿತಾಧಿಕಾರವೂ ಕೂಡ ಇದನ್ನು ಪ್ರೋತ್ಸಾಹಿಸಿತು, ಏಕೆಂದರೆ ಇತರ ಅಪರಿಚಿತ ಅಥವಾ ಕಡಿಮೆ ಪರಿಚಿತ ಪ್ರದೇಶಗಳನ್ನು (ಅಲ್ಲಿ ಹಲವು ಅತ್ಯಂತ ತುರುಸಿನ ಕಾಳಗಗಳಾದರೂ ಸಹ) ಇತರ ಕಂಗಳಿಗೆ ತೋರಗೊಡುವದು ಸರಕಾರದ ಮನೀಷೆ ಇರಲಿಲ್ಲ. ಇಲ್ಲಿ ಅರಿತುಕೊಳ್ಳಬೇಕಾದುದೆಂದರೆ ನಾವು ಘಟನೆಗಳನ್ನು ವಿವರಿಸಲು ಪುನಃ 'ಸಿಯಾಚೆನ್', 'ಕಾರ್ಗಿಲ್' ಇತ್ಯಾದಿ ತಲೆಪಟ್ಟಿಗಳನ್ನು ಉಪಯೋಗಿಸಲು ಉದ್ಯುಕ್ತರಾಗುತ್ತಿದ್ದರೂ ಈ ಕ್ಷೇತ್ರವು ರಣಯೋಜನಾತ್ಮಕವಾಗಿ (Strategically) ಅಂತಃಸಂಬದ್ಧಿತವಿದ್ದು ಅನೇಕ ಪರೋಕ್ಷ ಪರಿಣಾಮಗಳು ಜೊತೆಗೂಡಿವೆ. ಉದಾಹರಣೆಗೆ ರಾಷ್ಟ್ರೀಯ ಹೆದ್ದಾರಿ ನಂ. ೧ ನೇದನ್ನು ಕತ್ತರಿಸಿದರೆ ಪಾಕಿಸ್ತಾನದ ಪ್ರಮುಖ ಧ್ಯೇಯ ಸಿಯಾಚೆನ್ ಸರಬರಾಯಿಯನ್ನೇ ಕತ್ತರಿಸಿದಂತಲ್ಲದೆ ಲದಾಖಿನಲ್ಲಿಯ ಇತರ ಕ್ಷೇತ್ರಗಳನ್ನೂ ಹಿಸುಕಿದಂತೆ.

೧೯೮೪ರಲ್ಲಿ ಗ್ಲೇಸಿಯರ್‌ನಲ್ಲಿ ಕಾಳಗ ಸುರುವಾದಾಗಿನಿಂದ ಅವೆಷ್ಟೋ ಬೇರೆ ಬೇರೆ ರೆಜಿಮೆಂಟುಗಳ ಘಟಕಗಳು ಹಿಮಾಚ್ಛಾದಿತ ಉತ್ತುಂಗ ಪರ್ವತ ಶೃಂಗಗಳಲ್ಲಿ ತಮ್ಮ ಕರ್ತವ್ಯ ಸೇವೆಗಳನ್ನು ಪೂರೈಸುತ್ತ 'ಉತ್ತುಂಗ ಪ್ರದೇಶ ಯುದ್ಧ'ವೆಂಬ (High Altitude Warfare) ಕಲ್ಪನೆಯನ್ನೇ ಸಾಕಾರಗೊಳಿಸಿವೆಯಷ್ಟೇ ಅಲ್ಲ ಅದರ

ವಿಕಾಸವನ್ನೂ ಎಂದೂ ಕಾಣದ ಮಟ್ಟಕ್ಕೆ ಏರಿಸಿವೆ. ಪ್ರತಿಯೊಬ್ಬ ಸೈನಿಕ, ಸಿಯಾಚೆನ್‌ನಲ್ಲಿ ಸೇವಾನಿರತನಾದವ, ಬೃಹತ್ ದೇಣಿಗೆಯಿತ್ತಿದ್ದಾನೆ. ದೇಶವು ಅವನಿಗೆ ತಲುಪಬೇಕಾದ ಕೃತಜ್ಞತೆಯ ಋಣವನ್ನು ಎಂದೂ ಮರೆಯಬಾರದು–ಅವರು ಜನರಲ್ಲರೇ ಇರಲಿ ಸಿಪಾಯಿಗಳೇ ಇರಲಿ!

ನಮ್ಮ ಕಥೆ ೮ನೇ ಜಾಕ್ ಲೈಟ್ ಇನ್ಫಂಟ್ರಿ (JAK LI) ಬಟಾಲಿಯನ್ನಿನ ಕೆಲಸದ ಸುತ್ತ ಹೆಣೆಯಲ್ಪಡುತ್ತದೆ. ಅದರಂತೆಯೇ ಲೆಕ್ಕವಿಲ್ಲದಷ್ಟು ಘಟನೆಗಳು–ಶತ್ರುವಿನ ವಿರುದ್ಧವಷ್ಟೇ ಅಲ್ಲ, ಪ್ರಕೃತಿಯ ವಿರುದ್ಧ ಕೂಡ ಹೋರಾಡಿದಂಥವು–ಉಂಟಾಗಿದ್ದು ವರದಿ ಅಥವಾ ದಾಖಲೆಗಳಿಲ್ಲದೆ ಮಾಯವಾಗಿವೆ. ಹಾಗೆಯೇ ಸತತ ಝಟಾಪಟಿಗಳು ೨೦೦೦ದಲ್ಲಿ ಯುದ್ಧವಿರಾಮ ಜಾರಿಗೆ ಬರುವವರೆಗೆ ನಡೆದೇ ಇದ್ದವು. ಪ್ರತಿಯೊಂದು ಘಟನೆಯನ್ನು ದರ್ಜಿಸುವದು ಅಸಾಧ್ಯ, ಮತ್ತು ಅದು ಈ ಪುಸ್ತಕದ ಗುರಿಯೂ ಅಲ್ಲ. ಆದರೂ ೧೯೮೭ರಲ್ಲಿ ನಡೆದ ೮ನೇ ಜಎಕೆ(ಜಾಕ್) ಲೈಟ್ ಇನ್ಫಂಟ್ರಿಯ ಹೋರಾಟದಿಂದ ಉಂಟಾದ ಪ್ರತ್ಯಕ್ಷ ಭೂಬದಲಾವಣೆಯ ನಂತರ ಎಲ್ಲಕ್ಕೂ ಮುಖ್ಯ ಹೋರಾಟ ಎಂದರೆ ೨೭ನೇ ರಾಜಪೂತ–ಬಟಾಲಿಯನ್ನಿನ ಆಪರೇಶನ್ ವಿಜಯದಲ್ಲಿಯದು. ಈ ಹೋರಾಟವು ನಡೆದಿದ್ದು NJ9842 ಹತ್ತಿರ. ಈ ಬಿಂದುವಿನವರೆಗಷ್ಟೇ ಶಿಮ್ಲಾ ಒಪ್ಪಂದದ ಪ್ರಕಾರ ಭಾರತ–ಪಾಕಿಸ್ತಾನಗಳು ಗಡಿರೇಖೆಯನ್ನು ಜಂಟಿಯಾಗಿ ರೇಖಿಸಿದ್ದು. ಇಲ್ಲಿಂದಲೇ ಜಮ್ಮುವರೆಗೆ ಲೈನ್ ಆಫ್ ಆ್ಯಕ್ಚುವಲ್ ಕಂಟ್ರೋಲ್ (ಎಲ್.ಎ.ಸಿ) ಎಳೆಯಲ್ಪಟ್ಟಿದೆ. ಈ ಬಿಂದುವೇ ಉಭಯತರ ಗಡಿರೇಖೆಯ ಕೊನೆಯಾಗಿ ಯುದ್ಧ ಇಲ್ಲಿಯೇ ಸುರುವಾಯ್ತು. ಇಲ್ಲಿಂದಲೂ ಮೇಲೆ ಉತ್ತರಕ್ಕೆ ಗಡಿರೇಖೆಯೇ ಇಲ್ಲದ ಸಿಯಾಚೆನ್ ಗ್ಲೇಸಿಯರದಲ್ಲಿದ್ದ ಇಂದಿರಾ ಕೋಲ್‌ವರೆಗೆ ಯುದ್ಧ ಹಬ್ಬಿತು–ಹೀಗೆ ಇಂದಿರಾ ಕೋಲ್‌ನಿಂದ ಜಮ್ಮುವರೆಗೆ ಎಲ್.ಎ.ಸಿ–.

ಪಾಕಿಸ್ತಾನಿ ಬೃಹದ್ಯೋಜನೆಯಂತೆ ೧೯೯೮–೯೯ರ ಗಡಿ ಅತಿಕ್ರಮಣ ಹಬ್ಬಿದ್ದು ಜೋಜಿಲಾದಿಂದ ಸಿಯಾಚೆನ್‌ನ ದಕ್ಷಿಣೀ ತುದಿ ಪೋಯಿಂಟ್ ೫೫೭೦ದ ವರೆಗೆ. ಇದು ಪಾಕಿಸ್ತಾನಿ ಅತಿಕ್ರಮಣಯತ್ನದ ಉತ್ತರೀ ತುದಿಯಾಯ್ತು. ಇಲ್ಲಿಯ ಅತಿಕ್ರಮಣದ ಗುರಿ? ೧೯೭೧ರಲ್ಲಿ ೧೨೦೦ ಚದರು ಕಿ.ಮಿ ಶ್ಯೋಕ್ ನದಿ ಘಾಟಿಯ ಕ್ಷೇತ್ರವನ್ನು ಲದಾಖ ಸ್ಕೌಟಿನ ದಾಳಿಯಲ್ಲಿ ಪಾಕಿಸ್ತಾನವು ಕಳಕೊಂಡಿದ್ದನ್ನು ಮರಳಿಪಡೆಯುವದು. ಈ ಲೈನ್ ಆಫ್ ಕಂಟ್ರೋಲಿನ ಆಚೀಚೆ ಚಾಚಿಕೊಂಡಿದ್ದೇ ತೊರ್ತುಕ್, ಒಂದು ಸಾಧಾರಣ ಮಧ್ಯಗಾತ್ರದ ಹಳ್ಳಿ.

ಶ್ಯೋಕ್ ನದಿ ಘಾಟಿಯ ಪಶ್ಚಿಮೀ ಮಾರ್ಗವು ತೆರವಾಗಿದ್ದರೆ ಥೊಯ್ಸ್ ವಿಮಾನತಳ ಮತ್ತು ಸಂಪೂರ್ಣ ನುಬ್ರಾ ಘಾಟಿಗಳು ನಿಷ್ಕ್ರಿಯಗೊಳಿಸಲ್ಪಡುತ್ತಿದ್ದವು. ಹಾಗಾಗಿ ಒಂದೇ ಹೊಡೆತದಿಂದ ಸಿಯಾಚೆನ್ ಮತ್ತು ಸಾಲ್ತೊರೊ ಶೃಂಗಗಳ ಮೇಲಿನ ನಮ್ಮ ಹಿಡಿತ ಶಿಥಿಲವಾಗುತ್ತಿತ್ತು. ಶ್ಯೋಕ್ ಮತ್ತು ನುಬ್ರಾ ಘಾಟಿಗಳು ಪಶ್ಚಿಮ–

ಪೂರ್ವಕ್ಕೆ ಹಬ್ಬಿದ್ದರೆ ಸಿಯಾಚೆನ್ ಮತ್ತು ಸಾಲ್ತೋರೊ ದಕ್ಷಿಣೋತ್ತರ ದಿಕ್ಕಿನಲ್ಲಿ ಸಂಧಿಸುತ್ತವೆ. ಪಾಕಿಸ್ತಾನಿ ಮಿಲಿಟರಿ ಮುಖಂಡರು ಮಾಡಿದ ಯೋಜನೆಗಳಲ್ಲಿ ಪ್ರಮುಖ ಪಾತ್ರವು ಸಿಯಾಚೆನ್ ಗ್ಲೇಸಿಯರದಿದ್ದು ಸಿದ್ಧವಾಗುವುದೆಂದರೆ ಅವರ ಎಲ್ಲ ನಕಾಶೆಗಳಲ್ಲಿ NJ 9842 ಬಿಂದುವಿನಿಂದ ತಾವೇ ರೇಖಿಸಿದ ಸರಳ ರೇಖೆ ಅಲ್ಲಿಂದ ದೌಲತಬೇಗ ಒಲ್ಡಿ ಕಾರಾಕೋರಂ ಕಣಿವೆಯವರೆಗೆ. ಅಂದರೆ ಸಿಯಾಚೆನ್ ಗ್ಲೇಸಿಯರ್ ಅವರ ಭಾಗದಲ್ಲಿ ಎಂದು (ಮೊದಲನೆಯ ಫೋಟೊ ನೋಡಿರಿ). ಶ್ಯೋಕ್ ಘಾಟಿಯ ದಕ್ಷಿಣಕ್ಕೆ ಲದಾಖ ಪರ್ವತಶ್ರೇಣಿ ಮತ್ತು ಉತ್ತರಕ್ಕೆ ಕಾರಾಕೋರಂ ಮುಖ್ಯ ಶ್ರೇಣಿಯ ಹಿಸ್ಸೆಯಾದ ಸಾಲ್ತೋರೊ ಉಪಶ್ರೇಣಿಯ ಒಂದು ವಿಸ್ತರಣೆ. ೫೭೭೦ ಇದು ಉತ್ತರಕ್ಕಿದ್ದ ಪ್ರಭಾವಿ ಬಿಂದು. ದಕ್ಷಿಣ ದಿಕ್ಕಿನ ಮಾರ್ಗಗಳನ್ನು ಲದಾಖ ಶ್ರೇಣಿಯ ಶಿಖರಗಳು ಕಾಯುತ್ತವೆ. ಈ ಸಂಪೂರ್ಣ ಕ್ಷೇತ್ರಕ್ಕೆ ಪಾಕಿಸ್ತಾನದಿಂದ ಸರಳ ಮಾರ್ಗವೆಂದರೆ ಅಲ್ಲಿಯ ಕರುಬರ್ ಘಾಟಿಯಿಂದ ೬೦೪೧ ಮತ್ತು ೫೬೨೦ ಇವುಗಳ ದಿಕ್ಕಿನಿಂದ.

ಪರ್ವತೀಯ ಪ್ರದೇಶಗಳಲ್ಲಿ ಸಾಮಾನ್ಯವಾಗಿ ಘಟಿಸುವಂತೆ ಪ್ರತಿಯೊಂದು ಪಕ್ಷವು ತನ್ನ ವಿರೋಧಿಯ ಮೇಲೆ ಹಾವಿಯಾಗುವ (Dominate ಮಾಡುವ) ಪ್ರಯತ್ನದಲ್ಲಿ ವಿರೋಧಿಯು ಶಿಖರಕ್ಕಿಂತ ಎತ್ತರದ ಶಿಖರವನ್ನು ಹಿಡಿದುಕೊಳ್ಳುವ ಪೈಪೋಟಿಯಲ್ಲಿರುತ್ತದೆ. ಹಾಗಾದೊಡನೆಯೇ ಮೋಜು ಸುರುವಾಗುವುದು, ಏಕೆಂದರೆ ಎದುರಾಳಿ ಈಗ ನಿಮ್ಮ ಕೃಪಾಪಂಜರದಲ್ಲಿ–ನೇರವಾಗಿ ಗುಂಡಿಕ್ಕುವುದರಲ್ಲೂ ಮತ್ತು ಅಪ್ರತ್ಯಕ್ಷವಾಗಿ ದೂರ ಹಿಂದಿನಿಂದ ಫಿರಂಗಿಗಳ ನಿರ್ದಿಷ್ಟ (Accurate) ಗೋಳಾಬಾರಿಯಿಂದಲೂ ಸಹ. ಸುರುವಾತಿನಲ್ಲಿ ಸಿಯಾಚೆನ್‌ನಲ್ಲಿದ್ದ ಘಟಕಗಳು ಪಾಕಿಸ್ತಾನೀ ನುಸುಳುವಿಕೆಯು ಕಾರ್ಗಿಲ್ ಮತ್ತು ಹತ್ತಿರದ ಸ್ಥಳಗಳಿಗಷ್ಟೇ ಸೀಮಿತವಿದ್ದು ಯುದ್ಧ ತಮ್ಮನ್ನು ತಟ್ಟಲಿಕ್ಕಿಲ್ಲ ಎಂಬ ನಂಬಿಕೆಯಲ್ಲಿದ್ದವು. ಆದರೂ ಮೇ ತಿಂಗಳ ಸುರುವಾತಿನಲ್ಲಿ ತೊರ್ತುಕ್ ಮತ್ತು ದಕ್ಷಿಣೀ ಗ್ಲೇಸಿಯರ್ ಕ್ಷೇತ್ರಗಳಲ್ಲಿ ಪಾಕಿಸ್ತಾನೀ ಲಾಮಾ ಹೆಲಿಕಾಪ್ಟರ್‌ಗಳು ಫಿರಂಗಿಗಳನ್ನು ತಮ್ಮ ಜೋಳಿಗೆಯಲ್ಲಿ ಎತ್ತಿ ಒಯ್ಯುತ್ತಿದ್ದುದು ಗಮನಾರ್ಹವಾಯಿತು.

ಭಾರತೀಯರು ದ್ರಾಸ್ ಮತ್ತು ಕಾರ್ಗಿಲ್‌ಗಳಲ್ಲಿಯ ಶತ್ರುವಿನ ನುಸುಳುವಿಕೆಯ ವಿಸ್ತಾರವನ್ನು ಇನ್ನೂ ಅರಿತುಕೊಳ್ಳುತ್ತಿದ್ದಂತೆಯೇ ದೇಶದಲ್ಲೆಲ್ಲ ಪಾಕಿಸ್ತಾನಿಗಳು ಇಷ್ಟು ಬೇಗ ಮತ್ತು ಗುಪ್ತವಾಗಿ ನುಸುಳಿ ಬಂದಿದ್ದಾರೆಂಬುದು ಶಂಕಾಸ್ಪದವೇ ಇತ್ತು. ನಯವಾಗಿ ಹೇಳುವದೆಂದರೆ ಭಾರತ–ಸರಕಾರದ ಮುಖದ ಮೇಲೆಲ್ಲ ತತ್ತಿ ಒಗೆದಂತಾಗಿ ವಿದ್ಯುನ್ಮಾನ ಮಾಧ್ಯಮವು ಇದನ್ನೊಂದು ನಗೆಪಾಟಲು (Fiasco) ಎಂದು ವಿವರಿಸುತ್ತ ಅದನ್ನು 'ಇಂಟಲಿಜೆನ್ಸ ವೈಫಲ್ಯ' ಎಂದು ದೂಷಿಸಿತು. ಇದು ತನ್ನ ಸುಂಕವನ್ನು ಹೀರದೆ ಬಿಟ್ಟೀತೇ? ಆದಾಗ್ಯೂ ಭಾರತೀಯ ಜನತಾ ಪಾರ್ಟಿಯ ಆಸರೆಗೆ ಬಂದುದು ಭೂಪ್ರದೇಶ. ಸಮಗ್ರ ಮಾಧ್ಯಮ ತಂಡವು ಜೊಜಿಲಾ–ಮೊಗಲಪುರಾ (ಲನೇ ಡಿವಿಜನ್ನಿನ ಮುಖ್ಯಾಲಯ)–ದ್ರಾಸ್–ಕಾರ್ಗಿಲ್ ತಲುಪುವ ತನಕ ತನ್ನ ಶಕ್ತಿಯನ್ನು ಕಳೆದುಕೊಂಡಿತ್ತು.

ಕೆಲವು ಸಾಹಸೀ ಪತ್ರಕರ್ತರು ಮತ್ತು ಅವರ ಕ್ಯಾಮೆರಾ ಗುಂಪುಗಳು ಬಟಾಲಿಕ್‌ವರೆಗೆ ಅಡ್ಡಾಡಿದವು, ಆದರೆ ಸರಬರಾಯಿ ವ್ಯವಸ್ಥೆ ಅವರನ್ನು ಸದೆಬಡೆಯಿತು.

ಹಾಗಾಗಿ ಬಟಾಲಿಕ್ ಅಥವಾ ಯಾಲ್ಡೋರ್ ಸೆಕ್ಟರ್, ಮುಂದುವರೆಯುತ್ತ ಚೋರಬಟಲಾ, ಚಾಲುಂಕಾ, ತೊರ್ತುಕ್ ದಾಟಿ ಸಿಯಾಚೆನ್‌ವರೆಗೆ ವಿಸ್ತರಿಸಿದ್ದು ಮರೆಯಲ್ಪಟ್ಟ ಕ್ಷೇತ್ರವಾಗಿ ಮಾಧ್ಯಮಗಳ ಅರಿವಿನಲ್ಲಿ ಇನ್ನೂ ದೂರಸರಿದು ವಿಸ್ಮೃತಿಯಲ್ಲಿ ಲೀನವಾಯಿತು. ಮೊದಲೇ ಹೇಳಿದಂತೆ ಇದು ಎಲ್ಲರಿಗೂ ಅನುಕೂಲವೇ ಆದಂತಾಯಿತು. ನುಸುಳುವಿಕೆಯ ಹರವಿನ ಅರಿವು ಸರಿಯಾಗಿ ತಿಳಿದಿರಲೇ ಇರಲಿಲ್ಲ. ಮಾಧ್ಯಮಗಳ ಅರಿವಿನಲ್ಲಿ ಸುಳಿದದ್ದು ಒಂದು ಮೂರಾಂಶಕ್ಕಿಂತಲೂ ಕಡಿಮೆಯ ಯುದ್ಧ ಕ್ಷೇತ್ರವಷ್ಟೇ.

ಆಗಿನ ಪಾಕಿಸ್ತಾನಿ ಸೇನಾಧ್ಯಕ್ಷ ಜನರಲ್ ಪರ್ವೇಜ ಮುಶರ್‍ರಫ್ ತಮ್ಮ (ತಪ್ಪು) ಶೀರ್ಷಿಕೆಯ ಪುಸ್ತಕ 'The Line of Fire'ದಲ್ಲಿ ಹೇಳಿದ್ದೆಂದರೆ ಕಾರ್ಗಿಲ್ ಯೋಜನೆಗೆ ಪರವಾನಿಗೆ ಕೊಟ್ಟಿದ್ದು ಭಾರತೀಯರ ಮುನ್ನುಗ್ಗುವಿಕೆಯನ್ನು ತಡೆಯಲು ಎಂದು. ಇದು ಅಸಾಧ್ಯಕೋಟಿಯ ಮಾತಲ್ಲವೇ? ಹಾಗಾಗಿದ್ದರೆ ಭಾರತೀಯರು ಆಗ ಅಂಥ ವಿಷವು ಗುದ್ದಾಟದಲ್ಲಿ ತೊಡಗಿದಾಗ ತಮ್ಮ ಮುನ್ನಡೆಯನ್ನು ಜಾಹೀರುಪಡಿಸುತ್ತಿರಲಿಲ್ಲವೇ? ಇನ್ನೊಂದೆಡೆ ಪಾಕಿಸ್ತಾನಿಗಳು ಎಲ್ಲ ನುಸುಳುವಿಕೆಯನ್ನು ಸಾಧಿಸಿ ಎಲ್ಲ ಆಯತ-ಜಾಗಗಳನ್ನು ಹಿಡಿದುಕೊಂಡಿದ್ದರು. ಜನರಲ್ ಮುಶರ್‍ರಫ್ ಅವರ ವಾಸ್ತವವನ್ನು ತಿರುಚುವ ಬೇಜವಾಬ್ದಾರಿ ಬೊಬ್ಬೆಯಾಟ ಅವರದೇ ವೈಶಿಷ್ಟ್ಯವೇನಲ್ಲ, ಅದು ಪಾಕಿಸ್ತಾನದ ದಶಕಗಳಿಂದಲೇ ನಡೆದು ಬಂದ ಅಧಿಕೃತ ಧೋರಣೆಯಾಗಿದೆ – ಸುರುವಾತು ಆದದ್ದು ೧೯೪೭ರ ಕಾಶ್ಮೀರದ 'ಬುಡಕಟ್ಟಿನವರ' ಆಕ್ರಮಣದಿಂದಲ್ಲವೇ? ಪಾಕಿಸ್ತಾನ ರಾಷ್ಟ್ರಾಧ್ಯಕ್ಷರು ನಿಜವಾದ ತಮ್ಮ ಜೀವನ ವೃತ್ತಾಂತವನ್ನು ಬರೆಯುವದೇ ಆದರೆ ಅದರ ಯೋಗ್ಯವಾದ ಶೀರ್ಷಿಕೆ 'The Artful Dodger' (ಕೃತ್ರಿಮ ನುಣುಜಿಗ) ಎಂಬುದು.

ಮೇ ತಿಂಗಳ ಮಧ್ಯದಲ್ಲಿ ಪಾಕಿಸ್ತಾನಿಗಳು ತೊರ್ತುಕ್ ಪ್ರದೇಶದಲ್ಲಿಯೂ ಕೆಲವು ಅತಿಕ್ರಮಣಗಳನ್ನು ಕೈಕೊಂಡಿದ್ದು ಖಚಿತವಾಗಿತ್ತು. ಸಿಯಾಚಿನ್ ಬ್ರಿಗೇಡ ಕಮಾಂಡರ್ (ನಂತರ ಲೆಫ್ಟನೆಂಟ ಜನರಲ್) ಬ್ರಿಗೇಡಿಯರ್ ಪಿ.ಸಿ.ಕಟೋಚ್ ಅವರು ಅತಿಕ್ರಮಣಕಾರರನ್ನು ಶ್ಯೋಕ್ ಘಾಟಿಗುಂಟ ಉತ್ತರ ಮತ್ತು ದಕ್ಷಿಣ ತುದಿಗಳವರೆಗೆ ಹುಡುಕಿ, ಕಿತ್ತೊಗೆದು ಆಕ್ರಮಿಸಿಕೊಳ್ಳುವ ಆಜ್ಞೆಯನ್ನಿತ್ತರು. ಹಾಗಾಗಿ ೧೯೯೯ ಜೂನ್ ತಿಂಗಳಿನಿಂದಲೇ ಗಸ್ತು ಮತ್ತು ಪ್ರದೇಶದಲ್ಲಿಯ ಮಹತ್ವವುಳ್ಳ ಶಿಖರಗಳನ್ನು ಹಿಡಿದುಕೊಳ್ಳುವ ಕೆಲಸಗಳು ರಭಸದಿಂದ ಸಾಗಿದವು. ಪಾಕಿಸ್ತಾನದ ೩ನೇ ಎನ್.ಎಲ್.ಐ (Northern Life Infantry) ಬಟಾಲಿಯನ್ನಿಗೆ ಈ ಪ್ರದೇಶದಲ್ಲಿ ಮಿಲಿಟರಿ ಚಟುವಟಿಕೆಗಳನ್ನು ಕೈಕೊಳ್ಳಲು ಆಜ್ಞಾಪಿಸಲಾಗಿತ್ತು. ಇದರರ್ಥ ಆ ಘಟಕವು ಲದಾಖ

ಪರ್ವತಾವಳಿಯ ಶ್ಯೋಕ್ ನದಿಯ ಉತ್ತರೀ ಭಾಗದ ಭುಜವನ್ನು ಹಿಡಿದಿಟ್ಟು (ಇಲ್ಲಿಯೇ •೫೭೭೦ ಇದ್ದುದು) ಅಲ್ಲಿ ತೊರ್ತುಕ್, ಚಲುಂಕಾ ಮತ್ತು ಥಾಂಗ ವಸತಿಗಳ ಜನತೆಯನ್ನು ವಿದ್ರೋಹಕ್ಕಣಿಯಾಗಿಸುವದು ಎಂದು.

೨೭ನೇ ರಾಜಪೂತ–ಬಟಾಲಿಯನ್ ತನ್ನ ಗಸ್ತುಗಳನ್ನು ಶತ್ರುವಿನ ಸ್ಥಾನಗಳನ್ನು ಶೋಧಿಸಲು ಕಳಿಸಿತು. ಅಂತಹ ಒಂದು ಗಸ್ತು (Patrol) ಕಂಡುಹಿಡಿದದ್ದು •೫೭೭೦ ಪಾಕಿಸ್ತಾನಿಗಳಿಂದ ಆಕ್ರಮಿತವಾಗಿದೆ ಎಂದು, ಘಟಕದ ಕಮಾಂಡರ್ ಕರ್ನಲ್ (ನಂತರ ಬ್ರಿಗೇಡಿಯರ್) ಕೆ.ಎಚ್.ಸಿಂಹರ ಸಂಶಯ ಖಚಿತವಾದದ್ದು ೨ನೇ ಜೂನ್ ಅವರ ಗಸ್ತಿನ ಮೇಲೆ ಪಾಕಿಸ್ತಾನಿಗಳು ಫೈರ್ ಮಾಡಿದುದರಿಂದ. ಬ್ರಿಗೇಡಿಯರ್ ಕಟೋಚ್ ರಾಜಪೂತ್ ಬಟಾಲಿಯನ್ನಿಗೆ ಶತ್ರುವನ್ನು ಕಿತ್ತೊಗೆದು •೫೭೭೦ನ್ನು ಆಕ್ರಮಿಸಲು ಆಜ್ಞೆಯಿತ್ತರು. ಹೇಳಿದುದಕ್ಕಿಂತ ಮಾಡುವದು ಕಠಿಣ ತಾನೇ? ಅರ್ಧವಿಷ್ವೇ–೧೭೪೦೦ ಘೂಟಿನಿಂದ ೧೯೨೧೦ ಘೂಟು ಎತ್ತರದ ಪ್ರದೇಶದಿಂದ ೧೮೦೦ ಘೂಟು ನೇರ ನಿಂತ ಕಲ್ಬಂಡೆಯ ಮೇಲೆ ಆಕ್ರಮಣ ಮಾಡಬೇಕು. ಇದೇನು ಅಲಸ್ಟೇರ್ ಮೆಕ್‌ಲೀನನ ಚಿತ್ರವಿರಲಿಲ್ಲ; ಸಜೀವ ಭೂ–ಗುರಿ, ಹಿಡಿಕೊಳ್ಳಬೇಕಾದುದೇ ಆಣತಿ. ಕಮಾಂಡರರು ಎಲ್ಲ ಸಹಾಯ ದೊರಕಿಸಿಕೊಡುವ ಆಶ್ವಾಸನವಿತ್ತರು–ವೈಮಾನಿಕ ಸಹಾಯವನ್ನುಳಿದು, ಏಕೆಂದರೆ •೫೭೭೦ ನೀಟಾಗಿ ಗಡಿರೇಖೆಯ ಮೇಲಿತ್ತಲ್ಲ?–.

ಇಂಫಾಲದ ಮಣಿಪುರಿ ಕರ್ನಲ್ ಕೆ.ಎಚ್ ಸಿಂಹ ಅವರು ಸ್ವತಃ ಪರ್ವತಾರೋಹಿ, ಕೇದಾರನಾಥ ಶಿಖರವನ್ನೇರಿದ ರಾಜಪೂತ ರೆಜಿಮೆಂಟಿನ ಪರ್ವತಾರೋಹಿ ದಳದ ಸದಸ್ಯ, ಹಾಗೂ ಗೃಹಮಂತ್ರಾಲಯದ ಕಾಂಚನಜುಂಗಾ ಅಭಿಯಾನದ ಸದಸ್ಯ ಕೂಡ. ಅವರ ಸ್ವತಃದ ಶಾರೀರಿಕ ಸಾಮರ್ಥ್ಯ ಗಮನೀಯವಾದುದು. ಆದರೆ ಅವರೀಗ ಜೋಧಪುರದ ರಾಜಪೂತರನ್ನು, ಮರಳು ದಿನ್ನೆಯಕಿಂತ ಎತ್ತರದ ಜಾಗೆಯನ್ನೇ ಕಂಡಿರದವರನ್ನು ಅಂತಹ ಮಹಾಮೇರು ಶಿಖರವನ್ನೇರಲು ನುಗಿಸಬೇಕಾಗಿತ್ತು. ಲಗ್ಗೆಯ ಮಾರ್ಗವು ಬರ್ಫಿನ ಜೋಲಾಡುಗಳ ಮಧ್ಯದಿಂದ. ಎಲ್ಲ ಸಾಧ್ಯತೆಗಳ ಪರೀಕ್ಷಣೆಯ ನಂತರ ಆರಿಸಿದ ಏಕಮೇವ ಸಾಧ್ಯತೆಯೆಂದರೆ ನಿಶ್ಶಬ್ದ ಹಗಲಿನ ಆಕ್ರಮಣ. ಅಂದರೆ ಫಿರಂಗಿಗಳ ಫೈರ್‌ಸಪೋರ್ಟ ಇಲ್ಲದೆಯೇ ಈ ಲಗ್ಗೆ ಎಂದಾಯಿತಲ್ಲ?

ಇಲ್ಲಿ ಕೆಲವು ಕ್ಷಣ ನಿಂತು ಸಿಯಾಚೆನ್‌ನಲ್ಲಿ ಇಷ್ಟೆಲ್ಲ ವರ್ಷಗಳಲ್ಲಿ ಇಂಥ ತೀವ್ರ ಪ್ರಸಂಗಗಳನ್ನೆದುರಿಸಿದ ಹತ್ತೆಂಟು ಕಮಾಂಡಿಂಗ ಆಫೀಸರರು ಇಂಥ ವಿಪತ್ತುಗಳನ್ನೆದುರಿಸಿದ ಬಗ್ಗೆ ತುಸು ವಿಚಾರ ಮಾಡೋಣವೇ? ಈಗ ನಾವು ಆರಿಸಿದ್ದು ಸಿಯಾಚೆನ್‌ನ ಅಂಚಿನಲ್ಲೇ ಇದ್ದ •೫೭೭೦, ಅದರ ಬೃಹತ್‌ಗಾತ್ರದ ಮತ್ತು ಅದನ್ನು ಆಕ್ರಮಿಸಬೇಕಾದಾಗಿನ ಕಠಿಣ ಪರಿಸರಗಳಿಂದಾಗಿ. ಇಂಥ ದೃಶ್ಯಾವಳಿಗಳು ೧೯೮೪ರಿಂದ ಅದೆಷ್ಟು ಸಲ ಪುನಃಪುನಃ ಉಂಟಾಗಿಲ್ಲ? ನಾನು ಜನರಲ್ ಬಧ್ವಾರರ ಜೊತೆಗೆ ಕಾರ್ಗಿಲ್ ಯುದ್ಧ ನಡೆದಾಗ ಚೋರಬಟಲಾಕ್ಕೆ ಹೋಗಿ ಅವರು ೧೪ನೇ ಸಿಖ್ಖ

ಬಟಾಲಿಯನ್ ಕಮಾಂಡರ ಕರ್ನಲ್ ಕೆ.ಕೆ.ಸಿನ್ಹಾ ಮತ್ತು ಅವರ ಒಬ್ಬ ಯುವಾ ಕ್ಯಾಪ್ಟನ್ನನ ಜೊತೆಗೆ ಚೋರಬಟಲಾಕ್ಕೆ ಲಗ್ಗೆಯಿಡುವದರ ಬಗ್ಗೆ ಮಾತಾಡುತ್ತಿದ್ದುದನ್ನು ಚಿತ್ರೀಕರಿಸುತ್ತಿದ್ದೆ. ಯುವಾ ಕ್ಯಾಪ್ಟನ್ನನೇ ಲಗ್ಗೆಯ ನಾಯಕ. ನಕಾಶೆಗಳು, ದುರ್ಬೀನಗಳು, ಸ್ಯಾಂಡ ಮಾಡೆಲ್, ನೀಟಾಗಿ ಘಟಿಸಿದ ಪಟ್ಟಿಗಳು ಇತ್ಯಾದಿ ಎಲ್ಲ ಮಿಲಟರಿ ಶಿಸ್ತಿನಂತೆ ಇರಿಸಲ್ಪಟ್ಟಿದ್ದವು. ಲಗ್ಗೆಯ ವಿವರಗಳನ್ನು ಬಿಚ್ಚಿಟ್ಟ ನಂತರ ಇದು ನಿಶ್ಚಿತವಾಗಿ ಆತ್ಮಹತ್ಯೆಯ ಲಗ್ಗೆ ಎಂದೆನಿಸಿತು! ಜನರಲ್ ಸಾಹೇಬರು ಯುವಾ ಕ್ಯಾಪ್ಟನ್ನನ್ನು ಕರೆದು 'ಅಷ್ಟು ಗುಡ್ಡ ಏರಿಬಿಟ್ಟು ಸ್ಥಾನವನ್ನು ಹಿಡಿದುಕೋ–Just go up the bloody thing and take the feature', ಎಂದಾಗ ಆ ಕ್ಯಾಪ್ಟನ್ನನು ತಿಳಿಯಾಗಿ ನಕ್ಕ–ಆ ತಿಳಿನಗುವು ಮುಂದಿನ ೨೪ ತಾಸುಗಳಲ್ಲಿ ಮೃತ ಕ್ಯಾಪ್ಟನ್ನನದೂ ಆಗಬಹುದಿತ್ತು ಅಥವಾ ಸೈನ್ಯದ ಹೆಮ್ಮೆಯಾದವನಾದರೂ ಆಗಬಹುದಿತ್ತು! ನಾವು ೧೪ನೇ ಸಿಖ್ಖಿಗೆ ನಂತರ ಮರಳೋಣ. ಸದ್ಯಕ್ಕೆ ರಾಜಪೂತ ಬಟಾಲಿಯನ್ನಿನ ಮಣಿಪುರಿ ಕರ್ನಲ್ ಕೆ.ಎಚ್.ಸಿಂಹನು ಜೋಧಪುರ ಮರುಭೂಮಿಯ ಸೈನಿಕರ ಪರ್ವತೀಯ ಶಿಖರ ೫೭೭೦ನ ಲಗ್ಗೆಯ ನೇರ ಏರಿಕೆಯನ್ನು ಪರೀಕ್ಷಿಸುತ್ತ ೩೦ ರಿಂದ ೪೦ ಪ್ರತಿಶತ ತನ್ನ ಸೈನಿಕರನ್ನು ಕಳೆದುಕೊಳ್ಳಲೂ ಸಿದ್ಧನಾಗುತ್ತಿದ್ದುದನ್ನು ನೋಡೋಣ. ಕಾಲವೇ ಉತ್ತರಿಸಬೇಕಲ್ಲವೇ ಹತಾಹತರ ಸಂಖ್ಯೆಯನ್ನು?

ಗಸ್ತುಗಳನ್ನು ಹೆಚ್ಚಿಸಲಾಯಿತು. ೧೭–೧೮ ಜೂನ ರಾತ್ರಿ ಹಗ್ಗ ಸಿಗಿಸುವ (Rope fixing) ಕೆಲಸ ನಡೆಯಿತು. 'ಎ' ಕಂಪನಿ, ಮೇಜರ ನವದೀಪಸಿಂಹನ ನೇತ್ರತ್ವದಲ್ಲಿ ಈ ಕೆಲಸಕ್ಕೆ ನಿಯೋಜಿತವಾಯಿತು. ಸಹಾಯಕರೆಂದು ಜೊತೆಗೆ ಹೈ ಆಲ್ಟಿಟ್ಯೂಡ ವಾರಫೇರ್ ಸ್ಕೂಲಿನ (HAWS) ತಂಡ ಕ್ಯಾಪ್ಟನ್ ಸಮ್ವಲ್ ಸಿನ್ಹಾನ ನೇತ್ರತ್ವದಲ್ಲಿ ಮತ್ತು ಲದಾಖ ಸ್ಕೌಟಿನ ನಾಲ್ಕು NCOಗಳು. ಮೂರು ರಾತ್ರಿ ಸೈನಿಕರು ಸಂಪೂರ್ಣ ನಿಶ್ಶಬ್ದತೆಯಲ್ಲಿ ೧೮೦೦ ಘೂಟು ನೇರೆತ್ತರದ ಶಿಲೆಗಳಲ್ಲಿ ಹಗ್ಗ ಜೋಡಿಸಿದರು. ಹೀಗೆ ವಾರದಾಂತರದ ತಯಾರಿಯ ನಂತರ ೨೩–೨೪ ಜೂನ ರಾತ್ರಿ ಮೊದಲನೆ ಲಗ್ಗೆ. ಶತ್ರು ಸ್ಥಾನದ ಬುಡದಲ್ಲಿ ೨೦೦ ಮೀಟರ್‌ಗಳವರೆಗೆ ತಲುಪಿದಾಗ ಹವಾಮಾನ ಘೋರವಾಗಿ ಮಹಾಹಿಮಗಾಳಿಯ ಪರಿಸರ ಬೆಳಗಿನವರೆಗೆ ಎದುರಾಯಿತು. ಶತ್ರುವನ್ನು ಅನಿರೀಕ್ಷಿತವಾಗಿ ಚಕಿತಗೊಳಿಸುವದು (Surprise) ಸಾಧ್ಯವಾಗಲಾದೆಂದು ಕರ್ನಲ್ ಸಿಂಹನು ಲಗ್ಗೆಯನ್ನು ಮರಳಿಸಿದ. ಅವನು ಶತ್ರುವಿನ ಸ್ಥಳದಿಂದ ೮೦೦ ಮೀಟರ್ ಕೆಳಗೆ ತನ್ನ ಸ್ಥಾನದಿಂದ ಶತ್ರುವನ್ನು ಮತ್ತು ತನ್ನ ಸೈನಿಕರನ್ನೂ ನೋಡುತ್ತಲಿದ್ದ. ಲಗ್ಗೆಯಿಡುವ ತಂಡ ಮತ್ತು ಕರ್ನಲ್ ಸಿಂಹ ಇವರ ನಡುವೆ ಏರಿಸಿದ್ದ ಟೆಲಿಫೋನ್ ಲೈನಿನಿಂದಾಗಿ ಸಿಂಹನು ಲಗ್ಗೆಯಿಡುವವರನ್ನು ಬಂಡೆಗಳೊಳಗಿಂದ ಮಾರ್ಗದರ್ಶನ ಮಾಡುತ್ತಿದ್ದ. ಎರಡನೇ ಲಗ್ಗೆ ೨೪–೨೫ನೇ ರಾತ್ರಿ. ಈಗ ಎರಡು ಹಗ್ಗಮಾರ್ಗಗಳನ್ನು ಸ್ಥಾಪಿಸಿದ್ದಾಗಿ ಎರಡು ಕಾಲಮ್‌ಗಳು ಏರತೊಡಗಿದವು. ಕ್ಯಾಪ್ಟನ್ ಸಿನ್ಹಾ ಮತ್ತು ಮೇಜರ್ ಚೀಮಾ ಅವರ ನೇತೃತ್ವ. ಪುನಃ; ಅವರ ಚಾಲನೆ ಶತ್ರುವಿಗೆ ತಿಳಿಯಲಿಲ್ಲ.

ಲಗ್ಗೆಯ ತಂಡಗಳು ಈ ಸಲ ಸಂಜೆ ೪-೩೦ ರವರೆಗೆ ಶಿಖರದಿಂದ ೫೦ ಘೂಟು ಕೆಳಗಿನವರೆಗೆ ತಲುಪಿದವು. ಉಳಿದ ಏರು ಹತ್ತಲು ಮತ್ತು ಕೊನೆಯ ಲಗ್ಗೆಗೆ ತಯಾರಾಗಲು ಹಗಲು ಸಮಯ ಉಳಿಯಲಾರದೆಂದು ಲಗ್ಗೆ ಪುನಃ ವಾಪಸು ಕರೆದುಕೊಳ್ಳಲಾಯಿತು.

ಮೊದಲಿನವೆರಡು ಲಗ್ಗೆಗಳಲ್ಲಿ ಸೈನಿಕರು ಬಳಲಿದ್ದಾಗಿ ಅವರನ್ನು ಬದಲಿಸಲಾದರೂ ನೇತೃತ್ವ ಮೊದಲಿನ ಅಧಿಕಾರಿಗಳದ್ದೇ ಆಯಿತು. ೨೭ ಜೂನ. ೨೭ನೇ ರಾಜಪೂತ. ಅಂದು ಮಂಗಳವಾರ. ರಾಜಪೂತರು ಅದನ್ನು ಶುಭದಿನವೆನ್ನುತ್ತಾರೆ. ಸಿಯಾಚೆನ್ನಿನಲ್ಲಿ ಇಂಥ ಕುರುಡು ನಂಬಿಕೆಗಳು ಮನೋಬಲದ ಮೇಲೆ ಸಾಕಷ್ಟು ಪ್ರಭಾವ ಬೀರುತ್ತವೆ. ಮನಸ್ಸಿನಲ್ಲಿ ಪ್ರಾರ್ಥಿಸುತ್ತ ೨೭ನೇ ರಾಜಪೂತದ ಸೈನಿಕರು ಮೂರನೇ ಸಲ ಎಷ್ಟೂ ಶಬ್ದ ಮಾಡದೆ ತಮ್ಮ 'ಗೋಡೆ'ಯನ್ನು ಏರಲು ಪ್ರಾರಂಭಿಸಿದರು. ಮಧ್ಯಾಹ್ನ ಎರಡು ಗಂಟೆಯವರೆಗೆ ತಮ್ಮ ಶಿಖರದ ಬುಡದವರೆಗೆ ತಲುಪಿದರು. ಸೆಂಟ್ರಿಯ ಸ್ಥಾನ, ಬಂಡೆಗಲ್ಲಿನ ಮೇಲೊಬ್ಬ ಶತ್ರು ಸಿಪಾಯಿ ಪತ್ರ ಬರೆಯುತ್ತಿದ್ದಾನೆ, ೩೫-೪೦ ಘೂಟು ಎತ್ತರವಷ್ಟೇ. ಕರ್ನಲ್‌ಸಿಂಹನು ಸೆಂಟ್ರಿಯನ್ನು ಹಿಸುಕಿ ಲಗ್ಗೆಯಿಡುವಂತೆ ಈರ್ವರೂ ಅಧಿಕಾರಿಗಳಿಗೆ ಆಜ್ಞೆಯಿತ್ತ.

ಮೊದಲು ಸೆಂಟ್ರಿಯನ್ನು ನಿಶ್ಯಬ್ದಗೊಳಿಸಿ ಬಂಕರುಗಳ ಮೇಲೆ ಲಗ್ಗೆ. ಶತ್ರುವು ಸಂಪೂರ್ಣವಾಗಿ ಚಕಿತಗೊಳಿಸಲ್ಪಟ್ಟ. (೧೮೦೦ ಘೂಟಿನ ನೇರವಾದ ಬಂಡೆಗಲ್ಲು ಗೋಡೆ, ಹಗಲಿನ ಚಲನವಲನ, ಫಿರಂಗಿಗಳ ಗೋಳಾಬಾರಿಯ ಸುದ್ದಿಯಿಲ್ಲ, ಇಷ್ಟೆತ್ತರ ನಿಶ್ಯಬ್ದವಾಗಿ ಹಗ್ಗ ಏರುತ್ತ ಬರುವದೆಂದರೆ? ಅದೇನು ಸಾಧ್ಯವೇ?) ಕ್ಯಾಪ್ಟನ್ ತೈಮೂರ ಮಲಿಕ್ ಮತ್ತು ಇತರ ಹತ್ತು ಪಾಕಿಸ್ತಾನಿ ೩ನೇ ನಾರ್ದರ್ನ ಲೈಟ್ ಇನ್ಫಂಟ್ರಿ ಸೈನಿಕರು ಮೃತಪಟ್ಟರು. ೨೭ನೇ ರಾಜಪೂತರ ಒಂದೂ ಗಾಯಾಳುವಿಲ್ಲ. ಇದೊಂದು ಕಲ್ಪನಾತೀತ ಅದ್ಭುತ ಕೆಲಸವಾಯಿತಲ್ಲವೇ? ನಂತರ ೨೮ನೇ ಜೂನ್‌ದಂದು •೫೭೭೦ರ ಮೇಲೆ ಪುನಃ ತಮ್ಮ ರಕ್ಷಾವ್ಯವಸ್ಥೆಯನ್ನು ರಚಿಸಿಕೊಳ್ಳುವಾಗ ರಾಜಸ್ಥಾನದ ಜುನ್‌ಜುನು ಮತ್ತು ಜೋಧಪುರದ ಈರ್ವರು ಸಿಪಾಯಿಗಳು ಶತ್ರುವಿನ ಗೋಳಾಬಾರಿಯಿಂದ ಮೃತರಾದರು. HAWSದ ಹವಾಲದಾರ ಘೊಲಾರಾಮ ಮತ್ತು ಕ್ಯಾಪ್ಟನ್ ಅರವಿಂದ ಪುರಿಯವರು ಶತ್ರುವಿನ ಫಿರಂಗಿಗಳ ಗೋಳಾಬಾರಿಯಿಂದುಂಟಾದ ಬಂಡೆಗಲ್ಲುಗಳ ಪಾತದಿಂದಾಗಿ ೧೫೦೦ ಘೂಟು ಕೆಳಗೆ ಜರಿದುಬಿದ್ದರು. ಘೊಲಾರಾಮ ಅಲ್ಲೇ ಮೃತನಾದ, ಕ್ಯಾಪ್ಟನ್ ಪುರಿ ಸುದೈವವಶಾತ್ ಚಿಕ್ಕ ಗಾಯಗಳಾಗಿ ಉಳಿದುಕೊಂಡದ್ದು ಯಾರು ಮಾಡಿದ ಮಾಟ?

ಆಪರೇಶನ್ ವಿಜಯದ ಈ ಕಾಲವ್ಯಾಪ್ತಿಯಲ್ಲಿ ನಿಜವಾದ ಯಶಸ್ಸು ಈವರೆಗೆ ದೊರೆತಿರಲಿಲ್ಲ. ಟೋಲೋಲಿಂಗಿನ ಯಶವೊಂದೇ ಆಗಿನ ಯಶ. ಟೋಲೋಲಿಂಗಿನ ಯಶವು ದೇಶದಲ್ಲೆಲ್ಲ ಎಷ್ಟು ಭಾವವರ್ಷೆಯನ್ನು ಕರೆಯಿತೋ ಅಷ್ಟೇ ಪ್ರಶಂಸೆಯನ್ನು •೫೭೭೦ರ ಆಕ್ರಮಣವೂ ಪಡೆಯಬೇಕಿತ್ತು. ಹಾಗಾಗಿದ್ದರೆ ಪಾಕಿಸ್ತಾನೀ ಅತಿಕ್ರಮಣವು ಸಿಯಾಚೆನ್‌ವರೆಗೆ ಹಬ್ಬಿದ್ದರ ನೈಜಕತೆ ಹೊರಬೀಳುತ್ತಿತ್ತಲ್ಲ? ಸುರುವಾತಿಗೆ ಸೇನಾ

ಮುಖ್ಯ ಕಾರ್ಯಾಲಯವು ಯುದ್ಧದಲ್ಲಿ ಅತ್ಯುತ್ತಮ ಕೆಲಸಗೈದ ಯುನಿಟ್‌ಗಳ ಯಾದಿಯೊಂದನ್ನು ಪ್ರಕಾಶಿಸಿತು. ಅದರಲ್ಲಿ ೨೭ನೇ ರಾಜಪೂತದ ಹೆಸರಿತ್ತು. ಜುಲೈ ಎರಡನೇ ವಾರದಲ್ಲಿ ಇಂಡಿಯನ್ ಎಕ್ಸಪ್ರೆಸ್ ಆ ಯಾದಿಯನ್ನು ಪ್ರಕಟಿಸಿತು. ಆಪರೇಶನ್ ವಿಜಯದ ನಮ್ಮ ಫಿಲ್ಮಿನ ಪರಿಷ್ಕರಣೆ ನಡೆದಾಗಲೇ ನಾನು ಆ ಪ್ರಕಾಶಿತ ಯಾದಿಯನ್ನು ತೆಗೆದು ಅದರಲ್ಲಿಯ ೨೭ನೇ ರಾಜಪೂತದ ಹೆಸರನ್ನು ಫಿಲ್ಮಿನಲ್ಲಿ ಕೂಡಿಸಿದೆ. ಆಗ ಆರ್ಮಿ ಹೆಡ್ ಕ್ವಾರ್ಟರಿನಲ್ಲಿ ನಿಯುಕ್ತರಾದ ಕರ್ನಲ್ ರಾಜೀವ ವಿಲಿಯಮ್ಸ್‌ನನ್ನು ನಿರೂಪಕನೆಂದು ಉಪಯೋಗಿಸಿ ನಂತರ ಅದನ್ನು ಸೌಥ ಬ್ಲಾಕ್‌ನಲ್ಲಿ ಜನರಲ್ ವೇದ ಮಲಿಕ್, ಸೇನಾಧ್ಯಕ್ಷ ಮತ್ತು ಎಡ್ಮಿರಲ್ ಸುಶೀಲಕುಮಾರ, ನೌಸೇನಾಧ್ಯಕ್ಷರೆದುರು ಪ್ರಸ್ತುತಪಡಿಸಿದೆ. ಉಪಸ್ಥಿತರಿದ್ದ ಕೆಲವು ಅಧಿಕಾರಿಗಳು ನಿರೂಪಣೆಯಿಂದ ೨೭ನೇ ರಾಜಪೂತದ ಹೆಸರನ್ನು ತೆಗೆದುಬಿಡಲು ಹೇಳಿದರು. ಆವರೆಗೆ ಎರಡನೇ ಯಾದಿ ತಯಾರಿಸಲಾಗಿ ಆರ್ಮಿ ಹೆಡ್ ಕ್ವಾರ್ಟರಿನ ಬೇರೆ ಬೇರೆ ಪ್ರಚಾರ ಕೇಂದ್ರಗಳ ಕೆಲವು ಉನ್ನತಾಧಿಕಾರಿಗಳು ಮನಗಂಡಿದ್ದೆಂದರೆ ೩ನೇ ಡಿವಿಜನ್ನಿನ ಕಲಾಪಗಳನ್ನು ತಗ್ಗಿಸಿ ದ್ರಾಸ್, ಕಾರ್ಗಿಲ್, ಮಶ್ಕೊಗಳನ್ನು ಅಭಿವೃದ್ಧಿಸುವದು ಸಾಮಾನ್ಯ ಧೋರಣೆಯಾಗಿದೆ ಎಂದು. ನಾನು ಖಾಡಾಖಾಡಿಯಾಗಿ ನಿರಾಕರಿಸಿದೆ. ಆದರೆ ಇದೇ ಆಗಿದೆ ಸಿಯಾಚೆನ್ನಿನ ಕಥೆ – ಮರೆಯಾದ ಯುದ್ಧ, ಜಗತ್ತಿನ ಮರೆಯಾದ ಮೂಲೆಯಲ್ಲಿ –. ವೈಯಕ್ತಿಕವಾಗಿ ಕಾರ್ಗಿಲ್ ಯುದ್ಧದ ಪಕ್ಷಿನೋಟವನ್ನು ಕಂಡವನಾಗಿ ನನಗೆನಿಸಿದ್ದೆಂದರೆ ಭಾರತೀಯ ಸೇನೆಯು ಕಾರ್ಗಿಲ್ ಯುದ್ಧದಲ್ಲಿ ರಾಜಕೀಯವನ್ನಾಡುತ್ತ ತನ್ನ ಸೈನಿಕರ ವಿಷಯದಲ್ಲಿ ಅಪಯಶ ಪಡೆಯಿತು. ನಿಶ್ಚಿತವಾಗಿ ಬಟಾಲಿಕ್ ಮತ್ತು ಅದರಾಚೆ ಹೋರಾಡಿದ ಸೈನಿಕರ ಕೈಬಿಟ್ಟು ನಿರಾಸೆಗೊಳಿಸಿತು.

ಚೋರಬಟಲಾದಲ್ಲಿ ೧೪ನೇ ಸಿಖ್ಖ ಬಟಾಲಿಯನ್

ಕಾರ್ಗಿಲ್ ಯುದ್ಧವು ಸಿಯಾಚೆನ್ ಸಂಘರ್ಷವನ್ನು ವಿಸ್ತರಿಸುವ ಪಾಕಿಸ್ತಾನದ ಪ್ರಯತ್ನ ಎಂಬುದು ಸಹಸಾ ನಿರ್ಲಕ್ಷಿಸಲಾಗುತ್ತದೆ. ನನ್ನ ತಂದೆ ಮೇಜರ್ ಜನರಲ್ ಅಶೋಕ ವರ್ಮಾ ಅವರು ತಮ್ಮ ಪುಸ್ತಕ Blood on the Snow ದಲ್ಲಿ ಪಾಕಿಸ್ತಾನವು ತೊರ್ತುಕ್‌ದಿಂದ ಜೊಜಿಲಾವರೆಗೆ ಸಂಪೂರ್ಣ ಕ್ಷೇತ್ರವನ್ನು 'ಸಿಯಾಚೆನಿತ'ವಾಗಿಸುವ ಪ್ರಯತ್ನದ ಬಗ್ಗೆ ಬರೆಯುತ್ತಾರೆ. ಪಾಕಿಸ್ತಾನದ ಗುರಿಗಳ ವಿಶ್ಲೇಷಣೆಯಲ್ಲಿ ಕಾರ್ಗಿಲ್ ಅತಿಕ್ರಮಣವು ಎಂದಾದರೊಮ್ಮೆ ಭಾರತವು ಶ್ಯೋಕ ನದಿಯ ದಿಸೆಯಿಂದ ಒಳಹೊಕ್ಕು ತೊರ್ತುಕ್ ಮಾರ್ಗವಾಗಿ ಸ್ಕಾರ್ಡುವನ್ನು ಆಕ್ರಮಿಸುವ ಸಾಧ್ಯತೆಯ ಭಯದಿಂದಾಗಿ ಉಂಟಾಗಿದೆ ಎನ್ನುತ್ತಾರೆ. ಸ್ಕಾರ್ಡುವನ್ನು ಹಿಡಿದುಕೊಂಡರೆ ಸಂಪೂರ್ಣ ಗಿಲ್ಗಿಟ್ ಮತ್ತು ಉತ್ತರೀ ಪ್ರದೇಶಗಳು (Northern Areas) ಪಾಕಿಸ್ತಾನದಿಂದ ಬೇರ್ಪಡಿಸಲ್ಪಟ್ಟಂತಲ್ಲವೇ? ಭಾರತದ ಈ ಸಂಚನ್ನು ತಡೆಯಲು ಕಾರ್ಗಿಲ್ ಸುತ್ತಲಿನ 'ಕೆಡಿಸುವ ಕೆಲಸ– Spoiling action' ಇದಾಯಿತಲ್ಲ?

೧೪ನೇ ಸಿಖ್ಖಿಗೆ ಮರಳೋಣ – ಹಂಡನ್‌ಬ್ರೂಕ್ ಘಾಟಿಯಲ್ಲಿ ಚೋರಬಟಲಾ ತಳ, ಜನರಲ್ ಬಧ್ವಾರರ ಜೊತೆಗೆ ನಾನಲ್ಲಿಳಿದೆ, ೬ ನೇ ಜುಲೈ. ಇನ್ನೊಂದು ಆಶ್ಚರ್ಯಕರ ಕತೆಯೇ ಬಿಚ್ಚತೊಡಗಿತ್ತು. ಎಪ್ರಿಲ್–ಮೇ ೧೯೯೯ರಲ್ಲಿ ದ್ರಾಸನಲ್ಲಿ ಪಾಕಿಸ್ತಾನಿ ಅತಿಕ್ರಮಣದ ಸುದ್ದಿಗಳು ಮೊದಲಿಗೆ ಬರತೊಡಗಿದಾಗ ಕರ್ನಲ್ ಕೆ. ಕೆ. ಸಿನ್ಹಾ ಅವರ ನಾಯಕತ್ವದ ೧೪ನೇ ಸಿಖ್ಖ ಬಟಾಲಿಯನ್ ಬಹುದೂರವಿತ್ತು. ಕುರಿಗಾರರು ಅತಿಕ್ರಮಣದ ಸುದ್ದಿಯನ್ನು ಮುಟ್ಟಿಸುವ ಮೊದಲೇ ಹೆಲಿಕಾಪ್ಟರ್ ಹಾರಾಟ ಕಂಡಿದ್ದು ಎತ್ತರ ಶಿಖರ ಪ್ರದೇಶಗಳಲ್ಲಿ ಸ್ಥಾನಿಕ ಕುರಿಗಾಹಿಗಳು ಕಟ್ಟಿದ ಕಲ್ಲಿನ ಛಪ್ಪರಗಳು ಆಕ್ರಮಿಸಲ್ಪಟ್ಟು ಅಲ್ಲಿಯ ಹಿಮವು ಕದಡಿದಂತಾಗಿತ್ತು ಎಂದು. ಆದರೆ ಇದರರ್ಥವೇನು ಎಂಬುದರ ವಿಚಾರವು ಕೈಕೊಳ್ಳಲಾಗಲಿಲ್ಲ. ಮೇ ಮೂರನೇ ವಾರದವರೆಗೆ ಅತಿಕ್ರಮಣ ಉಂಟಾಗಿದ್ದು ಖಾತ್ರಿಯಾಯಿತು, ಆದರೆ ಅದರ ವಿಸ್ತಾರವೆಷ್ಟು ಇದರ ಕಲ್ಪನೆ ಇರಲಿಲ್ಲ.

ಜನರಲ್ ಬಧ್ವಾರರು ಕಸೌಲಿಯಲ್ಲಿ ಬ್ರಿಗೇಡಿಯರ್ ಇದ್ದಾಗ ಅವರ ಸಿಬ್ಬಂದಿ ಮುಖ್ಯಸ್ಥ ಬ್ರಿಗೇಡ್ ಮೇಜರ್ – ಎಂದು ಮೇಜರ್ ಸಿನ್ಹಾ ಸೇವೆಗೈಯುತ್ತಿದ್ದರು. ಅವರೀರ್ವರ ವೃತ್ತೀಯ ಸಂಬಂಧಗಳು ಉತ್ತಮವಿದ್ದುದು ಅವರ ಬ್ರಿಗೇಡಿನ ದಕ್ಷತೆಯಲ್ಲೂ ಕಂಡುಬರುತ್ತಿತ್ತು. ನಂತರ ಬಧ್ವಾರರು ೩ನೇ ಡಿವಿಜನ್ನಿನ ಮುಖ್ಯಸ್ಥರಾದಾಗ ಕರ್ನಲ್ ಸಿನ್ಹಾ ೧೪ನೇ ಸಿಖ್ಖ ಘಟಕದ ಮುಖ್ಯಸ್ಥರಾಗಿದ್ದು ೩೫ನೇ ಬ್ರಿಗೇಡಿನ ಭಾಗವಾಗಿ ದಿಲ್ಲಿಯಲ್ಲಿದ್ದರು. ೧೪ನೇ ಸಿಖ್ಖ ಅಲ್ಲಿಂದ ಲದಾಖಿನಲ್ಲಿ ಕಾರೂ ಎಂಬ ಸ್ಥಳಕ್ಕೆ ಬದಲಿಯಾಗಿ ಕೆಲವು ತಿಂಗಳ ನಂತರ ಸಿಯಾಚೆನ್ನಿಗೆ ಹೋಗುವದಿತ್ತು. ಅದರ ಎಡ್ವಾನ್ಸ್ ಪಾರ್ಟಿ ಮೊದಲು ಕಾರೂ ಕ್ಷೇತ್ರಕ್ಕೆ ಹೋಗಿ ನಂತರ ಕಾಕ್ಸರದಲ್ಲಿ ಇನ್ನೊಂದು ಘಟಕಕ್ಕೆ ತಾತ್ಕಾಲಿಕವಾಗಿ ಸೇರಿಸಲ್ಪಟ್ಟಿತ್ತು. ಬಧ್ವಾರ–ಸಿನ್ಹಾ ಅವರ ಸಂಬಂಧ ಎಷ್ಟು ಪ್ರಸ್ತುತವಿತ್ತೋ ತಿಳಿಯಲಾರದ್ದು; ಆದರೆ ಸಿನ್ಹಾ ಅವರಿಗೆ ಆರ್ಮಿ ಹೆಡ್‌ಕ್ವಾರ್ಟರನಿಂದ ಟೆಲಿಫೋನ್ ಕರೆ ಬಂದು ಬಟಾಲಿಯನ್ನನ್ನು ಒಗ್ಗೂಡಿಸಿ ಲೇಹಕ್ಕೆ ವಿಮಾನಗಳಿಂದ ಒಯ್ಯಲ್ಪಡಲು ಸಿದ್ಧರಿರಬೇಕೆಂದು ಮರುದಿನ ಎಂದು ಹೇಳಲಾಯಿತು – ೨೩ ಜುಲೈ– . ರಾತ್ರಿಯಿಡೀ ತಯಾರಿ ಮಾಡಿ ಮರುದಿನ ವಿಮಾನಗಳಲ್ಲಿ ಲೇಹಕ್ಕೆ ಒಯ್ಯಲಾಯಿತು. ಕರ್ನಲ್ ಸಿನ್ಹಾ ಅವರಿಗೆ ಲೇಹ ವಿಮಾನ ತಳದಲ್ಲೇ ಇನ್ನೊಂದು ಆರ್ಮಿ ಏವಿಯೇಶನ್ ಹೆಲಿಕಾಪ್ಟರಿನಲ್ಲಿ ಕೂರಿಸಿ ನೇರವಾಗಿ ಕಾರ್ಗಿಲ್‌ಗೆ ಒಯ್ಯಲಾಯಿತು. ಅಲ್ಲಯೇ ೩ನೇ ಡಿವಿಜನ್ನಿನ ಟ್ಯಾಕ್ಟಿಕಲ್ ಹೆಡ್ ಕ್ವಾರ್ಟರ್. ಆ ಸಮಯದಲ್ಲಿ ಪಾಕಿಸ್ತಾನಿ ಫಿರಂಗಿಗಳು ಕಾರ್ಗಿಲ್ ಮೇಲೆ ದೊಡ್ಡ ಗೋಳಾಬಾರಿ ನಡೆಸುತ್ತ ಅಲ್ಲಿಯ ಮದ್ದುಗುಂಡುಗಳ ಡಿಪೋದ ಮೇಲೊಂದು ಶೆಲ್ಲಿನ ವಿಸ್ಫೋಟವಾಗಿ ಪೂರ್ಣ ಡಿಪೋಕ್ಕೆ ಬೆಂಕಿ ಹತ್ತಿ ಮದ್ದುಗುಂಡುಗಳ ಸ್ಫೋಟಗಳು ಕಿವಿಗಡಚಿಕ್ಕುವಂತಾದವು. ಅದೇ ಸಮಯದಲ್ಲಿ ಕರ್ನಲ್ ಸಿನ್ಹಾ ಹೆಡ್ ಕ್ವಾರ್ಟರಿನಲ್ಲಿಳಿದಾಗ ಹೊಗೆ, ಬೆಂಕಿ ಮತ್ತು ಮದ್ದಿನ ಸ್ಫೋಟ ಕವಿದಿದ್ದು. ಆಳವಾಗಿ ಅಗಿದ ಬಂಕರನಲ್ಲಿ ಡಿವಿಜನ್ ಕಾರ್ಯಾಲಯ, ಎಲ್ಲೆಲ್ಲೂ ಓಡಾಟ, ಲಗುಬಗೆಯ ಕೆಲಸ. ಸಿನ್ಹಾ ಅವರು ಪ್ರವೇಶಿಸಿದಾಗಲೂ ಅಷ್ಟೇ, ಜನರಲ್ ಬಧ್ವಾರರು

ಕೂಗಾಡುವ ವ್ಯಕ್ತಿ. ಒಂದು ಕಿವಿಯಲ್ಲಿ ತಮ್ಮ ಸೆಕ್ಟರಗಳಲ್ಲಿಯ ಆಗುಹೋಗುಗಳ ಕಡೆಗೆ ಲಕ್ಷ್ಯ, ಇನ್ನೊಂದರಲ್ಲಿ ದಿಲ್ಲಿಯಲ್ಲಿ ತಮ್ಮ ಬಗ್ಗೆ ಏನು ನಡೆದಿದೆ ಎಂಬುದು. ಅವರ ದಿಲ್ಲಿಯ ಸಂಪರ್ಕಗಳು ಸೂಚಿಸುತ್ತಿದ್ದಂತೆ ಅವರನ್ನು ತೆಗೆದೊಗೆಯುವದು ಖಚಿತ ಎಂಬ ವರದಿ. ಆದರೂ ವೃತ್ತೀಯತೆ ಅವರಲ್ಲಿಯದು ತಮ್ಮ ಸುತ್ತಲಿನ ಆಗುಹೋಗುಗಳ ಕಡೆಗೆ ಗಂಭೀರ ಲಕ್ಷ್ಯವನ್ನು ಸೆಳೆಯುತ್ತಿತ್ತು. ೨೪ ಮೇ. ಡಿವಿಜನ್ ಕಮಾಂಡರರು ತಮ್ಮ ಹಳೆಯ ಬಿ. ಎಂ. (ಬ್ರಿಗೇಡ್ ಮೇಜರ್)ನನ್ನು ಕಂಡು ಅವರಿಗೆ ತ್ವರಿತವಾಗಿ ಹೇಳಿದ್ದು ಯಾಲ್ಡೊರ್ ಸೆಕ್ಟರಿನಲ್ಲಿಯ ಯಾವುದೇ ಬೆಳವಣಿಗೆಗಾಗಿ ಸಿದ್ಧನಿರಬೇಕು ಮತ್ತು ತುಸುವೇ ಸಮಯದಲ್ಲಿ ಹೊರಡಲು ತಯಾರಿರಬೇಕು ಎಂದು. ಸಿನ್ಹಾ ಅವರು ತಮ್ಮ ಬಟಾಲಿಯನ್ನಿಗೆ ಮೇಲೆತ್ತರದ ಹವಾಮಾನಕ್ಕೆ ಹೊಂದಿಕೊಳ್ಳಲು (Acclimitisation) ಆರು ದಿನ ಬಿಡುವು ಕೇಳಿಕೊಂಡುದಕ್ಕೆ ಬಧ್ವಾರರು ಒಪ್ಪಿದರು.

ಆ ರಾತ್ರಿ ಡಿವಿಜನ್ ಕಾರ್ಯಾಲಯದಲ್ಲಿದ್ದು ಮರುದಿನ ಕರ್ನಲ್ ಸಿನ್ಹಾ ಲೇಹಕ್ಕೆ ತಲುಪಿ ತಮ್ಮ ಬಟಾಲಿಯನ್ನನ್ನು ಲೇಹದ ಪೂರ್ವಕ್ಕೆ ೩೦ ಕಿ.ಮಿ. ದೂರ ಸಿಂಧುನದಿಯ ತಟದಲ್ಲಿದ್ದ ಕಾರುವಿಗೆ ಕರೆದೊಯ್ದರು. ಆರು ದಿನಗಳ ವಾತಾವರಣ ಹೊಂದಿಕೆ, Acclimatisation ಆಗಬೇಕಲ್ಲ? ಎರಡು ದಿನಗಳ ನಂತರ, ೨೭ ಮೇ, ಜನರಲ್ ಬಧ್ವಾರರು ಕರ್ನಲ್ ಸಿನ್ಹಾ ಅವರಿಗೆ ಫೋನ್ ಮಾಡಿ ಚೋರಬಟಲಾ ಪ್ರದೇಶದಲ್ಲಿ ಪಾಕಿಸ್ತಾನಿ ನುಸುಳುವಿಕೆ ಬಹಳೇ ಹೆಚ್ಚಾಗಿದ್ದರಿಂದ ಅವರು ತಮ್ಮ ಬಟಾಲಿಯನ್ನನ್ನು ಮರುದಿನವೇ ಅಲ್ಲಿಗೆ ಒಯ್ಯಬೇಕು ಎಂದು ಆಜ್ಞಾಪಿಸಿದರು. ವಾತಾವರಣ ಹೊಂದಾಣಿಕೆಯ ಅವಶ್ಯಕತೆ ಅರ್ಥಾತ್ ಸೈನಿಕರ ಆರೋಗ್ಯದ ಅವಶ್ಯಕತೆ, ಹಿಮ್ಮೆಟ್ಟಿಸಲ್ಪಟ್ಟಿತು. ದಾರಿಯಲ್ಲಿ ಬಟಾಲಿಯನ್ ಲೇಹದಲ್ಲಿ ನಿಂತು ಆರ್ಡನನ್ಸ್ ಡಿಪೊದಿಂದ ಅವಶ್ಯಕ ವಸ್ತುಗಳನ್ನು ಪಡೆದು ಬಟಾಲಿಕ್‌ಗೆ ಹೋಗಲು ಮತ್ತು ಕರ್ನಲ್ ಸಿನ್ಹಾಗೆ ಕಾರ್ಗಿಲ್‌ಗೆ ಬರಲು ಹೇಳಲಾಯಿತು. ಕಾರ್ಗಿಲ್ ಹೆಡ್ ಕ್ವಾರ್ಟರ್‌ನಲ್ಲಿ ಸಿನ್ಹಾಗೆ ಪಾಕಿಸ್ತಾನಿ ನುಸುಳುವಿಕೆಗಳ ಸ್ಥಳಗಳನ್ನು ವಿವರಿಸಿ ಜನರಲ್ ಮತ್ತು ಕರ್ನಲ್‌ರು ಚೀತಾ ಚಾಪರಿನಲ್ಲಿ ಯಾಲ್ಡೊರ್ ಮತ್ತು ಚೋರಬಟಲಾ ಸೆಕ್ಟರ್‌ಗಳಿಗೆ ರವಾನೆಯಾದರು –೨೮ ಮೇ ಬೆಳಿಗ್ಗೆ–. ಕಾರ್ಗಿಲ್‌ನಿಂದ ಉಡ್ಡಾಣವು ಚಮತ್ಕಾರಕ ದೃಶ್ಯಗಳ ಸುರಿಮಳೆ. ಸುರುವಾತಿಗೆ ಕಾರ್ಗಿಲ್ಲಿನ ಉತ್ತರಕ್ಕೆ ಬಟಾಲಿಕ್ ರಸ್ತೆಯ ಬಲಕ್ಕೆ ಹಾರುತ್ತ ಎದುರಿಗಿನ ಉತ್ತುಂಗ ಶ್ರೇಣಿಯೊಂದನ್ನು ದಾಟಿ ಎಡಕ್ಕೆ ಹೊರಳಿದೊಡನೆ ನೀವು ಹಾರುವದು ಸಿಂಧುನದಿಯ ಮೇಲಿಂದ – ಕಂದುಬಣ್ಣದ ಭೋರ್ಗರೆಯುವ ಮಥಿತ ಜಲರಾಶಿಯ ಮೈನಡುಗಿಸುವ ಮೇ ತಿಂಗಳಿನ ರಭಸ –. ಫಿರಂಗಿಯ ಸ್ಥಳಗಳು ಅಂಥ ಸಂಕೀರ್ಣ ಕಳಿವೆಯಲ್ಲಿ ಸಹಸಾ ಕಾಣದಿದ್ದರೂ ಅಲ್ಲಿಲ್ಲೊಂದು ಗನ್ನಿನ ತೆಗ್ಗು (Gun pit) ಕಾಣುತ್ತಿತ್ತು. ಬಧ್ವಾರರು ಯಾಲ್ಡೊರ್ ಸೆಕ್ಟರಿನ ಮೇಲೆ ಉಡ್ಡಯಿಸುತ್ತಿದ್ದಂತೆ ವಿವಿಧ ಸ್ಥಳಗಳನ್ನು ತೋರಿಸುತ್ತಿದ್ದರು. ನಂತರ ಅವರು ದಾಹ್ ದಾಟಿ ಒಳ್ಳೇ ಇಕ್ಕಟ್ಟಾದ ಘಾಟಿಯಲ್ಲಿ ಹೊರಳಿ ಘನಸೊಕದತ್ತ ನಡೆದರು. ಅಲ್ಲೇ ೭೦ನೇ ಬ್ರಿಗೇಡಿನ ಹೆಡ್ ಕ್ವಾರ್ಟರ್.

ಇಲ್ಲಿಯ ಉಡ್ಡಯನ ಅತ್ಯಂತ ಕಠಿಣವಾದದ್ದು. ಏಕೆಂದರೆ ಘಾಟಿಯು ಬಹಳೇ ಇರುಕಾದುದು, ಅಲ್ಲದೆ ಹೆಲಿಕಾಪ್ಟರು ಪಾಕಿಸ್ತಾನಿ ಫೈರ್ ನಿಂದ ಬಚಾಯಿಸಿಕೊಳ್ಳಲು ಕೆಳಮಟ್ಟದಲ್ಲಿ ಹಾರಬೇಕಲ್ಲ? ಅವರು ಘನಸೊಕನಲ್ಲಿ ಇಳಿಯದೆ ಇನ್ನೂ ಉತ್ತರಕ್ಕೆ ನಡೆದರು. ಹೆಲಿಕಾಪ್ಟರು ೨೦೦೦೦ ಫೂಟು ಎತ್ತರದ ಶಿಖರಾವಳಿಯನ್ನು ತನ್ನ ಪ್ರತಿಯೊಂದು ಶಕ್ತಿಯ ಎಳೆಯನ್ನೂ ಉಪಯೋಗಿಸುತ್ತ ಪಾರು ಮಾಡಿ ಚೋರಬಟಲಾ ಕಣಿವೆಯನ್ನು ಪ್ರವೇಶಿಸಿತು. ಇಲ್ಲಿ ಚೀತಾ ಸುತ್ತು ತಿರುಗುತ್ತಿದ್ದಾಗ ಬಧ್ವಾರರು ಸಿನ್ಹಾ ಅವರಿಗೆ ಚೋರಬಟಲಾ ತಪ್ಸೊಕಚಂದ ಮತ್ತು ಸೋನಂ ಇತ್ಯಾದಿ ಹಲವಾರು ಸ್ಥಳಗಳನ್ನು ತೋರಿಸಿದರು. (ಸೋನಂ ಈ ಜಾಗೆಯಲ್ಲಿ ಲದಾಖ ಸ್ಕೌಟ್ಸನ ಮೇಜರ್ ಸೋನಂ ವಾಂಗ್ಚುಕ್ ಅವರಿಗೆ ಮಹಾವೀರಚಕ್ರ ದೊರೆತಿತ್ತು.) ಅವರು ೫೬೨೦ ರವರೆಗೆ ಉಡ್ಡಯಿಸಿದರು. ಇಲ್ಲಿಂದಲೇ ಎಲ್.ಓ.ಸಿ. ಉತ್ತರಕ್ಕೆ ಸಿಯಾಚೆನ್ ಕಡೆಗೆ ಮುಂದುವರೆಯುತ್ತದೆ.

ಮರಳಿದಾಗಲೇ ಚೀತಾ ಪೈಲಟ್‌ಗೆ ಬಧ್ವಾರರು ಹಂಡನ್‌ಬ್ರೊಕ್‌ನಲ್ಲಿ ಕೆಳಗಿಳಿಸಲು ಮತ್ತು ಸಿನ್ಹಾ ಅವರಿಗೆ ಅಲ್ಲಿಯೇ ಇಳಿದು ತಮ್ಮ ಕಡೆಗೆಯೇ ಬರುತ್ತಿದ್ದ ಅವರ ಬಟಾಲಿಯನ್‌ಗಾಗಿ ಮರುದಿನ ಕಾಯಲು ಹೇಳಿ ಹೊರಟುಹೋದರು. ತಮ್ಮ ಸ್ವಂತ ಯಾವುದೇ ಸಾಮಾನು ಇಲ್ಲದೆ, ಸಿನ್ಹಾ ಒಳ್ಳೆಯದೆಂದು ತಲೆಯಾಡಿಸಬೇಕಾಯಿತಷ್ಟೇ. ತಂಗುವದೆಲ್ಲಿ ಆ ನಿರ್ಜನ ಅಪರಿಚಿತ ಕ್ಷೇತ್ರದಲ್ಲಿ? ಕಮಾಂಡೊ ಪ್ರಶಿಕ್ಷಣವನ್ನೇನೋ ಪಡೆದಿದ್ದರಾದರೂ ಇಂತಹ ಪರಿಸ್ಥಿತಿಯು ಕಲ್ಪನಾತೀತವಾದುದು. ಬಂಡೆಗಲ್ಲಿನ ಇಂಬಿನಂತಹ ಒಂದು ಸ್ಥಳವನ್ನು ಹುಡುಕಿ ರಾತ್ರಿಯನ್ನು ಅಲ್ಲೇ ಕಳೆದರು. ಮರುದಿನ ಬೆಳಿಗ್ಗೆ ತಮ್ಮ ಸೈನಿಕರು ಹನುಥಾಂಗ್‌ನಿಂದ ೨೬ ಕಿ.ಮಿ. ನಡೆದು ಏರಿಬರುತ್ತಿದ್ದುದನ್ನು ಕಂಡರು. ವಾತಾವರಣದ ಹೊಂದಾಣಿಕೆ ಸರಿಯಾಗಿ ಆಗಿರದೆ ಸೈನಿಕರು ಅಷ್ಟು ಚೇತನಶೀಲರಿರದಿದ್ದರೂ ಬಟಾಲಿಯನ್ನಿನ ಫರ್ಮ ಬೇಸ್ ಸ್ಥಾಪಿಸಲು ಕಾರ್ಯರತರಾಗಿ ಸಂಪರ್ಕ ತಂತಿಗಳನ್ನೆಳೆದು ಗಸ್ತುಗಳನ್ನು ಆಚೀಚೆ ಕಳಿಸಲಾಯಿತು. ಮುಂದಿನ ಹೆಜ್ಜೆಯೆಂದರೆ ಲೈನ್ ಆಫ್ ಕಂಟ್ರೋಲಿನ ಮೇಲೆ ತಮ್ಮ ಠಾಣೆಗಳನ್ನು ಸ್ಥಾಪಿಸುವದು. ಅದೇ ವೇಳೆಗೆ ಪಾಕಿಸ್ತಾನಿ ಸೈನಿಕರು ಯಾಲ್ದೊರ್ ಸೆಕ್ಟರ್‌ನಿಂದ (೭೦ನೇ ಬ್ರಿಗೇಡಿನೆದುರು) ಚೋರಬಟಲಾದ ಆಚೀಚೆಗಿನ ಹಾವಿಯಾಗಬಲ್ಲ ಶಿಖರಗಳನ್ನೆಲ್ಲ (Dominating heights) ಏರತೊಡಗಿದ್ದರು. ೧೪ನೇ ಸಿಖ್ಖ ಬಟಾಲಿಯನ್ನಿನ ಹತ್ತಿರ ಆ ಕ್ಷೇತ್ರದ ನಕಾಶೆಗಳು ಕೂಡ ಇರಲಿಲ್ಲ, ಅಂತಹ ಪರ್ವತೀಯ ಕ್ಷೇತ್ರಕ್ಕೆ ಬೇಕಾಗುವ ವಿಶಿಷ್ಟ ಸಾಮಾನು ಸಾಮಗ್ರಿಗಳಂತೂ ಇರಲಿ. ೧೪ನೇ ಸಿಖ್ಖ ಅಧಿಕೃತವಾಗಿ ೭೦ನೇ ಬ್ರಿಗೇಡಿನ ಅಧೀನವಾಗಿದ್ದರೂ ತಮ್ಮ ಬ್ರಿಗೇಡ ಕಮಾಂಡರನನ್ನು ಕಾಣಲು ಸಿನ್ಹಾ ಅವರಿಗೆ ಕೆಲವು ದಿನಗಳೇ ಹಿಡಿದವು.

ಅಂತೂ ಯಾಲ್ದೊರದಿಂದ ೫೬೨೦ರವರೆಗೆ ೩೦ ಕಿಮಿ ವಿಸ್ತಾರದ ಬಟಾಲಿಯನ್ ಸನ್ನದ್ಧವಾಯಿತು. ಜೂನ್ ಕೊನೆಯತನಕ ಪರ್ವತಶ್ರೇಣಿಯ ಸುರಕ್ಷೆ ಸ್ಥಾಪಿತವಾಯಿತು–

ಚೋರಬಟಲಾದ ಪಶ್ಚಿಮದಲ್ಲಿ ಪಾಕಿಸ್ತಾನಿಗಳ ಕೈಯಲ್ಲಿದ್ದ ಒಂದು ಠಾಣೆಯನ್ನುಳಿದು. ಈ ಠಾಣೆಯು ಹಂಡನ್‌ಬ್ರೊಕವನ್ನೊಳಗೊಂಡು ಸಂಪೂರ್ಣ ಹನುಲುಂಪಾ ಘಾಟಿಯನ್ನು ಆವರಿಸಿ ಹಗಲಿನಲ್ಲಿ ಅಲ್ಲಿ ಫೈರ್ ಮಾಡುತ್ತಿತ್ತು. ಜನರಲ್ ಮಲಿಕ್ ಭಾರತೀಯ ಸೇನಾಧ್ಯಕ್ಷರು ಉತ್ತರೀ ಆರ್ಮಿ ಮತ್ತು ಕೋರ್ ಕಮಾಂಡರಗಳೊಡನೆ ಜೂನ್‌ನಲ್ಲಿ ೧೪ನೇ ಸಿಖ್ಖಗೆ ಭೇಟಿಯಿತ್ತರು. ತೊರ್ತುಕ್ ಸೆಕ್ಟರಿನ ಮೇಲಿನ ಒತ್ತಡವನ್ನು ಸಡಿಲಿಸಲಿಕ್ಕಾಗಿ ಕರುಬರ್ (ಪಾಕಿಸ್ತಾನ) ಕ್ಷೇತ್ರದಲ್ಲಿ ಪ್ರವೇಶಿಸುವ ಯೋಜನೆಯೂ ಚರ್ಚಿಸಲ್ಪಟ್ಟಿತು. ಆಗ ಪಾಕಿಸ್ತಾನವು ತನ್ನ ಕಡೆಯಲ್ಲಿಯ •೬೦೪೧ರ ಭೀಮಕಾಯದ ಶಿಖರದ ಮೇಲೆ ಠಾಣೆ ಸ್ಥಾಪಿಸುವ ಮಹಾಪ್ರಯತ್ನದಲ್ಲಿದ್ದುದೂ ತಿಳಿದುಬಂದಿತ್ತು. ಅಂಥ ಪ್ರಯತ್ನವನ್ನು ನಿಷ್ಕ್ರಿಯವಾಗಿಸುವದು •೫೩೧೦ ದಿಂದ ಸಾಧ್ಯವಿತ್ತು. ಇಲ್ಲಿ ಲೈನ್ ಆಫ್ ಕಂಟ್ರೋಲ್ ಇಂಥ ವಿಪರೀತ ಪ್ರದೇಶದಲ್ಲಿ ತುಸು ಮಸುಕಾದದ್ದೇ ಇದ್ದರೂ ಕೂಡ ಯಾವುದೇ ಪೂರ್ವನಿಯಾಮಕ ಚಲನೆ ನಂತರ ಸೆಕ್ಟರ್ ಹನೀಫ್ ಎಂದು ಕರೆಯಲ್ಪಡುವ ಕ್ಷೇತ್ರದ ಮೇಲೆ ಪ್ರಭಾವ ಬೀರುವಂತಿದ್ದರೆ ಅದು ಎಲ್.ಒ.ಸಿ.ಯನ್ನು ದಾಟಿಯೇ ಘಟಿಸಬೇಕಾಗಿತ್ತು. ಎಲ್.ಒ.ಸಿ.ಯನ್ನು ದಾಟುವದು ಜನರಲ್ ಮಲಿಕ್ ಮತ್ತಿತರ ಮೇಲಧಿಕಾರಿಗಳಿಗೆ ಮಾನ್ಯವಿರಲಿಲ್ಲ. ಜನರಲ್ ಬಧ್ವಾರರು ಮಾತ್ರ •೫೩೧೦ ಆಕ್ರಮಿಸುವ ದೀರ್ಘ ಯೋಜನೆಯನ್ನು ಮಾಡಲು ಸಿನ್ಹಾಗೆ ಹೇಳಿದರು. ಹೋಗಹೋಗುತ್ತ ಒಂದು ದಾರದೆಳೆಯನ್ನು ಬಿಟ್ಟರು– 'ಇದರ ಅರಿವು ಅವನಿಗೆ ಇರಲಿಲ್ಲ ಎಂದಿದ್ದರೆ ಅವನನ್ನು ಅದು ಹಾನಿಗೊಳಿಸಲಾರದು'.

ಜನರಲ್ ಬಧ್ವಾರರೊಡನೆ ನಾನು ೧೪ನೇ ಸಿಖ್ಖರ ಜಾಗೆಯನ್ನು ಜುಲೈ ಮೊದಲನೇ ವಾರದಲ್ಲಿ ತಲುಪಿದಾಗ ಸ್ಥಿತಿಯಲ್ಲಿ ಬದಲಾವಣೆ ಕಂಡುಬರತೊಡಗಿದ್ದು ಪಾಕಿಸ್ತಾನಿ ಮುನ್ನಡೆಯ ಬಲಹೀನತೆ. ನಾರ್ದರ್ನ ಇನ್ಫಂಟ್ರಿಯ ಸೈನಿಕರು ಮುನ್ನಡೆದು ದೂರ ಕಕ್ಷೆಯೊಂದರಲ್ಲಿ ಸ್ಥಾಪಿತರಾಗಿ ಭಾರತೀಯ ಸುತ್ತಾಳುವಿಕೆಯಿಂದಾಗಿ ಅವರ ಸರಬರಾಯಿ ರಸ್ತೆ ಕ್ಷತಿಗ್ರಸ್ತವಾಗತೊಡಗಿತ್ತು. ನಾವು ಚಾಪರ್‌ನಿಂದ ಕೆಳಗಿಳಿಯುತ್ತಲೇ ಕರ್ನಲ್ ಸಿನ್ಹಾ ಅವರು •೫೩೧೦ ದಿಸೆಯಲ್ಲಿ ಯೋಜಿತ ಶೋಧಕ ಮುನ್ನಡೆಯ ಬಗ್ಗೆ ವಿವರವಿತ್ತರು. ಭೂ–ಗುರಿಯು (Objective) ಚೋರಬಟಲಾ ಶ್ರೇಣಿಯ ಪಶ್ಚಿಮೋತ್ತರಕ್ಕಿತ್ತು. ನನ್ನ ಕೆಲಸ ಚಿತ್ರೀಕರಣದ್ದಿದ್ದು ನಾನು ಹೆಚ್ಚು ಪ್ರಶ್ನೆಗಳನ್ನು ಕೇಳಲಿಲ್ಲ. ಆದರೂ ನವೆಂಬರ್ ೨೦೦೭ರಲ್ಲಿ ನಾನು ಬಧ್ವಾರರನ್ನು •೫೩೧೦ ಲೈನ್ ಆಫ್ ಕಂಟ್ರೋಲಿನಾಚೆಯಿತ್ತೇ ಎಂದು ಕೇಳಿದೆ. ಇಲ್ಲ ಎಂದವರ ನಿಚ್ಚಳ ಉತ್ತರ. ಕರ್ನಲ್ ಸಿನ್ಹಾ ಅವರಿಗೆ •೫೩೧೦ ನ್ನು ಆಕ್ರಮಿಸಲು ತಾವು ಆಜ್ಞೆಯಿತ್ತಿದುದನ್ನು ನಿರ್ದಿಷ್ಟಪಡಿಸಿದರು. ಇದರದು ದೊಡ್ಡ ಪ್ರಾಮುಖ್ಯವೆಂದರೆ ಪಾಕಿಸ್ತಾನಿ ಸರಬರಾಯಿ ರಸ್ತೆ ಅವರ ಸೆಕ್ಟರ್ ಹನೀಫ ಠಾಣೆಗಳನ್ನು ಪುಷ್ಟಿಸುವಂಥದು •೫೩೧೦ದ ಬುಡದಿಂದಲೇ ಹೋಗುತ್ತಿದ್ದು ಅವರ ಕರುಬರ್ ಘಾಟಿಯ ನುಗ್ಗುವಿಕೆಯನ್ನು ತಡೆಯಬಲ್ಲಂಥದಿತ್ತು. ಈ ಯಾವ ಆಜ್ಞೆಗಳೂ ಲಿಖಿತವಿರಲಿಲ್ಲ. ೧೫ ಜುಲೈ •೫೩೧೦ ಆಕ್ರಮಣಕ್ಕೆ

ಮನ್ನಣೆಯಿತ್ತಾಯಿತು. ಎಲ್ಲ ಯುದ್ಧ ರಿಪೋರ್ಟಗಳು ಸಿಟ್ರೆಪ್‌ಗಳು (ಸಿಚ್ಯುವೇಶನ್ ರಿಪೋರ್ಟ) ಇದನ್ನು ಪುಷ್ಟೀಕರಿಸುತ್ತವೆ.

ಲಗ್ಗೆಯ ಯೋಜನೆ ವಿವರವಾಗಿ ತಯಾರಿಸಿಯಾಗಿತ್ತು. ತಪ್ಪೊಚಂದದಿಂದ •೫೩೧೦ ನಿಚ್ಚಳವಾಗಿ ಕಾಣುತ್ತಿದ್ದು ಪಾಕಿಸ್ತಾನೀ ಸ್ವಾಧೀನತೆಯ ಚಿಹ್ನೆಗಳು ಕಂಡುಬರುತ್ತಿದ್ದವು. ೨೨ ಜುಲೈ ಕ್ಯಾಪ್ಟನ್ ಪ್ರವೀಣ ಬರಾಕ ಅವರ ನೇತೃತ್ವದಲ್ಲಿ ಒಂದು ಪ್ಲೆಟೂನ್ ಮುಂದೆ ಕಳಿಸಲ್ಪಟ್ಟು ಇಡಿ ದಿವಸದ ನಡಿಗೆಯ ನಂತರ ತಪ್ಪೊಚಂದ ಏರಿ ಕೆಳಗಿಳಿದು ಚಿಕ್ಕ ಗ್ಲೇಸಿಯರೊಂದನ್ನು ದಾಟಿ ರಾತ್ರಿ ೯ಕ್ಕೆ ಗಡಿರೇಖೆಯನ್ನು ದಾಟಿ ಮತ್ತೊಂದು ಶಿಖರವನ್ನೇರಿ ಇಳಿದು ಇನ್ನೊಂದು ಚಿಕ್ಕ ಗ್ಲೇಸಿಯರನ್ನು ದಾಟಿ ನಂತರ •೫೩೧೦ರ ಏರಿಗೆ ಲಗ್ಗೆ. ೧೪ನೇ ಸಿಖ್ಖ ಅಧಿಕೃತವಾಗಿ ೭೦ನೇ ಬ್ರಿಗೇಡಿನ ಕೈಕೆಳಗಿದ್ದರೂ ಸಾಮಾನ್ಯವಾಗಿ ನೇರವಾಗಿ ೩ನೇ ಡಿವಿಜನ್ ಕಮಾಂಡರಿಗೆ ವರದಿಯೀಯುತ್ತಿತ್ತು. ಅದೊಂದು ಅನಿಯಂತ್ರಿತ ಫಿರಂಗಿಯಿದ್ದಂತೆ – Loose cannon –. ಕರ್ನಲ್ ಸಿನ್ಹಾ ಮೊದಲನೇ ಗ್ಲೇಸಿಯರ್‌ವರೆಗೆ ಹೋಗಿ ಅಲ್ಲಿಂದ ಲಗ್ಗೆಯನ್ನು ಮುಂದುವರಿಸಿದರು. ೨೨–೨೩ ಜುಲೈ ರಾತ್ರಿ. ೧೫೫ ಮಿ.ಮಿ ಬೊಫೋರ್ಸ ಗನ್‌ಗಳು ಗುಂಡುಕಾರಿದವು. ಸಿಖ್ಖರು •೫೩೧೦ರ ಚೋಟಿಯನ್ನು ತಲುಪಿದಾಗ ದಿಸೆತಪ್ಪಿದಂತಾದ ಪಾಕಿಸ್ತಾನಿಗಳಿಂದ ವಿರೋಧ ಮುಕ್ತಾಯವಾಗಿತ್ತು. ಈ ಭೂಭಾಗವು ಭಾರತೀಯರ ಕೈಸೇರಿತು.

ಈ ಆಕ್ರಮಣವು ನಂತರ ಹನೀಫ್ ಉಪಸೆಕ್ಟರಿನಲ್ಲಿ ಕೈಕೊಂಡ ಭಾರತೀಯ ಆಕ್ರಮಣಗಳ ಮೇಲೆ ಎಷ್ಟು ವರ್ಚಸ್ಸು ಬೀರಿತು ಎಂದು ಹೇಳುವದು ಕಷ್ಟ. ಆದರೂ ಅದು ಪಾಕಿಸ್ತಾನಿ ಆಕ್ರಮಣದ ಒಂದು ಪ್ರಮುಖ ದಾರಿ ಸಿಯಾರಿಯಿಂದ ಈ ಕ್ಷೇತ್ರದಲ್ಲಿಯದನ್ನು ನಿಷ್ಕ್ರಿಯವಾಗಿಸಿತು. ಆಪರೇಶನ್ ವಿಜಯದ ನಂತರದ ದೃಶ್ಯವು ತ್ವರಿತವಾಗಿ ಬಿಚ್ಚತೊಡಗಿ ಮಾಧ್ಯಮಗಳು 'ಇಂಟೆಲಿಜೆನ್ಸ್ ಅಪಯಶ'ವನ್ನು ಕಿವಿ ಕೊರೆಯುವಂತೆ ಚೀರತೊಡಗಿದಾಗ ಆರ್ಮಿ ಹೆಡ್ ಕ್ವಾರ್ಟರ್‌ನವರು 'ನಷ್ಟ ನಿಯಂತ್ರಣ'ದಲ್ಲಿ ತೊಡಗಿದರು. ಜುಲೈ ೧೯೯೯ರ ವರೆಗೆ ೩ನೇ ಡಿವಿಜನ್ನಿನ ಮೇಲೆ ಬೆನ್ನುತಿರುಗಿಸಿ ಬೆಲೆ ತೆತ್ತಬೇಕಾದವರೆಂದು ಮೇಜರ ಜನರಲ್ ಬಧ್ವಾರ ಮತ್ತು ಬ್ರಿಗೇಡಿಯರ ದೇವೀಂದರ ಸಿಂಹರ (೭೦ನೇ ಬ್ರಿಗೇಡ ಕಮಾಂಡರ್) ಹೆಸರನ್ನು ಆರಿಸಿದ್ದರು. ಯುದ್ಧಾನಂತರ ೯ ಆಗಸ್ಟ ೧೯೯೯ರಂದು ೭೦ನೇ ಬ್ರಿಗೇಡ ಚೋರಬಟಲಾ ಮತ್ತು ಯಾಲ್ಡೋರ್ ಪ್ರದೇಶಗಳನ್ನು ೧೬೨ ಬ್ರಿಗೇಡಿಗೆ ಬಿಟ್ಟುಕೊಟ್ಟು ನಂತರ ಲನೇ ಮೌಂಟನ್ ಡಿವಿಜನ್ನಿನ ಕೆಳಗೆ ಬದಲಾಯಿಸಲಾಯಿತು. ಹಾಗೂ ೭೦ನೇ ಬ್ರಿಗೇಡ ತಾತ್ಕಾಲಿಕವಾಗಿ ನುಗಿಸಲ್ಪಟ್ಟು ನಂತರದ ಗೊಂದಲಲ್ಲಿ ಸಿಕ್ಕು ೧೪ ಬಟಾಲಿಯನ್‌ಗಳ ಸೈನಿಕರ ಹೋರಾಟ ಅಳ್ಳಕಾಗಿ ಆ ಸೈನಿಕರು ದುರದೃಷ್ಟದಲ್ಲಿ ಕರಗಿಹೋದರು.

೫೩೧೦ನ್ನು ಜಯಿಸಿ ೧೪ನೇ ಸಿಖ್ಖ ಉಭಯಸಂಕಟದಲ್ಲಿ ಸಿಲುಕಿತು. ಏಕೆಂದರೆ ಅದು ಮೂರು ಕಿ.ಮಿ ಒಳಗೆ ಪಾಕಿಸ್ತಾನಿ ಪ್ರದೇಶದಲ್ಲಿತ್ತು. ಸೈನಿಕರನ್ನು ಮತ್ತು ಸಾಮಗ್ರಿಗಳನ್ನೊಯ್ಯಲು ಹೆಲಿಕಾಪ್ಟರಗಳನ್ನು ಉಪಯೋಗಿಸುವಂತಿರಲಿಲ್ಲ. ಸೆಪ್ಟೆಂಬರ

ಅಂತ್ಯದಲ್ಲಿ ಚಳಿಗಾಲದ ಚಿಹ್ನೆಗಳು ತೋರತೊಡಗಿದವು. ಬಟಾಲಿಯನ್ನು ರಸ್ತೆ ಮಾಡಲು ಮತ್ತು ಸರಬರಾಯಿ ಹೊತ್ತೊಯ್ಯಲು ಘೋರ ಪ್ರಯತ್ನ ಮಾಡುತ್ತಿದ್ದರೂ ಚಳಿಗಾಲ ಎಂದರೆ ಯಮರಾಜನ ಚಲ್ಲಾಟವೇ ಅಲ್ಲವೇ? ಚಳಿಗಾಲವು ತೀವ್ರವಾಗತೊಡಗಿದಂತೆ ಹಿಮಸ್ಖಲನಗಳು (Avalanches) ಹೆಚ್ಚಾಗತೊಡಗಿ ಹೊಸದಾಗಿ ಸ್ಥಾಪಿತವಾದ ೧೪ನೇ ಕೋರ್‌ನ ಒಪ್ಪಿಗೆ ಪಡೆದು ೧೪ನೇ ಸಿಖ್ಖ ೫೭೭೧೦ರಿಂದ ಗಡಿ ರೇಖೆಯ ಈಚೆಗೆ ಮರಳಿತು. ಆರ್ಮಿ ಹೆಡ್ ಕ್ವಾರ್ಟರ್‌ನಲ್ಲಿ ಇದು ಮಾನ್ಯವಾಗಲಿಲ್ಲ. ದೂಷಣ ಕ್ರೀಡೆ ಆರಂಭವಾಗಿ ಕೊನೆಗೆ ೧೪ನೇ ಸಿಖ್ಖಿಗೆ ಪುನಃ ೫೭೭೧೦ನ್ನು ಆಕ್ರಮಿಸುವ ಆಜ್ಞೆಯೀಯಲಾಯಿತು. ಈ ಸಲ ದೃಢವಾದ ಠಾಣೆಯಾಗಬೇಕಾಯಿತದು. ೮ನೇ ಮೌಂಟನ್ ಡಿವಿಜನ್ ಮತ್ತು ೧೯೨ನೇ ಬ್ರಿಗೇಡಿನ ಮೇಲೆ ಒತ್ತಡವು ತೀವ್ರವಾಗತೊಡಗಿ ಕೊನೆಯ ನಿರ್ಣಯವನ್ನು ಕರ್ನಲ್ ಸಿನ್ಹಾಗೆ ಬಿಡಲಾಯಿತು. ಉಪಗ್ರಹ ಮತ್ತು ಮನುಷ್ಯನಿಲ್ಲದ ಆಕಾಶವಾಹನ–(Unmanned Aerial Vehicle-UAV)ಗಳ ಮಾಹಿತಿಯಂತೆ ಅಲ್ಲಿ ೨೦ ಫೂಟು ಹಿಮಪಾತವಾಗಿತ್ತು. ಆಚೆಗೆ ಪಾಕಿಸ್ತಾನಿಗಳು ಆ ಶಿಖರವನ್ನೇರುವ ವಿರಾಟ ಪ್ರಯತ್ನದಲ್ಲಿ ಸಾಮಾನು ತರುವದು ಮತ್ತು ಹಗ್ಗ ಸಿಕ್ಕಿಸುವಲ್ಲಿ ನಿರತರಾಗಿದ್ದರು. ಹಾಗೆ ಆಳವಾದ ಹಿಮ ಮತ್ತು ಅತ್ಯುಗ್ರ ಚಳಿಯಿದ್ದೂ ಕೂಡ ೧೪ನೇ ಸಿಖ್ಖ ೫೭೭೧೦ಕ್ಕೆ ಮರಳಿತು– ಫೆಬ್ರುವರಿ ೨೦೦೦. ಹಿಮಸ್ಖಲನದಿಂದಾಗಿ ನಾಯಬ ಸುಬೇದಾರ ಸತನಾಮ ಸಿಂಹರು ಅಸುನೀಗಿದರೂ ಕೂಡ ೧೪ನೇ ಸಿಖ್ಖ ಮುನ್ನುಗ್ಗಿ ಶಿಖರವನ್ನಾಕ್ರಮಿಸಿತು. ಪಾಕಿಸ್ತಾನಿಗಳು ೨೦೦ ಮೀಟರಗಳಷ್ಟೇ ಹಿಂದುಳಿದರು!

ಬ್ರಿಗೇಡಿಯರ್ ಎಚ್.ಎಸ್.ಪನಾಗ ೧೯೨ನೇ ಬ್ರಿಗೇಡಿನ ಕಮಾಂಡರ್ ಅವರು ತಪ್ಪೊಕಚಂದ ಅಷ್ಟೇ ಅಲ್ಲ ೫೭೭೧೦ಕ್ಕೂ ಭೇಟಿಯಿತ್ತರು. ಠಾಣೆಯನ್ನು ಬಲಶಾಲಿಯಾಗಿಸಲು ಬೇಕಾಗುವ ಸಲಕರಣೆಗಳನ್ನು ಸಾಗಿಸಲು ಉಷಾ ಮಾರ್ಟಿನ್ ಕೇಬಲ್‌ಗಳನ್ನು ಪ್ರಯೋಗಿಸಿ ೨.೮ ಕಿ.ಮಿ ಉದ್ದ ಹಗ್ಗದ ಮಾರ್ಗವನ್ನು (Rope-way) ನಿರ್ಮಿಸುವದನ್ನೂ ನಿಶ್ಚಯಿಸಲಾಯಿತು. ಪಾಕಿಸ್ತಾನಿಗಳು ತೀವ್ರವಾದ ಶೆಲಿಂಗ ಕೈಕೊಂಡರೇ ಹೊರತು ಪುನರಾಕ್ರಮಣ ಮಾಡಿ ೫೭೭೧೦ನ್ನು ಪುನರ್ವಶಪಡಿಸಿಕೊಳ್ಳುವ ಪ್ರಯತ್ನ ಮಾಡಲಿಲ್ಲ ೬೦೪೧ರಲ್ಲಿ ಅವರ ಉಪಸ್ಥಿತಿ ಇನ್ನೂ ಇದೆಯಾದರೂ ಕೂಡ. ಇದರರ್ಥ ಭಾರತೀಯರು ಪಾಕಿಸ್ತಾನಿ ಸ್ಥಳಗಳ ಹಿಂದೆ ತಮ್ಮ ಸ್ಥಳಗಳನ್ನು ಸ್ಥಾಪಿಸಿಯಾರೆ. ಪಾಕಿಸ್ತಾನಿ ಮೌನ ಇನ್ನೂ ಕುತೂಹಲಕಾರಿ. ಹೀಗೆಯೇ ಮಶ್ಕೋ ಘಾಟಿಯ ಗಡಿರೇಖೆಯ ಮೇಲೆಯೇ ಇದ್ದ ೫೩೫೩ರ ಮೇಲೆ ಪಾಕಿಸ್ತಾನಿಗಳು ಪುನಃ ನುಸುಳಿದೊಡನೆ ಆಗಿಂದಾಗಲೇ ಭಾರತೀಯರು ವಿರಾಟ ಪ್ರತಿದಾಳಿಯಿಟ್ಟು ಶತ್ರುವನ್ನು ಕಿತ್ತೊಗೆದ ದೃಷ್ಟಾಂತವಿದ್ದರೂ ಕೂಡ ಪಾಕಿಸ್ತಾನಿಗಳು ಗಡಿಯಾಚೆ ತಮ್ಮ ಕ್ಷೇತ್ರದಲ್ಲಿ ಸ್ಥಾಪಿಸಿದ ಭಾರತೀಯ ಠಾಣೆಯ ಮೇಲೆ ಪ್ರತಿದಾಳಿಯಿಟ್ಟಿಲ್ಲ! ಕಾರ್ಗಿಲ್ ಯುದ್ಧದ ಫಲಿತಾಂಶವೆಂದರೆ ಪಾಕಿಸ್ತಾನವು ತನ್ನ ಪ್ರದೇಶದ ದೊಡ್ಡ ಭಾಗವನ್ನು ವಾಸ್ತವವಾಗಿ ಕಳೆದುಕೊಂಡಿತು. ಈ ತಥ್ಯದ ಬಗ್ಗೆ ಉಭಯ ಪಕ್ಷಗಳು ತೆಪ್ಪಗಿವೆ!

ಕಥನ ಎರಡು

ಬ್ರಿ. ಆರ್.ಇ. ವಿಲಿಯಮ್ಸ್

ಸಿಯಾಚಿನ್ ಗ್ಲೇಸಿಯರ್ ಗಸ್ತು

ಭಾಷಾಂತರಕಾರರು

ಬ್ರಿ. ಎಸ್.ಜಿ. ಭಾಗವತ

(ನಿವೃತ್ತ ಸೇನಾಧಿಕಾರಿ)

೧೩. ಐಎಮ್‌ಎ (Indian Military Academy)ಯಿಂದ ಸಿಯಾಚಿನ

ತುಮ ಕಿಧರ ಜಾತಾ ಹೈ?

ಲಖನೌ–ಡೆಹ್ರಾಡೂನ ಎಕ್ಸಪ್ರೆಸ್ ರೇಲು ಬುಸುಗುಡುತ್ತ ಡೆಹರಾಡುನ ರೇಲ್ವೆ ನಿಲ್ದಾಣವನ್ನು ಪ್ರವೇಶಿಸಿದ್ದು ನನಗೆ ಇನ್ನೂ ಚೆನ್ನಾಗಿ ನೆನಪಿದೆ. ಹಾಗೆಯೇ ೧೪ ಜನವರಿ ೧೯೭೦ ರಲ್ಲಿ ಭಾರತೀಯ ಭೂಸೇನೆಯ ಭವಿಷ್ಯತ್ತಿನ ಈ ಸೆಕೆಂಡ್ ಲೆಫ್ಟಿನೆಂಟ್‌ನು ಐಎಮ್‌ಎ (ಭಾರತೀಯ ಸೈನಿಕ ಶಿಕ್ಷಣ ಸಂಸ್ಥೆ)ಯ ಮಹಾದ್ವಾರವನ್ನು ಪ್ರವೇಶಿಸಿದ್ದು ಕೂಡಾ ಇಂದಿಗೂ ಮಾಸದೇ ಮನದಲ್ಲೇ ಮನೆಮಾಡಿದೆ. ಔಪಚಾರಿಕ ಸುಸ್ವಾಗತವನ್ನು ಎದುರುನೋಡುತ್ತಿದ್ದ ನನ್ನನ್ನು ಹುರಿಮೀಸೆಯ ಹವಾಲ್ದಾರನೊಬ್ಬ (ಆತ ಹಿರಿಯ ಡ್ರಿಲ್ ಶಿಕ್ಷಕನೆಂದು ನಂತರ ತಿಳಿದದ್ದು) "ಜೆಂಟಲ್‌ಮನ್ ಕೆಡೆಟ್ ತುಮ ಕಿಧರ ಜಾತಾ ಹೈ?" ಎಂದು ಕೂಗಿ ಕರೆದಾಗ ನಾನು ಕುಸಿದೇ ಹೋದೆ. ಆಗ ತುಂಬಾ ವಿಚಲಿತನಾಗಿ ದವಡೆ ಕಟ್ಟಿಕೊಂಡು ತನ್ನ ಅಸ್ತಿತ್ವವನ್ನೇ ಮರೆತ ಬಡಪಾಯಿ ಜೆಂಟಲ್‌ಮನ್ ಕೆಡೆಟ್ ಹೇಳಿದ "ತಮಗೆ ಅದು ಕಾಣುತ್ತಿಲ್ಲವೆ?" ಅದಷ್ಟೇ ನನ್ನ ನೆನಪು. ಆ ನಂತರ ಬಾಯಿ ಬಿಚ್ಚುವ ಸ್ಥಿತಿ ಬರಲೇ ಇಲ್ಲ. ಯಾಕೆಂದರೆ ನಂತರ ನನ್ನ ಸ್ಥಿತಿ ದಿನವೆಲ್ಲಾ ನೆಲದಮೇಲೆ ಮಂಡೆಗಾಲು ಊರಿ ಕುಳಿತುಕೊಳ್ಳುವುದು, ಹಾರುವುದು, ಹೊರಳಾಡುವುದು, ಮುಂತಾದವುಗಳನ್ನು ಮಾಡುವುದರಲ್ಲೇ ಕಳೆಯಿತು. ನಾನು 'ಉಸ್ತಾದ' ಹೇಳಿದ್ದೆಲ್ಲವನ್ನೂ ಬಾಯಿಮುಚ್ಚಿಕೊಂಡು ಮಾಡಲೇ ಬೇಕಾಯಿತು.

ಅಚ್ಚಳಿಯದ ಆ ದಿನದ ನಂತರ ನನಗೆ ಡೆಲ್ಟಾ (D) ಬಟಾಲಿಯನ್‌ನ ಸಿಂಹಗಢ ಕಂಪನಿಯಲ್ಲಿ ಒಂದು ಕೋಣೆಯನ್ನು ನೀಡಲಾಯಿತು. ಆ ನಂತರ ಹಿರಿ ಹುದ್ದರಿಗಳಿಂದ (ಸೀನಿಯರ್ಸ್) ಬಿಡುಗಡೆ ದೊರತಾಗ, ಕೆಲವೊಮ್ಮೆ ಅವರಿಂದ ತಪ್ಪಿಸಿಕೊಂಡಾಗ ನಮ್ಮ ತರಗತಿಯ ಇತರರೊಂದಿಗೆ ಬಾಯಿಬಿಚ್ಚುವ ಅವಕಾಶ ನಮಗೆ ದೊರಕುತ್ತಿತ್ತು. ಸಿಂಹಗಡ ಎನ್ನುವುದು ಪುಣೆಯ ಬಳಿಯ ಒಂದು ಸುಪ್ರಸಿದ್ಧ ಕೋಟೆ, 'ಕೊಂಡಾಣಾ'ವೆಂಬ ಈ ಕೋಟೆಯು ಯುದ್ಧದಲ್ಲಿ ಶಿವಾಜಿಯ ಪ್ರಸಿದ್ಧ ಸಿಂಹದಂಥ ಶೂರ ದಂಡನಾಯಕ ತಾನಾಜಿ ಮಾಲಸುರೆ ಅಸುನೀಗಿದಾಗ ಅವನ ಸ್ಮೃತಿಯಲ್ಲಿ ಈ ಕೋಟೆಯನ್ನು ಸಿಂಹಗಢ

ಎಂದು ಕರೆಯಲಾಯಿತು. ನಾನು ಅಲ್ಲಿ ಸೇರಿದಾಗ ನಮ್ಮ ತರಬೇತಿ ಆಗಲೇ ಆರಂಭವಾಗಿಬಿಟ್ಟಿತ್ತು. ಅಲ್ಲಿಯ ಅತಿ ಕಠಿಣವಾದ ದಿನಚರಿಯಲ್ಲಿ ನಮ್ಮ ಸರ್ವಾಂಗೀಣ ಪ್ರಗತಿಯ ಬಗ್ಗೆ ಒತ್ತು ನೀಡಲಾಗುತ್ತಿತ್ತು. ಒಬ್ಬ ಅಮಾಯಕ ಜೆಂಟಲ್‌ಮನ್ ಕೆಡೆಟ್‌ನನ್ನು ಒಳ್ಳೇ ಅಧಿಕಾರಿ ಹಾಗೂ ಉತ್ತಮ ನಾಗರಿಕನಾಗಿ ಪರಿವರ್ತಿಸುವ ಸಕಲ ಕಲೆಗಳನ್ನು ಕಲಿಸಲಾಗುತ್ತಿತ್ತು. ಇವು ಅತಿ ಕಠಿಣ ಪರಿಶ್ರಮ, ಶೈಕ್ಷಣಿಕ ವಿದ್ಯಾಭ್ಯಾಸದಿಂದ ಹಿಡಿದು, ಮನರಂಜನೆ ಮತ್ತು ಸಾಂಸ್ಕೃತಿಕ ಚಟುವಟಿಕೆಗಳನ್ನು ಕೂಡಾ ಒಳಗೊಂಡಿರುತ್ತಿದ್ದವು.

೬ ಗಂಟೆಗೆ ಚಹಾ ಮತ್ತು ಬಿಸ್ಕೀಟಗಳ ನಂತರ 'ಛೋಟಾ ಹಾಜರಿ' ಆದಮೇಲೆ ಅಂದಿನ ನಮ್ಮ ಬೆಳಗಿನ ದೈಹಿಕ ತರಬೇತಿ ಪ್ರಾರಂಭವಾಗುತ್ತಿತ್ತು. ಈ ದಿನಚರಿಗಳು ಬೇರೆ ಬೇರೆ ಟರ್ಮಿಗೆ ಬೇರೆ ಬೇರೆಯಾಗಿಯೇ ಇರುತ್ತಿದ್ದವು. ನಮ್ಮ ಒಂದನೇ ಟರ್ಮ (೬ ತಿಂಗಳ ಅವಧಿ)ನಲ್ಲಿ ದೈಹಿಕ ಪರಿಶ್ರಮ ಹಾಗೂ ಶೈಕ್ಷಣಿಕ ಚಟುವಟಿಕೆಗಳಿಗೆ ಒತ್ತು ನೀಡಲಾಗುತ್ತಿತ್ತು. ಎರಡನೆ ೬ ತಿಂಗಳ ಅವಧಿಯಲ್ಲಿ ಸೈನಿಕ ಕ್ರಿಯೆಗಳ ಒಳನೋಟ ಮತ್ತು ನಕ್ಷೆಗಳ ಪರಿಶೀಲನೆ, ಅಧ್ಯಯನಗಳ ಕುರಿತು (Map reading)ಕಲಿಕೆ ನೀಡಲಾಗುತ್ತಿತ್ತು. ಕೊನೆಯ ಎರಡು ೬ ತಿಂಗಳ ಅವಧಿಗಳು ತುಂಬಾ ದುಸ್ತರ ಹಾಗೂ ಅವಿರತ ಬಿಡುವಿಲ್ಲದ ಕ್ಷಣಗಳಿಂದ ಕೂಡಿರುತ್ತಿದ್ದವು. ಆಗ ಸೈನ್ಯದ ನೇತೃತ್ವ ವಹಿಸುವ ಕುರಿತು ಹಾಗೂ ಸೈನಿಕ ಅಭಿಯಾನದಲ್ಲಿ ಧೃತಿಗೆಡದೆ ಕಾರ್ಯ ಎಸಗುವ ಕುರಿತು ಆಳವಾದ ತರಬೇತಿ ನೀಡಲಾಗುತ್ತಿತ್ತು. ಈ ತರಬೇತಿಗಳು ತುಂಬಾ ಗಂಡಾಂತರಕಾರಿ ಹಾಗೂ ಭಯಾನಕವಾಗಿರುತ್ತಿತ್ತು ಅಷ್ಟೇ ಅಲ್ಲದೆ ಕಟ್ಟುನಿಟ್ಟಾದ, ಕಠಿಣ ಪರಿಶ್ರಮದ್ದಾಗಿರುತ್ತಿತ್ತು. ಆಗ ನಿಧಾನವಾಗಿ ಮಾನಸಿಕ ಒತ್ತಡವೂ ತೀವ್ರವಾಗುತ್ತಿತ್ತು. ಬಹುಶಃ ಇದು ಮುಂದೆ ನಮ್ಮನ್ನು ಸಮಸ್ಯೆಗಳ ಆಳವಾದ ವಿಶ್ಲೇಷಣೆಗೆ ಹಾಗೂ ದಿಟ್ಟ ನೇತೃತ್ವಕ್ಕೆ ಪ್ರೇರೇಪಿಸಿತು. ನಮ್ಮೆಲ್ಲ ಸೈನಿಕ ಪ್ರಶಿಕ್ಷಣದೊಂದಿಗೆ ಈ ತರಬೇತಿಗಳಲ್ಲಿ ನಮ್ಮಲ್ಲಿ ಅಡಗಿದ ಇನ್ನಿತರ ಕಲೆಗಳನ್ನು, ಜಾಣ್ಮೆಗಳನ್ನು ಆಟಪಾಟಗಳ ಕೌಶಲ್ಯಗಳನ್ನು ಹೊರಹೊಮ್ಮಿಸುವ ಸಂಧಿ ಸೌಲಭ್ಯಗಳನ್ನು ಒದಗಿಸಲಾಗುತ್ತಿತ್ತು. ಪಬ್ಲಿಕ್ ಸ್ಕೂಲ್ ವಾತಾವರಣದಿಂದ ಬಂದ ನನಗೆ ಇದು ತುಂಬಾ ಖುಶಿ ನೀಡಿದ್ದಷ್ಟೇ ಅಲ್ಲ ನಾನು ಈ ಸುಸಂಧಿಗಳ ಲಾಭ ಪಡೆದು ಅತ್ಯುತ್ತಮವಾದ ಪ್ರಶಿಕ್ಷಣ ಪಡೆಯಲು ಸಾಧ್ಯವಾಯಿತು. ತರಬೇತಿಯಲ್ಲಿ ಸಾಮಾನ್ಯವಾಗಿ ಮೂರನೇ ೬ ತಿಂಗಳ ಅವಧಿಯ ನಂತರ ೬ ವಾರಗಳ ಮಧ್ಯಂತರ ಬಿಡುವು ನೀಡಲಾಗುತ್ತಿತ್ತು. ಅದಕ್ಕೆ ತುಸು ಮುಂಚೆಯೇ ಅಂದರೆ ಜೂನ್ ತಿಂಗಳಲ್ಲಿ ನಮ್ಮ ತರಬೇತಿಯನ್ನು ಮೊಟಕುಗೊಳಿಸಬಹುದು ಹಾಗೂ ನಮ್ಮ ವಿದಾಯ ಸಮಾರಂಭವನ್ನು ಮುಂಚೆಯೇ ಮುಗಿಸಿ ನಮ್ಮನ್ನು ಯುದ್ಧ ರಂಗಕ್ಕೆ ರವಾನಿಸಬಹುದು ಎಂದು ಸೂಚಿಸಲಾಯಿತು. ೧೯ ವರ್ಷದ ಹದಿಹರೆಯದ ನಾವೆಲ್ಲಾ ಈ ಸುಸಂಧಿಗಾಗಿ ಕೌತುಕತೆಯಿಂದ ಮುನ್ನೋಡುತ್ತ ಆಗಲೇ ಸುನಿಶ್ಚಿತವಾದ ಯುದ್ಧದ ವಿಜಯೋತ್ಸವವನ್ನು ಸ್ವಾಗತಿಸಲು ಹಾತೊರೆಯುತ್ತಿದ್ದೆವು.

ಅಷ್ಟರಲ್ಲಿ ೪ ನೇ ೬ ತಿಂಗಳ ಅವಧಿ ಪ್ರಾರಂಭವಾಗಿಬಿಟ್ಟಿತು. ಇನ್ನೂ ನಮ್ಮ

ವಿದಾಯದ ಸೂಚನೆ ಕಂಡು ಬರಲಿಲ್ಲ. ಆದರೆ ಅದೇ ತಾನೇ ಆಗಲೇ ಹೊರಬಿದ್ದ ನಮ್ಮ ಕೆಲ ಹಿರಿಯರಿಂದ ಆಗಾಗ ಸುದ್ದಿ ತಿಳಿಯುತ್ತಿತ್ತು. ಪರಿಸ್ಥಿತಿ ತುಂಬಾ ಗಂಭೀರವಾಗಿದೆ, ಕೆಲವರ ಹೆಚ್ಚಿನ ತರಬೇತಿಗಳನ್ನು ಮುಂದೂಡಲಾಗಿದ್ದು ಕೆಲವರ ತರಬೇತಿಗಳನ್ನು ಬರಖಾಸ್ತಗೊಳಿಸಲಾಗಿದ್ದು ಅವರು ಯುದ್ಧ ರಂಗಕ್ಕೆ ತೆರಳುತ್ತಿದ್ದಾರೆ ಎಂದು.

ನಮಗೆ ಅರಿವಿಲ್ಲದಂತೆ, ಕೆಲದಿನಗಳಲ್ಲೇ ನಮ್ಮ ಪ್ರಶಿಕ್ಷಣವನ್ನು ೬ ವಾರ ಮುಂಚೆಯೇ ಮೊಟಕುಗೊಳಿಸಲಾಯಿತು. ೧೯೭೧ ರ ಭಾರತ–ಪಾಕಿಸ್ತಾನ ಯುದ್ಧದಿಂದಾಗಿ, ೧೮ ಡಿಸೆಂಬರ್ ಬದಲಿಗೆ ನಮಗೆಲ್ಲಾ ೧೪ನವೆಂಬರ್ ೧೯೭೧ ಕ್ಕೆ ತರಬೇತಿಯಿಂದ ವಿದಾಯ ನೀಡಲಾಯಿತು. ಕೂಡಲೇ ನಾವು ನಮ್ಮ ಯುನಿಟಗೆ ಹಾಜರ್ ಆದೆವು. ೧೪ನೇನವೆಂಬರ್ ನನ್ನ ಜನ್ಮದಿನವಾಗಿತ್ತು. ಅಂತೆಯೇ ಸುಪ್ರಸಿದ್ಧ "ಚಿಟವುಡ್ಸ" ಪ್ರಾಂಗಣದಲ್ಲಿ ನೆರವೇರುವ ಮಧ್ಯರಾತ್ರಿಯ 'ಪಿಪಿಂಗ' (ಭುಜಪಟ್ಟಿಗೆ ಹೊಳೆಯುವ ಒಂದು ನಕ್ಷತ್ರ ಹಚ್ಚುವ) ಸಮಾರಂಭದ ದಿನ ನನ್ನ ತಾಯಿ ನನಗೆ ೨೦ ನೇ ಜನ್ಮ ದಿನದಕಾಣಿಕೆಯನ್ನೇ ನೀಡಿದಳು. ನಾನು ಇದಕ್ಕಿಂತ ಹೆಚ್ಚಿನದೇನನ್ನು ಕೇಳಲಿ? ನಾನು ಬಯಸಿದ ಬ್ರಿಗೇಡ್ ಆಫ್ ಗಾರ್ಡ್ಸ್ ಕಾಲ್ದಳದ ರೆಜಿಮೆಂಟಿಗೇ ನನ್ನನ್ನು ನೇಮಿಸಲಾಯಿತು. ಅದು ಆಗಲೇ ಪಠಾನಕೋಟ ಸಮೀಪ ಪಂಜಾಬ ವಿಭಾಗದಲ್ಲಿ ನೆಲೆ ನಿಂತಿತ್ತು. ಪಠಾನಕೋಟ ಜಮ್ಮು ಮತ್ತು ಕಾಶ್ಮೀರ ರಾಜ್ಯದಿಂದ ದಾಳಿ ಮಾಡುವ ಸೈನ್ಯಗಳ ರೇಲ್ವೆ ನೆಲೆಯಾಗಿತ್ತು. ನಾನು '೧೦, ಗಾರ್ಡ್ಸ್' ಎಂಬ ಯುನಿಟಗೆ ಸೇರ್ಪಡೆಗೊಂಡೆ. ನನ್ನನ್ನು ಬ್ರವೋ 'ಬಿ' ಕಂಪನಿಗೆ ಪ್ಲಟೂನ ಕಮಾಂಡರೆಂದು ನೇಮಿಸಲಾಯಿತು.

ಈವರೆಗೆ ಪಡೆದ ಕಠಿಣ ತರಬೇತಿಯನ್ನು ಈಗ ಕೃತಿಗೆ ಅಳವಡಿಸಬೇಕಿತ್ತು. ಅದು ಹೇಗಾಗಬಹುದು ಎಂದು ಯೋಚಿಸುತ್ತಿದ್ದೆ. ಐಎಮ್‌ಎ ತರಬೇತಿ ಮೋಜಿನದೇ ಆಗಿತ್ತು.ಆದರೆ ಈಗ ನಾವು ವೈರಿಯ ಎದುರಿಗೆ ನಿಂತಿದ್ದೆವು. ದೃಢನಿಶ್ಚಯದಿಂದ ವೈರಿಯನ್ನು ತರುಣ ಪೀಳಿಗೆಯ ನೇತೃತ್ವದಲ್ಲಿ ದಂಡೆತ್ತಿ ಸೋಲಿಸಬೇಕಿತ್ತು. ಶೀಘ್ರದಲ್ಲಿಯೇ ಮುನ್ನುಗ್ಗಲು ಹಸಿರು ನಿಶಾನೆ ತೋರಿಸಲಾಗುವುದೆಂದು ನಮಗೆ ೨೪ ನವೆಂಬರ್ ೧೯೭೧ ರಂದು ತಿಳಿಸಲಾಯಿತು. ಗುರುದಾಸಪುರ ವಿಭಾಗದ ಶಕ್ಕರಗಢ ಹತ್ತಿರದ 'ಲಾಸಿಂಯಾ ಬಲ್ಜ' ಎಂಬ ಸ್ಥಳ ಮುಂಬರುವ ಯುದ್ಧದ ತಾಣವಾಗಿತ್ತು. ಅಲ್ಲಿಂದಲೇ ನಾವು ನಮ್ಮ ಗಡಿ ನಿಯಂತ್ರಣ ರೇಖೆಯನ್ನು ದಾಟಿ ವೈರಿ ಗಡಿಯಲ್ಲಿ ನುಗ್ಗಬೇಕಿತ್ತು. ಅಲ್ಲಿಯೇ ನಾವು ನದಿ ದಾಟುವ ಹಾಗೂ ಇತರ ಯುದ್ಧಾಭ್ಯಾಸದಲ್ಲಿ ಹಗಲು ರಾತ್ರಿ ಎನ್ನದೇ ಎಡಬಿಡದೆ ತೊಡಗಿಕೊಂಡೆವು. ಅವುಗಳಲ್ಲಿ ನಮ್ಮ ಸೇನೆಯ ಕಾಲ್ದಳ ಹಾಗೂ ಟೆಂಕದಳಗಳ ಒಟ್ಟಾಭ್ಯಾಸ, ಯುದ್ಧ ಸ್ಫೋಟಕಗಳ ನಿರ್ವಹಣೆ ಹಾಗೂ ನಿರ್ಮೂಲನೆಗಳ ಅಭ್ಯಾಸ, ವಿಭಿನ್ನ ವೈರಿ ವಿಮಾನಗಳನ್ನು ಗುರುತಿಸುವಿಕೆ ಮುಂತಾದ ಅನೇಕ ಅಭ್ಯಾಸಗಳು ನಿರಂತರ ಸಾಗುತ್ತಿದ್ದವು. ನಾವೆಲ್ಲಾ ತುಂಬಾ ಉತ್ಸಾಹಿತರಾಗಿದ್ದೆವು. ಆದರೆ ನಮ್ಮಲ್ಲಿ ತುಂಬಾ ಅನಿಶ್ಚಿತತೆಯೂ ಇತ್ತು.

ಕೆಲ ದಿನಗಳ ನಂತರ ನಮ್ಮನ್ನೆಲ್ಲಾ ಮೇಲೆ ಹೊದಿಕೆ ಇದ್ದ ಸ್ಥಳ ಒಂದರಲ್ಲಿ

ಒಟ್ಟಿಗೆ ಕರೆತರಲಾಯಿತು ಅಲ್ಲಿ ನಮ್ಮೆಲ್ಲ ಯೋಧರನ್ನು ಶ್ರೀಮತಿ ಇಂದಿರಾ ಗಾಂಧಿ ಹಾಗೂ ಜನರಲ್ ಮಾನೆಕ್‌ಶಾ ಸಂಬೋಧಿಸಿದರು. ಅವರ ಉದ್ಬೋಧಕ ಮಾತುಗಳು ನಮ್ಮ ಮೈನವಿರೇಳಿಸುವಂತಿದ್ದವು. ಆಗ ತಾವು ದೇವರ ಅವತಾರವೋ ಅನ್ನಿಸಿಬಿಟ್ಟಿತು. ಅಷ್ಟೇ ಅಲ್ಲ ನಮ್ಮ ಮನೋಸ್ಥೈರ್ಯ ಮುಗಿಲು ಮುಟ್ಟಿ ನಾವು ಜೀವವನ್ನು ಪಣಕ್ಕಿಟ್ಟು ಹೋರಾಡಲು ಸಿದ್ಧರಾದೆವು.

ಅದು ೩ ಡಿಸೆಂಬರ್ ೧೯೭೧ ರ ಮಧ್ಯಾಹ್ನ ೧೬.೫೨ ರ ಸಮಯ. ವೈರಿಯ ಅಚಾನಕ್ ಆಕ್ರಮಣ ತಡೆಗಟ್ಟಲು ನಾವು ನಮ್ಮ ಕೆಂಪ್ ವಾಸ್ತವ್ಯದ ಸುತ್ತಲೂ ಕಂದಕ ತೋಡುವದು ಮುಂತಾದ ಅಡೆ-ತಡೆ ನಿರ್ಮಾಣದಲ್ಲಿ ತೊಡಗಿಕೊಂಡಿದ್ದವು. ಆಗ ನನಗೆ ೫ ವಿಮಾನಗಳು ಗೋಚರಿಸಿದವು. ಕ್ಷಣ ಮಾತ್ರದಲ್ಲಿ ಅವು ಪಾಕಿಸ್ತಾನದೆಡೆಯಿಂದ ಗಡಿಯನ್ನು ದಾಟಿ ನಮ್ಮ ಸ್ಥಾನಕವನ್ನು ದಾಟಿ ಮುಂದೆ ಹಾರಿಹೋದವು. ಕೆಲಕ್ಷಣಗಳಲ್ಲೇ ಆಕಾಶದಲ್ಲಿ ವಿಮಾನಭೇದಕ ಗನ್ನುಗಳಿಂದ ಝಳಪಿಸುತ್ತ ಹೊರಟ ಟ್ರೇಸರ ಗುಂಡುಗಳ ಹಾರಾಟ ಕಂಡುಬಂದಿತು. ಸಂಜೆಯ ಸೂರ್ಯನ ಹೊಂಬೆಳಕಿನಲ್ಲಿ ಅವು ಆಗಸದಲ್ಲಿ ಚಿತ್ತಾರವನ್ನೇ ನಿರ್ಮಿಸುತ್ತಿದ್ದವು. ಆಗ ನಮಗೆ ಅರಿವಾಯಿತು. ಇದೇ ತಾನೇ ಹಾರಿ ಹೋದ ವಿಮಾನಗಳು ಪಾಕಿಸ್ತಾನದ 'ಸೆಬರ್ ಜೆಟ್'ಗಳು ಹಾಗೂ ಅವುಗಳನ್ನು ಹೊಡೆದುರುಳಿಸಿ ಪಠಾನಕೋಟ ವಾಯುನೆಲೆಯನ್ನು ಸುರಕ್ಷಿತವಾಗಿಡುವ ಕಾರ್ಯ ನಮ್ಮ ಏರ್ ಡಿಫೆನ್ಸ್ ಗನ್ನುಗಳು ಮಾಡುತ್ತಿವೆ ಎಂದು. ಅಲ್ಲಿ ಆಗ ಮಿಗ್-೨೧ ವಿಮಾನಗಳ ಒಂದು ಸ್ಕ್ವಾಡ್ರನ್ ನೆಲೆಗೊಂಡಿತ್ತು. ಈ ಸುಂದರ ದೃಶ್ಯವನ್ನು ನೋಡುತ್ತಿದ್ದಂತೆ, ಆಗಲೇ ಹೋದ ವಿಮಾನಗಳು ಮರಳಿ ನಮ್ಮ ನೆಲೆಯನ್ನು ದಾಟಿ ಪಾಕಿಸ್ತಾನದ ಗಡಿ ಸೇರಿದವು. ಈ ರೀತಿ ನಮ್ಮ ವಾಯು ಕ್ಷೇತ್ರವನ್ನು ಪಾಕಿಸ್ತಾನಿಗಳು ಉಲ್ಲಂಘಿಸಿದ್ದರು. ಮರುಕ್ಷಣದಲ್ಲೇ ನಮ್ಮ ವಿಮಾನಗಳು ಗಗನಕ್ಕೆ ಚಿಮ್ಮಿ ಪಾಕಿಸ್ತಾನದ ಗಡಿಯನ್ನು ಪ್ರವೇಶಿಸಿ ತಮ್ಮ ಕಾರ್ಯ ಆರಂಭಿಸಿದವು. ಈ ರೀತಿ ಯುದ್ಧ ಪ್ರಾರಂಭವಾಗಿಯೇ ಬಿಟ್ಟಿತು. ಅದೇ ತಾನೆ ಐಎಂಎ ದಿಂದ ಬಂದ ನಮಗಂತೂ ಯುದ್ಧದ ಆಲೋಚನೆಯಿಂದಲೇ ಹುಮ್ಮಸ್ಸು ಚಿಮ್ಮಿತು. ನಾನಂತೂ ನನ್ನ ಸೈನಿಕರೊಂದಿಗೆ ಪಾಕಿಸ್ತಾನದ ಒಳನುಗ್ಗಲು ಉಸಿರುಗಟ್ಟಿ ನಿಂತಿದ್ದೆ.

ನಾವು ಮುಂದಿನ ಅಣತಿಯ ದಾರಿ ಕಾಯಲಾರಂಭಿಸಿದೆವು. ಅಂದಿನ ಹುಣ್ಣಿಮೆಯ ಚಂದ್ರ ೪ ೧/೨ಫೀಟ್ ಆಳದ ನೆಲದಡಿಯ ಸಂಪರ್ಕ ಕಂದಕಗಳನ್ನು ಇನ್ನಷ್ಟು ಸುಧಾರಿಸಲು ಅನುಕೂಲ ಮಾಡಿಕೊಡುತ್ತಿದ್ದ. ಅಂದು ೩ ನೇ ಡಿಸೆಂಬರ್ ರಾತ್ರಿ ೧೧.೫೫ ಕ್ಕೆ ದಿಲ್ಲಿಯಲ್ಲಿ ಭಾರತೀಯ ಸಂಸತ್ತು ಸಮಸ್ಯೆಯ ಕುರಿತು ಗಂಭೀರ ಚರ್ಚೆ ನಡೆಸುತ್ತಿತ್ತು. ಅಂದೇ ಮಧ್ಯರಾತ್ರಿ ನಮ್ಮ ಪ್ರಧಾನಮಂತ್ರಿ ಶ್ರೀಮತಿ ಇಂದಿರಾಗಾಂಧಿಯವರು ಆಕಾಶವಾಣಿಯ ಮೂಲಕ ನೇರವಾಗಿ ದೇಶದ ಜನತೆಯನ್ನು ಸಂಬೋಧಿಸುತ್ತ, ದೇಶದಲ್ಲಿ ತುರ್ತುಪರಿಸ್ಥಿತಿಯನ್ನು ಘೋಷಿಸಿ ಭಾರತ- ಪಾಕಿಸ್ತಾನಗಳು ಪರಸ್ಪರ ಯುದ್ಧಕ್ಕೆ ಇಳಿದಿದ್ದನ್ನು ತಿಳಿಸಿದರು. ಅಂದಿನ ಅವರ ಮಾತುಗಳು ಮನಕ್ಕೆ ನಾಟುವಂತಿದ್ದು,

ನಮ್ಮ ಉತ್ಸಾಹವನ್ನು ಇಮ್ಮಡಿಗೊಳಿಸಿದವು.

೪ ದಿನಗಳ ನಂತರ ನಮಗೆ ಪಾಕಿಸ್ತಾನದೊಳಗೆ ನುಗ್ಗಲು ಅನುಮತಿ ನೀಡಲಾಯಿತು. ನಾವು ರಾವಿನದಿಯನ್ನು ದಾಟಲು ಸಿದ್ಧರಾದೆವು. ಅಂದು ೭ ಡಿಸೆಂಬರ್ ೧೯೭೧. ನಾವು ನಮ್ಮ ಗಡಿಯತ್ತ ಮುನ್ನಡೆಯನ್ನು ಪ್ರಾರಂಭಿಸಿ ಬೆಳಗಿನ ೧ ಘಂಟೆಗೆ ರಾವಿ ನದಿ ದಂಡೆಯನ್ನು ತಲುಪಿದೆವು. ರಭಸದ ಸೆಳೆತದಿಂದ ಕೂಡಿದ ಮಂಜಿನಂತೆ ತಣ್ಣಗಿದ್ದ ನೀರು ಎದೆ ಆಳದವರೆಗಿತ್ತು. ನದಿ ದಾಟಲು ಸೇತುವೆ ನಿರ್ಮಾಣಕ್ಕಾಗಿ ಆಚೆ ದಡದಲ್ಲಿ ಸೇತುವೆಗಾಗಿ ಆಗಲೇ ಯೋಗ್ಯ ಸ್ಥಳ (ಬ್ರಿಡ್ಜ್ ಹೆಡ್) ಶೋಧಿಸಲಾಗಿತ್ತು. ಆ ರಾತ್ರಿಯಿಡಿ ನದಿದಾಟಿ ನೀರಿನಲ್ಲಿ ನಡೆಯುತ್ತ ನೇರವಾಗಿ ಅಲ್ಲಿ ತಲುಪಲು ನೀರಿನ ಸೆಳೆತದಿಂದ ತೊಂದರೆ ಆಗದಿರಲೆಂದು ನಾವು ಒಬ್ಬರನ್ನೊಬ್ಬರು ತಬ್ಬಿಕೊಂಡಿದ್ದೆವು. ಇಂಥ ಸ್ಥಿತಿಯಲ್ಲಿ ನಾವು ವೈರಿಯ ಗುಂಡುಗಳಿಗೆ ನೇರವಾಗಿ ಬಲಿ ಆಗುತ್ತಿದ್ದೆವು. ಹೀಗಾಗಿ ನಮ್ಮನ್ನು ವೈರಿಯ ದಾಳಿಯಿಂದ ರಕ್ಷಿಸಲು ನದಿ ತಡದ ನಮ್ಮ ಭಾಗದಿಂದ ನಮಗೆ ಗುಂಡಿನ ದಾಳಿಯ ಬೆಂಬಲ ನೀಡಲಾಯಿತು. ಅಲ್ಲದೇ ದೂರ ಇದ್ದ ನಮ್ಮ ಫೀಲ್ಡ್ ಗನ್ ಹಾಗೂ ಆರ್ಟಿಲರಿ ಗನ್‌ಗಳೂ ಬೆಂಬಲ ನೀಡಿದವು. ನಮ್ಮ ಮಶಿನ್ ಗನ್‌ಗಳು ಎಂಟಿ ಪರ್ಸನಲ್ (ಮಾನವಭೇದಿ) ಹಾಗೂ ಟ್ರೇಸರ ಗುಂಡುಗಳ ಮಳೆಗರೆಯಲಾರಂಭಿಸಿದವು. ಮಾನವಭೇದಿ ಗುಂಡುಗಳಿಂದಾಗಿ ವೈರಿ ನಮ್ಮೆಡೆ ಗುಂಡು ಹಾರಿಸಲಾರದಾದ, ಟ್ರೇಸರ ಗುಂಡುಗಳಿಂದ ಬೆಳಕು ಹೊರಸೂಸಿ ಕತ್ತಲೆಯಲ್ಲಿ ನಮಗೆ ಮಾರ್ಗದರ್ಶನ ದೊರಕಿತು. ನಾವು ಕತ್ತಲೆಯಲ್ಲಿಯೇ ನಮ್ಮ ಬೆನ್ನಮೇಲೆ ಹೊತ್ತ ಮದ್ದುಗುಂಡುಗಳು ಹಾಗೂ ನಮ್ಮ ಆಹಾರ ಸಾಮಗ್ರಿಗಳೊಂದಿಗೆ ವೈರಿಗಳತ್ತ ನಿಧಾನವಾಗಿ ಮುನ್ನಡೆಯಲಾರಂಭಿಸಿದೆವು. ೩೦ ನಿಮಿಷ ಈ ರೀತಿ ನೀರಿನಲ್ಲೇ ಹೆಜ್ಜೆ ಇಕ್ಕುತ್ತ, ವೈರಿಯ ಮೇಲೆ ಎರಗುವ ಮುಂಚೆ ಕೆಲ ಹೊತ್ತು ಕಾಯುವುದು ಅನಿವಾರ್ಯವಾಯಿತು. ಇದು ತುಂಬಾ ಕ್ಲಿಷ್ಟಕರವಾಗಿತ್ತು. ತಣ್ಣಗಿನ ಹೆಪ್ಪುಗಟ್ಟಿದ ನೀರು ಬಟ್ಟೆಯನ್ನು ತೋಯ್ಸಿದ್ದರಿಂದ ಬಟ್ಟೆ ಮೈಗಂಟಿಕೊಂಡುಬಿಟ್ಟಿತ್ತು. ಮುಂದಿನ ಅನಿಶ್ಚಿತತೆ ಹಾಗೂ ಮುಂದೆಸಗುವ ಕಾರ್ಯ ಮನಸ್ಸನ್ನು ಹದಗೆಡಿಸುತ್ತಿತ್ತು. ಸಾಲದ್ದಕ್ಕೆ ವೈರಿಯ ಆರ್ಟಿಲರಿ ಗನ್ನಿನ ಗುಂಡುಗಳು ಎಲ್ಲೆಡೆಯಿಂದಲೋ ಎಡಬಿಡದೆ ನಮ್ಮ ಮೇಲೆ ಮಳೆಗರೆಯಲಾರಂಭಿಸಿದವು.

ಐಎಂಎ ಯ ಕೊನೆಯ ಅವಧಿಯಲ್ಲಿ ನಮಗೆ ನೈಜಯುದ್ಧದ ರುಚಿ ಉಣಿಸಿದ್ದ (ಬೆಟಲ್ ಇನೆಕ್ಯುಲೇಶನ್) ಉಪಯುಕ್ತತೆ ಈಗ ಕಂಡುಬಂದಿತು. ಅದರ ಫಲವಾಗಿ ಈ ಭಯಾನಕ ಯುದ್ಧದ ಭೀತಿ ನಮ್ಮಿಂದ ದೂರವಾಗಿತ್ತು. ಇತರ ಅಧಿಕಾರಿಗಳಂತೆ ನನಗೂ ಹಿರಿಯ ಅಧಿಕಾರಿಗಳಿಂದ ಬಗೆ ಬಗೆಯ ಅಣತಿಗಳು ಬರಲಾರಂಭಿಸಿದವು. ನಾನು ಅವಶ್ಯವಾದವುಗಳನ್ನು ನನ್ನ ಹಿರಿಯರಿಗೂ ರವಾನಿಸುತ್ತಿದ್ದೆ. ಆ ಕ್ಲಿಷ್ಟ ಪರಿಸ್ಥಿತಿಯಲ್ಲಿ ಯುದ್ಧದ ಕಾರ್ಯಾಚರಣೆ ಬಿಟ್ಟರೆ ಬೇರೆ ಏನನ್ನೂ ಯೋಚಿಸಲು ಸಮಯವೇ ಇರಲಿಲ್ಲ. ನಾವು ಎದುರಿಗಿರುವ ಸ್ಥಿತಿಯನ್ನು ವಿಶ್ಲೇಷಿಸಿ, ಪರಿಸ್ಥಿತಿಗನುಗುಣವಾದ

ಸೂಚನೆಗಳನ್ನು ನಮ್ಮ ಸೈನಿಕರಿಗೆ ನೀಡುತ್ತಿದ್ದೆವು. ಆಗ ಘಟಿಸಿದ ಒಂದು ಘಟನೆ ನನ್ನ ಮನಸ್ಸಿನಲ್ಲಿ ಅಚ್ಚಳಿಯದೇ ಉಳಿದಿದೆ. ಅದನ್ನು ನಿಮ್ಮೊಡನೆ ಹಂಚಿಕೊಳ್ಳಬಯಸುತ್ತೇನೆ.

ಅದು 'ಶಕರಘಡ'ಕ್ಕೆ ಮುತ್ತಿಗೆ ಹಾಕುತ್ತಿರುವಾಗ ಘಟಿಸಿದ್ದು. ನಾವು ಮುನ್ನುಗ್ಗುತ್ತಿದ್ದಂತೆಯೇ ೪ ವಿಮಾನಗಳಿಗೆ ನಮ್ಮ ಟೆಂಕ್‌ಗಳು ಹಾಗೂ ನಾವು ನೆಲೆನಿಂತ ಸ್ಥಾನಗಳು ಕಂಡು ಬಿಟ್ಟವು. ಅವು ತೀರ ಕೆಳಗೆ ಹಾರುತ್ತ ನಮ್ಮ ನೆಲೆಯ ಮೇಲೆ ಮುಗಿಬಿದ್ದವು. ಆಗ ನಮ್ಮ ಎಲ್‌ಎಮ್‌ಜಿ ಡಿಟೆಚ್‌ಮೆಂಟ್ (ಲಾಯಟ್ ಮಶಿನಗನ್ ವಿಭಾಗ)ದ ಕಮಾಂಡರ ಲಾನ್ಸ್ ನಾಯಕ ದರ್ಶನ ಸಿಂಗ, ಒಂದಿನಿತೂ ಯೋಚಿಸದೇ ತಕ್ಷಣವೇ ತನ್ನ ಟೊಂಕದಲ್ಲೇ ಇದ್ದ ಎಲ್‌ಎಮ್‌ಜಿಯನ್ನು ವಿಮಾನಕ್ಕೆ ಗುರಿಯಿಟ್ಟು ಗುಂಡು ಹಾರಿಸಲಾರಂಭಿಸಿದ. ಕೂಡಲೇ ವಿಮಾನಗಳು ಮೇಲಕ್ಕೇರಿ ಮುಂದಿನ ೧೫ ನಿಮಿಷಗಳವರೆಗೆ ಸತತವಾಗಿ ನಿರ್ದಯವಾಗಿ ಗುಂಡಿನ ಮಳೆಗರೆದವು. ಭೋರ್ಗರೆಯುವ ವಿಮಾನಗಳು ನಿರ್ದಾಕ್ಷಣ್ಯವಾಗಿ ನಿರ್ದಯತೆಯಿಂದ ಅಮಾಯಕ ಪದಾತಿ (ಕಾಲ್ದಳ)ಗಳ ಮೇಲೆ ರೊಕೆಟ್ ಮಳೆಗರೆಯುವ ದೃಶ್ಯ ಎಂದೆಂದೂ ಮರೆಯಲಾಗದ ಮೈ ನಡುಗಿಸುವ ದೃಶ್ಯವಾಗಿತ್ತು. ಎಂದೆಂದಿಗೂ ಮುಗಿಯಲಾರದೆಂದೇ ಅನಿಸಿದ ಆ ಪರದಾಟ ಅಂತೂ ಮುಗಿಯಿತು. ತೆರಳುವ ಮುನ್ನ ಆ ವೈಮಾನಿಕರು ನಮ್ಮ ಎಲ್‌ಎಂಜಿ ಘಟಕದ ಮೇಲೆ ೧೦೦೦ ಪೌಂಡಿನ ಬಾಂಬ್ ಎಸೆದುಬಿಟ್ಟರು. ಅದು ನಮ್ಮ ಸಂಪೂರ್ಣ ಘಟಕವನ್ನೇ ನಿರ್ನಾಮ ಮಾಡಿಬಿಟ್ಟಿತು. ಪ್ರಾಯಶಃ ಬೇರಾವುದೋ ಘನ ಉದ್ದೇಶಕ್ಕೆಂದು ಬಳಸಬೇಕಾದ ಬಾಂಬನ್ನು ಇಲ್ಲಿ ಎಸೆದಿದ್ದರಿಂದ ವೈರಿಗೆ ಉದ್ದೇಶಿತ ಫಲ ಸಿಗದಿದ್ದರೂ ನಮ್ಮ ಸ್ಥಳದಲ್ಲಿ ಅತಿದೊಡ್ಡ ಕೊರಕಲು ಉದ್ಭವಿಸಿತು. ಇತ್ತ ಶಕರಘಡದ ದಕ್ಷಿಣಕ್ಕೆ 'ಬೈನ' ನದಿಯ ಆಚೆಗಿರುವ ವೈರಿಯ ಮೇಲೆ ಹಮ್ಮಿಕೊಂಡ ಆಕ್ರಮಣವೂ ಅವರ ನಿಖರವಾದ ತೀಕ್ಷ್ಣ ದಾಳಿಯಿಂದಾಗಿ ಯಶಸ್ಸು ಪಡೆಯಲಿಲ್ಲ. ಹೀಗಾಗಿ 'ಶಕ್ಕರ ಘಡ' ಪಡೆಯುವ ಯೋಜನೆಯನ್ನು ಮುಂದೂಡಲಾಯಿತು. ಆ ಯೋಜನೆ ಇಂದಿಗೂ ಕಾರ್ಯಗತವಾಗದೇ ಉಳಿದಿದೆ. ಏಕೆಂದರೆ ಆಗಲೇ ಬಾಂಗ್ಲಾ ದೇಶದ ವಿಮೋಚನೆ ಆಗಿ ೧೭ ಡಿಸೆಂಬರ್ ೭೧, ಸಂಜೆ ೧೯.೦೦ ಗಂಟೆಗೆ ಯುದ್ಧ ವಿರಾಮವನ್ನು ಘೋಷಿಸಲಾಯಿತು. ಆಗ ಇಕ್ಕೆಲಗಳ ಗಡಿಗಳನ್ನು ನಿಖರವಾಗಿ ಹೊಂದಿಸಿ ಕೊಳ್ಳಲಾಯಿತು. ಯಾಕೆಂದರೆ ಇದಕ್ಕೂ ಒಂದು ಗಂಟೆ ಮೊದಲು ಎರಡೂ ಕಡೆಯವರ ಗುಂಡಿನ ಮಳೆ ಅಬ್ಬರಿಸುತ್ತಿತ್ತು. ಅದಕ್ಕೆ ಕಾರಣ ನಮ್ಮವರು ೧೮.೦೦ ಗಂಟೆ ಯಿಂದ ೧೮.೩೦ ರವರೆಗೆ ವೈರಿಯ ಮೇಲೆ ಅರ್ಟಿಲರಿ ಗುಂಡುಗಳ ಧಾರಾಕಾರ ಮಳೆಯನ್ನೇ ಸುರಿಸಿದ್ದರು. ಅದಕ್ಕೆ ಉತ್ತರವೆನ್ನುವಂತೆ ಪಾಕಿಸ್ತಾನದವರೂ ೧೮-೩೦ ರಿಂದ ೧೯.೦೦ ಗಂಟೆವರೆಗೆ ತಮ್ಮ ಗುಂಡುಗಳ ಪ್ರತ್ಯುತ್ತರ ನೀಡಿದರು. ಆದರೆ ೧೯.೦೦ ಗಂಟೆಗೆ ಎಲ್ಲರ ಗನ್ನುಗಳೂ ನಿಶ್ಶಬ್ಧವಾದವು. ನಾವು ನಮ್ಮ ನಮ್ಮ ಸ್ಥಳಗಳಲ್ಲಿಯೇ ಸ್ತಬ್ಧವಾಗಿಬಿಟ್ಟೆವು.

ಹೀಗೆ ನಾವು ಸುಮಾರು ೧ ವರ್ಷ ಪಾಕಿಸ್ತಾನದ ನೆಲದಲ್ಲಿಯೇ ನೆಲೆ ನಿಂತೆವು. ಅಂತೂ ಕೊನೆಗೆ ಪೂರ್ವ ವಿಭಾಗ ನಮ್ಮ ಸೈನ್ಯಕ್ಕೆ ಶರಣಾಗಿ ೯೬,೦೦೦ಪಾಕಿಸ್ತಾನೀ

ಯುದ್ಧ ಕೈದಿಗಳನ್ನು ಅವರ ದೇಶಕ್ಕೆ ಮರಳಿಸುವದರೊಂದಿಗೆ ಯುದ್ಧ ಕೊನೆಗೊಂಡಿತು. ಅವರ ಒಂದು ವರ್ಷದ 'ಸೆರೆ'ಯ ವಾಸದಲ್ಲಿ ನಮ್ಮ ದೇಶದ ಆಕಾಶವಾಣಿ ಕೇಂದ್ರಗಳು ಪಾಕಿಸ್ತಾನೀ ಸೈನಿಕರ ಸಂದೇಶಗಳನ್ನು ಅವರ ಕುಟುಂಬಗಳಿಗಾಗಿ ಸತತವಾಗಿ ಬಿತ್ತರಿಸುತ್ತಿದ್ದವು.

೧೯೭೩ ರಲ್ಲಿ ಜಮ್ಮು ಕಾಶ್ಮೀರ ಮಿಲಿಶಿಯಾ (ಒಂದು ರೀತಿಯ ಅರೆ ಸೈನಿಕ ಘಟಕ)ವನ್ನು ಸಕ್ರಮಗೊಳಿಸಿ ಅದನ್ನು ಭಾರತೀಯ ಸೈನ್ಯದ ಘಟಕವೆಂದು ಪರಿಗಣಿಸಲಾಯಿತು. ವಿಭಿನ್ನ ರೆಜಿಮೆಂಟಗಳಿಂದ ಅನೇಕ ಅಧಿಕಾರಿಗಳನ್ನು ಆಯ್ದು ಆ ರೆಜಿಮೆಂಟಿನ ಬೇರೆ ಬೇರೆ ೮ ಬಟಾಲಿಯನ್ನಗಳಿಗೆ ವರ್ಗಾಯಿಸಲಾಯಿತು. ನನ್ನನ್ನು ಜಮ್ಮು ಮತ್ತು ಕಾಶ್ಮೀರದಲ್ಲಿದ್ದ ೮ನೇ ಜಮ್ಮು ಕಾಶ್ಮೀರ ಮಿಲಿಶಿಯಾಕ್ಕೆ ವರ್ಗಾಯಿಸಲಾಯಿತು. ಈ ರೀತಿಯಾಗಿ ಜಮ್ಮು ಮತ್ತು ಕಾಶ್ಮೀರದೊಂದಿಗೂ ಅಲ್ಲಿಯ ಜನರೊಂದಿಗೂ ನನ್ನ ಅಳಿಯದ ಸಂಬಂಧ ಪ್ರಾರಂಭವಾಯಿತು.

ಗುರೇಜ ಕಣಿವೆಯ ದಕ್ಷಿಣಕ್ಕೆ ಪಕ್ಕದ 'ಕಾಂಜಲವಾನ'ದಲ್ಲಿ ಇರುವ ನನ್ನ ಬಟಾಲಿಯನ್ನೆಡೆ ನಡೆಯುತ್ತಿದ್ದಾಗ ಪ್ರಥಮ ಬಾರಿ ನನಗೆ ಹಿಮದ ಅನುಭವವಾಯಿತು. ಅದೊಂದು ಸುಂದರವಾದ ತಾಣ. ಅಲ್ಲಿ ಎತ್ತರದ ಹಿಮ ಶಿಖರಗಳು ಆಗಸವನ್ನು ಮುತ್ತಿಡುತ್ತವೆ. ಕೆಳಗಡೆ ಕಿಶನಗಂಗಾ ನದಿ ಅಂಕುಡೊಂಕಾಗಿ ಹರಿಯುತ್ತ ೧೨ ಕಿ. ಮೀ ದೂರ ಇರುವ ಬಾಗಟೊರ ಹಳ್ಳಿಯ ಹತ್ತಿರ ಪಾಕಿಸ್ತಾನವನ್ನು ಪ್ರವೇಶಿಸುತ್ತದೆ. ಆ ಉತ್ತುಂಗ ಪರ್ವತ ಶ್ರೇಣಿಯಲ್ಲಿ ಶಾಂತಿಯಿಂದೊಡಗೂಡಿದ ಒತ್ತಡ ರಹಿತ ವಾತಾವರಣದಲ್ಲಿಯ ವಾಸ್ತವ್ಯವನ್ನು ಎಂದೆಂದಿಗೂ ಮರೆಯಲಾರೆ. ಈ ವಾಸ್ತವ್ಯದಲ್ಲಿ ನಾವು ಉತ್ತರದಲ್ಲಿ ಅಥವಾ ಚೂಚಾಗಲ್ಲಿ ಎಂಬ ಕೊರಕಲಿನಲ್ಲಿ ನಡೆಯುತ್ತ ೧೩೦೦೦ಫೀಟ್ ಎತ್ತರದಿಂದ ಕೆಳಗಡೆ ಸೋನಾಮಾರ್ಗಕ್ಕೆ ಇಳಿಯುವ ಕಿಶನಸರ ಹಾಗೂ ಬಿಶನಸರ ಎಂಬ ಸರೋವರಗಳವರೆಗೆ ಗಡಿಗುಂಟ ಗಸ್ತಿ ತಿರುಗುತ್ತ ಕಾವಲು ಕಾಯುತ್ತಿದ್ದೆವು. ಉತ್ಸಾಹ ಉಕ್ಕುವ ಆ ತಾರುಣ್ಯದ ಭರದಲ್ಲಿ ನಾವು ಎದುರಾಗುವ ಎಲ್ಲ ಅಡೆತಡೆ, ಕಷ್ಟ ನಷ್ಟಗಳನ್ನು ಧೃತಿಗೆಡದೆ ಸಾಹಸದಿಂದ ಎದುರಿಸಿದೆವು. ಅಲ್ಲಿಯ ಸುತ್ತಲಿನ ಪರಿಸರ, ಕೊಳ್ಳ, ಬೆಟ್ಟಗಳನ್ನು ಅತಿ ಸೂಕ್ಷ್ಮವಾಗಿ ಅವಲೋಕಿಸಿದೆವು. ಮುಂದಿನ ದಿನಗಳಲ್ಲಿ ಇದೇ ನಮಗೆ ದಾರಿದೀಪವಾಯಿತು.

ಹೀಗೆಯೇ ಒಮ್ಮೆ ಗಸ್ತ ತಿರುಗುತ್ತಿದ್ದಾಗ ನನಗೆ ಚಿಕ್ಕ ಹುಡುಗಿ ಒಬ್ಬಳು ಎದುರಾದಳು. ಆಕೆ ನೆಲದಿಂದ ಕೇವಲ ೨ ಫೀಟ್ ಎತ್ತರವಿದ್ದು ಕೈಯಲ್ಲಿ ಒಂದು ಆಲೂಗಡ್ಡೆ ಹಿಡಿದುಕೊಂಡಿದ್ದಳು. ನಾನು ಅವಳಿಗೆ ಶುಭಾಶಯ ಹೇಳಿದಾಗ ಆಕೆ ಆ ಆಲೂಗಡ್ಡೆಯನ್ನು ನನಗೆ ನೀಡ ಬಯಸಿದಳು. ಆಕೆಗೆ ಮೂರು ವರ್ಷಕ್ಕಿಂತ ಹೆಚ್ಚೇನೂ ವಯಸ್ಸು ಆಗಿರಲಿಲ್ಲ. ಅಂತಹದರಲ್ಲಿ ನಗುನಗುತ್ತ ತನ್ನ ತಿಂಡಿಯನ್ನು ನನಗೆ ನೀಡುತ್ತಿದ್ದುದನ್ನು ಕಂಡು ನನ್ನ ಎದೆ ತುಂಬಿ ಬಂದಿತು. ಜೈಟು ಅವಳ ಹೆಸರಾಗಿತ್ತು. ಆಕೆಯ ಅಣ್ಣ ಪ್ರಾಯಶಃ ೮ ವರ್ಷದವನು. ಆಕೆಯ ಪಕ್ಕದಲ್ಲೇ ನಿಂತಿದ್ದ. ಆತನೇ ಅವಳ ರಕ್ಷಕನಾಗಿದ್ದ.

ಆಕೆಯ ಬಟ್ಟೆಗಳು ಚಿಂದಿ ಚಿಂದಿ ಆಗಿದ್ದವು. ಹಳ್ಳಿಯಲ್ಲಿ ಎಲ್ಲೆಡೆಯಲ್ಲೂ ಬಡತನ ತಾಂಡವವಾಡುತ್ತಿತ್ತು. ಅಲ್ಲಿ ಯಾವ ಪ್ರಾಥಮಿಕ ಸೌಲಭ್ಯಗಳಾಗಲೀ, ಉದ್ಯೋಗವಾಗಲೀ ಇರಲಿಲ್ಲ. ನನ್ನಲ್ಲಿ ಇದ್ದ ತಿಂಡಿಯನ್ನು ಅವರೊಂದಿಗೆ ಹಂಚಿಕೊಂಡೆ. ಆ ನಂತರ ಅತ್ತ ಹೋದಾಗಲೆಲ್ಲಾ ಅವರೊಡನೆ ಸ್ವಲ್ಪ ಸಮಯ ಕಳೆಯುತ್ತಿದ್ದೆ. ೧೯೭೪ ರಲ್ಲಿ ನಾನು ಗುರೇಜ ಕಣಿವೆಯಿಂದ ತೊಲಗುವಾಗ ಅವಳಿಗೆ ಯೋಗ್ಯವಾದ ಶಿಕ್ಷಣ ಹಾಗೂ ವಾಸ್ತವ್ಯ ನೀಡಲು ನನ್ನೊಡನೆ ಕರೆದೊಯ್ಯಲು ಬಯಸಿದೆ. ಅಲ್ಲಿಯ ಜನತೆಗೆ ನನ್ನ ಈ ಕೊಡುಗೆ ಇಷ್ಟವಾದೂ ಕೆಲವರಲ್ಲಿ ಅದು ಸಂಶಯಕ್ಕೆ ಎಡೆಮಾಡಿತು. ಅಲ್ಲದೇ ಅಲ್ಲಿಯ ಕೆಲವು ರೀತಿ ರಿವಾಜು ಹಾಗೂ ನಿಯಮಗಳಿಂದಾಗಿ ನನ್ನ ಕೊಡುಗೆಯನ್ನು ಸ್ವೀಕರಿಸಲಾಗುವದಿಲ್ಲ ಎಂದು ಅಲ್ಲಿಯ ಮೇಲಿನ ಅಧಿಕಾರಿ ಹೇಳಿದ. ಹೀಗಾಗಿ ನಿರುಪಾಯವಾಗಿ ಅವರಿಂದ ನಾನು ಬೀಳ್ಕೊಳ್ಳಬೇಕಾಯಿತು. ಆದರೆ ಮುಂದೆ ೨೮ ವರ್ಷಗಳ ನಂತರ ಪುನಃ ಅವರನ್ನು ಕಾಣುತ್ತೇನೆ ಎಂಬ ಅರಿವು ಆಗ ನನಗಿರಲಿಲ್ಲ.

ಅನೇಕ ಬಾರಿ ನನಗೆ ಜಮ್ಮು -ಕಾಶ್ಮೀರಕ್ಕೆ ವರ್ಗವಾಗಿತ್ತು. ಪ್ರತಿ ಬಾರಿ ಹೋದಾಗಲೂ ಜೈಟು ಮತ್ತು ಆಕೆಯ ಅಣ್ಣನನ್ನು ಹುಡುಕಲು ಪ್ರಯತ್ನಿಸಿದೆ. ಆದರೆ ಯಾರಿಗೂ ಅವರ ಸುಳಿವು ದೊರೆಯುತ್ತಿರಲಿಲ್ಲ. ಕೊನೆಗೆ ಇಸ್ವಿ ೨೦೦೦ ದಲ್ಲಿ ನಾನು ಡ್ರಾಸ ಬ್ರಿಗೇಡ ಕಮಾಂಡ ಮಾಡುತ್ತಿದ್ದಾಗ ಜೈಟುಳನ್ನು ಭೇಟ್ಟಿಯಾಗಲು ಸಾಧ್ಯವಾಯಿತು. ಅಷ್ಟರಲ್ಲಿ ಅವಳಿಗೆ ಮದುವೆ ಆಗಿ ಆಕೆ ಮೂರು ಮಕ್ಕಳ ತಾಯಿ ಆಗಿದ್ದಳು. ಹರಕು ಬಟ್ಟೆಗಳನ್ನು ಧರಿಸಿದ ಆಕೆ ತುಂಬಾ ಅಶಕ್ತಳಾಗಿ ಸೋತು ಹೋದವಳಂತೆ ಕಂಡಳು. ಆಕೆಗೆ ತನ್ನ ಬಾಲ್ಯದ ನೆನಪಿರಲಿಲ್ಲ. ಆದರೆ ಆಕೆ ಅಣ್ಣ ಮತ್ತು ಅಲ್ಲಿಯ ಇತರರು ನನ್ನನ್ನು ಗುರುತಿಸಿದ್ದಷ್ಟೇ ಅಲ್ಲ ನನ್ನನ್ನು ಕಂಡು ತುಂಬಾ ಖುಷಿಪಟ್ಟು ಹಳೆಯ ದಿನಗಳನ್ನು ಪ್ರೀತಿಯಿಂದ ಮೆಲುಕು ಹಾಕಿದರು.

ಈ ಮಧ್ಯೆ ಗುರೇಜ ಬಿಟ್ಟು ಸಿಯಾಚಿನ ತಲುಪುವ ವರೆಗಿನ ನನ್ನ ಸೇವಾ ಅವಧಿಯಲ್ಲಿ ನನಗೆ ಅನೇಕ ಕಡೆ ವರ್ಗವಾಯಿತು. ನಾನು ಅನೇಕ ಸೈನಿಕ ತರಬೇತಿಗಳನ್ನು ಮುಗಿಸಿದೆ. ನನ್ನ ಪ್ರಥಮ ಶಾಂತಿಯುತ ಕೌಟುಂಬಿಕ ಸ್ಥಾನಕ್ಕೆ ವರ್ಗವಾದ ಊರು ರಾಜಸ್ಥಾನದ ಜೋಧಪುರ. ಈ ಸ್ಥಾನವನ್ನು ತನೋತ ಮತ್ತು ಲೋಂಗೇವಾಲಾ ಕಡೆಗಿನ ವೈರಿಗಳ ಕಾರ್ಯಾಚರಣೆಗೆ ಬಳಸಲಾಗುತ್ತಿತ್ತು. ಇಲ್ಲಿಯೇ ನಮ್ಮ ಸೈನಿಕರು ಪ್ರಥಮ ಬಾರಿ ಸಾಯಕಲ್ ಉಪಯೋಗಿಸಲು ಕಲಿತರು. ಯಾಕೆಂದರೆ ಅವರ್ಯಾರಿಗೂ ದ್ವಿಚಕ್ರ ವಾಹನ ಚಲಿಸಿಯೇ ಗೊತ್ತಿರಲಿಲ್ಲ. ಹಾಗೆಯೇ ನಾವು ಜಮ್ಮುನಿಂದ ಜೋಧಪುರಕ್ಕೆ ಪಯಣಿಸಿದ ಪ್ರವಾಸವೂ ತುಂಬಾ ಕುತೂಹಲಕಾರಿಯಾಯಿತ್ತು. ಯಾಕೆಂದರೆ ನಮ್ಮ ಬಹುಪಾಲು ಸೈನಕರೇ ಪ್ರಯಾಣವನ್ನೇ ಮಾಡಿರಲಿಲ್ಲ. ಜೋಧಪುರ ತಲುಪಿದೊಡನೆಯೇ ಫಲೋದಿ ಪೋಖರನ್ ಹಾಗೂ ಜೈಸಲ್ಮೇರ್ ಮರಳು ದಿಬ್ಬಗಳಲ್ಲಿ ನಮ್ಮ ತುರುಸಿನ ಯುದ್ಧ ಶಿಕ್ಷಣವನ್ನು ಆರಂಭಿಸಿಬಿಟ್ಟೆವು. ಈ ಮರುಭೂಮಿಯಲ್ಲಿ (೪x೪) ಜೀಪ್ ವಾಹನಗಳಲ್ಲಿ ಪಯಣಿಸುವದೂ ಅಸಾಧ್ಯವಾಗಿತ್ತು. ಅಲ್ಲದೇ ಮರಳಿನಲ್ಲಿ ನಡೆದಾಡುವುದು,

ಮೆತ್ತಗಿನ ಹಿಮದಲ್ಲಿ ನಡೆದಾಡಿದಂತೆ ಆಗುತ್ತಿತ್ತು. ಪ್ರತಿ ಒಂದು ಹೆಜ್ಜೆಯೂ ಮರಳಿನಲ್ಲಿ ಹೂತು ಹೋಗುತ್ತಿತ್ತು. ದೂರದ ನಡಿಗೆ ನಮ್ಮ ಸ್ಥೈರ್ಯಕ್ಕೆ ಸವಾಲಾಗುತ್ತಿದ್ದವು.

ಅಲ್ಲಿ ೩ ವರ್ಷಕಳೆದ ನಂತರ ನಾವು ಸಿಕ್ಕಿಮಿಗೆ ಹೋದೆವು. ಅಲ್ಲಿ ಚೈನಾ ಗಡಿಗೆ ಹೊಂದಿಕೊಂಡ ಜೆಲೆಪ–ಲಾ ಹಾಗೂ ಡೋಕಾ–ಲಾ ಎಂಬಲ್ಲಿ ಎತ್ತರದ ನಿರೀಕ್ಷಾ ಠಾಣೆಗಳನ್ನು ಸ್ಥಾಪಿಸಿಕೊಂಡೆವು. ಇಲ್ಲಿ ನನಗೆ ಪುನಃ ಹಿಮಾಲಯದ ಎತ್ತರದ ಗಡಿಗಳಲ್ಲಿ ಯುದ್ಧ ಮಾಡುವ ಕಲೆಯನ್ನು ಕರಗತ ಮಾಡುವ ಸುಸಂಧಿ ಸಾಧ್ಯವಾಯಿತು. ನಮ್ಮ ಯುನಿಟ್ ಸಿಕ್ಕಿಮಿನಲ್ಲಿ ಇದ್ದಾಗಲೇ ನನಗೆ ಐಎಂಎ ಗೆ ವರ್ಗವಾಯಿತು. ಅಲ್ಲಿಯ ಜಿ.ಸಿ.ಗಳೊಡನೆ ನನ್ನ ಯುದ್ಧ ಕಲೆಯ ಅನುಭವಗಳನ್ನು ಹಂಚಿಕೊಳ್ಳುವ ಸುಸಂಧಿ ದೊರೆಯಿತು. ಅಲ್ಲಿಂದ ನನಗೆ ಕಮಾಂಡೋ ಸ್ಕೂಲಿಗೆ ವರ್ಗವಾಯಿತು. ಅಲ್ಲಿ ಯುವ ಅಧಿಕಾರಿಗಳಿಗೆ ಕಮಾಂಡೊ ಯುದ್ಧದ ಯೋಜನೆ ಹಾಗೂ ಕಾರ್ಯಾಚರಣೆಗಳ ತರಬೇತಿ ನೀಡಿದೆ.

ಆ ನಂತರ ಹೆಚ್ಚಿನ ಕಲಿಕೆಗಾಗಿ ನನ್ನನ್ನು ಸ್ಟಾಫ್ ಕಾಲೇಜ್ ವೆಲಿಂಗಟನ್ (ಊಟಿ ಹತ್ತಿರ) ಕಳಿಸಲಾಯಿತು. ಅದಕ್ಕೂ ಮುಂಚೆ ನಾನು ನನ್ನ ಬಟಾಲಿಯನ್‌ನಲ್ಲಿ ಇದ್ದಾಗ ಸಿಯಾಚಿನ್ ಗ್ಲೇಸಿಯರ್‌ನಲ್ಲಿ ನಮ್ಮನ್ನು ನಿಯೋಜಿಸುವದಕ್ಕೋಸ್ಕರ ನಮಗೆ ತರಬೇತಿ ನೀಡಲಾಯಿತು. ಕಾಶ್ಮೀರದ ಸೋನಾಮಾರ್ಗ ಎಂಬಲ್ಲಿಯ ನಮ್ಮ ಚಳಿಗಾಲದ ತರಬೇತಿ ಅತ್ಯಂತ ಕಠಿಣವಾಗಿತ್ತು. ಅಲ್ಲಿ ಮೊಟ್ಟಮೊದಲನೇ ಬಾರಿ ಅತಿ ಎತ್ತರದ ಯುದ್ಧ ಕಾಶಲ್ಯದ ತರಬೇತಿಗಾಗಿ ಬ್ರಿಗೇಡ್ ಗ್ರುಪ್ಪನ್ನು ನೇಮಿಸಲಾಗಿತ್ತು. ಅದೇತಾನೇ ಹುಟ್ಟು ಹಾಕಿದ ಗೌರವಾನ್ವಿತ "ಹಿಮಾಲಯ–ಬ್ರಿಗೇಡದ" ಸೇನಾನಿಗಳು ನಾವು ಎನ್ನಲು ತುಂಬಾ ಹೆಮ್ಮೆ ಎನ್ನಿಸಿತು. ಆಗಲೇ ನಾವು ಜಾರುಬಂಡಿಗಳ ಮೇಲೆ ನಿಂತು ಕಾದಾಡುವ ನೂತನ ಕೌಶಲ್ಯಗಳನ್ನು ತುಂಬಾ ಹುಮ್ಮಸ್ಸಿನಿಂದ ಹಸ್ತಗತ ಮಾಡಿಕೊಂಡೆವು. ಆಗ ಇಂಥ ಸಾಧನ ಸಾಮಗ್ರಿಗಳೆಲ್ಲವನ್ನು ಪರದೇಶದಿಂದ ಆಮದು ಮಾಡಿಕೊಳ್ಳಲಾಗುತ್ತಿತ್ತು. ಸೋಜಿಗದ ಸಂಗತಿ ಎಂದರೆ ಇಂಥ ಸಾಮಗ್ರಿಗಳಿಗಾಗಿ ನಮ್ಮ ದಳ ಸ್ವಿಝರಲ್ಯಾಂಡ್ ಹಾಗೂ ಆಸ್ಟ್ರೇಲಿಯಾಕ್ಕೆ ಹೋದಾಗ ಪಾಕಿಸ್ತಾನಿ – ಅಧಿಕಾರಿಗಳು ಕೂಡಾ ಅವೇ ಅಂಗಡಿಗಳಲ್ಲೆ ಅಂಥದೇ ಸಾಧನಗಳನ್ನು ಖರೀದಿಸಿದ್ದುದು ಕಂಡು ಬಂದಿತು. ನಮ್ಮ ಅತಿ ಕಠಿಣ ತರಬೇತಿ ನಮಗೆ ಎಂಥದೇ ಪರಿಸ್ಥಿತಿಯಲ್ಲಿಯೂ ಯಾವುದೇ ಕಠಿಣ ಕಾರ್ಯವನ್ನು ಅತಿ ಉತ್ತುಂಗ ಹಿಮಭಾದಿತ ಪರಿಸರದಲ್ಲಿ ಕಾರ್ಯ ಎಸಗುವ ಆತ್ಮವಿಶ್ವಾಸ ನೀಡಿತ್ತು. ನಾವು ಜಾರು ಬಂಡಿಯ ಮೇಲೆ ಓಡು ಓಡುತ್ತ ಗುಂಡು ಸಿಡಿಸಬಲ್ಲವರಾಗಿದ್ದೆವು. ದೂರ ದೂರದವರೆಗೆ ಗಾಯಾಳುಗಳನ್ನು ಜಾರು ಬಂಡಿಗಳಿಂದಲೇ ಹೊತ್ತೊಯ್ಯ ಬಲ್ಲವರಾಗಿದ್ದೆವು. ಗೋಡೆಗಳಂತೆ ನೇರವಾಗಿ ನಿಂತ ಹಿಮ ಶಿಖರಗಳನ್ನು ಏರಬಲ್ಲವರಾಗಿದ್ದೆವು. ಅಷ್ಟೇ ಅಲ್ಲ ಅತಿ ಆಳವಾದ ಹಿಮ ಕಂದಕಗಳಿಂದ ಮೇಲೆದ್ದು ಬರಬಲ್ಲವರಾಗಿದ್ದೆವು. ಈ ತರಬೇತಿ ಮುಂದೆ ೧೯೮೭ ರಲ್ಲಿ ನಾನು ಸಿಯಾಚಿನ್‌ಗೆ ಕಾಲಿಟ್ಟಾಗ ತುಂಬಾ ಉಪಯುಕ್ತವಾಯಿತು.

ಸೈನಿಕನ ಪಯಣ ತನ್ನ ಠಾಣೆಗೆ

ಅತ್ಯುನ್ನತ ಭೂ ಸ್ಥಾನಕಗಳನ್ನು ಭಾರತೀಯ ಸೈನ್ಯದಲ್ಲಿ ಮೂರು ವರ್ಗಗಳಲ್ಲಿ ವಿಂಗಡಿಸಲಾಗುತ್ತದೆ. ಒಂದನೆ ವರ್ಗವೆಂದರೆ ೯೦೦೦ ಫೀಟ್‌ವರೆಗೆ, ೨ ನೇ ವರ್ಗವೆಂದೆ ೧೨೦೦೦ ಫೀಟ್‌ವರೆಗೆ, ಮತ್ತು ಮೂರನೇ ವರ್ಗ ೧೬೦೦೦ ಫೀಟ್ ವರೆಗಿನ ಎತ್ತರದ್ದು. ಇಂಥ ಉನ್ನತ ಸ್ಥಾನಕಗಳಲ್ಲಿ ವಾಸಿಸಲು ಅಲ್ಲಿಯ ಹವಾಮಾನಕ್ಕೆ ಮಾನವನ ಹೊಂದಾಣಿಕೆ ಅತಿ ಅವಶ್ಯವಾಗುತ್ತದೆ. ಅಂತೆಯೇ ಈ ಪರಿಸರದಲ್ಲಿ ಕಾರ್ಯವೆಸಗುವ ಸೈನ್ಯಕ್ಕಾಗಿಯೇ ಕೆಲವೊಂದು ಪದ್ಧತಿ ಹಾಗೂ ನಿಯಮಗಳನ್ನು ರೂಢಿಗತಗೊಳಿಸಲಾಗಿದೆ. ಪ್ರತಿ ಒಂದು ಸ್ಥಾನಕಗಳಲ್ಲೂ ವಿಭಿನ್ನವಾದ ಪದ್ಧತಿ ಹಾಗೂ ನಿಯಮಗಳಿರುತ್ತವೆ. ಈ ವಿಭಿನ್ನತೆಗಳೆಂದರೆ ಮುಖ್ಯವಾಗಿ ಆ ಸ್ಥಾನಕಗಳಲ್ಲಿ ಮಾಡಬೇಕಾದ ದೈಹಿಕ ಚಲನವಲನಗಳು ಹಾಗೂ ಅಲ್ಲಿ ನಿಗದಿ ಪಡಿಸಿದ ವಾಸ್ತವ್ಯದ ದಿನಗಳು. ಆದರೆ ಅಲ್ಲಿಯ ಹವಾಮಾನದ ಸತತ ಅನಿಶ್ಚಿತತೆ ತಮ್ಮ ಉಳಿವಿಗಾಗಿ ಸೈನಿಕನಿಗೆ ತನ್ನದೇ ಆದ ವಿಶಿಷ್ಟ ಹೊಂದಾಣಿಕೆ ಮಾಡಿಕೊಳ್ಳಲು ಪ್ರೇರೇಪಿಸುತ್ತದೆ. ಆದರೆ ಅತಿ ಎತ್ತರದಲ್ಲಿ ಒದಗುವ ಸಹಿಸಲಾಗದ ಮಾನಸಿಕ ದೌರ್ಬಲ್ಯಗಳು, ಜೊತೆಗೆ ವೈರಿಯ ದಾಳಿಗಳಿಂದ ಉಂಟಾಗಬಹುದಾದ ಊಹಿಸಲಾರದ ಅಡತಡೆಗಳು ಇಂಥ ಹೊಂದಾಣಿಕೆಯನ್ನು ಇನ್ನೂ ಹದಗೆಡಿಸುತ್ತವೆ. ಈ ರೀತಿಯ ತೊಂದರೆಗಳು ಇಂದಿಗೂ ಅನೂಹ್ಯ, ಅಪರಿಮಿತ ಹಾಗೂ ಗೂಢವಾದದ್ದು. ೨೨೦೦೦ ಫೀಟ್ ಎತ್ತರದಲ್ಲಿ ವಾಸಿಸುವ ಸೈನಿಕನ ಜೀವನ ಅಮೂಲ್ಯವಾದದ್ದು. ಅಂತೆಯೇ ಅಲ್ಲಿಯ ಕನಿಷ್ಟ –೫೦ ಡಿಗ್ರಿಯಂಥ ಮರಗಟ್ಟುವ ಶೀತದ ಪ್ರದೇಶದಲ್ಲಿಯೂ ನಿರ್ಭಯವಾಗಿ ಚಾಚೂ ತಪ್ಪದೇ ತನ್ನ ಕರ್ತವ್ಯ ನಿರ್ವಹಿಸುವ ಸೈನಿಕನ ಕಾರ್ಯದ ಕುರಿತು ತಮ್ಮೊಡನೆ ನನ್ನ ವಿಚಾರಗಳನ್ನು ಹಂಚಿಕೊಳ್ಳಬಯಸುತ್ತೇನೆ.

ಅತಿ ಎತ್ತರದ ಹವಾಮಾನಕ್ಕೆ ಹೊಂದಾಣಿಕೆ ಆದ ನಂತರ ಸಿಯಾಚಿನ್‌ಗೆ ನಿಗದಿತ ಸೈನಿಕರಿಗೆ ಸಿಯಾಚಿನ ಯುದ್ಧ ಶಾಲೆಯಲ್ಲಿ ವಿಶಿಷ್ಟವಾದ ತರಬೇತಿ ನೀಡಲಾಗುತ್ತದೆ. ಇದು ಗ್ಲೇಸಿಯರದ ಮುಖದ ಭಾಗದಲ್ಲಿದೆ. ಇದಕ್ಕೆ ನುಬ್ರಾ ಕಣಿವೆಯ ಬೇಸಕೆಂಪ ಅನ್ನುತ್ತಾರೆ. ಅಲ್ಲಿ ಅವರಿಗೆ ಪರ್ವತಾರೋಹಣದ ಅನೇಕ ಕೌಶಲ್ಯಗಳನ್ನು ಹಾಗೂ ಗ್ಲೇಸಿಯರನ ಹಿಮಪದರಿನ ಮೇಲೆ ಕಾದಾಡುವ ಕುರಿತು ವಿಶೇಷವಾದ ತರಬೇತಿಯನ್ನು ನೀಡಲಾಗುತ್ತದೆ. ನೇರವಾದ ಹಿಮಗೋಡೆಗಳನ್ನು ಕೇವಲ ಕ್ರಿಂಪಾನ್ ಹಾಗೂ ಹಿಮ ಗುದ್ದಲಿಗಳ ಸಹಾಯದಿಂದ ಏರಿಳಿಯುವ ಕೌಶಲ್ಯವನ್ನು ಕಲಿಸಲಾಗುತ್ತದೆ. ಕ್ರಿಂಪಾನ ಎನ್ನುವ ಸ್ನೋ ಬೂಟುಗಳ ತಳಪಾಯದ ಮುಂಭಾಗದಲ್ಲಿ ದೇಹದ ಭಾರವನ್ನು ಹೊರುವ ಚಿಕ್ಕ ಚಿಕ್ಕ ಮೊಳೆಗಳಿದ್ದು ಹಿಂಭಾಗದಲ್ಲಿ ಭೂಮಿಗೆ ಗಟ್ಟಿಯಾಗಿ ಊರಲು ಚಿಕ್ಕ ಚಿಕ್ಕ ಚೂಪಾದ ಗೂಟಗಳಿರುತ್ತವೆ. ಕೊಂಚ ತರಬೇತಿಯ ಬಳಿಕ ಸೈನಿಕ ನೇರವಾದ ಎತ್ತರದ ಹಿಮ ಗೋಡೆಗಳನ್ನು ತನ್ನ ಆಯುಧ ಹಾಗೂ ತನ್ನ ರುಕ್‌ಸ್ಯಾಕ್ (ಬೆನ್ನುಚೀಲ ಜೊತೆಗಿರುವ ದಿನ ಬಳಕೆಯ ವಸ್ತುಗಳನ್ನೊಳಗೊಂಡ ಸುಮಾರು ೨೫ ಕೆಜಿ ತೂಕದ ಚಿಕ್ಕ ಬೆನ್ನು ಮೇಲೆ ಹೊರುವ ಗಂಟು) ನೊಂದಿಗೆ ನಿರಾಯಾಸವಾಗಿ ಹತ್ತಬಲ್ಲ ಈ

ರೀತಿಯ ಸಂಪೂರ್ಣವಾಗಿ ತರಬೇತಿ ಪಡೆದ ಬಳಿಕವೇ ಸೈನಿಕನನ್ನು ಸಿಯಾಚನಗೆ ಕಳಿಸಲು ಅನುಮತಿ ನೀಡಲಾಗುತ್ತದೆ. ಕೆಲವೊಮ್ಮೆ ಇಂಥ ನಿರ್ಬಂಧಕ್ಕೆ ಅಪವಾದವಾಗುವದೂ ಉಂಟು. ಇದು ಕೇವಲ ನೈಸರ್ಗಿಕ ಆಪತ್ತಿನ ಸಮಯದಲ್ಲಿ ಇಲ್ಲವೆ ವೈರಿಯ ಅನೂಹ್ಯ ಆಕ್ರಮಣದ ಸಮಯದಲ್ಲಿ ಹೆಚ್ಚಿನ ಸೈನಿಕ ಬಲ ಬೇಕೆಂದಾಗ ಮಾತ್ರ ಸೀಮಿತಗೊಂಡ ಅಪವಾದಗಳು. ನಮ್ಮ ಸೈನಿಕರು ಸಿಯಾಚಿನಗೆ ಪಯಣಿಸುವ ದೃಶ್ಯ ನಿಜವಾಗಿಯೂ ಕಣ್ಣುಗಳನ್ನು ಸೂರೆಗೊಳ್ಳುವ ದೃಶ್ಯ. ಬೇಸ ಕೆಂಪನಲ್ಲಿ ಚಿಕ್ಕ ಧಾರ್ಮಿಕ ವಿಧಿಯನ್ನು ಆಚರಿಸಿ, ಸಣ್ಣ ಸಣ್ಣ ಗುಂಪುಗಳಲ್ಲಿ ನೇರವಾದ ರೇಖೆಯಂತೆ ಒಬ್ಬರ ಹಿಂದೆ ಒಬ್ಬರು ನಡೆಯುತ್ತ ಹೋಗುತ್ತಾರೆ. ಎತ್ತರಕ್ಕೆ ಏರುತ್ತಿದ್ದಂತೆ ಅತಿ ಎತ್ತರದಲ್ಲಿ ವಿರಳ ವಾತಾವರಣದ ಒತ್ತಡ ಹಾಗೂ ಅಲ್ಲಿಯ ಪ್ರಾಣವಾಯುವಿನ ಕೊರತೆಯಿಂದಾಗಿ ಅನಿವಾರ್ಯವಾಗಿ ಆಗಾಗ ನಡಿಗೆ ಸ್ಥಗಿತಗೊಳ್ಳುತ್ತದೆ. ಗ್ಲೇಸಿಯರದ ಎರಡು ಮಗ್ಗುಲಿಗೂ ಇರುವ ಎತ್ತರವಾದ ಬಂಡೆಗಳ ಶಿಖರ ಹಾಗೂ ಕೆಳಗಿರುವ ಅತಿ ಆಳದ ಕಣಿವೆಯಿಂದಾಗಿ ಕೇವಲ ಒಬ್ಬೊಬ್ಬರೇ ಮುಂದೆ ತೆರಳಬೇಕಾಗುತ್ತದೆ. ಬೇಸಿಗೆಯಲ್ಲಿ ಬರ್ಫ ಕರಗುವದಿಂದ ನಡೆಯುತ್ತಿರುವಾಗಲೇ ಒಮ್ಮೆಲೆ ಎದುರಿಗೆ ಭರ್ಪದಲ್ಲಿ ಬಿರುಕುಂಟಾಗಿ ಎದುರಿಗೆ ಪ್ರಪಾತವೇ ಕಂಡುಬರುತ್ತದೆ. ಇಂಥ ಬಿರುಕುಗಳು ಅತಿ ಅಪಾಯಕಾರಿ. ಅಂತೆಯೇ ಸೈನಿಕರು ಒಬ್ಬರನ್ನೊಬ್ಬರು ಹಗ್ಗದಿಂದ ಬಿಗಿದುಕೊಂಡು ಬಲು ನಿಧಾನವಾಗಿ ಸಾಗಬೇಕಾಗುತ್ತದೆ. ಆಗಲೇ ಹೇಳಿದಂತೆ ಬೇಸಿಗೆಯಲ್ಲಿ ಹೆಚ್ಚಿದ ತಾಪಮಾನದಿಂದಾಗಿ ಬರ್ಫದ ನೆಲದ ಮೇಲೆ ಬಿರುಕುಂಟಾಗುವಷ್ಟೇ ಅಲ್ಲ ಪಕ್ಕದ ಶಿಖರಗಳಿಂದ ಬರ್ಫಕರಗಿದ ನೀರು ನಿರಂತರವಾಗಿ ಒಸರುತ್ತ ಇರುತ್ತದೆ. ಇದು ನೆಲದಲ್ಲಿ ಕೊರೆತವನ್ನು ಉಂಟು ಮಾಡುತ್ತದೆ. ಈ ಕೊರಕಲುಗಳು ಅದೇ ಸ್ಥಿತಿಯಲ್ಲಿಯೇ ಬಹುಕಾಲ ಇರಬಲ್ಲವು. ಆದರೆ ಅಕ್ಕ ಪಕ್ಕದಲ್ಲಿ ಕಾರಣಾಂತರದಿಂದ ಭೂಒತ್ತಡದಲ್ಲಿ ಏರು ಪೇರಾದರೆ ಯಾವ ಮುನ್ಸೂಚನೆ ಇಲ್ಲದೆ ಫಕ್ಕನೇ ಕೊರಕಲು ವಿಶಾಲವಾಗಿ ಬಾಯ್ತೆರೆಯುತ್ತವೆ. ಸೈನಿಕರ ಗುಂಪು ಪಕ್ಕದಲ್ಲಿ ನಡೆಯುವಾಗ ಇಂಥ ಒತ್ತಡದ ಏರು ಪೇರಾಗುವದು ಮಾಮೂಲು. ಈ ಕೊರಕಲುಗಳು ಬಾಯ್ತೆರೆದಾಗ ಅವು ಕೆಲವು ಇಂಚುಗಳಿಂದ ಕೆಲವು ಗಜ (ಫೂಟ್)ಗಳೇ ಆಗಬಹುದು. ಆಳವು ನೂರಾರು ಗಜಗಳಷ್ಟು ಆಗಬಲ್ಲದು. ಆ ಆಳದಲ್ಲಿ ತಾಪಮಾನ ಅತ್ಯಂತ ಕೆಳಮಟ್ಟದಲ್ಲಿ ಇರುತ್ತದೆ. ಹೀಗಾಗಿ ಇಂಥ ಕೊರಕಲಿನಲ್ಲಿ ಬಿದ್ದ ಸೈನಿಕರನ್ನು ತ್ವರಿತವಾಗಿ ಮೇಲೆತ್ತದಿದ್ದರೆ ಆತ ಅಲ್ಲಿಯೇ ಸಾವಪ್ಪಬಹುದು.

ಇಂಥ ಎದೆಗುಂದುವ ಸತ್ಯವನ್ನು ನಾವು ದಿನಗಳೆದಂತೆ ನಮ್ಮ ಅನುಭವಗಳಿಂದಲೇ ಕಲಿಯಬೇಕಾಯಿತು. ಇಂಥ ದುರ್ಘಟನೆಗಳಿಂದ ಬಚಾವಾಗಲು, ಸೈನಿಕರು ಚಿಕ್ಕ ಚಿಕ್ಕ ೫–೬ ಗುಂಪುಗಳಲ್ಲೇ ಸಾಗುತ್ತಾರೆ. ಅದೂ ಪರಸ್ಪರ ಹಗ್ಗಗಳಿಂದ ಬಿಗಿದುಕೊಂಡು, ಕಾರಣವೇನೆಂದರೆ ಒಂದೊಮ್ಮೆ ಮುನ್ಸೂಚನೆ ಇಲ್ಲದೇ ಅಚಾನಕ್ಕಾಗಿ ಎದುರಿಗೆ ಕೊರಕಲು ಉದ್ಭವವಾಗಿ ಅದರಲ್ಲಿ ಸಂಗಡಿಗ ಬಿದ್ದರೆ ಕೂಡಲೇ ಆತನೊಡನೆ ಬಿಗಿದುಕೊಂಡಿದ್ದ

ಸೈನಿಕ ನೆಲಕ್ಕೆ ಅಂಟಿಕೊಂಡು ಬರ್ಫ ಗುದ್ದಲಿಯನ್ನು ಗಟ್ಟಿಯಾಗಿ ನೆಲಕ್ಕೆ ಹುಗಿದು ಬೀಳುತ್ತಿರುವವನ ಕೆಳಜಾರಿಕೆಯನ್ನು ಕೂಡಲೇ ತಡೆದು ಆತನನ್ನು ಮೇಲಕ್ಕೆತ್ತುತ್ತಾನೆ. ಮತ್ತೆ ಅವರು ತಮ್ಮ ನಡಿಗೆ ಮುಂದುವರಿಸುತ್ತಾರೆ.

ಆಡಳಿತ ಶಿಬಿರದಲ್ಲಿ ಈ ಸೈನಿಕರನ್ನು ಕೆಲಸಮಯ ಫಾಯಬರ್ ಗ್ಲಾಸನಲ್ಲಿ ರಚಿಸಿದ ಮನೆಗಳಲ್ಲಿ ಇಲ್ಲವೇ ಸ್ನೋ ಟೆಂಟ್‌ಗಳಲ್ಲಿ ಇರಿಸಲಾಗುತ್ತದೆ. ಅಲ್ಲಿ ಬೇಕಾಗುವ ಸಾಮಾನು ಸರಂಜಾಮುಗಳನ್ನು ಹೆಲಿಕಾಪ್ಟರಗಳ ಮೂಲಕ ತಲುಪಿಸಲಾಗುತ್ತದೆ. ಕೆಲವೊಮ್ಮೆ ವಾಯುಸೇನೆಯ ಎಎನ್–೩೨ ವಿಮಾನುಗಳಿಂದ ಪ್ಯಾರಾಚೂಟ್ ಮೂಲಕ ಎಸೆಯಲಾಗುತ್ತದೆ. ಈ ಅತ್ಯಾವಶ್ಯಕ ಸರಕುಗಳನ್ನು ಬೇಸ್ ಕ್ಯಾಂಪ್‌ಗಳಿಂದಲೋ, ಲದಾಖದಲ್ಲಿರುವ ನುಬ್ರಾ, ಥೊಯ್ಸನಿಂದಲೋ ಅಥವಾ ಶ್ರೀನಗರ, ಚಂಡೀಘಡ ವಿಮಾನ ನಿಲ್ದಾಣಗಳಿಂದ ಪೂರೈಸಲಾಗುತ್ತದೆ. ಈ ಸ್ಥಾನಗಳಿಂದ ಸಿಯಾಚಿನಗೆ ತಲುಪಲು ವಿಮಾನಗಳಿಗೆ ಸುಮರು ೬೦ ರಿಂದ ೯೦ ನಿಮಿಷಗಳು ತಗಲುತ್ತವೆ.

ಹೀಗೆ ಪ್ಯಾರಾಚ್ಯುಟ್‌ಗಳ ಮೂಲಕ ಅಲ್ಲಲ್ಲಿ ಎಸೆಯಲಾದ ಸರಕುಗಳನ್ನು ಹೆಕ್ಕಿ ಸಾಗಿಸಲೆಂದೇ ಆಡಳಿತ ಶಿಬಿರದಲ್ಲಿ ಕೆಲ ಸ್ಲೆಡ್ಜ ಹಾಗೂ ಹಿಮವಾಹನಗಳನ್ನು ನಿಯೋಜಿಸಲಾಗಿದೆ. ಇವು ಗ್ಲೇಸಿಯರಗಳಲ್ಲಿ ಚಲಿಸಲು ಅತ್ಯಾವಶ್ಯಕವಾದ ವಾಹನಗಳು ಆದರೆ ಕೆಲವೊಮ್ಮೆ ಈ ವಾಹನಗಳು ಆಳವಾದ ಹಿಮಕೊರಕಲಿನಲ್ಲಿ ಸಿಕ್ಕಿಬಿದ್ದು, ಮೇಲೆತ್ತಲು ಅಶಕ್ತವಾಗುತ್ತದೆ. ಹೀಗೆ ಆಡಳಿತ ಶಿಬಿರದಲ್ಲಿ ಕೆಲ ಸಮಯವನ್ನು ಕಳೆದು ಸೈನಿಕ ತನ್ನ ನಿಗದಿತ ಸ್ಥಾನಕ್ಕೆ ಪಯಣ ಮುಂದುವರಿಸುತ್ತಾನೆ. ಮಾರ್ಗಮಧ್ಯದಲ್ಲಿ ಆಗಾಗ ಚಿಕ್ಕ–ಚಿಕ್ಕ 'ಆಡಳಿತ ಶಿಬಿರ'ಗಳಲ್ಲಿ ಸ್ವಲ್ಪ ವಿಶ್ರಮಿಸುತ್ತಾನೆ. ಈ ಚಿಕ್ಕ ಆಡಳಿತ ಶಿಬಿರಗಳಲ್ಲಿ ಬೆರಳೆಣಿಕೆಯ ಸೈನಿಕ ಸಿಬ್ಬಂದಿಗಳು. ಅತ್ಯಾವಶ್ಯಕವಾದ ಜೀವನಾವಶ್ಯಕ ಸಾಮಗ್ರಿಗಳನ್ನು ಒದಗಿಸುತ್ತಾರೆ.

ಈ ಎಲ್ಲ ಚಲನವಲನಗಳು ಅತಿ ಶೀತದ ತಾಪಮಾನದಲ್ಲಿ ಅಂದರೆ ಚಳಿಗಾಲದಲ್ಲಿ –೫೦° ತಾಪಮಾನ, ಬೇಸಿಗೆಯಲ್ಲಿ –೩೦° ತಾಪಮಾನದಲ್ಲಿ ನಡೆಯುತ್ತವೆ. ಇಂಥ ಅತಿಶೀತದ ತಾಪಮಾನದಿಂದ ರಕ್ಷಿಕೊಳ್ಳಲು ಸೈನಿಕನಿಗೆ ಸುಯೋಗ್ಯವಾದ ಶೀತಾನುಕೂಲ (ಚಳಿತಡೆಯುವ) ಉಡುಪನ್ನು ನೀಡಲಾಗುತ್ತದೆ. "ಗ್ರೋಟಿಕ್ಸ್–ಟೊಪ್ಪಿಗಳು ಸುಭದ್ರವಾಗಿರುತ್ತವೆ. ಡೊನ–ಜಾಕೆಟ್ ಹಾಗೂ ಪಿಂಟಗಳು ಸೈನಿಕರನ್ನು ಬೆಚ್ಚಗೆ ಮತ್ತು ಸುಖಪ್ರದವಾಗಿ ಇಡುತ್ತವೆ. ಕೊಫ್ಲಾಕ ಬೂಟ್‌ಗಳು, ಎರಡು ಪದರಿನ ಗ್ರೊಟೆಕ್ಸ್ ಕೈಚೀಲಗಳು ಮೈ ಮರಗಟ್ಟಿಸುವ ಕೊರೆಯುವ ಶೀತವನ್ನು ತಡೆಗಟ್ಟುತ್ತವೆ. ಜಾಳಿಗೆಯ ಬನಿಯನ್‌ಗಳು, ಬೆಚ್ಚಗಿನ ಒಳುಡುಪುಗಳು, ಎಣ್ಣೆಯ ದಪ್ಪಗಿನ ಕಾಲುಚೀಲಗಳು ದೇಹದ ಉಷ್ಣತೆಯನ್ನು ಸಾಕಷ್ಟುಮಟ್ಟಿಗೆ ಸಮಾಧಾನಕಾರವಾಗಿಯೇ ಇರಿಸುತ್ತವೆ. ಆದರೆ ಈ ಎಲ್ಲ ಬಟ್ಟೆಯ ಪದರುಗಳು ಜೀವನಾವಶ್ಯಕ ವಸ್ತುಗಳನ್ನು ಒಳಗೊಂಡ ಬೆನ್ನುಚೀಲದ ತೂಕದೊಂದಿಗೆ ಹೊತ್ತೊಯ್ಯುವ ತೂಕವನ್ನು ವರ್ಧಿಸುತ್ತವೆ. ಇವುಗಳ ಜೊತೆ ಬಲುತೂಕದ ಆಯುಧ ಹಾಗೂ ಮದ್ದುಗುಂಡುಗಳನ್ನೂ ಹೊರಬೇಕಲ್ಲ !

೧೪. ಆಪರೇಶನ್ ರಾಜೀವ

ಕಾಯದ್ ಠಾಣೆಯ ಮೇಲೆ ಭಾರತದ ಆಕ್ರಮಣ

೨೩ ಜೂನ್ ರಂದು ೨೧,೧೫೩ ಫೂಟ್ ಎತ್ತರದಲ್ಲಿ ಸ್ಥಿತವಾದ ಪಾಕಿಸ್ತಾನ "ಕಾಯದ್" ಠಾಣೆಯನ್ನು ವಶಪಡಿಸಿಕೊಳ್ಳಲು (Op-Rajiv ಆಪರೇಶನ್ ರಾಜೀವ) ಎಂಬ ಕಾರ್ಯಾಚರಣೆಯನ್ನು ಪ್ರಾರಂಭಿಸಲಾಯಿತು. (8 JAK LI) ೮ ಜಮ್ಮು ಎಂಡ್ ಕಾಶ್ಮೀರದ ಲೈಟ್ ಇನ್‌ಫಂಟ್ರಿ ಬಟಾಲಿಯನ್‌ನ ದಿವಂಗತ ಲೆಫ್ಟಿನಂಟ ರಾಜೀವ ಪಾಂಡೆಯ ನೆನಪಿಗೋಸ್ಕರ ಈ ಕಾರ್ಯಾಚರಣೆಯನ್ನು ಆತನ ಹೆಸರಿನಿಂದಲೇ ಕರೆಯಲಾಯಿತು. –೫೦° ಸೆ. ಮರಗಟ್ಟುವ ಚಳಿ ಜೊತೆಗೆ ಒಂದೇ ಸವನೆ ತಡೆ ಇಲ್ಲದೇ ಬಿರುಸಿನಿಂದ ಬೀಸುವ ಹಿಮದ ಚಂಡಮಾರುತ ಎಂಥವರ ಎದೆಯನ್ನೂ ನಡುಗಿಸುವಂತಿತ್ತು. ಅಂತಹದರಲ್ಲಿ ಈ ಬಟಾಲಿಯನ್ ೩ ಹಗಲು ೩ ರಾತ್ರಿ ಧೃತಿಗೆಡದೆ ತನಗೆ ವಹಿಸಿದ ಕಾರ್ಯವನ್ನು ಯಶಸ್ವಿಯಾಗಿ ಪೂರ್ತಿ ಮಾಡಿತು. ಕಾರ್ಯಾಚರಣೆಯ ಪೂರ್ವದಲ್ಲಿ 'ಬಿಲಾ ಫೊಂಡಲಾ'ದ ದಕ್ಷಿಣ ಭಾಗದಲ್ಲಿರುವ ಈ ಅತಿದೊಡ್ಡ ಭೀಕರ ಭೂಭಾಗವನ್ನು 'ಎಡ–ಪಾರ್ಶ್ವ' ಅಥವಾ 'ಎಡಭುಜ' ಎಂದು ಕರೆಯಲಾಗುತ್ತಿತ್ತು. ಪಾಕಿಸ್ತಾನ ಸೈನ್ಯ ಸದ್ದಿಲ್ಲದೇ ವರ್ಷಕ್ಕೂ ಮುಂಚೆಯೇ ಈ ಪಾರ್ಶ್ವವನ್ನು ಕೈವಶಮಾಡಿಕೊಂಡಿತ್ತು. ಆದರೆ ನಮ್ಮ ಸೈನ್ಯಕ್ಕೆ ಇದು ೧೯೮೭ರ ವರೆಗೂ ಗೊತ್ತಾಗಲೇ ಇಲ್ಲ. ಇದು ಪಾಕಿಸ್ತಾನಿಗಳಿಗೆ ಅತಿ ಪ್ರಾಮುಖ್ಯವಾದ ಸ್ಥಳವಾಗಿತ್ತು. ಎಂಬುದು 'ಕಾಯದ್ ಠಾಣೆ" ಎಂಬ ಹೆಸರೇ ಸೂಚಿಸುತ್ತದೆ. ಅದು ಕಾಯದ್–ಏ–ಅಜಂ ಪಾಕಿಸ್ತಾನದ ಜನಕನ ಉಪನಾಮ.

ಯುದ್ಧದ ದೃಷ್ಟಿಯಿಂದ ಇದೊಂದು ಆಯಕಟ್ಟಿನ ಸ್ಥಳ. ಆ ಠಾಣೆಯಿಂದ ವೈರಿ ನಮ್ಮೆಲ್ಲ ಚಲನವಲನಗಳನ್ನು ಅತಿಸೂಕ್ಷ್ಮವಾಗಿ ಅವಲೋಕಿಸಬಹುದಾಗಿತ್ತು. ಅಷ್ಟು ಎತ್ತರದ ಠಾಣೆಯ ಮೇಲೆ ಆಕ್ರಮಣ ಎಸಗುವುದು ಅತ್ಯಂತ ಕಠಿಣ. ಆ ಎತ್ತರದಲ್ಲಿ ಆಮ್ಲಜನಕದ ಕೊರತೆಯಿಂದಾಗಿ ಭಾರವನ್ನುಹೊತ್ತು ಹೆಜ್ಜೆಯ ಮೇಲೆ ಹೆಜ್ಜೆ ಇಡುವುದೇ ದುಸ್ತರ. ಉಸಿರೆತ್ತಲೂ ಸೈನಿಕ ಪದೇ ಪದೇ ನಿಂತು ಮುಂದೆ ಸಾಗಬೇಕು. ಅಲ್ಲದೇ ಪರ್ವತ ಶಿಖರದ ಇಕ್ಕಟ್ಟಾದ ಮಾರ್ಗದಲ್ಲಿ ನಡೆಯುವುದು ಕೂಡಾ ಕಂಟಕಪ್ರಾಯವಾಗಿತ್ತು.

ಹೆಜ್ಜೆ ತಪ್ಪಿದರೆ ನೂರಾರು ಫೂಟ್ ಆಳದ ಭೀಕರ ಕಂದಕಕ್ಕೆ ಬೀಳುವುದು ಖಚಿತ. ಸಾಲದ್ದಕ್ಕೆ ಆ ಎತ್ತರದಲ್ಲಿ ಬೀಸುತ್ತಿದ್ದ ಭಯಾನಕ ಹಿಮಪೂರಿತ ಚಂಡಮಾರುತ ಸೈನ್ಯ ಸಾಗುವ ದಿಕ್ಕನ್ನೇ ತಪ್ಪಿಸುತ್ತಿತ್ತು. ಅದೂ ಅಲ್ಲದೇ, ಆಗಲೇ ಹೇಳಿದಂತೆ ವೈರಿಯು ಮೇಲ್‌ಸ್ತರದಿಂದ ನಮ್ಮ ಚಲನವಲನಗಳನ್ನು ಅತಿಸೂಕ್ಷ್ಮವಾಗಿ ಅವಲೋಕಿಸುತ್ತಿದ್ದುದರಿಂದ ಕಾರ್ಯಾಚರಣೆಯನ್ನು ಹಗಲಿನಲ್ಲಿ ಮಾಡದೇ ರಾತ್ರಿಯಾದಮೇಲೆ ಮಾಡುವುದು ಅನಿವಾರ್ಯವಾಗಿತ್ತು. ಕಾರ್ಗತ್ತಲೆಯಿಂದಾಗಿ ಕಣ್ಣೇ ಕುರುಡಾಗುವಂತಾಗುವ ಸ್ಥಿತಿ. ರಾತ್ರಿಯಲ್ಲಿ ಬೀಸುವ ಚಳಿಗಾಳಿ ನರಗಳನ್ನು ಮರಗಟ್ಟಿಸಿಬಿಡುತ್ತಿತ್ತು. ಇಂಥ ಭೀಕರ ಪರಿಸ್ಥಿತಿಯಲ್ಲಿ 8 JKLI ಗೆ ಅತಿ ಮುಖ್ಯವಾದ ಈ ಕಾರ್ಯಾಚರಣೆಗೆ ಆದೇಶ ನೀಡಲಾಯಿತು.

ಪಾಕಿಸ್ತಾನವು ಚಳಿಗಾಲಕ್ಕೆ ಪೂರ್ವದಲ್ಲೇ ತಳವೂರಿದ ಈ ಸ್ಥಾನಕದ ಪ್ರಾಮುಖ್ಯತೆಯನ್ನು ಗ್ರಹಿಸಲು ಅವರ ಸುತ್ತಮುತ್ತಲಿನ ಪರಿಸರದ ವಿವರಣೆಯನ್ನು ಅರಿತುಕೊಳ್ಳುವುದು ಲೇಸು. ಈ 'ಎಡಭುಜ' ಎಂಬ ಸ್ಥಾನಕ 'ಬಿಲಾ-ಪೊಂಡಲಾ' ಕಣಿವೆಯ ಎಡಭಾಗದ ಗುಂಟ ಸಾಗುವ ಪಾಕಿಸ್ತಾನದ ಚಲನವಲನಗಳನ್ನು ಮರೆಮಾಚುವ ಪರದೆಯಂತಿದೆ. ಅವರು ತಮ್ಮ ಬೇಸ್ ಕ್ಯಾಂಪ್‌ನಿಂದ ತಮ್ಮ ಆಡಳಿತ ಕೇಂದ್ರವಾದ 'ಅಲಿ-ಬ್ರಾಂಗಸಾ' ವರೆಗಿನ ದೂರವನ್ನು ಎರಡೇ ದಿನಗಳಲ್ಲಿ ತಲುಪಬಹುದಾಗಿತ್ತು. ಈ ಕೇಂದ್ರವು 'ಎಡಭುಜ'ದ ಎಡಪಕ್ಕಕ್ಕೆ ಇರುವ ಮುಖ್ಯ ಠಾಣೆಯಾಗಿ ಎಲ್ಲ ರೀತಿಯಿಂದಲೂ ಲಾಭದಾಯಕವಾಗಿತ್ತು. 'ಎಡ-ಭುಜ'ದಲ್ಲಿ ತಳವೂರಿದರೆ, ಭಾರತ ಸೈನ್ಯದಾಕ್ರಮಣವನ್ನು ನಿರಾಯಾಸವಾಗಿ ತಡೆಗಟ್ಟಬಹುದು. ಅದೂ ಅಲ್ಲದೇ ಭಾರತೀಯ ಸೈನ್ಯದ 'ಸೊನಮ್' ಸ್ಥಾನಕಕ್ಕೂ (ಎಡ-ಭುಜದ ಉತ್ತರ ಪಶ್ಚಿಮ ಭಾಗ) ಹಾಗೂ ಅದರ ದಕ್ಷಿಣದಲ್ಲಿರುವ 'ಅಮರ' ಎಂಬ ಹೆಲಿಕಾಪ್ಟರ್ ಪೂರೈಕೆಯಾಗುವ ಸ್ಥಾನಕ್ಕೂ ಹೋಗುವ ಮಾರ್ಗವನ್ನೂ ನಿರ್ಬಂಧಿಸಬಹುದಾಗಿತ್ತು. ಅಂತೆಯೇ ಈ ಆಯಕಟ್ಟಿನ ಸ್ಥಾನಕವನ್ನು ಪಡೆಯುವುದು ಅವರಿಗೆ ತುಂಬಾ ಲಾಭದಾಯಕವಲ್ಲವೇ? ಈ ಸ್ಥಾನಕದ ಅತಿಕ್ರಮಣ ನಮ್ಮ ದಿನನಿತ್ಯದ ಬಾಳನ್ನು ನರಕವಾಗಿಸಿತ್ತು. ಅದು ೧೭ ಕಿ.ಮೀ. ದೂರದಿಂದಲೇ 'ಸಿಯಾಚಿನ್' ಗ್ಲೇಸಿಯರ್‌ನ್ನು, ಅಲ್ಲಿಗೆ ಹೋಗುವ ನಮ್ಮ ವಿಮಾನಗಳನ್ನು ನಿರೀಕ್ಷಿಸುತ್ತದೆ. ಹೀಗೆ ನಮ್ಮ ಚಲನವಲನಕ್ಕಾಗಿ ತಡೆ ಒಡ್ಡಿ ಪಾಕಿಸ್ತಾನಿಗಳು ನಮ್ಮ ಸೇನೆಯನ್ನು 'ಸೋನಮ್'ನಿಂದ ಉಚ್ಚಾಟಿಸಬಹುದಿತ್ತು. ಅಷ್ಟೇ ಅಲ್ಲ ಬಿಲಾ ಪೊಂಡಲಾದ ಆಚೆಯಿಂದ ಆಕ್ರಮಣ ಮಾಡಿ 'ಸೋನಮ'ವನ್ನು ಕೇಂದ್ರವಾಗಿಸಿ ನಮ್ಮ 'ಅಶೋಕ' ಮತ್ತು (u-cut) ಸ್ಥಾನಗಳನ್ನು ವಶಪಡಿಸಿಕೊಳ್ಳಬಹುದಿತ್ತು.

ಹೀಗೆ ಸ್ಥಾನಕದ ಪ್ರಾಮುಖ್ಯತೆಯನ್ನು ಪಾಕಿಸ್ತಾನವು ತುಂಬಾ ಸರಿಯಾಗಿ ಗ್ರಹಿಸಿ 'ಸಾಲತೋರೋ' ಶಿಖರದ ಮೇಲಂಚಿನಲ್ಲಿ ನಮ್ಮ ರಕ್ಷಾವ್ಯವಸ್ಥೆಯಲ್ಲಿ ಇದ್ದ ಅಸಮತೋಲನವನ್ನು ಚೆನ್ನಾಗಿ ಬಳಸಿಕೊಂಡಿತು. ಭಾರತದ ವಶದಲ್ಲಿದ್ದ ಸಾಲತೋರೋ ಶಿಖರದ ಅಂಚಿನಲ್ಲಿರುವ 'ಬಿಲಾ ಪೊಂಡಲಾ ಪಾಸ'ನ ದಕ್ಷಿಣ ಭಾಗ ಹಾಗೂ

'ಎಡಭುಜ'ಗಳನ್ನು ಅತಿಕ್ರಮಿಸಿತು. ಇದನ್ನು ಪಾಕಿಸ್ತಾನದ ಲೆ.ಜನರಲ್ ಇಮ್ತಿಯಾಜ್ ವರಾಯಿಚ್(ಸಿತಾರಾ ಏ ಜಂಗ)ಎಂಬುವರು ತಾವು ದಾಖಲಿಸಿದ ತಮ್ಮ ನೆನಹುಗಳಲ್ಲಿ ಅತಿ ಹೆಗ್ಗಳಿಕೆಯಿಂದ ವರ್ಣಿಸಿದ್ದಾರೆ.

ಆತ ಪಾಕಿಸ್ತಾನದ ಅಂದಿನ ಉತ್ತರ ಕಮಾಂಡದ ಅತ್ಯುನ್ನತ ಅಧಿಕಾರಿಯಾಗಿದ್ದರು. ಅಷ್ಟೆ ಅಲ್ಲ ಪಾಕಿಸ್ತಾನದ ನಾಮಾಂಕಿತ ಕಮಾಂಡೋ ಫೋರ್ಸ್‌ನ ಹಿರಿಯ ಅಧಿಕಾರಿ ಕೂಡಾ ಆಗಿದ್ದರು. 'ಬಿಲಾಫೊಂಡ-ಲಾ'ದ ಗ್ಲೇಸಿಯರ್‌ನ ದಕ್ಷಿಣ ಭಾಗ ೨೧,೧೫೩ ಫೂಟ್ ಉತ್ತರಕ್ಕೆ ಎದೆ ಸೆಟೆದು ನಿಂತು ತನ್ನ ಸುತ್ತಲಿನ ಸಂಪೂರ್ಣ ಸ್ಥಳಗಳನ್ನು ಎಡೆಬಿಡದೆ ಸೆರೆ ಹಿಡಿಯುತ್ತದೆ. ಮೂರುಮಗ್ಗುಲಿಗೂ ೪೦-೪೫° ಇಳಿಜಾರಿದ್ದು. ನಾಲ್ಕನೆ ಮಗ್ಗುಲು ಕೊಂಚ ಕಡಿಮೆ ಇದ್ದ ಕಡಿದಾದ ಶಿಖರವನ್ನು ಏರುವುದೇ ಅಸಾಧ್ಯದ ಮಾತಾಗಿತ್ತು. ಈ ಎತ್ತರದ ಶಿಖರದ ತುದಿಯಲ್ಲಿ ನಿಂತು ೧೫ಕಿ.ಮೀ. ಪೂರ್ವಕ್ಕೆ ದೂರದ ಸಿಯಾಚಿನ ಗ್ಲೇಸಿಯರನ್ನು ಬರಿಗಣ್ಣಿನಿಂದ ಸ್ವಚ್ಛವಾಗಿ ಕಂಡ ಸೋನಮ ನನಗೆ ಇನ್ನೂ ಹಸಿರಾಗೇ ಇದೆ. ಹಾಗೆಯೇ ದಕ್ಷಿಣ ಪಶ್ಚಿಮದಿಕ್ಕಿಗೆ ಸುಮಾರು ೨೦ ಕಿ.ಮೀ. ವರೆಗೂ 'ಗೋಮಾ' ಸ್ಥಾನಕಕ್ಕೆ ಹೋಗುವ ಮಾರ್ಗವನ್ನು ವೀಕ್ಷಿಸಬಹುದಾಗಿತ್ತು. ಇದು ಪಾಕಿಸ್ತಾನದ ಗ್ಲೇಸಿಯರ ಭಾಗದ ಸ್ಥಾನಕ ಅಷ್ಟೇ ಅಲ್ಲ ಆ ಭಾಗದಲ್ಲಿ ರಾತ್ರಿ ಅವರ ವಾಹನಗಳ ದೀಪಗಳನ್ನು ಕೂಡಾ ಗುರುತಿಸಬಹುದಾಗಿತ್ತು. ಆ ದೃಶ್ಯ ನಿಜವಾಗಿಯೂ ಮೈನವಿರೇಳಿಸುವಂಥದು.

ಸಮವಸ್ತ್ರಧಾರಿಗಳಾದ ಕೆಲವೇ ಕೆಲವರಿಗೆ ಲಭಿಸುವ ಸೌಭಾಗ್ಯವನ್ನು ದೊರಕಿಸಲು ಪ್ರಥಮ ಬಾರಿ ಅಲ್ಲಿಗೆ ಹೋದ ಅಂಥ ಕೆಲವರಲ್ಲಿ ನಾನೂ ಒಬ್ಬನಾದೆ, ಅಷ್ಟೇ ಅಲ್ಲ ಸ್ಥಾನಕವನ್ನು ನಾವು ಗೆದ್ದನಂತರ ಎರಡುವಿನ ದ್ವಿ-ಮಾನವ ಕಂದಕ (Two men trench)ದಲ್ಲಿಕಳೆದು ಎತ್ತರದಿಂದ ಸುತ್ತಲಿನ ಸಂಪೂರ್ಣ ಸ್ಥಳದ ಸುಪರಿಚಯ ಮಾಡಿಕೊಂಡ ಭಾಗ್ಯವೂ ನನ್ನದಾಯಿತು.

ಈ ಕಾರ್ಯಾಚರಣೆಯನ್ನು ಚೆನ್ನಾಗಿ ಅರಿತುಕೊಳ್ಳಲು'ಕಾಯದ್' ಸ್ಥಾನಕಕ್ಕೆ ಮುತ್ತಿಗೆ ಹಾಕಲು ಕಾರಣವಾದ ಘಟನೆಗಳ ಸರಣಾವಳಿಯನ್ನು ತಿಳಿಸಲೇಬೇಕು. ಈ ಘಟನೆಗಳು ಜರುಗದಿದ್ದರೆ ಜಗತ್ತಿನಲ್ಲಿ ಅತಿ ಎತ್ತರದ ಈ ಸ್ಥಾನಕವನ್ನು ವಶಪಡಿಸಿಕೊಳ್ಳುವ ಪ್ರಮೇಯವೇ ಬರುತ್ತಿರಲಿಲ್ಲ.

೧೮ ಎಪ್ರಿಲ್ ೧೯೮೭ ರಂದು ಪಾಕಿಸ್ತಾನದ 'ಕಾಯದ್' ಸ್ಥಾನಕದಿಂದ ೧೫೦೦ಫೂಟ್ ಕೆಳಗಡೆ ಇದ್ದ ಭಾರತದ ೫ನೇ ಬಿಹಾರ ಸುಪರ್ದಿಯಲ್ಲಿದ್ದ 'ಸೋನಮ' ಸ್ಥಾನದ ಮೇಲೆ ಒಮ್ಮೊಂದೊಮ್ಮೆಲೇ ಮೀಡಿಯಮ್ ಮಶಿನ್‌ಗನ್‌ಗಳ ಮಳೆ ಸುರಿಯಲಾರಂಭಿಸಿತು. ಅಲ್ಲಿ ಬಿಹಾರ ರೆಜಿಮೆಂಟಿನ ಸಣ್ಣ ತುಕಡಿಯೊಂದನ್ನು ೧೫೦೦ ಫೂಟ್ ತಳಭಾಗದಲ್ಲಿ ಉತ್ತರ ಪೂರ್ವದಿಕ್ಕಿನಲ್ಲಿದ್ದ 'ಬಿಲಾ-ಫೊಂಡಲಾ'ದ ವೀಕ್ಷಣೆಗಾಗಿ ಇರಿಸಲಾಗಿತ್ತು. ತುಕಡಿಯು ಪಾಕಿಸ್ತಾನದ ಗುಂಡಿನ ಭೀಕರತೆಗೆ ತತ್ತರಿಸಿತು. ಈ

ಗುಂಡಿನ ದಾಳಿಗೆ ಒಬ್ಬ ಕೆಳ ಅಧಿಕಾರಿಹಾಗೂ ಒಬ್ಬ ರೇಡಿಯೋ ಸಂಚಾಲಕ ತೀವ್ರವಾಗಿ ಗಾಯಗೊಂಡರು. ಹವಾಮಾನದ ವೈಪರೀತ್ಯ ಹಾಗೂ ಗುಂಡಿನ ತೀವ್ರತೆಯಿಂದಾಗಿ ಅವರನ್ನು ತುರ್ತಾಗಿ ಅಲ್ಲಿಂದ ಹೊರತರಲಾಗದೇ ಅವರು ಅಲ್ಲಿಯೇ ಅಸುನೀಗಿದರು. ಹೀಗಾಗಿ ವೈರಿಗಳ ಈ ತಾಣ ನಮಗೆ ತುಂಬಾ ತೊಂದರೆದಾಯಕವಾಯಿತು. ಅಲ್ಲದೇ ಅದು 'ಎಡಭುಜ'ದ ಪಶ್ಚಿಮಕ್ಕಿರುವ ನಮ್ಮ 'ಅಮರ' ಸ್ಥಾನಕಕ್ಕೆ ಹಾರಾಡುವ ಹೆಲಿಕಾಪ್ಟರ್‌ಗೆ ಕೂಡ ಅಡ್ಡಿಪಡಿಸಲಾರಂಭಿಸಿ ನಮ್ಮ ದೇಹಕ್ಕೆ ಅಂಟಿದ ಮುಳ್ಳಿನಂತಾಯಿತು.

ಆಗ 'ಸೋನಮ' ಮತ್ತು 'ಅಮರ' ಸ್ಥಾನಕಗಳನ್ನು ಹೆಲಿಕಾಪ್ಟರಿನ ಮೂಲಕವೇ ಪೋಷಿಸಿಕೊಳ್ಳಲಾಗುತ್ತಿತ್ತು. ಯಾಕಂದರೆ ಸಂಪೂರ್ಣ ಬಯಲಿನಂತಿದ್ದ ಗ್ಲೇಸಿಯರ್‌ದಲ್ಲಿ ಭೂಮಾರ್ಗದಿಂದ ಚಲಿಸುವುದು ಅಸಾಧ್ಯ. ಈ ಮಧ್ಯೆ 'ಕುಮಾರ' ಸ್ಥಾನಕದ ಮೂಲಕ ಭೂಮಾರ್ಗ ಸಂಪರ್ಕಕ್ಕೆ ಪ್ರಯತ್ನ ಮಾಡಲಾಯಿತು. ಆದರೆ ನಂತರ ಅದನ್ನು ಎರಡು ಕಾರಣಗಳಿಗೆ ಕೈಬಿಡಲಾಯಿತು. ಮೊದಲನೆಯದಾಗಿ ಸೈನಿಕ ತನ್ನ ೨೫ ಕೆಜಿ ತೂಕದೊಂದಿಗೆ ಇನ್ನೂ ಹೆಚ್ಚು ತೂಕ ಹೊತ್ತೊಯ್ಯುವುದು ಸಾಧ್ಯವಾಗುತ್ತಿರಲಿಲ್ಲ ಎರಡನೆಯದಾಗಿ 'ಸೋನಮ' ತಲುಪಿದ ಮರುದಿನವೇ ಸೈನಿಕರು ಅಸ್ವಸ್ಥರಾಗಿ ಹೆಲಿಕಾಪ್ಟರ್ ಮೂಲಕ ಅವರನ್ನು ಮರಳಿಸಬೇಕಾಯಿತು. ಹೀಗಾಗಿ ಅಲ್ಲಿಯ ಸೈನಿಕರ ಜೋಪಾನಕ್ಕಾಗಿ ಹೆಲಿಕಾಪ್ಟರ್ ಬಳಸುವುದು ಅನಿವಾರ್ಯವಾಯಿತು. ಆದರೆ ಹೆಲಿಕಾಪ್ಟರ್ ಮೇಲೆ ವೈರಿಯ ನಿರಂತರ ದಾಳಿಯಿಂದಾಗಿ ಪರಿಸ್ಥಿತಿಯು ತುಂಬಾ ಹದಗೆಟ್ಟಿತ್ತು. ಭಾರತೀಯ ಸೈನ್ಯ ತ್ವರಿತವಾಗಿ ಕಾರ್ಯಾಚರಣೆ ಎಸಗಿ ವೈರಿಯನ್ನು ಎತ್ತಂಗಡಿ ಮಾಡದಿದ್ದರೆ ಪರಿಸ್ಥಿತಿ ಇನ್ನಷ್ಟು ಕೈಮೀರಬಹುದಿತ್ತು. ಅಷ್ಟೇ ಅಲ್ಲ 'ಬಿಲಾ ಘೋಂಡಲಾ'ದ ದಕ್ಷಿಣದಲ್ಲಿರುವ ನಮ್ಮ ಸ್ಥಾನವನ್ನು ತೆರವು ಮಾಡಬೇಕಾದ ಪ್ರಮೇಯವೂ ಉತ್ಪನ್ನವಾಗಬಹುದಿತ್ತು.

ಆದರೆ ವೈರಿಯು ಆಗಲೇ 'ಎಡಭುಜ'ವನ್ನುಆಕ್ರಮಿಸಿಕೊಂಡಿದ್ದರಿಂದ 'ಬಿಲಾಘೋಂಡಲಾ'ದ ಇನ್ನೊಂದು ಮಗ್ಗುಲಿಗೆ ಅಂಟಿಕೊಂಡಿದ್ದ ನಮ್ಮ 'ಅಶೋಕ' ಹಾಗೂ `U Cut' ಗಳಿಗೆ ವೈರಿಗಳಿಂದಾಗುವ ಕಂಟಕ ಅಸಹನೀಯವಾಗಿತ್ತು. ಹೀಗೆ ಪರಿಸ್ಥಿತಿ ತುಂಬಾ ಚಿಂತಾಜನಕವಾಗಿತ್ತು. ಅಂತೆಯೇ 'ಕಾಯದ್' ಸ್ಥಾನಕವನ್ನು ತೆರವುಗೊಳಿಸುವ ಕಾರ್ಯಾಚರಣೆ ಅನಿವಾರ್ಯವಾಯಿತು. ಈ ಅತಿ ಎತ್ತರದ ಸ್ಥಳದಲ್ಲಿ ಕಾರ್ಯಾಚರಣೆ ಎಸಗುವಾಗ ಸಂಕೀರ್ಣವಾದ ಸಾಮೂಹಿಕ ಸಮಾಲೋಚನೆ ಹಾಗೂ ಆಳವಾದ ವಿಭಿನ್ನ ಯುದ್ಧಕೌಶಲ್ಯದ ಚಿಂತನೆ ಮಾಡುವುದು ಅತಿ ಅವಶ್ಯವಾಗುತ್ತದೆ.

ಇಂಥ ಆಕ್ರಮಣಕ್ಕಾಗಿ ಸರಕಾರದ ಮಂತ್ರಿ ಮಂಡಳದಿಂದ ಉನ್ನತ ಸ್ತರದ ಅನುಮತಿ ಪಡೆಯಬೇಕಿತ್ತು. ಭಾರತ ಸರಕಾರದ ರಕ್ಷಣಾ ಮಂತ್ರಿಗೆ 'ಪೊಲಿಟಿಕಲ್ ಅಫೇರ್ಸ್ ಕಮಿಟಿ'ಯಿಂದ ಸಾಲ್ತೊರೊ ಎಂಬ ಕಾರ್ಯಾಚರಣೆ ಮುಂದುವರೆಸಲು ಅನುಮತಿ ಬೇಕು. ಅದಕ್ಕಾಗಿ ಭಾರತೀಯ ಸೇನೆಯ ದಂಡನಾಯಕ ಜನರಲ್ ಸುಂದರಜೀ ಅವರು ಶಿಖರದ ದಂಡಿನ ಯಾವ ರೀತಿಯ ಸಾಮರಿಕ ಕ್ರಮಗಳನ್ನು

ಅನುಸರಿಸಬೇಕೆನ್ನುವುದನ್ನು ಇತರರಿಗೆ ಮನದಟ್ಟು ಮಾಡಿಕೊಡಬೇಕಿತ್ತು. ಈ ಕಾರ್ಯಾಚರಣೆಗೆಂದು ಹೆಚ್ಚಿನ ಸೈನಿಕ ಬಲವನ್ನು ಗ್ಲೇಸಿಯರ ವಿಭಾಗಕ್ಕೆ ಕಳುಹಿಸಿ, ಅದನ್ನು ಅತಿ ಶೀಘ್ರವಾಗಿ ಕಾರ್ಯಸ್ಥಲದ ಸಮೀಪಕ್ಕೆ ಕೊಂಡೊಯ್ಯಲು ಹೆಲಿಕಾಪ್ಟರ್ ಬಳಕೆ ಅನಿವಾರ್ಯವಾಗಿತ್ತು. ಆದರೆ ಈ ಸಂಗತಿಗಳು ಅಲ್ಲಿಯ ವಿಷಮ ಹವಾಮಾನ ಹಾಗೂ ಆಗಲೇ ಹಮ್ಮಿಕೊಂಡ ಶ್ರೀಲಂಕಾ ಅಭಿಯಾನಕ್ಕೆ ಬೇಕಾಗುವ ಹೆಲಿಕಾಪ್ಟರ ಸಹಾಯ ಮುಂತಾದ ಇತರ ಘಟನೆಗಳೊಂದಿಗೆ ತಳಕುಹಾಕಿಕೊಂಡಿದ್ದವು.

ಈ ಕಾರಣಗಳಿಂದಾಗಿ ಅನುಮತಿ ದೊರಕಿಸುವುದು ಸುಲಭಸಾಧ್ಯವಾಗಿರಲಿಲ್ಲ. ಅಂತೆಯೇ ಅಲ್ಲಿಯ ಫೋರ್ಸ್ ಕಮಾಂಡರ ಹೆಚ್ಚಿನ ಸೈನ್ಯಬಲ ಒಟ್ಟುಗೂಡಿಸಲು ೮ JAK LI ಬಟಾಲಿಯನ್ನನ್ನು ಆ ಸ್ಥಳಕ್ಕೆ ರವಾನಿಸಿ ೫ BIHAR ಬಟಾಲಿಯನ್ನನ್ನು ತೆರವುಗೊಳಿಸಲು ಪ್ರಾರಂಭಿಸಿದರು.

ಒಬ್ಬ ಅಧಿಕಾರಿ, ಒಬ್ಬ ಕೆಳಧಿಕಾರಿ ಹಾಗೂ ೭ಇತರ ಸೈನಿಕರಿಂದೊಡಗೂಡಿದ ಪರೀಕ್ಷಣ (Recce) ತಂಡವೊಂದನ್ನು 'ಎಡಭುಜದ' ಕೂಲಂಕಷ ನಿರೀಕ್ಷಣೆಗೆ ಕಳಿಸಲಾಯಿತು. ಸೆಕೆಂಡ್ ಲೆಫ್ಟಿನೆಂಟ್ ರಾಜೀವ ಪಾಂಡೇ ಅಧೀನದ ಈ ತಂಡವನ್ನು ಬಟಾಲಿಯನ್ ಹೆಡ್‌ಕ್ವಾರ್ಟರ್ ಆದ 'ಕುಮಾರ' ಶಿಬಿರದಿಂದ ಹೆಲಿಕಾಪ್ಟರ್‌ನಲ್ಲಿ 'ಸೋನಮ್' ಸ್ಥಾನಕ್ಕೆ ತಲುಪಿಸಲಾಯಿತು. ಈ ತಂಡವನ್ನು ಸಾಗಿಸಲು ಪಟ್ಟ ಶ್ರಮ ಎಷ್ಟು ಎಂಬುದನ್ನು ಬಳಸಲಾದ ಹೆಲಿಕಾಪ್ಟರಗಳ ಹಾರಾಟದ ಸಂಖ್ಯೆಯಿಂದಲೇ ಅರಿಯಬಹುದು. ಈ ಚಿಕ್ಕ ತಂಡ ಅಲ್ಲಿ ತಲುಪಲು ೩೫ ಬಾರಿ ಹೆಲಿಕಾಪ್ಟರ್ ಸಂಚರಿಸಬೇಕಾಯಿತು. ಚೀತಾ ಹೆಲಿಕಾಪ್ಟರ್‌ಗಳನ್ನು ಅವರ ಆಹಾರ ಸಾಮಗ್ರಿಗಳ ಸಾಗಾಟಕ್ಕೆಂದು ಹೆಚ್ಚಾಗಿ ಬಳಸಲಾಯಿತು. ಅಲ್ಲಿಯ ಎತ್ತರದ ವಿರಳ ಹವಾಮಾನದ ಒತ್ತಡದಿಂದಾಗಿ ಹೆಲಿಕಾಪ್ಟರ ಕೇವಲ ಒಬ್ಬ ಆಯುಧದಾರಿ ಸೈನಿಕನನ್ನು ಹೊತ್ತೊಯ್ಯಬಹುದಿತ್ತು. ಮತ್ತೊಬ್ಬನ ಪ್ರಯಾಣಕ್ಕೆ ಇನ್ನೊಂದು ಹೆಲಿಕಾಪ್ಟರ ಹೋಗಬೇಕಿತ್ತು. ಅನಂತರ ಮೂರನೇ ಹೆಲಿಕಾಪ್ಟರದಲ್ಲಿ ಅವರಿಬ್ಬರ ಚಳಿಗಾಲದ ಬಟ್ಟೆ ಬರೆ ಮತ್ತು ಇನ್ನಿತರ ಸಾಮಗ್ರಿಗಳನ್ನು ಸಾಗಿಸಲಾಗುತ್ತಿತ್ತು. ಹೀಗೆ ಇಬ್ಬರನ್ನು ಸಾಗಿಸಲು ಮೂರರಿಂದ ನಾಲ್ಕು ಬಾರಿ ಹೆಲಿಕಾಪ್ಟರ ಹಾರಾಡಬೇಕಿತ್ತು. ಇದರ ಹೊರತಾಗಿ ಆ ತಂಡದ ರೇಶನ್ ಹಾಗೂ ಇತರ ಆಡಳಿತ ಸಾಮಗ್ರಿಗಳನ್ನು ಸಾಗಿಸಲು ಇನ್ನಷ್ಟು ಹೆಲಿಕಾಪ್ಟರ ಸಹಾಯ ಅವಶ್ಯವಾಗಿತ್ತು. ಇಲ್ಲಿ ಇನ್ನೊಂದು ಸಂಗತಿ ಗಮನಾರ್ಹ, ಪ್ರತಿಸಲದ ಹಾರಾಟಕ್ಕೆ ಸುಮಾರು ರೂ. ೨೫,೦೦೦ಗಳ ವೆಚ್ಚತಗಲುತ್ತದೆ. ಆಗ ಅಂದರೆ ೧೯೮೭ರಲ್ಲಿ ಈ ರಕಂ ನಿಜವಾಗಿಯೂ ಬಲುದೊಡ್ಡದು ಎನ್ನಬಹುದು.

೫ BIHAR ದಿಂದ ೮ JAK LI ಕಾರ್ಯಾಚರಣೆ ವಹಿಸಿಕೊಂಡು ಒಂದು ತಿಂಗಳೂ ಆಗಿರಲಿಲ್ಲ, ಹೊಸತಂಡದಿಂದ ಇನ್ನೂ ಆ ಸ್ಥಳದ ಸಂಪೂರ್ಣ ಅವಲೋಕನವೂ ಆಗಿರಲಿಲ್ಲ. ಆಗಲೇ ನಮ್ಮಿತರ ಸ್ಥಾನಕಗಳಲ್ಲಿ ಆ ತಂಡದ ಕುರಿತು ಸುದ್ದಿ ಹಬ್ಬಿಬಿಟ್ಟಿತ್ತು. ಎಲ್ಲರ ಬಾಯಲ್ಲಿ ಒಂದೇ ವಾಕ್ಯ " we will get the bastards"

"ನಾವು ಈ ದುಷ್ಟರನ್ನು ಕುಟ್ಟಿಯೇ ಕುಟ್ಟುತ್ತೇವೆ" ಈ ತಂಡಕ್ಕೆ ಸ್ವಯಂಸೇವಕರಾಗಿ ಕರೆ ನೀಡಿದಾಗ ಯಾವೊಬ್ಬನೂ ಹಿಂಜರಿಯಲಿಲ್ಲ. ತಾ ಮುಂದೆ ತಾ ಮುಂದೆ ಎಂದು ಪ್ರತಿಯೊಬ್ಬರೂ ಕೈ ಎತ್ತಿದವರೇ! ಪ್ರತಿ ಒಬ್ಬರೂ ಪ್ರತಿಕಾರಕ್ಕೆ ಹಾತೊರೆಯುತ್ತಿದ್ದರು. ಎಲ್ಲರ ಧೈರ್ಯವೂ ಒಂದೇ! ಆ ಸ್ಥಾನಕವನ್ನು ಜಯಿಸಲೇಬೇಕು. ಪಾಕಿಸ್ತಾನಿಗಳಿಗೆ ಪಾಠ ಕಲಿಸಲೇಬೇಕು. ಇದು ಸ್ವಯಂ ಸೇವಕರ ತಂಡವಾದ್ದರಿಂದ ಎಲ್ಲರೂ ಒಂದೇ 'ಕಂಪನಿ'ಯಿಂದ ಬಂದವರಾಗಿರಲಿಲ್ಲ. ವಿಭಿನ್ನ ಕಡೆಯಿಂದ, ವಿಭಿನ್ನ 'ಕಂಪನಿ'ಗಳಿಂದ ಬಂದವರಾಗಿದ್ದರು. ಒಂದೇ 'ಕಂಪನಿ'ಯುವರಾಗಿದ್ದರೆ ತುಂಬಾ ಉಪಯುಕ್ತವಾಗುತ್ತಿತ್ತೇನೋ. ಆದರೆ ನಮಗೆ ದೊರೆತ ಸಮಯದ ಮಿತಿಯಲ್ಲಿ ಸೈನ್ಯದ ಒಂದು ಸಂಪೂರ್ಣ ಘಟಕವನ್ನು ಬದಲಿಸುವುದು ಅಸಾಧ್ಯವಾಗಿತ್ತು. ಅಂತೆಯೇ ಬಟಾಲಿಯನ್‌ನ ಬೇರೆ ಬೇರೆ ಅಂಗಗಳಿದ ಸ್ವಯಂಸೇವಕರನ್ನು ಪಡೆಯಬೇಕಾಯಿತು. ಇದು ಒಂದು ಸಮಸ್ಯೆಯನ್ನೇ ಸೃಷ್ಟಿಸಿತು. ಯಾಕೆಂದರೆ ಪ್ರತಿಯೊಬ್ಬನೂ ಈ ಕಾರ್ಯಕ್ಕೆ ತಾನೇ ಆಯ್ಕೆ ಆಗಬೇಕೆಂದು ಬಯಸುತ್ತಿದ್ದ. ಅಂತೆಯೇ ಸೂಕ್ಷ್ಮವಾದ ಆಯ್ಕೆಪದ್ಧತಿಯನ್ನು ಅಳವಡಿಸಿ ಕೊನೆಗೆ ೫೦ ಜನರನ್ನು ಆಯ್ಕೆ ಮಾಡಲಾಯಿತು. ಮೇಜರ್ ವರಿಂದರಸಿಂಗ್‌ರನ್ನು 'ಟಾಸ್ಕ ಫೋರ್ಸ್' ಕಮಾಂಡರ ಎಂದೂ ಕೆಪ್ಟನ್ ಅನಿಲ್ ಶರ್ಮಾರನ್ನು ಸೆಕೆಂಡ್ ಇನ್ ಕಮಾಂಡ ಎಂದೂ ನೇಮಿಸಲಾಯಿತು. ಇವರೆಲ್ಲರನ್ನೂ 'ಕುಮಾರ' ಶಿಬಿರಕ್ಕೆ ಕರೆತಂದು ಆ ಕೂಡಲೇ ಕಾರ್ಯಾಚರಣೆಯ ಪ್ರಶಿಕ್ಷಣಕ್ಕೆ ಪ್ರಾರಂಭಿಸಲಾಯಿತು.

'ಎಡಭುಜದ'ದಿಂದ ೧೦೦೦ ಮೀ. ದೂರದಲ್ಲಿದ್ದ ಉಸ್ತುವಾರಿ ಸ್ಥಾನಕಕ್ಕೆ ಈ ಟಾಸ್ಕಫೋರ್ಸ್ ಸಾಗಿಸಲು ಸರಿಯಾಗಿ ೨೦ ದಿನಗಳು ತಗಲಿದವು. ೨೦೦ ಸಲ ಹೆಲಿಕಾಪ್ಟರ್ ಸಾಗಾಟಗಳನ್ನು ೧೦ ಹಿಮಪಾತವಿಲ್ಲದ ದಿನಗಳಲ್ಲಿ ಮಾಡಲಾಯಿತು. ನಂತರ ವೈರಿ ಸ್ಥಾನಕದ ಆಕ್ರಮಣದ ಅಣುಕು ಕಾರ್ಯಚರಣೆಯನ್ನು ನಡೆಸಲಾಯಿತು. ಹಿಮಗೋಡೆಯನ್ನು ನಿರ್ಮಿಸಿ, ಅದನ್ನು ಗುರಿಯಾಗಿಸಿ, ತಮ್ಮ ತಮ್ಮ ಆಯುಧಗಳಿಂದ ನಿಖರವಾದ ಗುರಿಸಾಧನೆಯನ್ನು ಅಭ್ಯಸಿಸಲಾಯಿತು. ಹುಮ್ಮಸ್ಸಿನಿಂದ ತುಳುಕುತ್ತಿರುವ ಸೈನಿಕರು ೨೦೦೦೦ ಫೂಟ್ ಎತ್ತರದಲ್ಲಿ ನಿರಂತರವಾಗಿ ಅಭ್ಯಾಸವನ್ನು ಮುಂದುವರೆಸಿದರು. ತಂಡದ ಜೊತೆ ತೆರಳುವ ಆರ್ಟಿಲರಿ ಗನ್ ಆಬ್ಸರ್‌ವರ (Forward Observation Officer-FOO)ನನ್ನು High altitude sickness ನಿಂದಾಗಿ ಪುನಃ ಪುನಃ ಬದಲಾಯಿಸಬೇಕಾಯಿತು. ಅಂತೂ ಕೊನೆಗೆ ಹವಾಲ್ದಾರನೊಬ್ಬನನ್ನು ತಂಡದ ಜೊತೆ ಕಳಿಸಬೇಕಾಯಿತು. ಸರಬರಾಯಿ ಕೇಂದ್ರದಿಂದ ೧೦೦೦ ಮೀ. ದೂರವಿದ್ದ 'ಸೋನಮ್' ಸ್ಥಾನಕವನ್ನು ೧೦ ಸೈನಿಕರ ಸ್ಥಾನಕವಾಗಿ ಬಲಪಡಿಸಲಾಯಿತು. ಅದಕ್ಕೆ ಕೆಪ್ಟನ್ ರಾಮಪ್ರಕಾಶರನ್ನು ಅಧಿಕಾರಿಯನ್ನಾಗಿ ನೇಮಿಸಲಾಯಿತು. ಆತನಿಗೆ ತನ್ನ ಈ ಸ್ಥಾನಕಕ್ಕಿಂತ ಮತ್ತೂ ಮುಂದೆ ಒಂದು observation point ಸ್ಥಾಪಿಸಲು ಸೂಚಿಸಲಾಯಿತು. ಆತ ಅಂಥ ಸ್ಥಾನಕವೊಂದನ್ನು

ಶೋಧಿಸಿಕೊಂಡನು. ಆ ಸ್ಥಳವೆಂದರೆ 'ಎಡಭುಜ' ಶಿಖರದ ಅಂಚಿನಿಂದ ಜಾರಿಬಿದ್ದ ಹೆಪ್ಪುಗಟ್ಟಿದ ಹಿಮದ ಶಿಲೆಯಾಗಿತ್ತು. ಅಲ್ಲಿಂದ ಆತನ 'ಮೀಡಿಯಮ್ ಗನ್' ಹಾಗೂ ರಾಕೆಟ್ ಲಾಂಚರ್‌ಗಳು ಸೈನಿಕರು ಸಾಗುವ ದಿಕ್ಕಿನಲ್ಲಿ ಇರುವ ವೈರಿಯ ಕಡೆ ನಿರಂತರ ಗುಂಡಿನ ಮಳೆಸುರಿಸಬಹುದಿತ್ತು.

'ಎಡಭುಜ'ದ ಇನ್ನೊಂದು ಮಗ್ಗುಲಿಗೆ ಸೆಕೆಂಡ್ ಲೆಫ್ಟಿನೆಂಟ್ ಬಲರಾಜ ಶರ್ಮಾ, ತನ್ನ ೭ ಜನ ಸೈನಿಕರೊಂದಿಗೆ 'ಅಮರ' ಸ್ಥಾನಕದಲ್ಲಿ ನೆಲೆಗೊಂಡನು. ಹಿಮದ ಈ ಚಿಕ್ಕ ಶಿಲೆಯ 'ಎಡಭುಜ'ದ ದಕ್ಷಿಣ ವೀಕ್ಷಣೆಯ ಹೊಣೆಯನ್ನೂ ಹಾಗೂ 'ಅಮರ' ಸ್ಥಾನಕ್ಕೂ ಮುಂದೆ ಇನ್ನೊಂದು ಸ್ಥಾನಕವನ್ನು ಸ್ಥಾಪಿಸುವ ಹೊಣೆಯನ್ನು ಬಲರಾಜನಿಗೆ ವಹಿಸಲಾಯಿತು. ತರುಣ ಅಧಿಕಾರಿ ಅಂತಹ ಸ್ಥಾನಕೊಂದನ್ನು ಶೋಧಿಸಿದ. ಅಲ್ಲಿ ಕೇವಲ ೩ಜನರು ನೆಲೆನಿಂತು ತಮ್ಮ ಮಶಿನ್‌ಗನ್ ಸ್ಥಾನಕ ಸ್ಥಾಪಿಸಲು ಸಾಧ್ಯವಾಯಿತು. ಈ ಸ್ಥಾನಕ 'ಎಡಭುಜ'ಕ್ಕೆ ವೈರಿಯ ಸಂಚಲನ ಮಾಡಲು ತುಂಬಾ ತಡೆ ಒಡ್ಡಿತು. ವೈರಿಗೆ ಹೆಚ್ಚಿನ ಸೈನಿಕ ಬಲವನ್ನು ಅತ್ತ ಸಾಗಿಸಲು ಅಸಾಧ್ಯವಾಯಿತು. ಈ ರೀತಿಯಾಗಿ ಸುತ್ತಲೂ ಸ್ಥಾನಕಗಳನ್ನು ಸ್ಥಾಪಿಸಿ 'ಎಡಭುಜ'ಕ್ಕೆ ವೈರಿಯು ಕ್ರಮಿಸಬಹುದಾದ ಮೂರೂದಿಕ್ಕುಗಳಿಗೂ ಮಶಿನ್‌ಗನ್ ದಾಳಿಯಿಂದ ತಡೆ ಒಡ್ಡಲಾಯಿತು. ವೈರಿಯು'ಎಡಭುಜದ'ದ ಶಿಖರದಿಂದ ಕೆಳಗೆ ೫೦೦ಫೂಟ್ ಅಂತರದ ಶಿಲಾಭಾಗದಲ್ಲಿ ತನ್ನ ಸ್ಥಾನಕವನ್ನು ಸ್ಥಾಪಿಸಿದ್ದು, ಅಲ್ಲಿಂದ ಇಳಿಬಿಟ್ಟ ಹಗ್ಗವನ್ನು ನಮ್ಮ 'ಗಾರ್ಡನ್' ಎಂದು ಕರೆಯಲಾದ ಹೊಸ observation point ನಿಂದ ನಿಚ್ಚಳವಾಗಿ ಕಾಣಬಹುದಿತ್ತು. 'ಎಡಭುಜ'ದ ಶಿಖರ ತಲುಪಲು ಇದ್ದದ್ದು ಇದೊಂದೇ ಇಳಿಜಾರು. ಅದೂ ಅತ್ಯಂತ ಕಡಿದಾದ ಇಳಿಜಾರು. ಈಗ ತಮ್ಮ 'ಗಾರ್ಡನ್' ಸ್ಥಾನಕದಿಂದ ವೈರಿಗೆ 'ಎಡಭುಜ'ದ ಶಿಖರಕ್ಕೆ ಸಾಮಗ್ರಿಗಳನ್ನು ಹಗಲಿನಲ್ಲಿ ಕಳಿಸುವುದು ಅಸಂಭವವಾಯಿತು. ಹೀಗಾಗಿ ಅಲ್ಲಿಯ ಇನ್‌ಚಾರ್ಜ ಅತಾ ಮೊಹಮ್ಮದ ಮತ್ತು ಅವನ ಸಾಥಿಗಳಿಗೆ ಕೇವಲ ಸೂರ್ಯಾಸ್ತದ ನಂತರವೇ ತಮ್ಮ ಸಾಮಗ್ರಿಗಳನ್ನು ಸಾಗಿಸಬೇಕಾಯಿತು.

ಮೇಜರ್ ವರಿಂದರ ಸಿಂಗ, ಟಾಸ್ಕಫೋರ್ಸ ಕಮಾಂಡರ ೨೨ ಸೈನಿಕರೊಂದಿಗೆ ೨೩-೨೪ ಜೂನ್ ೧೯೮೭ ರಂದು ಕತ್ತಲಾದ ನಂತರ ತನ್ನ ಆಡಳಿತ ಕೇಂದ್ರದಿಂದ ಹೊರಬಿದ್ದ. ಹಿಂದಿನ ದಿನದಿಂದಲೇ ಪ್ರಾರಂಭವಾದ ಹಿಮಪಾತ ಎಡೆಬಿಡದೇ ಮುಂದುವರೆದಿತ್ತು. ಅಂದು ಹವಾಮಾನವೂ ತುಂಬಾ ವಿಷಮವಾಗಿತ್ತು. ಅವರು ಮೊಳಕಾಲಿನವರೆಗೆ ಹುಗಿಯುವ ಹಿಮದಲ್ಲಿ ಕಡುಕತ್ತಲಲ್ಲಿ ಮುಂದುವರೆಯಬೇಕಿತ್ತು. ಅವರು ಕಾರ್ಯಾಚರಣೆ ಎಸಗಬೇಕಾದ ಸ್ಥಾನಕ ಕೇವಲ ೧೦೦೦ ಮೀ. ದೂರವಿದ್ದರೂ ಅಲ್ಲಿಗೆ ತಲುಪಲು ಸುಮಾರು ೫ ತಾಸುಗಳೇ ತಗಲಿದವು. ಅಷ್ಟು ಎತ್ತರದಲ್ಲಿ ನಡೆದಾಡುವುದೇ ಒಂದು ಸಮಸ್ಯೆ. ಅದರಲ್ಲೂ ವೈರಿಯ ಕಣ್ಗಾವಲಿನಲ್ಲಿ, ಆತನ ಮೂಗಿನ ನೇರಕ್ಕೆ ಅದೇ ತಾನೆ ಮೇಲಿಂದ ಸುರಿಯುತ್ತಿದ್ದ ಹಿಮವೃಷ್ಟಿಯಲ್ಲಿ ಕಾಲೆತ್ತಿ, ಕಾಲಿಡುವುದು ಮಾನಸಿಕವಾಗಿಯೂ, ದೈಹಿಕವಾಗಿಯೂ ಅತ್ಯಂತ ದುಸ್ತರವಾಗಿತ್ತು.

ಅಂತಹುದರಲ್ಲಿ ಒಂದನೇ ಗುಂಪು ತದನಂತರ ಅದರ ಬೆನ್ನಿಗೇ ಕೆಪ್ಟನ್ ಅನಿಲಶರ್ಮಾನ ಎರಡನೇ ಗುಂಪು ಯಶಸ್ವಿಯಾಗಿ ತಮ್ಮ ಸ್ಥಾನಕಕ್ಕೆ ಸೇರಿಕೊಂಡರು.

ರಾತ್ರಿ ೧೧ ಗಂಟೆಗೆ ೧ನೇ ಗುಂಪು 'ಎಡಭುಜ'ದ ತಳವನ್ನು ತಲುಪಿ ಕೂಡಲೇ Lt ರಾಜೀವ ಪಾಂಡೆಯ ಶೋಧಕ ತಂಡ ನೇತುಬಿಟ್ಟ ಹಗ್ಗದ ಶೋಧವನ್ನು ಆ ಗಾಢಾಂಧಕಾರದಲ್ಲಿಯೇ ಪ್ರಾರಂಭಿಸಿತು. ಮುಂಚೆ ೨೯ ಮೇ ದಿನದಂದು ಅಲ್ಲಿ ತೆರಳಿದ ರಾಜೀವ ಪಾಂಡೆಯ 'ಪರೀಕ್ಷಣ' (ಗಸ್ತಿ) ಈ ಹಗ್ಗವನ್ನು ಅಲ್ಲಿ ಅಂಟಿಸಿ ಇಳಿಬಿಟ್ಟಿತ್ತು. ಆದರೆ ಆ ಹಗ್ಗ ಕಂಡುಬರಲೇ ಇಲ್ಲ ಆಗ ಕಮಾಂಡರ ಕೂಡಲೇ ಇನ್ನೊಂದು ಪರ್ಯಾಪ್ತ ಮಾರ್ಗವನ್ನು ಶೋಧಿಸಲು ಸೂಚಿಸಿದ. ಹಾಗೆಯೇ ಹೊರಚಾಚಿದ 'ಎಡಭುಜ'ದ ಶಿಲೆಯ ದಕ್ಷಿಣ-ಪೂರ್ವದ ಎಡಭಾಗಕ್ಕೆ ತೆರಳಲು ನಿರ್ದೇಶಿಸಿದ ಈ ತಂಡ ಮತ್ತು ಮುಂದುವರೆಯಲು ಪ್ರಯತ್ನಿಸಿತು. ಆದರೆ ಮಾರ್ಗ ತುಂಬಾ ಕಠಿಣವಾಗಿತ್ತು. ಹೀಗಾಗಿ ಹೆಚ್ಚು ಪ್ರಗತಿ ಸಾಧಿಸಲು ಆಗಲಿಲ್ಲ. ಈ ಪ್ರಯತ್ನದಲ್ಲಿ ೩ ತಾಸು ಕಳೆದು ಹೋಗಿತ್ತು. ಬೆಳಕಾಗಲು ಇನ್ನು ಕೇವಲ ಮೂರು ತಾಸು ಉಳಿದಿತ್ತು. ಮರಗಟ್ಟುವ ಛಳಿಯಲ್ಲಿ ಆಗಸಕ್ಕೆ ತೆರೆದಿದ್ದ ಬಯಲಿನಲ್ಲಿ ಒಂದೇಸವನೆ ಸುರಿಯುತ್ತಿರುವ ಹಿಮಪಾತದಲ್ಲಿ ಸೈನಿಕರು ಬಸವಳಿದಿದ್ದರು. ಈಗ ಮೂಲ ಕೇಂದ್ರಕ್ಕೆ ಮರಳಬೇಕೋ ಇಲ್ಲಾ ಹಗಲಿನ ಬೆಳಕಿನಲ್ಲೇ ಆಕ್ರಮಣವನ್ನು ಕೈಗೊಂಡು ಮೇಲ್ಗಡೆಯಿಂದ ಸುರಿಯುವ ವೈರಿಯ ಗುಂಡಿನ ಮಳೆ ಎದುರಿಸಬೇಕೋ ಎಂಬ ನಿರ್ಣಯವನ್ನು ಟಾಸ್ಕಪೋರ್ಸ್ ಕಮಾಂಡರ ಕೂಡಲೇ ಕೈಗೊಳ್ಳಬೇಕಾಯಿತು. ವೈರಿಗೆ ಅರಿವಿಲ್ಲದಂತೆ ಆತನನ್ನು ಚಕಿತಗೊಳಿಸಿ ಆತನ ಮೇಲೆ ಆಕ್ರಮಣಮಾಡುವ ಸುಸಂಧಿ ಕೈತಪ್ಪಿದರೆ, ಅಂಥ ಆಕ್ರಮಣವನ್ನು ಕೈಬಿಡುವುದೇ ಲೇಸು. ಅಲ್ಲದೆ ಇಂಥ ಬೆಳಕಿನಲ್ಲಿ ಲಂಬಕದಂತೆ ಎದುರಿಗೆ ನೇರವಾಗಿ ನಿಂತ ಹಿಮದ ಗೋಡೆಯನ್ನು ಹತ್ತುವುದು ಅಸಂಭವವಾಗಿತ್ತು. ಇತ್ತ ಕೇವಲ ೧೦೦೦ ಮೀ. ಕೆಳಗಡೆ ಚಲನವಲನ ಸಾಗಿಸುತ್ತಿದ್ದ ನಮ್ಮ ಸುಳಿವೇ ಎತ್ತರದ ಮೇಲಿದ್ದ ವೈರಿಗೆ ಸ್ವಲ್ಪವೂ ತಿಳಿಯದಿದ್ದುದು ನಿಜವಾಗಿಯೂ ಆಶ್ಚರ್ಯದ ಮಾತಾಗಿತ್ತು. ಹೀಗಾಗಿ ಟಾಸ್ಕಫೋರ್ಸ್ ಕಮಾಂಡರ್ ತನ್ನ ಗುಂಪಿಗೆ ಮೂಲಕೇಂದ್ರಕ್ಕೆ ಮರಳುವ ನಿರ್ಧಾರವನ್ನು ಆದೇಶಿದ.

ಈ ತಂಡಕ್ಕೆ ಬೆಳಗಾಗುವುದರಲ್ಲಿ ಬಂದ ದಾರಿಯಲ್ಲೇ ಮರಳಿ ಆಗಲೇ ಪಾದಾಘಾತದಿಂದ ಸ್ವಲ್ಪ ಗಟ್ಟಿಯಾದ ಹಿಮದ ಮೇಲೆ ನಡೆದು ತಮ್ಮ ಸ್ಥಾನವನ್ನು ತಲುಪುವುದು ಮುಂಚಿನಷ್ಟು ತೊಂದರೆದಾಯಕವಾಗಲಿಕ್ಕಿಲ್ಲ ಎಂಬ ಆಲೋಚನೆಯೂ ಈ ನಿರ್ಣಯದಲ್ಲಿ ಅಡಗಿತ್ತು.

ಅಲ್ಲಿ ತಲುಪಿದಕೂಡಲೇ ಜೊತೆಗಿದ್ದ ಪಾರ್ಟಿಕಮಾಂಡರರನ್ನು ಒಂದೆಡೆ ಕರೆದು ತಾವು ಅಂದು ಎಸಗಿದ ಕಾರ್ಯಗಳನ್ನು ಮರು ಪರಿಶೀಲಿಸಿ, ಆಳವಾದ ವಿಮರ್ಶೆ ಮಾಡಿ ಅಂದರೆ ರಾತ್ರಿ ಪುನಃ ಅಲ್ಲಿಗೆ ತೆರಳುವ ನಿರ್ಣಯಮಾಡಲಾಯಿತು. ತಂಡದ

ಎಲ್ಲರಿಗೂ ದಿನವಿಡೀ ಸಂಪೂರ್ಣ ವಿಶ್ರಾಂತಿ ನೀಡಲಾಯಿತು. ಕೆಲವೇ ಸದಸ್ಯರಿಗೆ ಹಗಲಿನಲ್ಲೇ ಆ ಸ್ಥಾನಕ್ಕೆ ತೆರಳಿ ಇಳಿಬಿಟ್ಟ ಹಗ್ಗವನ್ನು ಶೋಧಿಸಲು ಹೇಳಲಾಯಿತು. ಇದಕ್ಕಾಗಿ ಅದೇ ತಾನೆ ಉಂಟಾದ ಪಶ್ಚಿಮ ಹವಾಮಾನದ ಲಾಭ ಪಡೆಯಲು ಹಾಗೂ ವೈರಿಗಳಿಗೆ ಅರಿವಾಗದಂತೆ ತಮ್ಮ ಚಲನವಲನಗಳನ್ನು ಗುಡ್ಡದ ಅಂಚಿಗೆ ಅಂಟಿಕೊಂಡೇ ಸಾಗಿಸಲು ಸೂಚಿಸಲಾಯಿತು. ತಂಡದ ಉಳಿದವರೆಲ್ಲ ಕತ್ತಲಾದ ನಂತರವೇ ಆಕ್ರಮಣ ಕೈಕೊಳ್ಳಬೇಕೆಂದು ನಿಶ್ಚಯಿಸಲಾಯಿತು. ೨೪ ಜೂನ್ ಮಧ್ಯಾಹ್ನ ೧೨ ಗಂಟೆಗೆ ಶೋಧಕ ತಂಡ (ಸರ್ಚ ಪಾರ್ಟಿ) 'ಎಡಭುಜ'ದ ತಳಪಾಯಕ್ಕೆ ಹೊರಟಿತು. ಸುಮಾರು ೪ ತಾಸುಗಳ ನಂತರ ಆಕ್ರಮಣ ಪ್ರಾರಂಭಿಸುವ ಏರಿಕೆಯ ತಳಕ್ಕೆ ಈ ತಂಡ ತಲುಪಿ ೬ ಘಂಟೆ ಸುಮಾರಿಗೆ 'ಮೇ' ತಿಂಗಳ ರಾಜೀವನ ಗಸ್ತಿ ತಂಡ ಇಳಿಬಿಟ್ಟ ಹಗ್ಗವನ್ನು ಕಂಡಿತು. ಆದರೆ ಅದು ಸಂಪೂರ್ಣವಾಗಿ ಹಿಮದಲ್ಲಿ ಹುಗಿದುಹೋಗಿತ್ತು. ಅದನ್ನು ಕಿತ್ತು ತೆಗೆಯುವದುತುಂಬಾ ಸಾಹಸದ ಕೆಲಸವಾಯಿತು. ಈ ಹಗ್ಗವನ್ನು ಹುಡುಕಿ ತೆಗೆದದ್ದು ತಂಡಕ್ಕೆ ತುಂಬಾ ಖುಶಿ ನೀಡಿತು. ಈ ಅತಿ ಸುಲಭಸಾಧನವೇ ನಮ್ಮ ಕಾರ್ಯದ ಯಶಸ್ಸಿಗೆ ಮೂಲಾಧಾರವಾಗಿತ್ತು. ಮೇಜರ್ ವರೆಂದರಸಿಂಗ್ ಆ ಕೂಡಲೇ ಕಾರ್ಯಾಚರಣೆ ಪ್ರಾರಂಭಿಸಿದ. ಸುಮಾರು ೯ ಗಂಟೆಗೆ ಆ ತಂಡ 'ಎಡಭುಜ'ದ ತಳವನ್ನು ತಲುಪಿತು.

ಇಡೀ ತಂಡವನ್ನು ನಾಲ್ಕು (೪) ಚಿಕ್ಕ ಚಿಕ್ಕ ಗುಂಪುಗಳಲ್ಲಿ ವಿಭಜಿಸಿ ಪ್ರತಿ ಒಂದು ಗುಂಪಿಗೆ ಒಬ್ಬ ಅಧಿಕಾರಿ ಅಥವಾ ಕಿರು ಅಧಿಕಾರಿಯನ್ನು ಪ್ರಮುಖನೆಂದು ನೇಮಿಸಲಾಯಿತು. ಕೆಪ್ಟನ್ ಅನಿಲ ಶರ್ಮಾನ ೭ ಜನರ ಗುಂಪಿಗೆ, ಶಿಖರದಲ್ಲಿದ್ದ ವೈರಿಗೆ, ಅವರ ತಳಭಾಗದಿಂದ ಹೆಚ್ಚುವರಿ ಸೈನ್ಯ ಅವರ ಹಗ್ಗದ ಮೂಲಕ ಮೇಲೇರಿ ಬಂದು ಸೇರಿಕೊಳ್ಳದಂತೆ ತಡೆ ಒಡ್ಡಲು ಹೇಳಲಾಯಿತು. ಈ ಕಾರ್ಯಕ್ಕಾಗಿ ಆ ಗುಂಪು ವೈರಿಗೆ ಎದುರಾಗಿಯೇ ಇದ್ದ ಹೊರಚಾಚಿದ ಶಿಲೆಯ ಹಿಂಭಾಗಕ್ಕೆ ಹೋಗಿ ಅವರ ಹಗ್ಗಗಳನ್ನು ತುಂಡರಿಸಬೇಕಿತ್ತು. ಆದರೆ ತಾನು ನೇತುಬಿಟ್ಟ ಹಗ್ಗವನ್ನು ವೈರಿಯು ತನ್ನ 'ಗಾರ್ಡನ್' ಸ್ಥಾನಕದಿಂದ ಬಹಳ ಸಲೀಸಾಗಿ ತನ್ನ ಬೈನಾಕ್ಯುಲರ್ ಮೂಲಕ ನಿಖರವಾಗಿ ವೀಕ್ಷಿಸಬಹುದಿತ್ತು.

ಸುಬೇದಾರ ಹರನಾಮಸಿಂಗನ ಎರಡನೇ ಗುಂಪು ವೈರಿಯ ಮೇಲೆ ಮುನ್ನುಗ್ಗುವ ಗುಂಪು. ಕೂಡಲೇ ಅದರ ಹಿಂದೆಯೇ ಸಾಗುವ ಗುಂಪು ನಾಯಬ ಸುಬೇದಾರ ಸರದಾರ ಚಂದನದು. ಒಂದು ವೇಳೆ ವೈರಿಯ ಗುಂಡಿನ ಪ್ರತಿದಾಳಿಯಿಂದಾಗಿ ಈ ಆಕ್ರಮಣಕ್ಕೆ ಅಡ್ಡಿ ಆದರೆ ಅದಕ್ಕೆ ಸಹಾಯಾರ್ಥವಾಗಿ ಸುಬೇದಾರ ಬಾನಾಸಿಂಗನ ಗುಂಪು ಮುಂದುವರಿಯಲು ಸಿದ್ಧವಾಗಿತ್ತು.

ಈ ಎಲ್ಲ ಗುಂಪುಗಳು ಗೋಡೆಯನ್ನು ಏರತೊಡಗಿದವು. ಅತಿ ಆಳವಾದ ಕಂದಕವನ್ನು ದಾಟಿ ಹೊರಚಾಚಿದ ಶಿಲೆಯ ಹಿಂಭಾಗಕ್ಕೆ ಹೋಗಿ ವೈರಿಗಳು ನೇತಾಡುವ

ಹಗ್ಗಗಳನ್ನು ತುಂಡರಿಸಿದವನು ಮೊಟ್ಟಮೊದಲು ಆಚೆ ಹೋದ Lt. ಅನಿಲ. ಸುಬೇದಾರ ಹರ್ನಾಮಸಿಂಗ ಆಚೆಯ ಇಳಿಜಾರಿನ ಭಾಗವನ್ನು ತಲುಪಿ ನಂತರ ಅಲುಗಿನಂತೆ ಹರಿತವಾದ (razar-sharp) ಶಿಖರದ ಅಂಚುಗಳನ್ನು ದಾಟುತ್ತ ಶಿಖರದೆಡೆಗೆ ಧಾವಿಸಲಾರಂಭಿಸಿದ. ಆದರೆ ಈ ಪಯಣ ತುಂಬಾ ನಿಧಾನವಾಗಿತ್ತು. ಒಂದೊಂದು ಇಂಚು ಕ್ರಮಿಸಲೂ ಯೋಚಿಸಿ ಹೆಜ್ಜೆ ಇಡಬೇಕಾಗಿತ್ತು. ಈ ಗುಂಪು ಕೇವಲ ೫೦ಮೀ. ಮುಂದುವರಿಯುವುದರಲ್ಲಿ ಗುಂಪಿನ ಮುಂದಾಳಾದ ನಾಯಕ ತಾರಾಸಿಂಗ ತನ್ನಮುಂಭಾಗದಲ್ಲಿ ಕೆಲಚಲನವಲನಗಳನ್ನು ಕಂಡುಹಿಂಬಾಲಿಸುತ್ತಿದ್ದವರಿಗೆ ಜಾಗರೂಕರಾಗಿರಲು ಸೂಚಿಸಿದ. ಅವರು ಜಾಗರೂಕತೆಗೆಂದು ನೆಲಕಚ್ಚಿ ತಮ್ಮ ಆಯುಧ ಸಿಡಿಸುವ ಮುಂಚೆಯೇ ವೈರಿಯುತನ್ನ ಮಶಿನ್‌ಗನ್ ದಾಳಿ ಆರಂಭಿಸಿ ತತ್‌ಕ್ಷಣದಲ್ಲಿ ತಾರಾಚಂದ ಹಾಗೂ ಇನ್ನೀರ್ವ ಸೈನಿಕರನ್ನು ಕೊಂದು ಬಿಟ್ಟ. ಕೂಡಲೇ ಗುಂಪಿನ ಹಿಂದೆ ಇದ್ದ ಉಳಿದವರು ತಮ್ಮ ಆಯುಧಗಳಿಂದ ಪ್ರತ್ಯುತ್ತರ ನೀಡಲು ಯತ್ನಿಸಿದರು. ಆದರೆ ಒಂದು ಗುಂಡೂ ಸಿಡಿಯಲೇ ಇಲ್ಲ. ಅತಿಶೀತದಿಂದಾಗಿ ಯಾವ ಆಯುಧ ಕೆಲಸಮಾಡಲಿಲ್ಲ! ಇದಕ್ಕೂ ಮೊದಲೇ ಕೆಳಸ್ಥರದಲ್ಲಿ ಇವುಗಳನ್ನು ಪ್ರಯೋಗಿಸಿ ನೋಡಲಾಗಿತ್ತು. ಅತ್ತ ವೈರಿಗಳ ಆಯುಧಗಳು ನಿರಾಯಾಸವಾಗಿ ನಮ್ಮತ್ತ ಸಿಡಿಯುತ್ತಿದ್ದವು. ನಂತರ ತಿಳಿದಿದ್ದು ಅವರು ತಮ್ಮ ಆಯುಧಗಳ ಕೆಳಗಡೆ 'ಕೆರೋಸಿನ್' ಸ್ಟೋವ್ ಇಟ್ಟು ಅವುಗಳನ್ನು ಬೆಚ್ಚಗಿಡುತ್ತಿದ್ದರಂತೆ. ಎತ್ತರದ ಆ ಸ್ತರದಲ್ಲಿ ನಮ್ಮ ಸೈನಿಕರಿಗೆ ಅಡಗಿಕೊಳ್ಳಲು ಯಾವಸ್ಥಳವೂ ಇರಲಿಲ್ಲ. ಅವರು ಕೇವಲ ಹಿಮದ ಉಬ್ಬುತಗ್ಗುಗಳಲ್ಲೇ ವೈರಿಯ ಗುಂಡುಗಳಿಂದ ತಮ್ಮನ್ನು ರಕ್ಷಿಸಿಕೊಳ್ಳಬೇಕಾಯಿತು. ಸ್ವಲ್ಪ ಸಮಯದಲ್ಲೇ ವೈರಿ ಭೀಕರವಾದ ತನ್ನ 'ಆರ್ಟಿಲರಿ' ಫಾಯರ್ ಪ್ರಾರಂಭಿಸಿದ. ನಮ್ಮ ಸೈನಿಕರು ತಗ್ಗುತೋಡಿ ಹಿಮದಲ್ಲಿಯೇ ಅಡಗಬೇಕಾಯಿತು. ಇದಕ್ಕೆ ಪ್ರತ್ಯುತ್ತರವೆಂದು ನಮ್ಮ ಆರ್ಟಿಲರಿ ಫಾಯರ್ ಆರಂಭವಾಯಿತು. ಆದರೆ ಆ ಗುಂಡುಗಳು ನಮ್ಮವರ ಮೇಲೆರಗಬಾರದೆಂದು ನಮ್ಮ ಗುಂಡುಗಳನ್ನು ಸಾಕಷ್ಟು ದೂರದೆಡೆಗೆ ಕೇಂದ್ರೀಕರಿಸಲಾಯಿತು. ಅಷ್ಟರಲ್ಲಿ ಸೂರ್ಯೋದಯವಾಗಿ ಬೆಳಕು ಹರಿಯಲಾರಂಭಿಸಿತು. ಹೀಗಾಗಿ ಇನ್ನೂ ಮುಂದುವರಿದರೆ ವೈರಿಯದಾಳಿಗೆ ತುತ್ತಾಗಬಹುದೆಂದು ನಮ್ಮ ಮುನ್ನಡೆಯುನ್ನು ತಡೆಯಲಾಯಿತು. ಪುನಃ ಕೂಡಲೇ ನಮ್ಮ ಸೈನ್ಯದ ಪುನರಾವಲೋಕನಮಾಡಿ ಎಲ್ಲರಿಗೂ ನಿಶ್ಯಬ್ದರಾಗಿ ಇರಲು ತಿಳಿಸಲಾಯಿತು.

ಆ ದಿನ ಅಂದರೆ ೨೫ ಜೂನ್ ರಂದು ಸಂಪೂರ್ಣ ದಿನ ಈ ಗುಂಪುಗಳು ಅಲುಗಾಡದೇ ಇದ್ದ ಸ್ಥಳದಲ್ಲೇ ಠಿಕಾಣಿ ಹೂಡಿದರು. ಆದರೆ ಆದಿನ ಬೆಳಿಗ್ಗೆ ಸಾವನ್ನಪ್ಪಿದ ತಮ್ಮಿಬ್ಬರು ಸಾಥಿಗಳ ದೇಹವನ್ನು ತರಲು ಹೋದಾಗ ಕಂಡ ದೃಶ್ಯ ಅವರನ್ನು ಮತ್ತಷ್ಟು ಉತ್ತೇಜಿಸಿತು. ಅಲ್ಲಿ ಅವರು ಕಂಡದ್ದು ಒಂದು ತಿಂಗಳು ಪೂರ್ವದಲ್ಲಿ ಕಾಣೆಯಾದ ನಮ್ಮ ಶೋಧಕ ತಂಡದವರ ದೇಹಗಳನ್ನು. Lt ರಾಜೀವಪಾಂಡೆ ಹಾಗೂ ನಾಯಬ ಸುಬೇದಾರ ಹೇಮರಾಜ ಅವರ ದೇಹಗಳು. ಹಿಮದಲ್ಲಿ ಹುಗಿದು

ಹೋಗಿದ್ದರಿಂದ ಅವರ ದೇಹಗಳನ್ನು ಕೂಡಲೇ ಗುರುತಿಸಲಾಯಿತು. ಉಳಿದವರ ದೇಹಗಳೂ ಆಸುಪಾಸಿನಲ್ಲೇ ಇರಬಹುದೆನ್ನಿಸಿತು. ಈ ಸುದ್ದಿಯನ್ನು ಟಾಸ್ಕಫೋರ್ಸ ಕಮಾಂಡರರಿಗೆ ರೇಡಿಯೋ ಮೆಸೆಜ್ ಮೂಲಕ ತಿಳಿಸಲಾಯಿತು. ಈ ಸುದ್ದಿಯು ಪರಿಪೂರ್ಣ ಟಾಸ್ಕಫೋರ್ಸ್ನನ್ನು ಇನ್ನಷ್ಟು ಉದ್ದೀಪನಗೊಳಿಸಿತು. ಅಷ್ಟೇ ಅಲ್ಲ ಈಗ ಕೈಗೆತ್ತಿಕೊಂಡ ಕಾರ್ಯವನ್ನು ಕೂಡಲೇ ಕೊನೆಗೊಳಿಸಲು ಶಿಖರವನ್ನು ಕೂಡಲೇ ಗೆಲ್ಲಲು ಇಡೀ ತಂಡ ದೃಢ ನಿರ್ಧಾರ ಮಾಡಿತು. ತಮ್ಮ ಚಲನವಲನಗಳನ್ನು ಹಿಡಿತದಲ್ಲಿಟ್ಟುಕೊಂಡು ನಿಶ್ಚಲವಾಗಿ ಎದುರಿನ ವೈರಿಗಳ ಸ್ಥಾನಗಳ ವಿವರಗಳನ್ನು ನಮ್ಮ ಫಿರಂಗಿಗಳಿಗೆ ದಿನವಿಡೀ ನೀಡುತ್ತ ನಮ್ಮ ಫಿರಂಗಿ ಗೋಳಾಬಾರಿಯನ್ನು ನಿಖರವಾಗಿ ವೈರಿಗಳ ಮೇಲೆ ಗುಂಡಿನ ಮಳೆಸುರಿಸುವಂತೆ ಮಾಡಿತು. ಪ್ರಾಯಶಃ ರಾತ್ರಿಯ ದಾಳಿಗೆ ಬಳಸಲೆಂದು ವೈರಿಯು ತನ್ನ ಬೆಳಗಿನ ದಾಳಿಯ ತೀವ್ರತೆಯನ್ನು ಕೊಂಚ ತಗ್ಗಿಸಿದ. ಆ ಸಮಯದಲ್ಲಿಯೇ ನಮ್ಮ ಕೆಲ ಸೈನಿಕರು ಮುಂದಿನ ಸ್ಥಾನಕಕ್ಕಾಗಿ ಮದ್ದುಗುಂಡುಗಳನ್ನು, ಆಹಾರ ಸಾಮಗ್ರಿಗಳನ್ನುತಲುಪಿಸಿದರು. ಅಂದು ಬೆಳಗಿನ ಸೂರ್ಯನ ಪ್ರಖರತೆ ಸ್ವಲ್ಪ ಹೆಚ್ಚಾಯಿತು. ಆಗ ನಮ್ಮ ಸೈನಿಕರು ಬರ್ಫನ್ನು ತಿಂದು ತಮ್ಮ ಬಾಯಾರಿಕೆ ನೀಗಿಕೊಂಡರು. ಅವರ ಬಳಿ ಕುಡಿಯಲು ನೀರೂ ಇರಲಿಲ್ಲ. ಬರ್ಫ ಕರಗಿಸಲು ಸ್ಟೋವ್ ಕೂಡಾ ಇರಲಿಲ್ಲ.

ಭಯಾನಕ ಛಳಿ ಹಾಗೂ ವೈರಿಯ ಎಡೆಬಿಡದ ದಾಳಿಯಿಂದಾಗಿ ಹತರಾದ ನಮ್ಮ ಕೆಲ ಸೈನಿಕರನ್ನು ಕೂಡಲೇ ಹೆಲಿಕಾಪ್ಟರ ಮೂಲಕ ತೆರವುಗೊಳಿಸಲಾಯಿತು. ಅದೇ ಹೆಲಿಕಾಪ್ಟರ್‌ಗಳಲ್ಲಿ ಮತ್ತೆ ಕೆಲವರನ್ನು ಕರೆತರಲಾಯಿತು. ಅದೂ ಅಲ್ಲದೇ ಸರಕು ಸಾಮಗ್ರಿಗಳನ್ನೂ ಮದ್ದುಗುಂಡುಗಳನ್ನು ತರಲು ಅನೇಕ ಬಾರಿ ಹೆಲಿಕಾಪ್ಟರ ಹಾರಾಟ ನಡೆಸಲಾಯಿತು. ಇದೇ ತೆರನಾಗಿ ಆಗಾಗ ವೈರಿಯ ಭಾಗದಿಂದಲೂ ಹೆಲಿಕಾಪ್ಟರ್ ಹಾರಾಟದ ಸದ್ದು ಕೇಳಿಸುತ್ತಲೇ ಇತ್ತು. ದಿನವಿಡೀ ಆಗಾಗ ಗುಂಡುಗಳ ಹಾರಾಟ ನಡೆದೇ ಇತ್ತು. ಆದರೆ ನಮ್ಮ ಸೈನಿಕರಿಗೆ ದಣಿವಾದಂತೆ ಭಾಸವಾಗಲಿಲ್ಲ ಅಷ್ಟೇ ಅಲ್ಲ ಅವರ ಹುಮ್ಮಸ್ಸು ಇಳಿಯಲಿಲ್ಲ. ಅವರಿಗೆ ಈ ವರೆಗಿನ ತಮ್ಮ ಆಕ್ರಮಣದ ಪ್ರಗತಿಯ ಸಮಾಧಾನವಿತ್ತು.

ರಾತ್ರಿ ಸುಬೇದಾರ ಸನಸಾರಸಿಂಗನ ನೇತೃತ್ವದಲ್ಲಿ ನಮ್ಮ ಆಕ್ರಮಣ ಪ್ರಾರಂಭವಾಯಿತು. ಉಳಿದ ಸೈನ್ಯ ಈ ತಂಡವನ್ನು ಹಿಂಬಾಲಿಸುತ್ತಿತ್ತು. ನಮ್ಮ ಎಲ್‌ಎಮ್‌ಜಿ (ಲೈಟ್ ಮಶಿನ್‌ಗನ್ ಗುಂಪು) ಸನಸಾರಸಿಂಗನ ಗುಂಪು ವೈರಿಯ ಸ್ಥಾನಕದ ಅತಿಸಮೀಪಕ್ಕೆ ತಲುಪುವ ವರೆಗೆ ಗುಂಡಿನ ದಾಳಿಯನ್ನು ಕರಾರುವಾಕ್ಕಾಗಿ ನಡೆಸಿತ್ತು. ಆದರೆ ಇನ್ನೇನು ನಮ್ಮ ಗುಂಪು ಗುಂಡಿನ ಮಳೆಯೊಂದಿಗೆ ಆಕ್ರಮಣ ಮಾಡಬೇಕು ಅನ್ನುವಾಗ ನಮ್ಮ ಆಯುಧಗಳು ಅತೀ ಶೀತದಿಂದ ಕೆಲಸಮಾಡಲೇ ಇಲ್ಲ. ಇದಕ್ಕೆ ವ್ಯತಿರಿಕ್ತವಾಗಿ ವೈರಿಪಡೆಯ ಮಶಿನ್‌ಗನ್‌ಗಳು ಹಾಗೂ ರೊಕೆಟ್ಟಿನ ಗುಂಡಿನ ಮಳೆ ಸುರಿಯುತ್ತಲೇ ಇತ್ತು. ಸುದೈವದಿಂದ 'ಗಾರ್ಡನ್ ಸ್ಥಾನಕ' ದಲ್ಲಿದ್ದ ನಮ್ಮ ಮಶಿನ್‌ಗನ್‌ನ

ಗುಂಡಿನ ಮಳೆ ಹಾಗೂ 'ಸೋನಮ ಸ್ಥಾನಕ'ದಲ್ಲಿ ಕೆಪ್ಟನ್ ರಾಮಪ್ರಕಾಶ ಸ್ಥಾಪಿಸಿದ್ದ ರೊಕೆಟ್ ಲಾಂಚರ್‌ಗಳ ನಿರಂತರ ಪ್ರತಿದಾಳಿ ನಮ್ಮಸೈನಿಕರ ಆಕ್ರಮಣ ಮುಂದೆ ಸಾಗಲು ಸಹಾಯ ಮಾಡಿತು. ಚಾಂದ 'ಎಡಭುಜ'ದ ನೆತ್ತಿಯ ಸಮೀಪ ತಲುಪಿ ತನ್ನ ರೇಡಿಯೋ ಸಹಾಯಕನೊಂದಿಗೆ ಕೆಳಗೆ ೧೦೦ಮೀ. ತಗ್ಗಿನಲ್ಲಿದ್ದ ತನ್ನ ಕಮಾಂಡರನಿಗೆ ಸಹಾಯಕ್ಕಾಗಿ ರೇಡಿಯೋ ಕರೆ ಮಾಡಲು ಪ್ರಯತ್ನಿಸಿದ ಆದರೆ ರೇಡಿಯೋ ಬ್ಯಾಟರಿಗಳು ಮುಗಿದುಬಿಟ್ಟಿದ್ದರಿಂದ ರೇಡಿಯೋ ಸಂಪರ್ಕ ಕಡಿದುಹೋಗಿತ್ತು. ಹೀಗಾಗಿ ಹೆಚ್ಚಿನ ಹೊಸ ಸಹಾಯ ಬರುವ ವರೆಗೆ ಅಲ್ಲಿಯೇ ಇರಲು ಸಾಧ್ಯವಿರಲಿಲ್ಲ.ಆದುದರಿಂದ ಆತ ಹವಾಲ್ದಾರ ರಾಮದತ್ತನಿಗೆ ಕೆಳಗೆ ಇದ್ದ, ಉಳಿದ ಸೈನಿಕರನ್ನು ಸೇರಿಕೊಳ್ಳಲು ಹೇಳಿದ. ರಾಮದತ್ತ ಕೆಳಗಡೆ ಹೋಗುತ್ತಿದ್ದಂತೆಯೇ ವೈರಿಯ ಗುಂಡು ಅವನೆದೆಯನ್ನು ಸೀಳಿತು. ಆತ ೫೦೦ ಫೂಟ್ ಕೆಳಗೆ ವೈರಿಗಳಿದ್ದ ಸ್ಥಾನದಲ್ಲಿ ಬಿದ್ದುಬಿಟ್ಟ. ಆತನ ಶವ ಕೂಡಾ ದೊರೆಯಲಿಲ್ಲ. ಸುಬೆದಾರ ಚಂದ ನಿರುಪಾಯನಾಗಿ ಕೆಳಗೆ ತಗ್ಗಿನಲ್ಲಿ ಸ್ಥಾಪಿಸಿದ ತಾತ್ಕಾಲಿಕ ಕ್ಯಾಂಪ್‌ಗೆ ಮರಳಿದ. ಆಗ ನಮ್ಮ ಆಕ್ರಮಣದ ತಂಡಕ್ಕೆ ವೈರಿಯ ಗುಂಡಿನ ಸುರಿಮಳೆಯನ್ನು ಎದಿರಿಸಲು ಹಿಮ್ಮಗ್ಗಲಿನ ನಮ್ಮ ಆಯುಧಗಳಿಗೆ ಗುಂಡುಗಳ ಬೆಂಬಲವಿಲ್ಲದೇ ಮತ್ತೆ ಮುಂದುವರೆಯಲು ಸಾಧ್ಯವೇ ಇರಲಿಲ್ಲ. ಅಲ್ಲದೇ ಅಷ್ಟರಲ್ಲಿ ಆಗಸದಲ್ಲಿ ಬೆಳಗು ಮೂಡಲು ಪ್ರಾರಂಭವಾಗಿತ್ತು. ಹೀಗಾಗಿ ವೈರಿ ನಮ್ಮನ್ನು ನೇರವಾಗಿ ಗುಂಡಿಕ್ಕಿ ಕೊಲ್ಲಬಹುದಾಗಿತ್ತು. ಆದುದರಿಂದ ನಮ್ಮ ಟಾಸ್ಕ ಫೋರ್ಸ್ ಕಮಾಂಡರ ಆಕ್ರಮಣವನ್ನು ಮರುದಿನ ರಾತ್ರೆ ಪುನರಾರಂಭಿಸಲು ನಿಶ್ಚಯಿಸಿದ.

ಈಗ ಘಾಯಾಳುಗಳನ್ನು ಅಲ್ಲಿಂದ ತೆರವುಗೊಳಿಸಬೇಕಿತ್ತು. ಅವರನ್ನು ಎತ್ತರದ ಆ ಶಿಖರದಿಂದ ಕೆಳಗಿನ ಬೇಸ್‌ಕ್ಯಾಂಪ್‌ಗೆ ಹೊತ್ತೊಯ್ಯುವುದು ಸುಲಭದ ಕೆಲಸವಾಗಿರಲಿಲ್ಲ. ಆದರೆ ನಮ್ಮ ಸೈನಿಕ ಸಹೋದರರ ಸೌಹಾರ್ದ ಸಂಬಂಧ ಎಂದೆಂದಿಗೂ ಹಳಸದ ಸಂಬಂಧ. ಅವರು ತಮ್ಮ ಗಾಯಾಳು ಸಾಥಿಗಳನ್ನು ಬೆನ್ನಮೇಲೆ ಹೊತ್ತುಕೊಂಡು ಒಬ್ಬೊಬ್ಬರಾಗಿಯೇ ಸೆಟೆದು ನಿಂತ ಗೋಡೆಗಳಂಥ ಹಿಮಬಂಡೆಯ ಮೇಲಿಂದ ಕೆಳಗೆ ಜಾರಿ-ಜಾರಿ ಈ ಗಾಯಾಳುಗಳನ್ನು ಕೆಳಗಿಳಿಸಿದರು. ನಂತರ ನಮ್ಮ (ಡೆರ-ಡೆವಿಲ್) ಮಹಾಭೀಮ-ಹೆಲಿಕಾಪ್ಟರ್ ವೈಮಾನಿಕರು ವೈರಿಗಳ ಗುಂಡಿನ ಮಳೆಯನ್ನು ಲೆಕ್ಕಿಸದೆ ಅಂಥ ಪ್ರತಿಕೂಲ ವಾತಾವರಣದಲ್ಲೂ ಹಾರಾಟಮಾಡಿ ಗಾಯಾಳುಗಳನ್ನು ಬೇಸ್‌ಕ್ಯಾಂಪ್‌ಗೆ ತಲುಪಿಸಿದರು.

ಇಲ್ಲಿ ನಾನು ಒಂದು ಗಾಯಾಳುವಿನ ಕುರಿತು ಹೇಳಲೇಬೇಕು. ಆತನೇ ರಾಯ್‌ಫಲಮನ್ ಕುಲದೀಪ ಸಿಂಗ. ಆಕ್ರಮಣದ ಸೈನ್ಯದ ತಂಡಕ್ಕೆ ತಾನೂ ಸೇರುತ್ತೇನೆಂದು ಸ್ವಯಂ ಸ್ಫೂರ್ತಿ ತೋರಿಸಿದ್ದ ಆದರೆ ಆತನನ್ನು ಸೇರಿಸಿಕೊಳ್ಳಲಿಲ್ಲ. ಯಾಕೆಂದರೆ ಹೊಸದಾಗಿ ಬಂದಿದ್ದರಿಂದ ಇನ್ನೂ ಅಲ್ಲಿಯ ಹವಾಮಾನದ ಒತ್ತಡಕ್ಕೆ ಆತ ಹೊಂದಿಕೊಂಡಿರಲಿಲ್ಲ. ಅಲ್ಲದೇ ಆ ಕಾರ್ಯಾಚರಣೆಗೆ ತಗಲುವ ನಿಗದಿತ ಸೈನಿಕರನ್ನು ಆಗಲೇ ಮುಂಚೂಣಿಗೆ ರವಾನಿಸಲಾಗಿತ್ತು. ಆ ಬಿಸಿರಕ್ತದ ತರುಣನಿಗೆ ಇದು ಸರಿ

ಎನ್ನಿಸಲಿಲ್ಲ. ಆತ ತನ್ನನ್ನು ಬಟಾಲಿಯನ್‌ನ ಡೆಪ್ಯುಟಿಯವರು, ಮುಂಚೂಣಿಯ ಸೈನಿಕರಿಗೆ ಊಟ–ತಿಂಡಿಕೊಂಡೊಯ್ಯಲು ನಿಯಮಿಸಿದ್ದಾರೆ ಎಂಬ ಸುಳ್ಳುನೆಪಒಡ್ಡಿ ಹೆಲಿಕಾಪ್ಟರ ಒಂದರಲ್ಲಿ ಮುಂಚೂಣಿಗೆ ಹೋಗಿಬಿಟ್ಟ. ಹೆಲಿಕಾಪ್ಟರ್ ಇಳಿದವನೇ ಆಕ್ರಮಣಕ್ಕೆ ತೆರಳುವ ಮುಂಚೂಣಿಯ ತಂಡದೊಡನೆ ಸೇರಿಕೊಂಡುಬಿಟ್ಟ. ಆತನ ಹುರುಪು, ಹುಮ್ಮಸ್ಸುಗಳನ್ನು ಕಂಡು ಆತನನ್ನು ಆ ತಂಡದಲ್ಲಿ ಸೇರಿಸಿಕೊಳ್ಳಲಾಯಿತು. ನಂತರ ಗಾಯಾಳುಗಳನ್ನು ಹೊತ್ತುತಂದ ಹೆಲಿಕಾಫ್ಟರ್ ಒಂದರಲ್ಲಿ ಆತ ತಿರುಗಿ ಬಂದಾಗ ಅವನ ಅಚ್ಚಳಿಯದ ಹುಮ್ಮಸ್ಸು ಅಸದಳವಾಗಿತ್ತು. ಆತನ ಕೈಬೆರಳುಗಳು ಹಿಮಚಳಿಯಿಂದಾಗಿ ಕಡುನೀಲಿ ಬಣ್ಣಕ್ಕೆ ತಿರುಗಿದ್ದು ಕಾಲುಕೂಡಾ ನೀಲಿಗಟ್ಟಿ ವಿಪರೀತ ನೋಯುತ್ತಿತ್ತು. ನಮ್ಮ ವೈದ್ಯರು ಅವನನ್ನು ಕೂಡಲೇ ಚಿಕಿತ್ಸೆಗೆ ಕರೆದೊಯ್ದರು. ಚಿಕಿತ್ಸೆ ಸಾಗುತ್ತಿದ್ದಾಗ ಒಂದೇ ಸವನೆ ಪಾಕಿಸ್ತಾನಿಗಳನ್ನು ಬೈಯುತ್ತಾ ಇದ್ದ ಹಾಗೂ ಹೇಳುತ್ತಲೇ ಇದ್ದ, ತನ್ನ ಕೈ ಬೆರಳು ತನ್ನ ಮಶಿನ್ ಗನ್ ಟ್ರಿಗರ್ ಗಾರ್ಡ್ ಒಳಗೆ ಹೋಗುವಂತಾಗಿದ್ದರೆ ಇಷ್ಟರಲ್ಲೇ ಯುದ್ಧವೇ ಮುಗಿಯುತ್ತಿತ್ತು. ಆತನ ಕೈ ಬೆರಳುಗಳು ತುಂಬಿದ ಬಲೂನಿನಂತೆ ಊದಿಕೊಂಡಿದ್ದವು. ತುಸು ತಗಲಿದರೂ ಬೊಬ್ಬೆಹಾಕುವಂತೆ ನೋಯುತ್ತಿದ್ದವು. ಆದರೆ ಒಮ್ಮೆ ಕೂಡಾ ಆತ 'ಕುಂಯ್ಯ್' ಗುಡಲಿಲ್ಲ. ವೈದ್ಯನು ಇಂಜೆಕ್ಷನ್ ನೀಡಿಯೇ ಅವನ ನೋವನ್ನು ಕೊಂಚ ಕಡಿಮೆ ಮಾಡಬೇಕಾಯಿತು.

ಆಗಲೇ ಮೂರನೇ ದಿನ ಪ್ರಾರಂಭವಾಗಿತ್ತು. ನಮ್ಮ ಸೈನಿಕರು ತುಂಬಾ ದಣಿದಿದ್ದರು. ನಾವಿದ್ದ ಮೇಲ್ಭಾಗಕ್ಕೆ ಊಟವೂ ತಲುಪುತ್ತಿರಲಿಲ್ಲ. ರಾತ್ರಿಯ ಶೀತದಲ್ಲಿ ಆಯುಧಗಳೂ ಕೆಲಸ ಮಾಡುತ್ತಿರಲಿಲ್ಲ. ಹೀಗಾಗಿ ಸೈನಿಕರ ತಾಳ್ಮೆಯೂ ತಳಭಾಗಕ್ಕೆ ಸೇರಿತ್ತು. ಅದರಲ್ಲೂ ತಮ್ಮ ಸಾಥಿ ಗಾಯಾಳುಗಳನ್ನು, ಇತರರ ಶವಗಳನ್ನು ಕಂಡು ಮನೋಸ್ಥೈರ್ಯವೂ ಇಳಿಮುಖವಾಗುತ್ತಿತ್ತು. ಈ ಎಲ್ಲ ಸಂಗತಿಗಳು ಕಮಾಂಡರರನ್ನು ತುಂಬಾ ಚಿಂತೆಗೀಡುಮಾಡಿದವು. ಆಗಲೇ ನಮ್ಮ ಬಟಾಲಿಯನ್ನಿನ ಕಮಾಂಡಿಂಗ್ ಆಫೀಸರ್ ಸ್ವತಃ ಬೇಸ್ ಕ್ಯಾಂಪ್‌ಗೆ ಬಂದು ಎತ್ತರದಲ್ಲಿದ್ದ ಟಾಸ್ಕ್ ಫೋರ್ಸ್ ಕಮಾಂಡರರೊಡನೆ ಎಲ್ಲ ಸಂಗತಿಗಳ ಕುರಿತು ವಿವರವಾಗಿ ಚರ್ಚಿಸಿದರು. ಈಗಾಗಲೇ ಟಾಸ್ಕ್ ಫೋರ್ಸ್ ಕಮಾಂಡರನ ಬ್ಯಾಟರಿಗಳನ್ನು ನವೀಕರಿಸಲಾಗಿತ್ತು. ಹೀಗಾಗಿ ಆತ ಬೇಸ್ ಕ್ಯಾಂಪಿಗೆ ಬಂದ ಕಮಾಂಡಿಂಗ್ ಆಫೀಸರ್ ಜೊತೆ ಚರ್ಚಿಸಲು ಸಾಧ್ಯವಾಯಿತು. ಸಂಗತಿಗಳು ಆಶಾದಾಯಕವಾಗಿದ್ದವು. ಆದರೆ ಇನ್ನೊಂದು ರಾತ್ರಿಯನ್ನು ಮೇಲ್ಭಾಗದಲ್ಲೇ ಕಳೆಯುವುದು ಸೈನಿಕರಿಗೆ ತುಂಬಾ ದುಸ್ಸಾಧ್ಯವಾಗಬಹುದು ಎನ್ನಿಸಿತು. ಅಂತೆಯೇ ವೈರಿಗಳ ಮಾನಸಿಕ ಸಮತೋಲನ ತಪ್ಪಿಸಲು, ಮೊಂಡು ಧೈರ್ಯದ ಹಾಡೇ ಹಗಲಿನ ಆಕ್ರಮಣವೇ ಅತ್ಯುತ್ತಮವೆಂದು ನಿರ್ಣಯಿಸಲಾಯಿತು. ಈ ಬಾರಿ ಆಕ್ರಮಣದ ನೇತೃತ್ವದ ಸರದಿ ನಾಯಬ್ ಸುಬೇದಾರ್ ಬಾನಾಸಿಂಗ್ ವಹಿಸಿದ.

೨೬ ಜೂನ್, ೧೯೮೭ ರ ಮಧ್ಯಾಹ್ನ ೧೨ ಗಂಟೆ ೧೧ ನಿಮಿಷಕ್ಕೆ ಪಾಕಿಸ್ತಾನದ 'ಕಾಯದ್ ಸ್ಥಾನಕ' ದ ಮೇಲೆ ಅಂತಿಮ ಆಕ್ರಮಣವನ್ನು ಪ್ರಾರಂಭಿಸಲಾಯಿತು.

ನಾಯಬ ಸುಬೇದಾರ್ ಬಾನಾಸಿಂಗನಿಗೆ ರಾಯಫಲಮನ್ ಚುನಿಲಾಲ್, ಲಕ್ಷ್ಮಣದಾಸ್, ಓಮರಾಜ ಹಾಗೂ ಕಾಶ್ಮೀರ ಚಂದ ಜೊತೆಗೂಡಿದರು. ಈ ನಾಲ್ವರೂ ತಮ್ಮ ಗುರಿಯೆಡೆಗೆ ನಿಧಾನವಾಗಿ ಮುಂದುವರಿಯಲು ಪ್ರಾರಂಭಿಸಿದರು. ವೈರಿಯ ಗುಂಡಿನ ದಾಳಿಯ ತೀವ್ರತೆಯೂ ಈಗ ಕಡಿಮೆ ಆಗುತ್ತಾ ಆಗೊಮ್ಮೆ ಈಗೊಮ್ಮೆ ಬಿಟ್ಟು ಬಿಟ್ಟು ಗುಂಡಿನ ಮಳೆ ಸುರಿಯುತ್ತಿತ್ತು. ಬಹುಶಃ ವೈರಿಯೂ ದಣಿದು ಬಸವಳಿದಿದ್ದ ಹಾಗೂ ಆತನ ಗುಂಡಿನ ದಾಸ್ತಾನವೂ ಕರಗಿರಬೇಕು. ಹೀಗಾಗಿ ಬಾನಾಸಿಂಗನ ತಂಡ ತುಂಬಾ ಜಾಗರೂಕತೆಯಿಂದ ಸಾವಧಾನವಾಗಿ ಮುನ್ನಡೆಯಲು ಅನುಕೂಲವಾಯಿತು. ಅವರು ಕೊನೆಯ ೧೦೦ ಮೀ. ಕ್ರಮಿಸುವುದೆಂದರೆ ತಾಳ್ಮೆಯ ತಳವನ್ನೇ ತಟ್ಟಿದಂತಿತ್ತು. ಹೊತ್ತು ನಿಂತೇ ಬಿಟ್ಟಿತ್ತೋ ಅನ್ನಿಸುತ್ತಿತ್ತು. ಅಂತೂ ಆಕ್ರಮಣದ ತಂಡ ಗುರಿಯನ್ನು ತಲುಪಿ ಬಿಟ್ಟಿತ್ತು. ಸುಖದಾಶ್ಚರ್ಯವೆಂದರೆ ನಮ್ಮ ತಳಭಾಗದ ಗನ್‌ಗಳು ವೈರಿಯ ಮೇಲೆ ನಿಖರವಾಗಿ ಗುಂಡಿನ ಮಳೆ ಸುರಿಸಲಾರಂಭಿಸಿದ್ದವು. ಬಹುಶಃ ಇದಕ್ಕೆ ಕಾರಣ ಆಗಲೇ ತಾಪಮಾನ – ನಿಂದ ೦ ಡಿಗ್ರಿಗೆ ಏರಿರಬೇಕು. ಈ ಅನುಕೂಲತೆಯಿಂದಾಗಿ ಬಾನಾಸಿಂಗನ ತಂಡ ಮಧ್ಯಾಹ್ನ ೩ ಗಂಟೆಗೆ ಶಿಖರವನ್ನು ತಲುಪಿದರು. ಆಗ ಅಲ್ಲಿ ತಗ್ಗಿನಲ್ಲಿದ್ದ (trench) ಪಾಕಿಸ್ತಾನದ ಇಬ್ಬರು ಗಾಯಗೊಂಡ ಹತಾಶರಾದ ಸೈನಿಕರು ನಮ್ಮ ಸೈನಿಕರಿಗೆ ಮುಖಾಮುಖಿ (Hand to Hand Fight) ಯುದ್ಧದಲ್ಲಿ (೨೧,೧೫೩ ಫೀಟ್ ಎತ್ತರದಲ್ಲಿ) ಸಮಸಾಟಿ ಆಗಲೇ ಇಲ್ಲ. ಕ್ಷಣಾರ್ಧದಲ್ಲಿ ಅವರು ಹತರಾದರು. ಅಂದು ಮಧ್ಯಾಹ್ನದವರೆಗೆ ಬದುಕಿ ಉಳಿದಿದ್ದ ಈ ಇಬ್ಬರು ಪಾಕಿಸ್ತಾನಿ ಸೈನಿಕರು ಕಳೆದ ಮೂರು ದಿನ ಮೂರು ರಾತ್ರಿ ಭಾರತೀಯ ಸೇನೆಯ ದಾಳಿಯನ್ನು ಎದುರಿಸಿದ್ದರು. ಅವರು ತಮ್ಮ ಮದ್ದು ಗುಂಡುಗಳು ಮುಗಿಯುವವರೆಗೂ ಕೆಚ್ಚೆದೆಯಿಂದ ಕಾದಾಡಿ ಕೊನೆಗೂ ಅಂತಿಮ ಮುಖಾಮುಖಿ ಯುದ್ಧಕ್ಕೆ ಸಿದ್ಧವಾಗಿ ತಮ್ಮ ತಗ್ಗಿನಿಂದ ಹೊರಬಂದಿದ್ದರು. ತಾವು ದಣಿದು, ಬಸವಳಿದಿದ್ದರೂ ಬಾನಾಸಿಂಗನ ತಂಡ ಧೃತಿಗೆಡದೆ ಧೈರ್ಯದಿಂದ ಹೋರಾಡಿ ಅವರಿಬ್ಬರನ್ನು ಕೊಂದುಹಾಕಿ ತನ್ನ ನಾಲ್ವರು ಸಂಗಡಿಗರೊಂದಿಗೆ ಬಾನಾಸಿಂಗ್ ಪಾಕಿಸ್ತಾನಿಗಳ ಆ ಶಿಖರದ ಮೇಲೆ ಭಾರತದ 'ತಿರಂಗಾ' ವನ್ನು ಏರಿಸಿ ಪಂಜಾಬಿ 'ಭಾಂಗಡಾ' ನೃತ್ಯ ಮಾಡುತ್ತಾ ಕುಣಿದಾಡಿದರು. ನಂತರ ಬಾನಾಸಿಂಗನಿಗೆ ದೇಶದ ಅತ್ಯುನ್ನತ ಶೌರ್ಯಪದಕ 'ಪರಮ ವೀರ ಚಕ್ರ' ವನ್ನು ನೀಡಿ ಸನ್ಮಾನಿಸಲಾಯಿತು. ಈ ಪಾಕಿಸ್ತಾನದ ಸೈನಿಕರ ಕಾರ್ಯ ನಿಜವಾಗಿ ಸ್ತುತ್ಯವೇ. ಅವರು ತಮ್ಮ ಕಮಾಂಡರನ ಆದೇಶದಂತೆ ಕೊನೆಯ ಉಸಿರು ಇರುವವರೆಗೂ ತಮ್ಮ ಸ್ಥಾನಕವನ್ನು ಕಾಯ್ದಿದ್ದರು. ನಿಜವಾದ, ಉತ್ಕೃಷ್ಟ ಸೈನಿಕರಂತೆ ಅವರು ಮೂರು ದಿನಗಳ ಭಾರತೀಯರ ಸತತ ಗುಂಡಿನ ದಾಳಿಯನ್ನು ಎದುರಿಸುತ್ತಾ ತಮ್ಮ ಜೀವದ ಹಂಗು ತೊರೆದು ಕೊನೆಗೆ ದಣಿದು ಬಸವಳಿದು, ಸೋತು ಸುಣ್ಣವಾಗುವವರೆಗೂ ತಮ್ಮ ಸ್ಥಾನಕಕ್ಕೆ ಅಂಟುಕೊಂಡಿದ್ದರು. ಅಲ್ಲಿ ಪಾಕಿಸ್ತಾನಿ 'ಸ್ಪೆಷಿಯಲ್ ಸರ್ವೀಸ್' ಗ್ರುಪ್‌ನ ಶಾಹೀನ್ ಕಂಪನಿಯ ಏಳು ಸೈನಿಕರು, ಕಿರಿಯ ಅಧಿಕಾರಿ (JCO) ನಾಯಬ

ಸುಬೇದಾರ ಅತಾ ಮೊಹಮ್ಮದನ ಅಧೀನದಲ್ಲಿ ಹೋರಾಡಿದ ಈ ಸೈನಿಕರು ನಿಜವಾಗಿಯೂ ಅತ್ಯುನ್ನತ ಸಿಪಾಯಿಗಳೇ ಸೈ.

ಈ ಕಥೆ ಜಗತ್ತಿಗೆ ತಿಳಿಯಲು ಕಾರಣವೆಂದರೆ ಯುದ್ಧದ ಕೊನೆ ಕ್ಷಣದಲ್ಲಿ ಪಾಕಿಸ್ತಾನ ಆ 'ಕಾಯದ್ ಸ್ಥಾನಕ' ದಿಂದ ಪಾಕಿಸ್ತಾನದೆಡೆ ೧೦೦೦ ಫೂಟ್ ಕೆಳಗಡೆ ಧುಮುಕಿದ ಪಾಕಿಸ್ತಾನಿ ಸೈನಿಕರು ಬದುಕುಳಿದು ತಮ್ಮ ವೃತ್ತಾಂತ ತಿಳಿಸಿದ್ದು. ಅವರು ಜಗತ್ತಿನ ಅತೀ ಎತ್ತರದ ಸ್ತಾನಕದಲ್ಲಿ ತಮ್ಮ ಕೊನೆಯ ದಿನಗಳ ವಾಸ್ತವ್ಯವನ್ನು ಅತಿ ವಿವರವಾಗಿ, ನಿಚ್ಚಳವಾಗಿ ಬಣ್ಣಿಸಿದರು. ಅವರ ಹೇಳಿಕೆ ಏನೆಂದರೆ ನಾಯಬ ಸುಬೇದಾರ ಅತಾ ಮೊಹಮ್ಮದ್ ತಾನು ಒಂದಿನಿತೂ ಬಿಡುವು ಪಡೆಯದೆ ಎಲ್ಲೆಡೆ ಓಡಾಡುತ್ತಾ ನಮ್ಮನ್ನು ಹುರಿದುಂಬಿಸುತ್ತಿದ್ದ. ವೈರಿಗಳ ಗುಂಡಿನಿಂದ ಸ್ವತಃ ಗಾಯಗೊಂಡಿದ್ದರೂ ಇನ್ನೇನು ನಮಗೆ ಹೆಚ್ಚಿನ ಸಹಾಯ ಕೆಲವೇ ಕ್ಷಣಗಳಲ್ಲಿ ಬರಲಿದೆ ಎಂದು ಸತತವಾಗಿ ನಮ್ಮನ್ನು ಹುರಿದುಂಬಿಸುತ್ತಿದ್ದ. ಆದರೆ ಆ ಸಹಾಯ ಕೊನೆಗೂ ಬರಲೇ ಇಲ್ಲ. ಆದರೆ ನಾವು ನಮ್ಮ ಸ್ಥಾನ ಬಿಟ್ಟು ಕದಲದೇ ವೈರಿಗಳನ್ನು ಮೂರು ದಿನಗಳವರೆಗೆ, ನಮ್ಮ ಮದ್ದು ಗುಂಡುಗಳು ಮುಗಿಯುವವರೆಗೆ ತಡೆಹಿಡಿದೆವು. ನಮ್ಮ ಉಳಿವಿಗಾಗಿ ಬೇಕಾದ ಊಟ ನೀರಿನ ಕುರಿತು ಯಾರೂ ಚಿಂತಿಸಲೇ ಇಲ್ಲ.

ಈ ರೀತಿಯಾಗಿ ಕೊನೆಗೂ ನಮ್ಮ ಸಂಕಷ್ಟದ ಪರಿಹಾರವಾಗಿ ಭಾರತದ ಧ್ವಜ ಜಗತ್ತಿನ ಅತೀ ಎತ್ತರದ ಯುದ್ಧ ಸ್ಥಾನಕದಲ್ಲಿ ಹಾರಾಡಿತು. ಮೇಜರ್ ವರೀಂದರ ಸಿಂಗ್, ನಮ್ಮ ವಿಜಯದ ವಾರ್ತೆಯನ್ನು ಸಂದೇಶ ರವಾನಿಸಿ, ಮೇಲೆ ಶಿಖರದೆಡೆ ಏರಲಾರಂಭಿಸಿದ. ಕೂಡಲೇ ವೈರಿಯ ಸಿಡಿಗುಂಡು ಆತ ನಿಂತ ಸ್ಥಾನದ ಪಕ್ಕದಲ್ಲೇ ಬಿದ್ದು ಸಿಡಿಯಿತು. ಆಗ ಟಾಸ್ಕ್‌ಫೋರ್ಸ್ ಕಮಾಂಡರ್ ತನ್ನ ಗಾಯಕ್ಕೆ ಅಲ್ಲಿಯೇ ಪಟ್ಟಿ ಕಟ್ಟಿಕೊಂಡು ತಡಮಾಡದೇ ಬಾನಾಸಿಂಗನ ತಂಡದೆಡೆಗೆ ಧಾವಿಸಿದ. ಅಲ್ಲಿ ತಲುಪಿದವನೇ ಶಿಬಿರದಲ್ಲಿ ಸೈನಿಕರನ್ನು ಪುನರ್ ರಚಿಸಿ, ವೈರಿಗಳ ಸಂಭವಿತ ಮರು ಆಕ್ರಮಣವನ್ನು ಎದುರಿಸುವ ಸಿದ್ಧತೆ ಮಾಡಿದ. ನಂತರ ಅಲ್ಲಿ ಸುತ್ತಾಡುತ್ತಾ ಸ್ಥಾನಕದ ಪರಿಶೀಲನೆ ಮಾಡುತ್ತಿದ್ದಾಗ ಗೊತ್ತಾಯಿತು ಆತನಿಗೆ ಆದ ಗುಂಡಿನ ಗಾಯ ಕೇವಲ ಹೊರ ಮಟ್ಟದ್ದಲ್ಲ ಎಂದು. ಗುಂಡಿನ ತುಂಡು ಒಳಗೆ ಪುಪ್ಪುಸದ ಪಕ್ಕದಲ್ಲೇ ನೆಟ್ಟಿಕೊಂಡಿದ್ದು ನಂತರ ಬೇಸ್ ಕ್ಯಾಂಪ್‌ಗೆ ಆತನನ್ನು ತೆರವುಗೊಳಿಸಿದಾಗ ತಿಳಿಯಿತು.

ಖಂಡಿತವಾಗಿಯೂ ಇದೊಂದು ಜಾಗತಿಕ ಇತಿಹಾಸದಲ್ಲೇ ಹಿಂದೆಂದೂ ಘಟಿಸದ ಅತ್ಯುನ್ನತ ಭೂಭಾಗದ ಯುದ್ಧ ಕಾರ್ಯಾಚರಣೆ ಆಗಿತ್ತು. ೨೧,೧೫೩ ಫೂಟ್ ಎತ್ತರದಲ್ಲಿದ್ದ ಪಾಕಿಸ್ತಾನೀ ಸ್ಥಾನಕವನ್ನು ಮೂರು ಹಗಲು, ಮೂರು ರಾತ್ರಿಯ ಶೂನ್ಯ ಡಿಗ್ರಿ ತಾಪಮಾನದ ಯುದ್ಧ ಕಾರ್ಯಾಚರಣೆಯಲ್ಲಿ ವಶಪಡಿಸಿಕೊಳ್ಳಲಾಗಿತ್ತು. ಈ ಕಾರ್ಯಾಚರಣೆಯಲ್ಲಿ ಅನೇಕ ಸೈನಿಕರನ್ನು ಕಳೆದುಕೊಂಡರೂ ನಮ್ಮ ಸಾರ್ವಭೌಮತೆಯನ್ನು ಬಿಟ್ಟುಕೊಡಲಿಲ್ಲ. ಅಲ್ಲದೇ ಪಾಕಿಸ್ತಾನಕ್ಕೆ ಮೇಲ್‌ಸ್ತರದಿಂದ

ದೊರೆಯಬಹುದಾದ ಬಹುದೊಡ್ಡ ಲಾಭಕ್ಕೆ ತಡೆಯೊಡ್ಡಲಾಯಿತು. ಈ 'ಕಾಯದ್ ಸ್ಥಾನಕ'ವನ್ನು ಈಗ 'ಬಾನಾ ಟಾಪ್' ಎಂದು ಕರೆಯಲಾಯಿತು. ಇದು ಭಾರತೀಯ ಸೈನ್ಯಕ್ಕೆ ಸಾಮರಿಕ ವಿಜಯವಾಯಿತು. ಇದು ಈವರೆಗಿನ ಭಾರತೀಯ ಯುದ್ಧ ಕಾರ್ಯಾಚರಣೆಯ ಅತೀ ಯಶಸ್ವೀ ಕಾರ್ಯಾಚರಣೆ ಎಂದು ಅನ್ನಲಾಗುತ್ತದೆ.

ಎಲ್ಲರಿಗೂ ಗೊತ್ತಿರುವಂತೆ, ತಮ್ಮದೇ ಕಾರಣಗಳಿಂದ ಭಾರತದಲ್ಲಾಗಲೀ ಪಾಕಿಸ್ತಾನದಲ್ಲಾಗಲೀ ಈ ಕಾರ್ಯಾಚರಣೆಯ ವಿವರವಾದ ವರದಿ ನೀಡಲಾಗುತ್ತಿಲ್ಲ. ಅಂತೆಯೇ ಬಹಿರಂಗವಾಗಿ ಒಂದೇ ಒಂದು ಶಬ್ದವನ್ನೂ ಪ್ರಕಟಿಸಲಿಲ್ಲ. ಯಾರೊಬ್ಬರೂತಮ್ಮ ವಿಜಯವನ್ನು ಘೋಷಿಸಿದರೆ ಅದು ಅವರವರ ಸರಕಾರದ ಘೋಷಿತ ನೀತಿಯ ವಿರುದ್ಧವಾಗುತ್ತಿತ್ತು. ಮೊದಲನೆಯದಾಗಿ ಪಾಕಿಸ್ತಾನವು ತಾನು ಭಾರತೀಯ ಸಾರ್ವಭೌಮತ್ವದ ಸೀಮೆಯನ್ನು ಉಲ್ಲಂಘಿಸಿದ್ದಾಗಿ ಹೇಳಿಕೊಳ್ಳುವಂತಿರಲಿಲ್ಲ. ಎರಡನೆಯದ್ದಾಗಿ ಯಶಸ್ವಿಯಾಗಿ ನುಗ್ಗಿದ ನಂತರ ತನ್ನನ್ನು ಅಲ್ಲಿಂದ ಭಾರತೀಯ ಸೈನ್ಯ ಹೊಡೆದೋಡಿಸಿತು ಹಾಗೂ ತನ್ನ ಅನೇಕ ಸೈನಿಕರು ಮೃತರಾದರು ಅಂತ ಕೂಡ ಹೇಳುವಂತಿಲ್ಲ! ಇತ್ತ ಭಾರತವೂ ಕೂಡಾ ತಾನು ಪಾಕಿಸ್ತಾನಿ ಸ್ಥಾನಕವನ್ನು ಯಶಸ್ವಿಯಾಗಿ ಗೆದ್ದುಕೊಂಡೆನೆಂದು ಹೇಳಿಕೊಳ್ಳುವಂತಿರಲಿಲ್ಲ ಏಕೆಂದರೆ ಅದು ತಾವು ಪರಸ್ಪರ ಆಕ್ರಮಣ ಮಾಡುವುದಿಲ್ಲವೆಂದು ಎರಡೂ ದೇಶಗಳು ಮಾಡಿಕೊಂಡ ಚಿಕ್ಕ ಒಪ್ಪಂದದ ಉಲ್ಲಂಘನೆಯಾಗುತ್ತಿತ್ತು. ಆದುದರಿಂದ ಯಾವುದೇ ಸುದ್ದಿ ಮಾಧ್ಯಮಗಳಾಗಲಿ, ಸಾಮಾನ್ಯ ಜನತೆಯಾಗಲಿ ಎಂದೂ ಹೋಗದ ಕೇವಲ ಸೈನ್ಯವೇ ತಲುಪಬಹುದಾದ ಹಿಮಚ್ಛಾದಿತ ಅತ್ಯುನ್ನತ ಪ್ರದೇಶದ ಘಟನೆಗಳನ್ನು ಅದರಷ್ಟಕ್ಕೇ ಬಿಡುವುದು ಹಿತಕಾರಿಯಾಗಿತ್ತು. ಆದರೆ ೦೬ ಜುಲೈ ೧೯೮೭ರಲ್ಲಿ ಪಾಕಿಸ್ತಾನೀ ಸುದ್ಧಿಮಾಧ್ಯಮದಲ್ಲಿ ಪಾಕಿಸ್ತಾನವು 'ಕಾಯದ್ ಸ್ಥಾನಕ'ವನ್ನು ಕಳೆದುಕೊಂಡ ವರದಿ ಬಂದದ್ದನ್ನು ನೋಡಿ ನನಗೆ ಆಶ್ಚರ್ಯವಾಯಿತು. ವರದಿಯಲ್ಲಿ ಹೇಳಲಾಗಿತ್ತು – ಪಾಕಿಸ್ತಾನ ಅಸೆಂಬ್ಲಿಯ ವಿರೋಧಿ ಪಕ್ಷದ ಧುರೀಣ ಭುಟ್ಟೋ ಮುಜಫರಾಬಾದ್‌ನ ಮಿಲಿಟರಿ ಆಸ್ಪತ್ರೆಯಲ್ಲಿ ಸಿಯಾಚಿನ್‌ನಲ್ಲಿ ಭಾರತೀಯ ಸೈನ್ಯದೊಡನೆ ಆದ ಭೀಕರ ಕಾಳಗದಲ್ಲಿ 'ಕಾಯದ್ ಸ್ಥಾನಕ'ವನ್ನು ಸೋತ ಗಾಯಾಳುಗಳಾದ ಪಾಕಿಸ್ತಾನಿ ಸೈನಿಕರನ್ನು ಕಾಣಲು ಬಂದರು"

***

೧೫. ಆಪರೇಶನ್ ಕಿಯಾದತ್

ಕಾಯದ್ ಸ್ಥಾನಕದ ಮೇಲೆ ಪಾಕಿಸ್ತಾನೀ ಆಕ್ರಮಣ

ಜೂನ್ ೧೯೮೭ರಲ್ಲಿ ಭಾರತೀಯ ಸೈನ್ಯದಿಂದ 'ಕಾಯದ್ ಸ್ಥಾನಕ'ದಲ್ಲಿ ತನಗೆ ಆದ ಸೋಲನ್ನು ಪಾಕಿಸ್ತಾನಕ್ಕೆ ಮರೆಯಲಾಗುತ್ತಿರಲಿಲ್ಲ. ಅಂತೆಯೇ ಸೋಲಿನ ಅವಮಾನದ ಮರುದಿನದಿಂದಲೇ ಅದು 'ಬಿಲಾ ಫೊಂಡಲಾ'ದ ಉತ್ತರದಲ್ಲಿದ್ದ 'ಅಶೋಕ' ಮತ್ತು 'U-cut' ಎಂಬ ಭಾರತೀಯ ಸ್ಥಾನಕಗಳನ್ನು ಕಬಳಿಸುವ ಸಂಚು ಪ್ರಾರಂಭಿಸಿತು.

ಪಾಕಿಸ್ತಾನಿಗಳು ಆ ಸ್ಥಾನಕಗಳನ್ನು 'ಅಕ್ಬರ' ಹಾಗೂ 'ರಾನಾ' ಸ್ಥಾನಕ ಎಂದು ಕರೆದರು. 'ಕಾಯದ್ ಸ್ಥಾನಕ'ದ ರಕ್ಷಣೆಯಲ್ಲಿ ವೀರ ಮರಣವನ್ನಪ್ಪಿದ ನಾಯಬ ಸುಬೇದಾರ ಅತಾ ಮೊಹಮ್ಮದನ ಸಾವಿನ ಪ್ರತಿಕಾರ ತೀರಿಸುವ ಗುರಿ ಅವರದಾಗಿತ್ತು. ಕೊನೆಯ ಗುಂಡು ಕೊನೆಯ ಶ್ವಾಸ ಇರುವವರೆಗೆ ಹೋರಾಡಿದರೂ ಭಾರತೀಯ ಸೈನ್ಯದ ಆಕ್ರಮಣವನ್ನು ತಾಳಲಾರದೆ ಬಾನಾಸಿಂಗ ಹಾಗೂ ಅವರ ನಾಲ್ಕು ಸಂಗಾತಿಗಳೊಂದಿಗಿನ ಸಂಗ್ರಾಮದಲ್ಲಿ, ೨೨೦೦೦ ಫೂಟ್ ಎತ್ತರದ ಅತ್ಯುನ್ನತ ಹಿಮಾಚ್ಛಾದಿತ ಶಿಖರದ ತುದಿಯಲ್ಲಿ ಕೊನೆಗೆ ಕೈ-ಕೈ ಯುದ್ಧದಲ್ಲಿ ಹತರಾದರು.

ಭಾರತ ಪಾಕಿಸ್ತಾನದ ಇಕ್ಕೆಲದ ಗಡಿಗಳನ್ನು ವೀಕ್ಷಿಸಬಹುದಾದ ಅತಿ ಎತ್ತರದ ಈ ಸ್ಥಾನಕವು ಸಾಮರಿಕ ದೃಷ್ಟಿಯಿಂದ ಅತ್ಯಂತ ಮಹತ್ವದ್ದಾಗಿತ್ತು. ಅಂತೆಯೇ ಈ ಸ್ಥಾನಕವನ್ನು ಕಳೆದುಕೊಂಡ ರೊಚ್ಚು ಪಾಕಿಸ್ತಾನಿಗಳನ್ನು ಹೊಡೆದೆಬ್ಬಿಸಿತ್ತು. ಅವರು ಆ ಸೋಲಿನ ಸೇಡು ತೀರಿಸಿಕೊಳ್ಳಬಯಸುತ್ತಿದ್ದರು. ಈ ಕಾರ್ಯಾಚರಣೆಗೆಂದೇ ವಿಶೇಷವಾಗಿ ಬ್ರಿಗೇಡಿಯರ್ ಮುಶರ್ರಫ (ನಂತರ ಜನರಲ್ ಹಾಗೂ ಪಾಕಿಸ್ತಾನಿ ರಾಷ್ಟ್ರಾಧ್ಯಕ್ಷ)ರನ್ನು ನೇಮಿಸಿ 'ಅಕ್ಬರ' ಮತ್ತು 'ರಾನಾ' ಸ್ಥಾನಕಗಳನ್ನು ಮರಳಿ ಪಡೆಯಲು ಹೇಳಲಾಯಿತು. ಇದಕ್ಕೂ ಮುಂಚೆ 'ಶಿಯಾ' ಪಂಗಡದ ಬಹುಮತವಿದ್ದ ಉತ್ತರೀ ಪ್ರದೇಶದಲ್ಲಿ ಹರಡಿದ ವಿದ್ರೋಹವನ್ನು ಹತ್ತಿಕ್ಕಲು ಸ್ಪೆಷಲ್ ಸರ್ವಿಸ್ ಗ್ರುಪ್ (SSG) ಕಮಾಂಡರನಾದ ಈತನನ್ನು ನೇಮಿಸಲಾಗಿತ್ತು. ಭಾರತದೊಂದಿಗಿನ ಕಾರ್ಯಾಚರಣೆಗೆ ಅವರು 'Op-ಕಿಯಾದತ್' ಎಂದು ಕರೆದರು. ನಾವು 'ಅಶೋಕ' ಮತ್ತು 'u-cut' ಸ್ಥಾನಕವನ್ನು ಕಾಯುವ ಕಾರ್ಯಾಚರಣೆಗೆ 'Op-ವಜ್ರಶಕ್ತಿ' ಎಂದು ಕರೆದೆವು. ೧೯೦೦೦ ಫೂಟ್

ಎತ್ತರದ 'ಅಶೋಕ' ಸ್ಥಾನಕದಲ್ಲಿ ಆಗ ಕೇಲವ ೮ ಜನ ಸೈನಿಕರಿದ್ದರು. ಸೈನ್ಯದ ಒಂದು ಸೆಕ್ಷನ್ ತುಕಡಿಗಿಂತ ಕಡಿಮೆಇದ್ದ ೮ ಜನರ 8 JAK LI ಗುಂಪಿನ ಈ ತಂಡ ಒಂದು ಬ್ರಿಗೇಡ್ ಸಂಖ್ಯೆಯಲ್ಲಿದ್ದ ಪಾಕಿಸ್ತಾನಿ ಸೈನಿಕರನ್ನು ಹಿಮ್ಮೆಟ್ಟಿಸಿ ಸೈನ್ಯ ಸಮರದಲ್ಲಿ ಒಂದು ಇತಿಹಾಸವನ್ನು ಸೃಷ್ಟಿಸಿತು. –೩೦°ಸೆ. ವರೆಗೆ ತಲುಪುತ್ತಿದ್ದ ಅತಿ ಶೀತದ ಹವಾಮಾನದಲ್ಲಿ ಅತಿ ಎತ್ತರದ ಯಾವ ಅನುಕೂಲತೆಯೂ ಇಲ್ಲದ ಉಸಿರುಗಟ್ಟುವ ವಾತಾವರಣದಲ್ಲಿ ಈ ಯುದ್ಧ ಸಾಗಿತ್ತು. ಇಂಥ ವಾತಾವರಣದಲ್ಲಿ ವೈರಿಯು ಶಿಖರವನ್ನು ತಲುಪಲು ಅನೇಕ ಬಾರಿ ತನ್ನ ಮಾರ್ಗವನ್ನು ಬದಲಿಸಿದರೂ ಪ್ರಯೋಜನವಾಗಲಿಲ್ಲ. ಯಶ ಆತನಿಗೆ ದೊರೆಯಲೇ ಇಲ್ಲ.

ಪಾಕಿಸ್ತಾನೀ ವರದಿಗಳನ್ನೂ ಅವರ ಸಂದೇಶಗಳನ್ನೂ ಆಲಿಸಿದಾಗ ತಿಳಿದದ್ದೇನೆಂದರೆ ಅವರಲ್ಲಿ ೩೦೦ ಕ್ಕೂ ಮೇಲ್ಪಟ್ಟು ಸೈನಿಕರು ಹತರಾದರು ಎಂದು 8 JAK LI ಹಾಗೂ 4 Gurkha Riflesನ 3rd Battalion ಹಾಗೂ ಇತರ ಸಹಾಯಕ ಫೋರ್ಸ್‌ಗಳೊಂದಿಗೆ ನಡೆದ Op-Vajrashakti ಕಾರ್ಯಾಚರಣೆ ನಿಜವಾಗಿಯೂ ಅತಿಕ್ಲಿಷ್ಟರವಾದ, ತೀವ್ರತರವಾದ ಘನಘೋರ ಕಾಳಗವಾಗಿತ್ತು. ಅಂತೆಯೇ ೧೯೮೮ ಹಾಗೂ ೧೯೮೯ ರ ಈ ಎರಡೂ ಕಾರ್ಯಾಚರಣೆಯಲ್ಲಿ ಭಾಗವಹಿಸಿದ ಸೈನಿಕರಿಗೆ ಭಾರತ ಸರಕಾರ ಶೌರ್ಯ ಪ್ರಶಸ್ತಿ ನೀಡಿ ಗೌರವಿಸಿತು. ಅದರಲ್ಲಿ ಸುಬೇದಾರ ಬಾನಾಸಿಂಗರಿಗೆ ಅತಿ ಶ್ರೇಷ್ಠವಾದ ಯುದ್ಧ ಶೌರ್ಯದ ಪ್ರತೀಕ 'ಪರಮ ವೀರ ಚಕ್ರ'ದಿಂದ ಸನ್ಮಾನಿಸಲಾಯಿತು. ಅತ್ತ ಪಾಕಿಸ್ತಾನದಲ್ಲಿ ಅವರ ಕೆಪ್ಟನ್ ಇಕ್ಬಾಲ್ ಅವನಿಗೆ ಪರಮವೀರ ಚಕ್ರಕ್ಕೆ ಸಮಾನವಾದ Hilal-i-Jurrat ಸಮ್ಮಾನವನ್ನು ಮರಣೋಪರಾಂತ ನೀಡಲಾಯಿತು. ಇನ್ನೂ ಕೆಲವರಿಗೆ ಯುದ್ಧರಂಗದಲ್ಲಿ ತಮ್ಮ ಶಕ್ತಿ ಮೀರಿ ಸೇವೆ ಸಲ್ಲಿಸಿದ್ದಕ್ಕಾಗಿ ವಿಶೇಷವಾಗಿ ಸಮ್ಮಾನಿಸಲಾಯಿತು. ಯಾವುದೇ ಬಟಾಲಿಯನ್ ಇತಿಹಾಸದಲ್ಲಿ ಪ್ರಥಮ ಬಾರಿ ಒಂದೇ ಬಟಾಲಿಯನ್‌ಗೆ ಅತಿ ಶ್ರೇಷ್ಠವಾದ ಪರಮ ವೀರ ಚಕ್ರದಿಂದ ಹಿಡಿದು Mentioned in Dispatch and Chief of the Army Commendation Card ವರೆಗಿನ ತರತರದ ಅನೇಕ ಸಮ್ಮಾನಗಳು ಲಭಿಸಿರಲಿಲ್ಲ. ಅಲ್ಲದೆ ಪ್ರಥಮ ಬಾರಿ Yuddha Seva Medal ಎಂಬ ಸಮ್ಮಾನವನ್ನು ಘೋಷಿಸಲಾಯಿತು. ೧೯೭೧ ರ ನಂತರ ಪ್ರಥಮ ಬಾರಿ ಈ ರೀತಿ ಯುದ್ಧದ ಪದಕ Gallantry Awardಗಳನ್ನು ನೀಡಲಾಯಿತು. ಹೀಗೆ ಈ ರೀತಿಯ 'ಪ್ರಥಮ'ಗಳು ಈ ಕಾರ್ಯಾಚರಣೆಗೆ ತನ್ನದೇ ಆದ ವೈಶಿಷ್ಟ್ಯವನ್ನು ನೀಡಿದವು.

'ಸಿಯಾಚಿನ್ ಗ್ಲೇಸಿಯರ್'ದ ಯುದ್ಧದ ವಿವರಣೆ ನೀಡುವ ಪೂರ್ವದಲ್ಲಿ ಎರಡೂ ದೇಶಗಳು ತಮ್ಮ ಕಾರ್ಯಾಚರಣೆಗೆ ನೀಡಿದ ಹೆಸರುಗಳನ್ನು ಗಮನಿಸೋಣ. ಪಾಕಿಸ್ತಾನಿಗಳು ರಾಷ್ಟ್ರಪಿತ 'ಕಾಯದ್–ಏ–ಆಜಂ ಜಿನ್ನಾ'ರ ನೆನಪಿಗಾಗಿ ತಮ್ಮ ಸ್ಥಾನಕವನ್ನು 'ಕಾಯದ್ ಸ್ಥಾನಕ' ಎಂದರು. ನಾವು ನಮ್ಮ ಒಂದು ಸ್ಥಾನಕಕ್ಕೆ 'ಅಶೋಕ' ಎನ್ನಲು ಕಾರಣ ಆ ಸ್ಥಾನಕವನ್ನು ನಮ್ಮ ಒಬ್ಬ ಅಧಿಕಾರಿ ಲೆ. ಜ. ಅಶೋಕ ಹಾಂಡೂ, ಆಗಿನ

ಅಲ್ಲಿಯ ಆರ್ಮಿ ಕಮಾಂಡರ್ ಆಗಿದ್ದಾಗ ಅಲ್ಲಿ ಸ್ಥಾಪಿಸಿದ್ದರು ಎಂದಾಗಿ.

'ಅಶೋಕ' ಸ್ಥಾನಕದಿಂದ ಉತ್ತರಕ್ಕೆ ೮೦೦ ಮೀ. ದೂರದಲ್ಲಿದ್ದ ಸ್ಥಾನಕಕ್ಕೆ U-Cut ಎಂದ ಹೆಸರು ಬರಲು ಕಾರಣ ಅದರ ಭೌಗೋಲಿಕ ಪರಿಸರ. ನಮ್ಮಲ್ಲಿಂದ ಅಲ್ಲಿಗೆ ತಲುಪಲು ಎರಡು ಎತ್ತರದ ದಿಬ್ಬಗಳನ್ನು ಪರ್ವತ ಶಿಖರದ ಅಂಚಿನಗುಂಟ ದಾಟಬೇಕಿತ್ತು. ಅಂದರೆ u ಆಕಾರ ದಾಟಿದ ನಂತರ ಗೋಡೆಯಂತೆ ಸೆಟೆದುನಿಂತಿತ್ತು ಈ ಶಿಖರ.

'ಅಶೋಕ' ಹಾಗೂ 'u-cut' ಮೇಲೆ ದಾಳಿ ಎಸಗುವ ಒಂದು ವಾರ ಮೊದಲು ಪಾಕಿಸ್ತಾನಿಗಳು ತಮ್ಮ ಆಕ್ರಮಣದ ಗೌಪ್ಯತೆಯನ್ನು ಕಾಪಾಡಲು ಪೂರ್ವಭಾವಿಯಾಗಿ ಸತತವಾಗಿ ಬಿಟ್ಟೂ ಬಿಡದೇ ಆರ್ಟಿಲರಿ ಫಾಯರ್ ನಡೆಸಿದ್ದರು. ಹೀಗೆ ಅವರೆಡೆಯಿಂದ ಎದುರಿಸಿದ ಗನ್ನಿನ ಮಳೆ ಹೇಳತೀರದಾಗಿತ್ತು. ಈ ತೀವ್ರ ದಾಳಿ ಹಾಗೂ ಒಮ್ಮಲೇ ಹೆಚ್ಚಾದ ಅವರ ರೇಡಿಯೋ ಸಂವಾದಗಳಿಂದಾಗಿ ನಮಗೆ ಅವರ ದಾಳಿಯ ಮುನ್ಸೂಚನೆ ಸಿಕ್ಕಂತಾಗಿ ನಾವು ದಾಳಿ ಎದುರಿಸಲು ನಮ್ಮ ಸಿದ್ಧತೆ ನಡೆಸಿದ್ದೆವು. ನನಗೆ ಇನ್ನೂ ನೆನಪಿದೆ. ಆಗ ಪ್ರತೀ ರಾತ್ರಿಯ ಸುಮಾರು ೩ ಘಂಟೆ ಹೊತ್ತಿಗೆ 'ಬಿಲಾ ಫೋಂಡಲಾ' ಕಂಪನಿಯಿಂದ ಕಂಪನಿ ಕಮಾಂಡರ ಮೇ. ರಣಧೀರ ಸಿಂಹ ಯಾದವರು ಮಲಗುವ ಮೊದಲು 'ಸೋನಮ' ದಲ್ಲಿದ್ದ ನನಗೆ ಕರೆಮಾಡಿ ಅಲ್ಲಿಯ ಸ್ಥಿತಿಗತಿ ವಿಚಾರಿಸುತ್ತಿದ್ದರು. ಅತ್ತ ವೈರಿಯ ಆರ್ಟಿಲರಿ ಸುರಿಮಳೆಯಿಂದಾಗಿ ಹಿಮದ ಸುಂದರ ಬಿಳಿ ಹೊದಿಕೆ, ಚಿಕ್ಕದೊಡ್ಡ ಮೊರ್ಟರ್‌ಗಳು ಹಾಗೂ ಚಿಕ್ಕಚಿಕ್ಕ ಗುಂಪಿನ ಎಲ್ಲೆಡೆ ಮೂಡಿದ ಕುಳಿಗಳಿಂದಾಗಿ ಕಪ್ಪುಬಣ್ಣಕ್ಕೆ ತಿರುಗಿತ್ತು. ಆದರೆ ಆಶ್ಚರ್ಯದ ಸಂಗತಿ ಅಂದರೆ ಒಂದೇ ಒಂದು ಗುಂಡು ಕೂಡಾ ನಮ್ಮ 'ಹಿಮಗುಡಿಸಲು'ಗಳಿಗೆ ತಗಲಿರಲಿಲ್ಲ. ನಂತರ ೧೮ ಸೆ. ದಿಂದ ೨೧ ಸೆ. ವರೆಗೆ ವಿಷಮ ಹವಾಮಾನದಿಂದಾಗಿ ಹಿಮಸುರಿದು ಆಗಲೇ ಆದ ತಗ್ಗು, ಗುಂಡಿಗಳನ್ನು ಮುಚ್ಚಿ ಮತ್ತೆ ಬಿಳಿ ಹಿಮ ಚಾದರವನ್ನು ಹಾಸಿದಂತಾಯಿತು.

ಆಗೀಗ ಆಕಾಶದಲ್ಲಿ ಮೋಡಗಳು ಚದುರಿದಾಗ ಹೆಲಿಕಾಪ್ಟರ್‌ಗಳು ನಮಗಾಗಿ ಆಹಾರ ಸಾಮಗ್ರಿಗಳನ್ನು ಇತರ ಸಲಕರಣೆಗಳನ್ನು ಪೂರೈಸುತ್ತಿದ್ದವು. ಆದರೆ ವೈರಿಯ ಫಿರಂಗಿ ಫಾಯರ್ ನಿರಂತರ ನಡೆಯುತ್ತಲೇ ಇತ್ತು. ರಾತ್ರಿ ಕತ್ತಲೆಯಲ್ಲಿ ನಮ್ಮ ಮೇಲೆ ಆಕ್ರಮಣವೆಸಗಬಹುದೆಂದು ನಮ್ಮ ಅಂದಾಜಿತ್ತು. ಯಾಕೆಂದರೆ ಅದಕ್ಕಿಂತ ತಡಮಾಡಿ ಆಕ್ರಮಣ ಗೈದರೆ ವೈರಿಯು ತನ್ನನ್ನು ದಿನದ ಬೆಳಕಿಗೆ ಒಡ್ಡಿಕೊಂಡು ಹಿಂಸೆಗೊಳಗಾಗುತ್ತಾನೆ. ನಮ್ಮ ಅಂದಾಜು ಸರಿ–ತಪ್ಪು ಎರಡೂ ಆಯಿತು. ತಪ್ಪು ಯಾಕೆಂದರೆ ನಮ್ಮ ಮೇಲೆ ವೈರಿ ಎರಗಿ ಬಂದದ್ದು ಬೆಳಗು ಆದ ಮೇಲೆಯೇ. ಆದರೆ ನಮ್ಮ ಅಂದಾಜು ಸರಿ ಯಾಕೆಂದರೆ ಹತಾಹತರಾದ ವೈರಿಯ ಸಂಖ್ಯೆ ವಿಪರೀತವಾಗಿತ್ತು. ಹೀಗಾಗಿ ೨೩ ಸೆ. ಬೆಳಗಿನಲ್ಲಿ ಹಿಮದ ಬಿಳಿ ಹೊದಿಕೆ ಪುನಃ ವೈರಿಯ ಗನ್‌ಗಳ ಎಡಬಿಡದ ಗುಂಡುಗಳ ಸುರಿಮಳೆಯಿಂದ ಮತ್ತೆ ಕಪ್ಪಗಾಗಿಬಿಟ್ಟಿತ್ತು. ಅಲ್ಲದೇ ನಮ್ಮ 'ಹಿಮಗುಡಿಸಲು'ಗಳು

ಪೆರಾಚೂಟ್ ಟೆಂಟ್‌ಗಳು ಗುಂಡುಗಳ ಸಿಡಿಸುವಿಕೆಯಿಂದಾಗಿ ಚಿಂದಿ ಚಿಂದಿ ಆಗಿಬಿಟ್ಟಿದ್ದವು. ನಮ್ಮ ಕ್ಯಾಂಪಿನ ನಾಲ್ಕು ದಿಶೆಗಳಲ್ಲೂ ಗುಂಡುಗಳು ಎದ್ದು ಕಾಣುತ್ತಿದ್ದವು. ಆ ದೃಶ್ಯವು ಬಲು ಸುಂದರವಾಗಿದ್ದರೂ ಬಹು ಭೀಕರವೂ ಆಗಿತ್ತು!

೨೩ ಸೆ.೧೯೮೭ ಎಂಬುದು ಸಿಯಾಚಿನ ಇತಿಹಾಸದಲ್ಲಿಯೇ ಬಹು ಮುಖ್ಯವಾದ ದಿನ. ಅದೇ ದಿನ ೧೯೦೦೦ ಫೂಟ್ ಎತ್ತರದಲ್ಲಿದ್ದ ನಮ್ಮ 'ಅಶೋಕ ಸ್ಥಾನಕ'ದ ಮೇಲೆ ಪಾಕಿಸ್ತಾನ SSG ೧ ಮತ್ತು ೩ ನೇ ಕಮಾಂಡೋ ಬಟಾಲಿಯನ್‌ನ ಅವರ FCNAಯ ೨ನೇ North Light Infantry ಬಟಾಲಿಯನ್ ಜೊತೆಗೂಡಿ, ದಿಟ್ಟ ಆಕ್ರಮಣ ಎಸಗಿದವು. ಅಂದು ಬೆಳಗ್ಗೆ ಸರಿಯಾಗಿ ೫.೫೫ ಘಂಟೆ ಪಾಕಿಸ್ತಾನದ ಹೆಸರಾಂತ SSG ಬಟಾಲಿಯನ್‌ನ ಧೀರೋಧಾತ್ತ ಶೂರ ಸೈನಿಕರು ತಮ್ಮ ಹಿರಿಯ ಅಧಿಕಾರಿಗಳ ಆಜ್ಞೆಯ ಮೇರೆಗೆ 'ಅಶೋಕ ಸ್ಥಾನಕ' ದೆಡೆಗೆ ಪರ್ವತ ಶಿಖರಗಳ ಅಂಚಿನ ಮೇಲೆ ನಡೆಯುತ್ತ ಮುಂದೆ ಬರುತ್ತಿರುವುದು ಕಂಡುಬಂದಿತು. ಅಲುಗಿನಂತಿರುವ ಆ ಪರ್ವತ ಶಿಖರದ ಅಂಚಿನ ಮೇಲೆ ಅಕ್ಕ ಪಕ್ಕಕ್ಕೆ ಇಬ್ಬರಂತೆ ಸಾಲುಗಟ್ಟಿ ಒಬ್ಬರಹಿಂದೆ ಒಬ್ಬರು ಮುನ್ನುಗ್ಗಿ ಬರುತ್ತಿದ್ದರು. ಆಗಲೇ ಆಕ್ರಮಣ ಪ್ರಾರಂಭವಾಗಿ ಬಿಟ್ಟಿತ್ತು. ಬಲುದೊಡ್ಡ ಸೈನ್ಯ 'ಅಶೋಕ' ಕಡೆ ನೇರವಾಗಿ ಮುನ್ನುಗ್ಗುವದು ಕಂಡುಬರುತ್ತಿತ್ತು. ಅಲ್ಲಿ ನಮ್ಮ 8 JAK LI ಬಟಾಲಿಯನ್‌ನ ಕೇವಲ ೪ ಸೈನಿಕರಿದ್ದರು. ನಂತರ ಬಳಿಯಲ್ಲಿದ್ದ ೩/೪ Gurkha Rifleದ ಸೈನಿಕರನ್ನು ಕಳಿಸಿ ಅದನ್ನು ಬಲಪಡಿಸಲಾಯಿತು. ಯಾಕೆಂದರೆ ಈ ಸೈನಿಕರೇ ಆ ಸ್ಥಾನಕ್ಕೆ ಬದಲಿ ಸೈನಿಕರೆಂದು ನಿಗದಿಸಲಾಗಿತ್ತು. ಆಶ್ಚರ್ಯದ ಮಾತೆಂದರೆ ಈ ರೀತಿ ಸಮ್ಮಿಲಿತಗೊಂಡ ಚಿಕ್ಕ ಸೈನಿಕರ ಗುಂಪೇ, ಪಾಕಿಸ್ತಾನ ಬ್ರಿಗೇಡನಂತಹ ಸೈನ್ಯದಳವನ್ನು ಸೋಲಿಸಿ ಹಿಮ್ಮೆಟ್ಟಿಸಿತು.!

೨೨-೨೩ ಸೇ. ರಂದು ಬೆಳಗಿನ ೩ ಘಂಟೆ ವರೆಗೆ ವೈರಿಯ ದಾಳಿಯನ್ನು ಎದುರು ನೋಡುತ್ತಿದ್ದ ನಾವು ಅದೇ ತಾನೆ ನಿದ್ದೆಗೆ ಜಾರುತ್ತಿದ್ದಾಗ ನನಗೆ 'ಅಶೋಕ ಸ್ಥಾನಕ'ದ ಕಿರಿಯ ಅಧಿಕಾರಿಯಿಂದ ರೇಡಿಯೋ ಕಾಲ್ ಬಂದಿತು. ಆತ ಹೇಳುತ್ತಿದ್ದ 'ಪಾಕಿಸ್ತಾನಿ ಸೈನ್ಯ ಅತಿದೊಡ್ಡ ಸಂಖ್ಯೆಯಲ್ಲಿ ನಮ್ಮೆಡೆ ಮುನ್ನುಗ್ಗುತ್ತಿದೆ' ಎಂದು. ನಾನು ಕ್ಷಣಕಾಲ ಯೋಚಿಸಿದೆ ಇದು ತಪ್ಪು ವರದಿ. ಅದ್ಯಾವ ಬುದ್ಧಿಹೀನ ಮನುಷ್ಯ ಈ ರೀತಿ ದಿನದ ಬೆಳಕಿನಲ್ಲಿ ಆಕ್ರಮಣ ಮಾಡುತ್ತಾನೆ. ಆದರೆ ವರದಿ ಸರಿಯಾಗಿಯೇ ಇತ್ತು. ಅತಿ ದೂರದಿಂದ ನಮಗೂ ಪಾಕಿಸ್ತಾನಿಗಳು ಶಿಖರದ ಅಂಚಿನಗುಂಟ ಎತ್ತರದಲ್ಲಿ ಮುಂದೆ ಬರುತ್ತಿರುವುದು ಸ್ಪಷ್ಟವಾಗಿ ಗೋಚರಿಸುತ್ತಿತ್ತು. ಇದು ನಮ್ಮ ಸೈನ್ಯಕ್ಕೆ ತನ್ನ ಗುರಿಸಾಧನೆಯ ಪ್ರಾಕ್ಟಿಸ್ ಮಾಡಲು ಸುಸಂಧಿ ನೀಡುವಂತಿತ್ತು.

ಅಲ್ಲಿ ಇದ್ದ ಸುಬೇದಾರ ಲೇಖರಾಜ ಮತ್ತು ಅವನ ೭ ಜನ ಸಂಗಡಿಗರು ವೈರಿಗೆ 'ಯಥಾಯೋಗ್ಯ' ಸ್ವಾಗತ ನೀಡಿದರು. ಮುನ್ನುಗ್ಗುವ ಪಾಕಿಸ್ತಾನಿಗಳ ಸಂಖ್ಯೆ ಏರುತ್ತಿತ್ತು. ಆದರೆ ನಮ್ಮ ಧೀರ ಲೇಖರಾಜ ಹೇಳುತ್ತಿದ್ದ ತಾನು ಜೀವಂತವಾಗಿ

ಇರುವವರೆಗೆ ಈ ಸ್ಥಾನಕಕ್ಕೆ ಯಾವ ತೊಂದರೆಯೂ ಬರಲಾರದು ಎಂದು ಆತ ನಮಗೆ ತನ್ನ ರೇಡಿಯೋ ಸಂದೇಶದಲ್ಲಿ ಹೇಳಿ ಇದನ್ನು ಆಕ್ರಮಣಕಾರರ ಮೇಲೆ ತನ್ನೆಲ್ಲ ಆಯುಧಗಳ ಗುಂಡಿನ ಸುರಿಮಳೆ ಸುರಿಸಲಾರಂಭಿಸಿದ. ಇದಾದ ಎರಡೇ ನಿಮಿಷದಲ್ಲಿ ಪಾಕಿಸ್ತಾನಿ 'ಟೋ' ಮಿಸಾಯಿಲ್ ಲೇಖರಾಜ ಮತ್ತು ಆತನ ಇಬ್ಬರು ಸಂಗಡಿಗರಿದ್ದ ಬಂಕ್‌ಮೇಲೆ (ತಗ್ಗಿನ ಮನೆ) ನೇರವಾಗಿ ಎರಗಿ, ಅವರಿಬ್ಬರ ಆಹುತಿ ಪಡೆಯಿತು. ನಮ್ಮ 'ಅಶೋಕ ಸ್ಥಾನಕ'ದ ತಳಭಾಗದಲ್ಲಿದ್ದ ಪಾಕಿಸ್ತಾನಿಗಳ 'ರನಬೀರ–೨ (HMG ರಿಜ್ ಸ್ಥಾನಕವೆಂದು ನಾವು ಅನ್ನುತ್ತಿದ್ದೆವು.) ಸ್ಥಾನಕದಿಂದ ಹಾರಿಸಿದ ಮಿಸಾಯಿಲ್ ಅದಾಗಿತ್ತು.

ಸುಬೇದಾರ ಲೇಖರಾಜರ ಅಂದಿನ 'ಅಶೋಕ' ಸ್ಥಾನಕದ ಶೌರ್ಯ ಪಾಕಿಸ್ತಾನದ ದಾಳಿಯಿಂದ ನಮ್ಮನ್ನು ಉಳಿಸಿತು. ಅಂದು ಅಲ್ಲಿದ್ದ ಪ್ರತಿಯೊಬ್ಬರೂ ಜೀವದ ಹಂಗುತೊರೆದು ಮತ್ತೆ ಮತ್ತೆ ಮರುಕಳಿಸುತ್ತಿದ್ದ ವೈರಿಯ ದಾಳಿಯನ್ನು ಯಶಸ್ವಿಯಾಗಿ ಹಿಮ್ಮೆಟ್ಟಿಸುವಲ್ಲಿ ಅತ್ಯುನ್ನತ ಧೈರ್ಯವನ್ನು ಪ್ರದರ್ಶಿಸಿದರು. ಕೊನೆಗೆ ಕೇವಲ ೫ಜನರು ಇದ್ದಾಗ ಸ್ಥಿತಿ ತುಂಬಾ ಗಂಭೀರವಾಯಿತು. ಆದರೂ ಈ ಜನರು ಧೈರ್ಯಗೆಡದೆ ವೈರಿಗಳನ್ನು ಎದುರಿಸಿದರು. ಆಗ ವೈರಿಯು ನಿರುಪಾಯನಾಗಿ ಹಿಂದೆ ಸರಿದು ಹಿಮ್ಮಗ್ಗಲಿನ ತಮ್ಮ 'ದಾಹಬೀರ' ಹಾಗೂ 'ತಾಬೀಶ' ಸ್ಥಾನಕಕ್ಕೆ ಮರಳಬೇಕಾಯಿತು. ಪಾಕಿಸ್ತಾನಿಗಳ ಈ ದಾಳಿಯ ನೇತೃತ್ವವನ್ನು ಕೆಪ್ಟನ್ ನಾಜರೇತ ಎಂಬ ಯುವ ಅಧಿಕಾರಿ ವಹಿಸುತ್ತಿದ್ದ. ತದನಂತರ ಆತನನ್ನು ಸೇರಿಕೊಂಡವರು ಕೆ. ರಶೀದ, ಚೀಮಾ, ಅಕ್ಬರ, ಇಮ್ರಾನ, ಮೊಹಮ್ಮದ, ಇಕ್ಬಾಲ (ಆರ್ಮಿ ಸರ್ವಿಸ್ ಕೋರನಿಂದ ಕಮಾಂಡೋಗೆ ಸೇರ್ಪಡೆಗೊಂಡವನು) ಹಾಗೂ ನವಾಬಸಾಬ್ ಶೇರ ಬಹದ್ದೂರ, ಮುಂತಾದವರು. ಈ ತಂಡಕ್ಕೆ ವೈದ್ಯಕೀಯ ಸಹಾಯ ನೀಡಲು ರೀಜನಲ್ ಮೆಡಿಕಲ್ ಆಫೀಸರ್ ಎಂದು ಕೆಪ್ಟನ್ ಸರತಾಜ್‌ವಲಿ ಎಂಬುವವನನ್ನು ನೇಮಿಸಲಾಗಿತ್ತು. ಈ ವೈರಿಗಳು ಹಿಂದೆ ಸರಿದೊಡನೆಯೇ ಆರ್ಟಿಲರಿ ಗುಂಡುಗಳ ಮಳೆ ಕಡಿಮೆಯಾಯಿತು. ಪ್ರಾಯಶಃ ಗಾಯಾಳುಗಳ ತೆರವಿಗಾಗಿ ಮತ್ತು ಪುನರ್ ಆಕ್ರಮಣದ ಮರು ಪರಿಶೀಲನೆಗಾಗಿ, ಪ್ರಾಯಶಃ ಆ ರಾತ್ರಿಯೇ ಖಂಡಿತವಾಗಿ ಅವರ ಪುನರಾಕ್ರಮಣದ ಮುನ್ಸೂಚನೆ ಇದು, ಹಾಗೂ ಮೊದಲಿನ ಆಕ್ರಮಣ ನಮ್ಮ ಸ್ಥಾನಕ ಹಾಗೂ ನಮ್ಮ ಸೈನಿಕರ ಸ್ಥಿತಿಗಳ ವೀಕ್ಷಣೆಗಾಗಿ ಇರಬಹುದು ಎಂದು, ನನಗನ್ನಿಸಿತು.

ಸುಬೇದಾರ ಲೇಖರಾಜ ಹುತಾತ್ಮನಾದ ಕೂಡಲೆ ಪಕ್ಕದ ಸ್ಥಾನಕದಿಂದ ಹೆಚ್ಚಿನ ಸಹಾಯವನ್ನು ಒದಗಿಸಲಾಯಿತು. ಸುಮಾರು ೮೦೦ ಮೀ. ದೂರದ U-Cut ಸ್ಥಾನಕದಿಂದ 2/Lt ಶರ್ಮಾ, ೩/೪ GR ಜೊತೆಗಿದ್ದ Ordnance Officer ತನ್ನ ೭ ಜನ ಸೈನಿಕರೊಂದಿಗೆ ತೆರೆದ ಆಗಸದಡಿಯಲ್ಲಿಯೇ ನಿಧಾನವಾಗಿ ಸಾಗಿ ಅಶೋಕ ಸ್ಥಾನಕಕ್ಕೆ ತಲುಪಿದ. ನಿರಂತರವಾದ ವೈರಿಯ ಶೆಲ್‌ದಾಳಿಯಿಂದ ಅಲ್ಲಿ ತಲುಪಲು ಆತನಿಗೆ ಯುಗಗಳೇ ಸಂದಂತೆ ಅನಿಸಿತು. ಈತ ಆ ಬಟಾಲಿಯನ್‌ಗೆ ಅದೇ ತಾನೆ

IMA ಡೆಹರಾಡೂನ್‌ನಲ್ಲಿ ತನ್ನ ಪ್ರಶಿಕ್ಷಣ ಮುಗಿಸಿ ಯುವ ಅಧಿಕಾರಿ ಎಂದು ಸೇರಿಕೊಂಡು ಇನ್ನೂ ೧೫ ದಿನ ಕೂಡಾ ಆಗಿರಲಿಲ್ಲ. ಅಂದಿನ ಯುದ್ಧ ರಂಗದಸ್ಥಿತಿಯನ್ನು ಕಂಡು ಆತ ನಿಜವಾಗಿ ಗಾಬರಿಗೊಂಡ. ಅದು ಸ್ವಾಭಾವಿಕವೇ.

ಆ ಕ್ಷಣದಲ್ಲಿ ಆತನಿಗೆ ಸಮಸ್ಯೆಯ ಗಂಭೀರತೆಯ ಹಾಗೂ ಆಳದ ಅರಿವಾಗಿರಲಿಲ್ಲ ನಾನೊಬ್ಬನೇ ಆಗ ಆತನೊಡನೆ ಸಂಪರ್ಕದಲ್ಲಿದ್ದೆ. ಹೀಗಾಗಿ ಆತ ನನ್ನೊಡನೆ ಪ್ರಾಂಜಲವಾಗಿ ತನ್ನ ಭಾವನೆಗಳನ್ನು ತೋಡಿಕೊಂಡ. 'ಬಿಲಾಫೋಂಡಲಾ'ದೆದುರಿಗಿದ್ದ 'ಸೋನಮ' ಸ್ಥಾನಕದಿಂದ ನಾನು ನಿರಂತರವಾಗಿ ಅವನೊಡನೆ ರೇಡಿಯೋ ಸಂಪರ್ಕದಲ್ಲಿದ್ದೆ. ಆ ತರುಣ ಅಧಿಕಾರಿಗೆ ನನ್ನ ಹುರಿದುಂಬಿಸುವ ಮಾತುಗಳು ಹಾಗೂ ವೈರಿ ಹಿಮ್ಮೆಟ್ಟುತ್ತಿದ್ದಾನೆ ಎಂಬ ನನ್ನ ಉತ್ಸಾಹಜನಕ ಹೇಳಿಕೆಗಳು ತುಂಬಾ ಧೈರ್ಯ ನೀಡಿದವು. ಮುಂದೆ ಒಂದು ತಾಸಿನಲ್ಲೇ ಆತನಿಗೆ ನಿಜವಾದ ಯುದ್ಧದ ತೀವ್ರ ಅನುಭವಾಗತೊಡಗಿತು. ನಂತರ ಲೆ. ಶರ್ಮಾ ಒಂದು ಬಂಕರಿನಿಂದ ಇನ್ನೊಂದು ಬಂಕರಿಗೆ ಎರಗುತ್ತಿರುವ ಗುಂಡುಗಳನ್ನು ಲೆಕ್ಕಿಸದೆ ಒಡಾಡುತ್ತ ಅತ್ಯುನ್ನತವಾದ ಶೌರ್ಯವನ್ನು ಪ್ರದರ್ಶಿಸಿದ. ಆತ ತನ್ನ ಸಂಗಡಿಗರೊಂದಿಗೆ ಗಾಯಗೊಂಡವರನ್ನು ಸಂಭಾಳಿಸುತ್ತ ಯುದ್ಧ ಮಾಡುತ್ತಿದ್ದ ಉಳಿದ ಸೈನಿಕರಿಗೆ ಎಲ್ಲ ರೀತಿಯಿಂದಲೂ ಸಹಾಯ ಸಲ್ಲಿಸುತ್ತಾ ಉತ್ಕೃಷ್ಟ ಕಾರ್ಯ ಎಸಗಿದರು.

ಅಂದುಕೊಂಡಂತೆಯೇ ಕತ್ತಲಾಗುತ್ತಿದ್ದಂತೆ ಪಾಕಿಸ್ತಾನಿಗಳು ಪುನಃ ತಮ್ಮ ಆಕ್ರಮಣವನ್ನು ಆರಂಭಿಸಿದರು. ಅವರ ಕಂಪನಿ ಕಮಾಂಡರ್ ಮೆ. ರಾಣಾ ತನ್ನ ಬಟಾಲಿಯನ್ ಕಮಾಂಡರೊಡನೆ ರೇಡಿಯೋ ಸಂಪರ್ಕದಲ್ಲಿದ್ದ. 'ಅಶೋಕ'ದಲ್ಲಿದ್ದ ರಾತ್ರಿಯಲ್ಲೂ ನೋಡಬಲ್ಲ (night vision) ನಮ್ಮ ಉಪಕರಣದಿಂದಾಗಿ ವೈರಿಯ ಎಲ್ಲ ಚಲನವಲನಗಳನ್ನು ಆ ಕಡುಗತ್ತಲಲ್ಲೂ ನಾವು ವೀಕ್ಷಿಸಬಹುದಿತ್ತು. ಈ ಬಾರಿ ಅವರ ಚಲನೆ u-cut ಸ್ಥಾನಕದೆಡೆ ಇತ್ತು. ನಮ್ಮ ಫಿರಂಗಿ ಫಾಯರ್ ಹೇಳಿಕೊಳ್ಳುವಷ್ಟು ನಿಖರವಾಗಿರಲಿಲ್ಲ. ಹೀಗಾಗಿ ವೈರಿಗಳ ಚಲನೆ ಅಡೆತಡೆ ಇಲ್ಲದೆ ನಿರಾಳವಾಗಿ ಸಾಗಿತ್ತು.

ಇತ್ತ 'ಅಶೋಕ' ದಲ್ಲಿದ್ದ ನಮ್ಮ ಸೈನಿಕರು ತುಂಬಾ ದಣಿದಿದ್ದರಿಂದ ಅವರಿಗೆ ವಿಶ್ರಾಂತಿ ನೀಡಲು ಮತ್ತು ಅಲ್ಲಿಯ ಸ್ಥಿತಿ ಸುಧಾರಿಸಲು ಅತ್ತ ಹೆಚ್ಚಿನ ಸಹಾಯ ಕಳಿಸಬೇಕಿತ್ತು. ಆಗ ಮೇಜರ್ ಚಟರ್ಜಿ ೧೨ ಗುರ್ಖಾ ಸೈನಿಕರೊಂದಿಗೆ U-Cut ದಿಕ್ಕಿನಿಂದ ತುಂಬಾ ನಿಧಾನವಾಗಿ ಹೆಜ್ಜೆ ಮೇಲೆ ಹೆಜ್ಜೆ ಇಕ್ಕುತ್ತ ೨೨ ಸೆ. ರಂದು ರಾತ್ರಿ ೨೨.೦೦ ಗೆ 'ಅಶೋಕ' ತಲುಪಿದ. ಈಗ ಅಲ್ಲಿ 8 JAK LI ಹಾಗೂ Gurkha ಸೈನಿಕರ ಭಿನ್ನ ಭಿನ್ನ ಗುಂಪುಗಳು ಒಬ್ಬ ಅಧಿಕಾರಿಯ ಸುಪರ್ದಿಯಲ್ಲಿರಬೇಕಾಗಿತ್ತು. ಅಂತೆಯೇ ಮೇ. ಚಟರ್ಜಿ ಮೇಲಾಧಿಕಾರಿ ಹೊಣೆಯನ್ನು ಹೊತ್ತರು. ಮತ್ತು 8 LAK LI ಯ ಚಾರ್ಲಿ ಕಂಪನೆಯ ಮೇ. ಯಾದವ ಸ್ಥಾನಕದ ಹೊಣೆಯನ್ನು ಹೊತ್ತರು. ಏಕೆಂದರೆ ಆ ಭಾಗದ ಅಧಿಕಾರವನ್ನು 8 JAK LI ಗೆ ನೀಡಲಾಗಿತ್ತು.

ಆದರೆ ಒಟ್ಟಿನ ಕಾರ್ಯ ನಿರ್ವಹಣೆಯನ್ನು ೩/೪ GR ಬಟಾಲಿಯನ್ ಕಮಾಂಡರ್ ಕರ್ನಲ್ ಗುರುಂಗ್ ವಹಿಸಿಕೊಂಡಿದ್ದರು. ತನ್ನ ಸೈನಿಕರಿಗೆ ಆದೇಶಗಳನ್ನು ಆತ ೮ JAK LI ಕಮಾಂಡರ್ ಕರ್ನಲ್ರ ಅರುಣ ಪ್ರಕಾಶರ ಮುಖಾಂತರವೇ ತಿಳಿಸುತ್ತಿದ್ದ. ಇವರಿಬ್ಬರೂ 'ಕುಮಾರ'ದಲ್ಲಿ ಬಟಾಲಿಯನ್ ಹೆಡ್‌ಕ್ವಾರ್ಟರ್‌ನಲ್ಲಿ ಸ್ಥಿತವಾಗಿದ್ದರು. ಈ ಸಮಸ್ಯೆ ಇನ್ನಷ್ಟು ಉಲ್ಬಣಗೊಂಡಿತು. ಯಾಕೆಂದರೆ 'ಕುಮಾರ'ನಿಂದ 'ಅಶೋಕ' ಹಾಗೂ 'ಬಿಲಾಫೋಂಡಲಾ'ಗೆ ಇದ್ದ ನೇರ ಸಂವಹನ ಕಡಿದುಹೋಗಿತ್ತು. ಹೀಗಾಗಿ 'ಕುಮಾರ'ದಿಂದ 'ಅಶೋಕ' ಮತ್ತು `u-cut ಸ್ಥಾನಕಗಳಿಗೆ ಆದೇಶ /ಸಂದೇಶಗಳು ನನ್ನ ಮೂಲಕವೇ ಹೋಗಬೇಕಾಯಿತು. ಯಾಕೆಂದರೆ ನಾನು ಎರಡೂ ಸ್ಥಾನಕಗಳೊಂದಿಗೆ ನೇರ ಸಂಪರ್ಕದಲ್ಲಿದ್ದೆ.

ಇತ್ತ ರಾತ್ರಿ ೧೦ ಘಂಟೆಗೆ ಒಮ್ಮೆಲೇ ನಮ್ಮ ಫಿರಂಗಿ ಗನ್‌ಗಳು ದಾಳಿ ನಿಲ್ಲಿಸಿ ಶಾಂತವಾಗಿಬಿಟ್ಟವು. ನನಗೆ ದಿಗಿಲಾಗಿಬಿಟ್ಟಿತು. ಹೀಗೇಕೆ ಆಯಿತು ಎಂದು. ಅತ್ತ ವೈರಿಗಳ ಕಡೆಯಿಂದ ನಿರಂತರವಾಗಿ ತರತರದ ಗನ್‌ಗಳಿಂದ ಗುಂಡಿನ ಮಳೆ ಸುರಿಯುತ್ತಲೇ ಇತ್ತು. ಹೀಗಾಗಿ ನನಗೆ ಹೇಳತೀರದ ಕೋಪ ಬಂದಿತು. ನಾನು ಕೂಡಲೇ, 'ಕುಮಾರ'ದಲ್ಲಿದ್ದ ನಮ್ಮ ಫಿರಂಗಿ ಬೆಟರಿ ಕಮಾಂಡರ ಮೇ. ಹುಂಡಲ್ ನೊಡನೆ ರೇಡಿಯೋ ಸಂಪರ್ಕಸಾಧಿಸಿ ತತ್ ಕ್ಷಣವೇ ಗನ್ ದಾಳಿ ಪ್ರಾರಂಭಿಸಲು ಕೇಳಿಕೊಂಡೆ. ಗುಂಡಿನ ದಾಳಿ ನಿಲ್ಲಿಸಿದ ಬಗ್ಗೆ ನನಗೆ ಯಾವ ನೇರ ಉತ್ತರ ನೀಡದೆ ತುಂಬಾ ಆತಂಕಿತನಾಗಿ ಆತ ಹೇಳಿದ "ಇನ್ನು ಕೆಲವೇ ಕ್ಷಣಗಳಲ್ಲಿ ನಮ್ಮಿಂದ ೪೦ ಕಿಮೀ ದೂರದ ಬೇಸ ಕೆಂಪ್ ನಲ್ಲಿ ನೆಲೆ ನಿಂತ ೧೩೦ ಮಿಮಿ ಮಿಡಿಯಮ್ ಗನ್‌ಗಳಿಂದ ನಿಮಗೆ ಗುಂಡಿನ ದಾಳಿಯ ಸಹಾಯ ನೀಡಲಾಗುತ್ತಿದೆ' ಎಂದು. ನಮ್ಮ ಬಟಾಲಿಯನ್ ಕಮಾಂಡರ್ ಕೂಡಾ ಈ ರೀತಿ ನಮ್ಮ ಪಕ್ಕದಲ್ಲೇ ಇದ್ದ ಗನ್ ದಾಳಿಯ ಸಹಾಯವನ್ನು ನಿಲ್ಲಿಸಿ, ೪೦ ಕಿ. ಮೀ. ದೂರದಲ್ಲಿದ್ದ ಮಿಡಿಯಮ್ ಗನ್ ಸಹಾಯ ಯಾಕೆ ನೀಡಲಾಗುತ್ತದೆ ಎಂದು ನನಗೆ ತಿಳಿಸಲಿಲ್ಲ. ಅಷ್ಟು ದೂರ ಗುಂಡು ಎಸೆಯುವ ಸಾಮರ್ಥ್ಯ ಆ ಗನ್‌ಗಳದ್ದಾಗಿರಲಿಲ್ಲ. (beyond their range!) ಯಾವುದೋ ನಿಗೂಢವಾದ ಸಮಸ್ಯೆ ಉದ್ಭವಿಸಿರಲೇಬೇಕು. ಅದನ್ನು 'ಕುಮಾರ'ದಲ್ಲಿದ್ದ ಅಧಿಕಾರಿಗಳು ನನ್ನೊಡನೆ ರೇಡಿಯೋ ಸಂಪರ್ಕದ ಮೂಲಕ ತಿಳಿಸಬಯಸುತ್ತಿರಲಿಲ್ಲ. ಆದರೆ ಇಂಥ ಗಂಭೀರ ಯುದ್ಧದ ಸನ್ನಿವೇಶದಲ್ಲಿ, ಅದರಲ್ಲೂ ವೈರಿಯ ತಡೆಯಿಲ್ಲದ ಗುಂಡಿನ ದಾಳಿ ಎದುರಿಸುತ್ತಿರುವಾಗ, ನಮ್ಮಿಂದ ಗುಂಡಿನ ಯಾವ ಪ್ರತ್ಯುತ್ತರವೂ ಇರದಿದ್ದರೆ ನಮ್ಮ ಮನೋಸ್ಥೈರ್ಯ ಪಾತಾಳಕ್ಕೆ ಸೇರುತ್ತದೆ. ನಾನು ಸಿಟ್ಟಿನಿಂದ ಕುದಿಯುತ್ತಿದ್ದೆ. ಜೀವದ ಆಶೆಯಿಂದ ನನ್ನೆಡೆ ಎಡೆ ಇಕ್ಕದೆ ನೋಡುತ್ತಿದ್ದ ನನ್ನ ಸೈನಿಕರಿಗೆ ನಾನೇನು ಹೇಳಲಿ ಎಂದು ಬೇಸ್ ಕ್ಯಾಂಪಿನಲ್ಲಿದ್ದ ಆ ಗನ್‌ಗಳನ್ನು ಸಿದ್ಧ ಪಡಿಸಿ ಕಾರ್ಯರೂಪಕ್ಕೆ ಇಳಿಸಿ ಅವು ತಮ್ಮ ಸಾಮರ್ಥ್ಯ ಮೀರಿ ಕೆಲಸ ಮಾಡಲು ಕೆಲ ಕಾಲವೇ ಬೇಕಾಯಿತು. ಅಂತೂ ಕೊನೆಗೂ ನಮ್ಮ ಕಡೆಯಿಂದ ಪುನಃ ಗನ್ ದಾಳಿ ಪ್ರಾರಂಭವಾಯಿತು. ಆದರೆ ಅದು

ಸಂತೋಷಜನಕವಾಗಿದ್ದಿಲ್ಲ. ಗುಂಡುಗಳು ದಿಕ್ಕುತಪ್ಪಿ ಎಲ್ಲೆಲ್ಲೋ ಎರಗುತ್ತಿದ್ದವು. ಕೆಲವು ಗುಂಡುಗಳು ನಮ್ಮ ಅಶೋಕ ಸ್ಥಾನಕದ ಬಳಿಯೇ ಎರಗಿದವು. ಆದಾಗ್ಯೂ ಇದು ಕೆಲಮಟ್ಟಿಗಾದರೂ ಈ ಪ್ರತಿದಾಳಿ ವೈರಿಯ ಗುಂಡುಗಳಿಗೆ ತಡೆ ಒಡ್ಡುತ್ತಿತ್ತು. ಹೀಗಾಗಿ ವೈರಿ ಮುಂಚಿನಂತೆ ನಿರಂತರವಾಗಿ ದಾಳಿ ಮಾಡದಾದ. ಅಷ್ಟರಲ್ಲಿ ಮತ್ತೊಂದು ಆಶ್ಚರ್ಯಕರ ಸಂಗತಿ ಆಯಿತು. ನಮ್ಮ ೧೩೦ಮಿ. ಮೀ. ಆರ್ಟಿ ಗನ್ನುಗಳು ಅತಿ ದೂರಎಂದರೆ ೨೭ ಕಿ. ಮೀ. ವರೆಗೆ ಗುಂಡೆಸೆಯುವ ಸಾಮರ್ಥ್ಯ ಉಳ್ಳದ್ದು. ಆದರೆ ಈಗ ಅವು ಸುಮಾರು ೪೦ ಕಿ.ಮೀ ವರೆಗೆ ಗುಂಡಿನ ಮಳೆ ಸುರಿಸಲಾರಂಭಿಸಿದ್ದವು! ಬಹುಶಃ ಅಲ್ಲಿಯ ಕಡಿಮೆ ಹವಾಮಾನದ ಒತ್ತಡದ ಕಾರಣದಿಂದ ಗುಂಡುಗಳು ಹೆಚ್ಚು ದೂರ ಕ್ರಮಿಸುತ್ತಿದ್ದವು. ಅಲ್ಲದೇ ಇದು ಮಧ್ಯಮ ಸ್ತರದ ಸಹಾಯ ಎಂದು ಪರಿಗಣಿಸಲಾಗುವದರಿಂದ ಒಂದು ಮಿನಿಟಿಗೆ ೧ ರಿಂದ ೨ ರೌಂಡ್‌ಗಳಷ್ಟೇ ಸಿಡಿಸಲಾಗುತ್ತದೆ. ಆದರೆ ವೈರಿಯನ್ನು ತ್ವರಿತವಾಗಿ ಹಿಮ್ಮೆಟ್ಟಿಸಬೇಕಾಗಿತ್ತು. ಅಂತೆಯೇ ಈ ಗನ್‌ಗಳಿಂದ ಮಿನಿಟಿಗೆ ೪ ರಿಂದ ೫ ರೌಂಡ್ ಗುಂಡುಗಳನ್ನು ಸಿಡಿಸಲಾಯಿತು. ಈ ರೀತಿ ಅತಿ ತ್ವರಿತವಾಗಿ ಗುಂಡುಗಳನ್ನು ಸಿಡಿಸುವುದರಿಂದಾಗಿ ಒಂದು ಗನ್ನಿನ ನಳಿಕೆ (ಬೆರಲ್) ಸ್ಫೋಟಗೊಂಡು ಸಂಪೂರ್ಣ ಗನ್ ನಷ್ಟವಾಯಿತು. ಇದು ನಿಜವಾಗಿಯೂ ನಮಗೆ ತೊಂದರೆದಾಯಕವಾಯಿತು. ಅಲ್ಲಿ ಗನ್ನಿನೊಂದಿಗೆ ಕೆಲಸ ಮಾಡುತ್ತಿದ್ದ ಎಲ್ಲ ಸೈನಿಕರನ್ನು ಬಲಿ ಪಡೆಯಿತು. ಈಗ ನಮ್ಮ ಗುಂಡಿನ ದಾಳಿಯ ತೀವ್ರತೆಯನ್ನು ಕಡಿಮೆ ಮಾಡಲಾಯಿತು. ಅದರಿಂದ ವೈರಿಗೆ ಅನುಕೂಲವೇ ಆಗಿ ಅವರು 'ಅಶೋಕ' ದ ಮೇಲೆ ತಮ್ಮ ಆಕ್ರಮಣವನ್ನು ತೀವ್ರಗೊಳಿಸಿ 'ಅಶೋಕ' ಸ್ಥಾನಕದತ್ತ ಮುನ್ನುಗ್ಗಲಾರಂಭಿಸಿದರು. ಪರ್ವತಗಳ ಸಾಲಿನ ತುದಿಯಗುಂಟ 'ಅಶೋಕ' ಕ್ಕೆ ಮಾರ್ಗ ಕತ್ತಿಯಲಗಿನಂತೆ ತುಂಬಾ ಕಿರಿದಾಗಿದ್ದುದರಿಂದ ನೇರವಾಗಿ ಆ ಮಾರ್ಗದ ಮೇಲೆ ಯಶಸ್ಸಿನ ಗುಂಡಿನ ದಾಳಿ ಮಾಡುವದು ತುಂಬಾ ಕ್ಲಿಷ್ಟಕರವಾಗಿತ್ತು. ಅದರಲ್ಲೂ ೪೦ಕಿ.ಮೀ. ದೂರದಿಂದ ಇಂಥ ದಾಳಿ ಎಸಗುವುದು ಇನ್ನೂ ಕಷ್ಟ. ಇತ್ತ ನನ್ನ ಸ್ಥಿತಿ ತುಂಬಾ ಚಿಂತಾಜನಕವಾಗುತ್ತಿತ್ತು. ನಾನು ನನ್ನ ಬಟಾಲಿಯನ್‌ಗೆ ದುಂಬಾಲು ಬೀಳುತ್ತಿದ್ದೆ. ಮುಂಚಿನಂತೆ ಸಮೀಪದ ಗನ್ ಸ್ಥಾನಕದಿಂದಲೇ ಗುಂಡಿನ ದಾಳಿ ಮುಂದುವರಿಸಿರಿ ಎಂದು. ನಂತರ ಮರುದಿನ ಮುಂಜಾನೆ ನನಗೆ ಹೇಳಲಾಯಿತು. ಅಲ್ಲಿಯ ಗುಂಡುಗಳ ದಾಸ್ತಾನು ಮುಗಿದು ಹೋಗಿದೆ. ಮತ್ತು ಅಲ್ಲಿ ಗುಂಡುಗಳನ್ನು ಹೊತ್ತು ತರಬೇಕಾಗಿದ್ದ ಹೆಲಿಕ್ಯಾಪ್ಟರ್‌ಗಳನ್ನು 'ಶ್ರೀಲಂಕಾ' ಯುದ್ಧಕ್ಕಾಗಿ ಕಳಿಸಲಾಗಿದೆ ಹೀಗಾಗಿ ಹೆಚ್ಚಿನ ಮದ್ದು ಗುಂಡುಗಳು ಲಭ್ಯವಿಲ್ಲ' ಎಂದು.

ಈಗ ಹೇಗಾದರೂ ಮಾಡಿ ಸ್ಥಿತಿಯನ್ನು ಸುಧಾರಿಸಬೇಕಿತ್ತು. ವೈರಿಯನ್ನು ತಡೆಯಲೇ ಬೇಕಿತ್ತು. ಅಂತೆಯೇ ಅಶೋಕ ಸ್ಥಾನಕದ ಪಕ್ಕದಲ್ಲೇ ಹಿಂಭಾಗದಲ್ಲಿದ್ದ ನಮ್ಮ ಸೋನಮ ಸ್ಥಾನಕ ದಿಂದ ೮೧ ಮಿ ಮಿ ಒಂದು ನಳಿಕೆಯ ಮೊರ್ಟರ ನಿಂದ ಹವೆಯಲ್ಲಿ ರೊಕೆಟ್ ದಾಳಿ ಪ್ರಾರಂಭಿಸಿದೆವು. ಇದು ತುಂಬಾ ಪರಿಣಾಮಕಾರಿಯಾಗಿ

ನಮ್ಮ ಸ್ಥಿತಿಯನ್ನು ಬಹುಮಟ್ಟಿಗೆ ಸುಧಾರಿಸಿತು. ನಂತರ ಪಾಕಿಸ್ತಾನಿಗಳ ರೇಡಿಯೋ ತರಂಗಗಳನ್ನು ಭೇದಿಸಿದಾಗ, ಅಲ್ಲಿಯ ಸುದ್ದಿ ಧೃಡಪಡಿಸಿದ್ದೇನೆಂದರೆ ನಮ್ಮ ರೊಕೆಟ್ ಲೊಂಚರಗಳ ನಿಖರವಾದ ದಾಳಿ ಹಾಗೂ ಹವೆಯಲ್ಲಿ ಹಾರಿಸಿದ ಗುಂಡುಗಳಿಂದಾಗಿ ಅನೇಕ ಪಾಕಿಸ್ತಾನಿ ಸೈನಿಕರು ಹತರಾದರು ಎಂದು.

ವೈರಿಯು ಅನೇಕ ಸಾವು ನೋವುಗಳನ್ನು ಅನುಭವಿಸಿದರೂ ತನ್ನ ದಾಳಿಯನ್ನು ಮುಂದುವರೆಸಿದ. ಇತ್ತ ನಮ್ಮ ಮೇ. ಚಟರ್ಜಿ ಧೃತಿಗೆಡದೆ ಎಲ್ಲೆಡೆಯೂ ಸಂಚರಿಸುತ್ತ ಸೈನಿಕರನ್ನು ಹುರಿದುಂಬಿಸುತ್ತಲೇ ಇದ್ದ. ಇನ್ನೇನು ವೈರಿಗಳು ಹಿಮ್ಮೆಟ್ಟಲಿದ್ದಾರೆ ಎಂದು ಅವರನ್ನು ಒಂದೇ ಸವನೆ ಪ್ರೋತ್ಸಾಹಿಸುತ್ತಲೇ ಇದ್ದ. ವೈರಿಗಳು ಸಮುದ್ರದ ತೆರೆಯೋಪಾದಿಯಲ್ಲಿ ಒಬ್ಬರಾದ ನಂತರ ಇನ್ನೊಬ್ಬರಂತೆ ಬರುತ್ತಲೇ ಇದ್ದರು. ಅದು ಬೆಳಿಗಿನ ೩ ಘಂ. ಹೊತ್ತಿಗೆ ತನ್ನ ಉನ್ನತ ಮೇರೆಯನ್ನು ತಲುಪಿತ್ತು. ಆ ನಂತರ ಒಮ್ಮೆಲೇ ಎಲ್ಲವೂ ನಿಶ್ಯಬ್ದವಾಯಿತು. ತದನಂತರ ಪಾಕಿಸ್ತಾನಿಗಳ ಕ್ಯಾಪ್ಟನ್ ರಶೀದ, ಹಿಂಭಾಗದಲ್ಲಿದ್ದ ತನ್ನ ಹಿರಿಯ ಅಧಿಕಾರಿಗೆ ರೇಡಿಯೋ ಸುದ್ದಿ ಕಳಿಸುತ್ತಿರುವದನ್ನು ನಾನು ಭೇದಿಸಿದಾಗ ಆತ ಹೇಳುತ್ತಿದ್ದ "ನಾವು ಇನ್ನೆರಡು ತಾಸು ಕಾಯುತ್ತೇವೆ ಈವರೆಗೆ ನಮಗೆ ಮೇಲೇರಲು ಬೇಕಾದ ಹಗ್ಗ ಇಲ್ಲಿ ತಲುಪಿಲ್ಲ. ತಡವಾದರೆ ಬೆಳಗಾಗಿ ಬಿಡುತ್ತದೆ. ಚೀಮಾ ಹತರಾಗಿದ್ದಾರೆ. ಬಹಳ ಸೈನಿಕರಿಗೆ ಗಂಭೀರ ಗಾಯಗಳಾಗಿವೆ. ದಯವಿಟ್ಟು ಹೆಚ್ಚಿನ ಸಹಾಯ ಕಳಿಸಿ" ಇದರಿಂದ ಅವರ ಮನಃಸ್ಥಿತಿ ಕುಸಿದು ಹೋಗಿದೆ ಎಂದು ತಿಳಿಯಿತು. ಅಲ್ಲದೇ ನಾವು ಅಂದುಕೊಂಡಂತೆ ಅವರು ಮರುದಿನ ಕತ್ತಲಾಗುವವರೆಗೆ ಮತ್ತೆ ತಮ್ಮ ದಾಳಿ ಮುಂದುವರೆಸಲಾರರು ಎಂದು ಖಚಿತವಾಯಿತು.

ಈಗ ಇಕ್ಕೆಲಗಳಲ್ಲೂ ವಿಮಾನಗಳ ಹಾರಾಟ ತಾರಕಕ್ಕೆ ಏರಿತು ಇತ್ತ ನಮ್ಮ MI–೧೭ ಹೆಲಿಕ್ಯಾಪ್ಟರ್‌ಗಳಲ್ಲಿ ನಮ್ಮ ಸಮೀಪದ ಮುಂಚಿನ 'Eco-D4' ಸ್ಥಾನಕ್ಕೆ ಒಂದೇ ಸವನೆ ಮದ್ದು ಗುಂಡುಗಳ ಸರಬರಾಜು ಮಾಡಲಾಯಿತು. ಅತ್ತ ವೈರಿಯ ಕಪ್ಪಗಿನ ಪ್ಯುಮಾ ಹೆಲಿಕ್ಯಾಪ್ಟರ್‌ಗಳು ಗಾಯಾಳುಗಳನ್ನು ಸಾಗಿಸುವುದು ಹಾಗೂ ಹೆಚ್ಚಿನ ಸೈನಿಕರನ್ನು ಹೊತ್ತು ತರುತ್ತಿರವದು ನಮ್ಮ 'ಬಾನಾ–ಟಾಪ'ನಿಂದ ಕಂಡುಬರುತ್ತಿತ್ತು. ವೈರಿಗಳ ಸತತವಾದ ಈ ವಿಮಾನ ಹಾರಾಟ ನಮ್ಮನ್ನು ಚಿಂತೆಗೀಡುಮಾಡಿ ಗಾಬರಿಗೊಳಿಸುವಂತಿತ್ತು.

ವೈರಿಗಳ ಎಣಿಕೆಗಳನ್ನು ನಾವು ಬುಡಮೇಲು ಮಾಡಿದ್ದಷ್ಟೇ ಅಲ್ಲ ಅವರಲ್ಲಿ ತುಂಬಾ ಸಾವು ನೋವುಗಳನ್ನುಂಟುಮಾಡಿದ್ದು ಒಳ್ಳೆಯದಾಗಿತ್ತು. ಆದರೆ ಈ ಹಾರಾಟ ಅವರು ನಾಳಿನ ಮರು ಆಕ್ರಮಣಕ್ಕಾಗಿ ತೀವ್ರ ತಯಾರಿ ನಡೆಸಲಿರುವುದನ್ನು ಖಚಿತಪಡಿಸಿದ್ದು ತುಂಬಾ ಕಳವಳಕಾರಿಯಾಗಿತ್ತು. ದಿನವಿಡೀ ಇಕ್ಕೆಲಗಳಿಂದಲೂ ಹೆಚ್ಚಿನ ಗುಂಡುಗಳ ವಿನಿಮಯವಾಗಲಿಲ್ಲ. ರಾತ್ರಿಯ ಯುದ್ಧಕ್ಕೆ ಗುಂಡುಗಳನ್ನು ಉಳಿಸಿಕೊಳ್ಳಬೇಕಿತ್ತು. ಅಂದು ಕರ್ನಲ್ ಎ.ಪಿ. ರಾಯ್ ನನ್ನ 'ಸೋನಮ' ಸ್ಥಾನಕಕ್ಕೆ

ಹೆಲಿಕಾಪ್ಟರ್ ಮೂಲಕ ಬಂದು ಹಿಂದಿನ ದಿನ ಅತ್ಯವಶ್ಯವಿದ್ದಾಗಲೂ ಗುಂಡುಗಳ ಸರಬರಾಜು ಮಾಡಲಾಗದ ಬಗ್ಗೆ ಹಾಗೂ arty ಸಹಾಯ ಮಾಡಲಾಗದ ಬಗ್ಗೆ ವಿಶಾದ ವ್ಯಕ್ತಪಡಿಸಿದರು. ಅವರ ಭೇಟಿ ನನಗೆ ತುಂಬಾ ಸಮಾಧಾನ ಹಾಗೂ ಧೈರ್ಯ ನೀಡಿತು. ಅವರ ನಮ್ಮೊಡನೆಯ ಅರ್ಧ ತಾಸಿನ ಸಹವಾಸ ನಮ್ಮ ಧೈರ್ಯವನ್ನು ಇಮ್ಮಡಿಗೊಳಿಸಿ, ನಮ್ಮನ್ನು ಮುಂದಿನ ಕಾಳಗಕ್ಕೆ ಸಜ್ಜುಮಾಡಿತು.

ಎಣಿಸಿದಂತೆ ೨೪ ಸೆ. ರಾತ್ರಿ ವೈರಿ ಸತತ ಮೂರನೇ ರಾತ್ರಿಯೂ ತನ್ನ ಆಕ್ರಮಣವನ್ನು ಪ್ರಾರಂಭಿಸಿದ. ಅಂದುಕೊಂಡಂತೆ ವೈರಿ ಆಕ್ರಮಣಕ್ಕೆ ಪೂರ್ವದಲ್ಲಿ ಒಂದೇ ಸವನೆ ಆರ್ಟಿಲರಿ ದಾಳಿಯ ಮಳೆಯನ್ನೇ ಸುರಿಸಿದರು. ಆದರೆ ಇದನ್ನೂ ನಾವು ಮೊದಲೇ ಅಂದಾಜಿಸಿದ್ದರಿಂದ ಅದು ಅಷ್ಟೇನು ತೊಂದರೆದಾಯಕವಾಗಲಿಲ್ಲ. ಇತ್ತ ದಿನವಿಡೀ ಹೆಚ್ಚಿನ ಸೈನಿಕರು ಆಗಮಿಸಿದ್ದರಿಂದ 'ಅಶೋಕ' ಮತ್ತು u-cut ಸ್ಥಾನಕಗಳು 'ಸಶಕ್ತ'ವಾಗಿ ಬಿಟ್ಟಿದ್ದವು. ಅದರಲ್ಲೂ '೧೨-ಗಾರ್ಡ್ಸ್' ಬಟಾಲಿಯನ್‌ನ ಮೇ. ಕೌಲರ 'ಮಿಲನ' ಮಿಸಾಯಿಲ ತಂಡ ನಮ್ಮೊಡನೆ ಸೇರಿಕೊಂಡಿದ್ದು ಚೇತೋಹಾರಿಯಾಗಿತ್ತು.

ಈ ಮಿಸಾಯಿಲ್‌ಗಳನ್ನು ಕೆಲದಿನಗಳ ಮುಂಚೆಯಷ್ಟೇ ಪರೀಕ್ಷಣ (ಟ್ರಾಯಲ್) ಕ್ಕೆಂದು 'ಕುಮಾರ' ಸ್ಥಾನಕಕ್ಕೆ ತರಲಾಗಿತ್ತು. ಆದರೆ ಇಲ್ಲಿ ಎತ್ತರದಲ್ಲಿಯ ವಿರಳ ವಾತಾವರಣದಿಂದಾಗಿ ಮಿಸಾಯಲ್‌ಗಳ ವೇಗ ಮಿತಿಮೀರುತ್ತಿತ್ತು ಹಾಗೂ ಅವುಗಳ ನಿಯಂತ್ರಣವೂ ಸಮಾಧಾನಕರ ವಾಗಿರಲಿಲ್ಲ. ಎಂದು ನಮಗೆ ಹೇಳಲಾಗಿತ್ತು. ೨೩ ಸೆ. ಆಕ್ರಮಣಕ್ಕೆ ಮುಂಚೆ ಈ ಪರೀಕ್ಷಣೆಗಳನ್ನು ಮಾಡಲಾಗಿತ್ತು. ಅವೂ ಅಯಶಸ್ವಿಯಾಗಿದ್ದವು. ಆಗ ನನಗೆ ಅನ್ನಿಸಿತ್ತು ಪಾಕಿಸ್ತಾನಿ TOW misslie ಗಳು ಅದ್ಹೇಗೆ ಯಶಸ್ವಿಯಾಗಿವೆ? ಎಂದು. U-Cut ಗೆ ಈ ತಂಡ ಬಂದರೂ ಮಿಸಾಯಿಲ್‌ಗಳ ಪರೀಕ್ಷೆ ಮಾಡಲಾಗಲಿಲ್ಲ. ಯಾಕೆಂದರೆ ಆರ್ಟಿಲರಿ ಗುಂಡೊಂದು ಮಿಸಾಯಿಲ್ ಹಾರಿಸುವ ವಾಹನದ ಪಕ್ಕದಲ್ಲೇ ಸ್ಫೋಟಗೊಂಡು ಆ ವಾಹನವನ್ನು ನಿರುಪಯೋಗಿಗೊಳಿಸಿತ್ತು. ಆದರೆ ಮೇ.ಕೌಲ ಪಾಕಿಸ್ತಾನಿಗಳ ರೇಡಿಯೋ ಸಂಪರ್ಕವನ್ನು ಕದ್ದಾಲಿಸಿ ದಾಖಲಿಸುತ್ತಿದ್ದುದು ತುಂಬಾ ಉಪಯೋಗವಾಯಿತು. ಅದನ್ನು Appx ಅಂತ ಸೇರಿಸಲಾಗಿದೆ.

ಈ ಬಾರಿ ಕೆಪ್ಟನ್ ರಶೀದ ಹಾಗೂ ಇಕ್ಬಾಲ, ಆಕ್ರಮಣದ ನೇತೃತ್ವ ವಹಿಸಿದ್ದರು. ಅವರು ನಮ್ಮ ಶಿಖರ ತೀರ ನಿಕಟ ತಲುಪಿದ್ದರು. ಆದರೆ ಆಗಲೇ ಅವರ ಸೇನೆ ತುಂಬಾ ಸಾವುನೋವುಗಳನ್ನು ಅನುಭವಿಸಿತ್ತು ಹಾಗೂ ಕಂಪನಿ ಹಾಗೂ ಬಟಾಲಿಯನ್ ಕಮಾಂಡರರು ಭರವಸೆ ನೀಡಿದ ಹೆಚ್ಚಿನ ಸೈನ್ಯ ಬಂದಿರಲಿಲ್ಲ. ಆಗ ಮಧ್ಯರಾತ್ರಿಯ ಸುಮಾರಿಗೆ ಕೆಪ್ಟನ್ ರಶೀದ ತನ್ನ ಹಿರಿಯ ಅಧಿಕಾರಿಯೊಂದಿಗೆ ರೇಡಿಯೋ ಸಂಭಾಷಣೆ ಮಾಡುತ್ತಿದ್ದುದನ್ನು ನಾನು ಕದ್ದಾಲಿಸಿದೆ. ಆತ ಹೇಳುತ್ತಿದ್ದ "ನಾನು ಹೋದೆಡೆಯಲ್ಲೆಲ್ಲಾ

ವೈರಿಯ ಗುಂಡುಗಳು ಬರುತ್ತಿವೆ" ಕೂಡಲೇ ಮಾರುತ್ತರ ಬಂತು "ಕಾಫರರಿಗೆ ನಮ್ಮ ರೇಡಿಯೋ ತರಂಗಾಂತರ ಗೊತ್ತಾಗಿಬಿಟ್ಟಿದೆ. ಅವರು ಅದನ್ನು ಆಲಿಸುತ್ತಿದ್ದಾರೆ. ಕೂಡಲೇ ನಿಮ್ಮ ತರಂಗಾಂತರಗಳನ್ನು ಬದಲಿಸಿರಿ." ಸ್ವಲ್ಪಹೊತ್ತು ಸಂಭಾಷಣೆ ಸ್ಥಗಿತವಾಯಿತು. ನಂತರ ಪುನಃ ರಶೀದ ಉತ್ತರಿಸಿದ " ಸರ್ ನಮ್ಮ ಬಳಿ ಬದಲಿ ತರಂಗ ಯಾವುದೂ ಇಲ್ಲ ಈಗಾಗಲೇ ಎಲ್ಲ ಸೈನಿಕರೂ ಬೇಸ್‌ದಿಂದ ಹೊರಟುಬಿಟ್ಟಿದ್ದಾರೆ." ಸ್ವಲ್ಪ ಸಮಯದ ನಂತರ ಅವರ ತರಂಗದಲ್ಲಿ ಕೇಳಿ ಬಂತು "ರಶೀದ ಹತನಾಗಿದ್ದಾನೆ, ಹೆಚ್ಚಿನ ಸಹಾಯ ಇನ್ನೂ ಬಂದಿಲ್ಲ. ಆ ಹಿರಿಯ ಅಧಿಕಾರಿಗಳಿಗೆ ಹೇಳಿ ಇಲ್ಲಿ ಮುಂದೆ ಬಂದು ನೋಡಿ ಎಂದು ಅವರು ತಮ್ಮ ಬಂಕರ್‌ಗಳಲ್ಲಿ ಸುರಕ್ಷಿತವಾಗಿ ಕುಳಿತುಕೊಂಡಿದ್ದಾರೆ ಅವರಿಗೆ ನಮ್ಮ ಯೋಚನೆಯೇ ಇಲ್ಲ!" ಇದು ನಮಗೆ ಶುಭಸೂಚನೆ ಆಯಿತು. ಇದಾದ ಸ್ವಲ್ಪ ಸಮಯದಲ್ಲೇ ಗುಂಡಿನ ಮಳೆ ತಣ್ಣಗಾಯಿತು ಹಾಗೂ ಕೆಳಗಡೆ ಸದ್ದು ಅಡಗಿತು. ಬಹುಶಃ ಅಲ್ಲಿಂದ ಹಿಂದೆ ಸರಿಯಲು ಅವರಿಗೆ ಸೂಚಿಸಲಾಗಿರಬೇಕು. ಆಗಲೇ ೨೪ ಸೇ. ದ ಬೆಳಗಿನ ಜಾವ ೪ ಘಂ. ಆಗಿತ್ತು. ಆ ರಾತ್ರಿ ಅವರು ಬಹುಶಃ ಸಾವು–ನೋವು ಅನುಭವಿಸಿದ ತಮ್ಮವರನ್ನು ತೆರವುಗೊಳಿಸಲು ಅನುವು ಮಾಡಿಕೊಳ್ಳಲು ಸ್ವಲ್ಪಮಟ್ಟಿಗೆ ಗುಂಡಿನ ದಾಳಿ ಮಾಡಬಹುದು ಎಂಬ ನಮ್ಮ ಅಂದಾಜು ಸರಿಯಾಗಿತ್ತು. ಆ ರಾತ್ರಿ ತಕ್ಕ ಮಟ್ಟಿಗೆ ಶಾಂತಿ ಇತ್ತು. ಮರುದಿನ ಬೆಳಗು ಪ್ರಶಾಂತವಾಗಿತ್ತು. ಯುದ್ಧ ಭೂಮಿ ಸಂಪೂರ್ಣ ಶಾಂತವಾಗಿತ್ತು. ನಮ್ಮ 'Op- ವಜ್ರಶಕ್ತಿ' ಸಂಪೂರ್ಣ ಯಶಸ್ಸು ಸಾಧಿಸಿತ್ತು. ಪಾಕಿಸ್ತಾನಿ ವರದಿಗಳ ಪ್ರಕಾರ, ಅವರ ಸಂವಾದಗಳ ಪ್ರಕಾರ ಅವರ ಸುಮಾರು ೩೦೦ ಸೈನಿಕರು ಹತರಾಗಿದ್ದರು.

***

೧೬. ಆಯುಧಗಳು ಮತ್ತು ಸಾಧನಗಳು

ಮಾನವನ ಅತ್ಯುತ್ತಮ ಸಂಗಡಿಗರು:

ಸೈನ್ಯಕ್ಕಾಗಿ ರಚಿಸುವ ಹಾಗೂ ಬಳಸುವ ಆಯುಧ ಹಾಗೂ ಸಾಧನಗಳಲ್ಲಿ ಕೆಲ ಕೊರತೆಗಳು ಹಾಗೂ ಲಾಭಗಳು ಇವೆ ಎಂಬುದು ನಿಜವಾಗಿಯೂ ತುಂಬಾ ಕುತೂಹಲಕಾರಿ. ಇದನ್ನು ನಾನು ತಮಗೆ ಈ ಮುಂದೆ ವಿವರಿಸುತ್ತೇನೆ.

ಎತ್ತರದ ಸ್ಥಾನಗಳಲ್ಲಿ ವಾತಾವರಣದ ಒತ್ತಡ ಕಡಿಮೆ ಇರುವುದರಿಂದ ಆಯುಧದ ಗುಂಡು ಎಸೆಯುವ ದೂರ (Range) ಎಣಿಸಿದ್ದಕ್ಕಿಂತ ಹೆಚ್ಚು ಇರುವುದೇನೋ ನಿಜ. ಆದರೆ ಅದರ ಗುರಿ ಅಷ್ಟು ನಿಖರವಾಗಿರುವುದಿಲ್ಲ(Accurate). ಅಂತೆಯೇ ಸಿಯಾಚಿನ್ ಗ್ಲೇಸಿಯರ್‌ನಲ್ಲಿ ಯಾವುದೇ ಕಾರ್ಯಾಚರಣೆ ಮಾಡುವಾಗ ಇಂಥ ಸಂಗತಿಗಳನ್ನು ಗಮನಿಸುವದು ಅವಶ್ಯವಾಗುತ್ತದೆ. ಇಂಥ ಅನೇಕ ಘಟನೆಗಳು ಇನ್ನೂ ನನ್ನ ಮನದಾಳದಲ್ಲಿ ಅಂಟಿಕೊಂಡಿವೆ. ಅಂತೆಯೇ ಅತಿ ಚಿಕ್ಕ ಆಯುಧದಿಂದ ಹಿಡಿದು ಅತಿ ದೊಡ್ಡ ಫಿರಂಗಿಗಳನ್ನು ಹಾಗೂ ಮಿಸಾಯಿಲ್‌ಗಳವರೆಗೆ ನಾವು ಚರ್ಚಿಸೋಣ. ತದನಂತರ ಅಲ್ಲಿಯ ವಸತಿ, ಬಟ್ಟೆ, ಉಡುಪು ಹಾಗೂ ಇತರ ಉಪಕರಣಗಳ ಬಗ್ಗೆ ನನ್ನ ವಿಚಾರಗಳನ್ನು ತಮ್ಮೊಡನೆ ಹಂಚಿಕೊಳ್ಳುತ್ತೇನೆ.

೧೯೮೬-೮೭ ರಲ್ಲಿ ನಾವು ಗ್ಲೇಸಿಯರ್‌ಗೆ ತೆರಳುವ ಮುಂಚೆ, ನಮ್ಮನ್ನು ನಾವು ಮುಂದಿನ ಕಾರ್ಯಾಚರಣೆ ಮಾಡಬೇಕಾದಂಥ ಸ್ಥಾನಕಗಳಿಗೆ ಕರೆದೊಯ್ದು ಅಲ್ಲಿಯೇ ನಮಗೆ ದೈಹಿಕ ಹಾಗೂ ಮಾನಸಿಕ ಪ್ರಶಿಕ್ಷಣ ನೀಡಲಾಯಿತು. ಕೆಲವೇ ದಿನಗಳ ಆ ಪ್ರಶಿಕ್ಷಣದಲ್ಲಿ ಪ್ರತಿಯೊಂದು ಉಪಕರಣಗಳನ್ನು ಹೇಗೆ ಗುರುತಿಸಬೇಕು, ಹೇಗೆ ನಮ್ಮ ಉಳಿವಿಗಾಗಿ ಅವುಗಳನ್ನು ಅತ್ಯುತ್ತಮವಾಗಿ ಲಾಭದಾಯಕವಾಗಿ ಬಳಸಿಕೊಳ್ಳಬೇಕು ಎಂಬುದನ್ನು ಕಲಿಸಲಾಯಿತು. ಆಯುಧಗಳನ್ನು ಯಾವ ತೆರನಾಗಿ ಗುಂಡುಗಳಿಂದ ಸಜ್ಜುಗೊಳಿಸಬೇಕು, ಅವುಗಳನ್ನು ವಾಹನಗಳ ಮೇಲೆ ಹೇಗೆ ಇರಿಸಬೇಕು ಮತ್ತು ಇಳಿಸಬೇಕು ಮುಂತಾದವುಗಳನ್ನು ಪದೇ ಪದೇ ಅಭ್ಯಾಸ ಮಾಡಿಕೊಡಲಾಯಿತು. ಬೇರೆ ಬೇರೆ ವಾಹನಗಳೊಂದಗೆ ಅವುಗಳನ್ನು ಜೋಡಿಸುವ, ಕ್ರಿಯೆಗಳನ್ನು ಅಭ್ಯಸಿಸಲಾಯಿತು. ಗ್ಲೇಸಿಯರನಲ್ಲಿ ನಮ್ಮ ಕಾರ್ಯ ಕ್ಷಮತೆಯನ್ನು ಹೆಚ್ಚಿಸಲು ಹಾಗೂ

ಯುದ್ಧದಲ್ಲಿ ಸಾವು ನೋವುಗಳನ್ನು ತಗ್ಗಿಸಲು ಇಂಥ ಡ್ರಿಲ್ (ಕ್ರಿಯೆ) ಗಳು ತುಂಬಾ ಉಪಯುಕ್ತವಾಗುತ್ತವೆ.

ನಾವು ಅನೇಕ ಆಯುಧಗಳನ್ನು ಬಳಸಿದೆವು. ಅವುಗಳಲ್ಲಿ ೭.೬೨ mm Self Loading ರಾಯಫಲ್ (SLR), ಮಿಡಿಯಮ್ ಮಶಿನ್ ಗನ್ನು, ರೊಕೆಟ ಲೊಂಚರ, ಮೊರ್ಟರ ಹಾಗೂ ಮಿಸಾಯಿಲ್‌ಗಳು ಮುಖ್ಯವಾದವು. ಸ್ವದೇಶಿ ೭.೬೨ ಎಂ.ಎಂ. ರಾಯಫಲ್‌ಗಳನ್ನು ೧೯೬೯–೭೦ ರಲ್ಲಿ ನಾವು ಬಳಸಲು ಪ್ರಾರಂಭಿಸಿದೆವು. ಇವು ಕೆಳ ಹಂತದಲ್ಲಿ ನಿಖರವಾದ ಗುರಿ ಹೊಂದಿದ್ದು ತುಂಬಾ ಗಟ್ಟಿಮುಟ್ಟಾಗಿಯೂ ಇವೆ. ಆದರೆ ಇವುಗಳ ತೂಕ ೫.೭ ಕೆ.ಜಿ. ಇದ್ದುದರಿಂದ ಎತ್ತರದ ಸ್ಥಾನಗಳಲ್ಲಿದ್ದಾಗ ಆಕ್ರಮಣದಲ್ಲಿ ಇವುಗಳನ್ನು ಬಳಸಲು ತುಂಬಾ ತೊಂದರೆ ಆಗುತ್ತಿತ್ತು. ಅಲ್ಲದೇ ಅಲ್ಲಿಯ ಅತಿ ಶೀತದಿಂದಾಗಿ ಕೆಲವೊಮ್ಮೆ ನಿರುಪಯೋಗಿಯಾಗಿ ಕೈಕೊಟ್ಟುಬಿಡುತ್ತಿದ್ದವು. ೨೦,೦೦೦ ಘೂಟ್ ಎತ್ತರದಲ್ಲಿ ಇವುಗಳನ್ನು ಸಿದ್ಧ ಪಡಿಸಿಕೊಂಡಿದ್ದರೂ, 'ಕಾಯದ್' ಸ್ಥಾನಕದ ಮೇಲೆ ಆಕ್ರಮಣ ಮಾಡಿದಾಗ ಪ್ರಾರಂಭದಲ್ಲಿ ಇವು ಕೆಲಸ ಮಾಡಲಿಲ್ಲ. ನಂತರ ಅವುಗಳನ್ನು ಕಾಸಿ, ಬಿಸಿ ಮಾಡಿದ ನಂತರವೇ ಅವು ಕೆಲಸ ಮಾಡಲು ಪ್ರಾರಂಭಿಸಿದವು. ಹೀಗಾಗಿ ಸೈನಿಕರು ತಮ್ಮ ರೇಶನ ಜೊತೆ ಸ್ಟೋವ ಅಥವಾ ಬೆಂಕಿ ಮಾಡುವ 'ಕೆಪ್ಸಲು'(Capsule)ಗಳನ್ನು ಹೊತ್ತೊಯ್ಯ ಬೇಕಾಯಿತು. (Zeroing) ಜಿರೊಯಿಂಗ ಅಂದರೆ ರಾಯಫಲ್‌ನಂಥ ಚಿಕ್ಕ ಆಯುಧಗಳನ್ನು ಅವುಗಳ ಗುರಿಯ ನಿಖರತೆಗಾಗಿ ಪರೀಕ್ಷಿಸುವದು (Testing) ಇದು ಮುಖ್ಯವಾಗಿ ಸೈನಿಕ ತನ್ನ ರಾಯಫಲಿನ ಸೈಟ್(Sight)ನ್ನು ಗುಂಡು ತಲುಪುವ ಗುರಿಗೆ ಸರಿಯಾಗಿ ಜೋಡಿಸಿಕೊಳ್ಳುವ ಕ್ರಿಯೆ. ಇದು ಪ್ರತಿ ಒಬ್ಬ ಸೈನಿಕನನ್ನು ಅವಲಂಬಿಸಿರುತ್ತದೆ. ಏಕೆಂದರೆ ಪ್ರತಿ ಒಬ್ಬನು ತನ್ನದೇ ಆದ ರೀತಿಯಲ್ಲಿ ಆಯುಧವನ್ನು ಹಿಡಿದುಕೊಳ್ಳುತ್ತಾನೆ ಹಾಗೂ ಗುರಿ ಇಡುತ್ತಾನೆ. ಹೀಗಾಗಿ ಪ್ರತಿ ಒಬ್ಬನು ತನಗೆ ಸರಿ ಕಂಡಂತೆ ತನ್ನ ಆಯುಧವನ್ನು "ಗುರಿ" ಗೊಳಿಸಬೇಕು. ಆಯುಧದ ಅತ್ಯುತ್ತಮ ಲಾಭದಾಯಕ ಬಳಕೆಗೆ ಪ್ರತಿ ಒಬ್ಬ ಸೈನಿಕನೂ ಕಷ್ಟಪಟ್ಟು ಅತಿ ಸೂಕ್ಷ್ಮವಾಗಿ ತನ್ನ ಆಯುಧವನ್ನು "ಗುರಿ" ಗಟ್ಟಿಸಲೇಬೇಕು. ಅಂತಾ ಹೇಳಿದಂತೆ ಆತನ ಗುರಿಯು ಎತ್ತರದ ಹವಮಾನದ ಒತ್ತಡ ಹಾಗೂ ಗುಂಡು, ಕೋವಿಯ ನಳಿಕೆಯಿಂದ ಹಾರುವ ವೇಗವನ್ನು ಬಹು ಮಟ್ಟಿಗೆ ಅವಲಂಬಿಸಿರುತ್ತದೆ.

'ಸಿಯಾಚಿನ'ದಲ್ಲಿ ನಮ್ಮ ರಕ್ಷಣಾ ವ್ಯವಸ್ಥೆಯಲ್ಲಿ ಈ ಆಯುಧಗಳು ಚೆನ್ನಾಗಿ ಕೆಲಸ ಮಾಡಿದವು. ಯಾಕಂದರೆ ಇವುಗಳನ್ನು ನಾವು ಬಿಸಿ ಮಾಡಿಕೊಳ್ಳುತ್ತಿದ್ದೆವು. ಅವುಗಳ ಗುರಿ ನಾವು ಅಂದುಕೊಂಡಷ್ಟು ನಿಖರವಾಗಿರುತ್ತಿರಲಿಲ್ಲ. ಮಿಡಿಯಮ್ ಮಶಿನ್‌ಗನ್ ಕಥೆಯೂ ಇದೇ. ಅವುಗಳನ್ನು ಕೂಡ ವೈರಿಗೆ ಗುರಿ ಇಡುವ ಮೊದಲು ನಾವು 'ಕಾಯಿಸ'ಬೇಕಾಗುತ್ತಿತ್ತು. ಆಗಲೂ ಕೂಡಾ ಈ ಆಯುಧಗಳ ಗುಂಡುಗಳ ರೇಂಜ (ದೂರ) ಹೇಳಿದ್ದಕ್ಕಿಂತ ಹೆಚ್ಚಿಗೆಯೇ ಇತ್ತು ಆದರೆ ನಿಖರತೆ ಅಷ್ಟು ಚೆನ್ನಾಗಿರಲಿಲ್ಲ. ಅಂತೆಯೇ ಪ್ರತಿ ಸೈನಿಕನಿಗೂ ಗುರಿ ನಿರ್ಧರಿಸುವಾಗ ತನಗೆ ಅನುಕೂಲವಾಗುವಂತೆ

ಹೊಂದಾಣಿಕೆ ಮಾಡಿಕೊಳ್ಳಲು ಕಲಿಸಲಾಗುತ್ತಿತ್ತು. ಅಲ್ಲಿಯ ಇನ್ನೊಂದು ಸಮಸ್ಯೆ ಎಂದರೆ ಗನ್ನಗಳ ನಳಿಕೆಗಳಿಗೆ ಸೀಳು (Crack) ಉಂಟಾಗುವದು.

ಆಗಲೇ ಹೇಳಿದಂತೆ ಗುಂಡು ಹಾರಿಸುವ ಮುಂಚೆ, ಗನ್ನಿನ ಕೊಳವೆ (ನಳಿಗೆ)ಯನ್ನು ಕಾಸಿ ಬಿಸಿ ಮಾಡಲಾಗುತ್ತದೆ. ಹೀಗೆ ಕಾಸಿದಾಗ ನಳಿಕೆ ಬಿಸಿ ಆಗುತ್ತದೆ. ಆದರೆ ಹೊರಗಿನ ತಾಪಮಾನ ಕಡಿಮೆ ಇರುವದರಿಂದ, ನಳಿಕೆಯ ತುದಿ ಮೆತ್ತಗೆ ಆಗಿ ತಾಪಮಾನದಲ್ಲಿ ತುಂಬಾ ವ್ಯತ್ಯಾಸವಾದಾಗ ಅದು ಸೀಳಿ ಒಡೆದು ಬಿಡುತ್ತದೆ.

ಈ ಪುಟ್ಟ ಆಯುಧಗಳ ಪರಿಣಾಮ ತುಂಬಾ ಆಘಾತಕಾರಿ. ಅದು ನಮ್ಮನ್ನು ನಿಜವಾಗಿಯೂ ಧೃತಿಗೆಡಿಸುತ್ತದೆ. ಯಾಕೆಂದರೆ ಅದು ಎಲ್ಲಿಂದ ಬರಲಿದೆ ಎಂದು ಊಹಿಸಲಸಾಧ್ಯ. ಟಟ್ಟಟ್ಟ ಎಂಬ ಅದರ ಸಣ್ಣ ಧ್ವನಿ ಕೇಳಿಸುವದರಲ್ಲೇ ಗುಂಡು 'ರೊಂಯ್' ಅಂತ ನಮ್ಮನ್ನು ದಾಟಿ ಹೋದಾಗಲೇ ಎನ್ನಿಸುವದು ಹಾ, ಗುಂಡಿನ ಮೇಲೆ ನನ್ನ ಹೆಸರು ಇರಲಿಲ್ಲ ಎಂದು. ಅದಲ್ಲದೇ ನಮಗೆ ಬೇರೆ ಮಾರ್ಗವೇನು? ಹೀಗಾಗಿ, ಅಂತಹ ಸಮಯದಲ್ಲಿ ನಮ್ಮ ಪ್ರತಿಕ್ರಿಯೆ ಫಿರಂಗಿ ಅಥವಾ ಮೊರ್ಟರ ದಾಳಿಗಿಂತ ಭಿನ್ನವೇ ಆಗಿರುತ್ತದೆ.

ಚಿಕ್ಕ ಹಾಗೂ ಭಾರೀ ಗಾತ್ರದ ಎರಡೂ ರೀತಿಯ ಮೊರ್ಟರ ದಾಳಿಯಲ್ಲಿ ಅದರ ಗುಂಡುಗಳು ತಮ್ಮ ಮಿತಿಯನ್ನು ಮೀರಿ ದೂರ ಹೋಗುತ್ತಿದ್ದವು. ಅಲ್ಲದೇ ಗುಂಡಿನ ತುಣುಕುಗಳೂ ಕೂಡ ದೂರದೂರದವರೆಗೆ ಹರಡುತ್ತಿದ್ದವು. ಈ ಆಯುಧಗಳನ್ನು ಸಿದ್ಧಪಡಿಸಿದ ತಳಪಾಯದ ಮೇಲಿರಿಸಿ ಉಪಯೋಗಿಸಲಾಗುತ್ತದೆ. ಆದರೆ ಈ ತಳಪಾಯ (Platform) ಹಿಮದ ಮೇಲೆ ಇದ್ದುದರಿಂದ ಪ್ರತಿ ಬಾರಿ ಪ್ರಯೋಗಿಸಿದಾಗಲೂ ಹಿಮ ಕರಗುವದರಿಂದ ತಳಪಾಯದಲ್ಲಿ ಸ್ಥಿತ್ಯಂತರವಾಗಿಬಿಡುತ್ತಿತ್ತು. ಹೀಗಾಗಿ ಈ ಮೊರ್ಟರಗಳ ನಿಖರತೆಯೂ ಉಳಿಯುತ್ತಿರಲಿಲ್ಲ ಅಂತೆಯೇ ಎರಡು ಸಾಲ 'ಫಾಯರ' ಮಾಡಿದೊಡನೆಯೇ ತಳಪಾಯವನ್ನು ಬದಲಿಸಬೇಕಾಗುತ್ತಿತ್ತು.

ಹೀಗೆ ತಳಪಾಯ ಬದಲಾದಂತೆಲ್ಲ ನಮ್ಮ ಗುರಿ ಇಡುವ ದತ್ತಾಂಶಗಳನ್ನು (ಅಂದರೆ elevation, diflection ಆದಿ) ಪುನಃ ಪುನಃ ಬದಲಿಸಬೇಕಾಗುತ್ತಿತ್ತು. ಹೊಸ ಅಂಕೆ ಸಂಖ್ಯೆ ನಿಗದಿತ ಪಡಿಸುವಾಗ ದಾಳಿಯನ್ನು ನಿಲ್ಲಿಸಬೇಕಾಗುತ್ತದೆ. ಆದರೆ ಅದು ಸಾಧ್ಯವಿರಲಿಲ್ಲ ಯಾಕಂದರೆ ನಮ್ಮ ಗುಂಡಿನ ದಾಳಿಯು ತಡೆ ಇಲ್ಲದೇ ನಿರಂತರವಾಗಿ ಸಾಗಬೇಕಿತ್ತು. ಹೀಗಾಗಿ ಈ ಸಮಸ್ಯೆಗೆ ಉತ್ತರವಿಲ್ಲದ್ದರಿಂದ, ಸ್ವಲ್ಪ ಗುರಿ ಅಚೆ-ಈಚೆ ಆದರೂ ವೈರಿಯ ಹತ್ತಿರದಲ್ಲೇ ಗುಂಡುಗಳು ಬೀಳುತ್ತಿವೆಯಲ್ಲಾ ಅಂತ ನಮ್ಮನ್ನು ನಾವು ಸಂತೈಸಿಕೊಳ್ಳಬೇಕಿತ್ತು.

ಅದೇ ವೇಳೆಗೆ ಟೆಂಕ ಭೇದಿ ಮಿಸಾಯಿಲ್‌ಗಳನ್ನು ಪ್ರಯೋಗಾರ್ಥವಾಗಿ ಗ್ಲೇಸಿಯರಿಗೆ ತರಲಾಗಿತ್ತು. ಇದು ನಿಜವಾಗಿಯೂ ಸಮಯೋಚಿತವಾಯಿತು. ಯಾಕೆಂದರೆ ಆಗಲೇ ಅಂದರೆ ಜೂನ್ ತಿಂಗಳಲ್ಲೇ ವೈರಿಯು ನಮ್ಮ ಮೇಲೆ ಆಕ್ರಮಣ ಮಾಡಿದ್ದನು.

ಈ ಮಿಸಾಯಿಲ್‌ಗಳಿಗೆ ಗಾಯಡನ್ಸ್ (ಮಾರ್ಗದರ್ಶಿ)ನ್ನು ಅಳವಡಿಸಲಾಗಿದ್ದು ಅವು ಮಿಸಾಯಿಲ್‌ಗಳ ಗತಿ (Speed)ನ್ನು ಅವಲಂಬಿಸಿರುತ್ತದೆ. ಆಗಲೇ ಹೇಳಿದಂತೆ ವಾತಾವರಣದ ಕಡಿಮೆ ಒತ್ತಡದಿಂದಾಗಿ ಮಿಸಾಯಿಲ್‌ಗಳ ಗತಿಯು ಹೆಚ್ಚಾಗಿ ಬಿಡುತ್ತಿತ್ತು. ಹೀಗಾಗಿ ನಿಯಂತ್ರಣ ವ್ಯವಸ್ಥೆಗೆ ಅಷ್ಟೇ ತೀವ್ರಗತಿಯಲ್ಲಿ ಮಿಸಾಯಿಲ್‌ಗಳ ನಿಗದಿತ ಗುರಿಯಲ್ಲಿ ಬದಲಾವಣೆ ಮಾಡಲು ಸಾಧ್ಯವಾಗುತ್ತಿರಲಿಲ್ಲ. ಆದುದರಿಂದ ದಾಳಿಯ ಗುರಿಯು ನಿಖರವಾಗಿರುತ್ತಿರಲಿಲ್ಲ. ಗುರಿ ತಪ್ಪಲು ಇದೊಂದೇ ಕಾರಣವಿರಲಿಕ್ಕಿಲ್ಲ. ಪ್ರಾಯಶಃ ಗುರಿ ಇಡುವಾಗ ತಪ್ಪು ಇರಲೂಬಹುದು. ಅದೇನಿದ್ದರೂ ಆ ಆಯುಧಗಳಿಂದ ನಮಗೆ ಅಂದುಕೊಂಡಷ್ಟು ನಿಖರವಾದ ಸಹಾಯ ದೊರೆಯುತ್ತಿರಲಿಲ್ಲ. ಆದರೆ Rocket ಲೊಂಚರನಿಂದ ಇಂಥ ಸಮಸ್ಯೆ ನಮಗೆ ಎದುರಾಗಲಿಲ್ಲ ಅವು ಭೂಸ್ಥಿರ ಹಾಗೂ ಆಕಾಶ ಮಾರ್ಗವಾಗಿ ೨೦೦ ಮೀಟರ್‌ನಿಂದ ೬೦೦ ಮೀಟರ್‌ರವರೆಗೆ ನಿಖರವಾಗಿ ಮಳೆಗೆರೆಯುತ್ತಿದ್ದವು.

ಇನ್ನು ತೋಪುಖಾನೆ ಅಥವಾ ಅರ್ಟಿಲರಿ ಬಗ್ಗೆ ಹೇಳುವ. ನಮ್ಮಲ್ಲಿ ೧೫೦ ಮಿಮಿ ಫೀಲ್ಡಗನ್‌ಗಳು ಹಾಗೂ ೧೨೦ ಮಿಮಿ ಮೊರ್ಟಾರಗಳು ಗ್ಲೇಸಿಯರ್‌ನಲ್ಲೇ ಇದ್ದವು. ನಮ್ಮ ೧೩೦ ಮಿಮಿ/೧೫೫ ಮಿಮಿ ಹೆಸರಾಂತ ಭೋಪರ್ಸ ಗನ್ ಕೂಡಾ ಬೇಸ ಕೆಂಪನಲ್ಲೇ ನೆಲೆಗೊಂಡಿದ್ದವು. ಇವು ಕೂಡಾ ಆಗಲೇ ಹೇಳಿದ ಚಿಕ್ಕ ಆಯುಧ ಹಾಗೂ ಇನ್ಫಂಟ್ರಿ ಮೊರ್ಟಾರಗಳಂತೆ ಸಮಸ್ಯೆಯನ್ನು ಒಡ್ಡುತ್ತಿದ್ದವು. ಫೀಲ್ಡಗನ್‌ಗಳನ್ನು ಬಿಡಿಭಾಗಗಳನ್ನಾಗಿ ವಿಮಾನಗಳಲ್ಲಿ ಸಾಗಿಸಿ, ನಿಗದಿತ ಗನ್ನ ಸ್ಥಳದ ಅತಿ ಸಮೀಪಕ್ಕೆ ಕೊಂಡೊಯ್ದು ಅಲ್ಲಿ ಪುನಃ ಜೋಡಿಸಿ ಉಪಯೋಗಿಸಲಾಗುತ್ತಿತ್ತು. ಗನ್ ಇಡುವ ತಳಪಾಯವನ್ನು ಮೊದಲು ಗಟ್ಟಿಗೊಳಿಸಿ ನಂತರ ಅವುಗಳ ಮೇಲೆ ಗನ್ನಗಳನ್ನು ಇಡಿಸಲಾಯಿತು. ಪ್ರತಿಬಾರಿ ದಾಳಿ (Fire) ಮಾಡಿದಾಗಲೂ ತಳಪಾಯ ಸ್ಥಿತ್ಯಂತರಗೊಂಡು ಗುರಿಯ ನಿಖರತೆಗೆ ಬಾಧೆ ಉಂಟಾಗುತ್ತಿತ್ತು. ಹೀಗೆ ನಾವು ಇವುಗಳಿಂದ ಪಾಠ ಕಲಿತು ಈಗ ಈ ಆಯುಧಗಳಲ್ಲಿ ಅವಶ್ಯಕವಾದ ಸುಧಾರಣೆ ಮಾಡಿಕೊಂಡಿದ್ದರಿಂದ ಸ್ಥಿತಿಯಲ್ಲಿ ಗಣನೀಯ ಪರಿವರ್ತನೆ ಆಗಿವೆ. ಆದರೆ ಆ ದಿನಗಳಲ್ಲಿ ನಮಗೆ ಅತಿ ಹೆಚ್ಚಿನ ಗುಂಡಿನ ಗಳಿಕೆಯ ಬೇಡಿಕೆ ಇದ್ದಾಗ ಇವೆಲ್ಲ ನಿಜವಾದ ಗಂಭೀರ ಸಮಸ್ಯೆಗಳಾಗಿದ್ದವು. ನಾವು ನಮ್ಮದೇ ರೀತಿಯಲ್ಲಿ ಸ್ಥಳೀಯ ಸುಧಾರಣೆಗಳಿಂದ ಸಮಸ್ಯೆಗಳನ್ನು ಬಗೆಹರಿಸಿಕೊಳ್ಳಬೇಕಾಯಿತು.

ಬೇಸ ಕೆಂಪನಲ್ಲಿದ್ದ ಮಿಡಿಯಮ್ ಗನ್‌ಗಳು ತಮ್ಮ ನಿಗದಿತ ದೂರಕ್ಕಿಂತ ಹೆಚ್ಚು ದೂರ ಗುಂಡೆಸೆಯುತ್ತಿದ್ದವು. ಆಗ ಕೂಡಾ ಇವು ನಿಗದಿತ ಗುರಿ ತಲುಪುವ ಸಮಸ್ಯೆಗೆ ಈಡಾಗಿದ್ದವು. ಆದರೆ ವೈರಿಗೆ ನಿಜವಾಗಿ ತಡೆ ಒಡ್ಡುತ್ತಿದ್ದವು. ಅದರಲ್ಲೂ Air Burst ಅಂದರೆ ಭೂಮಿಯ ಮೇಲಂತರದಲ್ಲಿ ಸಿಡಿಸಿದಾಗ ಅವರಿಗೆ ತುಂಬಾ ತೊಂದರೆ ಆಗುತ್ತಿತ್ತು ಅವರು ದಾಳಿ ಮಾಡಿದಾಗ ಈ ಸಮಸ್ಯೆ ನಮ್ಮನ್ನು ಕಾಡುತ್ತಿತ್ತು. ಅಷ್ಟೇ ಅಲ್ಲ, ಅವರ ಗನ್ನಿನ ಗುರಿ ನಿಖರತೆ ಚೆನ್ನಾಗಿತ್ತು.

ಯಾಕಂದರೆ ಅವರ ಗನ್ನಗಳು ಬಿರುಸಾದ ಶಿಲೆಗಳ ತಳಪಾಯ ಹೊಂದಿದ್ದು ಅವರಿಗೆ ಸ್ಥಿತ್ಯಂತರದ ಸಮಸ್ಯೆ ಇರದ್ದರಿಂದ ಪುನಃ ಪುನಃ ತಮ್ಮ ದಾಳಿಯ ಗುರಿಯನ್ನು ನಿಯಂತ್ರಿಸುವ ಅಗತ್ಯವಿರಲಿಲ್ಲ.

ಈಗ ನಾವು ತೋಪುಖಾನೆ ದಾಳಿಯ ಪರಿಣಾಮದ ಕುರಿತು ಯೋಚಿಸುವ. ರಾತ್ರಿಯಲ್ಲಿ ಈ ದಾಳಿಗೆ ಒಂದು ರೀತಿಯ ಕ್ರಮ ಇರುತ್ತದೆ. ಇದನ್ನು ಸರಿಯಾಗಿ ಅರ್ಥೈಸಿಕೊಂಡು ನಾವು ಪ್ರತ್ಯುತ್ತರಿಸಬಹುದು. ಆದರೆ ಹಗಲಿನಲ್ಲಿ ನಮ್ಮ ರೀತಿ ಬೇರೆಯೇ ಆಗಿತ್ತು. ಉದಾಹರಣೆಗೆ ರಾತ್ರಿ ನಮ್ಮ ಬಾನಾಟಾಪ್‌ನಿಂದ ನಮಗೆ ಶತ್ರುವಿನ ದಾಳಿಯ ಗನ್‌ಗಳ ಬೆಳಕು ಅಥವಾ ಹೊಳಪು ಕಂಡುಬರುತ್ತಿತ್ತು. ಹಾಗೂ ಅವುಗಳ 'ದೂರ'ವನ್ನು ಅವಲಂಬಿಸಿ, ಅವುಗಳ 'ಸುಂಯ್' ಗುಡುವ ಶಬ್ದವೂ ಕೇಳಿಬರುತ್ತಿತ್ತು. ಈ 'ಸುಂಯ್' ಶಬ್ದ ಒಮ್ಮೆಲೆ ನಿಂತು ನಂತರ ಕೂಡಲೇ ನೆಲಕ್ಕೆ ಅಪ್ಪಳಿಸುವ ಶಬ್ದ ಬಂದರೆ, ಗುಂಡು ನಮ್ಮ ಅತಿ ಸಮೀಪದಲ್ಲೆ ಬಿದ್ದಿತು ಎಂದೇ ಅರ್ಥ! ಆಗ ನೀವು ಬಯಲಲ್ಲಿ ಇದ್ದರೆ, ಗುಂಡು ನಿಮ್ಮ ನೆತ್ತಿಯ ಮೇಲೆ ಸಿಡಿಯದಿದ್ದರೆ ಅಥವಾ ನಿಮ್ಮ ಪಕ್ಕದಲ್ಲೇ ಸಿಡಿಯದಿದ್ದರೆ, ನೀವು ಸುಮ್ಮನೆ ಬಗ್ಗಿ ನೆಲಕ್ಕಂಟಿಕೊಂಡರಾಯಿತು. 'ಸುಂಯ್' ಗುಡುವ ಶಬ್ದ ಹಾಗೇ ಮುಂದುವರಿದರೆ, ಗುಂಡು ನೆಲಕ್ಕೆ ಅಪ್ಪಳಿಸುವ ಸ್ಥಳ ನಿಮ್ಮಿಂದ ದೂರ, ನೀವು ಸುರಕ್ಷಿತ ಎಂದು ಭಾವಿಸಬಹುದು. ನೆಲಕ್ಕೆ ಅಪ್ಪಳಿಸುವ ಬಿಂದು ಏನಂದರೂ ಸಾಮಾನ್ಯವಾಗಿ ೭೫°ದಲ್ಲಿ ಗುಂಡು ಸಿಡಿಯುತ್ತದೆ. ಅಂತೆಯೇ ನೀವು ಸುರಕ್ಷಿತ ಆದರೆ ಸಿಡಿಯುವ ಶಬ್ದ ನಿಮ್ಮ ಅತಿ ಸಮೀಪದಲ್ಲಿದ್ದರೆ, ಗುಂಡಿನ ತುಣುಕುಗಳು ನಿಮ್ಮನ್ನು ಗಾಯಗೊಳಿಸಬಹುದು, ಹಾಗಾಗದಂತೆ ನಾವು ಎಚ್ಚರವಹಿಸಲೇಬೇಕು.

ಮೊರ್ಟರ ಗುಂಡಿನ ಭೀತಿಯೇ ಬೇರೆ. ಅದು ತುಂಬ ಎತ್ತರಕ್ಕೆ ಧುಮುಕುತ್ತದೆ (High Tragectory) ಅಂತೆಯೇ ಅದರ ಘಾತಕವಾದ ತುಣುಕುಗಳು ತುಂಬಾ ವೇಗದಲ್ಲಿ ಚಲಿಸುವದರಿಂದ ಅದು ನಿಮ್ಮ ಮಾಂಸವನ್ನು ತುಂಡರಿಸುತ್ತದೆ, ಸಾವನ್ನೂ ತರಬಹುದು. ಗನ್ ಶೆಲ್ಲನಂತೆ ಅದು ಸದ್ದು ಮಾಡುವದಿಲ್ಲ. ರಾತ್ರಿ ಮತ್ತು ಹಗಲಿನಲ್ಲಿ ನಮ್ಮ ಪ್ರತಿಕ್ರಿಯೆಯ ವಿಭಿನ್ನತೆ ಅಂದರೆ, ರಾತ್ರಿ ದಾಳಿಯಲ್ಲಿ ಹೊಳಹು (Flesh) ಕಂಡುಬರುತ್ತದೆ. ಹಗಲಿನಲ್ಲಿ ಅದು ಕಾಣುವದೇ ಇಲ್ಲ!

ವೈರಿಯ ದಾಳಿಯ ಕೊಂಚ ಮೊದಲು ಸೆಪ್ಟೆಂಬರ್ ೧೯೮೭ ನಾವು ಎರಡು ನಳಿಕೆಗಳ ಏರ ಢಿಫೆನ್ಸ ಗನ್‌ಗಳನ್ನು (೨೪-೨೩ Guns) ಅಶೋಕ ಸ್ಥಾವರದ ಹತ್ತಿರವೇ ಸಾಗಿಸಿದ್ದೆವು. ಬಿಡಿಭಾಗ ಮಾಡಿದರೂ ಇವುಗಳನ್ನು ಅಲ್ಲಿಗೆ, ಸಾಗಿಸುವುದು ತುಂಬ ಕ್ಲಿಷ್ಟಕರವಾಗಿತ್ತು. ನಂತರ ಈ ಆಯುಧವನ್ನು ದಾಳಿ ಮಾಡುವ ಸೈನ್ಯದ ಪದಾತಿ ದಳದ ಮೇಲೆ ನೇರವಾಗಿ ಗುಂಡಿಕ್ಕಲು ಬಳಸಲಾಯಿತು. ಇದು ತುಂಬಾ ಫಲಕಾರಿಯಾಗಿದ್ದಲ್ಲದೇ, ಅಶೋಕದ ಮೇಲೆ ವೈರಿಯ ದಾಳಿಗೆ ಬಲವಾದ ತಡೆ ಒಡ್ಡಿತು. ೧೨೦೦ ರಿಂದ ೧೫೦೦ರ ವರೆಗೆ ಗುಂಡುಗಳನ್ನು ಪ್ರತಿ ಮಿನಿಟಿಗೆ ಇದು

ಸಿಡಿಸುತ್ತಿದ್ದುದರಿಂದ ಅವರ ಆಕ್ರಮಣಕ್ಕಾದ ಗತಿ ನಿಧಾನವಾಯಿತು. ಗುಂಡುಗಳ ಗುರಿ ನಿಖರವಿರದಿದ್ದರೂ. ಅದರ ನಿರಂತರ ಸುರಿಮಳೆಯಿಂದ ವೈರಿ ತುಂಬಾ ಕ್ಷತಿಗೊಂಡಿದ್ದ. ಮೋಜಿನ ಸಂಗತಿ ಎಂದರೆ ಏರ ಡಿಫೆನ್ಸ್‌ಗಾಗಿಯೇ ಆಯುಧವನ್ನು ಒಮ್ಮೆ ವೈರಿಯ ವಿಮಾನದತ್ತ ಬಳಸಿದಾಗ ಅದರ ನಿಖರತೆ ಹೇಳಿಕೊಳ್ಳವಂತಿರಲಿಲ್ಲ. "ಸೋನಮ"ದಲ್ಲಿ ನಮ್ಮ ಬಳಿ ಇದ್ದ ಇನ್ನೊಂದು ಆಯುಧ ಒಂದು ನಳಿಕೆಯ "GRAD-P" ಗನ್ನು ಇದನ್ನು ಕ್ವಚಿತ್ ಆಗಿ ಬಳಸಲಾಯಿತು. ಇದು ೬ ಕಿ.ಮೀ.ಕ್ಕೂ ಮೀರಿ ಗುಂಡು ಸಿಡಿಸ ಬಲ್ಲದ್ದಾಗಿತ್ತು. ಆದರೆ ಗುಂಡುಗಳ ಕೊರತೆಯಿಂದಾಗಿ ಇದನ್ನು ಅಷ್ಟಾಗಿ ಬಳಸಲಿಲ್ಲ. ಆದರೂ ನಮ್ಮ ಪದಾತಿ ದಳ ತಕ್ಕಮಟ್ಟಿಗೆ ಇದರ ಉಪಯೋಗ ಪಡೆಯಿತು ಅನ್ನಬಹುದು.

ಉಡುಪುಗಳ ಬಗ್ಗೆ ಹೇಳುವದಾದರೆ ಅಯ್ಕೆಗೊಂಡ ಬೂಟುಗಳು, ಕಾಲುಚೀಲ, ಟೊಪ್ಪಿಗೆ, ಜೆಕೆಟ್, ಪೆಂಟ ಮುಂತಾದ ವಸ್ತುಗಳು ಹೇರಳವಾಗಿ ಲಭ್ಯವಿದ್ದವು. ಹತ್ತಿ ತುಂಬಿದ ಜೆಕೆಟ್‌ಗಳು, ಪೆಂಟ್‌ಗಳು ತುಂಬಾ ಬೆಚ್ಚಗೆ ಹಾಗೂ ಸುಖದಾಯಕವಾಗಿದ್ದವು. ಅವು ಹಸಿರು ಬಣ್ಣದಾಗಿದ್ದರಿಂದ ದೂರದಿಂದಲೇ ಕಂಡುಬರುತ್ತಿದ್ದವು. ನಾವು ದೂರದಿಂದ ವೈರಿಗಳ ಕಣ್ಣಿಗೆ ಬೀಳದಿರಲೆಂದು ಬರ್ಫಗಟ್ಟಿದ ಸುತ್ತಲಿನ ಪರಿಸರದೊಂದಿಗೆ ಬೆರೆತು ಹೋಗಲೆಂಬಂತೆ ನಮಗೆ ಆಮದು ಮಾಡಿಗೊಂಡ ಬಿಳಿ ಹಿಮ ಹೊದಿಕೆಗಳನ್ನು ನೀಡಲಾಗಿತ್ತು. ಇವು ಛಳಿ ತಡೆಯಲು ಎಷ್ಟು ಪರಿಣಾಮಕಾರಿ ಆಗಿದ್ದವೆಂದರೆ ದಿನದಲ್ಲಿ ತಾಪಮಾನ ಶೂನ್ಯಕ್ಕೆ ಏರಿದಾಗ, ನಾವು ಈ ಹೊದಿಕೆಗಳನ್ನು ತೆಗೆಯಬೇಕಾಗಿತ್ತು. ಅನ್ಯಥಾ ಮೈ ಎಲ್ಲಾ ಬೆವರಿ ಬಟ್ಟೆ ತೊಯ್ದು ಬಿಡುತ್ತಿತ್ತು. ಇದು ತುಂಬಾ ತೊಂದರೆದಾಯಕವಾಗಿತ್ತು. ಏಕೆಂದರೆ ನಾವು ಒಂದು ನಿಮಿಷ ನಿರಾಳವಾಗಿ ಕುಳಿತುಕೊಂಡು ವಿಶ್ರಮಿಸಿದಾಗ ಈ ಬೆವರು ಹೆಪ್ಪುಗಟ್ಟಿಬಿಡುತ್ತಿತ್ತು. ತುಂಬಾ ಅಸುವಿಧಾ ಜನಕವಾಗಿತ್ತು. ನಮಗೆ ಎರಡು ಸ್ಥರದ ಕೈಗೋಸು (ಕೈಚೀಲ)ಗಳನ್ನು ಬಳಿಸಬೇಕಾಗಿತ್ತು. ಒಳಗಿನ ತೆಳ್ಳಗಿನ ಸ್ಥರ, ಹೊರಗಿನ ಸ್ಥರ ದಪ್ಪವಾದದ್ದು ಕಾಲುಚೀಲ ಹಾಗೂ ಬೂಟುಗಳು ಸುಖದಾಯಿ ಆಗಿದ್ದವು. ಅವುಗಳನ್ನು ಅಸ್ಟ್ರಿಯಾ ಹಾಗೂ ಕೆಲ ಯುರೋಪ ದೇಶಗಳಿಂದ ಆಮದು ಮಾಡಲಾಗಿತ್ತು. ನಾನು ಕೊಫಲಿಕ್ ಬೂಟಗಳನ್ನು ಬಳಸುತ್ತಿದ್ದೆ. ಅವು ಗಟ್ಟಿಮುಟ್ಟಗಾಗಿ ನೆಲಕ್ಕೆ ಅಂಟಿಕೊಳ್ಳುತ್ತಿದ್ದವು. ಭಾರತೀಯ ಹಿಮಾಲಯ ಬೂಟಗಳು ತುಂಬಾ ಹಗುರವಾಗಿದ್ದವು. ಆದರೆ ಹಿಮದ ಮೇಲೆ ನಡೆಯಲು ಅಷ್ಟು ಅನುಕೂಲವಾಗಿರಲಿಲ್ಲ. ಎತ್ತರದಲ್ಲಿ ನಮ್ಮ ದೇಶೀ ಹಾಗೂ ವಿದೇಶೀ ಎರಡೂ ಬಗೆಯ ತಂಬೂಗಳನ್ನು (Tentage) ನೀಡಲಾಗಿತ್ತು. ಇಬ್ಬರು ವಾಸ ಮಾಡಬಲ್ಲ Pub tent ಗಳನ್ನು ಹಿಮ ಗುಡ್ಡಗಳ ಅಂಚಿನಲ್ಲಿ ಸಲೀಸಾಗಿ, ಬೇಗನೆ ನಿಲ್ಲಿಸಬಹುದಿತ್ತು. ಆದರೆ ೧೦ ಜನರು ವಾಸಿಸಬಲ್ಲ ತಂಬೂಗಳು ಕೂಡಲೇ ಗುರುತಿಸುವಂತಿರುತ್ತಿದ್ದವು. ಅಂತೆಯೇ ಅವು ವೈರಿಯ ತೊಪುಖಾನೆಯ ಗುಂಡುಗಳ ಮೆಚ್ಚಿನ ಗುರಿ (Target) ಆಗಿದ್ದವು. ತಂಬೂಗಳ ಕೊರತೆಯಿಂದಾಗಿ ನಾವು ಅಲ್ಲಲ್ಲಿ ಬಿದ್ದ Parachute ಗಳನ್ನು ವಸತಿಗಾಗಿ

ಹಾಗೂ ವಸ್ತುಗಳ ದಾಸ್ತಾನಿಗಾಗಿ ಬಳಸುತ್ತಿದ್ದೆವು. ಕೆಳಮಟ್ಟದಲ್ಲಿ, ಆಗ Fibre ಶೆಲ್ಟರಗಳನ್ನು ಸ್ಥಾಪಿಸಲಾಗಿತ್ತು. ಅದರಲ್ಲಿ ೬ ರಿಂದ ೧೦ ಜನ ವಾಸಿಸಬಹುದಿತ್ತು. ಇತ್ತೀಚಿನ ದಿನಗಳಲ್ಲಿ ಸ್ಥಿತಿಯಲ್ಲಿ ತುಂಬಾ ಸುಧಾರಣೆ ಆಗಿದ್ದು, ಮುಂಚೂಣಿಯ ಸ್ಥಾನಿಕಗಳಲ್ಲು ಕೂಡಾ ವಸತಿಗಳನ್ನು ನೀಡಲಾಗಿದೆ. ಆದರೆ ಬಾನಾಟಾಪ್‌ನಂತಹ ಸ್ಥಾನಕಗಳಿಗೆ ಕೇವಲ ಹೆಲಿಕೊಪ್ಟರ ಮೂಲಕವೇ ಸಾಮಾನು ಸಾಗಿಸಬೇಕಾಗುವದರಿಂದಾಗಿ, ಅಲ್ಲಿಗೆ ವಸತಿ ನಿರ್ಮಿಸಲು ಪೆನೆಲ್‌ಗಳನ್ನು ತಲುಪಿಸಲು ಆಗುವದಿಲ್ಲ. ಆದುದರಿಂದ ಇಲ್ಲಿ ಇಂಥ Shelter ಸಾಧ್ಯವಿಲ್ಲ. ಆಗ ಅಲ್ಲಿ ನಾವು ನಮ್ಮ ವಾಸಕ್ಕೆ ಹಾಗೂ Shell ದಾಳಿಯಿಂದ ಬಚಾವ ಆಗಲು ಬರ್ಫದ Igloos ಗಳನ್ನು ನೆಚ್ಚಿಕೊಂಡಿದ್ದೆವು. ಅವು ತುಂಬಾ ಸುಖದಾಯಿ ಏನೋ ಆಗಿದ್ದವು. ಆದರೆ ಗುಂಡು ನೇರವಾಗಿ ಅದರ ಮೇಲೆ ಅಪ್ಪಳಿಸಿದಾಗ ಅವು ಕುಸಿದು ಅದರ ಅಡಿಗೆ ಜನ ಸತ್ತಿದ್ದೂ ಇದೆ.

ಅಲ್ಲಿ ಸೈನಿಕನ ನಿಜವಾದ ಸಂಗಾತಿ ಆತನ ಹಿಮಕೊಡಲಿ (Ice Axe) ಅದು ಪ್ರತಿ ಒಬ್ಬ ಸೈನಿಕನ ಬಳಿ ಇರಲೇಬೇಕು. ಈ ಸಾಧನ, ಹಿಮದಲ್ಲಿ ಮೇಲಕ್ಕೆ ಹತ್ತಲು ಉಪಯೋಗವಾಗುವುದಷ್ಟೇ ಅಲ್ಲ ಪ್ರಸಂಗ ಬಂದಾಗ ಯಾರೊಬ್ಬರನ್ನು ಹತ್ಯೆಗೈಯಲೂ ಬಳಸಬಹುದು. ಹಗುರವಾದ ಈ ಬಹು ಉಪಯೋಗಿ ಸಾಧನದ ಒಂದು ತುದಿ ಮೊನಚಾಗಿದ್ದು ಇನ್ನೊಂದು ತುದಿ ಸಿಲೆಂಡರ ಅಕಾರದ್ದಿರುತ್ತದೆ. ಅದನ್ನು ಕೆಲವೊಮ್ಮೆ Hammer (ಕುಟ್ಟಣ)ದಂತೆಯೂ ಬಳಸಬಹುದು. ವಸ್ತುಗಳ ಸಾಗಾಟಕ್ಕಾಗಿ ನಮ್ಮ ಬಳಿ ಹಿಮಸ್ಕೂಟರ (Snow Scooter) ಗಳಿದ್ದವು. ವಿಮಾನಗಳು ಕೆಳಗೆ ಬೀಳಿಸಿದ ವಸ್ತುಗಳನ್ನು ಹೆಕ್ಕಿ ತರಲು ಇವು ತುಂಬಾ ಉಪಯುಕ್ತವಾಗಿದ್ದವು. ತಮ್ಮ ಪ್ರತಿ ಹಾರಾಟದಲ್ಲಿ ವಿಮಾನಗಳು ಡ್ರೊಪಿಂಗ ಝೋನ (Dropping Zone) ಗಳಲ್ಲಿ ನಮ್ಮ ಅವಶ್ಯಕ ವಸ್ತುಗಳನ್ನು ಕೆಡವಿಹೋಗುತ್ತಿದ್ದವು. ಅಲ್ಲಿ ಬಿದ್ದ ಭಾರವಾದ ವಸ್ತುಗಳನ್ನು ಹೊತ್ತು ತರಲು ಈ Snow Mobileಗಳು ಬಹು ಉಪಯುಕ್ತವಾಗಿದ್ದವು. ಪಕ್ಕದ ಭಾರವಾದ ವಸ್ತುಗಳ ಸಾಗಾಣಿಕೆಗೆ ಕೂಡಾ ಇವುಗಳನ್ನು ಬಳಸಬಹುದಿತ್ತು. ಆದರೆ ಅಲ್ಲಲ್ಲಿ ಇರುವ ಹಿಮದ ಸೀಳು (Crevices) ಗಳಿಂದ ಇವುಗಳ ಚಲನೆ ದುಸ್ತರವಾಗುತ್ತಿತ್ತು.

ಇನ್ನು ಹೆಲಿಕೊಪ್ಟರ ಬಗ್ಗೆ ಹೇಳುವಾದಾದರೆ ನಮ್ಮಲ್ಲಿ ಮೂರು ಬಗೆಯ ಹೆಲಿಕೊಪ್ಟರಗಳಿದ್ದವು. ಹಗುರವಾದ 'ಚೀತಾ" ಹೆಲಿಕೊಪ್ಟರಗಳನ್ನು ಭೂದಳದ ವೈಮಾನಿಕರು (ಂಡಿಟಥಿ ಂತುಚಿಣುಂಟ) ಹಾಗೂ ವಾಯುದಳದ ವೈಮಾನಿಕರು ಉಡಾಯಿಸುತ್ತಿದ್ದರು. ಮಧ್ಯಮ ತೂಕದ ಎಂ.ಐ. ೧೭ ಹೆಲಿಕೊಪ್ಟರಗಳು ೧೬೦೦೦ ಫೀಟ್ ಎತ್ತರದವರೆಗೆ ತಲುಪಬಲ್ಲವಾಗಿದ್ದವು. ಹೆಚ್ಚು ತೂಕದ ಎಂ.ಐ.–೨೬ (ಫೆದರ ವೇಟ್ಸ್) ಗಳು ಬೇಸ್‌ಕ್ಯಾಂಪವರೆಗೆ ಮಾತ್ರ ಸರಕು ಸಾಗಿಸುತ್ತಿದ್ದವು. ಈ ಎಲ್ಲ ಹೆಲಿಕೊಪ್ಟರಗಳಿಗೂ ಹಾರುವ ಎತ್ತರದ ಹಾಗೂ ಹೊತ್ತೊಯ್ಯಬಹುದಾದ ತೂಕದ ನಿರ್ಬಂಧಗಳಿದ್ದವು ಅದು ಆ ಸ್ಥಾನಕದ ಎತ್ತರದ ಮೇಲೆ ಅವಲಂಬಿಸಿತ್ತು. ಎಂ–

೧೭ಗಳು ಬೇಸ ಕೆಂಪವರೆಗೆ ಮಾತ್ರ ಸೈನಿಕರನ್ನು / ವಸ್ತುಗಳನ್ನು ಹೊತ್ತೊಯ್ಯುತ್ತಿದ್ದು, ಅಲ್ಲಿಂದ ನಮ್ಮ ಮುಂಚೂಣಿಯ ಸ್ಥಾನಕದವರೆಗಿನ ಸಾಗಾಟವನ್ನು "ಚೀತಾ" ಹೆಲಿಕೊಪ್ಟರ ವಹಿಸುತ್ತಿತ್ತು. ೧೬೦೦೦ ಫೀಟ ಕ್ಕಿಂತ ಮೇಲಿನ ಎತ್ತರಕ್ಕೆ ಚೀತಾ ಕೇವಲ ಇಬ್ಬರನ್ನು ಹೊತ್ತೊಯ್ಯಲು ಬರುತ್ತಿತ್ತು. ಆದರೆ 'ಸೊನಮ' ಅಥವಾ 'ಅಮರ" ದಿಂದ ಸ್ಥಾನಕಗಳಿಗೆ ಹೋಗುವದಿದ್ದರೆ ಒಂದು ಬಾರಿ ಒಬ್ಬ ಸೈನಿಕನನ್ನು ಆತನ ಆಯುಧದೊಂದಿಗೆ ಹೊತ್ತೊಯ್ಯುತ್ತಿತ್ತು. ಇನ್ನೊಂದು ಬಾರಿ ಆತನ ಹಾಸಿಗೆ ಮತ್ತು ಇತರ ಸಾಮಾನುಗಳನ್ನು ಒಯ್ಯುತ್ತಿತ್ತು.

ಎಎನ್–೩೨ ಹಾಗೂ ಐ.ಎಲ್–೭೬ ವಿಮಾನಗಳು ಚಂಡಿಗಡದಿಂದ ಪರತಾಪುರಕ್ಕೆ ನೇರವಾಗಿ ಹಾರಬಲ್ಲವಾಗಿದ್ದವು. ಅಲ್ಲದೇ ಅವು ಡ್ರಾಪಿಂಗ್ ಝೋನ್‌ನಲ್ಲೇ ವಸ್ತುಗಳನ್ನು ಇಳಿಸಬಲ್ಲವಾಗಿದ್ದವು. ಗಜರಾಜ ಅಥವಾ ಐ.ಸಿ–೭೬ (ಅತಿದೊಡ್ಡ ವಿಮಾನ) ನೇರವಾಗಿ ಪರತಾಪುರಕ್ಕೆ ತಂದ ವಸ್ತುಗಳನ್ನು ಎಂ–೧೭ ಬೇಸಕೆಂಪಗೆ ತಲುಪಿಸುತ್ತಿತ್ತು. ಅಲ್ಲಿ ಅವುಗಳನ್ನು ಕಡಿಮೆ ತೂಕದವನ್ನಾಗಿ ಮಾಡಿ "ಚೀತಾ"ಗಳ ಮೂಲಕ ಮುಂದೆ ಸಾಗಿಸಲಾಗುತಿತ್ತು. ಹೀಗೆ ವಸ್ತುಗಳ ಸಾಗಾಟ ತುಂಬಾ ಸುವ್ಯವಸ್ಥೆಗಾಗಿ ಸಾಗುತ್ತಿತ್ತು.

***

೧೭. ಸಿಯಾಚಿನ್‌ಗಾಗಿ ತರಬೇತಿ

'ಶಾಂತಿ' ಯಲ್ಲಿ ಹೆಚ್ಚು ಬೆವರು ಹರಿಸಿದರೆ ಯುದ್ಧದಲ್ಲಿ ಕಡಿಮೆ ರಕ್ತ ಸುರಿಯುತ್ತೆ" "More you sweat in peace less you bleed in war" ಇದು ಸದಾ ಕೇಳಿ ಬರುವ ಸುಪ್ರಸಿದ್ಧ ಉಕ್ತಿ. ಇದು ಅದೆಷ್ಟು ಸತ್ಯ ಎಂದು ಅರಿವಾಗುವದು ಇದನ್ನು ನೀವು ನಿಜವಾಗಿ ಆಚರಿಸಿದಾಗ! ಅದು ಯುದ್ಧದ ತರಬೇತಿಯಲ್ಲಾಗಲಿ ಅಥವಾ ನಿಜವಾದ ಯುದ್ಧದಲ್ಲೇ ಆಗಲೀ, ಇಲ್ಲವೇ ಸಿಯಾಚಿನಗೆ ತೆರಳುವಾಗಲೇ ಆಗಲೀ ಯಾವುದೇ ಯುದ್ಧ ಸಂದರ್ಭದಲ್ಲಿ ಯುದ್ಧ ಗೆಲ್ಲುವ ಏಕೈಕ ಸಂಗತಿ ಅಂದರೆ ಕೇವಲ ತರಬೇತಿ. ಕಠಿಣವಾದ ತರಬೇತಿಯು ಪರಿಶ್ರಮ ಎಂಬುದು ನನ್ನ ದೃಢವಾದ ನಂಬಿಕೆ. ಸಿಯಾಚಿನ ಕುರಿತ ತರಬೇತಿ ಒಂದು ವಿಶಿಷ್ಟವಾದ ತರಬೇತಿ. ಅದರಲ್ಲಿ ಅತಿ ಕ್ಲಿಷ್ಟವಾದ ಜೀವ ಹಾನಿ ಮಾಡುವ ಪರಿಸರ, ಪರ್ಯಾವರಣಗಳಲ್ಲಿ ನಮ್ಮನ್ನು ರಕ್ಷಿಸಿಕೊಳ್ಳುವ ಶಿಕ್ಷಣ ನೀಡಲಾಗುತ್ತದೆ. ಅಲ್ಲದೇ ಗ್ಲೇಸಿಯರ ಭಾಗದಲ್ಲಿ ಹಾಗೂ ಹಿಮ ಖಂಡಗಳಲ್ಲಿ ಯುದ್ಧ ಮಾಡುವ ಕಲೆಯನ್ನು ಕಲಿಸಲಾಗುತ್ತದೆ. ಅಂತೆಯೇ ಈ ಪ್ರಶಿಕ್ಷಣ ಅತಿ ವಿಶಿಷ್ಟವಾದುದು.

ಜಮ್ಮು ಮತ್ತು ಕಾಶ್ಮೀರ ಲೈಟ್ ಇನ್ಫಂಟ್ರಿಯ ೮ನೇ ಬಟಾಲಿಯನ್‌ನ್ನು ಪ್ರಪ್ರಥಮವಾಗಿ ಹೊಸದಾಗಿ ಹುಟ್ಟುಹಾಕಿ "ಹಿಮಾಲಯನ್ ಬ್ರಿಗೇಡ"ದ ಭಾಗವಾಗಿ ನೇಮಿಸಲಾಯಿತು. ಅತಿ ಎತ್ತರದ (High Altitude) ಪ್ರದೇಶಗಳಲ್ಲಿಯ ಕಾರ್ಯಾಚರಣೆಗಾಗಿ ನಮ್ಮನ್ನು ಸಿದ್ಧಗೊಳಿಸಲಾಯಿತು. ಅದಕ್ಕಾಗಿ ಅತಿ ನೂತನ ಸಾಧನಗಳನ್ನು ನಮಗೆ ಕೊಟ್ಟರು. ಅತಿ ಎತ್ತರದ ಯುದ್ಧಾಚರಣೆಯ ಕಲೆಗಳಲ್ಲಿ ನಮಗೆ ಪ್ರಶಿಕ್ಷಣ ನೀಡಲಾಯಿತು.

ಭಾರತೀಯ ಸೇನೆಯ "ಅತಿ ಎತ್ತರದಲ್ಲಿಯ ಯುದ್ಧ ಕೌಶಲ್ಯ" ಕಲಿಸುವ ಸಂಸ್ಥೆ (High Altitude War fare School) ಇರುವದು ಜಮ್ಮು ಮತ್ತು ಕಾಶ್ಮೀರದ ಸೋನಾಮಾರ್ಗ ಎಂಬಲ್ಲಿ. ಅಲ್ಲಿ ನಮ್ಮ ಸೈನಿಕರಿಗೆ ಬೇಸಿಗೆಯಲ್ಲಿ ಈ ಯುದ್ಧ ಕಲೆಯ ತರಬೇತಿ ನೀಡಲಾಯಿತು. ನಂತರ ನಾವು ಪುನಃ ಚಳಿಗಾಲದಲ್ಲಿ ಅಲ್ಲಿಯೇ ಹಿಮ ಹಾಗೂ ಗ್ಲೇಸಿಯರ ಯುದ್ಧ ಕಲೆಯ ತರಬೇತಿ ಪಡೆದುಕೊಂಡೆವು. ೧೯೫೫-೯೦ರಲ್ಲಿ ಪ್ರಪ್ರಥಮ ಬಾರಿ ಭಾರತೀಯ ಸೈನಿಕರು ಸೋನಾಮಾರ್ಗದಲ್ಲಿ ಚಳಿಗಾಲದಲ್ಲಿ ಬೀಡುಬಿಟ್ಟಿದ್ದು ಅಲ್ಲಿ ಚಳಿಗಾಲದಲ್ಲಿ ವಿಪರೀತವಾದ ಹಿಮಾಪಾತವಾಗುತ್ತದೆ. ಅಲ್ಲದೇ

ಇಲ್ಲಿ ಯಾವ ರೀತಿಯ ಆಡಳಿತ ಸೌಕರ್ಯಗಳೂ ಇಲ್ಲ ಪ್ರಾಥಮಿಕ ಸೌಲಭ್ಯಗಳೂ ಲಭ್ಯವಿಲ್ಲ. ಅಂತೆಯೇ ಆ ಸ್ಥಾನ ಚಳಿಗಾಲದಲ್ಲಿ ವಾಸಿಸಲು ಉಪಯುಕ್ತವಾದುದ್ದಲ್ಲ. ಅಲ್ಲದೇ, ಶ್ರೀನಗರದಿಂದ ಸೋನಾಮಾರ್ಗವನ್ನು ಜೋಡಿಸುವ ಒಂದೇ ಒಂದು ಹೆದ್ದಾರಿಯು ಚಳಿಗಾಲದಲ್ಲಿ ಹಿಮ ಬಿರುಗಾಳಿ ಹಾಗೂ ಗುಡ್ಡ ಜಾರುವಿಕೆಯಿಂದಾಗಿ ಮುಚ್ಚಿಕೊಂಡಿರುತ್ತದೆ. ಹಿಮ ತಾನಾಗಿಯೇ ಕರಗುವತನಕ ಆ ಮಾರ್ಗವನ್ನು ತೆರವು ಮಾಡಲಾಗುವದಿಲ್ಲ. ಹೀಗೆ ಜಗತ್ತಿನ ಹೊರ ಸಂಪರ್ಕದಿಂದ ಸಂಪೂರ್ಣವಾಗಿ ಕಡಿದು ಹೋಗಿ, ಒಂಟಿತನದ ಹಿಂಸೆ ಸಹಿಸುತ್ತ ನಾವು ೪ ತಿಂಗಳು ಅಲ್ಲಿಯೇ ಕಳೆಯಬೇಕಾಯಿತು. ಆ ಸಮಯಗಳಲ್ಲಿ ಉಪಗ್ರಹಗಳ ಸಂವಹನೆಯೂ ಇರದ್ದರಿಂದ ನಮಗೆ ಯಾವ ರೀತಿಯ ಮಾಧ್ಯಮಗಳ ಸಂಪರ್ಕವೂ ಇರಲಿಲ್ಲ. ಪರ್ವತೀಯ ಪ್ರದೇಶವಾದುದರಿಂದ ರೇಡಿಯೋ (Radio) ಸಂಪರ್ಕ ಕೂಡ ಅನಿಶ್ಚಿತವಾಗಿತ್ತು. ವಾರಕ್ಕೊಮ್ಮೆ ಕೈಗೆಟಕುವ ವೃತ್ತ ಪತ್ರಿಕೆಗಳು ನಮಗೆ ಹೊರ ಪ್ರದೇಶದ ಸುದ್ದಿ ನೀಡುತ್ತಿದ್ದವು.

೧೬೦೦೦ ಫೂಟಕ್ಕಿಂತ ಮೇಲ್ಮಟ್ಟದಲ್ಲಿ ಸಣ್ಣ ಸಣ್ಣ ಗುಂಪುಗಳಲ್ಲಿ ಹೇಗೆ ಯುದ್ಧದ ಕಾರ್ಯಾಚರಣೆ ಎಸಗಬೇಕು ಎಂಬುದರ ಕುರಿತು ಹಿಮಾಲಯನ್ ಬ್ರಿಗೇಡದ ನಮ್ಮ ಈ 'Alpine-force' ಸೈನಿಕರಿಗೆ ತರಬೇತಿ ನೀಡಲಾಯಿತು. ಮೊಟ್ಟಮೊದಲು ನಮಗೆ ಲಂಬಕದಂತೆ ನೇರವಾದ ಸೆಟೆದುನಿಂತ ಶಿಲೆಗಳ ಹಾಗೂ ಹಿಮಖಂಡಗಳ ಅರೋಹಣ ಮಾಡಿಸಲಾಯಿತು. ಅದು ಕೂಡ ನಮ್ಮ ವೈಯಕ್ತಿಕ ಉಪಕರಣ ಹಾಗೂ ಶಸ್ತ್ರಗಳ ಜೊತೆಗೆ ಸುಮಾರು ೩೨ ಕೆ.ಜಿ. ತೂಕದೊಂದಿಗೆ ಕೆಲವು ವಿಶೇಷ ಸಾಧನ ಹಾಗೂ ಹಿಮ ಕೊಡಲಿಗಳನ್ನು ಉಪಯೋಗಿಸಿ ಈ ಕಾರ್ಯ ಎಸಗಬೇಕಿತ್ತು. ನಮ್ಮ ಜೀವದ ಹಂಗು ತೊರೆದು ನಾವು Zojila (ಜೋಜಿಲಾ) ಪಾಸದ ಹತ್ತಿರದ ಮಾಚೋಯ ಗ್ಲೇಸಿಯರದ ಪರ್ವತ ಶಿಖರಗಳನ್ನು, ಕಣಿವೆಗಳನ್ನು ಹಗ್ಗದ ಸಹಾಯದಿಂದ ಹತ್ತಿ ಇಳಿದೆವು. ಕಣಿವೆಯ ಪ್ರಪಾತದ ತಳಮಟ್ಟಕ್ಕೆ ನಮ್ಮನ್ನು ಇಳಿಸಿ ೫ ನಿಮಿಷದ ನಂತರವೂ ಮೇಲೆತ್ತದಿದ್ದಾಗ ಆಗುವ ಮನಸ್ಸಿನ ತುಮುಲಗಳೇ ಬೇರೆ! ನಿಮ್ಮ ದೇಹದೊಂದಿಗೆ, ಸಮಯವೂ ಹೆಪ್ಪುಗಟ್ಟಿದಾಗ ನಿಮಗೆ ಅನಿಸುತ್ತದೆ ಇದೇ ಜೀವನದ ಕೊನೆ ಎಂದು. ಆದರೆ ಸಮಯವೇ ನಿಂತು ಹೋದಾಗ ತಾಪಮಾನ ಶೂನ್ಯಕ್ಕೂ ಕೆಳಗೆ ಕುಸಿದಾಗ ನಿಮ್ಮ ಎಲ್ಲವೂ ಶೂನ್ಯ ಮತ್ತು ಅಸಹಾಯಕತೆಯ ಅನಿಸಿಕೆ ನಂತರ ನೀವು ಮೇಲೆದ್ದು ಬಂದಾಗ ಮಾತ್ರ ಗೊತ್ತಾಗುತ್ತದೆ.

ಈ ಹಿಮಾಚ್ಛಾದಿಕ ಪರಿಸರದಲ್ಲಿ "ಸ್ಲೆಡ್ಜ" ವಾಹನ ತುಂಬಾ ಉಪಯುಕ್ತವಾದದ್ದು ಮತ್ತು ಮುಖ್ಯವಾದದ್ದು, ನಮ್ಮ ಮೂರು ನಾಲ್ಕು ಜನ skiing (ಹಿಮದ ಮೇಲೆ ಜಾರುವದು) ಮಾಡುತ್ತ ಹಿಮದ ಮೇಲೆ ಭಾರವಾದ ಸಾಮಗ್ರಿಗಳನ್ನು ಸ್ಲೆಡ್ಜ ಮೂಲಕ ಬಲು ದೂರದವರೆಗೆ ಕೊಂಡೊಯ್ಯುತ್ತಿದ್ದರು. ಇದರ ತರಬೇತಿಯನ್ನು ನಮಗೂ ನೀಡಲಾಗಿತ್ತು. ಈ ಸ್ಲೆಡ್ಜಗಳನ್ನು ನಾವು ಕೇವಲ ಸಿನೇಮಾಗಳಲ್ಲಿ ಕಂಡಿದ್ದೆವು ಮತ್ತು ಇವುಗಳನ್ನು ಧ್ರುವ ಪ್ರದೇಶದಲ್ಲಿ ಬಳಸಲಾಗುತ್ತದೆ ಅಂತ ಕೇಳಿದ್ದವಷ್ಟೆ! ಆದರೆ ಈ

ಸಾಧನ ಎಷ್ಟು ಉಪಯುಕ್ತವಾಯಿತೆಂದರೆ ಅದು ನಮ್ಮ ದೊಡ್ಡ ತಂಡಗಳ ಆಡಳಿತ ಕಾರ್ಯವನ್ನು ಸುಲಲಿತಗೊಳಿಸಿಬಿಟ್ಟಿತು. ಸ್ವಲ್ಪ ತರಬೇತಿಯ ನಂತರ ಹಾಗೂ ಈ ವಾಹನದ ಚಾಲನೆಯ ಕೌಶಲ್ಯ ಹಸ್ತಗತವಾದ ನಂತರ ನಾವು ದೂರದ ಗಾಯಾಳುಗಳನ್ನು ಸಹ ಬಹು ಬೇಗನೇ ತೆರವುಗೊಳಿಸುತ್ತಿದ್ದೆವು. ಮೊದಲು ಇಂಥ ಕಾರ್ಯ ಮಾಡಲು ತುಂಬ ಕಷ್ಟವಾಗುತ್ತಿತ್ತು ಹಾಗೂ ಬಹಳ ಸಮಯ ತಗಲುತ್ತಿತ್ತು.

ಈ ಯುದ್ಧದಲ್ಲಿ ಬದುಕುಳಿಯುವ ಕಲೆ (Survival Training) ತುಂಬ ಅವಶ್ಯವಾಗಿತ್ತು. ಅಂತೆಯೇ ವಾಚೋಯಿ, ಕೊಲೊಹೊಯಿ ಮುಂತಾದ ಗ್ಲೇಸಿಯರ್‌ಗಳಲ್ಲಿ ಸ್ವಾವಲಂಬಿಗಳಾಗಿ ಕೇವಲ ನಮ್ಮ ಬೆನ್ನಿಗಿದ್ದುದನ್ನು ಅವಲಂಬಿಸಿಯೇ ೭ ದಿನಗಳವರೆಗೆ ಕಾಲ್ನಡಿಗೆಯಲ್ಲೇ ಸಾಗಿದೆವು. ಇದು ಚೇತೋಹಾರಿ ಅದರೂ ತುಂಬಾ ಕಷ್ಟದಾಯಕವಾಗಿತ್ತು. ಅದರೆ ಈ ಪ್ರಶಿಕ್ಷಣಗಳು ನಾವು ಏನನ್ನೂ ಸಾಧಿಸಬಲ್ಲೆವು ಎಂಬ ಧೈರ್ಯವನ್ನು ನೀಡಿತು. ಅಷ್ಟೇ ಅಲ್ಲ, ನಮಗೆ ನೀಡಿದ ಸವಾಲುಗಳನ್ನು ಸಕುಶಲವಾಗಿ ಎದುರಿಸಿ ಯಶಸ್ವಿಯಾಗಿಯೇ ತೀರುತ್ತೇವೆ ಎಂಬುದಕ್ಕೆ ನಮ್ಮಲ್ಲಿ ಯಾವ ಶಂಕೆಯೂ ಉಳಿಯಲಿಲ್ಲ. ೧೯೮೭ ರಲ್ಲಿ ನಮಗೆ ನೀಡಿದ ಸಂಧಿಯಲ್ಲಿ ಇದನ್ನೇ ಕಾರ್ಯರೂಪದಲ್ಲಿ ಮಾಡಿ ತೋರಿಸಿದೆವು. ನಾವು ಹಿಮಬಂಡಿಗಳಲ್ಲಿ ಜಾರಿ ನಿಗದಿತ ಸ್ಥಾನವನ್ನು ಅತಿ ಕ್ಷಿಪ್ರದಲ್ಲಿ ತಲುಪಿ ನಮ್ಮ ಕಾರ್ಯವನ್ನು ಎಸಗಿ ವೈರಿಗಳನ್ನು ದಂಗುಬಡಿಸುತ್ತಿದ್ದೆವು. ನಮ್ಮ mock ತರಬೇತಿಗಳು ನಮಗೆ ಇಂಥ ಧೈರ್ಯವನ್ನು ನೀಡಿದವು ಹಾಗೂ ನಿಮ್ಮ ಯಶಸ್ವಿಗೆ ಬಹುಪಾಲು ನಮ್ಮ ತರಗತಿಗಳಲ್ಲಿನ ಪ್ರಶಿಕ್ಷಣವೇ ಕಾರಣವಾಯಿತು. ನಮ್ಮ ಎಲ್ಲ ಸೈನಿಕರಿಗೆ ನಾವು ಅತ್ಯಂತ ಉತ್ತಮ ಉಪಕರಣಗಳನ್ನು ನೀಡಿದ್ದಷ್ಟೇ ಅಲ್ಲ, ಪ್ರತಿಯೊಂದು ಕಾರ್ಯದಲ್ಲಿ ಅವರ ಶ್ರೇಷ್ಠತೆಯನ್ನು ಗುರುತಿಸಿ ಹೊಗಳಲಾಯಿತು.

ಸುಮಾರು ಒಂದು ವರ್ಷ ನಮ್ಮ ಪ್ರಶಿಕ್ಷಣ ಸಾಗಿತ್ತು. ಹೀಗಾಗಿ ಗ್ಲೇಸಿಯರಿಗೆ ನಮ್ಮನ್ನು ತಲುಪಿಸಿದಾಗ ಪುನಃ ನಮಗೆ ಸುದೀರ್ಘವಾಗಿ ಪ್ರಶಿಕ್ಷಣ ನೀಡುವ ಅಗತ್ಯವಿರಲಿಲ್ಲ, ಕೇವಲ ಒಂದುವಾರ ಹವಾಮಾನ ಹೊಂದಾಣಿಕೆಯ ಪ್ರಕ್ರಿಯೆ ನಡೆಸಲಾಯಿತು. ಆ ದಿನಗಳಲ್ಲಿ ಇಂದಿನಂತೆ "ಸಿಯಾಚೆನ್ ಬೆಟಲ್ ಸ್ಕೂಲ" ಇರಲಿಲ್ಲ ಅಂತೆಯೇ ಸಿಯಾಚೆನ್‌ಗೆ ಕಳಿಸುವ ಮುಂಚೆ ಯುನಿಟ್‌ಗಳಿಗೆ ಪ್ರಾಥಮಿಕ ಮೌಂಟೇನ ಹಾಗೂ ಸ್ನೊ ಟ್ರೇನಿಂಗ ನೀಡಲಾಗುತ್ತಿತ್ತು. ಆದರೆ "ಹಿಮಾಲಯನ್ ಬ್ರಿಗೇಡ" ವಿಚಾರ ತಹಕೂಬ ಆದನಂತರ ಯುನಿಟಗಳಿಗೆ ನಮಗೆ ನೀಡಲಾದಂತಹ ಪ್ರಶಿಕ್ಷಣ ನೀಡಲಾಗುತ್ತಿರಲಿಲ್ಲ. ಹೀಗಾಗಿ ಅಂತಹ ಶಿಕ್ಷಣದ ಅವಶ್ಯಕತೆ ಖಂಡಿತವಾಗಿ ಬೇಕಾಗಿತ್ತು.

ಅಂತೆಯೇ 'ಬೇಸಕೆಂಪ'ನಲ್ಲಿ ಹೈ altitude warfare section ನವರು ಸಿಯಾಚೆನ್ ಬೆಟಲ್ ಸ್ಕೂಲ ಸ್ಥಾಪಿಸಿದ್ದಾರೆ. ಅವರು ಗ್ಲೇಸಿಯರ ಮುಖದಲ್ಲಿಯೇ ಎಲ್ಲ ಯುನಿಟಗಳಗೆ ಯೋಗ್ಯವಾದ ಪ್ರಶಿಕ್ಷಣ ನೀಡುತ್ತಾರೆ. ಮೊದಲು ಇದನ್ನು 'ನುಬ್ರಾ' ನದಿ ದಾಟುವ

ತಾತ್ಕಾಲಿಕ ಸೇತುವೆಯು ಬಳಿ ಸ್ಥಾಪಿಸಲಾಗಿತ್ತು. ಆದರೆ ಗ್ಲೇಸಿಯರ ಕರಗಲಾರಂಭಿಸಿದ್ದರಿಂದ, ಕೆಲ ಸಮಯದ ನಂತರ ಈಗಿನ ಹೊಸ ಸೇತುವೆಯ ಸ್ವಲ್ಪ ದೂರದಲ್ಲಿ ಅದನ್ನು ಸ್ಥಳಾಂತರಿಸಲಾಯಿತು. ಪಾಕಿಸ್ತಾನಿಗಳು ಕೂಡ ಈಗ ಇದೇ ರೀತಿಯ ಪ್ರಶಿಕ್ಷಣ ನೀಡುತ್ತಿರುವದಾಗಿ ತಿಳಿದು ಬಂದಿದೆ.

ಸರ್ವಸಾಮಾನ್ಯವಾದ ಹಿಮ ಹಾಗೂ ಸ್ನೋ ಪ್ರಶಿಕ್ಷಣದೊಂದಿಗೆ ಜೀವ ಶಿಕ್ಷಣ ಕಲೆ (Survival Training) ಬಹು ಮುಖ್ಯವಾದದ್ದು ಇಂಥ ಅಸಾಮಾನ್ಯ ಪರಿಸರದಲ್ಲಿ ವಾಸಿಸುವ ಮನುಷ್ಯನಿಗೆ ಸಾಮಾನ್ಯ ವ್ಯವಸ್ಥೆ ಒದಗಿಸಿ ವಿಶೇಷ ಮಾನಸಿಕ ತರಬೇತಿ ಹಾಗೂ ತುಂಬ ತಾಳ್ಮೆ, ಕಷ್ಟ ಸಹಿಸುವಿಕೆ ಇವುಗಳನ್ನು ಕಲಿಸಲೇಬೇಕು. ಇದು ನಿಜವಾಗಿ ತುಂಬಾ ಕಷ್ಟದ ಕೆಲಸ ಆದರೆ ಜೀವನ ಮರಣದ ಪ್ರಶ್ನೆ ಉದ್ಭವಿಸಿದಾಗ ಇದ್ಯಾವದೂ ಗಣನೆಗೆ ಬರದೇ ಇಂಥ ತೊಂದರೆಗಳೆಲ್ಲಾ ಅಮುಖ್ಯವಾಗುತ್ತವೆ. ಭಾರತೀಯ ಸೈನಿಕನ High altitude ಸಾಮಗ್ರಿಗಳ ಪಟ್ಟಿಯಲ್ಲಿ ಒಟ್ಟು ೧೨೦ ವಸ್ತುಗಳಿವೆ. ಅವುಗಳಲ್ಲಿ ಮುಖ್ಯವೆಂದರೆ ಎರಡು ಬಗೆಯ oxygen ಕೆನಿಸ್ಟರಗಳು, ೩ ಬಗೆಯ ಹಿಮಕೊಡಲಿಗಳು, ೪ ಬಗೆಯ ಹಗ್ಗಗಳು, ೩೫ ಬಗೆಯ ಪಿಟನ್‌ಗಳು ೬ ಬಗೆಯ ಕೈಚೀಲಗಳು ೬ ಬಗೆಯ ಕಾಲಚೀಲಗಳು ೭ ಬಗೆಯ ಜಾಕೆಟ ಮತ್ತು ಟೆಂಟಗಳು ೩ ಬಗೆಯ ಮುಖವಾಡಗಳು (mask) ೫ ಬಗೆಯ ಹೊತ್ತೊಯ್ಯುವ ತಂಬುಗಳು ಮುಂತಾದವು. ಇವೆಲ್ಲ ಅತ್ಯಾಧುನಿಕವಾದಂಥವು. ಪಾಕಿಸ್ತಾನ ಬಳಿ ಅಂಥವಿಲ್ಲ ಅವು ಕೆಳದರ್ಜೆಯದಿದ್ದವೆಂದು ತಿಳಿದುಬಂದಿದೆ. ನಮ್ಮ ಆಯಾತಗೊಂಡ ಸಾಧನಗಳು ಹೆಸರಾಂತ ಕೊಫಲಾಖ, ಅಸ್ಲೊ ಮತ್ತು ಬ್ಲೆಕ ಡಾಯಮಂಡ ಕಂಪನಿಗಳದ್ದು ಇವುಗಳೊಂದಿಗೆ ಪರಿಚಯಾತ್ಮಕ ಶಿಕ್ಷಣ ಪಡೆದು ಸರಿಯಾಗಿ ಬಳಸಿದರೆ ಮಾತ್ರ ಇವುಗಳ ಯೋಗ್ಯ ಬಳಕೆ ಮಾಡಿ ಯಶಸ್ವೀ ಯುದ್ಧ ಸಾಗಿಸಬಹುದು.

***

೧೮. ಸರಬರಾಯಿ ವ್ಯವಸ್ಥೆ

ಸಾಗಾಣಿಕೆಯ ಸರದಾರರು (Keepers of flow)

ಸರಕು ಸಾಗಾಣಿಕೆ :

ಮೂರು ಸಾವಿರ ಸೈನಿಕರನ್ನು ಸಲುಹುವದು ಸಾಮಾನ್ಯ ಸಾಧನೆಯಲ್ಲ, ಅದೊಂದು ಅಸಾಮಾನ್ಯ ಕಾರ್ಯ. ವಿವರವಾಗಿ ವರದಿಯಾದ ನಮ್ಮ ವಿಜಯದ ಬೆನ್ನಿಗೆ ಅನೇಕ ಸಹಾಯಕ ಸೇವೆಗಳ ಅನನ್ಯ ಸಹಕಾರವಿದೆ. ಅವುಗಳೆಂದರೆ ಆರ್ಮಿ ಸರ್ವೀಸ ಕೋರ್, ಆರ್ಡನನ್ಸ್ ಕೋರ್, ಆರ್ಮಿ ಪೋಸ್ಟಲ್ ಸರ್ವೀಸ್, ಆರ್ಮಿ ಮೆಡಿಕಲ್ ಕೋರ್, ಇಲೆಕ್ಟ್ರಿಕಲ್ ಮೆಕೆನಿಕಲ್ ಇಂಜನಿಯರ್ಸ್ ಮುಂತಾದವುಗಳು. ಅಂದು ಸಿಯಾಚಿನ ಯುದ್ಧ ಪ್ರಾರಂಭವಾದಾಗಿನಿಂದ ಇಂದಿನವರೆಗಿನ ಅದೆಷ್ಟೋ ತಾಂತ್ರಿಕ ಪ್ರಗತಿಯಿಂದಾಗಿ ಅಲ್ಲಿಯ ಜೀವಿತವಿರುವ ಕ್ಷೇತ್ರದಲ್ಲಿಯೂ ತುಂಬ ಪ್ರಗತಿ ಆಗಿದೆ. ಇತ್ತೀಚಿನ ಹೊಸ ಯುದ್ಧ ಸಾಮಗ್ರಿಗಳು ಯುದ್ಧ ಕಲೆಯನ್ನು ಇನ್ನಷ್ಟು ನವೀಕರಿಸಿವೆ. ಆದರೆ ನಾನು ಹೇಳಹೊರಟಿರುವದು ಆಗ ನಮ್ಮ 8 JAK LI ಗ್ಲೇಸಿಯರನಲ್ಲಿ ನಿಯುಕ್ತಗೊಂಡಾಗ ನಮಗೆ ನೀಡಲಾದ ಉಪಕರಣಗಳ ಕುರಿತು. ಅಂದು ನಮ್ಮ ಮನೋಬಲವನ್ನು ವರ್ಧಿಸುವ ಸಂಗತಿಗಳು ಇಂದು ಕೂಡಾ ಅಷ್ಟೇ ಪ್ರಸಕ್ತವಾಗಿವೆ.

ಪ್ರಪ್ರಥಮವಾಗಿ ನಮ್ಮ ಸೈನಿಕರಿಗೆ ನೀಡಲಾದ ರೇಶನ್ ಹಾಗೂ ಉಡುಪುಗಳ ಕುರಿತು ಹೇಳಬಯಸುತ್ತೇನೆ. ಎತ್ತರದ ಯಾವ ಸೀಮೆಯವರೆಗೆ ಅಡಿಗೆ ಮಾಡಲು ಸಾಧ್ಯವಿತ್ತೋ ಅಲ್ಲಿಯವರೆಗೆ ಮಾಮೂಲಾದ ಸೈನ್ಯದ "ಖಾನಾ" ವನ್ನೇ ನೀಡಲಾಗುತ್ತಿತ್ತು. ಮುಂದೆ ಇನ್ನೂ ಎತ್ತರದ ಸ್ಥಳದಲ್ಲಿ ಅಂದರೆ ಎತ್ತರದ ಸ್ಥಾನಕಗಳಲ್ಲಿ, ಅಕ್ಕಿ, ಬೇಳೆಗಳನ್ನು ಬೇಯಿಸಲಾಗದ ಸ್ತರದಲ್ಲಿ, ಮೊದಲೇ ಬೇಯಿಸಿದ (Pre-Cooked) ವಿವಿಧ ರೀತಿಯ ಆಹಾರವನ್ನು ಹೇರಳವಾಗಿ ನೀಡಲಾಗುತ್ತಿತ್ತು. ಟಿನ್ನಿನಲ್ಲಿದ್ದ ಮಾಂಸ ಹಾಗೂ ಪೌಡರ್ಡ ತತ್ತಿ ಹೇರಳವಾಗಿ ಲಭ್ಯವಿದ್ದರೂ ಧಾರ್ಮಿಕ ಭಾವನೆಗಳಿಂದಾಗಿ ನಮ್ಮ ಸೈನಿಕರು ವಿಶೇಷವಾಗಿ ಇವುಗಳನ್ನು ಇಷ್ಟಪಡುತ್ತಿರಲಿಲ್ಲ. ಆದರೆ ಇದರಿಂದಾಗಿ ಅವರಿಗೆ ವಿಶೇಷ ಕೊರತೆ ಏನಾಗಲಿಲ್ಲ. ಯಾಕೆಂದರೆ ಅಲ್ಲಿ ಅವರಿಗೆ ಹಸಿವೆಯೇ ಆಗುತ್ತಿರಲಿಲ್ಲ. ಹೀಗಾಗಿ ಅವರು ತಮ್ಮದೇ ಆದ ಬೇರೆ ಉಪಾಯ ಕಂಡುಕೊಂಡಿದ್ದರು. ಆ ಎತ್ತರದ ಹಿಮದಲ್ಲಿ

ತತ್ತಿಗಳು, ಹಣ್ಣುಗಳು, ಘನೀಭೂತವಾಗಿ ಕ್ರಿಕೆಟ ಚಂಡಿನಂತೆ ಗಟ್ಟಿಯಾಗಿ ವೈರಿಗಳೆಡೆಗೆ ಮಿಸಾಯಿಲನಂತೆ ಎಸೆಯಬಹುದಿತ್ತು. ಹೊಸದಾಗಿ ಪರಿಚಯಿಸಲಾದ, ನೇರವಾಗಿ ವಿಮಾನದಿಂದ ಬಂದ ಮೈಸೂರಿನ ಘೂಡ ಮತ್ತು ರಿಸರ್ಚ ಲೆಬರೋಟರಿಯ ಮೊದಲೇ ತಯಾರಿಸಿದ (Pre-cooked) ಬಿರ್‍ಯಾನಿ ಸಕಲರಿಗೂ ಸರ್ವೋತ್ಕೃಷ್ಟ ಎನ್ನಿಸುತ್ತಿತ್ತು. ಅದನ್ನು ಬೇಸಕೆಂಪ ಹಾಗೂ ಸ್ಥಾನಕ ಶಿಬಿರಗಳಲ್ಲೂ ನೀಡಲಾಗುತ್ತಿತ್ತು. ಆದರೆ ೧೫೦೦೦ ಘೂಟಕ್ಕಿಂತ ಮೇಲಸ್ತರದಲ್ಲಿ ಅದರಲ್ಲಿಯ ಮಸಾಲೆ ಪದಾರ್ಥ ಹೊಟ್ಟೆಗೆ ಉರಿ ಉಂಟು ಮಾಡುತ್ತಿತ್ತು. ಅದರಲ್ಲಿ ಅಣಬೆ (Mashroom) ಹಾಗೂ ಮಿಶ್ರಿತ ವಿಜಿಟೆಬಲ್ ಬಹುಪಾಲು ಚೆನ್ನಾಗಿರುತ್ತಿತ್ತು. ಅದಲ್ಲದೇ ಚೊಕಲೇಟಗಳು ಬಗೆಬಗೆಯ ಹಣ್ಣಿನ ರಸಗಳು ಹೇರಳವಾಗಿ ಲಭ್ಯವಿದ್ದು ತುಂಬಾ ಜನಪ್ರಿಯ ಆಗಿದ್ದವು. ಹಾಗೆಯೇ ಮ್ಯಾಗಿ ನೂಡಲ್ಸಗಳು ಕೂಡಾ ತುಂಬಾ ಇಷ್ಟವಾಗಿದ್ದವು. ಅದರಲ್ಲೂ ಅವುಗಳನ್ನು ಟೋನ್ಡ ಹಾಲಿನಲ್ಲಿ ಬೇಯಿಸಿ, ದ್ರಾಕ್ಷಿ ಮತ್ತು ತೆಂಗಿನ ತುರಿಯ ಪುಡಿ ಹಾಕಿ ಮಾಡಿದ ಪಾಯಸ "ಖೀರ" ನಮ್ಮ ಸೈನ್ಯಕ್ಕೆ ವಿಪರೀತ ಇಷ್ಟವಾದ ಸಿಹಿ ಖಾದ್ಯವಾಗಿತ್ತು.

ಹೀಗೆ ಅನೇಕ ಬಗೆಯ ವಿಶೇಷ ಖಾದ್ಯಗಳನ್ನು ತಯಾರಿಸಲಾಯಿತು. ಅವುಗಳನ್ನು ನಮ್ಮ ಸೈನಿಕರು ಸಂತೋಷದಿಂದ ಸ್ವೀಕರಿಸಿದರು. ಆದರೆ 'ಬಾನಾಟೋಪ'ನಲ್ಲಿ ಮೆಗಿ ನೂಡಲ್‌ನ್ನು ಬೇಯಿಸಲು ಆಗುತ್ತಿರಲಿಲ್ಲ. ಯಾಕೆಂದರೆ ಅದಕ್ಕೆಂದು stove ಗಾಗಿ ಉಪಯೋಗಿಸುವ ಕೆರೋಸಿನ, ಎಣ್ಣೆ ಯಾವಾಗಲೂ ಕಡಿಮೆ ಪ್ರಮಾಣದಲ್ಲಿ ದೊರೆಯುತ್ತಿತ್ತು. ಅದನ್ನು ಆಯುಧಗಳನ್ನು ಬಿಸಿ ಮಾಡಿ ಗುಂಡು ಹಾರಿಸುವ ಅತಿ ಮುಖ್ಯವಾದ ಕಾರ್ಯಕ್ಕೆ ಬಳಸಲಾಗುತ್ತಿತ್ತೇ ವಿನಃ ತಮ್ಮ ಆಹಾರ ಸೌಕರ್ಯಕ್ಕಾಗಿ ಬಳಸುವದು ಅದರ ದುರುಪಯೋಗ ಅನ್ನಲಾಗುತ್ತಿತ್ತು.

ಅಲ್ಲಿನ ಸ್ಥಾನಕಗಳನ್ನು ವಶಪಡಿಸಿಕೊಂಡ ಪ್ರಾರಂಭದ ದಿನಗಳಲ್ಲಿ 'ಕುಮಾರ'ದಲ್ಲಿದ್ದ ಬಟಾಲಿಯನ್ HQ ನಿಂದ ಬೇಯಿಸಿದ ಆಹಾರ ಅದರಲ್ಲೂ ವಿಶೇಷವಾಗಿ "ಹಲ್ವಾ"ವನ್ನು ವಾಯು ಯಾನದ ಮೂಲಕ "ಸೋನಮ"ಗೆ ತಲುಪಿಸಲಾಗುತ್ತಿತ್ತು. ಅಲ್ಲಿಂದ 'ಬಾನಾಟಾಪ'ಗೆ ಹೊತ್ತೊಯ್ಯಲಾಗುತ್ತಿತ್ತು. ಅದು ಸಿಗದಿದ್ದಾಗ ನಾವು ಹಣ್ಣಿನ ರಸ ಅಥವಾ ಬಾದಾಮಿ, ನೆಲಗಡಲೆಗಳಿಂದಲೇ ದಿನ ದೂಡುತ್ತಿದ್ದೆವು. ತಮಗೆ ಅವಶ್ಯವಿದ್ದ ಎಲ್ಲ ರೇಶನ ಆಹಾರ ಸಾಮಗ್ರಿಗಳನ್ನು ಸೈನಿಕರೇ ಸ್ವತಃ ಹೊತ್ತೊಯುತ್ತಿದ್ದರು. ಹೀಗೆ 'ಸೋನಮ'ದಿಂದ 'ಬಾನಾಟಾಪ'ವರೆಗೆ ಸಾಮಾನು ಸಾಗಿಸಲೆಂದೇ ಸೈನ್ಯದ ಒಂದು ತಂಡವನ್ನೇ ರಚಿಸಲಾಗಿತ್ತು. ನಮ್ಮ ಸೈನಿಕ ಸ್ಥಳೀಯ ಭಾಷೆಯಲ್ಲಿ ಅವರನ್ನು 'ಹೊತ್ತೊಯ್ಯುವ ಕಲಿಗಳು (fighting porters) ಅನ್ನುತ್ತಿದ್ದೆವು.

ಅಲ್ಲಿ ಸೀಮೆಎಣ್ಣೆಯು ಬಹು ಅಮೂಲ್ಯ ವಸ್ತು. ಅದನ್ನು ಪ್ರಮುಖವಾಗಿ ಅಡಿಗೆಗಾಗಿ ಹಾಗೂ ನಮ್ಮನ್ನು ಬೆಚ್ಚಗಿರಿಸಲು ಬಳಸಲಾಗುತ್ತಿತ್ತು. ಆದರೆ ನಾವು ಅದನ್ನು ನಿಜವಾಗಿ

ಉಪಯೋಗಿಸುತ್ತಿದುದು ನಮ್ಮ ಶಸ್ತ್ರಗಳನ್ನು Stove ಗಳ ಮೇಲೆ ಅಥವಾ ಉರಿಯುವ ನೆಣೆಗಳ ಮೇಲಿಟ್ಟು ಕಾಯಿಸುವದಕ್ಕಾಗಿ. ಅದರಿಂದಾಗಿ ಈ ಆಯುಧಗಳು ಎಲ್ಲ ಸಮಯದಲ್ಲೂ ಯುದ್ಧಕ್ಕೆ ಸನ್ನದ್ಧವಾಗಿರುತ್ತಿದ್ದವು. ಅಂತೆಯೇ ಬೇಸಕೆಂಪದಿಂದ ಮುಂಚೂಣಿಯ ಸ್ಥಾನಕಗಳಿಗೆ ಜೆರಿ ಕ್ಯಾನ್ (Jerri can - ಕಬ್ಬಿಣದ ಡಬ್ಬ) ಗಳಲ್ಲಿ ಸೀಮೆ ಎಣ್ಣೆಯನ್ನು ತರಲಾಗುತ್ತಿತ್ತು. ಈ ಜೆರಿ ಕ್ಯಾನಗಳನ್ನು ಬೇಸಕೆಂಪದಲ್ಲಿ ಎಂ.ಐ.–೧೭ ಹೆಲಿಕೊಪ್ಟರಗಳಲ್ಲಿ ಹೇರಲಾಗುತ್ತಿತ್ತು. ಅಲ್ಲಿಂದ ಅವುಗಳನ್ನು "ಕುಮಾರ" ಸ್ಥಾನಕಕ್ಕೆ ತರಲಾಗುತ್ತಿತ್ತು ಇದು ಅತಿ ಮುಂಚೂಣಿಯ ಸರಬರಾಯಿ ಕ್ಷೇತ್ರವಾಗಿತ್ತು. ಅಲ್ಲಿ ಅವುಗಳನ್ನು ಸಣ್ಣ ಬಿಡಿತೂಕಗಳಾಗಿ ವಿಂಗಡಿಸಿ ಮುಂಚೂಣಿಯ ಸ್ಥಾನಕಗಳಿಗೆ ತಲುಪಿಸಲಾಗುತ್ತಿತ್ತು. 'ಬಾನಾಟಾಪ'ನಂಥ ಅತಿ ಎತ್ತರದ ಸ್ಥಾವರಗಳಿಗೆ, ಅರ್ಧ ತುಂಬಿದ 'ಜೆರಿ ಕೇನ'ಗಳನ್ನು ನಮ್ಮ 'ಹೊತ್ತಯ್ಯುವ ಕಲಿ'ಗಳು ಸ್ವತಃ ತುಂಬುತ್ತಿದ್ದರು. ಆದರೆ ಎತ್ತರದ ಕಡಿಮೆ ಒತ್ತಡದ ವಾತಾವರಣದಲ್ಲಿ ನೇರವಾಗಿ ಸೆಟೆದು ನಿಂತ ಹಿಮ ಶಿಖರವನ್ನು ಏರುವಾಗ ಈ ೧೩ ಕೆ.ಜಿ. ಒಜ್ಜೆಯನ್ನು ಬೆನ್ನಿನ ಮೇಲೆ ಹೊತ್ತುಕೊಂಡು ಮೇಲೇರುವುದು ಅತಿ ದುಸ್ತರವಾದ ಕಾರ್ಯವಾಗಿತ್ತು. ಇಂಥ ಜೆರಿಕೆನಗಳನ್ನು 'ಬಾನಾಟಾಪ' ಬಳಿ ಇರುವ ತಗ್ಗಿನಲ್ಲಿ ಶೇಖರಿಸಿ ಇಡಲಾಗುತ್ತಿತ್ತು. ಅಲ್ಲಿಯ ಮುಂದೆ ಮೇಲಕ್ಕೆ 'ಬಾನಾಟಾಪ'ಗೆ ಕೇವಲ ಬಾಟಲಿಗಳಿಂದಲೇ ಈ ಸೀಮೆ ಎಣ್ಣೆಯನ್ನು ತಲುಪಿಸಲಾಗುತ್ತಿತ್ತು. ಆ ದಿನಗಳಲ್ಲಿ ನಮಗೆ ಈ ಸೀಮೆ ಎಣ್ಣೆಯು ವಜ್ರವೈಡೂರ್ಯಗಳಿಗಿಂತ ಅಮೂಲ್ಯವಾಗಿತ್ತು. ಹನಿ–ಹನಿಯೂ ವ್ಯರ್ಥವಾಗದಂತೆ ಉಪಯೋಗಿಸುತ್ತಿದ್ದೆವು. ಇತ್ತೀಚಿನ ದಿನಗಳಲ್ಲಿ ಈ ಸ್ಥಿತಿಯಲ್ಲಿ ತುಂಬಾ ಬದಲಾವಣೆ ಆಗಿದ್ದು ಸಾಕಷ್ಟು ಸೀಮೆ ಎಣ್ಣೆ ಲಭ್ಯವಿದ್ದು, ಆಡಳಿತ ಕ್ಷೇತ್ರಗಳವರಗೆ ಹಾಗೂ ಮುಂಚೂಣಿಯ ಕ್ಷೇತ್ರಗಳಿಗೆ ಕೊಳವೆಗಳ ಮೂಲಕ ಅದನ್ನು ಪೂರೈಸಲಾಗುತ್ತದೆ. ಸೀಮೆ ಎಣ್ಣೆ ಹೆಪ್ಪುಗಟ್ಟುವದಿಲ್ಲ ಹವಾಮಾನದಿಂದಲೂ ಅದರ ಪೂರೈಕೆ ನಿರಂತರವಾಗಿರುತ್ತದೆ. ಅಲ್ಲದೇ ಮುಂಚಿನಂತೆ ವಿಷಮ ಹವಾಮಾನದಿಂದ ಹೆಲಿಕೊಪ್ಟರ ಅಲಭ್ಯತೆಯಿಂದಾಗಿ ಅಲಭ್ಯತೆಯ ಸಂಕಷ್ಟ ಉದ್ಭವಿಸುವುದಿಲ್ಲ. ಇಂಥ ಕೊಳವೆಗಳು ಭವಿಷ್ಯದಲ್ಲಿ ಕ್ಷತಿಗೊಂಡಾಗ ನಮ್ಮ ಹಿಮಾಲಯದ ಪರಿಸರಕ್ಕೆ ತುಂಬಲಾರದ ಹಾನಿ ಮಾಡಬಹುದೇ ಎಂಬುದನ್ನು ಅಧಿಕಾರದಲ್ಲಿರುವವರು ಚಿಂತಿಸಬೇಕು. ಆದರೆ ದೇಶದ ಸುರಕ್ಷಿತತೆ ಹಾಗೂ ಸುಭದ್ರತೆಯನ್ನು ನಾವು ಗಮನಿಸಲೇಬೇಕು.

ಇನ್ನು ವಾಸಸ್ಥಾನದ (shelters) ಭದ್ರತೆಯ ಬಗ್ಗೆ ಹೇಳುವದಾದರೆ ನಮ್ಮ ಈ ಶೆಲ್ಟರಗಳು, ಹಿಮಕರಗುವಿಕೆಯಿಂದಾಗಿ ಸ್ಥಾನಾಂತರಗೊಳ್ಳುವದಲ್ಲದೆ ಜರಿದು ಹೋಗಿಬಿಡುತ್ತವೆ. ಕೆಲವೊಮ್ಮೆ ತಳಪಾಯದೊಂದಿಗಿನ ಭದ್ರತೆ ಕಳಚಿ ಕಣಿವೆಗಳಲ್ಲಿ ಜರಿದು ಬಿದ್ದು ಸಾವು ನೋವುಗಳನ್ನು ಉಂಟುಮಾಡುತ್ತವೆ. "ಕುಮಾರ" ದಂಥ ಕೆಳ ಸ್ತರಗಳಲ್ಲಿ ತಾಪಮಾನ ಶೂನ್ಯಕ್ಕಿಂತ ಕೆಳಗಿಳಿದಾಗ 'pillar effect' ಆಗಿ ಈ ಸಮಸ್ಯೆ ತುಂಬಾ ಗಂಭೀರವಾಗುತ್ತದೆ.

ನಾವು ಸಿಯಾಚೆನ್‌ಗೆ ಬರುವವರೆಗೆ ನಮಗೆ ಈ ಪಿಲರಿಂಗ ಇಫೆಕ್ಟ್ (pillaring effect) ಬಗ್ಗೆ ತಿಳಿದಿರಲೇ ಇಲ್ಲ. ಇದೊಂದು ನೈಜವಾದ ಹಿಮದ ಪ್ರಕ್ರಿಯೆ. ಇದರಿಂದಾಗಿ ಹಿಮದ ಮೇಲ್ಪದರಿನಲ್ಲಿ ನೈರ್ಮಲ್ಯ (ಹೊಲಸು) ಎದ್ದು ಕಾಣುತ್ತದೆ. ಅದು ಬಹಳ ಆಘಾತಕಾರಿ, ಅಸ್ವಚ್ಛತೆಯನ್ನು ಉಂಟು ಮಾಡುವದಲ್ಲದೇ, ಶೆಲ್ಟರಗಳನ್ನು ಜರುಗಿಸಬಿಡುತ್ತದೆ. ಈ ಸಮಸ್ಯೆ ಬೇಸಿಗೆಯಲ್ಲಿ ಹಿಮ ಕರಗಿದಾಗ ಉಲ್ಬಣಿಸುತ್ತದೆ. ಆಗ ಮೊದಲೇ ಹಿಮದಲ್ಲಿ ಹುದುಗಿ ಅಡಗಿ ಹೋದ ವಸ್ತುಗಳು ಮೇಲೆದ್ದು ಬರುತ್ತವೆ. ಕೆಳಸ್ತರದಲ್ಲಿ ಅಂದರೆ ೧೫ ರಿಂದ ೧೬೦೦೦ ಫೀಟ ಎತ್ತರದಲ್ಲಿ ಈ ಸಮಸ್ಯೆ ಅತಿ ಹೆಚ್ಚು. ನೆರಳಿದ್ದಲ್ಲಿ ಹಿಮಕರಗುವದು ತುಸು ಕಡಿಮೆ ಇದ್ದರೆ ಬಿಸಿಲದ್ದಲ್ಲಿ ಅವರ ಪ್ರಮಾಣ ಹೆಚ್ಚು. ಅಂತೆಯೇ ಶೆಲ್ಟರಗಳ ಸುತ್ತ ಈ ಕರಗುವಿಕೆ ಹೆಚ್ಚಾಗಿ ಕುಸಿತ ಉಂಟಾಗುತ್ತದೆ. ಇಂಥ ತೊಂದರೆ ಮಿ–೧೭ ಹೆಲಿಕೊಪ್ಟರಗಳಿಗಾಗಿ ಮಾಡಿದ ಹೆಲಿಪೆಡ್‌ಗಳಲ್ಲಿ ಕಂಡುಬರುತ್ತದೆ. ಈ ಹೆಲಿಪೆಡಗಳನ್ನು ಹಿಮಪದರಿನ ಮೇಲ್ಭಾಗದಲ್ಲಿ ಕಬ್ಬಿಣದ ಚೆನಲ್‌ಗಳನ್ನು ಜೋಡಿಸಿ ಸ್ಕಿಡ್ ಬೋರ್ಡಗಳಿಗೆ ರಿವೆಟ್ ಮಾಡಲಾಗುತ್ತದೆ. ಇವು ತಳಭಾಗಕ್ಕೆ ಗಟ್ಟಿಯಾಗಿ ಅಂಟಿಕೊಳ್ಳಲು ಹಿಮತುಂಬಿದ ಜೆರಿಕೆನ ಅಥವಾ ಇತರ ಡಬ್ಬಿಗಳನ್ನು ಸುತ್ತಲೂ ಕಟ್ಟಲಾಗುತ್ತದೆ. ಬೇಸಿಗೆಯಲ್ಲಿ ಸ್ಕಿಡ್‌ಬೋರ್ಡ ಜೆರಿಕೆನ ಬಂಧನಗಳಿಂದಾಗಿ ಹೆಲಿಪೆಡ ಅಷ್ಟೊಂದು ಬಿಸಿ ಆಗುವುದಿಲ್ಲ. ಆದರೆ ಸುತ್ತಲಿನ ಹಿಮ ಬಿಸಿಲಿಗೆ ಕರಗಲಾರಂಭಿಸುತ್ತದೆ. ಹೀಗಾಗಿ ಹೆಲಿಪೆಡ ಸುತ್ತಲಿನ ಸ್ಥಾನಕ್ಕಿಂತ ಹೆಚ್ಚು ಎತ್ತರವಾಗಿ ಬಿಡುತ್ತದೆ. ಇದು ವೈಮಾನಿಕರಿಗೆ, ಹೆಲಿಕೊಪ್ಟರ ಇಳಿಸುವಾಗ ತುಸು ತೊಂದರೆದಾಯಕವಾಗುತ್ತದೆ. ಅವರು ತುಂಬಾ ಎಚ್ಚರಿಕೆ ವಹಿಸಬೇಕಾಗುತ್ತದೆ. ಹೆಲಿಪೆಡ್ ಸುತ್ತಲಿನ ಸ್ಥಾನಕಕ್ಕಿಂತ ಮತ್ತು ಎತ್ತರಕ್ಕೆ ಏರಿದಾಗ ವಿಚಿತ್ರ ಸನ್ನಿವೇಶ ಉಂಟಾಗುತ್ತದೆ. ಆದರೂ ಹಿಮ ಎಲ್ಲೆಡೆ ಬೆಳ್ಳಗೆ ಹಬ್ಬಿಕೊಂಡಾಗ ಬೆಳಕಿನಲ್ಲಿ ಎಲ್ಲೆಡೆಗೂ ಬಿಳಿ ಬೆಳಕೇ ಉಂಟಾಗುತ್ತದೆ. ಅದಕ್ಕೆ White-out-condition ಅನ್ನಲಾಗುತ್ತದೆ. ಅಂಥ ಪರಿಸ್ಥಿತಿಯಲ್ಲಿ ವೈಮಾನಿಕನಿಗೆ ಮೇಲಕ್ಕೆದ್ದು ಹೆಲಿಪ್ಯಾಡ್‌ನ ಎತ್ತರವನ್ನು ಅಂದಾಜಿಸಿ ೧೫ ಮೀಟರ x ೧೫ ಮೀಟರ ವ್ಯಕ್ತಿಯಲ್ಲಿ ತಾನು ಇಳಿಯಬೇಕಾದ ನಿಗದಿತ ಸ್ಥಳದಲ್ಲೇ ಹೆಲಿಕೊಪ್ಟರ ಸುರಕ್ಷಿತವಾಗಿ ಇಳಿಸುವದು ನಿಜವಾಗಿಯೂ ಧೃತಿ ಗೆಡಿಸುವ ಕೆಲಸವೇ!

ಪಿಲರಿಂಗ ಇಫೆಕ್ಟನಿಂದಾಗಿ ಹೆಲಿಪೆಡ/shelter ಗಳ ಸ್ಥರ ಮೇಲೇಳುವುದರೊಂದಿಗೆ ಅಲ್ಲಿ ಉಂಟಾಗುವ ಇನ್ನೊಂದು ಸಮಸ್ಯೆ ಅಂದರೆ ಚಳಿಗಾಲದಲ್ಲಿ ಹಿಮದಲ್ಲಿ ಹುಗಿದು ಹೋದ ವಸ್ತುಗಳು ಬೇಸಿಗೆಯಲ್ಲಿ ಪುನಃ ಮೇಲ್‌ಸ್ತರಕ್ಕೆ ಎದ್ದೇಳುವದು. ಬರಿದಾದ ಅನೇಕ ಡಬ್ಬಿಗಳು, ಕೊಳೆತ ಹಣ್ಣು ತರಕಾರಿಗಳು ಅಲ್ಲದೆ ಅನೇಕ ತ್ಯಾಜ್ಯಗಳು ಸುತ್ತಲೂ ಮೇಲೆದ್ದು ಒಂದು ಅಸಹ್ಯವಾದ ದೃಶ್ಯವನ್ನು ಎಲ್ಲೆಡೆ ಪ್ರದರ್ಶಿಸುತ್ತವೆ. ಶೀತದಿಂದಾಗಿ ತ್ಯಾಜ್ಯಗಳು ಅಷ್ಟಾಗಿ ಕೊಳೆಯದಿರುವುದು ಆರೋಗ್ಯಕ್ಕೆ ಹಾನಿಕಾರಕ. ಅಲ್ಲದೇ ಗ್ಲೇಸಿಯರ ಪರ್ಯಾವರಣವನ್ನು ಕಲುಷಿತಗೊಳಿಸುತ್ತದೆ. ನಮ್ಮ ನಂತರದಲ್ಲಿ ಇತ್ತೀಚೆಗೆ ಸೈನ್ಯದಲ್ಲಿ Bio-Digister ಉಪಯೋಗಿಸಲಾಗುತ್ತದೆ. ಅಂದರೆ ಟೆಂಕಗಳಲ್ಲಿ ಬೆಕ್ಟೇರಿಯಾ

ಇರಿಸಲಾಗುತ್ತದೆ. ಈ ಬೆಕ್ಟರೀಯಾಗಳು ತ್ಯಾಜ್ಯವನ್ನು ಗೊಬ್ಬರವಾಗಿ ಮಾರ್ಪಡಿಸುತ್ತದೆ. ಇವುಗಳನ್ನು ಅನೇಕ ಸ್ಥಾನಕಗಳಲ್ಲಿ ಇರಿಸಲಾಗಿದೆ. ಇದರಿಂದಾಗಿ ಮಾನವನ ಮಲ-ಮೂತ್ರಗಳು ಎಲ್ಲೆಡೆ ಕಂಡುಬರುವದಿಲ್ಲ. ಎರಡು ದಶಕಗಳ ಪೂರ್ವದಲ್ಲಿ ನಾವು ಅಲ್ಲಿ ಇದ್ದಾಗ ಇಂಥ ವ್ಯವಸ್ಥೆ ಇರದ್ದರಿಂದ ಬರಿದಾಗ ಡಬ್ಬಿಗಳನ್ನೊ ಮಡಿಕೆಗಳನ್ನೋ ಬಳಸಿ, ಅವು ತುಂಬಿದಾಗ ಅವುಗಳನ್ನು ಆಳವಾದ ಕಂದಕಗಳಲ್ಲಿ ಎಸೆದುಬಿಡುತ್ತಿದ್ದವು ಇವೆಲ್ಲ ಗ್ಲೇಸಿಯರ ವಾಸದ ವಸ್ತು ಸ್ಥಿತಿಗಳು ಇವುಗಳ ಕುರಿತು ಗಂಭೀರವಾಗಿ ಆಲೋಚಿಸಿ ಪರ್ಯಾವರಣವನ್ನು ರಕ್ಷಿಸುವ ಕಾರ್ಯ ಆಗಬೇಕಿದೆ.

ಇಂಥ ಪರಿಸರದಲ್ಲಿ ಬದುಕುಳಿಯಲು ಮಾಡಬೇಕಾದ ಇನ್ನೊಂದು ಕಾರ್ಯವೆಂದರೆ ನಮ್ಮ ಸಾಧನ ಸಲಕರಣೆಗಳನ್ನು ಯಾವಾಗಲೂ ಸುಸ್ಥಿತಿಯಲ್ಲಿರಿಸುವದು. ನಮ್ಮ ಆಯುಧಗಳಾಗಲೀ ಯಾಂತ್ರಿಕ ಪರಿಕರಗಳಾಗಲೀ, ಬಾಯನಾಕ್ಯುಲರಗಳಾಗಲೀ, ರೇಂಜ ಫಾಯಂಡರಗಳಾಗಲೀ, ಬಟ್ಟೆಗಳನ್ನು ಹೊತ್ತೊಯ್ಯುವ ಹಿಮಗಾಡಿಗಳಾಗಲಿ, ಇವುಗಳ ದೇಕರೇಖಿಯನ್ನು ನಿರಂತರವಾಗಿ ನಿಭಾಯಿಸಲು EME (Electrical Mechanical Empower) ಶಾಖೆ ಹಗಲು ರಾತ್ರಿ ಕಾರ್ಯರತವಾಗಿರುತ್ತಿತ್ತು. ನಮ್ಮ ಜೀವನಾಡಿಯಾದ ವಾಯುಯಾನದ ಹೆಲಿಕೊಪ್ಟರಗಳು, ಈ EME ಅವರ ಬೆಂಬಲವಿರದೇ ಏನನ್ನೂ ಸಾಧಿಸಲು ಸಾಧ್ಯವಾಗುತ್ತಿರಲಿಲ್ಲ. ಈ ಜನ ಪ್ರತ್ಯಕ್ಷ ಯುದ್ಧದಲ್ಲಿ ಕಂಡು ಬರದಿದ್ದರೂ ಅವರ ಹಿಮ್ಮೇಳದ ಸದ್ದಿಲ್ಲದ ಸೇವೆಯನ್ನು ಎಂದೆಂದಿಗೂ ಮರೆಯಲಾಗದು. ಹಾಗೆಯೇ Army Postal ಸರ್ವೀಸ ಸೇವೆಯನ್ನು ಸರಿಗಟ್ಟಲು ಸಾಧ್ಯವೇ ಇಲ್ಲ. ನಮ್ಮ ಮನೋಸ್ಥೈರ್ಯವನ್ನು ಮೇಲೆತ್ತಲು ಮನೆಯಿಂದ ಬಂದ ಸುದ್ದಿಗಳನ್ನು ಒಂದಿನಿತೂ ತಡಮಾಡದೇ ಎತ್ತರದ ಮುಂಚೂಣಿಯ ಸ್ಥಾನಕಗಳವರೆಗೆ ಮುಟ್ಟಿಸಲಾಗುತ್ತಿತ್ತು. ಇದು ನಮಗೆ ಸ್ವರ್ಗವೇ ಕೈಗೆಟಕುವಂತಾಗುತ್ತಿತ್ತು. ಯಾಕಂದರೆ ಅಲ್ಲಿ ಪತ್ರಗಳೇ ನಮಗೆ ವೈಯಕ್ತಿಕ ಸಂವಹನದ ಸಾಧನವಾಗಿತ್ತು. ಹಿಂದಿನ ವರ್ತಮಾನ ಪತ್ರಗಳೂ ನಮಗೆ ಜಗತ್ತಿನ ಆಗು ಹೋಗುಗಳ ಸುದ್ದಿಯನ್ನು ತಡವಾಗಿ ಆದರೂ ನೀಡುತ್ತಿದ್ದವು. ಆದರೆ ಇತ್ತೀಚಿಗೆ ಡಿಶ್ ಎಂಟೆನಾಗಳು ಬಂದಿದ್ದರಿಂದ ಮುಂಚೂಣಿಯ ಸ್ಥಾನಕಗಳಲ್ಲೂ ಕೂಡಾ ಸೈನಿಕರಿಗೆ ಮನರಂಜನೆ ಒದಗಿಸಲು ಸಾಧ್ಯವಾಗಿದೆ.

ಈ ಎತ್ತರದ ಸ್ಥಳಗಳಲ್ಲಿ (High altitude) ದೈಹಿಕ ಆರೋಗ್ಯಕ್ಕೆ ಸಂಬಂಧಿಸಿದ ಅನೇಕ ವಿಶಿಷ್ಟ ಸಮಸ್ಯೆಗಳು ಉಲ್ಬಣಿಸುತ್ತದೆ. ಅವುಗಳ ಕುರಿತು ಇಲ್ಲಿ ಆಗಮಿಸುವ ಸೈನಿಕರೆಲ್ಲರಿಗೂ ಮುನ್ಸೂಚನೆ ನೀಡಲಾಗುತ್ತಿದೆ. ಅದರಲ್ಲಿ ಮುಖ್ಯವಾದ ಸಮಸ್ಯೆಗಳೆಂದರೆ HAPO (High Altitude Pulmonary Oedima), ಚಿಲ್‌ಬ್ಲೇನ ಹಾಗೂ ಫ್ರೋಸ್ಟ ಬಾಯಟ ಮುಂತಾದವು ಇವು ಅಲ್ಲದೇ ಚಿಕ್ಕ ಪುಟ್ಟ ಅನ್ಯ ಸಮಸ್ಯೆಗಳೆಂದರೆ ತಲೆಸುತ್ತು ಬರುವದು, ವಾಂತಿ ಆಗುವದು, ಕಣ್ಣು ಕತ್ತಲೆ ಕಟ್ಟುವದು, ಮರೆವು ಉಂಟಾಗುವದು ಮುಂತಾದವುಗಳು. ಇವುಗಳಲ್ಲಿ ಕೆಲವು ಪೂರ್ವ ಸೂಚನೆ ನೀಡಬಹುದು, ಕೆಲವು ಯಾವ ಮುನ್ಸೂಚನೆ ಇಲ್ಲದೇ ಒಮ್ಮೆಲೇ ಎರಗಬಹುದು. ಆದುದರಿಂದ ನಾವು

ಸತತವಾಗಿ ನಮ್ಮ ಸೈನಿಕರ ದಿನನಿತ್ಯದ ನಡುವಳಿಕೆಯನ್ನು ಬಹಳ ಸೂಕ್ಷ್ಮವಾಗಿ ಗಮನಿಸುತ್ತ ಇರಬೇಕು. ಹಾಗೂ ಆಗಾಗ ಸಮಯಕ್ಕನುಸಾರವಾಗಿ ಅವರ ವೈದ್ಯಕೀಯ ಪರೀಕ್ಷೆಯನ್ನು ಕೈಗೊಳ್ಳಬೇಕು. ಹೀಗಾಗಿ ಸಮಯಕ್ಕೆ ಸರಿಯಾಗಿ ವೈದ್ಯಕೀಯ ಸಹಾಯ ಅತಿ ಅವಶ್ಯವಾದದ್ದು ಅಂತೆಯೇ ನಾನು ಈಗ ಹೇಳ ಹೊರಟಿರುವದು ಮುಂಚೂಣಿಯಲ್ಲೂ ಸ್ಥಿತರಾದ ನಮ್ಮ ನಿಜವಾದ ಸಹಾಯಕರ ಕುರಿತು. ಯಾರ ಬೆಂಬಲದಿಂದ ನಮ್ಮ ಆತ್ಮಸ್ಥೈರ್ಯವು ಮುಗಿಲು ಮುಟ್ಟುತ್ತದೆಯೋ ಅಂಥವರ ಕುರಿತು ಅಂದರೆ ನಮ್ಮ ವೈದ್ಯರ ಕುರಿತು.

ವೈದ್ಯರು ನಮ್ಮ ಪಕ್ಕದಲ್ಲಿದ್ದರೆ ಸಾಕು ಎಂದು ಅನಿಸಿಬಿಡುತ್ತದೆ. ಈಗ ನಾನು ಸೌಖ್ಯವಾದೆ ಇನ್ನು ನನಗೇನೂ ಆಗುವದಿಲ್ಲ ಅಂತ. ಅವರಿಂದಾಗಿಯೇ, ನಾವು ಯಾವುದೇ ವಿಪರೀತ ಪರಿಸ್ಥಿತಿಯನ್ನು ನಿಭಾಯಿಸಬಲ್ಲೆವು ಎಂಬ ಆತ್ಮ ವಿಶ್ವಾಸ ನಮ್ಮಲ್ಲಿ ತಾನೇ ತಾನಾಗಿ ವೃದ್ಧಿಸುತ್ತದೆ. ತ್ವರಿತ ಪ್ರಾಥಮಿಕ ಚಿಕಿತ್ಸೆ ನೀಡಿದ ತಕ್ಷಣವೇ ಗಾಯಾಳುಗಳನ್ನು ಆ ಸ್ಥಾವರದಿಂದ ತೆರವುಗೊಳಿಸಬೇಕು. ಇದು ಕೆಲವೊಮ್ಮೆ ನಿಜವಾಗಿಯೂ ಅಸಾಧ್ಯವಾದ ಮಾತು. ಅದರಲ್ಲೂ ಹೆಲಿಕಾಪ್ಟರ ಇಳಿಯುವಾಗ ಸ್ಥಾನಕಗಳಿಂದ ಗಾಯಾಳುಗಳ ಸಾಗಾಣಿಕೆ ಎದೆ ನಡುಗಿಸುವ ಪ್ರಸಂಗವೇ. ಅಂಥ ಸ್ಥಾವರದಲ್ಲಿ ನಾನಿದ್ದುದು ಅಂದರೆ 'ಬಾನಾಟಾಪ' 'ಸೋನಮ' ಮುಂತಾದವುಗಳು. ಒಮ್ಮೆ 'ಬಾನಾಟಾಪ'ನಿಂದ ಗಾಯಾಳನ್ನು ತೆರವುಗೊಳಿಸಬೇಕಾದರೆ, ಸೈನಿಕನು ಆತನನ್ನು ಬೆನ್ನಿನ ಮೇಲೆ ಹೊತ್ತುಕೊಂಡೇ ಕೆಳಗೆ ಬರಬೇಕಾಗುತ್ತದೆ. ಆದರೆ ಇದು ಅಷ್ಟೊಂದು ಸುಲಭವಾಗಿರಲಿಲ್ಲ. ಯಾಕಂದರೆ ಇಳಿಯುವವನು ಹಗ್ಗದ ಗುಂಟವೇ ಇಳಿಯಬೇಕಿತ್ತು ಆಗ ಬೆನ್ನಿನ ಮೇಲಿದ್ದ ಗಾಯಾಳು ಜಾರಿ ಕೆಳಗೆ ಬೀಳದಂತೆ ಜಾಗರೂಕತೆ ವಹಿಸಬೇಕಿತ್ತು. ಹೀಗಾಗಿ ೩೦೦ ಮೀಟರ ಕೆಳಗಿಳಿಯಲು ಘಂಟೆ ಘಂಟೆಗಳೇ ತಗಲುತ್ತಿದ್ದವು. ಆ ಎತ್ತರದಲ್ಲಿ ಶ್ವಾಸೋಚ್ಛಾಸಕ್ಕೂ ತೊಂದರೆಯಾಗಿ ದಣಿವಾಗುತ್ತಿದ್ದುದರಿಂದ ಆಗಾಗ ನಿಂತು ನಿಂತು ಸುಧಾರಿಸಿಕೊಳ್ಳುತ್ತ ಕೆಳಗೆಳಯಬೇಕಾಗಿತ್ತು. ಅಲ್ಲದೇ ವೈರಿಯ ನಿರಂತರ ದಾಳಿಯಿಂದಾಗಿ ನಮ್ಮ ಪಯಣವನ್ನು ನಿಲ್ಲಸಬೇಕಾಗುತ್ತಿತ್ತು. ಕೆಳಗೆ ತಲುಪಿದ ನಂತರ ಹೆಲಿಕೊಪ್ಟರಗಾಗಿ ಕಾಯ್ದು ನಂತರ ಗಾಯಾಳುವನ್ನು 'ಕುಮಾರ' ಸ್ಥಾನಕ ಅಥವಾ ಬೇಸ ಕ್ಯಾಂಪಗೋ ಸಾಗಿಸಲಾಗುತ್ತಿತ್ತು. ನಂತರ ಅಲ್ಲಿಂದ ಪುನಃ ಹೆಲಿಕೆಪ್ಟರ ಮೂಲಕ 'ಲೇಹ' ಅಥವಾ 'ಪರತಾಪುರ' ಹೊಸ್ಪಿಟಲ್‌ಗೆ ತಲುಪಿಸಿ ಅಲ್ಲಿಂದ ಮುಂದೆ ದೆಹಲಿ ಅಥವಾ ಚಂದೀಘಡಕ್ಕೆ ಐ.ಸಿ.–೭೬ ಅಥವಾ ಎಎನ್–೩೨ ವಿಮಾನಗಳಿಂದ ಗಾಯಾಳುಗಳನ್ನು ಒಯ್ಯಲಾಗುತ್ತಿತ್ತು.

ಸಜೀವ ಗಾಯಾಳುಗಳು ಸಾಗಾಣಿಕೆ ಅಷ್ಟೊಂದು ಕಷ್ಟದ್ದಾಗಿರಲಿಲ್ಲ ಆದರೆ ನಿರ್ಜೀವವಾದವರನ್ನು ಕೊಂಡೊಯ್ಯುವದು ನಿಜವಾಗಿಯೂ ಹೃದಯ ವಿದ್ರಾವಕವಾಗಿರುತ್ತಿತ್ತು. ನಾವು 'ಬಾನಾಟೋಪ'ನಲ್ಲಿದ್ದಾಗ ನಮ್ಮ ಸಂಗಡಿಗರ ಸಾವು ಸಂಭವಿಸಿದಾಗ ನಮಗಾದ ಅನುಭವಗಳನ್ನು ನಿಮ್ಮೊಂದಿಗೆ ಹಂಚಿಕೊಳ್ಳಲೇಬೇಕು.

ಎಷ್ಟೇ ಅಮಾನವೀಯ ನಿರ್ಜೀವ ನಿರ್ಮಯ ಹಾಗೂ ಅನಾದರಣೀಯವಾಗಿದ್ದರೂ ನಿರುಪಾಯವಾಗಿ ಈ ನಮ್ಮ ಸಂಗಡಿಗರನ್ನು ಹಗ್ಗದಲ್ಲಿ ಬಿಗಿದು ಕಟ್ಟಿ ಕೆಳಮಟ್ಟಕ್ಕೆ ತೂಗು ಹಾಕಿ ಜರಿದುಕೊಂಡು ಒಯ್ಯುಲಾಗುತ್ತಿತ್ತು. ಹಾಗೆ ಮಾಡದೇ ಬೇರೆ ವಿಧಿಯೇ ಇರಲಿಲ್ಲ. ಏಕೆಂದರೆ ಯುದ್ಧದ ನಿರಂತರ ಗುಂಡಿನದಾಳಿ ಅಥವಾ ಇನ್ನಾವುದೇ ಕಾರಣದಿಂದ ಈ ಶವಗಳನ್ನು ತ್ವರಿತವಾಗಿ ಸಾಗು ಹಾಕಲಾಗದಿದ್ದಾಗ ಶವವು ಬಿರುಸಾಗಿ ಸೆಟೆದು ಬಿಡುತ್ತದೆ. ನಡೆದಾಡಲು ಸಾಕಷ್ಟು ಸ್ಥಳವಿದ್ದಾಗ ಇಂಥ ಶವಗಳನ್ನು Stretcher (ಸ್ಟ್ರೇಚರ)ಗಳಲ್ಲಿ ಹೊತ್ತುಯ್ಯಬಹುದು ಆದರೆ ಇಬ್ಬರು ಮುಂದೆ ನಡೆಯಲು ಸಾಲದೆಂಬಂಥ ಸ್ಥಳದ ಅಭಾವದಲ್ಲಿ ಈ ಶವ ಸಾಗಾಣಿಕೆ ನಿಜವಾಗಿಯೂ ತುಂಬಾ ಸಮಸ್ಯಾತ್ಮಕವಾಗುತ್ತದೆ. ಸಾವೇ ದುಃಖದ ಸಂಗತಿ ಅಂಥಹದರಲ್ಲಿ ತಮ್ಮದೇ ಸಂಗಡಿಗರ ಶವಗಳನ್ನು ಈ ರೀತಿ ಸಾಗಿಸುವದು ಮಾನಸಿಕವಾಗಿ ತುಂಬಾ ಹಿಂಸೆ ಉಂಟು ಮಾಡುವಂಥದು. ಅದರಲ್ಲೂ ತುಂಬಾ ಸೂಕ್ಷ್ಮಮತಿಗಳಾದ ನಮ್ಮ ಸೈನಿಕರಿಗೆ ಅಲ್ಲಿಯ ಪರಿಸ್ಥಿತಿಯ ಅರಿವುಂಟು ಮಾಡಲು ನಾವು ನಮ್ಮ ತಾಳ್ಮೆಯನ್ನು ಕಳೆದುಕೊಳ್ಳದೇ, ಸಮಚಿತ್ತರಾಗಿ ಸ್ಥಿತಪ್ರಜ್ಞರಾಗಿರಬೇಕಾಗುತ್ತದೆ. ಹಾಗೆಯೇ ೨೦೦೦೦ ಅಡಿ ಎತ್ತರರದಲ್ಲಿ ಹೆಲಿಕೋಪ್ಟರ ಮೂಲಕ ಶವವನ್ನು ಸಾಗಿಸುವದು ತುಂಬಾ ದುಸ್ತರವಾದ ಕಾರ್ಯ ಮತ್ತು ದೇಹ ಸೆಟೆದು ಕಲ್ಲಿನಂತಾದಾಗ ಸಮಸ್ಯೆ ಇನ್ನೂ ಗಂಭೀರವಾಗುತ್ತದೆ. ಆಗ ಮೃತ ದೇಹವನ್ನು ತೆರೆದ ಬಾಗಿಲನ ಹೆಲಿಕೊಪ್ಟರಗಳಲ್ಲಿ ಸಾಗಿಸಬೇಕಾದ ಪ್ರಸಂಗ ಉದ್ಭವಿಸಬಹುದು, ಅದು ಸಾಧ್ಯವಿಲ್ಲ ಎಂದಾದಾಗ ಬೇರೊಂದು ಪರಿಹಾರೋಪಾಯವನ್ನು ಕಂಡುಕೊಳ್ಳಬೇಕಾಗುತ್ತದೆ. ಯಾಕೆಂದರೆ ತೆರೆದ ಬಾಗಿಲನ ಹೆಲಿಕೊಪ್ಟರ ಹಾರಾಟ ಸುಲಭ ಸಾಧ್ಯವಲ್ಲ ಅಲ್ಲಿಯ ಅತಿ ಶೀತದ ಬಿರುಸಿನ ಬಿರುಗಾಳಿ ಒಳ ನುಗ್ಗಿದಾಗ ಹೆಲಿಕೊಪ್ಟರ ತೊನೆದಾಟವನ್ನು ಹಿಡಿತದಲ್ಲಿಡುವದು ತುಂಬಾ ಅಸಾಧ್ಯವಾದ ಮಾತು ಆಗ ನಿರುಪಾಯರಾಗಿ ಮೃತದೇಹದ ಅವಯವಗಳನ್ನು 'ಹೊಂದಿಸಿಕೊಳ್ಳ"ಬೇಕಾಗುತ್ತದೆ ಎಂದು ನಾನು ಒಪ್ಪಿಕೊಳ್ಳಲೇಬೇಕು. ಈ ರೀತಿಯಾಗಿ ಜಗತ್ತಿನ ಅತಿ ಎತ್ತರದ ಯುದ್ಧ ರಂಗದಲ್ಲಿ ಸಾವು ಬದುಕು ಎರಡೂ ಅದೆಷ್ಟು ಘನ–ಗಂಭೀರ!

***

ಸಿಯಾಚಿನ್‌ಗೆ ದೂರ ದಾರಿ: ಅದೇಕೆ?

ಪರಿಶಿಷ್ಟಗಳು

ಪರಿಶಿಷ್ಟ–೧

ಮರಳಿ ಮನೆಗೆ

ಹನ್ನೆರಡು ವರುಷಗಳ ಹಿಂದೆ ತನ್ನ ಪತಿ ಅಂದಿನ ಮೇಜರ ವಿಲಿಯಮ್ಸ್‌ಗೆ 'ಸಿಯಾಚಿನ' ಎಂಬ ನಕ್ಷೆಯಲ್ಲೂ ಕಂಡುಬರದ ಸ್ಥಾನಕ್ಕೆ ವರ್ಗವಾದಾಗಿನ ಸಂಗತಿಗಳನ್ನು ಪತ್ನಿ ವಿನೀತಾ ವಿಲಿಯಮ್ಸ್ ನೆನಸಿಕೊಂಡದ್ದು ಹೀಗೆ–

ಸ್ವದೇಶದ ಸುಭದ್ರತೆ ಮತ್ತು ಸಮ್ಮಾನಕ್ಕಾಗಿ ಸಾವನ್ನೂ ಅಪ್ಪುವ ನಮ್ಮ ಧೀರ ಭಾರತೀಯ ಸೈನಿಕರ ಸುದ್ದಿಗಳನ್ನು ಕೇಳುತ್ತಿದ್ದಂತೆಯೇ ನನ್ನ ಕಣ್ಣು ಹನಿಗೂಡುತ್ತಿದೆ. ನನ್ನ ಹೃದಯ ದುಃಖದಿಂದ ಮಡುಗಟ್ಟುತ್ತದೆ. ಹೌದು, ಈ ಕಾರ್ಗಿಲ್ ಯುದ್ಧವು ನನ್ನ ವೈಯಕ್ತಿಕ ಸುಖ, ದುಃಖದ ನೆನಪಿನ ಮೂಟೆಯನ್ನು ಬಿಚ್ಚಿಟ್ಟಿತು.

೧೯೮೭ರ ಮೇ ತಿಂಗಳಿನಲ್ಲಿ ಊಟಿ ಹತ್ತಿರದ ವೆಲಿಂಗಟನ್‌ನಲ್ಲಿ ಪಿಕನಿಕ್‌ಗಳು ಪಾರ್ಟಿಗಳು, ಹೊಸ ಹೊಸ ಗೆಳೆಯರು, ಇವುಗಳಿಂದಾಗಿ ಹರುಷದ ಹೊನಲೇ ಹರಿಯುತ್ತಿತ್ತು. ಡಿಫೆನ್ಸ್ ಸರ್ವಿಸಸ್ ಸ್ಟಾಫ್ ಕೊಲೇಜಿನ ಒಂದು ವರ್ಷದ ತರಬೇತಿ ಮುಗಿಯುತ್ತಿತ್ತು. ಈವರೆಗೆ ವಿದ್ಯಾರ್ಥಿಗಳಾಗಿದ್ದ ಸೈನ್ಯದ ಅಧಿಕಾರಿಗಳು ಹಾಗೂ ಅವರ ಕುಟುಂಬ ತಮ್ಮ ಮರಳುವ ಮುನ್ನ ಈ ಖುಷಿಯನ್ನು ಸಂಭ್ರಮಿಸುತ್ತಿದ್ದರು.

ನನ್ನ ಪತಿಯ ಪೋಸ್ಟಿಂಗ ಬೊರ್ಡರಿನಲ್ಲಿ ಆತ 'ಸಿಯಾಚಿನ್'ಗೆ ಹೋಗಬೇಕಾಗಿ ಹೇಳಲಾಗಿತ್ತು. ಅದು ಹೆಸರು ಕೇಳದ ಊರಾಗಿತ್ತು. ನಿರ್ದಿಷ್ಟವಾದ ಕೆಲಸ ಏನೆಂದೂ ಗೊತ್ತಿರಲಿಲ್ಲ. 'ಸೆಪರೇಟೆಡ ಫೆಮಿಲಿ ಸ್ಟೇಶನ್' ಎಂದು ನಾವು ಆರಿಸಿದ ಬರೆಲಿಗೆ ನಾವೆಲ್ಲ ಸಾಮಾನು ಸರಂಜಾಮುಗಳನ್ನು ಸಾಗಿಸಿದೆವು. ನಂತರ ನಾವು ವೆಲಿಂಗಟನ್‌ನಿಂದ ನಮ್ಮ ವಾಹನದಲ್ಲಿ ಅತ್ತ ಸಾಗಿದೆವು. ಬರೇಲಿಯಲ್ಲಿ ಮಕ್ಕಳ ವಿದ್ಯಾಭ್ಯಾಸದ ವ್ಯವಸ್ಥೆ ಮಾಡಿ, ಮೇಜರ ವಿಲಿಯಮ್ಸ್ ಸಿಯಾಚಿನ್'ಗೆ ಹೊರಟರು. ನಾವು ಅವರನ್ನು ಅಲ್ಲಿಯ ರೈಲು ನಿಲ್ದಾಣದಿಂದ ಬೀಳ್ಕೊಟ್ಟೆವು.

ಕೆಲದಿನ ದಾರಿಕಾಯ್ದ ನಂತರ, ನನ್ನ ಪತಿಯ ಪತ್ರ ಬಂದಿತು ಅದರಲ್ಲಿ ಅವರು ಬರೆದಿದ್ದು ನಮ್ಮ ಯುನಿಟ ಒಂದು ಮುಖ್ಯ ಕಾರ್ಯಾಚರಣೆಗೆ ಹೊರಟಿದೆ. ಎಲ್ಲವೂ ಸುಖಮಯವಾಗಲೆಂದು ದೇವರಲ್ಲಿ ಪ್ರಾರ್ಥಿಸಿರಿ ಎಂದು. ಕೂಡಲೇ ನನ್ನ ಮಗನ ಶಾಲೆಯ ಅಟ್ಲಾಸ ಹೊರತೆಗೆದು ಅದರಲ್ಲಿ 'ಸಿಯಾಚಿನ' ಎಲ್ಲಿ ಇದೆ ಎಂದು ಶೋಧಿಸಲು ಪ್ರಯತ್ನಿಸಿದೆವು. ಅದು ಫಲಕಾರಿ ಆಗಲಿಲ್ಲ. ಆಗ ನನಗೆ ಅನ್ನಿಸಿತು ಏನೋ ವಿಶಿಷ್ಟವಾದದ್ದು

ನಡೆಯುತ್ತಿದೆ ಎಂದು ಒಂದು ರೀತಿಯ ಅಸಾಮಾನ್ಯ ಸ್ಥಿತಿ ಮನಸ್ಸಿಗೆ ಸುತ್ತಿಕೊಂಡಿತು, ಪತ್ರಿಕೆಗಳಲ್ಲಾಗಲಿ ದೂರದರ್ಶನ ಅಥವಾ ಬಾನುಲಿಗಳಲ್ಲಾಗಲಿ ಇದರ ಕುರಿತು ಯಾವ ಸುದ್ದಿಯೂ ಕಾಣುತ್ತಿರಲಿಲ್ಲ. ಪ್ರತಿದಿನ ಎಲ್ಲ ಸುದ್ದಿ ಮಾಧ್ಯಮಗಳನ್ನು ಅತುರತೆಯಿಂದ ವೀಕ್ಷಿಸುತ್ತಿದ್ದೆವು. ಆದರೆ ಎಲ್ಲೆಡೆಗೂ ಶಾಂತತೆ ತಾಂಡವಾಡುತ್ತಿತ್ತು.

ಆಮೇಲೆ ಮೂರು ವಾರಗಳ ನಂತರ ತಾನು ಸುರಕ್ಷಿತವಾಗಿದ್ದೇನೆ ಎಂದು ಪತಿಯಿಂದ ಬಂದ ಸುದ್ದಿ ನಮಗೆ ಸಮಾಧಾನ ನೀಡಿತು. ನಾವು ದೇವರಿಗೆ ಧನ್ಯವಾದ ಸಲ್ಲಿಸಿದೆವು, ಆದರೆ ಅದರಲ್ಲಿ ಐತಿಹಾಸಿಕ "ಬಾನಾಟೋಪ" ಯುದ್ಧದ ಕುರಿತಾಗಲಿ ದಿನನಿತ್ಯ ಅಲ್ಲಿ ನಡೆಯುತ್ತಿದ್ದ ಚಕಮಕಿಗಳ ಕುರಿತಾಗಲಿ ಯಾವ ಸುದ್ದಿಯೂ ಇರಲಿಲ್ಲ.

ಆನಂತರ ಅಲ್ಲಿಂದ ಮತ್ತಾವ ಪತ್ರಗಳೂ ಬರಲಿಲ್ಲ. ಆಗಿನ ಕಾಲದಲ್ಲಿ ಪೋಸ್ಟ ಖಾತೆ ಒಂದೇ ನಮ್ಮ ಸಂಪರ್ಕ ಸಾಧನವಾಗಿತ್ತು. ತುಂಬಾ ದಾರಿಕಾಯ್ದ ನಂತರ ಎರಡು ಪತ್ರಗಳು ಒಟ್ಟಿಗೇ ನಮ್ಮ ಕೈಸೇರಿ ನಮ್ಮ ಉತ್ಸಾಹವನ್ನು ವರ್ಧಿಸಿದವು. ಆಗ ನನಗನ್ನಿಸಿತು ಸೈನಿಕನ ಹಂಡತಿಗೆ ತನ್ನ ಪತಿಯು ಎಲ್ಲಿ ಇದ್ದಾನೆ ಎಂದು ತಿಳಿದುಕೊಳ್ಳುವ ಹಕ್ಕು ಇಲ್ಲವೇ? ಎಂದು. ಆ ನಂತರ ಸೆಪ್ಟೆಂಬರ್ ೧೯೮೭ರ ಮಧ್ಯದಲ್ಲಿ ಪತಿಯಿಂದ ಬಂದ ಪತ್ರ ನನ್ನೆಲ್ಲ ಒಳಿತು-ಕೆಡಕಿನ ವಿಚಾರಗಳನ್ನು ಬದಿಗೊತ್ತಿತು. ಅದರಲ್ಲಿ ಆತ ಹೇಳಿದ್ದರು ತಾನು ೨೯ ಸೆಪ್ಟೆಂಬರ್ ರಂದು 'ಕಾಶಿ ವಿಶ್ವನಾಥ' ಎಕ್ಸಪ್ರೆಸ್ ಮೂಲಕ ಬರೇಲಿಗೆ ಬರಲಿದ್ದೇನೆ ಎಂದು. ಆಗ ನಾವೆಲ್ಲ ಹರುಷ ತುಂದಿಲರಾದೆವು, ದಿನಗಳ, ತಾಸುಗಳ, ನಂತರ ಕ್ಷಣಗಳ ಗಣನೆ. ಅಂತೂ ಕೊನೆಗೆ ಬರೇಲಿ ರೈಲ್ವೆ ನಿಲ್ದಾಣದಲ್ಲಿ ಕಾಯತೊಡಗಿದೆವು.

ರೈಲು ನಿಲ್ದಾಣವನ್ನು ಪ್ರವೇಶಿಸುತ್ತಿದಂತೆಯೇ ೯ ಹಾಗೂ ೪ ವರ್ಷದ ನನ್ನ ಮಕ್ಕಳಿಬ್ಬರೂ ನನ್ನ ಕೈಯನ್ನು ಅದುಮಿ ಹಿಡಿದುಕೊಂಡಿದ್ದರು. ಒಂದನೇ ದರ್ಜೆಯ ಕಂಪಾರ್ಟಮೆಂಟ ನಾವು ನಿಂತಲ್ಲೇ ನಮ್ಮ ಎದುರಿಗೆ ಬಂದು ನಿಂತಿತು. ಆಗ ಸಾಧು-ಸಂತರಂತೆ ಕಾಣುವ ವ್ಯಕ್ತಿ ನನ್ನತ್ತ ಕೈ ಬೀಸುತ್ತಿರುವದು ಕಾಣಿಸಿತು. ಆತ ಯಾರಿಗೆ ಕೈ ಬೀಸುತ್ತಿದಾನೆಂದು ನಾನು ಹೊರಳಿ ಹಿಂದೆ ನೋಡಿದೆ. ಅತ್ತ ಯಾರೂ ಕಂಡು ಬರಲಿಲ್ಲ. ಆತ ನಮ್ಮೆಡೆಗೆ ಕೈ ಬೀಸುತ್ತಿದ್ದ. ನಾನು ಆತನನ್ನು ನಿರ್ಲಕ್ಷಿಸಿ ನನ್ನ ಪತಿಗಾಗಿ ಶೋಧಿಸತೊಡಗಿದೆ. ನಾವು ದೂರ ನಡೆಯುತ್ತಿದ್ದಂತೆಯೇ ನನ್ನ ಮಕ್ಕಳ ಹೆಸರು ಕೂಗುತ್ತಿರುವದು ಕೇಳಿಸಿತು. ಮೂವರೂ ತಿರುಗಿ ನೋಡಿದೆವು. ಆಗ ನಮ್ಮ ಕಣ್ಣನ್ನೇ ನಂಬಲಾರದ ಅತಿ ಭೀಕರ ಸ್ಥಿತಿಯಲ್ಲಿದ್ದ ಸಾಧು ಸಂತ ಮನುಷ್ಯ ನಮ್ಮೆಡೆಗೆ ಧಾವಿಸುತ್ತಿದ್ದ. ಆತನೇ ನನ್ನ ಪತಿಯಾಗಿದ್ದ!!

ಇದೊಂದು ಬಹು ವಿಚಿತ್ರವಾದ ಮನೆ ಮರಳುವಿಕೆ ಆಗಿತ್ತು. ನಾವು ರಿಕ್ಷಾದಲ್ಲಿ ಮನೆಗೆ ಹೊರಟೆವು. ಈಗಲೂ ಆತನಿದ್ದ ಸ್ಥಿತಿಯನ್ನು ನಂಬಲಾರದವಳಾಗಿದ್ದೆ. ಆದರೂ ನನ್ನ ತುಟಿಯಿಂದ ನಿಃಶಬ್ದವಾಗಿ ದೇವರಿಗೆ ಹಾರ್ದಿಕ ಧನ್ಯವಾದದ ಪ್ರಾರ್ಥನೆ ಸಲ್ಲಿಸಿದೆ.

ಆತನನ್ನು ಸುಖರೂಪವಾಗಿ ಮನೆ ಸೇರಿಸಿದ್ದಕ್ಕಾಗಿ.

ನನ್ನ ಪತಿ ಎಲವಿನ ಹಂದರವಾಗಿದ್ದ, ಉದ್ದವಾದ ಜಡೆಗಟ್ಟಿದ ಗಡ್ಡ, ಕೆದರಿದ ಉದ್ದವಾದ ತಲೆಗೂದಲು ಅವನಿಗೆ ಸನ್ಯಾಸಿಯ ರೂಪ ಕೊಟ್ಟಿತ್ತು. ಅವನ ಮುಖದ ಚರ್ಮ ಬಿಸಿಲಿಗೆ ಸುಕ್ಕುಗಟ್ಟಿ ಅಲ್ಲಲ್ಲಿ ಕಿತ್ತುಹೋದಂತ್ತಿತ್ತು. ಕೈ ಉಗುರುಗಳು ಕಪ್ಪುಗಟ್ಟಿದ್ದವು. ಆತ ತುಂಬಾ ತುಂಬಾ ಬಳಲಿದ್ದ.

ಇಷ್ಟಲ್ಲಾ ದೈಹಿಕ ತೊಂದರೆಗಳ ಹೊರತಾಗಿಯೂ ೪ ತಿಂಗಳ ಸಿಯಾಚಿನದಲ್ಲಿ ಇದ್ದು ಬಂದ ಆ ಸೈನಿಕನ ಮನಸ್ಥಿತಿ ತುಂಬಾ ಉಚ್ಚ ಸ್ತರದಲ್ಲಿಯೇ ಇತ್ತು. ೨೨೦೦೦ ಫೀಟ್ ಎತ್ತರದ, ಜಗತ್ತಿನ ಅತಿ ಎತ್ತರದ ಯುದ್ಧ ಭೂಮಿಯಲ್ಲಿ –೪೦ ಡಿಗ್ರೀ ಮರಗಟ್ಟುವ ಶೀತದಲ್ಲಿ ಎರಡೆರಡು ಯುದ್ಧವನ್ನು ಎದುರಿಸಿದ ಬಟಾಲಿಯನ್ನಿನ ಭಾಗವಾಗಿದ್ದ ತಾನು ಅದೆಷ್ಟು ಭಾಗ್ಯಶಾಲಿ ಎಂದು ಹುಮ್ಮಸ್ಸಿನಿಂದ ಆತ ಹೇಳುತ್ತಿದ್ದ.

ಮೊದಲ ಯುದ್ಧ ಜೂನ್ ತಿಂಗಳಲ್ಲಿ ಮಾಡಿದ ಆಕ್ರಮಣ, ಎರಡನೆ ಯುದ್ಧ ಸೆಪ್ಟೆಂಬರ್‌ದಲ್ಲಿ 'ಬಿಲಾ ಫೊಂಡಲಾ'ವನ್ನು ರಕ್ಷಿಸಿದ್ದ. ಆಗ ಅಲ್ಲಿ. ಅನೇಕ ಸಾವು ನೋವುಗಳು ಘಟಸಿದ್ದವು. ಆದರೆ ತನ್ನ ಬಟಾಲಿಯನ್ ಭಾರತೀಯ ಸೈನಿಕ ಇತಿಹಾಸದ ಸುವರ್ಣಾಕ್ಷರಗಳಲ್ಲಿ ಬರೆದಿಡುವಂತಹ ಆಶ್ಚರ್ಯ ಜನಕ ಕಾರ್ಯಾಚರಣೆ ಎಸಗಿದ್ದು ತಾನು ಅದರ ಭಾಗವಾಗಿದ್ದೆ ಎಂಬುದೇ ನನಗೊಂದು ಗರ್ವ ಅಂದ ನನ್ನ ಪತಿ.

***

ಪರಿಶಿಷ್ಟ–೨

ಅಮೃತಸರ ಒಪ್ಪಂದ:

ಬ್ರಿಟಿಷ ಸರಕಾರ ಒಂದು ಕಡೆ, ಇನ್ನೊಂದು ಕಡೆ ಜಮ್ಮು ಸಂಸ್ಥಾನದ ಮಹಾರಾಜಾ ಗುಲಾಬಸಿಂಗ ಮಾಡಿಕೊಂಡ ಒಪ್ಪಂದ.

"On the part of the British Govt. by Frederick Gurrie, Esq, and Brevet-Maj Henry Montgomery Lawrence, acting under the order of the Rt. Hon.Sir Henry Hardinge, G.C.B. one of her Britanic Majesty's most Honorable Privy Council, Governor General of the possessions of the East India Company, to direct and control all the affairs in the East Indies and by Maharajah Gulab Singh in person-1846".

ಸೂತ್ರ–೧ ಮಹಾರಾಜಾ ಗುಲಾಬಸಿಂಗ ಹಾಗೂ ಅವರ ವಾರಸುದಾರ ಗಂಡು ಸಂತಾನಕ್ಕೆ ಬ್ರಿಟಿಷ ಸರಕಾರವು ೯ ಮಾರ್ಚ್ ೧೮೪೬ದ ಲಾಹೋರ ಸಂಧಿಯಂತೆ, ಲಾಹೋರ ಸಂಸ್ಥಾನದಿಂದ ದೊರೆತ ಈ ಕೆಳಗಿನ ಸ್ಥಾನದ ಸಂಪೂರ್ಣ ಹಕ್ಕನ್ನು ಹಸ್ತಾಂತರಗೊಳಿಸುತ್ತದೆ. ಇಂಡಸ್‌ನದಿಯ ಪೂರ್ವಭಾಗ ಹಾಗೂ ರಾವಿ ನದಿಯ ಪಶ್ಚಿಮಭಾಗ, ಚಂಬಾ ಸೇರಿದಂತೆ, ಹಾಗೂ ಲಾಹೋರ ಬಿಟ್ಟು ಎಲ್ಲ ಗುಡ್ಡ ಹಾಗೂ ಅರಣ್ಯ ಪ್ರದೇಶ.

ಸೂತ್ರ–೨ ಮೇಲ್ಕಾಣಿಸಿದ ಸೂತ್ರದಂತೆ ಹಸ್ತಾಂತರಿಸಲಾದ ಭೂಭಾಗದ ಪೂರ್ವ ಹದ್ದನ್ನು, ಬ್ರಿಟಿಷ ಸರಕಾರ ಮತ್ತು ಮಹಾರಾಜಾ ಗುಲಾಬಸಿಂಗರಿಂದ ಇದಕ್ಕಾಗಿಯೇ ನಿಯುಕ್ತಗೊಂಡ ಕಮೀಶನನಿಂದ ನಿರ್ಧರಿಸಲಾಗುತ್ತದೆ. ಸರ್ವೇ ನಂತರ ಅದರ ವಿವರವನ್ನು ಬೇರೊಂದು ದಸ್ತಾವೇಜನಲ್ಲಿ ನಮೂದಿಸಲಾಗುತ್ತದೆ.

ಸೂತ್ರ–೩ ಆಗಲೇ ಹೇಳಿದಂತೆ ತನಗೆ ಮತ್ತು ತನ್ನ ವಾರಸುದಾರರಿಗೆ ಮಾಡಿದ ಮೇಲ್ಕಾಣಿಸಿದ ಹಸ್ತಾಂತರದ ಕುರಿತು ಮಹಾರಾಜಾ ಗುಲಾಬಸಿಂಗ, ಬ್ರಿಟಿಷ ಸರಕಾರಕ್ಕೆ ೭೫ ಲಕ್ಷ ರೂಪಾಯಿಗಳನ್ನು, ನಾನುಕಶಾಹಿ ಕೊಡತಕ್ಕದ್ದು, ೫೦ ಲಕ್ಷ ರೂಪಾಯಿಗಳನ್ನು ೦೧ ಅಕ್ಟೋಬರ ಅಥವಾ ಅದಕ್ಕೂ ಮುಂಚೆ ಈ ವರ್ಷ ೧೮೪೬ನಲ್ಲಿ ಕೊಡತಕ್ಕದ್ದು.

ಸೂತ್ರ–೪ ಮಹಾರಾಜಾ ಗುಲಾಬಸಿಂಗರ ಸರಹದ್ದನ್ನು ಬ್ರಿಟಿಶ ಸರಕಾರದ ಅನುಮತಿಯ ವಿನಃ ಎಂದಿಗೂ ಬದಲಾಯಿಸಕೂಡದು.

ಸೂತ್ರ-೫ ತನ್ನ ಮತ್ತು ಲಾಹೋರ ಸರಕಾರ, ಅಥವಾ ಪಕ್ಕದ ರಾಜ್ಯಗಳೊಂದಿಗೆ ಯಾವುದೇ ತಂಟೆ, ತಕರಾರುಗಳಿದ್ದಲ್ಲಿ ಮಹಾರಾಜಾ ಗುಲಾಬಸಿಂಹ ಅದನ್ನು ಬ್ರಿಟಿಷ ಸರಕಾರದ ಸಂಧಾನಕ್ಕೆ ಒಪ್ಪಿಸತಕ್ಕದು ಹಾಗೂ ಬ್ರಿಟಿಷ ಸರಕಾರದ ನಿರ್ಧಾರಕ್ಕೆ ಬದ್ಧನಾಗಿರತಕ್ಕದ್ದು.

ಸೂತ್ರ-೬ ಮಹಾರಾಜಾ ಗುಲಾಬಸಿಂಗ ಮತ್ತು ಅವನ ವಾರಸುದಾರರು ತನ್ನ ಗುಡ್ಡಗಾಡುಗಳಲ್ಲಾಗಲಿ ರಾಜ್ಯದ ಅಕ್ಕಪಕ್ಕದಲ್ಲಿಯಾಗಲಿ ಬ್ರಿಟಿಷ ಕಾರ್ಯಾಚರಣೆ ಆದಲ್ಲಿ ತನ್ನೆಲ್ಲ ಸೈನ್ಯವನ್ನು ಬ್ರಿಟಿಷ ಸೈನ್ಯದೊಂದಿಗೆ ಶಾಮೀಲುಗೊಳಿಸತಕ್ಕದ್ದು.

ಸೂತ್ರ-೭ ಮಹಾರಾಜಾ ಗುಲಾಬಸಿಂಗ ತನ್ನ ಸೇವೆಯಲ್ಲಿ ಎಂದಿಗೂ ಬ್ರಿಟಿಷ ಪ್ರಜೆಗಳನ್ನಾಗಲೀ, ಯುರೋಪಿಯನ್ ಅಥವಾ ಅಮೇರಿಕಾ ದೇಶಗಳ ಪ್ರಜೆಗಳನ್ನಾಗಲಿ ಇರಿಸಿಕೊಳ್ಳತಕ್ಕದಲ್ಲ.

ಸೂತ್ರ-೮ ತನಗೆ ಹಸ್ತಾಂತರಗೊಳಿಸಲಾದ ಭೂಭಾಗದ ಕುರಿತು ಬ್ರಿಟಿಷ ಸರಕಾರ ಹಾಗೂ ಲಾಹೋರ ದರ್ಬಾರದ ಪ್ರತ್ಯೇಕ ಒಪ್ಪಂದದ ೫, ೬ ಹಾಗೂ ೭ ನಿರ್ಣಯಗಳನ್ನು ಮಹಾರಾಜ ಗುಲಾಬಸಿಂಹ ಕಾರ್ಯಗತಗೊಳಿಸಲು ಒಪ್ಪುತ್ತಾರೆ.

ಸೂತ್ರ-೯ ಬ್ರಿಟಿಷ ಸರಕಾರವು ಮಹಾರಾಜಾ ಗುಲಾಬಸಿಂಹರಿಗೆ ಹೊರಗಿನ ಶತ್ರುಗಳಿಂದ ತನ್ನ ಭೂಭಾಗವನ್ನು ರಕ್ಷಿಸಲು ಸಹಾಯ ನೀಡತಕ್ಕದ್ದು.

ಸೂತ್ರ-೧೦ ಬ್ರಿಟಿಷ ಸರಕಾರದ ಸಾರ್ವಭೌಮತ್ವವನ್ನು ಸ್ವೀಕರಿಸಿ, ಆ ಸಾರ್ವಭೌಮತ್ವದ ಗುರುತಿಗಾಗಿ ಬ್ರಿಟಿಷ ಸರಕಾರಕ್ಕೆ ವಾರ್ಷಿಕ ಒಂದು ಕುದುರೆ, ಹನ್ನೆರಡು ಉಣ್ಣೆಯ ಕುರಿಗಳು (೬ ಹೆಣ್ಣು ೬ ಗಂಡು) ಹಾಗೂ ಮೂರು(೩) ಜೋಡಿ ಕಾಶ್ಮೀರಿ ಶಾಲ ನೀಡತಕ್ಕದ್ದು.

೧೦ ಸೂತ್ರಗಳ ಈ ಕರಾರನ್ನು ಒಪ್ಪಿಕೊಂಡಿದ್ದು –

Fredrick Currie, Esq and Bever May, Henry Montgomery Lawrence, acting under directions of the Rt. Hon Sir Henry Hardinge Governor General on the part of the British Govt. and by Maharaja Gulab Sing in person, and the said treaty has been this day ratified by the seal of Rt. Hon. Sir Henry Hardinge, Governor General.

Done at Amritsar the Sixteenth day of March in the year of our Lord one thousand eight hundred and forty six corresponding with the seventeenth day of Rubee-ul-Awal (1262 Hijri)

Sd/- H. Hardinge (seal)　　Sd/- F. Currie

Sd/- H.M.Lawrence

ಪರಿಶಿಷ್ಟ–೩

ಸೆಕ್ಯುರಿಟಿ ಕೌನ್ಸಿಲ್‌ಗೆ ಭಾರತದ ದೂರು (೦೧ ಜನೆವರಿ ೧೯೪೮)

ಸೆಕ್ಯುರಿಟಿ ಕೌನ್ಸಿಲ್‌ನ ಅಧ್ಯಕ್ಷರಿಗೆ ಭಾರತದ ಪ್ರತಿನಿಧಿ ೧ ಜನೆವರಿ ೧೯೪೮ಕ್ಕೆ ಬರೆದ ಪತ್ರ (ಎಸ್/೬೨೮)

ಈ ಕೆಳಗೆ ಕಾಣಿಸಿದ ಟೆಲೆಗ್ರಾಫಿಕ್ ಸಂದೇಶವನ್ನು ತಮಗೆ ರವಾನಿಸಲು ಭಾರತ ಸರಕಾರವು ನನಗೆ ನಿರ್ದೇಶಿಸಿದೆ.

೧. ಸಂಯುಕ್ತ ರಾಷ್ಟ್ರ ಸಂಘದ Article-35ದ ಅಡಿಯಲ್ಲಿ ಜಾಗತಿಕ ಶಾಂತಿ ಮತ್ತು ಸುರಕ್ಷಿತತೆಗೆ ಭಂಗ ತರುವ ಯಾವುದೇ ಪರಿಸ್ಥಿತಿಯನ್ನು ಸಂಯುಕ್ತ ರಾಷ್ಟ್ರ ಸಂಘದ ಯಾವುದೇ ಸಂಸ್ಥೆಯು ಸಿಕ್ಯುರಿಟಿ ಕೌನ್ಸಿಲ್‌ನ ಅವಗಾಹನೆಗೆ ತರಬಹುದು ಅಂತಹ ಪರಿಸ್ಥಿತಿಯು ಈಗ ಉಂಟಾಗಿದೆ. ಯಾಕೆಂದರೆ ಪಾಕಿಸ್ತಾನಿ ಸ್ಥಳೀಯರೂ ಹಾಗೂ ಪಾಕಿಸ್ತಾನಕ್ಕೆ ಹೊಂದಿಕೊಂಡಿದ್ದ ಉತ್ತರ–ಪಶ್ಚಿಮದ ಬುಡಕಟ್ಟಿನ ಜನಾಂಗದವರು ಭಾರತ ರಾಷ್ಟ್ರಕ್ಕೆ ಸೇರ್ಪಡೆಯಾಗಿ ಭಾರತದ ಭಾಗವಾದ, ಜಮ್ಮು–ಕಾಶ್ಮೀರ ಪ್ರದೇಶದ ಮೇಲೆ ಅಕ್ರಮಣಕ್ಕಾಗಿ ಪಾಕಿಸ್ತಾನದ ಸಹಾಯ ಪಡೆಯುತ್ತಿದ್ದಾರೆ. ಆ ರಾಜ್ಯದ ಸೇರ್ಪಡೆ ಆದ ಪರಿಸ್ಥಿತಿಯ ಕುರಿತು ಮತ್ತು ಆಕ್ರಮಣಕಾರರ ಚಟುವಟಿಕೆ ಹಾಗೂ ಆ ಅವಧಿಯಲ್ಲಿ ಭಾರತ ಸರಕಾರಕ್ಕೆ ಸೈನಿಕ ಕಾರ್ಯಚರಣೆ ಮಾಡಬೇಕಾದ ಸಂದರ್ಭ, ಅಲ್ಲದೇ ಅಕ್ರಮಣಕಾರರು ಪಾಕಿಸ್ತಾನದಿಂದ ಪಡೆದ ಹಾಗೂ ಈಗಲೂ ಪಡೆಯುತ್ತಿರುವ ಸಹಾಯದ ಕುರಿತು, ಮುಂದೆ ನಿವೇದನ ಪತ್ರದಲ್ಲಿ ವಿವರವಾಗಿ ತಿಳಿಸಲಾಗಿದೆ. ಈ ರೀತಿಯ ಸಹಾಯವು ಭಾರತದ ವಿರುದ್ಧ ಆಕ್ರಮಣ ಎಸಗಿದಂತೆ ಆದುದರಿಂದ ಅದನ್ನು ಈ ಕೂಡಲೇ ನಿಲ್ಲಿಸುವಂತೆ ಪಾಕಿಸ್ತಾನಕ್ಕೆ ಕರೆಕೊಡಬೇಕೆಂದು ಭಾರತ ಸರಕಾರವು ಸಿಕ್ಯುರಿಟಿ ಕೌನ್ಸಿಲ್‌ಗೆ ವಿನಂತಿಸಿಕೊಳ್ಳುತ್ತದೆ. ಪಾಕಿಸ್ತಾನವು ಹಾಗೆ ಮಾಡದಿದ್ದಲ್ಲಿ ತನ್ನ ಸ್ವ–ರಕ್ಷಣೆಗಾಗಿ, ಆಕ್ರಮಣಕಾರಿಗಳ ವಿರುದ್ಧ ಸೈನಿಕ ಕಾರ್ಯಚರಣೆ ಎಸಗಲು, ಭಾರತ ಸಕಾರವು ನಿರುಪಾಯವಾಗಿ ಪಾಕಿಸ್ತಾನೀ ಸರಹದ್ದನ್ನು ಪ್ರವೇಶಿಸಲೇ ಬೇಕಾಗುತ್ತದೆ. ಪರಿಸ್ಥಿತಿಯು ಅತ್ಯಂತ ಗಂಭೀರವಾಗಿದ್ದು ಜಾಗತಿಕ ಶಾಂತಿಯು ಹದಗೆಡುವದನ್ನು ತಪ್ಪಿಸಲು ಸಿಕ್ಯುರಿಟಿ ಕೌನ್ಸಿಲ್ ತತ್ಕಾಲವೇ ಕಾರ್ಯಗತವಾಗಬೇಕೆಂದು ಕೇಳಿಕೊಳ್ಳಲಾಗಿದೆ.

೨. ಜಮ್ಮು–ಕಾಶ್ಮೀರ ರಾಜ್ಯದ ಜಮ್ಮು ಪ್ರಾಂತವು ಪಶ್ಚಿಮ ಭಾಗಗಳಿಗೆ ಸಶಸ್ತ್ರ ನುಸುಳುಕೋರರು ೧೯೪೭ರ ಸೆಪ್ಟೆಂಬರ ಮಧ್ಯದಿಂದಲೇ ನುಗ್ಗುತ್ತಿದ್ದರು ಎಂಬ

ವರದಿಯು ಭಾರತ ಸರಕಾರಕ್ಕೆ ತಲುಪಿತ್ತು. ಜಮ್ಮು ಪ್ರಾಂತವು ಪಾಕಿಸ್ತಾನದ ಪಶ್ಚಿಮ ಪಂಜಾಬಕ್ಕೆ ಹೊಂದಿಕೊಂಡಿದೆ. ನುಸುಳುಕೋರರು ಆ ಭಾಗದಲ್ಲಿ ತುಂಬಾ ವಿನಾಶವನ್ನು ಗೈದುದಲ್ಲದೇ, ಆ ಪ್ರಾಂತದ ಕೆಲ ಭೂಭಾಗಗಳನ್ನು ಕೈವಶ ಮಾಡಿಕೊಂಡಿದ್ದಾರೆ. ಆ ನಂತರ ೨೪ ಅಕ್ಟೋಬರದಂದು ಪಾಕಿಸ್ತಾನದ ಫ್ರಂಟಿಯರ್ ಪ್ರೊವಿನ್ಸ ಕಡೆಯಿಂದ ಕಾಶ್ಮೀರ ಕಣಿವೆಯ ಮೇಲೆ ಎಸಗಿದ ದೊಡ್ಡ ಆಕ್ರಮಣವಾದ ವರದಿಯು ಭಾರತ ಸರಕಾರಕ್ಕೆ ತಲುಪಿತು. ಸುಮಾರು ೨೦೦೦ಕ್ಕೂ ಹೆಚ್ಚು ಸಶಸ್ತ್ರ ಜನ, ಮೋಟರ ವಾಹಗಗಳಲ್ಲಿ ಬಂದು, ಜಮ್ಮು ಕಾಶ್ಮೀರ ರಾಜ್ಯದ ಸರಹದ್ದನ್ನು ದಾಟಿ ಮುಜಫರಾಬಾದ ಶಹರವನ್ನು ಲೂಟಿ ಮಾಡಿ, ಅನೇಕ ಜನರನ್ನು ಕೊಂದು ಝೆಲಮ್ ಕಣಿವೆ ಮಾರ್ಗದ ಗುಂಟ, ಬೇಸಿಗೆ ಕಾಲದ ಜಮ್ಮು-ಕಾಶ್ಮೀರದ ರಾಜಧಾನಿಯಾದ ಶ್ರೀನಗರದ ಕಡೆ ಸಾಗಿದರು. ಮಾರ್ಗದಲ್ಲಿ ಅನೇಕ ಶಹರಗಳನ್ನು ಲೂಟಿ ಮಾಡಲಾಯಿತು, ಸುಡಲಾಯಿತು ಹಾಗೂ ಅನೇಕ ಜನರನ್ನು ಕೊಲ್ಲಲಾಯಿತು ಈ ದಾಳಿಕೋರರನ್ನು ಶ್ರೀನಗರದಿಂದ ಸುಮಾರು ೫೦ ಮೈಲು ದೂರದ 'ಉರಿ' ಎಂಬ ಶಹರದ ಹತ್ತಿರ ಕಾಶ್ಮೀರ ರಾಜ್ಯದ ಪೋಲಿಸರಿಂದ ಕೆಲ ಸಮಯ ತಡೆಹಿಡಿಯಲಾಯಿತು ಆದರೆ ದಾಳಿಕೋರರು ಅದನ್ನು ಸುತ್ತು ಬಳಸಿ 'ಮಹೋರಾ' ತಲುಪಿ ಸಂಪೂರ್ಣ ಕಾಶ್ಮೀರಕ್ಕೆ ವಿದ್ಯುತ್ ನೀಡುವ ಅಲ್ಲಿಯ ವಿದ್ಯುದಾಗರವನ್ನು ಸುಟ್ಟುಬಿಟ್ಟರು.

೩. ೨೬ ಅಕ್ಟೋಬರದಂದು ಸ್ಥಿತಿ ಏನಾಗಿತ್ತೆಂದರೆ ಕಾಶ್ಮೀರ ರಾಜ್ಯದ ಪೋಲೀಸ ಪಡೆ ಹಾಗೂ ಕೆಲ ಸಶಸ್ತ್ರ ನಾಗರಿಕರಿಂದ ಈ ದಾಳಿಕೋರರು 'ಬಾರಾಮುಲ್ಲಾ' ನಗರದ ಬಳಿ ತಡೆ ಹಿಡಿಯಲ್ಪಟ್ಟರು. ಬಾರಾಮುಲ್ಲಾದಿಂದ ಮುಂದೆ ಶ್ರೀನಗರದವರೆಗೆ ಯಾವ ಮಹತ್ವದ ತಡೆಯಾಗಲಿಲ್ಲ ಹೀಗಾಗಿ, ಈ ದಾಳಿಕೋರರು ಶೀಘ್ರದಲ್ಲೇ ಶ್ರೀನಗರವನ್ನು ತಲುಪಿ ಅಲ್ಲಿರುವ ಅನೇಕ ಹಿಂದೂ-ಮುಸ್ಲಿಂ ಜನಾಂಗದವರ ಹತ್ಯೆ ಮಾಡುವ ಹೆದರಿಕೆ ಇತ್ತು. ರಾಜ್ಯದ ಸೈನ್ಯ ಬಲ ರಾಜ್ಯದ ಎಲ್ಲೆಡೆ ಹಂಚಿ ಹೋಗಿತ್ತು. ಬಹಳಷ್ಟು ಸೈನಿಕರು ಜಮ್ಮು ಪ್ರಾಂತದ ಪಶ್ಚಿಮಭಾಗದಲ್ಲಿ ನೆಲೆಗೊಂಡಿದ್ದರು. ಅವರು ಅನೇಕ ಸಣ್ಣ ಸಣ್ಣ ಗುಂಪುಗಳಲ್ಲಿ ವಿಭಾಗಿಸಲ್ಪಟ್ಟು ಈ ದಾಳಿಕೋರರಿಗೆ ಪರಿಣಾಮಕಾರಿ ಪ್ರತ್ಯುತ್ತರ ನೀಡುವ ಸ್ಥಿತಿಯಲ್ಲಿರಲಿಲ್ಲ. ರಾಜ್ಯದ ಬಹುಪಾಲು ಅಧಿಕಾರಿಗಳು ತಮ್ಮ ಸ್ಥಳವನ್ನು ಬಿಟ್ಟು ಪಲಾಯನ ಗೈದಿದ್ದರು, ಹೀಗಾಗಿ ನಾಗರಿಕ ಆಡಳಿತವು ಸ್ತಬ್ಧವಾಗಿಬಿಟ್ಟಿತ್ತು. ಶ್ರೀನಗರ ಮತ್ತು ದಾರಿಗುಂಟ ದಾಳಿಕೋರರು ಎಸಗಿದ ಕುಕೃತ್ಯದ ಪುನರಾವರ್ತನೆಗೆ ತಡೆ ಒಡ್ಡಲು ಉಳಿದ ಮಾರ್ಗ ಒಂದೇ ಇತ್ತು. ಅದೆಂದರೆ ನಿರಾಯುಧರಾದ ಶ್ರೀನಗರದ ಎಲ್ಲ ಜನತೆಯ ಧೃಢನಿರ್ಧಾರ. ಈ ಸಮಯದಲ್ಲಿ ಶ್ರೀನಗರದಲ್ಲಿ ಪಾಕಿಸ್ತಾನದ ಪಶ್ಚಿಮ ಪಂಜಾಬದ ಜಾತೀಯ ದಂಗೆಯಿಂದ ಓಡಿ ಬಂದ ಅನೇಕ ಹಿಂದೂ ಸಿಖ ನಿರಾಶ್ರಿತರು ಹೆಚ್ಚಿನ ಸಂಖ್ಯೆಯಲ್ಲಿದ್ದರು. ದಾಳಿಕೋರರು ಶ್ರೀನಗರ ತಲುಪಿದ ಈ ನಿರಾಶ್ರಿತರನ್ನು ಕೊಚ್ಚಿ ಹಾಕುವುದು ನಿಸ್ಸಂಶಯವಾಗಿತ್ತು.

೪. ದಾಳಿಯು ಪ್ರಾರಂಭವಾದ ಕೂಡಲೇ ಜಮ್ಮು-ಕಾಶ್ಮೀರದ ರಾಜ್ಯವು ತನ್ನನ್ನು

ಭಾರತ ಗಣರಾಜ್ಯದೊಂದಿಗೆ ಸೇರ್ಪಡೆಗೊಳಿಸಿಕೊಳ್ಳಬೇಕೆಂದು ಭಾರತ ಸರ್ಕಾರವನ್ನು ಅಸಾಂಪ್ರದಾಯಿಕವಾಗಿ (Informally) ಕೇಳಿಕೊಂಡಿತು. (ಇಲ್ಲಿ ವಿವರಿಸಬೇಕಾದುದೆಂದರೆ ಬ್ರಿಟಿಷ ಸರಕಾರವು ಭಾರತ ಪಾಕಿಸ್ತಾನಕ್ಕೆ ಸ್ವಾತಂತ್ರ್ಯ ನೀಡುವ ಪೂರ್ವದಲ್ಲಿ ಜಮ್ಮು-ಕಾಶ್ಮೀರ ರಾಜ್ಯವು ಬ್ರಿಟಿಷ ರಾಜ್ಯದೊಂದಿಗೆ ನೇರ ಒಪ್ಪಂದದಲ್ಲಿದ್ದು ಅವರ ವಿದೇಶ ವ್ಯವಹಾರ ಹಾಗೂ ಸಂರಕ್ಷಣೆ ಬ್ರಿಟಿಷರ ಹೊಣೆ ಆಗಿತ್ತು. ಆದರೆ ೧೫ ಅಗಸ್ಟ ೧೯೪೭ ರಲ್ಲಿ ಈ ಸಂಬಂಧವು ಕೊನೆಗೊಂಡಿದ್ದರಿಂದ, ಜಮ್ಮು-ಕಾಶ್ಮೀರ ರಾಜ್ಯವು ಉಳಿದ ರಾಜ್ಯಗಳಂತೆ ಯಾವುದೇ ರಾಷ್ಟ್ರಕ್ಕೆ ಸೇರಲು ಸ್ವತಂತ್ರವಾಗಿತ್ತು.)

೫. ಆನಂತರ ಘಟನೆಗಳು ಅತಿ ಕ್ಷಿಪ್ರವಾಗಿ ಬದಲಾದವು ಹಾಗೂ ಕಾಶ್ಮೀರ ಕಣಿವೆಯ ಬೆದರಿಕೆ ಗಂಭೀರವಾಯಿತು. ಆಗ ೨೬ ಅಕ್ಟೋಬರದಂದು ಆ ರಾಜ್ಯದ ರಾಜನಾದ ಮಹಾಮಹಿಮ ಮಹಾರಾಜಾ ಹರಿಸಿಂಗ ಭಾರತ ಸರಕಾರವನ್ನು ತ್ವರಿತವಾಗಿ ಸೈನಿಕ ಸಹಾಯ ನೀಡಬೇಕಾಗಿ ನಿವೇದಿಸಿದ. ಅದೇ ಸಮಯಕ್ಕೆ ಶೇಖ ಮೊಹಮ್ಮದ ಅಬ್ದುಲ್ಲಾ ಮುಖ್ಯಸ್ಥನಾಗಿದ್ದ ಕಾಶ್ಮೀರದ ಜನಪ್ರಿಯ ಸಂಸ್ಥೆ ನೆಶನಲ್ ಕೊನಫರನ್ಸ್‌ನಿಂದ ಸಹಾಯಕ್ಕಾಗಿ ನಿವೇದನೆಯು ಬಂದಿತು. ಆ ಸಂಸ್ಥೆಯು ಕೂಡಾ ಭಾರತದ ಸಾರ್ವಭೌಮತ್ವಕ್ಕೆ ತನ್ನ ರಾಜ್ಯದ ಸೇರ್ಪಡೆಯನ್ನು ಧೃಢವಾಗಿ ಬೆಂಬಲಿಸಿತು. ಈ ರೀತಿಯಾಗಿ ಸೈನಿಕ ಸಹಾಯ ಹಾಗೂ ರಾಜ್ಯದ ಸೇರ್ಪಡೆಗಾಗಿ, ಕೇವಲ ರಾಜ್ಯದ ಆಡಳಿತಾಧಿಕಾರಿಗಳಲ್ಲದೇ, ಕಾಶ್ಮೀರದ ಜನತೆಯು ಕೂಡಾ ಭಾರತ ಸರಕಾರವನ್ನು ನಿವೇದಿಸಿತು.

೬. ಕಾಶ್ಮೀರದ ಅಮಾಯಕ ಜನತೆಯ ಜೀವ ಹಾಗೂ ಸ್ವತ್ತುಗಳಿಗೆ ಉಂಟಾದ ಗಂಭೀರ ಬೆದರಿಕೆ ಹಾಗೂ ದಾಳಿಯಿಂದ ರಾಜ್ಯವನ್ನು ರಕ್ಷಿಸಲು ಮೇಲಿನ ಎರಡೂ ನಿವೇದನೆಗಳಿಗೆ ಭಾರತ ಸರಕಾರವು ತಾತ್ಕಾಲವೇ ನಿರ್ಣಯ ತೆಗೆದುಕೊಳ್ಳಬೇಕಾಯಿತು. ಇಂಥ ತುರ್ತು ಪರಿಸ್ಥಿತಿಯಿಂದಾಗಿ ಹಾಗೂ ಜಮ್ಮು-ಕಾಶ್ಮೀರ ಸರಕಾರದ ಸುರಕ್ಷತೆ ಕಾಯಲು ಸಮರ್ಥವಾದ ಸರಕಾರಕ್ಕೆ ಸಂರಕ್ಷಣೆ ಹೊಣೆಯನ್ನು ನಿಭಾಯಿಸುವುದು ಅತ್ಯಗತ್ಯವಾಯಿತು. ಆದರೆ, ಭಾರತವು ಆ ರಾಜ್ಯದ ಸಂಕಟವನ್ನು ತನ್ನ ರಾಜಕೀಯ ಲಾಭಕ್ಕಾಗಿ ಬಳಸಿಕೊಂಡಿತು ಎಂಬ ಹೇಳಿಕೆಯನ್ನು ತಳ್ಳಿ ಹಾಕಲು ಭಾರತ ಸರಕಾರವು ಒಂದು ಸಂಗತಿಯನ್ನು ವಿಶದೀಕರಿಸಿತು. ಆ ರಾಜ್ಯದ ನೆರವು ದಾಳಿಕೋರರಿಂದ ಮುಕ್ತವಾದ ಮೇಲೆ ಸಾಮಾನ್ಯ ಸ್ಥಿತಿಯು ನೆಲೆಗೊಂಡ ನಂತರ, ಜನರು ತಮ್ಮ ಮುಂದಿನ ಭವಿಷ್ಯವನ್ನು ಜಾಗತಿಕ ಸಂಸ್ಥೆಯ ಮೂಲಕ ಮಾಡಲ್ಪಟ್ಟ ಪ್ರಜಾಸತ್ತಾತ್ಮಕ ಮತದಾನದಿಂದಾಗಲೀ, ಲೋಕಮತ ಸಂಗ್ರಹದ ಮೂಲಕವಾಗಲೀ ನಿರ್ಧರಿಸಲು ಸ್ವತಂತ್ರರು.

೭ ಸೈನಿಕ ಸಹಾಯದ ಕರೆಗೆ ಓಗೊಡುವುದು ತನ್ನ ಕರ್ತವ್ಯ ಎಂದು ಭಾರತ ಸರಕಾರವು ಭಾವಿಸಲು ಕಾರಣವೆಂದರೆ (೧) ತನ್ನ ಪಕ್ಕದ ಮಿತ್ರರಾಷ್ಟ್ರವನ್ನು ಆಂತರಿಕ

ಝುಂಜಾಟಕ್ಕಾಗಲಿ, ಅದರ ಬಾಹ್ಯ ಸಂಪರ್ಕಕ್ಕಾಗಲಿ ಇತರರು ಒತ್ತಡ ಹೇರುವುದನ್ನು ಸಹಿಸಲು ಅಸಾಧ್ಯವಾಗಿತ್ತು. (೨) ಭಾರತದೊಡಗಿನ, ಜಮ್ಮು ಮತ್ತು ಕಾಶ್ಮೀರ ಸೇರ್ಪಡೆಯು ಭಾರತವನ್ನು ಆ ರಾಜ್ಯದ ಸುರಕ್ಷತೆಯ ಹೊಣೆಗಾರನಾಗಿ ಮಾಡಿತು.

೮. ಭಾರತದ ಈ ಮಧ್ಯ ಪ್ರವೇಶವು ಶ್ರೀನಗರವನ್ನು ಬಚಾವು ಮಾಡಿತು ದಾಳಿಖೋರರನ್ನು 'ಬಾರಾಮುಲ್ಲಾ'ದಿಂದ 'ಉರಿ'ವರೆಗೆ ಹೊರದಬ್ಬಿ, ಈಗ ಅಲ್ಲಿ ಭಾರತದ ಸೇನೆಯು ತಡೆಹಿಡಿದಿದೆ. ಸುಮಾರು ೧೯೦೦೦, ದಾಳಿಕೋರರು ಅಲ್ಲಿ ಭಾರತೀಯ ಸೇನೆಯನ್ನು ಎದುರಿಸುತ್ತಿದ್ದಾರೆ. ಕಾಶ್ಮೀರ ಕಣಿವೆಯಲ್ಲಿ ಕಾರ್ಯಾಚರಣೆ ಪ್ರಾರಂಭವಾದಾಗಿನಿಂದ ಜಮ್ಮು ಹಾಗೂ ಕಾಶ್ಮೀರದ ಪಶ್ಚಿಮ ಹಾಗೂ ದಕ್ಷಿಣ ಪಶ್ಚಿಮ ಭಾಗದಲ್ಲಿ ದಾಳಿಖೋರರ ಒತ್ತಡ ಪ್ರಬಲವಾಗುತ್ತಿದೆ. ನಿಖರವಾದ ಸಂಖ್ಯೆ ಲಭ್ಯವಿಲ್ಲ ಆದರೆ ಸುಮಾರು ೧೫೦೦೦ ದಾಳಿಖೋರರು ಆ ಭಾಗದಲ್ಲಿ ಕಾರ್ಯ ನಿರತರಾಗಿದ್ದರೆಂದು ತಿಳಿದುಬರುತ್ತದೆ. ಕೆಲವು ಭಾಗಗಳಲ್ಲಿ ರಾಜ್ಯದ ಸೈನಿಕರ ಮೇಲೆ ತುಂಬಾ ಒತ್ತಡ ಬೀಳುತ್ತದೆ. ದಾಳಿಖೋರರಿಂದ ಒಳಿನುಸುಳುವಿಕೆ, ಕೊಲೆ, ಸುಲಿಗೆ, ಲೂಟಿ ಹಾಗೂ ಸ್ತ್ರೀಯರ ಅಪಹರಣ ಅವ್ಯಾಹತವಾಗಿ ಸಾಗುತ್ತಿದೆ. ಇಂತಹ ಸುಲಿಗೆಗಳನ್ನು ಸಂಗ್ರಹಿಸಿ, ಇನ್ನಿತರ ಬುಡಕಟ್ಟಿನ ಸ್ಥಾನಗಳಿಗೆ ಕೊಂಡೊಯ್ದು, ಈ ಆಮಿಷಗಳನ್ನು ನೀಡಿ ಇನ್ನಷ್ಟು ಬುಡಕಟ್ಟಿನ ಜನಾಂಗಗಳನ್ನು ದಾಳಿಖೋರರೆಂದು ನೇಮಿಸಿಕೊಳ್ಳಲಾಗುತ್ತಿದೆ. ಜಮ್ಮು ಕಾಶ್ಮೀರಕ್ಕೆ ಹೊಂದಿಕೊಂಡಿದ್ದ ಪಶ್ಚಿಮ ಪಾಕಿಸ್ತಾನ ಜಿಲ್ಲೆಯ ಅನೇಕ ಸ್ಥಳಗಳಲ್ಲಿ ದಾಳಿಖೋರರೊಂದಿಗೆ ಸುಮಾರು ೧೦,೦೦೦ ಬುಡಕಟ್ಟಿನ ಹಾಗೂ ಇತರ ಜನರನ್ನು ಕಲೆ ಹಾಕಲಾಗಿದ್ದ ಅವರಿಗೆ ಪಾಕಿಸ್ತಾನಿ ಸೈನಾಧಿಕಾರಿಗಳು ಹಾಗೂ ಇತರರು ಸೈನಿಕ ತರಬೇತಿಯನ್ನು ನೀಡುತ್ತಿದ್ದಾರೆ. ಅವರಿಗೆ ಊಟ ಉಡಿಗೆ ಹಾಗೂ ಯುದ್ಧ ಸಾಮಗ್ರಿಗಳನ್ನು ನೀಡಿ, ಜಮ್ಮು ಮತ್ತು ಕಾಶ್ಮೀರಕ್ಕೆ ಸಾಗು ಹಾಕಲು ಹಾಗೂ ವಸತಿ ನೀಡಲು ಸೈನ್ಯದ ಹಾಗೂ ಇತರ ಸರಕಾರಿ ಆಡಳಿತಾಧಿಕಾರಿಗಳು ನೇರವಾಗಿ ಹಾಗೂ ಅಪರೋಕ್ಷವಾಗಿ ಸಹಾಯ ಮಾಡುತ್ತಿದ್ದಾರೆ.

೯. ಆಗಲೇ ಹೇಳಿದಂತೆ ಅಕ್ಟೋಬರದಲ್ಲಿ ಕಾಶ್ಮೀರ ಕಣಿವೆಯನ್ನು ಪ್ರವೇಶಿಸಿದ ದಾಳಿಖೋರರು ವಿಶೇಷವಾಗಿ ಉತ್ತರ ಪಶ್ಚಿಮದ ಬುಡಕಟ್ಟು ಪ್ರದೇಶದವರಾಗಿ ಕಾಶ್ಮೀರವನ್ನು ಪ್ರವೇಶಿಸಲು ಪಾಕಿಸ್ತಾನದ ಭೂಪ್ರದೇಶದಿಂದಲೇ ಸಾಗಿ ಬಂದರು. ಕಣಿವೆಯ ಮುಖ್ಯ ಭಾಗದಲ್ಲಿ ನುಸುಳುವ ಪೂರ್ವದಲ್ಲಿ ರಾಜ್ಯದ ದಕ್ಷಿಣ–ಪಶ್ಚಿಮ ಭಾಗದ ಗುಂಟ ಪ್ರಾರಂಭವಾದ ದಾಳಿಯು ಪಾಕಿಸ್ತಾನದ ನೆಲದಿಂದಲೇ ಆಗಿತ್ತು ಹಾಗೂ ಪಾಕಿಸ್ತಾನಿ ನಾಗರಿಕರೇ ಇದರಲ್ಲಿ ಭಾಗವಹಿಸಿದ್ದರು. ಈ ರೀತಿ ಪಾಕಿಸ್ತಾನಿ ಭೂಮಿಯಿಂದ ನುಸುಳುವಿಕೆ ಹಾಗೂ ಜಮ್ಮು ಕಾಶ್ಮೀರ ರಾಜ್ಯದ ವಿರುದ್ಧದ ಕಾರ್ಯಾಚರಣೆ ಮತ್ತು ಭೂಮಿಯ ಕಬಳಿಕೆ ಇಂದಿಗೂ ಸಾಗುತ್ತಿದೆ. ಇತ್ತೀಚಿಗೆ ರಾಜ್ಯದ ಪಶ್ಚಿಮ ಹಾಗೂ ದಕ್ಷಿಣ ಪಶ್ಚಿಮ ಭಾಗದ ವಿರುದ್ಧ ಈ ಸೈನಿಕ ಕಾರ್ಯಾಚರಣೆ ಇನ್ನಷ್ಟು ತೀವ್ರವಾಗುತ್ತಿದೆ. ದಾಳಿಕೋರ ಪಾಕಿಸ್ತಾನಿಗಳು ಹಾಗೂ ಬುಡಕಟ್ಟಿನ ಜನಾಂಗದ

ಈ ನುಸುಳುಕೋರರು ಆಧುನಿಕ ಶಸ್ತ್ರಾಸ್ತ್ರಗಳನ್ನು ಹೊಂದಿದ್ದು, ಜತೆಗೆ ಮೊರ್ಟರ ಹಾಗೂ ಮಶಿನ್‌ಗನ್ನಗಳೊಂದಿಗೆ ಸಜ್ಜಾಗಿದ್ದಾರೆ. ಇವರು ಮಾಮೂಲಿ ಸೈನಿಕ ಸಮವಸ್ತ್ರವನ್ನು ಧರಿಸುತ್ತಿದ್ದಾರೆ. ಇತ್ತೀಚಿನ ಪ್ರಸಂಗಗಳಲ್ಲಿ ಆಧುನಿಕ ಯುದ್ಧದ ರೀತಿನೀತಿಗಳನ್ನು ಬಳಸುತ್ತಿದ್ದಾರೆ. ಸ್ವತಃ ಹೊತ್ತೊಯ್ಯುವ ವಾಯರಲೆಸ್ ಸೆಟ್ಟುಗಳನ್ನು ಬಳಸುತ್ತಿದ್ದಾರೆ. ಅಲ್ಲದೇ ಮಾರ್ಕ v ಮೈನ್‌ಗಳನ್ನು ಬಳಸುತ್ತಿದ್ದಾರೆ. ತಮ್ಮ ಸಾಗಾಣಿಕೆಗೆ ಆಧುನಿಕ ವಾಹನಗಳನ್ನು ಬಳಸುತ್ತಿದಾರೆ. ನಿಸ್ಸಂಶಯವಾಗಿ ಅವರಿಗೆ ಪಾಕಿಸ್ತಾನಿ ಸೈನ್ಯಾಧಿಕಾರಿಗಳು, ತರಬೇತಿ ನೀಡುತ್ತಿದ್ದಾರಲ್ಲದೇ ಸ್ವತಃ ತಾವೇ ಕೆಲಮಟ್ಟಿಗೆ ನೇತೃತ್ವವನ್ನೂ ವಹಿಸುತ್ತಿದ್ದಾರೆ. ಅವರ ಆಹಾರ ಹಾಗೂ ಇತರ ಸಾಮಗ್ರಿಗಳೂ ಪಾಕಿಸ್ತಾನಿ ಭೂಮಿಯಿಂದಲೇ ಪೂರೈಕೆ ಆಗುತ್ತಿವೆ.

೧೦.ಈ ಸಂಗತಿಗಳು ನಿರ್ವಿವಾದವಾಗಿ ವಿಶದಪಡಿಸುವದೇನೆಂದರೆ,

ಎ. ನುಸುಳುಖೋರರಿಗೆ ಪಾಕಿಸ್ತಾನಿ ಭೂಮಾರ್ಗದಿಂದ ಸಾಗಲು ಅನುವು ನೀಡಲಾಗಿದೆ.

ಬಿ. ಅವರಿಗೆ ಪಾಕಿಸ್ತಾನಿ ಭೂಭಾಗವನ್ನು ತಮ್ಮ ಕಾರ್ಯಾಚರಣೆಯ ತಳಪಾಯವಾಗಿ ಮಾಡಿಕೊಳ್ಳಲು ಅನುವು ಮಾಡಿಕೊಡಲಾಗಿದೆ.

ಸಿ. ಪಾಕಿಸ್ತಾನಿಗಳೂ ಇವರಲ್ಲಿ ಸೇರಿಕೊಂಡಿದ್ದಾರೆ.

ಡಿ. ಅವರು ತಮ್ಮ ಬಹುಪಾಲು ಸೈನಿಕ ಸಾಮಗ್ರಿಗಳನ್ನು ವಾಹನಗಳನ್ನು ಇತರ ಸಾಮಗ್ರಿ–ಸಲಕರಣೆಗಳನ್ನು (ಪೆಟ್ರೋಲ್ ಸಹಿತ) ಪಾಕಿಸ್ತಾನದಿಂದಲೇ ಪಡೆಯುತ್ತಿದ್ದಾರೆ.

ಇ. ಪಾಕಿಸ್ತಾನಿ ಅಧಿಕಾರಿಗಳು ಅವರಿಗೆ ತರಬೇತಿ ಮಾರ್ಗದರ್ಶನ ಮಾಡುವದಲ್ಲದೇ ಇತರ ಎಲ್ಲ ರೀತಿಯ ಸಹಾಯ ಸಹಕಾರ ನೀಡುತ್ತಿದ್ದಾರೆ.

ಈ ಪ್ರಮಾಣದಲ್ಲಿ ಅವರಿಗೆ ಆಧುನಿಕ ಸೈನಿಕ ಸಾಮಗ್ರಿಗಳು ತರಬೇತಿ ಹಾಗೂ ನಿರ್ದೇಶನ ನೀಡುವ ಮೂಲ ಸ್ರೋತ ಪಾಕಿಸ್ತಾನ ಅಲ್ಲದೇ ಬೇರೆಯಾವುದೂ ಅಲ್ಲ. ಒಂದಲ್ಲ, ಅನೇಕ ಸಲ ಭಾರತ ಸರಕಾರವು ಪಾಕಿಸ್ತಾನಕ್ಕೆ ದಾಳಿಖೋರರಿಗೆ ಈ ರೀತಿ ಬೆಂಬಲ ನೀಡದಿರಲು ಕೇಳಿಕೊಂಡತ್ತು. ಇದು ಭಾರತದ ವಿರುದ್ಧ ಆಕ್ರಮಣ ಹಾಗೂ ವೈರತ್ವವೆಂದು ಹೇಳಿತ್ತು. ಆದರೆ ಇದಕ್ಕೆ ಯಾವ ಸ್ಪಂದನೆಯೂ ದೊರೆತಿಲ್ಲ. ಇತ್ತೀಚಿಗೆ ಅಂದರೆ ೨೨ ಡಿಸೆಂಬರ್‌ದಂದು ಕೊನೆಯದಾಗಿ ಇಂತಹ ನಿವೇದನೆಯನ್ನು ಮಾಡಲಾಗಿತ್ತು. ಆಗ ಸ್ವತಃ ಭಾರತದ ಪ್ರಧಾನಮಂತ್ರಿ ಪಾಕಿಸ್ತಾನದ ಪ್ರಧಾನಮಂತ್ರಿಗೆ ಪತ್ರ ಒಂದನ್ನು ನೀಡಿದ್ದರು. ಅದರಲ್ಲಿ ನುಸುಳುಖೋರರಿಗೆ ಪಾಕಿಸ್ತಾನವು ನೀಡುವ ಅನೇಕ ರೀತಿಯ ಸಸಹಾಯಗಳನ್ನು ಸ್ವಲ್ಪದರಲ್ಲಿ ವಿವರಿಸಿ ಅಂತಹ ಸೌಲತ್ತುಗಳನ್ನು ಕೂಡಲೇ ನಿಲ್ಲಿಸಲು ಹೇಳಲಾಗಿತ್ತು. ಆದರೆ ಪತ್ರಕ್ಕೆ ತಂತಿಯ ಮೂಲಕ ಜ್ಞಾಪನ ಪತ್ರ ನೀಡಿದರೂ ಈವರೆಗೂ ಉತ್ತರ ದೊರೆತಿಲ್ಲ.

೧೧.ಇದರಿಂದಾಗಿ ಒಂದು ಸಂಗತಿಯು ಸ್ಪಷ್ಟವಾಗುತ್ತದೆ. ಅದೆಂದರೆ ನುಸುಳುಖೋರರಿಗೆ ಪಾಕಿಸ್ತಾನನಿಂದ ದೊರೆಯತ್ತಿರುವ ಭೂಸಹಾಯ ಹಾಗೂ ಸಾಮಗ್ರಿ ಸಲಕರಣೆಗಳ ಸಹಾಯ ಸೈನಿಕ ಹಾಗೂ ಇತರ ಆಡಳಿತ ಅಧಿಕಾರಿ ವರ್ಗ ಮತ್ತು ಇತರ ನಾಗರಿಕ ಮಾನವ ಸಂಪನ್ಮೂಲ ಸಹಾಯ ಇವುಗಳನ್ನು ನಿಲ್ಲಿಸಲು ಪಾಕಿಸ್ತಾನ ಸರಕಾರವು ಸಿದ್ಧವಿಲ್ಲ. ಈ ನೀತಿಯು ಅಸ್ವಾಭಾವಿಕ ಅಷ್ಟೇ ಅಲ್ಲ, ಅದು ಭಾರತದ ಅಂಗವಾದ ಜಮ್ಮು-ಕಾಶ್ಮೀರದ ವಿರುದ್ಧ ಆಕ್ರಮಣವೆಂದೇ ತಿಳಿಯಲಾಗುತ್ತದೆ.

೧೨.ಪಾಕಿಸ್ತಾನದ ನಡವಳಿಕೆಯಲ್ಲಿ ಬದಲಾವಣೆ ತರಲು ಭಾರತ ಸರಕಾರವು, ಅದರ ಮನವೊಲಿಸಲಸು ಪ್ರಯತ್ನಿಸಿತು. ಹಾಗೂ ಈವರೆಗೆ ತುಂಬಾ ಸಹನಶೀಲತೆಯನ್ನು ತೋರಿಸಿತು. ಆದರೆ ಇವ್ಯಾವು ಫಲಕಾರಿಯಾಗಿಲ್ಲ. ಇದರ ಫಲಶ್ರುತಿಯಾಗಿ ಜಮ್ಮು-ಕಾಶ್ಮೀರ ಸಂರಕ್ಷಣೆಗೆ ಬಿಕ್ಕಟ್ಟು ಉಂಟಾಗಿದೆ. ಅಲ್ಲದೇ ಆ ರಾಜ್ಯದಿಂದ ನುಸುಳುಖೋರರನ್ನು ಹೊರದಬ್ಬಲು ಪಾಕಿಸ್ತಾನದ ಸಹಕಾರದಿಂದಾಗಿ ಅಡತಡೆ ಉಂಟಾಗಿದೆ. ನುಸುಳಿಖೋರರು ಇನ್ನೂ ಜಮ್ಮು-ಕಾಶ್ಮೀರ ಭೂಭಾಗದಲ್ಲಿ ಇದ್ದು, ಅವರ ಎಲ್ಲ ರೀತಿಯ ಹೀನ ಕೃತ್ಯಕ್ಕೆ ಆ ರಾಜ್ಯದ ವಾಸಿಗಳು ತುತ್ತಾಗುತ್ತಿದ್ದಾರೆ. ಜಮ್ಮು-ಕಾಶ್ಮೀರಗೆ ಹೊಂದಿಕೊಂಡಿರುವ ಪಾಕಿಸ್ತಾನಿ ಭೂಭಾಗದಲ್ಲಿ ಸ್ಥಿತವಾಗಿರುವ ಅಸಂಖ್ಯ ನುಸುಳುಕೋರರು ಭಾರತಕ್ಕೆ ಕಂಟಕಪ್ರಾಯರು. ಈ ಕಾರ್ಯಾಚರಣೆ ಅನಿರ್ದಿಷ್ಟವಾಗಿ ಮುಂದುವರಿದರೆ ಅದು ಜಮ್ಮು-ಕಾಶ್ಮೀರಕ್ಕೆ ನಾಗರಿಕರ ಸಂಪನ್ಮೂಲಕ್ಕೂ ನಷ್ಟದಾಯಕ ಹಾಗೂ ಭಾರತ-ಪಾಕಿಸ್ತಾನದ ಮಧ್ಯ ಶಾಂತಿ ಸ್ಥಾಪನೆಗೂ ಬಾಧಕ. ಅದುದರಿಂದ ನುಸುಳುಕೋರರಿಂದ ಜಮ್ಮು-ಕಾಶ್ಮೀರ ರಾಜ್ಯವನ್ನು ಮುಕ್ತಗೊಳಿಸಲು ಭಾರತ ಸರಕಾರಕ್ಕೆ ನಿರ್ವಾಹವಿಲ್ಲದೇ ಅತಿ ಪರಿಣಾಮಕಾರಿಯಾದ ಸೈನ್ಯ ಕಾರ್ಯಾಚರಣೆಯನ್ನು ಕೈಕೊಳ್ಳಬೇಕಾಗಿದೆ.

೧೩.ಭಾರತದ ಭೂಭಾಗದಿಂದ ನುಸುಳಕೋರರನ್ನು ಹೊರದಬ್ಬಲು ಹಾಗೂ ಇನ್ನೂ ಹೆಚ್ಚಿನ ಹೊಸ ಕಾರ್ಯಾಚರಣೆಯಿಂದ ಅವರನ್ನು ತಡೆಯಲು ಭಾರತೀಯ ಸೈನ್ಯವು ಪಾಕಿಸ್ತಾನದ ಭೂಭಾಗಕ್ಕೆ ಪ್ರವೇಶಿಸಲೇಬೇಕು, ಅಂದರೆ ಮಾತ್ರ ಪಾಕಿಸ್ತಾನದಿಂದ ನುಸುಳುಕೋರರಿಗೆ ದೊರೆಯುತ್ತಿರುವ ಸಹಕಾರ ಹಾಗೂ ಸಹಾಯವನ್ನು ಹಾಗೂ ಆತನ ಕಾರ್ಯಾಚರಣೆಯ ಕೇಂದ್ರ ಸ್ಥಾನದ ಬಳಕೆಯನ್ನು ತಡೆಯಬಹುದು. ಪಾಕಿಸ್ತಾನದಿಂದ ನುಸುಳುಕೋರರಿಗೆ ದೊರೆಯುತ್ತಿರುವ ಈ ಸಹಾಯವು ಭಾರತದ ವಿರುದ್ಧ ಆಕ್ರಮಣದ ಕಾರ್ಯಾಚರಣೆ ಯಾದುದರಿಂದ ಜಾಗತಿಕ ಕಾನೂನಿನಂತೆ ನುಸುಳುಖೋರರನ್ನು ಪರಿಣಾಮಕಾರಿಯಾಗಿ ನಿಗ್ರಹಿಸಲು ಭಾರತ ಸರಕಾರವು ಪಾಕಿಸ್ತಾನ ಭೂಭಾಗಕ್ಕೆ ತನ್ನ ಸೈನ್ಯವನ್ನು ಕಳಿಸಲು ಬಾಧ್ಯವಾಗಿದೆ. ಆದರೆ ಈ ಕೃತಿಯು ಪಾಕಿಸ್ತಾನದೊಂದಿಗೆ ಯುದ್ಧವನ್ನು ಉಂಟು ಮಾಡುವದರಿಂದಾಗಿ ಜಾಗತಿಕ ನೀತಿಯನ್ನು ಪಾಲಿಸುವ ತನ್ನ ಬದ್ಧಧೋರಣೆಯಂತೆ ಭಾರತ ಸರಕಾರವು ಜಾಗತಿಕ ಸಂಸ್ಥೆಯ ಧ್ಯೇಯ ಮತ್ತು ನಿಯಮಗಳಿಗೆ ಅನುಸಾರವಾಗಿ ಸೆಕ್ಯೂರಿಟಿ ಕೌನ್ಸಿಲ್‌ಗೆ (ಭಾಗ-

೩೯ರ ನಿಯಮಗಳಿಗೆ) ಈ ಸ್ಥಿತಿಯನ್ನು ನಿವೇದಿಸುತ್ತದೆ. ಹಾಗೆಯೇ ಸೆಕ್ಯುರಿಟಿ ಕೌನ್ಸಿಲ್, ಪಾಕಿಸ್ತಾನ ಸರಕಾರಕ್ಕೆ ಈ ಕೆಳಗಿನ ಸೂಚನೆ ನೀಡಬೇಕೆಂದು ವಿಧಿ ಬದ್ಧವಾಗಿ ಕೇಳಿಕೊಳ್ಳಲಾಗುತ್ತಿದೆ.

೧. ಪಾಕಿಸ್ತಾನದ ಸೈನಿಕ ಹಾಗೂ ಆಡಳಿತಾಧಿಕಾರಿಗಳು ಜಮ್ಮು-ಕಾಶ್ಮೀರ ನುಸುಳುಖೋರರಿಗೆ ಸಹಾಯ ಸಲ್ಲಿಸುವದನ್ನು ತಡೆಯುವುದು.

೨. ತನ್ನ ನಾಗರಿಕರಿಗೆ ಜಮ್ಮು-ಕಾಶ್ಮೀರ ರಾಜ್ಯದ ಕಾಳಗದಲ್ಲಿ ಭಾಗವಹಿಸದಂತೆ ತಡೆಯುವದು.

೩. ಕೆಳಗಿನ ಸಂಗತಿಗಳನ್ನು ನುಸುಳುಖೋರರಿಗೆ ನಿರಾಕರಿಸುವುದು (ಅ) ಕಾಶ್ಮೀರ ಕಾರ್ಯಾಚರಣೆಗೆ ತನ್ನ ಭೂಭಾಗದ ಬಳಕೆ ಹಾಗೂ ಪ್ರವೇಶ (ಆ) ಮಿಲಿಟರಿ ಹಾಗೂ ಇತರ ಸೌಕರ್ಯಗಳ ಬಳಕೆ (ಇ) ಈಗಿನ ಕದನವನ್ನು ಹೆಚ್ಚಿಸಲು ಇತರ ಯಾವುದೇ ಸಹಾಯ.

೧೪.ತನ್ನ ನಿವೇದನೆಯ ಕುರಿತು ತತ್ಕಾಲದಲ್ಲಿ ಕಾರ್ಯಗಳು ಆಗಬೇಕೆಂದು ಭಾರತ ಸರಕಾರವು ಸೆಕ್ಯುರಿಟಿ ಕೌನ್ಸಿಲ್‌ಗೆ ಆಗ್ರಹಪೂರ್ವಕವಾಗಿ ಕೇಳಿಕೊಳ್ಳುತ್ತದೆ. ಮುಂದುವರೆದು ಹೇಳ ಬಯಸುವದೇನೆಂದರೆ ನಮ್ಮ ಸ್ಥಳಗಳಲ್ಲಿ ಕಳೆದ ಕೆಲದಿನಗಳಿಂದ ಸೈನಿಕ ಕಾರ್ಯಾಚರಣೆಯೂ ಎಷ್ಟು ಅತಿ ತೀವ್ರಗತಿಯಲ್ಲಿ ವೃದ್ಧಿಸುತ್ತಿವೆ ಎಂದರೆ ಆತ್ಮ ಸಂರಕ್ಷಣೆಗಾಗಿ ಪರಿಸ್ಥಿತಿಗೆ ತಕ್ಕಂತೆ ಯಾವುದೇ ಸಮಯದಲ್ಲಿ ತಮಗೆ ಅನುಕೂಲವಾದ ಸೈನಿಕ ಕಾರ್ಯಾಚರಣೆಯನ್ನು ನಡೆಸಲು ನಾವು ಸ್ವತಂತ್ರರು ಎಂದು ಒತ್ತಾಯಪೂರ್ವಕ ಹೇಳಲೇಬೇಕು.

೧೫.ಈ ರೀತಿಯ ಗಂಭೀರ ಸಂಕಟ ಪಾಕಿಸ್ತಾನದೊಂದಿಗೆ ಉಂಟಾದ ಕುರಿತು ಭಾರತಕ್ಕೆ ತುಂಬಾ ವಿಷಾದವೆನಿಸುತ್ತದೆ. ಪಾಕಿಸ್ತಾನ ನಮ್ಮ ನೆರೆಯ ರಾಷ್ಟ್ರ ಅಷ್ಟೇ ಅಲ್ಲ ಇತ್ತೀಚಿಗಿನ ನಮ್ಮ ಬೇರ್ಪಡೆಯ ಹೊರತಾಗಿಯೂ ಭಾರತ ಪಾಕಿಸ್ತಾನಗಳು ಅನೇಕ ಆಂತರಿಕ ಸಂಬಂಧ ಹೊಂದಿವೆ ಮತ್ತು ಅವರ ಅನಿಸಿಕೆಗಳು ಒಂದೇ. ತನ್ನ ನೆರೆ ರಾಷ್ಟ್ರದೊಂದಿಗೆ ನಿಜವಾದ ಅರ್ಥದಲ್ಲಿ ಭಾರತವು ಘನಿಷ್ಟವಾದ ಶಾಶ್ವತ ಮೈತ್ರಿಯ ಸಂಬಂಧವನ್ನು ಬಯಸುತ್ತದೆ. ಶಾಂತಿಯು ಎರಡೂ ರಾಷ್ಟ್ರಗಳ ಅವಶ್ಯಕತೆ. ಅದು ಜಗತ್ತಿನ ಅವಶ್ಯಕತೆಯೂ ಹೌದು. ಸೆಕ್ಯುರಿಟಿ ಕೌನ್ಸಿಲ್ ತ್ವರಿತ ಕಾರ್ಯದಿಂದಾಗಿ ಶಾಂತಿಯ ಸ್ಥಾಪನೆ ಆದೀತು ಎಂಬ ನಿಜವಾದ ಅಶಯದಿಂದ ಭಾರತ ಸರಕಾರವು ಸೆಕ್ಯುರಿಟಿ ಕೌನ್ಸಿಲ್‌ಗೆ ನಿವೇದಿಸಿಕೊಂಡಿದೆ.

೧೬.ಸೆಕ್ಯುರಿಟಿ ಕೌನ್ಸಿಲ್‌ಗೆ ನೀಡಿದ ಈ ವಿವರಣೆಯನ್ನು ಪಾಕಿಸ್ತಾನ ಸರಕಾರಕ್ಕೂ ತಂತಿಯ ಮೂಲಕ ಕಳಿಸಲಾಗಿದೆ.

***

ಪರಿಶಿಷ್ಟ–೪

ಸಂಯುಕ್ತ ರಾಷ್ಟ್ರ ಸಂಘದ ಠರಾವು

ಭಾರತ ಪಾಕಿಸ್ತಾನಕ್ಕೆ ಸಂಯುಕ್ತ ರಾಷ್ಟ್ರ ಸಂಘದ ಆದೇಶ ಜಮ್ಮು ಕಾಶ್ಮೀರ ರಾಜ್ಯದ ಸ್ಥಿತಿಯ ಕುರಿತು ಭಾರತ ಪಾಕಿಸ್ತಾನದ ಪ್ರತಿನಿಧಿಗಳ ಮಂಡನೆಗಳನ್ನು ಕೂಲಂಕಷವಾಗಿ ಪರಿಗಣಿಸಿದ ನಂತರ ನಮ್ಮ ಅಭಿಪ್ರಾಯವೆಂದರೆ ತತ್ಕಾಲವೇ ಕಾದಾಟದ ನಿಲುಗಡೆ ಹಾಗೂ ಸ್ಥಿತಿಯ ಸುಧಾರಣೆ ಆಗಬೇಕು. ಸ್ಥಿತಿ ಹೀಗೆ ಮುಂದುವರಿದರೆ ಜಾಗತಿಕ ಶಾಂತಿ ಹಾಗೂ ಸುರಕ್ಷೆಗೆ ಅಪಾಯ ಮತ್ತು ಭಾರತ ಪಾಕಿಸ್ತಾನದ ಸರಕಾರಗಳಿಗೆ ಸಹಾಯ ಒದಗಿಸಲು ನಮ್ಮ ಪ್ರಯತ್ನಕ್ಕೆ ಇದು ಅತಿ ಅವಶ್ಯ. ಈ ಕೆಳಗಿನ ಸಲಹೆಗಳನ್ನು ಏಕಕಾಲಕ್ಕೆ ಭಾರತ ಪಾಕಿಸ್ತಾನ ಸರಕಾರಗಳಿಗೆ ಸಲ್ಲಿಸಲಾಗಿದೆ.

ಭಾಗ–೧ ಯುದ್ಧ ನಿಲುಗಡೆಯ ಆದೇಶ

ಅ. ಎರಡೂ ಸರಕಾರಗಳು ಈ ಸಲಹೆಗಳನ್ನು ಒಪ್ಪಿಕೊಂಡ ನಾಲ್ಕು ದಿನಗಳ ಒಳಗೆ, ಪರಸ್ಪರ ಒಪ್ಪಿಕೊಂಡ ಪಕ್ಷದಲ್ಲಿ ಅನುಕೂಲವಾಗುವ ತಾರೀಖಿಗೆ, ಜಮ್ಮು–ಕಾಶ್ಮೀರ ರಾಜ್ಯದಲ್ಲಿ ಸಾಧ್ಯವಾದಮಟ್ಟಿಗೆ ತ್ವರಿತವಾಗಿ ತಮ್ಮ ಸ್ವಾಧೀನದಲ್ಲಿ ಇರುವ ಎಲ್ಲ ಸೈನ್ಯಗಳಿಗೆ ಏಕಕಾಲಕ್ಕೆ ತಮ್ಮ ಉಚ್ಚಾಧಿಕಾರಿಗಳು ಯುದ್ಧ ನಿಲುಗಡೆಯ ಆದೇಶವನ್ನು ನೀಡುವದಾಗಿ, ಭಾರತ ಪಾಕಿಸ್ತಾನ ಸರಕಾರಗಳು ಒಪ್ಪಿಕೊಳ್ಳುತ್ತವೆ.

ಬಿ. ಭಾರತ–ಪಾಕಿಸ್ತಾನದ ಸೈನ್ಯದ ಉಚ್ಚಾಧಿಕಾರಿಗಳು ತಮ್ಮ ಸ್ವಾಧೀನದಲ್ಲಿರುವ ಸೈನಿಕ ಸಾಮರ್ಥ್ಯವನ್ನು ವರ್ಧಿಸುವ ಯಾವುದೇ ಉಪಾಯಗಳನ್ನು ಕೈಗೊಳ್ಳುವುದಿಲ್ಲ ಎಂಬುದಾಗಿ ಒಪ್ಪಿಕೊಳ್ಳುತ್ತಾರೆ. (ಈ ಸಲಹೆಗಳಲ್ಲಿ ಹೇಳಲಾದ ಅವರ ಸ್ವಾಧೀನದಲ್ಲಿರುವ ಸೈನ್ಯಗಳೆಂದರೆ ಸಂಘಟಿತ, ಅಸಂಘಟಿತ, ಕಾದಾಡುತ್ತಿರುವ ಅಥವಾ ವೈರತ್ವದಲ್ಲಿ ಭಾಗಿಯಾಗಿರುವ ತಮ್ಮ ತಮ್ಮ ವಿಭಾಗದ ಸೈನ್ಯಗಳು).

ಸಿ. ಯುದ್ಧ ನಿಲುಗಡೆಗೆ ಅನುಕೂಲವಾಗುವ ಸದ್ಯದ ಸ್ಥಾನೀಯ ಹೊಂದಾಣಿಕೆಯ ಕುರಿತು ಭಾರತ ಪಾಕಿಸ್ತಾನದ ಕಮಾಂಡರ–ಇನ್–ಚೀಫ್ ಕೂಡಲೇ ಚರ್ಚಿಸುತ್ತಾರೆ.

ಡಿ. ಯುದ್ಧ ನಿಲುಗಡೆಯ ವೀಕ್ಷಣೆಯ ಮೇಲ್ವಿಚಾರಣೆಗಾಗಿ ಎರಡೂ ಕಡೆಯ ಕಮಾಂಡರಗಳ ಸಹಕಾರದೊಂದಿಗೆ ತನ್ನ ಅಧಿಕಾರದ ಮಿತಿಯಲ್ಲಿ, ತನಗೆ ಸರಿದೂಗುವ ರೀತಿಯಲ್ಲಿ ಈ ಸಂಸ್ಥೆಯು ಸೈನಿಕ ವೀಕ್ಷಕರನ್ನು ನೇಮಿಸುತ್ತದೆ.

ಇ. ಇನ್ನೂ ಹೆಚ್ಚಿನ ವಿಚಾರವಿನಿಮಯಕ್ಕೆ ಸಹಾಯವಾಗುವ ನಿಟ್ಟಿನಲ್ಲಿ ಪರಸ್ಥಿತಿಯು ಸುಧಾರಿಸುವಂತೆಯೂ ಮುಂದುವರಿಯುವಂತೆಯೂ ತಮ್ಮ ಜನತೆಗೆ ನಿವೇದಿಸಿಕೊಳ್ಳಲು ಭಾರತ–ಪಾಕಿಸ್ತಾನ ಸರಕಾರಗಳು ಒಪ್ಪಿಕೊಳ್ಳುತ್ತವೆ.

ಭಾಗ–೨ Truce Agreement (ತತ್ಕಾಲ ಯುದ್ಧ ನಿಲುಗಡೆಯ ಒಪ್ಪಂದ):

ಒಂದನೇ ಭಾಗದಲ್ಲಿ ವಿವರಿಸಲಾದ ತತ್ಕಾಲ ಯುದ್ಧ ನಿಲುಗಡೆಯ ಆದೇಶವನ್ನು ಏಕಕಾಲಕ್ಕೆ ಒಪ್ಪಿಕೊಂಡನಂತರ,ಎರಡೂ ಸರಕಾರಗಳು ಕೆಳಗಿನ ಸಾಮಾನ್ಯ ನಿಯಮಗಳನ್ನು ತತ್ಕಾಲ ಯುದ್ಧ ನಿಲುಗಡೆಯ ಒಪ್ಪಂದ ಪಾಲನೆಗಾಗಿ ಸ್ವೀಕರಿಸುತ್ತವೆ. ಅದರೆ ವಿವರಗಳನ್ನು ಸಂಸ್ಥೆಯು ಪ್ರತಿನಿಧಿಗಳೊಂದಿಗೆ ವಿಚಾರ–ವಿನಿಮಯ ನಂತರ ತಯಾರಿಸಲಾಗುತ್ತದೆ.

ಅ.೧)ಜಮ್ಮು–ಕಾಶ್ಮೀರ ರಾಜ್ಯದ ಭೂಭಾಗದಲ್ಲಿ ಪಾಕಿಸ್ತಾನ ಸೈನ್ಯದ ಇರುವಿಕೆಯು ಪಾಕಿಸ್ತಾನವು ಸೆಕ್ಯುರಿಟಿ ಕೌನ್ಸಿಲ್ಲಿಗೆ ನೀಡಿದ ವಸ್ತುಸ್ಥಿತಿಯ ಬದಲಾವಣೆಯನ್ನುಂಟು ಮಾಡುವದರಿಂದ ಪಾಕಿಸ್ತಾನ ಸರಕಾರವು ಆ ರಾಜ್ಯದಿಂದ ತನ್ನ ಸೈನ್ಯವನ್ನು ಹಿಂದೆಗೆಯಲು ಒಪ್ಪುತ್ತದೆ.

೨. ಕದನಕ್ಕಾಗಿ ಆ ರಾಜ್ಯದ ಒಳಹೊಕ್ಕ ಬುಡಕಟ್ಟಿನ ಜನಾಂಗದವರನ್ನು ಪಾಕಿಸ್ತಾನದ ನಾಗರಿಕರನ್ನು, ಜಮ್ಮು–ಕಾಶ್ಮೀರ ರಾಜ್ಯದಿಂದ ಹಿಂದಿರುಗಿಸಲು ಪಾಕಿಸ್ತಾನ ಸರಕಾರವು ತನ್ನ ಅತ್ಯುತ್ತಮ ಪ್ರಯತ್ನವನ್ನು ಮಾಡುತ್ತದೆ.

೩. ಸಮಸ್ಯೆಯು ಅಂತಿಮ ಉತ್ತರ ದೊರೆಯುವವರೆಗೆ ಪಾಕಿಸ್ತಾನವು ತೆರವುಗೊಳಿಸಿದ ಭೂಭಾಗದ ಆಡಳಿತವನ್ನು ಸ್ಥಾನೀಯ ಅಧಿಕಾರಿಗಳು ಕಮೀಷನ್‌ನ ದೇಖರೇಖಿಯಲ್ಲಿ ನಿರ್ವಹಿಸಬೇಕು.

ಬಿ.೧)ಭಾಗ–೨, ಎ–೨ ನಲ್ಲಿ ಹೇಳಲಾದ ಬುಡಕಟ್ಟಿನ ಜನಾಂಗದವವರು ಹಾಗೂ ಪಾಕಿಸ್ತಾನಿ ನಾಗರಿಕರು ತೆರವುಗೊಳಿಸಿ, ಭಾರತ ಸರಕಾರವು ಸೆಕ್ಯುರಿಟಿ ಕೌನ್ಸಿಲ್‌ಗೆ ತಿಳಿಸಿದತನ್ನ ಸೈನ್ಯವು ಜಮ್ಮು ಕಾಶ್ಮೀರ ರಾಜ್ಯದಲ್ಲಿ ಹಾಜರಾದ ಪರಿಸ್ಥಿತಿಯು ಸುಧಾರಿಸಿದೆ ಎಂದು ಈ ಕಮಿಶನ್ ಭಾರತ ಸರಕಾರಕ್ಕೆ ತಿಳಿಸಿದ ನಂತರ ಮತ್ತು ಪಾಕಿಸ್ತಾನ ಸೈನ್ಯವು ಜಮ್ಮು–ಕಾಶ್ಮೀರನಿಂದ ಹಿಂತೆಗೆದ ನಂತರ ಭಾರತ ಸರಕಾರವು ತನ್ನ ಬಹುಪಾಲು ಸೈನ್ಯವನ್ನು ಕಮೀಶನ್ ಒಪ್ಪಿಕೊಂಡಂತೆ ಕ್ರಮಶಃ ಹಿಂತೆಗೆದುಕೊಳ್ಳತಕ್ಕದ್ದು.

೨. ಜಮ್ಮು–ಕಾಶ್ಮೀರ ಸ್ಥಿತಿಯ ಅಂತಿಮ ನಿರ್ಣಯದ ಸಂಗತಿಗಳ ಒಪ್ಪಂದ ಆಗುವ ತನಕ, ಭಾರತ ಸರಕಾರವು, ಈಗ ಯುದ್ಧ ನಿಲುಗಡೆಯ ಕಾಲಕ್ಕೆ ಇದ್ದ ಗಡಿಯ ಒಳಗಡೆ, ಕಾಯದೆ ಸುವ್ಯವಸ್ಥಿಯನ್ನು ಕಾಪಾಡಲು ಸ್ಥಳೀಯ ಆಡಳಿತದ ಸಹಾಯಕ್ಕೆ ಅವಶ್ಯವಿದ್ದ ಕನಿಷ್ಠ ಪ್ರಮಾಣದ ಸೈನ್ಯವನ್ನು ಕಮೀಶನ್ನಿನ ಒಪ್ಪಿಗೆಯಿಂದ ಇರಿಸತಕ್ಕದ್ದು.

೩. ಜಮ್ಮು-ಕಾಶ್ಮೀರ ರಾಜ್ಯವು ಸಾರ್ವಜನಿಕರಿಗೆ ಅರಿವಾಗುವಂತೆ ತನ್ನ ಅಧಿಕಾರದ ಮಿತಿಯಲ್ಲಿ ಶಾಂತಿ, ಕಾಯದೆಗಳನ್ನು ಹಾಗೂ ಎಲ್ಲ ನಾಗರಿಕ ರಾಜಕೀಯ ಸ್ವಾತಂತ್ರ್ಯವನ್ನು ಕಾಪಾಡುವ ಉಚಿತ ಕ್ರಮಗಳನ್ನು ತೆಗೆದುಕೊಳ್ಳುವಂತೆ ಭಾರತ ಸರಕಾರವು ನೋಡಿಕೊಳ್ಳಬೇಕು.

೪. ಹಸ್ತಾಕ್ಷರಗಳಾದ ನಂತರ, ಈ ತತ್ಕಾಲ ಯುದ್ಧನಿಲುಗಡೆ ಒಪ್ಪಂದ ಸಂಪೂರ್ಣ ವಿವರಗಳನ್ನು ಹಾಗೂ ಎರಡೂ ಸರಕಾರಗಳು ತಮ್ಮೊಡನೆ ಹಾಗೂ ಕಮೀಶನ್ನಿನೊಡನೆ ಒಪ್ಪಿಕೊಂಡ ಸಾಮಾನ್ಯ ನಿಯಮಗಳನ್ನು ವಿಧಿವತ್ತಾಗಿ ಘೋಷಿಸಬೇಕು.

ಭಾಗ-೩ : ಜಮ್ಮು-ಕಾಶ್ಮೀರದ ಭವಿಷ್ಯದ ಸ್ಥಿತಿಯು, ಅಲ್ಲಿಯ ಜನತೆಯ ಸ್ವ ಇಚ್ಛೆಯ ಮೇರೆಗೆ ನಿರ್ಧಾರಿಸಲಾಗುತ್ತದೆ. ಹಾಗೂ ಆ ಕುರಿತು, ತಾತ್ಕಾಲಿಕ ಯುದ್ಧ ನಿಲುಗಡೆಯ ಒಪ್ಪಂದದ ನಂತರ ಎರಡೂ ಸರಕಾರಗಳು ಈ ಸ್ವ ಇಚ್ಛೆಯ ನಿರ್ಧಾರಕ್ಕೆ ಸುಯೋಗ್ಯವಾದ ಪರಿಸ್ಥಿತಿಯನ್ನು ನಿರ್ಧರಿಸಲು ಕಮೀಶನ್ನಿನೊಡನೆ ವಿಚಾರ ವಿನಿಮಯ ಮಾಡಲು ಒಪ್ಪಿಕೊಳ್ಳುತ್ತವೆ.

***

ಪರಿಶಿಷ್ಟ–೫

ಕಾಯದ್ ಸ್ಥಾನಕದ ಸೋಲಿನ ಪಾಕಿಸ್ತಾನದ ವರದಿ

ಪಾಕಿಸ್ತಾನದ "ಕಾಯದ್ ಸ್ಥಾನಕ"ದ ಸೋಲಿನ ನಂತರ ಕೂಡಲೇ ಪಾಕಿಸ್ತಾನವು ತನ್ನ ಸೈನ್ಯ ಹಿರಿಯ ಸೈನ್ಯಾಧಿಕಾರಿಯ ನೇತೃತ್ವದಲ್ಲಿಯ ಆ ಸ್ಥಾನಕದ ಸೋಲಿನ ವಿಶ್ಲೇಷಣೆಗಾಗಿ ಒಂದು ಸಮಿತಿಯನ್ನು ನೇಮಿಸಿತು, ಅದು ತನ್ನ ಸೈನ್ಯದ ಪರಮೋಚ್ಚಾಧಿಕಾರಿಗಾಗಿ ಒಂದು ವರದಿಯನ್ನು ತಯಾರಿಸಿತು. ಇಂಥ ಭವಿಷ್ಯದ ವರದಿಯ ಕುರಿತು ನನಗೆ ಮೊದಲೇ ಅನುಮಾನವಿದ್ದು ಆ ವರದಿಯು ನಿಜವಾಗಿಯೂ ಗಾಸಿಗೊಳಿಸಿತು. ಅದರಲ್ಲಿ ಕೆಲವು ಸಂಗತಿಗಳು ನಿಜಕ್ಕೆ ಹತ್ತಿರವಾಗಿರದಿದ್ದವು, ಕೆಲವು ಕೇವಲ ಕಾಲ್ಪನಿಕ ಊಹೆಗಳಾಗಿದ್ದು ಸತ್ಯಕ್ಕೆ ತುಂಬಾ ದೂರವಾಗಿದ್ದವು. ಆ ತನಿಖೆಯ ಮಹತ್ವಪೂರ್ಣ ಕೆಲ ಅಂಶಗಳನ್ನು ಈ ಕೆಳಗೆ ನೀಡಲಾಗಿದೆ.

ಭಾರತೀಯ ಸೈನಿಕರಿಂದ ಆಳವಾದ ಬಿರುಸಿನ ಗಸ್ತಿ ನಡೆಯುತ್ತಿತ್ತು. ಅವರು ತುಂಬಾ ಆಕ್ರಾಮಕ ಉತ್ಸಾಹವನ್ನು ಪ್ರದರ್ಶಿಸುತ್ತಿದ್ದರು. (ಹೌದು, ನಾವೂ ಕೆಲಸಕ್ಕೆ ಜಿಗುಟಾಗಿ ಅಂಟಿಕೊಂಡಿದ್ದು ತುಂಬಾ ಆಕ್ರಾಮಕರಾಗಿ ಕೇವಲ ಕಾಲ್ನಡಿಗೆಯಿಂದ ಸಾಗಲಾರದಷ್ಟು ದೂರದ ಗಸ್ತಿಯನ್ನೂ ನಿರಂತರವಾಗಿ ಮಾಡುತ್ತಿದ್ದೆವು.)

ಭಾರತೀಯರು ಗುಂಡು ನಿರೋಧಕ ಜಾಕೆಟ ಬಳಸುತ್ತಿದ್ದರು. (ಇದು ವಿಚಿತ್ರವಾದ ಹೇಳಿಕೆ ನಮ್ಮ ಬಳಿ ಇಂಥ ಜಾಕೇಟ ಇರಲಿಲ್ಲ ಒಂದು ವೇಳೆ ಇಂಥ ಸಾಧನ ಇದ್ದರೂ ಅದನ್ನು ಆ ಎತ್ತರದಲ್ಲಿ ಬಳಸಲು ಎರಡು ಕಾರಣಗಳಿಂದ ಸಾಧ್ಯವಿರಲಿಲ್ಲ. ಮೊದಲನೆಯದಾಗಿ ಅಷ್ಟು ಹೆಚ್ಚಿನ ತೂಕದ ಜಾಕೇಟ ನಮ್ಮ ಓಡಾಟಕ್ಕೆ ಅಡ್ಡಿಯಾಗುತ್ತಿತ್ತು. ಎರಡನದಾಗಿ ಯುದ್ಧದಲ್ಲಿ ಅತಿಮುಖ್ಯವಾಗಿ ಬೇಕಾದ ಶೀಘ್ರ ಚಲನಕ್ಕೆ ಈ ಹೆಚ್ಚಿನ ಭಾರವು ತಡೆ ಒಡ್ಡುತ್ತಿತ್ತು.)

AN–೩೨ ವಿಮಾನ ಹಾಗೂ ಹೆಲಿಕೊಪ್ಟರ್‌ಗಳಿಂದ ಹೆಚ್ಚಿನ ಪ್ರಮಾಣದಲ್ಲಿ ಮದ್ದುಗುಂಡುಗಳ ಮರುಪೂರೈಕೆ (ಇದು ನಿಜವಾದದ್ದು ಯಾಕೆಂದರೆ ಭಾರತೀಯ ವಾಯುಸೇನೆ ಹಾಗೂ ಭಾರತೀಯ ಭೂಸೇನೆಯ ಹೆಲಿಕೊಪ್ಟರ್‌ಗಳು ಈ ಕಾರ್ಯಾಚರಣೆಗೆ ತುಂಬಾ ಸಹಾಯ ಮಾಡಿದವು).

ಗಾಯಾಳುಗಳ ತೆರವಿಗಾಗಿ, ಆಹಾರ ವಸ್ತುಗಳಿಗಾಗಿ ಹಾಗೂ ರಕ್ಷಣಾ ಸಾಮಗ್ರಿಗಳ ಪೂರೈಕೆಗಾಗಿ ಹೆಲಿಕೊಪ್ಟರ್‌ಗಳ ಬಳಕೆ (ಇದು ಕೆಲಮಟ್ಟಿಗೆ ಸರಿ ಯಾಕೆಂದರೆ

ಹೆಲಿಕೊಪ್ಟರ್‌ಗಳನ್ನು ವಿಪುಲವಾಗಿ ಬಳಸಲಾಯಿತು. ಆದರೆ ತುಂಬಾ ಸ್ಥಾನಕಗಳಲ್ಲಿ ಅವುಗಳ ಎತ್ತರದ ನಿರ್ಬಂಧ ಹಾಗೂ ಅಲ್ಲಿ ವಿಪರೀತವಾದ ವೈರಿಗಳ ದಾಳಿಯಿಂದಾಗಿ ಹೆಲಿಕೊಪ್ಟರ್ ಬಳಸಲಾಗಲಿಲ್ಲ.)

ಮುಂಚೂಣಿಯ ಸೈನಿಕರಿಗೆ ವೈದ್ಯಕೀಯ ಸೌಲಭ್ಯ ಇದು (ನಿಜವಾದದ್ದು) ಆಗ ಡಾಕ್ಟರ್‌ಗಳ ಕೊರತೆ ಇದ್ದರೂ ವೈದ್ಯಕೀಯ ಸೌಲಭ್ಯಗಳು ಯುದ್ಧಭೂಮಿಯ ನರ್ಸಿಂಗ ಅಸಿಸ್ಟಂಟ ರೂಪದಲ್ಲಿ ತುತ್ತತುದಿಯ ಮುಂಚೂಣಿಯಲ್ಲಿಯೂ ಲಭ್ಯವಿತ್ತು. ಡಾಕ್ಟರ್‌ಗಳು ಕೆಲವು ಮುಖ್ಯವಾದ ಸ್ಥಳದಲ್ಲಿ ಇರುತ್ತಿದ್ದರು.

ಭಾರತೀಯ ಕಮಾಂಡರ (ಹಿರಿ ಅಧಿಕಾರಿಗಳು) ಪದೇ ಪದೇ ಭೇಟಿ ನೀಡುತ್ತಿದ್ದರು(ಇದು ನಿಖರವಾದ ಮಾಹಿತಿ).

ಬಹುಬೇಗ (ಮೇಲಿಂದ ಮೇಲೆ ಸೈನಿಕರ ಬದಲಾವಣೆ) ಕೆಲ ಮುಂಚೂಣಿಯಲ್ಲಿ ೪ ರಿಂದ ೬ ವಾರಗಳಲ್ಲಿ ಸೈನಿಕರ ಬದಲಾವಣೆ ಆಗುತ್ತಿತ್ತು. ಆದರೆ ಬಹುಪಾಲು ಕ್ಷೇತ್ರದಲ್ಲಿ ಬದಲಾವಣೆ ೪ ರಿಂದ ೬ ತಿಂಗಳಿಗೊಮ್ಮೆ ಆಗುತ್ತಿತ್ತು.

ಪಾಕಿಸ್ತಾನಿ (communication) ಸಂವಹನೆಗೆ ಯಶಸ್ವಿ ತಡೆ ಒಡ್ಡುವಿಕೆ. (ಇದು ನಿಜವಾದದ್ದಲ್ಲ ನಾವು ತುಂಬಾ ಸರಳವಾದ ಪದ್ಧತಿಯನ್ನು ಅನುಸರಿಸಿದೆವು. ನಮ್ಮೆಲ್ಲ ಹೊರಸ್ಥಾನ (out station)ಗಳಿಗೆ ಕೋಡ್‌ನೇಮ್ (ಗುರುತಿನ ಹೆಸರು ಇಟ್ಟಿದ್ದೆವು) ಉದಾ: ನನ್ನ ಸ್ಥಾನಕಕ್ಕೆ (MW)ಮೇಜರ್ ವಿಲಿಯಮ್ಸ್ ಹಾಗೆಯೇ ಬಿಲಾ ಕಾಂಪ್ಲೆಕ್ಸ್‌ಗೆ MY – Major ಯಾದವ ಇತ್ಯಾದಿ.

ಕಮ್ಯುನಿಕೇಶನ್ ಬಳಕೆಯಿಂದಾಗಿ ಪಾಕಿಸ್ತಾನಿ ಸೈನ್ಯಕ್ಕೆ ನಮ್ಮ ಕಡೆಯ ಸುದ್ದಿ ಲಭ್ಯವಾಗುತ್ತಿರಲಿಲ್ಲ (ಇದು ಸತ್ಯ ಯಾಕೆಂದರೆ ಪ್ರತಿ ಒಂದು ಸ್ಥಾನಕಕ್ಕೂ ತಂತಿ ಜೋಡಿಸಲಾಗುತ್ತಿತ್ತು.)

ಕಮೀಟಿಯ ಶಿಫಾರಸು ಈ ಕೆಳಗಿನಂತಿತ್ತು.

ಪಾಕಿಸ್ತಾನಿ ಸೈನ್ಯವು ಭಾರತೀಯ ಮಾಹಿತಿಯನ್ನು ಆಳವಾದ ಬಿರುಸಾದ ಗಸ್ತಿಯಿಂದ, ವಾಯು ನಿರೀಕ್ಷಣೆಯಿಂದ ಹಾಗೂ ಕದ್ದಾಲಿಕೆಯಿಂದ ಪಡೆಯಬೇಕು.

ಪಾಕಿಸ್ತಾನೀ ಹಿರಿಯ ಅಧಿಕಾರಿಗಳು ಸೈನಿಕರಿಗೆ ತಮ್ಮ ರೇಡಿಯೋ ಸಂಭಾಷಣೆಯ ಹಾನಿಗಳನ್ನು ವಿವರಿಸಬೇಕು.

ವರದಿಯನ್ನು ಪಾಕಿಸ್ತಾನದ ಸಿಜಿಎಸ್‌ಗೆ ನೀಡಲಾಗುತ್ತಿದೆ. ಪಾಕಿಸ್ತಾನವು ಕಾಯದ್ ಸ್ಥಾನಕ ಅಥವಾ ಪಕ್ಕದ ಇನ್ನಾವುದೇ ಸ್ಥಾನವನ್ನು ಮರಳಿ ಪಡೆಯಲು ಪ್ರಯತ್ನಿಸಬೇಕು.

ಹಿಮಾಲಯಗಳು–ಹಿಮಾಚಲಪ್ರದೇಶ

ಸಶಸ್ತ್ರ ಪಠಾಣ ಬುಡಕಟ್ಟಿನವರು. ಪೇಶಾವರದ ಹತ್ತಿರ. ಕಾಶ್ಮೀರಕ್ಕೆ ನುಗ್ಗುವ ತವಕದಲ್ಲಿ. ೧೯೪೭

ಪಂಗಾಂಗ ತ್ಸೊ–೧೩೪ ಕಿ.ಮೀ. ಉದ್ದ, ೫ ಕಿ.ಮೀ. ಅಗಲ ಸರೋವರ. ೧೪೨೭೦ ಘೂಟು ಎತ್ತರದ ಮೇಲೆ, ಅಧಿಕ ವಿಸ್ತಾರ ಚೀನದ ನಿಯಂತ್ರಣದಲ್ಲಿದೆ.

ಪಂ. ನೆಹರು, ಜನರಲ್ ತಿಮ್ಮಯ್ಯ, ಕೃಷ್ಣ ಮೆನನ್ ೧೯೫೭–೫೮.
ಮುಖಚರ್ಚೆಗಳು ಗಮನಾರ್ಹ

ಲೆಫ್ಟನೆಂಟ್ ಜನರಲ್ ಎಸ್.ಪಿ.ಪಿ. ಥೋರಾತ

ಸಿಯಾಚೆನ್ ಗ್ಲೇಸಿಯರ್‌ನಲ್ಲಿ ಫಿರಂಗಿಜಾಗೆ ಗುರುತಿಸುವಿರಾ?

ಲದಾಖ ಸ್ಕೌಟ್ ಸೈನಿಕ, ಬಟಾಲಿಕ್ ಸೆಕ್ಟರ್

೫೭೭೦ ತೊರ್ತುಕ್‌ನ ಮೇಲೆದ್ದು ಸಿಯಾಚೆನ್ ಗ್ಲೇಸಿಯರಿನ ಪಾಕಿಸ್ತಾನಿ ದಾರಿಯನ್ನು ನಿಯಂತ್ರಿಸುತ್ತದೆ.

ಬರ್ಫಿನ ಆಳಬಿರುಕುಗಳನ್ನು ಪಾರು ಮಾಡಲು ಏಣಿಯ ಉಪಯೋಗ

ಸೇನಾ–ವಿಮಾನದ ಚೀತಾ ಹೆಲಿಕಾಪ್ಟರ್–ಫ್ರೆಂಚ್ ನಿರ್ಮಿತ, ನಮ್ಮ ಹೆಚ್.ಎ.ಎಲ್.ನಲ್ಲಿ ಉತ್ಪಾದಿತ ಈ ಯಂತ್ರವು ೧೨೪೪೦ ಮೀಟರ್ (೪೦೮೧೪ ಘೂಟು) ಎತ್ತರದವರೆಗೆ ಹಾರಿದೆ. ಸಿಯಾಚೆನ್ ಸೈನಿಕನ ಬೆನ್ನಲುಬು

ಫ್ರೀಜರ್‌ನಲ್ಲಿಯೇ ಜೀವನ ತಂಬುಗಳು ಹಿಮಾಲಯದಲ್ಲಿ ಹುಗಿಯಲ್ಪಡುತ್ತವೆ

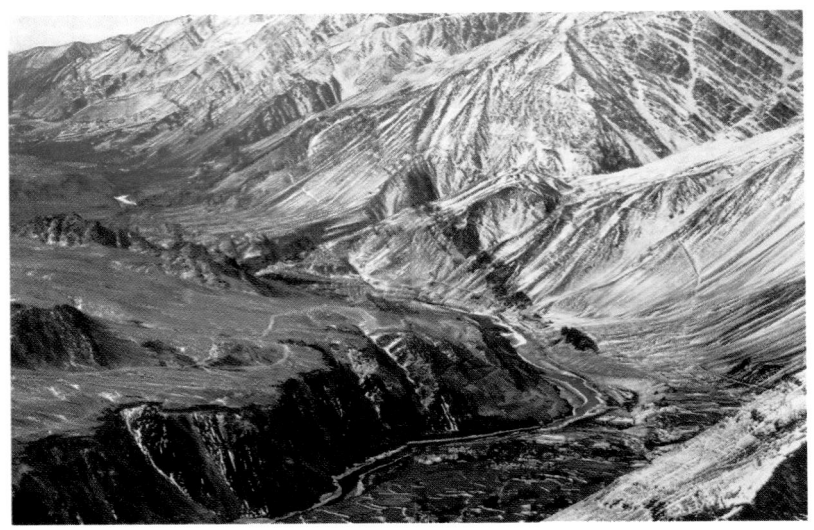

ಹಿಮಾಲಯ ಕಣಿವೆಯ ವೈಮಾನಿಕ ದೃಶ್ಯ

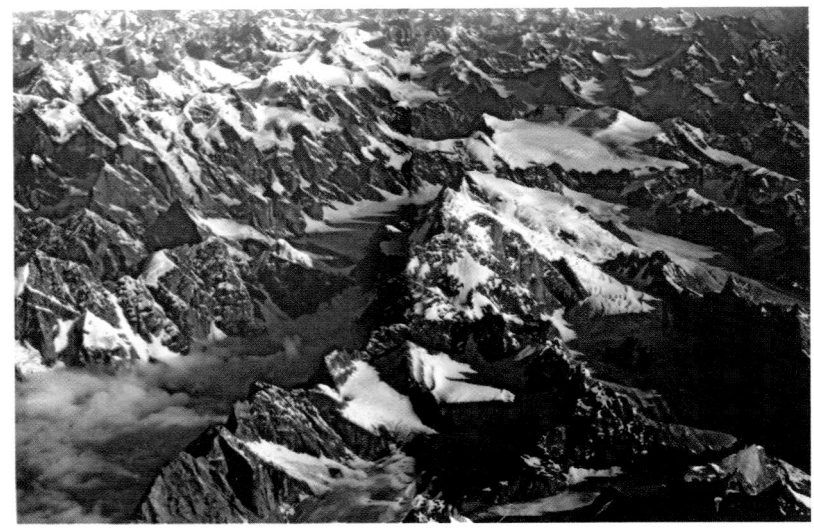

ಪರ್ವತೀಯ ಶಿಖರ ಮತ್ತು ಗ್ಲೇಸಿಯರ್‌ಗಳ ಸಾಗರ ಝನಸ್ಕರ್–ಲದಾಖ ಶ್ರೇಣಿ

ಭಾರತೀಯ ದೃಷ್ಟಿಕೋನದಲ್ಲಿ ಉತ್ತರದ ಆಚೆಯ ಹಿಮಾಲಯಗಳೇ ಜಗತ್ತಿನ ಅಂತ್ಯ!

೧೯ನೇ ಶತಮಾನದಲ್ಲಿ ಝೋರಾವರಸಿಂಹನ ಅಭಿಯಾನದ ರೌದ್ರ ಮತ್ತು ನಿರ್ಜನ ಪ್ರದೇಶವು ಈಗ ಕಾಣುತ್ತಿರುವುದು

ಸಿಯಾಚೆನ್ ಗ್ಲೇಸಿಯರಿನ ಉಪಗ್ರಹ ಪ್ರತಿಬಿಂಬ.
ಮೇ ೨೦೦೧, ೭೦೦ ಕಿ.ಮೀ.ಎತ್ತರದಿಂದ ತೆಗೆದದ್ದು

ಪರತಾಪುರ–ಕೊನೆಯ ಮಾನವ ವಸತಿ ಶ್ಯೋಕನದಿಯ
ಉತ್ತರಕ್ಕೆ ಚಿಯಾಚೆನ್ ದಾರಿಯ ಪ್ರಾರಂಭ

ಕಾರಾಕೋರಂ ಶ್ರೇಣಿ-ಪಾಕಿಸ್ತಾನದ ಗಿಲ್ಗಿಟ್, ಭಾರತದ ಲದಾಖ, ಚೀನದ ಸಿಂಕಿಯಾಂಗ್ ಪ್ರದೇಶಗಳನ್ನೊಳಗೊಂಡಿದೆ.

ಶ್ಯೋಕನದಿ-ಚಿಯಾಚೆನ್ಸಮುದಾಯದ ರೀಮೊ ಗ್ರೇಸಿಯರಿದರ ಉಗಮ, ಸಿಂಧುನದಿಯ ಆರನೇ ಉಪನದಿ

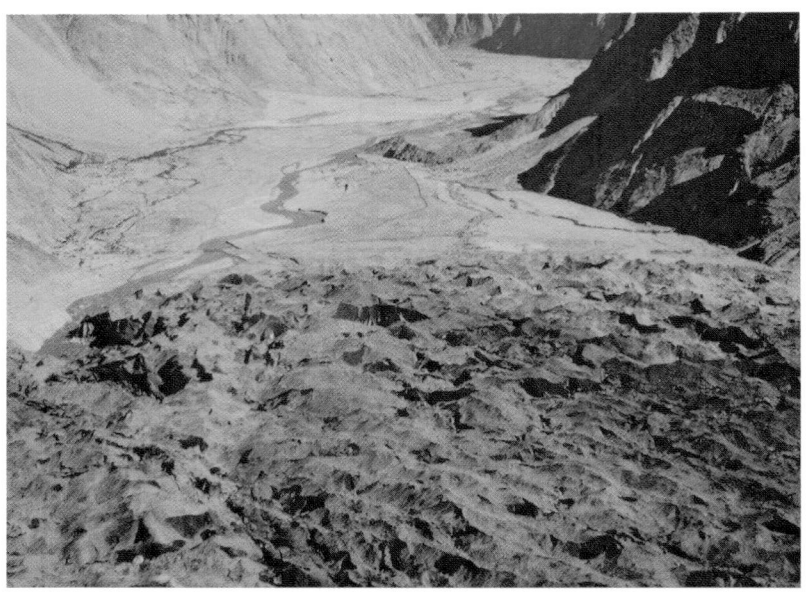

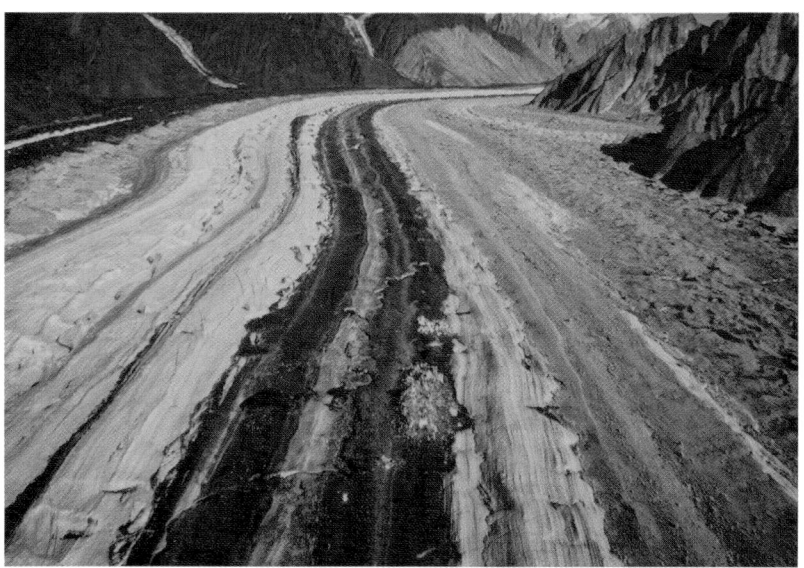

ಸಿಯಾಚೆನ್ನಿನ ಮುಖ ಮತ್ತು ಮಧ್ಯ ಗ್ರೇಸಿಯರ್ ಎ.ಎನ್. ೩೨ ವಿಮಾನದಿಂದ

ಬ್ರೋಕ್ಪಾ ಜನಾಂಗ–ದಾರ್ಚಿಕ್‌ನಲ್ಲಿ ಬಟಾಲಿಕ್ ಸೆಕ್ಟರ್. ಸಿಂದುನದಿಯ ಇಕ್ಕೆಲದಲ್ಲಿ, ಕೆಲವೇ ಹಳ್ಳಿಗಳಿಗೆ ಸೀಮಿತ. ಅತ್ಯಂತ ಪುರಾತನ ಮತ್ತು ಅತ್ಯಂತ ಶುದ್ಧ ಆರ್ಯನ್ನರೆಂದು ಪ್ರಸಿದ್ಧಿ

ಗಿಲ್ಗಿಟ್–ಬ್ರಿಟಿಶರ ದೃಷ್ಟಿಯ ಆಯಕಟ್ಟಿನ ಸ್ಥಳ. ಮಧ್ಯ ಏಶಿಯಾಕ್ಕೆ ಮಹಾದ್ವಾರ, ಹಿಂದುಕುಶ ಶ್ರೇಣಿಯ ಎಲ್ಲ ಕಣಿವೆಗಳನ್ನು ನಿಯಂತ್ರಿಸುತ್ತದೆ.

I+1 ISHP)52681 21 2 2020 ◎